ಪವಿತ್ರ ಕಾಶಿ

(ಭಾರತೀಯ ಸಂಸ್ಕೃತಿಯ ಕಿರು ಸಂಗ್ರಹಾಲಯ)

ಲೇಖಕರು :

ಕೆ. ಚಂದ್ರಮೌಳಿ

ಓಂಕಾರ್ ಪ್ರಕಾಶನ

920, 9ನೇ ಕ್ರಾಸ್, ಬೆಮೆಲ್ ಲೇಔಟ್ 3ನೇ ಹಂತ,
ರಾಜರಾಜೇಶ್ವರಿನಗರ, ಬೆಂಗಳೂರು – 560 098
ಮೊ. 98867 30631

PAVITHRA KASHI (*BHARATHIYA SAMSKRUTIYA KIRU SANGRAHALAYA*) - Written by K. Chandramouli, Bangalore. Mob.: 98452 79598. Published by Omkar Prakashana, # 920, 9th Cross, BEML Layout 3rd Stage, Rajarajeshwarinagar, Bengaluru - 560 098. Mob. 9886730631

Pages : 462

First Edition : 2019
ಮೊದಲನೆಯ ಮುದ್ರಣ: ೨೦೧೯

ಆಕಾರ : 1/8 ಡೆಮಿ

ಬಳಸಿದ ಕಾಗದ : 70 ಜಿಎಸ್‌ಎಂ ಮ್ಯಾಪ್‌ಲಿತೋ

ಬೆಲೆ : ರೂ. **380/-**

ಮುಖಪುಟ ವಿನ್ಯಾಸ : ಎಸ್.ಎನ್. ದೇಶಪಾಂಡೆ, ಬೆಂಗಳೂರು

ಮುದ್ರಕರು : ಕಮಲ್ ಇಂಪ್ರೆಷನ್ಸ್, ಮೈಸೂರು

ಪವಿತ್ರ ಕಾಶಿ
(ಭಾರತೀಯ ಸಂಸ್ಕೃತಿಯ ಕಿರು ಸಂಗ್ರಹಾಲಯ)

ಪರಿವಿಡಿ

4

ಅನುಬಂಧಗಳು

ಓಂ

ಶ್ರೀ ಶೃಂಗೇರಿ ಶ್ರೀಜಗದ್ಗುರು ಮಹಾಸಂಸ್ಥಾನಮ್

ಶ್ರೀಮತ್ ಪರಮಹಂಸ ಪರಿವ್ರಾಜಕ ಆಚಾರವರ್ಯ
ಪದವಾಕ್ಯಪ್ರಮಾಣಪಾರಾವಾರಪಾರೀಣ ಯಮನಿಯಮಾಸನ-
ಪ್ರಾಣಾಯಾಮಪ್ರತ್ಯಾಹಾರಧಾರಣಾಧ್ಯಯಾನಸಮಾಧ್ಯಷ್ಟಾಂಗಯೋಗಾನುಷ್ಠಾನನಿಷ್ಠ
ತಪಶ್ಚಕ್ರವರ್ತ್ಯನಾದ್ಯವಿಚ್ಛಿನ್ನ ಶ್ರೀಶಂಕರಾಚಾರ್ಯಗುರುಪರಂಪರಾಪ್ರಾಪ್ತ
ಷಡ್ದರ್ಶನಸ್ಥಾಪನಾಚಾರ್ಯ ವ್ಯಾಖ್ಯಾನಸಿಂಹಾಸನಾಧೀಶ್ವರ ಸಕಲ
ನಿಗಮಾಗಮಸಾರಹೃದಯ ಸಾಂಖ್ಯತ್ರಯಪ್ರತಿಪಾದಕ ವೈದಿಕಮಾರ್ಗಪ್ರವರ್ತಕ
ಸರ್ವತಂತ್ರಸ್ವತಂತ್ರಾದಿರಾಜಧಾನಿ-ವಿದ್ಯಾನಗರ ಮಹಾರಾಜಧಾನೀ
ಕರ್ಣಾಟಕಸಿಂಹಾಸನ ಪ್ರತಿಷ್ಠಾಪನಾಚಾರ್ಯ
ಶ್ರೀಮದ್ರಾಜಾಧಿರಾಜಗುರುಭೂಮಂಡಲಾಚಾರ್ಯ ಋಷ್ಯಶೃಂಗಪುರವರಾಧೀಶ್ವರ
ತುಂಗಭದ್ರಾತೀರವಾಸಿ ಶ್ರೀಮದ್ವಿದ್ಯಾಶಂಕರಪಾದಪದ್ಮಾರಾಧಕ ಶ್ರೀಜಗದ್ಗುರು
ಶ್ರೀಮದಭಿನವವಿದ್ಯಾತೀರ್ಥಸ್ವಾಮಿ ಗುರುಕರಕಮಲಸಂಜಾತ!

!! ಶ್ರೀ ಜಗದ್ಗುರು ಶೃಂಗೇರಿ, ಶ್ರೀಮದ್ ಭಾರತೀತೀರ್ಥಸ್ವಾಮಿಭಿಃ !!

ಅಸ್ಮದಂತ್ಯಂತಪ್ರಿಯಶಿಷ್ಯ ಶ್ರೀ ಚಂದ್ರಮೌಳಿವಿಷಯೇ
ನಾರಾಯಣಸ್ಮರಣಪೂರ್ವಕಂ ವಿರಚಿತಾ ಆಶಿಷಸ್ಸಮುಲ್ಲಸನ್ತು !

ಪವಿತ್ರೇಸ್ಮಿನ್ ಭಾರತದೇಶೇವಿಲಸಂತಿ ಪರಶ್ಶತಾನಿ ಪುಣ್ಯಕ್ಷೇತ್ರಾಣಿ ಯೇಷು ವಾರಾಣಸೀತಿ ಪ್ರಥಿತಂ ವಿಶ್ವನಾಥಸಾನ್ನಿಧ್ಯ ಪರಿಶೋಭಿತಂ ಕ್ಷೇತ್ರಂ ನಾಯಕಮಣಿರಿವ ವಿದ್ಯೋತತೇ ! ಅಸ್ಯ ಕ್ಷೇತ್ರಸ್ಯ ಮಹಿಮಾ ಪುರಾಣೇಷು ವಿಸ್ತಾರೇಣ ವರ್ಣಿತಃ ! ಸಕಲದುರಿತಾಪಹಾರಿಣೀ ಭವತಾಪಹಾರಿಣೀ ಭಗವತೀ ಭಾಗೀರಥೀ ಅತ್ರ ಪ್ರವಹತಿ ! ನೈಕಾನಿ ದೇವತಾಯತನಾನ್ಯತ್ರ ವಿಲಸನ್ತಿ! ನೈಕಶಾಸ್ತ್ರಾನದೀಷ್ಣಾಃ ವಿದ್ವತ್ತಲ್ಲಜಾಃ ಕ್ಷೇತ್ರಮಿದಮಧಿವಸನ್ತಿ ! ಶ್ರೀಮಚ್ಛಂಕರಭಗವತ್ಪಾದಾಚಾರ್ಯಾಃ ಕ್ಷೇತ್ರೇಸ್ಮಿನ್ಭಗವತೋ ವಿಶ್ವೇಶ್ವರಸ್ಯ ಭಗವತೋ ಬಾದರಾಯಣಸ್ಯ ಚ ಸಾಕ್ಷಾತ್ಕಾರಂ ಆವಾಪ್ಯ ಆನಂದತುಂದಿಲಿತಸ್ವಾನ್ತಾ ಅಭೂವನ್ನಿತಿ ಶ್ರೀಮಚ್ಛಂಕರದಿಗ್ವಿಜಯಾದಿತಃ ಸ್ಪಷ್ಟಮವಗಮ್ಯತೇ! ಇತ್ಥಂ ಸರ್ವಾತಿಶಾಯಿಮಾನ ಮಾವಹದಿದಂ ಕ್ಷೇತ್ರಮಧಿಕೃತ್ಯ ಭವಾನ್ ಆಂಗ್ಲಭಾಷಾಯಾ ಬೃಹದ್ಗ್ರಂಥಂ ಲಿಖಿತವಾನಿತಿ ವಿಜ್ಞಾಯ ಭೃಶಂ ಪ್ರಸೀದಾಮಃ! ಭೂಯಾಂಸಂ ಪರಿಶ್ರಮಮಾಸ್ಥಾಯ ಲಿಖಿತೋಽಯಂ ಗ್ರಂಥಃ ನೂನಮಾಸ್ತಿಕಲೋಕಾನಾಂ ಆದರಪಾತ್ರಂ ಭವಿಷ್ಯತೀತಿ ವಿಶ್ವಸಿಮಃ!

ಶ್ರೀಶಾರದಾಚಂದ್ರಮೌಳೀಶ್ವರಯೋಃ ಅವ್ಯಾಜಕರುಣಾಯ ಗ್ರಂಥೋಽಯಂ
ವಿಶಿಷ್ಟಂ ಪ್ರಚಾರಮಾಪ್ನೋತು ಭವಾಂಶ್ಚ ಶ್ರೇಯಃ
ಪರಂಪರಾಭಿಸ್ಸಮಭಿವರ್ಧತಾಮಿತ್ಯಾಶಾಸ್ಮಹೇ !

ಇತಿ ನಾರಾಯಣಸ್ಮರಣಮ್

ಶೃಂಗಗಿರಿಃ

!! ಶ್ರೀ ಜಗದ್ಗುರು ಶೃಂಗೇರಿ ಶ್ರೀಮದ್‌ಭಾರತೀತೀರ್ಥಸ್ವಾಮಿಗಳ ಆಶೀರ್ವಚನ !!

ನಮ್ಮ ಅತ್ಯಂತಪ್ರಿಯಶಿಷ್ಯ ಶ್ರೀ ಚಂದ್ರಮೌಳಿಯವರ ಮೇಲೆ ನಾರಾಯಣಸ್ಮರಣಪೂರ್ವಕ ನಮ್ಮ ಆಶೀರ್ವಾದಗಳು. ಪವಿತ್ರಕ್ಷೇತ್ರವೆನಿಸಿದ ಭಾರತವರ್ಷದಲ್ಲಿರುವ ನೂರಾರು ಪುಣ್ಯಕ್ಷೇತ್ರಗಳಲ್ಲಿ ವಿಶ್ವನಾಥನ ಸಾನ್ನಿಧ್ಯದಿಂದ ಪ್ರಸಿದ್ಧವಾದ ವಾರಾಣಸಿ ಕ್ಷೇತ್ರವು ಶ್ರೇಷ್ಠಮಣಿಯಂತೆ ಕಂಗೊಳಿಸುತ್ತಿದೆ. ಈ ಕ್ಷೇತ್ರದ ಮಹಿಮೆಯನ್ನು ಪುರಾಣಗಳು ವಿಸ್ತಾರವಾಗಿ ವರ್ಣಿಸಿವೆ. ಸಕಲ ಪಾಪಗಳನ್ನು ತೊಳೆಯವ ಹಾಗೂ ಸಂಸಾರದ ತಾಪಗಳನ್ನು ಪರಿಹರಿಸುವ ಭಗವತಿ ಭಾಗೀರಥಿ ಇಲ್ಲಿ ಹರಿಯುತ್ತಾಳೆ. ಇಲ್ಲಿ ಅನೇಕ ಮಂದಿರಗಳು ಶೋಭಾಯಮಾನವಾಗಿವೆ. ಅನೇಕ ಶಾಸ್ತ್ರಗಳಲ್ಲಿ ಪರಿಣತರಾದ ವಿದ್ವಾಂಸರು ಇಲ್ಲಿ ವಾಸಿಸುತ್ತಿದ್ದಾರೆ. ಇಲ್ಲಿ ಶ್ರೀಮಚ್ಛಂಕರಭಗವತ್ಪಾದಾಚಾರ್ಯರಿಗೆ ಭಗವಾನ್ ವಿಶ್ವನಾಥ ಹಾಗೂ ಭಗವಾನ್ ವೇದವ್ಯಾಸರ ಸಾಕ್ಷಾತ್ಕಾರವಾದಾಗ ಅವರು ಆನಂದತುಂದಿಲರಾದರೆಂಬ ಪ್ರಸಂಗವನ್ನು ಶ್ರೀಮಚ್ಛಂಕರವಿಜಯದಲ್ಲಿ ಸ್ಪಷ್ಟವಾಗಿ ಹೇಳಲಾಗಿದೆ. ಇಂತಹ ಸರ್ವಾತಿಶಯ ಮಹಿಮೆಯಿಂದ ಕೂಡಿರುವ ಈ ಕ್ಷೇತ್ರದ ಬಗ್ಗೆ ನೀವು ಆಂಗ್ಲ ಭಾಷೆಯಲ್ಲಿ ಬೃಹದ್ಗ್ರಂಥವನ್ನು ರಚಿಸಿರುವದನ್ನು ತಿಳಿದು ಅತ್ಯಂತ ಸಂತುಷ್ಟವಾಗಿದ್ದೇವೆ. ಬಹು ಪರಿಶ್ರಮದಿಂದ ಕೂಡಿ ಬರೆದಿರುವ ಈ ಗ್ರಂಥವು ಆಸ್ತಿಕರ ಆದರಕ್ಕೆ ಪಾತ್ರವಾಗುವುದೆಂದು ವಿಶ್ವಾಸವಿಡುತ್ತೇವೆ.

ಶ್ರೀ ಶಾರದಾ ಚಂದ್ರಮೌಳೀಶ್ವರರ ಅವ್ಯಾಜಕರುಣೆಯಿಂದ ಈ ಗ್ರಂಥವು ವಿಶಿಷ್ಟವಾದ ಪ್ರಚಾರವನ್ನು ಹೊಂದಲಿ ಹಾಗೂ ನೀವು ಶ್ರೇಯಸ್ಸಿನ ಪರಂಪರೆಯಿಂದ ಅಭಿವೃದ್ಧಿಹೊಂದಲಿ ಎಂದು ಆಶಿಸುತ್ತೇವೆ.

ಶೃಂಗಗಿರಿ

ಇತಿ ನಾರಾಯಣ ಸ್ಮರಣಮ್

ಶ್ರೀಮುಖ, ಅಧಿಕ ಭಾದ್ರಪದ

ಶುಕ್ಲಪಕ್ಷ ಸಪ್ತಮಿ, ಭೌಮ ವಾಸರ

24–08–1993

(ಕಾಶಿಯ ಬಗ್ಗೆ ನನ್ನ ಮೊದಲ ಇಂಗ್ಲಿಷ್ ಗ್ರಂಥಕ್ಕೆ ಬರೆದ ಶ್ರೀಮುಖ –ಇದು ಯಾವಾಗಲೂ ನನಗೆ ಆಶೀರ್ವಾದವೇ)

ಮಂಗಳಾಚರಣ

ಭೂಮಿಷ್ಠಾಪಿ ನ ಯಾತ್ರ ಭೂಸ್ತ್ರಿದಿವತೋಽಪ್ಯುಚ್ಚೈರಧಃ ಸ್ಥಾಪಿ ಯಾ
ಯಾ ಬದ್ಧಾ ಭುವಿ ಮುಕ್ತಿದಾ ಸ್ಯುರಮೃತಂ ಯಸ್ಯಾಂ ಮೃತಾ ಜಂತವಃ ।
ಯಾ ನಿತ್ಯಂ ತ್ರಿಜಗತ್ಪವಿತ್ರತಟನೀತೀರೇ ಸುರೈಃ ಸೇವ್ಯತೇ
ಸಾ ಕಾಶೀ ತ್ರಿಪುರಾರಿರಾಜನಗರೀ ಪಾಯಾದಪಾಯಾಜ್ಜಗತ್ ॥

(ಪರಮೇಶ್ವರನ ತ್ರಿಶೂಲಾಗ್ರದಲ್ಲಿ ನೆಲಸಿರುವುದರಿಂದ) ಯಾವುದು ಭೂಭಾಗದಂತೆಯೆ ತೋರಿಬರುತ್ತಿದ್ದರೂ, (ಅಯೋಧ್ಯಾದಿ ಪುಣ್ಯಕ್ಷೇತ್ರಗಳಂತೆ ಭೂಮಿಗೆ ಸಂಬಂಧಿಸಿಲ್ಲದೆ) ಭೂಮಿಯಿಂದ ಬೇರೆಯಾಗಿಯೇ ಇರುವುದೋ,

ಯಾವುದು (ಭುವರಾದಿ ಆರುಲೋಕಗಳಂತೆಯೆ ಇರುವುದೊ) ಭೂಲೋಕ ಮಧ್ಯದಲ್ಲಿರುವಂತೆ ವಿರಾಜಿಸುತ್ತಿದ್ದರೂ (ಪ್ರಳಯಸಮಯದಲ್ಲಿ ಸಾಕ್ಷಾತ್ ಪರಶಿವನು ತ್ರಿಶೂಲದಿಂದ ಎತ್ತಿ ಹಿಡಿಯುವನಾದುದರಿಂದ) ಸ್ವರ್ಗಲೋಕಕ್ಕಿಂತಲೂ ಮೇಲಕ್ಕಿರುವುದೋ, ಭೂಮಿಗೆ ಸಂಬಂಧಿಸಿದಂತಿದ್ದರೂ ತನ್ನಲ್ಲಿ ವಾಸಮಾಡುವವರಿಗೆ (ಕಾಶೀವಾಸಿಗಳಿಗೆ ರುದ್ರನು ಮರಣಕಾಲದಲ್ಲಿ ತಾರಕಮಂತ್ರವನ್ನು ಉಪದೇಶಮಾಡುವನಾದುದರಿಂದ) ಮುಕ್ತಿಯನ್ನು ದೊರಕಿಸುವುದೋ, ಎಲ್ಲಿ ಮೃತಿಯೊಂದಿದ ಸಕಲ ಜೀವರಾಶಿಗಳೂ ಮೋಕ್ಷವನ್ನೇ ಪಡೆಯುತ್ತವೆಯೋ,

ಮೂರುಲೋಕಗಳನ್ನೂ ಪಾವನಗೊಳಿಸುವ ಗಂಗಾತೀರದಲ್ಲಿರುವ ಯಾವುದನ್ನು ಸ್ವರ್ಗವಾಸಿಗಳಾದ ದೇವತೆಗಳೂ ಆಶ್ರಯಿಸಿ ಸೇವೆಗೈಯುತ್ತಾರೆಯೋ, ಅಂತಹ (ಸ್ವರ್ಣ, ರಜತ, ಲೋಹಗಳಿಂದ ನಿರ್ಮಿತವಾದ ಅಸುರರ ತ್ರಿಪುರಗಳನ್ನು ಧ್ವಂಸಗೊಳಿಸಿದವನೂ) ಸ್ಥೂಲಸೂಕ್ಷ್ಮಕಾರಣಶರೀರ ಲಕ್ಷಣವುಳ್ಳವನೂ, ತ್ರಿಪುರಗಳ ಶತ್ರುವೆನಿಸಿದವನೂ ಆದ ಶ್ರೀ ಪರಮೇಶ್ವರನೇ ಸಾಕ್ಷಾತ್ತಾಗಿ ಆಳುತ್ತಿರುವ ಕಾಶೀನಗರವು ಜಗತ್ತನ್ನು ಅಪಾಯದಿಂದ ಸಂರಕ್ಷಿಸಲಿ.

[ಶ್ರೀಸ್ಕಾಂದಪುರಾಣ– 'ಕಾಶೀಖಂಡ'ದ ಪೂರ್ವಭಾಗದ ಮಂಗಳಾಚರಣ ಶ್ಲೋಕ]

ಪವಿತ್ರ ನುಡಿ

ಕಾಶಿ ಶಬ್ದವೇ ಪುಣ್ಯನಾಮವಾದ್ದರಿಂದ ಪವಿತ್ರ ಕಾಶಿಯನ್ನು ಕುರಿತ ಯಾವುದೇ ನುಡಿ ಆದರೂ ಅದು ಪವಿತ್ರನುಡಿಯೆ. ಇನ್ನು ಅದನ್ನು ಕುರಿತ ಆಮೂಲಾಗ್ರ ಚಿಂತನೆ-ಬರಹ ಮಾಡಿದವರ ಪುಣ್ಯಕ್ಕೆ ಎಣೆಯುಂಟೇ? ಆಸಕ್ತಿಯಿಂದ ಓದುವವರೂ ಧನ್ಯರು, ಪುಣ್ಯರು. ಗ್ರಂಥದ ಹೆಸರೇ ಸೂಚಿಸುವಂತೆ, ಲೇಖಕರು ಕೇವಲ ಕಾಶಿಯನ್ನಷ್ಟೇ ಕುರಿತು ಗ್ರಂಥ ಬರೆದಿಲ್ಲ. ಕಾಶಿಯ ಮೂಲಕ ಭಾರತೀಯ ಸಂಸ್ಕೃತಿಯ ವಿವಿಧ ಮುಖಗಳನ್ನು ಪ್ರಸ್ತಾಪಿಸಿದ್ದಾರೆ, ಚರ್ಚಿಸಿದ್ದಾರೆ. ಸಂಗೀತ, ಜಾನಪದ ಹಬ್ಬಗಳು, ಉತ್ಸವ ಮೆರವಣಿಗೆಗಳು, ಧಾರ್ಮಿಕ ಆಚರಣೆಗಳು, ತೀರ್ಥಕ್ಷೇತ್ರಗಳು, ಇತಿಹಾಸ, ಮಂದಿರಗಳ ನಿರ್ಮಾಣ ಮತ್ತು ನಿರ್ನಾಮದ ಕಥೆಗಳು, ಶಾಸ್ತ್ರ-ಪುರಾಣಗಳಲ್ಲಿ ಪುಣ್ಯಕ್ಷೇತ್ರಗಳ ಕಥನ, ಭಾರತೀಯ ಕುಲಕಸುಬುಗಳು, ವಿವಿಧ ಧರ್ಮಸಾಮರಸ್ಯ, ಅವ್ಯವಸ್ಥೆಯ ಬದುಕಿನ ನಡುವೆಯೂ ಸಂಸ್ಕೃತಿಯ ಮೌಲ್ಯಗಳನ್ನು ಉಳಿಸಿಕೊಂಡಿರುವ ಬಗೆ, ಭಕ್ತಿಪಂಥಗಳ ಇತಿಹಾಸ, ಹೀಗೆ ಭಾರತೀಯ ಸಂಸ್ಕೃತಿಯ ನೂರಾರು ನೋಟಗಳ ಸಂಗಮ ಈ ಗ್ರಂಥದಲ್ಲಿ ಮೂಡಿದೆ. ಶತಶತಮಾನಗಳಲ್ಲೂ ಕಾಶಿಯಲ್ಲಿ ಎಲ್ಲಾ ಧರ್ಮಗಳ, ದರ್ಶನಗಳ, ಸಂಪ್ರದಾಯಗಳ, ಪರಂಪರೆಗಳ, ಸಂಸ್ಕೃತಿಗಳ, ಕಲೆಗಳ, ಪ್ರಾಂತೀಯ ಜನಗಳ ಸಮ್ಮಿಳನವಾಗಿ, ಸಂಗಮವಾಗಿ, ಎಲ್ಲವೂ ಚೆನ್ನಾಗಿ ಕಲೆತು ಬೆರೆತು; ರಸಾಯನದಂತೆ ಒಂದು ವಿಶಿಷ್ಟ ಭಾರತೀಯ ಸಂಸ್ಕೃತಿ ಇಲ್ಲಿ ಬೆಳೆದುಬಂದಿದೆ ಎಂಬುದನ್ನು ಅತ್ಯಂತ ಮಾರ್ಮಿಕವಾಗಿ, ದಿವೋದಾಸನ 'ರಸಾಯನದ ಗಡಿಗೆ' ಎಂಬ ಪ್ರತೀಕವನ್ನು ಬಳಸಿ ನಿರೂಪಿಸಿದ್ದಾರೆ. ದೇಶದ ಉದ್ದಗಲಗಳ ಮತ್ತು ಕಾಲಮಾನದ ಅನೇಕ ಪದರಗಳ ಸಂಸ್ಕೃತಿಯನ್ನು ಕಾಶಿಯಲ್ಲಿ ಇಂದಿಗೂ ನೋಡಬಹುದು ಎಂದು ತೋರಿದ್ದಾರೆ. ಆದ್ದರಿಂದ, ಹೆಸರಿಗೆ 'ಪ್ರಜ್ವಲ ಕಾಶಿ' ಎನಿಸಿದರೂ ವಾಸ್ತವದಲ್ಲಿ ಕಾಶಿಯ ಪ್ರಜ್ವಲತೆಯಲ್ಲಿ 'ಭಾರತೀಯ ಸಂಸ್ಕೃತಿಯ ಸಂಕ್ಷಿಪ್ತ ನೋಟ'ವನ್ನು ಕೊಟ್ಟಿದೆ ಈ ಗ್ರಂಥ.

'ಪವಿತ್ರ ಕಾಶಿ'ಯ ಗ್ರಂಥಕರ್ತರಾದ ಕೆ.ಚಂದ್ರಮೌಳಿ ಅವರು ಕನ್ನಡದಲ್ಲಿ ವಿಶಿಷ್ಟ ಬರಹಗಾರರು. ಪ್ರವಾಸಗ್ರಂಥಗಳನ್ನು, ಪ್ರಬಂಧಗಳನ್ನು ಬರೆಯುವುದರಲ್ಲಿ ಎತ್ತಿದ ಕೈ. ಅದರಲ್ಲೂ ಇವರ ಪ್ರವಾಸಗ್ರಂಥಗಳು ಕನ್ನಡದಲ್ಲೇ ವಿಶಿಷ್ಟ ಮಾದರಿ ಕೃತಿಗಳು. 'ಬಣ್ಣದ ಬೊಂಬಾಯಿ'ಯಲ್ಲಿ ಸಮಕಾಲೀನ ಜೀವನ ಎದ್ದುಕಂಡರೆ, 'ಯೂಪಿ ಪ್ರವಾಸ ಕಥನ'ದಲ್ಲಿ ಲೇಖಕರು ಡಕಾಯಿತರೊಡನೆ ಸಿಕ್ಕಿಬಿದ್ದ ಪ್ರಸಂಗ ಎದೆಯನ್ನು ಝಲ್ಲೆನಿಸುತ್ತದೆ. 'ಬಿಹಾರ್ ಪ್ರವಾಸ ಕಥನ', 'ನಮ್ ಬೆಂಗ್ಳೂರು' ವಿನೂತನ ಮಾದರಿ ಪ್ರವಾಸಿ ಗ್ರಂಥಗಳು. ಇವೆಲ್ಲಕ್ಕಿಂತ

ಮಿಗಿಲಾದ ಕೃತಿಗಳು ಎಂದರೆ 'ಬೆಂಗಳೂರಿನ ನೋಟಗಳು', 'ಪ್ರಜ್ವಲ ಕಾಶಿ', ಇಂಗ್ಲಿಷ್ ಮತ್ತು ಹಿಂದಿಯಲ್ಲಿನ 'ತ್ರಿಪಥಗಾಮಿನಿ ಗಂಗಾ'. ಇವೆಲ್ಲಾ ವಿಶ್ವಕೋಶದಂತಿದ್ದರೂ, ಪಾಮರರಿಂದ ಪಂಡಿತರವರೆಗೆ ಎಲ್ಲರಿಗೂ ರಂಜನೀಯವಾಗಿವೆ. ಈ ರೀತಿಯ ವೈವಿಧ್ಯಮಯ ವಸ್ತು-ವರ್ಣನೆಗಳಿಂದ ಕೂಡಿದ ಗ್ರಂಥಗಳನ್ನು ಕಾಣುವುದು ಬಹಳ ಅಪರೂಪ.

ಕಾಶಿಯನ್ನು ಕುರಿತು ಇದೇ ಲೇಖಕರು ಈಗಾಗಲೇ ಇಂಗ್ಲಿಷಿನಲ್ಲಿ ಬರೆದಿರುವ 'ಕಾಶಿ ದಿ ಸಿಟಿ ಲ್ಯೂಮಿನಸ್' (1995), 'ಲ್ಯೂಮಿನಸ್ ಕಾಶಿ ಟು ವೈಬ್ರೆಂಟ್ ವಾರಾಣಸಿ' (2006), ಹಿಂದಿಯಲ್ಲಿನ 'ಆನಂದಕಾನನ ಕಾಶೀ', ಮತ್ತು ಇಂಗ್ಲಿಷಿನಲ್ಲಿ 'ಹೋಲಿ ಕಾಶಿ ಟು ವೈಬ್ರೆಂಟ್ ವಾರಾಣಸಿ' (2018) ಗ್ರಂಥಗಳಲ್ಲಿ ಇರುವ ವಿಷಯಗಳೇ 'ಪವಿತ್ರ ಕಾಶಿ'ಯಲ್ಲಿ ಕಂಡುಬರುವುದಾದರೂ, ಹೆಚ್ಚಿನ ಸಂಗತಿಗಳ ಸೇರ್ಪಡೆ, ನಿರೂಪಣೆಯಲ್ಲಿ ನೂತನತೆ, ನಾನಾ ಸಂಗತಿಗಳ ಮಾರ್ಪಾಟು, ಚಿಂತನೆ ವ್ಯಾಖ್ಯಾನಗಳಲ್ಲಿ ಆಳ ಎಲ್ಲವೂ ಹೊಸತು. ಹೀಗಾಗಿ "ಇದು ಹೊಸ ಸ್ವತಂತ್ರ ಗ್ರಂಥ. ಇಂಗ್ಲಿಷ್ ಗ್ರಂಥದ ಸಾರಸಂಗ್ರಹವೂ ಅಲ್ಲ, ಅನುವಾದವೂ ಅಲ್ಲ" ಎಂಬ ಮಾತು ಎರಡೂ ಭಾಷೆಯ ಗ್ರಂಥಗಳನ್ನು ಓದಿದವರಿಗೆ ಅರ್ಥವಾಗುತ್ತದೆ.

ಈ ಗ್ರಂಥರಚನೆಗೆ ಬಳಸಿಕೊಂಡ ಸಂಸ್ಕೃತ, ಇಂಗ್ಲಿಷ್, ಕನ್ನಡ, ಹಿಂದಿ ಭಾಷೆಗಳ ಗ್ರಂಥ-ಲೇಖನ-ಸಂದರ್ಶನಗಳ ಪಟ್ಟಿ ಲೇಖಕರ ಸಂಶೋಧನಾತ್ಮಕ ಅಧ್ಯಯನಕ್ಕೆ ಹಿಡಿದ ಕನ್ನಡಿ ಆಗಿದೆ, ಪಂಡಿತರನ್ನೂ ಅಚ್ಚರಿಗೊಳಿಸುವಷ್ಟಿದೆ, ಸಾಮಾನ್ಯ ಓದುಗನಂತೂ ನಿಬ್ಬೆರಗಾಗುತ್ತಾನೆ. ದೀರ್ಘಕಾಲದ ಅಪಾರ ಪರಿಶ್ರಮ, ಅಧಿಕ ಹಣವೆಚ್ಚ, ದೈಹಿಕಶ್ರಮ, ಪ್ರವಾಸದ ಪ್ರಯಾಸ ಮತ್ತು ಆಳವಾದ ಚಿಂತನೆ ಅಧ್ಯಯನಗಳಿಂದ ರಚಿಸಿರುವ ಈ ಗ್ರಂಥ ನಿಜಕ್ಕೂ ಬೃಹತ್ ಮಹತ್ತುಗಳಲ್ಲಿ, ನೂತನಾಂಶಗಳಲ್ಲಿ ಯಾವುದೇ ಪಿ.ಎಚ್.ಡಿ ಪದವಿ ಅಥವಾ ಡಿ.ಲಿಟ್ ಪ್ರಶಸ್ತಿಯ ಮಹಾಪ್ರಬಂಧಕ್ಕೂ ಕಡಿಮೆಯಿಲ್ಲದ್ದಾಗಿದೆ. ಈ ಮಾತಿಗೆ ನಿದರ್ಶನ ಕಾಣಬೇಕಾದರೆ ಕನ್ನಡದಲ್ಲಿ ಇದೇ ವಿಷಯವನ್ನು ಕುರಿತು ಬಂದಿರುವ ಕಾಶಿ-ವಾರಾಣಸಿಯನ್ನು ಕುರಿತ ಅನ್ಯ ಗ್ರಂಥಗಳನ್ನು ಓದುಗರು ಪರಾಂಬರಿಸಬಹುದು.

ಈ ಗ್ರಂಥರಚನೆಯ ಹಿನ್ನೆಲೆಯಿಂದ ತಿಳಿದುಬರುವ ಮತ್ತೊಂದು ಅಂಶ ಗಮನಾರ್ಹವಾಗಿದೆ. ಕೇವಲ ಪುಸ್ತಕ ಪತ್ರಿಕೆಗಳ 'ಆರಾಮ ಕುರ್ಚಿಯ ಅಧ್ಯಯನ'ದಿಂದ ಪ್ರಸ್ತುತ ಗ್ರಂಥ ರಚಿತವಾಗಿಲ್ಲ. ಲೇಖಕರು ಸ್ವತಃ ಹಲವಾರು ವರ್ಷ ಕಾಶಿಯಲ್ಲೇ ವಾಸಿಸಿದ್ದಾರೆ. ಸುಮ್ಮನೆ ಯಾವುದೋ ಮೂಲೆಯಲ್ಲಿ ವಾಸಿಸಿಲ್ಲ, ಇಡೀ ಕಾಶಿಯ ಒಂದೊಂದು ಅಂಗುಲ ಪ್ರದೇಶವನ್ನೂ ಮೆಟ್ಟಿದ್ದಾರೆ. ಅಲ್ಲಿಯ ಎಲ್ಲಾ ಸ್ತರದ ಜನರೊಂದಿಗೆ ಮಿಳಿತರಾಗಿ ಮಾತುಕತೆ ನಡೆಸಿ ನಾನಾ ವಿಷಯಗಳನ್ನು ಚರ್ಚಿಸಿದ್ದಾರೆ. ಕಾಶಿ ಬಿಟ್ಟಮೇಲೂ ಹತ್ತಾರುಬಾರಿ

ಗ್ರಂಥರಚನೆ ಸಂದರ್ಭದಲ್ಲಿ ಮತ್ತೆ ಮತ್ತೆ ಭೇಟಿ ನೀಡಿದ್ದಾರೆ. ಹೀಗೆ ಕಾಶಿನಿವಾಸಿ ಆಗಿ 'ಅನುಭವಿ' ಆದಕಾರಣ ಉಳಿದ ಲೇಖಕರು ಕಾಶಿಯ ಬಗ್ಗೆ ನೀಡಲಾಗದ ಅನುಭವ-ಮಾಹಿತಿಗಳನ್ನು ಈ ಲೇಖಕರು ನೀಡಿದ್ದಾರೆ. ಇದು ಈ ಗ್ರಂಥದ ವಿಶೇಷಗಳಲ್ಲಿ ಒಂದಾಗಿದೆ. ಇವರು ಮಿತ್ರ ಪರಿವಾರದೊಂದಿಗೆ ಕಾಶೀಯಾತ್ರೆ ಮಾಡಿಸಿದಾಗ, ಆ ಗುಂಪಿನಲ್ಲಿ ನಾನೂ ಇದ್ದೆ. ಕಾಶಿಯ ಒಂದೊಂದು ಅಂಗುಲದ ಇತಿಹಾಸವನ್ನು ಅವರು ತಿಳಿಸಿದಾಗ ದೀರ್ಘಕಾಲ ಕಾಶಿನಿವಾಸಿಗಳಿಗೇ ತಿಳಿಯದ ವಿಷಯಗಳು ಇವರಿಗೆ ಪರಿಚಯವಿತ್ತೆಂದು ನಮಗೆಲ್ಲಾ ತಿಳಿಯಿತು.

ಇನ್ನು ಗ್ರಂಥದ ಒಳಭಾಗಕ್ಕೆ ಬರೋಣ.'ಕಾಶಿಗೆ ಹೊರಡುವ ಮುನ್ನ' ಎಂಬ ಪ್ರಾರಂಭದ ಅಧ್ಯಾಯದಲ್ಲಿ ಕಾಶಿಯ ಬಗ್ಗೆ ಜನರ ಭಾವನೆಗಳೇನು ಎಂಬುದನ್ನು ಲಘುಧಾಟಿಯಲ್ಲಿ ವಿವರಿಸುತ್ತಾ ಹೋಗುತ್ತಾರೆ. ಎರಡನೆಯ ಅಧ್ಯಾಯದಲ್ಲಿ ಕಾಶಿಗೆ ಕಾಲಿಟ್ಟವರಿಗೆ ಆಗುವ ಅನುಭವ-ಬವಣೆಗಳನ್ನು ಕಣ್ಣಿಗೆ ಕಟ್ಟುವಂತೆ ವರ್ಣಿಸುತ್ತಾರೆ. ಕಾಶಿಯ ಪಂಡಾ, ಅಲ್ಲಿನ ವಿಧವೆಯರು, ಸಂನ್ಯಾಸಿಗಳು, ಕಲುಷಿತ ಗಂಗೆ, ಭಗ್ನಮಂದಿರಗಳು, ತೀರ್ಥಯಾತ್ರೆಯ ಮುಜುಗರಗಳು ಮೊದಲಾದ ಹೊರನೋಟದ ಕಾಶಿಯನ್ನು ಚಿತ್ರಿಸುತ್ತಲೇ, ಒಳಗಣ ಕಾಶಿಯ ದೈವೀಸ್ಪಂದನ-ಪ್ರಕಾಶ ಕಾಣಲು ಆಹ್ವಾನಿಸುತ್ತಾರೆ. ಮುಂದಿನ ಅಧ್ಯಾಯದಲ್ಲಿ ಕಾಶಿಯಲ್ಲಿ ನೋಡಬೇಕಾದ ಸ್ಥಳಗಳ ಸಮಗ್ರನೋಟವನ್ನು ನೀಡುತ್ತಾರೆ. ಕಾಶಿ 'ಆನಂದಕಾನನ' 'ಅವಿಮುಕ್ತಕ್ಷೇತ್ರ' ಎಂಬುದನ್ನು ವಿವರಿಸುತ್ತಲೇ ಕಾಶಿಯ ರಾಜ ದಿವೋದಾಸನ ಕಥೆಯನ್ನು ಸ್ವಾರಸ್ಯವಾಗಿ ತಿಳಿಸುತ್ತಾರೆ.

'ಕಾಶಿ ಎಂದರೆ ಗುಡಿ-ಮಂದಿರಗಳ ಮ್ಯೂಸಿಯಮ್' ಎಂಬ ಮಾತಿಗೆ ಸಾಕ್ಷಿಯಂತೆ ಕಾಶಿಯಲ್ಲಿ ಸುಮಾರು 3000 ಗುಡಿ-ಮಂದಿರಗಳಿವೆ ಎನ್ನುತ್ತಾ ಲೇಖಕರು ಎಲ್ಲಾ ಪ್ರಮುಖ ಶಿವಮಂದಿರಗಳು, ಶಕ್ತಿ ದೇವಾಲಯಗಳು, ವೈಷ್ಣವ ಹಾಗೂ ಅನ್ಯಮತೀಯ ಧಾರ್ಮಿಕ ಮಂದಿರಗಳನ್ನು ಪರಿಚಯಿಸುತ್ತಾರೆ. ಗಂಗಾನದಿಯ ಇತಿಹಾಸ ಮತ್ತು ಘಾಟ್‌ಗಳ ವರ್ಣನೆ ಗಂಗೆಯಷ್ಟೆ ಆಹ್ಲಾದಕರವಾಗಿವೆ. ಕಾಶಿ ಮೂಲತಃ ಶೈವಕ್ಷೇತ್ರವಾದರೂ ಸರ್ವಧರ್ಮಗಳ ಸರ್ವದೇವ-ದೇವಿಯರ ಸಂಗಮಕ್ಷೇತ್ರವಾಗಿರುವ ಪರಿಯನ್ನು ಬಣ್ಣಿಸುತ್ತಾರೆ. ಕಾಶಿಯಲ್ಲಿ ವರ್ಷವಿಡೀ ನಡೆಯುವ ವಿವಿಧ ವ್ರತ, ಪರ್ವ, ಜಾತ್ರೆ, ಹಬ್ಬ, ರಾಮಲೀಲಾ, ಜಾನಪದ ಮೇಳಗಳು ನಡೆಯುವ ರೀತಿಯನ್ನು ಅದ್ದೂರಿಯಾಗಿ ಚಿತ್ರಿಸಿದ್ದಾರೆ. ಮೇಳ-ಉತ್ಸವಗಳ ಬಣ್ಣನೆಯನ್ನು, ಹೋಳಿಹಬ್ಬದ ಸೊಗಸನ್ನು ಓದಿಯೇ ಆನಂದಿಸಬೇಕು. ಈ ಎಲ್ಲಾ ಹಬ್ಬ ಉತ್ಸವ ಮೇಳಗಳನ್ನು ಒಮ್ಮೆ ನೋಡಬೇಕಾದರೂ ಒಂದೆರಡು ವರ್ಷಗಳಾದರೂ ಕಾಶಿವಾಸಿಯಾಗಿರಬೇಕೆಂಬ ಮಾತು ಇವುಗಳ ವೈವಿಧ್ಯ ವಿಸ್ತಾರಕ್ಕೆ ಸಾಕ್ಷಿಯಾಗಿದೆ. ಕುತೂಹಲ ಅಂಶಗಳ ಅಧ್ಯಾಯಗಳಿವು.

ಕಾಶೀವಾಸ ಮಾಡಲಾಗದವರು ಕಾಶೀಯಾತ್ರೆ ಮಾಡುತ್ತಾರೆ. ಯಾತ್ರೆ ಕೇವಲ

ತಿರುಗಾಟವಲ್ಲ, ಅಲೆದಾಟವಲ್ಲ, ಇಂದ್ರಿಯ-ಮನೋರಂಜಕ ಪ್ರವಾಸವಲ್ಲ. ಮನಸ್ಸಿನ ಕ್ಲೇಶಗಳನ್ನು ನಿವಾರಿಸಿ ಆಧ್ಯಾತ್ಮಿಕಶಕ್ತಿ ತುಂಬುವ ತೀರ್ಥಗಳ ದರ್ಶನವಾಗಿದೆ. ಈ ತೀರ್ಥಯಾತ್ರೆಯ 60 ಯಾತ್ರಾಸ್ಥಳಗಳಲ್ಲಿ ಇಪ್ಪತ್ತು ಯಾತ್ರೆಗಳ ಸ್ಥಳಗಳನ್ನು ಲೇಖಕರು ಸಂಕ್ಷಿಪ್ತವಾಗಿ ಪ್ರಸ್ತಾಪಿಸಿದ್ದಾರೆ. ಯಾವುದೇ ಕ್ಷೇತ್ರದ ಹಿರಿಮೆ ಅಲ್ಲಿನ ಸಾಧುಸಂತರು, ಪಂಡಿತರು, ಮಹಿಮಾವಂತರು ಇವರುಗಳ ನೆಲೆಬೆಲೆಗಳಿಂದ ಉನ್ನತವಾಗುವುದು ಎಂಬುದಕ್ಕೆ ಕಾಶಿ ಒಳ್ಳೆಯ ಉದಾಹರಣೆಯಾಗಿದೆ. ಕಾಶಿಯಲ್ಲಿ ವಿಪುಲ ವಿಶಿಷ್ಟ ಮಹಿಮಾವಂತರಿರುವುದನ್ನು ತಿಳಿಸುತ್ತಲೇ ಇವರ ಜೊತೆಗೆ ಸಂತಕವಿಗಳಾದ ಕಬೀರ್, ರೈಯಿದಾಸ, ತುಳಸೀದಾಸರ ಬಗ್ಗೆ ಸಾಕಷ್ಟು ವಿವರವಾಗಿ ಚಿತ್ರಿಸಿರುವುದು ವಿಶೇಷವಾಗಿದೆ.

ಕಾಶಿಯ ಚಾರಿತ್ರಿಕ ಇತಿಹಾಸವನ್ನು ಪುರಾಣ ಕಾಲದಿಂದ ಹಿಡಿದು 20ನೇ ಶತಮಾನದವರೆಗೆ ಪುಟ್ಟ ಗ್ರಂಥವಾಗುವಷ್ಟು ವಿಸ್ತಾರವಾಗಿ ವಿವರಿಸಿದ್ದಾರೆ. ಇದನ್ನು ಸ್ವಲ್ಪ ಮೊಟಕಾಗಿಸಬಹುದಾಗಿತ್ತೇನೋ ಎನಿಸಿದರೂ ಅನೇಕ ವಿಚಾರಗಳು ಕುತೂಹಲಕಾರಿಯೂ ಸ್ವಾರಸ್ಯಭರಿತವೂ ಆಗಿವೆ. ಕಾಶಿಗೆ ಪರಕೀಯರ/ವಿದೇಶಿಯರ ಕೊಡುಗೆ, ಬನಾರಸ್ ಸೀರೆ ಎಂದು ಪ್ರಸಿದ್ಧವಾಗಿರುವ ಕಾಶೀ ಪೀತಾಂಬರದ ಕಥೆ, ಹಿಂದಿ ಸಾಹಿತ್ಯ-ಚರಿತ್ರೆಯಲ್ಲಿ ಕಾಶಿಯ ಪ್ರಭಾವ-ಕೊಡುಗೆ, ಸಂಗೀತ-ನೃತ್ಯಗಳಲ್ಲಿ ಬನಾರಸ್ ಶೈಲಿಯ ವಿಶಿಷ್ಟತೆ, ಈ ಕ್ಷೇತ್ರಗಳಲ್ಲಿನ ಪ್ರತಿಭಾವಂತರು, ಅವರ ಸ್ವಾರಸ್ಯಕರ ಕಥೆಗಳು ಓದುಗರನ್ನು ಹೊಸಲೋಕಕ್ಕೇ ಕರೆದೊಯ್ಯುತ್ತವೆ. ಮೋಜು-ಮಸ್ತಿ ಅಧ್ಯಾಯದಲ್ಲಿ ನಿರೂಪಿತವಾಗಿರುವ ಬನಾರಸಿಪಾನ್, ಲಂಗ್ಡಾಆಮ್, ಅಖಾಡಾ, ಬಾಜಿ, ಬನಾರಸಿಬಾಬು ಬರಹಗಳು ಲಘುಪ್ರಬಂಧಗಳಂತೆ ರಂಜನೀಯವಾಗಿವೆ.

ಹದಿನೇಳನೆಯ ಅಧ್ಯಾಯದಲ್ಲಿ ಕಾಶಿಯ ಪ್ರಸಿದ್ಧ ಪಂಚಕ್ರೋಶೀಯಾತ್ರೆಯು ಕೇವಲ (ಕಾಶಿಯ ಮಧ್ಯಭಾಗದಿಂದ) 55 ಮೈಲಿಗಳ ಪಾದಯಾತ್ರೆಯಲ್ಲವೆಂದೂ, ಅಲ್ಲಿಯ 107 ಮಂದಿರಗಳ ದರ್ಶನಯಾತ್ರೆ ಮಾತ್ರ ಅಲ್ಲವೆಂದೂ, ಇದು ನಿಜವಾಗಿ 'ಪಂಚಕೋಶ'ಗಳ ಯಾತ್ರೆಯೆಂದೂ ವಿವರಿಸಿರುವುದು ಲೇಖಕರ ಹೊಸ ದೃಷ್ಟಿಕೋನವಾಗಿದೆ. ಹೀಗೆ ಕಾಶಿಯನ್ನು ಹೊರನೋಟದ ಭೌಗೋಳಿಕ ಕಾಶಿಯೆಂದಷ್ಟೇ ನೋಡದೆ, ಅದರ ಅಂತಸ್ಸತ್ವದತ್ತ ನಮ್ಮ ದೃಷ್ಟಿ ಹಾಯುವಂತೆ ಮಾಡಿ, ಅಂತರಂಗ ದರ್ಶನದಲ್ಲಿ ಕಾಶಿಯ ಪ್ರಜ್ವಲತೆಯನ್ನು ತೋರಿ, ನಮ್ಮನ್ನು ಆನಂದಾವಸ್ಥೆಗೆ ಮುಟ್ಟಿಸಿ, ಮುಕ್ತಿಮಾರ್ಗದತ್ತ ಒಯ್ಯುತ್ತಾ 'ಇದು ಬರಿ ಬೆಳಗಲ್ಲೋ' ಎನಿಸುವಂತೆ ಈ ಗ್ರಂಥ ಜ್ಞಾನಪ್ರಕಾಶವನ್ನು ಬೀರುತ್ತದೆ. ಒಟ್ಟಿನಲ್ಲಿ ಪ್ರತಿ ಓದುಗನನ್ನು ವಿಶಿಷ್ಟಲೋಕಕ್ಕೆ ಕರೆದೊಯ್ಯುವ ಶಕ್ತಿಸಾಮರ್ಥ್ಯವನ್ನು ಈ ಗ್ರಂಥ ಹೊಂದಿದೆ.

ಕನ್ನಡದಲ್ಲಿ ಕಾಶಿಯನ್ನು ಕುರಿತ ಇಂಥ ಶ್ರೇಷ್ಠಗ್ರಂಥ ಕೊಟ್ಟ ಕೆ. ಚಂದ್ರಮೌಳಿಯವರನ್ನು

ಅಭಿನಂದಿಸುತ್ತೇನೆ. ಮೊದಲನೆಯ ಮುದ್ರಣವನ್ನು ಹೊರತಂದ ಪ್ರಕಾಶಕರಾದ ಪ್ರಕಾಶ್ ಕಂಬತ್ತಳ್ಳಿಯವರನ್ನು ಮತ್ತು ಈಗ ಎರಡನೆಯ ಹೊಸ ರಚನೆಯ ಮುದ್ರಣವನ್ನು ತರುತ್ತಿರುವ ಓಂಕಾರ್ ಪ್ರಕಾಶನದ ಶ್ರೀರಾಮ್ ಅವರನ್ನು ಅಭಿನಂದಿಸಬೇಕು. ಕನ್ನಡಿಗರು ಈ ಗ್ರಂಥವನ್ನು ಕೊಂಡೋದಿ ಪುಣ್ಯವಂತರಾಗಲಿ, ಲೇಖಕರ ಪರಿಶ್ರಮವನ್ನು, ಪ್ರಕಾಶಕರ ಸಾಹಸವನ್ನು ಸಾರ್ಥಕಗೊಳಿಸಲಿ. ಈ ಸದ್ಗ್ರಂಥ ಕನ್ನಡಿಗರ ಮನೆಮನೆಯಲ್ಲೂ ವಿರಾಜಿಸಿ ಮತ್ತೆ ಅನೇಕ ಪುನರ್ಮುದ್ರಣಗಳನ್ನು ಕಾಣಲಿ ಎಂದು ಹಾರೈಸುತ್ತೇನೆ.

ಜಿ. ಅಶ್ವತ್ಥನಾರಾಯಣ
(ನಿವೃತ್ತ ಕನ್ನಡ ಪ್ರಾಧ್ಯಾಪಕ)
95, 34ಬಿ ಅಡ್ಡರಸ್ತೆ
16ನೇ ಮುಖ್ಯರಸ್ತೆ, 4ನೇ ಟಿ ಬ್ಲಾಕ್
ಜಯನಗರ, ಬೆಂಗಳೂರು-41

ಲೇಖಕರ ಮಾತು

ಕಾಶಿಯ ಅನೇಕ ಹೆಸರುಗಳಲ್ಲಿ ಆನಂದಕಾನನ, ಆನಂದರೂಪವು ಸೇರಿವೆ. 'ಪ್ರಕಾಶಮಾನ'ವಾದುದನ್ನು 'ಕಾಶಿ' ಎಂದು ಕರೆದರೆ, ಪ್ರಶಾಂತವೂ, ಶುಭಪ್ರದವೂ, ಆನಂದದಾಯಕವೂ ಆದ ಈ ಸ್ಥಳಕ್ಕೆ ಶಿವನೇ 'ಆನಂದಕಾನನ' ಎಂಬ ಹೆಸರನ್ನಿಟ್ಟನು. ಆನಂದಕಾನನವನ್ನು ಆನಂದಸಾಗರ, ಆನಂದರೂಪ ಎನ್ನಲೂ ಬಹುದು. ಯಾವುದೇ ಕೇಂದ್ರಬಿಂದುವಿನಿಂದ ಹೊರಟು, ಆನಂದಸಾಗರದ, ಆನಂದಕಾನನದ ಕಡೆಗೆ ನಡೆವುದೇ ಪ್ರಕಾಶದೆಡಗೆ ನಡೆದಂತೆ, ಈ ಪಯಣವೇ ಕಾಶಿಯ ಪಯಣ. ಈ ಪಯಣದಲ್ಲಿ ಉಸಿರಿಗೊಂದು ಮಿಡಿತ, ಹೆಜ್ಜೆಗೊಂದು ಮಿಣುಕು, ಕ್ಷಣಕೊಂದು ಬಣ್ಣ, ನೋಟಕ್ಕೊಂದು ಭಾವ ಬದಲಾಗುತ್ತಲೇ ಇರುತ್ತವೆ. ಹೊರಪ್ರಪಂಚದ ಕೊಳಕು-ಸೊಬಗು, ಕತ್ತಲೆ-ಬೆಳಕು, ಸಿಹಿ-ಕಹಿ, ಕುನಾದ-ನಿನಾದ, ದುರ್ಗಂಧ-ಸುಗಂಧ, ಒರಟು-ನವಿರು ಇವುಗಳ ವಿವಿಧತೆಗಳನ್ನೆಲ್ಲ ಕಾಣಬಹುದು. ಜೀವನದ ಗೊಂದಲಮಯ ಕಾನನದಲ್ಲಿನ ಭಾವಬಣ್ಣಗಳನ್ನು ತಿಳಿಯಾಗಿಸಿ, ಮಿಡಿತಕ್ಕಿಂತಲೂ ಕ್ಷೀಣವಾದ ಸ್ಪಂದನವನ್ನು ಹಿಡಿದು ಮಿಣುಕಿನಿಂದ ಬೆಳಕಿನವರೆಗೆ ನಡೆವುದೆ 'ಪ್ರಜ್ವಲ ಕಾಶಿ'ಯ ಪಯಣ. ಇದನ್ನು ಪ್ರವಾಸವೆನ್ನಿ, ಪ್ರಯಾಸವೆನ್ನಿ, ಯಾತ್ರೆಯೆನ್ನಿ, ಜೀವನದಲ್ಲಿ ಎಲ್ಲರೂ ಮಾಡಲೇಬೇಕಾದ ಪ್ರಯಾಣವಂತೂ ಸರಿ. ಆಳಕ್ಕಿಳಿದಷ್ಟೂ, ದೂರ ನಡೆದಷ್ಟೂ ಕಾಶಿಯ ಪ್ರಯಾಣದ ಆನಂದ, ಪ್ರಕಾಶ ಹೆಚ್ಚುತ್ತದೆ.

ಇಂದಿನ ಕಾಶಿಯನ್ನು ನೋಡಿಬಂದವರಿಗೆ ಕೋಪ, ಬೇಸರ, ನಿರ್ಲಕ್ಷ, ಆಕರ್ಷಣೆ, ಪ್ರೀತಿ, ಪರಮಪ್ರೇಮ, ಆನಂದ ಮುಂತಾದ ಏಳು ಭಾವಗಳಲ್ಲೊಂದು ಭಾವ ಪ್ರಮುಖವಾಗಿ ಹೊರಹೊಮ್ಮುತ್ತದೆ. ಆದರೆ ಏಳೂ ಭಾವಗಳು ಒಬ್ಬನಲ್ಲೇ ಮೂಡಿಬರುವುದು ಅಪರೂಪ; ಅದು ಜೀವನದ ಏಳು ಘಟ್ಟಗಳಲ್ಲಿನ ಸೂಚನೆಯಾಗುತ್ತದೆ. ಈ ವಿಶಿಷ್ಟ ಅನುಭವವನ್ನು 'ಹಿನ್ನೆಲೆ'ಯಲ್ಲಿ ಸೂಚ್ಯವಾಗಿ ಬರೆದಿದ್ದೇನೆ. ಕಾಶಿಯ ಆಕರ್ಷಣೆ ಶುರುವಾದಾಗ ಲೇಖನ ಬರೆಯುವಾಸೆ, ಪ್ರೀತಿ ಹೆಚ್ಚಾದಾಗ ಪುಸ್ತಕ ಬರೆಯುವ ಹುಚ್ಚಾಗಿ ('ಕಾಶಿ ದಿ ಸಿಟಿ ಲ್ಯೂಮಿನಸ್' ಎಂಬ ಇಂಗ್ಲಿಷ್ ಪುಸ್ತಕವಾಗಿ) ಪರಿಣಮಿಸಿ, ಪರಮಪ್ರೇಮದೆಡೆ ತಿರುಗುವಾಗ ಪರವಶತೆಯಲ್ಲಿ ('ಲ್ಯೂಮಿನಸ್ ಕಾಶಿ ಟು ವೈಬ್ರೆಂಟ್ ವಾರಾಣಸಿ' ಎಂಬ ಎರಡನೆಯ ಇಂಗ್ಲಿಷ್ ಪುಸ್ತಕದಲ್ಲಿ) ತಲ್ಲೀನನಾದೆ. ಎರಡನೆಯ ಪುಸ್ತಕದ ತಯಾರಿಯ ಸಮಯದಲ್ಲಿ ಸಿದ್ಧರೆನಿಸಿದ ಶ್ರೀ ಭಾರತೀಜೀ ಮಹಾರಾಜ್ ಅವರನ್ನು ಕಾಶಿಯಲ್ಲಿ ಸಂದರ್ಶನಮಾಡಲು ಹೋದಾಗ, ಅವರು ನನ್ನನ್ನು ಅಲ್ಲಿಂದ ಓಡಿಸುವುದರಲ್ಲೇ ಇದ್ದರು. ಹಟಹಿಡಿದು ಅಲ್ಲಿಂದ

ಕದಲದಾಗ, ಮಾತಿನ ಮೊದಲಲ್ಲೆ ಅವರು "ಕಾಶಿಯ ಬಗ್ಗೆ ತಿಳಿದು ಏನು ಸಿದ್ಧಿ ಮಾಡಬೇಕೆಂದಿದ್ದೀಯ? ಬರೆಯಬೇಕೋ, ಬರೆದು ಪ್ರಸಿದ್ಧಿಯಾಗಬೇಕೋ?" ಎಂದು ನೇರಪ್ರಶ್ನೆ ಕೇಳಿದ್ದರು. ಸಿದ್ಧಿಯನ್ನಂತೂ ಎಂದೂ ಬಯಸಿದವನಲ್ಲ, ಪ್ರಸಿದ್ಧಿಯ ಹಂಬಲ ಎಂದೋ ಒಣಗಿಹೋಗಿತ್ತು. ಆದರೆ ಪರಮಪ್ರೇಮದಲ್ಲಿ ಪರವಶನಾಗುವ, ಆನಂದದಲ್ಲಿ ತಲ್ಲೀನನಾಗುವ, ನಾನು ಅನುಭವಿಸಿದ ಪ್ರೇಮಾನಂದವನ್ನು ಅಲ್ಲಲ್ಲಿ ಹರಡಿ ಹಂಚುವ ಹುಚ್ಚು ಹತ್ತಿಕೊಂಡಿತ್ತು. ವಚನಕಾರನೋ ಪ್ರವಚನಕಾರನೋ ಆಗಲಾರೆ ಎನಿಸಿ, ನನ್ನ ಆನಂದವನ್ನು ಅಲ್ಲಲ್ಲಿ ಸಿಂಪಡಿಸಲೆಂದು ಬರೆವಣಿಗೆಯನ್ನು ಹಿಡಿದೆನು.

ಇದುವರೆಗೂ ಕನ್ನಡದಲ್ಲೇ ಬರೆಯುತ್ತಿದ್ದವನು, ಕಾಶಿಯ ಸರ್ವಕಾಲಿಕ ಮಾನ್ಯತೆ ಮತ್ತು ವಿಶಾಲತೆಯನ್ನು ನೆನೆದು ಎರಡು ಪುಸ್ತಕಗಳನ್ನು ಇಂಗ್ಲಿಷಿನಲ್ಲಿ ಬರೆದೆ. ಎರಡನೆಯ ಪುಸ್ತಕವನ್ನು ಬಿಡುಗಡೆಮಾಡಿದ ಕರ್ನಾಟಕದ ರಾಜ್ಯಪಾಗಿದ್ದ ಮಾನ್ಯ ಶ್ರೀ ತ್ರಿಲೋಕಿನಾಥ ಚತುರ್ವೇದಿಯವರು ಹಾಗು ಆಶೀರ್ವಚನಮಾಡಿದ ಪರಮಪೂಜ್ಯ ಶ್ರೀ ಶ್ರೀ ರಂಗಪ್ರಿಯ ಮಹಾದೇಶಿಕ ಸ್ವಾಮೀಜಿಯವರು 'ಈ ಪುಸ್ತಕವನ್ನು ಖಂಡಿತವಾಗಿಯೂ ಕನ್ನಡ, ಹಿಂದಿ ಮತ್ತು ಸಂಸ್ಕೃತ ಭಾಷೆಗಳಲ್ಲಿ ತರಬೇಕು' ಎಂದು ಇಬ್ಬರೂ ಒಂದೇ ಮಾತನ್ನು ಆಡಿದ್ದರು. ಇವರುಗಳ ಜೊತೆಗೆ ನನ್ನ ಹಿರಿಯ ಮಿತ್ರರಾದ ಪ್ರೊಫೆಸರ್ ಶ್ರೀ ಜಿ.ಅಶ್ವತ್ಥನಾರಾಯಣ ಅವರು 'ಕನ್ನಡಕ್ಕೆ ಈ ಪುಸ್ತಕವನ್ನು ತರದಿದ್ದರೆ ಅಪಚಾರ' ಎನ್ನುವ ರೀತಿಯಲ್ಲಿ ಒತ್ತಾಯ ತಂದರು. ನಮ್ಮ ಸ್ನೇಹದ ಸುವರ್ಣಮಹೋತ್ಸವ ತಲುಪಿದ ಶಾಲೆಯ ಸಹಪಾಠಿಗಳು ಕುಚೋದ್ಯ ಬೆರೆತ ಒಲವಿನಲ್ಲಿ 'ಕನ್ನಡದಲ್ಲಿ ಬರೆದರೆ ಓದಿಕೊಳ್ಳುತ್ತೇವೆ, ಇಲ್ಲದಿದ್ದರೆ ಇಲ್ಲ' ಎಂದು ಪ್ರತಿಭಟನೆ ತೋರಿಸಿದರು. ಪ್ರಕಾಶಕರು ಉತ್ತೇಜನ ನೀಡಿದರು. ಹೀಗೆ 'ಪ್ರಜ್ವಲ ಕಾಶಿ' ಕನ್ನಡದಲ್ಲಿ 2007ರಲ್ಲಿ ಹೊರಬಂದಿತು.

ಇಂಗ್ಲಿಷ್ ಪುಸ್ತಕವನ್ನು 'ಸರಳಮಾಡಿ, ಸಂಗ್ರಹಮಾಡಿ, ಅನುವಾದ ಮಾಡಿ' ಎನ್ನುವ ಸಲಹೆ ಅತ್ಯಂತ ಸುಲಭವಾಗಿ ಕಂಡಿತು. ಆದರೆ ಕಾಶಿಯ ಮರುಚಿಂತನೆಯಲ್ಲಿ ಭಾವನೆಗಳು ಬದಲಾದುವು, ಅರ್ಥವ್ಯಾಪ್ತಿ ಹೆಚ್ಚಾಯಿತು, ಹೊಸ ರೂಪಕಗಳು, ಉದಾಹರಣೆಗಳು ಎದುರಾದವು. ಇವನ್ನು ಪ್ರತಿ ಅಧ್ಯಾಯದಲ್ಲಿ ಕಂಡರೂ, ವಿಶೇಷವಾಗಿ ಕೆಲವು ಹೊಸ ಅಧ್ಯಾಯಗಳಲ್ಲಿ (1, 2, 18, 20, 32, 38 ರಿಂದ 42ರಲ್ಲಿ) ನೋಡಬಹುದು. ಕಥೆ, ವಿಷಯವಸ್ತು ಎರಡೂ ಒಂದೇ ಆದರೂ ಅನೇಕ ರಾಮಾಯಣಗಳು ಹುಟ್ಟಿಕೊಂಡಂತೆ, ಪ್ರತಿಸಲದ ಚಿಂತನೆಯಲ್ಲೂ ಹೊಸ 'ಕಾಶಿ' ಕಾಣುವುದರಿಂದ ಇದು ಹೊಸ ಪುಸ್ತಕವೇ ವಿನಾ ಕೇವಲ ಅನುವಾದವಲ್ಲ. ಚಿಂತನೆ, ಸಾಧನೆ ಎಂಬವು ಒತ್ತಟ್ಟಿಗಿರಲಿ, ಕಾಶಿಯ ಬಗ್ಗೆ ಸುಮ್ಮನೆ ಯೋಚಿಸುವಾಗಲೂ ಇಂದ್ರಧನುಸ್ಸಿನ ಬಣ್ಣಬಣ್ಣದ ಭಾವನೆಗಳು ಏಳುತ್ತವೆ. ಮುಂದೊಮ್ಮೆ ಈ 'ಬಣ್ಣಬಣ್ಣದ ಭಾವನೆಗಳು ಒಟ್ಟಿಗೆ ಸೇರಿ ಬಿಳಿಯಾದಾವು, ತಿಳಿಯಾದಾವು,

ಅನಿಸಿಕೆಗಳು ತ್ರಿಗುಣಗಳನ್ನು ಮೀರಿ ಶುದ್ಧಸತ್ತ್ವವಾದಾವು' ಎಂಬ ನಂಬಿಕೆಯಿದೆ. ಇದು ಈಡೇರಿದರೆ ಆನಂದಸಾಗರದಲ್ಲಿ, ಜ್ಞಾನಸಾಗರದಲ್ಲಿ, ವಿಶ್ವನಾಥನಲ್ಲಿ ಐಕ್ಯವಾದಂತೆ; ಹಾಲಾಹಲವಿಲ್ಲದ ಕ್ಷೀರಸಾಗರದಲ್ಲಿ ವಿಷ್ಣುವಿನಲ್ಲಿ ಸೇರಿದಂತೆ ಆದೀತು! ಹರಿ–ಹರ ಏಕತ್ವವನ್ನು ಸಾರುವ ಆ ಮಹಾ ಅನುಭವವಾದರೆ, ಅದರ ವಿವರಣೆಗೆ 'ನಾನು' ಇರುವುದಿಲ್ಲ. ಇನ್ನೊಂದು ಕಿವಿಮಾತು. ಪುಸ್ತಕದಲ್ಲಿರುವ 'ಪಂಚಕೋಶಿ ಯಾತ್ರೆ'ಯ ವಿವರಗಳು ಹಿಮಾಲಯ ತಲುಪುವ ದಾರಿಯನ್ನು ತೋರಿದಂತೆ, ಹಿಮಾಲಯವನ್ನು ಹತ್ತುವುದು, ಅಲ್ಲಿಯ ಆನಂದವನ್ನು ಅನುಭವಿಸುವುದು ಅವರವರ ಸಾಧನೆ ಮತ್ತು ವಿಶ್ವೇಶ್ವರನ ಕೃಪೆಯನ್ನು ಅವಲಂಬಿಸಿರುತ್ತದೆ.

ಹೀಗೆ ಕಾಶಿಯನ್ನು ಕುರಿತು ನಾಲ್ಕು ಪುಸ್ತಕಗಳನ್ನು ('ಕಾಶಿ ದಿ ಸಿಟಿ ಲ್ಯೂಮಿನಸ್', 'ಲ್ಯೂಮಿನಸ್ ಕಾಶಿ ಟು ವೈಬ್ರೆಂಟ್ ವಾರಾಣಸಿ', ಕನ್ನಡದ 'ಪ್ರಜ್ವಲ ಕಾಶಿ' 2007, ಮತ್ತು ಹಿಂದಿಯ 'ಆನಂದಕಾನನ ಕಾಶಿ' 2012) ಹೊರತರುವ ಉದ್ದೇಶವೇನಿತ್ತೆಂದು ಕೇಳಿದರೆ ಉತ್ತರ ಕಷ್ಟವಾಗುತ್ತದೆ. ಮೇಲೆ ಹೇಳಿದಂತೆ 'ಕಾಶಿ'ಯ ಆಕರ್ಷಣೆ, ಪ್ರೀತಿ, ಪರಮಪ್ರೇಮ, ಪರವಶತೆಯ ಭಾವನೆಗಳು, ನನ್ನನ್ನು ಪ್ರೇರೇಪಿಸಿವೆ. ಮೊದಲ ಪುಸ್ತಕದಲ್ಲಿ ವಿಶಾಲ ವಿಷಯ ಸಂಗ್ರಹಣೆ, ಎರಡನೆಯದರಲ್ಲಿ ಆಳಕ್ಕಿಳಿಯುವ ಪ್ರಯತ್ನ, ಮತ್ತೆ ಈಗ ಬೆಳಕಿನೆಡೆ ನಡೆಯುವ ಸರಳತೆ ಉದ್ದೇಶವಾಗಿದೆ. ಪರ್ಯಟಕರಿಂದ ಯಾತ್ರಿಗಳವರೆಗೆ ಎಲ್ಲರಿಗೂ ಉಪಯುಕ್ತವೂ, ಸನಾತನರಿಂದ ಆಧುನಿಕರವರೆಗಿನ ಸಂಸ್ಕೃತಿ ಮತ್ತು ಜೀವನ ಶೈಲಿಯನ್ನು ಅಭ್ಯಸಿಸುವವರಿಗೆ ಸಹಾಯಕವೂ, ನಾಸ್ತಿಕರಿಂದ ಆಸ್ತಿಕ ರವರೆಗೆ ಎಲ್ಲರಿಗೂ ಪ್ರಚೋದಕವೂ ಆಗಲೆಂದು ನನ್ನ ಎಣಿಕೆ, ಆಗಿದೆಯೆಂಬುದು ದಿ! ಡಾ. ಬಿ.ಎಸ್.ರಾಮಕೃಷ್ಣರಾವ್ ಅವರ ಮಾತಾಗಿತ್ತು!

'ಪ್ರಜ್ವಲ ಕಾಶಿ' 2007ರ ಪ್ರತಿಗಳು ಕೆಲವುವರ್ಷಗಳ ಹಿಂದೆಯೇ ಮುಗಿದಿದ್ದು, ಕಾಶಿಯ ಬಗ್ಗೆ ಆಸಕ್ತಿಯಿದ್ದ, ಯಾತ್ರೆಗೆ ಹೊರಟಿದ್ದ ಅನೇಕರು ಪ್ರತಿಗಳಿಗಾಗಿ ಕೇಳುತ್ತಲೇ ಇದ್ದರು. ಇಂಗ್ಲಿಷ್ ಗ್ರಂಥಕ್ಕಿಂತಲೂ ಹೆಚ್ಚು ಪರಿಷ್ಕೃತಮಾಡುತ್ತಾ ಈಗ "ಪವಿತ್ರ ಕಾಶಿ" ಎಂಬ ಹೆಸರಿನಲ್ಲಿ ಈ ಪುಸ್ತಕವನ್ನು ತರುತ್ತಿದ್ದೇನೆ. ಇನ್ನೂ ಹೆಚ್ಚಿನ ಆಧ್ಯಾತ್ಮಿಕ, ದಾರ್ಶನಿಕ ಮತ್ತು ಸಂಶೋಧನಾತ್ಮಕ ಎನಿಸುವ ವಿಷಯಗಳನ್ನು ಇದರಲ್ಲಿಯೇ ಬರೆಸುವ ಬದಲಾಗಿ, ಅವೆಲ್ಲವನ್ನೂ ಇನ್ನೊಂದು ಪುಸ್ತಕವಾಗಿ, "ಕಾಶಿಯ ರಹಸ್ಯ" ಎಂಬ ಹೆಸರಿನಲ್ಲಿ ತರಬೇಕೆಂದು ಆಶಿಸಿದ್ದೇನೆ.

ಕೃತಜ್ಞತೆಯನ್ನು ಸಲ್ಲಿಸಲು ಹೊರಟರೆ ಅದಕ್ಕೆ ಕೊನೆಯೆ ಇಲ್ಲ, ಸಾಕಷ್ಟು ಉದ್ದದ ಪಟ್ಟಿಯನ್ನು ಹಿಂದಿನ ಪುಸ್ತಕಗಳಲ್ಲಿ ಕೊಟ್ಟಿದ್ದೇನೆ. ಮೊದಲ ಇಂಗ್ಲಿಷ್ ಪುಸ್ತಕಕ್ಕೆ ಉತ್ತೇಜನಕೊಟ್ಟು, 'ಶ್ರೀಮುಖ' ಬರೆದು ಅನುಗ್ರಹ ಮಾಡಿದ ಶೃಂಗೇರಿ ಶ್ರೀ ಶಂಕರಾಚಾರ್ಯಪೀಠದ ಜಗದ್ಗುರುಗಳಾದ ಶ್ರೀಶ್ರೀ ಭಾರತೀತೀರ್ಥ ಮಹಾಸ್ವಾಮಿಗಳ

ಪಾದಾರವಿಂದಕ್ಕೆ ನನ್ನ ಸಾಷ್ಟಾಂಗ ನಮಸ್ಕಾರಗಳು. ಅವರ ಆಶೀರ್ವಾದ ಮೊದಲ ಪುಸ್ತಕಕ್ಕೇ ಸೀಮಿತವಾಗದೆ ಕಾಶಿಯ ಮೇಲಿನ ಎಲ್ಲಾ ಪುಸ್ತಕಗಳಿಗೂ ಇರುವುದೆಂದು ನನ್ನ ನಂಬಿಕೆ. ಕಾಶಿಯ ಶ್ರೀ ಭಾರತೀಜೀ ಮಹಾರಾಜ್ ಮತ್ತು ಸ್ವಾಮಿ ಶ್ರೀ ಶಾರದಾನಂದಗಿರೀಜೀ (ಝೂಸಿ ಆಶ್ರಮ, ಪ್ರಯಾಗ) ಇವರು ಅನಂತ ಭಂಡಾರದ ಬಾಗಿಲನ್ನು ನನಗಾಗಿ ತೆರೆದುದಕ್ಕೆ ಅವರಿಗೂ ನನ್ನ ಭಕ್ತಿಪೂರ್ವಕ ನಮಸ್ಕಾರಗಳು.

ಈ ಪುಸ್ತಕದ ಕರಡನ್ನು ಅತ್ಯಂತ ಸಮಾಧಾನದಿಂದ ತಿದ್ದಿ, ಸೂಕ್ತಸಲಹೆಗಳನ್ನಿತ್ತ ಡಾ। ಶ್ರೀರಾಂಭಟ್ಟ (ಸಂಸ್ಕೃತ ಅಧ್ಯಾಪಕರು, ಧಾರವಾಡ) ಮತ್ತು ಶ್ರೀಮತಿ ರಾಜ್ಯಶ್ರೀ ಸತೀಶ್ ಅವರಿಗೆ ನಾನು ಚಿರಋಣಿ. ಶ್ರೀ ಜಿ.ಅಶ್ವತ್ಥನಾರಾಯಣ (ನಿವೃತ್ತ ಕನ್ನಡ ಪ್ರಾಧ್ಯಾಪಕರು, ಸರ್ಕಾರಿ ಕಾಲೇಜ್) ಅವರು ನನ್ನ 'ಬೆಂಗಳೂರಿನ ನೋಟಗಳು' ಪುಸ್ತಕ ತಯಾರಿಯ ಸಮಯದಿಂದಲೂ ಉತ್ತೇಜಿಸಿ, ಮಾರ್ಗದರ್ಶನ ಮಾಡುತ್ತಲಿದ್ದಾರೆ. ಕಾಶಿಯ ಬಗ್ಗೆ ಕನ್ನಡ ಸಾಹಿತ್ಯದಲ್ಲಿರುವ ಉಲ್ಲೇಖಗಳನ್ನು ತೋರಿಸಿದುದಲ್ಲದೆ, ಕಾಶಿಗೆ ಸಂಬಂಧಿಸಿದ ಅನೇಕ ಆಕರಗಳನ್ನು ಸೂಚಿಸಿ ನೆರವು ನೀಡಿದ್ದಾರೆ. ಗ್ರಂಥದ ಮೌಲ್ಯವನ್ನು ಹೆಚ್ಚಿಸಲು, ಈ ಪುಸ್ತಕದ ಕರಡುಪ್ರತಿಯನ್ನು ಪರಿಷ್ಕರಿಸಲು ಅನೇಕ ಸಲಹೆಗಳನ್ನಿತ್ತಿದ್ದಾರೆ. ಅವರು ಪುಸ್ತಕಕ್ಕೆ ಮುನ್ನುಡಿಯನ್ನು ಬರೆಯುತ್ತಿರುವುದು ಬಹಳ ಸಂತೋಷದ ಸಂಗತಿ. ಅವರಿಗೆ ನನ್ನ ಹೃತ್ಪೂರ್ವಕ ವಂದನೆಗಳು. ಈ ಪುಸ್ತಕದ ಬಗ್ಗೆ ನನ್ನ 'ವಿಮರ್ಶೆ/ಮೆಚ್ಚುಗೆ'ಯೇ ನನ್ನ ಸಲಹೆ ಅಂದುಕೊಳ್ಳಿ, ಬೇರೆಯಾಗಿ ಸಲಹೆ ಬರೆಯಬೇಕಾಗಿಲ್ಲ ಎನ್ನುವಂತೆ ಪ್ರಾಧ್ಯಾಪಕರಾದ ಶ್ರೀಮತಿ ಎಂ.ಆರ್. ಲಕ್ಷ್ಮೀದೇವಿ ಅವರು ಸಮಾಧಾನದಿಂದ ದೀರ್ಘವಾದ ವಿಮರ್ಶೆ ಬರೆದುಕೊಟ್ಟರು. ಅವರಿಗೆ ನನ್ನ ವಂದನೆಗಳು.

ಈ ಪುಸ್ತಕವನ್ನು ಅಂದವಾಗಿ ಹೊರತರುತ್ತಿರುವ ಮತ್ತು ಮುಂದಿನ ಕೆಲವು ಪುಸ್ತಕಗಳ ಪ್ರಕಾಶನಕ್ಕೆ ಒಪ್ಪಿಕೊಂಡಿರುವ ಓಂಕಾರ್ ಪ್ರಕಾಶನದ ಮಾಲೀಕರಾದ ಶ್ರೀ ಶ್ರೀರಾಮ್ ಇವರಿಗೆ ನನ್ನ ಮನಃಪೂರ್ವಕ ಕೃತಜ್ಞತೆಗಳು. ಓದುಗರು ತಮ್ಮ ಅನಿಸಿಕೆಗಳನ್ನು ನನ್ನೊಡನೆ ಹಂಚಿಕೊಂಡಲ್ಲಿ ಉಪಕಾರವಾಗುವುದು. 'ಪವಿತ್ರ ಕಾಶಿ'ಯ ದೃಷ್ಟಿಕೋನದಿಂದ ನಿಮ್ಮ ಕಾಶಿಯಾತ್ರೆಯು ಸುಗಮವಾಗಿ ನಡೆಯಲೆಂದು ಕಾಶೀ ವಿಶ್ವೇಶ್ವರನನ್ನು ಪ್ರಾರ್ಥಿಸುತ್ತೇನೆ.

7ನೆ ಮೇ 2019 (ಅಕ್ಷಯ ತ್ರಿತೀಯ) **ಕೆ.ಚಂದ್ರಮೌಳಿ**

ನಂ.16, ಓ.ವಿ.ಎಚ್.ರಸ್ತೆ
ಬಸವನಗುಡಿ, ಬೆಂಗಳೂರು-560004.
ಫೋನ್: 080-26620122

ಅರ್ಪಣೆ

ಬಾಲ್ಯದಿಂದಲೂ ಧಾರ್ಮಿಕಾಸಕ್ತಿ ಮೂಡಿಸಿ
ತೀರ್ಥ-ಜ್ಞಾನಕ್ಷೇತ್ರಗಳ ಬಗ್ಗೆ ಕುತೂಹಲ ಹುಟ್ಟಿಸಿ
ಕಾಶಿಯಲ್ಲಿ ಕಾಶಿಯ ಅಧ್ಯಯನಕ್ಕೆ
ಪ್ರೇರಕಶಕ್ತಿಗಳಾಗಿದ್ದ ಪೂಜ್ಯ ಮಾತಾಪಿತೃ
ದಿ॥ ಶ್ರೀ ಕೆ.ಕೃಷ್ಣಸ್ವಾಮಿರಾವ್ ಮತ್ತು ದಿ॥ ಶ್ರೀಮತಿ ವಿನುತಮ್ಮ
(1905–1979) – (1915–1982)
ಹಾಗೂ
ಉತ್ತೇಜನ ಕೊಡುತ್ತಿದ್ದ ಹಿರಿಯಣ್ಣ ದಿ॥ **ದತ್ತಾತ್ರಿ**
ಇವರುಗಳ ದಿವ್ಯಸ್ಮೃತಿಗೆ
ಈ ಗ್ರಂಥವನ್ನು ಅರ್ಪಿಸುತ್ತಿದ್ದೇನೆ.

ಕಾಶಿಯ ಬಾಗಿಲು ತೆರೆಯುವ ಮುನ್ನ

ನಾಲ್ಕು ಘಟನೆಗಳು

ಕಾಶೀ ಹಿಂದೂ ವಿಶ್ವವಿದ್ಯಾಲಯದಲ್ಲಿ ಇಂಜಿನಿಯರಿಂಗ್ ಓದುವ ನಿಮಿತ್ತವಾಗಿ 1958ರಲ್ಲಿ ಮೊದಲ ಸಲ ಕಾಶಿಗೆ ಹೊರಟಿದ್ದೆ. ಬೆಂಗಳೂರು-ಮೈಸೂರು ಬಿಟ್ಟು ಇದೆಲ್ಲಿಗೆ ಬಂದೆ, ಏತಕ್ಕೆ ಬಂದೆ, ಅಲ್ಲೆ ನಮ್ಮ ಊರು-ಸ್ನೇಹಿತರುಗಳ ಜೊತೆಗೆ ಆರಾಮವಾಗಿದ್ದು ಓದಿದ್ದರೆ ಆಗುತ್ತಿರಲಿಲ್ಲವೆ ಎಂಬ ಪ್ರಶ್ನೆಗಳು ಇಂಜಿನಿಯರಿಂಗ್‌ನ ಕೊನೆಯ ವರ್ಷದಲ್ಲಿಯು ಸಹ ನನ್ನನ್ನು ಕಾಡುತ್ತಲೇ ಇದ್ದವು. ಮೊದಮೊದಲು ಅಳು, ಬೇರೆ ಉಪಾಯ ತಿಳಿಯದೆ ಕೋಪ ಬರುತ್ತಿತ್ತು, ಎಲ್ಲ ಕೋಪವೂ (ಸಾರು-ಹುಳಿ, ದೋಸೆಯಿಲ್ಲದ) ಊಟ ಚೆನ್ನಾಗಿಲ್ಲವೆಂಬ ದೂರಿನಲ್ಲಿ ಕೊನೆಗಾಣುತ್ತಿತ್ತು. ಬನಾರಸ್‌ನ ಜನನಿಬಿಡ ಗಲ್ಲಿಗಳು, ಮೇಲೆಯೆ ನುಗ್ಗಿ ಬರುವ ಎತ್ತುಗಳು, ಕೊಳಕೆನಿಸುವ ಮಂದಿರಗಳು, ಯಾತ್ರಿಗಳ ನೂಕು ನುಗ್ಗಲು, ಪಂಡಾಗಳ ಹಾವಳಿ-ಮೋಸ ಎಲ್ಲವು ಅಸಹ್ಯ ಎನಿಸಿದ್ದವು. ಈ ಅಸಹ್ಯದಿಂದ ಊರು ಚೆನ್ನಾಗಿಲ್ಲ ಎಂಬ ಬೇಸರ ಮನಸ್ಸಿಗೆ ಅಂಟಿತ್ತು, ರೋಷ ಉಕ್ಕುತ್ತಿತ್ತು. ಇತರ ಅಳುಬುರುಕ ಸ್ನೇಹಿತರೊಂದಿಗೆ ಇಡೀ ಕಾಶಿಯನ್ನೆ ಬೈಯುತ್ತಾ, 'ಈ ಗಲ್ಲಿಗಳು, ಈ ಕೊಳಕು, ಈ ಜನ, ಈ ಗೊಡ್ಡುಊರು ಬದಲಾಗಬೇಕಾದರೆ ಜಲಪ್ರಳಯವೇ ಆಗಬೇಕು' ಎಂಬ ತೀರ್ಮಾನಕ್ಕೆ ಸಹ ಬಂದಿದ್ದೆವು.

ಓದು ಮುಗಿಸಿದಾಗ ಜೈಲಿನಿಂದ ಬಿಡುಗಡೆಯಾದಂತೆ, ಹೊರಪ್ರಪಂಚದ ಗಡಿಬಿಡಿಯಲ್ಲಿ ಕಾಶಿಯಬಗ್ಗೆ ಅಸಹ್ಯ-ಕೋಪದ ಬದಲಾಗಿ ನಿರ್ಲಕ್ಷತೆಯ ಭಾವತಳೆದು ಮರೆಯಲು ಪ್ರಯತ್ನಿಸಿದೆ. ಆದರೆ ಏಕೋ ಏನೋ ಕಾಲೇಜು, ಅಲ್ಲಿಯ ಸುಂದರಪರಿಸರ, ಸ್ನೇಹಿತರ ಗಲಾಟೆ, ಆಟೋಟ, ಇವುಗಳ ಜೊತೆಗೆ ಕಾಶಿಯ ವಿಶ್ವನಾಥ ಮಂದಿರ, ಗಂಗೆ, ಸಂಕಟಮೋಚನ ಹನುಮಾನ್ ಮಂದಿರ ಎಲ್ಲವು ಆಗಾಗ್ಗೆ ನೆನಪಿಗೆ ಬರುತ್ತಿದ್ದುವು. ಕಾಶಿ ನೋಡದ ಸ್ನೇಹಿತರಿಗೆ ಎಷ್ಟೋ ಪ್ರಸಂಗಗಳನ್ನು ಹೆಮ್ಮೆಯಿಂದ ಕಥಾರೂಪದಲ್ಲಿ ವಿವರಿಸುವ ಚಟ ಕ್ರಮೇಣ ಬೆಳೆಯಿತು. ದೂರ ಹೋದಷ್ಟೂ ತೌರಿನ ವೇದನೆ ಹೆಚ್ಚು ಅನ್ನುವಂತೆ, ಕಾಶಿಯ ನೆನಪು ಆಗಾಗ್ಗೆ ಕಾಡಹತ್ತಿತು. ಒಗಚು ಅಂದುಕೊಂಡಿದ್ದ ಪ್ರಸಂಗಗಳೆಲ್ಲ ಜೇನುಪಾಕದಲ್ಲಿ ನೆನಸಿದ ನೆಲ್ಲಿಕಾಯಿಯಂತೆ (ಬನಾರಸೀ 'ಮೊರಬ್ಬ'ದಂತೆ) ಆಕರ್ಷಕವಾಗತೊಡಗಿದವು. 1968 ರಲ್ಲಿ ಮತ್ತೆ ಕಾಶಿಗೆ ಹೋದಾಗ ಸ್ನೇಹಿತರಾರೂ ಸಿಗಲಿಲ್ಲ. ಆದರೆ ಹಳಬರಾದ ಸೈಕಲ್ ರಿಕ್ಷಾವಾಲ ಬುದ್ದೈ, ಹಾಸ್ಟೆಲ್‌ನ ಚೌಕೀದಾರ

ರಾಮ್‌ಲಾಲ್, ಮೆಸ್ ಮಹಾರಾಜ್, ದೂದ್‌ವಾಲ ಯಾದವ್ ಅವರ ಪ್ರೀತಿಯ ಮಾತುಗಳನ್ನು ಕೇಳಿ, ಎಲ್ಲರನ್ನೂ ತಬ್ಬಿಕೊಳ್ಳುವಷ್ಟು ಪ್ರೀತಿ ಉಕ್ಕಿಹರಿದಿತ್ತು. ಆಶ್ಚರ್ಯವೆಂದರೆ ಅದೇ ಗಲ್ಲಿ, ಅದೇ ಗುಡಿ, ಅದೇ ಜನ, ಅದೇ ಕೊಳಕು ಈ ಸಲ ಸಹ್ಯವಾಗಿದ್ದ ಅಲ್ಲದೆ, ಒಂದು ತರಹ ವಿಚಿತ್ರವಾದ, ವಿವರಿಸಲಾಗದ ಆಕರ್ಷಣೆಯಿಂದ ಸೆಳೆಯುತ್ತಿದ್ದವು. ಅಸಹ್ಯ–ರೋಷ–ನಿರ್ಲಕ್ಷತೆ–ಆಕರ್ಷಣೆ ಬಿಟ್ಟು ಪ್ರೀತಿ ಬೆಳೆಯಲು ಶುರುವಾಯಿತು.

ಕ್ರಮೇಣ ದೂರದ ಕಾಶಿಯ ಬಗ್ಗೆ ಒಳಗೊಳಗೇ ಅನಿರ್ವಚನೀಯ ಆಕರ್ಷಣೆ ಮತ್ತು ಉತ್ಕಟ ಪ್ರೀತಿ ಘನೀಭೂತವಾದವು– ಹಿಮಾಲಯದ ಶಿಖರಗಳ ಮೇಲೆ ಪದರ ಪದರವಾಗಿ ಕೂರುವ ಹಿಮದಂತೆ. ಒಮ್ಮೊಮ್ಮೆ ಹಿಮದಂತೆ ಕರಗಿ, "ನಾನಿದ್ದ ಕಾಶಿ ಎಷ್ಟು ಚೆನ್ನ, ನನ್ನ ವಿಶ್ವವಿದ್ಯಾಲಯ ಎಷ್ಟು ರಮ್ಯ" ಎಂದು ಮಾತಿನಲ್ಲಿ ಈ ಆಕರ್ಷಣೆ–ಪ್ರೀತಿ ಹರಿಯುತ್ತಿತ್ತು. ಕಾಶಿಗೆ ಬಂದಾಗ ಮಿಕ್ಕೆಲ್ಲವನ್ನೂ ಮರೆಯುವುದಿರಲಿ, ಕಾಶಿಯ ಕಡೆ ಪ್ರಯಾಣ ಅಥವಾ ಕಾಶಿಯ ಯೋಚನೆಯೇ ಮಿಕ್ಕೆಲ್ಲವನ್ನೂ ಮರೆಸುತ್ತಿತ್ತು. ಹೀಗೆ ಕಾಶಿಯ ಬಗ್ಗೆ "ಅಸಹ್ಯ–ರೋಷ–ನಿರ್ಲಕ್ಷತೆ–ಆಕರ್ಷಣೆ–ಪ್ರೀತಿ–ಪರಮಪ್ರೇಮ–ಆನಂದ" ಎಂಬ ಏಳು ಭಾವಗಳು ಜೀವನದ ಏಳು ಘಟ್ಟಗಳ ಸೂಚನೆಯೇನೋ!
ಈ ವಿಲಕ್ಷಣ ಆಕರ್ಷಣೆಯ ಕಾರಣ ತಿಳಿಯಲೋ, ಕಾಶಿಯನ್ನು ಅರ್ಥಮಾಡಿಕೊಳ್ಳಲೋ, ಗಂಗೆಯಲ್ಲಿ ಮಿಂದು ನಲಿಯಲೋ ಅನೇಕ ಬಾರಿ ಪ್ರವಾಸಮಾಡಿದ್ದಾಯಿತು. ಕಾಶಿಯನ್ನು ಅರ್ಥಮಾಡಿಕೊಂಡೆ ಎಂದರೆ ಅದು 'ಅಹಂ' ಅಥವಾ ಮೂರ್ಖತನ ಆಗುತ್ತದೆ. "ದ್ವಾರ್ ಖಡಾ ಹೂ ಹೇ ಭಗವಾನ್ ದರ್ಶನ ದೇ ದೇ" ಎಂಬ ಹಿಂದಿ ಭಜನೆಯಂತೆ ಕಾಶಿಯ ಬಾಗಿಲಲ್ಲೇ ಕಾಯುತ್ತಾ ನಿಂತೆ. ಕಾಶಿಯನ್ನು ಸ್ವಲ್ಪವಾದರೂ ಅರ್ಥಮಾಡಿಕೊಳ್ಳುವ ಪ್ರಯತ್ನದಲ್ಲಿ ಸಹಾಯಕವಾದ ನಾಲ್ಕು ವೈಯಕ್ತಿಕ ಸಣ್ಣ ಘಟನೆಗಳನ್ನು, ಇಲ್ಲಿ ಹೇಳಿದರೆ ಅಪ್ರಸ್ತುತವಾಗಲಾರದು.

ಮೊದಲನೆಯ ಘಟನೆಯಿಂದ 'ಅಹಂ'ಗೆ ಏಟು (1983ರಲ್ಲಿ) ತಲೆಗೆ ಅಪ್ಪಳಿಸಿತು. ಆ ಸಲ ಕಾಶಿಯ ನಿಕಟಪರಿಚಯ ಮಾಡಿಕೊಳ್ಳಲು ಗಂಗೆಯಲ್ಲಿ ಮಿಂದೆ, ಗಲ್ಲಿ–ಗಲ್ಲಿ ತಿರುಗಿದೆ, ಗುಡಿಗಳಲ್ಲಿ ನಮಿಸಿದೆ, ಸಾಧು ಸನ್ಯಾಸಿಗಳಿಗೆ ಅಡ್ಡಬಿದ್ದೆ, ಕೆಲವು ಪಂಡಾಗಳಿಂದ ಕಥೆಗಳನ್ನು ಕೇಳಿದೆ, ಅನೇಕ ಪುರಾಣಗಳಲ್ಲಿನ ಕಾಶಿಯ ವಿವರ ಓದಿದೆ, ಮಿಠಾಯಿ, ಮಲಾಯಿ, ಪಾನ್‌ಅನ್ನು ಬಾಯಿತುಂಬಾ ತಿಂದೆ, ಭಾಂಗ್‌ರುಚಿ ನೋಡಿದೆ, ಸಂಗೀತ ಕೇಳಿದೆ, ಮನ ತಣಿಯುವಷ್ಟು ದಿನ ಕಳೆದೆ. ಇದೆಲ್ಲವು ಸಾಲದೆಂಬಂತೆ ಕಾಶಿಯ ಮಹಾರಾಜ ದಿ! ಡಾ. ವಿಭೂತಿ ನಾರಾಯಣ್ ಸಿಂಗ್ (ನಮ್ಮ ವಿಶ್ವವಿದ್ಯಾಲಯದ ಚಾನ್ಸಲರ್) ಅವರ ಸಂದರ್ಶನ ಮಾಡಿದೆ. ಅವರ ಮನೆಯಲ್ಲಿ ಚಾ ಕುಡಿದು, ಸಾಕಷ್ಟು ಹರಟಿದ ಮೇಲಂತೂ ಕಾಶಿಯ ಮೇಲೆ ನನ್ನದೇ ರಾಜ್ಯಭಾರ, ನಾನೇ ಅಪ್ಪಟ 'ಬನಾರಸೀ' ಎನಿಸಿತ್ತು. ಮಧುಚಂದ್ರಕ್ಕೆ

ಹೋದವ ಹತ್ತು ದಿನದಲ್ಲೇ 'ಹೆಂಡತಿಯನ್ನು ಚೆನ್ನಾಗಿ ಅರ್ಥಮಾಡಿಕೊಂಡೆ' ಎನ್ನುವ ರೀತಿಯಲ್ಲಿ 'ಅಹಾ! ಈ ಸಲ ಕಾಶಿ ನನಗೆ ಅರ್ಥವಾಯಿತು' ಎಂದು ಒಳಗೊಳಗೇ ಖುಷಿಪಟ್ಟುಕೊಂಡು, ಹೆಮ್ಮೆಯಿಂದ ಬೀಗುತ್ತಾ ಮುಂಬಯಿ ರೈಲು ಹತ್ತಿದೆ. ಅಲೌಕಿಕವೆನಿಸಿದ್ದ ಬನಾರಸಿ ಗುಂಗಿನಲ್ಲಿ ಮುಳುಗಿದ್ದಾಗ, ರೈಲಿನಲ್ಲಿ ಸಹಪ್ರಯಾಣಿಕರಾಗಿದ್ದ ವ್ಯಾಪಾರಿಗಳೊಡನೆ ಲೌಕಿಕ ವ್ಯವಹಾರಗಳ ಬಗ್ಗೆ ಹರಟುವ ಮನಸ್ಸಿಲ್ಲದೆ ಚಡಪಡಿಸುತ್ತಿದ್ದೆ. ಆಗ ಅಲ್ಲಿ ಸೇರಿದ್ದ ಗುಂಪಿನಲ್ಲೊಬ್ಬ ತುಳಸಿಯ 'ರಾಮಚರಿತಮಾನಸ'ದ ದೋಹೆಗಳನ್ನು ಹೇಳುತ್ತಿದ್ದುದು ಕೇಳಿಬಂತು. ಆಕರ್ಷಿತನಾಗಿ ಅವರ ಹತ್ತಿರ ಹೋದರೆ ಅಲ್ಲಿದ್ದವರೆಲ್ಲಾ ಪೂರ್ವೀ ಉತ್ತರಪ್ರದೇಶದ (ಬನಾರಸ್, ಬಲಿಯಾ ಜಿಲ್ಲೆಗಳ) ಹಳ್ಳಿಗರು (ದೆಹಾತಿಗಳು), ಹೆಚ್ಚಿನವರೆಲ್ಲಾ ಗೋವಾಲಾಗಳು, ದೂಧ್ವಾಲಾಗಳು, ಭೋಳೇತನಕ್ಕೆ ಹೆಸರಾದ ಹಳ್ಳಿಯ ಮುಕ್ಕರೆನಿಸಿದ 'ಯೂಪೀ ಭೈಯಾ'ಗಳಾಗಿದ್ದರು. ಅವರ ಮಾತು ಶುದ್ಧಸರಳವಾಗಿ, ಸುಮಧುರ ಬನಾರಸೀ ಬೋಲಿ(ಭಾಷೆ)ಯಾಗಿ, ವಿಷಯ ನಿತ್ಯಜೀವನದ ಆಗುಹೋಗುಗಳಾಗಿದ್ದವು. ಮಾತಿನ ಮಧ್ಯೆ ತುಳಸೀ ಮತ್ತು ಕಬೀರರ ಅನೇಕ ದೋಹೆಗಳು ಲೀಲಾಜಾಲವಾಗಿ ಹರಿದುಬರುತ್ತಿದ್ದವು. ಹಳ್ಳಿಗರ ಈ ಹರಟೆ ಯಾವ ಸಾಧು-ಸಂತರ ಸತ್ಸಂಗಕ್ಕೂ ಕಡಿಮೆಯಿರಲಿಲ್ಲ. ಮಸಕಲು ಧೋತಿ-ಕುರ್ತಾ ಧರಿಸಿದ್ದ ಇಬ್ಬರು ಹೆಚ್ಚಾಗಿ 'ಪ್ರವಚನ' ಕೊಡುತ್ತಿದ್ದರು. ಮಾತಿಗಿಳಿದಾಗ ಅವರಿಬ್ಬರಿಗೆ ಇಲ್ಲಿಯೇ ಸಾಕಷ್ಟು ಹೊಲಗದ್ದೆ ಆಕಳುಗಳು ಇವೆಯೆಂದು, ಅವರ ಮಕ್ಕಳು ಪುಣೆಯಲ್ಲಿ 'ದೂಧ್‌ವಾಲಾ' ಆಗಿದ್ದಾರೆಂದು, ಮೊಮ್ಮಕ್ಕಳ ಜೊತೆ ಕಾಲಕಳೆಯಲು ಹೊರಟಿದ್ದಾರೆಂದು ತಿಳಿದುಬಂತು. ಹಳ್ಳಿಗೆ ಹೋದರೆ ಮೊಮ್ಮಕ್ಕಳ ಗೀಳು, ಅಲ್ಲಿದ್ದರೆ ಮನೆಯ ಸೆಳೆತ, ಈ ಮಾಯೆಯ ಬಗ್ಗೆ ನಾಲ್ಕು ಸಾಲನ್ನು ಅವರೇ ಹೇಳಿದ್ದರು. "ಮಾಯಾ ಮಹಾ ಠಗಿಣೀ, ಶಂಕರ್ ಕೆ ಘರ್ ಮೆ ಭವಾನೀ, ಬ್ರಹ್ಮಾ ಕೆ ಘರ್ ಮೆ ವಾಣೀ....". ಮೋಸಗಾತಿ ಮಾಯೆ ಶಿವನನ್ನೇ ತನ್ನ ಮಾಯಾಜಾಲದಲ್ಲಿ ಸಿಗಿಸಿರುವಾಗ, ಪಾಮರರೇನು ಮಾಡಿಯಾರು ಎಂಬ ಅಸಹಾಯಕತೆ ಅದರ ಭಾವವಾಗಿತ್ತು. 'ನೀವೆಲ್ಲಿಂದ' ಎಂಬ ಅವರ ಪ್ರಶ್ನೆಗೆ (ಜ್ಞಾನಮದದಿಂದ) ನನ್ನ ಕಾಶೀ ಪ್ರವಾಸದ ಬಗ್ಗೆ ವಿವರಿಸಿದೆ. ಆಗ ಅವರಲ್ಲೊಬ್ಬ ಹೇಳಿದ ಮಾತುಗಳು ಇನ್ನೂ ಕಿವಿಯಲ್ಲಿ ಗುನುಗುನಿಸುತ್ತಿವೆ. "ಅರೇ ಭೈಯ್ಯಾ! ಕಾಶಿಯಲ್ಲಿದ್ದು ಗುಡಿಗೋಪುರ, ಘಾಟ್, ಗಲ್ಲಿ ಸುತ್ತುತ್ತಾ, ಸಾಧುಸನ್ಯಾಸಿಗಳನ್ನು ನೋಡುತ್ತಾ, ಎಲ್ಲೆಡೆ ಫೋಟೋ ತೆಗೆಯುವುದರಲ್ಲೇನಿದೆ? ಜ್ಯೋತಿರ್ಲಿಂಗದ ಜ್ಯೋತಿ ನೋಡಿದಿರಾ, ಒಳಗಿನ ಪ್ರಕಾಶ ಕಂಡಿರಾ, ಗಾಳಿಯಲ್ಲಿನ ಸುಗಂಧ ಹಿಡಿದಿರಾ, ಅಲ್ಲಿಯ ಸ್ಪಂದನ ಕೇಳಿದಿರಾ, ಧೂಳಿನ ಪವಿತ್ರತೆಯನ್ನು ಹಣೆಯಲ್ಲಿ ಧರಿಸಿದಿರಾ? ಬರಿಗಣ್ಣು ಮತ್ತು ಚಂಚಲ ಮನಸ್ಸಿನಿಂದ ಇದು ಸಾಧ್ಯವಿಲ್ಲ. ಈ ಅನುಭವಕ್ಕೆ ಒಳಗಣ್ಣು ತೆರೆಯಬೇಕು, ಹೃದಯ ಶೋಧಿಸಬೇಕು" ಎಂದಾಗ ದಂಗುಬಡಿದು ಮೂಕನಾದೆ. ಸಮುದ್ರದ ಆಳಕ್ಕಿಳಿದು

ಮುತ್ತುರತ್ನಗಳನ್ನು ಅರಸದೆ ದಂಡೆಯಲ್ಲಿನ ಕಪ್ಪೆಚಿಪ್ಪುಗಳನ್ನು ಹೆಕ್ಕುವ ಪ್ರಯತ್ನದಂತೆ ಕಾಶಿಯಲ್ಲಿ ಅಲೆದಾಡಿ ಮನದಲ್ಲಿ ತುಂಬಿಕೊಂಡದ್ದೆಲ್ಲಾ ವ್ಯರ್ಥ ಎನಿಸಿತು. ಬಲೂನಿನಂತೆ ಊದಿದ್ದ ನನ್ನ 'ಅಹಂ'ನ್ನು ಈ 'ಮುಕ್ಕರು' ಚುಚ್ಚಿದ್ದರು. ಹಿಮಾಲಯ ನೋಡಲು ಹೋದ ಹುಂಬನು, ಹಿಮಾಲಯದ ಚಿತ್ರನೋಡಿಯೇ ಖುಷಿಪಡುವುದನ್ನು ಕಂಡು ಅವರು ನಕ್ಕಿದ್ದರು. ಇಡೀ ಜೀವನ ಒಟ್ಟಿಗೆ ಕಳೆದರೆ ಪ್ರಾಯಶಃ ಹೆಣ್ಣನ್ನು ಅರ್ಥಮಾಡಿಕೊಳ್ಳಬಹುದೇನೊ. ಆದರೆ ಹಲವುಜನ್ಮ ಕಳೆದರೂ ಕಾಶಿಯನ್ನು ಸರಿಯಾಗಿ ಅರ್ಥಮಾಡಿಕೊಳ್ಳುವುದು ಸಾಧ್ಯವೊ ಇಲ್ಲವೋ! ಇದು ಭೋಳೇತನಕ್ಕೆ ಇನ್ನೊಂದು ಹೆಸರಾದ 'ಯೂಪೀ ಭೈಯ್ಯಗಳು' ಕಲಿಸಿದ ಮೊದಲ ಪಾಠವಾಗಿತ್ತು. ಸ್ವಲ್ಪ ಚೇತರಿಸಿಕೊಂಡು, ಹೆಸರು ಕೇಳಿದಾಗ "ಹೆಸರಿನಲ್ಲೇನಿದೆ? ನನ್ನನ್ನು ರಾಮಾವತಾರಿ ಅನ್ನಿ, ಈತನನ್ನು ರಾಮಪ್ಯಾರಿ ಅನ್ನಿ" ಎಂದು ನಕ್ಕಿದ್ದರು. ಈ ಘಟನೆಯ ಕಥೆಯನ್ನು ನಮ್ಮೂರಿನ ಸ್ನೇಹಿತರಿಗೆ ಹೇಳುವಾಗ, ಅವರ ಹಾಸ್ಯಕ್ಕೆ ಹೆದರಿ, 'ಇವರಿಬ್ಬರು ರಾಮ–ಲಕ್ಷ್ಮಣರೇ ಇದ್ದಿರಬೇಕು' ಎಂದು ಹೇಳಲು ಹಿಂಜರಿಯುತ್ತಿದ್ದೆ.

ಎರಡನೆಯ ಘಟನೆ ನನ್ನ ಕಣ್ಣುತೆರೆಸಿತು. ವಿಂಧ್ಯದಾಟಿ ದಕ್ಷಿಣಕ್ಕೆ ಬಂದ ಅಗಸ್ತ್ಯರಿಗೆ ಹಿಮಾಚಲದ ತಣ್ಪು, ಸೌರಭ ಎಲ್ಲವೂ ಅಲ್ಲಿಂದ ಬೀಸುವ ಗಾಳಿಯಲ್ಲೇ ಅನುಭವವಾಗುತ್ತಿತ್ತಂತೆ. ಹಾಗೆಯೇ, ದೂರದ ಮಂದರಾಚಲಕ್ಕೆ ಬಂದಾಗ ಶಿವನಿಗೆ ಕಾಶಿಯ ಸೆಳೆತ ನೂರರಷ್ಟು ಹೆಚ್ಚಿತಂತೆ. ಇನ್ನು ನನ್ನಂತಹ ಪಾಮರನ ಪಾಡೇನು ಹೇಳಲಿ. ಹೌದು, ಯೂಪಿಭೈಯ್ಯಾಗಳು ಹೇಳಿದ ಹಾಗೆ ಕಾಶಿಯ ಘಾಟ್‌ಗಳನ್ನು ನೋಡಿದರೆ, ಗಲ್ಲಿಯಲ್ಲಿ ಸುತ್ತಿದರೆ, ಗುಡಿಯಿಂದ ಗುಡಿಗೆ ಓಡಿದರೆ ಕಾಶಿ ತಿಳಿದಂತೆಯೇ? ಹಾಗಾದರೆ ಕಾಶಿಯಲ್ಲಿ ಏನಿದೆ, ಅದರ ಬಗ್ಗೆ ಹೆಚ್ಚು ತಿಳಿದುಕೊಳ್ಳುವುದು ಹೇಗೆಂದು ಯೋಚಿಸಿ ಹಣ್ಣಾದೆ. ಆದರೆ ಮುಂದಿನ ಪ್ರಯಾಣಕ್ಕಾಗಿ ಮೂರು ವರ್ಷ ಕಾಯಬೇಕಾಯಿತು. ಮತ್ತೆ (1986ರಲ್ಲಿ) ಕಾಶಿಗೆ ಬಂದಾಗ ಮೊದಲು ಹೋಗಿ 'ಕಾಶಿಯ ನಡೆದಾಡುವ ವಿಶ್ವಕೋಶ' ಎನಿಸಿದ ದಿ! ಡಾ. ಭಾನುಶಂಕರ್ ಮೆಹ್ತಾ ಅವರನ್ನು ಪರಿಚಯ ಮಾಡಿಕೊಂಡೆ. ತುಂಬ ಮೇಧಾವಿಗಳ ಮುಂದೆ ನನ್ನ ದಡ್ಡ ಪ್ರಶ್ನೆಗಳನ್ನು ಕೇಳಲು ನಾಚಿಕೊಂಡು, 'ಕಾಶಿಯ ಬಗ್ಗೆ ಒಂದು ಲೇಖನ ಬರೆಯಲು ಸ್ವಲ್ಪ ವಿಷಯಬೇಕು' ಎಂದು ಉಸಿರಿದೆ. ಕಾಶಿಯ ಚರಿತ್ರೆ, ಪವಿತ್ರತೆ, ಸಾಧುಸಂತರು, ಪಾಂಡಿತ್ಯ ಪರಂಪರೆ, ಸಂಗೀತ ಮುಂತಾಗಿ ಹಲವು ಹತ್ತು ವಿಷಯಗಳ ಬಗ್ಗೆ ಸ್ವಲ್ಪ ಸ್ವಲ್ಪವೇ ಹೇಳಿ ಒಂದು ಘಂಟೆಗೂ ಹೆಚ್ಚುಸಮಯ ಮಾತನಾಡಿದರು. ಕೊನೆಗೆ "ಈಗ ಹೇಳಿ, ನೀವು ಯಾವ ವಿಚಾರ ಬರೆಯಬೇಕೆಂದಿದ್ದೀರೊ ಅದರ ಬಗ್ಗೆ ದೀರ್ಘವಾಗಿ ಮಾತಾಡೋಣ" ಎಂದಾಗ ನಾನು ದಂಗಾದೆ. ಏನೇನೂ ತೋಚದೆ, "ಇಲ್ಲ, ನಾನು ಲೇಖನ ಬರೆಯುವುದಿಲ್ಲ. ಕಾಶಿಯ ಬಗ್ಗೆ ಕೆಲವು ಪುಸ್ತಕಗಳನ್ನು

ಹೇಳಿ, ಮೊದಲು ಓದಿ ನೋಡುತ್ತೇನೆ" ಎಂದೆ. ಏನೂ ಓದಿತಿಳಿಯದೆ, ಕಣ್ಣುಬಿಟ್ಟು ನೋಡದೆ, ಕಾಶಿಯ ಬಗ್ಗೆ ಮಾತಾಡುವುದು ಆರು ಜನ ಕುರುಡರು ಆನೆಯ ಮೈದಡವಿ, ಅದನ್ನು ವಿವರಿಸಿದಂತೆ ಅನ್ನುವಷ್ಟು ಬುದ್ಧಿ ಬಂದಿತು.

ಏಳು ವರ್ಷದ ಸತತವ್ಯಾಸಂಗದಲ್ಲಿ ಕಾಶಿಯ ಹೆಸರಿನಲ್ಲಿ ಬಂದಿರುವ ಅನೇಕ ಪುಸ್ತಕಗಳು, ಲೇಖನಗಳನ್ನು ಸಾಕಷ್ಟು ಓದಿಕೊಂಡೆ. ಕಾಶಿಯ ಕೆಲವು ವಿದ್ಯಾವಂತರನ್ನು–ಅಧ್ಯಾಪಕರು, ಪತ್ರಿಕೆಯವರು, ಪ್ರತಿಷ್ಠಿತರು, ಪಂಡಿತರು, ಸಂಗೀತಜ್ಞರನ್ನು–ಭೇಟಿಮಾಡಿ ವಿಷಯ ಸಂಗ್ರಹಣೆ ಮತ್ತು ಚರ್ಚೆ ನಡೆಸಿದೆ. ಅದೇ ವರ್ಷ (1993 ರಲ್ಲಿ) ನನ್ನ ಇಂಗ್ಲಿಷ್ ಪುಸ್ತಕ 'ಕಾಶಿ–ದಿ ಸಿಟಿ ಲ್ಯೂಮಿನಸ್' ತಯಾರಾಯಿತು. ಅದೇ ವರ್ಷದ ಅಕ್ಟೋಬರ್‌ನಲ್ಲಿ 'ಅಖಿಲ ಭಾರತೀಯ ಇತಿಹಾಸ ಸಂಕಲನ ಯೋಜನ' ಏರ್ಪಡಿಸಿದ್ದ ಕಾರ್ಯಾಗಾರದಲ್ಲಿ 'ಕಾಶಿಯ ಪುರಾತತ್ವ'ದ ವಿಷಯದಲ್ಲಿ, ಕಾಶಿಯ ಪಂಡಿತರ ಮುಂದೆ ನನ್ನ ಲೇಖನವನ್ನು ಓದಿದೆ. ಆಗ ಅನಾದಿ ಕಾಲದಿಂದ ಪ್ರಸಿದ್ಧವಾಗಿರುವ 'ಕಾಶಿ ಶಾಸ್ತ್ರಾರ್ಥ'ದಲ್ಲಿ ಪಾಲುಗೊಂಡಷ್ಟು ಸಂತೋಷ!

ಮೂರನೆಯ ಘಟನೆ ನನ್ನನ್ನು ಎಚ್ಚೆತ್ತಿಸಿತು. 1995 ರಲ್ಲಿ ನನ್ನ ಪುಸ್ತಕ 'ಕಾಶಿ ದಿ ಸಿಟಿ ಲ್ಯೂಮಿನಸ್' ಮುಂಬಯಿನಲ್ಲಿ ಬಿಡುಗಡೆಯಾಯಿತು. ಶ್ರೀ ಎಂ. ವಿ. ಕಾಮತ್ ಮತ್ತಿತರರ ಒಳ್ಳೆಯ ವಿಮರ್ಶೆಗಳಿಂದ ಉಬ್ಬಿಹೋಗಿದ್ದೆ. ದಿ! ಡಾ. ಮುಲ್ಕ್ ರಾಜ್ ಆನಂದ್ ಅವರಿಗೆ ಪುಸ್ತಕ ತಲುಪಿಸಬೇಕೆಂದು ನಮ್ಮ ಕಾರ್ಖಾನೆಯಲ್ಲಿ ಗುಮಾಸ್ತನಾಗಿದ್ದ ರಸಪುತ್ರ ಒತ್ತಾಯಮಾಡಿ, ಅವರ ಭೇಟಿಮಾಡಿಸಿದನು! ಪುಸ್ತಕದ ಹೆಸರು ನೋಡಿಯೇ ಆನಂದ್ ಅವರ ಮನಸ್ಸು ಬುಗ್ಗೆಂದಿತು. ಒಂದೇ ಕ್ಷಣದಲ್ಲಿ ವಿಹ್ವಲರಾಗಿ ಪುಸ್ತಕವನ್ನು ಬದಿಗಿಟ್ಟು, ಕಟುವಾಗಿ ಟೀಕಿಸಲು ಉಪಕ್ರಮಿಸಿದರು. ಅವರು ಇಪ್ಪತ್ತು ನಿಮಿಷಗಳಲ್ಲಿ ಹೇಳಿದ್ದನ್ನು, ಹಾಗೆಯೇ ಬರೆಯಲು ನೆನಪು ಕುಂಟುತ್ತದೆ. ಅವರ ಮಾತಿನ ಧಾಟಿ ಮತ್ತು ಭಾವಗಳನ್ನು ಅರ್ಥಮಾಡಿಕೊಳ್ಳಲು ಅವರ ಬಿರುಸುಮಾತಿನ ಸಾರಾಂಶದ ಪದಗಳೇ ಸಾಕು"ಕಾಶಿ, ಹಿಂದೂ, ಹಿಂದೂ ಪರಿಷದ್, ಕಟ್ಟಾವಾದಿಗಳು, ಸೇನಾದವರು, ಧರ್ಮನಿರಪೇಕ್ಷತೆ ತೋರದ ಕೋಮುವಾದಿಗಳು......! ಮುಂಬಯಿ ರಸ್ತೆರಸ್ತೆಗಳ ಮಧ್ಯೆ ನಡೆಯುವ 'ಮಹಾ ಆರತಿ'ಗೆ ನಾಗರಿಕನಾಗಿ ನಿಮ್ಮ ಪ್ರತಿಭಟನೆಯೇನು? ರಾಜಾಸ್ಥಾನದಲ್ಲಿ 'ಸತಿ'ಯಾದಾಗ ಲೇಖಕನಾಗಿ ನೀವು ಮಾಡಿದ್ದೇನು? ಕಾಶಿಯ ಕೊಳಕು, ಹೊಲಸು, ನಾರುವ ವಾತಾವರಣ, ಕಲುಷಿತ ಗಂಗೆ, ಗಲ್ಲಿಗಳಲ್ಲಿ ಅಡ್ಡಮಲಗಿರುವ ಗೂಳಿಗಳು, ಲೂಟಿಹೊಡೆಯುವ ಪೂಜಾರಿಗಳು, ಅರ್ಥವಿಲ್ಲದ ಪೂಜೆಗಳು, ಸುಲಿಯುವ ಪಂಡಾಗಳು, ದುಷ್ಟ ಗೂಂಡಾಗಳು, ಶೋಷಣೆಮಾಡುವ ಶ್ರೀಮಂತರು, ಹೊಟ್ಟೆಗಿಲ್ಲದ ಬಡವರು, ವಿಧವೆಯರ ಕರುಣಾಜನಕ ಬಾಳು, ಘಾಟ್‌ನಲ್ಲಿ ಹೆಣಸುಡುವ ಹೊಗೆ, ಗಂಗೆಯಲ್ಲಿ

ಕೊಳೆತ ಹೆಣಗಳು....... ಈ ಮೂಲಭೂತ ಸಮಸ್ಯೆಗಳಿಗೆ ಪರಿಹಾರ ಕಂಡುಹಿಡಿಯದೆ, ಮನೆಹಾಳ ಮುದುಕಿಗೆ ಬಣ್ಣದ ಅಲಂಕಾರದಂತೆ ಈ ಬಣ್ಣದ ಪುಸ್ತಕದಿಂದೇನು?". ಅವರಿಗೆ ಕಾಶಿಯೆಂದರೆ "ಡರ್ಟ್, ಡೀಕೆ, ಡಿಜನರೇಷನ್, ಡಾರ್ಕ್‌ನೆಸ್, ಡೆತ್ (ಕೊಳೆತ, ನಾಶ, ಅವನತಿ, ಸಾವು ಮತ್ತು ಕತ್ತಲೆ) ಇವು ಮಾತ್ರ ಆಗಿತ್ತು! 'ಇಷ್ಟು ದೊಡ್ಡವ್ಯಕ್ತಿಗೆ ಕಾಶಿಯಲ್ಲಿ ಇನ್ನೇನೂ ಕಾಣಲೇ ಇಲ್ಲವೆ' ಎಂದು ಸಖೇದಾಶ್ಚರ್ಯದ ಜೊತೆಗೆ ದುಃಖವಾಯಿತು. ಅವರ ಆಕ್ಷೇಪಣೆಗಳಿಗೆ ಸೂಕ್ತಉತ್ತರ ಕೊಡುವಾಗ- "ಒಬ್ಬ ಹೆಣ್ಣು ತನ್ನ ಜೀವನದಲ್ಲಿ ಮಗಳು, ಅಕ್ಕ, ತಂಗಿ, ಸ್ನೇಹಿತೆ, ಹೆಂಡತಿ, ತಾಯಿ, ಓರಗಿತ್ತಿ, ಅತ್ತೆ ಎಂದು ನಾನಾ ಪಾತ್ರಗಳನ್ನು ವಹಿಸಿರುತ್ತಾಳೆ. ಈ ಪಾತ್ರಗಳಲ್ಲಿ ಪ್ರೀತಿ, ಸ್ನೇಹ, ವಾತ್ಸಲ್ಯ, ಪೈಪೋಟಿ, ದ್ವೇಷ ಎಲ್ಲವನ್ನೂ ಕಾಣಬಹುದು. ಆದರೆ ತಾಯಿಯ ಪ್ರೀತಿಯನ್ನು ಇನ್ನಾರೂ ಕೊಡಲಾರರು. ಕಾಶಿ ನನಗೆ ತಾಯಿಯಂತೆ ಪ್ರೀತಿಪಾತ್ರಳು. ಅವಳ ಬೇರೆಯ ರೂಪ-ಗುಣಗಳ ಬಗ್ಗೆ ನನಗೆ ಆಸಕ್ತಿಯಿಲ್ಲ" ಎಂದು ಉದ್ರೇಕದಲ್ಲಿ ಬಡಬಡಿಸಿದ್ದೆ. ಪುಸ್ತಕವಿಮರ್ಶೆಯಲ್ಲಿ ಇನ್ನೇನು ಬೈದಿರುತ್ತಾರೋ ಎಂದುಕೊಂಡಿದ್ದರೆ, ಪ್ರಕಟವಾದ ಅವರ ವಿಮರ್ಶೆ ಮೆಚ್ಚುಗೆಯನ್ನು ಸೂಸುತ್ತಿತ್ತು. "ಲೇಖಕರು ಕಾಶಿಯ ಆಕರ್ಷಣೆಗೆ ಒಳಗಾಗಿದ್ದಾರೆ... ಇದು ಪ್ರವಾಸಕಥನಕ್ಕಿಂತ ಮಿಗಿಲು,,,, ಸಣ್ಣ ವಿಶ್ವಕೋಶ.... ಪುರಾಣಸಮನಾದ ಸಂಕಲನ..." ಎಂದೆಲ್ಲಾ ಬರೆದು ಕೊನೆಯಲ್ಲಿ "ಬನಾರಸ್ ಬ್ರಾಹ್ಮಣಪ್ರಭಾವಿತ ಜನಪದವಾಗಿತ್ತು... ಜನಪ್ರಿಯ ಹಿಂದೂತ್ವ ಶತಶತಮಾನಗಳಲ್ಲಿ ಜನರಿಗೆ ಆಸೆತೋರಿಸಿ ಪೀಡಿಸಿದೆ (ಮಂತ್ರಮುಗ್ಧರನ್ನಾಗಿಸಿದೆ)" ಎಂದು ಕಾಶಿಗೆ ಒಳಶುಂಠಿಯನ್ನು ಕೊಡದೆ ಬಿಡಲಿಲ್ಲ. ಅವರು ನನ್ನ ಪುಸ್ತಕವನ್ನೇನೊ ಹೊಗಳಿ, ಕಾಶಿಯನ್ನು ಸಾಕಷ್ಟು ತೆಗಳಿದಾಗ ತಬ್ಬಿಬ್ಬಾದೆ. ಆದರೆ ಹೊಗಳಿ ಹೊನ್ನಶೂಲಕ್ಕೆ ಏರಿಸುವುದಕ್ಕಿಂತ ತೆಗಳಿ ಶೂಲದಿಂದ ಮುಳ್ಳನ್ನು ತೆಗೆಯುವುದೇ ಒಳ್ಳೆಯದಲ್ಲವೇ? ನನ್ನನ್ನು ಹೊಗಳಿ, ನನ್ನ ಅಮ್ಮನನ್ನು ಬೈದಂತೆ ತುಂಬಾ ನೋವಾಯಿತು. ಆಗ ಮೊದಲಸಲ 'ಕಾಶಿಯ ಬಗ್ಗೆ ನನಗೇಕೆ ಅಷ್ಟೊಂದು ಅನಿರ್ವಚನೀಯ ಆಕರ್ಷಣೆ' ಎಂಬ ಬಹಳಕಾಲದ ಪ್ರಶ್ನೆಗೆ ಉತ್ತರ ಸಿಕ್ಕಿತು. ಹೌದು, ಕಾಶಿ ನನ್ನ ತೌರೂರು, ಗಂಗೆ ನನ್ನ ಅಮ್ಮ, ಶಿವ ನನ್ನ ಅಪ್ಪ. ಆದ್ದರಿಂದಲೆ ಈ ವಿಲಕ್ಷಣ ಆಕರ್ಷಣೆ. ಇದೇ ನಿಜ, ಇದೇ ಸತ್ಯ!

ಅನಂತರ ಇತರ ವಿಚಾರವಾದಿಗಳು, ವಿದೇಶಿ ಮತ್ತು ಸ್ವದೇಶಿ ಪ್ರವಾಸಿಗಳು (ಯಾತ್ರಿಗಳಲ್ಲ), ಇತರರು ತಮ್ಮ ಒಡಕು ಮಾತುಗಳಿಂದ ಕಾಶಿಯನ್ನು ಕೀಳಾಗಿ ಕಾಣುವುದನ್ನು ಕೇಳುತ್ತಲೆ ಇದ್ದೆ. ನಮ್ಮ ಇಡೀ ಸಮಾಜದ ನಂಬಿಕೆಗಳಿಗೆ ಕುಠಾರಪ್ರಾಯದಂತಿರುವ ಈ ಮಾತುಗಳಿಗೆ ಹೇಗೆ ಸ್ಪಂದಿಸಬೇಕೊ ತಿಳಿಯದೆ ಮತ್ತೆಮತ್ತೆ ಕಾಶಿಯನ್ನು ಅರ್ಥಮಾಡಿಕೊಳ್ಳುವ ಪ್ರಯತ್ನದಲ್ಲಿ ಹಲವಾರು ವರ್ಷಗಳು ಕಳೆದವು. 1983 ರ ರೈಲು ಪ್ರಯಾಣದಲ್ಲಿ ಯೂಪಿ

ಭೈಯ್ಯಾಗಳು ಹೇಳಿದ ಮಾತುಗಳು 1995 ರಲ್ಲಿ ಹೆಚ್ಚು ಪ್ರಸ್ತುತವೆನಿಸಿದವು. ಕಾಶಿಯ ಬಗ್ಗೆ ತಿಳಿಯುವದೇನಿದೆ, ಅಲ್ಲಿಯ ಗಾಳಿಯ ಸುಗಂಧವನ್ನು ಗುರುತಿಸುವುದು ಹೇಗೆ, ಅಲ್ಲಿಯ ಸ್ಪಂಧನವನ್ನು ಅನುಭವಿಸುವುದಾದರು ಹೇಗೆ, ಧೂಳಿನಲ್ಲಿರುವ ಪವಿತ್ರತೆಯನ್ನು ಹಣೆಯಲ್ಲಿ ಧರಿಸುವದು ಎಂದಿಗೆ ಮುಂತಾದ ಅನೇಕ ಪ್ರಶ್ನೆಗಳು ಸತತವಾಗಿ ಕಾಡತೊಡಗಿದವು. ಇವನ್ನು ಅರಿತರೆ ಕಾಶಿಯ ಅಂತರಾತ್ಮವನ್ನು ಅರಿತಂತೆ. ನಾನು ಇದುವರೆಗೂ ಕಂಡಿರುವ, ಕೇಳಿರುವ, ಅರ್ಥಮಾಡಿಕೊಂಡಿರುವ ಕಾಶಿ ಕೇವಲ ಹೊರನೋಟದ ಕಾಶಿ, ಕಾಶಿಯ ಬಹಿರಂಗದ 'ವ್ಯಕ್ತಿತ್ವ' ಅಷ್ಟೆ. ಹಾಗಾದರೆ ಬಹಿರಂಗದ 'ವ್ಯಕ್ತಿತ್ವ'ದಿಂದ ಅಂತರಾಳಕ್ಕೆ ಇಳಿದು ಅಂತರಂಗದ 'ಅಂತರಾತ್ಮ'ವನ್ನು ಕಾಣುವುದು, ಅರ್ಥಮಾಡಿಕೊಳ್ಳುವುದು ಹೇಗೆ?

ನಾಲ್ಕನೆಯ ಘಟನೆಯಿಂದ ಕೊಂಚ ತಿಳಿವು ಬಂದೀತೆ? 'ಕಾಶಿ'ಯನ್ನು ಇತರರಿಗೆ ವಿವರಿಸಬೇಕಾದರೆ 'ಕಾಶಿಯ ಒಳಗಿನ ಪ್ರಕಾಶ ಕಾಣಬೇಕು, ಅಲ್ಲಿಯ ಗಾಳಿಯ ಸ್ಪಂದನ ಕೇಳಬೇಕು' ಎಂಬ ವಿಚಾರ ಕಾಡತೊಡಗಿತು. ಈ ರಹಸ್ಯವನ್ನು ಕಾಣುವ, ಕೇಳುವ, ಹಿಡಿಯುವ ಪ್ರಯತ್ನಕ್ಕೆ ಸಂಬಂಧಿಸಿದ **ನಾಲ್ಕನೆಯ ಘಟನೆ** 2001ರಲ್ಲಿ ಆಯಿತು. 2001 ನೇ ಕೊನೆಯಲ್ಲಿ, ಸುಮಾರು ಒಂದೂವರೆ ತಿಂಗಳ ಕಾಶಿವಾಸದಲ್ಲಿ ನೂರಮುವ್ವತ್ತು ಪಂಡಿತ-ಪಾಮರರನ್ನು ಭೇಟಿಮಾಡಿ ರಹಸ್ಯವನ್ನು ತಿಳಿಯಲು ಪರದಾಡಿದರೂ ರಹಸ್ಯ ಮಾತ್ರ ಬಯಲಾಗಲಿಲ್ಲ. ಕೊನೆಗೆ ಸಿದ್ಧರೆನಿಸಿದ ಭಾರತೀಜೀ ಮಹಾರಾಜ್‌ರನ್ನು ಕಂಡಾಗ, ಅವರು ನನ್ನನ್ನು ಓಡಿಸುವುದರಲ್ಲಿದ್ದರು. ಹಟಹಿಡಿದು ಅವರ ಮುಂದೆಯೇ ನಿಂತಾಗ, ಅವರು "ಕಾಶಿಯ ಬಗ್ಗೆ ತಿಳಿದು ಏನು ಮಾಡುತ್ತೀಯೆ? ಸಿದ್ಧಿಯೋ? ಪ್ರಸಿದ್ಧಿಯೋ?" ಎಂದು ನೇರಪ್ರಶ್ನೆ ಕೇಳಿದರು. ಸಿದ್ಧಿಯನ್ನಂತೂ ಎಂದೂ ಬಯಸಿದವನಲ್ಲ, ಪ್ರಸಿದ್ಧಿಯ ಹಂಬಲ ಎಂದೋ ಒಣಗಿಹೋಗಿತ್ತು. ಆದರೆ ನಾನು ಅನುಭವಿಸಿದ ಆನಂದವನ್ನು ಅಲ್ಲಲ್ಲಿ ಹರಡಿಹಂಚುವ ಹುಚ್ಚು ಹತ್ತಿಕೊಂಡಿತ್ತು. ಇದೆಲ್ಲವನ್ನೂ ವಿವರಿಸಲು ಮಾತೇ ಹೊರಡದೆ, "ನಾ ಕಂಡ ಆನಂದವನ್ನು ಅಲ್ಲಿ ಸಿಂಪಡಿಸುವ ನಂಬಿಕೆಯಿಂದ ಬರೆಯ ಬೇಕೆಂದಿದ್ದೇನೆ" ಎಂದೇನೋ ತೊದಲಿದೆ. ಅವರು ಕಾಶಿಪಂಚಕ ಸ್ತೋತ್ರದಲ್ಲಿನ 'ಕಾಶಿ ತಿಳಿದವನೇ ಕಾಶಿಯನ್ನು ಹೊಂದುತ್ತಾನೆ' ಎಂಬುದನ್ನು ಸಂಸ್ಕೃತದಲ್ಲಿ ಗೂಢವಾಗಿ ಹೇಳಿ ಮೌನವಾದರು. 'ಕಾಶಿಪಂಚಕ'ದಲ್ಲಿ ಶಂಕರಾಚಾರ್ಯರು 'ಮನೋನಿವೃತ್ತಿಯ ಪರಮಶಾಂತಿಯೇ ಮಣಿಕರ್ಣಿಕಾ ತೀರ್ಥ' ಎಂದೆಲ್ಲ ವಿವರಿಸಿ, ಕೊನೆಗೆ 'ನಮ್ಮಲ್ಲೆ ಇದೆಲ್ಲ ಇರುವಾಗ ಬೇರೆಯ ತೀರ್ಥವಿನ್ನೆಲ್ಲಿ' ಎಂದು ಕೇಳಿರುವುದನ್ನು ಓದಿದರೂ ಕಾಶಿಯ ರಹಸ್ಯ ತಿಳಿಯಲಿಲ್ಲ. ಆದರೆ ಕಾಶಿಯೇ ಪ್ರಕಾಶಮಾನ ಎಂಬುದಕ್ಕೆ ಸಮರ್ಪಕವಾದ ವಿವರಣೆ ಬಂದದ್ದು ಕಾಶಿಯಲ್ಲಿ ಭೇಟಿಯಾದ (ಅಲಹಾಬಾದಿನ ಝೂಸಿ ಆಶ್ರಮದ)

ಸ್ವಾಮಿ ಶಾರದಾನಂದಗಿರೀಜೀ ಅವರಿಂದ. ವಿವರಣೆ ಕೊಡುವ ಮೊದಲು ಅವರು ನನ್ನನ್ನು ಪರೀಕ್ಷೆ ಮಾಡಿ, ಕೊನೆಗೆ "ಮೂಲಕ್ಕೆ ಹೋಗಿ" ಎಂದರು. ಏನು ಕೇಳದರೂ "ಮೂಲಕ್ಕೆ, ಮೂಲಕ್ಕೆ, ಇನ್ನೂ ಮೂಲಕ್ಕೆ" ಎಂದರು. ಅದರ ಅರ್ಥ ತಿಳಿದುದೂ ಅವರ ಕರುಣೆಯಿಂದಲೇ. ಅವರ ಮುಖದಲ್ಲಿ ನೋಡಿದ ಆತ್ಮಪ್ರಭೆ, ಕೇಳಿದ ಮೌನಗಾನ, ಅನುಭವಿಸಿದ ಅಪೂರ್ವಶಾಂತಿ, ಕಾಶಿಯ ಅಂತರಾತ್ಮ ಇಲ್ಲೇ ಎಲ್ಲೋ ಇದೆ ಎಂಬ ಅನಿಸಿಕೆ–ಇವೆಲ್ಲವನ್ನು ವಿವರಿಸುವುದು ಅಸದಳ. ಕಾಶಿಯ ಅಂತರಾತ್ಮ ಹೀಗಿರಬಹುದು ಎಂಬ ಕೊಂಚ ತಿಳಿವಳಿಕೆ ಬಂದದ್ದು (?) ಈ ನಾಲ್ಕನೆಯ ಘಟನೆಯಿಂದ. ಕಾಶಿಯನ್ನು ಸ್ವಲ್ಪಮಟ್ಟಿಗಾದರೂ ತಿಳಿಯಲು ಭೌತಿಕವಾದ "ಪಂಚಕ್ರೋಶೀ ಯಾತ್ರೆ"ಯನ್ನಲ್ಲ, ಅಧ್ಯಾತ್ಮಿಕವಾದ "ಪಂಚಕೋಶೀ ಯಾತ್ರೆ"ಯನ್ನು ಮಾಡಬೇಕು ಮತ್ತು ನಮ್ಮ ಚಿಂತನೆ 'ಸೃಷ್ಟಿಯ ಮೂಲಕ್ಕೆ' ಹೋಗಬೇಕು. ಮಾನಸ ಸರೋವರ–ಕೈಲಾಸ ಪರ್ವತ ನೋಡಿದ ಉನ್ಮಾದದಲ್ಲಿ ಅದರ ಚಿತ್ರವನ್ನಾದರೂ ಇನ್ನೊಬ್ಬರಿಗೆ ತೋರಿಸುವಂತೆ, ಕಾಶಿಯ ಹೊಸಚಿತ್ರ ಇಂಗ್ಲಿಷ್ ಪುಸ್ತಕವಾಗಿ 'ಲ್ಯೂಮಿನಸ್ ಕಾಶಿ ಟು ವೈಬ್ರೆಂಟ್ ವಾರಾಣಸಿ'ಯಲ್ಲಿ (2006) ಹೊರಬಂದಿತು. ಆಸಕ್ತರು, ಆಸ್ತಿಕರು ಹೆಚ್ಚಿನ ವಿವರಗಳಿಗೆ ಈ ಪುಸ್ತಕವನ್ನು ನೋಡಬಹುದು. ಇಲ್ಲವೇ ಮುಂದೆ ಬರಲಿರುವ ಕನ್ನಡದ "ಕಾಶೀ ರಹಸ್ಯ"ವನ್ನು ಓದಬಹುದು.

ಹೀಗೆ ನನ್ನ ಕಾಶಿಯಾತ್ರೆ ಹಂತಹಂತವಾಗಿ ನಾಲ್ಕು ಮುಖ್ಯ ಘಟನೆಗಳಿಂದಾಗಿ ಮುಂದುವರೆದಿದೆ. ಭೌತಿಕವಾಗಿ "ಕೊಳಕು, ನಾರುವಿಕೆ, ಅವನತಿ, ಕತ್ತಲು ಮತ್ತು ಸಾವು" ಎಂಬ ಪಂಚವಿಷಗಳಿಂದ ತೊಳಲುತ್ತಿರುವ ಪುರಾತನ ನಗರವೇ ಕಾಶಿ. ಇವುಗಳಿಂದ ಪಾರಾಗಲು ಕಾಶಿಯ ಉದ್ದಗಲ (55ಮೈಲಿ) ಓಡೋಡಿ ಭೌತಿಕ ಚಿಹ್ನೆಯಾದ 'ಪಂಚಕ್ರೋಶೀ ಯಾತ್ರೆ' ಮಾಡಿರೆಂದು ಪುರಾಣಗಳು ಹೇಳಿದವು. ಆದರೆ ಕಾಶಿಗೆ ಬಂದಮೇಲೆ ಮಾಡಬೇಕಾದುದು 'ಆಧ್ಯಾತ್ಮಿಕವಾದ ಪಂಚಕೋಶ ಯಾತ್ರೆ' – ಅನ್ನಮಯದಿಂದ ಆನಂದಮಯವನ್ನೂ ಮೀರಿಹೋಗುವ ಯಾತ್ರೆಯೇ ಅದು. ಸಾಂಸ್ಕೃತಿಕವಾಗಿ ನೋಡಿದರೆ (ಚಾರಿತ್ರಿಕ, ಧಾರ್ಮಿಕ, ಸಾಂಸ್ಕೃತಿಕ ಮತ್ತು ಸಾಮಾಜಿಕವಾಗಿ) ಕಾಶಿ ಒಂದು ಮಿನಿಭಾರತ, ಸಂಕ್ಷಿಪ್ತಭಾರತ, ಎಲ್ಲವನ್ನೂ ಕೂಡಿಕೊಂಡಿರುವ ಒಂದು ಭಂಡಾರಗೃಹ (ಮ್ಯೂಸಿಯಮ್) ಎನ್ನಬಹುದು ಆಧ್ಯಾತ್ಮಿಕವಾಗಿ ಚಿಂತನೆಮಾಡಿದರೆ ಕಾಶಿ ಜ್ಞಾನಮಯ, ಪ್ರಕಾಶಮಾನ, 'ಪ್ರಜ್ವಲ ಕಾಶಿ'. ಕಾಶಿಯ ಬಾಗಿಲು ಅಂದರೆ, ಬೆಳಕಿನ ಬಾಗಿಲು ತೆಗೆದಂತೆ, ಕಾಶಿಯ ಬಗ್ಗೆ ನಮ್ಮ ವಿಚಾರ ಬದಲಾಗುತ್ತದೆ.

ನಿಮ್ಮೆಲ್ಲರ ಕಾಶೀಯಾತ್ರೆಯೂ ಸುಗಮವಾಗಲಿ, ಜ್ಯೋತಿರ್ಮಯವಾಗಲಿ, ಅಮೃತಮಯವಾಗಲಿ, ಆನಂದಮಯವಾಗಲಿ!!

ಸಂಕೇತ ಸೂಚಿ

[ಸಂಕೇತಾಕ್ಷರ ವಿವರಣೆ: 'ಅ'=ಅಧ್ಯಾಯ, ಶ್ಲೋ=ಶ್ಲೋಕ, ಸ್ಕಂ=ಸ್ಕಂದ, ಖಂ=ಖಂಡ, ಸಂ=ಸಂಪುಟ, ಉಪ=ಉಪನಿಷತ್, ಪು=ಪುರಾಣ]

ಮುಖ್ಯ ಸೂಚನೆ: ಸಂಸ್ಕೃತದಲ್ಲಿ ಸ್ತ್ರೀಲಿಂಗ ಸೂಚಕವಾದ ಪದಗಳು 'ಆ'ಕಾರ ಮತ್ತು 'ಈ'ಕಾರಾಂತವಾಗಿರುವುದು ನಿಯಮ. ಉದಾಹರಣೆಗೆ 'ಉಮಾ', 'ಅನ್ನಪೂರ್ಣಾ' 'ಕಾಶೀ', 'ಸರಸ್ವತೀ' ಮುಂತಾದ ಪದಗಳು. ಆದ್ದರಿಂದ ಸಂಸ್ಕೃತ ಗ್ರಂಥಗಳ ಹೆಸರುಗಳು, ಶ್ಲೋಕ/ಸ್ತೋತ್ರಗಳು, ಸಂಸ್ಕೃತ ಸಮಾಸ ಪದಗಳನ್ನು ಉದ್ಧರಿಸುವಾಗ ಮಾತ್ರ ಕಾಶೀ, ಕಾಶೀಖಂಡ, ಕಾಶೀವಾಸ, ಕಾಶೀಯಾತ್ರೆ, ಕಾಶೀಕ್ಷೇತ್ರ ಇತ್ಯಾದಿಯಾಗಿ ಬಳಸಿದೆ. ಕನ್ನಡದಲ್ಲಿ ಈ ನಿಯಮ ಇಲ್ಲದಿರುವುದರಿಂದ ಪುಸ್ತಕದ ವಿವರಣೆಗಳಲ್ಲಿ 'ಕಾಶಿ' ಎಂದೇ ಬಳಸಲಾಗಿದೆ. ಉದಾ: ಕಾಶಿ, ಕಾಶಿಯ, ಕಾಶಿಗೆ, ಕಾಶಿಯಲ್ಲಿ ಇತ್ಯಾದಿ.

1. ಶ್ರೀಸ್ಕಾಂದಮಹಾಪುರಾಣ

ಖಂಡ	ಭಾಗ	ಅಧ್ಯಾಯ ಶ್ಲೋಕ	ಸಂಕ್ಷಿಪ್ತ ರೂಪ
ಕಾಶೀಖಂಡ	ಪೂರ್ವಭಾಗ	1–21	(ಕಾ.ಖಂ,ಪೂ, ಅ...ಶ್ಲೋ...)
ಕಾಶೀಖಂಡ	ಪೂರ್ವಾರ್ಧ-	22–50	(ಕಾ.ಖಂ, ಪೂ–ಉ, ಉತ್ತರಭಾಗ ಅ...ಶ್ಲೋ...)
ಕಾಶೀಖಂಡ	ಉತ್ತರಾರ್ಧ– ಪೂರ್ವಭಾಗ	51–72	(ಕಾ.ಖಂ, ಉ–ಪೂ, ಅ...ಶ್ಲೋ...)
ಕಾಶೀಖಂಡ	ಉತ್ತರಾರ್ಧ– ಉತ್ತರಭಾಗ	73–100	(ಕಾ.ಖಂ,ಉ–ಉ, ಅ...ಶ್ಲೋ...)
ಆವಂತ್ಯ ಖಂಡ	ರೇವಾಖಂಡ (ಭಾಗ1)	1–50	(ಆ.ಖಂ,ರೇ1, ಅ...ಶ್ಲೋ..)
ಆವಂತ್ಯ ಖಂಡ	ರೇವಾ ಖಂಡ (ಭಾಗ2)	51–135	(ಆ.ಖಂ,ರೇ2, ಅ...ಶ್ಲೋ..)

ಆವಂತ್ಯ ಖಂಡ	ರೇವಾ ಖಂಡ (ಭಾಗ3)	136–232	(ಆ.ಖಂ, ರೇ3, ಅ...ಶ್ಲೋ..)
ಮಾಹೇಶ್ವರ ಖಂಡ ಅರುಣಾಚಲ ಮಾಹಾತ್ಮ್ಯ		1–24	(ಮಾ.ಖಂ, ಅ..ಶ್ಲೋ..)

2. ಶ್ರೀಶಿವರಹಸ್ಯ

ಶಿವರಹಸ್ಯ	ಸಂಪುಟ 2	31–60	(ಶಿವ.ರ,ಸಂ.. ಅ..ಶ್ಲೋ..)
ಶಿವರಹಸ್ಯ	ಸಂಪುಟ 13	21–40	(ಶಿವ.ರ,ಸಂ.. ಅ..ಶ್ಲೋ..)
ಶಿವರಹಸ್ಯ	ಸಂಪುಟ 16	1–11	(ಶಿವ.ರ,ಸಂ.. ಅ..ಶ್ಲೋ..)
ಶಿವರಹಸ್ಯ	ಸಂಪುಟ 17	12–15	(ಶಿವ.ರ,ಸಂ.. ಅ..ಶ್ಲೋ..)
ಶಿವರಹಸ್ಯ	ಸಂಪುಟ 20	25–29	(ಶಿವ.ರ,ಸಂ.. ಅ..ಶ್ಲೋ..)
ಶಿವರಹಸ್ಯ	ಸಂಪುಟ 22	1–30	(ಶಿವ.ರ,ಸಂ.. ಅ..ಶ್ಲೋ..)
ಶಿವರಹಸ್ಯ	ಸಂಪುಟ 26	31–50	(ಶಿವ.ರ,ಸಂ.. ಅ..ಶ್ಲೋ..)

3. ಶಿವಮಹಾಪುರಾಣ

ಶಿವಮಹಾ ಪುರಾಣ	ರುದ್ರಸಂಹಿತಾ –ಸೃಷ್ಟಿಖಂಡ.	31–60	(ಶಿವ.ಪು, ಅ..ಶ್ಲೋ..)

4. **ಪದ್ಮಮಹಾಪುರಾಣ**			
ಪದ್ಮಪುರಾಣ	ಸೃಷ್ಟಿಖಂಡ	47–82 (ಭಾಗ5)	(ಪ.ಪು, ಅ...ಶ್ಲೋ...)
ಪದ್ಮಪುರಾಣ	ಉತ್ತರಖಂಡ (ಭಾಗ8)	269–282	(ಪ.ಪು, ಅ..ಶ್ಲೋ..)
5. **ಬ್ರಹ್ಮಪುರಾಣ**			(ಬ್ರ.ಪು, ಅ..ಶ್ಲೋ..)
6. **ಅಗ್ನಿಪುರಾಣ**			(ಅಗ್ನಿ.ಪು, ಅ..,ಶ್ಲೋ...)
7. **ಲಿಂಗಪುರಾಣ**			(ಲಿಂ.ಪು, ಅ..ಶ್ಲೋ...)
8. **ಹರಿವಂಶ**			(ಹರಿ.ವಂ,ಸ್ಕಂ.. ಅ..ಶ್ಲೋ..)
9. **ಶಿವಸಂಹಿತಾ**			(ಶಿವ.ಸಂ, ಅ..ಶ್ಲೋ..)
10. **ಬೃಹದಾರಣ್ಯಕ ಉಪನಿಷತ್**			(ಬೃ.ಉಪ.)
11. **ಕೌಶೀತಿಕೀ ಉಪನಿಷತ್**			(ಕೌ.ಉಪ)

ಚಿತ್ರಗಳ ವಿವರ

ಫೋಟೋ ಸಂಖ್ಯೆ	ಚಿತ್ರ ವಿವರ	ಪುಟ ನೋಡಿ
01.	ಶಿವನ ತ್ರಿಶೂಲದ ಮೇಲಿರುವ ಕಾಶೀನಗರ	53
02.	ನಕ್ಷೆ– ಕಾಶಿಯ ಮುಖ್ಯ ಸ್ಥಳಗಳು	55
03.	ವಿಶ್ವನಾಥ ಮಂದಿರ–ಕಾಶೀ ಹಿಂದೂ ವಿಶ್ವವಿದ್ಯಾಲಯ	56
04.	ಕಾಶೀ ಹಿಂದೂ ವಿಶ್ವವಿದ್ಯಾಲಯದ ಹೆಬ್ಬಾಗಿಲು	57
05.	ಸಂಕಟಮೋಚನ ಹನುಮಾನ್ ಮಂದಿರ	59
06.	ಬಾಬಾ ಕೀನಾರಾಮ್ ಅಸ್ತಾರದಲ್ಲಿ 'ಧೂನಿ'	61

1. ಕಾಶಿಗೆ ಹೊರಡುವ ಮುನ್ನ.

ಕಾಶಿಯ ಹೆಸರು ಕೇಳದ ಭಾರತೀಯರು ಯಾರು? ಕಾಶಿ ಎಲ್ಲಿದೆ, ಎಷ್ಟು ದೂರದಲ್ಲಿದೆ, ಹೇಗಿದೆ, ಅಲ್ಲಿ ನೋಡುವುದಾದರೂ ಏನು, ಎಂದೇನೂ ಗೊತ್ತಿರದಿದ್ದರೂ ಕಾಶಿ ಮಾತ್ರ ಎಲ್ಲರ ಮನಸ್ಸಿನಲ್ಲೂ ಇದ್ದೇ ಇದೆ. ಅಲ್ಲಿಗೆ ಹೋಗುವುದು ದುಷ್ಕರ, 'ಕಾಶಿಯಾತ್ರೆ ಸ್ಮಶಾನಯಾತ್ರೆ ಎರಡೂ ಒಂದೇ' ಎಂಬಂತೆ ಹೋದವರು ಹಿಂದೆ ಬರುವುದಿಲ್ಲ, ಪೂರ್ವಜನ್ಮದ ಪುಣ್ಯವಿದ್ದರಷ್ಟೆ ಹೋಗಿಬರುವುದು ಸಾಧ್ಯ ಎಂದೆಲ್ಲ ಕೇಳಿದ್ದರೂ ಕಾಶಿಯನ್ನು ನೋಡುವ ಆಸೆ, ತವಕ ಮಾತ್ರ ಯಾರನ್ನೂ ಬಿಟ್ಟಿಲ್ಲ. ಈ ಆಸೆ, ತವಕದ ಹಿಂದಿರುವ ಗೂಢವೇನು? ಕಾಶಿಗೆ ಹೋಗಿ, ಗಂಗೆಯಲ್ಲಿ ಮಿಂದರೆ ಪಾಪಹರಣ, ಕಾಶೀವಾಸ ಮಾಡಿದರೆ ಪುಣ್ಯ, ಅಲ್ಲಿಯೇ ಸತ್ತರಂತೂ ಮೋಕ್ಷವೇ ಎಂಬ ವಿಶ್ವಾಸ, ನಂಬಿಕೆ ಜನಮಾನಸದಲ್ಲಿ ಆಳವಾಗಿ ಬೇರೂರಿಬಿಟ್ಟಿದೆ. ಇಲ್ಲಿಯವರೆಗೆ ಕಳೆದ ಜೀವನವೆಲ್ಲ ವ್ಯರ್ಥವಾಯಿತು ಅನ್ನಿಸಿದಾಗ, ಒಳದನಿಯೊಂದು 'ಸ್ವಲ್ಪ ಪುಣ್ಯವನ್ನಾದರೂ ಗಳಿಸಬೇಕು' ಎಂದು ಎಚ್ಚರಿಸುತ್ತದೆ. ಆಗ ಸಾಮಾನ್ಯರಿಗೆ ತಕ್ಷಣ ನೆನಪಾಗುವುದು ಕಾಶಿಯೆ. ಕಾಶಿಗೆ ಹೋದರೆ ಪುಣ್ಯಗಳಿಸುವುದಲ್ಲದೆ, ಗಂಗಾಸ್ನಾನದಿಂದ ಪಾಪವನ್ನು ಸಹ ತೊಳೆದುಕೊಳ್ಳಬಹುದು ಎಂದು ತಿಳಿದವರು ಇತರರಿಗೆ ಹೇಳುವರು. ಅಂದರೆ ಕಾಶಿಯಾತ್ರೆ ಸ್ವರ್ಗಕ್ಕೆ ನೇರದಾರಿ ಆದಂತೆ! ಯಾತ್ರೆ ಮಾಡಿದರಷ್ಟೆ ಸಾಲದು, ಕಾಶಿವಾಸ ಇನ್ನೂ ಶ್ರೇಷ್ಠ ಎಂದು ಯಾತ್ರಿಕರಿಗೆ ಕಿವಿಮಾತಿನ ಸಲಹೆಯೂ ಬರುತ್ತದೆ. ಕೇಳಲು ಆಸಕ್ತರಾಗಿದ್ದರೆ ಕಾಶಿವಾಸದ ನಿಯಮಾವಳಿಗಳ ಪಟ್ಟಿಯೊಂದು ಹೊರಬರುತ್ತದೆ. ಇವೆಲ್ಲ ಮೊದಲ ಹಂತದ ಮಾತುಗಳು.

ತಿಳಿವಳಿಕೆಯನ್ನು ನೀಡುವ ಕೊನೆಯ ಹಂತದ ಉಪದೇಶ ಮಾತ್ರ ಕೆಲವರಿಗೇ ಮೀಸಲಾಗಿರುತ್ತದೆ. ಮಾತಿನಲ್ಲಿ ನಂಬಿಕೆ, ಆಚರಣೆಯಲ್ಲಿ ಶ್ರದ್ಧೆ, ಫಲದಲ್ಲಿ ಪೂರ್ಣವಿಶ್ವಾಸ ಇದ್ದವರಿಗೆ ಮಾತ್ರ 'ಕಾಶಿಯಲ್ಲಿ ಸತ್ತರೆ ಮುಕ್ತಿ ನಿಶ್ಚಯ, ಅವರಿಗೆ ಪುನರ್ಜನ್ಮವಿಲ್ಲ' ಎಂಬ ಕೊನೆಯ ಉಪದೇಶ. ವಿಚಿತ್ರವೆಂದರೆ 'ಕಾಶಿಯಲ್ಲಿ ಸತ್ತವರಿಗೆ ಪುನರ್ಜನ್ಮ ಇಲ್ಲ' ಎಂದು ಹೇಳಲು ಸತ್ತವರಾರೂ ತಿರುಗಿ ಬಂದಿಲ್ಲವಲ್ಲ! ಆದರೆ ಕಾಶಿಗೆ ಹೋಗಿ ವಾಪಸ್ಸಾದವರಿಗೆ ಮಾತ್ರ ಪುನರ್ಜನ್ಮ ಬಂದಷ್ಟೆ ಸಂತೋಷ. ದಾರಿಯಲ್ಲಿನ ಕಳ್ಳಕಾಕರು, ದರೋಡೆಗಾರರು, ಥಗ್‌ಗಳು ಇವರಿಂದ ಜೋಳಿಗೆ ಉಳಿಸಿಕೊಳ್ಳುವುದಿರಲಿ, ಪ್ರಾಣ ಉಳಿಸಿಕೊಳ್ಳುವುದೂ ಅಸಾಧ್ಯವೇ ಅನಿಸಿದ್ದ ಕಾಲವೊಂದಿತ್ತು. ಇನ್ನೇನು ಕಾಟವಿಲ್ಲದಿದ್ದರೂ, ಇಳಿವಯಸ್ಸಿನವರು ಸಾವಿರಾರು ಮೈಲಿ ಕಾಲ್ನಡಿಗೆಯಲ್ಲಿ ಪ್ರಯಾಣಮಾಡಿ, ವಿಪರೀತವಾದ

ವಾಯುಗುಣವನ್ನು ಎದುರಿಸಿ, ವಾಪಸ್ಸಾಗುವ ಸಂಭವ ಕಡಿಮೆಯೇ ಇತ್ತು. ವಾಪಸ್ಸಾದವರು ತಮ್ಮ ಜೀವ ಉಳಿದಿದ್ದೆ ಕಾಶಿಯಾತ್ರೆಯಲ್ಲಿ ದೊರಕಿದ ಪುಣ್ಯವೆಂದು ಬಂಧುಮಿತ್ರರಿಗೆ 'ಗಂಗಾ ಸಮಾರಾಧನೆ' (ಕಾಶಿಸಂತರ್ಪಣೆ)ಯನ್ನು ಬಹಳ ಅದ್ಧೂರಿಯಾಗಿ ನಡೆಸುತ್ತಿದ್ದರು. ಅಂದು ಹತ್ತಿರದ ನೆಂಟರಿಷ್ಟರಿಗೆ ಕಾಶಿಯಿಂದ ತಂದ 'ಗಂಗೆತಾಲಿ'/'ಕಾಶಿತಾಲಿ'ಗಳನ್ನು ಮತ್ತು ಕಾಲಭೈರವನ ಪ್ರಸಾದವೆಂದು 'ಕಾಶಿದಾರ'ವನ್ನು ಕೊಡುವುದು ಸಂಪ್ರದಾಯ ಮಾಡಿಕೊಂಡಿದ್ದರು. ಕಾಶಿಯಲ್ಲಿ 'ಅಹಂ'ಗೆ ಸಂಬಂಧಿಸಿದ ಏನನ್ನಾದರೂ ಬಿಟ್ಟುಬರುವುದು ಇನ್ನೊಂದು ಸಂಪ್ರದಾಯ. ತಾನು ಬಿಡಲಾಗದ ಸಿಟ್ಟನ್ನೊ, ತನಗೆ ಸೇರದ ಹಾಗಲಕಾಯಿಯನ್ನೊ ಬಿಟ್ಟೆ ಎಂದು ಹೇಳುವುದು ಒಂದು ತಮಾಷೆ. 'ಕಾಶಿಗ್ಹೋದ ನಮ್ ಭಾವ ಕಬ್ಬದ್ ದೋಣೀಲಿ, ರಾಶೀ ರಾಶೀ ಗಂಗೆ ತರೋಕ್ ಸೊಳ್ಳೆಪರದೇಲಿ' ಎಂಬ ಟಿ.ಪಿ.ಕೈಲಾಸಂ ಅವರ ಪದದಂತೆ ಅಣಕವಾಗುತ್ತದೆ.

'ಕಾಶಿಯಾತ್ರೆ'ಗೆ ಹೊರಟುನಿಂತಿದ್ದ ವರನನ್ನು ಉಪಚರಿಸಿ, ಒಲಿಸಿ ಮದುವೆ ಮಂಟಪದೊಳಗೆ ಕರೆದುಕೊಂಡು ಹೋಗುವುದು ಅನೇಕ ವಿವಾಹಗಳಲ್ಲಿ ತಪ್ಪದೆ ನಡೆಯುವ ಒಂದು ನಾಟಕ. ಅಲ್ಲಿ ನೋಡಿದರೆ ಕಾಶಿಯ ಪೀತಾಂಬರವನ್ನುಟ್ಟ ವಧು ವರಮಾಲೆಯನ್ನು ಹಿಡಿದು ವರನಿಗಾಗಿ ಕಾಯುತ್ತಿರುತ್ತಾಳೆ. ಮದುವೆಗಾಗಿ ಒಂದಾದರೂ ಕಾಶಿಯ ರೇಷ್ಮೆಸೀರೆ ಕೊಂಡರೆ ಅದೇ ಒಂದು ಸೊಗಸು. ಮದುವೆಯ ಸಂಭ್ರಮದಲ್ಲಿ ಅಜ್ಜಿಯು ಸಹ ತನ್ನ ಮದುವೆ ಸಮಯದ ಕಾಶಿ ರೇಷ್ಮೆಯನ್ನುಟ್ಟು ಸಡಗರಪಡುತ್ತಿದ್ದರೆ ಆಶ್ಚರ್ಯವೇನಿಲ್ಲ. ಕಾಶಿಯ ಪೀತಾಂಬರವುಟ್ಟು ರುದ್ರಾಕ್ಷಿಮಾಲೆ ಧರಿಸಿದ ಸದ್ಗುರುವಿನ ಆಶೀರ್ವಾದವೇ ಸಮಾರಂಭಕ್ಕೆ ಶೋಭೆ, ಮದುಮಕ್ಕಳಿಗೆ ಪುಣ್ಯ. ಉತ್ತರಭಾರತದ ಮದುವೆಗಳಲ್ಲಿ ಬನಾರಸಿ ಶೆಹನಾಯ್ ವಾದನವೇ ಮಂಗಳಕರ. ನಮ್ಮಲ್ಲಿ ವರಪೂಜೆಗೆ ಮರೆತರೂ (ಉತ್ತರ ಕರ್ನಾಟಕದಲ್ಲಿ ಬೀಗರನ್ನು ಬೀಳ್ಕೊಡುವ) ಕಳೂಟದಲ್ಲಿ 'ಕಾಶಿ ಹಲ್ವಾ' ಬೀಗರ ಬಾಯಿಯನ್ನು ಸಿಹಿಯಾಗಿಸಲೇ ಬೇಕು. ಮದುವೆಯ ರಿಸೆಪ್ಷನ್‌ನ (ಆರತಕ್ಷತೆ!) ಊಟದ ನಂತರ ಬನಾರಸಿ ಪಾನ್ ಬಾಯಿತುಂಬ ಮೆಲ್ಲುತ್ತಿದ್ದರೆ ಇನ್ನಾವ ಕೊಂಗುಮಾತೂ ಹೊರಡದು. ಮದುವೆಯ ಸಡಗರ ಕಳೆದಮೇಲೆ, ಮಗಳನ್ನು ಕಳಿಸಿದ ದುಃಖ ಮಂಕುಬಡಿಸಿರುವಾಗ, ಮನೆಯಲ್ಲಿ ಕೊಂಚಮಟ್ಟಿಗಾದರೂ ಗೆಲುವನ್ನು ತರಲು ತಂದೆಯಾದವನು ಹೆಂಡತಿಯನ್ನು 'ಕಾಶಿಮಣೆ' ಅಥವಾ 'ಕಾಶಿ ಮನೆಯಾಟ' ಆಡಲು (ಈಗ ಸಿನೆಮಾಗೆ) ಒತ್ತಾಯದಿಂದ ಕರೆಯುತ್ತಾನೆ.

'ಕಾಶಿಯಾತ್ರೆ'ಗೆ ಹೊರಟುನಿಂತವನು ಎಲ್ಲಿ ಬ್ರಹ್ಮಚಾರಿಯಾಗಿಯೇ ಉಳಿದುಬಿಡುವನೋ, 'ಕಾಶಿಯ ಪಂಡಿತ' ಎನಿಸಿ ಅಲ್ಲಿಯೆ ನಿಂತುಬಿಡುವನೋ, ಸನ್ಯಾಸಿಯಾಗಿ ಪರಿವರ್ತಿತನಾಗುವನೋ, ಮುಕ್ತಿಯ ನಿರೀಕ್ಷೆಯಲ್ಲಿ ಆಜನ್ಮಪರ್ಯಂತ ಕಾಶಿವಾಸ

ಮಾಡುವನೋ ಎಂದು ಅನೇಕ ವಿಧದ ಭಯ ತಂದೆತಾಯಿಗಳನ್ನು ಕಾಡುತ್ತಿದ್ದ ಕಾಲವೊಂದಿತ್ತು. ಆದರೆ ಕಾಶಿಗೆ ಹೋಗಿ ಏನೇ ಕಲಿತುಬಂದರೂ ಅವರ ವಿಶೇಷತೆ ಹೆಚ್ಚುವುದರಲ್ಲಿ ಅನುಮಾನವೆ ಇಲ್ಲ. ಕಾಶಿಯಲ್ಲಿ ವಿದ್ಯೆ ಕಲಿತವರು ತಮ್ಮ ಊರಿಗೆ ಮರಳಿಬಂದು 'ಕಾಶಿಯ ಪಂಡಿತ' ಎಂದು ಬೀಗುತ್ತಾರೆ. ಕಾಶಿಯ ಶಾಸ್ತ್ರಾರ್ಥದಲ್ಲಿ (ಪಂಡಿತರ ವಾದದಲ್ಲಿ) ಪಾಲ್ಗೊಂಡವರು 'ಕಾಶೀ ಶಾಸ್ತ್ರಿ' ಎಂದು ಹೆಸರು ಬದಲಾಯಿಸಿಕೊಳ್ಳುತ್ತಾರೆ. ಸಂಗೀತ ಕಲಿತವರು 'ಬನಾರಸಿ ಘರಾನ'ದವರೆಂದು ಹೆಮ್ಮೆಯಿಂದ ತಂಬೂರಿಯ ಝೇಂಕಾರಮಾಡುತ್ತಾರೆ. ಅಲ್ಲಿಯ ಪಾಕಶಾಸ್ತ್ರ ಕಲಿತವ 'ಬನಾರಸಿ ಮಿಠಾಯಿವಾಲಾ' ಎಂದು ಅಂಗಡಿ ತೆಗೆಯುತ್ತಾನೆ. ಅಲ್ಲಿಯ ಪಾನ್ ತಯಾರಿಸಲು ಕಲಿತವನು 'ಬನಾರಸಿ ಪಾನ್' ಅಂಗಡಿಯನ್ನು ದೇಶದ ಯಾವ ಮೂಲೆಯಲ್ಲಾದರೂ ಶುರುಮಾಡಿ ಟಣ್ ಟಣ್ ಎಂದು (ಈಗ ಸರಸರ ಎಂದು ನೋಟನ್ನು ತಿರುಗಿಸುತ್ತಾ) ಶಬ್ದಮಾಡುತ್ತಾ ದುಡ್ಡನ್ನು ಎಣಿಸುತ್ತಾನೆ. ಶುದ್ಧಶುಂಠಿ, ಸೋಮಾರಿ ಅನಿಸಿಕೊಂಡವನು ಸಹ ಬಿಳಿಯ ಪೈಜಾಮ-ಕುರ್ತಾ ಹಾಕಿ ಷೋಕಿಮಾಡುತ್ತಾ, ಬಾಯ್ತುಂಬ ಪಾನ್ ಮೆಲ್ಲುತ್ತಾ, 'ಬನಾರಸಿ ಬಾಬು' ಎಂದು ಓಡಾಡಿಕೊಂಡಿರುತ್ತಾನೆ. ಅಲ್ಲಿಗೆ ಹೋಗಿ ಏನನ್ನೂ ಕಲಿಯದವನು ಏನೇನೊ ಕಥೆಗಳನ್ನು ಹೇಳಿಕೊಂಡು ತಿರುಗುತ್ತಾನೆ. 'ಕಾಶಿ'ಯನ್ನು ತಿಳಿದವನು ಮಾತ್ರ ತಾನೇ 'ಕಾಶಿ'ಯಾಗಿ ಪ್ರಕಾಶಿಸುತ್ತಾನೆ!

ದೇಶದ ಯಾವುದೇ ಮೂಲೆಯಲ್ಲಿದ್ದರೂ ಪವಿತ್ರಜಲ ಅನಿಸಿದ್ದೆಲ್ಲವು 'ಗಂಗೆ'ಯೆ. ಅದೇ ರೀತಿಯಲ್ಲಿ ಕಾಶಿ ಪವಿತ್ರತೆಯ ಸಂಕೇತ. ದೇಶದ ಅನೇಕ ಪವಿತ್ರಸ್ಥಾನಗಳನ್ನು 'ಕಾಶಿ' ಎಂದು ಕರೆಯುವುದು ವಾಡಿಕೆ. ಕಂಚಿಯನ್ನು ದಕ್ಷಿಣಕಾಶಿ ಅನ್ನುವ ಹಾಗೆ ದಕ್ಷಿಣಕಾಶಿ ನಂಜನಗೂಡು, ದಕ್ಷಿಣಕಾಶಿ ಅಲಂಪೂರ, ಜೈನಕಾಶಿ ಶ್ರವಣಬೆಳಗೊಳ ಎನ್ನುತ್ತಾರೆ. ಇದೇ ರೀತಿ ಪುಷ್ಪಕಾಶಿ, ಸಸ್ಯಕಾಶಿ ಎಂದೆಲ್ಲ ಹೆಸರಿಟ್ಟಿದ್ದಾರೆ. ಕಾಶಿಗೆ ಹೋಗಿಬಂದವರ ಕಾಲುಮುಟ್ಟಿ ತಾವೂ ಧನ್ಯರಾದೆವೆಂದು ಭಾವಿಸುತ್ತಾರೆ. ಕಾಶಿಗೆ ಹೋಗಲಾಗದೆ 'ಕಾಶಿ ಕಾಶಿ' ಎಂದು ಜಪಿಸುತ್ತಲೇ ಪುಣ್ಯ ಕಟ್ಟಿಕೊಳ್ಳುವವರಿದ್ದಾರೆ. ಕಾಶಿಯಾತ್ರೆ ಮಾಡಿದ ಫಲ, ಕಾಶಿಯ ಸಂತರ್ಪಣೆ ಮಾಡಿಸಿದ ಫಲ ಸಿಕ್ಕಿತೆಂಬ ಆನಂದದಲ್ಲಿ ವೈರಾಗಿಗಳಂತೆ ಯಾವಾಗಲೂ ಕಾಶಿಯ ಗಮ್ಛಾವನ್ನು (ಕೆಂಪು ಟವಲನ್ನು) ಸೊಂಟಕ್ಕೆ ಸುತ್ತಿಕೊಂಡು ಓಡಾಡುವವರಿದ್ದಾರೆ-ಅಮೆರಿಕಾದಿಂದ ಬಂದಹೊಸತರಲ್ಲಿ ಅಲ್ಲಿನ 'ಬರ್ಮುಡಾ ಚಡ್ಡಿ'ಯನ್ನು ಮೂರುಹೊತ್ತೂ ಹಾಕಿಕೊಂಡಿರುವಂತೆ. ಕಾಶಿಯೆ ಪವಿತ್ರತೆಯ ಸಂಕೇತವಾದರೆ, ಅಲ್ಲಿಯ ಗಮ್ಛಾ ಕಾಶಿಯ ಸಂಕೇತ ಅನ್ನುವುದು ಅವರ ಅನಿಸಿಕೆ ಇರಬಹುದು. ಗಮ್ಛಾ ಅಂದರೆ ತೆಳ್ಳನೆಯ ಕೆಂಪುವಸ್ತ್ರ. ಅದನ್ನು ಸ್ನಾನದ ಮೊದಲು ಸೊಂಟಕ್ಕೆ, ನಂತರ ಮೈ ಒರೆಸಲು, ಮನೆಯಲ್ಲಿ ಹೆಗಲಮೇಲೆ, ಬಿಸಿಲಲ್ಲಿ ತಲೆಗೆ ಸುತ್ತಲು,

ಮಲಗುವಾಗ ಚಾಪೆಯ ಮೇಲೆ, ಹೀಗೆ ನಾನಾ ರೀತಿಯಲ್ಲಿ ಉಪಯೋಗಿಸಬಹುದು. ಕೊನೆಗೆ ಈ ಜನ್ಮದ ಜಂಜಾಟವೆಲ್ಲ ಮುಗಿಯುವಾಗ ಕಾಶಿಯ ತಾಲಿಯೇ, ಅದರೊಳಗಿನ ಗಂಗೆಯೇ ಮುಕ್ತಿದಾಯಕ!

ಇಂದಿನ ಪೀಳಿಗೆಯವರಿಗೆ ಮೇಲಿನ ಅನುಭವಗಳಾಗಿಲ್ಲದಿದ್ದರೆ ಅದಕ್ಕೆ ಕಾಶಿಯ ಮಹತ್ವ ಕಡಿಮೆಯಾಗಿದೆ ಎಂದೇನೂ ಅರ್ಥವಲ್ಲ. ನಾವು ಭಾರತೀಯ ಸಂಸ್ಕೃತಿಯನ್ನು ಮರೆತು, ಪಾಶ್ಚಾತ್ಯ ಸಂಸ್ಕೃತಿಯ ಕಡೆ ಹೆಚ್ಚೆಚ್ಚು ಒಲುತ್ತಿದ್ದೇವೆ ಎಂಬುದಕ್ಕೆ ಇದೊಂದು ಕುರುಹು. ಆದರೂ ಕಾಶಿ ನಮ್ಮ ಜೀವನದ ಹಾಸುಹೊಕ್ಕಾಗಿದೆ, ಕಾಶಿಯಲ್ಲಿ ನಮ್ಮ ಭಾರತದ ಸಂಸ್ಕೃತಿಯ ಸಂಕ್ಷಿಪ್ತ ಚಿತ್ರಣ ಇದೆ, ಐದು ಸಾವಿರ ವರ್ಷಗಳ ಪರಂಪರೆಯನ್ನು ಇಂದಿಗೂ ಇಲ್ಲಿ ಪದರಪದರವಾಗಿ ನೋಡಬಹುದು ಎನ್ನುವುದರಲ್ಲಿ ಉತ್ಪ್ರೇಕ್ಷೆಯಿಲ್ಲ. ಆಸ್ತಿಕನಾದ ಯಾತ್ರಿಗೆ ಒಂದು ಹೊಸ ಅನುಭವ ಹಾಗು ಆಸಕ್ತಿಯುಳ್ಳ ಶಿಷ್ಯನಿಗೆ ಭಾರತೀಯ ಸಂಸ್ಕೃತಿಯ ಒಂದು ಕಿರುಪರಿಚಯವಾದರೂ ಆದೀತು. ಆದ್ದರಿಂದ ಕಾಶಿಕಥಾ ಕಾಲಕ್ಷೇಪ ಮಾಡುವುದು ಮತ್ತು ಕಾಶಿಯಾತ್ರೆ ಮಾಡುವುದು, ಎರಡೂ ಶ್ರೇಯಸ್ಕರ.

ಕಾಶಿಯನ್ನು ನೋಡಲು ಹೊರಡುವವರಲ್ಲಿ ಸಾಮಾನ್ಯವಾಗಿ ಮೂರು ವಿಧ. ಮೊದಲನೆಯ ಗುಂಪಿನಲ್ಲಿ ತೆಗಳಲೆಂದೇ ಕಾಶಿಯನ್ನು ನೋಡುವವರು, ಆಧುನಿಕರು, ಪಾಶ್ಚಾತ್ಯ ಸಂಸ್ಕೃತಿಗೆ ಒಲಿದವರು, ಇಲ್ಲಿಯದೆಲ್ಲ ಗೊಡ್ಡು ಎಂದು ಮೂಗು ಮುರಿಯುವವರು, 'ವಿಚಾರವಾದಿ'ಗಳು, ಅನಾಸಕ್ತರು, ಯಾರದೋ ಬಲವಂತಕ್ಕೆ ಹೊರಟವರು, ಕಾಶಿಯಲ್ಲೇನಿದೆ ಎಂಬ ಕುತೂಹಲಕ್ಕೆ ಮಣಿದವರು, ತಪ್ಪುನಿರೀಕ್ಷೆ ಮತ್ತು ಹುಚ್ಚುಉತ್ಸಾಹದಲ್ಲಿ ಹೊರಟವರು ಇರುತ್ತಾರೆ. ಎರಡನೆಯ ಅಥವಾ ಮಧ್ಯದ ಗುಂಪಿನಲ್ಲಿ ಯಾವ ನಿಶ್ಚಿತ ಭಾವನೆಯನ್ನೂ ತಳೆಯದ ಎಡಬಿಡಂಗಿಗಳು ಇರುತ್ತಾರೆ. ಕಾಶಿಯನ್ನು ನೋಡಿದತಕ್ಷಣ ಸಾಮಾನ್ಯವಾಗಿ ಬರುವ ಮೊದಲ ಅನಿಸಿಕೆಯನ್ನು ಎರಡನೆಯ ಗುಂಪಿನವರು ಹೆಚ್ಚಾಗಿ ತಮ್ಮೊಳಗೇ ಹುದುಗಿಡುತ್ತಾರೆ. ಮೂರನೆಯ ಗುಂಪಿನಲ್ಲಿನ ಆಸ್ತಿಕರು ಮತ್ತು ಆಸಕ್ತರು, ಅದೆಷ್ಟೇ ಕಷ್ಟವಾದರೂ ಕಾಶಿಯನ್ನು ನೋಡಿ ಜೀವನವನ್ನು ಪಾವನಗೊಳಿಸಬೇಕೆನ್ನುವವರು. ಈ ಗುಂಪಿನವರ ಅನಿಸಿಕೆ ಸಾಮಾನ್ಯವಾಗಿ ಏಕಮುಖವಾದದ್ದು.

ಮೊದಲನೆಯ ಗುಂಪಿನವರ ಅನಿಸಿಕೆಗಳು ಮತ್ತು ಅನುಭವಗಳು ಅಗಾಧ. ಅವುಗಳನ್ನು ಸಂಗ್ರಹವಾಗಿ ನೋಡುತ್ತಾ ಹೋಗುವುದೂ ಕಷ್ಟ. ಕೆಲವರು ಕಟುವಾಗಿ ಬಯ್ಯುತ್ತಾರೆ, ಕೆಲವರು ವ್ಯಂಗವಾಗಿ ಮೂದಲಿಸುತ್ತಾರೆ. ಇವರ ಕಟು ಅನಿಸಿಕೆಗಳನ್ನು ಕೇಳಿಯೂ ಬೆಚ್ಚದೆ, ತಪ್ಪು ಅರ್ಥಗಳಿಂದ ಮೂಕನಾಗದೆ, ಸರಿಯಾದ ಅರ್ಥವನ್ನು ತಿಳಿದು, ಮಾಡಿಕೊಂಡರೆ ಕಾಶಿಯಾತ್ರೆಗೆ ಹೊರಟವರು ಕಾಡುಮೇಡುಗಳನ್ನು ದಾಟಿ, ಕಳ್ಳಕಾಕರಿಂದ ಪಾರಾದಂತೆ. ಅನೇಕ ದೇಶೀ ಯಾತ್ರಿಗಳು, ಕೆಲವು ವಿದೇಶೀ ಪ್ರವಾಸಿಗಳು, ಬೇರೆಬೇರೆ

ಪ್ರಸಂಗಗಳಲ್ಲಿ ಕಟುವಾಗಿ ಹೇಳಿದ್ದನ್ನು, ಬರೆದಿದ್ದನ್ನು ಸಂಗ್ರಹಮಾಡಿ, ಮುಂದಿನ ಅಧ್ಯಾಯವೊಂದರಲ್ಲಿ ಒಂದೇ ಪ್ರಸಂಗದಂತೆ ಹೆಣೆಯಲಾಗಿದೆ. ಇದರಿಂದ ಕಾಶಿಯ ಪವಿತ್ರತೆಯನ್ನು ಮೊದಲಲ್ಲೆ ಅಲ್ಲಗೆಳೆದಂತಾಗುವುದೇನೊ ನಿಜ. ಆದರೆ ಪಾಶ್ಚಾತ್ಯ ಥಳಕುಬಳಕುಗಳಿಲ್ಲದ 'ಗೊಡ್ಡು' ಅನಿಸಿದವುಗಳಲ್ಲೂ ಸರಳತೆಯಿದೆ, ಅಂತಃಸತ್ವವಿದೆ, ಮೌಲ್ಯಗಳಿವೆ ಎಂದು ತೋರಿಸದಿದ್ದರೆ ಮಿಕ್ಕ ಎರಡು ಗುಂಪಿನವರೂ ಸಹ 'ವಿಚಾರವಾದಿ'ಗಳ ಮಾತಿನ ರಭಸಕ್ಕೆ ಮಾರುಹೋಗುವರು, ಕಟುಟೀಕೆಯ ಪ್ರವಾಹದಲ್ಲಿ ಕೊಚ್ಚಿಹೋಗವರು. ಮೊದಲ ಅನಿಸಿಕೆಗಳಿಗೇ ಮಾರುಹೋಗದೆ, ಟೀಕೆಗಳಿಗೆ ಒಪ್ಪದಿದ್ದರೂ ಹೂಂಗುಡುತ್ತಾ, ನಿಂತಲ್ಲಿಯೆ ಜಾರದೆ-ಮುಳುಗದೆ, ಮುಂದೆ ಹೋಗುವುದು ಇಲ್ಲಿಯ ಉದ್ದೇಶ. ಈ ರೀತಿಯಲ್ಲಿ ಮುಂದೆ ಹೋಗಬೇಕೆಂದಿದ್ದರೆ, ಕಾಶಿಗೆ ಹೋಗುವುದನ್ನು ಒಂದು ಪ್ರವಾಸ, ಅಥವಾ ಕೇವಲ ಒಂದು ಧಾರ್ಮಿಕ ಯಾತ್ರೆ ಎಂದು ಸೀಮಿತಗೊಳಿಸಬಾರದು. ಕಮಲವನ್ನು ತರಲು ಬಯಸಿದವರು ಕೆಸರಿನಲ್ಲಿ ಸಿಲುಕಿ, ಕಷ್ಟಪಟ್ಟು ಮೇಲೆದ್ದು, ಮೈ ಕೈ ಕೆಸರುಮಾಡಿ ಕೊಂಡು, ಮನಸ್ಸನ್ನೂ ಕೆಡಸಿಕೊಂಡು ಕಮಲವಿಲ್ಲದೆ ಹಿಂತಿರುಗಬಾರದು. **ಕಾಶೀಯಾತ್ರೆ ಪ್ರವಾಸಿಗಳ ಭೌತಿಕಯಾತ್ರೆಯೂ ಹೌದು, ಸತ್ಸಂಗಾದಿಗಳಿಂದ ಅಂತಃಕರಣ ಶುದ್ಧಿಯಾಗುವ ಧಾರ್ಮಿಕಯಾತ್ರೆಯೂ ಹೌದು, ಗುರೋಪದೇಶಾದಿಗಳಿಂದ ಸಿಗುವ ಜ್ಞಾನಯಾತ್ರೆಯೂ ಹೌದು, ಜ್ಞಾನ (ಪ್ರಕಾಶ)ದಿಂದ ಬೆಳಗುವ ಸತ್ಯವನ್ನು- ಏಕತೆಯನ್ನು-ವಿಶಾಲತೆಯನ್ನು ಅನಭವಿಸುವ ವಿಜ್ಞಾನಮಯ ಯಾತ್ರೆಯೂ ಹೌದು, ಪೂರ್ಣ ಆನಂದದಲ್ಲಿ ಮುಳುಗಿ, ತಲ್ಲೀನನಾಗಿರುವ (ತದಾತ್ಮನಾಗಿರುವ) ಆನಂದಮಯ ಯಾತ್ರೆಯೂ ಹೌದು ಎಂದುಕೊಂಡು ಮುಂದೆ ಸಾಗಬೇಕು. ಸತ್ಯವನ್ನು ತಿಳಿದು, ಅದನ್ನು ಅನುಭವಿಸಿ ಆನಂದಸಾಗರವನ್ನು ಸೇರಲು ಹೊರಟಾಗ ಜ್ಞಾನ ಅಥವಾ ಪ್ರಕಾಶವೇ ಆಸರೆ. ಪ್ರಕಾಶದ ಎದುರಿಗೆ ನಡೆದರೆ ಕಣ್ಣು ಕುಕ್ಕಿದಹಾಗೆ ಏನೂ ಕಾಣದು. ಪ್ರಕಾಶವನ್ನು ಬೆನ್ನಹಿಂದೆ ಇಟ್ಟು ನಡೆದರೆ, ದೂರದ ದೃಶ್ಯ ಕಾಣದೆ, ಕೇವಲ ನಮ್ಮ ವ್ಯಕ್ತಿತ್ವದ ನೆರಳೇ (ನಮ್ಮನ್ನು ಸುತ್ತುಗಟ್ಟಿರುವ ರಾಗ-ದ್ವೇಷಾದಿಗಳ ಸಮೂಹವೇ) ನಮಗೆ ಕಾಣಸಿಗುವುದು. ಹೀಗಿರುವಾಗ, ಪ್ರಕಾಶವನ್ನು ಹಿನ್ನೆಲೆಯಲ್ಲಿಟ್ಟುಕೊಂಡು, ನಮ್ಮ ನೆರಳೆಂಬ ಮಿಥ್ಯೆಯನ್ನು ಬಿಟ್ಟು, ವಿಶಾಲದೃಷ್ಟಿಯಿಂದ ಕಾಶಿಯ ತತ್ತ್ವವನ್ನು, ಪ್ರಕಾಶವನ್ನು ಅರ್ಥಮಾಡಿಕೊಳ್ಳಲು ಪ್ರಯತ್ನ ಮಾಡಿದಾಗಲೇ ನಮಗೆ ನಿಜಸ್ಥಿತಿ ತಿಳಿಯುವುದು.**

ವಿಶಾಲದೃಷ್ಟಿಯಿಂದ ಕಾಶಿಯ ಪ್ರಕಾಶವನ್ನು ಅರ್ಥವಾಡಿಕೊಳ್ಳಲು ಪ್ರಯತ್ನಮಾಡುವಾಗ ಮೊದಲನೆಯ ಗುಂಪಿನಲ್ಲಿದ್ದು ತೆಗಳುವವರ (ಆಧುನಿಕರ, ಪಾಶ್ಚಾತ್ಯ ಸಂಸ್ಕೃತಿಗೆ ಒಲಿದ, ಇಲ್ಲಿಯದೆಲ್ಲ ಗೊಡ್ಡು ಎಂದು ಮೂಗುಮುರಿಯುವವರ, 'ವಿಚಾರವಾದಿ'ಗಳೆಂದು ಬೀಗುವವರ, ಅನಾಸಕ್ತರ, ಬಲವಂತಕ್ಕೆ ಹೊರಟವರ, ಕಾಶಿಯಲ್ಲೇನಿದೆ ಎಂಬ ಕುತೂಹಲಕ್ಕೆ ಮಣಿದವರ, ತಪ್ಪುನಿರೀಕ್ಷೆ ಹುಚ್ಚುಉತ್ಸಾಹದಲ್ಲಿ

ಹೊರಟವರ) ವಿಚಾರಸರಣಿಯ ಸ್ಥೂಲಪರಿಚಯವನ್ನು ಮುಂದಿನ ಅಧ್ಯಾಯದಲ್ಲಿ ನೋಡಬಹುದು. ಅಲ್ಲಿಂದ ಮುಂದೆ ಹಂತಹಂತವಾಗಿ ಭೌತಿಕ, ಮಾನಸಿಕ (ಹೊರಗಿನ ಪ್ರಕಾಶ ಮತ್ತು ಸ್ಪಂದನ), ವಿಜ್ಞಾನಮಯ, ಆನಂದಮಯ (ಒಳಗಿನ ಪ್ರಕಾಶ ಮತ್ತು ಸ್ಪಂದನ) ಯಾತ್ರೆಗಳನ್ನು ಹಂತಹಂತವಾಗಿ ಮಾಡಲು ನಮ್ಮ ಪ್ರಯತ್ನವನ್ನು ಮುಂದುವರಿಸೋಣ. ಈ ನಮ್ಮ ನಿಮ್ಮ ಸಣ್ಣ ಪ್ರಯತ್ನದಲ್ಲಿ ಕಾಶೀ–ವಿಶ್ವೇಶ್ವರನ ಕೃಪೆಯಿರಲಿ.

■

2. ಇದು ಕಾಶಿಯೇ, ಇದು ವಾರಾಣಸಿಯೇ!!?

(1955–1965ರ ವಿಚಾರವಾದದಲ್ಲಿನ ಕೋಪ, ಬೇಸರ, ನಿರ್ಲಕ್ಷ, ತರ್ಕ ಇಲ್ಲಿದೆ)

ಹಿಂದಿನ ಅಧ್ಯಾಯದಲ್ಲಿ ವಿವರಿಸಿದ ಮೊದಲನೆಯ ಗುಂಪಿನ ಹಲವಾರು ಪ್ರವಾಸಿಗಳ ಕೆಲವು ಅನುಭವ, ವಿಚಾರಸರಣಿ ಮತ್ತು ಅನೇಕ ಅನಿಸಿಕೆಗಳನ್ನು ಸಂಗ್ರಹಿಸಿರುವ ಚಿತ್ರಣವೊಂದು ಇಲ್ಲಿದೆ, ನೋಡಿ. ಈ ಮೊದಲ ಗುಂಪಿನಜನ ಯಾರೆಂದು ಇನ್ನೊಮ್ಮೆ ಕೇಳಿ ಆಧುನಿಕರು, ಪಾಶ್ಚಾತ್ಯಸಂಸ್ಕೃತಿಗೆ ಒಲಿದು–ಕುಣಿಯುವವರು, ಇಲ್ಲಿಯದೆಲ್ಲ ಗೊಡ್ಡು ಎಂದು ಮೂಗುಮುರಿಯುವವರು, ತೆಗಳಲೆಂದೇ ಕಾಶಿಯನ್ನು ನೋಡುವವರು, ಅನಾಸಕ್ತರು, ಯಾರದೋ ಬಲವಂತಕ್ಕೆ ಹೊರಟವರು, 'ವಿಚಾರವಾದಿ'ಗಳು, ಕಾಶಿಯಲ್ಲೇನಿದೆ ಎಂಬ ಕುತೂಹಲಕ್ಕೆ ಮಣಿದವರು, ತಪ್ಪುನಿರೀಕ್ಷೆ ಮತ್ತು ಹುಚ್ಚುಉತ್ಸಾಹದಲ್ಲಿ ಹೊರಟವರು– ಒಟ್ಟಿನಲ್ಲಿ ಸಿನಿಕ್ಸ್–ಸದಾ ನಕಾರಾತ್ಮಕರು, ಒಳ್ಳೆಯುದನ್ನು ಗುರುತಿಸಲಾರರು, ಮೆಚ್ಚಲಾರರು... ಕಾಲ 50ರಿಂದ 100ವರ್ಷ ಹಿಂದಿನ (ವಿಮಾನಪ್ರಯಾಣ, ಲಕ್ಷುರಿಹೋಟೆಲ್, ಆಟೋ, ಸೌಲಭ್ಯಗಳು ಹೆಚ್ಚಿಲ್ಲದ) ಕಾಲದವರು. ಇಲ್ಲಿ ಕೊಟ್ಟಿರುವುದು ಯಾರೋ ಒಬ್ಬರ ಅನುಭವವಲ್ಲ. ಕೆಲವು ವಿಚಾರವಾದಿಗಳ ಮತ್ತು ಕಾಶಿಯ ಬಗ್ಗೆ ಕೆಟ್ಟಅನುಭವವಾದ **ಕೆಲವರ, ನಿರಾಶಾದಾಯಕ ವಿವರಣೆಗಳ ಸಾರಾಂಶವನ್ನು ಇಲ್ಲಿ ಕೊಡಲಾಗಿದೆ.**

ಕಾಶಿ! ಬನಾರಸ್! ವಾರಾಣಸಿ! ಎಲ್ಲಾ ಒಂದೆಯೊ ಅಥವಾ ಬೇರೆಬೇರೆಯೊ? ಇರಲಿ, ಆಮೇಲೆ ಕೇಳಿದರಾಯಿತು. ಕಾಶಿಯ ಪ್ರವಾಸ ('ಯಾತ್ರೆ' ಅಂದರೆ ತೀರ ಸಾಂಪ್ರದಾಯಿಕವಲ್ಲವೆ?) ಕೈಗೊಳ್ಳುವ ಯೋಚನೆ ಹಲವಾರು ವರ್ಷಗಳದ್ದು, ನಿಶ್ಚಯ ಕೆಲವುತಿಂಗಳ ಹಿಂದಿನದು, ತಯಾರಿ ವಾರಗಳಿಂದ, ಪ್ರಯಾಣ ಎರಡುದಿನದ್ದು. ಆದರೆ ಕಾಶಿಯ ನಿರೀಕ್ಷೆ ಕಟ್ಟೆಯಾಗಿ ನಿಂತು, ಉತ್ಸಾಹ ಬುಗ್ಗೆಯಾಗಿ ಹರಿದು, ಉದ್ರೇಕ ಮೈಯೆಲ್ಲತೋಯಿಸಿ, ಈಗ ಪ್ರಯಾಣ ಮೈಬೆವರಿಸಿತ್ತು. ವಾರಾಣಸಿ ನಿಲ್ದಾಣ ತಲುಪುವುದರಲ್ಲಿ ಸುಸ್ತು ಕಂಗೆಡಿಸಿತ್ತು. ರೈಲುಗಾಡಿ ನಿಲ್ಲುವುದರಲ್ಲಿ ಜನಜಂಗುಳಿ ಹುಚ್ಚುಹೊಳೆಯಂತೆ ಹರಿದು ಮೈಮನವನ್ನು ಕೊಚ್ಚಿಹಾಕಿತ್ತು. ಈ ಗಡಿಬಿಡಿಯಲ್ಲಿ ಸಾಮಾನಿನ ಗಂಟೊಂದು ಹಾರಿಹೋಗಿತ್ತು. ಹತ್ತುನಿಮಿಷದ ತಡಕಾಟ ವ್ಯರ್ಥವಾಗಿತ್ತು. ದುಗುಡ ಬೆಳೆದು, ಬೇಸರಿಕೆ ಮನವನ್ನು ಆವರಿಸಿತ್ತು.

ತತ್! ಇದೆಲ್ಲಿಯ ಜನ! ಇದೆಂಥ ಒರಟರು! ಪ್ಲಾಟ್‌ಫಾರ್ಮ್‌ನಲ್ಲಿ ಕಾಲಿಡಲೂ ಜಾಗವಿಲ್ಲ, ನೂಕುನುಗ್ಗಲು. ಮುಂಬಯಿಯ ಲೋಕಲ್ ಟ್ರೈನಿಗಾದರೂ ಜನ ನದಿಯ ಪ್ರವಾಹದಂತೆ

ಎರಡೂಕಡೆ ಓಡುತ್ತಾರೆ. ಇಲ್ಲಿ ಕಾಶಿಯಲ್ಲಿ ರೈಲು ಹಿಡಿಯುವವರ ಇಲ್ಲವೆ ರೈಲಿನಿಂದಿಳಿದು ಓಡುವವರ ದಾರಿಯಲ್ಲಿ ನೂರು ಅಡೆತಡೆಗಳು. ಪಯಣಿಗರ ಸಾಮಾನುಗಳು, ಮಾರಾಟದ ನೂಕುಗಾಡಿಗಳು, ಯಾವುದೊ ರೈಲಿಗೆ ಕಾಯುತ್ತಾ ಕೂತಿರುವವರು, ನಿಂತಿರುವವರು, ವಿವಿಧಭಂಗಿಯಲ್ಲಿ ಮಲಗಿರುವವರು, ನಿರ್ಲಜ್ಜೆಯಿಂದ ನಿತ್ಯಕರ್ಮಗಳಲ್ಲಿ ನಿರತರಾಗಿರುವವರು, ನಿಸ್ಸಂಕೋಚದಿಂದ ಹಾಲುಣಿಸುವ ತಾಯಂದಿರು, ತಲೆಬಾಚುವ ಮುದುಕಿಯರು, ಊಟದಬುತ್ತಿ ಬಿಚ್ಚಿಹರಡಿಕೊಂಡಿರುವವರು, ಚಾ ಹೀರುತ್ತಾ ಹರಟುವವರು, ಚುಟ್ಟಾಸೇದುವ ಸಾಧುಗಳು, ಇನ್ನೂ ಅನೇಕರು–ಇವೆಲ್ಲವೂ ಅಡೆತಡೆಗಳೇ. ಅಲ್ಲಿದ್ದ ಜನವೆಲ್ಲಾ ಹಳ್ಳಿಯವರೇ (ದೆಹಾತಿಗಳೇ) ಇದ್ದಿರಬೇಕು. ಮುಖದಲ್ಲಿ ಕಳೆಯಿಲ್ಲ, ಬಟ್ಟೆ ಕೊಳಕಲು, ಮಾತೆಲ್ಲ ಕಿರುಚಾಟ, ನಡೆವಳಿಕೆಯಲ್ಲಿ ಒರಟಾಟ. ದೆಹಲಿಯವರು ಇವರನ್ನು 'ಬಲಿಯಾ'ಗಳು (ಉತ್ತರಪ್ರದೇಶ ರಾಜ್ಯದ ಪೂರ್ವಭಾಗದವರು), 'ಯೂಪಿ ಭೈಯ್ಯಾ'ಗಳು (ಹಾಲುಮಾರುವ 'ಗೋವಾಲಾ'ಗಳು) ಎಂದು ಮೂದಲಿಸುತ್ತಾರೆ. ಜನಗಳ ದಟ್ಟಣೆ ಮತ್ತು ವಿಚಿತ್ರವನ್ನು ನೋಡಿಯೆ ಮನಸ್ಸು ಮುಜುಗರದಿಂದ ಮುದುಡಿತು. ಈ ಮಧ್ಯೆ, ಸಾಮಾನನ್ನು ಹಿಡಿದೋಡುತ್ತಿದ್ದ ಕೂಲಿಯನ್ನು ಹಿಂಬಾಲಿಸುವ ಅವಸರದಲ್ಲಿ ಎರಡುಸಲ ಮುಗ್ಗರಿಸಿ, ಒಂದುಸಲ ಡಿಕ್ಕಿ ಹೊಡೆದದ್ದಾಯಿತು.

ರೈಲುನಿಲ್ದಾಣದಿಂದ ಹೊರಬರುವುದೇ ತಡ ಸೈಕಲ್‌ರಿಕ್ಷಾದವರು ಮತ್ತು ಆಟೋದವರು ಗಿರಾಕಿಯನ್ನು ಹಿಡಿಯಲು ಪೈಪೋಟಿಯಿಂದ ಗಲಾಟೆ ನಡೆಸುತ್ತಾರೆ. ಇಲ್ಲಿ ಒಂದು ಸಾಲುನಿಲ್ಲುವ ಪದ್ಧತಿ, ನಿಯಮ, ಏನೂ ಇಲ್ಲದೆ ಇವರ ಗಲಾಟೆ ಯಾರಿಗಾದರೂ ಹುಚ್ಚುಹಿಡಿಸುತ್ತದೆ. ಸೈಕಲ್‌ರಿಕ್ಷಾದ ಸವಾರಿಯ ದೃಶ್ಯ ಈ ಯಂತ್ರಯುಗದಲ್ಲಿ ಹೀನಾಯವೇ ಸರಿ. ಇಬ್ಬರು ಕೂರುವ ಜಾಗದಲ್ಲಿ ಮೂರುಜನ, ಮೂವರ ಕಾಲಕೆಳಗೆ ಒಬ್ಬ ಹೆಂಗಸು, ನಾಲ್ಕಾರು ಸಾಮಾನುಗಳು, ಎಳೆಯಲಾರದೆ ಎಳೆಯುವ ಬಡಕಲ ದೇಹದ ರಿಕ್ಷಾವಾಲಾ – ಇವೆಲ್ಲವೂ ಬಡತನ, ಶೋಷಣೆ ಮತ್ತು ಸ್ತ್ರೀಗೆ ಕೊಟ್ಟಿರುವ ಕೆಳಮಟ್ಟದ ಸ್ಥಾನಮಾನಗಳ ದ್ಯೋತಕವೇ ಸರಿ. ವಿಚಾರವಾದಿ ಇದನ್ನು ಪ್ರತಿಭಟಿಸಿದನು. ಆದರೆ ಸೈಕಲ್‌ರಿಕ್ಷಾದ ಹೊಸ ಅನುಭವದ ಆಕರ್ಷಣೆ ಮನಸ್ಸನ್ನು ಡೋಲಾಯಮಾನವಾಗಿಸಿತು. ಆ ಮನಸ್ಸನ್ನು ಸಮಾಧಾನಕ್ಕೆ ತರಲು ಅವನಿಗೆ ಮೂರು ನೆಪಗಳು ಹೊಳೆದವು – ಎಷ್ಟೋ ಕಾಲದಿಂದ ಬೇರೂರಿರುವ ಸ್ಥಿತಿಯನ್ನು ಒಬ್ಬ ಬದಲಾಯಿಸಲಾಗುವುದಿಲ್ಲ, ಇದು ನಮ್ಮ ಅಸಹಾಯಕತೆ, ಅಲ್ಲದೆ ಇದೇ ಇಲ್ಲಿಯ ಅಗ್ಗದ ವಾಹನ. ದೂಳಿಗೆ ಕಣ್ಣುಮುಚ್ಚುವಂತೆ ಅಂತಃಕರಣ ಮುಚ್ಚಿ ಸೈಕಲ್‌ರಿಕ್ಷಾ ಹತ್ತಿದರೆ, ಅವನಿಗೆ ಸಿಕ್ಕ ಅನುಭವ ಇನ್ನೊಂದು. ಸ್ವಲ್ಪದೂರ ಹೋಗುವುದರಲ್ಲೆ ವಾಹನಗಳಿಂದ ರಸ್ತೆ ಜಾಮ್, ಬುಸುಗುಟ್ಟುತ್ತಾ ನಿಂತವಾಹನಗಳ ದಟ್ಟಹೊಗೆಯಿಂದ ಜನರ ಮೂಗೂ ಜಾಮ್! ಆಗ ಬಾಯಲ್ಲಿ ತುಂಬಿದ್ದ ಪಾನ್‌ನ

ರಸವನ್ನು ಪಿಚಕಾರಿ ಹೊಡೆದಂತೆ ಉಗುಳಿ, ಕಿರುಚಾಡಲು ಅನುಕೂಲವಾಗುವಂತೆ ಬಾಯಿಖಾಲಿ ಮಾಡಿಕೊಳ್ಳುವ ಪರಿ, ಚಾಲಕರ ಕೂಗಾಟ, ಕಾರು ಬಸ್‌ಗಳ ಚೀರಾಟ, ಒಟ್ಟಿನಲ್ಲಿ ಗಲಾಟೆಯಿಂದ ಕಿವಿಯೂ ಜ್ಯಾಮ್. ಹೀಗೆ ಅಂತಃಕರಣ, ಕಣ್ಣು, ಮೂಗು, ಕಿವಿ, ಬಾಯಿ ಎಲ್ಲವೂ ಜ್ಯಾಮೋಜ್ಯಾಮ್!! ಈ ಮಧ್ಯೆ ಆಟೋ ತಗುಲಿಸಿದನೆಂದು ಕಾರಿನವ ಬೈಯ್ದಾಡಿದ. ತಾನು ಸಂದಿಯಲ್ಲಿ ಹೋಗಲು ಜಾಗಬಿಡಲಿಲ್ಲವೆಂದು ಆಟೋದವ ಸೈಕಲ್‌ರಿಕ್ಷಾದವನಿಗೆ ಬೆನ್ನಮೇಲೆ ಗುದ್ದಿದ. ಬಗ್ಗಿದವನ ಬೆನ್ನಮೇಲೆ ಬಲ್ಲಿದನ ಗುದ್ದು ಅನ್ನುವ ರೀತಿಯಾಯಿತು. ಮೊದಲು ಇಲ್ಲಿ ಬರೀ ಸೈಕಲ್‌ರಿಕ್ಷಾಗಳೆ ಇದ್ದಾಗ ಬಡತನದ ಜೊತೆಗೆ ದೈನ್ಯತೆಯೂ ಬೆರೆತಿತ್ತಂತೆ, ದೊಡ್ಡವರಿಗೆ ಗೌರವ ಇತ್ತಂತೆ. ಆಟೋಗಳು ಬಂದಮೇಲೆ ಯಾಂತ್ರಿಕತೆಯ ಜೊತೆಗೆ ಜೋರು, ಜಗಳ ಶುರುವಾಗಿದೆಯಂತೆ. ಬೆಳವಣಿಗೆಯ ಹಾದಿಯಲ್ಲಿ ನಾಗರಿಕತೆಯ ಪಿಡುಗುಗಳು ಹೆಚ್ಚಿವೆಯಂತೆ, ಸಂಸ್ಕೃತಿ ಹಾಳಾಗುತ್ತಿದೆಯಂತೆ. ಹೀಗೆಲ್ಲಾ ಅಳುವವರು ಇಲ್ಲಿಯ ಸಾಂಪ್ರದಾಯಿಕ ಗೊಡ್ಡುಗಳು. ಅವರ ಮಾತುಕೇಳಿದರೆ ನಾವಿನ್ನೂ ಹತ್ತನೆಯ ಶತಮಾನದಲ್ಲಿಯೇ ಇರಬೇಕಾಗುತ್ತಿತ್ತು. ಅಭಿವೃದ್ಧಿಯಾಗುತ್ತಿದೆ ಅಂದಾಗಲೂ ದಾರಿಯುದ್ದಕ್ಕು ಎರಡೂ ಕಡೆ ನೋಡಿದ್ದು ಜನ, ದನ, ಹೇಸಿಗೆ, ಕೊಳಕು! ರಸ್ತೆಯ ಮಧ್ಯ, ಪಕ್ಕದಲ್ಲಿ, ಗಲ್ಲಿಗಳಲ್ಲಿ, ಅಂಗಡಿಗಳಲ್ಲಿ, ಎಲ್ಲೆಲ್ಲೂ ಜನವೇ ಜನ. ಎಲ್ಲೆಲ್ಲೂ ಕೊಳಕೇ ಕೊಳಕು. ತಿಪ್ಪೆಗುಂಡಿಯನ್ನು ಕೋಲಿನಿಂದ ತಿವಿದರೆ ಸುಯ್ ಅಂತ ಹಾರುವ ಸೊಳ್ಳೆ ನೊಣಗಳ ಹಿಂಡಿನಂತೆ ಇಲ್ಲಿ ಜನ ಓಡಾಡುತ್ತಾರೆ. ಕಾಶಿಯೇ ಒಂದು ತಿಪ್ಪೆಗುಂಡಿ, ಬೆಳಗಿನ ಸೂರ್ಯಕಿರಣಗಳೇ ಕೋಲಿನ ತಿವಿತ, ಇಲ್ಲಿಯ ಜನಗಳ ಓಡಾಟವೇ ಸೊಳ್ಳೆ ನೊಣ ಕ್ರಿಮಿಗಳ ಹಾರಾಟ!

ಕಾಶಿಯಲ್ಲಿ ತಂಗಲು ವ್ಯವಸ್ಥೆಗಳಿಗಿಂತಲೂ ಅನೇಕ ಅವ್ಯವಸ್ಥೆಗಳಿವೆ. ವಸತಿಗೃಹ, ಮಠ, ಆಶ್ರಮ, ಪಂಡಾಗಳ ಮನೆ, 'ಮಂಚತಾರ'ದಿಂದ ಪಂಚತಾರ ಹೋಟೆಲುಗಳು ಇವುಗಳು ಅವ್ಯವಸ್ಥೆಯ ನಾನಾ ಅವಸ್ಥೆಗಳು. 'ಮಂಚತಾರ' ಅಂದರೆ ನಾಲ್ಕು ಮರದಕಾಲು ಗಳಿಗೆ ಹಗ್ಗಹೆಣೆದ ಒರಟು ಮಂಚ. ಈ ಮಂಚದ ಸೌಲಭ್ಯದಂತೆಯೆ ಮಿಕ್ಕೆಲ್ಲವೂ ಒಡ್ಡಾಗಿರುವ ಅಗ್ಗದ ವಾಸ. ಎಲ್ಲಿ ಯಾವುದು ಸುವ್ಯವಸ್ಥೆಯೊ ಅವ್ಯವಸ್ಥೆಯೊ ಅದು ಅವರವರ ಪುಣ್ಯ ಅಷ್ಟೆ. ಆದರೆ ಪಂಚತಾರವನ್ನು ಬಿಟ್ಟರೆ ಮಿಕ್ಕೆಲ್ಲ ಕಡೆಯೂ ಕಂಡೇಕಾಣುವ ಸಾಮಾನ್ಯ ಅಂಶವೆ 'ಕೊಳಕು'. ಹೊರಗೆ ಚೆನ್ನಾಗಿದ್ದರೆ ಕೋಣೆ ಕೊಳಕು, ಹಾಸಿಗೆ ಚೆನ್ನಾಗಿದ್ದರೆ ಬಚ್ಚಲು ಕೊಳಕು, ಬಚ್ಚಲು ಚೆನ್ನಾಗಿದ್ದರೆ ಸಂಡಾಸು ಕೊಳಕು, ಒಟ್ಟಿನಲ್ಲಿ ಎಲ್ಲವೂ ಕೊಳಕಿನ ವಿವಿಧ ಅವತಾರಗಳು, ಅಷ್ಟೆ!

ಕಾಶಿಯ ನಿಲ್ದಾಣ ತಲುಪಿದಾಗಲೇ ಪಂಡಾ ಯಾತ್ರಿಯನ್ನು ಹಿಡಿಯದಿದ್ದರೆ, ತಂಗಿರುವ ಸ್ಥಳದಲ್ಲಿ ಖಂಡಿತಾ ಹಿಡಿಯುವನು. ಭಗವಂತನಿಗೂ ಭಕ್ತನಿಗೂ ಮಧ್ಯೆ ಪೂಜಾರಿಯಾದರೆ,

ಮಂದಿರಕ್ಕೂ ಯಾತ್ರಿಗೂ ಮಧ್ಯೆ ಬರುವ ದಲ್ಲಾಳಿಯೆ ಪಂಡಾ. ಮಂದಿರ ತೋರಿಸುತ್ತೇನೆ, ದರ್ಶನ ಮಾಡಿಸುತ್ತೇನೆ, ಪೂಜೆ ಮಾಡಿಸಿಕೊಡುತ್ತೇನೆ, ನಿಮ್ಮ ಶ್ರಾದ್ಧಮಾಡಿಸುತ್ತೇನೆ*** ಏನಂದೇ ಎಂದು ದನಿಯೇರಿಸಿದರೆ, 'ನಿಮ್ಮಪ್ಪನ ಶ್ರಾದ್ಧ' ಎಂದು ತಿಳಿಹೇಳುತ್ತಾನೆ. ಆದರೆ ಕೊನೆಗೆ ಅವನು ಮಾಡುವುದು ನಿಮ್ಮ ಶ್ರಾದ್ಧವನ್ನೇ. ಅವನ ಮಾತಿನಮೋಡಿಗೆ ಮರುಳಾದರೆ, ನಿಮ್ಮ ತಲೆಬೋಳು, ಜೇಬುಖಾಲಿ, ಮನಸ್ಸೆಲ್ಲಾ ಗೊಂದಲಮಯ. ಪಂಡಾಗಳ ಪುಂಡಾಟಿಕೆಯ ಕಥೆಗಳನ್ನು ಕಾಶಿಯ ಪ್ರತಿ ಗಲ್ಲಿಯಲ್ಲೂ ಕೇಳಬಹುದು. ಹಳ್ಳಿಯ ಕುಟುಂಬಕ್ಕೆ ವಸತಿ ಒದಗಿಸಿದ ಪಂಡಾ ಜಾಣತನದಿಂದ ನಾಲ್ವರು ಹಿರಿಯರನ್ನು ಒಂದು ಮನೆಗೆ ಸೇರಿಸಿ, ಪಕ್ಕದ ತನ್ನ ಮನೆಯಲ್ಲಿ ಮುಗ್ಧ ಗಂಡು-ಹೆಣ್ಣನ್ನು ಸೇರಿಸಿ, ಹೆಣ್ಣನ್ನು ಕೆಡಿಸಿದ ಕಥೆ ಒಂದು ಉದಾಹರಣೆ. ಶ್ರೀಮಂತ ವಿದೇಶೀ ಮಹಿಳೆಯನ್ನು ಸುತ್ತಿಸಿ, ಕೆಡಿಸಿ, ದೋಚಿ, ಕೊಂದು, ಕೊನೆಗೆ ಮನೆಯಂಗಳದಲ್ಲಿ ಹೂತಕಥೆ ಕೋರ್ಟ್‌ಗೆ ಹೋಗಿತ್ತಂತೆ. ಹೆಣ್ಣು ಒಂಟಿಯೊ, ವಿಧವೆಯೊ ಆಗಿದ್ದರಂತೂ ಅವಳ ಮೇಲೆ ಪಂಡನದು ಗಿಡುಗನ ಕಣ್ಣು. 'ಕಾಶಿಕರವಟ್' ಅನ್ನುವ ಕಡೆ ಬಾವಿಯ ಆಳದಲ್ಲಿ ಒಂದು ಶಿವಲಿಂಗ, ಅಕ್ಕಪಕ್ಕದಲ್ಲಿಯೆ ನೆಲಕ್ಕೆ ಜೋಡಿಸಿದ ಒಂದು ಗರಗಸವಿದೆ. ಕಾಶಿಯಲ್ಲಿ ಸತ್ತರೆ ಮುಕ್ತಿಯೆಂದು ಪುರಾಣ ಹೇಳಿದರೆ, ಹಾಗೆ ಸಾಯಲು ಆತ್ಮಹತ್ಯೆ ಸುಲಭ ಉಪಾಯವೆನ್ನುವನು ಪಂಡಾ. "ಬನ್ನಿ, ಬನ್ನಿ, ನಿಮ್ಮದೆಲ್ಲವನ್ನೂ ದಾನಮಾಡಿದರೆ ಪುಣ್ಯ, ನಂತರ ಕಾಶಿಕರವಟ್‌ನ ಗರಗಸದ ಮೇಲೆಹಾರಿದರೆ ಇನ್ನೂ ಪುಣ್ಯ! ಮುಕ್ತಿ ನಿಶ್ಚಯ!" ಎಂದು ಇಲ್ಲಿಯ ಪಂಡಾಗಳು ಅದಿನ್ನೆಷ್ಟು ಮುಗ್ಧರಿಗೆ ಮುಕ್ತಿ ದೊರಕಿಸಿಕೊಟ್ಟಿದ್ದಾರೊ ಎಣಿಸಿದವರಾರು! ಹಾ! ಮರೆಯದ ಇನ್ನೊಂದು ಮಾತು□ಮೊದಲು ಸರ್ವಸ್ವ-ದಾನ, ಅನಂತರವೇ ಪುಣ್ಯ!! ಹೀಗೆ ಪಂಡಾಗಳ ಕಥೆ ಮುಗಿಯುವುದೇ ಇಲ್ಲವಾಗಿ ಅವರು ಪಂಡಾಗಳೋ ಗೂಂಡಾಗಳೋ ಎಂಬ ಪ್ರಶ್ನೆ ಏಳುತ್ತದೆ.

ಯಾರ ಹಾವಳಿಯೂ ಬೇಡವೆಂದು, ಗಂಗಾನದಿಯಲ್ಲಿ ಸ್ನಾನಮಾಡಿ, ಪಾಪವನ್ನು ಕಳೆದುಕೊಂಡು, ಪುಣ್ಯಗಳಿಸುವ ಮನಸ್ಸಾಗುತ್ತದೆ. ಘಾಟ್‌ನ ರಸ್ತೆಯೆ ಸಣ್ಣದು, ಅದರ ಇಕ್ಕೆಲಗಳಲ್ಲೂ ಅಂಗಡಿಗಳು, ಮಾರಾಟದ ಗಾಡಿಗಳು. ಇಲ್ಲಿ ಪಂಡಾಗಳ ಕಾಟ ಇನ್ನೂ ತೀವ್ರ. ಅವರಿಂದ ಪಾರಾಗುವುದೇ ದೊಡ್ಡಸಾಹಸ. ಕೊನೆಗೆ, ಘಾಟ್‌ನ ಮೆಟ್ಟಲುಗಳ ಮೇಲಿನ ಜನಜಂಗುಳಿ-ಗಲಾಟೆ, ರಸ್ತೆಯ ಉದ್ದಕ್ಕೂ ಸಾಧುಗಳು, ಕುಂಟರು, ಕುರುಡರು, ಹೆಳವರು, ಮುದುಕರು, ಅನೇಕ ರೋಗಗಳಿಂದ ಬಳಲುವವರು, ರಾಗರಾಗವಾಗಿ ಹಾಡಿಕಾಡಿ ಭಿಕ್ಷೆಬೇಡುವವರು, ಮಾರಾಟಗಾರರು ಎಲ್ಲರನ್ನೂ ನೋಡಿ ಕಣ್ಣುನೋಯುತ್ತದೆ, ಮನಹಿಂಡುತ್ತದೆ. ಗಂಗಾಸ್ನಾನಕ್ಕೆ ಮೊದಲು ಇವರನ್ನು ಕರುಣೆಯಿಂದ ನೋಡಿದಾಗ ನಮ್ಮ ಪಾಪವೆಲ್ಲ ಅವರಲ್ಲಿ ಹೋಗಿ ಕುಳಿತಿರುತ್ತವೇನೋ. ಸ್ನಾನದ ನಂತರ ಶುದ್ಧರಾಗಿ

ಬಂದು ಇವರನ್ನು ಅಸಹ್ಯದಿಂದ ನೋಡಿದಾಗ ಆ ಪಾಪಗಳೆಲ್ಲ ಓಡಿಬಂದು ಮತ್ತೆ ನಮ್ಮನ್ನು ಸೇರಿಕೊಳ್ಳುತ್ತವೆಯೋ ಏನೋ! ಮೆಟ್ಟಲಮೇಲೆ ನಿಂತು ದೂರಕ್ಕೆ ನೋಡಿದರೆ ಅಲ್ಲಿಯ ಗಂಗಾಪ್ರವಾಹ ಗಂಭೀರ, ಚೆನ್ನ. ಆದರೆ ಸ್ನಾನಮಾಡುವುದಾದರೂ ಎಲ್ಲಿ? ಇಲ್ಲೇ, ಈ ದೋಣಿಗಳ ಮಧ್ಯೆ, ಹರಿಯದೆ ಕೊಳಚೆಯಾಗಿ ನಿಂತಿರುವ ನೀರಿನಲ್ಲೇ, ಹೂವು-ದೀಪ ಹೊತ್ತ ಸಾವಿರಾರು ದೊನ್ನೆಗಳು ನೀರಿನಲ್ಲಿ ತೇಲುತ್ತಿರುವ ಈ ಕೊಳಕಿನಲ್ಲೇ? ಮೆಟ್ಟಲುಗಳ ಜಾರಿಕೆಯಲ್ಲಿ ಅಲ್ಲೇ ಮುಳುಗಿದರೇನು ಗತಿ?*** ಅಯ್ಯೋ! ಅಲ್ಲಿ ಮೇಲಿನಿಂದ, ಘಾಟ್‌ನ ಮೇಲೆ ರಾರಾಜಿಸುತ್ತಿರುವ ಟೂರಿಸ್ಟ್ ಲಾಡ್ಜ್‌ಗಳ, ಮನೆಗಳ ಬಚ್ಚಲನೀರೆಲ್ಲ ಗಂಗೆಗೇ ಹರಿದುಬರುತ್ತಿದೆಯಲ್ಲ*** ಛೀ, ಇಡೀ ನಗರದ ಚರಂಡಿ ನೀರೆಲ್ಲ ನದಿಗೆ ಸೇರುತ್ತದಂತೆ, ಗಂಗೆಯೇ ಕಲುಷಿತಳು! ನಮ್ಮ ದೇಹವನ್ನೇ ತೊಳೆಯಲಾಗದ ಈ ಗಂಗೆ ನಮ್ಮೊಳಗೆ ಶೇಖರವಾಗಿರುವ ಪಾಪಗಳನ್ನಾದರೂ ಹೇಗೆ ತೊಳೀತಾಳೆ?? ಇಲ್ಲಿ ಸ್ನಾನವಂತೂ ಖಂಡಿತಾ ಬೇಡ. ಹಾಗಾದರೆ, ನದಿಯ ಮಧ್ಯಭಾಗದಲ್ಲಿ ಸದಾಕಾಲವೂ ಒಳ್ಳೆಯ ಹರಿವು ಇರುವಕಡೆ ದೋಣಿಯಲ್ಲಿ ಹೋಗಿ ಸ್ನಾನಮಾಡೋಣ ಎಂದರೆ ಅಲ್ಲಿಯ ಆಳ ಹೆಚ್ಚು. ಜೊತೆಗೆ ಅರ್ಧಸುಟ್ಟ ಹೆಣಗಳನ್ನು ಎಸೆದಿರುತ್ತಾರಂತೆ. ಕೊಳೆತುನಾರುತ್ತಿರುವ ಹೆಣವೇನಾದರೂ ನಮ್ಮ ಮೈಗೆಲ್ಲಾದರೂ *** ಥೂ ಥೂ! ಯೋಚಿಸಲೂ ಸಾಧ್ಯವಿಲ್ಲ. ಅದು ಕೇವಲ ಅಸಹ್ಯವಲ್ಲ, ಭೀಭತ್ಸ! ಒಟ್ಟಿನಲ್ಲಿ ಇಲ್ಲಿ ಸ್ನಾನಮಾಡಿದರೆ ಪುಣ್ಯದ ಜೊತೆಗೆ ಅಂಟುಜಾಡ್ಯ, ಹೊರಬಂದಾಕ್ಷಣ ನಿಮ್ಮ ಹಳೆಯ ಪಾಪದ ಜೊತೆಗೆ ಇಲ್ಲಿಯ ಹೆಳವರ ಶಾಪದ ಪಾಪವೂ ಹೇರಿಕೊಂಡು ಬರುವುದು ನಿಶ್ಚಯ! ಆಚೆದಡದಲ್ಲಿ ಸ್ನಾನಮಾಡೋಣವೆಂದರೆ, ಹಿಂಸಿಸಲು ದೋಣಿಯ ನಾವಿಕರು ತಯಾರ್. ಅರ್ಧದೂರ ಕರೆದುಕೊಂಡುಹೋಗಿ, ಅಲ್ಲಿ ನಿಮ್ಮ ಹಣಕಾಸನ್ನೆಲ್ಲಾ ದೋಚಿ, ನದಿಯಲ್ಲಿ ನೂಕಿಬಿಡುತ್ತಾರಂತೆ! ಹೋಟೆಲಲ್ಲೆ ಸ್ನಾನಮುಗಿಸಿ ಮಂದಿರ ನೋಡಿದರಾಯಿತೆಂದರೆ, ಘಾಟ್‌ನ ಅಟ್ಟದಮೇಲೆ ಛತ್ರಿಯ ಕೆಳಗೆ ಕುಳಿತಿರುವ ಪಂಡಾಗಳು ('ಘಟಿಯಾ'ಗಳು) ಸಹ ನಿಮ್ಮನ್ನು ಗಂಗಾಪೂಜೆಗೆಂದು, ಪಿತೃತರ್ಪಣಕ್ಕೆಂದು ಆಕರ್ಷಿಸಿ ಕರೆಯುತ್ತಾರೆ. ಬಟ್ಟೆ ಕಳಚಿಡಲು, ಹಣೆಗೆ ಗಂಧ ತೀಡಿಸಿಕೊಳ್ಳಲು ಈ ಘಾಟ್‌ನ ಪಂಡಾಗಳಿಗೆ ತಲೆಬಗ್ಗಿಸಿ ದಕ್ಷಿಣೆ ಕಕ್ಕುವುದು ಬೇರೆ ಇನ್ನೊಂದು ರೀತಿ.

ಕಾಶಿಗೆ ಹೊರಟಿದ್ದುದೆ ಒಂದು ದೊಡ್ಡತಪಸ್ಸು. ಇಲ್ಲಿ ಬಂದು ವಿಶ್ವನಾಥಮಂದಿರಕ್ಕೆ ಹೊರಟಿರುವುದು ತಪಸ್ಸಿನ ಕೊನೆಯ ಹಂತ. ತಪಸ್ಸಿನ ಫಲ ತಪ್ಪಿಸಲು ದೇವತೆಗಳು ಅನೇಕ ವಿಘ್ನಗಳನ್ನು ತಂದೊಡ್ಡುತ್ತಾರಂತೆ. ವಿಘ್ನಗಳ ನಮೂನೆಯನ್ನು ವಿಶ್ವನಾಥ ಗಲ್ಲಿಯಲ್ಲಿ ನೋಡಬಹುದು. ಅಂಕುಡೊಂಕಾದ ಗಲ್ಲಿಯಲ್ಲಿ ನೇರವಾಗಿ ನಡೆಯುವ ಹಾಗೇ ಇಲ್ಲ. ಅಲ್ಲಿಯ ಜನಗಳ ಗುಂಪು, ಸಾಧುಗಳ ಸಾಲು, ಗೂಳಿಗಳ ಓಟ ಎಲ್ಲವನ್ನೂ ತಪ್ಪಿಸಿಕೊಂಡು

ಅಂಕುಡೊಂಕಾಗೇ ನಡೆಯಬೇಕು. ಮತ್ತೆ ಯಥಾಪ್ರಕಾರ ಪಂಡಾಗಳ ಕಾಟ. ಒಂಟಿ (ಸುಂದರ)ಹೆಣ್ಣು ಮತ್ತು ಒಂಟಿ (ಸಂಪತ್ತಿನ)ಯಾತ್ರಿ ಇದ್ದಕಡೆ ಅದೆಲ್ಲಿಂದಲೊ ಒಬ್ಬ ಪುಂಡಪಂಡಾ ಪ್ರತ್ಯಕ್ಷವಾಗಿ ಬಿಡುತ್ತಾನೆ! ಒಂದು ರೀತಿಯಲ್ಲಿ ಪಂಡಾ ಇಲ್ಲಿಯ ಇಂದ್ರನಿದ್ದ ಹಾಗೆ–ಇಂದ್ರ ಅಂದರೆ ಇಂದ್ರಿಯ ವಾಸನೆಗಳ ಒಡೆಯ. ಇಂದ್ರಿಯಗಳೊಡೆಯನಿಂದ ತಪ್ಪಿಸಿಕೊಂಡಮೇಲೆ ಇನ್ನಾವ ಯೋಚನೆ ಅಂದುಕೊಂಡರೆ, ಗಲ್ಲಿಯ ಉದ್ದಕ್ಕೂ ತರತರಾವರಿ ವಸ್ತುಗಳ ಅಂಗಡಿಗಳು. ಕಣ್ಣುಕೋರೈಸುವ ವಸ್ತುಗಳನ್ನು ತಪ್ಪಿಸಿಕೊಳ್ಳಲು ಕಣ್ಣುಮುಚ್ಚಿದರೆ, ಅಂಗಡಿಯ ರೆಕಾರ್ಡ್‌ಗಳು, ಮಾರಾಟದ ಕೂಗುಗಳು ಕಿವಿಯನ್ನು ಕೊರೆಯುತ್ತವೆ. ಕೆಲವೆಡೆ ಕೈಹಿಡಿದು ಅಂಗಡಿಯೊಳಗೆ ಎಳೆಯುವುದೂ ಉಂಟು. ಎಲ್ಲ ಅಡ್ಡಕಸುಬಿಗಳನ್ನೂ ದಾಟಿ, ಗೂಳಿಗಳ ಕೊಂಬಿನಿಂದ ಬಚಾವಾಗುವುದೆ ದೊಡ್ಡಕೆಲಸ. ಇಲ್ಲಿಯ ಗೂಳಿಗಳು ಹಿಂದಿನ ಜನ್ಮದಲ್ಲಿ ಪಂಡಿತರಾಗಿದ್ದವಂತೆ. ಪಂಡಿತರನ್ನು ಒಂದುಸಲ ಕೆಣಕಿದರೆ ವಾಗ್ವಾದ(ಶಾಸ್ತ್ರಾರ್ಥ)ಕ್ಕೆ ಇಳಿಯುವಂತೆ, ಒಂದುಸಲ ದೃಷ್ಟಿಬಿದ್ದರೆ ಇಲ್ಲಿಯ ಗೂಳಿ ಹೂಂಕರಿಸುತ್ತಾ ನುಗ್ಗಿಬರುತ್ತದೆ. ಅವುಗಳಿಂದ ತಪ್ಪಿಸಿಕೊಂಡು ಬಚಾವಾಗಿ, ಮಂದಿರದೊಳಗೆ ನುಗ್ಗಿದರೆ (ನುಸುಳಬೇಕು ಇಲ್ಲವೇ ನುಗ್ಗಬೇಕು), ಅಲ್ಲಿ ವಿಶ್ವನಾಥನನ್ನು ನೋಡಲು ಅಸಾಧ್ಯ ನೂಕುನುಗ್ಗಲಾಟ. ಕೈಯಲ್ಲಿ ಹಿಡಿದ ಗಂಗೆತಾಲಿಯ ಅರ್ಧನೀರು ನೆಲಕ್ಕೆ ಚೆಲ್ಲಿರುತ್ತದೆ, ಹೂವಿನಹಾರ ಬಿದ್ದು ಯಾರದೊ ಕಾಲ್ತುಳಿತಕ್ಕೆ ಸಿಕ್ಕುಹೊಸಕಿರುತ್ತದೆ, ಹೂವಿಗಿಂತ ಹಗುರವಾದ ಮನಸ್ಸು ಜರ್ಝರಿತವಾಗಿರುತ್ತದೆ. ಇನ್ನೇನು ಇಲ್ಲಿಯ ಕಬಡ್ಡಿ ಪಂದ್ಯದಲ್ಲಿ ನನ್ನದೆ ಗೆಲುವು, ಈಗ ಮುಂದಿರುವವನನ್ನು ತಳ್ಳಿದರೆ, ಮುಂದೆ ನನಗೇ ಲಿಂಗದರ್ಶನ. ಹಾಗೆಂದುಕೊಂಡು ಧ್ಯಾನಮಾಡಲು ಒಂದೇಕ್ಷಣ ಕಣ್ಣುಮುಚ್ಚುವಲ್ಲಿ ಅಲ್ಲೇ ನಿಂತಿದ್ದ ಪೋಲೀಸ್‌ಪ್ಯಾದೆ 'ಹಟೋ, ಹಟೋ' ಎಂದು ಒರಟಾಗಿ ಎಳೆಯುತ್ತಾನೆ. ಕೈ ಕೊಸರಿಕೊಳ್ಳುವುದರಲ್ಲಿ ಹಿಂದಿನಿಂದ ಯಾವನೋ ಜೋರಾಗಿ ತಳ್ಳುತ್ತಾನೆ. ಆ ರಭಸಕ್ಕೆ ಮುಂದೆ ಅರ್ಧಬಗ್ಗಿದ್ದ ಹೆಂಗಸೊಬ್ಬಳು ಆಯತಪ್ಪಿ ಅಲ್ಲಿನ ನೀರು–ಹೂವುಗಳ ಹೊಂಡಕ್ಕೆ, ಲಿಂಗದ ಮೇಲೆಯೆ ಬೀಳುತ್ತಾಳೆ. ಅಲ್ಲಿಯ ಗಡಿಬಿಡಿ ಗೊಂದಲದಲ್ಲಿ ಆದದ್ದು ಲಿಂಗದರ್ಶನವಲ್ಲ, ಕಂಡದ್ದು ಬಿದ್ದ ಹೆಂಗಸಿನ ದೃಶ್ಯ ಮಾತ್ರ!

ಕಾಶಿಯಾತ್ರೆಯ ನಿರೀಕ್ಷೆ, ಉತ್ಸಾಹ, ಉದ್ರೇಕ ಎಲ್ಲವೂ ಒಂದೇಕ್ಷಣದಲ್ಲಿ ಟುಸ್ ಎಂದಿತು. ಪಾಯಸಕ್ಕೆಂದು ಗಂಟೆಗಟ್ಟಲೆ ನಿಧಾನವಾಗಿ ಕುದಿಸುತ್ತಿದ್ದ ಹಾಲು, ಕ್ಷಣದ ನಿರ್ಲಕ್ಷ್ಯತೆಯಿಂದ ಹುಳಿಬಿದ್ದು ಒಡೆದಂತೆ ಮನಸ್ಸು ಒಡೆದ ಕನ್ನಡಿಯಂತಾಯಿತು, ತಳಹಿಡಿದ ಹಾಲಿನ ಸೀದವಾಸನೆ ಹರಡುವಂತೆ ಕೆಟ್ಟವಾಸನೆ ಹರಡಿತು. ಯಾವ ತೀರ್ಥ, ಎಲ್ಲಿಯ ದೇವರು, ಯಾಕೀ ಯಾತ್ರೆ ಎಂದು ಎಲ್ಲೋ ಇದ್ದ ಅಲ್ಪವಿಶ್ವಾಸವೂ ಮಸುಕಾಯಿತು. ಆದರೂ, ಇನ್ನೆರಡುದಿನ ಕಾಶಿಯಲ್ಲಿರುವ ಪೂರ್ವಯೋಜನೆ ಇದ್ದುದರಿಂದ, ಮಿಕ್ಕಮಂದಿರ,

ಸ್ಥಳಗಳನ್ನು ನೋಡುತ್ತಾ ಕಾಲಕಳೆಯವುದೊಂದೇ ದಾರಿಯೆನಿಸಿತು. ಕಾಶಿಯಲ್ಲಿ ದೇವಬೀದಿ, ರಾಜಬೀದಿ, ರಥಬೀದಿ ಯಾವುದೂ ಇಲ್ಲ, ಎಲ್ಲೆಲ್ಲೂ ಅಂಕುಡೊಂಕಾದ ಗಲ್ಲಿಗಳೇ. ಮಂದಿರ ನೋಡಲು ಗಲ್ಲಿಗಳಲ್ಲಿ ಯಾವ ವಾಹನದಲ್ಲೂ ಓಡಾಡಲಾಗುವುದಿಲ್ಲ, ಒಬ್ಬರೇ ನಡೆದು ಹೋಗುವುದಂತೂ ಅಸಾಧ್ಯ; ಹಾಗೇನಾದರೂ ಧೈರ್ಯಮಾಡಿ ಹೋದರೆ (ಭೂಲ್-ಭೂಲಯ್ಯಾ ತರಹದ) ಗಲ್ಲಿಗಳಲ್ಲಿ ದಾರಿತಪ್ಪಿ ಎಲ್ಲೋ ಸುತ್ತುತ್ತಲೇ ಇರುವ ಸಂಭವವೇ ಜಾಸ್ತಿ. ಬೇಡಬೇಡವೆಂದರೂ ಪಂಡನನ್ನು ಬಿಡುವಹಾಗಿಲ್ಲ. ಕಾಡಿನಲ್ಲಿ ದಾರಿತಪ್ಪಬಾರದೆಂದು ಭಂಟನೊಬ್ಬನನ್ನು ಹಿಡಿದಮೇಲೆ ಅವನ ಹಿಂದೆ ಕಾಲು ಹಾಕುವುದೊಂದೇ ಕೆಲಸ. ಆ ಭಂಟನೊಬ್ಬ ಬೊಗಳೆದಾಸನೂ ಆಗಿದ್ದರೆ ಅವನು ಹೇಳಿದ್ದೆಲ್ಲಕ್ಕೂ ಹೂಂಗುಟ್ಟುತ್ತಾ ಗೋಣಾಡಿಸುವುದೇ ಕ್ಷೇಮ. ಅನ್ನಪೂರ್ಣ, ವಿಶಾಲಾಕ್ಷಿ, ಮಣಿಕರ್ಣಿಕಾ, ದಶಾಶ್ವಮೇಧ, ದುರ್ಗಾ ಅಂತ ಹತ್ತಾರು ಮಂದಿರ ನೋಡುತ್ತಾ, ಕಂಡ ಕಲ್ಲಿಗೆಲ್ಲಾ ನೀರಿನ ಅಭಿಷೇಕ, ಮೂರ್ತಿಗೆಲ್ಲಾ ಹಾರ, ಒಂದು ನಮಸ್ಕಾರ ಹಾಕಿ, ಪೂಜಾರಿಗೆ ಒಂದಿಷ್ಟು ದಕ್ಷಿಣೆಕೊಟ್ಟು ಮುಂದೋಡುವುದು ಸುಲಭದ ಕೆಲಸ. ಅದು ವಸ್ತುಸಂಗ್ರಹಾಲಯದ ಹಳೆಯ ಬೊಂಬೆ, ವಸ್ತ್ರ, ಆಭರಣಗಳನ್ನು ನೋಡಿ, ಬೇಕಾದರೆ ಅದರ ಹೆಸರು ಓದಿ, ಬೇಡದಿದ್ದರೆ ಮುಂದೋಡಿ ಹೋಗುವಷ್ಟು ಸುಲಭ. ಮೂರ್ತಿಯನ್ನು ನೋಡಿದಾಗ ಮನಸ್ಸಿನಲ್ಲಿ ಏನು ಭಾವನೆ ಬರುತ್ತದೋ ಅದೇ ಧ್ಯಾನ, ಅದೇ ಭಕ್ತಿ, ಅದೇ ಪ್ರಾರ್ಥನೆ. ಆದರೆ ಪಂಡಾನ ಪುರಾಣದ ರೆಕಾರ್ಡ್ ಆ ಕ್ಷಣಿಕ ಭಾವನೆಯನ್ನೂ ತುಂಡುಮಾಡುತ್ತದೆ. ಯಾವುದೊ ಪುರಾಣದ ಗೊಡ್ಡುಕಥೆ, ಪವಾಡದ ಮಹಿಮೆಯ ಜೊತೆಗೆ ಅಲ್ಲಿ ಪೂಜೆಮಾಡಿಸದಿದ್ದರೆ ಸಿಗುವ ಪಾಪದ ಬೆದರಿಕೆ ಹಾಕುತ್ತಾನೆ, ಪುಣ್ಯಫಲದ ಆಸೆ ತೋರಿಸುತ್ತಾನೆ. ಪೂಜಾರಿ ಪ್ರತಿಸೇವೆಯ ದರಪಟ್ಟಿಯನ್ನು ತಿಳಿಸುವಂತೆ ದಕ್ಷಿಣೆಯ ವಿವರಹೇಳುತ್ತಾನೆ. ಇವರನ್ನು ನಂಬಿದರೆ, ಈಗತಾನೆ ಮಸುಕಾದ ವಿಶ್ವಾಸ, ಜಾಗೃತವಾಗಿರುವ ವಿಚಾರವಾದ ಎರಡಕ್ಕೂ ಪೆಟ್ಟುಬಿದ್ದಂತೆ. ನಂಬದಿದ್ದರೆ ಏನು ಕೆಡುಕೋ ಯಾರಿಗೆ ಗೊತ್ತು. ಇವೆರಡಕ್ಕೂ (ಗೊಡ್ಡುಕಥೆ ಮತ್ತು ವಿಚಾರವಾದ) ಇರುವ ಅಂತರ ಕೇವಲ ಒಂದಿಷ್ಟು ರೂಪಾಯಿಗಳ ಬಾಬತ್ತು. ಮನಸ್ಸಿಗೇಕೆ ಮುಜುಗರವೆಂದು ಪೂಜೆಗೆ ಒಪ್ಪಿದರೆ ಮೈಮನಸ್ಸೆಲ್ಲ ಮುದುಡಿಹೋಗುವಂತಹ ಕರ್ಮಕಾಂಡ. ಕೊನೆಗೆ, "ಸಂಕಲ್ಪಮಾಡಿದಾಗ ನೀವು ಹತ್ತುಜನ ಬ್ರಾಹ್ಮಣರಿಗೆ ಭೋಜನ ಮಾಡಿಸುತ್ತೀರೆಂದು ಹೇಳಿದ್ದೀರಿ, ಅದರಕಡೆ ಇಂತಿಷ್ಟು ದಕ್ಷಿಣೆಹಾಕಿ", ಎಂಬ ಧಾರ್ಮಿಕ ಬಲವಂತ ಸಂಕಟಕ್ಕೀಡುಮಾಡುತ್ತದೆ. ಒಟ್ಟಿನಲ್ಲಿ ಪುರಾಣ, ಪವಾಡ, ಸೇವೆಯ ದರಪಟ್ಟಿ, ನಮಗೇ ಗೊತ್ತಿಲ್ಲದ ಸಂಕಲ್ಪದ ಒತ್ತಡ, ಪಂಡಾ ಪೂಜಾರಿಗಳ ಮಸಲತ್ತು ಇವೆಲ್ಲವೂ ಒಂದು ವಿಚಿತ್ರಲೋಕದ ಬಂಧನಗಳು. ಈ ಸಂಕೋಲೆಯಿಂದ ಬಿಡಿಸಿಕೊಂಡು, ಈ ವಿಚಿತ್ರಲೋಕದಿಂದ ಹೊರಗೆಬಂದರೆ ಸಾಕೆನಿಸುತ್ತದೆ.

ಉನ್ನತವೆನಿಸಿದ್ದ ಪೌರೋಹಿತ್ಯ ಯಾವರೀತಿ ಅಧೋಗತಿಗಿಳಿದು, ನಾರುತ್ತಿದೆ ಅನ್ನಲು ಇದೊಂದು ಉದಾಹರಣೆ.

ಕಾಶಿಯ ಅನೇಕ ಗುಡಿಗೋಪುರಗಳು ಭಗ್ನವಾಗಿವೆ, ಮೂರ್ತಿಗಳು ವಿಕಾರವಾಗಿವೆ. ಒಂದು ಕಡೆಯಂತೂ ತಲೆಒಡೆದಿರುವ '*ಮುಂಡಕಟಾ ಬಾಬ*'ನನ್ನೆ ಪೂಜಿಸುತ್ತಾರೆ. ಕೆಲವು ಮೂರ್ತಿಗಳನ್ನು ನೋಡಿದರೆ ಗೌರವ ಅಥವಾ ಪೂಜ್ಯಭಾವನೆಗಿಂತ ಹೆದರಿಕೆಯೆ ಹೆಚ್ಚಾಗುತ್ತದೆ. ವಿದೇಶಿ ಅಥವಾ ವಿಧರ್ಮೀಯನೇನಾದರೂ ವಾರಾಣಸಿಯನ್ನು ಸುತ್ತಿ ಇಲ್ಲಿಯ ವಿಚಿತ್ರವಿಗ್ರಹಗಳ ಪೂಜೆ, ಕರ್ಮವಿಧಿಗಳನ್ನು ಕಂಡರೆ ಜುಗುಪ್ಸೆ ಪಟ್ಟುಕೊಳ್ಳುತ್ತಾನೆ. ಲಂಡನ್ ಮಿಷನರಿ ಸೊಸೈಟಿ'ಯ ರೆವರೆಂಡ್‌ಎಮ್.ಎ.ಷೆರಿಂಗ್ ಕ್ರಿ.ಶ.1868ರಲ್ಲಿ ಬರೆದ ಚುಚ್ಚುಮಾತನ್ನು ನೋಡಿ: "ಇಡೀ ನಗರವೇ ಅಸಂಸ್ಕೃತ, ಅನಾಗರಿಕ ನಂಬಿಕೆ, ಪದ್ಧತಿ, ಆಚರಣೆಗಳಲ್ಲಿ ಮುಳುಗಿದೆ; ಇಲ್ಲಿಯ ಜೀವನದ ಕಗ್ಗತ್ತಲೆಯ ರಾತ್ರಿಯಲ್ಲಿ ಬೆಳಕಿನ ಒಂದುಕಿರಣವೂ ಬಿದ್ದಿಲ್ಲ; ಇಲ್ಲಿ ತಿಳಿವಳಿಕೆಯನ್ನು ಬಿತ್ತುವುದಾಗಲಿ, ಸುಧಾರಣೆಯನ್ನಾಗಲಿ ತರುವುದು ಅಸಾಧ್ಯ". ಈ ಪಾದ್ರಿಗೆ ಹಿಂದೂಮತವೇ ಠೊಳ್ಳು ಮತ್ತು ಅಸಂಬದ್ಧ ಎನಿಸಿದ್ದಾಗ ಆಚರಣೆಗಳು ಹೇಗೆ ಹಿಡಿಸುವುವು? ಪಾದ್ರಿ ಹೇಳುವುದನ್ನು ಕೇಳಿ, ಇದೇನು ನಮ್ಮ "ವಿಗ್ರಹಾರಾಧನೆಯೆ ನಮ್ಮನ್ನು ಅಸಹ್ಯಕರವಾದ ಅನೀತಿಗೆ ತಳ್ಳುತ್ತಿದೆಯೆ? ಸತ್ಯದಿಂದ ವಂಚಿತರನ್ನಾಗಿಸಿದೆಯೆ? ಮನಸ್ಸನ್ನು ವಂಚನೆಯಿಂದ ತುಂಬಿದೆಯೆ? ಮಾನವತೆಯ ಸಾಮಾನ್ಯಭಾವನೆಗಳನ್ನು ಭ್ರಷ್ಟವಾಗಿಸಿವೆಯೆ?" ಎಂದು ನಾಚಿಕೆಪಡುವಂತೆ ಮಾಡುತ್ತದೆ. ಒಟ್ಟಿನಲ್ಲಿ ಅಧೋಗತಿಗೆ ಇಳಿಯುತ್ತಿರುವ ಸಂಸ್ಕೃತಿ, ಪರಂಪರೆ, ಕೊಳೆತುನಾರುವ ಆಚರಣೆಗಳನ್ನು ಕಾಶಿಯ ಉದ್ದಗಲಗಳಲ್ಲಿ ಕಾಣಬಹುದು.

ಕಾಶಿಯಲ್ಲಿ ಗಲ್ಲಿಗಳೇ ಹೆಚ್ಚು, ಸಣ್ಣಸಣ್ಣ ರಸ್ತೆಗಳು ಸಹಕಡಿಮೆ. ಇನ್ನೊಂದು ವಿಶೇಷವೆಂದರೆ ಇಲ್ಲಿ ಯಾರೂ ಇನ್ನಾರಿಗೂ ದಾರಿಬಿಡುವುದಿಲ್ಲ, ಎಲ್ಲರಿಗೂ ತಾವೇ ಮುಂದೋಡುವ ತರಾತುರಿ. ಇದರಿಂದ ಆಗಾಗ್ಗೆ ರಸ್ತೆಗಳಲ್ಲಿ ಓಡಾಟಕ್ಕೆ ಅಡೆತಡೆ ಆಗುವುದು ಸಾಮಾನ್ಯ. ಆಂಬುಲೆನ್ಸ್ ವ್ಯಾನಿಗೂ ಸುಲಭವಾಗಿ ದಾರಿ ಬಿಡುವವರಿಲ್ಲ. ಇಲ್ಲಿ ಓಡಿಬರುವ ಗೂಳಿಗೆ ಹಾಗೂ 'ರಾಮನಾಮ ಸತ್ಯ ಹೈ' ಎಂಬ ಅಂತಿಮಪಯಣದ ಗಾಡಿಗೆ ಮಾತ್ರ ಇಲ್ಲಿ ಅಡೆತಡೆಯಿಲ್ಲದ ಮುಕ್ತದಾರಿ. ರಾಮನಾಮ ಸತ್ಯ ಎಂದು ಕೂಗುವ ಧ್ವನಿಯಲ್ಲಾಗಲಿ, ಹೆಣಹೊತ್ತು ನಡೆಯುವ ಪರಿಯಲ್ಲಾಗಲಿ ದುಃಖದ ಛಾಯೆ ಕಂಡುಬರುವುದಿಲ್ಲ. ಇಲ್ಲಿಯ ಗಣ್ಯವ್ಯಕ್ತಿಯೊಬ್ಬ ತನ್ನ ಚಮ್ಚಾಗಳ ಜೊತೆ ಹೆಣದ ಮೆರವಣಿಗೆಯನ್ನು ಸೇರಿಬಿಡುತ್ತಿದ್ದನಂತೆ. ಈ ಗಣ್ಯರ ಗುಂಪು ದೊಡ್ಡಗಂಟಲಿನಲ್ಲಿ "ರಾಜ ರಾಣಿ ಗುಲಾಮ, ಎಲ್ಲರೂ ಹೋದರು ಮನೇಗೆ. ಎಕ್ಕ ಒಬ್ಬನೆ ಬೊಮ್ಮ, ಅವ ನಿಂತನು ಕೊನೇವರೆಗೆ. ರಾಮನಾಮ ಸತ್ಯಹೈ" ಎಂದು ಇಸ್ಪೀಟ್ ಆಟದಹಾಡನ್ನು ಅನೇಕ ಪಂಕ್ತಿಗಳಲ್ಲಿ ಹಾಡುತ್ತಿದ್ದರಂತೆ!

ಸಿದ್ಧಾರ್ಥನೇನಾದರೂ ರಾಜಗೃಹದ ಬದಲು ಕಾಶಿಯಲ್ಲಿನ ಮಸಣಯಾತ್ರೆಯ ವೈಭವ ನೋಡಿದ್ದರೆ, ಅವನು ವೈರಾಗಿಯಾಗಿ ಬುದ್ಧನಾಗುತ್ತಲೇ ಇರಲಿಲ್ಲ. ಮಣಿಕರ್ಣಿಕಾ ಘಾಟ್ ಮತ್ತು ಹರಿಶ್ಚಂದ್ರ ಘಾಟ್‌ಗಳು 'ಸ್ಮಶಾನ ಘಾಟ್'ಗಳೆಂದೇ ಪ್ರಸಿದ್ಧಿಯಾಗಿವೆ. ಇಲ್ಲಿ ಸ್ಮಶಾನ ಊರಹೊರಗಲ್ಲ, ಊರೊಳಗೆಯೇ ಇದೆ. ಅಷ್ಟೇಕೆ, ಕಾಶಿಯನ್ನೇ ಮಹಾಸ್ಮಶಾನ ಅನ್ನುತ್ತಾರೆ. ಇಲ್ಲಿಯ ಸ್ಮಶಾನದ ಬೆಂಕಿ ಎಂದೂ ಆರುವುದಿಲ್ಲ. ಕಣ್ಣುಕುಕ್ಕುವ ಇಲ್ಲಿಯ ಸ್ಮಶಾನಗಳು, ಗಂಗೆಗೆ ತಳ್ಳಿದ ಅರೆಸುಟ್ಟ ಹೆಣಗಳು, ದೋಣಿಗೋ, ಸ್ನಾನಮಾಡುವವರಿಗೋ ತಗುಲುವ ಕೊಳೆತ ಹೆಣಗಳು, ಇವೆಲ್ಲವುದರಿಂದ ವೈರಾಗ್ಯ ಬರುವುದಿಲ್ಲ; ಅಸಹ್ಯವಾಗುತ್ತದೆ, ಜುಗುಪ್ಸೆಯಾಗುತ್ತದೆ. ಹರಿಶ್ಚಂದ್ರ ಘಾಟ್‌ನಲ್ಲಿ ಸತ್ತಹೆಣ ಸುಡುತ್ತಿದ್ದಂತೆಯೆ, ಅವನ ತರುಣಿ ಹೆಂಡತಿಯನ್ನು ಬಲವಂತವಾಗಿ ಗಂಗೆಯಲ್ಲಿ ಮುಳುಗಿಸಿ, ಬಿಳಿಸೀರೆ ಉಡಿಸಿ, ತಲೆಬೋಳಿಸಿದ ಪ್ರಕರಣ ಕೇಳಿದರೇ ಮೈಜುಮ್ಮೆನ್ನುತ್ತದೆ. ಇಲ್ಲಿ ವಿಧವೆಯರ ವಾಸಸ್ಥಾನಗಳು ಅನೇಕ. ಇಲ್ಲಿಯ ವಿಧವೆಯರನ್ನು ಬಲೆಗೆ ಹಾಕಿಕೊಳ್ಳುವುದು ಅಥವಾ ಅವರ ಬಲೆಗೆ ಬೀಳುವುದು ಅತಿಸಾಮಾನ್ಯವಂತೆ. ಹೇಳಿಕೆಯ ಮಾತಿನಲ್ಲೂ 'ರಾಂಡ್' ಅಂದರೆ ಸೂಳೆ ಅಥವಾ ವಿಧವೆ ಎಂದು ಅರ್ಥ ಹೇಳುವವರಿದ್ದಾರೆ. ಈ ಕಥೆಗಳನ್ನು ನಂಬಬೇಕೆ? ಅಥವಾ ಅಪರೂಪದ ಪ್ರಸಂಗಗಳಿಗೆ ಸಿನಿಮೀಯ ರಂಗುಬಳಿದು, ಉತ್ಪ್ರೇಕ್ಷೆಯ ತುತ್ತೂರಿ ಊದಿ, ಅವು ಪಾನ್ ತಿಂದುಉಗುಳುವಷ್ಟು ಸಾಮಾನ್ಯ ಎನ್ನುವುದು ಬರಿ ಮೀಡಿಯಾ ಹುಟ್ಟಿಸಿದ ಪ್ರತೀತಿಯೇ? ಅಥವಾ ಸಾಂಪ್ರದಾಯಿಕತೆ ಮುಚ್ಚಿಹಾಕಿದುದನ್ನು ಮೀಡಿಯಾ-ಸಿನೆಮಾ-ಟೀವಿ-ಕಥೆ ಕೆದಕಿ ತೆಗೆದಿದೆಯೇ?

ಕಾಶಿಯಲ್ಲಿ ಸನ್ಯಾಸಿಗಳನ್ನು ಕಾಣಲಾಗದ ಸ್ಥಳವೇ ಇಲ್ಲ. ಅವರಲ್ಲೂ ನೂರಾರು ತರಹ. ಭಿಕ್ಷೆಬೇಡುತ್ತಾ ತಿರುಗುವವರು, ವ್ಯರ್ಥವಾಗಿ ತಿರುಗುವವರು, ಮಾತಿನಲ್ಲಿ ಮೋಡಿಮಾಡುವವರು, ಜ್ಯೋತಿಷ್ಯಹೇಳುವವರು, ಮನಸೆಳೆಯುವವರು, ಮಾಯಾಮಾಟ ಮಾಡುವವರು, ಹಠಯೋಗದಲ್ಲಿ ನಿರತರಾಗಿರುವವರು, ಶಸ್ತ್ರದಿಂದ ಅಂಗಾಂಗ ಚುಚ್ಚಿಕೊಳ್ಳುವರು, ಭಾಂಗ್ ಸೇದುವುದರಲ್ಲಿ ಮಗ್ನರಾದವರು, ನಗ್ನರಾದವರು, ಬೂದಿಬಡುಕರು, ಧ್ಯಾನನಿರತರು, ಸಿದ್ಧರು, ಸಂಸಾರಬಿಟ್ಟು ಸನ್ಯಾಸಿಯಾಗಿ ಆಶ್ರಮ ಕಟ್ಟಿ ದೊಡ್ಡಸಂಸಾರ ಕಟ್ಟಿಕೊಂಡವರು, ಹೀಗೆ ಕಾವಿಬಟ್ಟೆಗೂ ನೂರುಬಣ್ಣ. ಯಾರು ಹೇಗಿದ್ದಾರೋ, ಯಾರು ಏನಾದರೂ ಪವಾಡಮಾಡಿ ನಮಗೆ ಅನುಕೂಲ ಮಾಡಿಕೊಡುತ್ತಾರೋ ಎಂದು ತಿಳಿದುಕೊಳ್ಳುವ ಮನಸ್ಸು ಒಂದುಕಡೆ, ಜೊತೆಜೊತೆಗೆ ಎಲ್ಲಿ ಇವರ ಕೋಪಕ್ಕೆ ಸಿಕ್ಕಿಬಿಡುತ್ತೀವೋ ಎಂಬ ಹೆದರಿಕೆ ಬೇರೆ. ಬೆಳಗ್ಗೆ ಎರಡರಿಂದ ನಾಲ್ಕು ಗಂಟೆಯ ಒಳಗೆ ಗಂಗೆಯಲ್ಲಿ ಸ್ನಾನಕ್ಕೆ ನಿಜವಾದ ಸಿದ್ಧರು ಬರುತ್ತಾರೆ, ಅದೃಷ್ಟವಿದ್ದರೆ ಅವರನ್ನು ಭೇಟಿಯಾಗಲು ಸಾಧ್ಯ ಎಂದು ಯಾರೋ ಹೇಳಿದರು. ನಿದ್ದೆಕೆಟ್ಟು ಹೋದರೆ,

ಅವರು ಒಂದೇ ದಿನದಲ್ಲಿ ಸಿಗುತ್ತಾರೆಯೆ, ಸಿಕ್ಕಿದರೆ ಅವರ ಕೃಪಾದೃಷ್ಟಿ ನಮ್ಮ ಮೇಲೆ ಬೀಳುತ್ತದೆಯೆ, ಬಿದ್ದರೆ ಚಮತ್ಕಾರಮಾಡಿ ನಮಗೆ ಏನಾದರೂ ಭಾಗ್ಯವನ್ನು ಕರುಣಿಸುತ್ತಾರೆಯೆ ಎಂಬ ಪ್ರಶ್ನೆಗಳಿಗೆ ಸುಲಭ ಉತ್ತರವಿಲ್ಲ. ಹೀಗಾಗಿ ದಿನದಲ್ಲಿ ಅನೇಕ ಸನ್ಯಾಸಿಗಳನ್ನು ನೋಡಿದ್ದಾಯಿತು. ಅವರ ಕಡೆ ನೋಡಿದಾಕ್ಷಣ ಕೈ ಒಡ್ಡುವವರೆ ಜಾಸ್ತಿ. ಒಂದಿಬ್ಬರು ಮಾತನಾಡದೆ ಆಶೀರ್ವಾದ ಮಾಡಿದಾಗ, ಅದಕ್ಕೆ ಬೆಲೆಕಟ್ಟಿ ಚಿಲ್ಲರೆ ಹಾಕಿದ್ದಾಯಿತು. ಮಧ್ಯಾಹ್ನ ಗಂಗೆಯ ತಟದಲ್ಲಿ ಬಿಸಿಲಿಗೆ ಮೈಕಾಯಿಸಿಕೊಳ್ಳುತ್ತಾ ಮಲಗಿದ ಸನ್ಯಾಸಿಯೊಬ್ಬ ಎದ್ದು ಕೃಪೆತೋರಿದ. ಹತ್ತು ರೂಪಾಯಿ ನೋಟಿನ ಮೇಲೆ ಗೀಚಿ, ಅದನ್ನು ಹಿಸುಕಿ ಉಂಡೆಮಾಡಿ, ಅಲ್ಲಲ್ಲಿ ತೂತುಮಾಡಿ ತೋರಿಸಿದ. ನಂತರ ಒಂದು ಕ್ಷಣದಲ್ಲಿ ಅದೇ ನೋಟು ಮೊದಲಿನಂತೆ ಗರಿಗರಿಯಾಗಿರುವುದನ್ನು ತೋರಿಸಿದ. ನನ್ನ ಕೈಗೆ ಗಂಗಾಜಲವನ್ನು ಹಾಕಿ, ಮುಚ್ಚಿದ ಅಂಗೈಯಲ್ಲಿ ಪಿಳ್ಳೆತೆಂಗಿನಕಾಯಿ ತೋರಿಸಿದ. ಅಬ್ಬಾ! ಏನಿದು ಆಶ್ಚರ್ಯ ಅಂದುಕೊಳ್ಳುವಷ್ಟರಲ್ಲಿ ಅವನು "ನಿನಗೆ ಇನ್ನೂ ಅನೇಕ ಸಿದ್ಧಿಗಳನ್ನು ಕಲಿಸಿಕೊಡುತ್ತೇನೆ. ಆದರೆ ನೀನು ಬ್ರಹ್ಮಚಾರಿಯಾಗೇ ಉಳಿದು ನನ್ನ ಜೊತೆಬರಬೇಕು" ಎಂದಾಗ ಮೈ ನಡುಕ ಬಂದಿತು. ನನ್ನ ಮುಖಭಾವದಿಂದಲೇ ಆತ ಅರ್ಥವನ್ನು ಗ್ರಹಿಸಿದ. ಅವನು ಕೈಚಾಚಿದಾಗ, ಹತ್ತುರೂಪಾಯಿ ಹಾಕಿ ಓಡಬೇಕಾಯಿತು. ಬೆಳಗಿನ ಝಾವ ಹುಡುಕಿದ್ದರೆ ಸಿದ್ಧರು ಸಿಗುತ್ತಿದ್ದರೇನೋ, ಮಧ್ಯಾಹ್ನದ ಬಿಸಿಲಿಗೆ ತೂಕಡಿಸುವ ಡೋಂಗಿಗಳು ಮಾತ್ರ ನನಗೆ ಲಭ್ಯವೇನೋ, ಅನ್ನಿಸದಿರಲಿಲ್ಲ.

ಕಾಶಿಯಲ್ಲಿ "ರಾಂಡ್, ಸಾಂಡ್, ಸೀಡೀ, ಸನ್ಯಾಸಿ" ಇವುಗಳಿಂದ ಬಚಾವಾದರೇ ಬಾಳುವುದು ಸಾಧ್ಯ ಎಂಬ ಹೇಳಿಕೆಯಿದೆ. ಸೂಳೆಯರು ಯಾವ ಭಂಗಿಯಲ್ಲಿ, ವಿಧವಾಕೂಪದಲ್ಲಿರುವವರು ಇನ್ನಾವ ರೂಪದಲ್ಲಿ ಬಂದು, ಮಾಯೆಯಂತೆ ಆವರಿಸುತ್ತಾರೋ–ಅಪ್ಪಳಿಸುತ್ತಾರೋ ಗೊತ್ತಿಲ್ಲ. ಗೂಳಿಗಳು ಎಲ್ಲಿಂದ ಓಡಿಬಂದು ನುಗ್ಗಿ ಹಾಯುವುವೋ ತಿಳಿಯುವುದಿಲ್ಲ. ಘಾಟ್‌ನ ಮೆಟ್ಟಲುಗಳ ಜಾರಿಕೆಯಲ್ಲಿ ನೀವು ಗಂಗೆಯಲ್ಲಿ ಹೇಗೆ ಕೊಚ್ಚಿಹೋಗುತ್ತೀರೋ ಅದೂ ಗೊತ್ತಾಗುವುದಿಲ್ಲ. ಇಲ್ಲಿ ಸನ್ಯಾಸಿ ಎಂದು ಹೇಳಿರುವುದು ಸಿದ್ಧರನ್ನು ಉದ್ದೇಶಿಸಿ ಹೇಳಿಲ್ಲ, ಕಾವಿತೊಟ್ಟ ವಿಷಯಿಗಳನ್ನು, ಸಂಸಾರಿಗಳನ್ನು ಕುರಿತು ಹೇಳಿದೆ. ಇವರು ಮೋಡಿಮಾಡಿ ಯಾವ ತಪ್ಪುದಾರಿಗೆ ಎಳೆಯುತ್ತಾರೋ ಹೇಳಲು ಬರುವುದಿಲ್ಲ. ಕಾಶಿಯಲ್ಲೇ ಬಾಳುನಡೆಸುವವರಿಗೆ ಇವೆಲ್ಲಾ ಅವಘಡಗಳನ್ನು ಎದುರಿಸುವ ಸಾಹಸ ಬೇಕು; ಯಾತ್ರಿಗಳಿಗೆ, ಪ್ರವಾಸಿಗಳಿಗೆ ಸಾಮಾನ್ಯವಾಗಿ ಎದುರಿಸಬೇಕಾದ ಅವಘಡಗಳು ಇನ್ನೂ ಘೋರವಾಗಿವೆ. ಇಲ್ಲಿಯ ಗಂಗೆಯ ಕಲುಷಿತ ನೀರು, ಮಂದಿರಗಳಲ್ಲಿ ಲೂಟಿ, ಪಂಡಾಗಳ ಮೋಸ, ವಂಚನೆ, ನಗರದ ಕೊಳಕು, ಅಧಃಪತನವಾಗುತ್ತಿರುವ ಸಂಸ್ಕೃತಿ, ಕೊಳೆಯುತ್ತಿರುವ ಸಂಪ್ರದಾಯಗಳು, ನಾರುತ್ತಿರುವ ಹೆಣಗಳು, ಮುಂದೆ

ದಾರಿಕಾಣದ ಕತ್ತಲು, ಇವೆಲ್ಲವೂ ಯಾತ್ರಿಗಳನ್ನು ಇಲ್ಲಿಂದ ಓಡಿಸುತ್ತವೆ. ಇದಕ್ಕೇ ಇರಬೇಕು, ಶಿವ ಇಲ್ಲಿ ಉಳಿದು–ಸತ್ತವರ ಬಗ್ಗೆ ಕೃಪೆತೋರಿ, ಇಲ್ಲಿ ಮರಣಹೊಂದಿದ ಎಲ್ಲರಿಗೂ ಇವೆಲ್ಲದರಿಂದ ಮುಕ್ತಿಕೊಡಿಸುವ ಆಶ್ವಾಸನೆ ಕೊಟ್ಟಿರುವುದು! ಗಣ್ಯ–ವಿಚಾರವಾದಿಗಳೊಬ್ಬರು ಹೇಳಿದಹಾಗೆ, ಕಾಶಿ ಅಂದರೆ ಪ್ರಕಾಶಮಾನವಲ್ಲ; ಕಾಶಿ ಕೇವಲ ಕೊಳೆ, ನಾರುವಿಕೆ, ಅಧಃಪತನ, ಅಂಧಕಾರ ಮತ್ತು ಸಾವಿನ ಪ್ರತೀಕ –Dirt, Decay, Degeneration, Darkness and Death!

ವಿದೇಶೀಯರು ಕಾಶಿಯನ್ನು ಎಷ್ಟು ನಿಕೃಷ್ಟವಾಗಿ ಕಂಡಿದ್ದಾರೆಂದು ನೋಡಲು ಒಂದು ಉದಾಹರಣೆಯೇ ಸಾಕು – "ಕಾಶಿ ಪುರಾತನವೇನೋ ಹೌದು. ಆದರೆ ಅದರ ಬಗ್ಗೆ ಉತ್ಸಾಹ ಅಥವಾ ಮೆಚ್ಚಿಕೆ ತೋರುವಂತದ್ದೇನೂ ಇಲ್ಲ. ಉತ್ತಮ ಗುಣಗಳನ್ನು ಮತ್ತು ಜೀವನಮೌಲ್ಯಗಳನ್ನು ಅಳವಡಿಸಿಕೊಳ್ಳದೆ, ಪ್ರಗತಿಪರರಾಗದೆ ಅಧೋಗತಿಯಲ್ಲೇ ಇರುವ ಇಲ್ಲಿಯವರು ಪಶುಮೃಗಗಳಂತೆ ಒರಟರೂ, ಕ್ರೂರರೂ ಆಗಿದ್ದಾರೆ" (ರೆವರಂಡ್ ಎಮ್.ಎ.ಷೆರಿಂಗ್, 1868).

ಇದು ಕಾಶಿಯೇ? ಇದು ವಾರಾಣಸಿಯೇ? ಇಷ್ಟೇ ಕಾಶಿಯೇ? ಇಷ್ಟೇ ವಾರಾಣಸಿಯೇ? ಈ ಕಾಶಿಯನ್ನು ನೋಡಲು ಎಲ್ಲೆಲ್ಲಿಂದಲೋ ಓಡಿಬರಬೇಕೆ?

3. ಪಕ್ಷಿನೋಟ

(ಶ್ರದ್ಧೆ-ನಂಬಿಕೆಯ ಚಿತ್ರಣ)

ಕಾಶಿ ಸುಲಭವಾಗಿ ಯಾವ ತರ್ಕ ಅಥವಾ ವಿಚಾರವಾದಕ್ಕೂ ಸಿಗದು, ಅದು ಕೇವಲ ವಿಶ್ವಾಸ-ಶ್ರದ್ಧೆಗೆ ಮಾತ್ರ ಸಿಗುವಂತಹ ಕ್ಷೇತ್ರ. ಚರ್ಚೆಗೆ ಸುಲಭವಾಗಿ ಸಿಗುವುದು 'ಕಾಶಿ' ಎಂಬ ಹೆಸರು ಮಾತ್ರ. ಕಾಶೀ ಎಂಬ ಹೆಸರು ಸಂಸ್ಕೃತದ 'ಕಾಶ್ತೆ' ಅಥವಾ 'ಕಾಶ್' ಎಂಬ ಮೂಲದಿಂದ ಬಂದಿದೆ. ಮೂಲದ ಅರ್ಥ 'ಪ್ರಕಾಶಮಾನ'. ಶಿವಪುರಾಣದಲ್ಲಿ "ಕರ್ಮಣಾಮ್ ಕರ್ಶನಾಚ್ಚೈವ ಕಾಶೀತಿ ಪರಿಪಾತ್ಯತೆ"- ಅಂದರೆ, 'ಕರ್ಮಗಳನ್ನು ಕತ್ತರಿಸುವುದರಿಂದ ಕಾಶೀ" ಎಂದಿದೆ. ಗಂಗಾತಟದಲ್ಲಿ ಬಹಳವಾಗಿ ಬೆಳೆಯುವ ಹುಲ್ಲನ್ನು 'ಕಾಸ' (Saccharum Spontaneum) ಎಂದು ಕರೆಯುತ್ತಾರೆ; ಆ ಹೆಸರಿನ ಮೇಲೆ 'ಕಾಶ್' ಹೆಸರು ಬಂದಿತೆಂದೂ ಹೇಳುತ್ತಾರೆ. 'ಕಾಶೀ ರಹಸ್ಯ'ವೂ ಸಹ ಉದ್ದಕ್ಕೆ ಬೆಳೆಯುವ ಈ ಹುಲ್ಲಿನಿಂದಲೇ ಈ ನಗರಕ್ಕೆ ಕಾಶ್/ಕಾಶ ಎಂಬ ಹೆಸರುಬಂದಿತೆಂದು ತಿಳಿಸುತ್ತದೆ. ಅಥರ್ವವೇದ ಹಾಗು ದಂಡಿನ್. ಕವಿಯ 'ದಶಕುಮಾರ ಚರಿತಮ್' ಎಂಬ ಕೃತಿಗಳು ಇಲ್ಲಿ ವಾಸಿಸುವ ಜನರನ್ನು ಕಾಶೀಸ್ ಎಂದು ಕರೆದಿವೆ. ಆನಂದಕಾನನವೆಂಬ ಈ ಸ್ಥಳವನ್ನು ತನ್ನ ಸ್ವತಂತ್ರ ರಾಜಧಾನಿಯಾಗಿ ಮಾಡಿಕೊಂಡಿದ್ದ ರಾಜ 'ಕಾಶ್' ಅಥವಾ 'ಕಾಸ' ಎಂಬುವನಿಂದ ಕಾಶೀ ಎಂಬ ಹೆಸರು ಬಂದಿತೆಂದು ಕೆಲವು ವಿದ್ವಾಂಸರ (ಹಾಗೂ ಹರಿವಂಶದ) ಹೇಳಿಕೆ. ಧನ್ವಂತರಿ ರಾಜ ಕಾಸನ ವಂಶಾವಳಿಯವನು; ರಾಜ ದಿವೋದಾಸ ಧನ್ವಂತರಿಯ ಮರಿಮಗ. ಬೌದ್ಧರ 'ಬೃಹತ್ ಸ್ವಯಂಭು ಪುರಾಣ'ದಲ್ಲಿ ಬೌದ್ಧಮುನಿ ಕಸ್ಯಪನು ಬಹಳಷ್ಟು ಮುನಿಗಳ ಹಾಗೂ ಸಾಮಾನ್ಯರ ಜೊತೆಗೆ ನೇಪಾಳಕ್ಕೆ ಬಂದನು - ಅವನ ಹೆಸರಿನಲ್ಲಿ 'ಕಾಶ್/ಕಾಶೀ' ಎಂಬ ಹೆಸರು ಬಂದಿತೆಂದು ಹೇಳಲಾಗಿದೆ (Buddhist India, Vol 1-2 p211). ಕಾಶೀ ಎಂಬ ಬುಡಕಟ್ಟಿನಿಂದ ಇಲ್ಲಿಗೆ ಕಾಶೀ ಎಂಬ ಹೆಸರು ಬಂದಿರಬಹುದೆಂದು ಇನ್ನೊಂದು ಊಹೆ. ವರಣ ಮತ್ತು ಅಸಿ ಎಂಬ ಎರಡು ನದಿಗಳು ನಗರದ ಉತ್ತರ ಮತ್ತು ದಕ್ಷಿಣದಲ್ಲಿ ಗಂಗೆಯೊಡನೆ ಸಂಗಮವಾಗುವುದರಿಂದ ಮಧ್ಯದ ಈ ನಗರಕ್ಕೆ ವಾರಾಣಸಿ ಎಂಬ ಹೆಸರು ಬಂದಿದೆ. ಮಹಾಭಾರತದ ಪ್ರಕಾರ ಕಾಶೀ ಒಂದು ರಾಜ್ಯದ ಹೆಸರು ಮತ್ತು ವಾರಾಣಸಿ ಅದರ ರಾಜಧಾನಿ. ಕಾಶಿರಾಜ್ಯಕ್ಕೆ ಕಾಶಿಯೆ ರಾಜಧಾನಿಯಾಗಿತ್ತು. ಕಾಶಿಗೆ ಆನಂದಕಾನನ, ಅವಿಮುಕ್ತಕ್ಷೇತ್ರ, ವಾರಾಣಸಿ ಎಂಬ ಹೆಸರುಗಳೇ ಅಲ್ಲದೆ ಮಹಾಸ್ಮಶಾನ, ಶಂಕರಪುರಿ, ಶಿವಪುರಿ, ರುದ್ರವಾಸ, ಶಿವರಾಜಧಾನಿ, ಗೌರಿಮುಖ, ಆನಂದರೂಪ,

ಮೋಕ್ಷಪ್ರಕಾಶಿಕಾ, ಮಹಾಪುರಿ, ಧರ್ಮಕ್ಷೇತ್ರ, ಶ್ರೀನಗರಿ, ತಪಸ್ಥಲಿ ಮತ್ತು ಅಪೂರ್ಣಭಾವಾನುಭಾವ ಭೂಮಿ ಎಂಬ ಇನ್ನೂ ಅನೇಕ ಹೆಸರುಗಳಿವೆ. ಬೌದ್ಧಗ್ರಂಥಗಳು ಕಾಶಿಯನ್ನು ಕಾಸಿನಗರ, ಕಾಸಿಪುರ, ಕಾಸಿಗ್ರಾಮ, ಬಾರಾನಸಿ, ಸುರಂಧನ, ಸುದರ್ಶನ, ಬ್ರಹ್ಮವದ್ಧನ, ಪುಷ್ಪವತಿ, ರಮ್ಯನಗರ, ಮೌಲಿನಿ, ಕೇತುಮತಿ, ಜಿತ್ವಾರಿ ಮತ್ತು ಜಯನಶೀಲ ಎಂದೆಲ್ಲಾ ಕರೆದಿವೆ. ಇವೇ ಅಲ್ಲದೆ ಪೋಥಲಿ, ಅಲರ್ಕಪುರಿ ಮತ್ತು ಬನಾರಸ್ ಎಂಬ ಹೆಸರುಗಳೂ ಇದ್ದವು. ಔರಂಗಜೇಬನು ಬನಾರಸ್ ಎಂಬ ಹೆಸರನ್ನು ಬದಲಾಯಿಸಿ 'ಮಹಮ್ಮದಾಬಾದ್' ಎಂಬ ನಾಮಕರಣವನ್ನೂ ಮಾಡಿದ್ದನು! ಆದರೆ ಆ ಹೆಸರು ಅಂಟಿಕೊಳ್ಳದೆ ಎಂದೋ ಜಾರಿಹೋಯಿತು. ಈ ಅನೇಕ ಹೆಸರುಗಳಲ್ಲಿ ಕಾಶಿ, ವಾರಾಣಸಿ ಮತ್ತು ಬನಾರಸ್ ಎಂಬ ಮೂರು ಹೆಸರುಗಳು ಸಾಮಾನ್ಯ ಬಳಕೆಯಲ್ಲಿ ರೂಢಿಯಾಗಿ ನಿಂತವು. ಈಗ ಹೆಚ್ಚಾಗಿ ಉಳಿದಿರುವ ಹೆಸರುಗಳು–ಕಾಶೀ, ವಾರಾಣಸಿ, ಬನಾರಸ್ ಮತ್ತು ಆನಂದಕಾನನ.

ಇದೇ ರೀತಿಯಲ್ಲಿ, ಕಾಶಿ ಎಷ್ಟು ಪುರಾತನ ಎಂಬುದರ ಬಗ್ಗೆಯೂ ವಾದ–ವಿವಾದಗಳಿವೆ. ಭಗೀರಥನು (ಶ್ರೀರಾಮನಿಗಿಂತ 16 ತಲೆಮಾರು ಹಿಂದಿನ ರಾಜ) ಗಂಗೆಯನ್ನು ತರುವ ಮುಂಚೆ, ಅಂದರೆ ಹರಿಶ್ಚಂದ್ರನ (ಶ್ರೀರಾಮನಿಗಿಂತ 26 ತಲೆಮಾರು ಹಿಂದಿನ ರಾಜನ) ಕಾಲದಲ್ಲೂ ಕಾಶಿ ಇತ್ತೆಂದು ತಿಳಿದುಬರುತ್ತದೆ. ಮಹಾಭಾರತ ಯುದ್ಧ ಕ್ರಿ. ಪೂ. 3100 ಎಂದಾದರೆ, ರಾಮಾಯಣ ಕ್ರಿ.ಪೂ. 4000 ಅಂತಿಟ್ಟುಕೊಂಡರೂ, ಕಾಶಿ ಸುಮಾರು ಕ್ರಿ.ಪೂ.5000ದಲ್ಲಿ ಇದ್ದಿರಬೇಕೆಂದು ಹೇಳಬಹುದು.

ಸದ್ಯಕ್ಕೆ ತರ್ಕವನ್ನು ಬದಿಗಿಟ್ಟು, ಕಾಶಿಯ ಪ್ರವಾಸಕ್ಕೆ ಬರೋಣ. ಮಧುಚಂದ್ರಕ್ಕೊ, ಮನೋರಂಜನೆಗೊ ಹೊರಟವರು ಅಪ್ಪಿತಪ್ಪಿ ಕಾಶಿಗೆ ಬಂದು, ಬೈಯ್ಯುತ್ತಾ "ಇದು ಕಾಶಿಯೆ? ಇದು ವಾರಾಣಸಿಯೆ? ಇಷ್ಟೇ ಕಾಶಿಯೆ? ಇಷ್ಟೇ ವಾರಾಣಸಿಯೆ? ಈ ಕಾಶಿಯನ್ನು ನೋಡಲು ಎಲ್ಲೆಲ್ಲಿಂದಲೋ ಓಡಿಬರಬೇಕೆ?" ಎಂದರೆ ಕಾಶಿಯಲ್ಲಿ ಆಕರ್ಷಣೆಯಾದುದು ಏನೂ ಇಲ್ಲವೆ?–ಪಂಚೇಂದ್ರಿಯಗಳನ್ನು ತಣಿಸುವುದು, ಅಂತಃಕರಣವನ್ನು ಎಚ್ಚರಿಸುವುದು, ಅಧ್ಯಾತ್ಮಿಕತೆಯ ವಿವೇಕ–ಜ್ಞಾನದ ಸೊಗಡು ಏನೂ ಇಲ್ಲವೆ? ಹೀಗೆಂದರೆ, ಅದು ಅವರ ದೃಷ್ಟಿಯ ಭಾಗ್ಯ, ಸಂವೇದನಾ ಶೀಲತೆಯ ಕೊರತೆಯ ಸೂಚನೆ ಎನ್ನಬಹುದು. ಬನ್ನಿ, ನೋಡೋಣ. ಮೊದಲ ಹಂತದಲ್ಲಿ ಹೊರಗಿನ ಪ್ರಕಾಶ ಮತ್ತು ಇಲ್ಲಿಯ ಜೀವನಸ್ಪಂದನವನ್ನು ತಿಳಿದು, ಎರಡನೆಯ ಹಂತದಲ್ಲಿ ಒಳಗಿನ ಪ್ರಕಾಶ ಮತ್ತು ದೈವೀಸ್ಪಂದನ ಏನೆಂದು ತಿಳಿಯುವ ಪ್ರಯತ್ನಮಾಡೋಣ ಬನ್ನಿ.

ಕಾಶಿಗೆ ಕಾಶಿಯೇ ಉಪಮೆ, ಸಮುದ್ರಕ್ಕೆ ಸಮುದ್ರವೇ, ಹಿಮಾಲಯಕ್ಕೆ ಹಿಮಾಲಯವೇ ಹೋಲಿಕೆ! ಇದಲ್ಲದೆ, ಹಿಂದಿನ ಕಾಲದಲ್ಲಿ "ಅಯೋಧ್ಯಾ ಮಥುರಾ ಮಾಯಾ ಕಾಶೀ

ಕಾಂಚೀ ಅವಂತಿಕಾ ಪುರೀ ದ್ವಾರವತೀ ಚೈವ ಸಪ್ತೈತಾ ಮೋಕ್ಷದಾಯಿಕಾಃ" ಎಂದು ಪ್ರಸಿದ್ಧವಾಗಿದ್ದ ಏಳುನಗರಗಳಲ್ಲಿ ಕಾಶಿ ಒಂದಾಗಿತ್ತು. ಆದರೆ ಇವುಗಳಲ್ಲಿ ಕಾಶಿಯೇ ಪರಮಪವಿತ್ರ ತೀರ್ಥಕ್ಷೇತ್ರ ಎಂದು ಕರೆಯುತ್ತಾರೆ. ಅದಕ್ಕೆ ಕಾರಣಗಳನ್ನು 'ಮಂಗಾಳಾಚರಣ'ದಲ್ಲಿ ಹೀಗೆ ಕೊಟ್ಟಿದೆ –

ಸಪ್ತನಗರಿಗಳಲ್ಲಿ ಕಾಶೀ ಏಕೆ ಅತಿ ಪವಿತ್ರ ಕ್ಷೇತ್ರ?

ಶಿವನ ತ್ರಿಶೂಲಾಗ್ರದಲ್ಲಿ ನೆಲಸಿದೆ; ಭೂಮಿಗೆ ಸಂಬಂಧಿಸಿಲ್ಲ; ಸ್ವರ್ಗಲೋಕಕ್ಕಿಂತಲೂ ಮೇಲಿದೆ. ಕಾಶೀವಾಸಿಗಳಿಗೆ ಶಿವನು ಮರಣಕಾಲದಲ್ಲಿ ತಾರಕಮಂತ್ರವನ್ನು ಉಪದೇಶಮಾಡುವನು. ಇಲ್ಲಿ ಮೃತವಾದ ಸಕಲ ಜೀವರಾಶಿಗಳಿಗೂ ಮೋಕ್ಷಕೊಡುವನು. ಮೂರುಲೋಕಗಳನ್ನೂ ಪಾವನಗೊಳಿಸುವ ಗಂಗಾತೀರದಲ್ಲಿದೆ, ದೇವತೆಗಳೂ ಆಶ್ರಯಿಸಿ ಸೇವೆಮಾಡುತ್ತಾರೆ, ಅದು ತ್ರಿಪುರಾರಿಯಾದ ಶಿವನ ರಾಜನಗರಿ.

(ಚಿತ್ರ 1–ಶಿವನ ತ್ರಿಶೂಲದ ಮೇಲೆ)

ಇತರ ಕಥೆಗಳು

ಕಲಿಯುಗದಲ್ಲಿ ಕಾಶಿ ಎಂಬ ಮಹಾಸ್ಮಶಾನವು ಅನ್ನಪೂರ್ಣೆಯ ಪುರ, ಇಲ್ಲಿಯ ಚಕ್ರಪುಷ್ಕರಿಣಿ ಸೃಷ್ಟಿಗೆ, ಮಣಿಕರ್ಣಿಕೆ ಮುಕ್ತಿಗೆ ಎಂದಾಗಿತ್ತು. ಆನಂದಕಾನನದಲ್ಲಿ ಸಮಸ್ತ ತೀರ್ಥಗಳೂ ನೆಲಸಿರುವುದರಿಂದ ಇದು ಸರ್ವಶ್ರೇಷ್ಠವಾದ ಕ್ಷೇತ್ರ. ಅವಿಮುಕ್ತಕ್ಷೇತ್ರವು ವಿಶ್ವದ ಮಧ್ಯಕೇಂದ್ರ. ಅವಿಮುಕ್ತ ಲಿಂಗಕ್ಕೆ ಸಮನಾದ ಲಿಂಗ ಮತ್ತು ಅವಿಮುಕ್ತಕ್ಷೇತ್ರಕ್ಕೆ ಸಮನಾದ ಕ್ಷೇತ್ರ ಮತ್ತೆಲ್ಲಿಯೂ ಇರುವುದಿಲ್ಲ.

ಹಿಂದಿನಕಾಲದಲ್ಲಿ ಕಾಶಿಯ ಪರಿಚಯ ಹೇಳುವ ಅವಶ್ಯಕತೆಯಿರಲಿಲ್ಲ. ಈಗ ಅನೇಕ ನಗರಗಳು ದೊಡ್ಡದಾಗಿ ಬೆಳೆದು ನಾನಾ ಕಾರಣಗಳಿಂದ ಹೆಸರುಮಾಡಿದ್ದರೂ, ಜನಮನದಲ್ಲಿ ಕಾಶಿಯ ಹೆಸರು ಶ್ರೇಷ್ಠವಾಗಿಯೇ ಉಳಿದಿದೆ. ಇಂದಿನ ಯಾವ ನಗರವೂ ಕಾಶಿಗಿರುವ ಬಹುಮುಖ ವಿಶಿಷ್ಟತೆಯನ್ನು ಮೀರಿಸಿಲ್ಲ. ಇಂತಹ ನಗರದ ವಿಶಿಷ್ಟತೆಯನ್ನು ಹೇಳುವ ಮೊದಲು ಇದರ ಒಂದು ಸ್ಥೂಲಪರಿಚಯ, ಒಂದು ಪಕ್ಷಿನೋಟ ಅಗತ್ಯ.

ಕಾಶಿ ಈಗಿನ ಪೂರ್ವಿ ಉತ್ತರಪ್ರದೇಶ ರಾಜ್ಯದ ದಕ್ಷಿಣದಲ್ಲಿದೆ. ಇದರ ಉತ್ತರ ದಕ್ಷಿಣ ರೇಖಾಂಶ 83 ಡಿಗ್ರಿ 1' 30" ಮತ್ತು ಪೂರ್ವ ಪಶ್ಚಿಮ ರೇಖಾಂಶ 25ಡಿಗ್ರಿ 4' 39". ಇದು ಗಂಗಾನದಿಯ ಎಡ (ಪಶ್ಚಿಮ) ದಂಡೆಯ ಮೇಲಿದ್ದು, ಉತ್ತರದಲ್ಲಿ ವರಣನದಿ ಮತ್ತು ದಕ್ಷಿಣದಲ್ಲಿ ಅಸಿನದಿ ಬಂದು ಸೇರುತ್ತವೆ. ನಗರದ ವಿಸ್ತೀರ್ಣ 73.89 ಚದರ ಕಿಮೀಗಳು. ಸಮುದ್ರ ಮಟ್ಟದಿಂದ 80.71 ಮೀಟರ್ ಎತ್ತರದಲ್ಲಿದೆ. ಲಕ್ನೌದಿಂದ 286 ಕಿಮೀ, ದೆಹಲಿಯಿಂದ 764 ಕಿಮೀ, ಕೊಲ್ಕತಾದಿಂದ 675 ಕಿಮೀ, ಮುಂಬಯಿಯಿಂದ 1483 ಕಿಮೀ, ಚೆನ್ನೈನಿಂದ 1977 ಕಿಮೀ ದೂರದಲ್ಲಿದೆ. ಇಲ್ಲಿಯ ಜನಸಂಖ್ಯೆ ಹನ್ನೆರಡು ಲಕ್ಷ (2011), ದಿನನಿತ್ಯ ಬಂದುಹೋಗುವ ಯಾತ್ರಿಗಳ ಸಂಖ್ಯೆ ಸುಮಾರು 1.25 ನಿಂದ 2.5 ಲಕ್ಷ ಜನ. ನವೆಂಬರ್‌ನಿಂದ ಫೆಬ್ರುವರಿಯವರೆಗೆ ಚಳಿಗಾಲವಿದ್ದು ಕನಿಷ್ಠ ತಾಪಮಾನ 4ರಿಂದ 7ಡಿಗ್ರಿ ಸೆಲ್ಸಿಯಸ್ ಇರುತ್ತದೆ. ಏಪ್ರಿಲ್‌ನಿಂದ ಜೂನ್‌ವರೆಗೆ ಬೇಸಿಗೆಯಿದ್ದು ಗರಿಷ್ಠ ತಾಪಮಾನ 42 ರಿಂದ 47 ಡಿಗ್ರಿ ಸೆಲ್ಸಿಯಸ್ ಇರುತ್ತದೆ.

ಕಾಶಿಯ ಆಕರ್ಷಣೆಗಳು ಹಲವುಹತ್ತಾರು. ಪ್ರತಿಯೊಬ್ಬ ಪ್ರವಾಸಿಯ ಕುತೂಹಲ, ಆಸಕ್ತಿ, ಆಸ್ಥೆಯನ್ನು ತಣಿಸುವ ಏಕೈಕ ಜೀವಂತ ಮ್ಯೂಸಿಯಮ್ ಅಂದರೆ ಕಾಶಿ ಅನ್ನಬಹುದು. ಈ ಜೀವಂತ ಮ್ಯೂಸಿಯಮ್‌ನಲ್ಲಿ ಕಾಣಸಿಗುವ ವೈವಿಧ್ಯಮಯ ಆಕರ್ಷಣೆಗಳ ಪಟ್ಟಿಯೇ ಬಹಳ ಉದ್ದವಾಗಿದೆ– –ಐದುಸಾವಿರ ವರ್ಷಗಳ ವೈವಿಧ್ಯಮಯ ಚರಿತ್ರೆಯ ಪುಟಗಳು; ಅನೇಕ ಪರಂಪರೆ ಪದ್ಧತಿಗಳನ್ನು ಎಳೆಯೆಳೆಯಾಗಿ ಹೆಣೆದಿರುವ ಸಂಸ್ಕೃತಿಯ ಬಣ್ಣಬಣ್ಣದ ಪದರಗಳು; ಭಾರತದಲ್ಲಿ ಹರಡಿರುವ ಎಲ್ಲ ಮತ–ಧರ್ಮಗಳನ್ನೂ ಪ್ರತಿನಿಧಿಸುವ ಮಠಗಳು; ಮನೋನಿಗ್ರಹದ ಎಲ್ಲ ಮಜಲುಗಳನ್ನು ತೋರಿಸುವ ಅನೇಕ ಸಾಧುಸಂತರು, ಸಿದ್ಧರು;

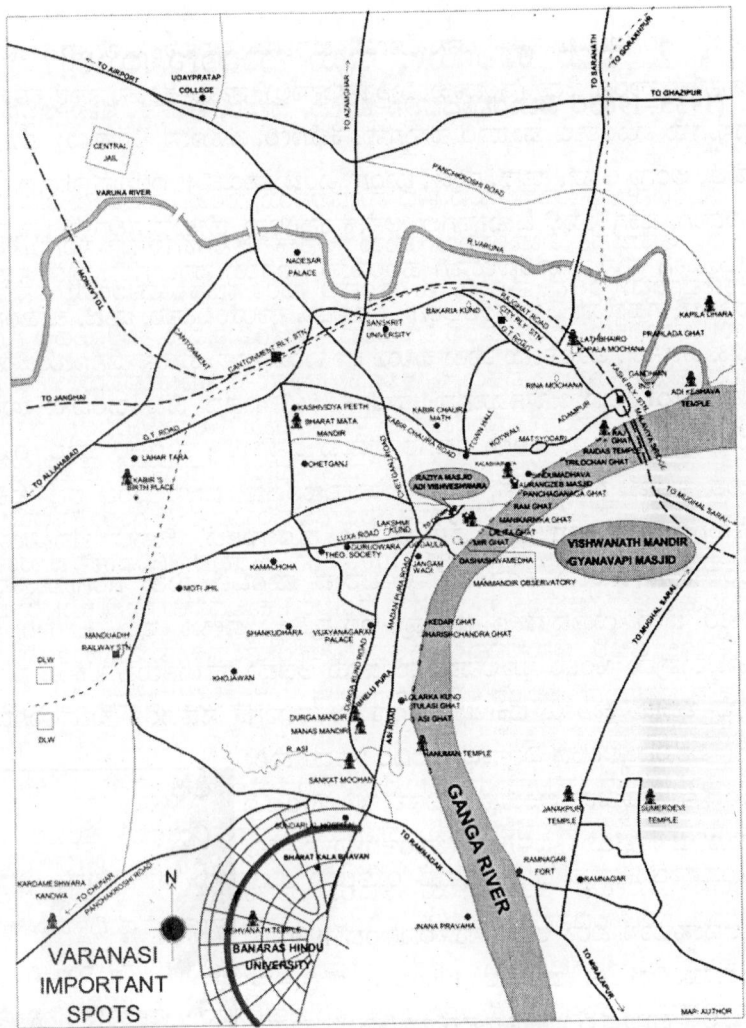

N
VARANASI IMPORTANT SPOTS

ಮನೋವಿಕಾಸದ ವಿವಿಧ ಪ್ರಕಾರಗಳನ್ನು (ಸಂಸ್ಕೃತ, ವೇದ ವೇದಾಂಗ, ಟಿಬೆಟಿಯನ್ ಹಾಗು ಅರಾಬಿಕ್ ವಿದ್ಯೆಯಿಂದ ಹಿಡಿದು ಆಧುನಿಕ ತಂತ್ರಜ್ಞಾನದವರೆಗಿನ ವಿದ್ಯೆಗಳನ್ನು) ಪ್ರಸಾರಮಾಡುವ ಪಾಠಶಾಲೆಗಳು ಮತ್ತು ಐದು ವಿಶ್ವವಿದ್ಯಾಲಯಗಳು; ಹಿಂದೂಸ್ಥಾನಿ ಸಂಗೀತಕ್ಕೆ ಒಂದು ಹೊಸ ಭಾವುಕತೆಯನ್ನು ಕೊಟ್ಟ ಅನೇಕ ಘರಾನಾ(ಪದ್ಧತಿ)ಗಳು; ನೃತ್ಯ–ನಾಟಕ ಕಲೆ ಮೆಹಫಿಲ್‌ಗಳಲ್ಲಿ ಮನರಂಜಿಸುವ ಕಲಾವಿದರು; ಚಿತ್ರಕಲೆ, ಮಣ್ಣಿನ–ಮರದ–ದಂತದ ಆಟಿಕೆ, ಮೀನಾಕಾರಿ, ಆಭರಣ ಮುಂತಾದ ಹಸ್ತಕಲೆಗಳು; ಬನಾರಸಿ

ರೇಷ್ಮೆ ಸೀರೆಗಳು, ಬನಾರಸಿ ಟಾನಚೊಯಿ, ಬನಾರಸಿ ಆರ್ಗನ್ಸಾ ಸೀರೆಗಳು; ಬನಾರಸಿ ಪಾನ್, ಬನಾರಸಿ ಜರ್ದಾ (ತಂಬಾಕು ಮಿಶ್ರಿತ ಸುಪಾರಿ), ತಾಮ್ರ-ಕಂಚಿನ ಪಾತ್ರೆ ಕರಕುಶಲ ವಸ್ತುಗಳು ಮುಂತಾದ ವ್ಯಾಪಾರಿ ವಸ್ತುಗಳು; ಕಛೋರಿ, ಸಮೋಸ, ಮಿಠಾಯಿ, ಮೊರಬ್ಬ, ಮಲೈ, ಲಂಗ್ಡಾ ಆಮ್, ಪಾನ್, ಠಂಡೈ, ಭಾಂಗ್ ಎಂಬ ಬಾಯಿನೀರೂರಿಸುವ ಪದಾರ್ಥಗಳು; ಕಿರಿದಾಗಿ, ವಕ್ರಗತಿಯಲ್ಲಿ ಓಡುವಾಗಲು ಅನೇಕ ಕಥೆಗಳನ್ನು ಹೇಳುವ ಗಲ್ಲಿಗಳು; ಭವ್ಯವಾಗಿ, ರಮ್ಯವಾಗಿ ಮನೋಹಾರಿಣಿಯಾಗಿ ಹರಿಯುವ ಗಂಗೆಯ ಘಾಟ್‌ಗಳು; *ಸೈರ್ ಸಫಾಟ, ದಂಗಲ್, ಗಹರೆಬಾಜಿ, ಬಾಹರಿಅಲಂಗ್, ಅಖಾಡಾ*, ವಾಯುವಿಹಾರ, ಬಾಜಿ, ಕುದುರೆಗಾಡಿ ಓಟ, ಪಿಕ್‌ನಿಕ್, ವ್ಯಾಯಾಮ ಮತ್ತು ಕುಸ್ತಿಯ ಕಣ ಎಂಬ ನಾನಾ ಹೆಸರಿನ ಮನೋರಂಜನೆಗಳಲ್ಲಿ ಸದಾಮಸ್ತಿಯಲ್ಲಿರುವ ಜನಸಾಮಾನ್ಯರು; ವರ್ಷಕ್ಕೆ 563 ವಿಧದ ಹಬ್ಬ ಹರಿದಿನ, ಉತ್ಸವ, ಮೇಳ, ರಾಮಲೀಲಾ ಎಂದು ಸಡಗರ ಪಡುವ ದಿನಗಳು ; ಮಂದಿರ, ಮಠ, ಯಾತ್ರೆ, ಜಾತ್ರೆ, ಪೂಜೆ, ಗಂಗಾಸ್ನಾನ, ತರ್ಪಣ, ಪುರಾಣಶ್ರವಣ, ಭಜನೆ ಎಂಬ ಶ್ರದ್ಧೆ-ಭಕ್ತಿಯ ತಾಣಗಳು....... ಹೀಗೆ ಪಟ್ಟಿ ಬೆಳೆಯುತ್ತಲೇ ಹೋಗುತ್ತದೆ. ಕೇವಲ ಪ್ರವಾಸಿಯಾಗಿ ಬಂದವರಿಗೆ ಪಟ್ಟಿಯ ಕೊನೆಯಲ್ಲಿ ಕೊಟ್ಟಿರುವ ಮಂದಿರ ಮತ್ತು ಗಂಗಾಸ್ನಾನವನ್ನು ಬಿಟ್ಟರೆ ಬೇರೆ ಯಾವುದಕ್ಕೂ ಬಿಡುವು ಇರುವುದಿಲ್ಲ, ಬೇಕೂ ಇಲ್ಲ. ಹೀಗಾಗಿ ಇಲ್ಲಿ ಕೊಟ್ಟಿರುವುದು ಒಂದು ಸ್ಥೂಲವಾದ ಪರಿಚಯ ಅಥವಾ ಹಾರುತ್ತಿರುವ ಪಕ್ಷಿಯ ನೋಟ ಅಷ್ಟೆ. ಇದನ್ನು ಕಾಶಿಯ ದಕ್ಷಿಣಭಾಗದಿಂದ ಉತ್ತರಭಾಗಕ್ಕೆ ನಡೆದಂತೆ ಕೊಡಲಾಗಿದೆ.

ವಿಶ್ವವಿದ್ಯಾಲಯದ ವಿಶ್ವನಾಥ ಮಂದಿರ : ಇದು ಕಾಶೀ ಹಿಂದೂ ವಿಶ್ವವಿದ್ಯಾಲಯದ (ಬನಾರಸ್ ಹಿಂದೂ ಯೂನಿವರ್ಸಿಟಿಯ) ಒಳಗಿದೆ. (ಭಾರತರತ್ನ) ಪಂಡಿತ ಮದನ ಮೋಹನ ಮಾಳವೀಯ ಅವರು ರಾಜಾ ಬಲದೇವದಾಸ ಬಿರ್ಲಾ ಅವರ ಸಹಾಯದಿಂದ 1930ರಲ್ಲಿ ಶುರುಮಾಡಿದ ಈ ಮಂದಿರ 1966ರಲ್ಲಿ, ಜಿ.ಡಿ.ಬಿರ್ಲಾ ಅವರ ಕಾಲದಲ್ಲಿ ಪೂರ್ಣಗೊಂಡಿತು. ಇದರ ಉದ್ಘಾಟನೆಯನ್ನು ತಪೋನಿಧಿ ಕೃಷ್ಣಾಶ್ರಮ ಸ್ವಾಮಿ ಮಹಾರಾಜ್ ಅವರು ಮಾಡಿದರು. ಮಂದಿರದ ಗೋಪುರ 252 ಅಡಿ ಎತ್ತರವಿದ್ದು ದೆಹಲಿಯ ಕುತುಬ್ ಮಿನಾರ್‌ನ್ನು (240ಅಡಿ) ಮತ್ತು ತಂಜಾವೂರಿನ ಬೃಹದೇಶ್ವರ ಮಂದಿರದ ಗೋಪುರವನ್ನು (216 ಅಡಿ) ಮೀರಿಸಿದೆ. ಕಾಶಿಯಲ್ಲಿರುವ ಹಳೆಯ ಮಂದಿರಗಳನ್ನು ಹೋಲಿಸಿದರೆ ಇದೊಂದು ಭವ್ಯ ಮಂದಿರ. ಒಳಗಿನ ಗೋಡೆಗಳ ಮೇಲೆ ಭಗವದ್ಗೀತೆ ಮತ್ತು ವೇದಗಳ ಶ್ಲೋಕಗಳನ್ನು ಕೆತ್ತಿದ್ದಾರೆ.

(ಚಿತ್ರ 3-ವಿ.ವಿ.ಮಂದಿರ)

ಕಾಶೀ ಹಿಂದೂ ವಿಶ್ವವಿದ್ಯಾಲಯ: ಬನಾರಸ್ ಹಿಂದೂ ಯೂನಿವರ್ಸಿಟಿ ಎಂದು ಪ್ರಸಿದ್ಧವಾಗಿರುವ ದೇಶದ ಆರನೆಯ ಈ ವಿಶ್ವವಿದ್ಯಾಲಯವನ್ನು 14ನೆಯ ಫೆಬ್ರುವರಿ 1916ರಲ್ಲಿ ಸ್ಥಾಪಿಸಲಾಯಿತು. ಇದರ ಸ್ಥಾಪನೆಗೆ ಅನವರತ ದುಡಿದವರು ಪಂಡಿತ ಮದನ ಮೋಹನ ಮಾಳವೀಯ. ಮಾಳವೀಯರ ಜೊತೆಗೆ ನಿಂತವರು ಡಾ ಆನಿ ಬೆಸೆಂಟ್, ದರ್ಭಾಂಗದ ಮಹಾರಾಜ, ಕಾಶಿಯ ನರೇಶ, ಸರ್ ಸುಂದರಲಾಲ್ ಮುಂತಾದ ಗಣ್ಯರು. ದೇಶದ ಅನೇಕ ರಾಜರು, ಧನಿಕರು ಮತ್ತು ಸಾಮಾನ್ಯರು ಎಲ್ಲರನ್ನೂ ಬೇಡಿ ಎತ್ತಿದ ಚಂದಾಹಣದಿಂದ ವಿಶ್ವವಿದ್ಯಾಲಯವನ್ನು ಕಟ್ಟಿದರು. ಇದರಿಂದಲೇ ಅವರಿಗೆ 'ಶ್ರೀಮಂತ/ಮಹಾನ್ ಭಿಕಾರಿ' ಎಂಬ ವ್ಯಂಗ್ಯಹೆಸರು ಬಂದಿತ್ತು. 1370 ಎಕರೆ ಜಮೀನಿನಲ್ಲಿ ಹರಡಿರುವ, 'ವಿದ್ಯಾರ್ಥಿ ವಸತಿ' ಇರುವ ಈ ವಿಶ್ವವಿದ್ಯಾಲಯ ಭಾರತದಲ್ಲಿಯೆ ಅತ್ಯಂತದೊಡ್ಡದು. ಇದರಲ್ಲಿ 6 ಇನ್‌ಸ್ಟಿಟ್ಯೂಟ್‌ಗಳು, 14 ಮುಖ್ಯಭಾಗಗಳು (ಫಾಕಲ್ಟಿಗಳು), 140 ಸ್ನಾತಕೋತ್ತರ ವಿಭಾಗಗಳು, 75 ವಿದ್ಯಾರ್ಥಿನಿಲಯಗಳು, 1800 ಉಪಾಧ್ಯಾಯರು ಇದ್ದು, 30,000 ವಿದ್ಯಾರ್ಥಿಗಳು ಇರುತ್ತಾರೆ. ಇದರ ಆವರಣದಲ್ಲಿನ ವಿಶ್ವನಾಥಮಂದಿರ, ಗಾಯಕವಾಡ್ ಕೇಂದ್ರಗ್ರಂಥಾಲಯ ಮತ್ತು ಭಾರತ ಕಲಾಭವನ ಎಂಬ ಸಂಗ್ರಹಾಲಯ ಪ್ರೇಕ್ಷಣೀಯ.

(ಚಿತ್ರ 4–ವಿ.ವಿ.ಹೆಬ್ಬಾಗಿಲು)

ಭಾರತ ಕಲಾಭವನ: ಕಲಾಕೃತಿಗಳು ಮತ್ತು ಪ್ರಾಚೀನ ಶೋಧನಸಾಮಗ್ರಿಗಳ ಸಂಗ್ರಹಾಲಯವೊಂದನ್ನು 'ಭಾರತೀಯ ಲಲಿತಕಲಾ ಪರಿಷತ್' ಎಂಬ ಹೆಸರಿನಲ್ಲಿ 1920ರಲ್ಲಿ ರಾಯ್‌ಕೃಷ್ಣದಾಸ ಎಂಬುವರು ಶುರುಮಾಡಿದರು. ಇವರು ಕಲಾ ಮತ್ತು ಸಾಹಿತ್ಯಪ್ರೇಮಿ

ಹಾಗೂ ಒಳ್ಳೆಯ ಲೇಖಕರು. ನಗರದ ಮಧ್ಯೆ ಗೊದೌಲಿಯ ಎಂಬಲ್ಲಿ ಸ್ಥಾಪಿತವಾದ ಈ ಸಂಸ್ಥೆಯ ಮೊದಲ ಅಧ್ಯಕ್ಷರು ರಬೀಂದ್ರನಾಥ ಠಾಗೋರ್ ಮತ್ತು ಉಪಾಧ್ಯಕ್ಷರು ಅಬನೀಂದ್ರನಾಥ ಠಾಗೋರ್ ಅವರು. 1926 ಮತ್ತು 1929ರಲ್ಲಿ ಎರಡುಸಲ ಸ್ಥಳಾಂತರವಾದಮೇಲೆ, 1950ರಲ್ಲಿ ಇದನ್ನು 'ಭಾರತ ಕಲಾಭವನ' ಎಂದುಕರೆದು ಕಾಶೀ ಹಿಂದೂ ವಿಶ್ವವಿದ್ಯಾಲಯದಲ್ಲಿ ನೆಲೆಗೊಳಿಸಲಾಯಿತು. ಇದರಲ್ಲಿ ಪುರಾತತ್ತ್ವ ವಸ್ತುಗಳು, ಶಿಲ್ಪಗಳು, ಟೆರ್ರಕೋಟಾ, ನಾಣ್ಯಗಳು, ಮುದ್ರೆಗಳು, ಅಸ್ತ್ರಗಳು, ಮಡಕೆಗಳು, ತಾಮ್ರದ ತಟ್ಟೆಗಳು, ವಸ್ತ್ರಗಳು, ಆಭರಣಗಳು, ಮಿನಿಯೇಚರ್ ಚಿತ್ರಗಳು, ವಿವಿಧ ಶೈಲಿಯ ಚಿತ್ರಪಟಗಳು ಮುಂತಾದ ಸುಮಾರು ಒಂದುಲಕ್ಷಕ್ಕೂ ಹೆಚ್ಚಿನ ವಸ್ತುಪ್ರದರ್ಶನವಿದೆ.

ಜ್ಞಾನ ಪ್ರವಾಹ: ಈ ಸಾಂಸ್ಕೃತಿಕ ಅಧ್ಯಯನ ಕೇಂದ್ರವನ್ನು 1996ರಲ್ಲಿ ಶ್ರೀಮತಿ ಬಿಮಲಾ ಪೊದ್ದಾರ್ ಆರಂಭಿಸಿದರು. ಈ ಕೇಂದ್ರವು ಗಂಗಾತಟದಲ್ಲಿ, ಸಾಮ್ನೆಘಾಟ್‌ನ ಹತ್ತಿರ ಇದೆ. ಸಂಸ್ಥೆಯು ಭಾರತೀಯ ಸಂಸ್ಕೃತಿಗೆ ಪ್ರೋತ್ಸಾಹ ಕೊಟ್ಟು, ಅಳಿಯುತ್ತಿರುವ ಕೆಲವು ದೃಶ್ಯಕಲೆ ಮತ್ತು ನಟನಕಲೆಗಳನ್ನು ಉಳಿಸುವ ಪ್ರಯತ್ನದಲ್ಲಿದೆ. ಇದಲ್ಲದೆ ಸಾಹಿತ್ಯ ಮತ್ತು ಕಲಾವಿಷಯಗಳಲ್ಲಿ ಸಂಶೋಧನೆಯಲ್ಲಿ ತೊಡಗಿದೆ. ಸಂಸ್ಕೃತಿಗೆ ಸಂಬಂಧಪಟ್ಟ ವಿಷಯಗಳಲ್ಲಿ ಭಾಷಣ, ಚರ್ಚೆ, ಶಿಬಿರಗಳನ್ನು ನುರಿತವಿದ್ವಾಂಸರ ಸಹಾಯದಿಂದ ಏರ್ಪಡಿಸಿ ಅಲ್ಪಸಮಯದಲ್ಲೇ ಗೌರವಾನ್ವಿತ ಸಂಸ್ಥೆಯೆಂಬ ಹೆಸರನ್ನು ಗಳಿಸಿಕೊಂಡಿದೆ.

ರಾಮನಗರ: ರಾಮನಗರದ ಕೋಟೆಯು ಗಂಗೆಯ ಇನ್ನೊಂದು (ಪೂರ್ವ) ದಡದಮೇಲಿದೆ. ಈ ಪ್ರದೇಶವನ್ನು ಮಗಹ ಎಂದು ಕರೆಯುತ್ತಾರೆ. ಪುರಾಣಕಥೆಯ ಪ್ರಕಾರ, ವೇದವ್ಯಾಸರು ಕಾಶಿಗೆ ಬಂದಾಗ ಅವರನ್ನು ಪರೀಕ್ಷಿಸುವ ಸಲುವಾಗಿ ಅವರಿಗೆ ಎಲ್ಲೂ ಭಿಕ್ಷೆಸಿಗದಂತೆ ದೇವಿಯು ಮಾಡಿದಳು. ಅನ್ನಪೂರ್ಣೆಯ ಭಂಡಾರದಲ್ಲಿ ಭಿಕ್ಷೆಸಿಗದೆ ವ್ಯಾಸರು ಸಿಟ್ಟಿನಿಂದ ಇಲ್ಲಿಯ ಜನ ಮೂರ್ಖರಾಗಲೆಂದು ಕಾಶಿಗೆ ಶಾಪಕೊಡುವುದರಲ್ಲಿದ್ದರು. ಆಗ ಅನ್ನಪೂರ್ಣೆಯು ವ್ಯಾಸರು ಕಾಶಿಗೆ ಬರದಂತೆ ನಿಷೇಧಿಸಿದಳು. ವ್ಯಾಸರು ಮಗಹದಲ್ಲಿ ವ್ಯಾಸಕಾಶಿಯನ್ನು ಸ್ಥಾಪಿಸಿ ವರ್ಷಕ್ಕೊಮ್ಮೆ ಈಕಡೆ ಬರಲು ಅನುಮತಿ ಪಡೆದರಂತೆ (ಈ ಕಥೆ ಮುಂದೆ ಬರುತ್ತದೆ). ಮಗಹದಲ್ಲಿ ಸತ್ತವರು ಕತ್ತೆಯಾಗಿ ಪುನರ್ಜನ್ಮ ಪಡೆಯುವರು ಎಂಬ ಒಂದು ಪಾರಂಪರಿಕ ಹೇಳಿಕೆಯಿದೆ. ಮಾಘಮಾಸದಲ್ಲಿ ವ್ಯಾಸಕಾಶಿಯ ತೀರ್ಥದಲ್ಲಿ ಸ್ನಾನಮಾಡಿದವರು, ಮಗಹದಲ್ಲಿ ಸತ್ತರೂ ಕತ್ತೆಯಾಗಿ ಹುಟ್ಟುವುದಿಲ್ಲವೆಂದು ವ್ಯಾಸರೇ ಅನುಗ್ರಹ ಮಾಡಿದರು. ಕಾಶಿಗೆ ವಿಶ್ವನಾಥನೊಬ್ಬನೇ ಸಾರ್ವಭೌಮನಾದ್ದರಿಂದ, ಒಂದುಕಡೆ ಇಬ್ಬರು ರಾಜರು ಇರುವ ಹಾಗಿಲ್ಲದ್ದರಿಂದ, ಕಾಶಿಯರಾಜ ನಗರದಲ್ಲಿ ಉಳಿಯುವುದಿಲ್ಲ. ಅವರ ಕೋಟೆ ಮತ್ತು ಅರಮನೆ ರಾಮನಗರದಲ್ಲಿದೆ. ಕೋಟೆಯನ್ನು ಕಟ್ಟಿಸಿದವನು ಬಲವಂತಸಿಂಗ್ (ಕ್ರಿ.ಶ.1738–1770). ಈ ಕೋಟೆಯಲ್ಲಿ ಅಪೂರ್ವವಸ್ತುಗಳ ಸಂಗ್ರಹಾಲಯ

ವಿದೆ. ಇಲ್ಲಿ ಪ್ರತಿವರ್ಷವೂ ನಡೆಯುವ 'ರಾಮಲೀಲಾ' ಬಹಳ ಪ್ರಸಿದ್ಧಿಯಾದುದು. ರಾಮಲೀಲಾದ ವಿಶಿಷ್ಟತೆಯೇನು ಎಂಬುದನ್ನು ಮುಂದೆ ತಿಳಿಯಬಹುದು.

ಸಂಕಟಮೋಚನ: ಕಾಶಿಯಲ್ಲಿ ಅನೇಕ ಹನುಮಾನ್ ಮಂದಿರಗಳಿವೆ. ಅವುಗಳಲ್ಲಿ ದುರ್ಗಾಕುಂಡದ ಹತ್ತಿರವಿರುವ ಸಂಕಟಮೋಚನ ಹನುಮಾನ್‌ಮಂದಿರ ಬಹಳ ಪ್ರಸಿದ್ಧಿಯಾದುದು. ಕಾಶಿಯಲ್ಲಿ ಗೋಸ್ವಾಮಿ ತುಳಸೀದಾಸರು ಕಟ್ಟಿಸಿದರೆನ್ನಲಾಗುವ ಹನ್ನೆರಡು ಹನುಮಾನ್‌ಮಂದಿರಗಳಲ್ಲಿ ಸಂಕಟಮೋಚನದ ಹೆಸರು ಇಲ್ಲದಿದ್ದರೂ, ಇದು ತುಳಸೀದಾಸರು ಕಟ್ಟಿಸಿದ ಮಂದಿರವೆಂದೇ ಹೆಸರುಗಳಿಸಿದೆ. ತುಳಸೀದಾಸರು ಇಲ್ಲಿ ಕುಳಿತು ತಮ್ಮ ರಾಮಚರಿತಮಾನಸದ ಕೆಲವು ಅಧ್ಯಾಯಗಳನ್ನು ಬರೆದರೆಂಬ ಪ್ರತೀತಿಯಿದೆ. ಅವರು ರಾಮಾಯಣ ಪ್ರವಚನವನ್ನು ಮಾಡುತ್ತಿದ್ದಾಗ ಹನುಮಂತನು ಮುದುಕನ ವೇಷದಲ್ಲಿ ಬಂದು ಕಥೆಯನ್ನು ಕೇಳುತ್ತಾ ಮೈಮರೆಯುತ್ತಿದ್ದನೆಂಬ ಕಥೆ ಜನಜನಿತವಾಗಿದೆ. ಇದನ್ನು ಕಟ್ಟಿದ ಕಾಲ ಸುಮಾರು ಕ್ರಿ.ಶ.1608ರಿಂದ 1611 ಎಂದು ಹೇಳಲಾಗುತ್ತದೆ.

(ಚಿತ್ರ5-ಸಂಕಟ್ ಮೋಚನ ಮಂದಿರ)

ಚೈತ್ರಶುಕ್ಲ ಪೂರ್ಣಿಮೆಯಂದು ಇಲ್ಲಿ ಮಹಾವೀರ ಹನುಮಾನ್ ಜಯಂತಿಯ ಪ್ರಯುಕ್ತ ಐದುದಿನಗಳ ಸಂಗೀತ ಸಮಾರೋಪವಿರುತ್ತದೆ. ಕಾಶಿಯ ಅನೇಕಾನೇಕ ಮಂದಿರಗಳಲ್ಲಿ ವಿಶ್ವನಾಥ ಮತ್ತು ಅನ್ನಪೂರ್ಣ ಮಂದಿರಗಳ ನಂತರ ಸಂಕಟಮೋಚನ ಮಂದಿರವು

ಪೂಜಿಸುವ ಪರಿಪಾಠ ಎಂದಿನಿಂದ ಶುರುವಾಯಿತು ಎಂಬ ಪ್ರಶ್ನೆಗೆ ಉತ್ತರವನ್ನು ಮುಂದೆ ನೋಡಬಹುದು.

ದುರ್ಗಾಮಂದಿರ: ದುರ್ಗಾಮಂದಿರವನ್ನು ಹದಿನೆಂಟನೆಯ ಶತಮಾನದಲ್ಲಿದ್ದ ನಾಟೋರ್‌ನ (ಪೂರ್ವ ಬಂಗಾಳ) ರಾಣಿಭವಾನಿ ಎಂಬುವವಳು 1760ರಲ್ಲಿ ಕಟ್ಟಿಸಿದಳು. ಪಕ್ಕದ ದುರ್ಗಾಕುಂಡವನ್ನು ಕಟ್ಟಿಸಿದವಳು ರಾಣಿ ಅಹಲ್ಯಾಬಾಯಿ (ಕ್ರಿ.ಶ.1725–1795). ಮುಸ್ಲಿಮರ ದಾಳಿಗಳಿಗೆಸಿಕ್ಕು ಏಳುಶತಮಾನಗಳಲ್ಲಿ ನುಚ್ಚುನೂರಾಗಿದ್ದ ಕಾಶಿಯನ್ನು ಪುನರುಜ್ಜೀವನಗೊಳಿಸುವ ಕಾರ್ಯದಲ್ಲಿ ಇವರಿಬ್ಬರು ರಾಣಿಯರ ಪಾತ್ರ ಬಹಳ ಮಹತ್ವವಾದದ್ದು. ಒಮ್ಮೆ ಬನಾರಸ್‌ನ ಕಲೆಕ್ಟರ್ ಆಗಿದ್ದ ವಿಲಿಯಮ್ ಗ್ರಾಂಟ್ ಎಂಬುವನು ಕುಟುಂಬಸಮೇತ ದೋಣಿಯ ಮೇಲೆ ಹೋಗುತ್ತಿದ್ದಾಗ, ದೋಣಿ ಗಂಗೆಯಲ್ಲಿ ಮುಳುಗುವುದರಲ್ಲಿತ್ತು. ಆಗ ಅವನು ಮಾಡಿದ ಪ್ರಾರ್ಥನೆಯ ಮೇರೆಗೆ ಪ್ರಾಣಹಾನಿಯಾಗದೆ ಉಳಿದುಬಂದ ಸಂತಸದಲ್ಲಿ ಕ್ರಿ.ಶ.1808ರಲ್ಲಿ ಕೊಟ್ಟ ಒಂದು ದೊಡ್ಡಗಂಟೆಯನ್ನು ದುರ್ಗಾಮಂದಿರದಲ್ಲಿ ನೋಡಬಹುದು. ಮಂದಿರದ ಪೂರ್ವಕ್ಕೆ 'ಆನಂದ ಬಾಗ್' ಎಂಬ ಉದ್ಯಾನವಿದೆ. ಆರ್ಯಸಮಾಜದ ದಯಾನಂದ ಸರಸ್ವತಿಯವರಿಗೂ ಮತ್ತು ಕಾಶಿಯ ಪಂಡಿತರಿಗೂ ಕ್ರಿ.ಶ.1869ರಲ್ಲಿ ನಡೆದ ಅತ್ಯಂತ ಪ್ರಸಿದ್ಧವಾದ ಶಾಸ್ತ್ರಾರ್ಥ(ವಾದ)ಕ್ಕೆ ಈ ಉದ್ಯಾನವೇ ಕಣವಾಗಿತ್ತು. ಅನೇಕ ಪವಾಡಗಳನ್ನು ಮಾಡಿದ್ದ ಸ್ವಾಮಿ ಭಾಸ್ಕರಾನಂದರ (ಕ್ರಿ.ಶ.1833–1899) ಸಮಾಧಿಯು ಇಲ್ಲೇ ಇದೆ.

ತುಳಸೀಮಾನಸ ಮಂದಿರ: ಕ್ರಿ.ಶ.1964ರಲ್ಲಿ ಕಟ್ಟಿದ ಹೊಸಮಂದಿರ ದುರ್ಗಾಕುಂಡದ ಹತ್ತಿರದಲ್ಲೆ ಇದೆ. ಇದನ್ನು ಕಟ್ಟಿಸಿದವರು ಸೇಠ್ ರತನ್‌ಲಾಲ್ ಸುರೇಕಾ. ಮಂದಿರದ ಗೋಡೆಗಳೆಲ್ಲ ಸಂಗಮವರಿ ಕಲ್ಲಿನವು, ಆ ಕಲ್ಲುಗಳ ಮೇಲೆ ರಾಮಚರಿತಮಾನಸ ಕಾವ್ಯವನ್ನು ಮತ್ತು ಅನೇಕ ದೃಶ್ಯಗಳ ಸುಂದರಚಿತ್ರಗಳನ್ನು ಕೆತ್ತಲಾಗಿದೆ.

ಬಾಬಾ ಕೀನಾರಾಮ್ ಅಸ್ತಾರ: ಬಾಬಾನ ಸಮಾಧಿಯಿರುವ ಈ ಸ್ಥಳವನ್ನು ಅಸ್ತಾರ ಎಂದು ಕರೆಯುತ್ತಾರೆ. ಕಾಶಿಯಲ್ಲಿ ಆಗಿಹೋದ ಅನೇಕಾನೇಕ ಪವಾಡಪುರುಷರಲ್ಲಿ ಬಾಬಾ ಕೀನಾರಾಮ್ (ಕ್ರಿ.ಶ.1601–) ಅವರ ಹೆಸರು ಚಿರಸ್ಥಾಯಿಯಾಗಿದೆ. ಪಂಚಮುಖಿ ಮಹಾದೇವನ ಅವತಾರವೆನಿಸಿ, ದತ್ತಾತ್ರೇಯರ ದರ್ಶನಪಡೆದ ಈ ಮಹಾತ್ಮನನ್ನು ಅಘೋರ ಪಂಥಿ, ಅವಧೂತ ಸಂಪ್ರದಾಯಿ ಅನ್ನುತ್ತಾರೆ. ಅವರು ಸ್ಥಾಪಿಸಿದ ನಾಲ್ಕು ಅಘೋರಪಂಥದ ಕೇಂದ್ರಗಳಲ್ಲಿ ಇಲ್ಲಿಯ ಕ್ರೀಮಿಕುಂಡ ಮುಖ್ಯವಾದುದು. ಈ ಕುಂಡದಲ್ಲಿ ಐದುಮಂಗಳವಾರ ಮತ್ತು ಐದುಭಾನುವಾರಗಳಲ್ಲಿ ಸ್ನಾನಮಾಡಿದರೆ ಎಲ್ಲ ರೋಗಗಳು/ದುಃಖಗಳು ನಾಶವಾಗುತ್ತವೆ ಎನ್ನುವುದು ನಂಬಿಕೆ. ಬಾಬಾ ಅವರು ಬರೆದ ನಾಲ್ಕು ಗ್ರಂಥಗಳು ಪಂಥದವರಿಗೆ ಮಾರ್ಗದರ್ಶಕವಾಗಿವೆ. ಅವರು ಸ್ಥಾಪಿಸಿದ 'ಧೂನಿ'ಯನ್ನು (ಸದಾ

(ಚಿತ್ರ 6–ಕೀನಾರಾಮ್ ಅಸ್ತಾರಾ–ಧೂನಿ)

ಪಂಥದವರಿಗೆ ಮಾರ್ಗದರ್ಶಕವಾಗಿವೆ. ಅವರು ಸ್ಥಾಪಿಸಿದ 'ಧೂನಿ'ಯನ್ನು (ಸದಾ ಹತ್ತಿ ಉರಿಯುತ್ತಿರುವ ಮರದಕೊರಡು) ನಿರಂತರವಾಗಿ ಉರಿಸಲಾಗುತ್ತಿದೆ. ಈ ಪೀಠದ ಹನ್ನೆರಡನೆಯ ಪೀಠಾಧೀಶ್ವರ ಬಾಬಾ ಸಿದ್ಧಾರ್ಥ ಗೌತಮ್ 1978ರಲ್ಲಿ ಗದ್ದುಗೆ ಏರಿದರು. ಇವರ ಹಾಗೂ ಕಾಶಿಯಲ್ಲಿದ್ದ ಇನ್ನೂ ಕೆಲವು ಸಾಧು ಸಂತರ ವಿಷಯಗಳನ್ನು ಮುಂದಿನ ಅಧ್ಯಾಯವೊಂದರಲ್ಲಿ ನೋಡಬಹುದು.

ತುಳಸೀ ಮಂದಿರ: ತುಳಸೀಘಾಟ್ ಮತ್ತು ಅಸಿಘಾಟ್‌ನ ಹತ್ತಿರ ಗೋಸ್ವಾಮಿ ತುಳಸೀದಾಸರ (ಜೀವನಕಾಲ ಕ್ರಿ.ಶ.1497–1623) ಮಂದಿರ ಇದೆ. ಇಲ್ಲಿಯೇ ಅವರು ಕೊನೆಯುಸಿರೆಳೆದುದು. ಮಂದಿರದಲ್ಲಿ ತುಳಸೀದಾಸರ ರಾಮಚರಿತಮಾನಸದ ಮೂಲಪ್ರತಿ, ಹನುಮಾನನ ವಿಗ್ರಹ, ಅವರು ಉಪಯೋಗಿಸುತ್ತಿದ್ದ ಸಾಮಾನುಗಳು ಮತ್ತು ಗಂಗೆಯನ್ನು ದಾಟಲು ನಿತ್ಯವು ಬಳಸುತ್ತಿದ್ದ ದೋಣಿಯ ತುಣುಕನ್ನು ಕಾಣಬಹುದು.

ಲೋಲಾರ್ಕ ಮಂದಿರ: ಕಾಶಿಯ ಹನ್ನೆರಡು ಆದಿತ್ಯಮಂದಿರಗಳಲ್ಲಿ, ಅಸಿಯಲ್ಲಿರುವ ಲೋಲಾರ್ಕ ಆದಿತ್ಯನ ಮಂದಿರವನ್ನು ನೋಡಲು ಮತ್ತು ಕುಂಡದಲ್ಲಿ ಸ್ನಾನಮಾಡಲು ಅನೇಕರು ಬರುತ್ತಾರೆ. ಭಾದ್ರಪದ ಶುಕ್ಲ ಷಷ್ಠಿಯಂದು ಇಲ್ಲಿ 'ಲೋಲಾರ್ಕ ಛಠ್‌ಮೇಳ' ನಡೆಯುತ್ತದೆ. ಅಂದು ಮಕ್ಕಳಿಲ್ಲದ ಸಹಸ್ರಾರು ದಂಪತಿಗಳು ಇಲ್ಲಿಬಂದು ಕುಂಡದಲ್ಲಿ ಸ್ನಾನಮಾಡಿ ಭಕ್ತಿಯಿಂದ ವಿಶೇಷ ಆಚರಣೆಯಲ್ಲಿ ಭಾಗವಹಿಸುತ್ತಾರೆ.

ಮಾ ಆನಂದಮಯಿ ಆಶ್ರಮ: ಮಾ ಆನಂದಮಯಿ (ಕ್ರಿ.ಶ.1896–1982) ಅವರ ಅಪೂರ್ವ ಶಾಂತಿ ಮತ್ತು ತಾಯಿಯ ಪ್ರೀತಿಯನ್ನು ಅನುಭವಿಸಿದವರಲ್ಲಿ ಜವಹರಲಾಲ್

ನೆಹರೂ, ಸುಭಾಷ್‌ಚಂದ್ರ ಬೋಸ್, ಗಾಂಧೀಜಿ ಮುಂತಾದ ಗಣ್ಯರಿದ್ದರು. ಅನೇಕರು ಅವರ ಶಿಷ್ಯರಾಗಿದ್ದರು. ಇವರ ಭಕ್ತರಲ್ಲಿ ಹೆಸರಾಂತ ಪಂಡಿತ ಗೋಪೀನಾಥ ಕವಿರಾಜ ಮತ್ತು ಡಾ. ಎಸ್ ರಾಧಾಕೃಷ್ಣನ್ ಅವರೂ ಇದ್ದರೆಂದರೆ ಆಕೆಯ ಸನಿಹದಲ್ಲಿನ ಶಾಂತಿಯಲ್ಲಿ ಏನೋ ಆಕರ್ಷಣೆಯಿದ್ದಿರಬೇಕು. ಇವರ ಹೆಸರಿನ ಆಶ್ರಮ ಬದೈನಿಯ ಗಂಗಾತಟದ ಹತ್ತಿರವಿದೆ.

ಕೇದಾರೇಶ್ವರ: ಕೇದಾರಘಾಟ್‌ನಲ್ಲಿರುವ ಕೇದಾರೇಶ್ವರ ಮಂದಿರದಲ್ಲಿರುವ ಲಿಂಗ ಹಿಮಾಲಯದ ಕೇದಾರ ಜ್ಯೋತಿರ್ಲಿಂಗವನ್ನು ಪ್ರತಿನಿಧಿಸುತ್ತದೆ. ಇದರ ಕಥೆಯನ್ನು ಮುಂದೆ ನೋಡಬಹುದು. ಮುಸ್ಲಿಮರ ದಾಳಿಯ ಸಮಯದಲ್ಲಿ ಚಮತ್ಕಾರವೊಂದಾಗಿ ಈ ಲಿಂಗವನ್ನು ಹಾಳುಗೆಡವುದು ಸಾಧ್ಯವಾಗಲಿಲ್ಲ ಎಂಬ ಕಥೆಯಿದೆ.

ಜಂಗಮವಾಡಿ ಮಠ: ನಗರದ ಮಧ್ಯದಲ್ಲಿರುವ ಗೋದೌಲಿಯಾವೃತ್ತದ ಹತ್ತಿರ ಲಿಂಗಾಯತ ಅಥವಾ ವೀರಶೈವ ಮತದ ಬಹಳ ಪ್ರಸಿದ್ಧವಾದ ಜಂಗಮವಾಡಿಮಠ ಇದೆ. ಇದು ಪ್ರಭಾವಶಾಲಿ ಹಾಗೂ ಪುರಾತನ ಮಠ. ಔರಂಗಜೇಬ್ ಹಾಗೂ ಕಾಶಿ ಮತ್ತು ನೇಪಾಳದ ರಾಜರುಗಳು ಕೊಟ್ಟ ಫರಮಾನ್ ಮತ್ತು ಪಟ್ಟಗಳನ್ನು ಇಲ್ಲಿ ನೋಡಬಹುದು. ಹೆಚ್ಚಿನ ವಿವರಗಳಿಗೆ ಅನುಬಂಧ 4 ನೋಡಿರಿ.

ಕಾಶಿ ವಿಶ್ವನಾಥ ಮಂದಿರ: ದೇಶದ ಹನ್ನೆರಡು ಜ್ಯೋತಿರ್ಲಿಂಗಗಳಲ್ಲಿ ಒಂದಾದ, ಕಾಶಿಯ ಅಧಿಷ್ಠಾನ ದೇವತೆಯಾದ ವಿಶ್ವನಾಥನನ್ನು ನೋಡದೆ ಬರುವವರಾರು?. ದುರದೃಷ್ಟವಶಾತ್ ಈ ಮಂದಿರ ಅನೇಕಸಲ ಮುಸ್ಲಿಮರ ದಾಳಿಗೆ ತುತ್ತಾದ್ದರಿಂದ, ಮಂದಿರದ ಜಾಗ ಹಾಗೂ ಅದರೊಳಗಿದ್ದ ಲಿಂಗವನ್ನು ಬದಲಾಯಿಸಬೇಕಾಯಿತು. ಆದರೆ ಇದಾವುದರಿಂಲೂ ಜನರ ಶ್ರದ್ಧೆ-ವಿಶ್ವಾಸಗಳು ಬದಲಾಯಿಸ ಲಿಲ್ಲ. ಅದರ ಕಥೆಯಾಗಲಿ, ಅವಿಮುಕ್ತೇಶ್ವರ ನಿಗಿಂತ ವಿಶ್ವೇಶ್ವರ ಪ್ರಾಮುಖ್ಯತೆ ಪಡೆದ ಕಥೆಯಾಗಲಿ ಸದ್ಯಕ್ಕೆ ಬೇಡ. ಕ್ರಿ.ಶ.1669ರಲ್ಲಿ ಕೊನೆಯಸಲ ಔರಂಗಜೇಬನಿಂದ ಧ್ವಂಸವಾದಮೇಲೆ, ಕ್ರಿ.ಶ.1777ರಲ್ಲಿ ರಾಣಿ ಅಹಲ್ಯಾಬಾಯಿ ಹೋಲ್ಕರ್ ಹೊಸಮಂದಿರವನ್ನು ಕಟ್ಟಿಸಿದಳು. ಮಹಾರಾಜ ರಣಜಿತ್‌ಸಿಂಗ್‌ನು ಕ್ರಿ.ಶ.1839 ರಲ್ಲಿ ಗೋಪುರದ ಭಾವಣಿಯ ಮೇಲೆ 39

(ಚಿತ್ರ 7-ಕಾಶೀ ವಿಶ್ವನಾಥ ಮಂದಿರ-ಗೋಪುರ)

ಮಣ ಚಿನ್ನದ ಹೊದಿಕೆಯನ್ನು ಹಾಕಿಸಿದನು. ಗೋಪುರದ ಎತ್ತರ 51 ಅಡಿ. ಈ ಮಂದಿರ ಇರುವುದು ದಶಾಶ್ವಮೇಧಘಾಟ್‌ನ ಸಮೀಪದಲ್ಲಿ. ಗಂಗಾಸ್ನಾನದ ನಂತರ ನೇರವಾಗಿ ವಿಶ್ವನಾಥ ಗಲ್ಲಿಯ ಮೂಲಕ ಮಂದಿರಕ್ಕೆ ನಡೆಯಬಹುದು. ಶಿವನಿಗೆ ದಿನವೂ ಐದು ಆರತಿಗಳು ನಡೆಯುತ್ತವೆ. ಪ್ರತ್ಯೂಷ ಜ್ವಾಲ (ಬೆಳಗಿನ 3.30 ಗಂಟೆಯ ಮಂಗಳಾರತಿ), ಭೋಗ ಆರತಿ (ಬೆ 11.30), ಸಂಧ್ಯಾ ಆರತಿ (ಸಂ.7.00) ಸಪ್ತರ್ಷಿ ಪೂಜೆ, ಶೃಂಗಾರ ಆರತಿ (ರಾ.9.30), ಮತ್ತು ಕೊನೆಯದಾಗಿ ಶಯನಾರತಿ (ರಾ.11.00) ಇವನ್ನು ನೋಡುವುದೇ ಒಂದು ವಿಶೇಷ. ಶಿವ ಮತ್ತು ವಿಷ್ಣುವನ್ನು ಏಕಕಾಲದಲ್ಲಿ ಸ್ತುತಿಮಾಡುವ ಈ ಆರತಿಗಳನ್ನು ಅನುಭವಿಸಿ ಆನಂದಿಸಲು ಹೆಚ್ಚು ಜನಸಂದಣಿಯಿಲ್ಲದ ಶಯನಾರತಿಯನ್ನು ನೋಡಬೇಕು (ಅಧ್ಯಾಯ 8 ನೋಡಿ). ಹತ್ತಿರದಲ್ಲೇ ಮೀರ್‌ಘಾಟ್‌ನ ಹೊಸ ವಿಶ್ವನಾಥಮಂದಿರ ಇದೆ. ಕ್ರಿ.ಶ 1954ರಲ್ಲಿ ವಿಶ್ವನಾಥ ಮಂದಿರದಲ್ಲಿ ಹರಿಜನ ಪ್ರವೇಶವಾದ ನಂತರ, ಇಲ್ಲಿಯ ಸಂಪ್ರದಾಯವಾದಿಗಳ ಮುಖಂಡತ್ವ ವಹಿಸಿದ್ದ ಸ್ವಾಮಿ ಕರಪಾತ್ರಿ ಮಹಾರಾಜ್ ಅವರು ಮೀರ್‌ಘಾಟ್‌ನಲ್ಲಿ ಹೊಸಮಂದಿರವನ್ನು ಕಟ್ಟಿಸಿದರು. ಎಲ್ಲರಿಗೂ ಪ್ರವೇಶವಿದ್ದರೂ, ಅಲ್ಲಿಯ ಲಿಂಗವನ್ನು ಸಾರ್ವಜನಿಕರು ಮುಟ್ಟುವ ಹಾಗಿಲ್ಲ, ಪೂಜೆಯೆಲ್ಲ ಪೂಜಾರಿಯದೆ.

ಜ್ಞಾನವಾಪಿ: ಇದು ವಿಶ್ವನಾಥಮಂದಿರದ ಹಿಂದೆಯೆ ಇದೆ. ಗಂಗೆ ಇನ್ನೂ ಇಲ್ಲಿ ಹರಿಯದಕಾಲದಲ್ಲಿ, ಸತ್ಯಯುಗದಲ್ಲಿ, ಈಶಾನ್ಯದೇವನು ತನ್ನ ತ್ರಿಶೂಲದಿಂದ ಇಲ್ಲಿ ನೆಲವನ್ನು

(ಚಿತ್ರ 8–ಮಂದಿರ ಒಡೆದು ಮಸೀದಿ)

ಅಗೆದು ಬಾವಿಯಲ್ಲಿ ನೀರಚಿಲುಮೆಯನ್ನು ಉಕ್ಕಿಸಿದನೆಂದು ಹೇಳುತ್ತಾರೆ. ಇದಕ್ಕೆ ಈಶಾನ್ಯತೀರ್ಥ, ಜ್ಞಾನತೀರ್ಥ, ಶಿವತೀರ್ಥ, ಮೋಕ್ಷತೀರ್ಥ, ತಾರಕತೀರ್ಥ ಎಂದೆಲ್ಲ ಕರೆಯುತ್ತಾರೆ. ಕಥೆಯ ಪ್ರಕಾರ, ದಾಳಿಯ ಸಮಯದಲ್ಲಿ, ವಿಶ್ವನಾಥನ ಲಿಂಗವು ಈ ಕೂಪದಲ್ಲಿ ಹಾರಿತು ಅಥವಾ ಲಿಂಗವನ್ನು ಅದರೊಳಗೆ ಬೀಳಿಸಲಾಯಿತು. ಕೊನೆಗೊಮ್ಮೆ ಅದನ್ನು ತೆಗೆದು ಸ್ಥಾಪಿಸಿರಬಹುದು. ಈ ಕೂಪದ ಉತ್ತರದಲ್ಲಿ ಹಳೆಯ ವಿಶ್ವನಾಥಮಂದಿರವನ್ನು ಅರ್ಧಒಡೆದು, ಅದರಮೇಲೆ ಗುಂಬಜ್‌ಅನ್ನು ಕೂರಿಸಿ, ಮಂದಿರವನ್ನೆ ಔರಂಗಜೇಬ್ ಮಸೀದಿಯನ್ನಾಗಿ ಪರಿವರ್ತಿಸಿ, ಹುಣ್ಣಿಗೆ ಬರೆಎಳೆದಿರುವುದನ್ನು ಕಾಣಬಹುದು. ಇದನ್ನೆ ಈಗ ಗ್ಯಾನವಾಪಿ ಮಸ್ಜಿದ್ ಎಂದು ಕರೆಯುತ್ತಾರೆ.

ಅನ್ನಪೂರ್ಣ ಮಂದಿರ: ಈ ಮಂದಿರವು ವಿಶ್ವನಾಥಮಂದಿರದ ಹತ್ತಿರವೆ ಇದೆ. ಶಿವನ ಜೊತೆ ಸ್ಮಶಾನದಲ್ಲಿರಲು ಇಷ್ಟಪಡದ ಪಾರ್ವತಿಯೊಡನೆ ಶಿವ ಒಪ್ಪಂದ ಮಾಡಿಕೊಂಡನಂತೆ. ಅದರ ಪ್ರಕಾರ ಮೂರು ಯುಗಗಳಲ್ಲಿ ಪಾರ್ವತಿಯು ಸ್ಮಶಾನದಲ್ಲಿ ಶಿವನೊಡನೆ ಇದ್ದರೆ, ನಾಲ್ಕನೆಯ ಕಲಿಯುಗದಲ್ಲಿ ಈ ಕಾಶಿ ಎಂಬ ಮಹಾ ಸ್ಮಶಾನವು ಅನ್ನಪೂರ್ಣೆಯ ಪುರಿಯಾಗಿ ಅವಳ ಭಂಡಾರ ವಾಗಿರುವುದು. ಆಗ ಇಲ್ಲಿ ಪಾರ್ವತಿ ಸರ್ವರ ಕಾಮನೆ ಗಳನ್ನು ಈಡೇರಿಸಲು ಸದಾಸಿದ್ಧಳಾಗಿ ನಿಂತಿರುವ ಅನ್ನಪೂರ್ಣೆಯಾಗಿರು ವಳು. ಈಗಿನ ಮಂದಿರವು ಮರಾಠರ ಕಾಲದಲ್ಲಿ ಕಟ್ಟಿ ದುದು. ಚಿನ್ನದ ಅನ್ನ ಪೂರ್ಣ, ವಿಶ್ವನಾಥ, ವಿಷ್ಣು, ಲಕ್ಷ್ಮಿಯ ವಿಗ್ರಹಗಳನ್ನು ವರ್ಷಕ್ಕೆ ಮೂರು ದಿನ (ಕಾರ್ತಿಕ ಮಾಸದ ಕೃಷ್ಣ 14/ 15 ಮತ್ತು ಶುಕ್ಲ 1ರಂದು)

(ಚಿತ್ರ 9–ಅನ್ನಪೂರ್ಣಾ–ಚಿನ್ನದ್ದು)

ಜನರ ದರ್ಶನಕ್ಕೆ ತೆಗೆದಿಡುತ್ತಾರೆ. ಕೊನೆಯ ದಿನ ಅನ್ನಕೂಟವೆಂಬ ದೊಡ್ಡಉತ್ಸವ ನಡೆಯುತ್ತದೆ. ದೀಪಾವಳಿಯ ಸಮಯಕ್ಕೆ ವಾರಾಣಸಿಗೆ ಹೋದರೆ ಅನ್ನಕೂಟ ಉತ್ಸವವನ್ನು ನೋಡಬಹುದು.

ಆದಿವಿಶ್ವೇಶ್ವರ: ಇದು ಗೋದೌಲಿಯಾದಿಂದ ಚೌಕ್‌ಗೆ ಹೋಗುವ ರಸ್ತೆಯಲ್ಲಿ, ಜ್ಞಾನವಾಪಿಯ ಉತ್ತರದಲ್ಲಿದೆ. ಮೊದಲು ವಿಶ್ವನಾಥಮಂದಿರ ಇದರ ಪೂರ್ವದಲ್ಲಿಯೆ ಇತ್ತು. ಮುಸ್ಲಿಮ–ದಾಳಿಯ ನಂತರ, ಕ್ರಿ.ಶ.1585ರಲ್ಲಿ ಈಗಿರುವ ಔರಂಗಜೇಬನ ಮಸೀದಿಯ ಜಾಗದಲ್ಲಿ ವಿಶ್ವನಾಥಮಂದಿರ ಕಟ್ಟಲಾಯಿತು. ಹಳೆಯ ಮಂದಿರದ ನೆನಪಿಗಾಗಿ ರಾಜಾಸ್ಥಾನದ ಮಹಾರಾಜ ಮೊದಲನೆಯ ಜೈಸಿಂಗ್ ಇಲ್ಲಿ ಆದಿವಿಶ್ವೇಶ್ವರ ಮಂದಿರವನ್ನು ಕಟ್ಟಿಸಿದನು.

ಕಾಶಿವಿಶಾಲಾಕ್ಷಿ ಮಂದಿರ: ಇದು ದೇಶದ 51 ಶಕ್ತಿಪೀಠಗಳಲ್ಲೊಂದು. ಇಲ್ಲಿ ಸತಿಯ ವಿಶಾಲನೇತ್ರಗಳು ಬಿದ್ದವೆಂದು ಕಥೆ. ಕಜಲಿ ತೀಜ್ ಅಥವಾ ಭಾದ್ರಪದ ಕೃಷ್ಣ ಅಮಾವಾಸ್ಯೆಯಂದು (ಆಗಸ್ಟ್/ಸೆಪ್ಟೆಂಬರ್) ಇಲ್ಲಿ ವಿಶೇಷ ಅಲಂಕಾರ ಅಥವಾ ಶೃಂಗಾರನಡೆಯುತ್ತದೆ. ಕಾಶಿವಿಶಾಲಾಕ್ಷಿ, ಕಂಚಿಕಾಮಾಕ್ಷಿ ಮತ್ತು ಮಧುರೆಮೀನಾಕ್ಷಿ ಎಂದು ಮೂರುದೇವಿಯರನ್ನು ಒಟ್ಟಾಗಿ ನೆನೆಸಿಕೊಳ್ಳುವುದು ದಕ್ಷಿಣಭಾರತದಲ್ಲಿ ವಾಡಿಕೆಯಲ್ಲಿದೆ. ಆದರೆ, ಉತ್ತರಭಾರತೀಯರು ವಿಶಾಲಾಕ್ಷಿಯ ಮಂದಿರಕ್ಕೆ ಹೆಚ್ಚು ಬರುವುದಿಲ್ಲ.

ನೇಪಾಳಿ ಮಂದಿರ: ಇದು ಲಲಿತಾಘಾಟ್‌ನಲ್ಲಿದೆ. ನೇಪಾಳದ ದೊರೆ ರಾಜೇಂದ್ರ ವೀರವಿಕ್ರಮ ಸಹದೇವ ಎಂಬುವನು ತನ್ನ ಹೆಂಡತಿಯ (ಲಕ್ಷ್ಮಿಶಾ) ನೆನಪಿಗಾಗಿ ಕ್ರಿ.ಶ.1743 ರಲ್ಲಿ ಈ ಮಂದಿರವನ್ನು ಕಟ್ಟಿಸಿದನು. ಈಗ ಮಂದಿರವು ಕಟ್ಮಂಡುವಿನ ಗುಟಿಸಂಸ್ಥಾನದ ಆಡಳಿತದಲ್ಲಿದೆ. ಕಟ್ಟಿಗೆಯಿಂದ ನಿರ್ಮಿಸಿದ ಮಂದಿರದ ಕೆತ್ತನೆಗಳು ಖಜುರಾಹೊ ಮಂದಿರವನ್ನು ನೆನಪಿಗೆ ತರುತ್ತವೆ.

ಮಣಿಕರ್ಣಿಕಾಘಾಟ್: ಕಾಶಿಯಲ್ಲಿ ಹನುಮಾನ್‌ಘಾಟ್ ಮತ್ತು ಮಣಿಕರ್ಣಿಕಾಘಾಟ್ ಎರಡೂ ಸ್ಮಶಾನ ಘಾಟ್ ಎಂದೇ ಪ್ರಸಿದ್ಧವಾಗಿವೆ. ಇಲ್ಲಿ ನಿರಂತರವೂ ಮೃತರ ದಹನಕ್ರಿಯೆ ನಡೆಯುತ್ತಲೇ ಇರುತ್ತದೆ. ಮಣಿಕರ್ಣಿಕಾ ಘಾಟ್‌ನ ಮೇಲಿರುವ ಚಕ್ರಪುಷ್ಕರಿಣಿ ಮತ್ತು ಚರಣಪಾದುಕಾ ಎಂಬಲ್ಲಿ ವಿಷ್ಣುವಿಗೆ ಸಂಬಂಧಿಸಿದ ಎರಡು ಕಥೆಗಳನ್ನು ಕೇಳಬಹುದು. ಸೃಷ್ಟಿಯ ಮೊದಲಲ್ಲಿ ವಿಷ್ಣು ತನ್ನ ಚಕ್ರದಿಂದ ತೋಡಿದ ಕುಂಡಕ್ಕೆ **ಚಕ್ರಪುಷ್ಕರಿಣಿ** ಎಂಬ ಹೆಸರು. ವಿಷ್ಣು ತನ್ನ ಪಾದಗಳನ್ನು ಒತ್ತಿದ ಜಾಗದಲ್ಲಿ **ಚರಣಪಾದುಕದ** ಚಿಹ್ನೆಯಿದೆ. ಪಕ್ಕದ **ಜಲಶಾಯಿ** ಎಂಬಲ್ಲಿ ದಹನಕ್ರಿಯೆ ನಡೆಯುತ್ತದೆ. ಈ ರೀತಿಯಲ್ಲಿ ಮಣಿಕರ್ಣಿಕಾಘಾಟ್ ಸೃಷ್ಟಿ, ಸ್ಥಿತಿ, ಲಯಗಳ ಪ್ರತೀಕ.

ಪಂಚಗಂಗಾಘಾಟ್: ಪಂಚಗಂಗಾಘಾಟ್ ಅನೇಕ ಕಾರಣಗಳಿಂದ ಪ್ರಸಿದ್ಧವಾಗಿದೆ. ಇದು ಪಂಚನದ (ಐದುನದಿ/ನದಗಳು ಸೇರುವ) ತೀರ್ಥವೆನಿಸಿದ್ದಕ್ಕೂ ಕಥೆಯಿದೆ. ಇಲ್ಲಿದ್ದ

ಬಿಂದುಮಾಧವ ಮಂದಿರಕ್ಕೆ ಮತ್ಸ್ಯಪುರಾಣದಲ್ಲಿ ಒಂದು ಕಥೆಯಿದೆ. ವಿಶ್ವನಾಥಮಂದಿರದಂತೆ, ಈ ಮಂದಿರವು ಅನೇಕಸಲ ಬಿದ್ದು ಹೊಸಹೊಸದಾಗಿ ಕಟ್ಟಲ್ಪಟ್ಟಿತು. ಜೈಪುರದ ಮಹಾರಾಜ (ಕ್ರಿ.ಶ.1585/1596ರಲ್ಲಿ), ರಾಜಾ ಜೈಸಿಂಗ್ (ಕ್ರಿ.ಶ.1642ರಲ್ಲಿ) ಮಂದಿರವನ್ನು ಕಟ್ಟಿಸಿದ ಉಲ್ಲೇಖಗಳಿವೆ. ಪ್ರಾಯಶಃ ಬೇಣಿಮಾಧವರಾವ್ ಸಿಂಧಿಯಾ ಇದಕ್ಕೆ ಗೋಪುರಗಳನ್ನು ಕಟ್ಟಿಸಿರಬೇಕು. ಈ ಮಂದಿರವು ಕ್ರಿ.ಶ.1669ರಲ್ಲಿ ಔರಂಗಜೇಬ್‌ನ ದಾಳಿಗೆಸಿಕ್ಕು, ಅಲ್ಲಿಯೇ ಕಟ್ಟಿದ ಮಸೀದಿಯನ್ನು ಬಿಂದುಮಾಧವ (ಬೇಣಿಮಾಧವ) ದರಹರ ಎಂದು ಕರೆಯುತ್ತಾರೆ. ಈ ಮಸೀದಿಗೆ 64 ಮೀಟರ್‌ಗಳ ಎರಡು ಮಿನಾರಗಳಿದ್ದವು. ಇದಲ್ಲದೆ ರಾಮಾನಂದರ ಶ್ರೀಮಠ ಇರುವುದು ಮತ್ತು ಕಬೀರನಿಗೆ ರಾಮಾನಂದರಿಂದ ದೀಕ್ಷೆ ಸಿಕ್ಕಿದ್ದು ಪಂಚಗಂಗಾಘಾಟ್‌ನಲ್ಲಿಯೆ. ಈಗಲೂ ಇಲ್ಲಿ ಇನ್ನೂ ಅನೇಕ ಸಂತರು ವಾಸಮಾಡುತ್ತಿದ್ದಾರೆ.

ವೇಧಶಾಲಾ: ಮಾನಮಂದಿರಘಾಟ್‌ನಲ್ಲಿರುವ ಜ್ಯೋತಿಶ್ಶಾಸ್ತ್ರದ (ಖಗೋಳವಿಜ್ಞಾನದ) ಅನೇಕ ಉಪಕರಣಗಳನ್ನು ವೇಧಶಾಲೆಯಲ್ಲಿ ನೋಡಬಹುದು. ಕಲ್ಲಿನಲ್ಲಿ ನಿರ್ಮಿತವಾಗಿರುವ ಈ ಉಪಕರಣಗಳ ಸಹಾಯದಿಂದ ಸೂರ್ಯ, ಚಂದ್ರ, ನಕ್ಷತ್ರಗಳ ಚಲನವನ್ನು ಅತ್ಯಂತ ನಿಖರವಾಗಿ ಎಣಿಕೆಮಾಡಬಹುದೆಂದು ಹೇಳುತ್ತಾರೆ. ಈ ವೇಧಶಾಲೆಯನ್ನು ರಾಜಾ ಜೈಸಿಂಗ್ ಕ್ರಿ.ಶ. 1693–1710ರಲ್ಲಿ ಕಟ್ಟಿಸಿದನು. ಜೈಸಿಂಗ್ ಕಟ್ಟಿಸಿದ ಇದೇ ತರಹದ ವೇಧಶಾಲೆಗಳನ್ನು ದೆಹಲಿ, ಜೈಪುರ, ಮಥುರ, ಉಜ್ಜಯಿನಿಯಲ್ಲೂ ನೋಡಬಹುದು.

ಆದಿಕೇಶವಘಾಟ್: ಕಾಶಿಯ ಐದು ಮುಖ್ಯಘಾಟ್‌ಗಳಾದ ಅಸಿಸಂಗಮ, ದಶಾಶ್ವಮೇಧ, ಮಣಿಕರ್ಣಿಕಾ, ಪಂಚಗಂಗಾ ಮತ್ತು ವರುಣಾಸಂಗಮ (ಆದಿಕೇಶವಘಾಟ್) ಗಳಲ್ಲಿ ಇದು ಕೊನೆಯದು. ವಿಷ್ಣು ಕಾಶಿಯಲ್ಲಿ ಮೊದಲು ಕಾಲಿಟ್ಟ ಸ್ಥಳವೆಂದು ಪ್ರಸಿದ್ಧಿಯಾಗಿದೆ. ಆದಿಕೇಶವನ ಮಂದಿರವಲ್ಲದೆ ಇಲ್ಲಿ ಸಂಗಮೇಶ್ವರ ಮತ್ತು ಬ್ರಹ್ಮೇಶ್ವರ ಮಂದಿರಗಳು ಇವೆ.

ಕಾಲಭೈರವ ಮಂದಿರ: ಈ ಮಂದಿರದ ಬಗ್ಗೆ ಒಂದು ಅಧ್ಯಾಯವನ್ನೆ ಮುಂದೆ ಬರೆದಿದೆ.

ರಾಜ್‌ಘಾಟ್:ಪ್ರಾಚೀನ ಶೋಧನದ ಪ್ರಕಾರ ಇದು ಕಾಶಿಯ ಅತ್ಯಂತ ಹಳೆಯ ವಾಸಸ್ಥಾನವಾಗಿತ್ತು. ಇಲ್ಲಿ ಪ್ರವಾಸಿಗರ ಆಸಕ್ತಿಯ ಅನೇಕ ತಾಣಗಳಿವೆ. ಲಾಲ್‌ಖಾನ್‌ನ ಗೋರಿ, ಗಾಂಧಿಸಂಸ್ಥೆ, ಜಿಡ್ಡು ಕೃಷ್ಣಮೂರ್ತಿ ಸಂಸ್ಥೆ, ಸಂತ ರಾಯಿದಾಸಮಂದಿರ ಇವು ಮುಖ್ಯವಾದವು. ಹತ್ತಿರವೇ ಗಂಗಾನದಿಯ ಮೇಲಿರುವ ಮಾಳವೀಯ ರಸ್ತೆ ಮತ್ತು ರೈಲುಸೇತುವೆಯ ಮೇಲಿನಿಂದ ಕಾಶಿಯ ಘಾಟ್‌ಗಳ ವಿಹಂಗಮನೋಟ ಒಂದು ಅದ್ಭುತದೃಶ್ಯ!

ಸಾರನಾಥ: 'ಋಷಿಪಟ್ಟಣ', 'ಮೃಗದಾವ' (ಜಿಂಕೆಗಳ ತಾಣ), 'ಸಾರಂಗನಾಥ' ಎನಿಸಿದ ಸಾರನಾಥ ಕಾಶಿಯಿಂದ ಹದಿನಾರು ಕಿಮೀ ದೂರದಲ್ಲಿದೆ. ಗಯಾದಲ್ಲಿ ಜ್ಞಾನಪಡೆದ ಬುದ್ಧನು ಸಾರನಾಥದಲ್ಲಿಯೇ ತನ್ನ ಮೊದಲ ಪ್ರವಚನವನ್ನು ಕೊಟ್ಟು ಧರ್ಮಚಕ್ರ

ಪ್ರವರ್ತನವನ್ನು ಶುರುಮಾಡಿದ್ದುದು. ಆದ್ದರಿಂದ ಬೌದ್ಧರ ನಾಲ್ಕು ಪವಿತ್ರಸ್ಥಳಗಳಲ್ಲಿ ಸಾರನಾಥ ಮುಖ್ಯವಾದುದು. ಮಿಕ್ಕ ಮೂರು ಪವಿತ್ರಸ್ಥಳಗಳು ಲುಂಬಿನಿ (ಜನ್ಮ), ಬೋಧಗಯಾ(ಜ್ಞಾನೋದಯ) ಮತ್ತು ಕುಸಿನಗರ (ಮರಣ). ಹದಿನೆಂಟನೆಯ ಶತಮಾನದಲ್ಲಿ ಜೊನಾಥನ್ ಡಂಕನ್ ಎಂಬ ಬ್ರಿಟಿಷ್ ರೆಸಿಡೆಂಟನು ಪತ್ತೆ ಹಚ್ಚುವವರೆಗೂ ಸಾರನಾಥ ಮಣ್ಣಿನಲ್ಲಿ ಹೂತುಹೋಗಿತ್ತು. ಧಮ್ಮರಾಜಿಕ ಸ್ತೂಪ, ಧಮೇಕ ಸ್ತೂಪ, ಮೂಲಗಂಧಕುಟಿ, ಅಶೋಕ ಸ್ತಂಭ, ಅನೇಕ ಕೆತ್ತನೆಯ ಮೂರ್ತಿಗಳು, ಈಚೆಗೆ ವಿವಿಧ ದೇಶದವರು ಕಟ್ಟಿರುವ ಸುಂದರ ಮಂದಿರಗಳು ಇವನ್ನೆಲ್ಲ ಸಾರನಾಥದಲ್ಲಿ ನೋಡಬಹುದು. ಬೌದ್ಧಸಂಸ್ಕೃತಿಯ ಬಗ್ಗೆ ತಿಳಿಯಲಿಚ್ಛಿಸುವವರು ಇಲ್ಲಿ ದಿನಗಟ್ಟಲೆ ಕಳೆಯಬಹುದು.

(ಚಿತ್ರ-10-ಸಾರನಾಥ)

ಘಾಟ್‌ಗಳು : ಗಂಗಾ ನದಿಯ ದಡದಲ್ಲಿ ಆರು ಕಿಮೀ ಉದ್ದ ಇರುವ ಘಾಟ್‌ಗಳ ರಮಣೀಯತೆಯನ್ನು ವರ್ಣಿಸದಿರುವ ಕವಿಯಿಲ್ಲ, ವಿದೇಶೀಯನಿಲ್ಲ, ಚಿತ್ರದಲ್ಲಿ ಹಿಡಿಯಲು ಪ್ರಯತ್ನಿಸಿದವರಿಲ್ಲ. ಎಲ್ಲರೂ ಉದ್ಗಾರಮಾಡುತ್ತಾ ಸೋತಿದ್ದಾರೆಯೆ ಹೊರತು ಹೇಳುವುದನ್ನೆಲ್ಲ ಸಮರ್ಪಕವಾಗಿ ಮುಗಿಸಿದ್ದೇವೆಂದು ತೃಪ್ತಿಪಟ್ಟಿಲ್ಲ. ಘಾಟ್‌ಗಳ ಸೌಂದರ್ಯವನ್ನು ಸವಿಯುವ ಉತ್ತಮಸಾಧನವೆಂದರೆ ಇಲ್ಲಿಯ ದೋಣಿಗಳು. ಅಸಿಯಿಂದ ಹಿಡಿದು ರಾಜ್‌ಘಾಟ್‌ನವರೆಗೆ ದೋಣಿಯ ಸವಾರಿಯಲ್ಲಿನ ಅನುಭವ ಜೀವನ ಪರ್ಯಂತ ಉಳಿಯಬಹುದು.

ಇತರ ಸ್ಥಳಗಳು : ವಾರವೆಲ್ಲಾ ಸುತ್ತಿದರೂ ಇಲ್ಲಿಯ ಎಲ್ಲ ಸ್ಥಳಗಳನ್ನು ನೋಡುವುದು ಸಾಧ್ಯವಿಲ್ಲ. ಮುಖ್ಯವೆನಿಸಿದ ಕೆಲವುಮಂದಿರಗಳ ಹೆಸರನ್ನು ಮಾತ್ರ ಇಲ್ಲಿಕೊಟ್ಟು, ಅವುಗಳ ಸ್ಥಳ/ವಿಶೇಷವನ್ನು ಕಂಸದಲ್ಲಿ ಕೊಡಲಾಗಿದೆ. ಗೀತಾ ಮಂದಿರ (ಮಿಸಿರ್ ಪೊಕ್ರಾ),

ಗೋಪಾಲ ಮಂದಿರ (ಚೌಕಂಬಾ), ಕಬೀರ ಮಂದಿರ (ಕಬೀರ್ ಚೌರಾ), ಚೈತನ್ಯದೇವ
ಮಂದಿರ (ಜತನ್ವಾರ್), ಗಾಂಧಿ ಮಂದಿರ (ಟೌನ್ ಹಾಲ್), ತಿಲ ಭಾಂಡೇಶ್ವರ (ಅತಿ
ದೊಡ್ಡ ಶಿವಲಿಂಗ), ಪಾರ್ಶ್ವನಾಥ ಜೈನ್ ಮಂದಿರ (ಭೇಲೂಪುರ) ಮುಖ್ಯವಾದವು.
ಇದಲ್ಲದೆ ಇಲ್ಲಿಯ ಭಾರತಮಾತಾ ಮಂದಿರ, ಡಾ। ಸಂಪೂರ್ಣಾನಂದ ಸಂಸ್ಕೃತ
ವಿಶ್ವವಿದ್ಯಾಲಯ (1791ರಲ್ಲಿ ಸಂಸ್ಕೃತ ಶಾಲೆಯಾಗಿ ಶುರುವಾದದ್ದು), ಕಾಶೀ ವಿದ್ಯಾಪೀಠ
(1920), ಸಾರನಾಥದಲ್ಲಿರುವ ಟಿಬೆಟಿಯನ್ ಇನ್ಸ್ಟಿಟ್ಯೂಟ್ ಮತ್ತು ಅರಾಬಿಕ್
ಇನ್ಸ್ಟಿಟ್ಯೂಟ್ ಇವುಗಳನ್ನು ಹೆಚ್ಚು ಆಸಕ್ತಿಯಿದ್ದವರು ನೋಡಬಹುದು.

ಕಾಶಿಯ ಇನ್ನೂ ಕೆಲವು ಮುಖ್ಯ ಮಂದಿರಗಳ ಪಟ್ಟಿಯನ್ನು ಅನುಬಂಧ 3ರಲ್ಲಿ
ನೋಡಬಹುದು.   ∎

4. ಆನಂದ ಕಾನನ

ಪಕ್ಷಿನೋಟದಲ್ಲಿ ಕೆಲವು ಮುಖ್ಯಪ್ರಯೋಜನಗಳಿವೆ. ಉತ್‌ಆಸೀನರಾಗಿ (ಮೇಲೆಕುಳಿತು ತಟಸ್ಥರಾಗಿ, ಉದಾಸೀನರಾಗಿ,) ನೋಡಿದಾಗ ವಿಸ್ತೀರ್ಣಕ್ಷೇತ್ರದ ಸಂಪೂರ್ಣವಾದ, ಒಡಕುತೊಡಕುಗಳಿಲ್ಲದ ಒಂದು ವಿಹಂಗಮ ನೋಟ ಸಿಗುತ್ತದೆ. ಇದೇ ರೀತಿಯಲ್ಲಿ ಕಾಲಪಕ್ಷಿಯ ಬೆನ್ನುಹತ್ತಿ, ವಿಹಂಗಮ ನೋಟದಲ್ಲಿ ಭೂತಕಾಲದ ದೃಶ್ಯವನ್ನೂ ಸಹ ಇಣಿಕಿನೋಡುವುದಾದರೆ ಎಷ್ಟುಚೆನ್ನ! ಆ ಪ್ರಯತ್ನಮಾಡಲು ಪುರಾಣೇತಿಹಾಸಗಳ ಸಹಾಯ ಬೇಕೇಬೇಕು. ಶಿವಲೀಲೆಗಳನ್ನು ವರ್ಣಿಸುವ ಸ್ಕಾಂದಪುರಾಣ, ಶಿವಪುರಾಣ, ಲಿಂಗಪುರಾಣ ಮತ್ತಿತರ ಪುರಾಣಗಳಲ್ಲಿ ಕಾಶಿಗೆ ಸಂಬಂಧಿಸಿದ ಅನೇಕ ಕಥೆಗಳು ಬರುತ್ತವೆ. ಇವೆಲ್ಲದರಿಂದ ಮೊದಲು ಕಾಶಿ ಹೇಗಿದ್ದಿರಬಹುದು, ಆಗ ಇದೇ ಹೆಸರಿತ್ತೆ, ಹೇಗೆ ಬೆಳೆಯಿತು ಎಂಬ ವಿಚಾರಗಳನ್ನು ಗ್ರಹಿಸಬಹುದು. ಪುರಾಣಗಳಿಂದ ಕಾಶಿಗಿದ್ದ ಮೊದಲ ಹೆಸರುಗಳು ಆನಂದಕಾನನ ಮತ್ತು ಅವಿಮುಕ್ತಕ್ಷೇತ್ರ ಎಂದು ತಿಳಿಯುತ್ತದೆ. ಈ ಹೆಸರುಗಳ ಹಿನ್ನೆಲೆಯ ಒಂದೆರಡು ಕಥೆಗಳು ಇಲ್ಲಿವೆ.

ಪ್ರೀತಿಪಾತ್ರ ಕೈಲಾಸ: ಶಿವ ಅಂದಾಕ್ಷಣ ಕೈಲಾಸವೇ ನೆನಪಾಗುವುದು. ಸಗುಣಮೂರ್ತಿಯಾದ ಶಿವನಿಗೆ ಕೈಲಾಸವೇ ಮೊದಲತಾಣ. ಕೈಲಾಸಪರ್ವತವೆ ಶಂಕರನ ಮಾನಸನಿರ್ಮಿತ ಸ್ಥಾನ. ಈ ಪ್ರದೇಶವೇ ಅವನಿಗೆ ಪ್ರೀತಿಪಾತ್ರವಾದುದು. 'ಶಿವರಹಸ್ಯ'ವಂತೂ (ಶಿವ.ರ,ಸಂ2,ಅ37,ಶ್ಲೋ4/5) ಶಿವನಿಗೆ ಆವಾಸಸ್ಥಾನಗಳಾಗಿದ್ದ ಹಿಮಾಲಯ, ಕಾಶಿ, ಮಂದರಪರ್ವತ, ನಿಷಧ, ಗಂಧಮಾದನ ಯಾವುದೂ ಕೈಲಾಸದಷ್ಟು ಪ್ರೀತಿಪಾತ್ರವಾದ ಸ್ಥಳಗಳಾಗಿರಲಿಲ್ಲ ಎನ್ನುತ್ತದೆ. ಶಿವನಿಗೆ ದಕ್ಷಪ್ರಜಾಪತಿಯ ಮಗಳಾದ ಸತಿಯ ಜೊತೆ ವಿವಾಹವಾದದ್ದು ಹಿಮಾಲಯದಲ್ಲಿ; ದಕ್ಷಯಜ್ಞ ಶುರುವಾಗಿದ್ದು ಹರಿದ್ವಾರದ ಹತ್ತಿರವಿರುವ ಖನಖಲದಲ್ಲಿ. ಇಲ್ಲಿ ಸತಿಯ ಬಗ್ಗೆ ಎರಡು ಮಾತು. ಬ್ರಹ್ಮನಿಂದ ಸನಂದಾದಿಗಳು, ನವಬ್ರಹ್ಮರು, ಸ್ವಾಯಂಭುವ ಮನು, ಶತರೂಪ ಮತ್ತು ರುದ್ರರು ಮೊದಲು ಸೃಷ್ಟಿಯಾದರು. ನವಬ್ರಹ್ಮರಲ್ಲಿ ಏಳನೆಯವನು ದಕ್ಷ. ಸ್ವಾಯಂಭುವಮನು ಮತ್ತು ಶತರೂಪೆಯರಲ್ಲಿ ಹುಟ್ಟಿದವಳು ಪ್ರಸೂತಿ. ದಕ್ಷ ಮತ್ತು ಪ್ರಸೂತಿಯಲ್ಲಿ ಹುಟ್ಟಿದ ಇಪ್ಪತ್ತನಾಲ್ಕು ಕನ್ಯೆಯರಲ್ಲಿ ಹದಿನೈದನೆಯವಳಾದ ಸತಿ ಶಿವನನ್ನು ಮದುವೆಯಾಗಿದ್ದಳು. ಆಹ್ವಾನವಿಲ್ಲದೆ, ಶಿವನ ಮಾತನ್ನೂ ಮೀರಿ, ಸತಿ ತಂದೆಯ ಯಜ್ಞಕ್ಕೆಹೋಗಿ ಅವಮಾನಿತಳಾಗಿ ಯಜ್ಞಕುಂಡದಲ್ಲಿ ಬಿದ್ದುದು, ವೀರಭದ್ರನಿಂದ ದಕ್ಷಯಜ್ಞ ಧ್ವಂಸವಾದದ್ದು, ಇವೆಲ್ಲಾ ದೊಡ್ಡ ಕಥೆ. ಶಿವನು ಸತಿಯ ದೇಹವನ್ನು ಹೆಗಲಮೇಲೆಹೊತ್ತು, ದುಃಖದಿಂದ ಎಲ್ಲೆಡೆ ತಿರುಗುವಾಗ, ಅವಳ

ದೇಹವನ್ನು ವಿಷ್ಣುವು ಚಕ್ರದಿಂದ ಕತ್ತರಿಸಿದ್ದನು. ಸತಿಯ ದೇಹದಭಾಗಗಳು ಬಿದ್ದಜಾಗಗಳೆಲ್ಲಾ ವಿಶೇಷಮಹತ್ವವನ್ನು ಪಡೆದವು. ಇವು ಐವತ್ತೊಂದು ಶಕ್ತಿಪೀಠವಾಗಿರುವ ವಿಚಾರ ಮುಂದೆ ಉಪಯೋಗಕ್ಕೆ ಬರುವುದು.

ಕೈಲಾಸ ಬೇಡವಾಯಿತು: ಮತ್ತೊಂದು ವಿವಾಹವೇ ಬೇಕಿಲ್ಲವೆಂದು ತಪೋಮಗ್ನನಾಗಿದ್ದ ಶಿವನು, ನಂತರ ಪರ್ವತರಾಜಕುಮಾರಿ ಎನಿಸಿದ ಪಾರ್ವತಿಯೊಡನೆ ವಿವಾಹವಾದದ್ದು ಸಹ ಹಿಮಾಲಯದಲ್ಲಿಯೆ. ವಿವಾಹದ ನಂತರ ಶಿವಪಾರ್ವತಿಯರು ಕೈಲಾಸದಲ್ಲಿಯೆ ವಾಸವಾಗಿದ್ದರು. ಅದೇಕೊ ಏನೋ ಶಿವನಿಗೆ ಹಿಮಾಲಯದಲ್ಲಿರುವುದು ಬೇಡವೆನಿಸಿರಬೇಕು. ಪ್ರಾಯಶಃ ತನ್ನ ಮಾವನಮನೆಯಲ್ಲಿ ಮನೆಯಳಿಯನಾಗಿರುವುದು, ಪ್ರತಿಕ್ಷಣವೂ ಸತಿಯ ನೆನಪನ್ನು ತರುವ ಹಿಮಾಲಯದಲ್ಲಿರುವದು ಬೇಕಿಲ್ಲವೆನಿಸಿರಬಹುದು. (ಪಾರ್ವತಿಗೂ ಕೈಲಾಸ ಬೇಡವೆನಿಸಿತೆಂದು ಇನ್ನೊಂದು ಹೇಳಿಕೆ). ಕೈಲಾಸದಷ್ಟು ಪ್ರೀತಿಪಾತ್ರವಾದ ಸ್ಥಳಗಳೇ ಇಲ್ಲ ಎನ್ನುತ್ತಿದ್ದ ಶಿವ, ತನ್ನ ಗಣಗಳನ್ನು ಕರೆದು ತಮ್ಮಿಬ್ಬರ ವಾಸಕ್ಕೆ ಕೈಲಾಸದಿಂದ ದೂರವಾಗಿರುವ, ಸೂಕ್ತವಾದ, ಆನಂದದಾಯಕವಾಗಿರುವ ಸ್ಥಳವೊಂದನ್ನು ಹುಡುಕಿಕೊಂಡು ಬರಬೇಕೆಂದು ಆಜ್ಞಾಪಿಸಿದನು. ಆ ಪ್ರಕಾರ ಅವನ ಗಣಗಳಾದ ನಿಕುಂಬ ಮೊದಲಾದವರು ಎಲ್ಲೆಡೆ ಸುತ್ತಿ ಕೊನೆಗೆ ಒಂದು ಅತ್ಯಂತರಮ್ಯವಾದ ಸ್ಥಳವನ್ನು ಶಿವ–ಪಾರ್ವತಿಯರ ವಾಸಕ್ಕೆ ಯೋಗ್ಯವೆಂದು ತಿಳಿಸಿದರು.

ಆನಂದಕಾನನಕ್ಕೆ ಆಗಮನ: ಶಿವ ಹೊಸ ಆವಾಸಸ್ಥಾನ ಹುಡುಕಿಕೊಂಡು ಹೊರಟಾಗಿನ ಕಾಲ ಹೇಗಿತ್ತೆಂದು 'ಕಾಶೀಖಂಡ' (ಕಾ.ಖಂ, ಅ33,ಶ್ಲೋ3–9) ವಿವರಿಸುತ್ತದೆ— "ಅನಾದಿಸಿದ್ಧವಾದ ಈ ಪ್ರಪಂಚದಲ್ಲಿ ಮೇಘಗಳು ಮಳೆಯನ್ನೇ ಸುರಿಸದಿರುವಂದು, ನದಿಗಳು ಹರಿಯದಿರುವಂದು, ಸ್ನಾನಪಾನಾದಿಗಳಿಗೆ ನೀರೇ ಬೇಕಾಗದಿರುವಂದು, ಉಪ್ಪು-ಸಿಹಿ ನೀರಿನಸಮುದ್ರಗಳಲ್ಲಿ ಮಾತ್ರ ನೀರು ಕಾಣುತ್ತಿರುವಂದು, ಭೂಮಿಯಲ್ಲಿ ಕೆಲವೆಡೆಯಲ್ಲಿ ಮಾತ್ರವೇ ಮಾನವರು ಸಂಚಾರ ಮಾಡುತ್ತಿರುವಂದು.. .. ..ಆನಂದಕಾನನಕ್ಕೆ ಪರಮೇಶ್ವರನು ಒಮ್ಮೆ ಅಲ್ಲಿ ಇಲ್ಲಿ ಸಂಚರಿಸುತ್ತ ಎತ್ತಣಿಂದಲೊ ಬಂದನು". ಆಗ ಆನಂದಕಾನನ ಹೇಗಿದ್ದಿರಬಹುದೆಂದು ಊಹಿಸುವುದೇ ಕವಿಯ ಕಲ್ಪನೆಯಾದೀತು. ಅಲ್ಲಿ ಎಲ್ಲವೂ ಆನಂದದಾಯಕವಾದ್ದರಿಂದ, ಆನಂದಕ್ಕೆ (ಸಮಾಧ್ಯವಸ್ಥೆಯಲ್ಲಿ ಐಕ್ಯವಾಗಿರುವ ಆನಂದಕ್ಕೆ) ನೆಲೆ/ಕಾರಣವಾಗಿದ್ದುದರಿಂದ, ಶಿವನು ಆ ಕ್ಷೇತ್ರಕ್ಕೆ ಆನಂದಕಾನನವೆಂದು ಹೆಸರಿಟ್ಟನು. ಆ ಮನೋಹರಕ್ಷೇತ್ರದಲ್ಲಿ ಇಡಿಜಗತ್ತನ್ನೇ ಮರೆತು, ಮಧುಚಂದ್ರವನ್ನು ಸವಿಯುವ ದಂಪತಿಗಳಂತೆ ಸ್ವಚ್ಛಂದವಾಗಿ ವಿಹರಿಸುತ್ತಾ ಶಿವಪಾರ್ವತಿಯರು ನೆಲಸಿದರು.

ಜ್ಞಾನೋದತೀರ್ಥ–ಜ್ಞಾನವಾಪಿ: ಆನಂದಕಾನನದಲ್ಲಿ ವಿಹರಿಸುತ್ತಿದ್ದಾಗಲೊಮ್ಮೆ ಶಿವನಿಗೆ (ಈಶಾನನಿಗೆ) ಅಲ್ಲೊಂದುಕಡೆ ಹಿರಣ್ಯಗರ್ಭಲಿಂಗ ಕಂಡಿತು (ಕಾ.ಖಂ,ಅ33,ಶ್ಲೋ15/50). ಅದಕ್ಕೆ ತಣ್ಣನೆಯ ನೀರಿನಿಂದ ಅಭಿಷೇಕಮಾಡಬೇಕೆಂದು ನೀರಿಗಾಗಿ ನೋಡಿದನು.

ಆಗ ಅಲ್ಲಿಗೆ ಗಂಗೆ ಇನ್ನೂ ಬಂದಿರಲಿಲ್ಲವಾಗಿ, ಶಿವನು ತನ್ನ ತ್ರಿಶೂಲದಿಂದ ಭೂಮಿಯನ್ನು ಅಗೆದನು. ಭೂಮಿಯಿಂದ ಹೊರಟ ಜಲವನ್ನು ಸಹಸ್ರಧಾರೆಯಿರುವ ಕಲಶಗಳಲ್ಲಿ ತುಂಬಿ ಆ ಲಿಂಗಕ್ಕೆ ಅಭಿಷೇಕಮಾಡಿದನು. ಇದರಿಂದ ಪ್ರಸನ್ನನಾದ ವಿಶ್ವೇಶ್ವರನು ಈ ಮಹಾತೀರ್ಥವನ್ನು ಈಶಾನತೀರ್ಥವೆಂದು ಕರೆದನು. ಪರಶಿವನೆಂದರೆ ಜ್ಞಾನವೇ ಆದ್ದರಿಂದ 'ಇಲ್ಲಿ ನನ್ನ ಮಹಿಮೆಯಿಂದ ಜ್ಞಾನವೇ ದ್ರವವಾಗಿ ಹರಿದಿರುವುದು. ಆದ್ದರಿಂದ ಇದು ಜ್ಞಾನೋದತೀರ್ಥವೆಂಬ ಹೆಸರಿನಿಂದ ಪ್ರಸಿದ್ಧವಾಗಲಿ' ಎಂಬ ವರವನ್ನು ಕೊಟ್ಟನು. ನಂತರ ಅದೇ ಶಿವತೀರ್ಥ, ಜ್ಞಾನತೀರ್ಥ, ತಾರಕತೀರ್ಥ, ಮೋಕ್ಷತೀರ್ಥವೆಂದೂ, ಅನಂತರ ಜ್ಞಾನವಾಪಿ ಎಂದೂ ವಿಖ್ಯಾತವಾಯಿತು. ಜ್ಞಾನವಾಪಿ ಎಂಬ ಬಾವಿಯು ಈಗಿನ ವಿಶ್ವನಾಥಮಂದಿರ ಮತ್ತು ಹಳೆಯ ವಿಶ್ವನಾಥ ಮಂದಿರ/ಮಸೀದಿಯ ಮಧ್ಯದಲ್ಲಿದೆ.

'ಮುಕ್ತಿಕ್ಷೇತ್ರ ಮಣಿಕರ್ಣಿಕೆ'ಗೆ ಶಿವನೇ ಕಾರಣ : ಆನಂದರೂಪನಾದ ಶಿವನು ಆನಂದಕಾನನಕ್ಕೆ ಬಂದು ಆನಂದದಿಂದ ಇದ್ದ ಎನ್ನುವಾಗ 'ಶಿವಪುರಾಣ' (ಶಿ.ಪು, ರುದ್ರಸಂಹಿತಾ, ಸೃಷ್ಟಿಖಂಡ, ಅಧ್ಯಾಯ 6) ಮತ್ತು 'ಕಾಶೀಖಂಡ' (ಕಾ.ಖಂ,ಅ,89,ಶ್ಲೋ79/ 80) ಜೀವಿಗಳ ಸೃಷ್ಟಿಯ ಕಥೆಯನ್ನು ಹೇಳುತ್ತವೆ. ಇದರ ಪ್ರಕಾರ ಶಿವ ಪಾರ್ವತಿಯರಿಗೆ ಮತ್ತೊಬ್ಬನನ್ನು ಸೃಷ್ಟಿಸಿ, ಅವನಿಗೆ ಮಿಕ್ಕಸೃಷ್ಟಿಯ ಪೂರ್ಣಜವಾಬ್ದಾರಿ ವಹಿಸಿ, ತಾವು ಸ್ವಚ್ಛಂದವಾಗಿ ಮೋಕ್ಷಸುಖದಲ್ಲಿ ವಿಹರಿಸಬೇಕೆಂಬ ಮನಸ್ಸಾಯಿತು. (ಸೃಷ್ಟಿಯ ಅಪೇಕ್ಷೆಯಿಂದಾಗಿ, ನಿರ್ಗುಣಬ್ರಹ್ಮನಾದ ಪರಮೇಶ್ವರನಿಂದ ತ್ರಿಮೂರ್ತಿಗಳು ಆವಿರ್ಭವಿಸಿದರು. ಪುರಾಣದ ಕಥೆಗಳಲ್ಲಿ ನಿರ್ಗುಣಬ್ರಹ್ಮನಾದ ಪರಮೇಶ್ವರ ಮತ್ತು ಸಗುಣಮೂರ್ತಿಯಾದ ಶಿವ ಇಬ್ಬರೂ ಒಂದೇ ಎಂದು ಗಣಿಸಿದೆ). ಆಗ ಸರ್ವೇಶ್ವರನಾದ ಪರಮೇಶ್ವರನು ತನ್ನ ಎಡಪಾರ್ಶ್ವದ ಅವಯವದಲ್ಲಿ ಅಮೃತಪ್ರವಾಹವನ್ನು ಹರಿಸಿದಾಗ ಅಲ್ಲಿ ವಿಷ್ಣುವೂ, ಬಲಭಾಗದಿಂದ ಬ್ರಹ್ಮನೂ ಆವಿರ್ಭವಿಸಿದರು. ಶಿವನ ಆದೇಶದಂತೆ ವಿಷ್ಣುವು, ಸೃಷ್ಟಿಕಾರ್ಯದಲ್ಲಿ ನಿರತನಾಗುವ ಮುನ್ನ ಬಹುಕಾಲ ತಪಸ್ಸುಮಾಡಿದನು. ತಪದ ಫಲವಾಗಿ ವಿಷ್ಣುವಿನ ದೇಹದಿಂದ ನೀರು ಧಾರಾಕಾರವಾಗಿ ಹರಿಯಿತು. ಹರಿಯು ತನ್ನ ಚಕ್ರಾಯುಧದಿಂದ ಮನೋಹರವಾದ ಪುಷ್ಕರಿಣಿಯೊಂದನ್ನು ತೋಡಿ, ತನ್ನ ಮೈಯ ಬೆವರಿನ ನೀರಿನಿಂದ ಅದನ್ನು ತುಂಬಿದನು. ಇವನ ಉಗ್ರತಪಸ್ಸನ್ನು ನೋಡಿ ಶಿವನು ಆಶ್ಚರ್ಯದಿಂದ ತಲೆದೂಗಿದನು. ಆಗ ಅವನ ನಾಗಕುಂಡಲಗಳು ಕಿವಿಯಿಂದ ಜಾರಿಬಿದ್ದವು. ಈ ಕಾರಣಗಳಿಂದಾಗಿ ಇದಕ್ಕೆ ಚಕ್ರಪುಷ್ಕರಿಣಿ, ಮಣಿಕರ್ಣಿಕೆ ಎಂಬ ಹೆಸರುಗಳು ಬಂದವು. ವಿಷ್ಣುವಿನ ಪ್ರಾರ್ಥನೆಯ ಮೇರೆಗೆ ಇದು ಅತ್ಯುತ್ತಮ ತೀರ್ಥವೂ, ಮುಕ್ತಿಕ್ಷೇತ್ರವೂ ಅಯಿತು. ವಿಷ್ಣುವಿಗೆ ಸಂದ ಈ ವರದಿಂದ ಮಣಿಕರ್ಣಿಕೆಯು ಹೇಗೆ ಶ್ರೇಷ್ಠವಾದ ತೀರ್ಥವಾಯಿತೆಂದು ಮುಂದೆ ನೋಡಬಹುದು.

ಕಾಶಿ ಎಂಬ ಹೆಸರಿಗೆ ವಿಷ್ಣುವೇ ಕಾರಣ: ಅನಂತರ ವಿಷ್ಣುವು "ಅನಿರ್ವಾಚ್ಯವಾದ **ಈಶ್ವರನೆಂಬ ಜ್ಯೋತಿಯು** ಇಲ್ಲಿ ಸತತವಾಗಿ ಪ್ರಕಾಶಿಸುತ್ತಿರುವುದರಿಂದ ಎಲೈ ವಿಭುವೆ, ಈ ಕ್ಷೇತ್ರವು ಕಾಶಿ ಎಂಬ ಮತ್ತೊಂದು ಹೆಸರಿನಿಂದ ಪ್ರಸಿದ್ಧವಾಗಲಿ" ಎಂದು ಪ್ರಾರ್ಥಿಸಿದನು. ಹೀಗಾಗಿ **ಆನಂದಕಾನನವು ಪ್ರಕಾಶಮಾನವಾದ ಕಾಶಿ ಆಯಿತು.** ಕ್ರಮೇಣ ಶಿವನಿಗೆ ಕಾಶಿ ಎಷ್ಟು ಹಿಡಿಸಿತೆಂದರೆ ಅವನು "ನನಗೆ ಕಾಶಿಯಲ್ಲಿ ಪ್ರೀತಿಯಿದ್ದಂತೆ ಯೋಗಿಗಳ ಹೃದಯ, ಕೈಲಾಸಪರ್ವತ ಮತ್ತು ಮಂದರಶೈಲ ಇವುಗಳಲ್ಲಿ ಪ್ರೀತಿಯಿಲ್ಲ" ಎಂದನು (ಕಾ.ಖಂ, ಅ22, ಶ್ಲೋ,131).

ಯೋಗ–ಧ್ಯಾನ–ತಪದಿಂದ ರುದ್ರರು; ಆನಂದಕಾನನವೇ ರುದ್ರವಾಸ: ಆನಂದಕಾನನದಲ್ಲಿ ಶಿವ–ಪಾರ್ವತಿ ನೆಲಸಿದ ಮೇಲೆ ಅವರ ಜೊತೆಗೆ ಅನೇಕ ಗಣಗಳೂ ಬಂದುನೆಲಸಿದವು. ಕಾಲಾಂತರದಲ್ಲಿ ಅನೇಕ ವ್ರತಧಾರಿಗಳು ತಮ್ಮ ಕಠೋರವಾದ ತಪಸ್ಸಿಗೆ ಇದೇ ಯೋಗ್ಯವಾದ ಸ್ಥಳವೆಂದರಿತು ಇಲ್ಲಿ ಬಂದುಸೇರಿದರು. ಸಮಾಧ್ಯವಸ್ಥೆಯಲ್ಲಿ ಐಕ್ಯವೇ ಆನಂದ; ಆ ಆನಂದ ಸತ್ಯ, ಜ್ಞಾನಗಳಿಗಿಂತ ಮಿಗಿಲಾದ ಆನಂದ ಎಂದು ಅವರು ಭಾವಿಸಿ ಆನಂದವನಕ್ಕೆ ಬಂದರು. (ಸಮಾಧ್ಯವಸ್ಥೆಯಲ್ಲಿ ಐಕ್ಯರಾಗಲು) ನಗ್ನರು, ಭಸ್ಮ ಬಳಿದುಕೊಂಡವರು, ಒಂದೇ ಪಾದದಮೇಲೆ ನಿಂತವರು, ಊರ್ಧ್ವಬಾಹುಗಳಾದವರು, ಸೂರ್ಯನನ್ನೇ ದಿಟ್ಟಿಸಿನೋಡುವವರು, ಉಪವಾಸ ಮಾಡುವವರು, ಎಲೆಗಳನ್ನು ತಿನ್ನುವವರು ಹೀಗೆ ಅನೇಕ ರೀತಿಯಲ್ಲಿ ಯೋಗ, ಧ್ಯಾನ, ತಪಮಾಡಿ ಶಿವನನ್ನು ಒಲಿಸಕೊಳ್ಳಲು ಯತ್ನಿಸುತ್ತಿದ್ದವರು ಇಲ್ಲಿ ರುದ್ರರೂಪರೇ (ರುದ್ರ–ಶಿವ) ಆಗಿಬಿಟ್ಟರು. ಇದರಿಂದಾಗಿ ಆನಂದಕಾನನವು ರುದ್ರವಾಸ ಎನಿಸಿತು.

ಅಭಿಷೇಕ, ಪೂಜೆ, ಯಜ್ಞ ರುದ್ರಸರಸ್ಸಿನ('ದಶಾಶ್ವಮೇಧ') ತಟದಲ್ಲಿ: ಈ ರುದ್ರವಾಸದಲ್ಲಿ **ರುದ್ರರ ಜೊತೆಗೆ ದೇವಯೋನಿಗಳಾದ** ಸಿದ್ಧರು, ಗುಹ್ಯಕರು, ಗಂಧರ್ವರು, ಯಕ್ಷರು, ರಾಕ್ಷಸರು, ಪನ್ನಗರು, ವಿದ್ಯಾಧರರು, ಪಿಶಾಚಿಗಳು ನೆಲೆಸಿದರು. ಇವರು ಎಲ್ಲೆಡೆಯೂ ಲಿಂಗಗಳನ್ನು ಸ್ಥಾಪಿಸಿದರು. ಲೆಕ್ಕವಿಲ್ಲದಷ್ಟು ಮಹಾಲಿಂಗಗಳು ಇಲ್ಲಿ ನೆಲಸಿರುವುದರಿಂದಲೇ ಈ ಪ್ರದೇಶವು ವಿಚ್ಛಿತ್ತಿಯಿಲ್ಲದ ಉತ್ತಮವಾದ ಆನಂದಕ್ಕೆ ಕಾರಣವಾಯಿತು (ಕಾ.ಖಂ,ಅ90,ಶ್ಲೋ15). ರುದ್ರರು ಹೆಚ್ಚಾಗಿ ನೀರಿನ ಕೆರೆಯ ಸುತ್ತಮುತ್ತ ನೆಲಸಿದ್ದರಿಂದ ಆ ಕೆರೆಗೆ ರುದ್ರಸರಸ್ಸೆಂದು ಹೆಸರಾಯಿತು. ಬ್ರಹ್ಮನು ಇಲ್ಲಿ ಹತ್ತು ಅಶ್ವಮೇಧಯಜ್ಞಗಳನ್ನು ಮಾಡಿದಕಥೆ ರಾಜ ದಿವೋದಾಸನ ಪ್ರಸಂಗದಲ್ಲಿ ಬರುತ್ತದೆ. ಈ ಯಜ್ಞಗಳಿಂದ ರುದ್ರಸರಸ್ಸಿಗೆ 'ದಶಾಶ್ವಮೇಧ'ವೆಂದು ಹೆಸರಾಯಿತು. ಗಂಗೆಯು ಹರಿದು ಬಂದಮೇಲೆ ಇಲ್ಲಿಯ ಸ್ನಾನದಮೆಟ್ಟಲುಗಳಿಗೆ ದಶಾಶ್ವಮೇಧಘಾಟ್ ಎಂಬ ಹೆಸರು ಪ್ರಸಿದ್ಧವಾಯಿತು. ಆನಂದಕಾನನದಲ್ಲಿ ಸಮಸ್ತ ತೀರ್ಥಗಳೂ ನೆಲಸಿ, ಇದು ಸಕಲ ಭೂಮಂಡಲದಲ್ಲಿಯೂ

ಸರ್ವಶ್ರೇಷ್ಠವಾದಕ್ಷೇತ್ರವೆನಿಸಿತು. ಇದರಿಂದಲೇ 'ಕಾಶೀಖಂಡ'ವು (ಕಾ.ಖಂ,ಅ99,ಶ್ಲೋ51) "ವಿಶ್ವನಾಥನಿಗೆ ಸಮನಾದ ಲಿಂಗವಾಗಲೀ, ಮಣಿಕರ್ಣಿಕೆಗೆ ಮಿಗಿಲಾದ ತೀರ್ಥವಾಗಲೀ, ಈ ಆನಂದವನಕ್ಕೆ ಸಮವಾದ ಪವಿತ್ರ ತಪೋವನವಾಗಲೀ ಬೇರೆ ಎಲ್ಲಿಯೂ ಇಲ್ಲ" ಎಂದು ಈ ತಪೋಭೂಮಿಯ ಶ್ರೇಷ್ಠತೆಯನ್ನು ಒತ್ತಿಹೇಳುತ್ತದೆ. ತಪೋನಿರತರು ನೆಲೆಸಿದ್ದಕ್ಕೆ ಉತ್ತಮೋತ್ತಮ ತಪೋಭೂಮಿ ಎಂದಾದರೆ, ಬ್ರಹ್ಮಾನಂದಕ್ಕೆ ಮೂಲಕಾರಣನೇ ಆದ ಮಂಗಳಕರವಾದ ಶಂಭುವು ಇಲ್ಲಿ ನೆಲಸಿದ್ದರಿಂದ ಇದು ಆನಂದಕಾನನವೆನಿಸಿತು.

ಜನ ಜಂಗುಳಿ: ಆನಂದಕಾನನ ಎಷ್ಟುಕಾಲ ಶಿವಪಾರ್ವತಿಯರಿಗೇ ಮೀಸಲಾದ ತಾಣವಾಗಿತ್ತೊ, ರುದ್ರವಾಸವಾಗಿತ್ತೊ, ತಪೋ ಭೂಮಿಯಾಗಿತ್ತೊ, ಯಜ್ಞಭೂಮಿಯಾಗಿತ್ತೊ ಹೇಳಲು ಬರುವುದಿಲ್ಲ. ಈ ರುದ್ರವಾಸದಲ್ಲಿ ರುದ್ರರು, ಸಿದ್ಧರು, ಚಾರಣರು, ಗಂಧರ್ವರು, ಯಕ್ಷರು, ಇತರ ವ್ರತಧಾರಿಗಳು, ತಪಸ್ವಿಗಳು ಬಂದು ನೆಲಸಿದಮೇಲೆ, ಪ್ರಾಯಶಃ ಗಂಗೆ ಇಲ್ಲಿಗೆ ಬಂದಮೇಲೆ, ಜನಸಾಮಾನ್ಯರು ಗಂಗೆಯ ತಟದ ಸುತ್ತಮುತ್ತ ನೆಲೆಸಲು ಶುರುಮಾಡಿರಬೇಕು. ಜನರಿದ್ದ ಕಡೆ ವ್ಯವಸಾಯ, ಪ್ಯಾಪಾರ, ವ್ಯವಹಾರ ಮತ್ತು ಇವುಗಳ ಜೊತೆಗೆ ಮೇಲುಸ್ತುವಾರಿ, ಕ್ರಮೇಣ ಮುಖಂಡತ್ವ, ರಾಜನ ಆಳ್ವಿಕೆ ಎಲ್ಲ ಶುರುವಾಗಿದ್ದುದು ಸ್ವಾಭಾವಿಕ. ಭಿನ್ನವಾಗಿದ್ದ, ವಿಪರೀತವೆನಿಸಿದ್ದ ರುದ್ರವಾಸಿಗಳ ನಡೆವಳಿಕೆಯನ್ನು ಜನಸಾಮಾನ್ಯರು ಭಯಭೀತಿಯಿಂದ ಮತ್ತು ಗೌರವದಿಂದ ದೂರದಿಂದಲೆ ಕದ್ದು ನೋಡುತ್ತಿದ್ದಿರಬೇಕು. ಮುಂದೊಂದು ದಿನ ರಾಜನ ಕಣ್ಣು ವಿಚಿತ್ರ ರುದ್ರವಾಸಿಗಳ ಮೇಲೆ ಬಿದ್ದಿತು. ಅದರ ಪರಿಣಾಮವೇನು ಅನ್ನುವುದು ಮುಂದಿನ ಕಥೆ.

■

5. ಅವಿಮುಕ್ತ ಕ್ಷೇತ್ರ
(ದಿವೋದಾಸನ ಷರತ್ತಿನ ಫಲ)

ಕಾಶಿಗೆ ಇನ್ನೊಂದು ಹೆಸರು ಅವಿಮುಕ್ತಕ್ಷೇತ್ರ. ಕಾಶಿಯ ಹೆಸರು ಅವಿಮುಕ್ತಕ್ಷೇತ್ರವಾದದ್ದು ಹೇಗೆಂದು ತಿಳಿಯಲು ಶಿವ, ಪಾರ್ವತಿ ಮತ್ತು ರುದ್ರವಾಸಿಗಳ ಕಥೆಯಿಂದ ರಾಜರುಗಳ ಕಥೆಗೆ, ಅದರಲ್ಲೂ ದಿವೋದಾಸನ ಕಥೆಗೆ, ಬರಬೇಕಾಗುತ್ತದೆ. ಒಂದು ರೀತಿಯಲ್ಲಿ, ದಿವೋದಾಸನೇ ಕಾಶಿಗೆ ಅವಿಮುಕ್ತಕ್ಷೇತ್ರವೆಂದು ಹೆಸರುಬರಲು ಕಾರಣ ಎಂದರೆ ತಪ್ಪಾಗಲಾರದು. ಇದು ಅವನ ತಪಸ್ಸಿನ ಫಲವೇನಲ್ಲ; ಅವನ ಹಟದ–ಷರತ್ತಿನ ಪ್ರಭಾವ ಎಂದೇ ಹೇಳಬಹುದು.

ದಿವೋದಾಸನ ಷರತ್ತಿನ ಪ್ರಭಾವ: ಕಾಶಿಯ ರಾಜ ದಿವೋದಾಸನ ಮಹತ್ತರಪಾತ್ರವನ್ನು ತಿಳಿಯಲು ಸ್ಕಾಂದಪುರಾಣದ 'ಕಾಶೀಖಂಡ'ವನ್ನು (ಕಾ.ಖಂ,ಅ39,ಶ್ಲೋ26–69) ನೋಡಬೇಕು. ಇಲ್ಲಿಯ ದಿವೋದಾಸನ ಕಥೆಯಲ್ಲಿ ದೇವತೆಗಳೂ ಇಳಿದುಬಂದಿದ್ದಾರೆ. ಪದ್ಮಕಲ್ಪದ ಸ್ವಾಯಂಭುವಮನ್ವಂತರದಲ್ಲಿ (ಆ ವಂಶದ ವೈವಸ್ವತ ಮನ್ವಂತರದಲ್ಲಿ ಇರಬೇಕು) ಒಮ್ಮೆ ಅರವತ್ತುವರ್ಷಗಳ ಕಾಲ ಅನಾವೃಷ್ಟಿಯುಂಟಾಗಿ ಬ್ರಹ್ಮನ ಸೃಷ್ಟಿಪ್ರಯತ್ನವೆಲ್ಲ ನಿಷ್ಫಲವಾಯಿತು. ಆಗ ತಪಸ್ಸುಮಾಡುತ್ತಿದ್ದ ರಿಪುಂಜಯನೆಂಬ ರಾಜನನ್ನು ದಿವೋದಾಸನೆಂಬ ಹೊಸಹೆಸರಿನಿಂದ ಕಾಶಿಯ ರಾಜನಾಗೆಂದು ಬ್ರಹ್ಮನು ಕೇಳಿಕೊಂಡನು. ಬಹಳ ಒತ್ತಾಯದ ನಂತರ ರಾಜನು "ನಾನು ದೊರೆಯಾದರೆ ದೇವತೆಗಳು ಸ್ವರ್ಗದಲ್ಲಿರಲಿ, ಭೂಮಿಯಲ್ಲಿ ಇರಬಾರದು, ನಾಗಗಳು ಇಲ್ಲಿಗೆ ಬಾರದೆ ಪಾತಾಳದಲ್ಲಿರಲಿ" ಎಂದು ತನ್ನ ಷರತ್ತುಗಳನ್ನು ಮುಂದಿಟ್ಟನು. ಈ ಭೂಮಿಯನ್ನು ಕಾಪಾಡಲು ಬೇರೆ ದಾರಿಕಾಣದೆ ಬ್ರಹ್ಮನು ರಾಜನ ಷರತ್ತಿಗೆ ಒಪ್ಪಿದನು. ವಿಷ್ಣುವೂ ಸೇರಿ ಎಲ್ಲ ದೇವತೆಗಳೂ ಕಾಶಿಯನ್ನು ಬಿಟ್ಟುಹೊರಟರೂ ಶಿವನೊಬ್ಬನು ಮಾತ್ರ ಬಿಡಲಿಲ್ಲ. ಬ್ರಹ್ಮನು, ತನ್ನ ಮಾತನ್ನು ಉಳಿಸಿಕೊಳ್ಳಲು, ಕಾಶಿಯನ್ನು ಬಿಡುವಂತೆ ಶಿವನನ್ನು ಪ್ರಾರ್ಥಿಸಿದನು. ಬ್ರಹ್ಮನ ಗೌರವವನ್ನು ರಕ್ಷಿಸುವ ಸಲುವಾಗಿ ಮಹೇಶ್ವರನು ಒಪ್ಪಿದನು. ಈ ಷರತ್ತಿನಿಂದಾದ ಪರಿಣಾಮಗಳು ಅನೇಕ–ಶಿವನಿಗೆ ಕಾಶಿಯನ್ನು ಬಿಡಬೇಕಾಯಿತು; ಕಾಶಿ ಅವಿಮುಕ್ತಕ್ಷೇತ್ರವಾಯಿತು; ಇತರ ದೇವತೆಗಳು (ಪ್ರಾಯಶಃ ಶಿವನ ಗಣಗಳು...) ಕಾಶಿಯನ್ನು ಬಿಡಬೇಕಾಯಿತು; ಕೊನೆಗೆ ಹಲವು ವರ್ಷಗಳಲ್ಲಿ ಎಲ್ಲಾ ಶಿವಾನುಯಾಯಿಗಳೂ ಕ್ರಮೇಣ ಇಲ್ಲಿಯೇ ತಿರುಗಿಬಂದು ನೆಲೆಸುವಂತಾಯಿತು; ದುಂಡಿಗಣಪತಿಯ ಭವಿಷ್ಯದ ಮಾತಿನಂತೆ, ವಿಷ್ಣುವಿನ ಮಾತನ್ನು ಪರಿಗಣಿಸಿ ದಿವೋದಾಸನು ವೈರಾಗ್ಯಕ್ಕೆ ತಿರುಗಿದನು; ಎಲ್ಲ ಪ್ರಜೆಗಳೂ ಒಂದೇ, ಎಲ್ಲರ

ಭಾವನೆಗಳನ್ನೂ ಅರ್ಥಮಾಡಿಕೊಂಡು ಸಾಮರಸ್ಯದಿಂದ ಇರುವುದೇ ಒಳ್ಳೆಯದು, ಕ್ಷೇಮಕರ ಎಂದು ತಿಳಿದನು; ಕೊನೆಗೆ ಕಾಶಿಯನ್ನೇ ಒಂದು 'ರಸಾಯನದ ಗಡಿಗೆ'ಯಂತೆ ಮಾಡಿ ಹೊಸಪರಂಪರೆಯನ್ನೇ ಶುರುಮಾಡಿದನು.........

ಅವಿಮುಕ್ತಕ್ಷೇತ್ರ ಕಾಶಿ: ಮನಸ್ಸಿಲ್ಲದ ಮನಸ್ಸಿನಿಂದ ಶಿವನು ಕಾಶಿಯನ್ನು ಬಿಟ್ಟು ಮಂದರಪರ್ವತಕ್ಕೆ ಹೊರಡುವಮುಂಚೆ ಬ್ರಹ್ಮನಿಗೂ ತಿಳಿಯದಂತೆ ತನ್ನ ಶರೀರರೂಪವಾದ ಲಿಂಗವನ್ನು ಇಲ್ಲಿ ಸ್ಥಾಪಿಸಿದನು. ತಾನು ಮಂದರಪರ್ವತಕ್ಕೆ ಹೋದರೂ ಲಿಂಗರೂಪದಿಂದ ಅಲ್ಲಿಯೇ ನಿಂತು, ಆ ಕ್ಷೇತ್ರವನ್ನು ಬಿಡದಿರುವ ಕಾರಣ ಅದು ಅವಿಮುಕ್ತಕ್ಷೇತ್ರವೆನಿಸಿತು (ಕಾ.ಖಂ,ಅ39,ಶ್ಲೋ73). 'ಕಾಶೀಖಂಡ'ವು (ಕಾ.ಖಂ,ಅ39,ಶ್ಲೋ78–80) ಮುಂದುವರೆದು "ಹಿಂದೆ ಯಾವ ಲಿಂಗವನ್ನೂ ಯಾವನೂ ಎಲ್ಲಿಯೂ ಸ್ಥಾಪಿಸಲಿಲ್ಲವಾದ್ದರಿಂದ ಆ ಲಿಂಗದ ಆಕಾರವು ಹೇಗಿರುವುದೆಂದು ಯಾರೂ ತಿಳಿಯರು. ಬ್ರಹ್ಮ, ವಿಷ್ಣು ಮೊದಲಾದ ದೇವತೆಗಳೂ, ವಸಿಷ್ಠಾದಿ ಮುನಿಗಳೂ ಅವಿಮುಕ್ತಲಿಂಗದ ಆಕಾರವನ್ನು ಮನದಲ್ಲಿಯೆ ಕಂಡು ಲಿಂಗವನ್ನು ಸ್ಥಾಪಿಸಿದರು. ಈ ಅವಿಮುಕ್ತೇಶ್ವರಲಿಂಗವು ಮೊದಲನೆಯದಾಗಿರುವುದು. ಬಳಿಕ ಈ ಭೂಮಂಡಲದಲ್ಲಿ ಇತರ ಲಿಂಗಗಳುಂಟಾದುವು" ಎಂದು ತಿಳಿಸುತ್ತದೆ. ಪಂಚಕ್ರೋಶಿಯ (ಐದು ಕ್ರೋಶ=ಸುಮಾರು 11ಮೈಲಿ ವ್ಯಾಸಾರ್ಧ ಅಥವಾ ವೃತ್ತದ ರೇಡಿಯಸ್) ವಿಸ್ತೀರ್ಣದಲ್ಲಿ ಪಸರಿಸಿದ ಈ ಅವಿಮುಕ್ತಕ್ಷೇತ್ರವು ವಿಶ್ವದ ಮಧ್ಯದ ಕೇಂದ್ರವೆಂದೂ ತಿಳಿಸುತ್ತದೆ (ಕಾ.ಖಂ,ಅ26,ಶ್ಲೋ31). ಈ ಅವಿಮುಕ್ತೇಶ್ವರ ಲಿಂಗ ಮತ್ತು ಪಂಚಕ್ರೋಶಿಯ ಮಂಡಲ ಗಂಗೆಯ ಉತ್ತರದಲ್ಲಿನ, ಎರಡನೆಯ ದಿವೋದಾಸನ ಹೊಸ ವಾರಾಣಸಿಯಲ್ಲಿ ಸ್ಥಿತವಾಗಿತ್ತೆಂದು ತಿಳಿಯಬಹುದು. ಹೀಗೆ ಆನಂದಕಾನನ (ನಂದವನ)ವಾಗಿದ್ದ ತಪೋಭೂಮಿ ಕಾಶಿಯ ರಾಜ್ಯದ ರಾಜಧಾನಿಯಾಗಿ, ದಿವೋದಾಸನ ಕಾಲದಲ್ಲಿ ಅವಿಮುಕ್ತಕ್ಷೇತ್ರವೆನಿಸಿತು. ವಿಶ್ವೇಶ್ವರನೇ (ಮಂದರಪರ್ವತಕ್ಕೆ ಹೊರಡುವ ಮುಂಚೆ) ಸ್ಥಾಪಿಸಿ ಪೂಜಿಸಿದ ಮೊದಲ ಲಿಂಗ ಅವಿಮುಕ್ತಲಿಂಗವೆನಿಸಿ, ಆದಿಲಿಂಗವೆನಿಸಿ ಪ್ರಸಿದ್ಧಿಪಡೆಯಿತು. ಇಂದಿಗೂ ವಿಶ್ವನಾಥ ಮಂದಿರದ ಪಕ್ಕದಲ್ಲಿಯೆ ಅವಿಮುಕ್ತೇಶ್ವರನ ಲಿಂಗವಿದೆ. ಅದರ ಬಗ್ಗೆ ವಿಚಾರಮಾಡಿದರೆ "ಇದು ಆದಿಲಿಂಗ, ವಿಶ್ವೇಶ್ವರನ ಗುರು" ಎಂದೇ ಹೇಳುತ್ತಾರೆ. ಇದು ಪುರಾಣಗಳಿಂದ ತಿಳಿದುಬರುವ ವಿವರಣೆ.

ಆಧ್ಯಾತ್ಮಿಕವಾಗಿ ಅವಿಮುಕ್ತಕ್ಷೇತ್ರಕ್ಕೆ ಆ ಹೆಸರು ಬರಲು ಎರಡು ಮುಖ್ಯ ಕಾರಣಗಳನ್ನು ಹೇಳುತ್ತಾರೆ. 'ಅವಿಮುಕ್ತ'ವನ್ನು ಅವಿ+ಮುಕ್ತ ಎಂದು ವಿಭಜಿಸಬಹುದು. 'ಅವಿ'ಯಿಂದ ಎಂದರೆ 'ಪಾಪ'ದಿಂದ ಮುಕ್ತವಾದ, ಪಾಪರಹಿತವಾದ ಕ್ಷೇತ್ರ ಅವಿಮುಕ್ತಕ್ಷೇತ್ರವಾಯಿತು. 'ಅವಿಮುಕ್ತ'ವನ್ನು ಅ+ವಿಮುಕ್ತ ಎಂದೂ ವಿಭಜಿಸಬಹುದು. ಅಂದರೆ ಯಾವ ಕ್ಷೇತ್ರದಿಂದ ವಿಶ್ವೇಶ್ವರನು ಎಂದಿಗೂ ವಿಮುಕ್ತನಾಗಲಿಲ್ಲವೋ, ಅದನ್ನು ಎಂದೂ ತ್ಯಜಿಸಲಿಲ್ಲವೋ, ಬಿಡಲಿಲ್ಲವೋ ಅದು ಅವಿಮುಕ್ತಕ್ಷೇತ್ರ ಎನಿಸಿತು.

ಪಾಪಗಳಿಂದ ಮುಕ್ತವಾದ ಕ್ಷೇತ್ರ : ಕಾಶಿಯು ಪಾಪಗಳಿಂದ ಮುಕ್ತವಾದ ಕ್ಷೇತ್ರ ಎನ್ನುವುದಕ್ಕೂ ಅನೇಕ ವಿವರಣೆಗಳಿವೆ. ವಿಶುದ್ಧಚಕ್ರದಲ್ಲಿ ನೆಲಸಿರುವುದು ಜ್ಞಾನಮೂರ್ತಿ. ಆ ಜ್ಞಾನದ ಬೆಂಕಿಯಲ್ಲಿ ದ್ವಂದ್ವಗಳಿಲ್ಲದ ಸ್ಥಿತಿಯಲ್ಲಿ, ಕರ್ಮದ ಎಲ್ಲ ಫಲಗಳೂ ಒಂದುರಾಶಿ ಹತ್ತಿಯು ಒಂದು ಕಿಡಿಯಿಂದ ಭಸ್ಮವಾಗುವಂತೆ ಸುಟ್ಟುಹೋಗುತ್ತವೆ. ಅಲ್ಲದೆ ಕಾಶಿಯು ಕಲಿಯಿಂದ ಕಾಲನಿಂದ (ಯುಗಪ್ರವರ್ತನೆಯಿಂದ) ಯಾವ ರೀತಿಯಲ್ಲೂ ಬಾಧಿತವಾಗಿರುವುದಿಲ್ಲ, ಏಕೆಂದರೆ ಪ್ರಳಯದಲ್ಲೂ ಕಾಶಿಯು ನಾಶವಾಗದೆ ಅದು ಜ್ಯೋತಿಯ ಕಣವಾಗಿ (ವಿಜ್ಞಾನಿಗಳ 'ಸ್ಪೆಕ್ ಆಫ್ ಎನರ್ಜಿ'ಯಾಗಿ) ಶಿವನ ತ್ರಿಶೂಲದಮೇಲೆ ಕೂತಿರುತ್ತದೆ. ಇಂತಹ ಕಾಲಾತೀತ ಕಾಶಿಯಲ್ಲಿ (ಆಧ್ಯಾತ್ಮಿಕವಾಗಿ ಪರಿಪೂರ್ಣ ಜ್ಞಾನದಲ್ಲಿ) ಕಾಲನಿಂದ ಪ್ರೇರಿತವಾದ ಈ ಪ್ರಪಂಚದ ಯಾವ ಕರ್ಮಗಳಿಗೂ ಅವಕಾಶವೇ ಇಲ್ಲ. ಹಾಗಾಗಿ ಅಲ್ಲಿ ಪಾಪ ಪುಣ್ಯಗಳು ಇರುವುದು ಸಾಧ್ಯವೇ ಇಲ್ಲ, ಪಾಪಗಳೆಲ್ಲ ನಶಿಸಿಹೋಗುತ್ತವೆ. ಹೀಗೆ ಪಾಪಗಳಿಂದ ಮುಕ್ತವಾದ ಈ ಕ್ಷೇತ್ರಕ್ಕೆ ಅವಿಮುಕ್ತಕ್ಷೇತ್ರವೆಂದು ಹೆಸರು. ಈ ಜನ್ಮದಲ್ಲಿ ಮಾಡಿದ ಇಂದ್ರಿಯಕೃತ ಪಾಪಗಳನ್ನು ವರಣ ನದಿಯು ತಡೆಯುತ್ತದೆ ಮತ್ತು ಜನ್ಮಜನ್ಮಾಂತರಗಳ ಸಂಚಿತ ಪಾಪಗಳೆಲ್ಲವನ್ನೂ ನಾಸಿ(ಅಸಿ)ನದಿಯು ತೊಳೆದುಹಾಕುತ್ತದೆ ಎಂದು 'ಜಾಬಾಲೋಪನಿಷತ್'ನಲ್ಲಿ ಯಾಜ್ಞವಲ್ಕ್ಯನು ಅತ್ರಿಗೆ ತಿಳಿಸುತ್ತಾನೆ. ಅಸಿನದಿಯು 'ಅಸಿ'ಯಿಂದ ಅಂದರೆ ಹರಿತವಾದ ಗರಗಸದಿಂದ ಪಾಪಗಳನ್ನು ಕುಯ್ಯುತ್ತದೆ ಎಂದೂ ಅರ್ಥಮಾಡಿದ್ದಾರೆ. ಪಾಪಗಳು ನಗರದ ಒಳಬರದಹಾಗೆ ತಡೆಗಟ್ಟಲು, ದೇವರು ದಕ್ಷಿಣ ಮತ್ತು ಉತ್ತರ ದಿಕ್ಕುಗಳಲ್ಲಿ ಈ ಎರಡು ನದಿಗಳನ್ನು ಹರಿಸಿದ್ದಾನೆ, ಎಂದು ಮತ್ಸ್ಯಪುರಾಣವು ತಿಳಿಸುತ್ತದೆ. ಪಂಚಕ್ರೋಶಿಯ ಈ ಕ್ಷೇತ್ರವನ್ನು ಪ್ರವೇಶಿಸಿದೊಡನೆ ಸಕಲ ಪಾಪಗಳೂ ಈ ಕ್ಷೇತ್ರದ ಹೊರಗಡೆಯೇ ನಿಲ್ಲುತ್ತವೆಯಲ್ಲದೆ ಎಂದಿಗೂ ಒಳಗೆ ಬರುವುದಿಲ್ಲ (ಕಾ.ಖಂ,ಅ26,ಶ್ಲೋ114). "ಪಾಪಿಯೋ, ದುಷ್ಟನೋ, ಚಾರಿತ್ರಹೀನನೋ, ನಾಸ್ತಿಕನೋ ತನ್ನ ಕುಟುಂಬದೊಂದಿಗೆ ಅವಿಮುಕ್ತ ಕಾಶಿಯನ್ನು ಪ್ರವೇಶಿಸಿದಂತೆಯೇ ಅವನು ಪಾಪಗಳೆಲ್ಲದರಿಂದಲೂ ತೊಳೆದು ಶುದ್ಧನಾಗುತ್ತಾನೆ" (ಮತ್ಸ್ಯ.ಪು,ಅ183,ಶ್ಲೋ11; ಪದ್ಮ.ಪು,ಸ್ವರ್ಗಖಂಡ ಅ332,ಶ್ಲೋ36). ಈ ಕಾರಣದಿಂದಲೂ ಈ ಸ್ಥಳಕ್ಕೆ ಅವಿಮುಕ್ತ ಕ್ಷೇತ್ರವೆಂದು ಹೆಸರು ಬಂದಿತು ಎನ್ನುತ್ತದೆ 'ಲಿಂಗಪುರಾಣ' (ಲಿಂ.ಪು,ಅ92,ಶ್ಲೋ104).

ಇನ್ನೂ ವಿವರಣೆಗಳು: ಯಾವ ಕ್ಷೇತ್ರದಿಂದ ವಿಶ್ವೇಶ್ವರನು ಎಂದಿಗೂ ವಿಮುಕ್ತನಾಗಲಿಲ್ಲವೊ, ಅದು ಅವಿಮುಕ್ತಕ್ಷೇತ್ರವಾಯಿತು ಎನ್ನುವುದಕ್ಕೆ ಸ್ವಲ್ಪ ಜಟಿಲವಾದ ವಿವರಣೆಗಳೂ ಇವೆ. ಬ್ರಹ್ಮವಸ್ತುವೇ ವಿಶ್ವೇಶ್ವರ; ಅದು ಯಾವಾಗಲೂ, ಎಂದೆಂದಿಗೂ, ಪ್ರಪಂಚ ಲಯವಾದ ಮೇಲೂ, ತ್ರಿಗುಣಗಳ ಆಟ ನಿಂತಮೇಲೂ, ಚಿರಂತನವಾದ ಆನಂದದಲ್ಲಿಯೆ ನೆಲಸಿರುವುದು. ಅಂತಹ ಜ್ಯೋತಿಸ್ವರೂಪನಾದ, ಜ್ಞಾನರೂಪಿಯಾದ

ವಿಶ್ವೇಶ್ವರ ಈ ಆನಂದಕಾನನವನ್ನು ಬಿಟ್ಟು ಮತ್ತೆಲ್ಲಿಗೆ ಹೋಗಿಯಾನು? ಆದ್ದರಿಂದ ಇದೇ ಅವಿಮುಕ್ತಕ್ಷೇತ್ರ. ಮನ್ವಂತರ ಪ್ರಳಯದಲ್ಲಿಯೂ ಆ ಪಾರ್ವತಿ-ಪರಮೇಶ್ವರರು ಇದನ್ನು ಅಗಲದೆ ಇರುವರು. ಆದುದರಿಂದಲೇ ಜ್ಞಾನಿಗಳಾದ ಮಹಾಮುನಿಗಳು ಇದನ್ನು ಅವಿಮುಕ್ತವೆಂದು ತಿಳಿದಿದ್ದಾರೆ (ಕಾ.ಖಂ,ಅ26,ಶ್ಲೋ26/27). ಶಿವ ಎಂದಿಗೂ ಈ ಕ್ಷೇತ್ರವನ್ನು ತ್ಯಜಿಸುವುದಿಲ್ಲವೆಂದು ಲಿಂಗಪುರಾಣ (ಲಿಂ.ಪು,ಅ92,ಶ್ಲೋ45), 'ಮತ್ಸ್ಯಪುರಾಣ' (ಮತ್ಸ್ಯ.ಪು, ಅ180,ಶ್ಲೋ54; ಅ181,ಶ್ಲೋ15) ಮತ್ತು 'ಅಗ್ನಿಪುರಾಣ' (ಅಗ್ನಿ.ಪು,ಅ112,ಶ್ಲೋ2) ಸಾರಿಹೇಳುತ್ತವೆ. 'ಬ್ರಹ್ಮವೈವರ್ತ ಪುರಾಣ'ದಲ್ಲಿ "ಸನಾತನ ಬ್ರಹ್ಮವೇ ಅವಿಮುಕ್ತದ ತತ್ತ್ವ. ಅವಿಮುಕ್ತ ಕಾಶಿಯೇ ಮಾಯಾಧೀನ ಸ್ವರೂಪ. ಅವಿಮುಕ್ತ ಕ್ಷೇತ್ರವಾದ ಕಾಶಿಯನ್ನು ನನ್ನ ವಾಸಸ್ಥಾನವೆಂದು ಗಣಿಸಿದ್ದೇನೆ" ಎಂದು ಶಿವನೇ ಹೇಳುತ್ತಾನೆ.

ವಿಶುದ್ಧಚಕ್ರದಲ್ಲಿ ಶಿವ: ಯೋಗ ಮತ್ತು ತಂತ್ರಶಾಸ್ತ್ರದಲ್ಲೂ ಅವಿಮುಕ್ತಕ್ಷೇತ್ರದ ವಿವರಣೆಯಿದೆ. ಯೋಗದ ಪ್ರಕಾರ, ಮಹಾಯೋಗಿಯಾದ ಶಿವನು ಜ್ಞಾನಸ್ವರೂಪನಾಗಿ ಕಣ್ಣಿನ ಹುಬ್ಬು (ವರಣ) ಮತ್ತು ಮೂಗು (ನಾಸಿ) ಇವುಗಳ ಮಧ್ಯದ ವಿಶುದ್ಧಚಕ್ರದಲ್ಲಿ ನೆಲೆಸಿರುತ್ತಾನೆ. ಆದ್ದರಿಂದಲೇ ಋಷಿ ಯಾಜ್ಞವಲ್ಕ್ಯನು ವಿಶುದ್ಧಚಕ್ರದಲ್ಲಿ ನೆಲಸಿರುವ ಜ್ಞಾನಮೂರ್ತಿಯಾದ ಶಿವನನ್ನು ಧ್ಯಾನಿಸುವಂತೆ ಹೇಳಿದ್ದಾನೆ. ವಿಶುದ್ಧಚಕ್ರದಲ್ಲಿ ಶಿವನೊಡನೆ ಐಕ್ಯವಾದಾಗ ಶುದ್ಧ-ಅಶುದ್ಧ, ಒಳ್ಳೆಯ-ಕೆಟ್ಟ, ಇತ್ಯಾದಿ ದ್ವಂದ್ವಗಳೆಲ್ಲ ನಶಿಸುತ್ತವೆ. ಭೌಗೋಳಿಕವಾಗಿ ನೋಡಿದರೆ, ವಾರಾಣಸಿ ಅಥವಾ ಅವಿಮುಕ್ತಕ್ಷೇತ್ರವು ವರಣ ಮತ್ತು ನಾಸಿ (ಅಸಿ) ಎಂಬ ಎರಡು ನದಿಗಳ (ತೊರೆಗಳ) ಮಧ್ಯೆ ನೆಲೆಸಿದೆ. ಇನ್ನೊಂದೆಡೆ ಜಾಬಾಲಿಯು ಶಿಷ್ಯ ಅರುಣಿಗೆ ವಿವರಿಸುತ್ತಾ ಅಸಿ ನದಿಯನ್ನು ಇಡಾ ನಾಡಿಯೆಂದೂ, ವರಣ ನದಿಯನ್ನು ಪಿಂಗಳಾ ನಾಡಿಯೆಂದೂ, ಇವೆರಡರ ಮಧ್ಯೆ ನೆಲಸಿರುವ ಅವಿಮುಕ್ತವನ್ನು ಅತ್ಯುತ್ತಮವಾದ ಸುಷುಮ್ನಾ ನಾಡಿಯೆಂದೂ, ಇವು ಮೂರೂ ಸೇರಿರುವುದೇ ವಾರಾಣಸಿಯೆಂದೂ ತಿಳಿಸುತ್ತಾನೆ (ಕಾ.ಖಂ,ಅ5-ಶ್ಲೋ25). ಮಾನವನು ವಿಶುದ್ಧಚಕ್ರದಲ್ಲಿ (ಅವಿಮುಕ್ತಕ್ಷೇತ್ರದಲ್ಲಿ) ಪಾಪಗಳಿಂದ ಬಿಡುಗಡೆ ಹೊಂದಿದರೆ, ಮುಂದೆ ಸಹಸ್ರಾರಚಕ್ರದಲ್ಲಿ (ಆನಂದಕಾನನದಲ್ಲಿ) ಶಿವನು ಶಕ್ತಿಯೊಡನೆ ನೆಲೆಸಿರುವಲ್ಲಿ ಸಾಲೋಕ್ಯವನ್ನು ಪಡೆಯಬಹುದು.

ಅವಿಮುಕ್ತಕ್ಷೇತ್ರವನ್ನು ಬಿಡಬಾರದು: ವಿಶುದ್ಧಚಕ್ರದಲ್ಲಿ ನೆಲಸಿರುವ ಶಿವನೊಡನೆ ಐಕ್ಯವಾದರೆ (ಸಮಾಧಿಸ್ಥಿತಿ ತಲುಪಿದಂತೆ) ಜ್ಞಾನೋದಯವಾದ ಹಾಗೆಯೆ ಸರಿ. ಅನಂತರ ಶುದ್ಧ-ಅಶುದ್ಧ, ಒಳ್ಳೆಯ-ಕೆಟ್ಟ, ಇತ್ಯಾದಿ ದ್ವಂದ್ವಗಳೆಲ್ಲ ನಶಿಸುವುದು ಸರಿಯೆ. ಈ ಕಾರಣಗಳಿಂದಲೆ ಸ್ಕಾಂದಪುರಾಣದ ಮಾಹೇಶ್ವರಖಂಡದ ಅರುಣಾಚಲ ಮಾಹಾತ್ಮ್ಯೆಯಲ್ಲಿ ಅವಿಮುಕ್ತಕ್ಷೇತ್ರದ ಸ್ತುತಿ ಇಂತಿದೆ: "ಈ ಕ್ಷೇತ್ರದ ಅವಿಮುಕ್ತ ಲಿಂಗಕ್ಕೆ

ಸಮನಾದ ಲಿಂಗವು ಮತ್ತೆಲ್ಲಿಯೂ ಇರುವುದಿಲ್ಲ. ಅವಿಮುಕ್ತಕ್ಷೇತ್ರಕ್ಕೆ ಸಮನಾದ ಕ್ಷೇತ್ರವು ಮತ್ತೆಲ್ಲಿಯೂ ಇರುವುದಿಲ್ಲ. ಈ ಕ್ಷೇತ್ರದಲ್ಲಿ ಕ್ರಿಮಿಕೀಟಾದಿಗಳಿಂದ ಮೊದಲುಗೊಂಡು ಸಮಸ್ತ ಪ್ರಾಣಿಗಳಿಗೂ ದೊರಕುವ ಸದ್ಗತಿಯು ಬೇರಾವ ಕ್ಷೇತ್ರದಲ್ಲಿಯೂ ದೊರಕುವುದಿಲ್ಲ" (ಕಾ.ಖಂ,ಅ5, ಶ್ಲೋ29). ಶಿವನಂತೂ ಅವಿಮುಕ್ತ ಕಾಶಿಯನ್ನು ಬಿಡಲಿಲ್ಲ. ಇನ್ನು ಪಾಪಿಗಳೊ ಪಾಮರರೊ ಪಾಪಗಳಿಂದ ಮುಕ್ತಗೊಳಿಸುವ ಈ ಅವಿಮುಕ್ತಕ್ಷೇತ್ರವನ್ನು ಏಕೆ ಬಿಡಬೇಕೆಂದು ಪುರಾಣಗಳು ಕೇಳುತ್ತವೆ. "ಕಾಶಿಗೆ ಹೋದವನು ತನ್ನ ಕಾಲುಗಳನ್ನು ಜಜ್ಜಿಹಾಕಿ ಬೇರೆ ತೀರ್ಥಸ್ಥಳಗಳಿಗೆ ಹೋಗುವ ಆಸೆಯನ್ನು ಬಿಡಬೇಕು" ಎನ್ನುತ್ತದೆ 'ಅಗ್ನಿಪುರಾಣ'(ಅಗ್ನಿ.ಪು,ಅ112,ಶ್ಲೋ3). "ಕಾಶಿಗೆ ಬಂದವನು ತನ್ನ ಕಾಲುಗಳಿಗೆ ಕಲ್ಲನ್ನುಕಟ್ಟಿ ಭೂಮಿಗೆ ಅಂಟಿಸಿಕೊಂಡುಬಿಡಬೇಕು" ಎನ್ನುತ್ತದೆ 'ಮತ್ಸ್ಯಪುರಾಣ' (ಮತ್ಸ್ಯ.ಪು,ಅ181,ಶ್ಲೋ23/24). ಈ ಕ್ಷೇತ್ರವನ್ನು ತೊರೆದು ಬೇರೊಂದು ಕ್ಷೇತ್ರದಲ್ಲಿ ನೆಲಸಬೇಕೆಂದು ಆಶಿಸುವ ಮಾನವನು ಕೈಗೆ ಬಂದಿರುವ ಮುಕ್ತಿಯನ್ನು ತೊರೆದು ಮತ್ತಾವುದೋ ಸಿದ್ಧಿಗೆ ಹೋಗುವವನಂತೆ ಆಗುತ್ತಾನೆ (ಕಾ.ಖಂ,ಅ5,ಶ್ಲೋ30). ಕಾಶಿಗೆ ಬಂದವರು ಬೇರೆಬೇರೆ ಆಕರ್ಷಣೆಗಳಿಗೆ ಬಲಿಯಾಗಿ ಅವಿಮುಕ್ತಕ್ಷೇತ್ರವನ್ನು ತೊರೆಯುವ ಚಪಲ ತೋರಬಹುದು. ಅಂಥವರಿಗೆ ಕಾಶಿಯ ಅವಿಮುಕ್ತಕ್ಷೇತ್ರದ ಮಹಾತ್ಮೆಯನ್ನು ತಿಳಿಸುವ ಮಾತುಗಳನ್ನು ಪುರಾಣಗಳು ಹೇಳಿರಬಹುದು. ಕಾಶಿಗೆ ಹೋದ ಅನೇಕರು ಹಿಂದಿರುಗಿ ಬಾರದಿದ್ದುದಕ್ಕೆ ಈ ಪ್ರಬಲ ನಂಬಿಕೆಯೂ ಒಂದು ಕಾರಣವಿರಬಹುದೇನೋ ಎಂದೆನಿಸುತ್ತದೆ.

ದಿವೋದಾಸನ ಬಗ್ಗೆ ಹೆಚ್ಚಿನ ವಿವರಗಳಿಗೆ ಅನುಬಂಧ–4ನ್ನು ನೋಡಬಹುದು.

■

6. ದಿವೋದಾಸನ 'ರಸಾಯನದ ಗಡಿಗೆ'

ಹೊಸ ಪರಂಪರೆಗೆ ನಾಂದಿ

ರಾಜ ದಿವೋದಾಸನ ಕಥೆಯನ್ನು ಅನುಬಂಧ–4ರಲ್ಲಿ ಪೀಠಿಕೆಯ ರೂಪದಲ್ಲಿ ಕೊಟ್ಟಿದೆ. ಅದರ ಮುಂದಿನಭಾಗವನ್ನು ತಿಳಿಯಲು ಸ್ಕಾಂದಪುರಾಣದ 'ಕಾಶೀಖಂಡ'ದ ಪೂರ್ವಾರ್ಧ, ಉತ್ತರಭಾಗವನ್ನು (ಕಾ.ಖಂ,ಅ39,ಶ್ಲೋ26/69) ಮತ್ತೊಮ್ಮೆ ನೋಡಬೇಕು. ಶತ್ರುಗಳೊಡನೆ ಹೊಡೆದಾಡಿ, ಅವರ ಪೀಡೆಯನ್ನು ತಪ್ಪಿಸಲು ರಾಜಧಾನಿಯನ್ನು ಸುರಕ್ಷಿತ ಸ್ಥಳಕ್ಕೆ ವರ್ಗಾಯಿಸಿ, ಜನರಿಗೆ ದಕ್ಷಆಡಳಿತ ಕೊಟ್ಟು, ರಾಜ್ಯವನ್ನಾಳುವುದು ಪ್ರತಿಯೊಬ್ಬ ರಾಜನ ಕರ್ತವ್ಯವಾದರೆ ದಿವೋದಾಸನದು ಹೆಚ್ಚುಗಾರಿಕೆಯೇನಿಲ್ಲ. ಇಷ್ಟೇ ಆಗಿದ್ದರೆ ದಿವೋದಾಸ ಚರಿತ್ರೆಯ ಪುಟಗಳಲ್ಲೆಲ್ಲೋ ಹುದುಗಿಹೋಗುತ್ತಿದ್ದ. ಆದರೆ, ದಿವೋದಾಸ ಕೇವಲ ಕಾಶಿಯ ಗತಚರಿತ್ರೆಯ ಒಂದು ಭಾಗ ಮಾತ್ರವಲ್ಲ. ದಿವೋದಾಸ ಒಬ್ಬ ದಕ್ಷರಾಜ, ಬ್ರಹ್ಮವನ್ನು ತಿಳಿದವ, ಆಯುರ್ವೇದದ ಜನಕನಾದ ಧನ್ವಂತರಿಯ ಮೊಮ್ಮಗ, ಆಯುರ್ವೇದ ಗ್ರಂಥವಾದ ಪ್ರಸಿದ್ಧ 'ಸುಶ್ರುತ ಸಂಹಿತೆ'ಯನ್ನು (ಶಸ್ತ್ರಚಿಕಿತ್ಸೆಯ ಬಗ್ಗೆ) ಬರೆದ ಸುಶ್ರುತನ ಗುರು ಎಲ್ಲವೂ ಆಗಿದ್ದನು. ಇದೆಲ್ಲಕ್ಕಿಂತಲೂ ಹೆಚ್ಚಾಗಿ ದಿವೋದಾಸನು ಕಾಶಿಯ ಧಾರ್ಮಿಕ ಮತ್ತು ಸಾಮಾಜಿಕ ಕ್ಷೇತ್ರದಲ್ಲಿ ಒಂದು ವಿಶೇಷ ಪರಂಪರೆಯನ್ನೇ ಶುರುಮಾಡಿದ್ದನು. ಅಂದಿನಿಂದ ಇಂದಿಗೂ ಇನ್ನೂ ಭವಿಷ್ಯಕ್ಕೂ ಎಂದೆಂದಿಗೂ ಇರಬಹುದಾದ ಒಂದು ವಿಶಿಷ್ಟವಾದ 'ರಸಾಯನದ ಗಡಿಗೆ'ಯನ್ನೇ ಸ್ಥಾಪಿಸಿಹೋದನು. ಇದೆಂತಹ ಗಡಿಗೆ, ಯಾರೂ ಇದುವರೆಗೂ ಕೇಳದ ಈ ಗಡಿಗೆ ಯಾವುದು, ನಾವು ಇದನ್ನು ನೋಡಿಲ್ಲವಲ್ಲಾ ಎಂಬ ಕುತೂಹಲವನ್ನು ಸ್ವಲ್ಪ ತಡೆದಿಡುವುದು ಸೂಕ್ತ.

ದಿವೋದಾಸನ ಷರತ್ತು : ಆನಂದಕಾನನ ಎನಿಸಿದ್ದ ಕಾಲದಿಂದ ದೇವತೆಗಳು ಇಲ್ಲಿ ನೆಲಸಿದ್ದರು. ಇವರೆಲ್ಲ ರುದ್ರರೋ, ಯೋಗಿಗಳೋ, ಯಜ್ಞದಲ್ಲಿ ನಂಬಿಕೆಯಿದ್ದವರೋ ಅಲ್ಲವೋ ಒಂದೂ ತಿಳಿಯದು. ದೀರ್ಘಕಾಲದ ಬರಗಾಲದಲ್ಲಿ ಬ್ರಹ್ಮನು (ರಿಪುಂಜಯನನ್ನು) ದಿವೋದಾಸನನ್ನು ರಾಜ್ಯವಾಳುವಂತೆ ಕೇಳಿಕೊಂಡಾಗ, ಅವನ ಷರತ್ತಿನ ಪ್ರಕಾರ ಎಲ್ಲ ದೇವತೆಗಳೂ ಕಾಶಿಯನ್ನು ಬಿಡಬೇಕಾಯಿತು. ಮನಸ್ಸಿಲ್ಲದ ಮನಸ್ಸಿನಿಂದ ಶಿವನೂ, (ವಿಷ್ಣುವೂ) ಕಾಶಿಯನ್ನು ಬಿಟ್ಟು ಮಂದರಪರ್ವತ ಸೇರಿದರು. ಶಿವ ಮತ್ತು ಅವನ ಗಣಗಳು ಮಾತ್ರ ಕಾಶಿಯನ್ನು ಬಿಡಬೇಕಾಯಿತೆಂಬ ಮಾತೂ ಇದೆ. ಕಾಶಿಯನ್ನು ಬಿಟ್ಟ ದೇವತೆಗಳು ಪ್ರತಿಕ್ಷಣವೂ ಕಾಶಿಗೆ ಎಂದು ಮರಳುವೆವೋ ಎಂಬ ವಿರಹದಲ್ಲಿಯೇ ಕಾಲ ಕಳೆಯುತ್ತಿದ್ದರು. ದಿವೋದಾಸನಿರುವಾಗ ಕಾಶಿಗೆ ತಿರುಗಿ ಹೋಗುವುದಾದರೂ ಹೇಗೆ?

ದೂರಮಾಡಿದ್ದಾಯಿತು, ಇನ್ನು ಈ ರಾಜನಿಗೆ ಇಲ್ಲೇನು ಕೆಲಸ, ಇವನು ಹೋದರೆ ನಾವೆಲ್ಲಾ ಕಾಶಿಗೆ ಬರಬಹುದಲ್ಲಾ ಎನ್ನುವಂತೆ ಎಲ್ಲರೂ ಚಡಪಡಿಸುತ್ತಿದ್ದರು. ಪ್ರಜೆಗಳನ್ನು ಸುಖವಾಗಿಟ್ಟುಕೊಂಡಿದ್ದ ದಿವೋದಾಸನನ್ನು ಕಾಶಿಯಿಂದ ಓಡಿಸುವುದಾದರೂ ಹೇಗೆ? ಎಂಬ ಪ್ರಶ್ನೆಯೂ ಎದ್ದಿರಬೇಕು. ಬೇರೆಯವರ ಮಾತು ಅಂತಿರಲಿ, ಶಿವನು ಸಹ ದುಃಖದಿಂದ "ಅವಿಮುಕ್ತೇತ್ರದ ವಿಯೋಗದಿಂದುಂಟಾದ ಮಹಾತಾಪವು ನನ್ನನ್ನು ಸಂತಾಪಗೊಳಿಸಿದಂತೆ ಆ ದಕ್ಷತನಯಳ ಶರೀರ ತ್ಯಾಗದಿಂದಲೂ ಸಂತಾಪಗೊಳಲಿಲ್ಲ" ಎಂದು ಪರಿತಪಿಸಿದನಂತೆ (ಕಾ. ಖಂ.ಅ44–ಶ್ಲೋ16)

"ಈ ದಿವೋದಾಸನು ಮಹಾಯಜ್ಞಗಳಿಂದ ದೇವತೆಗಳನ್ನು ಆರಾಧಿಸಿದರೂ ಅವರು ಮಾತ್ರ ಅವನಿಗೆ ಮಿತ್ರರಾಗಿರಲಿಲ್ಲ. ಅಪಕಾರಮಾಡಲು ಉದ್ಯುಕ್ತರಾದ ದೇವತೆಗಳು ಬುದ್ಧಿಶಾಲಿಗಳಾಗಿದ್ದರೂ ಅವನಿಗೆ ಅಪಕಾರಮಾಡಲು ಶಕ್ತರಾಗಲಿಲ್ಲ" (ಕಾ.ಖಂ,ಅ43,ಶ್ಲೋ37/43). ಅಂದರೆ ಪೂಜಿಸಿದವರೂ ಹತ್ತಿರ ಬರಲಾಗಲಿಲ್ಲ, ವಿರೋಧಿಸಿದವರೂ ಹತ್ತಿರ ಬರಲಾಗಲಿಲ್ಲ. ಪ್ರಾಯಶಃ ದಿವೋದಾಸ ಬಹಳ ದಕ್ಷನಾದ, ಕರಾರುವಾಕ್ಕಾದ, ಗಡಸು ದೊರೆಯಿದ್ದಿರಬೇಕು! ಹಿಂಬಾಲಕರೇ ಆಗಲಿ ವಿರೋಧಿಗಳೇ ಆಗಲಿ, ಯಾರೂ ಸಲಿಗೆ ತೆಗೆದುಕೊಳ್ಳುವಂತಿರಲಿಲ್ಲ.

ಕಾಶಿಯೊಳಗೆ ಪ್ರವೇಶ ಅಸಾಧ್ಯ: ತಾವು ಎಷ್ಟೇ ಪ್ರಯತ್ನಮಾಡಿದರೂ ಕಾಶಿಯೊಳಗೆ ಪ್ರವೇಶ ಸಿಗದಿದ್ದರಿಂದ, ತಮಗೆ ಸಹಾಯ ಮಾಡಬೇಕೆಂದು ದೇವತೆಗಳು ಶಿವನಲ್ಲಿ ಮೊರೆಯಿಟ್ಟರು. ಶಿವನು ಮೊದಲು ಯೋಗಿನಿಯರನ್ನು ಕರೆದು, ಅವರು ದಿವೋದಾಸನ ರಾಜ್ಯಭಾರದಲ್ಲಿನ ಹುಳುಕು ಹುಡುಕಿ, ದೇವತೆಗಳು ಹೇಗಾದರೂ ಕಾಶಿಗೆ ತಿರುಗಿಹೋಗುವ ಮಾರ್ಗವನ್ನು ಕಂಡುಹಿಡಿಯಬೇಕು ಎಂದು ಹೇಳಿಕಳಿಸಿದನು. ಎಷ್ಟೋ ದಿನಗಳಾದರೂ ಕಾಶಿಗೆ ಹೋದ ಅರವತ್ತನಾಲ್ಕು ಯೋಗಿನಿಯರ ಸಮಾಚಾರವೂ ಇಲ್ಲ, ಅವರಿಂದ ಯಾವ ಸೂಚನೆಯೂ ಬರಲಿಲ್ಲ. ಅನಂತರ ಕಾಶಿಗೆ ತಿರುಗಿಹೋಗುವ ಉಪಾಯವನ್ನು ಹುಡುಕುವ ಕೆಲಸವನ್ನು ಸೂರ್ಯನಿಗೆ ಒಪ್ಪಿಸಿದನು. ಕೊಟ್ಟ ಕೆಲಸವನ್ನು ಸಾಧಿಸಿಯೇ ಬರುವೆನೆಂದು ಹೊರಟ ಸೂರ್ಯನೂ ಕಾಶಿಗೆ ಹೋದಮೇಲೆ ಅಲ್ಲಿಯ ರಮ್ಯತೆ, ಪವಿತ್ರತೆ, ಸುಖಶಾಂತಿಗಳಲ್ಲಿ ಎಲ್ಲವನ್ನೂ ಮರೆತು ಅಲ್ಲಿಯೇ ಸೇರಿಬಿಟ್ಟನು. ಒಮ್ಮೊಮ್ಮೆ ಸೂರ್ಯನಿಗೆ ಶಿವನ ಆಜ್ಞೆಯನ್ನು ಉಲ್ಲಂಘಿಸುತ್ತಿರುವೆನಲ್ಲ ಎಂದು ಹೆದರಿಕೆಯೂ ಆಗುತ್ತಿತ್ತು. ಆಗ ಅವನು "ಕುಪಿತನಾದ ರುದ್ರನು ನನ್ನ ತೇಜಸ್ಸನ್ನು ನಾಶಗೊಳಿಸಿದರೂ ಕಾಶಿಯಲ್ಲಿನ **ಆತ್ಮಜ್ಞಾನದಿಂದ** ಆ ತೇಜಸ್ಸು ಮತ್ತೆ ಲಭಿಸುವುದು" (ಕಾ.ಖಂ,ಅ46,ಶ್ಲೋ42) ಎಂದು ತನಗೆತಾನೇ ಧೈರ್ಯ ಹೇಳಿಕೊಳ್ಳುತ್ತಿದ್ದನು. ಸೂರ್ಯನೂ ವಾಪಸ್ಸಾಗದ್ದನ್ನು ನೋಡಿ ಶಿವ ತನ್ನ ಗಣವೊಂದಕ್ಕೆ ಈ ಕೆಲಸವನ್ನು ಒಪ್ಪಿಸಿದನು. ಒಂದು ವೇಳೆ ಕೆಲಸವಾಗ

ದಿದ್ದರೂ ತನ್ನ ಗಣ ಖಂಡಿತವಾಗಿಯೂ ವಾಪಸ್ಸುಬಂದು ವರದಿ ಒಪ್ಪಿಸಿಯೇ ತೀರುತ್ತಾನೆಂಬ ನಂಬಿಕೆ ಶಿವನಿಗಿತ್ತು. ಆದರೆ ಒಬ್ಬರ ಅನಂತರ ಒಬ್ಬರಂತೆ ಕಾಶಿಗೆ ಹೋಗಿದ್ದ ಒಟ್ಟು ಮುವ್ವತ್ತೈದು ಗಣಗಳೂ ವಾಪಸ್ಸುಬರದಿದ್ದಾಗ ಶಿವನಿಗೆ ಚಿಂತೆಯೇ ಆಯಿತು.

ದಶಾಶ್ವಮೇಧಯಜ್ಞಗಳೋ–ಪ್ರಜಾಪಾಲನೆಯೋ?: ತಾನು ಮಂದರಪರ್ವತಕ್ಕೆ ಬರಲು ಕಾರಣವಾಗಿದ್ದ ಬ್ರಹ್ಮನನ್ನು ಕರೆದು ದಿವೋದಾಸನನ್ನು ಕಾಶಿಯಿಂದ ಉಚ್ಚಾಟಿಸುವಂತೆ ಶಿವನು ಹೇಳಿದನು. ಈ ಕೆಲಸ ಫಲಿಸಬೇಕಾದರೆ ದಿವೋದಾಸನಿಂದ ಯಾವುದಾದರೂ ತಪ್ಪು ಅಥವಾ ಧರ್ಮಬಾಹಿರ ಕಾರ್ಯವನ್ನು ಮಾಡಿಸುವುದೇ ಉಪಾಯವೆಂದು ಬ್ರಹ್ಮನು ಯೋಚಿಸಿದನು. ಆದರೆ ಕಾಶಿಯಲ್ಲಿ ಬ್ರಹ್ಮನಿಗೆ ಆಶ್ಚರ್ಯಕಾದಿತ್ತು. ಅಲ್ಲೋ ದಿವೋದಾಸನು ತನ್ನ ಗಾನದಿಂದ ಗಂಧರ್ವರ ಗರ್ವವನ್ನು ಮುರಿದಿದ್ದನು. ಅವನ ಕೋಟೆಯನ್ನು ಯಕ್ಷರು, ರಾಕ್ಷಸರು ರಕ್ಷಿಸುತ್ತಿದ್ದರು. ನಾಗಗಳು ಅಪರಾಧ ಮಾಡುತ್ತಿರಲಿಲ್ಲ. ದಾನವರೂ ಮನುಷ್ಯಶರೀರವನ್ನು ತಾಳಿ (ಸೌಮ್ಯರಾಗಿ) ಅವನ ಸೇವೆಮಾಡುತ್ತಿದ್ದರು. ದೇವತೆಗಳು ಅಪಕಾರಮಾಡಲು ಸ್ವಲ್ಪವೂ ಶಕ್ತರಾಗಿರಲಿಲ್ಲ. ಇದನ್ನೆಲ್ಲ ಕಂಡಮೇಲೆ ವೇಷಮರೆಸಿಬಂದ ಬ್ರಹ್ಮನು ದೊಡ್ಡಪ್ರಮಾಣದ ಬೇಡಿಕೆಯೊಂದನ್ನು ದಿವೋದಾಸನ ಮುಂದಿಟ್ಟನು. ತಾನು ಮಾಡಬೇಕೆಂದಿರುವ ಹತ್ತು ಅಶ್ವಮೇಧಯಜ್ಞಗಳಿಗೆ ಸಹಾಯವನ್ನು ಯಾಚಿಸಿದನು. ಒಂದು ಅಶ್ವಮೇಧಯಜ್ಞವೇ ಕಷ್ಟ, ಇನ್ನು ಹತ್ತುಯಜ್ಞಗಳು! ಆಗಲಾದರೂ ರಾಜನಿಂದ ಕಿಂಚಿತ್ತಾದರೂ ಕರ್ತವ್ಯಲೋಪವಾಗಬಹುದೆಂದು ಬ್ರಹ್ಮನ ಎಣಿಕೆಯಾಗಿತ್ತು. ದಿವೋದಾಸ ಧರ್ಮಜ್ಞನಾಗಿದ್ದರೂ ಕರ್ಮಠನಾಗಿರಲಿಲ್ಲ. "ಯಜ್ಞಗಳಿಗಿಂತಲೂ, ಇತರ ಕ್ರಿಯೆಗಳಿಗಿಂತಲೂ, ಭೂಲೋಕದ ಸಮಸ್ತ ತೀರ್ಥಯಾತ್ರೆಗಳಿಗಿಂತಲೂ, ರಾಜರಾದವರಿಗೆ ತಮ್ಮ ಪ್ರಜೆಗಳನ್ನು ಪಾಲನೆಮಾಡುವುದೇ ಉತ್ತಮ ಧರ್ಮ. ನಾನು ನಿತ್ಯವೂ ಬ್ರಾಹ್ಮಣರ ಮುಖಾಗ್ನಿಯಲ್ಲಿ ಯಾವ ಹೋಮವನ್ನು ಮಾಡುತ್ತಿರುವೆನೊ, ಅದೇ ಸಕಲ ಯಜ್ಞಗಳ ಆಚರಣೆಗಳಿಗಿಂತಲೂ ಮುಖ್ಯ ಕರ್ತವ್ಯ" ಎಂದು ತಿಳಿದಿದ್ದನು (ಕಾ.ಖಂ,ಅ52,ಶ್ಲೋ58/61). ಆದರೂ ಯಜ್ಞಗಳನ್ನು ಮಾಡಲಣಿಸುತ್ತಿರುವ ವಿಪ್ರನಿಗೆ (ಬ್ರಹ್ಮನಿಗೆ) ದಾಸನಾಗಿ ನಿಂತನು. ಯಾವ ತೊಡಕು–ತಪ್ಪುಗಳಿಲ್ಲದೆ ಬ್ರಹ್ಮನ ದಶಾಶ್ವಮೇಧಯಜ್ಞಗಳೂ ಸಾಂಗವಾಗಿ ನೆರವೇರಿದುವು. ದಿವೋದಾಸನಲ್ಲಿ ತಪ್ಪುಕಾಣಲಿಲ್ಲ, ಬ್ರಹ್ಮನ ಉಪಾಯ ಫಲಿಸಲಿಲ್ಲ, ಶಿವನ ಕೆಲಸವಂತೂ ಆಗಲೇ ಇಲ್ಲ.

ಚಾಣಾಕ್ಷ ಗಣಪತಿ : ಈ ರೀತಿಯಲ್ಲಿ ಯೋಗಿನಿಯರೂ, ಸೂರ್ಯನೂ, ಶಂಕುಕರ್ಣನೇ ಮೊದಲಾದ ಗಣಗಳೂ, ಬ್ರಹ್ಮನೂ ಸಮುದ್ರದಲ್ಲಿ ಐಕ್ಯಹೊಂದಿದ ನದಿಗಳಂತೆ ಕಾಶಿಯಲ್ಲಿ ಸೇರಿ ಶಿವನೆಡೆಗೆ ಹಿಂದಿರುಗಿ ಬರಲೇ ಇಲ್ಲ. ಕೊನೆಯಲ್ಲಿ ಶಿವನು ತನ್ನೆ

ಕಾಶಿಯಲ್ಲಿ ಸೇರಿ ಶಿವನೆಡೆಗೆ ಹಿಂದಿರುಗಿ ಬರಲೇ ಇಲ್ಲ. ಕೊನೆಯಲ್ಲಿ ಶಿವನು ತನ್ನ ನೆಚ್ಚಿನ ಗಣಪತಿಯನ್ನು ಕರೆದು ಆದರ–ಪ್ರೀತಿಯಿಂದ ತನ್ನ ಕಾರ್ಯಭಾರವನ್ನು ಅವನಿಗೆ ಒಪ್ಪಿಸಿದನು. ಬ್ರಾಹ್ಮಣ ವೇಷವನ್ನುಧರಿಸಿದ ವಿಘ್ನೇಶ್ವರನು (ಢುಂಢೀವಿನಾಯಕ) ಕಾಶಿಯನ್ನುಸೇರಿ, ಕ್ರಮೇಣ ಎಲ್ಲರ ಹೃದಯಗಳಲ್ಲಿ ಭಯವನ್ನುಂಟುಮಾಡಿ ಅನೇಕ ಪುರನಿವಾಸಿಗಳನ್ನು ಕಾಶಿಯಿಂದ ಹೊರಕ್ಕೆ ಹೊರಡಿಸಿದನು. ಭವಿಷ್ಯವನ್ನು ಹೇಳುತ್ತಾ, ಕನಸಿನ ಫಲಗಳನ್ನು ತಿಳಿಸುತ್ತಾ ಕಾಪಟ್ಯದಿಂದ ಸ್ತ್ರೀಯರ ಮನಗಳನ್ನು ಸೂರೆಗೊಂಡನು. ಇವನ ಪ್ರಭಾವವು ಎಲ್ಲೆಡೆ ಹರಡಿ, ರಾಣಿಯೂ ಭವಿಷ್ಯ ಕೇಳಿದಳು. ಅವಳ ಆಗ್ರಹದಿಂದ ರಾಜ ದಿವೋದಾಸನು ವಿಘ್ನೇಶ್ವರನನ್ನು ಕರೆಸಿ "ನನ್ನ ಮನಸ್ಸು ಸಕಲ ಕಾರ್ಯಗಳಲ್ಲೂ ವೈರಾಗ್ಯವನ್ನು ಹೊಂದುತ್ತಿರುವುದು. ನನಗೆ ಉತ್ತರೋತ್ತರದಲ್ಲಿ ಶ್ರೇಯಸ್ಸನ್ನು ಉಂಟುಮಾಡುವುದು ಯಾವುದೆಂಬುದನ್ನು ತಿಳಿಸು" ಎಂದನು (ಕಾ.ಖಂ,ಅ56,ಶ್ಲೋ61/62). ಅಂದಿನಿಂದ ಹದಿನೆಂಟು ದಿನಗಳಲ್ಲಿ ರಾಜಧರ್ಬಾರಿಗೆ ಬರುವ ಬ್ರಾಹ್ಮಣನ ಮಾತುಗಳನ್ನು ಚಾಚೂತಪ್ಪದೆ ಪಾಲಿಸುವಂತೆ ವಿಘ್ನೇಶ್ವರನು ದಿವೋದಾಸನಿಗೆ ಹೇಳಿದನು. ಆ ಪ್ರಕಾರ ಬ್ರಾಹ್ಮಣವೇಷದಲ್ಲಿ ಬಂದ ವಿಷ್ಣುವು "ನೀನು ವಿಶ್ವೇಶ್ವರನನ್ನು ಕಾಶಿಕ್ಷೇತ್ರದಿಂದ ದೂರಕ್ಕೆ ಕಳಿಸಿರುವುದೊಂದೇ ನಿನ್ನ ಅಪರಾಧವು. ಎಲ್ಲ ಅಪರಾಧಗಳು ಕೂಡ ಒಂದು ಶಿವಲಿಂಗವನ್ನು ಪ್ರತಿಷ್ಠೆಮಾಡುವುದ ರಿಂದ ನಾಶವನ್ನು ಹೊಂದುವುವು" ಎಂದು ಹೇಳಿದನು (ಕಾ.ಖಂ, ಅ58,ಶ್ಲೋ178/180). 'ತಲೆ ನರೆತಮೇಲೂ ವೈರವೇಕೆ' ಎಂಬಂತೆ ದಿವೋದಾಸನು ತನ್ನ ಹೆಸರಿನಲ್ಲಿ ದಿವೋದಾಸೇಶ್ವರನೆಂಬ ಲಿಂಗವನ್ನು ಪ್ರತಿಷ್ಠಿಸಿದನು. ವಿಷ್ಣುವು ದಿವ್ಯಜ್ಞಾನವನ್ನು ಬೋಧಿಸಿದಾಗ ದಿವೋದಾಸನು ವೈರಾಗ್ಯಹೊಂದಿ ವಾನಪ್ರಸ್ಥಾಶ್ರಮಕ್ಕೆ ತೆರಳಿದನು. ಅನಂತರ ಶಿವ, ಅವನ ಗಣಗಳು, ಇತರ ಅನೇಕ ದೇವತೆಗಳು ಕಾಶಿಯನ್ನು ಬಂದು ಸೇರಿದರು.

ಉಪಕಥೆ: ಇಲ್ಲೊಂದು ಉಪಕಥೆ ಸೇರಿದೆ. 'ವಿಷ್ಣುವು ಬೌದ್ಧಸನ್ಯಾಸಿ ಪುಣ್ಯಕೀರ್ತಿಯಾಗಿಯೂ, ಲಕ್ಷ್ಮಿಯು ಭಿಕ್ಷುಣಿ ವಿಜ್ಞಾನ ಕೌಮುದಿಯಾಗಿಯೂ ಕಾಶಿಗೆ ಬಂದರು. ಪುಣ್ಯಕೀರ್ತಿಯಿಂದ ಆಕರ್ಷಣವಿದ್ಯೆ ಮತ್ತು ವಶೀಕರಣ ಬುದ್ಧಿಯನ್ನು ಕಲಿತು ಆ ನಗರದ ಪುರುಷರೆಲ್ಲರೂ ಪರಸ್ತ್ರೀಯರಲ್ಲಿ ಮೋಹಿತರಾದರು. ವಿಜ್ಞಾನ ಕೌಮುದಿಯ ಮಾತುಗಳನ್ನು ಕೇಳಿ ಗಂಡನ ಶುಶ್ರೂಷೆಯಲ್ಲಿಯೇ ನಿರತರಾಗಿದ್ದ ನಗರದ ಸ್ತ್ರೀಯರೆಲ್ಲರೂ ಆಸ್ತಿಕ್ಯ ಬುದ್ಧಿಯನ್ನು ತ್ಯಜಿಸಿದರು. ಅಧರ್ಮವು ಎಲ್ಲೆಲ್ಲಿಯೂ ವೃದ್ಧಿಯಾಗತೊಡಗಿತು' ಎಂಬ ಸಾರಾಂಶದ ಕಥೆಯನ್ನು 'ಕಾಶೀಖಂಡ' (ಕಾ.ಖಂ,ಅ58,ಶ್ಲೋ72–133) ಕೊಡುತ್ತದೆ. ರಾಜ ದಿವೋದಾಸನು ಬುದ್ಧನಿಗಿಂತ ಅನೇಕ ಶತಮಾನಗಳ ಹಿಂದೆ ಜೀವಿಸಿದ್ದು, ದಿವೋದಾಸನ ಕಾಲದಲ್ಲಿ 'ಬೌದ್ಧರು' ಎಂಬುವರು ಇರಲಿಲ್ಲ. ಬೌದ್ಧಮತದಿಂದ

ಹಿಂದೂಧರ್ಮಕ್ಕೆ ಧಕ್ಕೆತಲುಪಿತೆಂದೂ, ಅನ್ಯಧರ್ಮದಿಂದ ಧರ್ಮಕೆಟ್ಟಿತೆಂದೂ ತಿಳಿಸುವುದು ಪುರಾಣಕಾರರ ಉದ್ದೇಶ.

ಏನಿದು 'ರಸಾಯನದ ಗಡಿಗೆ'?: ಕಾಶಿಗೆ ರಾಜ ದಿವೋದಾಸನ ವಿಶಿಷ್ಟಕೊಡುಗೆ ಎಂದರೆ ಅವನು ಸ್ಥಾಪಿಸಿದ 'ರಸಾಯನದ ಗಡಿಗೆ' ಎಂಬ ಕುತೂಹಲದ ವಿಚಾರ ಈ ಮೊದಲೇ ಬಂದಿತ್ತು. ಇದೆಂತಹ ಗಡಿಗೆ, ಯಾರೂ ಇದುವರೆಗೂ ಕೇಳದ ಈ ಗಡಿಗೆ ಯಾವುದು, ಇದೆಲ್ಲಿದೆ ಎಂದು ಕಾಶಿಯಲ್ಲಿ ಹುಡುಕಲು ಹೋದರೆ ಪ್ರಯೋಜನವಿಲ್ಲ. ಅದೇನು ಎಂಬುದನ್ನು ಈಗ ನೋಡಬಹುದು. ಇಂಗ್ಲಿಷ್‌ನಲ್ಲಿ "ದಿ ಮೆಲ್ಟಿಂಗ್ ಪಾಟ್ ಆಫ್ ಕಲ್ಚರ್" ಅನ್ನುವುದಕ್ಕೂ ರಸಾಯನದ ಗಡಿಗೆಗೂ ಸಾಮ್ಯವಿದೆ. ದಿವೋದಾಸನು ಕಾಶಿಯ ರಾಜಪದವಿ ಒಪ್ಪಿಕೊಳ್ಳುವ ಮೊದಲು "ಇಲ್ಲಿಯ ದೇವತೆಗಳು ಸ್ವರ್ಗಕ್ಕೆ ಹೋಗಲಿ, ನಾಗಗಳು ಪಾತಾಳಕ್ಕೆ ಹೋಗಲಿ, ಇಲ್ಲಿ ಕೇವಲ ಮನುಜರು ಉಳಿಯಲಿ" ಎಂಬ ಷರತ್ತನ್ನು ಬ್ರಹ್ಮನ ಮುಂದಿಟ್ಟಿದ್ದನು. ಸ್ವತಃ ಕರ್ಮಠನಲ್ಲದಿದ್ದರೂ ಅವನು ಯಜ್ಞವಿರೋಧಿಯಾಗಿರಲಿಲ್ಲ. ಬ್ರಹ್ಮ/ವಿಷ್ಣುವಿನ ಮಾತಿಗೆ ಬೆಲೆಕೊಟ್ಟಿದ್ದೂ, ಯಜ್ಞಗಳಿಂದ ದೇವತೆಗಳನ್ನು ಆರಾಧಿಸಿದ್ದೂ ನೋಡಿದರೆ ದಿವೋದಾಸನು ತನ್ನ ಹಿಂದಿನ ಪೀಳಿಗೆಯವರ (ವೈವಸ್ವತ ಮನು ಮತ್ತು ಸ್ವಯಂಭುವ ಮನುಗಳ) ಬ್ರಹ್ಮಾವರ್ತದ ಸಂಸ್ಕೃತಿ ಮತ್ತು ಪರಂಪರೆಯನ್ನು ಎತ್ತಿಹಿಡಿದಿದ್ದುದು ಕಾಣುತ್ತದೆ. ಅವನ ಕಣ್ಣಿಗೆ ಭಸ್ಮಬಳಿದುಕೊಂಡವರು, ನಗ್ನರು, ಯೋಗ, ಧ್ಯಾನ, ತಪಮಾಡುವವರು, ರುದ್ರರೂಪರು, ನಾಗಾಗಳು ಎಲ್ಲರೂ ಅಸಂಪ್ರದಾಯಿಕರೆಂದು ಕಾಣಿಸಿದ್ದಿರಬೇಕು. ಯಾವ ಒಂದು ನಿರ್ದಿಷ್ಟ ರೀತಿ, ನೀತಿ, ವ್ಯವಸ್ಥೆಯನ್ನೂ ಪಾಲಿಸದೆ, ತಮಗೆ ತೋರಿದ ದಾರಿಗಳಲ್ಲಿ ಓಡುವವರಿಂದ ಸಮಾಜಕ್ಕೆ ಹಾನಿಯೆನಿಸಿರಬೇಕು. ಇವರೆಲ್ಲರನ್ನೂ ಹೊರಗೆ ಹಾಕಿದಮೇಲೆ ಕಾಶಿಯಲ್ಲಿ ಉಳಿದ ಒಂದೇ ಸಂಪ್ರದಾಯದವರನ್ನಾಗಲೀ, ಕೆಲವು ಪುಂಡರನ್ನಾಗಲೀ ಕಟ್ಟುನಿಟ್ಟಾಗಿ ಆಳುವುದು ದಿವೋದಾಸನಿಗೆ ಏನೂ ಕಷ್ಟವಾಗಿರಲಿಲ್ಲ. ಅಂದರೆ ಮೊದಲಲ್ಲಿ ದಿವೋದಾಸನು ಏಕಮುಖದ ಸಂಸ್ಕೃತಿಯನ್ನು ಸ್ಥಾಪಿಸಲು ಪ್ರಯತ್ನಮಾಡಿದ್ದನು. ನಂತರ ಅವನ ಸಾಮರ್ಥ್ಯ, ಬುದ್ಧಿ, ಸಮಯ ಎಲ್ಲವೂ ಹೈಹಯರೊಡನೆ ಸೆಣಸುವುದಕ್ಕೆ ಮೀಸಲಾಗಿದ್ದಿತು.

ದಿವೋದಾಸನ ವಿಶಾಲದೃಷ್ಟಿ/ವೈರಾಗ್ಯ: ವಿಷ್ಣುವಿನ ಉಪದೇಶದಿಂದ ದಿವೋದಾಸನಿಗೆ ವೈರಾಗ್ಯ ಬರುವುದಕ್ಕೂ ಮುಂಚೆ ವಿಶಾಲದೃಷ್ಟಿಯ ವಿವೇಕ ಉದಯವಾಯಿತು. ಮನೆಗಳಲ್ಲಿ ತಿಳಿನೀರಿನ ಕೊಳವಿರಬೇಕು, ಕೊಳೆನೀರಿಗೆ ಬೇರೆ ಹೊಂಡವಿರಬೇಕು. ತಿಳಿನೀರಿಗೆ ಯಾವ ತೊರೆಯನೀರು ಬಂದುಸೇರಿದರೂ ಸರಿ, ಆದರೆ ಕೊಳೆನೀರು ಸೇರಬಾರದು. ಇದೇ ರೀತಿ, ದೇಶದಲ್ಲಿ ಕಾಡಿರಬೇಕು, ನಾಡಿರಬೇಕು. ನಾಡಿನಲ್ಲಿ ಪುಷ್ಪವನಗಳಿರಬೇಕು, ಹಣ್ಣಿನ ತೋಪುಗಳಿರಬೇಕು. ಅವೆಲ್ಲವೂ ವೈವಿಧ್ಯತೆಗೆ ಪೂರಕವಾಗಿರಬೇಕು, ಮಾರಕವಾಗಿರಬಾರದು.

ಪ್ರತಿಯೊಂದು ಹೂವಿನ ಸೊಬಗು, ಎಲ್ಲದರ ಒಟ್ಟಿನ ಸೊಬಗು ಎರಡನ್ನೂ ಸವಿಯುವ ಆನಂದದಲ್ಲಿ ವ್ಯತ್ಯಾಸವಿದೆ. ಇದೇ ರೀತಿ, ಒಂದು ಹಣ್ಣಿನ ರುಚಿಗೂ, ಎಲ್ಲವನ್ನೂ ಬೆರೆಸಿದ ರಸಾಯನದ ರುಚಿಗೂ ವ್ಯತ್ಯಾಸವಿದೆ. ದೇಹದ ಸ್ವಾಸ್ಥ್ಯಕ್ಕೆ ಗರಡಿಮನೆಯ ಕಸರತ್ತು, ಕುಸ್ತಿ, ಮೈದಾನದ ಆಟ ಓಟಗಳು, ನೀರಿನಲ್ಲಿ ಈಜು, ವಾಯುವಿಹಾರದ ನಡಿಗೆ, ಯೋಗಾಸನಗಳು ಎಲ್ಲವೂ ಮುಖ್ಯ. ಆದರೆ ಯಾರಿಗೆ ಯಾವುದು ಬೇಕು ಅನ್ನುವುದು ಅವರವರ ವಯಸ್ಸು, ಆಸಕ್ತಿ, ಆರೋಗ್ಯಸ್ಥಿತಿಯನ್ನು ಅವಲಂಬಿಸುತ್ತದೆ. ದೇಶದ ಸಂಪದಭಿವೃದ್ಧಿಗೆ ನಾನಾತೆರನಾದ ವಿದ್ಯೆಗಳು, ಉದ್ದಿಮೆಗಳು, ವ್ಯವಸಾಯಗಳು, ಕಲೆಗಳು ಎಲ್ಲವೂ ಬೇಕು. ಇದೇ ರೀತಿಯಲ್ಲಿ ಆಧ್ಯಾತ್ಮಿಕ ಬೆಳವಣಿಗೆಗೆ ಪೂಜೆ, ಯಜ್ಞ, ಕರ್ಮಗಳು, ತಪಸ್ಸು, ಧ್ಯಾನ, ಯೋಗ, ಜ್ಞಾನ, ಭಕ್ತಿ ಮುಂತಾದ ಅನೇಕದಾರಿಗಳು ತೆರೆದಿರಬೇಕು. ಯಾರಿಗೆ ಯಾವುದು ಸೂಕ್ತವೋ ಅದನ್ನು ಅನುಸರಿಸುತ್ತಾರೆ. ಈ ವಿಶಾಲದೃಷ್ಟಿ ಉದಿಸಿದಮೇಲೂ, ಕೆಲವು ಪಂಗಡದವರಿಗೆ ರಾಜ್ಯದಲ್ಲಿ ಸ್ಥಾನವಿಲ್ಲ ಎಂದು ಕಟ್ಟುಪಾಡುಮಾಡಿದರೆ ಆ ನಿರ್ಬಂಧ ಸಾರ್ವಕಾಲಿಕವಾಗುವುದು ಸಾಧ್ಯವಿಲ್ಲ, ಅಂಥ ನಿರ್ಬಂಧದಿಂದ ರಾಜ್ಯವನ್ನು ನಡೆಸುವುದು ತಪ್ಪೆಂದು ದಿವೋದಾಸನು ಅರಿತನು. ಹೊರಗೆ ಕಳಿಸಿದ್ದವರನ್ನೂ ದಿವೋದಾಸನು ಸ್ವಾಗತಿಸಿ, ಅತ್ಯಂತ ಮಹತ್ತರವಾದ ಬದಲಾವಣೆಯನ್ನು ತಂದನು. ಎಲ್ಲರೂ ಬರಲಿ, ಎಲ್ಲರೂ ಒಟ್ಟಾಗಿ ಬಾಳೋಣ, ಒಬ್ಬರನ್ನೊಬ್ಬರು ಅರ್ಥಮಾಡಿಕೊಳ್ಳೋಣ, ಟೊಳ್ಳೆನಿಸಿದ್ದನ್ನು ಬಿಡೋಣ, ಎಲ್ಲಿಂದಲೇ ಒಳ್ಳೆಯದು ಬಂದರೂ ಸ್ವಾಗತಿಸೋಣ, ನಿರಂತರವಾಗಿ ಪ್ರಗತಿಪರ ಶ್ರೇಯಸ್ಕರ ಮಾರ್ಗವನ್ನು ಹಿಡಿಯೋಣ ಎಂಬ ಉದಾರ ಮನೋಭಾವವನ್ನು ತಳೆದನು. ನಿರ್ಬಂಧ ತೆಗೆದಮೇಲೆ, ಕಟ್ಟೆಯೊಡೆದ ನೀರಿನಂತೆ, ದೇವತೆಗಳ ಸಮೂಹ ಪ್ರವಾಹದೋಪಾದಿಯಲ್ಲಿ ಕಾಶಿಯನ್ನು ಬಂದುಸೇರಿತು.

ದಿವೋದಾಸನ ಉದಾರ ಮನೋಭಾವದ ಪ್ರತೀಕವೆನಿಸಿದ 'ರಸಾಯನದ ಗಡಿಗೆ'ಯೇ ಇನ್ನೂ ಅನೇಕ ಹೊಸಪ್ರವಾಹಗಳ ಹರಿವಿಗೆ ಮುಖ್ಯಕಾರಣವಾಯಿತು. ಈ ಪ್ರವಾಹಗಳು ಅನಾದಿಕಾಲದಿಂದ ಇಂದಿಗೂ ಹರಿದು ಬರುತ್ತಿವೆ. ಕಾಲಕಾಲದಲ್ಲಿ ಅನೇಕ ಧರ್ಮಪ್ರವರ್ತಕರು, ಆಚಾರ್ಯರು, ಸಾಧು ಸನ್ಯಾಸಿಗಳು, ಪಂಡಿತರು, ರಾಜರು, ವರ್ತಕರು, ಕಲಾಕಾರರು, ಪಾಮರರು ಇಲ್ಲಿಗೆ ಬಂದುಸೇರುತ್ತಲೇ ಇದ್ದಾರೆ. ಇವರುಗಳು ತಮ್ಮದೇ ಆದ ಧರ್ಮ, ಮತ, ಮಠ, ಸಿದ್ಧಾಂತ, ವಿದ್ಯೆ, ಕಲೆ, ಸಂಪ್ರದಾಯ, ಭಾಷೆ ಎಂಬ ವಿಧವಿಧದ ಹಣ್ಣುಗಳನ್ನು ರಸಾಯನದ ಗಡಿಗೆಗೆ ಹಾಕುತ್ತಿದ್ದಾರೆ. ಆದ್ದರಿಂದ **ದೇಶದ ಉದ್ದಗಲಗಳ ಎಲ್ಲ ಕಡೆಯ ಭಿನ್ನರುಚಿ** (ಲೋಕೋ ಭಿನ್ನರುಚಿಃ) ಹಾಗೂ **ಭೂತಕಾಲದ ಆಳದಿಂದ ಪದರಪದರವಾಗಿ ಬೆಳೆದಿರುವ ಸಂಪ್ರದಾಯಗಳ ರುಚಿ** ಈ ಗಡಿಗೆಯಲ್ಲಿ ಬೆರೆತು ಒಂದು ಅತ್ಯದ್ಭುತ ರಸಾಯನವನ್ನು ತಯಾರಿಸುತ್ತಲೇ ಇದೆ. ದೇಶದ ಇನ್ನಾವ ಸ್ಥಳದಲ್ಲೂ,

ಪ್ರಪಂಚದ ಇನ್ನಾವ ಭಾಗದಲ್ಲೂ, ಇಷ್ಟು ಪುರಾತನವಾದ ಗಡಿಗೆಯಲ್ಲಿ ತಯಾರಾದ, ಇಂತಹ ವಿಶಿಷ್ಟವಾದ ರಸಾಯನ ಸಿಗಲಾರದು.

'ರಸಾಯನದ ಗಡಿಗೆ'ಯ ಪ್ರತೀಕವನ್ನು ದಿವೋದಾಸನು ಅರ್ಥಮಾಡಿಕೊಳ್ಳದಿದ್ದರೆ ಅವನ ರಾಜ್ಯವೂ ಹಿಟ್ಲರ್‌ನ ರಾಜ್ಯವಾಗುತ್ತಿತ್ತೇನೋ; ಅರ್ಥಮಾಡಿಕೊಂಡದ್ದರಿಂದ ಇಂದಿನ ಕಾಶಿಯಾಯಿತು! ಇಡೀ ಭಾರತವನ್ನೇ ತನ್ನಲ್ಲಿ ಅಡಗಿಸಿಕೊಂಡಂತೆ, ಭಾರತದ ಧಾರ್ಮಿಕ ಹಾಗೂ ಸಾಂಸ್ಕೃತಿಕ ಕೇಂದ್ರವೆನಿಸಿತು.

■

7. ಮಂದಿರಗಳಲ್ಲಿ ದೇವತೆಗಳ ಸಮೂಹ

ಒಂದು ಹೇಳಿಕೆಯ ಪ್ರಕಾರ ಕಾಶಿಯಲ್ಲಿ ದೇವತೆಗಳಿಗಾಗಿ ಸುಮಾರು ಮೂರುಸಾವಿರ ಗುಡಿ, ಮಂದಿರಗಳಿವೆ. ಪ್ರಾಯಶಃ ಇನ್ನಾವ ಸ್ಥಳದಲ್ಲೂ ಇಷ್ಟೊಂದು ಮಂದಿರಗಳಿರುವಂತೆ ಕಾಣುವುದಿಲ್ಲ. ಬೇರೆಯ ಕೆಲವು ಕಡೆ ದೇವರನ್ನು ನೆನಪಿಸುತ್ತಾ ಭಕ್ತಿಯಿಂದ ಕಟ್ಟಿದ ಮಂದಿರಗಳಲ್ಲೂ ದೇವರು ಇಲ್ಲದಿರಬಹುದು. ಆದರೆ ಕಾಶಿಯಿಂದ ಆಕರ್ಷಿತರಾಗಿ, ದೇವತೆಗಳು ತಾವಾಗಿಯೇ ಬಂದು ಇಲ್ಲಿ ನೆಲಸಿದರಂತೆ ಎಂದರೆ ಆಶ್ಚರ್ಯವಾಗಬಹುದು. ಕಾಶಿಕ್ಷೇತ್ರ ಶಿವಲಿಂಗಾಕಾರವೂ ದೇವತೆಗಳಿಗೆ ಪೂಜ್ಯವೂ, ಆದುದು ಹೇಗೆ ಮತ್ತು ಅವರ ಸಮೂಹವೇ ಇಲ್ಲಿ ಬಂದು ನೆಲಸಿದ್ದುದು ಹೇಗೆ ಎಂಬ ವಿಷಯವನ್ನು ದಿವೋದಾಸನ ಕಥೆಯಲ್ಲಿ ವಿವರಿಸಲಾಗಿದೆ. ಇದೇ ಅಲ್ಲದೆ ದೇವತೆಗಳ ಸಮೂಹವೇ ಇಲ್ಲಿ ಬಂದುಸೇರಲು ಇನ್ನೂಕೆಲವು ಕಾರಣಗಳಿವೆ. ಕಾಶಿಕ್ಷೇತ್ರದಲ್ಲಿ ಶಿವಲಿಂಗವನ್ನು ಪ್ರತಿಷ್ಠಾಪಿಸುವುದರಿಂದ ಉತ್ತಮವಾದ ಫಲ ಲಭಿಸುವುದೆಂಬ ನಂಬಿಕೆ ಒಂದು ಕಾರಣ. ಇದರಿಂದಾಗಿ ಇಲ್ಲಿ ದೇವತೆಗಳೂ, ಋಷಿಗಳೂ, ರಾಜರೂ, ಭಕ್ತರೂ ಶಿವಲಿಂಗವನ್ನು ಪ್ರತಿಷ್ಠಾಪನೆ ಮಾಡಿದ್ದಾರೆ. "ಇಲ್ಲಿ ಎಲ್ಲಿಯೂ ಶಿವಲಿಂಗವಿಲ್ಲದ ಸ್ಥಳವು ಎಳ್ಳಿನ ಮಾತ್ರವೂ ಇರುವುದಿಲ್ಲ. ಲೆಕ್ಕವಿಲ್ಲದಷ್ಟು ಮಹಾಲಿಂಗಗಳು ಇಲ್ಲಿ ನೆಲಸಿರುವುವು" (ಕಾ.ಖಂ,ಅ90, ಶ್ಲೋ.10/15). ಅಲ್ಲದೆ ದೇಶದ ಅನೇಕಸ್ಥಳಗಳಲ್ಲಿ ಪ್ರಸಿದ್ಧವಾಗಿರುವ ದೇವತೆಗಳನ್ನು ಇಲ್ಲಿ ಪುನಃಪ್ರತಿಷ್ಠಾಪನೆ ಮಾಡುವುದೂ, ಹಾಗೆ ಪುನಃಪ್ರತಿಷ್ಠಾಪನೆ ಆದ ದೇವತೆಗಳು ಮೂಲದಷ್ಟೇ ಪುಣ್ಯಪ್ರದವೆಂದು ಹೇಳುವುದೂ ಕಾಶಿಯ ಮತ್ತೊಂದು ವಿಶಿಷ್ಟತೆ. ಹೀಗಾಗಿ ದೇಶದ ವಿವಿಧತೀರ್ಥಗಳ ಬೆಳಕು ಮತ್ತು ಆಧ್ಯಾತ್ಮಿಕ ಶಕ್ತಿಯನ್ನು ಕಾಶಿಯು ತನ್ನಲ್ಲಿ ಕಲೆಹಾಕುತ್ತಿದೆ ಮತ್ತು ಆ ಬೆಳಕನ್ನು ಇಲ್ಲಿಂದಲೇ ಹರಡುತ್ತಿದೆ. ಇದಕ್ಕೆ ಇಲ್ಲಿ ದೇಶದ ಎಲ್ಲಕಡೆಯ ಜ್ಯೋತಿರ್ಲಿಂಗಗಳನ್ನು ಪುನಃಪ್ರತಿಷ್ಠಾಪನೆ ಮಾಡಿರುವುದೇ ಉದಾಹರಣೆ. ಇದಲ್ಲದೆ ಕಾಶಿಯ ಪವಿತ್ರತೆ ಮತ್ತು ಪುರಾಣದ ಅನೇಕ ಹೇಳಿಕೆಗಳು ದೇಶದ ವಿವಿಧಪ್ರಾಂತ್ಯಗಳ ಯಾತ್ರಿಗಳನ್ನು ಸಹಸ್ರಾರು ವರ್ಷಗಳಿಂದ ಇಲ್ಲಿಗೆ ಆಕರ್ಷಿಸಿವೆ. ಹೊರಗಿನಿಂದ ಬಂದು ನೆಲೆಸಿದವರು ತಮ್ಮ ಇಷ್ಟದೇವತೆಗಳಿಗೆ ಕಾಶಿಯಲ್ಲಿ ಮಂದಿರಗಳನ್ನು ಕಟ್ಟಿದ್ದು ಸಹಜವೆ ಸರಿ. ಹೀಗೆ, ಮುಸ್ಲಿಮರ ದಾಳಿಗಳಲ್ಲಿ ಸಾವಿರಾರು ಮಂದಿರಗಳು ನಾಶವಾದಮೇಲೂ ಮಂದಿರಗಳ ಸಂಖ್ಯೆ ಕಡಿಮೆಯಾಗದಿದ್ದಕ್ಕೆ, ನಾನಾ ಕಾರಣಗಳಿಂದ ಕಾಶಿಯಲ್ಲಿ ದೇವತೆಗಳ ಸಮೂಹ ಬಂದು ಸೇರುತ್ತಲೇ ಇರುವುದು ಮುಖ್ಯ ಕಾರಣ.

ದೇವತೆಗಳ ಆವಾಸಸ್ಥಾನ : ಕಾಶಿ, ದೇವತೆಗಳಿಗೆ ಪ್ರಿಯವಾದ ಆವಾಸಸ್ಥಾನ. ಕಾಶಿಯಲ್ಲಿ ಹಿಂದೂಗಳ ಸಮಸ್ತದೇವತೆಗಳೂ ನೆಲಸಿದ್ದಾರೆ. ಇಲ್ಲಿರದ ದೇವತೆಗಳನ್ನೂ ಇಲ್ಲಿ ಪುನಃಪ್ರತಿಷ್ಠಾಪನೆ ಮಾಡುವ ವಿಧಿ ಕ್ರಿ.ಶ. ಆರನೆಯ ಶತಮಾನದಲ್ಲಿ ಶುರುವಾಗಿ, ಹನ್ನೆರಡನೆಯ ಶತಮಾನದಲ್ಲಿ ಪರಮಾವಧಿಯನ್ನು ಮುಟ್ಟಿತು. ಇದರ ಫಲವಾಗಿ ದೇಶದ ನಾಲ್ಕು ಧಾಮಗಳು, ಏಳು ಪುಣ್ಯನಗರಿಗಳು, ಎಂಟು ಭೈರವರು, ನವಗೌರಿ, ನವದುರ್ಗೆ, ನವಶಕ್ತಿ, ನವಮಾತ್ರಿಕಾ, ಒಂಬತ್ತು ಗ್ರಹಗಳು, ದಶಾವತಾರಗಳು, ದಶಮಹಾದೇವಿ (ದಶಮಹಾವಿದ್ಯಾ), ಹತ್ತು ಶಕ್ತಿಪೀಠಗಳು, ಹನ್ನೆರಡು ಜ್ಯೋತಿರ್ಲಿಂಗಗಳು, ಹನ್ನೆರಡು ಆದಿತ್ಯರು, ಹದಿಮೂರು ನರಸಿಂಹರು, ಹದಿನಾರು ಕೇಶವರು, ನಲವತ್ತ ನಾಲ್ಕು ಚಂಡೀಪೀಠಗಳು, ಐವತ್ತಾರು ವಿನಾಯಕರು, ಅರವತ್ತನಾಲ್ಕು ಯೋಗಿನಿಯರು ಕೊನೆಗೆ ಎಲ್ಲಾ ತೀರ್ಥಗಳೂ ಕಾಶಿಯಲ್ಲಿವೆ. 'ಕಾಶೀಖಂಡ'ದ ಪ್ರಕಾರ 46 ಶಿವಲಿಂಗಗಳನ್ನು ದೇವತೆಗಳೂ, 40 ಲಿಂಗಗಳನ್ನು ಗಣಗಳೂ, 47 ಲಿಂಗಗಳನ್ನು ಋಷಿಗಳೂ, 7 ಲಿಂಗಗಳನ್ನು ಗ್ರಹಗಳೂ ಕಾಶಿಯಲ್ಲಿ ಸ್ಥಾಪಿಸಿದ್ದಾರೆ. ದೇಶದ ಅರವತ್ತೆಂಟು ಮುಖ್ಯ ಸ್ವಯಂಭೂ ಲಿಂಗಗಳಲ್ಲಿ ಹನ್ನೆರಡು ಸ್ವಯಂಭೂ ಲಿಂಗಗಳು ಸುಪ್ರಸಿದ್ಧ. ಈ ಹನ್ನೆರಡನ್ನೂ ಅವುಗಳ ಹೆಸರಿನಿಂದಲೇ ಕಾಶಿಯಲ್ಲಿ ಪುನಃಪ್ರತಿಷ್ಠಾಪಿಸಲಾಗಿದೆ. ಇದಲ್ಲದೆ ದೇಶದ ಹನ್ನೆರಡು ಜ್ಯೋತಿರ್ಲಿಂಗಗಳನ್ನೂ ಇಲ್ಲಿ ಕಾಣಬಹುದು (ಅನುಬಂಧ 3 ನೋಡಿ).

ಮಂದಿರಗಳೆಷ್ಟು?: ಕಾಲ, ರಾಜಕೀಯ ಪರಿಸ್ಥಿತಿ ಮತ್ತು ವರದಿಯನ್ನನುಸರಿಸಿ ಇಲ್ಲಿಯ ಮಂದಿರಗಳ ಸಂಖ್ಯೆಯೂ ಏರುಪೇರಾಗುತ್ತಲೇ ಇದೆ. ಚೀನೀಯಾತ್ರಿಕ ಹ್ಯೂಯನ್‌ತ್ಸಾಂಗ್ (ಕ್ರಿ.ಶ. 635) ಕಾಶಿಯಲ್ಲಿ ಸುಮಾರು ನೂರು ಮಂದಿರಗಳಿದ್ದವು ಎಂದರೆ, ಕುತುಬ್‌ದಿನ್‌ಐಬಕ್ (ಕ್ರಿ.ಶ. 1194) ಸಾವಿರ ಮಂದಿರಗಳನ್ನೂ, ಅಲ್ಲಾಉದ್ದೀನ್ ಖಿಲ್ಜಿ (ಕ್ರಿ.ಶ.1296–1316) ಸಾವಿರ ಮಂದಿರಗಳನ್ನೂ ಕೆಡವಿದರೆಂಬ ವರದಿಗಳಿವೆ. ಭಟ್ಟ ಲಕ್ಷ್ಮೀಧರನು (ಕ್ರಿ.ಶ.12ನೆಯ ಶತಮಾನ) ಕಾಶಿಯಲ್ಲಿ 340 ಮಂದಿರಗಳು, 'ಕಾಶೀಖಂಡ'ವು (ಕ್ರಿ.ಶ.13ನೆಯ ಶತಮಾನ) 511 ಮಂದಿರಗಳು, ಪ್ರಿನ್ಸೆಪ್ ಎಂಬಾತ (ಕ್ರಿ.ಶ.1828) 1000 ಮಂದಿರಗಳು ಮತ್ತು 333 ಮಸೀದಿಗಳು, ಎಮ್.ಎ.ಶೆರಿಂಗ್ ಎಂಬಾತ (19ನೆಯ ಶತಮಾನ) 1454 ಮಂದಿರಗಳು ಮತ್ತು 272 ಮಸೀದಿಗಳು ಇದ್ದುವೆಂದು ಹೇಳಿದರೆ, ವಾರಾಣಸಿ ಗೆಜೆಟಿಯರ್ (1965) 2000ಕ್ಕೂ ಹೆಚ್ಚು ಮಂದಿರಗಳು ಇದ್ದುವೆಂದು ತಿಳಿಸುತ್ತದೆ.

ಶಿವಮಂದಿರಗಳು

ಇಷ್ಟೆಲ್ಲಾ ಮಂದಿರಗಳಿದ್ದರೂ, ಕಾಶಿಯ ಮೂರುಮುಖ್ಯ ಶಿವಮಂದಿರಗಳನ್ನು ಕೇಂದ್ರವಾಗಿಸಿ ನಗರವನ್ನೇ ಮೂರುಖಂಡಗಳಾಗಿ ಹೇಳುವಪರಿಪಾಠ ಕಾಲಕ್ರಮೇಣ ಬೆಳೆಯಿತು. ಈ ಮೂರುಖಂಡಗಳೇ ಓಂಕಾರೇಶ್ವರಖಂಡ, ವಿಶ್ವೇಶ್ವರಖಂಡ ಮತ್ತು

ಕೇದಾರೇಶ್ವರಖಂಡ. ರಾಜಘಾಟ್‌ನ ಉತ್ತರದಲ್ಲಿ ವರಣ ಮತ್ತು ದಕ್ಷಿಣದಲ್ಲಿ ಮಂದಾಕಿನಿ ನದಿಗಳ ಮಧ್ಯದ ಕ್ಷೇತ್ರವೇ ಓಂಕಾರೇಶ್ವರಖಂಡ. ಮಂದಾಕಿನಿಯಿಂದ ಗೋದಾವರಿ (ಗೋದೌಲಿಯಾ)ಯವರೆಗೆ ಇರುವ ಕ್ಷೇತ್ರ ವಿಶ್ವೇಶ್ವರಖಂಡ. ಈ ಖಂಡದಲ್ಲಿ ದಶಾಶ್ವಮೇಧಘಾಟ್ ಮತ್ತು ವಿಶ್ವನಾಥ ಮಂದಿರಗಳಿವೆ. ಗೋದಾವರಿಯಿಂದ ಅಸಿಯವರೆಗಿನ ಕ್ಷೇತ್ರ ಕೇದಾರೇಶ್ವರಖಂಡ.

ಓಂಕಾರೇಶ್ವರಖಂಡ: ಇದರಲ್ಲಿ ಅ,ಉ,ಮ, ಬಿಂದು ಮತ್ತು ನಾದ ಎಂಬ ಮುಖ್ಯವಾದ ಐದು ಮಂದಿರಗಳಿವೆ. ಪ್ರವಾಹದ ಸಮಯದಲ್ಲಿ ಗಂಗೆಯಹರಿವು ಹಿಂದಿರುಗಿಬಂದು ಮತ್ಸ್ಯೋದರಿ ಕೊಳದಲ್ಲಿ ಸೇರುತ್ತದೆ. ಓಂಕಾರೇಶ್ವರ ಮಂದಿರವು ಈ ಸಂಗಮದ ಹತ್ತಿರವಿದೆ. ಹನ್ನೆರಡನೆಯ ಶತಮಾನದವರೆಗೂ ಇದೊಂದು ಪ್ರಸಿದ್ಧ ಮಂದಿರವಾಗಿತ್ತು. ಮುಸ್ಲಿಮರ ದಾಳಿಯನಂತರ 18ನೆಯ ಶತಮಾನದಲ್ಲಿ ಬಂಗಾಳದ ರಾಣಿಭವಾನಿ ಈ ಮಂದಿರವನ್ನು ಪುನಃ ಕಟ್ಟಿಸಿದಳು. ಇಪ್ಪತ್ತನೆಯ ಶತಮಾನದಲ್ಲೂ ಇನ್ನೊಮ್ಮೆ ಕಟ್ಟಲಾಯಿತು. ಈಗ ಮಂದಿರದ ಸುತ್ತಲೂ ಮುಸ್ಲಿಮರ ಗೋರಿಗಳಿವೆ.

(ಚಿತ್ರ–11–ಓಂಕಾರೇಶ್ವರ ಮಂದಿರದ ಸುತ್ತ)

ವಿಶ್ವೇಶ್ವರಖಂಡ: ಇದರಲ್ಲಿ ಜಗತ್ತಿಗೇ ಒಡೆಯನಾದ, ಕಾಶಿಯ ಅಧಿಷ್ಠಾನದೇವತೆಯಾದ, ಬಹಳ ಪ್ರಮುಖವಾದ ವಿಶ್ವೇಶ್ವರ/ವಿಶ್ವನಾಥನ ಮಂದಿರವಿದೆ. ವಿಶ್ವೇಶ್ವರನ ದಿವ್ಯಜ್ಯೋತಿಯೇ, ಪ್ರಭೆಯೇ, ಪ್ರಕಾಶವೇ ಇಲ್ಲಿಯ ಜ್ಯೋತಿರ್ಲಿಂಗದ ರೂಪದಲ್ಲಿ ಸ್ಥಾಪಿತವಾಗಿದೆ. ಅವನ ಪ್ರಕಾಶವು ಮೋಕ್ಷಮಾರ್ಗದಲ್ಲಿ ಬೆಳಕುಚೆಲ್ಲುತ್ತದೆ, ಅವನು ಕಿವಿಯಲ್ಲಿ ಉಸುರುವ ತಾರಕಮಂತ್ರ

ಇಲ್ಲಿ ಮರಣಹೊಂದುವವನಿಗೆ ಮುಕ್ತಿಯನ್ನು ದೊರಕಿಸುತ್ತದೆ. ಅವನ ಕೃಪಾಕಟಾಕ್ಷ ಪಡೆಯಲೆಂದೇ ಯಾತ್ರಿಗಳು ಎಲ್ಲೆಲ್ಲಿಂದಲೋ ಕಾಶಿಗೆ ಬರುತ್ತಾರೆ. ಇವನ ದಿವ್ಯಪ್ರಭೆ ಮತ್ತು ಪ್ರಕಾಶ ಕೋಟ್ಯಂತರ ಜನರ ಕಲ್ಪನೆ ಮತ್ತು ನಂಬಿಕೆಗಳನ್ನು ಸಹಸ್ರಾರು ವರ್ಷಗಳಿಂದ ಜೀವಂತವಾಗಿಸಿದೆ. ಅದೇರೀತಿ ಏಳೆಂಟು ಶತಮಾನಗಳಿಂದ ಈ ವಿಶ್ವೇಶ್ವರ ಮಂದಿರದ ಏಳುಬೀಳಿನ ಕಥೆಯೂ ಕಾಶಿಯ ಕಥೆಯಾಗಿದೆ.

ಕೇದಾರೇಶ್ವರಖಂಡ: ಕೇದಾರಘಾಟ್‌ನಲ್ಲಿ ಕೇದಾರಮಂದಿರವಿದೆ. 'ಕಾಶೀಕೇದಾರ ಮಾಹಾತ್ಮ್ಯ' ಎಂಬ ಗ್ರಂಥವು ಕೇದಾರೇಶ್ವರನು ಕಾಶಿಗೆ ಬಂದುನೆಲಸಿದ ಕಥೆಯನ್ನು ಹೇಳುತ್ತದೆ. ವಸಿಷ್ಠನೆಂಬ ಋಷಿಯು ಹಿಮಾಲಯದಲ್ಲಿನ ಕೇದಾರಕ್ಕೆ ಸತತವಾಗಿ ಅರವತ್ತೊಂದು ವರ್ಷಗಳು ಹೋಗಿಬಂದನಂತೆ. ನಂತರ ಇಳಿವಯಸ್ಸಿನಿಂದಾಗಿ ಕೇದಾರಕ್ಕೆ ಹೋಗಲಾಗದೆ, ವಸಿಷ್ಠನು ಕೇದಾರೇಶ್ವರನನ್ನು ಪ್ರಾರ್ಥಿಸಿದ ಮೇರೆಗೆ ಕೇದಾರೇಶ್ವರನು ತಾನೇ ಇಲ್ಲಿನೆಲಸಲು ಒಪ್ಪಿದನಂತೆ. ಕೇದಾರಮಾಹಾತ್ಮ್ಯೆಯ ಪ್ರಕಾರ ಕೇದಾರೇಶ್ವರನು ಕಾಶಿಯಲ್ಲಿ ಹದಿನೈದು ಅಂಶವಿದ್ದು ಮಿಕ್ಕ ಒಂದಂಶ ಕೇದಾರದಲ್ಲಿರುತ್ತಾನೆ. ಇಲ್ಲಿ ದರ್ಶನಮಾತ್ರದಿಂದಲೇ ಮುಕ್ತಿ ದೊರೆಯುತ್ತದೆ. ಬ್ರಹ್ಮನು ಕೇದಾರಮಂದಿರದಲ್ಲಿ ಅಶ್ವಮೇಧಯಜ್ಞ ಮಾಡಿದ್ದನೆಂದರೂ ಬ್ರಹ್ಮನ ಯಜ್ಞ ನಡೆದುದು ದಶಾಶ್ವಮೇಧಾಘಾಟ್‌ನಲ್ಲಿ ಎಂದೇ ಪ್ರತೀತಿ. ಈ ಮಂದಿರವು ವಿಶ್ವೇಶ್ವರ ಮಂದಿರಕ್ಕಿಂತ ಹಳೆಯದೆಂದು ಹೇಳುತ್ತಾರೆ. ಮುಸ್ಲಿಮರ ದಾಳಿಯಲ್ಲಿ ಈ ಮಂದಿರದ ನಂದಿಗೆ ಕತ್ತಿತಗುಲಿ ರಕ್ತಚಿಮ್ಮಿತಂತೆ! ಅದನ್ನು ನೋಡಿ ಹೆದರಿದ ದಾಳಿಕೋರರು ಮಂದಿರವನ್ನು ಧ್ವಂಸಮಾಡದೇ ಓಡಿದರಂತೆ. ಹೀಗೆ ಮಂದಿರ ಉಳಿದುದು ಒಂದು ಪವಾಡವೇ ಎಂದು ಹೇಳುತ್ತಾರೆ.

ಸ್ವಯಂಭೂ ಲಿಂಗಗಳು: ದೇಶದ ಅರವತ್ತೆಂಟು ಸ್ವಯಂಭೂ ಲಿಂಗಗಳಲ್ಲಿ ಕಾಶಿಯಲ್ಲಿ ಹನ್ನೆರಡು ಲಿಂಗಗಳನ್ನು ಪುನಃಪ್ರತಿಷ್ಠಾಪನೆ ಮಾಡಲಾಗಿದೆ. ಇವು ಅವಿಮುಕ್ತೇಶ್ವರ, ಓಂಕಾರೇಶ್ವರ, ಜ್ಯೇಷ್ಠೇಶ್ವರ, ಮಧ್ಯಮೇಶ್ವರ, ಆದಿಮಹಾದೇವ, ವಿಶ್ವೇಶ್ವರ, ವೃಷಭಧ್ವಜ, ಕೇದಾರೇಶ್ವರ, ಕಪರ್ದೀಶ್ವರ, ಸ್ವಯಂಭೂಲಿಂಗ, ಭೂರ್ಭುವಲಿಂಗ ಮತ್ತು ವೀರೇಶ್ವರಲಿಂಗ. ಮೊದಲಿನಿಂದಲೂ ಕಾಶಿಯಲ್ಲಿಯೆ ಇರುವ ಜ್ಯೋತಿರ್ಲಿಂಗವನ್ನು ಸೇರಿಸಿ ಇಲ್ಲಿ ಪುನಃಪ್ರತಿಷ್ಠಾಪನೆ ಆಗಿರುವ ಹನ್ನೆರಡು ಜ್ಯೋತಿರ್ಲಿಂಗಗಳಿವೆ. ಇವು ಸೋಮೇಶ್ವರ, ಮಲ್ಲಿಕಾರ್ಜುನ, ಮಹಾಕಾಲ, ಓಂಕಾರೇಶ್ವರ, ವೈದ್ಯನಾಥ, ಭೀಮಶಂಕರ, ರಾಮೇಶ್ವರ, ನಾಗೇಶ್ವರ, ವಿಶ್ವೇಶ್ವರ, ತ್ರಯಂಬಕೇಶ್ವರ, ಕೇದಾರೇಶ್ವರ ಮತ್ತು ಘುಶ್ಮೇಶ್ವರ. ಈ ಎಲ್ಲ ಲಿಂಗಗಳೂ ತಮ್ಮ ಮೂಲಹೆಸರಿನಲ್ಲಿ ಕಾಶಿಯ ಬೇರಬೇರೆ ಸ್ಥಳಗಳಲ್ಲಿವೆ.

ಗ್ರಹಗಳು ಸ್ಥಾಪಿಸಿದ ಲಿಂಗಗಳು: ಗಭಸ್ತೀಶ್ವರ (ಸೂರ್ಯನಿಂದ), ಚಂದ್ರೇಶ್ವರ (ಚಂದ್ರ), ಅಂಗಾರೇಶ್ವರ (ಮಂಗಳ), ಬುಧೇಶ್ವರ (ಬುಧ), ಬೃಹಸ್ಪೇಶ್ವರ (ಗುರು), ಶುಕ್ರೇಶ್ವರ

(ಶುಕ್ರ) ಮತ್ತು ಶನೀಶ್ವರ (ಶನಿ) ಎಂಬ ಏಳು ಲಿಂಗಗಳು ಕಾಶಿಯಲ್ಲಿವೆ. ಕಾಶಿಯಲ್ಲಿ
ವಾರದ ದಿನಗಳ ಹೆಸರಿನಲ್ಲಿ ಸೋಮೇಶ್ವರ ಮುಂತಾದ ಲಿಂಗಗಳೂ ಇವೆ. ಬ್ರಹ್ಮನು
ತಾನು ಮಾಡಿದ ಯಜ್ಞಗಳ ಸ್ಥಳದಲ್ಲಿ ಬ್ರಹ್ಮೇಶ್ವರ ಮತ್ತು ದಶಾಶ್ವಮೇಧೇಶ್ವರ ಲಿಂಗಗಳನ್ನೂ,
ವರಣ–ಗಂಗಾ ಸಂಗಮದಲ್ಲಿ ಹಿರಣ್ಯಗರ್ಭ ಮತ್ತು ಸಂಗಮೇಶ್ವರ ಲಿಂಗಗಳನ್ನೂ
ಸ್ಥಾಪಿಸಿದನು. ಇದಲ್ಲದೆ ಅಗಸ್ತೇಶ್ವರ, ಪಾಂಡವೇಶ್ವರ ಮತ್ತು ದಿವೋದಾಸೇಶ್ವರ ಲಿಂಗಗಳು
ಪ್ರಸಿದ್ಧವಾಗಿವೆ.

ವಿಶೇಷ ಲಿಂಗಗಳು: ಆತ್ಮವೀರೇಶ್ವರನನ್ನು ಮಕ್ಕಳಾಗಲೆಂದು ಪ್ರಾರ್ಥಿಸುತ್ತಾರೆ.
ಶಂಕರಾಚಾರ್ಯರು ಸ್ಥಾಪಿಸಿದರೆನ್ನುವ **ತಿಲಭಾಂಡೇಶ್ವರ ಲಿಂಗವು** ಕಾಶಿಯಲ್ಲಿರುವ ಮೂರು
ಅತಿದೊಡ್ಡ ಲಿಂಗಗಳಲ್ಲಿ ಒಂದು. ಇದರ ಸುತ್ತಳತೆ 4.6 ಮೀಟರ್ ಮತ್ತು ಎತ್ತರ 1.4
ಮೀಟರ್ ಇದೆ. ಇದು ವರ್ಷಕ್ಕೆ ಒಂದು ಎಳ್ಳುಕಾಳಿನಷ್ಟು ಬೆಳೆಯುತ್ತದೆಂದು ಹೇಳುತ್ತಾರೆ.
ಶಿವ ಕಾಶಿಯನ್ನು ಬಿಟ್ಟು ಮಂದರಾಚಲಕ್ಕೆ ಹೊರಟಾಗ ಜೈಗೀಶವ್ಯ ಮುನಿಯು ಶಿವನು
ವಾಪಸ್ಸು ಬರುವವರೆಗೂ ಉಪವಾಸ ಮಾಡುವೆನೆಂದು ಪ್ರತಿಜ್ಞೆಮಾಡಿದನು. ಕಾಶಿಗೆ
ಮರಳಿಬಂದ ಶಿವನು ಮುನಿ ಸ್ಥಾಪಿಸಿದ ಲಿಂಗದಲ್ಲಿರುವೆನೆಂದು ವರವನ್ನಿತ್ತನು. ಹೀಗಾಗಿ
ಜೈಗೀಶ್ವರ ಮಂದಿರವು ಔಸಾನ್‌ಗಂಜ್ ಮೊಹಲ್ಲಾದ ಪಾತಾಳಪುರಿಯಲ್ಲಿದೆ. ಮಹಾಕಾಲೇಶ್ವರ
(ಇದನ್ನು ಮಹಾಮೃತ್ಯುಂಜಯ ಎಂತಲೂ ಕರೆಯುತ್ತಾರೆ) (ದಾರಾನಗರ), ಪಶುಪತಿನಾಥ

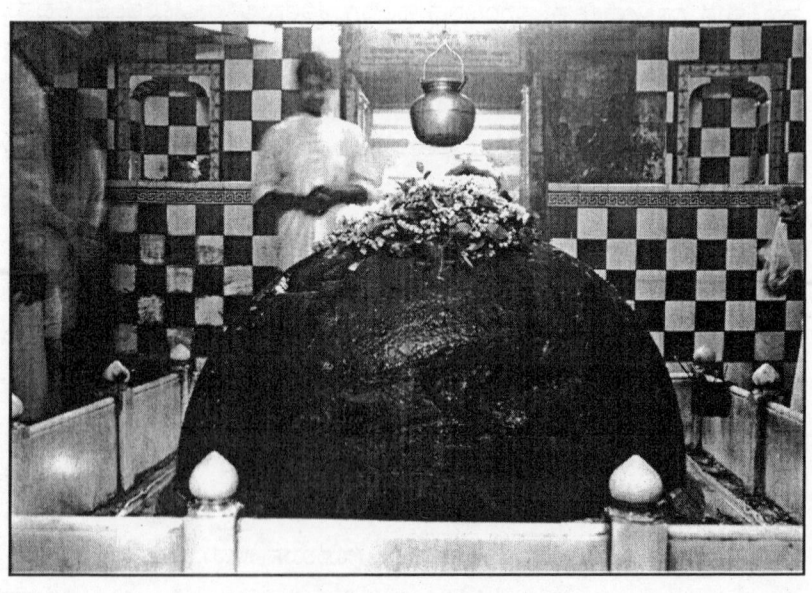

(ಚಿತ್ರ 12–ತಿಲಭಾಂಡೇಶ್ವರ)

(ಮಣಿಕರ್ಣಿಕಾ ಸ್ಮಶಾನದ ಹತ್ತಿರ), ವಸಿಷ್ಠೇಶ್ವರ ಮತ್ತು ಋತೀಶ್ವರ (ವರಣ ಸಂಗಮ), ತಾರಕೇಶ್ವರ (ಮಣಿಕರ್ಣಿಕಾಘಾಟ್) ಮತ್ತು ಮಾರ್ಕಾಂಡೆ ಮಹಾದೇವ (ಕೈತಿ), ನಿಕುಂಬೇಶ್ವರ, ಗೋಕರ್ಣೇಶ್ವರ, ಕ್ಷೇಮಕೇಶ್ವರ ಮತ್ತು ದಂತವಕ್ರ ಎಂಬುವು ಇನ್ನೂ ಕೆಲವು ಮುಖ್ಯ ಶಿವಮಂದಿರಗಳು.

ವೃದ್ಧಕಾಲ ಮಂದಿರವು ಕೃತ್ತಿವಾಸೇಶ್ವರ ಮಂದಿರದ ಹತ್ತಿರವೇ ಇದೆ. ಇಲ್ಲಿಯ ಪೂಜೆಯಿಂದ ರೋಗಗಳು ಗುಣವಾಗುವುದೆಂದೂ, ಈ ಲಿಂಗವು ವಯೋವೃದ್ಧಿ ಮಾಡುವುದೆಂದೂ ಹೇಳುತ್ತಾರೆ. ವಾರಾಣಸಿಯ ಪುರಾತನ ಮಂದಿರಗಳಲ್ಲಿ ವೃದ್ಧಕಾಲವು ಒಂದು. ಆದರೆ ಈಗಲೂ ಅಸ್ತಿತ್ವದಲ್ಲಿರುವ ಅತ್ಯಂತ ಪುರಾತನ ಶಿವಮಂದಿರವೆಂದರೆ (ಪಂಚಕ್ರೋಶೀ ಯಾತ್ರೆಯ ದಾರಿಯಲ್ಲಿ) ಖಾಂಡ್ವಾದಲ್ಲಿರುವ **ಕರ್ದಮೇಶ್ವರ ಮಂದಿರ** (ಸುಮಾರು ಹತ್ತನೆಯ ಶತಮಾನ) ಇದು ಸುಮಾರು ಸಾವಿರ ವರ್ಷ ಹಳೆಯ ಮಂದಿರವೆಂದು ಹೇಳಲಾಗಿದೆ. ತುಂಬ ಇತ್ತೀಚಿನ ಶಿವಮಂದಿರ ಕಾಶೀ ಹಿಂದೂ ವಿಶ್ವವಿದ್ಯಾಲಯದಲ್ಲಿರುವ ವಿಶ್ವನಾಥ ಮಂದಿರದ (1966) ಬಗ್ಗೆ ಈ ಮೊದಲೇ ಹೇಳಿಯಾಗಿದೆ.

ಉಧ್ವಸ್ತಮಂದಿರಗಳು: ಧ್ವಂಸವಾದ ಇಲ್ಲವೆ ಹೆಚ್ಚುಹಾಳಾದ ಮಂದಿರಗಳು ಅನೇಕವಿವೆ. ವಿಶ್ವೇಶ್ವರ ಮತ್ತು ಅವಿಮುಕ್ತೇಶ್ವರ ಮಂದಿರಗಳನ್ನು ಹಲವುಸಲ ಕೆಡವಿದ ಮತ್ತು ಕಟ್ಟಿದ ಕಥೆಯನ್ನು ಸದ್ಯಕ್ಕೆ ಬಿಟ್ಟು (ಮುಂದೆ ಈ ಕಥೆ ಬರಲಿದೆ), ಉದಾಹರಣೆಗಾಗಿ ಇತರ ಕೆಲವುಮಂದಿರಗಳ ವಿಚಾರ ಹೇಳಬಹುದು. ವೃದ್ಧಕಾಲದ ದಕ್ಷಿಣದಲ್ಲಿದ್ದ ಕೃತ್ತಿವಾಸೇಶ್ವರ ಮಂದಿರವನ್ನು ಔರಂಗಜೇಬನು ಕೆಡವಿಸಿದನು. ಮಂದಿರಕ್ಕಾದ ವಿಪತ್ತಿಯನ್ನು ನೋಡಲಾಗದ ವೃದ್ಧಪೂಜಾರಿ, ಬೇರೆ ಏನೂ ತಿಳಿಯದೆ ಧಾತುನಿರ್ಮಿತವಾದ, ಪಚ್ಚೆಯಿಂದ ಅಲಂಕೃತವಾದ ಲಿಂಗವನ್ನು ಹಿಡಿದು ಬಾವಿಯಲ್ಲಿ ಹಾರಿದನು. ಬೀಳಿಸಿದ ಮಂದಿರದ ಇಟ್ಟಿಗೆ, ಮಣ್ಣಿನಿಂದ ಬಾವಿಯನ್ನು ಮುಚ್ಚಿ, ಅದರ ಜಾಗದಲ್ಲಿ ಒಂದು ನೀರಬುಗ್ಗೆಯನ್ನು ಔರಂಗಜೇಬನು ಮಾಡಿಸಿದನು. ಅದೇ ಜಾಗದಲ್ಲಿ ಅಲಂಗೀರಿ ಮಸೀದಿಯನ್ನು ಕ್ರಿ.ಶ. 1659 ರಲ್ಲಿ ಕಟ್ಟಿಸಿದನು. ಆದರೆ ಇಂದಿಗೂ ಮಹಾಶಿವರಾತ್ರಿಯಂದು ಜನರು ಮಸೀದಿಯ ಆವರಣದಲ್ಲಿರುವ ಒಡೆದ ಲಿಂಗಕ್ಕೆ ಪೂಜೆಸಲ್ಲಿಸಲು ಬರುತ್ತಾರೆ, ನ್ಯಾಯಾಲಯವು ಆ ಅಧಿಕಾರವನ್ನು ಕೊಟ್ಟಿದೆ (ಕೇದಾರ್‌ನಾಥ್ ವ್ಯಾಸ್, ಪು 292). ಮಸೀದಿಯ ಅಂಗಳದಲ್ಲಿರುವ ಸಣ್ಣಕೊಳ ಮತ್ತು ಅದರ ಮಧ್ಯದಲ್ಲಿರುವ ನೀರಿನ ಚಿಲುಮೆಯ ಬಾಯಿಯೇ ಮೊದಲಿನ ಕೃತ್ತಿವಾಸೇಶ್ವರ ಕೂಪದ ಪಳೆಯುಳಿಕೆ. ಅದನ್ನು ಸಹ ಹಿಂದೂಗಳು ಪೂಜಿಸುತ್ತಾರೆ. ಸುಮಾರು ಇನ್ನೂರು ವರ್ಷಗಳು ಇಲ್ಲಿ ಮಂದಿರವೇ ಇರಲಿಲ್ಲ. ಕೊನೆಗೆ ರಾಜಾ ಪಟ್ನೀಮಲ್ ಎನ್ನುವವರು ಹಿಂದಿನ ಮಂದಿರದ ದಕ್ಷಿಣಕ್ಕೆ ಹೊಸಮಂದಿರವನ್ನು ಕಟ್ಟಿಸಿದರು. ಇದೇರೀತಿ ಕ್ರಿ.ಶ.1296ರಲ್ಲಿ ಪದ್ಮಸಾಹು ಎಂಬ ಸಾಧುವಿನಿಂದ ಕಟ್ಟಿಸಲ್ಪಟ್ಟಿದ್ದ ಪದ್ಮೇಶ್ವರ ಮಂದಿರವನ್ನು ಕ್ರಿ.ಶ.1447ರಲ್ಲಿ

ಕೆಡವಲಾಯಿತು. ಆ ಮಂದಿರದ ಸಾಮಗ್ರಿಗಳನ್ನು ಜೌನ್‌ಪುರಕ್ಕೆ ಸಾಗಿಸಿ, ಅಲ್ಲಿಯ ಲಾಲ್‌ದರ್‌ವಾಜಾ ಮಸೀದಿಯನ್ನು ಕಟ್ಟಲು ಉಪಯೋಗಿಸಲಾಯಿತು.

ಶಕ್ತಿ ಮಂದಿರಗಳು

ಪಾರ್ವತಿ, ಭವಾನೀಗೌರಿ, ಅಂಬಾಭವಾನಿ, ಅನ್ನಪೂರ್ಣ, ದುರ್ಗಾ ಎಲ್ಲವೂ ವಿಶ್ವೇಶ್ವರನ ಪ್ರಿಯೆಯ ಹೆಸರುಗಳೇ ಆಗಿವೆ. ಕಲಿಯುಗದಲ್ಲಿ ಅನ್ನಪೂರ್ಣೆ ಎಂದು ಪೂಜಿಸಲ್ಪಡುವ ಈಕೆ ಕಾಶಿಯನ್ನು ಅಧೀಕ್ಷಿಸುತ್ತಾ ಜನಜೀವನಕ್ಕೆ ಬೇಕಾದ ಅನ್ನ ಮತ್ತು ಸಂಪದವನ್ನು ಕರುಣಿಸಿದರೆ, ಶಿವನು ಮೋಕ್ಷವನ್ನು ದಯಪಾಲಿಸುತ್ತಾನೆ. ಈ ದೇವಿಯ ಪೂಜೆಗಾಗಿ ಮೊದಲು ಭವಾನೀಗೌರಿ (ಅನ್ನಪೂರ್ಣ) ಮತ್ತು ಭುವನೇಶ್ವರಿ ಮಂದಿರಗಳಿದ್ದವು. ಆಗ ಭವಾನೀಗೌರಿಯನ್ನು ಅನ್ನಪೂರ್ಣ ಎಂದೇ ಕರೆದು ಪೂಜಿಸುತ್ತಿದ್ದರು. ಅವನ್ನು ಕ್ರಿ.ಶ.1496ರಲ್ಲಿ ಕೆಡವಲಾಯಿತು. ಬೀಳಿಸಿದ ಭುವನೇಶ್ವರಿ ಮಂದಿರವಿದ್ದ ಕಡೆ ಇನ್ನೊಂದು ಮಂದಿರವನ್ನು ಕ್ರಿ.ಶ.1781ರಲ್ಲಿ ವಿಷ್ಣುಮಹಾದೇವ ಎಂಬುವನು ಕಟ್ಟಿಸಿದನು. ಅದಕ್ಕೆ ಅನ್ನಪೂರ್ಣ ಅಥವಾ ಭುವನೇಶ್ವರಿ ಮಂದಿರವೆಂದೇ ಹೆಸರಾಯಿತು. ಈ ಅನ್ನಪೂರ್ಣ ಮಂದಿರದ ಆವರಣದಲ್ಲಿರುವ ರಾಮಮಂದಿರದಲ್ಲಿ ಭವಾನೀಗೌರಿಗೆ ಸ್ಥಾನಕೊಡಲಾಯಿತು. ಕ್ರಮೇಣ ಅನ್ನಪೂರ್ಣಾದೇವಿ ಪ್ರಾಮುಖ್ಯತೆ ಪಡೆದು, ಅದಕ್ಕೇ ಭವಾನೀಗೌರಿಯ ಎಲ್ಲ ಪೂಜೆಗಳೂ ಸಲ್ಲತೊಡಗಿದವು. ಈ ಹೊಸ ಮಂದಿರವೂ ಮುಸ್ಲಿಮರ ದಾಳಿಗೆಸಿಕ್ಕಿ ಹಾಳಾಯಿತು. ಕೊನೆಗೆ ವಿಷ್ಣುಪಂಥ ಗರ್ದೆ ಎಂಬ ಮಹಾರಾಷ್ಟ್ರ ಬ್ರಾಹ್ಮಣನ ಒತ್ತಾಯದಂತೆ ಎರಡನೆಯ ಬಾಜೀರಾವ್‌ಪೇಶ್ವ ಅನ್ನಪೂರ್ಣ ಮಂದಿರವನ್ನು ಮತ್ತೊಮ್ಮೆ (ಕ್ರಿ.ಶ.1825–1828ರಲ್ಲಿ) ಕಟ್ಟಿಸಿದನು. ಹಳೆಮಂದಿರದ ಹತ್ತಿರ ವಿಷ್ಣುಪಂಥ ಗರ್ದೆಗೆ ಸಿಕ್ಕಿದ್ದ ಶ್ರೀಯಂತ್ರವನ್ನು ಹೊಸಮಂದಿರದಲ್ಲಿ ಸ್ಥಾಪಿಸಿದರು. ಈ ದೇವಿಯ ಒಂದು ಕೈ ಮುರಿದುದರಿಂದ, ಗುಂಟೂರಿನಲ್ಲಿ ಕೆತ್ತಿಸಿದ ಹೊಸ ಮೂರ್ತಿಯನ್ನು ಕ್ರಿ.ಶ.1976ರಲ್ಲಿ ಶೃಂಗೇರಿಯ ಶಂಕರಾಚಾರ್ಯ ಮಠದ ಪೀಠಾಧಿಪತಿಗಳಾಗಿದ್ದ ಶ್ರೀ ಶ್ರೀ ಅಭಿನವ ವಿದ್ಯಾತೀರ್ಥರ ಸಮ್ಮುಖದಲ್ಲಿ, ಇಲ್ಲಿ ಪ್ರತಿಷ್ಠಾಪಿಸಲಾಯಿತು. ಈ ಅನ್ನಪೂರ್ಣ ಮಂದಿರವು ಕಾಶಿವಿಶ್ವನಾಥ ಮಂದಿರದ ಸಮೀಪವೇ ಇದೆ. ಅನ್ನಪೂರ್ಣೆಯ ಅನುಗ್ರಹವಿಲ್ಲದೆ ವಿಶ್ವನಾಥನ ದರ್ಶನ ಅಪೂರ್ಣವೇ ಸರಿ. ಈ ಮಂದಿರದಲ್ಲಿ ಚಿನ್ನದಿಂದ ಮಾಡಿದ ಅನ್ನಪೂರ್ಣೇಶ್ವರಿಯ ಮೂರ್ತಿಯನ್ನು ಮೇಲಿನಮಹಡಿಯ ಕೋಣೆಯಲ್ಲಿಟ್ಟಿರುತ್ತಾರೆ. ಅದರ ದರ್ಶನ ವರ್ಷಕ್ಕೆ ಮೂರೇಸಲ– ಕಾರ್ತಿಕಮಾಸದ ಕೃಷ್ಣಪಕ್ಷದ ಚತುರ್ದಶಿ, ಅಮಾವಾಸ್ಯೆ ಮತ್ತು ಅದೇ ಮಾಸದ ಶುಕ್ಲಪಕ್ಷದ ಪ್ರತಿಪದದಲ್ಲಿ ಮಾತ್ರ. ಕೊನೆಯ ದಿನ ಅನ್ನಕೂಟವನ್ನು ಏರ್ಪಾಡುಮಾಡಿರುತ್ತಾರೆ. ಅಂದು ದೇವಿಗಾಗಿ ಐವತ್ತಾರು ಬಗೆಯ ಪ್ರಸಾದಗಳನ್ನು ನೇವೇದ್ಯಕ್ಕಿಡುತ್ತಾರೆ. ಅನ್ನಕೂಟ ಬಹಳ ವಿಶೇಷವಾದ ಉತ್ಸವ.

ಕಾಶಿಯು ದೇವಿಯರ ಆವಾಸಸ್ಥಾನವಾಗಿದ್ದುದರಿಂದ ಇಲ್ಲಿ ದೇವಿಯರ ಇನ್ನೂ ಅನೇಕ ಮಂದಿರಗಳಿವೆ. ಕೃತ್ಯಕಲ್ಪತರು ಎಂಬ ಗ್ರಂಥವು (ಹನ್ನೆರಡನೆಯ ಶತಮಾನ) ಎಪ್ಪತ್ತೆರಡು ದೇವಿಮಂದಿರಗಳನ್ನು ಹೇಳಿದರೆ, 'ಕಾಶೀಖಂಡ' ಅರವತ್ತೆಂಟು ಮಂದಿರಗಳನ್ನು ಹೇಳುತ್ತದೆ. ಮೂರು ಮುಖ್ಯದೇವಿಗಳ ಮಂದಿರಗಳು ಮೂರು ಪವಿತ್ರ ಕುಂಡಗಳ ಹತ್ತಿರವೆ, ತ್ರಿಕೋಣದ ಮೂರುಮೂಲೆಗಳಲ್ಲಿರುವುದು ವಿಶೇಷವೇಸರಿ. ಈ ಮಂದಿರಗಳು– ದುರ್ಗಾಮಂದಿರ(ದುರ್ಗಾಕುಂಡ), ಮಹಾಕಾಳಿಮಂದಿರ (ಲಕ್ಷ್ಮೀಕುಂಡ), ಮಹಾಸರಸ್ವತಿ ಮಂದಿರ (ಭಾಗೇಶ್ವರಿಕುಂಡ). ಕಾಶಿಯ ಪ್ರಸಿದ್ಧ ದುರ್ಗಾಮಂದಿರವನ್ನು ಕ್ರಿ.ಶ.1760ರಲ್ಲಿ ರಾಣಿಭವಾನಿ ಕಟ್ಟಿಸಿದಳು.

ದೇವಿಯ ಶಕ್ತಿಪೀಠಗಳು ದೇಶದ ಐವತ್ತೊಂದು ಕಡೆ ಹರಡಿ, ಹನ್ನೆರಡು ಜ್ಯೋತಿರ್ಲಿಂಗಗಳಂತೆ, ತಮ್ಮ ಪ್ರಭಾವವನ್ನು ಬೀರುತ್ತಿವೆ. ಇವುಗಳಲ್ಲಿ ಹತ್ತು ಶಕ್ತಿಪೀಠಗಳನ್ನು ಕಾಶಿಯಲ್ಲಿ ಪುನಃಪ್ರತಿಷ್ಠಾಪನೆ ಮಾಡಲಾಗಿದೆ. ಇವು ಕಾಮಾಕ್ಷಿ, ಭ್ರಮರಿ, ಕನ್ಯಾಕುಮಾರಿ, ಅಂಬಾ, ಮಹಾಲಕ್ಷ್ಮಿ, ಕಾಲಿಕಾ, ಲಲಿತ, ವಿಂಧ್ಯಾವಾಸಿನಿ, ವಿಶಾಲಾಕ್ಷಿ ಮತ್ತು ಮಂಗಳಾವತಿ. ಈ ಪಟ್ಟಿಯಲ್ಲಿ ಕಾಶಿಯ ವಿಶಾಲಾಕ್ಷಿಯೂ ಸೇರಿದೆ. ಇಲ್ಲಿ ಸತಿಯ ಕಣ್ಣುಗಳು ಬಿದ್ದವೆಂದು ನಂಬಿಕೆ. ಮೇಲೆ ಹೇಳಿದ ಅನ್ನಪೂರ್ಣ, ಮೂರು ದೇವಿಯರು ಮತ್ತು ಶಕ್ತಿಪೀಠಗಳಲ್ಲದೆ ಕಾಶಿಯಲ್ಲಿ ನವದುರ್ಗ, ನವಗೌರಿ, ನವಶಕ್ತಿ, ನವಮಾತೃಕೆ, ಹತ್ತು ಮಹಾವಿದ್ಯಗಳು, ನಲವತ್ತನಾಲ್ಕು ಚಂಡೀಪೀಠಗಳು, ಅರವತ್ತುನಾಲ್ಕು ಯೋಗಿನಿಯರು, ಮತ್ತು ಅವುಗಳಿಗೆ ಸಂಬಂಧಿಸಿದ ಮಂದಿರಗಳು ಇವೆ. ಇಲ್ಲಿ ಗೌರಿ ಯಾತ್ರೆಯನ್ನು ಚೈತ್ರನವರಾತ್ರದಲ್ಲೂ, ದುರ್ಗಾಯಾತ್ರೆಯನ್ನು ಆಶ್ವಿನನವರಾತ್ರದಲ್ಲೂ ಆಚರಿಸುತ್ತಿದ್ದರು. ಈಚೆಗೆ ಎರಡೂ ನವರಾತ್ರೆಗಳಲ್ಲಿ ದುರ್ಗಾಯಾತ್ರಾ ಆಚರಿಸುತ್ತಾರೆ. ಅರವತ್ತನಾಲ್ಕು ಯೋಗಿನಿಯರ ಯಾತ್ರವು ಚೈತ್ರಕೃಷ್ಣ ಪ್ರತಿಪದದಂದು ನಡೆಯುತ್ತದೆ. ಇತರ ದೇವಿ ಮಂದಿರಗಳಲ್ಲಿ ವಾರಾಣಸಿ ದೇವಿ (ಲಲಿತಾಘಾಟ್), ಮಣಿಕರ್ಣಿಕಾ ದೇವಿ (ಮಣಿಕರ್ಣಿಕಾಘಾಟ್), ಕಂಕಾಲಿ ದೇವಿ (ದರ್ಭಾಂಗ ಕೋಟೆ), ವಾರಾಹಿ ದೇವಿ (ಮಾನ್‌ಮಂದಿರ), ಶಾಯಿರೀದೇವಿ, ಮರಿಮಾಯಿ ಮತ್ತು ಮಾತೃಕೆಯರ ಮಂದಿರಗಳಾದ ಸ್ವರ್ಣಲೀನೇಶ್ವರ, ಸೀತಲ, ಪಂಚಮುದ್ರ (ಶೀತಲಾದೇವಿ) ಇವುಗಳು ಮುಖ್ಯವಾದುವು. ಸರಸ್ವತೀ ಮಂದಿರವು ಕಮಚ್ಛಾದ ಸೆಂಟ್ರಲ್ ಹಿಂದೂ ಸ್ಕೂಲ್ ಮತ್ತು ಸಂಪೂರ್ಣಾನಂದ ಸಂಸ್ಕೃತ ವಿಶ್ವವಿದ್ಯಾಲಯಗಳಲ್ಲಿದೆ.

ಗಣಗಳು

ಶಿವ ಶಕ್ತಿಯರ ಮಂದಿರಗಳ ಜೊತೆಜೊತೆಗೇ ಗಣಾಧಿಪನ ಮತ್ತು ಇತರ ಗಣಗಳ ಮಂದಿರಗಳೂ ಕಾಶಿಯಲ್ಲಿ ಪ್ರಸಿದ್ಧವಾಗಿವೆ. 'ಕಾಶೀಖಂಡ' ಮತ್ತು 'ಕೃತ್ಯಕಲ್ಪತರು' ಎಪ್ಪತ್ತಾರು ವಿನಾಯಕ ಮಂದಿರಗಳನ್ನು ಹೇಳಿ, ಅವುಗಳಲ್ಲಿ ಐವತ್ತಾರು ವಿನಾಯಕರು

ಕ್ಷೇತ್ರರಕ್ಷಕರಾಗಿದ್ದಾರೆ ಎನ್ನುತ್ತವೆ. ಶಿವ ತನ್ನ ಕ್ಷೇತ್ರವಾದ ಕಾಶಿಯ ರಕ್ಷಣೆಗಾಗಿ ಅದನ್ನು ಐವತ್ತಾರು ಭಾಗಗಳಾಗಿ ವಿಂಗಡಿಸಿ, ಒಂದೊಂದು ಭಾಗಕ್ಕೂ ಒಬ್ಬ ವಿನಾಯಕನನ್ನು ರಕ್ಷಕನೆಂದು ನಿಯಮಿಸಿದನಂತೆ. ಅಂದರೆ ಒಂದೇ ಕೇಂದ್ರಬಿಂದುವಿನಿಂದ ಹೊರಟ ಏಳು ವೃತ್ತಗಳ (ದೊಡ್ಡ ವೃತ್ತದಿಂದ ಸಣ್ಣ ವೃತ್ತದವರೆಗೆ) ಎಂಟು ದಿಕ್ಕುಗಳಲ್ಲಿ ಒಬ್ಬೊಬ್ಬರನ್ನು ನಿಯಮಿಸಿದಂತಾಯಿತು. ಉದಾಹರಣೆಗಾಗಿ, ಎಲ್ಲದಕ್ಕಿಂತ ಹೊರ ವೃತ್ತದಲ್ಲಿನ ಅಷ್ಟವಿನಾಯಕರ ಹೆಸರುಗಳು ಈ ರೀತಿ ಇವೆ–ಅರ್ಕ, ದುರ್ಗ, ಭೀಮಚಂಡ, ದೇಹಲಿ, ಉದ್ದಂಡ, ಪಾಶಪಾಣಿ, ಖರ್ವ ಮತು ಸಿದ್ಧಿವಿನಾಯಕ. ಎಲ್ಲಾ ವೃತ್ತಗಳ ಮಧ್ಯದಲ್ಲಿರುವ ಬಹಳ ಮುಖ್ಯರಕ್ಷಕನೇ ಢುಂಢೀ ವಿನಾಯಕ. ಢುಂಢೀ ಎಂದರೆ 'ಅನ್ವೇಷಣೆ'. ಈ ವಿನಾಯಕನೇ ದಿವೋದಾಸನ ರಾಜ್ಯದಲ್ಲಿ ಬಂದು, ಶಿವನು ಮಂದರಾಚಲದಿಂದ ಕಾಶಿಗೆ ತಿರುಗಿಬರಲು ಅನುಕೂಲವಾಗುವಂತೆ ಸನ್ನಿವೇಶಕಲ್ಪಿಸಿದ್ದು. ಆದ್ದರಿಂದ ಶಿವನಿಗೆ ಢುಂಢಿಯ ಮೇಲೆ ಅಗಾಧಪ್ರೀತಿ ಹಾಗೂ ವಿಶ್ವಾಸ. ಇದರಿಂದಾಗಿ ಢುಂಢೀ ವಿನಾಯಕನಿಗೆ ವಿಶ್ವನಾಥ ಮಂದಿರದ ಹತ್ತಿರವೇ, ಕ್ಷೇತ್ರದ ಮಧ್ಯದಲ್ಲಿಯೇ ಬಹಳ ಮರ್ಯಾದಿತ ಸ್ಥಳಸಿಕ್ಕಿದೆ. ಇಂದು ಕಾಶಿಯಲ್ಲಿ ಹನ್ನೊಂದು ವಿನಾಯಕರನ್ನು ಮುಖ್ಯವೆಂದು ಪೂಜಿಸುತ್ತಾರೆ. ಅವರು–ಢುಂಢೀರಾಜ, ಹಸ್ತಿಚಂದ್ರ, ಕಪರ್ದಿ, ಬಿಂದು, ಭಗೀರಥ, ಸೇನ, ಸೀಮಾ, ಚಿಂತಾಮಣಿ, ಮಹಾರಾಜ, ಮಿತ್ರ ಮತ್ತು ಮಾಂಡ ವಿನಾಯಕ. ಒಂದು ಅಭಿಪ್ರಾಯದ ಪ್ರಕಾರ, ಗಣೇಶನನ್ನು ಯಕ್ಷನ ರೂಪದಲ್ಲಿ ಶಿವನಿಗಿಂತಲೂ ಮೊದಲು ಪೂಜಿಸುತ್ತಿದ್ದರು; ಅವನನ್ನು ಗಣಾಧಿಪನಾಗಿ, ವಿಘ್ನಗಳ ನಿವಾರಕನಾಗಿ, ಪೂಜಿಸಲು ಶುರುವಾಗಿದ್ದುದು ಸುಮಾರು ಕ್ರಿ.ಶ. ಐದನೆಯ ಶತಮಾನದಿಂದ. 'ಕಾಶೀಖಂಡ'ವು ಕಾರ್ತಿಕೇಯ ಅಥವಾ ಸ್ಕಂದನ ಮೂರುವಿಗ್ರಹಗಳು ಮಣಿಕರ್ಣಿಕಾಘಾಟ್‌ನಲ್ಲಿ ಇತ್ತೆಂದು ತಿಳಿಸುತ್ತದೆ.

ಶಿವನು ತನ್ನ ಕ್ಷೇತ್ರವಾದ ಕಾಶಿಗೆ ಬಿಗಿಯಾದ ರಕ್ಷಣಾವ್ಯವಸ್ಥೆಯನ್ನು ಮಾಡಿದ್ದಾನೆ. ಕ್ಷೇತ್ರದ ಸುತ್ತಲಿನ ರಕ್ಷಣೆಗೆ ಐವತ್ತಾರು ವಿನಾಯಕರನ್ನು ನಿಯಮಿಸಿದ್ದಲ್ಲದೆ, ಕಾಲಭೈರವನನ್ನು ಇಲ್ಲಿಯ ಕೊತವಾಲನನ್ನಾಗಿ (ನಗರ ಪಾಲಕನಾಗಿ) ನಿಯಮಿಸಿದನು. ಕಾಲಭೈರವನ ಹಿಂದೆ ಅರವತ್ತಮೂರು ಭೈರವರು, ದಂಡಪಾಣಿ, ಭೂತ, ಪ್ರೇತ, ಪಿಶಾಚಿ, ಡಾಕಿನಿ, ಶಾಕಿನಿ, ಯೋಗಿನಿ ಮತ್ತು ವೀರರು ಸಹಾಯಕರಾಗಿ ನಿಂತರು. ಕಾಲಭೈರವನ ವಿಚಾರ ಬೇರೆಯದಾಗಿಯೇ ಹೇಳಬೇಕಾಗುತ್ತದೆ. ವೀರ್ (ವೀರ ಅಥವಾ ಬ್ರಹ್ಮ) ಅಂದರೆ ಯುದ್ಧದಲ್ಲಿ ವೀರಮರಣ ಹೊಂದಿದವರು. ಐವತ್ತೆರಡು ವೀರರು ಕಾಶಿಯ ರಕ್ಷಣೆಯಲ್ಲಿ ನಿರತರಾಗಿದ್ದಾರೆಂದು ನಂಬಿಕೆ. ಕಾಶಿಯಲ್ಲಿ ಶಿವಪೂಜೆ ಜನಸಾಮಾನ್ಯರಲ್ಲಿ ಹರಡುವ ಮೊದಲು ಯಕ್ಷ ಮತ್ತು ವೀರರ ಪೂಜೆ ನಡೆಯುತ್ತಿತ್ತೆಂದು ಕಾಣುತ್ತದೆ. ಈಗ ವೀರರ ಪೂಜೆ ಇಲ್ಲವೇ ಇಲ್ಲ ಅನಿಸಿದರೂ ಅವರ ಪೂಜಾಸ್ಥಳವಾದ ಚೌರಾಗಳನ್ನು ಈಗಲೂ

ನೋಡಬಹುದು. ದೋಣ್ಡಿಯಾ ವೀರ್, ದೈವಾರಾ ವೀರ್, ಮಾಣಿಕ್ ವೀರ್, ದೈತಾರಾ ವೀರ್, ಅಂಜನ್ ವೀರ್, ಲಹುರಾ ವೀರ್ ಮತ್ತು ಭೋಜೂ ವೀರ್ ಕೆಲವು ಮುಖ್ಯವೀರರ ಹೆಸರುಗಳು.

ವೈಷ್ಣವ ಮಂದಿರಗಳು

ಆದಿಕೇಶವ ಮಂದಿರ: ಮಣಿಕರ್ಣಿಕೆಯ ಉತ್ತರಕ್ಕೆ ಆದಿಕೇಶವಘಾಟ್‌ನವರೆಗೆ ವಿಷ್ಣುಕಾಶಿಯೆಂದೂ ಮತ್ತು ಮಣಿಕರ್ಣಿಕೆಯಿಂದ ದಕ್ಷಿಣಕ್ಕೆ ಅಸಿಘಾಟ್‌ನವರೆಗೆ ಶಿವಕಾಶಿಯೆಂದೂ ಹೆಸರಾಗಿದೆ. 'ಕಾಶೀಖಂಡ'ವು ಕಾಶಿಯಲ್ಲಿ ನಲವತ್ತಮೂರು ವಿಷ್ಣುಪೀಠಗಳಿವೆಯೆಂದು ತಿಳಿಸುತ್ತದೆ (ಕಾ.ಖಂ.ಅ58,ಶ್ಲೋ17-62). ಇವುಗಳಲ್ಲಿ ಅತ್ಯಂತ ಪ್ರಮುಖವಾದುದು ವರಣ ಮತ್ತು ಗಂಗಾ ಸಂಗಮದಲ್ಲಿರುವ ಆದಿಕೇಶವ ಮಂದಿರ. ಮಣಿಕರ್ಣಿಕೆಯಲ್ಲಿರುವ ವಿಷ್ಣುಪಾದವು ಅವನು ಕಾಶಿಯಲ್ಲಿ ಮೊದಲಸಲ ಕಾಲಿಟ್ಟಸ್ಥಳ (ಸೃಷ್ಟಿಕಾರ್ಯಕ್ಕೆ ಮೊದಲು) ಎಂದು ಹೇಳಿದರೂ, ಮಂದರಾಚಲದಿಂದ ಹಿಂತಿರುಗಿದಾಗ "ವಿಷ್ಣುವು ಗಂಗಾ ವರಣಾ ನದಿಗಳ ಸಂಗಮದಲ್ಲಿ ತನ್ನ ವಾಹನದಿಂದ ಇಳಿದು ನಿರ್ಮಲಾಂತಃಕರಣನಾಗಿ ಕೈಕಾಲುಗಳನ್ನು ತೊಳೆದುಕೊಂಡು ಉಟ್ಟಬಟ್ಟೆಗಳಲ್ಲಿಯೆ ಸ್ನಾನಮಾಡಿದನು. ಅಂದಿನಿಂದ ಆ ತೀರ್ಥವು ಪಾದೋದಕವೆಂಬ ಹೆಸರಿನಿಂದ ಪ್ರಸಿದ್ಧವಾಗಿರುವುದು" (ಕಾ.ಖಂ.ಅ58,ಶ್ಲೋ17) ಎಂಬ ವಿಚಾರವೂ ಇದೆ. ಹನ್ನೊಂದನೆಯ ಶತಮಾನದಲ್ಲಿ ಇಲ್ಲಿ ರಾಜ್ಯವಾಳಿದ ಗಡವಾಲರ (ಗಹಡವಾಲರ) ಕುಲದೇವನಾಗಿದ್ದರಿಂದ, ಇಲ್ಲಿದ್ದ ಆದಿಕೇಶವಮಂದಿರ ಭವ್ಯವೇ ಆಗಿದ್ದಿರಬೇಕು. ಕ್ರಿ.ಶ.1194ರಲ್ಲಿ ಕುತುಬ್‌ದಿನ್ ಐಬಕನು ಈ ಮಂದಿರವನ್ನು ಧ್ವಂಸಮಾಡಿದನು. ಪ್ರಾಯಶಃ ಮಂದಿರದ ಪುನಃನಿರ್ಮಾಣ 14/15ನೆಯ ಶತಮಾನದಲ್ಲಿ ಆಗಿರಬೇಕು.

ಆದಿಕೇಶವನಂತೆ ಇಲ್ಲಿ ಆದಿತ್ಯ ಕೇಶವ (ರಾಜಘಾಟ್ ಕೋಟೆ), ಭೀಷ್ಮ ಕೇಶವ (ವೃದ್ಧಕಾಲೇಶ್ವರ), ಭೃಗು ಕೇಶವ (ಗೋಲಾಘಾಟ್), ಗಂಗಾ ಕೇಶವ(ಲಲಿತಾಘಾಟ್), ಗ್ಯಾನ ಕೇಶವ (ಆದಿ ಕೇಶವ ಮಂದಿರ), ಹಯಗ್ರೀವ ಕೇಶವ (ಆನಂದಮಯಿ ಆಸ್ಪತ್ರೆಯ ಹತ್ತಿರ), ನಾರದ ಕೇಶವ (ಪ್ರಹ್ಲಾದ ಘಾಟ್), ಪ್ರಹ್ಲಾದ ಕೇಶವ (ಪ್ರಹ್ಲಾದ ಘಾಟ್), ತ್ರಿಭುವನ ಕೇಶವ (ದಶಾಶ್ವಮೇಧ ಘಾಟ್), ವಾಮನ ಕೇಶವ (ತ್ರಿಲೋಚನ) ಮತ್ತು ಅನೇಕ ನರಸಿಂಹ ಮಂದಿರಗಳು, ಮಾಧವ ಮಂದಿರಗಳೂ ಇವೆ.

ಬಿಂದುಮಾಧವ ಮಂದಿರ: ಇದು ಪಂಚಗಂಗಾ ಘಾಟ್‌ನಲ್ಲಿದ್ದ ಪ್ರಸಿದ್ಧಮಂದಿರವಾಗಿತ್ತು. ಮತ್ಸ್ಯಪುರಾಣವು ಆದಿಕೇಶವಮಂದಿರದ ಜೊತೆಗೆ ಬಿಂದುಮಾಧವ ಮಂದಿರವನ್ನೂ ಹೆಸರಿಸುತ್ತದೆ. ದಿವೋದಾಸನಿಗೆ ವೈರಾಗ್ಯವನ್ನು ಬೋಧಿಸಿದ ನಂತರ, ವಿಷ್ಣುವು ಗರುಡನ

ಮೂಲಕ ಶಿವನಿಗೆ ಮಂದರಾಚಲದಿಂದ ವಾಪಸ್ಸಾಗಲು ಕರೆಕಳಿಸುತ್ತಾನೆ. ಆಗ ವಿಷ್ಣುವು ಪಂಚನದತೀರ್ಥದಲ್ಲಿದ್ದ ತಪೋವನದಲ್ಲಿ ಅಗ್ನಿಬಿಂದು ಋಷಿಯನ್ನು ನೋಡಿದನು. ಅವನ ಪ್ರಾರ್ಥನೆಯಿಂದ ಸಂತಸಗೊಂಡ ವಿಷ್ಣುವು "ನಿನ್ನ ಪ್ರಾರ್ಥನೆಯನ್ನಂಗೀಕರಿಸಿ ನಾನು ಕಾಶಿಕ್ಷೇತ್ರದಲ್ಲಿ ಇಲ್ಲಿಯೇ ಶಾಶ್ವತವಾಗಿ ನೆಲಸಿರುವೆನು. ನೀನು ಬೇಡಿಕೊಂಡ ವರದಂತೆ ಇಲ್ಲಿರುವ ನನ್ನ ಮೂರ್ತಿಯು ನಿನ್ನ ಹೆಸರಿನ ಅರ್ಧದಿಂದಲೂ ನನ್ನ ಹೆಸರಿನ ಅರ್ಧದಿಂದಲೂ ಕೂಡಿರುವುದು" ಎಂದನು (ಕಾ.ಖಂ.ಅ60, ಶ್ಲೋ51–66). ಹೀಗೆ ಅಗ್ನಿಬಿಂದು ಋಷಿಯಿಂದಾಗಿ ಇಲ್ಲಿ ಮಾಧವನು 'ಬಿಂದುಮಾಧವ'ನಾಗಿ ನಿಂತಿದ್ದಾನೆ. ಬಿಂದುಮಾಧವ ಮಂದಿರವನ್ನು ಕ್ರಿ.ಶ.1496ರಲ್ಲಿ ಕೆಡವಿದಮೇಲೆ, ಜೈಪುರ/ಅಮೇರ್‌ನ ಮಹಾರಾಜ ಅದನ್ನು ಕ್ರಿ.ಶ.1585 /1596ರಲ್ಲಿ ಕಟ್ಟಿಸಿದ. ಅದನ್ನು ಮತ್ತೆ ಕೆಡವಲಾಯಿತು. ಪಂಚಗಂಗಾ ಘಾಟ್‌ನಲ್ಲಿರುವ ಶಿಲಾಲೇಖದ ಪ್ರಕಾರ ರಾಜಾ ಜೈಸಿಂಗನು ಕ್ರಿ.ಶ.1642ರಲ್ಲಿ ವಾರಾಣಸಿಗೆ ಬಂದ ನೆನಪಿನಲ್ಲಿ ಈ ಮಂದಿರವನ್ನು ಕಟ್ಟಿಸಿದ. ಇದನ್ನು ಮಾಧವರಾವ್ ಧರಹರಾ (ಗೋಪುರ) ಎಂದೇ ಕರೆಯುತ್ತಿದ್ದರು. ಧರಹರಾ ಅಂದರೆ ಎತ್ತರದ ಗೋಪುರಗಳಿರುವ ಮಂದಿರವೆಂದು. ಔರಂಗಜೇಬ ಕ್ರಿ.ಶ.1669ರಲ್ಲಿ ಮಂದಿರವನ್ನು ಪುನಃ ಕೆಡವಿಸಿದ. ಆ ಜಾಗದಲ್ಲಿ ಮಂದಿರದ ಸಾಮಗ್ರಿಗಳನ್ನು ಉಪಯೋಗಿಸಿ ಕ್ರಿ.ಶ.1673ರಲ್ಲಿ ಒಂದು ಮಸೀದಿಯನ್ನು ಕಟ್ಟಿಸಲಾಯಿತು. ಈ ಮಸೀದಿಗೆ 64 ಮೀಟರ್ ಎತ್ತರದ ಎರಡು ಮಿನಾರೆಟ್‌ಗಳಿದ್ದವು. 1949ರಲ್ಲಿ ಒಂದು ಮಿನಾರ ತಾನಾಗಿಯೇ ಬಿದ್ದುಹೋದುದರಿಂದ ಇನ್ನೊಂದನ್ನೂ ಅದೇ ಎತ್ತರಕ್ಕೆ ಇಳಿಸಲಾಯಿತು. ಮಂದಿರದ ಒಳಗಿದ್ದ ವಿಷ್ಣುಮೂರ್ತಿಯನ್ನು ವಿರೋಧಿಗಳಿಂದ ಹೇಗೋ ಉಳಿಸಿ, ಪಕ್ಕದಲ್ಲಿರುವ ಲಕ್ಷ್ಮಣಬಾಲಾ ಎಂಬುವರ ಮನೆಯಲ್ಲಿ ಇಡಿಸಿದ್ದರು. ಇದನ್ನು 'ವಿಂದುಮಾಧವ' (ಬಿಂದುಮಾಧವ) ಮಂದಿರವೆಂದೂ ಕರೆಯುತ್ತಾರೆ. ಬಿಂದುಮಾಧವನ ಅಸಲಿಮೂರ್ತಿಯನ್ನು ಸುರಕ್ಷಿತವಾಗಿ ಕಾಶಿಮಠಕ್ಕೆ ಸಾಗಿಸಿದರೆಂದೂ, ಇಂದಿಗೂ ಅದನ್ನು ಕಾಶಿಮಠದಲ್ಲಿ ನೋಡಬಹುದೆಂಬ ಹೇಳಿಕೆಯೂ ಇದೆ.

ಗೋವರ್ಧನ ಗಿರಿಧಾರಿ ಕೃಷ್ಣ ಮಂದಿರ: ಇದು ಕಾಶಿಯ ವಕರಿಯಾ (ಬಕರಿಯಾ) ಕುಂಡದ ಹತ್ತಿರವಿತ್ತು. ಕ್ರಿ.ಶ.ಐದನೆಶತಮಾನದ ಈ ಮಂದಿರ ಬಹಳದೊಡ್ಡದೂ ಸುಂದರವೂ ಆಗಿದ್ದಿರಬೇಕು ಎನ್ನುವುದನ್ನು ಗೋವರ್ಧನ ಗಿರಿಯನ್ನೆತ್ತಿರುವ ಕೃಷ್ಣನ ಭಗ್ನಮೂರ್ತಿಯ ಭವ್ಯತೆ ಮತ್ತು ದಿವ್ಯತೆಯನ್ನು ನೋಡಿಯೇ ಊಹಿಸಬಹುದು. ಈ ಪ್ರಸಿದ್ಧ ಮಂದಿರದಿಂದಾಗಿ ಇಲ್ಲಿಯ ಬಕರಿಯಾ ಕುಂಡದ ಪ್ರದೇಶವನ್ನು ಕಾಶಿಯ ಮಥುರಾ ಎಂದೇ ಕರೆಯುವ ವಾಡಿಕೆಯಿದೆ. ಮುಸ್ಲಿಮರ ದಾಳಿಯಲ್ಲಿ ಧ್ವಂಸವಾದ ಈ ಮಂದಿರ ಈಗಿಲ್ಲ.

ಗೋಪಾಲ ಮಂದಿರ: ಇದು ಕಾಶಿಯ ಚೌಕಾಂಬಾ ಪ್ರದೇಶದಲ್ಲಿದೆ. ಹದಿನೆಂಟನೆಯ

ಶತಮಾನದ ಈ ಮಂದಿರಕ್ಕೆ ಒಂದು ದೊಡ್ಡಹಿನ್ನೆಲೆಯೇ ಇದೆ. ಕಥೆಯಪ್ರಕಾರ ಶುದ್ಧಾದ್ವೈತವನ್ನು ಪ್ರತಿಪಾದಿಸಿದ ವಲ್ಲಭಾಚಾರ್ಯರಿಗೆ ಗೋವರ್ಧನಗಿರಿಯಲ್ಲಿ ಕೃಷ್ಣನ ದರ್ಶನವಾಯಿತು. ಅವರು ಸುಮಾರು ಕ್ರಿ.ಶ.1500ರಲ್ಲಿ ಗೋವರ್ಧನದಲ್ಲಿ ಒಂದು ಸಣ್ಣಮಂದಿರವನ್ನು ಕಟ್ಟಿ, ಕೃಷ್ಣ ಅಥವಾ ಶ್ರೀನಾಥಜೀಯನ್ನು ಪ್ರತಿಷ್ಠಾಪಿಸಿದರು. ಅವರು ತಮ್ಮ ಮಗನಾದ ವಿಠ್ಠಲನಾಥ್‌ಜೀಗೆ ನಿಧಿಸ್ವರೂಪ ಎನಿಸಿದ ಏಳು ವಿಗ್ರಹಗಳನ್ನು ಕೊಟ್ಟರು. ವಿಠ್ಠಲನಾಥ್‌ಜೀಯ ಏಳು ಮಕ್ಕಳು ದೇಶದ ಬೇರೆಬೇರೆ ಕಡೆ ಮಂದಿರಗಳನ್ನು ಸ್ಥಾಪಿಸಿದರು. ಪಾಂಡವರ ಕಾಲದಿಂದ ಬಂದಿರುವುದೆನ್ನಲಾದ ಗೋಪಾಲನ ವಿಗ್ರಹವನ್ನು ವಲ್ಲಭಾಚಾರ್ಯರ ಮನೆತನದವರಾದ ಗೋಕುಲನಾಥ್ ಮತ್ತು ಜಗನ್ನಾಥ್ ಉದಯಪುರಕ್ಕೆ ತಂದರು. ಅಲ್ಲಿಂದ ಅದು ಭರತಪುರಕ್ಕೆ ಬಂದಿರಬೇಕು. ವಲ್ಲಭಾಚಾರ್ಯರ ಎಂಟನೆಯ ಪೀಳಿಗೆಯ ಗೋಸ್ವಾಮಿ ಜೀವನ್‌ಜೀ ಮಹಾರಾಜ್ ಎನ್ನುವರು ಗೋಪಾಲ ವಿಗ್ರಹವನ್ನು ಭರತಪುರದಿಂದ ಕಾಶಿಗೆ ಕ್ರಿ.ಶ.1730ರಲ್ಲಿ ತಂದರು. ಅನೇಕ ಜಾಗಗಳನ್ನು ಬದಲಾಯಿಸಿದಮೇಲೆ ವಿಗ್ರಹವನ್ನು ಜೀವನ್‌ಜೀ ಹವೇಲಿಯಲ್ಲಿ ಸ್ಥಾಪಿಸಲಾಯಿತು. ಈಗ ಅದು ಗೋಪಾಲ ಮಂದಿರವೆಂದೇ ಪ್ರಸಿದ್ಧವಾಗಿದೆ. ವಲ್ಲಭಾಚಾರ್ಯರ ಪೀಳಿಗೆಯ ಗಿರಿಧರ್‌ಜೀ ಮಹಾರಾಜ್ ಕ್ರಿ.ಶ. 1827ರಲ್ಲಿ ನಾಥದ್ವಾರದಿಂದ ಮುಕುಂದರಾಯ್ (ಥಾಕೂರ್‌ಜೀ) ಎಂಬ ಇನ್ನೊಂದು ನಿಧಿಸ್ವರೂಪವನ್ನು ತಂದರು. ಇದನ್ನು 1885ರಲ್ಲಿ ಬೇರೆಕಟ್ಟಡದಲ್ಲಿ ಸ್ಥಾಪಿಸಲಾಯಿತು. ಥಾಕೂರ್‌ಜೀಗೆ ದಿನದಲ್ಲಿ ಶೃಂಗಾರ, ರಾಜಭೋಗ ಮುಂತಾದ ಎಂಟು ದರ್ಶನಗಳಿವೆ. ಸ್ವಲ್ಪಕಾಲ ಥಾಕೂರ್‌ಜೀಯ ಪ್ರಸಾದೀಮಾಲವನ್ನು, ಹೂವಿನ ಮಾಲೆಯನ್ನು, ವಿಶ್ವನಾಥನಿಗೆ ಕಳಿಸಿಕೊಡುವ ಪದ್ಧತಿಯಿತ್ತೆಂದು ಹೇಳುತ್ತಾರೆ.

ರಾಮ ಮಂದಿರಗಳು: ವಾರಾಣಸಿಯಲ್ಲಿ ಅನೇಕ ರಾಮಮಂದಿರಗಳೂ ಇವೆ. ಈ ಮಂದಿರಗಳು ಭದೈನೀ, ಸಂಕಟಮೋಚನ್, ಮಾನಸಮಂದಿರ, ಕಂಗನ್‌ವಾಲಿ ಹವೇಲಿ, ಗಾಯ್‌ಘಾಟ್, ಹೌಸ್‌ಕಟೋರ, ಬುಲಾನಾಲಾ ಮತ್ತು ಕರ್ಣಘಂಟಾ ಮಧ್ಯೆ, ಮುಂತಾದ ಸ್ಥಳಗಳಲ್ಲಿವೆ. ಕಾಶಿಯಲ್ಲಿರುವ ಹನುಮಾನ್‌ಮಂದಿರಗಳ ಬಗ್ಗೆ ಇನ್ನೊಂದು ಕಡೆ ಹೇಳಿದೆ.

ಇತರ ವೈಷ್ಣವ ಮಂದಿರಗಳು: ಭೋಂಸ್ಲಾಘಾಟ್‌ನ ಲಕ್ಷ್ಮೀನಾರಾಯಣ ಮಂದಿರ, ಶಂಕುಧಾರಾದಲ್ಲಿರುವ ದ್ವಾರಕಾಧೀಶ ಮಂದಿರ, ಬಾಲಾಘಾಟ್‌ನ ಬಾಲಾಜಿ ಮಂದಿರ ಮತ್ತು ಅಸಿಘಾಟ್‌ನ ಲಕ್ಷ್ಮೀನಾರಾಯಣ ಮಂದಿರ ಹಾಗೂ ಜಗನ್ನಾಥ ಮಂದಿರ ಪ್ರಸಿದ್ಧವಾದವು. ಇವೆಲ್ಲವೂ ಹತ್ತೊಂಬತ್ತನೆಯ ಶತಮಾನದಲ್ಲಿ ಕಟ್ಟಿದ ಮಂದಿರಗಳು. ಇವುಗಳಲ್ಲಿ ಅಸಿಘಾಟ್‌ನಲ್ಲಿರುವ **ಜಗನ್ನಾಥ ಮಂದಿರ**ಕ್ಕೆ ಒಂದು ಕಥೆಯಿದೆ. ಒರಿಸ್ಸಾದ ಪುರಿ ಜಗನ್ನಾಥ ಮಂದಿರದ ಪೂಜಾರಿ ಬ್ರಹ್ಮಚಾರಿ ಅನ್ನುವವನಿಗೂ ಪುರಿಯ ರಾಜನಿಗೂ

ಒಮ್ಮೆ (ಕ್ರಿ.ಶ.1790ರಲ್ಲಿ) ಮನಸ್ತಾಪವಾಯಿತು. ಆಗ ಬ್ರಹ್ಮಚಾರಿ ಬೇಸರದಿಂದ ಪುರಿಯನ್ನು ಬಿಟ್ಟು ಕಾಶಿಗೆ ಬಂದುನೆಲೆಸಿದನು. ಕೆಲವೇ ದಿನಗಳಲ್ಲಿ ರಾಜನ ಕೋಪ ಇಳಿದು, ಪೂಜಾರಿಯ ಬಗ್ಗೆ ಒಳ್ಳೆಯಭಾವನೆ ಮೂಡಿತು. ಪ್ರತಿವಾರವೂ ಪುರಿಮಂದಿರದ ಪ್ರಸಾದವನ್ನು ಕಾಶಿಯಲ್ಲಿ ನೆಲೆಸಿರುವ ಪೂಜಾರಿಗೆ ಬೇಹುಗಾರನ ಮೂಲಕ ಕಳಿಸುವ ಏರ್ಪಾಡುಮಾಡಿದ. ಒಮ್ಮೆ ಪ್ರವಾಹದ ಕಾರಣದಿಂದಾಗಿ ಪೂಜಾರಿಗೆ ಪ್ರಸಾದ ಸಿಗಲಿಲ್ಲವಾಗಿ ಆತ ಉಪವಾಸವಿರ ಬೇಕಾಯಿತು. ಆನಂತರ ಅವನಿಗೆ ಕನಸೊಂದು ಬಿದ್ದು, ಕಾಶಿಯಲ್ಲಿಯೇ ಒಂದು ಜಗನ್ನಾಥಮಂದಿರ ಕಟ್ಟುವ ಆದೇಶವಾಯಿತು. ಆ ಸಮಯದಲ್ಲಿ ಭೋಂಸ್ಲಾರಾಜ ವೆಂಕೋಜಿಯ ಮಂತ್ರಿಗಳಾದ ಬೇನೀರಾಮ್ ಪಂಡಿತ್ ಮತ್ತು ಅವನ ಸಹೋದರ ವಿಶ್ವಂಭರ ಪಂಡಿತ್ ಕಾಶಿಯಲ್ಲಿ ಇರುತ್ತಿದ್ದರು. ಇವರುಗಳ ಸಹಾಯದಿಂದ ಬ್ರಹ್ಮಚಾರಿಯು ಅಸಿಯಲ್ಲಿ ಜಗನ್ನಾಥಮಂದಿರ ಕಟ್ಟಿಸಿದನು. ಮೊದಲಿಗೆ ಜಗನ್ನಾಥನ ಮುಖದಲ್ಲಿ ಕಣ್ಣು, ಮೂಗು, ಬಾಯಿ ಎಲ್ಲವನ್ನೂ ಸಂಪೂರ್ಣವಾಗಿ ಕೆತ್ತಲಾಗಿತ್ತು. ಅನಂತರ ದೇವರ ಮುಖವನ್ನು ಪುರಿಯಲ್ಲಿನಂತೆ ಸಾಂಕೇತಿಕವಾಗಿ ದುಂಡಾಗಿಸಲಾಯಿತು. 1907ರಿಂದ ಇಲ್ಲಿಯೂ ಪುರಿಯಂತೆ ರಥಯಾತ್ರಾ ಆಷಾಢ ಶುಕ್ಲಪಾಡ್ಯದಂದು ನಡೆಯುತ್ತದೆ. ಜಗನ್ನಾಥನನ್ನು ರಥದಲ್ಲಿ ಅಸಿಯಿಂದ ಬೇನಿಬಾಗ್‌ಗೆ ಮೆರವಣಿಗೆಯಲ್ಲಿ ತರಲಾಗುತ್ತದೆ. ಬೇನಿಬಾಗ್‌ನಲ್ಲಿ ಮೂರುದಿನಗಳವರೆಗೆ ಜಗನ್ನಾಥನನ್ನು ಅಳಿಯನಂತೆ ಸತ್ಕರಿಸಿ, ಮತ್ತೆ ಮೆರವಣಿಗೆಯಲ್ಲಿ ಅಸಿಯ ಮಂದಿರಕ್ಕೆ ತಂದು ಇಡಲಾಗುತ್ತದೆ.

(ಚಿತ್ರ13–ಜಗನ್ನಾಥ ಮಂದಿರ)

ಧಾಮಗಳು: ಶಂಕರಾಚಾರ್ಯರು ಭಾರತದ ನಾಲ್ಕುದಿಕ್ಕುಗಳಲ್ಲಿ ಸ್ಥಾಪಿಸಿದ ನಾಲ್ಕುಧಾಮಗಳನ್ನು ಕಾಶಿಯಲ್ಲೂ ನೋಡಬಹುದು. ಪೂರ್ವದ ಧಾಮವಾದ ಪುರಿಜಗನ್ನಾಥ ಅಸಿಘಾಟ್‌ನಲ್ಲಿದ್ದರೆ, ಪಶ್ಚಿಮದ ದ್ವಾರಕ ಇಲ್ಲಿಯ ಶಂಕುಧಾರಾದಲ್ಲಿ, ಉತ್ತರದ ಬದರೀನಾಥಧಾಮ ಇಲ್ಲಿಯ ಗಯಾ ಮತ್ತು ತ್ರಿಲೋಚನಘಾಟ್‌ಗಳ ಮಧ್ಯದಲ್ಲಿರುವ ನರ–ನಾರಾಯಣ ತೀರ್ಥದಲ್ಲಿ ಹಾಗೂ ದಕ್ಷಿಣದ ರಾಮೇಶ್ವರಧಾಮ ಮಾನ್‌ಮಂದಿರಘಾಟ್‌ನ ರಾಮೇಶ್ವರಮಂದಿರದಲ್ಲಿ (ಹಾಗೂ ರಾಮಕುಂಡ, ಪಂಚಕ್ರೋಶಿ ರಸ್ತೆಯಲ್ಲಿನ ರಾಮೇಶ್ವರ ಎಂಬ ಸ್ಥಳದಲ್ಲಿ) ಸ್ಥಿತವಾಗಿವೆ. ಇದೇ ರೀತಿಯಲ್ಲಿ ಪ್ರಾಚೀನಭಾರತದ ಪ್ರಸಿದ್ಧ ಸಪ್ತಪುರಿಗಳನ್ನೂ ಕಾಶಿಯಲ್ಲಿ ಕಾಣಬಹುದು.

ದ್ವಾದಶಾದಿತ್ಯರು: ದಿವೋದಾಸನ ಕಥೆಯಲ್ಲಿ ಶಿವನು ಸೂರ್ಯನನ್ನು ಕಾಶಿಗೆ ಕಳಿಸಿದ ವೃತ್ತಾಂತ ಹಿಂದೆಯೇ ಬಂದಿದೆ. ಇಲ್ಲಿಗೆ ಬಂದ ಸೂರ್ಯನು ಶಿವನಿಗೆ ಇಲ್ಲಿಯ ಸಮಾಚಾರಕೊಡಲು ತಿರುಗಿ ಮಂದರಾಚಲಕ್ಕೆ ಹೋಗಲಿಲ್ಲ. ಸೂರ್ಯನು ಕಾಶಿಯಲ್ಲಿ ನಿಂತುದುದನ್ನು 'ಕಾಶೀಖಂಡ'ವು ಚೆನ್ನಾಗಿ ವಿವರಿಸುತ್ತದೆ. "ಕಾಶಿಯಿಂದುಂಟಾದ ತೇಜಸ್ಸು ಪ್ರಜ್ವಲಿಸುವವರೆಗೆ ಮಿಣುಕು ಹುಳಗಳಂತಿರುವ ಇತರ ತೇಜಸ್ಸುಗಳೂ ಪ್ರಕಾಶಿಸುವುವು. ಕಾಶಿಯ ಪ್ರಭಾವವನ್ನರಿತ ಅಂಧಕಾರಾತಿಯಾದ ಸೂರ್ಯನು ಹೀಗೆ ಆಲೋಚಿಸಿ ತನ್ನನ್ನು ಹನ್ನೆರಡು ಬಗೆಯಾಗಿ ವಿಭಾಜಿಸಿಕೊಂಡು ಕಾಶಿಯಲ್ಲಿ ನೆಲಸಿದನು. ಲೋಲಾರ್ಕ, ಉತ್ತರಾರ್ಕ, ಸಾಂಬಾದಿತ್ಯ, ದ್ರುಪದಾದಿತ್ಯ, ಮಯೂಖಾದಿತ್ಯ, ಖಖೋಲ್ಕ, ಅರುಣಾದಿತ್ಯ, ವೃದ್ಧಾದಿತ್ಯ, ಕೇಶವಾದಿತ್ಯ, ವಿಮಲಾದಿತ್ಯ, ಗಂಗಾದಿತ್ಯ, ಮತ್ತು ಯಮಾದಿತ್ಯ ಎಂಬ ಹನ್ನೆರಡು ಮಂದಿ ಆದಿತ್ಯರು ಆ ಕ್ಷೇತ್ರವನ್ನು ಅತ್ಯಂತ ತಾಮಸರಾದ ದುಷ್ಟರಿಂದ ಯಾವಾಗಲೂ ರಕ್ಷಿಸುವರು. ಸೂರ್ಯನಿಗೆ ಕಾಶಿಯನ್ನು ನೋಡಿದಕೂಡಲೆ ಮನಸ್ಸು ಚಂಚಲವಾದುದರಿಂದ ಅವನಿಗೆ ಲೋಲಾರ್ಕನೆಂದು ಹೆಸರಾಯಿತು". (ಕಾ.ಖಂ,ಅ46,ಶ್ಲೋ43–48). ಸೂರ್ಯೋಪಾಸನೆ ಕ್ರಿ.ಶ. ನಾಲ್ಕನೆಯ ಶತಮಾನದಿಂದ ಹದಿಮೂರನೆಯ ಶತಮಾನದವರೆಗೆ ಹೆಚ್ಚು ಪ್ರಚಲಿತವಾಗಿದ್ದಾಗ ಕಾಶಿಯಲ್ಲಿ ಸೂರ್ಯನ ಅನೇಕ ಮಂದಿರಗಳಾದವು. ಇವುಗಳಲ್ಲಿ ಮುಖ್ಯವಾದವು **ಲೋಲಾರ್ಕ**, ಉತ್ತರಾರ್ಕ ಮತ್ತು ಸೂರ್ಯಕುಂಡ. ಬಕರಿಯಾ ಕುಂಡದ ಹತ್ತಿರವಿದ್ದ ಉತ್ತರಾರ್ಕ ಈಗಿಲ್ಲ. ಗೊದೌಲಿಯಾದ ಹತ್ತಿರವಿರುವ ಸೂರ್ಯಕುಂಡದಲ್ಲಿ ಈಗ ಸಾಂಬಾದಿತ್ಯನ ಮಂದಿರವಿದೆ. ಲೋಲಾರ್ಕ ಮಾತ್ರ ಇಂದಿಗೂ ಬಹಳಪ್ರಸಿದ್ಧಿಯಾಗಿದ್ದು ಲೋಲಾರ್ಕ ಷಷ್ಠಿಯಂದು ಸಾವಿರಾರು ಭಕ್ತರನ್ನು ಸ್ನಾನಕ್ಕಾಗಿ ಆಕರ್ಷಿಸುತ್ತದೆ. ಮಕ್ಕಳಿಲ್ಲದವರು ಹರಕೆಹೊತ್ತು ಅಲ್ಲಿ ಸ್ನಾನಮಾಡುತ್ತಾರೆ.

ಪಂಚಕ್ರೋಶಿ ಮಂದಿರ: ಕಾಶಿಯ ಇತರ ಮಂದಿರಗಳಲ್ಲಿ ಪಂಚಕ್ರೋಶಿ ಮಂದಿರವು

ವಿಶಿಷ್ಟವಾದುದು. ಪಂಚಕ್ರೋಶಿ ಅಥವಾ ಐದು ಕ್ರೋಶದ (ಸುಮಾರು ಹನ್ನೊಂದು ಮೈಲಿಯ) ವ್ಯಾಸಾರ್ಧ (ರೇಡಿಯಸ್) ಅಥವಾ ತ್ರಿಜ್ಯದ ವಿಸ್ತೀರ್ಣದಲ್ಲಿನ 'ಪಂಚಕ್ರೋಶಿ ಯಾತ್ರಾ' ಕಾಶಿಯಲ್ಲಿನ ಬಹಳ ಪುಣ್ಯಕರಯಾತ್ರೆ ಎನಿಸಿರುವುದು. ಈ ಯಾತ್ರೆಯ ಪರಿಧಿಯ ದೂರ 55 ಮೈಲಿ ಅಥವಾ 88.5 ಕಿಮಿ. ಆ ಯಾತ್ರಾಮಾರ್ಗದಲ್ಲಿರುವ ನೂರೆಂಟು ಮಂದಿರಗಳ ಮೂರ್ತಿಗಳನ್ನು ಮತ್ತು ಇತರ ಯಾತ್ರಾಮಾರ್ಗಗಳ 194 ವಿಗ್ರಹಗಳನ್ನು ಸೂಕ್ಷ್ಮರೂಪದಲ್ಲಿ ಕೆತ್ತಿರುವುದನ್ನು ಪಂಚಕ್ರೋಶಿ ಮಂದಿರದಲ್ಲಿ ನೋಡಬಹುದು.

ಇತರ ಮಂದಿರಗಳು: ಕಾಶಿಯಲ್ಲಿ ಬ್ರಹ್ಮನ ಮಂದಿರವಿಲ್ಲ. ಆದರೆ ಬ್ರಹ್ಮನು ಸ್ಥಾಪಿಸಿದ ಶಿವಲಿಂಗಗಳಿವೆ. ರಾಜಾ ಜಯನಾರಾಯಣ ಘೋಷಾಲ್ ಅವರು 1814ರಲ್ಲಿ ಸ್ಥಾಪಿಸಿದ ಗುರುಧಾಮಮಂದಿರವೂ ವಿಶಿಷ್ಟವಾದುದೇ. ತಂತ್ರದ ತತ್ತ್ವಗಳನ್ನು ಅಳವಡಿಸಿಕಟ್ಟಿದ ಈ ಮಂದಿರದಲ್ಲಿ ದೇಶದ ಪ್ರಮುಖತೀರ್ಥಗಳನ್ನು ತೋರಿಸಲಾಗಿದೆ. ಇದೇ ರೀತಿ **ವಿಶುದ್ಧಾನಂದಕಾನನವೂ** ತಂತ್ರಶಕ್ತಿಯ ಕೇಂದ್ರ. ಇಲ್ಲಿರುವ ನವಮುಂಡೀ ಪೀಠ ದೇಶದಲ್ಲಿಯೇ ಏಕೈಕವಾದುದು. ಕಾಶಿಯಲ್ಲಿರುವ ಮಂದಿರಗಳ ವೈವಿಧ್ಯತೆಗೆ ಸಾಟಿಯಿಲ್ಲ ಎನ್ನುವುದಕ್ಕೆ ಇಲ್ಲಿಯ ಇನ್ನೂ ಅನೇಕ ಮಂದಿರಗಳನ್ನು ನೋಡಬೇಕು. ಇವುಗಳಲ್ಲಿ ಸಪ್ತಸಾಗರ ಮಂದಿರ, ಪತಂಜಲಿ ಮಂದಿರ, ಸ್ವಾಮಿ ನಾರಾಯಣ ಮಂದಿರ, ರಾಧಾಸ್ವಾಮಿ ಮಂದಿರ, ಸೀಶೆವಾಲಾ ಮಂದಿರ, ಸತ್ಯಸಾಯಿ ಮಂದಿರ, ಕಬೀರ ಮಂದಿರ, ರೈದಾಸ ಮಂದಿರ, ಗೋರಖನಾಥ್ ಟಿಲಾ, ಕೀನಾರಾಮ್ ಅಸ್ತಾರಾ, ದಾದು ಮಂದಿರ, ಮುಲೂಕದಾಸ ಮಂದಿರ ಹೀಗೆ ಅದಿನ್ನೆಷ್ಟೋ ಮಂದಿರಗಳು ವೈವಿಧ್ಯತೆಯನ್ನು ತೋರುತ್ತವೆ. ಒಂದು ಶಕ್ತಿಯನ್ನೋ, ಸತ್ವವನ್ನೋ ಆರಾಧಿಸುವುದು ಸಾಮಾನ್ಯ. ಆದರೆ ಕಾಶಿಯಲ್ಲಿ ಜನರ ನಂಬಿಕೆ ಎಷ್ಟುಗಾಢವಾಗಿದೆ ಎಂದರೆ ಇಲ್ಲಿ ಏನನ್ನು ಬೇಕಾದರೂ ಪೂಜಿಸುತ್ತಾರೆ. ಕೆಲವುವೇಳೆ ಜನರ ನಂಬಿಕೆಯನ್ನು ಮೂಲವಾಗಿಟ್ಟುಕೊಂಡು ಅವರನ್ನು ಶೋಷಿಸಲು ಏನುಬೇಕಾದರೂ ಮಾಡುತ್ತಾರೆ. ಇದಕ್ಕೆ ನಿದರ್ಶನವೆಂದರೆ ಈ ಐವತ್ತು ವರ್ಷಗಳ ಹಿಂದೆ ರಸ್ತೆಯಬದಿಯಲ್ಲಿ ಬಿದ್ದಿದ್ದ ರುಂಡವಿಲ್ಲದ ಮೂರ್ತಿಯೊಂದು ಈಗ '*ಮುಂಡ್‌ಕಟಾ ಬಾಬಾ*' (ರುಂಡವಿಲ್ಲದ ಬಾಬಾ) ಅಂತಲೇ ಪ್ರಸಿದ್ಧಿಯಾಗಿ ಪೂಜೆಗೊಳ್ಳುತ್ತಿದೆ!

ಅನ್ಯಮತೀಯ ಮಂದಿರಗಳು: ಕಾಶಿಯಲ್ಲಿ ಹಿಂದೂ ಮಂದಿರಗಳೇ ಅಲ್ಲದೆ ಬೇರೆಯ ಮತಧರ್ಮಗಳ ಮಂದಿರಗಳೂ ಸಾಕಷ್ಟಿವೆ. ಎರಡು ಗುರುದ್ವಾರಗಳು (ಗುರುಭಾಗ್ ಮತ್ತು ನೀಚಿಭಾಗ್‌ನಲ್ಲಿ), ಹನ್ನೊಂದು ಚರ್ಚ್‌ಗಳು, 415 ಮಸೀದಿಗಳು, 300 ಮಜಾರ್‌ಗಳು, ಹನ್ನೊಂದು ಈದ್ಗಾಗಳು ಇವೆ. ಜೂ ಮತ್ತು ಪಾರ್ಸಿಗಳ ಮಂದಿರಗಳು ಇಲ್ಲ. ಬೌದ್ಧರ ಮಂದಿರಗಳನ್ನು ಹತ್ತಿರದ ಸಾರನಾಥದಲ್ಲಿ ನೋಡಬಹುದು. ಜೈನರ ಶ್ರೇಯಾಂಸನಾಥರ ಮೂರು ಮಂದಿರಗಳನ್ನು ಸಾರನಾಥ, 'ಸ್ಯಾದ್ ವಿದ್ಯಾಲಯ' ಮತ್ತು

'ದಿಗಂಬರ ಜೈನ್‌ಮಂದಿರ'ದಲ್ಲಿ ಕಾಣಬಹುದು. ಗಂಗೆಯ ದಡದಲ್ಲಿ ಅನೇಕ ಜೈನ ಮಂದಿರಗಳಿವೆ. ಇಂದು ಸುಮಾರು ಹತ್ತುದಿಗಂಬರ ಜೈನ ಮಂದಿರಗಳೂ ಐದು ಶ್ವೇತಾಂಬರ ಜೈನ ಮಂದಿರಗಳೂ ಕಾಶಿಯಲ್ಲಿವೆ.

ಈ ರೀತಿಯಲ್ಲಿ ಕಾಶಿಯು ಸರ್ವಮತ-ಧರ್ಮಗಳ ಮಂದಿರಗಳನ್ನು ಒಟ್ಟುಗೂಡಿಸಿರುವಂತಿದೆ. (ಹೆಚ್ಚಿನ ವಿವರಗಳಿಗೆ ಅನುಭಂದ 3 ನೋಡಿ) ಕಾಶಿ ಕೇವಲ ಮಂದಿರಗಳನ್ನು, ಅಂದರೆ ಸ್ಥಾವರ ತೀರ್ಥಗಳನ್ನು ಮಾತ್ರ, ಒಂದೆಡೆ ಸೇರಿಸಿಲ್ಲ. ಎಲ್ಲ ಆಧ್ಯಾತ್ಮಿಕ, ಧಾರ್ಮಿಕ, ನಂಬಿಕೆಗಳನ್ನು ಒಂದೆಡೆ ಸೇರಿಸಿ, ಅವುಗಳಿಗೆ ಆಸರೆಯಾಗಿ, ಭಾರತದ ಸಂಕ್ಷಿಪ್ತರೂಪವಾಗಿ, ಕಾಶಿಯು ತನ್ನಲ್ಲಿ ಒಂದು ಪ್ರಪಂಚವನ್ನೇ ಅಡಗಿಸಿಕೊಂಡು, ತನ್ನ ವಿಶಿಷ್ಟತೆಯನ್ನು ಕಾಪಾಡಿಕೊಂಡು ಬಂದಿದೆ.

■

8. ವಿಶ್ವೇಶ್ವರ–ಅನ್ನಪೂರ್ಣೆ

ಕಾಶಿಯ ವಿಶ್ವೇಶ್ವರನ ದರ್ಶನದ ಬಗ್ಗೆ ತಿಳಿಯೋಣವೆಂದು ಮಂದಿರದೊಳಗೆ ಕಾಲಿಟ್ಟರೆ, ಅಲ್ಲಿಯ ಜನಗಳ ನೂಕುನುಗ್ಗಲು, ಪಂಡಾಗಳ ಕಾಟ, ಪೂಜಾರಿಗಳ ಕೂಗಾಟ ಎಲ್ಲವೂ ದೇಹ ಮತ್ತು ಮನಸ್ಸು ಎರಡನ್ನೂ ಜರ್ಝರಿಸುತ್ತವೆ. ಆದರೆ ಭೂತಕಾಲದ ಗೊಂದಲಗಳು ಮತ್ತು ವರ್ತಮಾನದ ಗಡಿಬಿಡಿಗಳು ಇವೆರಡನ್ನೂ ಮರೆತು, ವಿಶ್ವೇಶ್ವರನ ದರ್ಶನದಲ್ಲಿ ಕಣ್ಣು, ಮನ ಮತ್ತು ಹೃದಯವನ್ನು ಕ್ಷಣವಾದರೂ ತುಂಬಿದಾಗ ಮಾತ್ರ ನಮಗೆ ಒಂದು ಅಪೂರ್ವಶಾಂತಿ ದೊರಕುವುದು ಸಾಧ್ಯ. ಅದಕ್ಕೆ ನಾವು ಯೋಗಿಗಳಾಗಿರಬೇಕು, ಸ್ಥಿತಪ್ರಜ್ಞರಾಗಿರಬೇಕು. ಒಂದುಕ್ಷಣ ಲಿಂಗರೂಪ ಧರಿಸಿದ ಶಂಭು ಹೊರಕಣ್ಣಿಗೆ ಬಿದ್ದೊಡನೆಯೆ, ಅದು ಜ್ಯೋತಿಸ್ವರೂಪಿಯಾಗಿ ಹೃದಯದೊಳಗೆ ಇಳಿಯಬೇಕು!! ಹಾಗಾದಾಗ ಮಾತ್ರ, ಆ ಅಪೂರ್ವ ಶಾಂತಿ ಅವ್ಯಕ್ತವಾಗಿ ಅನುಭಾವಿಯ ಹೃದಯದಲ್ಲಿ ನೆಲೆಸುವುದು ಸಾಧ್ಯ. ಆ ಶಾಂತಿ ಇನ್ನೊಬ್ಬರ ವಿವರಣೆಯಿಂದ ಸಿಗುವುದಲ್ಲ, ಬೆಲ್ಲದ ರುಚಿ ತಿಳಿಯಲು ಬೆಲ್ಲವನ್ನು ತಾನೇ ಸವಿದು ನೋಡಬೇಕು.

ವಿಶ್ವೇಶ್ವರ ಕಾಶಿಯ ಅಧಿಷ್ಠಾನ (ಪ್ರಭುತ್ವದಲ್ಲಿರುವ) ದೇವತೆ. ಮಿಕ್ಕೆಲ್ಲ ಶಿವಲಿಂಗಗಳಿಗೂ ಮಂದಿರಗಳಿಗೂ ಮುಖ್ಯವಾದ ದೇವತೆ. ಸ್ಕಂದಪುರಾಣದ ಕಾಶೀಖಂಡದಲ್ಲಿ ವಿಶ್ವೇಶ್ವರನ ಬಗ್ಗೆ ಅನೇಕ ಹೇಳಿಕೆಗಳಿವೆ. ಕೆಲವನ್ನು ಇಲ್ಲಿ ಕೊಟ್ಟಿದೆ"ವಿಶ್ವೇಶ್ವರಲಿಂಗಕ್ಕೆ ಸಾಟಿಯಾದುದು ಯಾವುದೂ ಇಲ್ಲ" (ಅ99.49), "ವಿಶ್ವನಾಥನಿಗೆ ಸಮನಾದ ಲಿಂಗ, ಮಣಿಕರ್ಣಿಕೆಗೆ ಸಮನಾದ ತೀರ್ಥ ಹಾಗು ಆನಂದಕಾನನಕ್ಕೆ ಸಮನಾದ ಪವಿತ್ರ ತಪಸ್ಥಳ ಬೇರೆ ಇಲ್ಲ" (ಅ99.51); "ಮೂರು ಲೋಕಗಳಲ್ಲಿ ಕೇವಲ ಮೂರು ಮುಖ್ಯವಸ್ತುಗಳಿವೆ–ಮೊದಲಾಗಿ ವಿಶ್ವೇಶ್ವರಲಿಂಗ, ಎರಡನೆಯದಾಗಿ ಮಣಿಕರ್ಣಿಕಾ ತೀರ್ಥ, ಮೂರನೆಯದಾಗಿ ಕಾಶೀಕ್ಷೇತ್ರ" (ಅ99.1). ಶಿವಪುರಾಣದ ಕೋಟಿರುದ್ರಸಂಹಿತದ ಅಧ್ಯಾಯ 22ರಲ್ಲಿ ಈ ವರ್ಣನೆಗಳಿವೆ– "ರುದ್ರ ಶಿವನನ್ನು ಕಾಶಿಯನ್ನು ತನ್ನ ರಾಜಧಾನಿ ಮಾಡಿಕೊಳ್ಳುವಂತೆ ಆಗ್ರಹಪಡಿಸುತ್ತಾನೆ (ಅ22.33); ವಿಶ್ವೇಶ್ವರ ಮತ್ತು ಕಾಶಿಗೆ ಮುಕ್ತಿ ಕೊಡುವ ಸಾಮರ್ಥ್ಯವಿದೆ (23.56). ಪದ್ಮಪುರಾಣದಲ್ಲೂ ವಿಶ್ವೇಶ್ವರನ ಬಗ್ಗೆ ಶ್ಲೋಕಗಳಿವೆ. ಆದಿಶಂಕರರ ವಿಶ್ವೇಶ್ವರ ಅಷ್ಟಕ, ಕಾಶೀಪಂಚಕ ಮೊದಲಾದವು ವಿಶ್ವೇಶ್ವರನ ಮೇಲಿನ ಸ್ತೋತ್ರಗಳಾಗಿವೆ.

ಕಾಶೀಖಂಡದ 99ನೆಯ ಅಧ್ಯಾಯದ ಪ್ರಕಾರ ಈ ಮಂದಿರದ ಮೊದಲ ಹೆಸರು ಮೋಕ್ಷಲಕ್ಷ್ಮೀವಿಲಾಸ ಎಂದಿತ್ತು. ಗರ್ಭಗುಡಿಯಲ್ಲಿ ವಿಶ್ವೇಶ್ವರನ ಸ್ವಯಂಭು ಲಿಂಗವಿದ್ದರೆ, ಪೂರ್ವದಲ್ಲಿ ಜ್ಞಾನಮಂಟಪ, ದಕ್ಷಿಣದಲ್ಲಿ ಮುಕ್ತಿಮಂಟಪ, ಪಶ್ಚಿಮದಲ್ಲಿ ಶೃಂಗಾರಮಂಟಪ,

ಉತ್ತರದಲ್ಲಿ ಐಶ್ವರ್ಯಮಂಟಪ ಇದ್ದವು. ಶಿವ ಮಂದರಪರ್ವತವನ್ನು ಬಿಟ್ಟು ಕಾಶಿಗೆ ವಾಪಸ್ಸುಬಂದಾಗ, ಪಾರ್ವತಿ ಸಮೇತನಾಗಿ ಶೃಂಗಾರಮಂಟಪದಲ್ಲಿ ಪೂರ್ವದಿಕ್ಕಿಗೆ ಮುಖಮಾಡಿ ಆಸನಾರೂಢನಾದನು. ಆಗ ಶಿವ ಹೇಳಿದ ಕೆಲವು ಮುಖ್ಯಾಂಶಗಳು ಹೀಗಿವೆ. "ವಿಶ್ವೇಶ್ವರ ಲಿಂಗವನ್ನು ಸ್ಪರ್ಶಿಸಿ ಪ್ರಾರ್ಥಿಸುವ ಭಕ್ತರಿಗೆ ಎರಡು ಜನ್ಮದಲ್ಲಿ ಮಾಡಿದ ಪಾಪಗಳೆಲ್ಲಾ ತೊಳೆದುಹೋಗುತ್ತವೆ........ "ವಿಶ್ವೇಶ್ವರ ಲಿಂಗದ ಮೇಲೆ ಭಕ್ತಿಯಿಂದ ಪವಿತ್ರಜಲ ಸಿಂಪಡಿಸಿ, ಒಂದು ಹೂವು ಹಾಕಿದರೂ ಅದರಿಂದ ಸಾವಿರಾರು ಚಿನ್ನದ ಹೂಗಳಿಂದ ಪೂಜೆಮಾಡಿದ ಫಲ ಸಿಗುತ್ತದೆ........" ಅದಕ್ಕಾಗಿಯೇ (ಬೇರೆ ಎಲ್ಲ ಮಂದಿರಗಳಲ್ಲಿ ಶಿವಲಿಂಗವನ್ನು ಸ್ಪರ್ಶಮಾಡಲು ಬಿಡದಿದ್ದರೂ), ಕಾಶಿಯಲ್ಲಿ ವಿಶ್ವನಾಥ ಮಂದಿರದಲ್ಲಿ ಮೇಲಿನ ಎರಡು ಪದ್ಧತಿಗಳಿಗೂ ಆಸ್ಪದವಿದೆ. ಶಿವನನ್ನು ಕಾಶಿಗೆ ಬರಮಾಡಿಕೊಳ್ಳಲು ದೇವ–ದೇವತೆಗಳೂ, ಗಣಗಳೂ ಎಲ್ಲರೂ ಸೇರಿದ್ದರು. ಆಗ ಶಿವ ವಿಶ್ವೇಶ್ವರ ಲಿಂಗದ ಮಹಿಮೆಯ ಬಗ್ಗೆ ಹೇಳುತ್ತಿದ್ದಾಗ ಒಂದು ಪಕ್ಕದಲ್ಲಿ ಇಂದ್ರನೂ, ಇನ್ನೊಂದು ಪಕ್ಕದಲ್ಲಿ ಸಪ್ತ ಋಷಿಗಳೂ ಇದ್ದರು. ಹೀಗಾಗಿ, ಇಂದಿಗೂ ಮಂದಿರದಲ್ಲಿ ಸಂಜೆ ಏಳೂವರೆಗೆ ನಡೆಯುವ ಆರತಿಯನ್ನು ಸಪ್ತರ್ಷಿ ಆರತಿ ಎಂದೇ ನಡೆಸುತ್ತಾರೆ.

ಮೇಲೆಹೇಳಿದ ಶಾಂತಿಯನ್ನು ಅನುಭವಿಸುವುದಾಗಲೀ, ವಿವರಿಸುವುದಾಗಲೀ ಸಾಮಾನ್ಯನಿಗೆ ಸಾಧ್ಯವಿಲ್ಲದಾಗ ಕೇವಲ ಮಂದಿರದ ವಿಶಿಷ್ಟ ಪೂಜಾಪದ್ಧತಿಯನ್ನು ಮಾತ್ರ ವಿವರಿಸಬಹುದು. ಪೂಜೆಯ ಅಲಂಕಾರದಲ್ಲಿ ಶೈವ ಮತ್ತು ವೈಷ್ಣವ ಪದ್ಧತಿಗಳ ಮಿಶ್ರಣ, ಆರತಿಯಲ್ಲಿ ಶಿವ ಮತ್ತು ವಿಷ್ಣು ಸ್ತುತಿಗಳನ್ನು ಹೇಳುವ ಪದ್ಧತಿ ಸಾಮಾನ್ಯವಾಗಿ ಬೇರಾವ ಶಿವ ಅಥವಾ ವಿಷ್ಣು ಮಂದಿರದಲ್ಲೂ ಕಾಣುವುದಿಲ್ಲ. ಲಿಂಗದ ಮೇಲೆ ಮೂರು ಪಟ್ಟಿ ಚಂದನವನ್ನು ಹಚ್ಚುವಾಗ, ಮೊದಲು ಪಟ್ಟಿಯನ್ನು ಕೆಳಗಿನಿಂದ ಮೇಲಕ್ಕೆ (ವೈಷ್ಣವ ಪದ್ಧತಿಯಂತೆ ಊರ್ಧ್ವ ಪುಂಡ್ರವಾಗಿ) ಇಟ್ಟು, ನಂತರ ಅಡ್ಡಕ್ಕೆ (ಶೈವರಂತೆ ತ್ರಿಪುಂಡ್ರವಾಗಿ) ಇಡುತ್ತಾರೆ. ಲಿಂಗದ ಮೇಲೆ ಹೂವಿನಿಂದ ಶ್ರೀಯಂತ್ರದ ಆಕಾರವನ್ನು ಮಾಡುತ್ತಾರೆ. ಸುಮಾರು ಐವತ್ತುವರ್ಷಗಳ ಹಿಂದೆ ತಾಂತ್ರಿಕ ಸನ್ಯಾಸಿಯೊಬ್ಬ ದಿನವೂ ಚಿತಾಭಸ್ಮವನ್ನು ತಂದು ಲಿಂಗದಮೇಲೆ ಹಚ್ಚುತ್ತಿದ್ದನಂತೆ. ಈಗ ಅದೆಲ್ಲ ನಿಂತಿದೆ. ಬೆಳಗ್ಗೆ ಹನ್ನೊಂದರಿಂದ ಹನ್ನೆರಡು ಘಂಟೆಯವರೆಗೆ ನಡೆಯುವ ರಾಜಭೋಗ ಪೂಜ ಮತ್ತು ಆರತಿಯ ಸಮಯದಲ್ಲಿ ಯಜುರ್ವೇದ ಷಡಂಗ ಪಾಠದ ಜೊತೆಗೆ ಶೆಹನಾಯ್, ಡಮರು, ಗಂಟೆಗಳ ನಿನಾದ ಆಗುತ್ತಿತ್ತು. ಶೆಹನಾಯ್‌ಅನ್ನು ನುಡಿಸುವವರು ನೌಬತ್‌ಖಾನದಲ್ಲಿ ಕೂತಿರುತ್ತಿದ್ದ ಮುಸ್ಲಿಮರು. ಕೆಲವು ಮುಸ್ಲಿಮರ ಕೇಳಿಕೆಯ ಮೇರೆಗೆ ಬ್ರಾಹ್ಮಣ ಪೂಜಾರಿಗಳು ಮಂದಿರದಲ್ಲಿ ಅವರಿಗಾಗಿ ಸೇವಾಕೈಂಕರ್ಯವನ್ನು ನಡೆಸಿಕೊಡುತ್ತಿದ್ದುದು ಇನ್ನೂ ಆಶ್ಚರ್ಯ! (ಎಲ್ ಪಿ. ವಿದ್ಯಾರ್ಥಿ,

ಬಿ.ಎನ್ ಸರಸ್ವತಿ, ಮಾಕನ್ ಝಾ ಇವರ ಪುಸ್ತಕ). ಸಂಧ್ಯಾ ಆರತಿಯ ಸಮಯದಲ್ಲಿ ಭಕ್ತರು ಹಾಡುವ ಆರತಿಯಹಾಡು ಶಿವ ಮತ್ತು ವಿಷ್ಣು ಇಬ್ಬರನ್ನೂ ಸ್ತುತಿಸುತ್ತದೆ.

ಮಂದಿರವು ಬೆಳಗಿನ ಮೂರುಘಂಟೆಯಿಂದ ರಾತ್ರಿಯ ಹನ್ನೊಂದುಘಂಟೆಯವರೆಗೂ ತೆರೆದಿರುತ್ತದೆ. ಈ ಸಮಯದಲ್ಲಿ ಐದುಸಲ ಆರತಿಯನ್ನು ಬೆಳಗುತ್ತಾರೆ. ಮೊದಲ ಆರತಿ ಪ್ರತ್ಯೂಷಜ್ವಾಲ (ಬೆ3.30), ನಂತರ ಭೋಗ ಆರತಿ (ಬೆ.11.30), ಸಂಧ್ಯಾ ಅಥವಾ *ಭೋಟಿ ಆರತಿ* (ಸಂ.7.00), ಶೃಂಗಾರ ಅಥವಾ *ಬಡೀ ಆರತಿ* (ರಾ.9.30) ಮತ್ತು ಕೊನೆಯದಾಗಿ ಶಯನಾರತಿ (ರಾ.11.00). ಸಂಧ್ಯಾ ಅಥವಾ *ಭೋಟಿ* ಆರತಿಯ ಸಮಯದಲ್ಲಿ ಸಪ್ತರ್ಷಿ ಪೂಜೆ ನಡೆಯತ್ತದೆ. ಕಾರ್ತಿಕ ಶುದ್ಧಪಾಡ್ಯ (ಅನ್ನಕೂಟ), ಫಾಲ್ಗುಣಬದಿ ಹದಿನಾಲ್ಕನೆಯ ದಿನ (ಮಹಾಶಿವರಾತ್ರಿ), ಮತ್ತು ಫಾಲ್ಗುಣ ಶುದ್ಧಏಕಾದಶಿ (*ರಂಗಭರಿ* ಏಕಾದಶಿ) ಎಂಬ ಮೂರು ದಿನಗಳಲ್ಲಿ ವಿಶ್ವೇಶ್ವರನಿಗೆ ವಿಶೇಷ ಅಲಂಕಾರ ಮಾಡುತ್ತಾರೆ. *ರಂಗಭರಿ* ಏಕಾದಶಿಯ ಅಲಂಕಾರ ಇನ್ನಾವ ದಿನದಲ್ಲೂ ಆಗುವುದಿಲ್ಲ. ಅಂದು ವಿಶ್ವೇಶ್ವರನ ತಲೆಯ ಮೇಲೆ ಗಂಗೆ, ಹಣೆಯಮೇಲೆ ಮೂರನೆಯ ಕಣ್ಣು, ಅವನ ಎಡಭಾಗದಲ್ಲಿ ಪಾರ್ವತಿ, ಅವಳ ತೊಡೆಯಮೇಲೆ ಗಣೇಶ ಎಲ್ಲರೂ ವಿಜೃಂಭಿಸುತ್ತಾರೆ. ಇವರೆಲ್ಲರಿಗೂ (ಹೋಳಿಯ ಬಣ್ಣಗಳಾದ) ಅಭೀರ್ ಮತ್ತು ಗುಲಾಲ್ ಹಚ್ಚಿ ಅಲಂಕರಿಸಿರುತ್ತಾರೆ. ಅನ್ನಕೂಟದ ದಿನ ಶಿವನಿಗೆ ಪಂಚಮುಖಿಯ ಅಲಂಕಾರ ಮಾಡುತ್ತಾರೆ. ತತ್ಪುರುಷ, ಅಘೋರ, ಸದ್ಯೋಜಾತ, ವಾಮದೇವ ಮತ್ತು ಈಶಾನ ಎಂಬ ಅವನ ಐದು ಮುಖಗಳು, ಹತ್ತು ಕೈಗಳು ಮತ್ತು ಮೂರು ಕಣ್ಗಳು ಇರುವ ಅಲಂಕಾರವಾಗುತ್ತದೆ. ಅಂದು ಶಿವನಿಗೆ ರಾಜನ ಉಡಿಗೆ, ಅವನ ನೇವೇದ್ಯಕ್ಕೆ 56 ಬಗೆಯ ತಿನಿಸುಗಳು (ಶ್ರೀ ಕೃಷ್ಣವರ್ಮ, ಪು 1-6.). ಕಾರ್ತಿಕ ಶುದ್ಧಹದಿನಾಲ್ಕನೆಯ ದಿನವನ್ನು ವೈಕುಂಠ ಚತುರ್ದಶಿ ಎಂದು ವೈಷ್ಣವರು ಆಚರಿಸಿದರೆ, ಅಂದು ವಿಶ್ವೇಶ್ವರ ಮಂದಿರದಲ್ಲಿ ಶಿವ ಮತ್ತು ವಿಷ್ಣು ಒಬ್ಬರನ್ನು ಇನ್ನೊಬ್ಬರು ಪೂಜಿಸುವ ದಿನವೆಂದು ಆಚರಿಸುತ್ತಾರೆ. ವಿಷ್ಣುವಿಗೆ ಶಿವನ ಗರ್ಭಗುಡಿಯಲ್ಲಿ ಸ್ಥಾನ, ವಿಷ್ಣುವಿಗೆ ಬಿಲ್ವಪತ್ರದ ಪೂಜೆ, ಶಿವನಿಗೆ ತುಳಸಿಯ ಪೂಜೆ !

ಶಿವನಿಗೆ ಬಿಲ್ವವೇನು, ತುಳಸಿಯೇನು, ತುಂಬೆಯೇನು, ಸಂಪಿಗೆಯೇನು, ರೇಷ್ಮೆಯ ಉಡಿಗೆಯೇನು, ಚರ್ಮಾಂಬರವೇನು, ನಿರ್ಗುಣನಿಗೆ ಎಲ್ಲವೂ ಒಂದೆ, ಸಗುಣನಿಗೆ ಎಲ್ಲವೂ ಬೇರೆಬೇರೆ. ಇದೇ ರೀತಿ ಕೇವಲ 'ಲಿಂಗದರ್ಶನ' ಮಾಡಿದ ಸಾಮಾನ್ಯ ಯಾತ್ರಿಗೆ ಅದು ಅವಿಮುಕ್ತವೊ, ವಿಶ್ವೇಶ್ವರನೊ, ಅದು ಹೊಸದೊ, ಹಳೆಯದೊ ಎಂಬ ಅನೇಕ ಪ್ರಶ್ನೆಗಳು ಏಳಬಹುದು. ತೀರ್ಥಯಾತ್ರೆಯ ನಿಜವಾದ ಫಲವಾಗಿ ಸಂಸಾರಬಂಧನದಿಂದ ಪಾರಾಗುವವನಿಗೆ, ಯೋಗಿಗೆ ಇದಾವುದರ ಪರಿವೆಯೂ ಇರುವುದಿಲ್ಲ. ಅವನಿಗೆ

ಲಿಂಗದರ್ಶನವೇ ಬ್ರಹ್ಮಾಂಡ ದರ್ಶನ, ಶಿವದರ್ಶನ. ಲಿಂಗದಲ್ಲಿನ ಜ್ಯೋತಿಯೇ ಬ್ರಹ್ಮಾಂಡದ ಚೈತನ್ಯ. ಆ ಬ್ರಹ್ಮಚೈತನ್ಯವನ್ನು ಕಾಣಲು ಮೂರನೆಯ ಜ್ಞಾನದ ಕಣ್ಣನ್ನು ತೆಗೆಯಬೇಕಾಗುತ್ತದೆ. ಮೂರನೆಯಕಣ್ಣು ತೆರೆದಾಗ ಕರ್ಮ, ಅಕರ್ಮ, ಶುಭ, ಅಶುಭ, ಸುಖ ದುಃಖ, ಮಂಗಳ, ಅಮಂಗಳ ಎಲ್ಲವೂ ಒಂದೇ; ಅಷ್ಟೇ ಏಕೆ, ಆಗ ಸೃಷ್ಟಿ, ಸ್ಥಿತಿಯೆಲ್ಲವು ಲಯವೇ. ಆಗ ಕಾಣುವುದಕ್ಕೂ, ಅನುಭವಿಸುವುದಕ್ಕೂ ಏನೂ ಇಲ್ಲದಂತೆ ಬ್ರಹ್ಮಮಯವೊಂದೇ ಆಗಿರುತ್ತದೆ. ಮೂರನೆಯಕಣ್ಣು ತೆಗೆಯುವ ಆ ಸ್ಥಿತಿ ತಲುಪಿದವನೆ, ಆ ಚೈತನ್ಯವನ್ನು ಅರಿಯಲು ಹೊರಟವನೇ, ನಿಜವಾದ ತೀರ್ಥಯಾತ್ರಿ, ಅವನೇ ಬ್ರಹ್ಮಜ್ಞಾನಕ್ಕೆ ಅಧಿಕಾರಿ. ಇನ್ನೂ ಸುಲಭವಾಗಿ ಹೇಳಬೇಕೆಂದರೆ, ಹೊರಗಿನ ಪ್ರಾಪಂಚಿಕ ವಿಷಯಗಳ (ಇಂದ್ರಿಯ ವಿಷಯಗಳ) ಮೇಲಿನ ದೃಷ್ಟಿಯನ್ನು ಅಂತರಂಗದ ಒಳಕ್ಕೆ ಹರಿಸುವಂತಾದರೆ ಅದೇ ತೀರ್ಥಯಾತ್ರೆ! ಎಲ್ಲೋ ಕೆಲವು ಸಾಧಕರು ಮಾತ್ರ ತೀರ್ಥಯಾತ್ರೆಯ ಫಲದಿಂದ ಮೂರನೆಯ ಕಣ್ಣೊಂದಿದೆ ಎಂದು ಅರಿಯುತ್ತಾರೆ, ಆ ಕಣ್ಣನ್ನು ತೆಗೆಯುವ ಪ್ರಯತ್ನವಮಾಡುತ್ತಾರೆ. ನಮ್ಮೆಲ್ಲರಲ್ಲಿಯೂ ಮೂರನೆಯ ಕಣ್ಣೊಂದಿದೆ ಎಂದೇ ಅರಿಯದವರಿಗೆ, ಕಾಶಿಯ ಮುಕ್ಕಣ್ಣನ, ವಿಶ್ವೇಶ್ವರನ ದರ್ಶನದ ಭಾಗ್ಯವಾದರೂ ಸಿಗಲಿ!

ಶಯನಾರತಿ

ಹರಿ–ಹರ ಇವರ ಅಭೇದತತ್ತ್ವವನ್ನು ವಿಶ್ವೇಶ್ವರಮಂದಿರದ ವಿಶಿಷ್ಟ ಪೂಜಾಪದ್ಧತಿಯಲ್ಲಿ ನೋಡಬಹುದು. ಅಲಂಕಾರದಲ್ಲಿ ಶೈವ ಮತ್ತು ವೈಷ್ಣವ ಪದ್ಧತಿಗಳ ಮಿಶ್ರಣ, ವೈಕುಂಠ ಚತುರ್ದಶಿಯನ್ನು 'ಶಿವನೆ ವಿಷ್ಣು, ವಿಷ್ಣುವೆ ಶಿವ, ಇವರಲ್ಲಿ ಭೇದವಿಲ್ಲ' ಎಂದು ಭಾವೈಕ್ಯತೆಯ ದಿನವಾಗಿ ಆಚರಿಸುವಪರಿ, ಆರತಿಯಲ್ಲಿ ಶಿವ ವಿಷ್ಣು ಇಬ್ಬರ ಸ್ತುತಿಗಳನ್ನು ಹೇಳುವ ಪದ್ಧತಿ ಇವು ಸಾಮಾನ್ಯವಾಗಿ ಬೇರಾವ ಶಿವ ಮಂದಿರದಲ್ಲೂ ಕಾಣುವುದಿಲ್ಲ. ಕಾಶಿಯ ವಿಶ್ವೇಶ್ವರಮಂದಿರದ ಶಯನಾರತಿಯು ಹರಿಹರ ಅಭೇದವನ್ನು ಎತ್ತಿತೋರಿಸುತ್ತದೆ. ಈ ಆರತಿಯನ್ನು ಕೇಳಿಯೆ ನಿಜವಾದ ಆನಂದವನ್ನು ಅನುಭವಿಸಬೇಕು. ಅರ್ಥ ಸುಲಭವಾಗಿದೆ.

ಶಯನಾರತಿ:

ಜಯ ಹರಿಹರಾಹೊ ಜಯಹರಿಹರಾ ಗಂಗಾಧರ ಗಿರಿಜಾಧರ ಹರಶಿವ
ಓಂಕಾರಾ ಹರ ಹರ ಹರ ಮಾಹಾದೇವ ॥1॥
ಲಕ್ಷ್ಮೀವರ ಉಮಯಾವರ ಶಂಕರ ಸಾಂವಲಿಯಾ
ಶಿವಹರ ನಟವರ ಸಾಧೂ ಶಿವಹರ ನಟವರ ಸಾಧೂ ನೀಲಕಂಠೆ
ಉಮಯಾ ಹರ ಹರ ಹರ ಮಾಹಾದೇವ ॥2॥ ಜಯ..

ನಂದೀ ವಾಹನ ಖಗ ವಾಹನ ತ್ರಿಶೂಲಧಾರೀ ಹೋ ತಿಶೂಲಧಾರೀ
ತ್ರಿಪುರಾರೀ ಯಾ ಮುರಾರೀ ಜಯಕಮಲಾಧಾರೀ ಹರ ಹರ ಹರ ಮಾಹಾದೇವ
॥3॥ ಜಯ..

ಪೀತಾಂಬರ ವಾಘಾಂಬರ ಶಿವಸ್ವಾಮೀ ಪಹಿನೆ ಹೋ ಶಿವಸ್ವಾಮೀ ಪಹಿನೆ
ಕಮಲಾನಯನಾ ಕೇಶೋ ಶಿವಕೆ ತ್ರಿನಯನಾ ಹರ ಹರ ಹರ ಮಾಹಾದೇವ
॥4॥ ಜಯ..

ಸಬ ದೇವನಕೆ ದೇವ ಶಿವಜೀ ಹಲಾಹಲ ಹೋ ಶಿವಜೀ ಹಲಾಹಲ
ಕೋಟಿ ಮಹಲಕೆ ಜೋಗೀ ಕೋಟಿ ಮಹಲಕೆ ಭೋಗೀ ಸೋಹೆ ರುಂಡಮಾಲಾ
ಹರ ಹರ ಹರ ಮಾಹಾದೇವ ॥5॥ ಜಯ..
ಚಂದನ ಚರಚಿತ ತಿಲಕಮ್ ಭವಭಸ್ಮೀ ಅಂಗೆ ಹೋ ಭವಭಸ್ಮೀ ಅಂಗೆ
ರಾಮಾ ಹೃದಯ ರಾಖೋ ಉಮಯಾ ಅರ್ಧಂಗೆ ಹರ ಹರ ಹರ ಮಾಹಾದೇವ
॥6॥ ಜಯ..

ಹರಿ ವಸತೆ ವೈಕುಂಟೆ ಶಿವಜೀ ಕೈಲಾಸೆ ಹೋ ಶಿವಜೀ ಕೈಲಾಸೆ
ಹರ ಗೋರಾ ಹರಿ ಕಾರಾ ಜಾಪರ ಮನಭಾವೈ ಹರ ಹರ ಹರ ಮಾಹಾದೇವ
॥7॥ ಜಯ..

ದೇವನಮೇ ಮಹಾದೇವ ಜಯ ಸುಂದರ ಸಾಧೂಹೋ ಜಯ ಸುಂದರ ಸಾಧೂ
ಹರಿಹರನಾಥ ವಿಧಾತಾ ಶಿವಚರಣನ ರಾಖೋ ಹರ ಹರ ಹರ ಮಾಹಾದೇವ
॥8॥ ಜಯ..

ಏಕಹಿ ಏಕ ಸರೂಪ ಅಂತರ ನಾ ರಾಖೌ ಹೋ ಅಂತರ ನಾ ರಾಖೌ
ಸಾಧೂ ಶಿವ ಶಿವ ಜಪತೆ ಸಾಧೂ ಶಿವ ಶಿವ ಜಪತೆ ಭವಸಾಗರ ತರತೆ
ಹರ ಹರ ಹರ ಮಾಹಾದೇವ ॥9॥ ಜಯ..
ಶಿವಜೀಕೆ ಹೃದಯ ಕಮಲ ಮೇ ವಾಸ ತುಮ್ಹಾರೋ ಬಸಿಯಾ ರಘುರಾಯಾ
ಹೋ ಬಸಿಯಾ ರಘುರಾಯಾ।
ಸೇವತ ಹೈ ಸಂತನ ಔ ಸಾಧೂ ಸೇವತ ಹೈ ಸಂತನ ಔ ಸಾಧೂ ಜಾಪರ ಹರಿದಾಯಾ
ಹರ ಹರ ಹರ ಮಾಹಾದೇವ॥10॥ ಜಯ..
ಜಯ ಹರಿಹರಾಹೊ ಜಯಹರಿಹರಾ ಗಂಗಾಧರ ಗಿರಿಜಾಧರ ಹರಶಿವ
ಓಂಕಾರಾ ಹರ ಹರ ಹರ ಮಾಹಾದೇವ ॥

ಅನ್ನಪೂರ್ಣೆ ಹಾಗೂ ದುರ್ಗಾದೇವಿಯ ಮಂದಿರಗಳ ವಿವರಣೆಯನ್ನು ಏಳನೆಯ ಅಧ್ಯಾಯದಲ್ಲಿ ಕೊಡಲಾಗಿದೆ. ಪಾರ್ವತಿಗೆ ಅನ್ನಪೂರ್ಣ ಎಂಬ ಹೆಸರು ಹೇಗೆ

ಬಂತೆಂಬುದಕ್ಕೆ ಒಂದು ಕಥೆಯಿದೆ. ಶಿವ–ಪಾರ್ವತಿಯರು ವಿವಾಹದ ನಂತರ ಕೈಲಾಸದಲ್ಲಿ ಪಗಡೆಯಾಟಕ್ಕೆ ಕುಳಿತರು. ಆಟದಲ್ಲಿ ಶಿವ ತನ್ನೆಲ್ಲ ಸ್ವತ್ತನ್ನೂ– ತ್ರಿಶೂಲ, ಕತ್ತಿನ ಸರ್ಪ, ರುದ್ರಾಕ್ಷ, ವಿಭೂತಿ, ಡಮರುಗ ಇತ್ಯಾದಿಗಳನ್ನು– ಸೋತಮೇಲೆ ಉಳಿದದ್ದು ಅವನ ಕೌಪೀನವೊಂದೇ! ನಾಚಿಕೆಯಿಂದ ನೀರಾಗಿ ಶಿವ ದೇವದರ ಅರಣ್ಯಕ್ಕೆ ಓಡಿದನು. ಆಗ ವಿಷ್ಣುವು ಇನ್ನೊಂದು ಆಟವಾಡಲು ಶಿವನನ್ನು ಹುರಿದುಂಬಿಸಿದನು. ಆಗ ಶಿವ ತಾನು ಸೋತದ್ದನ್ನೆಲ್ಲಾ ವಾಪಸ್ಸು ಪಡೆದುಕೊಂಡಾಗ ಪಾರ್ವತಿಗೆ ಅನುಮಾನಬಂದು, ಅವನದು ಮೋಸ ಎಂದಳು. ಇದರಿಂದ ಇಬ್ಬರಲ್ಲೂ ವಾದ–ವಿವಾದ ಜೋರಾಗಿ ನಡೆಯಿತು. ಆಗ ಅಲ್ಲಿಗೆ ಬಂದ ವಿಷ್ಣು ಯಾರೂ ಗೆದ್ದಿಲ್ಲ, ಯಾರೂ ಸೋತಿಲ್ಲ, ಆಗಿದ್ದೆಲ್ಲಾ ತನ್ನ ಕೈವಾಡ ಎಂದು ಸಮಾಧಾನ ಮಾಡಿದನು; ಎಲ್ಲವೂ ಒಂದು ರೀತಿಯ ಮಾಯೆ, ಸಂಸಾರವೇ ಪಗಡೆಯಾಟದಂತೆ ಮಾಯೆ ಎಂದನು. ಇದನ್ನು ಕೇಳಿದ ಶಿವನು, ಹೌದು ಎಲ್ಲವೂ ಮಾಯೆ– ಈ ಪ್ರಪಂಚ, ಪ್ರಕೃತಿ, ವಸ್ತು, ಕೊನೆಗೆ ನೀ ಕೊಡುವ ಅನ್ನ ಎಲ್ಲವೂ ಮಾಯೆ–ಎಂದು ಪಾರ್ವತಿಗೆ ಹೇಳಿದನು. ಪಾರ್ವತಿಗೆ ಅತೀವ ಸಿಟ್ಟುಬಂದು, ಪ್ರಕೃತಿ, ವಸ್ತು, ಕೊನೆಗೆ ನಾನು ಮಾಡುವ ಅನ್ನ ಎಲ್ಲವೂ ಮಾಯೆಯಾದರೆ, ಅವರಿಗೆಲ್ಲಾ ತಾಯಿಯಾದ ನಾನೂ ಮಾಯೆ. ಹಾಗಾದರೆ, ನಾನಿಲ್ಲದೆ ಪ್ರಪಂಚ ಹೇಗೆ ನಡೆಯುತ್ತದೆಯೋ ನೋಡುತ್ತೀನಿ, ಎಂದು ಹೇಳುತ್ತಾ ಅಲ್ಲೇ ಅದೃಶ್ಯಳಾದಳು. ಮಾತೆಯಿಲ್ಲದ ಮೂರು ಲೋಕಗಳಲ್ಲಿ ಮಳೆ, ಬೆಳೆ, ಅನ್ನವಿಲ್ಲದೆ, ಎಲ್ಲವೂ ಒಣಗಿ, ಜೀವಿಗಳೆಲ್ಲಾ ತಡೆಯಲಾರದ ಹಸಿವಿನಿಂದ ಕಂಗಾಲಾದರು. ಸ್ವಲ್ಪ ಸಮಯದಲ್ಲಿ, ಪಾರ್ವತಿಗೆ ಈ ಸಂಕಟವನ್ನು ನೋಡಲಾಗದೆ, ಕಾಶಿಯಲ್ಲಿ ಬಂದು ಅಡುಗೆಮನೆ ತೆಗೆದು, ಎಲ್ಲರಿಗೂ ಉಣಬಡಿಸಲು ಶುರುಮಾಡಿದಳು. ಈ ವಿಷಯ ತಿಳಿದ ಶಿವ, ತನ್ನ ವೇಷ ಬದಲಾಯಿಸಿಕೊಂಡು, ಕಾಶಿಗೆ ಬಂದು ಅಲ್ಲಿ ಸಾಲಾಗಿ ನಿಂತ ಜನರೊಡನೆ 'ಭಿಕ್ಷಾಂದೇಹಿ ಮಾ' ಎಂದು ಕೈ ಜೋಡಿಸಿ ನಿಂತನು. ನಾವಿಂದು ಅನ್ನಪಾರ್ಣೆಯ ಮಂದಿರದಲ್ಲಿ ಕಾಣುವುದು ಈ ದೃಶ್ಯವನ್ನೇ!

ಸ್ಕಂದಪುರಾಣದ ಕಾಶೀಖಂಡದಲ್ಲಿ ಇನ್ನೊಂದು ಕಥೆಯಿದೆ. ಶಿವನಿಗೆ ತನ್ನ ಮಾವನ ಮನೆಯಲ್ಲಿ ಬಹಳ ಸಮಯ ಇರುವುದು ಇಷ್ಟವಾಗಲಿಲ್ಲ. ಮಾವನಮನೆ ಬಿಟ್ಟು ಸ್ಮಶಾನದಲ್ಲಿ ಇರಲು ಶುರುಮಾಡಿದನು. ಪಾರ್ವತಿಗೆ ಮತ್ತು ಅವಳ ತಾಯಿಗೆ ಶಿವನ ಸ್ಮಶಾನವಾಸ ಇಷ್ಟವಾಗಲಿಲ್ಲ. (ಆಗ ಶಿವನ ಗಣಗಳು ಆನಂದಕಾನನದ ಶಾಂತಿಯನ್ನು ಕಂಡು ಅದೇ ಸೂಕ್ತಸ್ಥಳವೆಂದು ಹೇಳಿದರು). ಶಿವ ಪಾರ್ವತಿಯರು ಆನಂದಕಾನನ (ವಾರಾಣಸಿ)ಯಲ್ಲಿ ವಾಸಿಸಲು ಯೋಚಿಸಿದರು. ಅವನ ಹಿಂದೆಯೇ ದೇವತೆಗಳು ಮತ್ತು ನಾಗಗಳು ಅವರನ್ನು ಹಿಂಬಾಲಿಸಿದರು. ಇನ್ನೊಂದು ಕಥೆಯ ಪ್ರಕಾರ, ಪಾರ್ವತಿಗೆ ಹಿಮಾಲಯವಾಗಲಿ

ಅಥವಾ ಸ್ಮಶಾನವಾಗಲಿ ಹಿಡಿಸದೆ ಆನಂದಕಾನನದಲ್ಲಿರಲು ಇಲ್ಲಿಗೆ ಬಂದರು. ಅವರಿಬ್ಬರೂ ಮೂರು ಯುಗಗಳಲ್ಲಿ ಹಿಮಾಲಯದಲ್ಲೂ, ಕಲಿಯುಗದಲ್ಲಿ ಕಾಶಿಯಲ್ಲೂ ಇರಲು ಒಪ್ಪಿದರು. ಆದಿಶಂಕರಾಚಾರ್ಯರು ಅನ್ನಪೂರ್ಣೆಯನ್ನು ಹೀಗೆ ಸ್ತುತಿಸುತ್ತಾರೆ–

ಅನ್ನಪೂರ್ಣೇ ಸದಾ ಪೂರ್ಣೇ ಶಂಕರ: ಪ್ರಾಣವಲ್ಲಭೇ
ಜ್ಞಾನವೈರಾಗ್ಯ ಸಿದ್ಧ್ಯರ್ಥಮ್ ಭಿಕ್ಷಾಂ ದೇಹಿ ಚ ಪಾರ್ವತೀ!!

ಓ! ಮಾ ಅನ್ನಪೂರ್ಣಾ, ನೀ ಸದಾ ಪೂರ್ಣಳು, ನೀನು ಶಂಕರನ ಪ್ರಾಣವೇ ಆಗಿರುವೆ ಜ್ಞಾನ ವೈರಾಗ್ಯ ಸಿದ್ಧಿಸಲು ಭಿಕ್ಷೆಯ ನೀಡಮ್ಮಾ ಪಾರ್ವತೀ ದೇವಿಯೇ!!

■

9. ಹರ ಹರ ಶಂಕರ, ಶಿವ ಶಿವ ಶಂಕರ

ಕಾಶಿಯಲ್ಲಿ "ಹರ್ ಕಂಕರ್ ಶಿವ ಶಂಕರ್"–ಪ್ರತಿ ಹರಳೂ ಶಿವಶಂಕರ–ಎಂಬ ಹೇಳಿಕೆಯಂತೆ ಎಲ್ಲವೂ ಶಿವಮಯ! ಇದನ್ನು ತಿಳಿಯಬೇಕಾದರೆ ಸ್ಕಂದಪುರಾಣದ (ಏಳುಖಂಡಗಳಲ್ಲಿನ ಎಂಬತ್ತೆರಡು ಸಾವಿರ ಶ್ಲೋಕಗಳಲ್ಲಿ) ಕಾಶೀಖಂಡದ ಹದಿಮೂರು ಸಾವಿರ ಶ್ಲೋಕಗಳನ್ನು ಓದಬೇಕು. ಈ ಮೊದಲೇ ಹೇಳಿದಂತೆ–'ಕಾಶೀಖಂಡ'ದ ಪ್ರಕಾರ 46 ಶಿವಲಿಂಗಗಳನ್ನು ದೇವತೆಗಳೂ, 40 ಲಿಂಗಗಳನ್ನು ಗಣಗಳೂ, 47 ಲಿಂಗಗಳನ್ನು ಋಷಿಗಳೂ, 7 ಲಿಂಗಗಳನ್ನು ಗ್ರಹಗಳೂ ಕಾಶಿಯಲ್ಲಿ ಸ್ಥಾಪಿಸಿದ್ದಾರೆ. ದೇಶದ ಅರವತ್ತೆಂಟು ಮುಖ್ಯ ಸ್ವಯಂಭೂ ಲಿಂಗಗಳಲ್ಲಿ 12 ಸ್ವಯಂಭೂಲಿಂಗಗಳು ಸುಪ್ರಸಿದ್ಧ. ಈ ಹನ್ನೆರಡನ್ನೂ ಅವುಗಳ ಹೆಸರಿನಿಂದಲೇ ಕಾಶಿಯಲ್ಲಿ ಪುನಃಪ್ರತಿಷ್ಠಾಪಿಸಲಾಗಿದೆ. ಇದಲ್ಲದೆ ದೇಶದ ಹನ್ನೆರಡು ಜ್ಯೋತಿರ್ಲಿಂಗಗಳನ್ನೂ ಇಲ್ಲಿ ಕಾಣಬಹುದು. ಅಂದರೆ ಸುಮಾರು 150 ಶಿವಲಿಂಗಗಳ ಬಗ್ಗೆ ಹೇಳುತ್ತದೆ. ಅವುಗಳಲ್ಲಿ ಕೆಲವನ್ನಾದರೂ ಇಲ್ಲಿ ಕೊಡಬಹುದು.

ಕುಬೇರೇಶ್ವರ ಲಿಂಗ (ಕಾ.ಖಂ ಅ–13) ಅನ್ನಪೂರ್ಣ ಮಂದಿರದ ಉತ್ತರಕ್ಕಿದೆ. ಕಾಂಬಿಲ್ಯ ಎಂಬಲ್ಲಿ ಯಜ್ಞದತ್ತ ದೀಕ್ಷಿತನೆಂಬವನಿಗೆ ಗುಣನಿಧಿ ಎಂಬ ಮಗನಿದ್ದನು. ಅವನೋ ಜೂಜಾಟದಲ್ಲಿ ಸಾಕಷ್ಟು ಸಮಯ ಕಳೆದು, ಮನೆಯ ಸಾಮಾನನ್ನೇ ಕದಿಯುತ್ತಿದ್ದನು; ಮಗನ ಮೇಲಿನ ಪ್ರೀತಿಯಿಂದ, ತಾಯಿ ಇದನ್ನು ನಿಲ್ಲಿಸದೆ ಮಗನಿಗೆ ಸಹಾಯಮಾಡುತ್ತಿದ್ದಳು. ಇದನ್ನು ತಿಳಿದಮೇಲೆ ಯಜ್ಞದತ್ತನು ಹೆಂಡತಿ ಮತ್ತು ಮಗನನ್ನು ಬಿಟ್ಟು ಹೊರಟನು. ಗುಣನಿಧಿಯೂ ಮನೆಬಿಟ್ಟು ತಿರುಗಾಡಿದನು. ಒಮ್ಮೆ ಹಸಿವಿನಿಂದ ಬಳಲಿದ್ದಾಗ, ಬಹಳಜನ ಸೇರಿದ್ದ ಶಿವಮಂದಿರಕ್ಕೆ ತಿನ್ನಲು ಏನಾದರೂ ಸಿಗಬಹುದೆಂಬ ಆಸೆಯಿಂದ ಬಂದನು. ಅಂದು ಶಿವರಾತ್ರಿಯಾಗಿತ್ತು. ರಾತ್ರಿಯೆಲ್ಲಾ ಜಾಗರಣೆಮಾಡಿದ ಮೇಲೆ, ಜನರೆಲ್ಲಾ ಹೊರಟಮೇಲೆ, ಶಿವಲಿಂಗದ ಮೇಲಿದ್ದ ನಿರ್ಮಾಲ್ಯ ಮತ್ತು ಪ್ರಸಾದವನ್ನು ತಿಂದು ಕತ್ತಲೆಯಲ್ಲಿ ಓಡುವಾಗ ಎಡವಿದನು. ಆಗ ಕತ್ತಲಲ್ಲಿ ಇನ್ಯಾರೋ ಅವನ ತಲೆಗೆ ಹೊಡೆದ್ದಿದ್ದರಿಂದ ಅಲ್ಲಿಯೇ ಸತ್ತನು. ಮುಂದಿನ ಜನ್ಮದಲ್ಲಿ ಅವನು ಕಳಿಂಗರಾಜನ ಮಗನಾಗಿ ದಮನ ಎನಿಸಿಕೊಂಡು, ಕೊನೆಗೆ ಕಳಿಂಗ ರಾಜನಾಗಿ, ಅನೇಕ ಶಿವಮಂದಿರಗಳನ್ನು ಕಟ್ಟಿಸಿದನು. ಪ್ರಜೆಗಳೆಲ್ಲಾ ದಿನವೂ ಶಿವಮಂದಿರದಲ್ಲಿ ದೀಪ ಹಚ್ಚಬೇಕೆಂದು ಆಜ್ಞೆ ಮಾಡಿದನು. ಇವನ ಒಳ್ಳೆಯ ಕೆಲಸಗಳಿಂದಾಗಿ ದಿಕ್‌ಪಾಲ ಅಥವಾ ಕುಬೇರನಾದನು. ಕಾಶಿಯಲ್ಲಿ ಲಿಂಗವನ್ನು ಸ್ಥಾಪಿಸಿದನು. ಅದೇ ಕುಬೇರೇಶ್ವರ ಲಿಂಗ.

ಈಶಾನೇಶ್ವರ ಲಿಂಗ (ಕಾ.ಖಂ ಅ–14) ಇರುವುದು ಬಾನ್ಸಘಾಟಕ್‌ನಲ್ಲಿದ್ದ ದೀಪಕ್ ಚಿತ್ರಮಂದಿರದ ಹತ್ತಿರ. ಕಾಶೀಖಂಡದ ಪ್ರಕಾರ ಈಶಾನಪುರಿ ಎಂಬಲ್ಲಿ ಶಿವನ ಹನ್ನೆರಡು ಭಕ್ತರು ಇದ್ದರು. ಅವರು ಕಾಶಿಗೆ ಬಂದು ಈ ಲಿಂಗವನ್ನು ಸ್ಥಾಪಿಸಿದರೆಂದು ಪ್ರತೀತಿ. ಶಿವನು ಈಶಾನ್ಯ ದಿಕ್ಕಿನಿಂದ, ಹಿಮಾಲಯದ ಕೈಲಾಸದಿಂದ ಇಳಿದು ಬಂದನೆಂಬ ಕಥೆಗೆ ಇದು ಪೂರಕವಾಗಿದೆ.

ಧ್ರುವೇಶ್ವರ (ಕಾ.ಖಂ ಅ–20) ಇರುವುದು ನಯಿಸರಕ್ (ನಯಿಸಡಕ್)ನಲ್ಲಿ. ಧ್ರುವನ ತಪಸ್ಸಿಗೆ ಮೆಚ್ಚಿ ವಿಷ್ಣುವೇ ತನ್ನ ಗರುಡನ ಮೇಲೆ ಧ್ರುವನನ್ನು ಕೂರಿಸಿಕೊಂಡು, ಕಾಶಿಯ ಮಹಿಮೆ ಹೇಳುತ್ತಾ, ಕಾಶಿಗೆ ಕರೆತಂದು ಅಲ್ಲಿ ಶಿವಲಿಂಗವನ್ನು ಸ್ಥಾಪಿಸಬೇಕೆಂದು ಹೇಳಿದನಂತೆ. ಕಾಶಿಯಲ್ಲಿ ಶಿವಲಿಂಗ ಸ್ಥಾಪಿಸುವುದು ಬಹಳಷ್ಟು ಪುಣ್ಯಕರ ಎಂದು ವಿಷ್ಣುವೇ ಹೇಳುತ್ತಾನೆ.

ಕಪರ್ದೀಶ್ವರ ಲಿಂಗ (ಕಾ.ಖಂ ಅ–54) ಪಿಶಾಚಮೋಚನ ಎಂಬಲ್ಲಿದೆ. ಇದನ್ನು ಸ್ಥಾಪಿಸಿದವನು ಶಿವಗಣನಾದ ಕಪರ್ದಿ. ಹತ್ತಿರವೇ ವಿಮಲಕುಂಡವಿದೆ. ವಾಲ್ಮೀಕಿ ಎಂಬ ಋಷಿಗೆ ಇಲ್ಲಿಯ ಒಂದು ಪಿಶಾಚಿಯು ತನ್ನನ್ನು ಬಿಡುಗಡೆ ಮಾಡಬೇಕೆಂದು ಕೇಳಿಕೊಂಡಿತು. ಕುಂಡದಲ್ಲಿ ಸ್ನಾನಮಾಡಿ, ಅಲ್ಲಿಯ ಕಪರ್ದೀಶ್ವರನನ್ನು ಪ್ರಾರ್ಥಿಸಬೇಕೆಂದು ಋಷಿಯು ಹೇಳಿದನು. ಆಗ ಪಿಶಾಚಿಗೆ ಬಿಡುಗಡೆಯಾಯಿತು. ಅಂದಿನಿಂದ ವಿಮಲಕುಂಡಕ್ಕೆ ಪಿಶಾಚಮೋಚನವೆಂಬ ಹೆಸರಾಯಿತು. ಬ್ರಹ್ಮನ ಐದನೆಯ ತಲೆಯನ್ನು ಕಡಿದ ಕಾಲಭೈರವನು ಬ್ರಹ್ಮಹತ್ಯೆಯ ದೋಷದಿಂದ ಹನ್ನೆರಡು ವರ್ಷ ಅಲೆದಾಡಿದ ಮೇಲೆ, ಕಾಶಿಯ ಪಿಶಾಚಮೋಚನದಲ್ಲಿ ಕಾಲಭೈರವನ ಕೈಗೆ ಅಂಟಿದ್ದ ತಲೆ ಬಿದ್ದಿತೆಂದು ಇನ್ನೊಂದು ಕಥೆ. ಇನ್ನೊಬ್ಬ ಶಿವಗಣ ಕುಕ್ಕುಟ ಎಂಬುವನು ಸ್ಥಾಪಿಸಿದ ಲಿಂಗ ಕುಕ್ಕುಟೇಶ್ವರ ಎಂದು ಹೆಸರಾಗಿದೆ. ಇದು ದುರ್ಗಾಕುಂಡದ ದುರ್ಗಾದೇವಿಯ ದಕ್ಷಿಣಕ್ಕಿದೆ.

ಹರಿಶ್ಚಂದ್ರೇಶ್ವರ ಲಿಂಗ (ಕಾ.ಖಂ ಅ–61) ಸಂಕಟಾಘಾಟ್‌ನಲ್ಲಿದೆ. ಕಾಶಿಯಲ್ಲಿ ಎರಡು ಸ್ಮಶಾನಗಳಿವೆ–ಮಣಿಕರ್ಣಿಕಾ ಘಾಟ್ ಮತ್ತು ಹರಿಶ್ಚಂದ್ರ ಘಾಟ್. ರಾಜ ಹರಿಶ್ಚಂದ್ರನ ಹೆಸರಿನಲ್ಲಿ ಈ ಸ್ಮಶಾನ ಇದೆಯೆಂದರೂ, ಮಣಿಕರ್ಣಿಕಾದಲ್ಲಿರುವ ಹರಿಶ್ಚಂದೇಶ್ವರ ಶಿವಲಿಂಗವೇ ರಾಜನು ಸ್ಥಾಪಿಸಿದ್ದೆಂದು ಕಾಶೀಖಂಡ ಹೇಳುತ್ತದೆ. ಅಂದರೆ, ಪ್ರಾಯಶಃ, ಹರಿಶ್ಚಂದ್ರಘಾಟ್‌ನಲ್ಲಿ ಅವನು ಕೂಲಿಯಾಳಾಗಿ ಸೇವೆ ಸಲ್ಲಿಸಿರಬೇಕು, ಮತ್ತೆ ಶಿವಲಿಂಗವನ್ನು ಮಣಿಕರ್ಣಿಕಾದಲ್ಲಿ ಸ್ಥಾಪಿಸಿರಬೇಕು.

ವಿಶ್ವಕರ್ಮೇಶ್ವರ ಲಿಂಗ (ಕಾ.ಖಂ ಅ–86) ಆತ್ಮವೀರೇಶ್ವರ ಮಂದಿರದ ಹತ್ತಿರ ಇದೆ. ವಿಶ್ವಕರ್ಮ ಗುರುಕುಲದಲ್ಲಿದ್ದಾಗ ಅವನ ಗುರು, ಗುರುಪತ್ನಿ ಮತ್ತು ಕುಟುಂಬದವರು ಅನೇಕ ತರಹದ ಗುರುಕಾಣಿಕೆಯನ್ನು ಆಜ್ಞಾರೂಪಿಯಾಗಿ ಕೇಳುತ್ತಿದ್ದರು. ಗುರು ತನಗಾಗಿ

ಎಂದಿಗೂ ಹಳೆಯದಾಗದ ಮನೆ (ಆಸರೆ)ಯನ್ನು ಕೇಳಿದನು; ಗುರುಪತ್ನಿ ತನಗೆ ಬಟ್ಟೆಯಿಲ್ಲದ ಉಡುಪನ್ನು ಹೊಲಿದುಕೊಡಲು ಕೇಳಿದಳು; ಗುರುಪುತ್ರ ತನಗೆ ಚರ್ಮವಿಲ್ಲದ, ನೀರಿನಲ್ಲೂ ವೇಗವಾಗಿ ಓಡಾಡಬಹುದಾದ ಜೋಡು (ಚಪ್ಪಲಿ) ಬೇಕೆಂದನು; ಗುರುವಿನ ಮಗಳು ತನಗೆ ಚಿನ್ನದ ಓಲೆಯೂ ಮತ್ತು ದಂತದಿಂದ ಮಾಡಿದ ಆಟದ ಬೊಂಬೆಗಳೂ ಬೇಕೆಂದಳು. ಈ ರೀತಿಯ ಬೇಡಿಕೆಗಳು ಹೆಚ್ಚಾಗುತ್ತಲೇ ಇದ್ದವು. ಈ ಬೇಡಿಕೆಗಳನ್ನು ಈಡೇರಿಸಲು ದಾರಿ ಕಾಣದೆ, ಏನು ಮಾಡಲೂ ತೋರದೆ, ವಿಶ್ವಕರ್ಮನು ಗುರುವಿಗೆ ತಿಳಿಸದೆಯೇ ಅಲ್ಲಿಂದ ಓಡಿಹೋಗಿ ಕಾಡಿಗೆ ಬಂದನು. ಅಲ್ಲಿ ಸಿಕ್ಕಿದ ಸಾಧುವೊಬ್ಬನಿಗೆ ತನ್ನೆಲ್ಲ ಸಂಕಟಗಳನ್ನು ಹೇಳಿಕೊಂಡನು. ಕೊನೆಗೆ ಸಾಧುವಿನ ಹೇಳಿಕೆಯಂತೆ, ಅವನ ಜೊತೆಗೇ ಕಾಶಿಗೆ ಬಂದನು. ಸಾಧು ಅತ್ತಕಡೆ ಹೋದಮೇಲೆ, ವಿಶ್ವಕರ್ಮನಿಗೆ ಶಿವನೇ ಸಾಧುವಿನ ರೂಪದಲ್ಲಿ ಬಂದು ತನ್ನನ್ನು ಕಾಶಿಯಲ್ಲಿ ಬಿಟ್ಟನೆಂದು ಹೊಳೆಯಿತು. ತಕ್ಷಣವೇ ಶಿವಲಿಂಗವೊಂದನ್ನು ಕಾಶಿಯಲ್ಲಿ ಸ್ಥಾಪಿಸಿ ಅನೇಕ ವರ್ಷಗಳವರೆಗೆ ಪೂಜಿಸಿದನು. ಶಿವನು ಪ್ರತ್ಯಕ್ಷವಾದಾಗ, ಗುರುಕುಲದಲ್ಲಿ ತನಗಾದ ಸಂಕಷ್ಟವನ್ನು ಹೇಳಿಕೊಂಡು, ಅಲ್ಲಿ ಗುರುವಿಗೆ ಸೇವೆಮಾಡಲಾಗದೇ ಓಡಿಬಂದುದನ್ನು ಹೇಳಿದನು. ಆಗ ಶಿವನು ವಿಶ್ವಕರ್ಮನಿಗೆ ಎಲ್ಲಾ ತರಹದ ವಸ್ತು, ಯಂತ್ರಗಳು, ಅಸ್ತ್ರಗಳು, ವಿಗ್ರಹಗಳು, ಆಭರಣಗಳು ಮುಂತಾದವನ್ನು ಮಾಡುವುದಕ್ಕೂ ಹಾಗು ವಿವಿಧರೀತಿಯ ಮಂದಿರ, ಅರಮನೆ, ಮನೆಗಳನ್ನು ಕಟ್ಟುವುದಕ್ಕೂ ದೈವೀಶಕ್ತಿಯನ್ನು ಅನುಗ್ರಹಿಸಿದನು.

ನರ್ಮದೇಶ್ವರ ಲಿಂಗ (ಕಾ.ಖಂ, ಅ–92) ತ್ರಿಲೋಚನದಲ್ಲಿದೆ. ಒಮ್ಮೆ ಋಷಿಗಳು ಸೇರಿದ್ದಾಗ ಮುಖ್ಯವಾದ ನಾಲ್ಕು ನದಿಗಳಲ್ಲಿ (ಗಂಗಾ, ಯಮುನಾ, ಸರಸ್ವತೀ ಮತ್ತು ನರ್ಮದಾ) ಯಾರು ಹೆಚ್ಚು ದಿವ್ಯ ಎಂಬ ಮಾತು ಬಂದಿತು. ಎಲ್ಲರೂ ಒಮ್ಮತದಿಂದ ಗಂಗೆಯ ಹೆಸರು ಹೇಳಿದರು. ಇದರಿಂದ ಖಿನ್ನಳಾಗಿ, ನರ್ಮದೆಯು ಬ್ರಹ್ಮನನ್ನು ಕುರಿತು ಘೋರತಪಸ್ಸು ಮಾಡಿದಳು. ನರ್ಮದೆಯ ಮಾತುಕೇಳಿ ಬ್ರಹ್ಮನೆಂದನು–"ಶಿವನಿಗೆ ಸಮನಾದ ದೇವನಿಲ್ಲ, ವಿಷ್ಣುವಿಗೆ ಸಾಟಿಯಾದ ಪುರುಷನಿಲ್ಲ ಮತ್ತು ಗಂಗೆಗಿಂತ ಉತ್ತಮ ನದಿಯಿಲ್ಲ". ನರ್ಮದೆಯು ಕಾಶಿಯ ತ್ರಿಲೋಚನೇಶ್ವರಕ್ಕೆ ಬಂದು ಶಿವನನ್ನು ಕುರಿತು ತಪಸ್ಸನ್ನು ಶುರುಮಾಡಿದಳು. ಅವಳು ತನಗಾಗಿ ಭಕ್ತಿ ಮತ್ತು ಶಿವನ ದರ್ಶನ ಮಾತ್ರವನ್ನು ಕೇಳಿದಳು. ಪ್ರಸನ್ನನಾದ ಶಿವ 'ನಿನ್ನ ದಡದ ಎಲ್ಲಾ ಕಲ್ಲುಗಳೂ ಲಿಂಗಗಳಂತಾಗಲಿ' ಎಂದು ಹರಸಿದನು. ನರ್ಮದೆ ಕಾಶಿಯಲ್ಲಿ ಸ್ಥಾಪಿಸಿದ ಲಿಂಗವೇ ನರ್ಮದೇಶ್ವರವಾಗಿದೆ.

ಧನ್ವಂತರೇಶ್ವರ (ಕಾ.ಖಂ ಅ–97). ಈ ಶಿವಲಿಂಗ ಮೃತ್ಯುಂಜಯ ಮಹದೇವ ಮಂದಿರದ ಆವರಣದಲ್ಲಿದೆ. ಪ್ರಸಿದ್ಧ ವೈದ್ಯನಾಗಿದ್ದ ಧನ್ವಂತರಿ ತನ್ನ ಔಷಧಿಗಳನ್ನು (ಮೃತಸಂಜೀವಿನಿ ಇತ್ಯಾದಿ) ಹತ್ತಿರವೇ ಇರುವ ಧನ್ವಂತರೇಶ್ವರ ಕೂಪದಲ್ಲಿ ಹಾಕಿದ್ದನೆಂದು

ಪ್ರತೀತಿ–ಯಾಕೆಂದು ವಿವರಣೆ ಸಿಕ್ಕಿಲ್ಲ. ಹೀಗಾಗಿ, ಧನ್ವಂತರಿ ಸ್ಥಾಪಿಸಿದ ಧನ್ವಂತರೇಶ್ವರ ಲಿಂಗಕ್ಕೆ ಪೂಜೆಮಾಡಿ ಈ ಕೂಪದ ನೀರು ಕುಡಿದರೆ, ಅದು ಎಲ್ಲಾ ಖಾಯಿಲೆಗಳನ್ನೂ ಗುಣಪಡಿಸುತ್ತದೆಂದು ನಂಬಿಕೆ.

ಜರಾಸಂಧೇಶ್ವರ ಲಿಂಗವೂ (ಕಾ.ಖಂ ಅ–97) ಮೀರ್‌ಘಾಟ್‌ನ ವಿಶಾಲಾಕ್ಷ್ಮೀ ಮಂದಿರದ ಹತ್ತಿರ ಇದೆ.

ದಿವೋದಾಸೇಶ್ವರ ಲಿಂಗವು ಧರ್ಮೇಶ್ವರ/ವಿಶಾಲಾಕ್ಷಿ ಗೌರಿಯ ಮಂದಿರದ ಹತ್ತಿರವಿದೆ. ಕಾಶಿಯ ರಾಜ ದಿವೋದಾಸನ ಕಥೆ ಈ ಮೊದಲೇ ಬಂದಿದೆ. ಢುಂಢೀ ವಿನಾಯಕ ದಿವೋದಾಸನಿಗೆ ಭವಿಷ್ಯ ಹೇಳಿದಂತೆ, ಹದಿನೆಂಟುದಿನದ ನಂತರ ವಿಷ್ಣುವು ಬ್ರಾಹ್ಮಣನ ವೇಷಧರಿಸಿ ರಾಜನಿಗೆ ವೈರಾಗ್ಯದ ಮಾರ್ಗಹಿಡಿಯಲು ಹೇಳಿ, ಕಾಶಿಯಲ್ಲಿ ಶಿವಲಿಂಗ ಸ್ಥಾಪಿಸಲು ಹೇಳಿದನು; ಅದಾದ ನಂತರ ಏಳುದಿನಗಳಲ್ಲಿ ರಾಜನಿಗೆ ಶಿವಲೋಕ ಪ್ರಾಪ್ತಿಯಾಯಿತು.

ಕೃತ್ತಿವಾಸೇಶ್ವರ ಲಿಂಗವು ಮೃತ್ಯುಂಜಯ ಮಹಾದೇವ ಮಂದಿರದ (ಬಿಸ್ವೇಶ್ವರಗಂಜ್) ದಾರಿಯಲ್ಲಿದೆ. ಪಾರ್ವತಿಗೆ ರತ್ನೇಶ್ವರನ ಮಹಿಮೆಯ ಬಗ್ಗೆ ಹೇಳುತ್ತಿರುವಾಗ ಮಹಿಷಾಸುರನ ಮಗ ಗಜಾಸುರ ಶಿವಗಣಗಳಿಗೆ ತೊಂದರೆ ಕೊಡುತ್ತಿದ್ದನು. ಇವನು ಲೋಕಕ್ಕೆಲ್ಲಾ ತೊಂದರೆಕೊಡುವವನೇ ಎಂದು ಶಿವ ಅವನನ್ನು ತನ್ನ ತ್ರಿಶೂಲದಿಂದ ಚುಚ್ಚಿ ಮೇಲೆಹಿಡಿದನು. ಶಿವನಿಂದ ಸಾವನ್ನಪ್ಪುತ್ತಿರುವ ತಾನೇ ಅತ್ಯಂತ ಪುಣ್ಯವಂತನೆಂದು ಹೇಳುತ್ತಾ, ತಾನು ಸತ್ತಮೇಲೆ ತನ್ನ ಚರ್ಮವನ್ನು ಯಾವಾಗಲೂ ಶಿವನು ಹೊದ್ದಿರಬೇಕೆಂದು ಪ್ರಾರ್ಥಿಸಿದನು. ಶಿವ ಅವನಿಗೆ ವರಕೊಟ್ಟಿದ್ದೇ ಅಲ್ಲದೆ, ಅವನ ದೇಹವೇ ಅದೇ ಸ್ಥಳದಲ್ಲಿ ಒಂದು ದೊಡ್ಡ ಶಿವಲಿಂಗವಾಗಿ ಕೃತಿ ವಾಸೇಶ್ವರ ಎಂಬ ಹೆಸರಿನಲ್ಲಿ ಇರುವುದೆಂದು ಹೇಳಿದನು. ಹದಿನಾಲ್ಕು ಸ್ವಯಂಭೂ ಲಿಂಗಗಳಲ್ಲಿ, ಕೃತಿ ವಾಸೇಶ್ವರ ನಾಲ್ಕನೆಯದು. ಮೊಘಲರು ನಾಶಮಾಡಿದ ಮಂದಿರಗಳಲ್ಲಿ ವಿಶ್ವೇಶ್ವರ, ಕೃತಿ ವಾಸೇಶ್ವರ ಮತ್ತು ಬಿಂದುಮಾಧವ ಮೂರು ಮುಖ್ಯವಾದವು. ಅಲ್ಲೆಲ್ಲಾ ಮಸೀದಿಗಳು ಬಂದವು; ಹಿಂದಿದ್ದ ಲಿಂಗದ ಸ್ಥಳದಲ್ಲಿ ಒಂದು ನೀರಚಿಲುಮೆ ಬಂದಿತು. ಶಿವರಾತ್ರಿಯಂದು ಭಕ್ತರು ಇದೇ ಚಿಲುಮೆಯ ಹತ್ತಿರ ಪ್ರಾರ್ಥನೆ–ಪೂಜೆ ಮಾಡುತ್ತಿದ್ದರು. ಬಹಳ ಸಮಯದ ನಂತರ, ರಾಜಾ ಪಟ್ನೀಮಲ್ ಹಿಂದಿನ ಮಂದಿರದ ದಕ್ಷಿಣಕ್ಕೆ ಹೊಸ ಕೃತಿ ವಾಸೇಶ್ವರ ಮಂದಿರ ಕಟ್ಟಿದರು.

ವ್ಯಾಸೇಶ್ವರ ಲಿಂಗ ಕರ್ಣಘಂಟಾ ಪುಷ್ಕರಿಣಿಯ ಹತ್ತಿರದಲ್ಲಿದೆ. **ವ್ಯಾಸೇಶ್ವರ ಲಿಂಗ** ಮತ್ತು ವ್ಯಾಸಕಾಶಿಯ ಬಗ್ಗೆ ದೊಡ್ಡ ಕಥೆಯೇ ಇದೆ. ವ್ಯಾಸಮಹರ್ಷಿಗಳು ತಮ್ಮ ಹತ್ತು ಸಾವಿರ ಶಿಷ್ಯರೊಂದಿಗೆ ನೈಮಿಷಾರಣ್ಯದಲ್ಲಿ ನಡೆಯುತ್ತಿದ್ದ ಸಾಧು–ಸಜ್ಜನರ ಒಕ್ಕೂಟದಲ್ಲಿ

ಸೇರಿದಾಗ, ಅನೇಕರು ವಿಷ್ಣು ಮತ್ತು ಶಿವ ಇವರಿಬ್ಬರಲ್ಲಿ ಯಾರು ಹೆಚ್ಚು ಎಂಬ ಪ್ರಶ್ನೆಗೆ ವ್ಯಾಸರ ಅಭಿಪ್ರಾಯ ಕೇಳಿದರು. ವ್ಯಾಸರು "ವೇದಗಳಲ್ಲಿ, ರಾಮಾಯಣ, ಮಹಾಭಾರತ ಮತ್ತು ಪುರಾಣಗಳಲ್ಲಿ ವಿಷ್ಣುವನ್ನೇ ವೈಭವೀಕರಿಸಿ ಹೇಳಿರುವುದರಿಂದ ವಿಷ್ಣುವೇ ಪರಮಾತ್ಮ. ಅವನೇ ಸೃಷ್ಟಿ, ಸ್ಥಿತಿ ಮತ್ತು ಲಯಕ್ಕೆ ಕಾರಣ; ಅವನೇ ಆದಿಪುರುಷ; ಅವನೇ ಮುಕ್ತಿಕೊಡುವವನು. ಶಿವನಾಗಲಿ ಇನ್ನಾವ ದೇವತೆಯೇ ಆಗಲಿ ಅಲ್ಲ" ಎಂದು ಖಚಿತವಾಗಿ ಹೇಳಿದರು. ಅಲ್ಲಿ ಸೇರಿದ್ದ ಋಷಿಗಳು ಇವರ ಮಾತನ್ನು ಒಪ್ಪುತ್ತಾ "ತಾವು ಇದೇ ಮಾತನ್ನು ಕಾಶಿಯ ವಿಶ್ವೇಶ್ವರನ ಮುಂದೆ ಅಲ್ಲಿಯ ಶಾಸ್ತ್ರಪರಿಣಿತರಿಗೆ ಹೇಳಬೇಕು" ಎಂದು ಪ್ರಾರ್ಥಿಸಿದರು. ಹೀಗೆ, ತನ್ನ ವಾದವೇ ಸರಿಯೆಂಬ ಅಹಂಕಾರದಿಂದ, ಆ ಮಾತನ್ನು ಪಂಡಿತರಿಗೆ ತಿಳಿಸಲು, ವ್ಯಾಸರು ತನ್ನ ಶಿಷ್ಯರೊಡನೆ ಕಾಶಿಗೆ ಬಂದರು. ಇಲ್ಲಿಯ ಪಂಚಗಂಗಾ ಘಾಟ್‌ನಲ್ಲಿ ಗಂಗಾಸ್ನಾನಮಾಡಿ, ಬಿಂದುಮಾಧವನ ಪೂಜೆಮಾಡಿ, ವಿಷ್ಣುವನ್ನೇ ಸ್ತುತಿಸುತ್ತಾ ವಿಶ್ವೇಶ್ವರಮಂದಿರವನ್ನೂ ತಲುಪಿ, ಹಾಡುತ್ತಾ ಕುಣಿಯಲು ಶುರುಮಾಡಿದರು. ಇದನ್ನು ನೋಡಿದ ನಂದಿ ವ್ಯಾಸರ ಎತ್ತಿದ ಕೈಯನ್ನು ಹಾಗೆಯೇ ನಿಲ್ಲುವಂತೆ ಸ್ಥಗಿತಗೊಳಿಸಿ, ವ್ಯಾಸರಿಂದ ಮಾತೂ ಹೊರಡದಂತೆ ಮಾಡಿತು. ತಕ್ಷಣವೇ ವಿಷ್ಣು (ಮಾಧವ) ಬಂದು ವ್ಯಾಸರ ಸ್ಥಿತಿಯನ್ನು ನೋಡಿ, ಅವರು ಮಾಡಿದುದು ದೊಡ್ಡ ತಪ್ಪು, ತೀವ್ರ ಅಪರಾಧ, ಶಿವನೇ ಪರಮಾತ್ಮ, ಅವನಿಂದಾಗಿಯೇ ತನಗೆ ಎಲ್ಲ ಶಕ್ತಿಯೂ ಬಂದುದು ಎಂದು ಹೇಳಿದನು. ವಿಷ್ಣು ವ್ಯಾಸರ ಗಂಟಲನ್ನು ಮುಟ್ಟಿದಾಗ ವ್ಯಾಸರ ಮಾತು ಮತ್ತು ಕೈ ಸ್ವಾಧೀನಕ್ಕೆ ಬಂದಿತು. ಅಂದಿನಿಂದ ವ್ಯಾಸರು ಶಿವನ ಸ್ತುತಿಮಾಡುತ್ತಾ, ಶಿವನ ಅಪಾರ ಶಕ್ತಿಯನ್ನು ವರ್ಣಿಸುತ್ತಾ 'ಶಿವಾಷ್ಟಕ'ವನ್ನೂ ರಚಿಸಿದರು ಎನ್ನುತ್ತಾರೆ. ವ್ಯಾಸರು ಅಲ್ಲಿಯೇ ಘಂಟಾಕರ್ಣದಲ್ಲಿ ಶಿವಲಿಂಗವೊಂದನ್ನು ಸ್ಥಾಪಿಸಿ ಪೂಜಿಸಿದರು. ಇದೇ ವ್ಯಾಸೇಶ್ವರ ಎಂದಾಗಿದೆ.

ಸ್ವಲ್ಪ ಕಾಲದ ನಂತರ ವ್ಯಾಸರ ನಿಜವಾದ ಭಕ್ತಿಯನ್ನು ಪರೀಕ್ಷಿಸಲೆಂದು ಶಿವನು ಅನ್ನಪೂರ್ಣೆ (ವಿಶಾಲಾಕ್ಷಿ)ಯೊಡನೆ ಮಾತಾಡಿ, ಎರಡುದಿನ ವ್ಯಾಸರು ಮತ್ತು ಅವರ ಶಿಷ್ಯರಿಗೆ ಕಾಶಿಯ ಯಾವ ಮನೆಯಿಂದಲೂ ಭಿಕ್ಷೆ ಸಿಗದಂತೆ ಮಾಡಿದನು. ಇತರ ಮುನಿಗಳಿಗೆ ಸಿಗುತ್ತಿದ್ದ ಭಿಕ್ಷೆ ತಮಗೆ ಸಿಗದಿರುವುದನ್ನು ಕಂಡು ಕುಪಿತರಾದ ವ್ಯಾಸರು "ಕಾಶಿಯ ಜನರಿಗೆ ಮೂರು ಪೀಳಿಗೆಯವರೆಗೆ ಪಾಂಡಿತ್ಯ, ಐಶ್ವರ್ಯ, ಮುಕ್ತಿ ಸಿಗದಿರಲಿ" ಎಂದು ಶಾಪಕೊಟ್ಟರು. ಆ ಶಾಪದನಂತರವೂ, ಮೂರನೆಯದಿನವೂ ಭಿಕ್ಷೆ ಸಿಗದೆ, ತಾವಿದ್ದ ಆಶ್ರಮಕ್ಕೆ ಹೊರಟರು. ಆಗ ವಯಸ್ಸಾದ ಮನೆಯೊಡತಿ ಇವರನ್ನು ಕರೆದು "ನನ್ನ ಯಜಮಾನರಿಗೆ ಸಾಕಷ್ಟು ವಯಸ್ಸಾಗಿದೆ, ಆದರೆ ಅತಿಥಿಯೊಬ್ಬರಿಗೆ ಭಿಕ್ಷೆ ನೀಡದೆ ಅವರು ಭೋಜನ ಮಾಡುವುದಿಲ್ಲ. ಇಂದು ನೀವು ನಿಮ್ಮ ಎಲ್ಲ ಶಿಷ್ಯರೊಡನೆ ನಮ್ಮ

ಅತಿಥಿಗಳಾಗಿ ಬನ್ನಿ" ಎಂದು ಹೇಳಿದಳು. ಎಲ್ಲರಿಗೂ ಸಮೃದ್ಧ ಭೋಜನವಾದ ಮೇಲೆ ಅವರು ಹೊರಡುವ ಮೊದಲು, ವ್ಯಾಸರಿಗೆ ಧರ್ಮದ ಬಗ್ಗೆ ಪ್ರಶ್ನೆ ಕೇಳಿದರು. ವ್ಯಾಸರ ಉತ್ತರಕ್ಕೂ ಅವರ ಕೋಪದ ವರ್ತನೆಗೂ ಇರುವ ವ್ಯತ್ಯಾಸವನ್ನು ತೋರಿಸುತ್ತಾ, ಮುದುಕ ಯಜಮಾನರು "ಇದು ನನ್ನ ರಾಜಧಾನಿ, ಇಲ್ಲಿ ಇನ್ನಾರ ಶಾಪವೂ ನಡೆಯುವುದಿಲ್ಲ. ಸಮಾಧಾನವಿಲ್ಲದ ಕೋಪಿಷ್ಟನು ಮುಕ್ತಿಕ್ಷೇತ್ರ ಕಾಶಿಯಲ್ಲಿರಲು ಅರ್ಹನಲ್ಲ. ಆದ್ದರಿಂದ ನೀವು ಈ ನಗರವನ್ನು ಬಿಟ್ಟು ಹೋಗಿರಿ. ಈ ನಗರದ ಬಗ್ಗೆ ಕೆಟ್ಟದಾಗಿ ಯೋಚಿಸುವವರು ರುದ್ರಪಿಶಾಚರಾಗುತ್ತಾರೆ....." ಎಂದು ಹೇಳಿದರು. ಆಗ ವ್ಯಾಸರಿಗೆ ಈ ದಂಪತಿ ಶಿವ-ಅನ್ನಪೂರ್ಣೆ ಎಂದು ತಿಳಿಯಿತು. ವ್ಯಾಸರು ಕ್ಷಮೆಯಾಚಿಸಿದಾಗ, ಅನ್ನಪೂರ್ಣೆಯು ಕಾರುಣ್ಯದಿಂದ, ವ್ಯಾಸರು ಗಂಗಾನದಿಯ ಆಚೆದಡದಲ್ಲಿ (ಇಂದಿನ ರಾಮನಗರದಲ್ಲಿ) ಇರಬಹುದೆಂದೂ ಮತ್ತು ಪ್ರತಿ ಅಷ್ಟಮಿಯಂದು ಕಾಶಿಯ ಪ್ರವೇಶ ಮಾಡಬಹುದೆಂದೂ ಅವರಿಗೆ ತಿಳಿಸಿದಳು.

10. ಕಾಲಭೈರವ

ಬ್ರಹ್ಮ ಮತ್ತು ವಿಷ್ಣು ತಮ್ಮಿಬ್ಬರಲ್ಲಿ ಯಾರು ಶ್ರೇಷ್ಠ ಎಂದು ವಾದಮಾಡುತ್ತಿದ್ದಾಗ ಅವರಿಬ್ಬರ ಮಧ್ಯೆ ಪ್ರಕಾಶಮಾನವಾದ ಜ್ಯೋತಿಯ ಕಂಭವೊಂದು ಭೂಮ್ಯಾಕಾಶಗಳನ್ನು ಬೇಧಿಸಿ ಎದ್ದುನಿಂತಿತು. ಅದರ ಆದ್ಯಂತಗಳನ್ನು ಹುಡುಕಲಾರದೆ ಬ್ರಹ್ಮ ವಿಷ್ಣು ಇಬ್ಬರೂ ತಿರುಗಿಬಂದಾಗ ಶಿವನ ಆಕೃತಿಯು ಜ್ಯೋತಿಯ ಮಧ್ಯೆ ಕಾಣಿಸಿಕೊಂಡಿತು. ಆಗ ವಿಷ್ಣುವು ಶಿವನ ಮಹಿಮೆಯನ್ನು ಅರ್ಥಮಾಡಿಕೊಂಡು ಅವನನ್ನು ಹೊಗಳಿ ಪ್ರಾರ್ಥಿಸಿದರೂ ಬ್ರಹ್ಮನು ಮಾತ್ರ ತನ್ನ ಶ್ರೇಷ್ಠತೆಯನ್ನೇ ಕೊಚ್ಚಿಕೊಂಡನು. ಈಶ್ವರನು ಬ್ರಹ್ಮನ ಗರ್ವದ ನುಡಿಯನ್ನು ಕೇಳಿ ಕೋಪಗೊಂಡನು. ಆ ಕೋಪದ ಜ್ವಾಲೆಯಿಂದ ಹುಟ್ಟಿದ ಭಯಂಕರ ಆಕೃತಿಯ ಪುರುಷನೇ ಕಾಲಭೈರವ. ಅವನಿಗೆ ಶಿವನು ಇಂತೆಂದನು: "ಈ ಬ್ರಹ್ಮನನ್ನು ಶಿಕ್ಷಿಸು. ನೀನು ಕಾಲನಂತೆ ವಿರಾಜಿಸುವುದರಿಂದ ಕಾಲರಾಜನೆಂದು ಪ್ರಸಿದ್ಧನಾಗುವೆ. ಪ್ರಪಂಚವನ್ನು ಪೋಷಿಸಲು ಶಕ್ತನಾದ್ದರಿಂದ ಭೈರವನೆನಿಸಿಕೊಳ್ಳುವೆ, ಯಮನೂ ನಿನಗೆ ಹೆದರುವುದರಿಂದ ಕಾಲಭೈರವನಾಗುವೆ. ದುಷ್ಟಾತ್ಮರನ್ನು ಪೀಡಿಸುವುದರಿಂದ ಆಮರ್ದಕನೆಂದು ವಿಖ್ಯಾತನಾಗುವೆ. ಭಕ್ತರ ಪಾಪಗಳನ್ನು ಕವಳಿಸುವುದರಿಂದ ಪಾಪಭಕ್ಷಣನೆಂದು ನಿನಗೆ ಹೆಸರು ಬರುವುದು". (ಕಾ.ಖಂ, ಅ31, ಶ್ಲೋ35-45). ಕೂರ್ಮಪುರಾಣದಲ್ಲೂ ಸುಮಾರು ಇದೇ ಕಥೆಯಿದೆ. ಲಿಂಗಪುರಾಣದಲ್ಲೂ ಭೈರವನ ಹುಟ್ಟು ಶಿವನ ಕ್ರೋಧಾಗ್ನಿಯ ಜ್ವಾಲೆಯಲ್ಲಿಯೇ ಎಂಬ ಕಥೆಯೇ. 'ಶಿವ ಪುರಾಣ'ದಲ್ಲಿ "*ಭೈರವೋ ಪೂರ್ಣರೂಪೋ ಹಿ ಶಂಕರಸ್ಯ ಪರಾತ್ಮನಃ*", ಎಂದರೆ ಶಂಕರನೆ ಪೂರ್ಣರೂಪದಲ್ಲಿ ಭೈರವ ಎಂದು ತಿಳಿಸುತ್ತದೆ. ಹೀಗೆ ಭೈರವನು ಶಿವನ ಮತ್ತೊಂದು ಮೂರ್ತಿ-ಶಿವನ ಕೋಪಜ್ವಾಲೆಯಿಂದ ಹೊರಬಂದ ಭೀಷಣ, ಭಯಂಕರ ಮೂರ್ತಿ. ಶ್ರುತಿಯಲ್ಲಿ 'ರುದ್ರ' ಅಂದುದು ತಂತ್ರಶಾಸ್ತ್ರದಲ್ಲಿ 'ಭೈರವ' ಎಂದಾಗುತ್ತದೆ.

ಶಿವನ ಆಜ್ಞೆಯ ಮೇರೆಗೆ ಕಾಲಭೈರವನು ಬ್ರಹ್ಮನ ಐದನೆಯ ಶಿರವನ್ನು ಕತ್ತರಿಸಿದನು. ಬ್ರಹ್ಮಹತ್ಯೆಯೆಂಬ ಪಾಪದಿಂದಾಗಿ ಕಪಾಲವು ಕೈಗೆ ಅಂಟಿಕೊಂಡಿತು, ಆ ಪಾಪವು ಕೃತೆ ಎಂಬ ಹೆಣ್ಣಿನವೇಷದಲ್ಲಿ ನಿಂತಿತು. ಆಗ ಮಹೇಶ್ವರನು ಕಾಲಭೈರವನಿಗೆ "ನೀನು ಈ ಕೃತವನ್ನೂ ಬ್ರಹ್ಮನನ್ನೂ ಪೂಜಿಸು. ಬ್ರಹ್ಮನ ಕಪಾಲವನ್ನು ಧರಿಸಿ ಬ್ರಹ್ಮಹತ್ಯೆಯ ನಿವಾರಣೆಗಾಗಿ ವ್ರತವನ್ನಾಚರಿಸು. ಭಿಕ್ಷಾಟನೆಮಾಡು" ಎಂದನು (ಕಾ.ಖಂ,ಅ31, ಶ್ಲೋ52-53). ಅನಂತರ ಭೈರವನು ಬ್ರಹ್ಮಹತ್ಯೆಯ ಪಾಪದ ಪ್ರಾಯಶ್ಚಿತ್ತಕ್ಕಾಗಿ ಹನ್ನೆರಡು ವರ್ಷಗಳು ಎಲ್ಲ ಕ್ಷೇತ್ರಗಳಲ್ಲೂ

ಸುತ್ತಿ ಸುತ್ತಿ ಕಾಶಿಗೆ ಬಂದು ಇಲ್ಲಿಯ ಲೋಲಾರ್ಕ, ದಶಾಶ್ವಮೇಧ ಮತ್ತು ಆದಿಕೇಶವರ ದರ್ಶನಮಾಡಿದಮೇಲೆ ಮತ್ಸ್ಯೋದರಿ ಯೋಗದಲ್ಲಿ ಸ್ನಾನಮಾಡಬೇಕೆಂದು ಹೊರಟನು. ಆಗ ಇದ್ದಕ್ಕಿದ್ದಂತೆ ಬ್ರಹ್ಮಕಪಾಲ ನೀರಿನಲ್ಲಿ ಬಿದ್ದು, ಅದರ ಜೊತೆಗೆ ಬ್ರಹ್ಮಹತ್ಯಾ ಪಾಪವೂ ದೂರವಾಯಿತು. ಬ್ರಹ್ಮಕಪಾಲ ಬಿದ್ದಸ್ಥಳವೇ 'ಕಪಾಲಮೋಚನತೀರ್ಥ'ವೆಂದು ಪ್ರಸಿದ್ಧಿಯಾಗಿರುವುದು. ಬ್ರಹ್ಮ-ವಿಷ್ಣುವಿನ ಮಧ್ಯೆ ಆ ಪ್ರಕಾಶಮಾನವಾದ ಜ್ಯೋತಿಯ ಕಂಭವು ಎಲ್ಲಿ ಕಾಣಿಸಿಕೊಂಡಿತೋ ಅಲ್ಲಿಯೇ ಕಪಾಲಮೋಚನ ತೀರ್ಥವಿರುವುದು, ಅಲ್ಲಿಯೇ ಬ್ರಹ್ಮಕಪಾಲ ಬಿದ್ದುದು, ಅಲ್ಲಿಯೇ ಭೈರವನ ಪಾಪ ಕೊನೆಗೊಂಡುದು.

ಈ ಪ್ರಸಂಗ ನಡೆದಾಗ ವಿಷ್ಣುವಿಗೆ ಒಂದು ಸಂದೇಹ ಬಂದು, "ಶಕ್ತಿಪತಿಯೂ, ಜಗದೊಡೆಯನೂ, ತ್ರೈಲೋಕ್ಯ ರಾಜ್ಯವನ್ನೀಯುವವನೂ ಆದ ಶಂಕರನೆ! ನೀನೇಕೆ ಭಿಕ್ಷಾಟನೆ ಮಾಡುವೆ? ಸಂಹಾರಕಾಲದಲ್ಲಿ ದೇವತೆಗಳು, ಮುನಿಗಳು, ಜನರು ಎಲ್ಲರನ್ನೂ ಸಂಹರಿಸುವಿಯಷ್ಟೆ; ಆಗ ನಿನ್ನ ಬ್ರಹ್ಮಹತ್ಯ ಮೊದಲಾದ ಪಾಪಗಳೆಲ್ಲಿ ಹೋದವು? ಮಹಾದೇವ! ನೀನು ಸ್ವತಂತ್ರನು. ಆದ್ದರಿಂದ ಸ್ವೇಚ್ಛೆಯಾಗಿ ವಿಹರಿಸು" ಎಂದು ಕೇಳಿದನು. (ಕಾ.ಖಂ, ಅ31, ಶ್ಲೋ82-91). ಯಾರೇ ಪಾಪ ಮಾಡಿರಲಿ, ಅದರ ಫಲವನ್ನು ಭೋಗಿಸಲೇಬೇಕಲ್ಲವೆ? ಕಾಲಭೈರವನೂ ಪಾಪದ ಫಲವನ್ನು ಭೋಗಿಸಿದುದೇ ಅಲ್ಲದೆ, ಯಾವ ಕಪಾಲಮೋಚನದಲ್ಲಿ ತನ್ನ ಬ್ರಹ್ಮಹತ್ಯಾ ಪಾಪವು ಬಿದ್ದಿತ್ತೋ ಅಲ್ಲಿಯೇ ನಿಂತು ಭಕ್ತರ ಪಾಪಗಳನ್ನು ಭಕ್ಷಿಸುತ್ತಾ, ಅವರನ್ನು ಮೃತ್ಯುಭಯದಿಂದ ಪಾರುಮಾಡುತ್ತಾ ಇದ್ದಾನೆ. ಭಕ್ತರ ಪಾಪಗಳನ್ನು ಭಕ್ಷಿಸುತ್ತಾ, ಪರಿಹರಿಸುತ್ತಾ ಇದ್ದುದರಿಂದ ಅವನು ಭಿಕ್ಷುಕ. ಕಾಶಿಯಲ್ಲಿ ಭೈರವನನ್ನು ಪೂಜಿಸದೆ ಇರುವವರ ಪಾಪವು ಶುಕ್ಲಪಕ್ಷದ ಚಂದ್ರನಂತೆ ದಿನದಿನವೂ ವೃದ್ಧಿಯಾಗುತ್ತಾ ಹೋಗುವುದು, ಹಾಗಲ್ಲದೆ ಭೈರವನ್ನು ಪೂಜಿಸಿದವರಿಗೆ ಪಾಪದ ಭಯವಾಗಲೀ ಮರಣದ ಭಯವಾಗಲೀ ಇರುವುದಿಲ್ಲ. ಶಿವನು ಭೈರವನಿಗೆ ಎಲ್ಲಾ ಪುಣ್ಯಕ್ಷೇತ್ರಗಳಲ್ಲೂ ಕ್ಷೇತ್ರಪಾಲಕನಾಗಿ ಇರುವಂತೆ ಹೇಳಿದನು.

(ಚಿತ್ರ14-ಕಾಲಭೈರವ)

ಲಿಂಗಪುರಾಣದ ಪ್ರಕಾರ, ಶಿವ ಅಂಧಕಾಸುರನೊಡನೆ ಯುದ್ಧಮಾಡುವಾಗ, ಅಂಧಕನ ಗದೆಯಿಂದ ಶಿವನ ತಲೆಗೆ ಪೆಟ್ಟುಬಿದ್ದು ರಕ್ತ ಸುರಿಯಿತು. ಆಗ ಅಗ್ನಿಸ್ವರೂಪದಂತೆ ಅಲ್ಲಿ ಭೈರವ ಹುಟ್ಟಿದನು. ಮತ್ತೆ ರಕ್ತದ ಏಳುಧಾರೆಗಳಿಂದ ಏಳು ಭೈರವರು ಹುಟ್ಟಿದರು. ಹೀಗೆ ಅಷ್ಟಭೈರವರಾದರು – ಅಸಿತಾಂಗ, ರುರು, ಛಂಡ, ಕ್ರೋಧ, ಉನ್ಮತ್ತ, ಕಪಾಲಿ, ಭೀಷಣ, ಮತ್ತು ಸಂಹಾರ.

ಶಂಕರಾಚಾರ್ಯರು 'ಕಾಲಭೈರವಾಷ್ಟಕಮ್'ನಲ್ಲಿ ಭೈರವನನ್ನು ಅನೇಕ ರೀತಿಯಲ್ಲಿ ಸ್ತುತಿಸಿದ್ದಾರೆ. ಇವುಗಳಲ್ಲಿ ಯಮಾಂತಕ, ಯಮನ ದರ್ಪನಾಶಕ, ಧರ್ಮಸೇತುವನ್ನು ರಕ್ಷಿಸುವವನು, ಪಾಪಗಳ ಸಮೂಹವನ್ನೇ ನಾಶಮಾಡುವವನು, ಪುಣ್ಯಪಾಪಗಳನ್ನು ಪರಿಶೋಧಿಸುವವನು, ಕರ್ಮಬಂಧನವನ್ನು ಬಿಡಿಸುವವನು, ಸಂಸಾರ ಸಮುದ್ರವನ್ನು ದಾಟಿಸುವವನು, ಭೋಗಮೋಕ್ಷಗಳನ್ನು ನೀಡುವವನು ಎಂಬುದು ಮುಖ್ಯವಾದವು. ಈ ಸ್ತುತಿಯ ಅರ್ಥವನ್ನು ತಿಳಿಯಲು ಸೂತ್ರರೂಪದಲ್ಲಿರುವುದನ್ನು ವಿಶ್ಲೇಷಿಸಬೇಕು. ಕಾಲಭೈರವನು ಬ್ರಹ್ಮನ 'ಅಹಂ' ಅನ್ನು (ಐದನೆಯ ತಲೆಯನ್ನು) ತನ್ನ ಕಿರುಬೆರಳಿನಿಂದ ಚಿವುಟಿಹಾಕಿದ್ದನು. ಹುಲುಮಾನವರೇ 'ನಾನು' ಎಂದು ಹೆಮ್ಮೆ ಪಡಬೇಕಾದರೆ, ಇನ್ನು ಇಡೀ ಜಗತ್ತನ್ನೇ ಸೃಷ್ಟಿಸಿದ ಬ್ರಹ್ಮನಿಗೆ ಅಹಂ ಅದೆಷ್ಟಿದ್ದಿರಬೇಕು! ವಿಶ್ವಕ್ಕೆ ಒಡೆಯನಾದ ವಿಶ್ವನಾಥನ ಮೊದಲ ಉಪದೇಶವೆಂದರೆ 'ಅಹಂ ಅನ್ನು ಕಿತ್ತೊಗೆ'. ಅಹಂ ಅಥವಾ 'ನಾನು' ಎಂಬ ಅನಿಸಿಕೆ ಹೋದಾಗ ಎಲ್ಲವೂ ಒಂದೇ, ಎಲ್ಲವೂ ಬ್ರಹ್ಮವೇ, ಎಲ್ಲೆಡೆ ಜ್ಯೋತಿ, ಜ್ಞಾನ. ಆ ಸ್ಥಿತಿಯಲ್ಲಿ ಹೇಳಿದ್ದೆಲ್ಲವೂ ಸತ್ಯ, ಮಾಡಿದ್ದೆಲ್ಲವೂ ಧರ್ಮ. ಅಹಂ ಹೋದರೆ ಧರ್ಮಸೇತುವನ್ನು ರಕ್ಷಿಸಿದಹಾಗೆ, ಪಾಪ ಸಮೂಹವನ್ನೇ ನಾಶಮಾಡಿದಹಾಗೆ ಆಗುತ್ತದೆ. ಆಗ ರಾಗದ್ವೇಷಗಳಿಗೆ, ಕಾಮಿತಕರ್ಮಗಳಿಗೆ ಅವಕಾಶವಿಲ್ಲ. ಆದ್ದರಿಂದ ಕರ್ಮಬಂಧನವಿಲ್ಲ, ಕರ್ಮಫಲವೂ ಇಲ್ಲ, ಪುನರ್ಜನ್ಮವೂ ಇಲ್ಲ. ಅದೇ 'ಮುಕ್ತಿ', 'ಮೋಕ್ಷ'. ಒಟ್ಟಿನಲ್ಲಿ ಭೈರವನನ್ನು ಒಲಿಸಿದರೆ, 'ಅಹಂ' ಅನ್ನು ಚಿವುಟಿಹಾಕಿದರೆ, ಕರ್ಮಬಂಧನದಿಂದ ಬಿಡುಗಡೆಯಾಗಿ, ಭವಸಾಗರವನ್ನು ಪಾರುಮಾಡಿ, ಮೋಕ್ಷವನ್ನು ಪಡೆಯಬಹುದು.

ನಗರಪಾಲಕನಾದ ಕಾಲಭೈರವನಿಗೆ ಕಾಶಿಯಲ್ಲಿ, ನ್ಯಾಯಾಧೀಶನ ತರಹ, ನ್ಯಾಯ ತೀರ್ಮಾನಮಾಡುವ ಹಕ್ಕು ಇದೆ. ಅವನು ಇಲ್ಲಿ ಯಮನ ಕೆಲಸವನ್ನು ಮಾಡುತ್ತಾ, ಜನರ ತಪ್ಪುಒಪ್ಪುಗಳ ಲೆಕ್ಕಇಡುತ್ತಾ, ಅವರ ಮರಣ ಸಮಯದಲ್ಲಿ ಸೂಕ್ತವಾದ ನ್ಯಾಯ-ಶಿಕ್ಷೆ ಸಲ್ಲಿಸುತ್ತಾನೆ. ಅವನು ಕೊಡುವ ಶಿಕ್ಷೆ ಕ್ಷಣಕಾಲದ, ಆದರೆ ಬಲು ತೀಕ್ಷ್ಣವೆನಿಸಿದ, ಭೈರವೀಯಾತನೆ. ಈ ಶಿಕ್ಷೆಯನ್ನು ಕೊಡುವುದು ಲಾಠ್‌ಭೈರೋ (ಲಾಠ್ ಭೈರವ) ಎಂಬ ಸ್ಥಳದಲ್ಲಿರುವ 'ಕುಲಸ್ತಂಭ'ದಲ್ಲಿ. ಅನಂತರವೇ ಶಿವನು ತಾರಕಮಂತ್ರದಿಂದ ಮುಕ್ತಿಯನ್ನು ದೊರಕಿಸಿಕೊಡುವುದು. ಯಮನಿಗೆ ಕಾಶಿಯಲ್ಲಿ ಪ್ರವೇಶವೂ ಇಲ್ಲ, ಕೆಲಸವೂ ಇಲ್ಲ.

ಎನ್ನುವುದಕ್ಕೆ ಶಿವನು ಮಾರ್ಕಾಂಡೇಯನನ್ನು ಯಮನ ಕೈನಿಂದ ಬಿಡಿಸಿ, ಜೀವದಾನಮಾಡಿದ ಕಥೆ ಹೇಳುತ್ತಾರೆ. ಕಾಶಿಯಲ್ಲಿ ಭೈರವನು ಯಮನಂತೆ ಕಾರ್ಯ ನಿರ್ವಹಿಸುವುದರ ಜೊತೆಗೆ ನ್ಯಾಯವನ್ನು ದೊರಕಿಸಿಕೊಡುವ ನ್ಯಾಯಾಧೀಶನೂ ಮತ್ತು ನ್ಯಾಯಪಾಲಕ ಕೊತವಾಲ (ಪೊಲೀಸ)ನೂ ಆಗಿ ಕೆಲಸಮಾಡುತ್ತಾನೆ. ಕತ್ತಿನಲ್ಲಿ ರುಂಡಮಾಲೆ ಮತ್ತು ಕೈನಲ್ಲಿ ನವಿಲುಗರಿಯಿಂದ ಅಲಂಕೃತವಾದ ದೊಣ್ಣೆಹಿಡಿದ ಕಾಲಭೈರವನನ್ನು ನೋಡಿ ಭೂತಪಿಶಾಚಿಗಳು ಹೆದರಿ ಓಡುವುವು. ಈ ರೀತಿಯಲ್ಲಿ ನಗರದ ಎಲ್ಲೆಗಳನ್ನು ರಕ್ಷಿಸುವನಾದ್ದರಿಂದ ಇವನು ಕ್ಷೇತ್ರಪಾಲನೂ ಹೌದು. ವಿಶ್ವನಾಥನ ಮಂದಿರದಲ್ಲಿ ಇವನು ಸ್ವಾಮಿಯ ವಿಧೇಯನಾಗಿ ಬಾಗಿಲು ಕಾಯುವ ದ್ವಾರಪಾಲಕ.

ಅಷ್ಟಭೈರವರು: ಕಾಶಿಯನ್ನು ದುಷ್ಟಶಕ್ತಿಗಳಿಂದ ರಕ್ಷಿಸಲು ಕಾಲಭೈರವನಿಗೆ ಎಂಟು ಸಹಾಯಕರಿದ್ದಾರೆ. ಈ ಎಂಟು ಭೈರವರ ಹೆಸರು ಮತ್ತು ಅವರಿರುವ ಸ್ಥಳಗಳ ಹೆಸರು ಇಂತಿವೆ: ರುರು ಭೈರವ (ಹನುಮಾನ್‌ಘಾಟ್), ಚಂಡ ಭೈರವ (ದುರ್ಗಾಕುಂಡ), ಅಸಿತಾಂಗ ಭೈರವ (ವೃದ್ಧಕಾಲೇಶ್ವರ, ಮಹಾಮೃತ್ಯುಂಜಯ ಮಂದಿರ), ಕಪಾಲ ಭೈರವ (ಲಾಟ್ ಭೈರವ, ಅಲೈಪುರ), ಕ್ರೋಧನ ಭೈರವ/ಆಧಿ ಭೈರವ (ಕಮಚ್ಛಾದ ಬಟುಕ ಭೈರವ ಮಂದಿರದಲ್ಲಿ), ಉನ್ಮತ್ತ ಭೈರವ (ಪಂಚಕ್ರೋಶೀ ರಸ್ತೆ), ಸಂಹಾರ ಭೈರವ (ಪಠಾನ್ ದರ್‌ವಾಜಾ) ಮತ್ತು ಭೀಷಣ ಭೈರವ /ಭೂತ ಭೈರವ (ಮೈದಾಗಿನ್). ಮಾರ್ಗಶಿರಮಾಸದಲ್ಲಿ ಎಂಟು ಭೈರವರನ್ನು ದರ್ಶನ ಮಾಡುವುದು ಪುಣ್ಯಕರವೆಂದು ಹೇಳುತ್ತಾರೆ. ಮಾರ್ಗಶಿರಮಾಸದ ಕೃಷ್ಣಪಕ್ಷದ ಅಷ್ಟಮಿಯಂದು ಭೈರವನು ಕಾಶಿಗೆ ಮೊದಲು ಕಾಲಿಟ್ಟು ಬ್ರಹ್ಮಹತ್ಯಾ ಪಾಪದಿಂದ ಮುಕ್ತನಾದ್ದರಿಂದ ಆ ದಿನವನ್ನು ಭೈರವಾಷ್ಟಮಿ ಎಂದು ವಿಜೃಂಭಣೆಯಿಂದ ಆಚರಿಸುತ್ತಾರೆ.

(ಚಿತ್ರ 15–ಲಾಟ್ ಭೈರವ)

ಕಾಲಭೈರವನ ಗುಡಿ ಮೊದಲು ಕಪಾಲಮೋಚನ ತೀರ್ಥದ ಹತ್ತಿರ, ಓಂಕಾರೇಶ್ವರ ಮಂದಿರದ ಬಳಿ

ಇತ್ತು. ಮತ್ಸ್ಯೋದರಿಯ ನೀರು ಗಂಗಾನದಿಯನ್ನು ಸೇರುವಕಡೆ ಪಠಾನಿಟೋಲ ಎಂಬ ಜಾಗದಲ್ಲಿತ್ತು. ಹದಿಮೂರನೆಯ ಶತಮಾನದಲ್ಲಿ ಗುಡಿಯನ್ನು ಈಗಿನ ಸ್ಥಳದಲ್ಲಿ, ಎಂದರೆ ಚೌಕಾಂಬಾ ಗಲ್ಲಿ ಮತ್ತು ಮೈದಾಗಿನ್ ಉದ್ಯಾನದ ಮಧ್ಯೆ, ಕಟ್ಟಲಾಯಿತು. ಈಗಿರುವ ಗುಡಿಯನ್ನು ಕ್ರಿ.ಶ.1817/1825ರಲ್ಲಿ ಪೇಶ್ವೆ ಎರಡನೆಯ ಭಾಜೀರಾವ್‌ನ ಸರದಾರ ವಿಂಚೂರ್ಕರ್ ಎಂಬಾತ ಕಟ್ಟಿಸಿದನು. ಇಲ್ಲಿ ತಾಂತ್ರಿಕ ಪದ್ಧತಿಯ ಪೂಜೆ ನಡೆಯುತ್ತದೆ.

ಕಾಲಭೈರವನ ಸಹಾಯಕರಲ್ಲಿ ಕಪಾಲಭೈರವ ಅಥವಾ ಲಾಠ್‌ಭೈರವನ ಗುಡಿ ಪ್ರಸಿದ್ಧವಾಗಿದೆ. ಮೊದಲು ಈ ಗುಡಿ ನಾಗ್‌ಕುವಾ ಎಂಬ ಜಾಗದಲ್ಲಿತ್ತು. ಈಗ ಸಾರನಾಥ ರಸ್ತೆಯು ಗ್ರಾಂಡ್‌ಟ್ರಂಕ್ ರಸ್ತೆಯನ್ನು ಸೇರುವಲ್ಲಿ, ಕಪಾಲಮೋಚನ ತೀರ್ಥವಿರುವಲ್ಲಿ (ಅದಮ್‌ಪುರದಲ್ಲಿ) ಕಪಾಲಭೈರವ ಇದೆ. ಸುಮಾರು ಹತ್ತು ಅಡಿ ಎತ್ತರದ ಈ ಕಂಬವನ್ನು ಭೈರವನ ಲಾಠ್ ಅಥವಾ ದೊಣ್ಣೆಯೆಂದು ಹೇಳುತ್ತಾರೆ. ಈ ಲಾಠ್ ಮೊದಲು 32 ಅಡಿ ಇತ್ತೆಂದೂ (ನೂರು ಅಡಿ ಇದ್ದಿರಬೇಕೆಂದೂ) ಮಹಾರುದ್ರನ ಮಂದಿರದ ಆವರಣದೊಳಗೆ ಇತ್ತೆಂದೂ ಹೇಳುತ್ತಾರೆ. ಔರಂಗಜೇಬನು ಮಂದಿರವನ್ನು ಕೆಡವಿ ಅಲ್ಲಿ ಮಸೀದಿಯೊಂದನ್ನು ಕಟ್ಟಿದಾಗಲೂ ಈ ಕಂಬ ಸುರಕ್ಷಿತವಾಗಿತ್ತು. ಆದರೆ ಕ್ರಿ.ಶ.1809ರ ಮತೀಯ ದಂಗೆಯಲ್ಲಿ ಇದನ್ನು ಒಡೆದುಹಾಕಿದ್ದರಿಂದ ಉಳಿದದ್ದು ಹತ್ತು ಅಡಿಯ ತುಂಡುಮಾತ್ರ. ಈ ಕಂಭದ ಮೇಲುಭಾಗವನ್ನು ತಾಮ್ರದ ಪಟ್ಟಿಯಲ್ಲಿ ಮುಚ್ಚಿ ಬಟ್ಟೆಹೊದಿಸಿರುತ್ತಾರೆ. ಭಾದ್ರಮಾಸದ ಪೂರ್ಣಿಮೆಯ ದಿನ ಇಲ್ಲಿ 'ಲಾಠ್‌ಭೈರವನ ವಿವಾಹ' ಎಂಬ ಹೆಸರಿನ ಮೇಳ ನಡೆಯುತ್ತದೆ. ಅಂದು ಲಾಠ್‌ಭೈರವನಿಗೂ ಪಕ್ಕದ ಭೈರವ ಕೂಪಕ್ಕೂ ದಾರವನ್ನು ಸುತ್ತಿ ಮದುವೆ ನಡೆಸುತ್ತಾರೆ. ಮದುವೆಯ ಸಂಭ್ರಮ, ಅಲಂಕಾರ, ಸಂಗೀತ, ಸದ್ದುಗದ್ದಲ, ಬರಾತ್ ಮೆರವಣಿಗೆ ಎಲ್ಲವೂ ನಡೆಯುತ್ತದೆ. ಆನೆ, ಕುದುರೆ, ಸಂಗೀತ, ನೃತ್ಯ ಮತ್ತು ಕತ್ತಿವರಸೆಯ ವೀರರಿಂದ ಕೂಡಿದ ಬರಾತ್ ಮೆರವಣಿಗೆಯು ಲಾಠ್‌ಭೈರವನಿಂದ ಶುರುವಾಗಿ ನಗರದ ಅನೇಕಕಡೆ (ಜತನ್‌ಬಾರ್, ಕಾಜಿಮಂಡಿ, ಬಲುವಾಬೀರ್, ಹನುಮಾನ್ ಘಾಟಕ್, ಬಜಾರ್, ಜಲಾಲಲ್ಪುರ ಮತ್ತು ಕಪಾಲಮೋಚನ ಕುಂಡ) ಸುತ್ತಿ ಕಪಾಲಮೋಚನ ಕುಂಡವನ್ನು ಹಾದು ಪುನಃ ಲಾಠ್‌ಭೈರವ ಮಂದಿರಕ್ಕೆ ಬರುತ್ತದೆ. ಎರಡುದಿನಗಳ ಸಂಭ್ರಮದ ನಂತರ, ಲಾಠ್‌ಭೈರವನಿಗೆ ಹಾಕಿದ ಕಿರೀಟವನ್ನು ವಿಶ್ವೇಶ್ವರಗಂಜ್‌ನ ಕಾಲಭೈರವ ಮಂದಿರದಲ್ಲಿಡಲಾಗುತ್ತದೆ.

ಕಪಾಲಿಕರು, ಅಘೋರಿಗಳು, ಕಾನ್‌ಫಟಾ (ಕಿವಿ ಹರಿದ) ಯೋಗಿಗಳು ಮತ್ತು ನಾಥರು ಭೈರವೀ ಪಂಥವನ್ನು ದೇಶದಲ್ಲಿ ಹರಡಿದ್ದಾರೆ. ಅವರು ಶಿವನನ್ನು ಯೋಗಿಯೆಂದೂ, ಸಿದ್ಧಿ ಮತ್ತು ಯೋಗಶಕ್ತಿಯನ್ನು ಕರುಣಿಸುವನೆಂದೂ ನಂಬುತ್ತಾರೆ. ವಜ್ರಾಚಾರ್ಯ ಅಥವಾ ಬೌದ್ಧತಾಂತ್ರಿಕರು ಸಹ ಭೈರವನನ್ನು ಒಪ್ಪುತ್ತಾರೆ. ಮಂಗಳಮಯ ಶಿವ ಮತ್ತು

ಉಗ್ರಶಿವನ ಎರಡು ಪ್ರಭೇದಗಳಲ್ಲಿ ಭೈರವೀ ಪಂಥದವರು ಉಗ್ರಶಿವನನ್ನು ಪೂಜಿಸುತ್ತಾರೆ. ಅನೇಕ ಬುಡಕಟ್ಟಿನ ಜನರು, ಅದರಲ್ಲೂ ಮಹಾರಾಷ್ಟ್ರದಲ್ಲಿ, ಭೈರವನನ್ನು ಪೂಜಿಸುತ್ತಾರೆ. ರಾಜಾಸ್ಥಾನದಲ್ಲಿ ಅವನನ್ನು 'ಕಾಶಿವಾಸಿ ಭೈರೂ' ಎಂದು ಕರೆಯುತ್ತಾರೆ. ನೇಪಾಳ ಮತ್ತು ಬಾಲಿದ್ವೀಪದಲ್ಲಿ ಭೈರವನನ್ನು ಮಹಾಭಾರತದ ಭೀಮನೆಂದು ಪರಿಗಣಿಸುತ್ತಾರೆ. ನೇಪಾಳದಲ್ಲಂತೂ ಭೈರವ ರಾಷ್ಟ್ರದೇವತೆಯೇ ಸರಿ. ಕಾಲಭೈರವನು ಪಾಪಭಕ್ಷಕ ಎನ್ನುವುದನ್ನು ಕಟ್ಮಂಡುವಿನ ಘಂಟಾಕರ್ಣ ಹಬ್ಬದಲ್ಲಿ ನೋಡಬಹುದು. ಭೈರವನನ್ನು ತಾಂತ್ರಿಕರ ಕ್ರೂರದೇವತೆಗಳ ಜೊತೆಗೆ ಪೂಜಿಸಿ, ಪ್ರಾಣಿಬಲಿಯಲ್ಲದೆ ಮಾನವಬಲಿಯನ್ನು ಕೊಡುವ ಪರಿಪಾಠವೂ ಇದೆ/ಇತ್ತು. ವಿವಿಧ ಜಾತಿಯ ಭೈರವನ ಉಪಾಸಕರು ಸ್ಮಶಾನಭಸ್ಮವನ್ನು ಬಳಿದುಕೊಂಡು, ಒಂದು ತ್ರಿಶೂಲ ಅಥವಾ ಕತ್ತಿಹಿಡಿದು, ತಲೆಬುರುಡೆಯನ್ನು ಭಿಕ್ಷಾಪಾತ್ರೆಯನ್ನಾಗಿ ಮಾಡಿಕೊಂಡು ನಗ್ನರಾಗಿ ತಿರುಗಾಡುತ್ತಾರೆ. ಭೈರವೀ ದೀಕ್ಷೆಯನ್ನು ಪಡೆದು ಹೀಗೆ ತಿರುಗುವ ಮೂಲಕ, ಯಾರಾದರೂ ಬ್ರಾಹ್ಮಣರಾಗ ಬಹುದು ಎಂಬ ನಂಬಿಕೆಯಿದೆ. 'ಉಗ್ರಶಿವ'ನನ್ನು ಅರ್ಥಮಾಡಿಕೊಳ್ಳುವುದರಿಂದಲೇ 'ಮಂಗಳಮಯಶಿವ'ನನ್ನು ಸೇರಬಹುದು ಎಂಬ ನಂಬಿಕೆಯೂ ಪ್ರಚಲಿತವಾಗಿದೆ. ಭೈರವೀ ಪಂಥದವರ ಆಚಾರ ನಡೆವಳಿಕೆಗಳು ಶಿಷ್ಟಸಂಪ್ರದಾಯಕ್ಕೆ ಸರಿಹೊಂದುವುದಿಲ್ಲವಾದರೂ ಅನೇಕ ಬುಡಕಟ್ಟಿನ ದೇವ-ದೇವತೆಗಳು ಹಿಂದೂ ದೇವಸಮೂಹದಲ್ಲಿ ಸೇರಿಹೋಗಲು ಭೈರವೀ ಪಂಥವು ಕಾರಣವೆನ್ನಬಹುದು.

ಲಾಠ್‌ಭೈರವ ಅಲ್ಲದೆ ಮಹಾಸ್ಮಶಾನಸ್ತಂಭ ಮತ್ತು ಕುಲಸ್ತಂಭ ಎಂಬ ಇನ್ನೂ ಎರಡು ಪ್ರಸಿದ್ಧ ಕಂಬಗಳಿವೆ. ಭಗ್ನವಾದ ಮಹಾಸ್ಮಶಾನಸ್ತಂಭವನ್ನು ದಂಡಪಾಣಿಭೈರವ ಎಂದೂ, ಕಾಲಭೈರವನ ಹತ್ತಿರ ಇರುವ ಕಂಬವನ್ನು ಚಕ್ರಪಾಣಿಭೈರವ ಎಂದೂ ಪೂಜಿಸುತ್ತಾರೆ. ಕೊತವಾಲನ (ಕಾಲಭೈರವನ) ನ್ಯಾಯ ನಿರ್ದೇಶನದಂತೆ ನ್ಯಾಯನಿರ್ವಹಣೆ ನಡೆಸುವ (ಪೊಲೀಸ್) ಅಧಿಕಾರಿಯೆ ದಂಡಪಾಣಿ (ಕೋಲುಹಿಡಿದ) ಭೈರವ. ಕಾಶಿಯಲ್ಲಿರಲು ಯೋಗ್ಯರಲ್ಲದವರನ್ನು ಓಡಿಸುವಲ್ಲಿ ದಂಡಪಾಣಿಯು ಕಾಲಭೈರವನಿಗೆ ಸಹಾಯಕನಾಗಿಯೂ, ಕಾಶಿವಾಸಿಗಳಿಗೆ ಅನ್ನ ದೊರಕಿಸುವಲ್ಲಿ ಅನ್ನಪೂರ್ಣೆಗೆ ಸಹಾಯಕನಾಗಿಯೂ ಇರುತ್ತಾನೆ. ಮೊದಲು ಪೂರ್ಣಭದ್ರ ಎಂಬ ಯಕ್ಷನ ಮಗನಾಗಿದ್ದ ಹರಿಕೇಶಯಕ್ಷನು ದಂಡಪಾಣಿಯಾದ ಕಥೆಯನ್ನು ಮತ್ಸ್ಯಪುರಾಣ ಹೇಳುತ್ತದೆ. ಚಿಕ್ಕವಯಸ್ಸಿನಿಂದಲೂ ಶಿವಭಕ್ತನಾಗಿದ್ದ ಹರಿಕೇಶಯಕ್ಷನನ್ನು ತಂದೆ ಮನೆಯಿಂದ ಓಡಿಸಿದಾಗ ಅವನು ಕಾಶಿಯಲ್ಲಿ ಬಂದು ತಪಸ್ಸುಮಾಡಿ ಶಿವನನ್ನು ಒಲಿಸಿಕೊಂಡನಂತೆ. ಶಿವನು ಅವನನ್ನು ಕಾಶಿಯ ಕ್ಷೇತ್ರಪಾಲನೆಂದು ನಿಯಮಿಸಿ, ಅವನಿಗೆ ದಂಡ ಮತ್ತು ತ್ರಿನೇತ್ರವನ್ನು ಕೊಟ್ಟನು. ಅಂದಿನಿಂದ ಅವನು ದಂಡಪಾಣಿ ಎನಿಸಿಕೊಂಡನು. ಈ ಕಥೆಯು

ಯಕ್ಷಧರ್ಮವು ಶೈವಧರ್ಮದೊಂದಿಗೆ ಕ್ರಮೇಣ ಸೇರಿಹೋಯಿತೆಂದು ತೋರಿಸುತ್ತದೆ. ಅನಂತರ ಶಂಕರಾಚಾರ್ಯರು ತಮ್ಮ ಶಿವ ಪಂಚಾಕ್ಷರ ಸ್ತೋತ್ರದಲ್ಲಿ ಶಿವನನ್ನು "ಯಕ್ಷಸ್ವರೂಪಾಯ ಜಟಾಧರಾಯ" ಎಂದು ವರ್ಣಿಸುತ್ತಾರೆ.

ಕಾಶಿಗೆ ಹೋದವರು ಕಾಲಭೈರವನ ಮಂದಿರ ನೋಡದೆ ಬರುವುದಿಲ್ಲ. ಅಲ್ಲಿಯ ಕಾಶಿದಾರವನ್ನು ಕೈಗೆ ಕಟ್ಟಿಕೊಳ್ಳುವುದಲ್ಲದೆ, ಊರಿನಲ್ಲಿರುವ ತಮ್ಮ ಬಂಧು ಮಿತ್ರರಿಗೂ ಕರಿಯ ದಾರವನ್ನು ತಂದುಕೊಡುತ್ತಾರೆ.

■

11. ತ್ರಿಪಥಗಾಮಿನಿ ಗಂಗಾ

(ಶ್ರೇಷ್ಠ ದೇವಿ, ಶ್ರೇಷ್ಠ ಮಾತೆ, ಶ್ರೇಷ್ಠ ನದಿ).

ಪುಣ್ಯಕ್ಷೇತ್ರವೆನಿಸಿದ ಕಾಶಿಯಲ್ಲಿ ದೇವಮಂದಿರಗಳಂತೆ ಅನೇಕ ಜಲತೀರ್ಥಗಳೂ ಸೇರಿವೆ. ಇದಕ್ಕೆ ಇಲ್ಲಿ ಬೆಳೆದುಬಂದಿರುವ ಇನ್ನೊಂದು ಸಾಂಪ್ರದಾಯಿಕ ನಂಬಿಕೆಯೇ ಕಾರಣ. ಗಂಗೆ ಕೇವಲ ಒಂದು ನದಿಯಲ್ಲ, ಅವಳು ಗಂಗಾಮಾತೆ, ದೇವೀ ಸ್ವರೂಪ, ಪುಣ್ಯಪ್ರದೆ, ಪಾಪನಾಶಿನಿ ಎಂಬ ಅಚಲ ನಂಬಿಕೆಯಿದೆ. ಮೊದಲು ಸರಸ್ವತೀ ನದಿಗೆ "ದೇವಿತಮೆ, ಅಂಬಿತಮೆ, ನದೀತಮೆ" ಎಂದರೆ "ದೇವಿಗಳಲ್ಲಿ ಶ್ರೇಷ್ಠ, ಮಾತೆಯರಲ್ಲಿ ಶ್ರೇಷ್ಠ, ನದಿಗಳಲ್ಲಿ ಶ್ರೇಷ್ಠ" ಎಂಬ ಶ್ಲಾಘನೆ ಇತ್ತು. ಸರಸ್ವತೀ ಒಣಗಿದಮೇಲೆ ಈ ಶ್ಲಾಘನೆ ಗಂಗೆಗೇ ಬಂದಿತು. ಗಂಗೆಯನ್ನು ಕೊಂಡಾಡದ ಪುರಾಣಗಳು ಇಲ್ಲವೆಂದೇ ಹೇಳಬೇಕು. ಅಲ್ಲದೆ ಸಂಸ್ಕೃತ ಮತ್ತಿತರ ಭಾಷಾ ಸಾಹಿತ್ಯಗಳಲ್ಲಿಯೂ ಗಂಗೆಯ ಬಗ್ಗೆ ಶ್ಲಾಘನೆ-ಕಥೆಗಳು ಬಹಳವಾಗಿವೆ. ಎಲ್ಲ ಜಲತೀರ್ಥಗಳಿಗೂ ಆಧ್ಯಾತ್ಮಿಕ ಶಕ್ತಿಯಿದೆ ಎಂಬ ನಂಬಿಕೆಯೂ ಬಲವಾಗಿದೆ. ವಾರಾಣಸಿಯ ಪವಿತ್ರತೆಯ ಬಗ್ಗೆ ಮಾತನಾಡುವಾಗ ವಿಶ್ವನಾಥ ಮತ್ತು ಕಾಶಿಯ ನಂತರ ಗಂಗೆಯ ಹೆಸರು ಬಂದು, ಅನಂತರ ಪಾರ್ವತಿಯ ಹೆಸರು ಬರುತ್ತದೆ. ಅದು ಹೀಗೆ: *"ಹರಹರ ಮಹಾದೇವ ಶಂಭೋ! ಕಾಶೀ ವಿಶ್ವನಾಥ ಗಂಗೇ! ಪಾರ್ವತೀ ಸಂಗೇ!"*. ಕಾಶಿಯಲ್ಲಿ ಮುಕ್ತಿ ಎಂದು ಹೇಳಿದಾಗ, ಅದರಲ್ಲಿ ಗಂಗೆಯ ಪಾತ್ರವೂ ಸಾಕಷ್ಟಿದೆ. ಒಂದು ಸೂಕ್ತಿಯ ಪ್ರಕಾರ ಮುಕ್ತಿ ನೀಡುವ ನಾಲ್ಕು ದೇವತೆಗಳಲ್ಲಿ ಗಂಗೆಯೂ ಒಬ್ಬಳಾಗಿದ್ದಾಳೆ.

ಗೀತಾ ಗಂಗಾ ಚ ಗಾಯತ್ರೀ ಗೋವಿಂದೇತಿ ಹೃದಿಸ್ಥಿತೇ।
ಚತುರ್ಗಕಾರ ಸಂಯುಕ್ತೇ ಪುನರ್ಜನ್ಮ ನ ವಿದ್ಯತೇ॥

ಪ್ರಕೃತಿಯನ್ನು ಅದರಲ್ಲೂ ನದಿಯನ್ನು ದೈವೀಕರಿಸಿ ಪೂಜಿಸುವುದು ನಮ್ಮ ಸಂಸ್ಕೃತಿಯಲ್ಲಿ ಪಾರಂಪಾರಿಕವಾಗಿ ಬಂದಿರುವುದನ್ನು ಧರ್ಮಗ್ರಂಥ, ಪುರಾಣ, ಸಾಹಿತ್ಯದಲ್ಲಿರುವ ಗಂಗೆಯ ಉಲ್ಲೇಖಗಳಲ್ಲಿ ನೋಡಬಹುದು. 'ದೇವೀ ಭಾಗವತಪುರಾಣ', 'ನಾರದೀಯಪುರಾಣ', 'ಅಗ್ನಿಪುರಾಣ', 'ಸ್ಕಾಂದಪುರಾಣ'ದ 'ಕಾಶೀಖಂಡ' ಮತ್ತು 'ನಾಗರಖಂಡ', ಅಲ್ಲದೆ 'ಭಾಗವತಪುರಾಣ'ಗಳಲ್ಲಿ ಗಂಗೆಯ ವಿವರಣೆಯಿದೆ. ಗಂಗೆಯನ್ನು ಕಲಶದಲ್ಲಿರಿಸಿ, ಕಡೆಯ ಪಕ್ಷ ಸಾಂಕೇತಿಕವಾಗಿ ಗಂಗೆಯನ್ನು ಆಹ್ವಾನಿಸಿದ ಅನಂತರವೇ ಎಲ್ಲ ಶುಭಧಾರ್ಮಿಕ ಆಚರಣೆಗಳೂ ನಡೆಯುವುದು. ಆದರೆ ದೇವಿ ದೇವತೆಯರನ್ನು

ಬಿಟ್ಟರೆ ನದಿಯೊಂದರ ಬಗ್ಗೆ 'ಸಹಸ್ರನಾಮ' ಇರುವುದು ಪ್ರಾಯಶಃ ಕೇವಲ ಗಂಗೆಯದು ಮಾತ್ರ. ಇತರ ನದಿಗಳ ಸಹಸ್ರನಾಮಗಳು ಈಚಿನ ರಚನೆಗಳೆನ್ನುತ್ತಾರೆ. ಈ ಸಹಸ್ರನಾಮವನ್ನು 'ಸ್ಕಾಂದಪುರಾಣ'ದ 'ಕಾಶೀಖಂಡ'ದಲ್ಲಿ ನೋಡಬಹುದು. ಅಲ್ಲದೆ 'ಪದ್ಮ', 'ನಾರದೀಯ', 'ಬ್ರಹ್ಮವೈವರ್ತ', 'ಬ್ರಹ್ಮಪುರಾಣ'ಗಳಾದಿಯಾಗಿ ಅನೇಕ ಪುರಾಣಗಳು ಗಂಗೆಯ ಪಾವಿತ್ರ್ಯವನ್ನು ಹೊಗಳಿವೆ. ಧರ್ಮದ ನೀರು, ವಿಷ್ಣುವಿನ ಪಾದಕಮಲದ ಅಮೃತಸಾರ, ದುಃಖಸಾಗರದ ದೋಣಿ, ಭವಸಾಗರವನ್ನು ದಾಟಿಸುವ ತಾರಿಣಿ, ಸ್ವರ್ಗದ ಸೋಪಾನ, ಯಜ್ಞಗಳಲ್ಲಿ ಅಶ್ವಮೇಧದಂತೆ, ಪರ್ವತಗಳಲ್ಲಿ ಹಿಮಾಲಯದಂತೆ ಸರ್ವತೀರ್ಥಗಳಲ್ಲಿ ಗಂಗಾತೀರ್ಥವು ಉತ್ತಮ, ಪಾಪನಾಶಿನಿ, ಪುಣ್ಯಪ್ರದಾಯಿನಿ.. ಎಂದು ಹಲವು ವಿಧಗಳಲ್ಲಿ ಗಂಗೆಯನ್ನು ಹೊಗಳಿವೆ. ಇದೆಲ್ಲಾ ಏಕೆ, ಭಗವದ್ಗೀತೆಯಲ್ಲಿ ಶ್ರೀ ಕೃಷ್ಣನೇ 'ನದಿಗಳಲ್ಲಿ ನಾನು ಗಂಗೆ' ಎಂದಿದ್ದಾನೆ. ಸಾಹಿತ್ಯದಲ್ಲಿಯೂ ಗಂಗೆಯ ಬಗ್ಗೆ ಸಾಕಷ್ಟು ಉಲ್ಲೇಖಗಳಿವೆ. ಇವುಗಳಲ್ಲಿ ವಾಲ್ಮೀಕಿ, ಶಂಕರಾಚಾರ್ಯರು, ಜಯದೇವ, ಪಂಡಿತರಾಜ ಜಗನ್ನಾಥ ಮೊದಲಾದವರ ಸಾಹಿತ್ಯವನ್ನು ಹೆಸರಿಸಬಹುದು. ನಂತರ ಇಂಗ್ಲಿಷರು ಮತ್ತು ಪ್ರವಾಸಿಗಳೇ ಅಲ್ಲದೆ, ಶ್ರೇಷ್ಠ ಪಾರಸಿ/ಉರ್ದು ಕವಿಯೆನಿಸಿದ ಮಿರ್ಜಾ ಗಾಲಿಬ್ ಮತ್ತು ಜವಹರಲಾಲ್ ನೆಹರೂವಿನಿಂದ ಕನ್ನಡದ ಹರಿದಾಸರು ಮತ್ತು ಬೇಂದ್ರೆ ಅವರವರೆಗೆ ಅನೇಕರು ಗಂಗೆಯ ಬಗ್ಗೆ ಬರೆದಿದ್ದಾರೆ. ಇವೆಲ್ಲವನ್ನೂ ಸಂಕ್ಷಿಪ್ತರೂಪದಲ್ಲಿ ಹೇಳಹೊರಟರೂ ಅದೇ ಒಂದು ಗ್ರಂಥವಾದೀತು. (ಹೆಚ್ಚಿನ ವಿವರಗಳಿಗೆ ಇದೇ ಲೇಖಕರ 'ತ್ರಿಪಥಗಾಮಿನಿ ಗಂಗಾ' ಎಂಬ ಇಂಗ್ಲಿಷ್ ಅಥವಾ ಹಿಂದಿಯ ಪುಸ್ತಕಗಳನ್ನು ನೋಡಬಹುದು). ಕಾಶಿಗೆ ಸಂಬಂಧಿಸಿದಂತೆ ಗಂಗೆಯ ಪಾತ್ರವಷ್ಟೆ ಇಲ್ಲಿ ಪ್ರಸ್ತುತ.

ಗಂಗೆಯನ್ನು ಕುರಿತು ಬಳಸಲಾಗಿರುವ ವಿಶೇಷಣಗಳೇ ಅನೇಕ ಕಥೆಗಳನ್ನು ನೆನಪಿಗೆ ತರುತ್ತವೆ. ಇವುಗಳಲ್ಲಿ ಕೆಲವನ್ನಾದರೂ ನೋಡಿ ಹಿನ್ನೆಲೆಯ ಕಥೆಗಳನ್ನು ನೆನಪಿಸಿಕೊಳ್ಳಬಹುದು–ಬ್ರಹ್ಮಕಮಂಡಲವಾಸಿನಿ, ಭಗವತ್ಪದಿ, ವಿಷ್ಣುಪದಿ, ವಿಷ್ಣುಪಾದಜಾತೆ, ಶೈಲಸುತಾಸಪತ್ನಿ, ಸುರಸರಿ, ದೇವನದಿ, ಸ್ವರ್ಗತರಂಗಿಣಿ, ತ್ರಿಪಥಗಾಮಿನಿ (ತ್ರಿಪಥಗಾ), ಮಂದಾಕಿನಿ (ಆಕಾಶದಲ್ಲಿ), ಜಾಹ್ನವಿ (ಭೂಮಿಯಲ್ಲಿ), ಪ್ರಭಾವತಿ (ಪಾತಾಳದಲ್ಲಿ), ಭಾಗೀರಥಿ, ಜಹ್ನುಬಾಲಿಕಾ, ಭೀಷ್ಮಮಾತಾ, ಅಮೃತಸಿಂಧು, ತ್ರಿವಿಧತಾಪಹಾರಿಣಿ, ಭವನಾಶಿನಿ, ಪಾಪನಾಶಿನಿ, ಭವಸಾಗರತಾರಿಣಿ, ಶೋಭಾರೂಪ, ಅಪರಾಲಕ್ಷ್ಮಿ, ಕಲ್ಯಾಣಮೂರ್ತಿ, ಪುಣ್ಯರಾಶಿ ಇವು ಕೆಲವು. ದರಿದ್ರರ ದೀನತಾ, ದುಷ್ಟರ ಪಾಪ, ಸಂಸಾರದ ಅವಿದ್ಯೆ, ಮನುಜನ ಅಜ್ಞಾನ, ಅಂತಃಕರಣದ ಅಶಾಂತಿ ಎಲ್ಲವನ್ನೂ ನಿವಾರಿಸುವ ಅತಿಶುದ್ಧತತ್ತ್ವವೇ ಗಂಗಾ. ಇವಳು ಧರ್ಮದ ಸ್ಥಾನ, ಬುದ್ಧಿಯ ಸಮಾಧಾನ, ಸಂತೋಷದ ನಿಧಾನ(ನೆಲೆ). 'ಕಾಶೀಖಂಡ'ವಂತೂ 'ಶಿವನು ದಯೆಯಿಂದ ವೇದಾಕ್ಷರಗಳನ್ನು ಹಿಂಡಿ

ಆ ದ್ರವದಿಂದ ಗಂಗೆಯನ್ನು ನಿರ್ಮಿಸಿರುವನು' ಮತ್ತು 'ಶಂಕರನು ವೇದೋಪನಿಷತ್ತುಗಳ ಸಾರವನ್ನು ತೆಗೆದು ಸಕಲಪ್ರಾಣಿಗಳಲ್ಲಿಯೂ ದಯೆಯಿಟ್ಟು ಈ ಉತ್ತಮ ಗಂಗೆಯನ್ನು ಸೃಜಿಸಿದ್ದಾನೆ' ಎಂದು ಹೇಳಿರುವಾಗ ಗಂಗೆಯೇ ಜ್ಞಾನಪ್ರವಾಹ ಎಂಬ ಅರ್ಥಕೊಡುತ್ತದೆ (ಕಾ.ಖಂ,ಅ7, ಶ್ಲೋ85/86). ಇದಕ್ಕೇ ಇರಬೇಕು ಗಂಗೆಯನ್ನು 'ಋಗ್ವೇದ ಸ್ವರೂಪ' ಎಂದಿರುವುದು. ಈ ವರ್ಣನೆಗಳಿಂದ ಪವಿತ್ರತೆ, ಶುದ್ಧತೆ ಮತ್ತು ಜ್ಞಾನದ ಮೂರ್ತಿವೆತ್ತ ರೂಪವೇ ಗಂಗೆ ಎಂದು ಭಾಸವಾಗುತ್ತದೆ. *ಗಾಂ, ಭೂಲೋಕಂ ಗಚ್ಛತಿ, ಗಂಗಾ* ಎಂಬ ವ್ಯುತ್ಪತ್ತಿಯನ್ನನುಸರಿಸಿ ಭೂಲೋಕಕ್ಕೆ ಹೋಗುವವಳು ಎಂಬ ಅರ್ಥ ಬರುತ್ತದೆಂದು 'ಶಿವರಹಸ್ಯ' (ಶಿವ.ರ,ಅ7,ಶ್ಲೋ12–44) ತಿಳಿಸುತ್ತದೆ. ಅದರಂತೆ ಇವಳು ವಾರುಣಪಾಶವನ್ನು ಕಡಿದು, ಭೂಲೋಕಕ್ಕೆ ತೆರಳಿದುದರಿಂದ ದೇವತೆಗಳು ಗಂಗಾ ಎಂದು ಸಂಬೋಧಿಸಿದರಂತೆ.

ಇಷ್ಟೆಲ್ಲಾ ವಿಶೇಷಗಳಿರುವ ಗಂಗೆ ಕೇವಲ ನದಿಯಲ್ಲ, ಅವಳೂ ಸಾಕ್ಷಾತ್ ದೇವಿ, ಹಾಗೂ ಮಾತೆ. ಕಾಶಿಗೆ ಬರುವ ಯಾತ್ರಿಕರ, ಭಕ್ತರ ದಿನನಿತ್ಯದ ಭಕ್ತಿಪರವಶ ಉದ್ಗಾರ *"ಹರಹರ ಮಹಾದೇವ ಶಂಭೋ, ಕಾಶಿ ವಿಶ್ವನಾಥ ಗಂಗೇ, ಪಾರ್ವತೀ ಸಂಗೇ"* ಎಂಬುದು ಅವಳನ್ನು ದೇವಿಯಾಗಿ ಕಾಣುವುದರ ದ್ಯೋತಕ. ಈ ಉದ್ಗಾರದಲ್ಲಿ ಗಂಗೆಯನ್ನು ವಿಶ್ವನಾಥ ಮತ್ತು ಕಾಶಿಯ ಜೊತೆಜೊತೆಗೆ ಸೇರಿಸಿರುವುದಲ್ಲದೆ ಪಾರ್ವತಿಗಿಂತ ಮೊದಲು ಹೇಳಿರುವುದನ್ನು ಗಮನಿಸಬೇಕು. ಪಾರ್ವತಿಯು ಪಕ್ಕದಲ್ಲಿಯೇ ಇದ್ದರೂ ಶಿವನು ಗಂಗೆಯನ್ನು ತನ್ನ ತಲೆಯ ಮೇಲೇ ಕೂರಿಸಿಕೊಳ್ಳಲಿಲ್ಲವೇ? ಸಪ್ತಪುರಿಗಳಂತೆ ಸಪ್ತನದಿಗಳೂ ಶ್ರೇಷ್ಠ ಅನ್ನುವಾಗಲೂ ಗಂಗೆಯ ಹೆಸರೇ ಮೊದಲು ಬರುತ್ತದೆ. ದಿನ ನಿತ್ಯದ ದೇವತಾರಾಧನೆಯಲ್ಲಿ, ದೇಶದ ಯಾವ ಮೂಲೆಯಲ್ಲಿದ್ದವರೂ, ಗಂಗೆಯನ್ನು ತಮ್ಮ ಕುಂಭದಲ್ಲಿ ಆಹ್ವಾನಿಸುತ್ತಾರೆ. ಎಲ್ಲ ಶುಭ ಹಾಗೂ ಮಂಗಳಕಾರ್ಯಗಳಲ್ಲೂ ಗಂಗೆ ಇರಲೇಬೇಕು. ಜೀವನದ ಕೊನೆಯ ಘಳಿಗೆಯಲ್ಲಿ ಮುಕ್ತಿಪ್ರಾಪ್ತಿಗಾಗಿ ಒಂದು ಹನಿ ಗಂಗಾಜಲವನ್ನು ಸಾಯುವ ವ್ಯಕ್ತಿಯ ಬಾಯಲ್ಲಿ ಹಾಕುತ್ತಾರೆ. ಹೀಗೆ ಗಂಗಾಧರನಾದ ಶಿವನು ದಯೆಯಿಂದ ಜಗತ್ತಿನ ಉದ್ಧಾರಕ್ಕಾಗಿ (ವೇದಾಕ್ಷರಗಳನ್ನು ಹಿಂಡಿ) ಈ ಗಂಗೆಯನ್ನು ಸೃಜಿಸಿರುವನು (ಕಾ.ಖಂ,ಅ7,ಶ್ಲೋ85).

ಗಂಗಾದೇವಿ ಹರಿದುಹೋಗುವ ಸ್ಥಳಗಳೆಲ್ಲ ತೀರ್ಥಸ್ಥಳಗಳೇ ಆಗಿವೆ. ಗಂಗೆಯ ಉಗಮ ಸ್ಥಾನವಾದ ಗೌಮುಖದಿಂದ ಹಿಡಿದು ಗಂಗೋತ್ರಿ, ಹೃಷಿಕೇಶ, ಹರಿದ್ವಾರ, ಖನಖಲ, ಪ್ರಯಾಗ, ಕಾಶಿ ಮತ್ತು ಕೊನೆಗೆ ಸಮುದ್ರವನ್ನು ಸೇರುವ ಗಂಗಾಸಾಗರ ಎಲ್ಲವೂ ಪವಿತ್ರ ತೀರ್ಥಗಳು. 'ಕಾಶೀಖಂಡ'ದಲ್ಲಿ "ಗಂಗೆಯು ತೀರ್ಥಗಳಲ್ಲಿ ಉತ್ತಮ ತೀರ್ಥವೂ, ನದಿಗಳಲ್ಲಿ ಉತ್ತಮ ನದಿಯೂ, ಮಹಾಪಾತಕಿಗಳಾದ ಪ್ರಾಣಿಗಳಿಗೆ ಸ್ವರ್ಗವನ್ನು ನೀಡುವುದೂ ಆಗಿರುವುದು. ದೇವಲೋಕ, ಭೂಮಿ, ಆಕಾಶಗಳಲ್ಲಿರುವ ಸಮಸ್ತ ತೀರ್ಥಗಳೂ

ಗಂಗೆಯಲ್ಲಿ ನೆಲಸಿರುವುವು" ಎಂದು ಹೇಳಿದೆ (ಕಾ.ಖಂ,ಅ28,ಶ್ಲೋ118/119). ಈ ಗಂಗೆಯು ಭೂಲೋಕಕ್ಕೆ ಇಳಿದುಬಂದಾಗ ಭಗೀರಥನನ್ನು ಹಿಂಬಾಲಿಸಿದಳು. ಆನಂದಕಾನನ ಮಹೇಶ್ವರನ ನಿವಾಸಸ್ಥಾನವಾದ್ದರಿಂದ ಈ ಕ್ಷೇತ್ರವು ಅಸಮಾನ ಎಂದು ತಿಳಿದು, ತನ್ನ ಪ್ರಿಯಕರನನ್ನು ಮತ್ತೆ ಸೇರುವ ಆತುರದಲ್ಲಿ ಕಾಶಿಯ ಸಮೀಪದಲ್ಲಿ ಉಲ್ಲಾಸಭರಿತಳಾಗಿ ಹರಿದಳು. ಇದನ್ನು ತಿಳಿದ ಶಿವನು ತಾನು ಮುಂದೋಡಿ ಗಂಗೆಯನ್ನು ಆಲಿಂಗಿಸಿ ಸ್ವಾಗತಿಸುವ ಬದಲು, ತನ್ನ ಭಕ್ತರನ್ನು ಸಲಹುವ ಕಾತುರದಲ್ಲಿ ತನ್ನ ತ್ರಿಶೂಲದಿಂದ ಗಂಗೆಯನ್ನು ತಡೆದು ನಿಲ್ಲಿಸಿದನು. ಗಂಗೆಯು ತಾನು ಕಾಶಿಯಲ್ಲಿ ಸೌಮ್ಯವಾಗಿ ಹರಿಯುವೆನೆಂದೂ, ಕಾಶಿಯಲ್ಲಿ ಗಂಗಾಸ್ನಾನ ಮಾಡುವವರಿಗೆ ಯಾವರೀತಿಯಲ್ಲಿಯೂ ತೊಂದರೆಮಾಡುವುದಿಲ್ಲ ಎಂದೂ ಮಾತುಕೊಟ್ಟಳು. ಗಂಗೆಯನ್ನು ತ್ರಿಶೂಲದಿಂದ ತಡೆದು ನಿಲ್ಲಿಸಿದ ಸ್ಥಳದಲ್ಲಿ (ಅಸಿಯಿಂದ ಎರಡು ಮೈಲಿ ದೂರದಲ್ಲಿ) ಶೂಲಟಂಕೇಶ್ವರ ಲಿಂಗವಿದೆ. ನಂತರ ಕಾಶಿಯಲ್ಲಿ ವಿಷ್ಣುವಿನಿಂದ ನಿರ್ಮಿತವಾಗಿದ್ದ ಚಕ್ರಪುಷ್ಕರಿಣಿ ತೀರ್ಥವನ್ನು ಸೇರಿದಳು. ಕಾಶಿಯು ಮಣಿಕರ್ಣಿಕೆಯೆಂದೇ ಪ್ರಸಿದ್ಧವಾಗಲು 'ಕಾಶೀಖಂಡ'ವು (ಕಾ.ಖಂ,ಅ7,ಶ್ಲೋ79) ಎರಡು ಕಾರಣಗಳನ್ನು ಹೇಳುತ್ತದೆ. ಮೊದಲನೆಯುದು-'ಸಂಸಾರಿಗಳಿಗೆ ಚಿಂತಾಮಣಿಯಂತಿರುವ ಗಂಗೆಯ ತೀರದಲ್ಲಿರುವುದು'. ಎರಡನೆಯದು-'ಪರಮೇಶ್ವರನು ಅಂತ್ಯಕಾಲದಲ್ಲಿ ಸಜ್ಜೀವಿಯ ಕರ್ಣದಲ್ಲಿ ತಾರಕಮಂತ್ರವನ್ನು ಉಪದೇಶ ಮಾಡುವುದು'. ಕಾಶಿಯಲ್ಲಿ ಗಂಗೆಯ ಅನೇಕ ಪವಿತ್ರತೀರ್ಥಗಳಿವೆ. ಅವುಗಳಲ್ಲಿ ಪಂಚಗಂಗಾ ಘಾಟಿನಲ್ಲಿರುವ 'ಪಂಚನದತೀರ್ಥ' (ಐದುನದಿಗಳು ಸೇರಿ ಆಗಿರುವ ತೀರ್ಥ), 'ಮತ್ಸ್ಯೋದರಿತೀರ್ಥ', ಗಂಗಾ-ವರಣ ನದಿಗಳ ಸಂಗಮದ 'ಪಾದೋದಕತೀರ್ಥ' (ಆದಿಕೇಶವನ ಹತ್ತಿರ) ಎಂಬುವು ಪರಮಪವಿತ್ರವೆನಿಸಿವೆ. ಇವುಗಳ ವಿಶೇಷತೆಯನ್ನು ತೀರ್ಥಗಳ ಅಧ್ಯಾಯದಲ್ಲಿ ನೋಡಬಹುದು. ಗಂಗೆ ಹಾಗೂ ಕಾಶಿಯ ಪವಿತ್ರತೆಗೆ ಇನ್ನೊಂದು ಮುಖ್ಯ ಕಾರಣವೆಂದರೆ ಇಲ್ಲಿ ಗಂಗೆ ಉತ್ತರವಾಹಿನಿಯಾಗಿರುವುದು. ಶಿವನ ಜಟೆಯಿಂದ (ಹಿಮಾಲಯ ಪರ್ವತಶ್ರೇಣಿಯಂದ) ಗಂಗೆ ಕೋಪದಿಂದ, ಗಂಡನಮನೆ ಬಿಟ್ಟವಳಂತೆ, ರಭಸವಾಗಿಯೆ ಇಳಿದುಬಂದಳು. ಹರಿದ್ವಾರದಲ್ಲಿ ಭೂಮಿಗಿಳಿಯುವ ವೇಳೆಗೆ ಕೋಪಶಮನವಾಗಿ ಸಾಕಷ್ಟು ಶಾಂತಳಾಗಿದ್ದಳು. ಆದರೆ ಶಿವಪುರಿ ಕಾಶಿಯಲ್ಲಿ ವಿಶ್ವನಾಥನ ದರ್ಶನ ಮತ್ತು ಮಿಲನದ ನಿರೀಕ್ಷೆಯಲ್ಲಿ ಬಹಳ ಉದ್ವಿಗ್ನಳಾಗಿ ಓಡುವಾಗ ಅವಳಿಗೆ ಅತೀವ ಸಂತೋಷವಾಯಿತು. ಆಗ ಗಂಗೆ ತಾನು ಹೊರಟ ಸ್ಥಾನವಾದ ಶಿವನ ಜಟೆಯನ್ನು ನೋಡಲೆಂಬಂತೆ, ಎಷ್ಟುದೂರ ಹರಿದುಬಂದಿರುವೆನೆಂದು ಕತ್ತುಕೊಂಕಿಸಿ ಉತ್ತರಕ್ಕೆ ತಿರುಗಿ ನೋಡಿದಳು. ಕಾಶಿ, ಜಮಾನಿಯ (ಬಿಹಾರ್) ಮತ್ತು ಮೊಂಘೈರ್ (ಭಾಗಲ್‌ಪುರದ ಹತ್ತಿರ) ಈ ಮೂರು ಸ್ಥಳಗಳಲ್ಲಿ ಗಂಗೆ ಉತ್ತರವಾಹಿನಿಯಾಗಿ ಹರಿಯುತ್ತಾಳೆ. ಆದರೆ ಈಕೆ ಮನಮರೆತು ಪರವಶಳಾಗಿ

ಕಾಶಿಯಲ್ಲಿ ಹರಿಯುವಂತೆ ಇನ್ನೆಲ್ಲೂ ಹರಿಯುವುದಿಲ್ಲ. 'ಗಂಗೆಯೇ ತನ್ನನ್ನು ತಾನು ಮರೆಯುವಾಗ ಇನ್ನು ಪಾಮರರ ಮಾತೇನು' ಎಂಬ ನೆಪದಿಂದ ಕಾಶಿವಾಸಿಗಳು ತಮ್ಮ ಕೆಲಸಕಾರ್ಯಗಳನ್ನು ಸುಲಭವಾಗಿ ಮರೆಯುತ್ತಾರೆ.

ಸಾಮಾನ್ಯಜನರಿಗೆ ಗಂಗೆ ಕೇವಲ ನದಿಯಲ್ಲ, ಅವಳು ಸರ್ವಸಂಪದವನ್ನೀಯುವ, ಸದಾ ತನ್ನ ಮಕ್ಕಳ ಯೋಗಕ್ಷೇಮವನ್ನು ನೋಡಿಕೊಳ್ಳುವ ತಾಯಿ. ಉತ್ತರಭಾರತದಲ್ಲಿ ಯಾರೂ ಅವಳನ್ನು ಗಂಗೆಯೆಂದಾಗಲಿ, ನದಿಯೆಂದಾಗಲಿ ಕರೆಯುವುದಿಲ್ಲ. ಅವಳು ಎಲ್ಲರ ಹೃದಯವನ್ನೂ ಪ್ರೀತಿಯಿಂದ ತುಂಬಿದ '*ಮಾ ಗಂಗಾ*'! ಕಾಶಿಯಲ್ಲಿ ಉತ್ತರವಾಹಿನಿಯಾದ ಗಂಗೆ ಬಿದಿಗೆಯ ಚಂದ್ರಾಕಾರವಾಗಿ, ಉಬ್ಬಿದೆದೆಯಿಂದ ಹರಿಯುವುದನ್ನು ದೂರದಿಂದಲೇ ನೋಡಿ 'ಅಹೋ! ಮಾ ಗಂಗಾ ತನ್ನ ಮಕ್ಕಳಾದ ಕಾಶಿವಾಸಿಗಳಿಗೆ ಮೊಲೆಯೂಡಿಸುತ್ತಿದ್ದಾಳೆ' ಎಂದು ತಾಯಿ-ಮಕ್ಕಳ ಮಮತೆ/ವಾತ್ಸಲ್ಯವನ್ನು ತಮ್ಮ ಭಾವನೆಯಲ್ಲೆ ಸವಿಯುತ್ತಾರೆ. ಈ ಮಮತೆಯ ಮಡಿಲಲ್ಲಿ ಯಾರು ತಾನೇ ಮುಳುಗಿ ತಮ್ಮ ಪಾಪರಾಶಿಯನ್ನು ತೊಳೆದು ಪಾವನರಾಗಲು ಇಷ್ಟಪಡುವುದಿಲ್ಲ. ಗಂಗಾಮಾತೆಗೆ ಸಂಬಂಧಿಸಿದ ಯಾವುದೇ ಮಾತು, ನಂಬಿಕೆ ಅಥವಾ ಹಬ್ಬಗಳಲ್ಲಿ ಜನತೆಯ ಉಲ್ಲಾಸ, ಚಟುವಟಿಕೆ ನೋಡಿಯೇ ಅನುಭವಿಸಬೇಕು! ದೈನಂದಿನ ಗಂಗಾ ಸ್ನಾನ, ಅರ್ಘ್ಯ, ಪ್ರಾರ್ಥನೆ, ಹಣತೆಯ ದೀಪದ ಆರತಿಯನ್ನು ನೀರಿನಲ್ಲಿ ತೇಲಿಬಿಡುವುದು, ಗಂಗಾ ಗುಡಿಯ ದರ್ಶನ, ಪ್ರತಿಸಂಜೆಯ ಗಂಗಾ ಆರತಿ, ವರ್ಷಕ್ಕೊಮ್ಮೆ ಬರುವ ಗಂಗಾವತರಣದ ಗಂಗಾದಶಹರ, ಮಕ್ಕಳನ್ನು ಕರುಣಿಸೆಂದು ಗಂಗೆಯನ್ನು ಬೇಡಿ ಒಂದು ದಡದಿಂದ ಇನ್ನೊಂದು ದಡದವರೆಗೆ ಮಾವಿನೆಲೆ ಮತ್ತು ಹೂವಿನ ಹಾರ ಎಳೆಯುವುದು, ಹುಟ್ಟುವ ಮಗುವಿಗೆ ಆಯಸ್ಸು ಕೊಡೆಂದು ಗಂಗೆಗೆ ಹರಕೆ, ಸಂತತಿ ಉಳಿಯದೇ ಹೋಗುವಾಗ ಒಂದನ್ನಾದರೂ ಉಳಿಸಿಕೊಳ್ಳಲು ಮಗುವನ್ನು ಗಂಗೆಗೆ ಹಾಕಿ ನಾವಿಕನ ಮೂಲಕ ಎತ್ತಿಸುವುದು, ಮಳೆಯೇ ಇಲ್ಲದಾಗ ರೈತರು 'ಜಲದಲಾಯ್' ವ್ರತವನ್ನು ಆಚರಿಸುವುದು ಎಲ್ಲವೂ ಒಂದಕ್ಕಿಂತ ಒಂದು ರೋಚಕವಾದ ಸನ್ನಿವೇಶಗಳು. ಇವೆಲ್ಲವೂ ಜನಸಾಮಾನ್ಯರು ಗಂಗಾಮಾತೆಯಲ್ಲಿಟ್ಟಿರುವ ಪ್ರೀತಿಯನ್ನು, ಭಕ್ತಿಯನ್ನು ತೋರಿಸುತ್ತವೆ. ಹಾಗೆ ನೋಡಿದರೆ ಇಲ್ಲಿಯ ಜನಜೀವನ ಮತ್ತು ಸಂಸ್ಕೃತಿಯೇ ಗಂಗಾತಟದ ಸುತ್ತಮುತ್ತಲೂ ಹರಡಿದೆ, ಗಂಗೆಯ ಕೃಪೆಯ ಮೇಲೆಯೇ ಅವಲಂಬಿಸಿದೆ, ಅವಳ ಸುತ್ತಲೇ ಕೇಂದ್ರೀಕೃತವಾಗಿವೆ.

ಪಾಮರರ ಮಾತಂತಿರಲಿ ಇನ್ನು ಪಂಡಿತರನ್ನು, ಧರ್ಮಾತ್ಮರನ್ನು ನೋಡಿದರೆ ಕಾಶಿಯ ಸಂಸ್ಕೃತಿಯಂತೂ ಇಲ್ಲಿಯ ಘಾಟ್ ಮತ್ತು ಗಲ್ಲಿಗಳಲ್ಲೇ ಹರಡಿದೆ ಎನ್ನಬಹುದು. ಪಾಂಡಿತ್ಯಕ್ಕೆ ಗಲ್ಲಿಗಳಾದರೆ ಧಾರ್ಮಿಕತೆಗೆ ಗಂಗಾಘಾಟ್‌ಗಳು ಮಹತ್ತರಪಾತ್ರ ವಹಿಸಿವೆ.

ಪುರಾಣಗಳ ಪ್ರಕಾರ ಬ್ರಹ್ಮನ ಹತ್ತು ಅಶ್ವಮೇಧಯಜ್ಞಗಳು, ನಂತರ ಭಾರಾಶಿವ ದೊರೆಗಳ ಹತ್ತುಯಜ್ಞಗಳು ನಡೆದದ್ದು ಇಲ್ಲಿಯ ದಶಾಶ್ವಮೇಧ ಘಾಟ್‌ನಲ್ಲಿ. ಶಂಕರಾಚಾರ್ಯರಿಗೆ ಚಂಡಾಲರೂಪದಲ್ಲಿ ಶಿವದರ್ಶನವಾಗಿ ಅದ್ವೈತದ ನಿಜ ಅನುಭವವಾಗಿದ್ದುದು ಇಲ್ಲಿಯ ಘಾಟ್ ಒಂದರಲ್ಲಿ. ವಲ್ಲಭಾಚಾರ್ಯರು ತಪಸ್ಸುಮಾಡಿದ್ದು ಹಾಗೂ ತಮ್ಮ ಶುದ್ಧಾದ್ವೈತತತ್ತ್ವವನ್ನು ಪ್ರತಿಪಾದಿಸಿದ್ದುದು ಇಲ್ಲಿಯ ಘಾಟ್‌ಗಳ ಮೆಟ್ಟಲುಗಳ ಮೇಲೆಯೆ. ಮಹಾಪ್ರಭು ಚೈತನ್ಯರ ತಪಸ್ಸು ಫಲಿಸಿದ್ದುದು ಈ ಮೆಟ್ಟಲುಗಳ ಮೇಲೆಯೆ. ಸಂತ ಕಬೀರರಿಗೆ ರಾಮಾನಂದರಿಂದ ದೀಕ್ಷೆ ಸಿಕ್ಕಿದ್ದು ಇಲ್ಲಿಯ ಪಂಚಗಂಗಾ ಘಾಟ್‌ನ ಮೆಟ್ಟಲಮೇಲೆ ಮಲಗಿದ್ದ ಕಬೀರರನ್ನು ನೋಡದೆಯೆ ತುಳಿದು ರಾಮಾನಂದರು 'ರಾಮ, ರಾಮ' ಎಂದು ಉದ್ಗರಿಸಿದಾಗಲೇ. ತುಳಸೀದಾಸರು ತಮ್ಮ ರಾಮಚರಿತಮಾನಸದ ಬಹುಭಾಗ ಬರೆದುದು ಇಲ್ಲಿಯ ಅಸ್ಸೀಘಾಟ್‌ನಲ್ಲಿ. ಪಂಡಿತರಾಜ ಜಗನ್ನಾಥಪಂಡಿತನು ತನ್ನ (ಮುಸ್ಲಿಮ್) ಪತ್ನಿಯೊಂದಿಗೆ ಘಾಟ್‌ನ ಮೆಟ್ಟಲಮೇಲೆ ಕುಳಿತು 52 ಶ್ಲೋಕಗಳ ಗಂಗಾಸ್ತುತಿ ಹೇಳಿದಾಗ, (ಗಂಗೆಯು ಒಂದು ಶ್ಲೋಕಕ್ಕೆ ಒಂದು ಮೆಟ್ಟಲು ಮೇಲೆಹರಿಯುತ್ತಾ), 52ನೆಯ ಶ್ಲೋಕದಲ್ಲಿ ಇಬ್ಬರನ್ನೂ ತನ್ನ ಮಡಿಲಲ್ಲಿ ಸೇರಿಸಿಕೊಂಡಳೆಂದೂ ಇದೆ. ಇಂದೂ ಅನೇಕ ಪ್ರಸಿದ್ಧ ಮಠಗಳು, ಪಾಠಶಾಲೆಗಳೂ ಇರುವುದು ಇಲ್ಲಿನ ಘಾಟ್‌ಗಳಲ್ಲಿ. ಇದೇರೀತಿ ಅನೇಕ ತತ್ತ್ವಜ್ಞರು, ಸಂತರು, ಸಾಧುಗಳು ಈ ಘಾಟ್‌ಗಳಲ್ಲಿ ಓಡಾಡಿದ್ದಾರೆ, ಗಂಗೆಯಲ್ಲಿ ಸ್ನಾನಮಾಡಿದ್ದಾರೆ, ಇಲ್ಲಿಯ ಪವಿತ್ರ ಗಂಗೆ, ಪುಣ್ಯ ಕಾಶಿ, ದೇವಾಧಿದೇವ ಶಿವ ಎಂಬ ಶ್ರೇಷ್ಠತಮ ತ್ರಿವರ್ಗದಿಂದ ಸ್ಫೂರ್ತಿಪಡೆದಿದ್ದಾರೆ.

ಗಂಗಾಘಾಟ್‌ಗಳಲ್ಲಿ ಪಂಡಾನ ಪಾತ್ರ–ಡೋಂಗಿ (ಛತ್ರಿಯ ಕೆಳಗಿನ ಅಟ್ಟಣಿಗೆ)ಯ ಮೇಲೆ ಕುಳಿತ ಪುರೋಹಿತರು ಯಾತ್ರಿಯ ಹಣೆಗೆ ಚಂದನಲೇಪನ ಮಾಡಿ, ಅವನ ಪರವಾಗಿ ನದಿಯ ಪೂಜೆಮಾಡಿ ಮುಗಿಸುವಷ್ಟರಲ್ಲಿ ಪಂಡಾಗಳು, ದೋಣಿಯ ನಾವಿಕರು, ಮಾಲಿಶ್‌ವಾಲಾಗಳು ಯಾತ್ರಿಯನ್ನು ಮುತ್ತಿಕೊಳ್ಳುತ್ತಾರೆ. ಘಾಟ್‌ಗಳ ವಿಹಂಗಮದೃಶ್ಯವನ್ನು ದೋಣಿಯಲ್ಲಿ ಕುಳಿತೇ ನೋಡಬಹುದು ಎಂದು ನಾವಿಕರು ಯಾತ್ರಿಕನನ್ನು ಕರೆದರೆ, ಮೈಗೆಲ್ಲ ಎಣ್ಣೆತಿಕ್ಕಿ ಜಟ್ಟಿಯ ಮಾಲಿಶ್ ಮಾಡುತ್ತೇವೆಂದು ಕೆಲವು ಪೈಲ್ವಾನರು ಎಳೆಯುತ್ತಾರೆ. ಈ ಮಧ್ಯೆ ಯಾತ್ರಿಕನ ಚಲನವಲನದಿಂದಲೆ ಅವನು ಯಾವ ರಾಜ್ಯದಿಂದ ಬಂದಿದ್ದಾನೆಂದು ತಿಳಿದು, ಅವನ ಭಾಷೆಯಲ್ಲೆ ಮಾತನಾಡಿ ಕೆಲವು ಪಂಡಾಗಳು ಅವನನ್ನು ಸೆಳೆಯುತ್ತಾರೆ. ಆಗತಾನೆ ಗಂಗೆಯಲ್ಲಿ ಪುಣ್ಯಸ್ನಾನ ಮಾಡಿದ ಹುರುಪು ಮತ್ತು ಪಾಪವನ್ನೆಲ್ಲ ಕಳೆದುಕೊಂಡ ದಿವ್ಯತೆಯ ಭಾವನೆಯಿಂದ ಹೊಸಬಾಳು ಶುರುಮಾಡಿ ಇನ್ನೊಂದಿಷ್ಟು ಪುಣ್ಯಗಳಿಸುವ ತರಾತುರಿ ಯಾತ್ರಿಕನಿಗೆ ಇದ್ದರೆ, ಈ ಕುರಿಯನ್ನು ಹಿಡಿದು ಆದಷ್ಟುಬೇಗ ಅದರ ತುಪ್ಪಟವನ್ನೆಲ್ಲ ಕಿತ್ತು ಇನ್ನೊಬ್ಬ ಗಿರಾಕಿಯನ್ನು ಹಿಡಿಯುವ ಆತುರ ಪಂಡಾಗೆ. ಪಂಡಾ ಯಾತ್ರಿಕನ

ಭಾಷೆಯಲ್ಲಿ ಶುರುಮಾಡಿದ ಒಡಕು ವಾಕ್ಯಗಳು, ತಕ್ಷಣವೇ ಹಿಂದಿಯಲ್ಲಿ ಮಾತನಾಡುವ ನಾಟಕದ ಪರಿ, ಪುರಾಣಗಳಿಂದ ಉದ್ಧರಿಸಿ ಹೇಳುವ ಅರ್ಧತಿಳಿದ ಕಥೆಗಳು, ಕಾಶಿಯ ಎಲ್ಲ ಕ್ಷೇತ್ರಗಳ ಬಗ್ಗೆ ತನಗೆಲ್ಲವು ತಿಳಿದಿದೆ, ಬೇರೆಯವರೊಡನೆ ಹೋದರೆ ಮೋಸಹೋಗುವ ಸಂಭವ ಹೆಚ್ಚು, ಅವನು ಯಾತ್ರಿಕನ ಮೇಲಿನ ಪ್ರೀತಿಯಿಂದ(!) 'ಯಾವ ಕಾಣಿಕೆಯೂ ಇಲ್ಲದೆ ತಾನು ಪುಣ್ಯಕಟ್ಟಿಕೊಳ್ಳಲು ಮಾರ್ಗದರ್ಶಿಯಾಗಿ ಎಲ್ಲ ಮಂದಿರಗಳಲ್ಲಿ ಪೂಜೆ ಮಾಡಿಸುವೆ' ಎಂದು ಕೊಚ್ಚುವ ಒಣಜಂಭ ಮತ್ತು ಅಪ್ಪಟಸುಳ್ಳು. ಇವೆಲ್ಲವೂ ಅರ್ಥವಾಗುವ ಮೊದಲೇ ಯಾತ್ರಿಕ ಸಾರಾಸಗಟಾಗಿ ಮಾತಿನಮಾಂತ್ರಿಕನ ಬಲೆಗೆ ಬಿದ್ದಿರುತ್ತಾನೆ. ಅನಂತರ ಯಾತ್ರಿಕನನ್ನು ಗಲ್ಲಿ ಗಲ್ಲಿಗಳಲ್ಲಿ ಸುತ್ತಿಸಿ, ಅಂಗಡಿಗಳಲ್ಲಿ ಹೂವು, ಸಿಹಿ ಮಿಠಾಯಿ ಪ್ರಸಾದ ಖರೀದಿಸಿ, ಅಲ್ಲಿ ಅಭಿಷೇಕ, ಇಲ್ಲಿ ಅರ್ಘ್ಯ, ಇನ್ನೊಂದು ಕಡೆ ತರ್ಪಣ, ಮತ್ತೊಂದು ಕಡೆ ಬ್ರಾಹ್ಮಣ ಭೋಜನ, ಎಲ್ಲ ಕಡೆ ಪೂಜೆ, ಎಲ್ಲೆಲ್ಲೂ ದಕ್ಷಿಣೆ ಎಂದು ಎಳೆಯುವಷ್ಟೂ ಎಳೆಯುತ್ತಾನೆ. ಯಾತ್ರಿಕ ರಾಗ ಎಳೆದಾಗ ಅಥವಾ ಅವನ ಕೈ ಕಿಸೆಯಲ್ಲೆ ಸೇರಿಕೊಂಡಾಗ, "ಹೇಳಿದ್ದು ಮಾಡಿದರೆ ಸ್ವರ್ಗ, ಮಾಡದಿದ್ದರೆ ಕುಂಭೀ ಪಾಕ, ಪಿತೃಗಳಿಗೆಲ್ಲ ನರಕವಾಸ ತಪ್ಪದು" ಎಂಬ ದುಃಖಭರಿತ ಛಾಟಿಯ ಏಟು ಕೊಡುತ್ತಾನೆ. ಪ್ರತಿ ಮಂದಿರದ್ದು ಒಂದು ವ್ಯಥೆ, ಪ್ರತಿ ವಿಗ್ರಹಕ್ಕು ಒಂದು ಕಥೆ ಹೇಳುತ್ತಾ, ಕ್ರಮೇಣ ಪುರಾಣದ ಕಥೆ ಬಿಟ್ಟು ತನ್ನ ದಕ್ಷಿಣೆ, ಭೋಜನದ ಮಾತನಾಡುತ್ತಾ ಪಂಡಾ ಮುಂದೆ ನಡೆಯುತ್ತಾನೆ; ಜೇಬು ಖಾಲಿಯಾಗಿಸಿಕೊಂಡು, ಪೆಚ್ಚುಮೋರೆ ಹಾಕಿಕೊಂಡು, ಹೆಚ್ಚುಖರ್ಚಿಲ್ಲದ ಸ್ವರ್ಗದದಾರಿ ಬೇರೆ ಇಲ್ಲವೆ, ಕಾಶಿಯಮುಕ್ತಿ ಬದಿಗಿರಲಿ ಈ ಪಂಡನಿಂದ ಮುಕ್ತಿಯಿಲ್ಲವೆ ಎಂದು ಚಿಂತಿಸುತ್ತಾ ಯಾತ್ರಿಕ ದಾರಿ ಸವೆಸುತ್ತಾನೆ! ಸ್ವರ್ಗ, ನರಕ, ಮುಕ್ತಿಗಳ ಧಾರ್ಮಿಕ ಗೊಂದಲದಲ್ಲಿ ಯಾತ್ರಿಕನ ಮನಸ್ಸು ಸಾಕಷ್ಟು ಕಸಿವಿಸಿಗೊಂಡಾಗ, ಪಂಡಾನ ಚಾಣಾಕ್ಷತನ ಆ ಮನಸ್ಸನ್ನು ಹೊಸಮಾಯಾಜಾಲದಲ್ಲಿ ಸಿಕ್ಕಿಸಿ ವಿಕಾರಮಾಡಿದರೆ ಆಶ್ಚರ್ಯವಿಲ್ಲ.

ಗಂಗಾಘಾಟ್‌ನಿಂದ ವಿಹಂಗಮ ನೋಟ–ಇನ್ನು ಗಂಗಾಘಾಟ್‌ಗಳಲ್ಲಿನ ಚಟುವಟಿಕೆಗಳ ಚಿತ್ರವನ್ನು ಯಾವ ಚಿತ್ರಕಾರನೂ ಬಿಡಿಸಲಾರ. ದೂರದಿಂದಲೋ ಇಲ್ಲವೆ ರಾಜ್‌ಘಾಟ್‌ನ ಸೇತುವೆಯ ಮೇಲಿಂದಲೋ ನೋಡಿದರೆ ಆರು ಕಿಲೋಮೀಟರ್ ಉದ್ದದ ಗಂಗಾತಟ ಒಬ್ಬ ಶ್ರೇಷ್ಠ ಕಲಾವಿದನ ಕುಂಚದಿಂದ ಮೂಡಿದ ಭವ್ಯಚಿತ್ರದಂತೆ ಕಾಣುತ್ತದೆ. ಗಂಗಾಮಾತೆಯ ಸೀರೆಯ ಸೆರಗು ಗಾಳಿಯಲ್ಲಿ ಪರಪರನೆಂದು ಹಾರುತ್ತಿದೆಯೋ ಎನ್ನುವಂತೆ ಜುಳುಜುಳು ಶಬ್ದಮಾಡುತ್ತಾ ಹರಿಯುವ ಸುರಸರಿ (ದೇವನದಿ); 'ಭವಸಾಗರ ಪಾರುಮಾಡಿಸುವವಳನ್ನೇ ಪಾರುಮಾಡಿಸೇವು' ಎಂದು ಮದಗಜಗಳಂತೆ ದಡದಲ್ಲಿ ನಿಂತಿರುವ ಕರಿಯ ನಾವೆಗಳು; ಮನವೆಂಬ ಮದಗಜಗಳ ಮಧ್ಯವೆ (ನಾವೆಗಳ ಮಧ್ಯೆ) ಭಕ್ತರ ಕಿರುಪ್ರಾರ್ಥನೆ ಮತ್ತು ಅನಂತಆಶಯಗಳ ಕಿಡಿಯನ್ನು ಹೊತ್ತು ನುಸುಳಿ ಓಡುತ್ತಿರುವ ದೀಪದ ಹಣತೆಗಳು;

ತನುಮನಗಳನ್ನು ನಗ್ನವಾಗಿಸಿ, ಗಂಗೆಯಲ್ಲಿ ತೋಯಿಸಿ ಧನ್ಯರಾಗುತ್ತಿರುವ ಸಾವಿರಾರು ಪಾಮರರು; ಪಾಪರಾಶಿಯನ್ನು ಇಳಿಸಿದ ಉಲ್ಲಾಸದಿಂದ ಮೈಮರೆತಿರುವ ಭಕ್ತರು; ಘಟ್ಟದ ಮೆಟ್ಟಿಲುಗಳನ್ನು ಹತ್ತುವವರನ್ನು ಪ್ರಾಪಂಚಿಕ ವ್ಯವಹಾರಕ್ಕೆ ಕೂಗಿ ಇಳಿಸುವ ಹೂವುಹಣತೆ ಮಾರುವವರು; ಇನ್ನೂ ಮೇಲಿನ ಮೆಟ್ಟಿಲುಗಳಲ್ಲಿ ನಾಯಿಕೊಡೆಯಂತೆ ಹರಡಿದ ತಾಳೆಗರಿಗಳ ಛತ್ರಿಗಳು; ಅದರ ಕೆಳಗೆ ಶ್ರೀಗಂಧ, ಚಂದನ, ಕುಂಕುಮಾದಿ ಪೂಜಾಸಾಮಗ್ರಿಗಳಿಂದ ಯಾತ್ರಿಕರನ್ನು ಸುಶೋಭಿತರನ್ನಾಗಿ ಮಾಡಲೆಣಿಸುವ ತೀರ್ಥಪುರೋಹಿತರು; ಮುಗ್ಧ ಯಾತ್ರಿಗಳನ್ನು ಮಾಂತ್ರಿಕ ಮಾತಿನಿಂದ ಬಂಧಿಸಿ, ಅವರನ್ನು ಗಲ್ಲಿಗಲ್ಲಿಗಳಲ್ಲಿ ಸುತ್ತಿಸಿ, ಗುಡಿಮಂದಿರಗಳಲ್ಲಿ ನಮಿಸಿಸಿ, ಕಾಣಿಕೆ, ದಕ್ಷಿಣೆಗಳೆಂದು ಜೇಬು ಖಾಲಿಯಾಗಿಸುವ ಪಂಡಾಗಳು; ಇದೆಲ್ಲವನ್ನೂ ಮೂಕಪ್ರೇಕ್ಷಕರಂತೆ ನೋಡುತ್ತಲೇ ನಿಂತಿರುವ ದಡದಮೇಲಿನ ಕೋಠಿಗಳು, ಮಂದಿರಗಳು; ಘಾಟ್‌ನ ಮೇಲೆ ತಪ್ಪದೆ ನಡೆಯುವ ದಿನನಿತ್ಯದ ನಾಟಕದಿಂದ ಕಲ್ಲುಗಳೂ ನಾಚಿ ಕೆಂಪುಕಂದಾಗಿ ತಿರುಗಿವೆಯೊ ಅನಿಸುವ ಬಣ್ಣಬಣ್ಣವಾದ ಮಂದಿರದ ಗೋಪುರಗಳು****.. ಇಂಥಾ ಒಂದು ಅಲೌಕಿಕ ಲೋಕವೊಂದರ ಸೌಂದರ್ಯವನ್ನು ಒಬ್ಬ ದೈವೀಪುರುಷನು ತನ್ನ ಕುಂಚದಿಂದ ಚಿತ್ರಬಿಡಿಸಿ ಇಲ್ಲಿಯ ಘಾಟ್‌ಗಳಲ್ಲಿ ಹಿಡಿದಿಟ್ಟಂತೆ ಕಾಣುತ್ತದೆ. ಈ ದಿವ್ಯಚಿತ್ರದ ಚೌಕಟ್ಟಿನ ಹಿಂದಿರುವ ನಗರದ ಒಳಗಿನ ಲೌಕಿಕಜೀವನದ ಬೆಡಗು ಮತ್ತು ಅಲ್ಲಿಯ ನೀರಸತನವನ್ನು ಮುಚ್ಚಿಡುವಂತೆ ನದಿಯ ತಟದಲ್ಲಿ ಎತ್ತರದ ಗೋಪುರಗಳು ಎದ್ದುನಿಂತಿವೆ. ನದಿಯಮೇಲೆ ನಾವೆಯ ಆಹ್ಲಾದಕರ ಓಡಾಟ, ತಟದಲ್ಲಿ ಒಂದು ಕಡೆ ಹೆಣಗಳನ್ನು ಸುಡುವಹೊಗೆ ಮತ್ತು ತಮ್ಮ ಸರದಿಗಾಗಿ ಕಾಯುತ್ತಿರುವ ಹೆಣಗಳ ದೃಶ್ಯ, ಇನ್ನೊಂದು ಕಡೆ ಸತ್ಸಂಗದ ಭಜನೆ, ಮತ್ತೊಂದೆಡೆ ಎತ್ತರದ ಮೆಟ್ಟಿಲಿನಿಂದ ಕೆಳಗಿನ ನೀರಿಗೆ ಧುಮ್ಮೆಂದು ಹಾರಿಬಿದ್ದು ಈಜುವ ಆಟ, ಕೆಲಕಡೆ ಬಟ್ಟೆಒಗೆಯುವ ಧಬಧಬ, ಮತ್ತೂ ಇನ್ನೊಂದು ಕಡೆ ಬಣ್ಣಬಣ್ಣದ ಸೀರೆಯುಟ್ಟು ಕೀರಲು ಧ್ವನಿಯಲ್ಲಿ ಹಾಡುತ್ತಾ ಗಂಗಾ ಮಾತೆಗೆ ಹೊತ್ತಹರಕೆಯನ್ನು ತೀರಿಸುವ ಹೆಂಗಸರ ಗುಂಪು, ಅಲ್ಲಲ್ಲಿ ಬಡವರನ್ನೂ ಬಲ್ಲಿದರನ್ನೂ ಸೆಳೆಹಿಡಿಯುವ ಮನೋರಂಜನೆಯ ತುಣುಕುಗಳು****.. ಹೀಗೆ ಜೀವನದ ಅನೇಕ ತಾರತಮ್ಯಗಳು ಒಂದೇಕಡೆ ಒಂದೇನೋಟದಲ್ಲಿ ಕಾಣಸಿಗುವುದು ಕಾಶಿಯ ಘಾಟ್‌ಗಳನ್ನು ಬಿಟ್ಟರೆ ಬೇರೆ ಇನ್ನೆಲ್ಲೂ ಇಲ್ಲವೆನ್ನಬಹುದು. ಈ ನಯನಮನೋಹರ ನೋಟಗಳು, ಹಿನ್ನೆಲೆಯಲ್ಲಿ ದೂರದ ಮಂದಿರಗಳ ಘಂಟಾನಿನಾದ, ಗಂಗಾ ಆರತಿಯ ಸಂಗೀತ, ಪಂಡಾಗಳ ಮಂತ್ರೋಚ್ಚಾರ, ಸ್ನಾನಾರ್ಥಿಗಳ ಮುಕ್ತಿಜಪ, ಇತರ ಲೌಕಿಕ ಗಲಿಬಿಲಿ ಎಲ್ಲವೂ ಒಂದು ದೈವೀನಾಟಕದ ದೃಶ್ಯವೋ ಎಂದನಿಸುತ್ತವೆ. ದಿನವಿಡೀ ಇಲ್ಲಿಯ ದೃಶ್ಯ ಬದಲಾಗುತ್ತಲೇ ಇರುತ್ತದೆ. ಒಟ್ಟಿನಲ್ಲಿ ಈ ವಿಲಕ್ಷಣ ಅನುಭವವನ್ನು ವಿವರಿಸುವುದು ಅಸಾಧ್ಯವೇ ಸರಿ. ಬೇರೆಕಡೆ ಕಾಣದ ಶಾಂತಿಯನ್ನರಸುತ್ತಾ, ಅವ್ಯಕ್ತ

ಮುಕ್ತಿಯನ್ನು ಬಯಸುತ್ತಾ, ವಿಶಿಷ್ಟ ಆನಂದವನ್ನು ಅನುಭವಿಸುತ್ತಾ ಅದೆಷ್ಟೋ ಅಸಂಖ್ಯಾತ ಮಂದಿ ಈ ಸುಂದರ ಘಾಟ್‌ಗಳಲ್ಲಿ ಓಡಾಡಿದ್ದಾರೆ. ಯಾರಿಗೆ ಏನು ಸಿಕ್ಕಿತೊ ಅವರಿಗೇ ಗೊತ್ತು. ಆದರೆ ಸಾರ್ವತ್ರಿಕ ಅನುಭವದ ಒಂದು ಮಾತಂತೂ ನಿಜ–ಕಾಶಿಯ ಘಾಟ್‌ಗಳ ಹೋಲಿಸಲಾಗದ ವಿಶಿಷ್ಟ ಹಾಗೂ ರೋಮಾಂಚಕ ರಮ್ಯತೆ ಮತ್ತು ಅಲ್ಲಿಯ ವ್ಯಕ್ತಾತೀತ ದಿವ್ಯತೆ ಭೂಮಿಯ ಮೇಲೆ ಇನ್ನೆಲ್ಲೂ ಇಲ್ಲ!

ತ್ರಿಪಥಗಾಮಿನಿ ಗಂಗೆಯ ಬಗ್ಗೆ ಹೆಚ್ಚು ತಿಳಿಯಲು ಬಯಸುವವರು ಇದೇ ಲೇಖಕರ ಇಂಗ್ಲಿಷ್ ಮತ್ತು ಹಿಂದಿಯಲ್ಲಿ ಬಂದಿರುವ "ತ್ರಿಪಥಗಾಮಿನಿ ಗಂಗಾ" ಎಂಬ ಪುಸ್ತಕಗಳನ್ನು ನೋಡಬಹುದು.

■

ಗಂಗಾ ಸಕಲ ಮುದ ಮಂಗಲ ಮೂಲಾ ।
ಸಬ್ ಸುಖ್ ಕರನಿ, ಹರನಿ ಸಬ್ ಸೂಲಾ ॥

– ತುಲಸೀದಾಸರು

ಗಂಗಾ ಆರತಿ

12. ಜೈ ಹನುಮಾನ್!

ಕಾಶಿಯಲ್ಲಿ ಶಿವನ ಕಥೆಯ ಮಧ್ಯೆ ರಾಮಭಕ್ತ ಹನುಮಾನ್ ಹೇಗೆಬಂದ ಎಂದು ಆಶ್ಚರ್ಯಪಡುವುದು ಸಹಜ. ಆದರೆ, ಕಾಶಿಯ ವಿಶ್ವನಾಥ, ಅನ್ನಪೂರ್ಣ ಮತ್ತು ದುರ್ಗಾಜಿಯ ಮಂದಿರಗಳ ನಂತರ ಅತ್ಯಂತಹೆಚ್ಚು ಸಂಖ್ಯೆಯ ಜನ ಇಲ್ಲಿಯ ಹನುಮಾನ್ ಮಂದಿರಗಳಿಗೆ ಹೋಗುತ್ತಾರೆ ಎನ್ನುವುದು ಒಂದು ಕಾರಣವಿರಬಹುದು. ರಾಮಭಕ್ತಿ ಮಾರ್ಗದಲ್ಲಿ ರಾಮನ ಕಾಲಡಿಯಲ್ಲೇ ಸದಾನೆಲೆಸಿರುವ ಅಗ್ರಗಣಿಯೆ ಹನುಮಾನ್ ಎಂಬುದು ಇನ್ನೊಂದು ಕಾರಣವಿರಬಹುದು. ಕರ್ನಾಟಕದ ಕಿಷ್ಕಿಂದೆಯಿಂದ ಹನುಮ ರಾಮನನ್ನು ಹಿಂಬಾಲಿಸಿ ಅಯೋಧ್ಯೆಗೆ ಹೋಗಿದ್ದು ಸರಿಯೆ. ಆದರೆ ಈ ರಾಮ ಭಂಟ-ಭಕ್ತ ತಾನೇ ಒಂದು ದೈವನಂತೆ ಎಲ್ಲೆಡೆಯೂ ಪೂಜೆಗೊಳ್ಳಲು ಶುರುವಾದದ್ದು ಹೇಗೆ, ಎಂದಿನಿಂದ ಎಂಬ ಪ್ರಶ್ನೆ ಏಳುತ್ತದೆ. ರಾಮಾಯಣದ ರಾಮಭಂಟ ಮಹಾಭಾರತದಲ್ಲಿ ಕಪಿಧ್ವಜನಾಗಿ ಬಲ, ಬುದ್ಧಿ, ವೀರ್ಯದ ಹೆಗ್ಗುರುತಾಗಿ ಮಾತ್ರ ಇದ್ದ. ಪುರಾಣಗಳೂ ಹನುಮಾನನನ್ನು ದೇವನೆಂದು ಚಿತ್ರಿಸಲಿಲ್ಲ. ಅಗಸ್ತ್ಯ ಮುನಿಗಳು ದಕ್ಷಿಣಕ್ಕೆ ಬಂದಮೇಲೆ ಉತ್ತರ-ದಕ್ಷಿಣಗಳ ನಡುವೆ ಧಾರ್ಮಿಕ ಹಾಗೂ ಸಾಂಸ್ಕೃತಿಕ ಸೇತುವೆಯನ್ನು ಕಟ್ಟಲು ಪ್ರಯತ್ನಿಸಿದರೆಂದು ಕಾಣುತ್ತದೆ. ಹನುಮಾನನು ವಾಯುಪುತ್ರ ಮತ್ತು ರುದ್ರನ ಒಂದು ಅವತಾರ (ಅಂಶ) ಎಂಬ ಪುರಾಣದ ಹೇಳಿಕೆಗಳು ಜನರ ನಂಬಿಕೆ ಮತ್ತು ಶ್ರದ್ಧೆಯನ್ನು ಬಲಗೊಳಿಸಿರಬಹುದು. ಇವೆಲ್ಲಕ್ಕಿಂತ ಹೆಚ್ಚಾಗಿ ಬಲ, ಬುದ್ಧಿ, ಸ್ಥೈರ್ಯ, ಧೈರ್ಯ, ಚತುರತೆ, ಭಕ್ತಿ ಮುಂತಾದ ಅನೇಕ ಗುಣಗಳು ಒಬ್ಬ (ದೇವ ಅಥವಾ ಅವತಾರವೆಂದು ಪರಿಗಣಿಸದ) 'ಸಾಮಾನ್ಯ' ವ್ಯಕ್ತಿಯಲ್ಲಿ 'ಅಸಾಮಾನ್ಯ'ವಾಗಿ ಕಂಡಿದ್ದರೆ ಅದು ಹನುಮನಲ್ಲಿ ಮಾತ್ರ. ಕ್ರಮೇಣ ಜನಮನವನ್ನು ಸೂರೆಗೊಂಡ ಹನುಮಾನ್ 'ಭಕ್ತಿ ಮತ್ತು ಶಕ್ತಿ'ಯ ಪ್ರತೀಕವಾದನು. ಜೊತೆಜೊತೆಗೆ ನಮ್ಮ ಎಲ್ಲ ಸಂಕಟಗಳನ್ನೂ ದೂರಮಾಡುವ ಶಕ್ತಿಯುಳ್ಳವನು ಮತ್ತು ನಮ್ಮ ಪ್ರಾರ್ಥನೆಯನ್ನು ರಾಮನವರೆಗೂ ಮುಟ್ಟಿಸಬಲ್ಲವನು ಎಂಬ ಭಾವನೆಯೂ ಬೆಳೆದಾಗ ಹನುಮಾನನು ದೈವತ್ವವನ್ನು ತಲುಪಿಬಿಟ್ಟನು.

ಹನುಮಾನನು ದೇಶದ ಯಾವೆಡೆ ಮೊದಲು ಪೂಜೆಗೊಳ್ಳಲು ಶುರುವಾದನೊ ಹೇಳಲು ಬರುವುದಿಲ್ಲ. ಆದರೆ ಕಾಶಿಯಲ್ಲಿ ಅವನ ಪೂಜೆ ಹದಿನೇಳನೆಯ ಶತಮಾನದವರೆಗೂ ಶುರುವಾಗಿರಲಿಲ್ಲವೆಂದು ಹೇಳಬಹುದು. ಯಾಕೆಂದರೆ, ಭಟ್ಟಲಕ್ಷ್ಮೀಧರನು ತನ್ನ 'ಕೃತ್ಯಕಲ್ಪತರು' ಗ್ರಂಥದಲ್ಲಿ (ಕ್ರಿ.ಶ.12ನೇ ಶತಮಾನ) ಕಾಶಿಯ ಅನೇಕ ತೀರ್ಥಸ್ಥಳಗಳು ಮತ್ತು ಮಂದಿರಗಳ ಬಗ್ಗೆ ಬರೆದಿದ್ದರೂ ಹನುಮಾನ ಮಂದಿರದ

ಉಲ್ಲೇಖಮಾಡುವುದಿಲ್ಲ. ಇದೇ ರೀತಿ 'ಕಾಶೀಖಂಡ' (ಕ್ರಿ.ಶ.13ನೇ ಶತಮಾನ), 'ತ್ರಿಸ್ಥಲಿ ಸೇತು' (ನಾರಾಯಣಭಟ್ಟ, ಕ್ರಿ.ಶ.1580), 'ವೀರ ಮಿತ್ರೋದಯ' (ಕ್ರಿ.ಶ.1620) ಮತ್ತು 'ತೀರ್ಥಪ್ರಕಾಶ' ಎಂಬ ಗ್ರಂಥಗಳು ಕಾಶಿಯ ಮಂದಿರಗಳ ಬಗ್ಗೆ ವಿವರವಾಗಿ ತಿಳಿಸಿದ್ದರೂ ಯಾವ ಹನುಮಾನ ಮಂದಿರವನ್ನೂ ವಿವರಿಸಿಲ್ಲ.

ಹನುಮಾನನು ಕಾಶಿಯಲ್ಲಿ ಪೂಜೆಗೊಳ್ಳಲು ಶುರುವಾಗುವುದಕ್ಕೂ ಕಾಶಿಯಲ್ಲಿ ಭಕ್ತಿಪಂಥ ನೆಲೆಗೊಳ್ಳುವುದಕ್ಕೂ ನೇರಸಂಬಂಧವಿದೆ. ಭಕ್ತಿಮಾರ್ಗವನ್ನು ಉತ್ತರಭಾರತದಲ್ಲಿ ಪ್ರಚಾರಮಾಡುವಾಗ ರಾಮಾನಂದಾಚಾರ್ಯರು ಮರ್ಯಾದಾಪುರುಷೋತ್ತಮ ಎನಿಸಿದ ರಾಮನೆ ಸಾಮಾನ್ಯರ ಭಕ್ತಿಗೆ ಸುಲಭವಾಗಿ ಎಟುಕುವನೆಂದು ರಾಮನ (ನಿರ್ಗುಣ ಹಾಗೂ ಸಗುಣ) ಉಪಾಸನೆಯನ್ನು ಹೇಳಿದ್ದರು. ರಾಮಾನಂದರು ಭಕ್ತಿಮಾರ್ಗವನ್ನು ತೋರಿದರೆ, ಅವರ ಶಿಷ್ಯಪರಂಪರೆಯಲ್ಲಿ ನಾಲ್ಕನೆಯ ಪೀಳಿಗೆಯವರಾಗಿದ್ದ ತುಳಸೀದಾಸರು ತಮ್ಮ 'ರಾಮಚರಿತಮಾನಸ'ದ ಮೂಲಕ ಆ ಮಾರ್ಗವನ್ನು ಸುಖದಾಯಕವಾಗಿ, ಸರಳವಾಗಿ ಮಾಡಿದರು. ಅತಿಸಾಮಾನ್ಯರ ಮಾತಿನಲ್ಲಿ, ಆಡುಭಾಷೆಯಲ್ಲಿ, ಬಹಳ ಸುಂದರವಾಗಿ, ಅತ್ಯಂತ ಹೃದಯಂಗಮವಾಗಿ ನಿರೂಪಿತವಾಗಿರುವ ಈ ಕಾವ್ಯದ ಮೂಲಕ ರಾಮಾನಂದರ ಭಕ್ತಿತತ್ತ್ವವನ್ನು 'ನೀರು-ಬೆಲ್ಲ'ದಷ್ಟು ಸುಲಭವಾಗಿಸಿದರು, ಭಕ್ತಿರಸವನ್ನು ಜೇನಿನಂತೆ ಹರಿಸಿದರು. ಹನುಮನ ಪಾತ್ರವನ್ನು ಚಿತ್ರಿಸುವಾಗಲಂತೂ ತುಳಸೀದಾಸರು ಪರವಶರಾಗುತ್ತಾರೆ. ಹನುಮಾನನ ಭಕ್ತಿ ಕರಗಿ ರಾಮನ ಪಾದತೊಳೆದ ಪಾದೋದಕವನ್ನೆ ತುಳಸೀದಾಸರು ತಮ್ಮ ಹೃದಯ ಸರೋವರದಲ್ಲಿ ತುಂಬಿ ರಾಮಚರಿತಮಾನಸವನ್ನು ರಚಿಸಿದರೋ ಅನ್ನುವಂತಿದೆ. ಇದೇ ಅಲ್ಲದೆ ತುಳಸೀದಾಸರು 'ಹನುಮಾನ್ ಚಾಲೀಸ' ಮುಂತಾದ ಅನೇಕಹಾಡುಗಳು ಮತ್ತು ಆರತಿಗಳ ಮೂಲಕ, ಹನುಮನನ್ನು ಭಜಿಸಿದ್ದಾರೆ. ತುಳಸೀದಾಸರ 'ಮಾನಸ'ದಲ್ಲಿ ಭಕ್ತರ ಹೃದಯಗಳು ತಣಿದರೆ, ಅವರು ಶುರುಮಾಡಿದ 'ರಾಮಲೀಲಾ'ದ ದೃಶ್ಯಗಳಲ್ಲಿ ಭಕ್ತರ ಒಳಗಣ್ಣು ತೆರೆದವು. 'ರಾಮಭಕ್ತಿ'ಯ ಮೂರ್ತಿಸ್ವರೂಪವೇ ಹನುಮಂತ ಎಂದು ತುಳಸೀದಾಸರು ಸಾರಿದರು! ಆದ್ದರಿಂದ, 'ರಾಮಭಕ್ತಿ' ಏನೆಂದು ತಿಳಿಯಬೇಕಾದರೆ, ರಾಮನನ್ನು ಒಲಿಸಿಕೊಳ್ಳಬೇಕಾದರೆ, ಹನುಮನನ್ನು ತಿಳಿಯಬೇಕು, ಹನುಮನನ್ನು ಒಲಿಸಿಕೊಳ್ಳಬೇಕು. 'ರಾಮನಿದ್ದಲ್ಲಿ ಹನುಮ, ಹನುಮನೆದೆಯಲ್ಲಿ ರಾಮ' ಅನ್ನುವಾಗ ಹನುಮನ ಮೂಲಕವೆ ರಾಮನನ್ನು ಕಾಣಬಹುದೆಂಬ ದೃಢನಂಬಿಕೆ ಊರಿತು. ತುಳಸೀದಾಸರೇ ಕಟ್ಟಿಸಿದರೆನ್ನಲಾಗುವ ಹನುಮಾನನ ಮಂದಿರಗಳು ಭಕ್ತರನ್ನು ರಾಮಭಂಟನೆಡೆಗೂ, ಆ ಮೂಲಕ ರಾಮನೆಡೆಗೂ ಸೆಳೆಯತೊಡಗಿದವು. ಶಿವನ ಉಗ್ರರೂಪವಾದ ಕಾಲಭೈರವನ ನೆನದವರಿಗೆ ಪಾಪಗಳ ಸೋಂಕಿಲ್ಲ, ಸಾವಿನ ಭಯವಿಲ್ಲ, 'ಪರ'ದ ಚಿಂತೆಯಿಲ್ಲ ಎಂಬ ನಂಬಿಕೆ ಕಾಶಿಯಲ್ಲಿದೆ. ಅದೇ ರೀತಿ, ರುದ್ರನ ಅಂಶವಾದ

ಹನುಮನ ನೆನದವರಿಗೆ ಸಂಕಟಗಳ ಗಂಟಿಲ್ಲ, ವಾಸನೆಗಳ ಅಂಟಿಲ್ಲ, ಜೀವನದ ಜಂಜಾಟವಿಲ್ಲ, 'ಇಹ'ದ ಚಿಂತೆಯಿಲ್ಲ ಅನ್ನುವ ನಂಬಿಕೆಯೂ ಇದೆ. ಇದಕ್ಕಾಗಿಯೆ ಇಲ್ಲಿ ಹನುಮಾನನನ್ನು 'ಸಂಕಟಮೋಚನ' ಹನುಮಾನನೆಂದು ಪ್ರಾರ್ಥಿಸುವರು.

ತುಳಸೀದಾಸರು ತಮ್ಮ ಯಾವುದೇ ಕೃತಿಯಲ್ಲೂ ಕಾಶಿಯ ಹನುಮಾನಮಂದಿರಗಳ ಉಲ್ಲೇಖ ಮಾಡುವುದಿಲ್ಲ. ಆದರೆ ತುಳಸೀದಾಸರೇ ಇಲ್ಲಿ ಹನ್ನೆರಡು ಹನುಮಾನಮಂದಿರಗಳನ್ನು ಕಟ್ಟಿಸಿದರೆಂಬ ಪ್ರತೀತಿ ಕಥಾರೂಪದಲ್ಲಿ ಹರಡಿದೆ. ಒಮ್ಮೆ ಬೇಟೆಗೆಹೋದ ಇಲ್ಲಿಯ ರಾಜಕುಮಾರ ಎಷ್ಟು ಹೊತ್ತಾದರೂ ತಿರುಗಿಬರಲಿಲ್ಲ. ಆಗ ಚಿಂತಾಕ್ರಾಂತನಾದ ರಾಜ ಗಂಗಾರಾಮ್ ಜ್ಯೋತಿಷಿಯನ್ನು ಕರೆಸಿ, ರಾಜಕುಮಾರ ಎಲ್ಲಿದ್ದಾನೆಂದು ಸರಿಯಾಗಿ ತಿಳಿಸಿದರೆ ಒಂದು ಲಕ್ಷರೂಪಾಯಿ ಬಹುಮಾನ ಕೊಡುವೆನೆಂದು ಹೇಳಿದನು. ತುಳಸೀದಾಸರ ಎಣಿಕೆಯ ಪ್ರಕಾರ ಹೇಳಿದ ಗಂಗಾರಾಮನ ಜ್ಯೋತಿಷ್ಯ ಸರಿಯಾಯಿತು. ಆಗ ಗಂಗಾರಾಮ ಬಹುಮಾನದ ಆ ಹಣವನ್ನು ತುಳಸೀದಾಸರಿಗೆ ಕೊಡಲು ತಯಾರಾದನು. ತುಳಸೀದಾಸರು ಅದರಲ್ಲಿ ಕೇವಲ ಹನ್ನೆರಡು ಸಾವಿರ ರೂಪಾಯಿಗಳನ್ನು ಇಟ್ಟುಕೊಂಡು, ಆ ಹಣದಲ್ಲಿ, ತೋದರಮಲ್ಲನು (ಅಕ್ಬರನ ಮಂತ್ರಿ) ಇನಾಮಾಗಿ ಕೊಟ್ಟಿದ್ದ ಐದು ಹಳ್ಳಿಗಳಲ್ಲಿ ಹನ್ನೆರಡು ಹನುಮಾನ ಮಂದಿರಗಳನ್ನು ಕಾಶಿಯಲ್ಲಿ ಕಟ್ಟಿಸಿದರು. ಹನುಮಾನ್ ಫಾಟಕ್, ವೃದ್ಧಕಾಲ, ರಾಜಾಮಂದಿರ, ಪಂಚಗಂಗಾ, ಕರ್ಣಘಂಟಾ, ನೀಚೀಬಾಗ್, ಮಣಿಕರ್ಣಿಕಾ, ಮೀರ್‌ಘಾಟ್, ಹನುಮಾನ್‌ಘಾಟ್, ತುಳಸೀಘಾಟ್, ಭದೈನಿ ಮತ್ತು ನಾರಿಯಾ ಎಂಬಸ್ಥಳಗಳಲ್ಲಿ ಇರುವ ಹನ್ನೆರಡು ಮಂದಿರಗಳು ತುಳಸೀದಾಸರು ಕಟ್ಟಿಸಿದ್ದು ಎಂದು ಹೇಳುತ್ತಾರೆ. ಈ ಕಥೆಯಲ್ಲಿ ತುಳಸೀದಾಸರೇ ಕಟ್ಟಿಸಿದರೆನ್ನುವ ಅತ್ಯಂತ ಪ್ರಸಿದ್ಧವಾದ 'ಸಂಕಟಮೋಚನ' ಮಂದಿರ ಇಲ್ಲದಿರುವುದು ಆಶ್ಚರ್ಯ. ಕಾಶಿಯ ಇತರಪ್ರಸಿದ್ಧ ಹನುಮಾನ ಮಂದಿರಗಳು ಸರಸ್ವತೀಫಾಟಕ್, ಸಂಕಟಹರಣ, ಕಬೀರ್‌ಚೌರಾ, ಕಥುವಾಪುರ, ವಿಶ್ವೇಶ್ವರಗಂಜ್, ವೈತರಣೀ ತಲಾಬ್, ಬನಕಟೀ ಹನುಮಾನ್ ಮತ್ತು ತ್ರಿಪುರಭೈರವಿ ಎಂಬಲ್ಲಿ ಇವೆ.

ಮೇಲೆ ಹೆಸರಿಸಿದ ಮೀರ್‌ಘಾಟ್ ಹನುಮಾನಮಂದಿರದ ಬಗ್ಗೆ ಇನ್ನೊಂದು ಕಥೆಯೂ ಇದೆ. ಒಮ್ಮೆ ಬ್ರಹ್ಮಚಾರಿಯೊಬ್ಬನ ಕನಸಿನಲ್ಲಿ ಹನುಮಾನನೇ ಕಾಣಿಸಿಕೊಂಡು, ಗಂಗಾನದಿಯ ತಳದಲ್ಲಿರುವ ಹನುಮಾನನ ಮೂರ್ತಿಯನ್ನು ಹುಡುಕಿತೆಗೆಯಲು ಆದೇಶಕೊಟ್ಟನಂತೆ. ಮಾರನೆಯದಿನ ಬ್ರಹ್ಮಚಾರಿ ತನ್ನ ಸ್ನೇಹಿತರೊಂದಿಗೆ ಗಂಗೆಯಲ್ಲಿ ಹುಡುಕಿದಾಗ ಕಲ್ಲಿನ ದೊಡ್ಡಮೂರ್ತಿಯೇನೋ ಸಿಕ್ಕಿತು, ಆದರೆ ಅದನ್ನು ಅಲ್ಲಿಂದ ಎತ್ತುವುದಿರಲಿ ಅಲುಗಾಡಿಸುವುದೂ ಅಸಾಧ್ಯವಾಗಿತ್ತು. ಬೇಸರಗೊಂಡಿದ್ದ ಬ್ರಹ್ಮಚಾರಿಗೆ ಮಾರನೆಯದಿನ ಇನ್ನೊಂದು ಕನಸು, ಯಾರ ಸಹಾಯವೂ ಇಲ್ಲದೆ ಒಬ್ಬನೇ ಮೂರ್ತಿಯನ್ನು ಎತ್ತಲು ಆದೇಶಸಿಕ್ಕಿತು. ಆ ಕೆಲಸ

ಒಪ್ಪಿಕೊಂಡ ಬ್ರಹ್ಮಚಾರಿ ಹನುಮಾನನ ಮೂರ್ತಿಯನ್ನು ಸರಾಗವಾಗಿ ಒಬ್ಬನೇ ಎತ್ತಿ, ನದಿಯಿಂದ ಹೊರತಂದು ಸಾಕಷ್ಟುದೂರ ಸಾಗಿಸಿದನು. ದಣಿವಾರಿಸಿಕೊಳ್ಳಲು ಅವನು ಎಲ್ಲಿ ಅದನ್ನು ಇಳಿಸಿದನೋ ಅಲ್ಲಿಂದ ಅದನ್ನು ಅಲುಗಾಡಿಸಲಾಗಲೇ ಇಲ್ಲ. ಕೊನೆಗೆ ಅಲ್ಲಿಯೇ ಮಂದಿರ ಕಟ್ಟಬೇಕಾಯಿತು.

ಉತ್ತರಭಾರತದಲ್ಲಿ ಗೋಸ್ವಾಮಿ ತುಳಸೀದಾಸರು ಮತ್ತು ದಕ್ಷಿಣದಲ್ಲಿ ಸಮರ್ಥ ರಾಮದಾಸರು ವೀರ ಹನುಮಾನನನ್ನು ದೈವತ್ವಕ್ಕೆ ಏರಿಸಿದರು. ಈಚಿನ ಕಾಲದಲ್ಲಿ ಪಂಡಿತ ಮದನ ಮೋಹನ ಮಾಳವೀಯ ಮತ್ತೊಮ್ಮೆ ಜನತೆಯ ಮನವನ್ನು, ಭಕ್ತಿಯನ್ನು ಹನುಮನ ಕಡೆಗೆ ಸೆಳೆದರು. ಹನುಮಾನನ ಮೂರು ಮುಖ್ಯಗುಣಗಳು –ಶಕ್ತಿ, ಭಕ್ತಿ ಮತ್ತು ಬ್ರಹ್ಮಚರ್ಯ–ಪ್ರತಿಯೊಬ್ಬ ಪೈಲ್ವಾನನಲ್ಲೂ, ಕ್ರೀಡಾಪಟುವಿನಲ್ಲೂ ಇರಲೇಬೇಕೆಂದು ಅವರು ಪ್ರತಿಪಾದಿಸಿದರು. ರಾಮನ ಮೇಲಿನ ಭಕ್ತಿಯಿಂದಲೆ ಹನುಮನಿಗೆ ಶಕ್ತಿ ಇದ್ದಹಾಗೆ ಹನುಮನ ಮೇಲಿನ ಭಕ್ತಿಯಿಂದಲೆ ಪೈಲ್ವಾನನಿಗೂ ಶಕ್ತಿಯ ಅರಿವಾಗುವುದು. ಪ್ರತಿ ಹಳ್ಳಿಯಲ್ಲೂ ಅಖಾಡಾಗಳನ್ನು ಸ್ಥಾಪಿಸಬೇಕೆಂದೂ, ಅದಕ್ಕೆ ಸೇರಿದಂತೆ ಹನುಮಾನ ಮಂದಿರವಿರಬೇಕೆಂದೂ ಮಾಳವೀಯರು ಹೇಳಿದ್ದೇ ಅಲ್ಲದೆ ಆ ನಿಟ್ಟಿನಲ್ಲಿ ಸಾಕಷ್ಟು ಕೆಲಸಮಾಡಿದರು. ಈ ಮೊದಲು ಅಖಾಡಾಗಳಲ್ಲಿ ಕೃಷ್ಣ ಮತ್ತು ಬಲರಾಮರನ್ನು ಬಲದ ಪ್ರತೀಕ ಎಂದು ಪೂಜಿಸಲಾಗುತ್ತಿತ್ತು. ಮಾಳವೀಯರಿಂದಾಗಿ ಈಗ ಕಾಶಿಯ ಪ್ರತಿಯೊಂದು ಅಖಾಡಾಗಳಲ್ಲೂ ಹನುಮಾನನೇ ಆರಾಧ್ಯದೈವ.

ಹನುಮಾನ್ ಶಕ್ತಿ ಮತ್ತು ಭಕ್ತಿಯ ಸಂಕೇತ, ಶಕ್ತಿಹೀನರ ಮತ್ತು ಅಸಹಾಯಕರ ರಕ್ಷಕ, ಬಲಶಾಲಿಗಳ ಮತ್ತು ಧರ್ಮಿಗಳ ಚೈತನ್ಯ, ದುಃಖಿಗಳ ಮತ್ತು ಭಕ್ತರ ಆಸರೆ!

■

13. ತೀರ್ಥಗಳು

ಋಗ್ವೇದವು ತೀರ್ಥವನ್ನು ದಾರಿ, ಪಥ, ನದಿದಾಟುವ ಸ್ಥಳ, ತಾರಣ ಎಂದೆಲ್ಲಾ ವಿವರಿಸಿದೆ. ತೀರ್ಥ ಉತ್ತಮವಾದ ಅಧ್ಯಾತ್ಮಿಕದ ವಾಹಕ. ತೀರ್ಥದಲ್ಲಿ ಬೇರೆಯ ವಾಸನೆಗಳು ಮನಸ್ಸನ್ನು ಅಡ್ಡದಾರಿಗೆಳೆಯುವ ಅಥವಾ ಚಂಚಲಗೊಳಿಸುವ ಸಾಧ್ಯತೆಗಳು ಕಡಿಮೆ. ತೀರ್ಥಗಳು ಅಂತಃಕರಣವನ್ನು ಶುದ್ಧಿಯಾಗಿಸಿ ಆ ಪರಾಶಕ್ತಿಯ, ದಿವ್ಯತೆಯ ಸ್ಪಂದನಗಳನ್ನು ಸ್ವೀಕರಿಸಲು ಸಿದ್ಧವಾಗಿಸುತ್ತವೆ. ಇದರಿಂದಾಗಿ ಒಂದು ವಿಶೇಷವಾದ, ಶುದ್ಧವಾದ, ಪವಿತ್ರವಾದ ವಾತಾವರಣ ಒಳಗೆ ನಿರ್ಮಿತವಾಗುತ್ತದೆ. ಇದರಿಂದಲೇ ತೀರ್ಥಗಳು ಪಾಪವನ್ನು ನಾಶಮಾಡುತ್ತವೆ, ದುಷ್ಟ ರಾಕ್ಷಸೀ ಶಕ್ತಿಗಳನ್ನು ದೂರವಿಡುತ್ತವೆ ಎಂದು ಹೇಳುವುದು. ಮನಸ್ಸನ್ನು ಏಕಾಗ್ರಗೊಳಿಸಿ, ಈ ವಿಶಿಷ್ಟ ವಾತಾವರಣದ ತೀರ್ಥದಲ್ಲಿ ಮಾಡಿದ ಪೂಜೆ, ಜಪ, ತಪ ಸಾಧನೆಗಳು ಅನೇಕಪಟ್ಟು ಹೆಚ್ಚುಫಲಪ್ರದವಾಗುವುವು. ಹೊಸ ಭರವಸೆಯನ್ನು ಮೂಡಿಸುವ, ದಾರಿಯನ್ನು ತಿಳಿಯಾಗಿಸುವ, ದಿವ್ಯತೆಯನ್ನು ಕಾಣುವ, ಮನಸ್ಸಿಗೆ ಸ್ಫುರಣೆಯಾಗುವ, ಏನೋ ಸ್ಪಂದನವನ್ನು ಕೇಳುವ, ಸಮಾಧಿ ಸ್ಥಿತಿಗಿಳಿಯುವ ಅನುಭವಗಳಾಗುವುದು ಸಾಧ್ಯ. ಈ ರೀತಿ ನೋಡಿದಾಗ ತೀರ್ಥಗಳು ನಮ್ಮನ್ನು ಇಲ್ಲಿಯ ರಾಗದ್ವೇಷಗಳಿಂದ, ದ್ವಂದ್ವಗಳಿಂದ ದೂರಮಾಡಿ, ಕತ್ತಲೆಯಿಂದ ಬೆಳಕಿಗೆ, ಅಜ್ಞಾನದಿಂದ ಜ್ಞಾನದೆಡೆಗೆ ಕರೆದೊಯ್ಯುವ, ಸಂಸಾರ ಸಾಗರ ದಾಟಿಸುವ ಸೇತುಗಳಾಗುತ್ತವೆ. ಭಕ್ತರಿಗಾದರೋ ತೀರ್ಥಗಳಿಂದ ಲಭಿಸುವ ಅಂತಃಕರಣ ಶುದ್ಧಿಯೇ ಶಕ್ತಿ, ಅವರ ಅನನ್ಯಭಕ್ತಿಯೇ ಊರುಗೋಲು. ಹಾಗಾದರೆ ತೀರ್ಥಗಳು ಯಾವುವು? ಯಜ್ಞ ನಡೆಯುವ ಸ್ಥಳಗಳು, ನದಿಗಳ ಸಂಗಮ, ಪರ್ವತಗಳು, ಋಷಿಗಳ ತಪಸ್ಸಿನ ಸ್ಥಾನ, ಭಕ್ತರು ಒಟ್ಟಿಗೆಸೇರುವ ಸ್ಥಳಗಳು, ಭಗವಂತನ ಲೀಲಾಸ್ಥಳಗಳು, ಮಂದಿರ, ಹಸುಗಳ ಕೊಟ್ಟಿಗೆ ಅಥವಾ ಬಿಡಾರ, ಕೊನೆಗೆ ತಂದೆ ತಾಯಿಯನ್ನು ಗೌರವದಿಂದ ನೋಡಿಕೊಳ್ಳುವ ಮನೆ ಮುಂತಾದ ಅನೇಕವನ್ನು ತೀರ್ಥಗಳೆಂದು ಧರ್ಮಶಾಸ್ತ್ರ ಮತ್ತು ಪದ್ಮಪುರಾಣ ಪರಿಗಣಿಸುತ್ತವೆ.

ತೀರ್ಥಗಳನ್ನು ದೈವ, ಅಸುರ, ಆರ್ಷ, ಮತ್ತು ಮಾನುಷ ಎಂದು ವಿಂಗಡಿಸಲಾಗಿದೆ (ಬ್ರಹ್ಮ.ಪು,ಅ70, ಶ್ಲೋ16/19). ಕಾಶಿ, ಪುಷ್ಕರ ಮತ್ತು ಪ್ರಭಾಸಗಳನ್ನು ದೈವತೀರ್ಥಗಳೆಂದು ಕರೆದಿದ್ದಾರೆ. ಕಾಶಿಯನ್ನು ಜ್ಞಾನಭೂಮಿಯೆಂದೂ ಅತ್ಯಂತ ಉತ್ತಮವಾದ ತೀರ್ಥವೆಂದೂ ಪುರಾಣಗಳು ಪರಿಗಣಿಸಿವೆ. ಸಾಮಾನ್ಯವಾಗಿ ಮಿಕ್ಕ ಎಲ್ಲ ತೀರ್ಥಗಳು ಭಕ್ತನನ್ನು ಕರ್ಮಭೂಮಿಯೆನಿಸಿದ ಕುರುಕ್ಷೇತ್ರಕ್ಕೆ ಕಳಿಸುತ್ತವೆ. ಆದರೆ ಕುರುಕ್ಷೇತ್ರವನ್ನು ಸೇವಿಸಿದ

ಭಕ್ತನನ್ನು ಅದು ಜ್ಞಾನಭೂಮಿಯಾದ ಕಾಶಿಗೆ ಕಳಿಸುತ್ತದೆ. ಅಂದರೆ ಕೊನೆಗೆ ಎಲ್ಲರೂ
ಕಾಶಿಗೇ ಬರಬೇಕು. ತೀರ್ಥಗಳನ್ನು ಸ್ಥಾವರ (ಗುಡಿ, ಗೋಪುರ), ಜಲ (ನದಿ, ಸಂಗಮ,
ಕೊಳ, ಕುಂಡ), ಜಂಗಮ (ಸಾಧು, ಸನ್ಯಾಸಿ, ಋಷಿ, ಮುನಿ) ಮತ್ತು ಮಾನಸ (ಸತ್ಯ,
ತಾಳ್ಮೆ, ಆತ್ಮನಿಗ್ರಹಣ, ದಯೆ, ಪ್ರಾಮಾಣಿಕತೆ) ಎಂದು ವಿಂಗಡಿಸಿದ್ದಾರೆ. "ಭೂಮಿಯ
ಪ್ರಭಾವದಿಂದಲೂ, ಆಯಾಯ ಕ್ಷೇತ್ರದ ನೀರಿನ ಪ್ರಭಾವದಿಂದಲೂ, ಮನನಶೀಲರಾದ
ಮಹರ್ಷಿಗಳು ಪರಿಗ್ರಹಿಸಿ ನೆಲಸಿರುವುದರಿಂದಲೂ ತೀರ್ಥಗಳಿಗೆ ಪುಣ್ಯತೆಯುಂಟಾಗಿದೆ"
(ಕಾ.ಖಂ,ಅ6,ಶ್ಲೋ44). ಸ್ಥಾವರ ತೀರ್ಥಗಳೆನಿಸಿದ ಗುಡಿ ಅಥವಾ ಮಂದಿರಗಳ ಬಗ್ಗೆ
ಸ್ವಲ್ಪ ಹೇಳಿಯಾಗಿದೆ. ಜಂಗಮ ತೀರ್ಥವೆನಿಸಿದ ಸಾಧುಸಂತರ ಬಗ್ಗೆ ಬೇರೆಯಾಗಿಯೆ
ಹೇಳಬೇಕಾಗುತ್ತದೆ. ಪ್ರಸ್ತುತದಲ್ಲಿ ಕಾಶಿಯ ಜಲತೀರ್ಥಗಳ ಬಗ್ಗೆ ಹೇಳುವುದು ಸಮಂಜಸ
ವಾಗಿರುವುದು. (ಕೆಲವು ತೀರ್ಥಗಳ ಪಟ್ಟಿಯನ್ನು ಅನುಬಂಧ 3ರಲ್ಲಿ ನೋಡಬಹುದು).

ಗಂಗೆಯೆ ಸಕಲ ನದಿಗಳ ಜನ್ಮಸ್ಥಾನವಾಗಿರುವುದು ಎಂದು 'ಕಾಶೀಖಂಡ'
(ಕಾ.ಖಂ,ಅ92, ಶ್ಲೋ7) ಹೇಳಿದಂತೆ, ಕಾಶಿಯಲ್ಲಿ ಗಂಗೆಯೇ ಇಲ್ಲಿಯ ಜಲತೀರ್ಥಗಳ
ಜನ್ಮಸ್ಥಾನ ಎಂದು ಹೇಳಬಹುದು. ಇದರ ಜೊತೆಗೆ ಎಲ್ಲೆಲ್ಲಿಯ ತೀರ್ಥಗಳೂ ಇಲ್ಲಿಗೆ
ಬಂದಿವೆ ಎಂದು ಪುರಾಣದಕಥೆಗಳು ಸಾರಿವೆ. "ಸಮಸ್ತತೀರ್ಥಗಳೂ ಇಲ್ಲಿ
ನೆಲಸಿರುವುವು"(ಕಾ.ಖಂ, ಅ75, ಶ್ಲೋ22), "ಸರ್ವತೀರ್ಥಗಳೂ ಇಲ್ಲಿಗೆ ಸ್ನಾನಮಾಡಲು
ಬರುವುವು" (ಕಾ.ಖಂ, ಅ61, ಶ್ಲೋ45). ಕಾಶಿಯಲ್ಲಿರುವ ಜಲತೀರ್ಥಗಳ ಅಂಕಿಸಂಖ್ಯೆ
ವಿವಿಧ ಆಧಾರಗಳಲ್ಲಿ ಬೇರೆಬೇರೆಯಾಗಿ ಕೊಡಲ್ಪಟ್ಟಿದೆ. 'ಕಾಶೀಖಂಡ'ದ ಪ್ರಕಾರ 88
ನದಿತೀರ್ಥಗಳು ಮತ್ತು 62 ಕುಂಡಗಳು ಇಲ್ಲಿ ತೀರ್ಥಗಳೆನಿಸಿದ್ದವು. ಘಾಟ್‌ಗಳ ಸುಸ್ಥಿತಿ
ಅಥವಾ ಕುಸ್ಥಿತಿಯನ್ನನುಸರಿಸಿ ಘಾಟ್‌ಗಳ ಸಂಖ್ಯೆ ಕಾಲಕಾಲಕ್ಕೆ ಹೀಗೆ ಬದಲಾಗಿರಬಹುದು.
ವರದರಾಜನ 'ಗೀರ್ವಾಣ ಪದಮಂಜರಿ' ಎಂಬ ಗ್ರಂಥವು (ಕ್ರಿ.ಶ.1600–1660) ಕೇವಲ
ಇಪ್ಪತ್ತನಾಲ್ಕು ಘಾಟ್‌ಗಳಿದ್ದವು ಎಂದರೆ ಅದೇ ಶತಮಾನದ ಕೊನೆಗೆ ಎಂಬತ್ತನಾಲ್ಕು
ಘಾಟ್‌ಗಳಿದ್ದವೆಂದು ತಿಳಿದುಬರುತ್ತದೆ. ಜಯನಾರಾಯಣ ಘೋಷಾಲನ 'ಕಾಶೀಪರಿಕ್ರಮ'
ಗ್ರಂಥದಲ್ಲಿ (ಕ್ರಿ.ಶ.1800–1810) ಎಪ್ಪತ್ತು ಘಾಟ್‌ಗಳನ್ನು ಹೇಳಿದರೆ, ಪ್ರಿನ್ಸೆಪ್ ಎಂಬಾತ
(ಕ್ರಿ.ಶ.1822) ಐವತ್ತೆಂಟು ಘಾಟ್‌ಗಳ ಪಟ್ಟಿ ಕೊಡುತ್ತಾನೆ. ಇತರ ಆಧಾರಗಳ ಪ್ರಕಾರ
ಘಾಟ್‌ಗಳ ಸಂಖ್ಯೆ ಹೀಗಿದೆ–ಸರ್ವೆ ಆಫ್ ಇಂಡಿಯಾ (1920) 58, ಕಾಶಿತೀರ್ಥ
ಸುಧಾರ್ ಟ್ರಸ್ಟ್ (1931) 77, ರಾಮ್ ಬಚನ್ ಸಿಂಗ್ ಅವರ ಪ್ರಕಾರ (1973) 66.
ಈಗಿನ ನಂಬಿಕೆಯ ಪ್ರಕಾರ ಸುಮಾರು 220 ಜಲತೀರ್ಥಗಳು ಇವೆಯೆಂದೂ, ಅವುಗಳಲ್ಲಿ
98 ತೀರ್ಥಗಳು ಗಂಗೆಯ ತಟದಲ್ಲಿ, ಅಸಿ ಮತ್ತು ವರಣ ನದಿಗಳ ನಡುವೆ, ಇವೆಯೆಂದೂ
ತಿಳಿದುಬರುತ್ತದೆ.

ಗಂಗಾ ತೀರದ ಮುಖ್ಯವೂ ಹೆಚ್ಚು ಪುಣ್ಯಪ್ರದವೂ ಆದ ಪಂಚತೀರ್ಥಗಳೇ ಅಸಿಸಂಗಮ, ದಶಾಶ್ವಮೇಧ ಘಾಟ್, ಮಣಿಕರ್ಣಿಕಾಘಾಟ್, ಪಂಚನದ ಮತ್ತು ವರಣಾಸಂಗಮ. ಮತ್ಸ್ಯಪುರಾಣವು ಇವೇ ಐದು ತೀರ್ಥಗಳು ಹೆಚ್ಚು ಪುಣ್ಯಪ್ರದ ಎಂದು ಹೇಳಿದರೂ, ಬೇರೆಯ ಹೆಸರುಗಳನ್ನು ಹೀಗೆ ಕೊಡುತ್ತದೆ– ಲೋಲಾರ್ಕ (ಅಸಿ), ಬಿಂದುಮಾಧವ (ಪಂಚನದ–ಪಂಚಗಂಗಾ) ಮತ್ತು ಕೇಶವ (ವರಣಾ) ಎಂಬುವನ್ನು ಮತ್ತೆ ಒತ್ತಿ ಹೇಳುತ್ತದೆ.

ಅಸಿ ಸಂಗಮ: ಇದು ಕಾಶಿಯ ದಕ್ಷಿಣದಲ್ಲಿರುವ ಮೊದಲ ಸ್ನಾನಘಟ್ಟ ಅಥವಾ ಘಾಟ್ ಅನಿಸಿಕೊಂಡರೂ ಇಲ್ಲಿ ಸುವ್ಯವಸ್ಥಿತವಾದ ಮೆಟ್ಟಲುಗಳಿರಲಿಲ್ಲ. ಅಸಿ ಸಂಗಮೇಶ್ವರನ ಮಂದಿರ ಇಲ್ಲಿದೆ. 'ಕಾಶೀಖಂಡ'ವು "ಮಿಕ್ಕೆಲ್ಲ ತೀರ್ಥಗಳೂ ಅಸಿ ತೀರ್ಥದ ಹದಿನಾರರಲ್ಲಿ ಒಂದು ಭಾಗವೂ ಇಲ್ಲ" ಅಂದಿದೆ. ಇದರ ಹತ್ತಿರವೆ ಇರುವ ಲೋಲಾರ್ಕ ಕುಂಡದಲ್ಲಿ ನಡೆಯುವ 'ಲೋಲಾರ್ಕ ಛಠ್‌ಮೇಳ' (ಲೋಲಾರ್ಕ್ ಷಷ್ಠಿಯ ಮೇಳ) ಬಹಳ ಪ್ರಸಿದ್ಧವಾದುದು. ಮೇಳದ ದಿನ ಮಕ್ಕಳಿಲ್ಲದ ಸಾವಿರಾರು ಮಹಿಳೆಯರು ಇಲ್ಲಿಯ ಕುಂಡದಲ್ಲಿ ಸ್ನಾನಮಾಡಿ, ಲೋಲಾರ್ಕೇಶ್ವರನನ್ನು ಪೂಜಿಸಿ ಹರಕೆಹೊತ್ತುಕೊಳ್ಳುತ್ತಾರೆ. ಪಕ್ಕದಲ್ಲಿಯೆ ಇರುವ ತುಳಸೀಘಾಟ್‌ನಲ್ಲಿ ತುಳಸೀದಾಸರು ವಾಸಿಸುತ್ತಿದ್ದ ಮನೆಯಿದೆ. ಅಲ್ಲಿ ಅವರು ಬರೆದ ರಾಮಚರಿತಮಾನಸದ ಹಸ್ತಪ್ರತಿಯನ್ನು ಮತ್ತು ಗಂಗೆಯನ್ನು ದಾಟಲು ಅವರು ಉಪಯೋಗಿಸುತ್ತಿದ್ದ ದೋಣಿಯ ತುಣುಕೊಂದನ್ನು ನೋಡಬಹುದು. ಅಸಿ ನದಿಯು ಈಗ ಗಂಗೆಯನ್ನು ಸೇರುವ ಕೊಳಚೆಯ ತೊರೆ ಆಗಿದೆ.

ದಶಾಶ್ವಮೇಧ ಘಾಟ್ ಕಾಶಿಯ ಎಲ್ಲ ಘಾಟ್‌ಗಳಿಗಿಂತಲೂ ಪ್ರಸಿದ್ಧ. ಇದು ಕಾಶಿ ವಿಶ್ವನಾಥ ಮಂದಿರ ಮತ್ತು ನಗರದ ಮಧ್ಯದಲ್ಲಿರುವ ಗೋದೌಲಿಯಾ ಚೌಕದ ಹತ್ತಿರವೇ ಇರುವುದರಿಂದ ಹೆಚ್ಚಿನ ಯಾತ್ರಿಕರೆಲ್ಲ ಈ ಘಾಟ್‌ನಲ್ಲಿ ಗಂಗಾಸ್ನಾನ ಮುಗಿಸಿ ವಿಶ್ವನಾಥ ಮಂದಿರಕ್ಕೆ ಹೋಗುತ್ತಾರೆ. ಈ ಘಾಟ್‌ನ ಹೆಸರು ದಶಾಶ್ವಮೇಧ ಎಂದಿದ್ದರೂ ದಶಾಶ್ವಮೇಧಯಜ್ಞವು ಇದರ ಪಕ್ಕದಲ್ಲಿರುವ ರುದ್ರಸರ (ರುದ್ರಸರೋವರ) ಎಂಬಲ್ಲಿ, ಈಗಿನ ಅಹಲ್ಯಾಬಾಯಿ ಘಾಟ್‌ನಲ್ಲಿ ನಡೆಯಿತು. ಪುರಾಣದ ಪ್ರಕಾರ ರಾಜ ದಿವೋದಾಸನ ಕಾಲದಲ್ಲಿ, ಬ್ರಹ್ಮನು ಇಲ್ಲಿ ಹತ್ತು ಅಶ್ವಮೇಧ ಯಜ್ಞಗಳನ್ನು ನಡೆಸಿದನು. ಬ್ರಹ್ಮನು ಇಲ್ಲಿಯ ರುದ್ರಸರದ ಹತ್ತಿರ ಯಜ್ಞಮಾಡಿದನೆಂದೂ, ರುದ್ರಸರ ತೀರ್ಥದಲ್ಲಿ ಸ್ನಾನಾದಿಗಳನ್ನು ಮಾಡಿದನೆಂದೂ 'ಕಾಶೀಖಂಡ'ವು ತಿಳಿಸುತ್ತದೆ. ಆಗ ಇಲ್ಲಿ ಇನ್ನೂ ಗಂಗೆ ಹರಿಯುತ್ತಿರಲಿಲ್ಲ. ಗಂಗೆ ಹರಿಯಲು ಶುರುಮಾಡಿದ ನಂತರ ಗಂಗೆ ಮತ್ತು ಗೋದಾವರಿ (ದಕ್ಷಿಣದ ಗೋದಾವರಿಯ ಹೆಸರಿನ ಒಂದು ನಾಲೆ) ನದಿಗಳ ಸಂಗಮ ಈ ಜಾಗದಲ್ಲಿಯೆ ಆಗುತ್ತಿತ್ತು. ಚರಿತ್ರೆಯ ಪ್ರಕಾರ ಇಲ್ಲಿಯ ಭಾರಾಶಿವ ರಾಜರ ಕಾಲದಲ್ಲಿಯೂ ಹತ್ತು ಅಶ್ವಮೇಧಯಜ್ಞಗಳು

ದಶಾಶ್ವಮೇಧದಲ್ಲಿ ನಡೆದುವು. 1863ರಲ್ಲಿ ಗೋದಾವರಿ ನಾಲೆಯನ್ನು ಮುಚ್ಚಿ ಆ ಜಾಗದಲ್ಲಿ ಒಂದು ಮುಖ್ಯರಸ್ತೆಯನ್ನು ಮಾಡಿದರು. ಈಗ ಗೋದಾವರಿಯ ಹೆಸರಿನಲ್ಲಿ ಉಳಿದಿರುವುದು ನೀರಿನ ಪ್ರವಾಹವಲ್ಲ, ಜನ ಮತ್ತು ವಾಹನಗಳ ಪ್ರವಾಹದಿಂದ ಸದಾ ಗುಜುಗುಟ್ಟುತ್ತಿರುವ ಗೋದೌಲಿಯಾ ಚೌಕ್ ಮಾತ್ರ!! ವಿಶ್ವೇಶ್ವರ ಮಂದಿರ, ಬ್ರಹ್ಮ ಸ್ಥಾಪಿಸಿದನೆಂದು ಹೇಳಲಾದ ಬ್ರಹ್ಮೇಶ್ವರ ಮತ್ತು ಯಜ್ಞಗಳ ನೆನಪಿನಲ್ಲಿ ಸ್ಥಾಪಿಸಿದ ದಶಾಶ್ವಮೇಧೇಶ್ವರ ಇವು ಇಲ್ಲಿಯ ಮುಖ್ಯ ಮಂದಿರಗಳು. ಪ್ರಾಯಶಃ ಎಲ್ಲ ಘಾಟ್‌ಗಳಿಗಿಂತ ಬಹಳ ಮೊದಲು ಕಟ್ಟಿದ ಘಾಟ್ ದಶಾಶ್ವಮೇಧ ಇರಬೇಕು. ಆ ನಂತರ ಮಣಿಕರ್ಣಿಕಾ (ಕ್ರಿ.ಶ,302), ಪಂಚಗಂಗಾ (580) ಕಟ್ಟಿರಬೇಕೆಂದು ಗುರುತಿಸಿದ್ದಾರೆ. ಶೂಲಟಂಕೇಶ್ವರ (ತನ್ನ ತ್ರಿಶೂಲದಿಂದ ಗಂಗೆಯ ರಭಸವನ್ನು ಕಡಿಮೆಮಾಡಿಸಿದ ಈಶ್ವರನ ನೆನಪಿನಲ್ಲಿ) ಅಸಿಸಂಗಮದಿಂದ (ಮೊದಲು) ಎರಡು ಮೈಲಿ ದೂರದಲ್ಲಿರುವ ಇನ್ನೊಂದು ಮಂದಿರ.

ಮಣಿಕರ್ಣಿಕಾ ತೀರ್ಥ: ಇದು ಕಾಶಿಯಲ್ಲಿನ ಅತ್ಯಂತ ಪವಿತ್ರತಮ ತೀರ್ಥ ಎನ್ನುವುದಕ್ಕೆ ಪುರಾಣಗಳು ಹಲವುಕಾರಣಗಳನ್ನು ಹೇಳುತ್ತವೆ. ಶಿವಪುರಾಣದ ಪ್ರಕಾರ ಸೃಷ್ಟಿಗೆ ಮೊದಲು ಒಂದೇ ಆಗಿದ್ದ ಬ್ರಹ್ಮವಸ್ತು (ಮಹೇಶ್ವರ) ಎರಡಾಗಿ, ಶಿವ ಶಕ್ತಿಯರಾಗಿ ಆನಂದಕಾನನದಲ್ಲಿ ವಿಹರಿಸುತ್ತಿದ್ದರು. ತಾವು ಆನಂದವಾಗಿರುತ್ತಾ, ಜಗತ್ತಿನ ಮುಂದಿನ ಸೃಷ್ಟಿಯ ಕೆಲಸ ಮತ್ತು ಚಿಂತೆಯನ್ನು ಹೊರಲು ಅವರು ವಿಷ್ಣುವನ್ನು ಸೃಷ್ಟಿಸಿದರು. ತಪಸ್ಸಿಲ್ಲದೆ ಸೃಷ್ಟಿಯಾದೀತೆ? ತಾನು ತಪಸ್ಸನ್ನೆಲ್ಲಿ ಮಾಡಲಿ, ಸೃಷ್ಟಿಕಾರ್ಯವನ್ನೆಲ್ಲಿ ಶುರುಮಾಡಲಿ ಎಂದು ವಿಷ್ಣುವು ಕೇಳಿದಾಗ, ಶಿವನು ಒಂದು ಸುಂದರ ಸ್ಥಳವನ್ನು ಸೃಷ್ಟಿಸಿ ಅದನ್ನು ತನ್ನ ತ್ರಿಶೂಲದ ಮೇಲೆ ನೆಲಸಿದ. ಅದೇ ಕಾಶಿಯೆಂದು ಪ್ರಸಿದ್ಧಿ ಪಡೆಯಿತು. ಪ್ರಳಯಕಾಲದಲ್ಲಿ ತನ್ನ ತ್ರಿಶೂಲದ ಮೇಲಿಟ್ಟಿದ್ದ ಜ್ಯೋತಿಸ್ವರೂಪವಾದ ಕಾಶಿಯನ್ನು ಶಿವನು ಕೆಳಗಿಳಿಸಿದ ಎನ್ನುವುದು ಇನ್ನೊಂದು ವಿವರಣೆ. ಕಾಶಿಯಲ್ಲಿ ವಿಷ್ಣು ಘೋರತಪಸ್ಸು ಮಾಡಿದಾಗ ಅವನ ಮೈಯಿಂದ ಬೆವರು ಧಾರಾಕಾರವಾಗಿ ಹರಿಯಿತು. ಶೂನ್ಯದಿಂದ ಶೂನ್ಯದಲ್ಲಿಯೆ ಹರಿಯುತ್ತಿದ್ದ ಆ ಧಾರೆಯನ್ನು ನೋಡಿ ವಿಷ್ಣುವಿಗೆ ಆಶ್ಚರ್ಯವಾಗಿ ತಲೆಯನ್ನು ಕೊಡವಿದಾಗ ಅವನ ಕಿವಿಯ ಓಲೆ ನೀರಿನಲ್ಲಿ ಬಿದ್ದು ಅದು ಮಣಿಕರ್ಣಿಕಾ ಎನಿಸಿಕೊಂಡಿತು. 'ಕಾಶೀಖಂಡ'ದ ಕಥೆಯಲ್ಲಿ ಸ್ವಲ್ಪ ವ್ಯತ್ಯಾಸವಿದೆ: "ವಿಷ್ಣು ತನ್ನ ಚಕ್ರದಿಂದ ಒಂದು ಪುಷ್ಕರಿಣಿಯನ್ನು ತೋಡಿದಾಗ ಅವನ ತಪಸ್ಸಿನಿಂದ ಹೊರಟ ನೀರು ಆ ಪುಷ್ಕರಿಣಿಯನ್ನು ತುಂಬಿತು. ವಿಷ್ಣುವಿನ ಕಾರ್ಯನಿಷ್ಠೆಯನ್ನು ನೋಡಿದ ಶಿವ ಮೆಚ್ಚಿಗೆಯಿಂದ ತಲೆಅಲ್ಲಾಡಿಸಿದನು. ಆಗ ಶಿವನ ಕಿವಿಯ ಕುಂಡಲ ಆ ಪುಷ್ಕರಿಣಿಯಲ್ಲಿ ಬಿದ್ದಿತು." ಶಿವ–ಶಕ್ತಿಯರು ಅರ್ಧನಾರೀಶ್ವರರಾದ್ದರಿಂದ ಪುಷ್ಕರಿಣಿಯಲ್ಲಿ ಶಿವನ ಪದಕ ಮಣಿ ಮತ್ತು ಪಾರ್ವತಿಯ ಕರ್ಣಿಕೆಯು ಬಿತ್ತೆಂದೂ ಇನ್ನೊಂದು ವಿವರಣೆಯಿದೆ.

ವಿಷ್ಣುವಿನ ಚಕ್ರದಿಂದ ತೋಡಿದ ಆ ಪುಷ್ಕರಿಣಿಗೆ ಚಕ್ರಪುಷ್ಕರಿಣಿ (ಚಕ್ರತೀರ್ಥ) ಎಂದೂ, ಅದರಲ್ಲಿ ಮಣಿ ಬಿದ್ದುದರಿಂದ ಅದಕ್ಕೇ ಮಣಿಕರ್ಣಿಕಾ ಪುಷ್ಕರಿಣಿ (ಮಣಿಕರ್ಣಿಕಾ ಕುಂಡ) ಎಂದೂ ಹೆಸರಾಯಿತು. ತಪದ ಫಲದಿಂದ ಹೊರಬಂದ ನೀರು ಸರೋವರವಾಗಿ, ಎಲ್ಲಕಡೆಯೂ ಆವರಿಸಿ, ವಿಷ್ಣುವು ಅದರ ಮೇಲೆಯೇ ಮಲಗಿದಾಗ ಅವನ ನಾಭಿಯಿಂದ ಕಮಲ ಮತ್ತು ಕಮಲದಿಂದ ಬ್ರಹ್ಮನು ಉದ್ಭವಿಸಿ, ಬ್ರಹ್ಮನಿಂದ ಸೃಷ್ಟಿಯ ಕಾರ್ಯ ಶುರುವಾಗಿದ್ದುದು ಮುಂದಿನ ಕಥೆ. ಕಿವಿಯ ಕುಂಡಲಗಳನ್ನು ಹುಡುಕಲು ಈ ಕುಂಡದ ಕೆಳಗೆ ಭೈರವಕುಂಡ ಎಂಬ ಇನ್ನೊಂದು ಕುಂಡವನ್ನು ಅಗೆಯಲಾಯಿತು ಎನ್ನುವುದು ಮಣಿಕರ್ಣಿಕೆಯ ಕಥೆಯ ವಿಸ್ತರಣೆ. ಇಲ್ಲಿ ಮುಖ್ಯ ವಿಷಯವೆಂದರೆ ಚಕ್ರಪುಷ್ಕರಿಣಿ/ ಮಣಿಕರ್ಣಿಕಾ ಕುಂಡವೇ ಮೊದಲ ಸೃಷ್ಟಿಯಸ್ಥಾನ ಎನ್ನುವುದು.

ವಿಷ್ಣುವಿನ ಘೋರತಪಸ್ಸು, ಶಿವ ಪಾರ್ವತಿಯರ ಅಚ್ಚರಿ, ಚಕ್ರಪುಷ್ಕರಿಣಿ ಮಣಿಕರ್ಣಿಕೆಯಾದುದು ಎಲ್ಲವೂ ಅದ್ಭುತ ಪ್ರಸಂಗಗಳೇ. ಈ ಶುಭಸಂದರ್ಭದಲ್ಲಿ ವಿಷ್ಣುವಿನ ಪ್ರಾರ್ಥನೆ, ಅವನ ಮನೋನಿಶ್ಚಯ ಮತ್ತು ಶಿವನ ವರಪ್ರಧಾನ ಎಲ್ಲವೂ ನಡೆದುವು. ವಿಷ್ಣುವು ತಾನು ಸೃಷ್ಟಿಗೆ ಎರವಾಗಿ ಸ್ಥಿತಿಪಾಲಕನಾಗಿರುವೆನೆಂದನು. ವಿಷ್ಣುವಿನ ಚರಣಪಾದುಕೆ ಈ ತೀರ್ಥದಲ್ಲಿ ನೆಲೆಸಿತು. ವಿಷ್ಣುವಿನ ಪ್ರಾರ್ಥನೆಯಂತೆ ಶಿವನು ಕಾಶಿಯಲ್ಲಿ ಸತ್ತವರ ಕಿವಿಯಲ್ಲಿ ತಾರಕಮಂತ್ರವನ್ನು ಉಸುರಿ ಮೋಕ್ಷವನ್ನು ಕೊಡುವುದಾಗಿ ವರಕೊಟ್ಟನು. ಹೀಗೆ ತಾರಕವೆಂಬ ಮಣಿಯನ್ನು ಕರ್ಣದಲ್ಲಿ ಕೊಡುವುದರಿಂದಲೆ ಈ ತೀರ್ಥಕ್ಕೆ ಮಣಿಕರ್ಣಿಕೆ ಎಂಬ ಹೆಸರಾಯಿತೆಂದು ವೇದಾಂತಿಗಳ ವಿವರಣೆ. ಕೊನೆಗೆ, ಪ್ರಳಯಕಾಲದಲ್ಲಿ ಕಾಶಿಕ್ಷೇತ್ರವನ್ನು ತನ್ನ ತ್ರಿಶೂಲದ ಮೇಲೆ ಎತ್ತಿಹಿಡಿದು ಮುಂದಿನ ಕಲ್ಪದವರೆಗೂ ಅದನ್ನು ಸಂರಕ್ಷಿಸುವ ಕೆಲಸ ಶಿವನದೇ ಆಯಿತು. ಹೀಗಾಗಿ ಮಣಿಕರ್ಣಿಕೆಯಲ್ಲಿ ಶಿವ ಮತ್ತು ವಿಷ್ಣು ಇಬ್ಬರೂ ಪೂಜಾರ್ಹರು.

ಮಣಿಕರ್ಣಿಕಾಘಾಟ್‌ನ ಸ್ಮಶಾನದ ಬಗ್ಗೆ ಮತ್ಸ್ಯ, ನಾರದೀಯ ಮತ್ತು ಇತರ ಪುರಾಣಗಳು ಉಲ್ಲೇಖ ಮಾಡಿವೆ. ಉತ್ತರದಲ್ಲಿ ಸಂಕಟಾಘಾಟ್‌ನಿಂದ ದಕ್ಷಿಣಕ್ಕೆ ಲಲಿತಾಘಾಟ್‌ನವರೆಗೂ, ಪಶ್ಚಿಮದಲ್ಲಿ 'ಸ್ವರ್ಗದ್ವಾರ' ಎಂಬಲ್ಲಿಂದ ಪೂರ್ವದಲ್ಲಿ ಗಂಗೆಯ ಮಧ್ಯದವರೆಗೂ ಮಣಿಕರ್ಣಿಕಾ ಸರೋವರವು ಹರಡಿತ್ತೆಂದು ಹೇಳುತ್ತಾರೆ. ಮೊದಲು ನಾಲಾ ಆಗಿದ್ದು ಈಗ ಒಂದು ಓಣಿಯಾಗಿರುವ 'ಬ್ರಹ್ಮನಾಲ' ಎಂಬಲ್ಲಿ 'ಸ್ವರ್ಗದ್ವಾರ' ಇದೆ. 'ಕಾಶೀಖಂಡ'ದ (ಕಾ.ಖಂ, ಅ61, ಶ್ಲೋ73) ಪ್ರಕಾರ ಸ್ವರ್ಗದ್ವಾರವು ದೇವನದಿಯ (ಗಂಗೆಯ) ಮಧ್ಯದಲ್ಲಿತ್ತು. ಕ್ರಮೇಣ ಮಣಿಕರ್ಣಿಕಾ ಸರೋವರದ ಸುತ್ತಲೂ ಸ್ಮಶಾನ ಬೆಳೆಯಿತು. ಗಂಗೆ ಇಳಿದುಬಂದಮೇಲೆ ಮಣಿಕರ್ಣಿಕಾ ಸರೋವರ ಒಂದು ಕೊಳ/ ಕುಂಡವಾಯಿತು. ವಿಶಾಲವಾಗಿ ಹರಡಿದ್ದ ಸ್ಮಶಾನ ಕುಗ್ಗುತ್ತಾಬಂದು ಸಂಕಟಾಘಾಟ್‌ಗೆ

ಒತ್ತಿಕೊಂಡೇ ಇರುವ 'ಜಾಮ್‌ಘಾಟ್' ಸ್ಮಶಾನವಾಯಿತು. ಈ ಹಳೆಯ ಸ್ಮಶಾನ ಜಾಮ್‌ಘಾಟ್‌ನಲ್ಲಿರುವ ಧರ್ಮೇಶ್ವರ ಮತ್ತು ಹರಿಶ್ಚಂದ್ರೇಶ್ವರ ಮಂದಿರಗಳಿಂದ ಹಿಡಿದು ಚೌಕ್‌ನಲ್ಲಿರುವ ಸ್ಮಶಾನ ವಿನಾಯಕ ಮಂದಿರದವರೆಗೂ (ಸುಮಾರು ನಾಲ್ಕು ಫರ್ಲಾಂಗ್ ದೂರ) ಹರಡಿತ್ತು. ಕೊನೆಗೆ ಮಣಿಕರ್ಣಿಕೆಯಲ್ಲಿನ ಗಂಗಾಘಾಟ್ ಅಥವಾ ಮಣಿಕರ್ಣಿಕಾಘಾಟ್ ಮಾತ್ರ ಸ್ಮಶಾನವೆನಿಸಿತು. ಹರಿಶ್ಚಂದ್ರನು ಭಗೀರಥನಿಗಿಂತ ಮೊದಲೆ ಇದ್ದುದರಿಂದ, ಗಂಗೆ ಕಾಶಿಗೆ ಬರುವ ಮೊದಲೆ ಹರಿಶ್ಚಂದ್ರ ಘಾಟ್ ಸ್ಮಶಾನವಾಗಿತ್ತು, ಆದ್ದರಿಂದ ಹರಿಶ್ಚಂದ್ರ ಘಾಟ್ ತುಂಬಾ ಪುರಾತನ ಎಂದು ಹೇಳುವವರಿದ್ದಾರೆ. ಕೇವಲ ಘಾಟ್‌ಗಳನ್ನು ಪರಿಗಣಿಸಿದರೆ ಈ ಮಾತು ಸರಿಯೆನಿಸಬಹುದು. ಆದರೆ ಮಣಿಕರ್ಣಿಕಾ ಸರೋವರದ ಸುತ್ತಲೂ ಸ್ಮಶಾನವೇ ಇದ್ದು, ಗಂಗೆ ಬಂದನಂತರ ಸ್ಮಶಾನ ಇಲ್ಲಿಯ ಘಾಟ್‌ಗೆ ಸೀಮಿತವಾಯಿತು ಎನ್ನುವುದನ್ನು ತಿಳಿದಾಗ ಮಣಿಕರ್ಣಿಕೆಯದೆ ಮೊಟ್ಟಮೊದಲ ಸ್ಮಶಾನವೆಂದು ತಿಳಿಯಬಹುದು. ಇಲ್ಲಿಯ ಮಹಾರಾಜರು ಮತ್ತು ಶ್ರೇಷ್ಠವ್ಯಕ್ತಿಗಳು ಸತ್ತಾಗ ಅವರ ದಹನಕಾರ್ಯವನ್ನು ಮಣಿಕರ್ಣಿಕೆಯಲ್ಲಿರುವ ವಿಷ್ಣುಪಾದುಕೆಯ ಮೇಲೆ ನಡೆಸುವ ಪರಿಪಾಠ ಇತ್ತು. ಘಾಟ್‌ನ ಮೇಲೆ ದಹನಕಾರ್ಯ ನಡೆಸುವ ಸ್ಥಳಕ್ಕೆ 'ಜಲಶಾಯಿ' ಎಂದು ಹೆಸರು.

ಮಣಿಕರ್ಣಿಕಾತೀರ್ಥವು ಜಗತ್ತಿನ ಸೃಷ್ಟಿ, ಸ್ಥಿತಿ, ಲಯಗಳ ಮೂರು ಹಂತಗಳ ಕೇಂದ್ರಸ್ಥಾನ ಎಂಬುದನ್ನು ಮೇಲಿನ ವಿವರಣೆಗಳಿಂದ ತಿಳಿಯಬಹುದು. ಹೇಗೆಂದರೆ ಸೃಷ್ಟಿಯ ಮೊದಲಲ್ಲಿ ಇದು ವಿಷ್ಣುವಿನ ತಪೋಭೂಮಿ ಮತ್ತು ಮೊದಲ ಸೃಷ್ಟಿಯಾದ ಚಕ್ರಪುಷ್ಕರಿಣಿಕುಂಡ; ಚರಣಪಾದುಕೆಯಿಂದಾಗಿ ಇದು ಸ್ಥಿತಿಯ ಪವಿತ್ರ ತೀರ್ಥಸ್ಥಳ; ಕೊನೆಗೆ ಇದು ಲಯದ ಪ್ರತೀಕವೆನಿಸಿದ ಮಹಾಸ್ಮಶಾನದ ಸ್ಥಳ. ಈ ಪುಣ್ಯತೀರ್ಥವನ್ನು ಪುರಾಣಗಳು ಅನೇಕ ರೀತಿಯಲ್ಲಿ ಹೊಗಳಿವೆ. "ಸರ್ವತೀರ್ಥಗಳಲ್ಲಿಯೂ ಮಣಿಕರ್ಣಿಕೆಯೊಂದೇ ಶ್ರೇಷ್ಠತಮ" (ಕಾ.ಖಂ,ಅ61,ಶ್ಲೋ49), "ಎಲ್ಲಿ ಮರಣವನ್ನು ಮಂಗಳಕರವಾಗಿಯೂ, ಜೀವಿತವನ್ನು ಸಫಲವನ್ನಾಗಿಯೂ, ಸ್ವರ್ಗವನ್ನು ತೃಣಕ್ಕೆ ಸಮಾನವಾಗಿಯೂ ಭಾವಿಸುವರೊ, ಅದೇ ಈ ಮಣಿಕರ್ಣಿಕೆಯು" (ಕಾ.ಖಂ,ಅ33,ಶ್ಲೋ103), "ಮಾನವರು ಅನೇಕ ಜನ್ಮಗಳಲ್ಲೆಸಗಿದ ಕರ್ಮಸೂತ್ರಬಂಧನವನ್ನು ಬಿಡಿಸಿಕೊಂಡು ಇಲ್ಲಿಯೆ ಮುಕ್ತರಾಗುವ ಮಣಿಕರ್ಣಿಕೆಯಿದು" (ಕಾ.ಖಂ,ಅ33, ಶ್ಲೋ112), "ಈ ಮಣಿಕರ್ಣಿಕೆಯು ಸ್ವರ್ಗದ್ವಾರವೂ, ಸ್ವರ್ಗಭೂಮಿಯೂ, ಮೋಕ್ಷಭೂಮಿಯೂ ಆಗಿದೆ" (ಕಾ.ಖಂ, ಅ34, ಶ್ಲೋ24), "ವರ್ಷದ ಎಲ್ಲಾ ದಿವಸಗಳಲ್ಲಿಯೂ ಮಧ್ಯಾಹ್ನಕಾಲಕ್ಕೆ ಸರಿಯಾಗಿ ವಿಶ್ವೇಶ್ವರನು ಅನ್ನಪೂರ್ಣೆಯೊಡನೆ, ವಿಷ್ಣುವು ರಮೆಯೊಡನೆ, ಮತ್ತು ಸರ್ವತೀರ್ಥಗಳೂ ಮುಕ್ತಿದಾಯಕವಾದ ಮಣಿಕರ್ಣಿಕೆಯಲ್ಲಿ ಸ್ನಾನಮಾಡುವರು"

(ಕಾ.ಖಂ,ಅ61,ಶ್ಲೋ45/51/53), "ಈ ತೀರ್ಥಸ್ನಾನವು ನೀತಿ, ಪುಣ್ಯಕಾರ್ಯ, ವಿದ್ಯೆಗಳಿಂದ ಲಭಿಸುವ ಅನುಕೂಲಗಳನ್ನು ಕೊಡುವುದು ಹಾಗೂ ಪಾಪ, ಮದ, ದಡ್ಡತನಗಳಿಂದ ಬರುವ ಕರ್ಮಫಲವನ್ನು ನಿವಾರಿಸಿ ಉತ್ತಮಗತಿಯನ್ನು ಕೊಡುವುದು" (ಪದ್ಮಪುರಾಣ) ಮುಂತಾಗಿ ವರ್ಣಿಸಿವೆ. ಇಲ್ಲಿ ದೇವತೆಗಳಂತೆ 'ಸರ್ವತೀರ್ಥ'ಗಳೂ ಸಹ ಮಣಿಕರ್ಣಿಕೆಯಲ್ಲಿ ಸ್ನಾನಮಾಡುವುವು ಎಂದು ಹೇಳಿದ್ದಾರೆ.

ಮಣಿಕರ್ಣಿಕೆಯಲ್ಲಿ ವಿಷ್ಣುಪಾದವಲ್ಲದೆ ಶಿವ-ಶಕ್ತಿಯರ ಪೂಜೆಗಾಗಿ ಮಣಿಕರ್ಣಿಕೇಶ್ವರ ಮತ್ತು ಮಣಿಕರ್ಣಿಕಾದೇವಿ ಇವರ ಮಂದಿರಗಳು ಇವೆ. ಮಣಿಕರ್ಣಿಕಾಕುಂಡದಲ್ಲಿ ಸೇರುವ ಮಣ್ಣನ್ನು ಪ್ರತಿವರ್ಷವೂ ತೆಗೆದು, ಅಲ್ಲಿಯ ಗೋಡೆಗಳಿಗೆ ಸುಣ್ಣಬಳಿದು, ದೇವಿಯ ಚಿತ್ರವನ್ನು ಬಣ್ಣದಲ್ಲಿ ಬರೆದು ಇಡೀ ಕುಂಡವನ್ನು ಅಲಂಕಾರಯುಕ್ತವಾಗಿ ಮಾಡುತ್ತಾರೆ.

ಪಂಚನದತೀರ್ಥವು ಐದು ನದಿಗಳ ಸಂಗಮದಿಂದಾಗಿದೆ. ಈ ಐದು ನದಿಗಳೆಂದರೆ ಗಂಗಾ-ಯಮುನಾ-ಸರಸ್ವತೀ (ಗಂಗೆಯಲ್ಲಿ ಸಂಗಮವಾಗಿ ಹರಿದು ಬಂದವು), ಕಿರಣ ಮತ್ತು ಧೂತಪಾಪ. ಕಿರಣ ಮತ್ತು ಧೂತಪಾಪ ನದಿಗಳನ್ನು ಕುರಿತು ಸ್ವಾರಸ್ಯಕರವಾದ ಕಥೆಗಳಿವೆ. ಋಷಿ ವೇದಶಿರನ ಮಗಳ ಹೆಸರು ಧೂತಪಾಪ. (ವೇದಶಿರ ಭೃಗುಮಹರ್ಷಿಯ ಮರಿಮಗ, ಸ್ವಯಂಭುವ ಮನುವಿನಿಂದ ಐದನೆಯ ತಲೆಯವನು??). ಸುಂದರಿಯಾದ ಧೂತಪಾಪಳನ್ನು ಕಂಡು ಯಮ ಧರ್ಮರಾಯ ಮೋಹಿಸುತ್ತಾನೆ. ಬ್ರಾಹ್ಮಣ ವೇಷದಲ್ಲಿ ಬಂದು ಮದುವೆಯಾಗಲು ಕೇಳಿಕೊಂಡಾಗ ಅವಳು ತಿರಸ್ಕರಿಸುತ್ತಾಳೆ. ಕೋಪದಲ್ಲಿ ಒಬ್ಬರಿಗೊಬ್ಬರು ಶಾಪ ಕೊಟ್ಟಾಗ ಯುಮಧರ್ಮರಾಯ ಧರ್ಮನದ ಎಂಬ ನದಿಯಾಗುತ್ತಾನೆ, ಧೂತಪಾಪ ಚಂದ್ರಕಾಂತಮಣಿ ಎಂಬ ಶಿಲೆಯಾಗುತ್ತಾಳೆ. ಧರ್ಮರಾಜನೆ ಬಂದಿದ್ದನೆಂದು ತಿಳಿದ ಋಷಿಗೆ ಒಪ್ಪಿಗೆಯಾದರೂ, ಶಾಪದಿಂದಾಗಿ ಇಬ್ಬರೂ ಸೇರುವಂತಿರಲಿಲ್ಲ. ಕೊನೆಗೆ ಚಂದ್ರನ ಬೆಳದಿಂಗಳಲ್ಲಿ ಧೂತಪಾಪ ನೀರಾಗಿ ಹರಿದು ಧರ್ಮನದದೊಡನೆ ಕೂಡಿ ಹರಿಯುವಂತಾಗುತ್ತದೆ (ಕಾ.ಖಂ,ಅ59,ಶ್ಲೋ83/101). ಮಯೂಕಾದಿತ್ಯ (ಸೂರ್ಯ) ಈ ನದಿಗಳ ಸಂಗಮದಲ್ಲಿ ತಪಸ್ಸು ಮಾಡಿದಾಗ ಅವನಿಂದ ಉದ್ಭವಿಸಿದ ನದಿಯೇ ಕಿರಣ. ಅನಂತರ ಗಂಗೆ ಇಲ್ಲಿಗೆ ಹರಿದು ಬಂದಾಗ ಒಂದೇ ಸ್ಥಳದಲ್ಲಿ ಐದು ನದಿಗಳ ಸಂಗಮವಾಯಿತು. ಈ ವಿಶಿಷ್ಟಸಂಗಮವೇ ಪಂಚನದತೀರ್ಥ. (ಕಾ.ಖಂ,ಅ59,ಶ್ಲೋ105/112). ವಿಷ್ಣು ಪಂಚನದತೀರ್ಥದಲ್ಲಿ ಸ್ನಾನಮಾಡಿದನೆಂದು ಪುರಾಣಗಳು ಹೇಳುತ್ತವೆ. "ತೀರ್ಥಶ್ರೇಷ್ಠವೆನಿಸಿದ ಪ್ರಯಾಗ ವರ್ಷದ ಆದ್ಯಂತವೂ ಯಾವ ಪಾಪರಾಶಿಯನ್ನು ಇತರ ಸಕಲ ತೀರ್ಥಗಳಿಂದ ಸಂಗ್ರಹಿಸುವುದೋ, ಅದನ್ನೆಲ್ಲ ಕಾರ್ತಿಕಮಾಸದಲ್ಲಿ ಪಂಚನದ ತೀರ್ಥದಲ್ಲಿನ ಒಂದು ಸ್ನಾನದಿಂದಲೇ ಕಳೆದು ಕೊಳ್ಳುವುದು" (ಕಾ.ಖಂ,ಅ59,ಶ್ಲೋ16/17).

ಈ ತೀರ್ಥ ಪಂಚಗಂಗಾಘಾಟ್‌ನಲ್ಲಿರುವುದು. ಅನೇಕ ಸಂತರು, ಮಹಿಮರು ಪಂಚಗಂಗಾಘಾಟ್‌ನಲ್ಲಿ ವಾಸಿಸುತ್ತಿದ್ದರು. ಅವರಲ್ಲಿ ರಾಮಾನಂದ, ವಲ್ಲಭಾಚಾರ್ಯ, ಏಕನಾಥ, ಸಮರ್ಥರಾಮದಾಸ, ತುಳಸೀದಾಸ, ತೈಲಂಗಸ್ವಾಮಿ ಮುಂತಾದವರನ್ನು ಹೆಸರಿಸಬಹುದು. ಗುರು ರಾಮಾನಂದರು ಕಬೀರನಿಗೆ ದೀಕ್ಷೆಕೊಡಲು ಒಪ್ಪದವರು, ಕೊನೆಗೆ ಈ ಘಾಟ್‌ನಲ್ಲಿಯೆ ದೀಕ್ಷೆ ಕೊಡಬೇಕಾಗಿ ಬಂದಿತ್ತು. ಕಾಶಿಯ ಪ್ರಖಾಂಡ ಪಂಡಿತರೆನಿಸಿದ ಬಾಲಾ ಶಾಸ್ತ್ರಿ, ದಾಮೋದರ ಶಾಸ್ತ್ರಿ, ತಾತ್ಯಾ ಶಾಸ್ತ್ರಿ ಮುಂತಾದವರು ಈ ಘಾಟ್‌ನ ಹತ್ತಿರದಲ್ಲಿಯೆ ನೆಲೆಸಿದ್ದರು.

ವರಣ ಸಂಗಮ ತೀರ್ಥವು ಕಾಶಿಯ ಮುಖ್ಯ ಐದುತೀರ್ಥಗಳಲ್ಲಿ ಒಂದು. ಇಲ್ಲಿ ಆದಿಕೇಶವ, ಸಂಗಮೇಶ್ವರ ಮತ್ತು ಖರ್ವವಿನಾಯಕ ಮಂದಿರಗಳು ಇವೆ. ದಿವೋದಾಸ ನಿಂದಾಗಿ ಕಾಶಿಯನ್ನು ಬಿಟ್ಟುಹೊರಟ ದೇವತೆಗಳು ಪುನಃ ಒಬ್ಬೊಬ್ಬರೇ ವಾಪಸ್ಸುಬರುವಾಗ, ವಿಷ್ಣು ಮೊದಲು ಕಾಲಿಟ್ಟ ಸ್ಥಳವೆ ವಿಷ್ಣು ಪಾದೋದಕ ತೀರ್ಥ. "ವಿಷ್ಣುವು ಗಂಗಾ ವರಣಾ ನದಿಗಳ ಸಂಗಮದಲ್ಲಿ ತನ್ನ ವಾಹನದಿಂದ ಇಳಿದು ನಿರ್ಮಲಾಂತಃಕರಣನಾಗಿ ಕೈಕಾಲುಗಳನ್ನು ತೊಳೆದುಕೊಂಡು ಬಳಿಕ ಉಟ್ಟ ಬಟ್ಟೆಗಳಲ್ಲಿಯೇ ಸ್ನಾನಮಾಡಿದನು. ಅಂದಿನಿಂದ ಆ ತೀರ್ಥವು ಪಾದೋದಕವೆಂಬ ಹೆಸರಿನಿಂದ ಪ್ರಸಿದ್ಧವಾಗಿರುವುದು" (ಕಾ.ಖಂ,ಅ58,ಶ್ಲೋ17). ರಥಸಪ್ತಮಿ-ಭಾನುವಾರ ಒಟ್ಟಿಗೆ ಬಂದಾಗ ತೀರ್ಥಸ್ನಾನ ಉತ್ತಮಯೋಗವಾದುದು. ಶ್ವೇತದ್ವೀಪ ತೀರ್ಥ ಇಲ್ಲಿಯ ಇನ್ನೊಂದು ಪುಣ್ಯ ಸ್ಥಳ.

ಮತ್ಸ್ಯೋದರಿ ತೀರ್ಥ: ಪಂಚತೀರ್ಥಗಳನ್ನು ಬಿಟ್ಟು ಇನ್ನೂ ಅನೇಕ ಜಲತೀರ್ಥಗಳು ಪ್ರಸಿದ್ಧವಾಗಿವೆ. ಇವುಗಳಲ್ಲಿ ಸಂಕಟಾಘಾಟ್‌ನಲ್ಲಿ ಸ್ಮಶಾನ ಹಾಗೂ ಯಮೇಶ್ವರ, ಯಮಾದಿತ್ಯರ ಮಂದಿರಗಳಿರುವ **ಯಮತೀರ್ಥವು** ಒಂದು. ಮಂದಾಕಿನಿ, ಬ್ರಹ್ಮನಾಲಾ (ಹಿಂದೆ ಪಿತಾಮಹ ಸ್ರೋತಿಕಾ ಎನಿಸಿ ಈಗ ಒಂದು ಓಣಿಯಾಗಿದೆ) ಮತ್ತು ಮತ್ಸ್ಯೋದರಿ ತೀರ್ಥಗಳೂ ಹೆಚ್ಚು ಪ್ರಸಿದ್ಧವಾಗಿವೆ. ಮಳೆಗಾಲವನ್ನು ಬಿಟ್ಟರೆ ಮತ್ಸ್ಯೋದರಿ ಒಂದು ನೀರಿನ ಕೊಳ. ಅಲ್ಲಿಯ ನೀರು ಉತ್ತರಕ್ಕೆ ಹರಿದು ಕಪಾಲಮೋಚನ (ಓಂಕಾರೇಶ್ವರ ದಿಬ್ಬದ ಹತ್ತಿರ), ಋಣಮೋಚನ ಮತ್ತು ಪಾಪಮೋಚನ ಎಂಬ ಕೊಳಗಳನ್ನು ಸೇರಿಸುತ್ತಾ ವರಣ ನದಿಯನ್ನು ಸೇರುತ್ತದೆ. ಆದರೆ ಮಳೆಗಾಲದಲ್ಲಿ ಗಂಗೆಯ ಪ್ರವಾಹದ ನೀರು ಉತ್ತರದಲ್ಲಿರುವ ವರಣದಿಂದ ಹಿಂದಕ್ಕೆ ಹರಿದು ಮತ್ಸ್ಯೋದರಿಯನ್ನು ತುಂಬುತ್ತದೆ. ಆಗ ಮತ್ಸ್ಯೋದರಿ ಕೊಳದ ನೀರು ವಿರುದ್ಧದಿಕ್ಕಿನಲ್ಲಿ ಹರಿಯುತ್ತಾ ಶಿವಸರೋವರ, ಮಂದಾಕಿನಿಗಳ ಮೂಲಕ ಬೇನಿಯಾ ತಲಾಬ್ ಮತ್ತು ಗೋದೌಲಿಯಾ ಮೂಲಕ ಗಂಗೆಯನ್ನು ಅಹಲ್ಯಾಬಾಯಿ ಘಾಟ್‌ನಲ್ಲಿ ಸೇರುತ್ತಿತ್ತು. ಆಗ ದಿಬ್ಬದ ಸುತ್ತಮುತ್ತಲಿನ ಪ್ರದೇಶವು ಗಂಗೆಯ ಉದರದಲ್ಲಿರುವ ಮೀನಿನ ಆಕಾರವಾಗಿ ಕಾಣುತ್ತಿತ್ತು. ಈ ಸ್ಥಿತಿಯನ್ನು

'ಮತ್ಸ್ಯೋದರಿಯೋಗ' ಎಂದು ಕರೆಯುತ್ತಿದ್ದರು. ವರ್ಷದಲ್ಲಿ ಯಾವಾಗಲೋ ಒಮ್ಮೆ ಈ ಯೋಗ ಬರುವುದರಿಂದ ಮತ್ಸ್ಯೋದರಿ ತೀರ್ಥದಲ್ಲಿ ಸ್ನಾನಮಾಡುವುದು ಬಹಳ ಪುಣ್ಯಪ್ರದ ಎಂದು ಪರಿಗಣಿಸಲಾಗಿತ್ತು

ಕಪಾಲಮೋಚನ ತೀರ್ಥವು (ಮತ್ಸ್ಯೋದರಿಯೋಗದಲ್ಲಿನ) ಮತ್ಸ್ಯೋದರಿ ಮತ್ತು ಗಂಗೆಯರ ಸಂಗಮ ಸ್ಥಳದಲ್ಲಿ ಇರುವುದು. ಕಾಲಭೈರವನು ಬ್ರಹ್ಮನ ಐದನೆಯ ಶಿರವನ್ನು ಕತ್ತರಿಸಿದನಷ್ಟೆ. ನಂತರ ಬ್ರಹ್ಮಹತ್ಯೆಯ ಪಾಪದ ಪ್ರಾಯಶ್ಚಿತ್ತಕ್ಕಾಗಿ ಎಲ್ಲ ಕ್ಷೇತ್ರಗಳನ್ನೂ ಸುತ್ತಿ ಕಾಶಿಗೆ ಬಂದು ಇಲ್ಲಿಯ ಲೋಲಾರ್ಕ, ದಶಾಶ್ವಮೇಧ ಮತ್ತು ಆದಿಕೇಶವರ ದರ್ಶನಮಾಡಿದ ಮೇಲೆ ಮತ್ಸ್ಯೋದರಿ ಯೋಗದಲ್ಲಿ ಸ್ನಾನಮಾಡಬೇಕೆಂದು ಹೊರಟನಂತೆ. ಆಗ ಇದ್ದಕ್ಕಿದ್ದಂತೆ ಬ್ರಹ್ಮನ ಕಪಾಲ ನೀರಿನಲ್ಲಿ ಬಿದ್ದು, ಅದರ ಜೊತೆಗೆ ಬ್ರಹ್ಮಹತ್ಯಾ ಪಾಪವೂ ದೂರವಾಯಿತಂತೆ. ಬ್ರಹ್ಮನ ಕಪಾಲ ಬಿದ್ದ ಸ್ಥಳವೇ ಕಪಾಲಮೋಚನ ತೀರ್ಥವೆಂದು ಪ್ರಸಿದ್ಧಿಯಾಗಿದೆ. ಬಂಗಾಳದ ರಾಣಿಭವಾನಿ ಇಲ್ಲಿಯ ಕೊಳದಸುತ್ತ ಕಲ್ಲಿನ ಗೋಡೆಯನ್ನು ಕಟ್ಟಿಸಿದ್ದರಿಂದ ಇದಕ್ಕೆ 'ರಾಣಿಭವಾನಿ ತಲಾವ್' ಅಂತಲೂ ಕರೆಯುತ್ತಾರೆ. ಇಲ್ಲಿ ಸ್ನಾನಮಾಡಿದರೆ ಘೋರಪಾಪಗಳೂ ಬಿದ್ದುಹೋಗುವುವೆಂದು ನಂಬಿಕೆ. ಹತ್ತಿರದಲ್ಲಿ ಋಣಮೋಚನ ಮತ್ತು ಪಾಪಮೋಚನ ಎಂಬ ಇನ್ನೆರಡು ತೀರ್ಥಗಳಿವೆ.

ಪಿಶಾಚಮೋಚನ ತೀರ್ಥವೂ ಒಂದು ಕೊಳ. ಯಾವ ಪಾಪಿಯೂ ಕಾಶಿಯಲ್ಲಿ ಕಾಲಿಡುವ ಹಾಗಿಲ್ಲ ಎನ್ನುವುದಕ್ಕೆ ಇನ್ನೊಂದು ಕಥೆಯಿದೆ. ಒಮ್ಮೆ ಕಾಶಿಯೊಳಗೆ ಬರಲು ಪ್ರಯತ್ನಿಸುತ್ತಿದ್ದ ಪಿಶಾಚಿಯನ್ನು ಕಾಲಭೈರವನೆ ತಡೆದು ಅವನ ರುಂಡವನ್ನು ಬೇರೆಮಾಡಿದನು. ಆಗ ಆ ಪಿಶಾಚಿಯು ಶಿವನನ್ನು ಪ್ರಾರ್ಥಿಸಿತು. ಶಿವನ ವರದಂತೆ ಪಿಶಾಚಿಗೆ ಅಲ್ಲಿಯೇ ನೆಲೆಸಲು ಅಪ್ಪಣೆ ಸಿಕ್ಕಿತಲ್ಲದೆ, ಯಾತ್ರಿಕರು ಗಯಾಕ್ಕೆ ಹೋಗುವ ಮೊದಲು ಪಿಶಾಚಮೋಚನದ ದರ್ಶನಮಾಡಬೇಕೆಂಬ ಆದೇಶವೂ ಹೊರಟಿತು. ಭೂತ ಪಿಶಾಚಿಗಳ ಭಯದಿಂದ ತೊಳಲುವವರು ಈ ತೀರ್ಥದಲ್ಲಿ ಸ್ನಾನಮಾಡಿದರೆ ಭಯನಿವಾರಣೆ ಎಂಬ ನಂಬಿಕೆಯಿದೆ.

ಗೋಮತಿ ಸಂಗಮ ತೀರ್ಥವು ಗೋಮತಿ ಮತ್ತು ಗಂಗೆಯ ಸಂಗಮ ಸ್ಥಳ. ಇದು ವಾರಾಣಸಿ ಕಂಟೋನ್‌ಮೆಂಟ್ ನಿಲ್ದಾಣದಿಂದ ಸುಮಾರು 25 ಕಿಮಿ ದೂರದಲ್ಲಿ ಕೈತಿ ಎಂಬ ಸ್ಥಳದಲ್ಲಿದೆ. ಇಲ್ಲಿಯೆ ಮಾರ್ಕಾಂಡೇಯ ಮಹಾದೇವ ಮಂದಿರ ಇದೆ.

ಕುಂಡಗಳು: 'ಕಾಶೀಖಂಡ'ವು 62 ಕುಂಡಗಳನ್ನು ತೀರ್ಥಗಳೆಂದು ಹೆಸರಿಸುತ್ತದೆ. ಇವುಗಳಲ್ಲಿ ಈಗ ಸುಸ್ಥಿತಿಯಲ್ಲಿರುವ ದುರ್ಗಾಕುಂಡ, ಶಂಕುಧಾರಾ, ಲಕ್ಷ್ಮೀಕುಂಡ, ಕುರುಕ್ಷೇತ್ರ, ಮತ್ತು ಪಿಶಾಚಮೋಚನ ಪ್ರಸಿದ್ಧವಾಗಿವೆ. ಸೂರ್ಯಕುಂಡ, ರಾಮಕುಂಡ, ಕಪಾಲಕುಂಡ

ಭಾಗೇಶ್ವರಿ (1884), ಗಣೇಶಗಂಡಿ (1911), ರೇವ್ರೀ ತಲಾಬ್ (1915), ಅಗಸ್ತ್ಯಕುಂಡ, ಮತ್ಸ್ಯೋದರಿ, ಈಶ್ವರಗಂಜಿ ಮತ್ತು ಸಪ್ತಸಾಗರ ಮುಂತಾದ ಅನೇಕ ಕುಂಡಗಳು ನಗರಾಭಿವೃದ್ಧಿಯ ಹುರುಪಿನಲ್ಲಿ ಮುಚ್ಚಿಸಲಾದವು. ಪಿತೃಕುಂಡ, ಬಕರಿಯಾಕುಂಡ, ಕ್ರೀಮಿಕುಂಡ, ಸೋನಾಕುಂಡಗಳೂ ಅವುಗಳ ಹತ್ತಿರ ಇರುವ ಮಂದಿರಗಳಿಂದ ಪ್ರಸಿದ್ಧವಾಗಿವೆ. ಮಿಕ್ಕ ಅನೇಕ ಕುಂಡಗಳ ಹೆಸರು ಕೇವಲ ಪಟ್ಟಿಯಾಗುವುದಷ್ಟೆ.

ಕೂಪಗಳು: ಕಾಶಿಯನ್ನು 'ಅಷ್ಟಕೂಪ ನೌಬಾವಡಿ'ಗಳ ಸ್ಥಳವೆಂದು ಕರೆಯುತ್ತಾರೆ. ಕೂಪ ಅಂದರೆ ಮೆಟ್ಟಲಿಲ್ಲದ ಬಾವಿ ಎಂದರೆ, ಬಾವಡಿಯನ್ನು ಮೆಟ್ಟಲುಗಳಿರುವ ಬಾವಿ ಎನ್ನಬಹುದು. ಇದರಿಂದ ನೀರಿರುವ ಸ್ಥಳಗಳಿಗೆ ಎಷ್ಟು ಪ್ರಾಮುಖ್ಯತೆ ಕೊಡುತ್ತಿದ್ದರೆಂದು ಊಹಿಸಬಹುದು. 'ಕಾಶೀಖಂಡ'ವು ಮೂರು ನಾಗತೀರ್ಥಗಳನ್ನು, ಕಾರ್ಕೋಟಕ ವಾಪಿ (ನಾಗಕುವಾ), ಮಣಿಪ್ರದೀಪ (ನಾಗನಾಥ ಮೊಹಲ್ಲ) ಮತ್ತು ಭದ್ರನಾಗ (ಭದ್ರಕೂಪಮೊಹಲ್ಲ) ಎಂದು ಹೆಸರಿಸುತ್ತದೆ. **ಜ್ಞಾನವಾಪಿಯು** ಬಹಳ ಪುಣ್ಯಪ್ರದವಾದ ಜಲತೀರ್ಥ. ಇದು ಕಾಶಿವಿಶ್ವೇಶ್ವರನ ಮಂದಿರದ ಹತ್ತಿರವೇ ಇದೆ. ಆನಂದಕಾನನದ ಅಧ್ಯಾಯದಲ್ಲಿ ಜ್ಞಾನವಾಪಿಯ ಕಥೆ ಈಗಾಗಲೇ ಬಂದಿದೆ.

ತೀರ್ಥಗಳು ನಮ್ಮ ಇಂದಿನ ಜೀವನಕ್ಕೂ, ಇದಕ್ಕೂ ಉತ್ತಮವೆನಿಸಿದ ಹೊಸ ಜೀವನಕ್ಕೂ ಸೇತುವೆಯಾಗುತ್ತವೆ. ಗುರಿಮುಟ್ಟುವುದಕ್ಕಿಂತಲೂ ಪ್ರಯಾಣವೇ ಹೆಚ್ಚುಹಿತ ಅನ್ನುವಹಾಗೆ ಹೊಸಬೆಳಕಿನಲ್ಲಿ ಕಂಡುಕೊಂಡ ದಾರಿಯಲ್ಲಿ ಚಲಿಸುವುದೇ ಚೇತೋಹಾರಿ. ಇದಕ್ಕೆ ಆ ತೀರ್ಥಗಳಲ್ಲಿನ ಆಧ್ಯಾತ್ಮಿಕ ಶಕ್ತಿ, ಮಹಿಮೆ, ದಿವ್ಯತ್ವಗಳಬಗ್ಗೆ ನಂಬಿಕೆಯಿರಬೇಕು, ಅವುಗಳಿಗೆ ಮನಸೋಲಬೇಕು. ಡಿ.ವಿ.ಜಿ. ಅವರು ಹೇಳುವಂತೆ "ಮಹಿಮೆಯಲ್ಲೇನೆಂದು ಸಂಶಯಿಸಬೇಡ. ಮಹಿಮೆ ಮನಸೋತೆಡೆಯೊ–ಮಂಕುತಿಮ್ಮ".

ಘಾಟ್‌ಗಳ ವಿವರವನ್ನು ಅನುಬಂಧ 3ರಲ್ಲಿ ನೋಡಿ,

■

14. ಪವಿತ್ರಕ್ಷೇತ್ರ

ಕಾಶಿಯು ಒಂದು ತೀರ್ಥಕ್ಷೇತ್ರ ಎಂದು ಈ ಹಿಂದೆಯೇ ವಿವರಿಸಿದಮೇಲೆ, ಅದು ಪವಿತ್ರಕ್ಷೇತ್ರ ಎಂದು ಮತ್ತೊಮ್ಮೆ ವಿವರಿಸುವ ಅಗತ್ಯವಿಲ್ಲ. ಆದರೂ ಯಾವ ಕಾರಣದಿಂದ ಮತ್ತು ಎಂದಿನಿಂದ ವಾರಾಣಸಿ ಪವಿತ್ರಕ್ಷೇತ್ರವೆನಿಸಿತು, ಜನಗಳನ್ನು ಹೇಗೆ ಸೆಳೆಯತೊಡಗಿತು ಎಂದು ತಿಳಿಯುವುದೂ ಮುಖ್ಯ. ತೀರ್ಥಗಳ ವಿಶೇಷಣಗಳೇನೆಂದು ಧರ್ಮಶಾಸ್ತ್ರ ಮತ್ತು ಪದ್ಮಪುರಾಣಗಳಲ್ಲಿ ಕೊಟ್ಟಿರುವ ದೊಡ್ಡಪಟ್ಟಿಯನ್ನು ಹಿಂದೆ ನೋಡಿದ್ದೇವೆ. ಆ ಪಟ್ಟಿಯಲ್ಲಿರುವಂತೆ ಕೇವಲ ಯಜ್ಞ ನಡೆಯುವ ಸ್ಥಳವೆಂದಾಗಲೀ, ಭಕ್ತರು ಒಟ್ಟಿಗೆ ಸೇರುವ ಸ್ಥಳವೆಂದಾಗಲೀ ವಾರಾಣಸಿಯು ತೀರ್ಥವಾಗಲಿಲ್ಲ. ಅದು ತೀರ್ಥವಾದುದಕ್ಕೆ ಪಟ್ಟಿಯಲ್ಲಿನ ಬೇರೆಯ ವಿಶೇಷಣಗಳು ಕಾರಣವಾಗಿವೆ. ಹಿಂದಿನ ಅಧ್ಯಾಯಗಳಲ್ಲಿ ಹೇಳಿದಂತೆ ಕಾಶಿಯು ಶಿವ, ವಿಷ್ಣು, ಶಕ್ತಿ ಮತ್ತು ಅನೇಕ ದೇವತೆಗಳ ಲೀಲಾಸ್ಥಳವಾಗಿ ಮೆರೆಯಿತು, ಇದು ರುದ್ರರ ಆವಾಸವಾಯಿತು. ಕಾಶಿಯು ಅನೇಕ ಋಷಿಗಳ ತಪಸ್ಸಿನ ಬೀಡಾದ್ದರಿಂದ ಅವರ ಸಾತ್ತ್ವಿಕ ಆಲೋಚನೆಗಳ ಸ್ಪಂದನೆಯ ಗೂಡಾಯಿತು, ದೇವತೆಗಳ ಸಮೂಹವೇ ಸ್ವೇಚ್ಛೆಯಿಂದ ಇಲ್ಲಿ ಬಂದು ನೆಲೆಸಿತು, ಭಕ್ತರು ಅವರಿಗೆಲ್ಲ ಮಂದಿರಗಳನ್ನು ಕಟ್ಟಿದರು, ಪಾಪಹಾರಿಣಿಯಾದ ಗಂಗಾ ನದಿಯೆ ಪವಿತ್ರತೀರ್ಥವಾಯಿತು, ನದಿಗಳ ಸಂಗಮ ತೀರ್ಥಸ್ಥಳವೆನಿಸಿತು. ಇಷ್ಟೇ ಅಲ್ಲದೆ, ಮನೆಗಳಲ್ಲಿ ತಂದೆತಾಯಿಗಳು ಪಡೆಯುವುದಕ್ಕಿಂತ ಹೆಚ್ಚು ಗೌರವವನ್ನು ಗುರುಗಳು ಪಡೆಯುತ್ತಿದ್ದುದರಿಂದ ಗುರುಕುಲಗಳೇ ತೀರ್ಥವಾದುವು. ನಗರದ ಉದ್ದಗಲಕ್ಕೂ ಹರಡಿದ ಪ್ರತಿಯೊಂದು ಗುರುಕುಲವೂ ತೀರ್ಥವಾಯಿತು. ತಮ್ಮ ಚಿಂತನೆಗಳಿಂದ ಮಾರ್ಗದರ್ಶನದಿಂದ ಹೊಸಪರಂಪರೆಯನ್ನು ಶುರುಮಾಡಿದ ಆಚಾರ್ಯರುಗಳ ಪೀಠಗಳೂ ತೀರ್ಥಗಳಾದುವು. ಸಿದ್ಧರ ಶಕ್ತಿ, ಸಂತರ ಭಕ್ತಿ, ಸಾಧುಗಳ ಸದ್ವಿಚಾರಗಳು ಸಾಮಾನ್ಯರ ರಕ್ಷಾಕವಚವಾದವು. ಅವರು ಓಡಾಡಿದ ಸ್ಥಳಗಳೆಲ್ಲಾ ಜಂಗಮ ತೀರ್ಥಗಳಾದವು. ಕೊನೆಗೆ ಇಲ್ಲಿನ ಎಲ್ಲಾ ಗಲ್ಲಿಗಳೂ ಹಸುಗಳ, ಎತ್ತುಗಳ ಕೊಟ್ಟಿಗೆ ಅಥವಾ ಬಿಡಾರವಾದುವು, ಅಂದರೆ ಗಲ್ಲಿಗಳೇ ಪಾವನಮಯವಾದವು. ಹೀಗೆ ನಾನಾ ಕಾರಣಗಳಿಂದ ಕಾಶಿಯು ತೀರ್ಥಕ್ಷೇತ್ರವಾಗಿ ಪವಿತ್ರವಾಯಿತು.

ಆನಂದಕಾನನವೆನಿಸಿದ್ದ ಕಾಶಿಯು ಮೊದಲು ರುದ್ರವಾಸವಾಗಿತ್ತು ಎಂದಾಗ ಮೂಗುಮುರಿದು, ನಿಕೃಷ್ಟವಾಗಿ ಕಂಡು, ಅವರೆಲ್ಲಾ ಅಸಂಪ್ರದಾಯವಾದಿಗಳು ಎನ್ನುವವರಿದ್ದಾರೆ. ಹಾಗೇನೂ ಇಲ್ಲ. ತೈತ್ತರೀಯ ಸಂಹಿತೆಯ 'ರುದ್ರಾಧ್ಯಾಯ'ದಲ್ಲಿ "*ಯೇ ತೀರ್ಥಾನಿ ಪ್ರಚರಂತಿ ಸೃಕಾವಂತೋ ನಿಷಂಗಿಣಃ*" ಎಂದಿದೆ. ರುದ್ರರು ತೀರ್ಥಗಳಲ್ಲಿ ಓಡಾಡುತ್ತಿರುವರೆಂದು ಅರ್ಥ. ಅದೇ ರೀತಿಯಲ್ಲಿ ಮಹಾಯೋಗಿ ಶಿವನ

ಓಡಾಡುತ್ತಿರುವವರೆಂದು ಅರ್ಥ. ಅದೇ ರೀತಿಯಲ್ಲಿ ಮಹಾಯೋಗಿ ಶಿವನ ಅನುಯಾಯಿಗಳಾದ ರುದ್ರವಾಸಿಗಳು ಓಡಾಡುತ್ತಿದ್ದ ಆನಂದಕಾನನವೇ ಒಂದು ತೀರ್ಥವಾಗಿತ್ತು. ಇಲ್ಲಿ ರುದ್ರರು ಎಷ್ಟೋ ಸಾವಿರ ವರ್ಷಗಳ ಹಿಂದೆ ಯಜ್ಞಗಳನ್ನರಿಯದೆ, ಯೋಗದಲ್ಲಿ ತಮ್ಮತಮ್ಮದೇ ವೈಯಕ್ತಿಕ ಪ್ರಯೋಗಗಳನ್ನು ನಡೆಸುತ್ತಾ ಇದ್ದರು. ಅವರ ಜೀವನ ಶೈಲಿ, ದೇಹದಂಡನೆ, ವಿಚಿತ್ರ ವರ್ತನೆ, ಮನೋನಿಗ್ರಹದ ಪ್ರಯತ್ನಗಳು, ಮನಸ್ಸಿನ ಎಲ್ಲ ವಾಸನೆಗಳನ್ನು ಒಣಗಿಸುವ ತಪ, ಮಹಾಯೋಗಿಯಾದ ಶಿವನನ್ನು ತಲುಪಲು ಹಿಡಿದ ಕಾಲುದಾರಿಗಳು, ಎಲ್ಲವೂ ಅವರ ವಿಧವಿಧವಾದ ಪ್ರಯೋಗಗಳಾಗಿದ್ದುವು. ಮುಂದೊಮ್ಮೆ ಅವರ ಪ್ರಯೋಗ ಮತ್ತು ಅಭ್ಯಾಸಗಳು ಪರಿಷ್ಕೃತಗೊಂಡು ಯೋಗ ಪದ್ಧತಿಗಳಾಗಿ ನಿರ್ದಿಷ್ಟರೂಪವನ್ನು ಪಡೆದವು. ಅವೇ ಮುಂದೆ ಯೋಗದ ಹೆದ್ದಾರಿಗಳಾದುವು, ಶಿವನಂತೆ ಯೋಗಿಗಳು ತಮ್ಮ ಮೂರನೆಯ ಕಣ್ಣನ್ನು ತೆರೆಯಲು ಸಹಾಯಕವಾದುವು. ಅವರಿಗಾಗಿರಬಹುದಾದ ವಿಶಿಷ್ಟ ಅನುಭವ ಮತ್ತು ದಿವ್ಯದರ್ಶನವನ್ನು ಸಾಮಾನ್ಯರು ಊಹಿಸುವಂತಿಲ್ಲ, ಗೊತ್ತಿಲ್ಲದವರು ಅಲ್ಲಗೆಳೆಯುವಂತಿಲ್ಲ. ರಭಸದಿಂದ ದುಮುಕುವ ಜಲಪಾತದ ಆವೇಶದ ಗರ್ಜನೆ ಕೇಳಲು ದುಸ್ಸಹ, ಅದರ ಕೆಳಗೆ ನಿಂತು ಸ್ನಾನಮಾಡುತ್ತೇವೆಂಬ ಯೋಚನೆಯೆ ಅಸಾಧ್ಯ. ಅದು ನಮ್ಮನ್ನೂ ಎಲ್ಲಿ ಕೊಚ್ಚಿಕೊಂಡು ಓಡಿಬಿಡುವುದೋ ಎಂಬ ಹೆದರಿಕೆಯಿಂದ ಮೈ ಕಂಪಿಸುತ್ತದೆ. ಇಷ್ಟಾದರೂ ಅದರ ರುದ್ರ ಸೌಂದರ್ಯವನ್ನು ನೋಡಿ ಸವಿಯಬಹುದಲ್ಲವೇ? ಆನಂದಕಾನನದಲ್ಲಿನ ರುದ್ರವಾಸಿಗಳನ್ನು ದುರ್ಗಮಕಾಡಿನ ಮಧ್ಯದಲ್ಲಿನ ಜಲಪಾತಕ್ಕೆ ಹೋಲಿಸಬಹುದು.

ಕಾಶಿಯು ಒಂದು ತೀರ್ಥಕ್ಷೇತ್ರವಾದುದರ ಜೊತೆಗೆ ಮುಕ್ತಿಕ್ಷೇತ್ರವೂ ಆದುದರಿಂದ ಇದರ ಪವಿತ್ರತೆ ಹೆಚ್ಚಿದೆ. ಮುಕ್ತಿಯೆಂದರೆ ಸ್ವರ್ಗಪ್ರಾಪ್ತಿಯೆ, ಪುನರ್ಜನ್ಮ ಇಲ್ಲದಿರುವುದೆ, ಅಮೃತತ್ವವನ್ನು ಹೊಂದುವುದೆ, ಪರಿಪೂರ್ಣತ್ವವನ್ನು ಹೊಂದುವುದೆ ಎಂಬ ಯಾವ ಖಚಿತ ಉತ್ತರ ಗೊತ್ತಿರದಿದ್ದರೂ ಮುಕ್ತಿ ಯಾರಿಗೆ ಬೇಕಿಲ್ಲ? ಕಾಶಿಗೆ ಸಂಬಂಧಿಸಿದಂತೆ ಮುಕ್ತಿಯ ವಿಚಾರ ಅನೇಕ ಪುರಾಣಗಳಲ್ಲಿ, ಪಂಡಿತರ ಪಾಮರರ ಹೇಳಿಕೆಗಳಲ್ಲಿ ವಿಪುಲವಾಗಿ ಬಂದಿದೆ. ಕಾಶಿಯೇ ಮೋಕ್ಷಪ್ರಕಾಶಿನಿ, ಕಾಶಿಯೇ ಮುಕ್ತಿಕ್ಷೇತ್ರ, ಕಾಶಿಯಲ್ಲಿ ಸತ್ತವರಿಗೆ ಮುಕ್ತಿ ಖಂಡಿತ ಎಂಬ ನಂಬಿಕೆಗಳು ಜನಮನದಲ್ಲಿ ಆಳವಾಗಿ ಬೇರೂರಿದೆ. ಇದೊಂದು ನಂಬಿಕೆಯೇ ಕುರುಡರನ್ನೂ, ಕುಂಟರನ್ನೂ, ಮುದುಕರನ್ನೂ, ರೋಗಿಗಳನ್ನೂ, ವೈರಾಗಿಗಳನ್ನೂ, ಯೋಗಿಗಳನ್ನೂ, ಆಸ್ತಿಕರನ್ನೂ, ಕೊನೆಗೆ ಸನಾತನಿಗಳ ಬಗ್ಗೆ ತಿರಸ್ಕಾರ ಅಥವಾ ವಕ್ರದೃಷ್ಟಿಯನ್ನು ಹೊಂದಿದವರನ್ನೂ ಕಾಶಿಗೆ ಆಕರ್ಷಿಸುತ್ತಲೇ ಇದೆ. ಈ ಆಕರ್ಷಣೆಯ ಮೂಲವನ್ನು "ಯಾರಿಗೆ ಇನ್ನೆಲ್ಲಿಯೂ ಗತಿಯಿಲ್ಲವೊ ಅವರಿಗೆ ವಾರಾಣಸಿಯೇ ಗತಿ" ಎಂಬ 'ಕಾಶೀಖಂಡ'ದ (ಕಾ.ಖಂ,ಅ32,ಶ್ಲೋ68/79) ಹಾಗೂ

ಪದ್ಮಪುರಾಣದ ಉತ್ತರಖಂಡದ (ಪದ್ಮ.ಪು,ಅ245,ಶ್ಲೋ30/35) ಅನೇಕ ಶ್ಲೋಕಗಳ ಉದ್ಗಾರಗಳಲ್ಲಿ ಕಾಣಬಹುದು. ಮುಕ್ತಿಯ ಬಗ್ಗೆ ಮುಂದೆ ವಿಚಾರಮಾಡೋಣ.

ಕಾಶಿಯು ಪವಿತ್ರಕ್ಷೇತ್ರವಾಗಲು ಅದೊಂದು ತೀರ್ಥಕ್ಷೇತ್ರ, ಮುಕ್ತಿಕ್ಷೇತ್ರ ಎನ್ನುವುದಲ್ಲದೆ ಪುರಾಣಗಳ ಇನ್ನೂ ಮೂರು ಗಹನವಾದ ಉಕ್ತಿಗಳು ಕಾರಣವಾಗಿವೆ. ಕಾಶಿಯು ಪ್ರಳಯಕಾಲದಲ್ಲಿ **ಶಿವನ ತ್ರಿಶೂಲದಮೇಲೆ** ಜ್ಯೋತಿಯಾಗಿ ನೆಲಸಿರುತ್ತದೆ, ಸೃಷ್ಟಿಯ ಸಮಯದಲ್ಲಿ ಭೂಮಿಯಮೇಲೆ ಬರುತ್ತದೆ ಎಂಬುದು ಮೊದಲನೆಯ ಹೇಳಿಕೆ. ಸ್ಥಿತಿಯಲ್ಲಿ ಎಲ್ಲಾ ತೀರ್ಥಗಳೂ ಇಲ್ಲಿ ಬಂದು ಸೇರುವುದರಿಂದ ಜನರು ಮಿಕ್ಕೆಲ್ಲ ತೀರ್ಥಗಳಿಗೆ ಓಡುವ ಅವಶ್ಯಕತೆಯಿಲ್ಲ, ಕಾಶಿಯಲ್ಲಿ ಒಂದೇಕಡೆ ಎಲ್ಲ ತೀರ್ಥಗಳ ಸೇವೆಮಾಡಿ ಪುಣ್ಯಗಳಿಸುವುದು ಉತ್ತಮ ಎಂಬುದು ಎರಡನೆಯದು. ನಿತ್ಯಲಯದಲ್ಲಿ ಕಾಶಿಯು ಮಹಾಸ್ಮಶಾನ, ಇಲ್ಲಿ ಕೇವಲ ಪಂಚಭೂತಗಳ ಶರೀರವೊಂದೇ ಸುಡುವುದಲ್ಲ, ಜೀವಿಯ ಕರ್ಮಗಳೂ ಸುಟ್ಟುಬೂದಿಯಾಗುತ್ತವೆ, ಆದುದರಿಂದ ಇಲ್ಲಿ ಸತ್ತವರಿಗೆ ಪುನರ್ಜನ್ಮವಿಲ್ಲ ಎಂಬುದು ಮೂರನೆಯ ಉಕ್ತಿ. ಇವುಗಳ ಗೂಢಾರ್ಥ, ತತ್ತ್ವವನ್ನು ಇನ್ನೊಮ್ಮೆ ಚರ್ಚಿಸಬಹುದು. (ವಿವರಗಳಿಗೆ ಲೇಖಕರ ಮುಂದಿನ ಪುಸ್ತಕ **"ಕಾಶೀ ರಹಸ್ಯ"**ವನ್ನು **ನೋಡಿರಿ**)

ಇನ್ನು ಕಾಶಿ ಪವಿತ್ರ ಎನಿಸಿದ್ದುದು ಎಂದಿನಿಂದ? ಜಲ ಮತ್ತು ಪರ್ವತಗಳೇ ದೇವತೆಗಳು, ಅವುಗಳಿಂದ ಪಾಪಶಮನ, ಅಂತಃಕರಣಶುದ್ಧಿ ಎಂಬ ವಿಚಾರ ಋಗ್ವೇದದ ಕಾಲದಲ್ಲೇ ಮೊಳಕೆಯೊಡೆದಿತ್ತು. ಇದನ್ನೇ ತೀರ್ಥಗಳ ಕಲ್ಪನೆಯ ಮೊದಲ ಹಂತ ಎನ್ನಬಹುದು. ಆದರೆ ಸೂತ್ರಗಳು, ಮನುಸ್ಮೃತಿ ಮತ್ತು ಯಾಜ್ಞವಲ್ಕ್ಯ ಸ್ಮೃತಿಗಳಲ್ಲಿ ತೀರ್ಥಗಳ ಬಗ್ಗೆ ಹೆಚ್ಚು ಮಹತ್ವವನ್ನು ಕೊಟ್ಟಿಲ್ಲ ('ಹಿಸ್ಟರಿ ಆಫ್ ಧರ್ಮಶಾಸ್ತ್ರ', ಖಂಡ 4, ಪಿ.ವಿ.ಕಾಣೆ, ಪು.561). 'ಮಹಾಭಾರತ' ಮತ್ತು ಪುರಾಣಗಳು ಯಜ್ಞಗಳಿಗಿಂತಲೂ ತೀರ್ಥಗಳೇ ಹೆಚ್ಚು ಎಂದು ಹೊಗಳಿವೆ. 'ಮಹಾಭಾರತ'ದ 'ವನಪರ್ವ', 'ತೀರ್ಥಯಾತ್ರಾಪರ್ವ'ದಲ್ಲಿ (ಅ83, ಶ್ಲೋ56–63) ಕಾಶಿಯ ವಿಚಾರ ಕೇವಲ ಏಳು ಶ್ಲೋಕಗಳಲ್ಲಿ ಮುಗಿದಿದೆ. ಇದರಿಂದ ಕಾಶಿಯು ಮುಖ್ಯ ತೀರ್ಥಗಳಲ್ಲಿ ಒಂದೆಂದು ಪರಿಗಣಿತವಾದುದು ಮಹಾಭಾರತದ ಅನಂತರವೇ ಎಂದು ತಿಳಿಯುತ್ತದೆ. ಅಂದರೆ ಕಲಿಯುಗದ ಮೊದಲು ಆನಂದಕಾನನ, ರುದ್ರವಾಸ, ಮಹಾಸ್ಮಶಾನ ಎಂದೆಲ್ಲಾ ಹೆಸರು ಪಡೆದಿದ್ದರೂ, ಕಲಿಯುಗದ (ಕ್ರಿ.ಪೂ.3100) ಅನಂತರವೇ ಕಾಶಿಯು ಒಂದು ತೀರ್ಥಸ್ಥಳವೆಂದು ಪ್ರಸಿದ್ಧವಾಯಿತು. ಹಿಂದೆಹೇಳಿದ ಪಾರ್ವತಿಯ ಅರ್ಥಾತ್ ಅನ್ನಪೂರ್ಣೆಯ ಕಥೆಯನ್ನು ಇಲ್ಲಿ ಮತ್ತೆ ನೆನಪಿಸಿಕೊಳ್ಳಬಹುದು. ಶಿವನ ಜೊತೆ ಸ್ಮಶಾನದಲ್ಲಿರಲು ಇಷ್ಟಪಡದ ಪಾರ್ವತಿಯನ್ನು ಒಪ್ಪಿಸಿ ಮೂರು ಯುಗಗಳಲ್ಲಿ ಪಾರ್ವತಿಯು ಸ್ಮಶಾನದಲ್ಲಿ ಶಿವನೊಡನೆ ಇರಬೇಕೆಂದೂ,

ನಾಲ್ಕನೆಯ ಕಲಿಯುಗದಲ್ಲಿ ಈ ಕಾಶಿ ಎಂಬ ಮಹಾಸ್ಮಶಾನವು ಅನ್ನಪೂರ್ಣೆಯ ಭಂಡಾರವಾಗಿ ಇರಬೇಕೆಂದೂ ಶಿವನು ಒಪ್ಪಂದ ಮಾಡಿಕೊಂಡನಂತೆ. ಅದರ ಪ್ರಕಾರ ಕಲಿಯುಗದಲ್ಲಿ ಪಾರ್ವತಿ ಸರ್ವೇಸಾಮಾನ್ಯರ ಕಾಮನೆಗಳನ್ನು ಈಡೇರಿಸಲು ಸದಾಸಿದ್ಧಳಾಗಿ ತನ್ನ ಭಂಡಾರವನ್ನೇ ತೆಗೆದಿಟ್ಟಳು. ಅಂದಿನಿಂದ ಈ ಸ್ಥಳವು ಎಲ್ಲರನ್ನೂ ಆಕರ್ಷಿಸುತ್ತಾ, ತೀರ್ಥವೆನಿಸಿತು. ಎ.ಎಸ್.ಅಲ್ಟೇಕರ್ 'ಕ್ರಿ.ಶ.3/4ನೆಯ ಶತಮಾನದಿಂದ ಕಾಶಿಯು ಪವಿತ್ರಕ್ಷೇತ್ರವೆಂದು ಪ್ರಸಿದ್ಧವಾಯಿತು' ಎನ್ನುತ್ತಾರೆ. 'ಮತ್ಸ್ಯ', 'ಲಿಂಗ', 'ಸ್ಕಾಂದ' ಮೊದಲಾದ ಪುರಾಣಗಳು ಕಾಶಿಯ ಪವಿತ್ರತೆಯ ಬಗ್ಗೆ ಸಾಕಷ್ಟು ಪ್ರಚಾರಮಾಡಿದ ಅನಂತರ ಯಾತ್ರಿಗಳ ಸಂಖ್ಯೆ ಹೆಚ್ಚಿತು, ಯಾತ್ರಿಗಳು ಬಂದಂತೆ ಪುರೋಹಿತರು ಹೆಚ್ಚಿದರು, ಕ್ಷೇತ್ರಮಹಾತ್ಮೆಯ ಕಥೆಗಳು ವರ್ಣನಾಮಯವಾದುವು. ಭಟ್ಟಲಕ್ಷ್ಮೀಧರನ 'ತೀರ್ಥಕಲ್ಪತರು' (ಕ್ರಿ.ಶ.1110–1120) ಗ್ರಂಥದ ಅರ್ಧಭಾಗವನ್ನು ಕಾಶಿಗೆ ಮೀಸಲಾಗಿಟ್ಟರೆ, ನಾರಾಯಣಭಟ್ಟನ 'ತ್ರಿಸ್ಥಲಿಸೇತು' (ಕ್ರಿ.ಶ.16ನೆಯ ಶತಮಾನ) ಮೂರನೆಯದರ ಎರಡುಭಾಗವನ್ನು ಕಾಶಿಯ ತೀರ್ಥಗಳಿಗೆ ಮೀಸಲಾಗಿಡುತ್ತದೆ. 'ತೀರ್ಥಚಿಂತಾಮಣಿ' ಮತ್ತು 'ತೀರ್ಥಪ್ರಕಾಶ' ಎಂಬ ಗ್ರಂಥಗಳೂ ಕಾಶಿಯ ಪವಿತ್ರತೆಯನ್ನು ಹೊಗಳುತ್ತವೆ. ಮತ್ಸ್ಯ, ಕೂರ್ಮ, ಲಿಂಗ, ಪದ್ಮ ಮತ್ತು ಅಗ್ನಿ ಪುರಾಣಗಳು ಒಟ್ಟುಸೇರಿ 1109 ಶ್ಲೋಕಗಳಲ್ಲಿ ಕಾಶಿಯ ಮಹತ್ವವನ್ನು ವಿವರಿಸಿದರೆ, ಹದಿಮೂರನೆಯ ಶತಮಾನದ 'ಸ್ಕಾಂದಪುರಾಣ'ದ 'ಕಾಶೀಖಂಡ'ವೊಂದೇ ಹದಿನೈದು ಸಾವಿರ ಶ್ಲೋಕಗಳಲ್ಲಿ ಕಾಶಿಯ ಕ್ಷೇತ್ರಗಳನ್ನು ವಿವರಿಸಿದೆ. ಇದಕ್ಕಿರುವ ಕಾರಣವನ್ನು ಮುಂದೆ ನೋಡಬಹುದು. ಹೀಗೆ ಅನೇಕ ತೀರ್ಥಕ್ಷೇತ್ರಗಳಿಗಿಂತ ಕಾಶಿಯು ಒಂದು ಮುಖ್ಯ ಪವಿತ್ರಕ್ಷೇತ್ರವೆಂದಾದಮೇಲೆ, ಇಲ್ಲಿಯ ಕೆಲವು ಯಾತ್ರೆಗಳು ಪವಿತ್ರವೆನಿಸಿದವು. ಎಲ್ಲಕ್ಕಿಂತಲೂ ಪ್ರಸಿದ್ಧವಾದ ಪಂಚಕ್ರೋಶಿ ಯಾತ್ರೆಯನ್ನು 'ಪದ್ಮಪುರಾಣ'ದ 'ಸೃಷ್ಟಿಖಂಡ'ವು (ಅ65, ಶ್ಲೋ14/20) ಕ್ರಿ.ಶ.7ನೆಯ ಶತಮಾನದಲ್ಲಿಯೇ ವಿವರಿಸಿದರೂ ಈ ಯಾತ್ರೆಗಳೆಲ್ಲಾ ಹೆಚ್ಚು ಪ್ರಚಲಿತವಾದುದು 16/17ನೆಯ ಶತಮಾನದಲ್ಲಿಯೇ ಎನ್ನಬಹುದು. ಈ ರೀತಿಯಲ್ಲಿ ಕಾಶಿಯು 'ಅನ್ನಪೂರ್ಣೆಯ ಭಂಡಾರ' ಎನಿಸಿದಮೇಲೆ, ಅಂದರೆ ಕಲಿಯುಗದಲ್ಲಿಯೆ, ಅದರ ಪವಿತ್ರತೆ ಹೆಚ್ಚು ಬೆಳೆಯಿತು ಮತ್ತು ಹೆಚ್ಚು ಪ್ರಚಲಿತವಾಯಿತು, ಎಂದು ಹೇಳಬಹುದು.

■

15. ಮುಕ್ತಿಕ್ಷೇತ್ರ

ಭಾರತೀಯ ಸನಾತನ ಧರ್ಮಗ್ರಂಥಗಳಲ್ಲಿ ಅನೇಕಕಡೆ ನಾಲ್ಕು ಪುರುಷಾರ್ಥಗಳಬಗ್ಗೆ ವಿಶದವಾದ ವಿವರಣೆಗಳಿವೆ. ಅವುಗಳ ಸಾರಾಂಶ 'ಧರ್ಮಾನುಷ್ಠಾನದಿಂದ ಅರ್ಥವೂ, ಅರ್ಥದಿಂದ ಇಷ್ಟಪ್ರಾಪ್ತಿಯೂ, ತನ್ಮೂಲಕವಾಗಿ ಸಮಸ್ತಸುಖಗಳೂ ದೊರಕುತ್ತವೆ. ಧರ್ಮಾನುಷ್ಠಾನದಿಂದ ಸ್ವರ್ಗವೂ ಸುಲಭವಾಗಿ ದೊರೆಯುತ್ತದೆ. ಆದರೆ ಗಳಿಸಿದ ಪುಣ್ಯ ತೀರಿದಮೇಲೆ ಸ್ವರ್ಗದಿಂದಲೊ ನರಕದಿಂದಲೊ ಪುನಃ ಭೂಮಿಗೆ ಮರಳಲೇಬೇಕು, ಅದೇ ಪುನರ್ಜನ್ಮ'. ಹೀಗೆ ಎಷ್ಟೋ ಜನ್ಮಗಳಲ್ಲಿ ಬೆಂದಮೇಲೂ, ಕರ್ಮಫಲದಿಂದಾಗಿ 'ಪುನರಪಿ ಜನನಂ ಪುನರಪಿ ಮರಣಂ' ಎನ್ನುವ ಹಾಗೆ, ಈ ಜನ್ಮ-ಮೃತ್ಯುವಿನ ಚಕ್ರದಿಂದ ಬಿಡಿಸಿಕೊಳ್ಳುವುದು ಸಾಧ್ಯವೇ ಎನ್ನುವ ಪ್ರಶ್ನೆ ಏಳುತ್ತದೆ. ಈ ಚಕ್ರದಿಂದ ಹಾಗು ಭವಬಂಧನದಿಂದ ಬಿಡಿಸಿಕೊಂಡು ಭವಸಾಗರದಿಂದ ಪಾರಾಗುವುದಕ್ಕೆ ಮೋಕ್ಷ ಅಥವಾ ಮುಕ್ತಿಯೆಂದು ಕರೆದರು. ಕಾಶಿಗೆ ಸಂಬಂಧಿಸಿದಂತೆ ಮುಕ್ತಿಯವಿಚಾರ ಅನೇಕಪುರಾಣಗಳಲ್ಲಿ ವಿಪುಲವಾಗಿ ಬಂದಿದೆ. ಕಾಶಿಯೇ ಮೋಕ್ಷಪ್ರಕಾಶಿನಿ, ಕಾಶಿಯೇ ಮುಕ್ತಿಕ್ಷೇತ್ರ, ಕಾಶಿಯಲ್ಲಿ ಸತ್ತವರಿಗೆ ಮುಕ್ತಿ ಖಂಡಿತ ಎಂಬನಂಬಿಕೆಗಳು ಜನಮನದಲ್ಲಿ ಆಳವಾಗಿ ಬೇರೂರಿದೆ. ಇದೊಂದು ನಂಬಿಕೆಯೇ ಕುರುಡರನ್ನೂ, ಕುಂಟರನ್ನೂ, ಮುದುಕರನ್ನೂ, ರೋಗಿಗಳನ್ನೂ, ವೈರಾಗಿಗಳನ್ನೂ, ಯೋಗಿಗಳನ್ನೂ, ಆಸ್ತಿಕರನ್ನೂ, ಕೊನೆಗೆ ಸನಾತನಿಗಳ ಬಗ್ಗೆ ತಿರಸ್ಕಾರವುಳ್ಳವರನ್ನೂ ಕಾಶಿಗೆ ಆಕರ್ಷಿಸುತ್ತಲೇ ಇದೆ. ಈ ಆಕರ್ಷಣೆಯ ಕುರಿತಾದ ಉಲ್ಲೇಖವನ್ನು ನಾವು "ಯಾರಿಗೆ ಎಲ್ಲಿಯೂ ಗತಿಯಿಲ್ಲವೊ ಅವರಿಗೆ ವಾರಾಣಸಿಯೇ ಗತಿ" ಎಂಬ 'ಕಾಶೀಖಂಡ'ದ (ಕಾ.ಖಂ.ಅ32,ಶ್ಲೋ68/79) ಉದ್ಗಾರದಲ್ಲಿ ಕಾಣಬಹುದು. 'ಕಾಶಿಯಲ್ಲಿ ಮುಕ್ತಿ' ಎಂಬ ವಿಷಯವು 'ಕಾಶೀಖಂಡ'ದಲ್ಲಿ ಚೆನ್ನಾಗಿ ನಿರೂಪಿತವಾಗಿದೆ.

ಸಪ್ತಪುರಿಗಳಾದ ಕಾಂಚಿ, ಅವಂತಿ, ದ್ವಾರಕೆ, ಕಾಶಿ, ಅಯೋಧ್ಯೆ, ಮಾಯಾಪುರಿ ಮತ್ತು ಮಥುರಾ ಮುಕ್ತಿದಾಯಕಗಳೆಂದಿದ್ದರೂ, ಕಾಶಿ ಪಟ್ಟಣದಲ್ಲಿ ಮಾತ್ರವೇ ಮುಕ್ತಿಯು ಪ್ರತಿಷ್ಠಿತವಾಗಿರುವುದು ಏಕೆ? ಈ ಪ್ರಶ್ನೆಗೆ 'ಕಾಶೀಖಂಡ'ದಲ್ಲಿಯೆ ಉತ್ತರ ದೊರೆಯುತ್ತದೆ. "ಉಳಿದ ಆರುಪಟ್ಟಣಗಳಲ್ಲಿ ಮೃತಿಹೊಂದುವವರು ಸ್ವರ್ಗವನ್ನು ಸೇರಿ, ಆ ಬಳಿಕ ಕ್ಷೀಣಪುಣ್ಯರಾಗಿ ಭೂಲೋಕಕ್ಕೆಬಂದು ಕಾಶಿಪಟ್ಟಣದಲ್ಲಿ ಮೋಕ್ಷವನ್ನು ಪಡೆಯುತ್ತಾರೆ" (ಕಾ.ಖಂ,ಅ24, ಶ್ಲೋ63/64). "ನೂರು ಜನ್ಮಗಳನ್ನೆತ್ತಿ ಯೋಗವನ್ನಾಚರಿಸಿದರೂ ದೊರಕದಸದ್ಗತಿಯು ಈ ಕಾಶೀಕ್ಷೇತ್ರದಲ್ಲಿ ಪರಮೇಶ್ವರನ ಪ್ರಸಾದದಿಂದ ಯಾವಕಷ್ಟವೂ ಇಲ್ಲದೆ ಲೀಲಾಜಾಲವಾಗಿಯೆ ಲಭ್ಯವಾಗುತ್ತದೆ" (ಕಾ.ಖಂ,ಅ25, ಶ್ಲೋ65). "ಜಪ,

ತಪ, ಯೋಗಗಳಿಲ್ಲದೆಯೆ ಒಂದೇ ಜನ್ಮದಲ್ಲಿಯೇ ಇಲ್ಲಿ ಯಾವನಿಗಾದರೂ ಆತ್ಯಂತಿಕವಾದ ಶ್ರೇಯಸ್ಸು ಲಭಿಸುತ್ತದೆ" (ಕಾ.ಖಂ,ಅ22,ಶ್ಲೋ112). "ಐದು ಕ್ರೋಶಗಳ ಪರಿಮಿತಿಯುಳ್ಳ ಕಾಶಿಯಲ್ಲಿ ಮೃತಿಹೊಂದುವ ಸೊಳ್ಳೆ, ಕ್ರಿಮಿ, ಪತಂಗ, ಕುದುರೆ, ಸರ್ಪ ಎಲ್ಲಕ್ಕೂ ಮುಕ್ತಿ ಸಲ್ಲುತ್ತದೆ. ಕಾಶಿಯ ಹೆಸರು ಹೇಳಿಕೊಳ್ಳುವ ಮಾನವರಿಗೂ ಪಾಪಕ್ಷಯವಾಗಿ ಶ್ರೇಯಸ್ಸು ಲಭಿಸುತ್ತದೆ" (ಕಾ.ಖಂ,ಅ5,ಶ್ಲೋ29; ಅ26,ಶ್ಲೋ80). "ಅವಿಮುಕ್ತವೆಂಬ ಕಾಶಿ ಮಹಾಕ್ಷೇತ್ರವು ಸತ್ಪುರುಷರಿಗೆ ಸಕಲ ಸಿದ್ಧಿಗಳನ್ನೂ ಕೊಡುವುದು. ಧರ್ಮ, ಅರ್ಥ, ಕಾಮ, ಮೋಕ್ಷಗಳೆಂಬ ನಾಲ್ಕುವಿಧ ರತ್ನಗಳ ಮಹಾನಿಧಿಯೂ ಆಗಿರುವುದು" (ಕಾ.ಖಂ,ಅ74,ಶ್ಲೋ29). "ಸ್ವರ್ಗ ಮೋಕ್ಷಗಳೆರಡಕ್ಕೂ ಸೀಮಾಸ್ಥಾನವಾಗಿರುವುದು" (ಕಾ.ಖಂ,ಅ74,ಶ್ಲೋ34). "ತಾಯಿಯು ಮಗುವನ್ನು ಗರ್ಭದಲ್ಲಿ ಧರಿಸುವಳು. ಕಾಶಿಯಾದರೊ ಪ್ರಾಣಿಗಳಿಗೆ ಗರ್ಭವಾಸವನ್ನೆ ತಪ್ಪಿಸುವುದು" (ಕಾ.ಖಂ,ಅ85,ಶ್ಲೋ57). "ಪರಮೇಶ್ವರನ ಸಾಯುಜ್ಯರೂಪವಾದ ಮೋಕ್ಷವು ಇಲ್ಲಿಮಾತ್ರ ಲಭಿಸುವುದು. ಇತರ ಕ್ಷೇತ್ರಗಳಲ್ಲಿ ಸಾನ್ನಿಧ್ಯ, ಸಾರೂಪ್ಯ, ಸಾಲೋಕ್ಯಗಳೆಂಬ ಮೋಕ್ಷಗಳು ಸಿಗುವುವು. ಅವುಗಳೂ ಸಹ ಸುಲಭಸಾಧ್ಯಗಳಲ್ಲ. ಕಾಶಿಯಲ್ಲಾದರೊ, ಮಾನವರೆಲ್ಲರಿಗೂ ಲೀಲೆಯಿಂದಲೇ ಮೋಕ್ಷವು ಕರಗತವಾಗುವುದು" (ಕಾ.ಖಂ,ಅ94,ಶ್ಲೋ55). ಹೀಗೆ 'ಕಾಶೀಖಂಡ'ವು ಕಾಶಿಯಲ್ಲಿ ಮೋಕ್ಷ ಲಭಿಸುತ್ತದೆ ಎಂದು ಖಚಿತವಾಗಿ ತಿಳಿಸುತ್ತದೆ.

'ಮೋಕ್ಷ' ಲಭಿಸುವುದಾದರೂ ಹೇಗೆ? ಪಾಪ ನಶಿಸುವುದರಿಂದಲೇ? ಒಂದೇ ಜನ್ಮದಲ್ಲಿ ಪಾಪಕ್ಷಯ ಸಾಧ್ಯವೆ? ಹಾಗಾಗದಿದ್ದರೆ ಸ್ವರ್ಗ–ನರಕಗಳನ್ನನುಭವಿಸಿ ಶೇಷವಾದ ಪಾಪವನ್ನು ಅನುಭವಿಸಲು ಪುನಃ ಜನ್ಮತಾಳಬೇಡವೆ? ಈ ತೆರನಾದ ಹಲವಾರು ಪ್ರಶ್ನೆಗಳಿಗೆ 'ಕಾಶೀಖಂಡ'ವು ಕಾಶಿಯು ಅವಿ+ಮುಕ್ತವಾಗಿ, ಪಾಪಗಳನ್ನು ತೊಳೆದುಹಾಕುವ ಅವಿಮುಕ್ತಕ್ಷೇತ್ರವಾಗಿರುವುದೇ ಸಾಲದೆಂಬಂತೆ, ಇನ್ನೂ ಅನೇಕ ಪ್ರಮಾಣಗಳನ್ನು ಕೊಡುತ್ತದೆ. ಕಾಶೀಕ್ಷೇತ್ರವು ಸರ್ವಲಿಂಗಮಯವೂ (ಕಾಶಿಯಲ್ಲಿ 'ಹರ್ ಕಂಕರ್ ಶಿವಶಂಕರ್' ಎಂದರೆ ಭೂಮಿಯ ಕಣಕಣದಲ್ಲಿ ಲಿಂಗ ಎನ್ನುವ ಮಾತನ್ನು ಹಿಂದೆಯೆ ಹೇಳಿದೆ), ಸರ್ವಕ್ಷೇತ್ರಗಳ ಜನ್ಮಭೂಮಿಯೂ (ಕಾಶಿಯೇ ಸೃಷ್ಟಿಯ ಕೇಂದ್ರವಾದ್ದರಿಂದ ಎಲ್ಲವೂ ಇಲ್ಲಿಯೆ ಜನ್ಮತಾಳಬೇಕು), ಸಕಲ ತೀರ್ಥಮಯವೂ ಆಗಿದೆ. ಇದನ್ನು ನೋಡಿದರೂ, "ದೇಹಾವಸಾನದವರೆಗೆ ಸೇವಿಸಿದರೂ ಸ್ವರ್ಗಮೋಕ್ಷಗಳೆರಡೂ ಲಭಿಸುವುವು" (ಕಾ.ಖಂ,ಅ97,ಶ್ಲೋ269). "ವಿಶ್ವೇಶ್ವರನು ನಿತ್ಯ ಮುಕ್ತಿಪ್ರದನಾಗಿರುವವನು. ಉತ್ತರವಾಹಿನಿಯಾದ ಗಂಗೆಯೂ ಮಾನವರ ಮೋಕ್ಷಕ್ಕಾಗಿಯೇ ಅವತರಿಸಿರುವಳು. ಆದುದರಿಂದ ಆನಂದಕಾನನದಲ್ಲಿ ಮೋಕ್ಷವು ಲಭಿಸುವುದಲ್ಲದೆ ಬೇರೆಲ್ಲಿಯೂ ಲಭಿಸುವುದಿಲ್ಲ" (ಕಾ.ಖಂ,ಅ94, ಶ್ಲೋ53). "ಕಾಶಿಯಲ್ಲಿರುವ ಉತ್ತರವಾಹಿನಿ ಗಂಗೆ,

ನನ್ನ ಲಿಂಗ, ಇವು ಕಲಿಯುಗದಲ್ಲಿ ದಾನಬಲದಿಂದ ಲಭಿಸುವುವು. ಇವು ಮೋಕ್ಷವನ್ನು ಕೊಡುವುವು" (ಕಾ.ಖಂ,ಅ22,ಶ್ಲೋ126). "ಇಲ್ಲಿ ಗಂಗೆ, ವಿಶ್ವೇಶ್ವರ, ಕಾಶಿ ಇವು ಮೂರೂ ಇರುವುದರಿಂದ ಮೋಕ್ಷವು ಲಭಿಸುವುದರಲ್ಲಿ ಆಶ್ಚರ್ಯವೇನು?" (ಕಾ.ಖಂ,ಅ35,ಶ್ಲೋ10). "ಇದು ಮೊದಲೆ ಆನಂದಕಾನನವು. ಇಲ್ಲಿ ಚಕ್ರ ನಿರ್ಮಿತವಾದ ಮಣಿಕರ್ಣಿಕೆಯೂ *(ಈ ಕಥೆಯು 'ಆನಂದಕಾನನ' ಎಂಬ ಅಧ್ಯಾಯದಲ್ಲಿ ಈಗಾಗಲೇ ಬಂದಿದೆ)*, ಭಾಗೀರಥಿಯೂ, ವಿಶ್ವೇಶ್ವರನೂ ಇರುವುದರಿಂದ ಇವುಗಳಲ್ಲಿ ಮುಕ್ತಿಯನ್ನು ಕೊಡದಿರುವುದು ಯಾವುದು?" (ಕಾ.ಖಂ,ಅ30,ಶ್ಲೋ80). "ಸುವರ್ಣವು ವಜ್ರದೊಡಗೂಡಿದಂತೆ ಮೊದಲೆ ಶ್ರೇಯಸ್ಸಿಗೆ ಸ್ಥಾನವಾದ ಚಕ್ರಪುಷ್ಕರಿಣಿಯು ಗಂಗೆಯ ಸಂಬಂಧದಿಂದ ಅತ್ಯುತ್ತಮ ವಾಯಿತು. ಶಿವಕ್ಷೇತ್ರವಾದ ಅವಿಮುಕ್ತದಲ್ಲಿ ಮೊದಲೇ ಮುಕ್ತಿಯು ಸಿದ್ಧವಾದುದರಿಂದ ಗಂಗಾ ಸಂಬಂಧದಿಂದ ಅದು ಮೊದಲಿಗಿಂತಲೂ ಹೆಚ್ಚಾಯಿತು" (ಕಾ.ಖಂ,ಅ30,ಶ್ಲೋ6/23).

ವಿಶ್ವೇಶ್ವರ ಲಿಂಗ, ಗಂಗೆ, ಅವಿಮುಕ್ತ ಕ್ಷೇತ್ರ (ಪಂಚಕ್ರೋಶಿ) ಮತ್ತು ಇತರ ತೀರ್ಥಗಳು ಸೇರಿ ಪಾಪಗಳನ್ನು ತೊಳೆಯುವುದರಿಂದಲೇ ಮೋಕ್ಷ ಸಿಗುವುದಾದರೆ 'ತೀರ್ಥರಾಜ' ಎನಿಸಿದ ಪ್ರಯಾಗಕ್ಷೇತ್ರದಲ್ಲಿ ಮೋಕ್ಷ ಅವಶ್ಯವಾಗಿ ದೊರೆಯಬೇಕಲ್ಲ ಎನ್ನುವ ಪ್ರಶ್ನೆ ಏಳುತ್ತದೆ. ಇದಕ್ಕೂ 'ಕಾಶೀಖಂಡ'ದಲ್ಲಿ ಉತ್ತರವನ್ನು ಕಾಣಬಹುದು. "ಪ್ರಯಾಗತೀರ್ಥಕ್ಕಿಂತಲೂ ದೇಹಾವಸಾನವಾದ ಬಳಿಕ ಅನಾಯಾಸವಾಗಿ ಮೋಕ್ಷವನ್ನು ದೊರಕಿಸುವ ಕಾಶೀಕ್ಷೇತ್ರವು ಉತ್ತಮವಾದುದು" (ಕಾ.ಖಂ,ಅ22,ಶ್ಲೋ80). "ಇತರ ತೀರ್ಥಗಳು ಬರಿ ಪಾಪವನ್ನು ಮಾತ್ರ ತೊಳೆಯುತ್ತವೆ. ಪ್ರಯಾಗತೀರ್ಥವು ಪಾಪಗಳನ್ನು ಪರಿಹರಿಸುವುದಲ್ಲದೆ, ಶ್ರೇಯಸ್ಸನ್ನೂ ಕೊಡುವುದು. ಸ್ವರ್ಗಕ್ಕೆ ಒಯ್ಯುವುದು. ಅದರಿಂದಲೇ ಅದು ತೀರ್ಥರಾಜ. ಆದರೆ ಕಾಶಿಯಾದರೊ ಪಾನ, ಸ್ನಾನ, ದೇಹತ್ಯಾಗಗಳಿಂದ ಮೂಲವನ್ನೇ ನಾಶಮಾಡುವುದು"(ಕಾ.ಖಂ,ಅ30,ಶ್ಲೋ83). "ಭರತಭೂಮಿಯಲ್ಲಿ ಪಾಪನಾಶಕಗಳಾದ ಅನೇಕ ತೀರ್ಥಗಳಿರುವವು. ಆದರೆ ಅವು ಯಾವುವೂ ಮಾಡಿದಪಾಪವನ್ನು ಸಂಪೂರ್ಣ ವಾಗಿ ಕಳೆದು ಮಾನವನಿಗೆ ಅಧಿಕಪುಣ್ಯವನ್ನು ಕೊಡಲು ಸಮರ್ಥವಾಗಿರುವುದಿಲ್ಲ" (ಕಾ.ಖಂ,ಅ22,ಶ್ಲೋ63). ವಿಷ್ಣುವು, ಸೃಷ್ಟಿಕಾರ್ಯನಿರತನಾಗುವ ಮುನ್ನ ಕಾಶಿಯಲ್ಲಿ ಬಹುಕಾಲ ತಪಸ್ಸುಮಾಡಿದನು. ವಿಷ್ಣುವಿನ ಚಕ್ರಾಯುಧದಿಂದ ತೋಡಿದ ಮನೋಹರವಾದ ಚಕ್ರಪುಷ್ಕರಿಣಿಯು, ಶಿವನ ನಾಗಕುಂಡಲಗಳು ಕಿವಿಯಿಂದ ಜಾರಿಬಿದ್ದುದರಿಂದ, ಮಣಿಕರ್ಣಿಕೆಯಾಯಿತು. ಆಗ ವಿಷ್ಣುವಿನ ಪ್ರಾರ್ಥನೆಯ ಮೇರೆಗೆ ಇದು ಅತ್ಯುತ್ತಮ ತೀರ್ಥವೂ, ಮುಕ್ತಿಕ್ಷೇತ್ರವೂ ಅಯಿತು. ವಿಷ್ಣುವಿಗೆ ಕೊಟ್ಟ ವರದ ಪ್ರಕಾರ ಶಿವನು ಕಾಶಿಯಲ್ಲಿ ಮರಣಹೊಂದುವ ಎಲ್ಲಪ್ರಾಣಿಗಳಿಗೂ ಮೋಕ್ಷವನ್ನು ಕರುಣಿಸುವ ಹೊಣೆಹೊತ್ತನು

(ಕಾ.ಖಂ,ಅ26, ಶ್ಲೋ66). ಇದರಿಂದಲೇ 'ಕಾಶ್ಯಾಮ್ ಮರಣಾನ್ ಮುಕ್ತಿಃ' ಎಂಬ ಹೇಳಿಕೆ ಪ್ರಸಿದ್ಧವಾಯಿತು.

ಶಿವನು ಮೋಕ್ಷವನ್ನು ಹೇಗೆ ಕೊಡುತ್ತಾನೆ? ಎಂದರೆ ಈ ಕ್ಷೇತ್ರದಲ್ಲಿಯೆ ಸಮಸ್ತಜಂತುಗಳಿಗೂ ಪ್ರಾಣ ಉತ್ಕ್ರಮಣಾವಸ್ಥೆಯಲ್ಲಿ ಪರಮೇಶ್ವರನು ಕಿವಿಯಲ್ಲಿ ತಾರಕ ಮಂತ್ರೋಪದೇಶವನ್ನು ಮಾಡುತ್ತಾನೆ. ಅದರಿಂದ ಆ ಪ್ರಾಣಿಯು ಬ್ರಹ್ಮಸ್ವರೂಪವನ್ನೆ ಪಡೆಯುತ್ತದೆ; ಭವಸಾಗರದಿಂದ ಪಾರುಗಾಣಿಸಿ ಮುಕ್ತಿ ದೊರಕಿಸುತ್ತಾನೆ (ಕಾ.ಖಂ,ಅ5,ಶ್ಲೋ27/28). "ಕಾಶಿಯಲ್ಲಿ ಮೃತರಾದವರಿಗೆ ನಾನು ಬ್ರಹ್ಮಜ್ಞಾನರೂಪವಾದ ತಾರಕಮಂತ್ರವನ್ನು ಉಪದೇಶಿಸುವೆನು. ಅದರಿಂದವರು ಕೂಡಲೆ ಮುಕ್ತರಾಗುವರು" ಎನ್ನುತ್ತಾನೆ ಶಿವ (ಕಾ.ಖಂ,ಅ22,ಶ್ಲೋ116; ಅ26,ಶ್ಲೋ80/81). [ಅಂದರೆ ಮಣಿಕರ್ಣಿಕೆಯಲ್ಲಿ ಶಿವನು ಕೊಡುವ ತಾರಕಮಂತ್ರದಿಂದ ಮೋಕ್ಷಸಿಗುತ್ತದೆ. ಎಂದರೆ ಮರಣಹೊಂದಿದವರ "ಕರ್ಣದಲ್ಲಿ ತಾರಕವೆಂಬ ಮಣಿ" ದೊರಕಿಸುವುದರಿಂದ ಇದು ಮಣಿಕರ್ಣಿಕೆಯಾಯಿತೆ?]

ಇದೊಂದು ವಿಪರ್ಯಾಸವಲ್ಲವೆ? 'ಕಾಶ್ಯಾಮ್ ಮರಣಾನ್ ಮುಕ್ತಿಃ' ಅಂದರೆ ಕಾಶಿಯಲ್ಲಿ ಸತ್ತವರಿಗೆಲ್ಲಾ ಮುಕ್ತಿ! ಆದರೆ ವೇದಾಂತಿಗಳು 'ಋತೇ ಜ್ಞಾನಾನ್ ನ ಮುಕ್ತಿಃ' ಅಥವಾ ಜ್ಞಾನವಿಹೀನನಿಗೆ ಮುಕ್ತಿಯಿಲ್ಲ ಎಂದು ಹೇಳುತ್ತಲೇ ಇರುವರಲ್ಲ! ಅಷ್ಟೇ ಏಕೆ, ಆದಿ ಶಂಕರಾಚಾರ್ಯರೂ ಸಹ ತಮ್ಮ 'ಚರ್ಪಟ ಪಂಜರಿಕ ಸ್ತೋತ್ರ'ದಲ್ಲಿ ಮುಕ್ತಿ ದೊರೆಯಲು ಜ್ಞಾನ ಅಗತ್ಯ ಎಂದು ಒತ್ತಿಹೇಳಿಲ್ಲವೆ? ಹಾಗಾದರೆ ಈಶ್ವರನ ವರದಾನ ಸುಳ್ಳೇ? ಖಂಡಿತಾ ಇಲ್ಲ. 'ಬ್ರಹ್ಮಜ್ಞಾನರೂಪ'ವಾದ ತಾರಕಮಂತ್ರದಿಂದ ಜ್ಞಾನೋದಯವಾಗುತ್ತದೆ ಎಂದೇ ಅರ್ಥ; ಈ ಜ್ಞಾನದಿಂದಲೇ ಮುಕ್ತಿ.

ಇಲ್ಲಿ ಶಿವಭಕ್ತರ ನಿಶ್ಚಲಭಕ್ತಿಯ ಸರಳ ವಿಚಾರಸರಣಿ ವೇದಾಂತಿಗಳ ವಿಚಾರವಾದಕ್ಕಿಂತ ಬೇರೆಯೇ ಸರಿ. ಭಕ್ತರ ಪ್ರಕಾರ ಶಿವನೇ ಎಲ್ಲರಿಗೂ ಮಿಗಿಲಾದ ಪರಮೇಶ್ವರ. ಸರ್ವಸ್ವತಂತ್ರನಾದ ಶಿವನಿಗೆ ಸಾಂಪ್ರದಾಯಿಕವಾದ ಯಾವ ಕಟ್ಟುಕಟ್ಟಳೆಗಳ ಬಂಧನವೂ ಇಲ್ಲ. ತಾನು ವಿಷ್ಣುವಿಗೆಕೊಟ್ಟ ವರವನ್ನು ಸತ್ಯವಾಗಿಸಲು ಅವನು ಮಿಕ್ಕೆಲ್ಲ ಸಾಮಾಜಿಕ ಕಟ್ಟಳೆಗಳನ್ನು ಧಿಕ್ಕರಿಸಲು ಹಿಂದೆನೋಡುವುದಿಲ್ಲ. ಅಂದರೆ ಶುದ್ಧ, ಅಶುದ್ಧ, ಸುಂದರ, ಕುರೂಪ, ಮಂಗಳ, ಅಮಂಗಳ, ಶುಭ, ಅಶುಭ, ಕರ್ಮ, ಪಾಪ, ಪುಣ್ಯ, ಯಮನ ಶಿಕ್ಷೆ, ಪುನರ್ಜನ್ಮ, ಮುಕ್ತಿ ಮುಂತಾದವುಗಳೆಲ್ಲ ಅವನ ಪಾಲಿಗೆ ಒಂದೇ. ಇದನ್ನು 'ರುದ್ರಾಧ್ಯಾಯ'ದಲ್ಲಿ (4.5.3ರಿಂದ4.5.5) ಚಿತ್ರಿಸಿರುವ ಶಿವ-ರುದ್ರನ ಉಪಾಧಿಗಳಲ್ಲಿ ಕಾಣಬಹುದು. (ಅವನು ಬುದ್ಧಿವಂತರಿಗೆ, ವ್ರತನಿಷ್ಠರಿಗೆ, ಮಹನೀಯರಿಗೆ ಹೇಗೆಯೊ ಹಾಗೆಯೆ ಕ್ಷುಲ್ಲಕರಿಗೆ, ದಾಳಿಕಾರರಿಗೆ, ಬಂಡುಕೋರರಿಗೆ, ಚೋರರಿಗೆ ಮತ್ತು ಮೋಸಗಾರರಿಗೆ

ಒಡೆಯ!) ಆದ್ದರಿಂದಲೇ ಕಾಶಿಯು ಬ್ರಹ್ಮ ನಿರ್ಮಿತವಲ್ಲ, ಇಲ್ಲಿ ಯಮನ ಆಡಳಿತ ನಡೆಯುವುದಿಲ್ಲ ಎಂದು 'ಕಾಶೀಖಂಡ'ವು ಹೇಳುತ್ತದೆ. "ಈ ಕಾಶೀಕ್ಷೇತ್ರದಲ್ಲಿ ಯಾವಾಗಲೂ ಕೃತಯುಗವೇ! ಯಾವಾಗಲೂ ಪರ್ವಕಾಲವೇ, ಮಹೋದಯ ಪುಣ್ಯಕಾಲವೇ. ಈ ಕ್ಷೇತ್ರದಲ್ಲಿ ಗ್ರಹಗಳ ಅಸ್ತದಿಂದ ಉಂಟಾದ ದೋಷವೆಂಬುದೇ ಇಲ್ಲ. ಯಾವಾಗಲೂ ಮಂಗಳವೇ ದೊರಕುತ್ತಿರುವುದು" (ಕಾ.ಖಂ,ಅ22,ಶ್ಲೋ86/87). "ಇಲ್ಲಿಯೂ ಪಾಪಗಳನ್ನು ಮಾಡುವವರಿಗೆ ಶಿಕ್ಷೆಕೊಡುವವನು ಕಾಲಭೈರವನು" (ಕಾ.ಖಂ,ಅ22,ಶ್ಲೋ93). "ಕಾಶೀಕ್ಷೇತ್ರದ ಹೊರವಲಯದಲ್ಲಿ ಗಡಿಗಳನ್ನು ಸಂರಕ್ಷಿಸುತ್ತ ಸಂಚರಿಸುತ್ತಿರುವ ತ್ರಿಶೂಲಧಾರಿಗಳಾದ ಗಣನಾಯಕರ ಭೀತಿಯಿಂದ ಪಾಪಸಂತಾಪಗಳು, ತಾವು ಆಶ್ರಯಿಸಿರುವ ಮಾನವನು (ಕಾಶೀ) ಕ್ಷೇತ್ರವನ್ನು ಪ್ರವೇಶಿಸಿದೊಡನೆಯೆ, ಅವನನ್ನು ಬಿಟ್ಟು ಹೊರಟುಹೋಗುವುವು" (ಕಾ.ಖಂ,ಅ26,ಶ್ಲೋ115/116). "ಕಾಲರಾಜ! ನೀನು ಸಮಸ್ತ ಪಟ್ಟಣಗಳಿಗಿಂತ ಉತ್ತಮವಾದ ನನ್ನ ಕಾಶೀಪುರಿಗೆ ಯಾವಾಗಲೂ ಒಡೆಯನಾಗುವೆ. ಇಲ್ಲಿ ಪಾಪಮಾಡಿದವರನ್ನು ಶಿಕ್ಷಿಸುವವನು ನೀನೇ. ಆ ಶುಭಾಶುಭ ಕರ್ಮಗಳನ್ನು ಚಿತ್ರಗುಪ್ತನು ಬರೆಯುವುದಿಲ್ಲ" ಎಂದು ಶಿವನು ಕಾಲಭೈರವನಿಗೆ ಹೇಳುತ್ತಾನೆ (ಕಾ.ಖಂ,ಅ31,ಶ್ಲೋ46).

ಹೀಗಾಗಿ ಕಾಶಿಯಲ್ಲಿ ಯಮನ ಆಡಳಿತವಾಗಲಿ, ಅವನ ಚಿತ್ರಗುಪ್ತರ ಲೆಕ್ಕಪತ್ರವಾಗಲಿ, ಯಮನ ಶಿಕ್ಷೆ ಅಥವಾ 'ಯಮಯಾತನೆ'ಯಾಗಲಿ ಇಲ್ಲ. ಕಾಲಭೈರವನು ಬ್ರಹ್ಮನ 'ಅಹಂ' ಎನಿಸಿದ ಐದನೆಯ ತಲೆಯನ್ನೇ ಚಿವುಟಿಹಾಕಿದ ಎಂದಮೇಲೆ ಇನ್ನು ಕಾಶೀವಾಸಿಗಳ 'ಅಹಂ' ಎಲ್ಲಿಯದು? 'ಅಹಂ' ಹೋದಮೇಲೆ ಕಾಶಿಯಲ್ಲಿ ಕರ್ಮವೂ ಇಲ್ಲ, ಕರ್ಮಫಲವೂ ಇಲ್ಲ. ಅಲ್ಲದೆ ಕಾಶಿಯಲ್ಲಿ ಮಿಕ್ಕ ಎಲ್ಲಾ ಪಾಪಗಳೂ (ಹಿಂದಿನ ಜನ್ಮದಲ್ಲಿ ಮಾಡಿದ ಸಂಚಿತಪಾಪ ಮತ್ತು ಇಂದಿನ ಜನ್ಮದಲ್ಲಿ ಇತರ ಸ್ಥಳಗಳಲ್ಲಿ ಮಾಡಿದ ಪಾಪ) 'ಅವಿಮುಕ್ತ'ವಾಗಿ ತೊಳೆದು ಹೋಗುತ್ತವೆ. ಆದರೆ, ಇಲ್ಲಿಯೇ ಮಾಡಿದ ಪಾಪಗಳಿಗೆ 'ಭೈರವೀಯಾತನೆ'ಯನ್ನು ಅನುಭವಿಸಲೇಬೇಕಾಗುತ್ತದೆ. ಹೀಗೆ ಕಾಶೀವಾಸಿಗೆ ಮೂರು ತರಹದ ರಕ್ಷೆ ಸಿಗುತ್ತದೆ. ಕಾಶಿ ಎಂಬ 'ಅವಿಮುಕ್ತ' ಕ್ಷೇತ್ರದಲ್ಲಿ ಅವನು ಎಲ್ಲಾ ಪಾಪಗಳಿಂದಲೂ ಮುಕ್ತ. ಕಾಲಭೈರವನು ಅವನ 'ಅಹಂ' ಅನ್ನು ತೊಡೆದುಹಾಕುವುದರಿಂದ ಕರ್ಮಫಲವಿಲ್ಲದೆ ಹೊಸಪಾಪಗಳು ಸೇರುವ ಅವಕಾಶವಿಲ್ಲ. ಒಂದು ವೇಳೆ ಏನಾದರೂ ಕಾಶಿಯಲ್ಲೆ ಮಾಡಿದ ಪಾಪಗಳು ಉಳಿದಿದ್ದರೆ ಅದಕ್ಕಾಗಿ ಭೈರವೀಯಾತನೆ ಅನುಭವಿಸಲೇಬೇಕು. ಕೊನೆಗೆ ಮರಣ ಇಲ್ಲಿಯೇ ಸಂಭವಿಸಿದಾಗ ಶಿವನ ತಾರಕ ಮಂತ್ರೋಪದೇಶ ವಂತೂ ಇದ್ದೇ ಇದೆ. 'ತಾರ' ಎಂದರೆ ಸಂಸಾರ ಸಮುದ್ರದಿಂದ ಕಡೆಹಾಯಿಸುವ 'ಪ್ರಣವ'.

ಇಷ್ಟೆಲ್ಲಾ ಹೇಳಿದಮೇಲೂ, "ಹಾಗಾದರೆ ಶಿವನು ಕರ್ಮಸಿದ್ಧಾಂತವನ್ನು ತಿರಸ್ಕರಿಸಿದನೇ?" ಎಂಬ ಪ್ರಶ್ನೆ ಕೇಳುವವರಿದ್ದಾರೆ. ಪರಮೇಶ್ವರನಾದ ಅವನಿಗೆ ಯಾವ ಕರ್ಮ, ಎಲ್ಲಿಯ ಸಿದ್ಧಾಂತ? ಶಿವನು ವಿಷ್ಣುವಿಗೆ ಕೊಟ್ಟ 'ಮುಕ್ತಿಪ್ರದಾನ ಮಾಡುವೆ' ಎಂಬ ವರದಲ್ಲಿ

ಸಿದ್ಧಾಂತ? ಶಿವನು ವಿಷ್ಣುವಿಗೆ ಕೊಟ್ಟ 'ಮುಕ್ತಿಪ್ರದಾನ ಮಾಡುವೆ' ಎಂಬ ವರದಲ್ಲಿ ಯಾವ ಅಸಂಗತಿಯೂ ಇಲ್ಲ. ಶಿವ ಮಹಾಕಾಲ, ಕಾಲವನ್ನು ಮೀರಿದವ. ವಿಜ್ಞಾನಿಗಳು ಹೇಳುವಂತೆ ವಿಶ್ವಸೃಷ್ಟಿಯ ಮೊದಲು ಇಲ್ಲಿ ಕೇವಲ ಒಂದು 'ಸ್ಪೆಕ್ ಆಫ್ ಎನರ್ಜಿ' ಅಥವಾ 'ಅಲ್ಟಿಮೇಟ್ ರಿಯಾಲಿಟಿ' ಇತ್ತು; 'ಬಿಗ್‌ಬ್ಯಾಂಗ್'ನಿಂದ ಸೃಷ್ಟಿ ಪ್ರಾರಂಭವಾದ ಮೇಲೆಯೇ ಆಕಾಶ (ಸ್ಪೇಸ್) ಮತ್ತು ಕಾಲ ಶುರುವಾಗಿದ್ದುದು. ಅದಕ್ಕೆ ಮೊದಲು ಆಕಾಶವೂ ಇರಲಿಲ್ಲ, ಕಾಲದ ಗಣನೆಯೂ ಇರಲಿಲ್ಲ. ಇದೇ ರೀತಿ ನಮ್ಮ ಋಷಿಗಳು ಈ 'ಅಲ್ಟಿಮೇಟ್ ರಿಯಾಲಿಟಿ'ಯನ್ನೇ ಪರಮೇಶ್ವರನೆಂದು ಕರೆದು, ಅವನು ಕಾಲಾತೀತ ಎಂದರು. ಆದ್ದರಿಂದ ಶಿವನ ಕಾಶಿಯೂ ಕಾಲನ ಬಂಧನವಿಲ್ಲದೆ, ಕಾಶಿ ಕಾಲವಿಲ್ಲದ ಪ್ರಪಂಚವಾಗಿದೆ. ಕಾಶಿಯು ವಿಶ್ವದ ಕೇಂದ್ರವೂ ಆದುದರಿಂದ ಅಲ್ಲಿ ಕಾಲನ ಓಟದ ಪ್ರಭಾವವಿಲ್ಲ. ಸಂಸಾರ ಚಕ್ರ ಉರುಳುತ್ತಾ ಇರುವಾಗ, ಅದರ ಕೇಂದ್ರಬಿಂದುವಿನಲ್ಲಿ ಅಥವಾ ಅಕ್ಷಬಿಂದುವಿನಲ್ಲಿ ಯಾವ ಚಲನೆಯೂ ಇರುವುದಿಲ್ಲ. ಈ ಕೇಂದ್ರದಿಂದ ದೂರಹೋದಂತೆಲ್ಲಾ ಚಲನೆಯ ವೇಗ, ಕಾಲಗತಿ, ಆಕಾಶದ ಹರವು, ಆವರ್ತ, ಯುಗಗಳು, ಕಲ್ಪಗಳು ಎಲ್ಲವೂ ಎದ್ದುಕಾಣುತ್ತವೆ (ಬ್ರಹ್ಮವೈವರ್ತಪುರಾಣ, ಕಾಶೀ ರಹಸ್ಯ). ಕೇಂದ್ರವು ಮಾತ್ರ ನಿರ್ಗುಣ ಬ್ರಹ್ಮನಂತೆ, ಸ್ಥಿತಪ್ರಜ್ಞನಂತೆ ಯಾವುದರಿಂದಲೂ ವಿಚಲಿತವಾಗದೆ ಇರುತ್ತದೆ. ಈ ಕಾಲಾತೀತವಾದ ಕೇಂದ್ರದಲ್ಲಿ ಕರ್ಮವಾಗಲಿ, ಕರ್ಮಫಲವಾಗಲಿ ಇರುವುದಿಲ್ಲ. ಕರ್ಮವೇ ಇಲ್ಲದಾಗ ಪಾಪವೆಲ್ಲಿ ಅಥವಾ ಪುಣ್ಯವೆಲ್ಲಿ? ಆದ್ದರಿಂದ ಇಲ್ಲಿಯ ಜನರಿಗೂ ಪಾಪಪುಣ್ಯಗಳ ಗೊಡವೆಯಿಲ್ಲ. ಅವರಿಗೆ ಮುಕ್ತಿಯು ಶಿವನೇ ಕಟ್ಟಿಟ್ಟ ಬುತ್ತಿ! ಇದರಲ್ಲಿ ಯಾವ ಸಂಶಯವೂ ಇಲ್ಲ.

ವೇದಾಂತಿಗಳು ಸ್ಥೂಲವಾಗಿ ಇದನ್ನು ಒಪ್ಪಿದರೂ, ಮೇಲೆ ಹೇಳಿರುವುದು ಭೌಗೋಳಿಕ ಕಾಶಿಯಲ್ಲ, ಆಧ್ಯಾತ್ಮಿಕ ಕಾಶಿ ಎಂದು ತಿದ್ದುತ್ತಾರೆ. ಆಧ್ಯಾತ್ಮಿಕ ಕಾಶಿ ಅಂದರೆ ಪ್ರಕಾಶಮಾನವಾದ ಅಥವಾ ಜ್ಯೋತಿರ್ಮಯ ಕಾಶಿ, ಜ್ಞಾನಮಯ ಕಾಶಿ. ಯಾರು ಕಾಶಿಯಲ್ಲಿದ್ದಾರೊ (ಪ್ರಕಾಶದಲ್ಲಿದ್ದಾರೊ), ಯಾರ ಹೃದಯದಲ್ಲಿ ಕಾಶಿ (ಜ್ಯೋತಿ) ನೆಲಸಿ ಬೆಳಗುತ್ತಿದೆಯೊ, ಯಾರು ಕಾಶಿಯನ್ನು (ಜ್ಞಾನವನ್ನು) ಹೊಂದಿದ್ದಾರೊ ಅಥವಾ ಪಡೆದಿದ್ದಾರೊ, ಯಾರಲ್ಲಿ ಯಾವ ದ್ವಂದ್ವಗಳೂ (ಜ್ಞಾನ–ಅಜ್ಞಾನ, ಕತ್ತಲೆ–ಬೆಳಕು) ಇಲ್ಲವೋ ಅವನೇ ನಿಜವಾದ ಜ್ಞಾನಿ. ಈ ಸಂದರ್ಭದಲ್ಲಿ ಶಂಕರಾಚಾರ್ಯರು ತಮ್ಮ 'ಕಾಶೀಪಂಚಕ' ಎಂಬ ಸ್ತೋತ್ರದಲ್ಲಿ ಹೇಳಿರುವುದನ್ನು ಮತ್ತೊಮ್ಮೆ ಉದ್ಧರಿಸಬೇಕಾಗುತ್ತದೆ–

ಕಾಶ್ಯಾಮ್ ಹಿ ಕಾಶತೇ ಕಾಶೀ ಕಾಶೀ ಸರ್ವಪ್ರಕಾಶಿಕಾ ।
ಸಾ ಕಾಶೀ ವಿದಿತಾ ಯೇನ ತೇನ ಪ್ರಾಪ್ತಾ ಹಿ ಕಾಶಿಕಾ ॥

ಕಾಶಿಯಲ್ಲಿ ಕಾಶಿಯೇ ಪ್ರಕಾಶ, ಕಾಶಿಯು ಎಲ್ಲವನ್ನೂ ಪ್ರಕಾಶಿಸುತ್ತದೆ.
ಆ ಕಾಶಿಯನ್ನು ತಿಳಿದವನೇ ಕಾಶಿಯೊಡನೆ ಒಂದಾಗುತ್ತಾನೆ.

ಕಾಶಿಯ ಲಲಿತಾಘಾಟ್‌ನಲ್ಲಿ ರಾಜರಾಜೇಶ್ವರೀ ಮಂದಿರದಲ್ಲಿರುವ, ಸಿದ್ಧರೆಂದು ವಿಖ್ಯಾತರಾಗಿರುವ ಭಾರತೀಜೀ ಮಹಾರಾಜ್ ಅವರು ನನ್ನ ಪ್ರಶ್ನೆಗಳಿಗೆ ಸಂಸ್ಕೃತದಲ್ಲಿ ಉತ್ತರಕೊಡುತ್ತಾ ಇದೇ ಶ್ಲೋಕವನ್ನು ಹೇಳಿದ್ದರು. ಮೇಲೆ ಹೇಳಿದಂತಹ ಜ್ಞಾನಿಯಲ್ಲಿ ಕರ್ಮವು ಬೇರಿನಿಂದಲೇ ಕಿತ್ತುಹೋಗಿರುತ್ತದೆ; ಕರ್ಮವೆಂಬುದು ಹತ್ತಿಯ ಗಂಟಿನಂತೆ ಸುಟ್ಟುಹೋಗಿರುತ್ತದೆ. ಈ ಸ್ಥಿತಿಯಲ್ಲಿ, ಅಂದರೆ ಬ್ರಹ್ಮತತ್ತ್ವ ಪ್ರಕಾಶಿಸುತ್ತಿರುವಾಗ, ಮರಣ ಹೊಂದಿದರೆ ಮುಕ್ತಿಹೊಂದುವುದು ನಿಶ್ಚಯ. ಬ್ರಹ್ಮಪುರಾಣದ ಪ್ರಕಾರ ತಾರಕಮಂತ್ರವು ಬ್ರಹ್ಮ ಏಕತ್ವವನ್ನು ತಿಳಿಸಿ, ಕ್ಷಣಮಾತ್ರದಲ್ಲಿ ಕರ್ಮದ ಗಂಟನ್ನು (ಹತ್ತಿಯ ಗಂಟನ್ನು ಕಿಡಿಯೊಂದು ಉರಿಸುವಂತೆ) ಉರಿಸಿ ಬೂದಿಯಾಗಿಸುತ್ತದೆ.

ಕರ್ಮದ ವಿಚಾರವಾಗಿ 'ಕಾಶೀಖಂಡ'ದಲ್ಲಿ ಅನೇಕ ಶ್ಲೋಕಗಳನ್ನು ನೋಡಬಹುದು. ತಾನು ಕಾಶಿಯಲ್ಲಿ ಸಾಯುವವನ ಕರ್ಮಬೀಜಗಳನ್ನು ಸುಟ್ಟುಹಾಕುವೆನೆಂದು ಶಿವನು ಹೇಳುತ್ತಾನೆ (ಕಾ.ಖಂ,ಅ64,ಶ್ಲೋ52/53). "ಮರುಭೂಮಿಯ ಮರಳಲ್ಲಿ ಏನೂ ಬೆಳೆಯದಿರುವ ಹಾಗೆ ಕಾಶಿಯಲ್ಲಿ ಕರ್ಮದ ಬೀಜಗಳಾವುದೂ ಮೊಳೆಯುವುದಿಲ್ಲ" (ಕಾ.ಖಂ,ಅ74,ಶ್ಲೋ40). "ಸುಡುವುದೇ ಬೆಂಕಿಯ ಗುಣವಿರುವ ಹಾಗೆ, ಜೀವನದ ಗಂಟುಗಳನ್ನು ಕತ್ತರಿಸಿ ಮುಕ್ತಿಯನ್ನು ಕೊಡುವುದು ಕಾಶಿಯ ಗುಣ" (ಶಿವಸಂಹಿತಾ, ಅ11,ಶ್ಲೋ92). "ಅನೇಕ ತೀರ್ಥಗಳು ಪುಣ್ಯವನ್ನು ಹೆಚ್ಚಿಸುತ್ತವೆ, ಅನೇಕವು ಪಾಪಗಳನ್ನು ಕಡಿಮೆಮಾಡುತ್ತವೆ; ಆದರೆ ಕರ್ಮಗಳೆಲ್ಲವನ್ನೂ ನಾಶಮಾಡುವುದು ಕಾಶಿಯೊಂದೇ" (ಜ್ಞಾನಸಂಹಿತಾ,ಅ51,ಶ್ಲೋ72; ಕಾ.ಖಂ,ಅ46,ಶ್ಲೋ23). 'ಕರ್ಮಗಳನ್ನು ಕತ್ತರಿಸುವುದರಿಂದ ('ಕರ್ಮಣಾಮ್ ಕರ್ಶನಾಚ್ಚೈವ***') ಈ ಸ್ಥಳ ಕಾಶಿಯೆಂದಾಗಿದೆ' (ಶಿವ.ಪು, ಅ22,ಶ್ಲೋ24). "ಈ ಕ್ಷೇತ್ರವು ತನ್ನನ್ನಾಶ್ರಯಿಸಿದ ಸಕಲಪ್ರಾಣಿಗಳ ಕರ್ಮವಾಸನೆಗಳೆಂಬ ಸಕಲಶಲಭಗಳನ್ನು (ದೀಪದ ಹುಳುಗಳನ್ನು) ನಾಶಮಾಡುವ ಪ್ರದೀಪದಂತಿರುವುದು. ಅಜ್ಞಾನವೆಂಬ ತಮೋರಾಶಿಯನ್ನು ಕಳೆಯುವ ಮಹಾತೇಜಸ್ಸಾಗಿರುವುದು" (ಕಾ.ಖಂ,ಅ74,ಶ್ಲೋ30). "ಕರ್ಮವೆಂಬ ಮಹಾವೃಕ್ಷಕ್ಕೆ ಕಾಳ್ಗಿಚ್ಚಾಗಿರುವುದು" (ಕಾ.ಖಂ,ಅ74,ಶ್ಲೋ34).

ಏನೆಲ್ಲಾ ವೃಥಾಚರ್ಚೆಗಳಲ್ಲಿ ಎಲ್ಲರೂ ಸಿಕ್ಕಿಕೊಳ್ಳುತ್ತಾರೆ! 'ಅಹಂ'ನ ನಾಶದಿಂದ ಮುಕ್ತಿಯೆ? ಕರ್ಮನಾಶದಿಂದ ಮುಕ್ತಿಯೆ? ಕಾಲಾತೀತವಾದ ಕಾಶಿಯಲ್ಲಿ ಕರ್ಮವೇ ಇಲ್ಲದೆ, ಚಿತ್ರಗುಪ್ತರ ಲೆಕ್ಕಪತ್ರಗಳೇ ಇಲ್ಲದೆ ಮುಕ್ತಿಯೆ? ಮಹೇಶ್ವರನ ಪ್ರಸಾದಮಾತ್ರದಿಂದಲೆ, ಲೀಲೆಯಿಂದಲೆ ಮುಕ್ತಿಯೆ? ತಾರಕ ಮಂತ್ರೋಪದೇಶದಿಂದ ಮುಕ್ತಿಯೆ? ದ್ವಂದ್ವಾತೀತನಾದಾಗ ಮುಕ್ತಿಯೆ? ಜ್ಞಾನದಿಂದ ಮುಕ್ತಿಯೆ? ಇದಾವುದರಿಂದಲೂ ಅಲ್ಲ; ಆದರೆ ಇವೆಲ್ಲದರಿಂದಲೂ ಹೌದು! 'ಇವೆಲ್ಲದರಿಂದಲೂ' ಅಂದರೆ – ಕಾಶಿ, ಕಾಶಿಯ

ಪ್ರಕಾಶ, 'ಪ್ರಣವ'ತಾರಕ (ರಾಮತಾರಕ?)ಮಂತ್ರ, ಶಿವ ಮತ್ತು ಅವನ ಅಪಾರ
ಕರುಣೆಯಮೇಲೆ ಅಚಲವಾದ ನಂಬಿಕೆ ವಿಶ್ವಾಸಗಳಿದ್ದರೆ ಯಾರಾದರೂ ಕಾಶಿಯಲ್ಲಿ
ಮರಣಮಾತ್ರದಿಂದಲೆ ಮುಕ್ತಿ ಹೊಂದಬಹುದು. ಕೈಲಾಸಪರ್ವತವನ್ನೇ ಅಲುಗಾಡಿಸಲು
ರಾವಣ ಹೊರಟಾಗ ಶಿವ ತನ್ನ ಅಂಗುಷ್ಠದಿಂದ ಒತ್ತಿ ಅದನ್ನು ಅಚಲವಾಗಿಸಿದನಂತೆ.
ಅದೇರೀತಿ ಕಾಶಿಯಲ್ಲಿ ವಿಶ್ವನಾಥನೇ 'ನಾನು ಇಲ್ಲಿಯವರಿಗೆಲ್ಲಾ ಮುಕ್ತಿಯನ್ನು ಕೊಡುತ್ತೇನೆ'
ಎಂದು ಸಾರಿ, ನಮ್ಮೆಲ್ಲರ ನಂಬಿಕೆ ವಿಶ್ವಾಸಗಳನ್ನು (ಕೈಲಾಸಪರ್ವತದಂತೆ)
ಅಚಲವಾಗಿಸಿದ್ದಾಗ, ನಮಗೇಕೆ ವೃಥಾಚರ್ಚೆ!!

ಕಾಶಿಯ ಮೇಲೆ (ದೇಶದ ಮೇಲೆ) ಅನೇಕ ದಾಳಿಗಳಾದಾಗಲೂ ವಿಶ್ವನಾಥನು
'ಮುಕ್ತಿಯನ್ನು ದೊರಕಿಸಿಕೊಡುವನು' ಎಂಬ ನಂಬಿಕೆಯನ್ನು ಮಾತ್ರ ಕಾಶೀವಾಸಿಗಳು
ಕಳೆದುಕೊಳ್ಳಲಿಲ್ಲವೆಂದು ಒತ್ತಿಹೇಳಿದ್ದಾಗಿದೆ. ರಾಮಾನಂದಾಚಾರ್ಯರು ಈ ಅಚಲ
ನಂಬಿಕೆಯಿಂದ ಮುಂದುವರೆದು ತಮ್ಮ ಭಕ್ತಿಪಂಥದ ಹೊಸಮಾರ್ಗವನ್ನು ಯೋಜಿಸಿದರು
ಎನ್ನಬಹುದು. ಕೈಲಾಸಪರ್ವತ ನೋಡುವುದು, ಅದರ ತಪ್ಪಲು ಸೇರುವುದು, ಅದರಸುತ್ತ
ಪ್ರದಕ್ಷಿಣೆ ಬರುವುದು ಎಲ್ಲವೂ ಶ್ರೇಷ್ಠವೇ ಸರಿ. ಆದರೆ ಗುರಿ ಅದಲ್ಲ; ಕೈಲಾಸವಾಸಿ
ಶಿವನನ್ನೇ ಸೇರುವುದು, ಅವನಲ್ಲೇ ಐಕ್ಯವಾಗುವುದು, ಸಾಯುಜ್ಯವನ್ನು ಹೊಂದುವುದು
ಗುರಿಯಾಗಿರಬೇಕು ಎನ್ನಲೂಬಹುದು. ರಾಮಾನಂದಾಚಾರ್ಯರು ಇನ್ನೂ ಒಂದುಹೆಜ್ಜೆ
ಮುಂದೆಹೋಗಿ 'ಭಾಗವತ'ದಲ್ಲಿ (ಸ್ಕಂಧ5,ಅ14,ಶ್ಲೋ44) ಬರುವ "ಭಗವಂತನ ಅತೀತ
ಗುಣಗಳನ್ನು ತಿಳಿದವರು ಅಥವಾ ಅವುಗಳಿಂದ ಆಕರ್ಷಿತರಾದವರು (ಅನೇಕ
ಋಷಿಮುನಿಗಳೂ ಬಯಸುವ) ಮುಕ್ತಿಗೂ ಚಡಪಡಿಸುವುದಿಲ್ಲ" ಎಂಬ ಶುಕಮುನಿಯ
ಹೇಳಿಕೆಯನ್ನು ಒಪ್ಪಿರಬೇಕು. ಹೀಗೆ ಕಾಶೀವಾಸಿಗೆ ಮುಕ್ತಿಯಲ್ಲಿರುವ ಅಚಲನಂಬಿಕೆಯನ್ನು
ಉಪಯೋಗಿಸಿಕೊಂಡು, ಅಲ್ಲಿಂದ ಮುಂದೆ ಭಕ್ತಿಪಂಥವನ್ನು ಬೆಳೆಸಿರಬಹುದು. ಭಕ್ತಿಪಂಥದ
ಬೆಳವಣಿಗೆಯನ್ನು ಮುಂದೆ ನೋಡಬಹುದು. (**ಇಲ್ಲಿ ಕೊಟ್ಟಿರುವುದು ಕೇವಲ ಸಾರಾಂಶ,
ಹೆಚ್ಚಿನ ವಿವರಗಳಿಗೆ ಲೇಖಕರ ಮುಂಬರುವ ಪುಸ್ತಕ "ಕಾಶೀ ರಹಸ್ಯ"ವನ್ನು ನೋಡಬಹುದು**).

∎

16. ಧಾರ್ಮಿಕ ಕ್ಷೇತ್ರ

'ರಸಾಯನದ ಗಡಿಗೆ' : ಕಾಶೀ ಅಂದರೆ ಕೇವಲ ಮಂದಿರಗಳು, ತೀರ್ಥಗಳು, ಯಾತ್ರೆಗಳು, ಹಬ್ಬಗಳು, ಜಾತ್ರೆಗಳು ಇಷ್ಟೇನೇ ಅನಿಸಬಹುದು. ಈ ಬಾಹ್ಯ ಸಂಕೇತಗಳಿಗೆ, ಆಚರಣೆಗಳಿಗೆ ಧಾರ್ಮಿಕ, ಮತೀಯ ಹಿನ್ನೆಲೆಯೇನು? ಧರ್ಮಗಳ ಬೆನ್ನೆಲುಬಾದ ಆಧ್ಯಾತ್ಮಿಕ ಚಿಂತನೆಗಳೇನು? ಋಷಿಗಳ ಗಹನವಾದ ಆಧ್ಯಾತ್ಮಿಕ ಚಿಂತನೆಗೂ ಸಾಧುಸಂತರ ಸರಳ ನಡತೆಗೂ ಹೊಂದಾಣಿಕೆಯೇನು? ಧರ್ಮಕ್ಕೆ ಪೆಟ್ಟುಬಿದ್ದ ವಿಷಮ ಪರಿಸ್ಥಿತಿಯಲ್ಲಿ ಕಂಡುಕೊಂಡ ಮಾರ್ಗವೇನು? ಇವೆಲ್ಲದಕ್ಕೆ ಪಂಡಿತರ ಟಿಪ್ಪಣಿಗಳೇನು? ಇವುಗಳನ್ನೆಲ್ಲ ರೂಪಿಸುವುದರಲ್ಲಿ ಕಾಶಿಯ ಪಾತ್ರವೇನು? ಇವೆಲ್ಲ ಜಟಿಲವಾದ ಪ್ರಶ್ನೆಗಳೇ ಸರಿ. ಒಂದೊಂದಕ್ಕೂ ದೀರ್ಘವಾದ ಉತ್ತರವನ್ನೇ ಕೊಡಬೇಕಾದೀತು. ಇವುಗಳಿಗೆ ತಾತ್ತ್ವಿಕ ಉತ್ತರಗಳನ್ನು ಹುಡುಕುವುದು ಇಲ್ಲಿ ಪ್ರಸ್ತುತವಲ್ಲ. ಆದರೆ ಕಾಶಿ ಕೇವಲ ತೀರ್ಥಕ್ಷೇತ್ರವಲ್ಲದೆ ಧರ್ಮಕ್ಷೇತ್ರವೂ, ಜ್ಞಾನಕ್ಷೇತ್ರವೂ ಆದದ್ದರಿಂದ ಯಾತ್ರಿಕರಲ್ಲದೆ ಋಷಿಗಳು, ಸಾಧು ಸಂತರು, ಜಿಜ್ಞಾಸುಗಳು, ವಿದ್ಯಾರ್ಥಿಗಳು, ಪಂಡಿತರು, ಪಾಮರರು ಅನೇಕರು ಇಲ್ಲಿಗೆ ಬಂದುಹೋಗುತ್ತಿದ್ದರು; ಕೆಲವರು ಇಲ್ಲಿಯೆ ನೆಲೆಸಿದರು. ಇದಲ್ಲದೆ ದೂರದೂರದ ಶಾಸ್ತ್ರಾರ್ಥಿಗಳು ತಾವು ಕಲಿತ, ಚಿಂತಿಸಿದ ವಿಷಯವನ್ನು ಮಂಡಿಸಿ, ಅಗತ್ಯವೆನಿಸಿದಾಗ ಇಲ್ಲಿಯ ಪಂಡಿತರೊಡನೆ ಶಾಸ್ತ್ರಾರ್ಥ ಮಾಡಿ, ತಮ್ಮ ನಿಲುವನ್ನು ಪುಷ್ಟೀಕರಿಸಿಕೊಳ್ಳಲು ಕಾಶಿಗೆ ಬರುತ್ತಿದ್ದರು. ಇದರಿಂದಾಗಿ ಹಿಂದೆ ವಿವರಿಸಿದಂತೆ ಕಾಶಿಯು ದಿವೋದಾಸನ 'ರಸಾಯನದ ಗಡಿಗೆ' ಆಗಿತ್ತು. ಹೀಗಿದ್ದಾಗ ಮುಸ್ಲಿಮರ ದಾಳಿಗಳು ಮತ್ತು ಮಿಷನರಿಗಳ ಪ್ರಭಾವ ಇಲ್ಲಿಯ ಬೇರುಗಳನ್ನೇ ಕಿತ್ತೊಗೆದು, ಸುಟ್ಟುಹಾಕುವ ಪ್ರಯತ್ನಮಾಡಿದವು. ಈ ಹೊಸ ದಾವಾಗ್ನಿಯಿಂದಾಗಿ, ಒಂದು ವಿಚಿತ್ರವಾದ ರೀತಿಯಲ್ಲಿ, ಕಾಶಿ ಕ್ಷೇತ್ರವು ಪ್ರಜ್ವಲಿಸುವ ಅಗ್ನಿಯ ಮೇಲಿಟ್ಟ ದೊಡ್ಡತಪ್ಪಲೆಯಂತೆ ಆಯಿತು! ಕಾಲಕ್ರಮದಲ್ಲಿ ವಿವಿಧ ಸಾಮಗ್ರಿಗಳು (ಸಾಮಾಜಿಕ, ರಾಜಕೀಯ ಇತ್ಯಾದಿ) ಕಾಶಿ ಎಂಬ ಈ ಬಿಸಿಪಾತ್ರೆಯಲ್ಲಿ ಬಂದು ಬೀಳುತ್ತಿದ್ದವು. ಏನೇ ಬಿದ್ದರೂ ಕಾಶಿ ಅವುಗಳನ್ನೆಲ್ಲ ಚೆನ್ನಾಗಿ ಕಲಕಿ, ಕುದಿಸಿ, ಮಿಶ್ರಣಗೊಳಿಸಿ ಹೊಸ ಹೊಸ ಖಾದ್ಯಗಳನ್ನು ತಯಾರಿಸುತ್ತಿತ್ತು. ಒಟ್ಟಿನಲ್ಲಿ ಈ 'ರಸಾಯನದ ಗಡಿಗೆ'ಯ ಅಥವಾ 'ಬಿಸಿತಪ್ಪಲೆ'ಯ ಸಹಾಯದಿಂದ ಸಂಸ್ಕರಣಾಪ್ರಕ್ರಿಯೆ ನಡೆಯುತ್ತಾ ಬಂದಿತು. ಈ ಪ್ರಕ್ರಿಯೆಯನ್ನು ಕೆಲವು ಅಧ್ಯಾಯಗಳಲ್ಲಿ (ಧಾರ್ಮಿಕ ಕ್ಷೇತ್ರ, ಭಕ್ತಿಮಾರ್ಗ, ಸಾಧು ಸಂತರು, ಮಠಗಳು ಮತ್ತು ಪಂಡಿತವರ್ಗ ಇವುಗಳಲ್ಲಿ) ನೋಡಬಹುದು.

ಶೈವಮತ : ಕಾಶಿಯಲ್ಲಿ ಎಂದಿನಿಂದ ಶೈವಮತ ಒಂದು ಸಂಪ್ರದಾಯವಾಗಿ ಸ್ಥಿರವಾಯಿತು ಎಂದು ಹೇಳುವುದು ಕಷ್ಟವಾದರೂ ಅದೇ ಎಲ್ಲಕ್ಕಿಂತ ಹಳೆಯ ಮತವೆಂದು ಹೇಳಬಹುದು. ಅನಾದಿ ಕಾಲದಲ್ಲಿ ಆನಂದಕಾನನವು ಶಿವ ಮತ್ತು ಅವನ ಗಣಗಳನ್ನು ಆಕರ್ಷಿಸಿದ ವಿಚಾರ ಪುರಾಣಗಳಲ್ಲಿ ಬಂದಿದೆ. ಅನಂತರ ಮೊದಲಿನ ಶೈವರು (ರುದ್ರರು) ಇಲ್ಲಿಗೆ ಬಂದು ಸೇರಿರಬೇಕು. ಅವರು ಹೇಗಿದ್ದರು, ಏನು ತಿನ್ನುತ್ತಿದ್ದರು, ಏನು ಸಾಧನೆ ಮಾಡುತ್ತಿದ್ದರು ಎಂದೆಲ್ಲ ಊಹಿಸಲಾಗದು. ಅವರು ಯಾವ ಸಂಕೋಲೆಗಳಿಲ್ಲದೆ, ಯಾವ ಹೆದರಿಕೆಯಿಲ್ಲದೆ, ಸ್ವಚ್ಛಂದವಾಗಿ, ಆನಂದವೊಂದನ್ನೆ ಗುರಿಯಾಗಿಟ್ಟುಕೊಂಡು ಶಿವನ ದಾರಿ ಹಿಡಿದಿದ್ದಿರಬಹುದು. "ಶಿವ ಪಾರ್ವತಿಯರು ನೆಲಸಿದ ಮೇಲೆ ಅವರ ಜೊತೆಗೆ ಅನೇಕ ಗಣಗಳೂ ಆನಂದಕಾನನದಲ್ಲಿ ಬಂದು ನೆಲಸಿದವು. ಕಾಲಾಂತರದಲ್ಲಿ ಅನೇಕ ವ್ರತಧಾರಿಗಳು ತಮ್ಮ ಕಠೋರವಾದ ತಪಸ್ಸಿಗೆ ಇದೇ ಯೋಗ್ಯವಾದ ಸ್ಥಳವೆಂದರಿತು ಇಲ್ಲಿ ಬಂದು ಸೇರಿದರು. ಸಮಾಧಿ ಅವಸ್ಥೆಯ ಐಕ್ಯತೆಯೇ ಆನಂದ; ಆ ಆನಂದ ಸತ್ಯ, ಜ್ಞಾನಗಳಿಗಿಂತ ಮಿಗಿಲಾದ ಆನಂದ ಎಂದು ಅವರು ಭಾವಿಸಿ ಆನಂದವನಕ್ಕೆ ಬಂದರು. ನಗ್ನರು, ಭಸ್ಮ ಬಳಿದುಕೊಂಡವರು, ಒಂದೇ ಪಾದದ ಮೇಲೆ ನಿಂತವರು, ಊರ್ಧ್ವಬಾಹುಗಳಾದವರು, ಸೂರ್ಯನನ್ನೇ ದಿಟ್ಟಿಸಿ ನೋಡುವವರು, ಉಪವಾಸ ಮಾಡುವವರು, ಎಲೆಗಳನ್ನು ತಿನ್ನುವವರು ಹೀಗೆ ಅನೇಕ ರೀತಿಯಲ್ಲಿ ಯೋಗ, ಧ್ಯಾನ, ತಪಗಳ ಮೂಲಕ ಶಿವನನ್ನು ಒಲಿಸಕೊಳ್ಳಲು ಯತ್ನಿಸುತ್ತಿದ್ದವರು ಇಲ್ಲಿ ರುದ್ರರೂಪರೇ ಆಗಿಬಿಟ್ಟರು. ಇದರಿಂದಾಗಿ ಆನಂದಕಾನನ ರುದ್ರವಾಸವೆನಿಸಿತು. ಈ ರುದ್ರವಾಸದಲ್ಲಿ ರುದ್ರರು, ಸಿದ್ಧರು, ಚಾರಣರು, ಗಂಧರ್ವರು, ಯಕ್ಷರು ಎಲ್ಲೆಡೆಯೂ ಲಿಂಗಗಳನ್ನು ಸ್ಥಾಪಿಸಿದರು. ಲೆಕ್ಕವಿಲ್ಲದಷ್ಟು ಮಹಾಲಿಂಗಗಳು ಇಲ್ಲಿ ನೆಲೆಸಿರುವುದರಿಂದಲೇ ಈ ಪ್ರದೇಶವು ವಿಚ್ಛಿತ್ತಿಯಿಲ್ಲದ ಉತ್ತಮವಾದ ಆನಂದಕ್ಕೆ ಕಾರಣವಾಯಿತು" (ಕಾ.ಖಂ.ಅ90, ಶ್ಲೋ15). "ರುದ್ರರುಗಳು ಹೆಚ್ಚಾಗಿ ನೀರಿನ ಕೆರೆಯ ಸುತ್ತಮುತ್ತ ನೆಲೆಸಿದ್ದರಿಂದ ಆ ಕೆರೆಗೆ ರುದ್ರಸರಸ್ಸೆಂದು ಹೆಸರಾಯಿತು" –ಈ ಮಾತುಗಳು ನಾಲ್ಕನೆಯ ಅಧ್ಯಾಯದ 'ಆನಂದ ಕಾನನ' ಎಂಬಲ್ಲಿ ಆಗಲೇ ಬಂದಿದೆ. ಶಿವ, ಗಣ, ಭೂತ, ಪ್ರೇತ, ಪಿಶಾಚಿಗಳನ್ನು ಪೂಜಿಸುತ್ತ, ಸ್ಮಶಾನವಾಸ ಮಾಡುತ್ತಾ, ಕೂಗಾಡುತ್ತಾ, ಘೋರವಾಗಿರುತ್ತಾ ಇಲ್ಲಿ ನೆಲೆಸಿದವರಿಗೆ ಭೈರವ, ರುದ್ರ ಎಂಬ ಹೆಸರು ಬಂದಿರಬೇಕು.

ಕಾಶಿಯಲ್ಲಿ ರಾಜನ ಆಳ್ವಿಕೆ : ಈಗಿನ ಕಾಲಕ್ಕಿಂತ ಎಷ್ಟು ವರ್ಷಗಳ ಹಿಂದೆ ಕಾಶಿ ಅಸ್ತಿತ್ವಕ್ಕೆ (ರಾಜನ ಆಳ್ವಿಕೆಗೆ) ಬಂದಿತ್ತು ಎಂಬ ಪ್ರಶ್ನೆಗೆ ಸಮರ್ಪಕ ಉತ್ತರ ದೊರಕುವುದು/ಹುಡುಕುವುದು ಬಹಳ ಕಷ್ಟಕರವೇ ಸರಿ. ಆದರೂ ಊಹೆ ಮಾಡುವ ಸಾಹಸ ಮಾಡಬಹುದು. ಅಂದಾಜು ಹೀಗಿದೆ –

ಮಹಾಭಾರತ ಯುದ್ಧದ ಕಾಲ - ಕ್ರಿ. ಪೂರ್ವ 3100 - ಇಂದಿನಿಂದ - 5100 ವರ್ಷಗಳ ಹಿಂದೆ

ರಾಮಾಯಣದ ಕಾಲ - ಕ್ರಿ. ಪೂರ್ವ 4000 - ಇಂದಿನಿಂದ–6100 ವರ್ಷಗಳ ಹಿಂದೆ

ಕಾಶೀರಾಜ ಕ್ಷಾತ್ರವೃದ್ಧ (ರಾಮಾಯಣಕ್ಕಿಂತ 40ತಲೆಮಾರು ಹಿಂದೆ–1000ವರ್ಷ)– 7100 ವರ್ಷಗಳ ಹಿಂದೆ

ಹೀಗೆ ಇಲ್ಲಿಯ ರುದ್ರವಾಸಿಗಳು ಕಾಶಿಯ ಮೊದಲರಾಜ ಕಾಶ್‌ನ ಕಾಲಕ್ಕಿಂತ ಮೊದಲು, ಅಂದರೆ ಇಂದಿಗಿಂತ ಸುಮಾರು 7100– 7500 ವರ್ಷಗಳ ಹಿಂದೆ, ಅಂದರೆ ಸುಮಾರು ಕ್ರಿ.ಪೂ 5500ಕ್ಕೂ ಮೊದಲು ಕಾಶಿಯಲ್ಲಿ ಇದ್ದಿರಬೇಕು!

ಪ್ರಾಚೀನ ಸಂಪ್ರದಾಯಗಳು : ಅತ್ಯಂತ ಪ್ರಾಚೀನ ಕಾಲದಲ್ಲಿ ಕಾಶಿ ಅಥವಾ ಅಂದಿನ ಆನಂದಕಾನನದಲ್ಲಿ ತಪ ಮತ್ತು ಧ್ಯಾನ ನಿರತರಾದ ರುದ್ರವಾಸಿಗಳಲ್ಲದೆ ಸಾಮಾನ್ಯರು ನೆಲೆಸತೊಡಗಿದಾಗ ಅವರ ಸಂಪ್ರದಾಯಗಳು ಹೇಗಿದ್ದವು ಎನ್ನುವುದಕ್ಕೆ ಖಚಿತವಾದ ಪುರಾವೆಗಳಿಲ್ಲ. ಎಲ್ಲ ನಾಗರಿಕತೆಗಳಂತೆ, ಮೊದಲಲ್ಲಿ ಇಲ್ಲಿಯ ಜನರು ಪ್ರಕೃತಿ ಪೂಜಕರಾಗಿದ್ದಿರಬೇಕು. ಜಾತಕಕಥೆಗಳ ಪ್ರಕಾರ, ಜನರು ಮರಗಳನ್ನು ಪೂಜಿಸಿ, ಪ್ರಾಣಿ ಬಲಿಕೊಟ್ಟು, ತಮ್ಮ ಶ್ರೇಯಸ್ಸು ಮತ್ತು ವಂಶಾಭಿವೃದ್ಧಿಗೆ ಪ್ರಾರ್ಥಿಸುತ್ತಿದ್ದರು. ಇಂದಿಗೂ ಸತ್ಯವಾನ್ ಸಾವಿತ್ರಿ ವ್ರತ, ಮುಂತಾದ ದಿನಗಳಲ್ಲಿ ವೃಕ್ಷಪೂಜೆ ಮಾಡಿ, ಹಾರಹಾಕಿ, ಪ್ರದಕ್ಷಿಣೆ ಬರುವುದನ್ನು ಇಲ್ಲಿ ನೋಡಬಹುದು. ಭೂತ, ಪ್ರೇತ, ಶಕುನ, ಅಂಧ ವಿಶ್ವಾಸಗಳಲ್ಲಿ ನಂಬಿಕೆಯಿತ್ತು, ಇಂದಿಗೂ ಇದೆ. ಕ್ರಮೇಣ, ಜಲಸೃಷ್ಟಿಗೆ ಸಂಬಂಧಿಸಿದ ಯಕ್ಷ ಮತ್ತು ನಾಗಪೂಜೆ ಶುರುವಾಯಿತು. ಗಣೇಶ ಮತ್ತು ಕುಬೇರರನ್ನು ಯಕ್ಷರೆಂದೇ ಪರಿಗಣಿಸುತ್ತಿದ್ದು, ನಂತರ ಗಣೇಶ ಗಣನಾಯಕನಾದನು. ಇಪ್ಪತ್ತನೆಯ ಶತಮಾನದ ಮೊದಲವರೆಗೂ ಲಕ್ಷ್ಮಿಯ ಬದಲು ಕುಬೇರನ ಪೂಜೆ ಕಾಶಿಯಲ್ಲಿ ನಡೆಯುತ್ತಿತ್ತು ಎನ್ನುತ್ತಾರೆ. ಜೈನ ಗ್ರಂಥಗಳ ಪ್ರಕಾರ, ವಾರಾಣಸಿಯಲ್ಲಿ ಹುಟ್ಟಿದ ಏಳನೆಯ ತೀರ್ಥಂಕರ ಸುಪಾರ್ಶ್ವನಾಥನ ಜೊತೆಯಲ್ಲಿ ವರನಂದಿನ್ (ವಿಜಯ್) ಮತ್ತು ಕಾಲಿ (ಪುರುಷದತ್ತ) ಎಂಬ ಯಕ್ಷರಿದ್ದರೆಂದು ತಿಳಿಯುತ್ತದೆ. 23ನೆಯ ತೀರ್ಥಂಕರ ಪಾರ್ಶ್ವನಾಥ ಕ್ರಿ.ಪೂ.9ನೆಯ ಶತಮಾನಕ್ಕೆ ಸೇರಿದ್ದನೆಂದ ಮೇಲೆ, ಏಳನೆಯ ತೀರ್ಥಂಕರ ಇನ್ನೂ ಹಿಂದಿದ್ದು, ಯಕ್ಷಪೂಜೆ ಪ್ರಾಯಶಃ ಕ್ರಿ.ಪೂ.2500–1500ದಿಂದಲೂ ಇಲ್ಲಿ ನಡೆಯುತ್ತಿದ್ದಿರಬಹುದು. ಮೊದಲು, ಮನುಷ್ಯ ರೂಪದ ವಿಗ್ರಹವೇ ಕ್ರಿ.ಪೂ.3ನೆಯ ಶತಮಾನದ್ದೆಂದು ಹೇಳುತ್ತಾರೆ (ಡಯಾನಾ ಎಲ್. ಎಕ್, ಪು 52). ಶುಂಗರ ಕಾಲದಲ್ಲೂ (ಕ್ರಿ.ಪೂ.1ನೆಯ ಶತಮಾನ) ಯಕ್ಷಪೂಜೆ ನಡೆದಿತ್ತು. ಹಿಂದಿನ ಯಕ್ಷಪೂಜೆಯ ಸಂಪ್ರದಾಯವನ್ನು ಇಂದಿನ ಬೀರ್ ಮತ್ತು ಬರಮ ಪೂಜೆಯಲ್ಲಿ

ಕಾಣಬಹುದು. ಕಾಶಿಯ ಅನೇಕ ಕಡೆ ಟಾಡೆ ಬೀರ್, ಲಹುರಾ ಬೀರ್, ದೈತ್ರಾ ಬೀರ್, ಭೋಜುಬೀರ್ ಮುಂತಾದ ಬೀರ್‌ಗಳ ಪೂಜೆಯನ್ನು ಇಂದಿಗೂ ನೋಡಬಹುದು. ಬೌದ್ಧರ 'ಧಮ್ಮಪದ ಅಟ್ಠಕಥ'ದಲ್ಲಿ ಬುದ್ಧನು 'ನಾಗ ಏರಕಪಂಥ'ದ ಸಂದೇಶ ಕೊಟ್ಟನೆಂದು ಬರುತ್ತದೆ. ವೈದಿಕರ ಶೇಷನಾಗ, ಬೌದ್ಧರ ಮುಚಲಿಂಗನಾಗ, ಜೈನರ ಪಾರ್ಶ್ವನಾಗ ಇವೆಲ್ಲವೂ ನಾಗಪೂಜೆ ಬಹಳ ಹಿಂದಿನಿಂದ ಇತ್ತೆಂದು ತಿಳಿಸುತ್ತವೆ. ಇದರಿಂದ ನಾಗಪೂಜೆ ಕ್ರಿ.ಪೂ. 8ನೆಯ ಶತಮಾನಕ್ಕೂ ಮೊದಲಿನಿಂದ ಇದ್ದಿರಬಹುದು. ಶಿಶುನಾಗ ಸಂತತಿ ಮಗಧವನ್ನಾಳುತ್ತಿದ್ದಾಗ (ಕ್ರಿ.ಪೂ.410–370), ಕಾಶಿ ಅವರ ಅಧಿಕಾರದಲ್ಲಿತ್ತು.

ಮತ್ತೊಮ್ಮೆ ದಿವೋದಾಸನ ಪಾತ್ರ : ಋಗ್ವೇದವು (ಈ ವೇದದ ಕಾಲ ಕ್ರಿ.ಪೂ.6000/5000 ಎಂದು 'ವೇದಿಕ್ ಸರಸ್ವತಿ', ಜಿಯಾಲಾಜಿಕಲ್ ಸೊಸೈಟಿ ಆಫ್ ಇಂಡಿಯಾ ಪ್ರಕಾರ ತಿಳಿಯುತ್ತದೆ. ಕಾಶಿಯ ರಾಜ ದಿವೋದಾಸನ (ಸುಮಾರು ಕ್ರಿ.ಪೂ.7000) ಕಥೆಯನ್ನು ಹೇಳುತ್ತದೆ. ಅವನ ಕಥೆ ಈಗಾಗಲೇ ಐದನೆಯ ಅಧ್ಯಾಯದಲ್ಲಿ ಬಂದಿದೆ. ಕಾಶಿಯಲ್ಲಿನ ಸಿದ್ಧರ, ರುದ್ರರ, ಭೈರವರ, ಯಕ್ಷರ, ನಾಗರ ಸ್ವೇಚ್ಛಾಚಾರ, ಪ್ರತಿಯೊಬ್ಬ ಸಾಧಕನ ಪ್ರತ್ಯೇಕ ಪಥ, ಯಾವ ಶಿಸ್ತಿಗೂ ಬಗ್ಗದ ನಡೆವಳಿಕೆ ದಿವೋದಾಸನಿಗೆ ಅರ್ಥವಾಗಿರಲಿಲ್ಲ. ಸುವ್ಯವಸ್ಥಿತ, ಸಾಮೂಹಿಕ ಆಚರಣೆಯ ಯಜ್ಞಕ್ಕಿಂತ ಅವರು ತಮ್ಮದೇ ಆದ ಯೋಗ, ಧ್ಯಾನ, ತಪ ಮುಂತಾದ ಸಾಧನಗಳಲ್ಲಿ ಹೆಚ್ಚು ನಿರತರಾಗಿದ್ದುದು ದಿವೋದಾಸನಿಗೆ ಹಿಡಿಸಿರಲಿಲ್ಲ. ಅವರನ್ನೆಲ್ಲ ಅವರ ದೇವನೆನಿಸಿದ ಶಿವನೊಡನೆ ಕಾಶಿಯಿಂದ ಹೊರಗಟ್ಟಿದರೆ ಮಾತ್ರ (ಇತರ ದೇವತೆಗಳೊಂದಿಗೆ ಎಂದು ಹೇಳಿದ್ದು ಔಪಚಾರಿಕವಿರಬೇಕು, ಇಲ್ಲವೆ ಪಕ್ಷಪಾತವೆಂದು ತೋರಿಸದಿರಲು ಇರಬೇಕು) ತಾನು ರಾಜನಾಗುವುದು ಸಾಧ್ಯ ಎಂದು ದಿವೋದಾಸ ಬ್ರಹ್ಮನ ಮುಂದೆ ಷರತ್ತುಹಾಕಿದ ವಿಚಾರ ಆಗಲೇ ಬಂದಿದೆ. ಇದರಿಂದ ಎರಡು ಪ್ರಶ್ನೆಗಳು ಏಳುತ್ತವೆ. ಮೊದಲನೆಯದಾಗಿ, ವೇದಗಳ ರಚನೆಯ ಮೊದಲೇ, ಯಜ್ಞಮಾಡುವ ಪರಿಪಾಠವಿತ್ತೆ ಎಂಬ ಪ್ರಶ್ನೆ. ಎರಡನೆಯದಾಗಿ, ವೇದಗಳ ಮಹತ್ತನ್ನು ಹೇಳಲು ಋಷಿಗಳು ದಿವೋದಾಸ ಯಜ್ಞಮಾಡಿದನೆಂದು ಹೇಳಿದರೇ ಎಂಬ ಪ್ರಶ್ನೆ. ಯಜ್ಞಗಳನ್ನು ನಡೆಸುವ ಪರಿಪಾಠ ಅನಾದಿಕಾಲದಿಂದಲೂ ಇತ್ತು, ಆದರೆ ಅವನ್ನು ವೇದಗಳಲ್ಲಿ ಅಳವಡಿಸಿದ್ದು ಕ್ರಿ.ಪೂ.6000/5000ದಲ್ಲಿ ಎಂಬುದು ಒಂದು ಉತ್ತರವಾಗಬಹುದು. ಇಲ್ಲವೆ, ವೇದಗಳ ರಚನೆ ಇನ್ನೂ ಹಿಂದೆ, ಕ್ರಿ.ಪೂ.7500ರಲ್ಲಿ ಆಗಿದ್ದಿರಬಹುದೆ? ಇದು ಹೇಗೇ ಇರಲಿ, ಇಲ್ಲಿ ಪ್ರಸ್ತುತವಾದುದು ದಿವೋದಾಸನು ಜಾರಿಗೆ ತರಲು ಬಯಸಿದ್ದ ಏಕರೂಪವಾದ ಸಂಸ್ಕೃತಿ, ಧರ್ಮ ಮತ್ತು ಆಚರಣೆ. ಅವನ ಕಾಲದಲ್ಲಿ ರಾಜಾಶ್ರಯದ ಮತವೇ ಆಚರಣೆಯಲ್ಲಿ ಪ್ರಚಲಿತವಾಗಿದ್ದಿರಬೇಕು. ಕೊನೆಗೆ ಶಿವನ ಆದೇಶದ ಮೇಲೆ ಕಾಶಿಗೆ ಬಂದು ನೆಲೆಸಿದ ದೇವತೆಗಳ ಸಮೂಹ, ವಿಷ್ಣುವಿನ ಉಪದೇಶಕ್ಕೆ

ಮಣಿದು ಶಿವನು (ಶಿವಗಣಗಳು, ಶೈವರು) ಕಾಶಿಗೆ ವಾಪಸ್ಸಾದ ಸಂಗತಿಗಳೆಲ್ಲ ಐದು–ಆರನೆಯ ಅಧ್ಯಾಯಗಳಲ್ಲಿ ಬಂದಿದೆ. ಈ ಕಾರಣದಿಂದಾಗಿ ಕಾಶಿ ಮೊದಲಿನಿಂದಲೂ ಶೈವ ಕ್ಷೇತ್ರವಾಗಿದ್ದರೂ ವೈಷ್ಣವ ಕ್ಷೇತ್ರವೆಂದು ಹೆಸರು ಪಡೆದಿದ್ದಿರಬಹುದು. ದಿವೋದಾಸನ ಕಾಲದ ಮೊದಲಲ್ಲಿ ಎರಡುಪಂಗಡಗಳ ಮಧ್ಯೆ ಜಗಳ, ಯುದ್ಧ, ಬಲವಂತದ ದಬ್ಬಾಳಿಕೆ ನಡೆದಿರಬಹುದು. ಆದರೆ, ಕೊನೆಗೆ ಹೊಂದಾಣಿಕೆಯೇ ಶ್ರೇಷ್ಠಮಾರ್ಗವೆಂದು ಅದನ್ನು ಅನುಸರಿಸಬೇಕಾಯಿತು. ಹೀಗೆ ದಿವೋದಾಸನ ಕಾಲದಿಂದಲೇ ಕಾಶಿಕ್ಷೇತ್ರವು, ಒಂದು ರಸಾಯನದ ಗಡಿಗೆಯಂತೆ, ಎಲ್ಲ ಸಂಸ್ಕೃತಿಗಳನ್ನೂ ಹದವಾಗಿ ಬೆರಸುತ್ತಲೇ ಇದೆ. ಸದಾಕಾಲವು ಉಪಯೋಗಕ್ಕೆ ಬರುವ ಈ ಪಾತ್ರೆಯನ್ನು ದಿವೋದಾಸನ ಪಾತ್ರೆ ಎಂದು ಇಲ್ಲಿ ಕರೆದಿದೆ. ಸದಾ ತುಂಬಿರುವ ಅನ್ನಪೂರ್ಣೆಯ ಪಾತ್ರೆಯಂತೆ, ಎಂದಿಗೂ ಖಾಲಿಯಾಗದಿರುವ ದ್ರೌಪದಿಯ ಅಕ್ಷಯ ಪಾತ್ರೆಯಂತೆ, ಎಂದೂ ಬತ್ತದ ಗಂಗೆಯಂತೆ, ನಿರಂತರವಾಗಿ ಉರಿಯುತ್ತಲಿರುವ ನಂದಾದೀಪದಂತೆ, ಅಘೋರಿಗಳ, ನಾಥರ ಧೂನಿಯಂತೆ (ಆರಿಸದೆ ಉರಿಯುವ ಕೊರಡಿನಂತೆ), ಕಾಶಿಯ ದಿವೋದಾಸನ ಪಾತ್ರೆ ಹೊಸತು ಹಳೆಯದನ್ನು ಬೆರಸುತ್ತಲೇ ಇದೆ. ಇದರಲ್ಲಿ ಅನ್ನಪೂರ್ಣೆಯ ಅಖಂಡ ಭಂಡಾರವಿದೆ, ಗಂಗೆಯ ಅಮೃತ ಜಲವಿದೆ, ಜ್ಞಾನದ ಜ್ಯೋತಿಯಿದೆ, ಮತ್ತು ದ್ರೌಪದಿಯ ರಸಗವಳವಿದೆ.

ದಿವೋದಾಸನ ಕಥೆಯಿಂದ ಅವನ ಕಾಲದಲ್ಲೂ ವೇದಾನುಯಾಯಿಗಳು ಕಾಶಿಯಲ್ಲಿ ಇದ್ದರೆಂದು ತಿಳಿಯುತ್ತದೆ. ಯಜುರ್ವೇದದ ಶತಪಥ ಬ್ರಾಹ್ಮಣವು ಆರ್ಯರು ವಿದೇಘ ಮಾಧವ ಮತ್ತು ಪುರೋಹಿತ ಗೌತಮ ರಾಹುಗಣ ಇವರ ಮುಂದಾಳತ್ವದಲ್ಲಿ ಪಶ್ಚಿಮದಿಂದ (ಸರಸ್ವತಿ ತೀರದಿಂದ?) ಪೂರ್ವಕ್ಕೆ ಪ್ರಯಾಣಮಾಡಿದ್ದನ್ನು (ಪ್ರಾಯಶಃ ಕ್ರಿ.ಪೂ.5000) ಹೇಳುತ್ತದೆ. ಅನಂತರ ಸು.ಕ್ರಿ.ಪೂ.3000ರಲ್ಲಿ ಸರಸ್ವತಿನದಿ ಬತ್ತಿಹೋಗಲು ಆರಂಭವಾದಾಗಿನಿಂದ ವೇದವನ್ನು ಅನುಸರಿಸುವ ಆರ್ಯರು ಸರಸ್ವತಿ ತೀರದಿಂದ ಪೂರ್ವದ ಕಡೆ, ಗಂಗೆಯ ತಟಕ್ಕೆ, ಹೆಚ್ಚುಹೆಚ್ಚಾಗಿ ಬಂದಿರಬೇಕು. ಇದರಿಂದ ಇಲ್ಲಿಯ ರುದ್ರೀಯರಿಗೂ ಇತರರಿಗೂ ಘರ್ಷಣೆಗಳು ನಡೆದಿರಬಹುದು. ಕಾಶಿರಾಜನ ಯಾಗದ ಅಶ್ವವನ್ನು ಸತ್ರಾಜಿತನ ಮಗ ಸತಾನಿಕ ಓಡಿಸಿಕೊಂಡು ಹೋದ ದುಃಖ ಮತ್ತು ಸಿಟ್ಟಿನಿಂದ ಕಾಶಿಯ ಜನರು ಶ್ರೌತಾಗ್ನಿಯನ್ನು ಬಹಳ ವರ್ಷಗಳವರೆಗೆ ತೊರೆದಿದ್ದರೆಂಬ ಕಥೆ ಶತಪಥ ಬ್ರಾಹ್ಮಣದಲ್ಲಿ ಬರುತ್ತದೆ. ಪ್ರಾಯಶಃ ಈ ಕಾರಣದಿಂದಲೇ ಅಥರ್ವವೇದದ ಸಮಯದಲ್ಲಿ (ಸು.ಕ್ರಿ.ಪೂ 4500) ವೇದ ಸಂಪ್ರದಾಯಸ್ಥರಿಗೆ ಕಾಶಿಯ ಬಗ್ಗೆ ಗೌರವವೇನಿರಲಿಲ್ಲ. ಈ ವೇದದ ಪಿಪ್ಪಲಾದ ಶಾಖೆಯಲ್ಲಿ ಮಾಂತ್ರಿಕನೊಬ್ಬನು ವಿಷಮಜ್ವರಕ್ಕೆ ಆಣತಿಮಾಡುತ್ತಾ ಅದು ಶತ್ರುಗಳ(ದುಷ್ಟರ) ನಾಡಾದ ಗಾಂಧಾರ, ಕಾಶಿ ಮತ್ತು ಮಗಧಕ್ಕೆ

ಹೋಗುವಂತೆ ಹೇಳುತ್ತಾನೆ. ಕೌಶೀತಕಿ ಉಪನಿಷತ್ತಿನಲ್ಲಿ ಕಾಶಿಯ ರಾಜ ಅಜಾತಶತ್ರುವು ಬ್ರಾಹ್ಮಣನಾದ ಗಾರ್ಗ್ಯಬಾಲಾಕಿಯನ್ನು ವಾದದಲ್ಲಿ ಸೋಲಿಸಿದ ವಿಷಯ ಪ್ರಸ್ತಾಪವಾಗಿದೆ. ಇದೇರೀತಿ ಇಲ್ಲಿಯ ರುದ್ರ, ಗಣ, ಯಕ್ಷರನ್ನು ಓಡಿಸಿ ಅವರ ಸ್ಥಳವನ್ನು ಆಕ್ರಮಿಸುವ ಯತ್ನವು ನಡೆದಿರಬಹುದು. ಕೊನೆಗೆ ಹೊಂದಾಣಿಕೆಯ ಸೂತ್ರವಾಗಿ ಗಣ, ಭೈರವ (ಮತ್ತು ಬೀರ್), ಕುಬೇರ, ಯಕ್ಷರನ್ನು ಕ್ಷೇತ್ರರಕ್ಷಣೆ ಹಾಗೂ ಸ್ವಜನರಕ್ಷಣೆಗೆ ನಿಯಮಿಸಿರುವ ಸಾಧ್ಯತೆಯಿದೆ (ಬಿ.ಭಟ್ಟಾಚಾರ್ಯ, ಪು 52–53). ಇವೆಲ್ಲ ಒಡಕು, ಭಿನ್ನಾಭಿಪ್ರಾಯ, ಘರ್ಷಣೆಗಳು ತಾತ್ವಿಕಚಿಂತನೆಗೆ ಒಳಿತನ್ನೇ ಮಾಡಿದವೆಂದು ಉಪನಿಷತ್ತುಗಳಿಂದ ತಿಳಿದುಬರುತ್ತದೆ. ಕ್ರಮೇಣ ಹೊಂದಾಣಿಕೆ, ಒಡಂಬಡಿಕೆ ಕಾಣಬಂದಿತು. 'ಹಿರಣ್ಯಕೇಶೀ ಗೃಹ್ಯಸೂತ್ರ'ವು (2.7.10.6) ವಿಷ್ಣುವಿನ ಜೊತೆಗೆ ಕಾಶೀಶ್ವರ, ರುದ್ರ, ಸ್ಕಂದ ಮತ್ತು ಜ್ವರವನ್ನು ಪೂಜಿಸಬೇಕೆಂದು ಹೇಳುತ್ತದೆ. 'ಶ್ವೇತಾಶ್ವತರ ಉಪನಿಷತ್'ನ ಕಾಲದಲ್ಲಿ ಶೈವಮತಕ್ಕೆ ಒಂದು ಅಚ್ಚುಕಟ್ಟಾದ ತಾತ್ವಿಕಹಿನ್ನೆಲೆ ಮತ್ತು ಸಂಪ್ರದಾಯ ಬಂದಿರುವುದನ್ನು ನೋಡಬಹುದು.

'ಮಹಾಭಾರತ' (ಕ್ರಿ.ಪೂ.3100), 'ವಿಷ್ಣುಪುರಾಣ', 'ಹರಿವಂಶ', 'ಭಾಗವತ' ಮತ್ತು 'ಪದ್ಮಪುರಾಣ'ಗಳಲ್ಲಿ ಕೃಷ್ಣನು ತನ್ನ ಚಕ್ರದಿಂದ ಕಾಶಿಯನ್ನು ಸುಟ್ಟನೆಂಬ ಕಥೆಯನ್ನು ನಿರೂಪಿಸಲಾಗಿದೆ. ಆದರೆ 'ಮಹಾಭಾರತ'ವು ಕಾಶಿಯನ್ನು ಒಂದು ಮುಖ್ಯತೀರ್ಥಸ್ಥಳವೆಂದು ಪರಿಗಣಿಸುತ್ತದೆ. 'ಮನುಸ್ಮೃತಿ'ಯು ಬ್ರಹ್ಮಾವರ್ತವನ್ನು ಅತ್ಯಂತ ಪುಣ್ಯಕ್ಷೇತ್ರವೆಂದು ಹೇಳಿ ಕಾಶಿಯ ಬಗ್ಗೆ ಏನೂ ಹೇಳುವುದಿಲ್ಲ. ಬೌದ್ಧ ಮತ್ತು ಜೈನ ಗ್ರಂಥಗಳು (ಕ್ರಿ.ಪೂ 6/5ಶತಮಾನ) ಶಿವನನ್ನು ಯಕ್ಷರಲ್ಲಿ ಒಬ್ಬ ಎಂದು ಹೇಳುತ್ತವೆ. ಕೆಲವು ರಾಜವಂಶಗಳು (ಮೌರ್ಯರು, ಕುಶಾನರು) ಬೌದ್ಧರನ್ನು ಎತ್ತಿಹಿಡಿದರೆ, ಪುಷ್ಯಮಿತ್ರ ಶುಂಗ (ಕ್ರಿ.ಪೂ.1ನೆಯ ಶತಮಾನ), ಭಾರಾಶಿವ (ಕ್ರಿ.ಶ.2ನೆಯ ಶತಮಾನ), ಸಮುದ್ರ ಗುಪ್ತ (ಕ್ರಿ.ಶ.330–370) ಮುಂತಾದ ರಾಜರು ಇಲ್ಲಿ ದಶಾಶ್ವಮೇಧ ಯಜ್ಞವನ್ನು ನಡೆಸಿದರು. ಗುಪ್ತರ ಕಾಲದಲ್ಲಿ (ಕ್ರಿ.ಶ.305–550) ವೈಷ್ಣವರಿಗೆ ಬೆಂಬಲವಿದ್ದರೂ ಪಾಶುಪತರು ಪ್ರಬಲರಾಗಿದ್ದರು. ಹೀಗೆ ಬುದ್ಧನಿಂದ ಸಾವಿರ ವರ್ಷಗಳಲ್ಲಿ ಕಾಶಿಯಲ್ಲಿ ನಾಗ, ಗಣ, ಯಕ್ಷ, ಬೀರ್, ಬರಮ್, ಚೌಸಟ್ಟಿ, ವರಾಹಿ, ಸತಿ, ಬನ್ನಿ, ಮರಾಹಿ, ಪರಾಹಿ, ಹಿಂಗ್ಲಾಜ್ ಮುಂತಾದ ಅನೇಕ ಸಣ್ಣಪುಟ್ಟ ಸಂಪ್ರದಾಯಗಳು ಬೇರೆಯ ಸಂಪ್ರದಾಯಗಳಲ್ಲಿ ಸೇರಿಹೋದವು. "ನಾಗ ತನ್ನ ಹೆಡೆಯನ್ನು ಕೃಷ್ಣನ ಮೇಲೆ ಹರಡಿದ, ಗ್ರಾಮ ದೇವಿಯರು ದೊಡ್ಡದೇವತೆಯ ಇನ್ನೊಂದು ಹೆಸರು ಅನ್ನಿಸಿಕೊಂಡರು" (ಡಯಾನಾ ಎಲ್ ಎಕ್, ಪು 61). ಮತ್ಸ್ಯಪುರಾಣದ (ಕ್ರಿ.ಶ.4ನೆಯ ಶತಮಾನ) ಕಥೆಯ ಪ್ರಕಾರ ಕಾಶಿಯ ಹರಿಕೇಶಯಕ್ಷ ಎಂಬ ಶಿವಭಕ್ತ ದಂಡಪಾಣಿ ಎಂದು ಆದಾಗಲೆ ಯಕ್ಷಧರ್ಮ ಶೈವಧರ್ಮದಲ್ಲಿ ಸೇರುತ್ತಿರುವ ಸೂಚನೆ ಬರುತ್ತದೆ. ಶಂಕರಾಚಾರ್ಯರ ಕಾಲಕ್ಕೆ (ಕ್ರಿ.ಶ.788–820) ಯಕ್ಷಪೂಜೆ

ಶೈವಧರ್ಮದೊಡನೆ ಸೇರಿಹೋಗಿತ್ತು ಎನ್ನಲು ಅವರ ಶಿವಪಂಚಾಕ್ಷರಿ ಸ್ತೋತ್ರದಲ್ಲಿ ಬರುವ "ಯಕ್ಷಸ್ವರೂಪಾಯ ಜಟಾಧರಾಯ..." ಸೂಚನೆಯಾಗಬಹುದು ಎಂದು ಈ ಮೊದಲೇ ಹೇಳಿದೆ. ಆದರೆ ಎರಡರ ಪೂರ್ಣ ಐಕ್ಯತೆಯಾದದ್ದು ಕ್ರಿ.ಶ.14ನೆಯ ಶತಮಾನದಲ್ಲಿ ಎಂದೂ ಹೇಳುತ್ತಾರೆ.

ಅನೇಕ ಸಂಪ್ರದಾಯಗಳು/ಧರ್ಮಗಳು : ಗುಪ್ತರ ಕಾಲದ ಕೊನೆಯಿಂದ (ಕ್ರಿ.ಶ.6ನೆಯ ಶತಮಾನ) ಗಹಡವಾಲರ ಕಾಲದವರೆಗೆ (ಕ್ರಿ.ಶ.12ನೆಯ ಶತಮಾನ) ವೈಷ್ಣವ, ಶೈವ, ಶಾಕ್ತ, ಪಾಶುಪತ, ತಾಂತ್ರಿಕ, ಸೌರ, ಸ್ಕಾಂದ ಸಂಪ್ರದಾಯಗಳು ಪ್ರತ್ಯೇಕ ಧರ್ಮಗಳಂತೆ ಪ್ರಬಲವಾದುವು. ಪಾಶುಪತ ಮತ್ತು ನಾಥಪಂಥದ ಚಿಹ್ನೆಗಳನ್ನು ಸಿಂಧು-ಸರಸ್ವತಿ ನಾಗರಿಕತೆಯ ಮುದ್ರೆಗಳಲ್ಲಿ ನೋಡಬಹುದು. ಚೈನಾದ ಯಾತ್ರಿಕ ಹ್ಯುಯನ್ ತ್ಸಾಂಗ್‌ನು (ಕ್ರಿ..ಶ.7ನೆಯ ಶತಮಾನ) ಕಾಶಿಯಲ್ಲಿ ಹತ್ತು ಸಾವಿರ ಪಾಶುಪತಿಗಳಿದ್ದರೆಂದು ಬರೆಯುತ್ತಾನೆ. ಹದಿನೈದನೆಯ ಶತಮಾನದ ಹೊತ್ತಿಗೆ ಪಾಶುಪತ ಪಂಥವು ತನ್ನ ಪ್ರಭಾವವನ್ನು ಕಳೆದುಕೊಂಡಿತ್ತು. ಕಾಶಿಯಲ್ಲಿ ನಾಥಪಂಥಿಗಳ (ಶಾಕ್ತ ಅಥವಾ ಅದ್ವೈತ ತಾಂತ್ರಿಕ) ಪ್ರಭಾವ ಕಾಶಿಯಲ್ಲಿ ಬಹಳವಾಗಿತ್ತು. ಸಿದ್ಧ, ನಾಥ, ಕೌಲ, ಕಾಪಾಲಿಕ, ಕಾಲಾಮುಖ, ಅಘೋರ, ಯೋಗಿನಿ, ಭೈರವ ಮತ್ತು ಭೈರಾಗಿ ಮುಂತಾದ ಇತರ ಪಂಥಗಳು ಗೊಂದಲ ಹುಟ್ಟಿಸುವಂತಿದ್ದುವು. ಶಾಕ್ತ ಮತ್ತು ತಾಂತ್ರಿಕ ಪಂಥಗಳಿಗೆ ಕಾಶಿ ಒಳ್ಳೆಯ ನೆಲೆಯಾಗಿತ್ತು. 'ರುದ್ರ ಯಾಮಲ' (ಕ್ರಿ.ಶ.10ನೆಯ ಶತಮಾನ) ಮತ್ತು 'ಕುಬ್ಜಿಕ ತಂತ್ರ' ಎಂಬ ಗ್ರಂಥಗಳು ಕಾಶಿಯು ಒಂದು ಮುಖ್ಯ ಶಕ್ತಿಪೀಠವಾಗಿತ್ತೆಂದು ತಿಳಿಸುತ್ತವೆ. ಆದಿ ಶಂಕರಾಚಾರ್ಯರಿಗೆ ಶ್ರೀವಿದ್ಯಾ ಎಂಬ ತಂತ್ರ ವಿದ್ಯೆ ಕಾಶಿಯಲ್ಲೇ ದೊರಕಿತೆಂಬ ಕಥೆಯಿದೆ. ವಿದ್ಯಾರಣ್ಯರ ಶಿಷ್ಯ ಲಕ್ಷ್ಮಣದೇಶಿಕನು ಪ್ರಸಿದ್ಧ ತಾಂತ್ರಿಕಗ್ರಂಥ 'ಶಾರದಾ ತಿಲಕ'ವನ್ನು ಬರೆದರೆ, ಅವನ ಶಿಷ್ಯ ಕಪರ್ದಿಯು (ಕ್ರಿ.ಶ.15/16ನೆಯ ಶತಮಾನ) ವಾರಾಣಸಿಯಲ್ಲಿ ಶ್ರೀವಿದ್ಯಾ ಪಂಥವನ್ನು ಹರಡಿದನು. ಪೃಥ್ವೀಧರ ರಾಘವಭಟ್ಟ (15 ಶತ), ಮಹೀದಾಸ (16ನೆಯ ಶತ), ಪ್ರೇಮನಿಧಿ ಪಂತ (18ನೆಯ ಶತ), ಗಂಭೀರರಾಯದೀಕ್ಷಿತ (18ನೆಯ ಶತ), ವಿಶುದ್ಧಾನಂದ (20ನೆಯ ಶತ) ಮತ್ತು ಪಂಡಿತ ಗೋಪೀನಾಥ ಕವಿರಾಜ್ (20ನೆಯ ಶತ) ಮುಂತಾದ ಹೆಸರಾಂತ ತಾಂತ್ರಿಕರು ಕಾಶಿಯಲ್ಲಿದ್ದರು. ಕ್ರಿ.ಶ. 4 ರಿಂದ 13ನೆಯ ಶತಮಾನದವರೆಗೆ ಕಾಶಿಯಲ್ಲಿ ಸೌರಪೂಜೆಯೇ ಒಂದು ಪಂಥವಾಗಿ ಬೆಳೆದಿತ್ತು. ಕಾಶಿಯ ದ್ವಾದಶಾದಿತ್ಯರು, ಮಾರ್ತಾಂಡ ಭೈರವ ಮತ್ತು ಸೂರ್ಯನಾರಾಯಣರನ್ನು ಇಲ್ಲಿ ನೆನಪಿಸಿಕೊಳ್ಳಬಹುದು.

ಪಂಥಗಳ ಸಾರ : ಆದಿ ಶಂಕರಾಚಾರ್ಯರು (ಕ್ರಿ.ಶ. 788-820) ಈ ಎಲ್ಲಾ ಪಂಥಗಳ ಸಾರವನ್ನು ಕ್ರೋಡೀಕರಿಸಿ, ಪಂಚಾಯತನ ಪೂಜಾವ್ಯವಸ್ಥೆಯನ್ನು ಆಚರಣೆಗೆ ತಂದು ಅದ್ವೈತಸಿದ್ಧಾಂತವನ್ನು ಪ್ರತಿಪಾದಿಸಿ, ಅದರ ಪ್ರಸರಣೆಗೆ ನಾಲ್ಕುಪೀಠಗಳನ್ನು

ಸ್ಥಾಪಿಸಿ, ದಶನಾಮಿ ಸನ್ಯಾಸಿಗಳ ಕ್ರಮವನ್ನು ಶುರುಮಾಡಿ, ಕುಂಭಮೇಳದ ಮೂಲಕ ತತ್ತ್ವಚಿಂತನೆ ಹಾಗೂ ಆಚರಣೆಗಳಲ್ಲಿನ ತೊಡಕುಗಳ ನಿವಾರಣೆಗೆ ಮಾರ್ಗವೊಂದನ್ನು ಕಲ್ಪಿಸಿ, ಬೌದ್ಧಧರ್ಮದಿಂದ ಹಿಂದೂ ಧರ್ಮಕ್ಕೆ ಆಗುತ್ತಿದ್ದ ಧಕ್ಕೆಯನ್ನು ತಪ್ಪಿಸಿ, ಧಾರ್ಮಿಕ ಚೌಕಟ್ಟಿನಲ್ಲಿ ರಾಷ್ಟ್ರೀಯ ಐಕ್ಯತೆಯನ್ನು ತರಲೆತ್ನಿಸಿ, ಒಟ್ಟಿನಲ್ಲಿ ಸನಾತನಧರ್ಮದ (ಹಿಂದೂಧರ್ಮದ) ಪುನರುತ್ಥಾನಮಾಡಿ ಅತ್ಯದ್ಭುತ ಕಾರ್ಯವನ್ನೇ ಸಾಧಿಸಿದರು. ಅವರು ಕ್ರಿ.ಶ.805ರಲ್ಲಿ ಕಾಶಿಗೆ ಬಂದಾಗ ಚಾಂಡಾಲನೊಡನೆ ನಡೆದ ಪ್ರಸಂಗವು ಅವರ ಸುಪ್ರಸಿದ್ಧ ಅದ್ವೈತ ತತ್ತ್ವದ ನಿಜವಾದ ಅಗ್ನಿಪರೀಕ್ಷೆಯಾಗಿತ್ತು. ಈ ರೀತಿಯಲ್ಲಿ ಅವರ ಚಿಂತನೆ ಮತ್ತು ಸಂಘಟನೆ ವಿಶಿಷ್ಟವಾಗಿತ್ತು. ದಿವೋದಾಸನ ಪಾತ್ರೆಯಲ್ಲಿನ ಸಾಮಗ್ರಿಗಳಿಂದಲೇ ಅವರು ಆಧ್ಯಾತ್ಮಿಕ ಸುಗ್ರಾಸಭೋಜನವನ್ನು ತಯಾರುಮಾಡಿದರು.

ಮೊದಲು ವೈಷ್ಣವಕ್ಷೇತ್ರವೇ : ಕಾಶಿಯು ಹಿಂದೂಗಳ ಧರ್ಮಕ್ಷೇತ್ರವೆಂದು ಒಪ್ಪಿದಮೇಲೆ, ಇದು ಮೊದಲು ವೈಷ್ಣವಕ್ಷೇತ್ರವೇ ಆಗಿತ್ತು ಎಂದು ಒತ್ತಿ ಹೇಳುವವರಿದ್ದಾರೆ. ಶೈವಮತ ಅತ್ಯಂತ ಪ್ರಾಚೀನವೆನಿಸಿದರೂ, ಹಿಂದೂಮತ (ಸನಾತನಧರ್ಮ)ವೆಂದರೆ ಅದು ಹೆಚ್ಚಿನಮಟ್ಟಿಗೆ ವೈಷ್ಣವಮತವೆಂದೇ ಇನ್ನು ಕೆಲವರು ಪರಿಗಣಿಸುತ್ತಾರೆ (ಲೂಯಿ ರೆನೊ, ಪು 37). ಕಾಶಿಯು ವೈಷ್ಣವಕ್ಷೇತ್ರ ಎನ್ನಲು ಅನೇಕ ಉದಾಹರಣೆಗಳನ್ನು ಕೊಡುತ್ತಾರೆ. ವಿಷ್ಣುವು ಕಾಶಿಯನ್ನು ಶಿವನಿಗೆ ಬಿಟ್ಟುಕೊಟ್ಟ ಕಥೆ, ಆದಿಕೇಶವ ಘಾಟ್‌ನಲ್ಲಿರುವ ವಿಷ್ಣುವಿನ ಮೊದಲ ಪಾದಗಳ ಗುರುತು, ಮಣಿಕರ್ಣಿಕೆಯ ಚಕ್ರಪುಷ್ಕರಿಣಿ ವಿಷ್ಣುವಿನ ಚಕ್ರದಿಂದ ತೋಡಿದ್ದು, ದಿವೋದಾಸನು ಬ್ರಹ್ಮನಯಜ್ಞಕ್ಕೆ ಸಹಾಯಮಾಡಿದ್ದು, ಅವನಿಗೆ ದೇವೇಂದ್ರ ಹೊಸನಗರ ಕಟ್ಟಿಕೊಟ್ಟಿದ್ದು, ಶಿವ ಮತ್ತು ಇತರರನ್ನು ಕಾಶಿಯಿಂದ ಹೊರಹಾಕಿದ್ದು, ಶಿವನ ವಾಪಸ್ಸಾತಿಗೆ ವಿಷ್ಣುವಿನ ಮಧ್ಯಸ್ಥಿಕೆ, ಕಾಶಿಯ ರಾಜ ಧೃತರಾಷ್ಟ್ರ ಅಶ್ವಮೇಧಯಾಗವನ್ನು ಪೂರ್ಣಮಾಡಲಾಗದ್ದು, ಕಾಶಿಯ ಹರ್ಯಶ್ವವಂಶದ ದೊರೆಗಳು ಪುತ್ರಕಾಮೇಷ್ಟಿ ಮುಂತಾದ ಯಜ್ಞಗಳನ್ನು ಮಾಡಿದ್ದು, ಹಿರಣ್ಯಕೇಶೀ ಗೃಹ್ಯಸೂತ್ರದಲ್ಲಿ ಕಾಶಿಯಲ್ಲಿ ವಿಷ್ಣುಪೂಜೆಯ ವಿಚಾರ ಬಂದಿರುವುದು ಮುಂತಾದ ವಿಷಯಗಳನ್ನು ಪೌರಾಣಿಕ ಕಥೆಗಳಿಂದ ಉದ್ಧರಿಸುತ್ತಾರೆ. ಚಾರಿತ್ರಿಕವಾಗಿ ಶುಂಗ, ಭಾರಾಶಿವ, ಗುಪ್ತರ ಕಾಲದಲ್ಲಿ (ಕ್ರಿ.ಶ.ಒಂದರಿಂದ ಆರನೆಯ ಶತಮಾನದವರೆಗೆ) ವೇದಾನುಯಾಯಿಗಳಿಗೆ ರಾಜಾಶ್ರಯ, ಪ್ರೋತ್ಸಾಹ ಇದ್ದುದನ್ನು ನೋಡಬಹುದು. ಆದ್ದರಿಂದಲೇ, ಬೌದ್ಧಮತ ಬಹಳ ಪ್ರಾಬಲ್ಯದಲ್ಲಿದ್ದರೂ ಕಾಶಿಯಲ್ಲಿ ವೈಷ್ಣವಸಂಪ್ರದಾಯ ಯಾವರೀತಿಯಲ್ಲೂ ಕಡಿಮೆಯಾಗಲಿಲ್ಲ. ಈ ಸಂಪ್ರದಾಯದ ಕುರುಹುಗಳನ್ನು (ಕಾಶೀ ಹಿಂದೂ ವಿಶ್ವವಿದ್ಯಾಲಯದ 'ಭಾರತ ಕಲಾಭವನ'ದಲ್ಲಿ ಇಟ್ಟಿರುವ) ಪುರಾತನ ಮುದ್ರೆಗಳು, ತಾಮ್ರಪತ್ರಗಳು, ವಿಗ್ರಹಗಳು, ಕಲಾಕೃತಿಗಳು ಮತ್ತು ಕೆತ್ತನೆಗಳಲ್ಲಿ ನೋಡಬಹುದು. ಹಿಂದೆ ಅಸ್ತಿತ್ವದಲ್ಲಿದ್ದ

ಗೋವರ್ಧನಗಿರಿಧಾರಿ ಕೃಷ್ಣ, ಮುರದ್ವಿಸ್ ಮಂದಿರ, ಬಿಂದುಮಾಧವ ಅಥವಾ ಈಗಿರುವ ಆದಿಕೇಶವ ಮಂದಿರ ಮುಂತಾದ ವೈಷ್ಣವ ಮಂದಿರಗಳಲ್ಲಿ ಈ ಅನೇಕ ವಸ್ತುಗಳು ಇದ್ದಿರಬೇಕು. ಈ ನಡುವೆ ಭಾರಾಶಿವ ರಾಜರಿಂದ ಗುಪ್ತರ ಕಾಲದವರೆಗೆ ಶೈವರು ಮೊದಲಿಗಿಂತ ಪ್ರಬಲರಾದರು. ಶಂಕರಾಚಾರ್ಯರ ಕಾಲದಿಂದ ಹನ್ನೆರಡನೆಯ ಶತಮಾನದವರೆಗೆ ಪಂಚಾಯತನ ಪೂಜಾವ್ಯವಸ್ಥೆಯಿಂದಾಗಿ, ಶಿವ ವಿಷ್ಣು ಇಬ್ಬರಲ್ಲೂ ಭೇದವಿಲ್ಲೆಂದಾಗಿ, ಶೈವಧರ್ಮಕ್ಕೆ ಇನ್ನೂ ಪ್ರೋತ್ಸಾಹ ಸಿಕ್ಕಿದಂತಾಗಿತ್ತು. ಆದರೆ ಕ್ರಮೇಣ ವಜ್ರಯಾನ ಮತ್ತು ತಾಂತ್ರಿಕರ ಕೆಲವು ಅಸಹ್ಯಕರವಾದ ಆಚರಣೆಗಳು ಶೈವಧರ್ಮಕ್ಕೂ ಬಂದು ಸೇರಿದವು. ಪಂಥದ ಆಚರಣೆಗಳು ಮುಖ್ಯಧರ್ಮವನ್ನು ಎಲ್ಲಿ ನುಂಗಿಹಾಕಿಬಿಡುತ್ತವೋ ಎನಿಸಿ, ಸಮಾಜದಲ್ಲಿ ಒಡಕುಕಾಣಿಸಿಕೊಂಡಿತು. ಶೈವಧರ್ಮಕ್ಕೆ ಅಂಟಿಕೊಂಡ ಅಶುದ್ಧತೆ, ಮಲಿನತೆ ಎಷ್ಟರಮಟ್ಟಿನದಾಗಿತ್ತೆಂದು ಕೃಷ್ಣಮಿಶ್ರನ 'ಪ್ರಬೋಧಚಂದ್ರೋದಯ' ಮತ್ತು ಕ್ಷೇಮೇಂದ್ರನ 'ಕಲಾವಿಲಾಸ' ಎಂಬ ಗ್ರಂಥಗಳಿಂದ (ಕ್ರಿ.ಶ.11/12 ಶತಮಾನ) ತಿಳಿಯಬಹುದು (ಜ್ಞಾನ ಪ್ರವಾಹ, ಆರ್.ಸಿ.ಶರ್ಮ). ಇದರಿಂದಾಗಿ, ವೈಷ್ಣವಧರ್ಮಕ್ಕೆ ಹೆಚ್ಚಿನ ಜನಪ್ರಿಯತೆಯೊಂದಿಗೆ ಗಾಹಡವಾಲರ ರಾಜಾಶ್ರಯವು ದೊರೆಯತೊಡಗಿತು.

ಕಾಶಿಯಲ್ಲಿ ಷಡ್ದರ್ಶನಗಳು : ಶಂಕರಾಚಾರ್ಯರು ಹಿಂದೂಧರ್ಮವನ್ನು ಪುನರುಜ್ಜೀವನಗೊಳಿಸಿದ ಪರಿಣಾಮವಾಗಿ ಅವರ ಅದ್ವೈತ ದರ್ಶನವನ್ನು ಕೇಂದ್ರವಾಗಿಟ್ಟುಕೊಂಡು ಹೊಸಹೊಸ ಚಿಂತನೆಗಳು ಆವಿಷ್ಕಾರ ಹೊಂದಿದುವು. ಹೊಸಚಿಂತನೆಗಳಿಂದ ಹೊಸದರ್ಶನಗಳು, ಹೊಸಸಂಪ್ರದಾಯಗಳು ದೇಶದಾದ್ಯಂತ ಹರಡಿದವು. ರಾಮಾನುಜರ ವಿಶಿಷ್ಟಾದ್ವೈತ (12ನೆಯ ಶತಮಾನ), ಮಧ್ವಾಚಾರ್ಯರ ದ್ವೈತ ಅಥವಾ ಬ್ರಹ್ಮಸಂಪ್ರದಾಯ (13ನೆಯ ಶತಮಾನ), ರಾಮಾನಂದರ ಶ್ರೀ ಸಂಪ್ರದಾಯ (14ನೆಯ ಶತಮಾನ), ನಿಂಬಾರ್ಕರ ದ್ವೈತಾದ್ವೈತ ಅಥವಾ ಸನಕಸಂಪ್ರದಾಯ (14ನೆಯ ಶತಮಾನ), ವಿಷ್ಣುಸ್ವಾಮಿ ಮತ್ತು ವಲ್ಲಭಾಚಾರ್ಯರ ಶುದ್ಧಾದ್ವೈತ ಅಥವಾ ರುದ್ರಸಂಪ್ರದಾಯ (15ನೆಯ ಶತಮಾನ), ರಾಧಾವಲ್ಲಭ ಮತ್ತು ಚೈತನ್ಯರ ಗೌಡೀಯ ಸಂಪ್ರದಾಯ (16ನೆಯ ಶತಮಾನ) ಇವುಗಳಲ್ಲಿ ಮುಖ್ಯವಾದವು. ಮಧ್ವ, ವಲ್ಲಭ, ಚೈತನ್ಯ, ವಿಷ್ಣುಸ್ವಾಮಿ, ನಿಂಬಾರ್ಕ ಮುಂತಾದ ಆಚಾರ್ಯರು ಕೆಲ ಸಮಯ ಕಾಶಿಯಲ್ಲಿ ಇದ್ದರೆನ್ನಲಾಗಿದೆ. ವಲ್ಲಭಾಚಾರ್ಯರು ಕಾಶಿಯಲ್ಲಿ 'ಭಗವದ್ಗೀತೆ' ಮತ್ತು 'ಬ್ರಹ್ಮಸೂತ್ರ'ದ ಮೇಲೆ ಭಾಷ್ಯವನ್ನು ಬರೆದು, ಕಾಶಿಯನ್ನು ತಮ್ಮ ಪುಷ್ಟಿಮಾರ್ಗದ ಕೇಂದ್ರವನ್ನಾಗಿ ಮಾಡಿಕೊಂಡರು. ವಲ್ಲಭ ಸಂಪ್ರದಾಯದ ಗೋಪಾಲ ಮಂದಿರ, ರಣಚೋಡ್ಜೀ, ಮುಕುಂದರಾಯಜೀ, ಬಡಾ ಮಹಾರಾಜ್, ಚಂದ್ರಮಾಜಿ, ಶ್ರೀನಾಥಜೀ ಮತ್ತು ದಾವೂಜಿ ಮಂದಿರಗಳು ಪ್ರಸಿದ್ಧವಾಗಿವೆ. ರಾಮಾನಂದರು ಕಾಶಿಯಲ್ಲಿ

ಮೊದಲು ಶಂಕರವೇದಾಂತವನ್ನು ಅಭ್ಯಾಸಮಾಡಿ, ನಂತರ ರಾಮಾನುಜರ ವಿಶಿಷ್ಟಾದ್ವೈತವನ್ನು ಅನುಸರಿಸಿದರು. ಕೊನೆಗೆ ತಮ್ಮದೇ ಆದ ಶ್ರೀಸಂಪ್ರದಾಯಕ್ಕೆ ಕಾಶಿಯನ್ನು ಕೇಂದ್ರವನ್ನಾಗಿ ಮಾಡಿಕೊಂಡು, ಇಲ್ಲಿಂದ ಇಡೀ ಉತ್ತರಭಾರತದಲ್ಲಿ ಪ್ರಭಾವ ಬೀರಿದರು. ಹೀಗೆ ವೈಷ್ಣವ ಆಚಾರ್ಯರು ಇಲ್ಲವೆ ಅವರ ಶಿಷ್ಯರುಗಳು ಕಾಶಿಯಲ್ಲಿ ಬಂದು ತಮ್ಮ ಚಿಂತನೆಯನ್ನು ಮಂಡಿಸಿದರು, ಶಾಸ್ತ್ರಾರ್ಥಗಳಲ್ಲಿ ತಮ್ಮ ಮಂಡನೆಯನ್ನು ಸಮರ್ಥಿಸಿದರು, ತಮ್ಮ ಸಂಪ್ರದಾಯವನ್ನು ಮುಂದುವರಿಸಲೆಂದು ಇಲ್ಲಿ ಮಠಗಳನ್ನು ಸ್ಥಾಪಿಸಿದರು. ಕಾಶಿಯು ವೈಷ್ಣವತೀರ್ಥವೂ ಆಗಿದೆಯೆಂದು ವೈಷ್ಣವ ಸಂತರಾದ ಏಕನಾಥ, ಸಮರ್ಥರಾಮದಾಸ, ತುಕಾರಾಮ ಮತ್ತು ಅನೇಕ ಹರಿದಾಸರು ಕಾಶಿಗೆ ಬಂದುಹೋಗಿದ್ದರು.

ಜೈನತೀರ್ಥ : ಕಾಶಿ ಒಂದು ಶೈವತೀರ್ಥವೊ ಅಥವಾ ವೈಷ್ಣವತೀರ್ಥವೊ ಎಂಬ ವಾದದಲ್ಲಿ ಕೆಲವರು ಇದೊಂದು ಜೈನತೀರ್ಥವೂ ಹೌದು, ಬೌದ್ಧತೀರ್ಥವೂ ಹೌದು ಎನ್ನುವುದಕ್ಕೆ ಹೆಚ್ಚು ಗಮನಕೊಡುವುದಿಲ್ಲ. ಕಾಶಿಯಲ್ಲಿ ಮೊದಲಿನಿಂದಲೂ ಜೈನಧರ್ಮದ ಪ್ರಭಾವ ಇದ್ದೇ ಇದೆ. ಇಲ್ಲಿ ನಾಲ್ಕು ತೀರ್ಥಂಕರರು ಜನ್ಮತಾಳಿದ್ದೇ ಅಲ್ಲದೆ, ಅವರುಗಳ ನಾಲ್ಕು ಕಲ್ಯಾಣಗಳೂ ಕಾಶಿಯಲ್ಲೇ ನಡೆದವು. ಏಳನೆಯ ತೀರ್ಥಂಕರ ಸುಪಾರ್ಶ್ವನಾಥ ಎಂಟನೆಯ ಚಂದ್ರಪ್ರಭ, 11ನೆಯ ಶ್ರೇಯಾಂಸನಾಥ ಮತ್ತು 23ನೆಯ ತೀರ್ಥಂಕರ ಪಾರ್ಶ್ವನಾಥರು ಕಾಶಿಯವರು. ಇವರಲ್ಲಿ ಪಾರ್ಶ್ವನಾಥನ ಜನ್ಮ ಸು.ಕ್ರಿ.ಪೂ.877ರಲ್ಲಿ ಎಂಬ ವಿಷಯ ಮಾತ್ರ ತಿಳಿದುಬರುತ್ತದೆ. (ಹೀಗಿದ್ದರೆ, 7ನೆಯ ತೀರ್ಥಂಕರನ ಕಾಲ ಸುಮಾರು ಕ್ರಿ.ಪೂ 1350 ಎನ್ನಬಹುದು). ಬುದ್ಧನ ತಂದೆಯು ಪಾರ್ಶ್ವನಾಥನ ಸಂದೇಶಗಳ ಅನುಯಾಯಿ ಆಗಿದ್ದನೆಂದು ಪಾಲಿಗ್ರಂಥಗಳು ತಿಳಿಸುತ್ತವೆ. ಇಪ್ಪತ್ತೆರಡನೆಯ ತೀರ್ಥಂಕರ ನೇಮಿನಾಥನಿಗೆ ಸಹ ಕಾಶಿಯೊಡನೆ ಸಂಬಂಧವಿತ್ತೆಂದು ಹೇಳಲಾಗಿದೆ. ಇಪ್ಪತ್ತನಾಲ್ಕನೆಯ ತೀರ್ಥಂಕರ ಮಹಾವೀರನು ಕಾಶಿಗೆ ಬಂದಿದ್ದನು, ಅವನ ಹತ್ತು ಮುಖ್ಯಶಿಷ್ಯರಲ್ಲಿ ಆರು ಶಿಷ್ಯರು ಕಾಶಿಯಲ್ಲಿದ್ದರು. ಮಹಾವೀರನ ನಿರ್ವಾಣ ದೀಪಾವಳಿಯ ರಾತ್ರಿ ಆಯಿತೆಂದು ಕಾಶಿಯ ರಾಜನು ದೀಪಾವಳಿಯಂದು 'ನಿರ್ವಾಣೋತ್ಸವ'ವನ್ನು ಶುರುಮಾಡಿದ್ದನು.

ಜೈನ ಸಾಹಿತ್ಯ : ಜೈನ ಧಾರ್ಮಿಕ ಸಾಹಿತ್ಯದಲ್ಲಿ ವಾರಾಣಸಿಯ ಬಗ್ಗೆ ಸಾಕಷ್ಟು ವಿವರಗಳಿವೆ. ಜೈನಯಾತ್ರಿಕರು ವಾರಾಣಸಿಯನ್ನು ತೀರ್ಥವೆಂದು ವಿವರಿಸಿದ್ದಾರೆ. ಬಿಹಾರದ ಸಮ್ಮೇದ ಶಿಖರಕ್ಕೆ ಯಾತ್ರೆ ಹೋಗುವ ಜೈನರು ಕಾಶಿಯಲ್ಲಿ ತಂಗುತ್ತಾರೆ. ಪ್ರಭಚಂದ್ರಸೂರಿ (13ನೆಯ ಶತಮಾನ), ಜಿನಪ್ರಭಸೂರಿ (14ನೆಯ ಶತಮಾನ), ಹಂಸಸೋಮಾಗ್ನಿ (16ನೆಯ ಶತಮಾನ), ಪುಣ್ಯಸಾಗರ (16ನೆಯ ಶತಮಾನ), ಜಯವಿಜಯ (17ನೆಯ ಶತಮಾನ), ವೀರವಿಜಯ ಮತ್ತು ಜಯಕೀರ್ತಿ (17ನೆಯ ಶತಮಾನ) ಮುಂತಾದವರು ವಾರಾಣಸಿ, ಇಲ್ಲಿಯ ಜೈನಮಂದಿರಗಳು ಮತ್ತು ಇಲ್ಲಿಯ ಆಚಾರ್ಯರ ಬಗ್ಗೆ ಬರೆದಿದ್ದಾರೆ.

ಬನಾರಸಿದಾಸನ (17ನೆಯ ಶತಮಾನ) ಅರ್ಧಕಥಾನಕ ಎಂಬ ಪುಸ್ತಕದಲ್ಲಿ ವಾರಾಣಸಿಯ ವಿಷಯ ಬರುತ್ತದೆ. ಅನೇಕ ದಿಗಂಬರ ಮುನಿಗಳು, ಪಂಡಿತರು, ಶ್ರೇಷ್ಠಿಗಳು ಕಾಶಿಯಾತ್ರೆಯ ಬಗ್ಗೆ ಬರೆದಿದ್ದಾರೆ. ಇದರಿಂದ ವಾರಾಣಸಿಯಲ್ಲಿ ಅನೇಕ ಜೈನಮಂದಿರಗಳು ಇದ್ದವೆಂದು ತಿಳಿಯುತ್ತದೆ. ಸುಮಾರು 150–200 ವರ್ಷಗಳ ಹಿಂದಿನ ಎಂಟು ಮಂದಿರಗಳು ಈಗಲೂ ಇವೆ. ಕ್ರಿ.ಶ.ಮೊದಲ ಶತಮಾನದಿಂದ ಹನ್ನೊಂದನೆಯ ಶತಮಾನದವರೆಗಿನ ತೀರ್ಥಂಕರ ಮೂರ್ತಿಗಳು ಕಾಶಿಯಲ್ಲಿ ಸಿಕ್ಕಿವೆ. ಜೈನಧರ್ಮದ ನಿಲುವನ್ನು ಎತ್ತಿತೋರುವ ಮೂರುಸಂಗತಿಗಳು ಕಾಶಿಯಲ್ಲಿ ನಡೆದವು– ಮೊದಲನೆಯದಾಗಿ, ಪಾರ್ಶ್ವನಾಥ ಮತ್ತು ಕಮಠನೊಡನೆ ಪಂಚಾಗ್ನಿತಪ ಮತ್ತು ಪಶುಬಲಿಯ ಬಗ್ಗೆ ನಡೆದ ವಾದ; ಎರಡನೆಯದಾಗಿ, ಹರಿಕೇಶ ಎಂಬ ಚಾಂಡಾಲ ಭಿಕ್ಷೆಬೇಡಲು ಬ್ರಾಹ್ಮಣರ ಯಜ್ಞಶಾಲೆಗೆ ಹೋದಾಗ ಅವನನ್ನು ಥಳಿಸಿದ್ದು ಮತ್ತು ಹರಿಕೇಶನು ಯಜ್ಞದ ನಿಜವಾದ ಅರ್ಥವನ್ನು ಬ್ರಾಹ್ಮಣರಿಗೆ ತಿಳಿಸಿದುದು; ಮೂರನೆಯದಾಗಿ ಜಯಘೋಷ ಮತ್ತು ವಿಜಯಘೋಷರ ವಾದ. ಇವಲ್ಲದೆ ಆಚಾರ್ಯ ಸಮಂತಭದ್ರ (ಕ್ರಿ.ಶ.2ನೆಯ ಶತಮಾನ) ತನ್ನ ಚರ್ಮವ್ಯಾಧಿಯನ್ನು (ಭಸ್ಮಕ ರೋಗವನ್ನು) ಹೋಗಲಾಡಿಸಿಕೊಳ್ಳಲು ಶಿವಮಂದಿರದಲ್ಲಿ ಪೂಜಾರಿಯಾಗಿ ಸೇರಿ, ಶಿವನಿಗಿಟ್ಟ ಪ್ರಸಾದವನ್ನೆಲ್ಲ ತಿನ್ನುತ್ತಿದ್ದ ಕಥೆಯೂ ಇದೆ. ವೇದಗಳನ್ನು ಒಪ್ಪದ ಜೈನರು ಯಜ್ಞ, ಯಾಗ, ಬಲಿ, ಪ್ರಾಣಿಹಿಂಸೆ, ಮಡಿವಂತಿಕೆ ಮೊದಲಾದ ಅನೇಕ ಸಂಪ್ರದಾಯಗಳನ್ನು ಪ್ರಶ್ನಿಸಿ, ವೇದಾನುಯಾಯಿಗಳಿಗೆ ಆಗಾಗ್ಗೆ ದೊಡ್ಡಸವಾಲನ್ನು ಎಸೆಯುತ್ತಿದ್ದರು. ಜೈನರ ತಾತ್ತ್ವಿಕಪ್ರತಿಭಟನೆಗೆ ಹೆದರದಿದ್ದರೂ, ಇವರ ಅಹಿಂಸಾ ಮಾರ್ಗಕ್ಕೆ ಮಾರುಹೋಗುತ್ತಿದ್ದ ಹಿಂದೂಗಳನ್ನು ನೋಡಿ, ಇಲ್ಲಿಯ ವೇದವಿದರು ತಮ್ಮ ಆಚರಣೆಗಳಲ್ಲೂ ಸೂಕ್ತ ಬದಲಾವಣೆಗಳನ್ನು ತರಬೇಕಾಯಿತು.

ಬೌದ್ಧಧರ್ಮ: ಬುದ್ಧ ಬಿಹಾರದಲ್ಲಿ ತಪಮಾಡಿದುದು, ಜ್ಞಾನೋದಯವಾದ ಮೇಲೆ ವಾರಾಣಸಿಯ ಹತ್ತಿರವಿರುವ ಇಸಿಪಟ್ಟಣ(ಇಸಿಪತ್ತನ, ಸಾರನಾಥ)ಕ್ಕೆ ಬಂದು ಅಲ್ಲಿ ಧರ್ಮಚಕ್ರಪ್ರವರ್ತನವನ್ನು ಮೊದಲ ಬಾರಿಗೆ ಪ್ರಾರಂಭಿಸಿದುದು ಪ್ರಸಿದ್ಧವಾಗಿದೆ. ಜ್ಞಾನೋದಯದ ಸ್ಥಳವಾದ ಬುದ್ಧಗಯೆಯನ್ನು ಬಿಟ್ಟು, ತನ್ನ ಧರ್ಮ ಪ್ರಸಾರಕ್ಕೆ ಇಸಿಪಟ್ಟಣಕ್ಕೆ ಬಂದುದಕ್ಕೆ ಎರಡು ಕಾರಣಗಳಿವೆ. ಉರುವೇಲ ಎಂಬೆಡೆ ಇವನ ಜೊತೆಗಿದ್ದ ಐವರು ಶಿಷ್ಯರು ಇವನ ಕಠಿಣತಪಸ್ಸಿನ ಮಾರ್ಗದಿಂದ ಹತಾಶರಾಗಿ ಸಾರನಾಥಕ್ಕೆ ಓಡಿಬಂದಿದ್ದರು. ತನ್ನನ್ನು ಬಿಟ್ಟುಬಂದಿದ್ದ ಐವರು ಶಿಷ್ಯರಿಗೆ ತನ್ನ ಜ್ಞಾನೋದಯದ ವಿವರಗಳನ್ನು ತಿಳಿಸಿ, ಅವರನ್ನು ಮೊದಲು ಒಲಿಸಿಕೊಳ್ಳಬೇಕಾಗಿತ್ತು. ಎರಡನೆಯದಾಗಿ, ಬಹುಮುಖ್ಯವಾಗಿ, ಕಾಶಿ ಆಗಲೇ ಧಾರ್ಮಿಕ ಮತ್ತು ಜ್ಞಾನಕ್ಷೇತ್ರವೆಂದು ಪ್ರಸಿದ್ಧಿಯಾಗಿತ್ತು. ಇಲ್ಲಿ ತನ್ನ ಮೊದಲ ಧರ್ಮೋಪದೇಶವನ್ನು ಬಿತ್ತರಿಸಿ, ತನ್ನ ತತ್ತ್ವಗಳನ್ನು ಸಾರಿದರೆ ಅದು ಮಿಕ್ಕೆಲ್ಲ ಕಡೆಗಳಲ್ಲೂ

ಸುಲಭವಾಗಿ ಸ್ವೀಕೃತವಾಗುವುದೆಂದು ಬುದ್ಧ ಎಣಿಸಿದ್ದನು. ಪಂಚವರ್ಗೀಯ ಭಿಕ್ಷುಗಳಿಗೆ ಆಷಾಢ ಪೂರ್ಣಿಮೆಯಂದು ಸಾರನಾಥದಲ್ಲಿ ಬುದ್ಧನು ಕೊಟ್ಟ ಆ ಮೊದಲ ಉಪದೇಶವು ಎಂತಹ ಗಹನವಾದದ್ದು! ಎರಡು 'ಅತಿ'ಗಳಿಂದ (ವಿಪರೀತಗಳಿಂದ) ಆಗುವ ಅನರ್ಥವನ್ನು ತಿಳಿಹೇಳಿ, ಬುದ್ಧನು ಅವರಿಗೆ ಮಧ್ಯಮಮಾರ್ಗವನ್ನು ಬೋಧಿಸಿದನು. "ಈ ಮಧ್ಯಮಮಾರ್ಗವು ಪರಮದೃಷ್ಟಿಯನ್ನು ಕೊಡುತ್ತದೆ, ಇದು ಜ್ಞಾನದಾಯಕ, ಶಾಂತಿದಾಯಕ, ಪರಿಪೂರ್ಣಜ್ಞಾನ ಮತ್ತು ನಿರ್ವಾಣಕ್ಕಾಗಿಯೆ ಇದೆ" ಎಂದು ಶುರುಮಾಡಿ ಆರ್ಯ ಅಷ್ಟಾಂಗಿಕ ಮಾರ್ಗವನ್ನು ಸಾರಿದನು. ಕೊನೆಯಲ್ಲಿ ಅವನು ಬಿಕ್ಷುಗಳಿಗೆ ಹೇಳಿದ ಮಾತಿನಲ್ಲಿ ಸರ್ವಕಲ್ಯಾಣದ ಭಾವನೆಗಳು ಜೇನಹನಿಯಂತೆ ಸುರಿಯುತ್ತಿವೆ: "ಹೇ ಭಿಕ್ಷುಗಳೇ! ಜನತೆಯ ಹಿತಕ್ಕಾಗಿ, ಜನತೆಯ ಸುಖಕ್ಕಾಗಿ, ಲೋಕದಲ್ಲಿ ಅನುಕಂಪವನ್ನು ತೋರಲು, ದೇವತೆಗಳ ಹಾಗೂ ಮನುಜರ ಒಳಿತು ಮತ್ತು ಸುಖಕ್ಕಾಗಿ ವಿಚಾರಮಾಡಿ. ಆದಿಯಲ್ಲಿ, ಮಧ್ಯದಲ್ಲಿ, ಅಂತ್ಯದಲ್ಲಿ ಕಲ್ಯಾಣಕರವಾದುದನ್ನೇ ಮಾಡಿ. ಮಾತಿನಲ್ಲೂ ಮತ್ತು ಭಾವನೆಯಲ್ಲೂ ಧರ್ಮವನ್ನೇ ಉಪದೇಶಮಾಡುತ್ತಾ ಸರ್ವಾಂಗವಾಗಿಯೂ ಬ್ರಹ್ಮಚರ್ಯವನ್ನು ಪರಿಪೂರ್ಣವಾಗಿ, ಪರಿಶುದ್ಧವಾಗಿ ಪ್ರಕಾಶಿಸಿ." ಮೊದಲಸಲ ಬಂದಾಗ ಬುದ್ಧ ಇಲ್ಲಿ ಮೂರುತಿಂಗಳು ತಂಗಿದ್ದು 61 ಭಿಕ್ಷುಗಳನ್ನು ಪಡೆದನು. ಆಗ ಅವನು ತಂಗಿದ್ದ ಸ್ಥಳವೇ ಸದಾಕಾಲವು ಸುಗಂಧಿತವಾಗಿದ್ದ 'ಮೂಲಗಂಧಕುಟಿ' ಎಂಬ ಹೆಸರು ಪಡೆಯಿತು. ನಂತರ ಬುದ್ಧನು ಕ್ರಿ.ಪೂ.528ರಿಂದ 485ರವರೆಗೆ ಇಲ್ಲಿಗೆ ಅನೇಕಬಾರಿ ಬಂದಿದ್ದನು. ಅವನು ಇಲ್ಲಿ ಪಂಚಸುತ್ತ, ದಮ್ಮದಿನ್ನಸುತ್ತ, ದೊಪಾಪಸುತ್ತ, ಸಮಯಸುತ್ತ ಮತ್ತು ಕಟು ವಿಜಯಸುತ್ತ ಎಂಬ ಪ್ರಸಿದ್ಧ ಉಪದೇಶಗಳನ್ನು ಕೊಟ್ಟನು. ಹೀಗೆ ಬುದ್ಧನು ಕಾಶಿಯಲ್ಲಿ ಪ್ರಾರಂಭಿಸಿದ ಧರ್ಮಚಕ್ರ ಪ್ರವರ್ತನ ಮತ್ತು ಉಪನಿಷತ್ ಸದೃಶವಾದ ಅವನ ಉಪದೇಶಗಳು ಅಮರವಾಣಿಯಂತೆ ದೇಶದಲ್ಲೇ ಏಕೆ, ವಿದೇಶಗಳಲ್ಲೂ ಹರಡಿತು. ಕೆಲಕಾಲ ಉಪನಿಷತ್ತುಗಳ ಸಾರ ಕರ್ಮಠ ಆಚಾರಗಳಲ್ಲಿ ಮಸುಕಿಹೋಗಿದ್ದಂತೆ, ನಿಸ್ಸಾರವಾಗಿ ಕಾಣಿಸಿದ್ದಂತೆ, ಕ್ರಮೇಣ ಬುದ್ಧನ ಉಪದೇಶವು ಸಹ ವಜ್ರಯಾನ ಮತ್ತು ಮಂತ್ರಯಾನಗಳಲ್ಲಿ ಮುಚ್ಚಿಹೋದಂತಾಯಿತು. ಈಗ ಸಾರನಾಥದಲ್ಲಿ ಅಶೋಕನು ಕಟ್ಟಿಸಿದ ಧಮ್ಮರಾಜಿಕ ಸ್ತೂಪ, ಧಮ್ಮಚಕ್ರ ವಿಹಾರ ಮತ್ತಿತರ ವಿಹಾರಗಳ ಅವಶೇಷಗಳು, ಶ್ರೀಲಂಕಾ, ಬರ್ಮ, ಚೈನಾ, ಥಾಯ್‌ಲ್ಯಾಂಡ್, ತಿಬೆಟ್, ಜಪಾನ್, ಕೊರಿಯಾ ದೇಶಗಳವರು ಕಟ್ಟಿಸಿದ ಬೌದ್ಧಮಂದಿರಗಳು ಮತ್ತು ವಸ್ತು ಸಂಗ್ರಹಾಲಯವಿದೆ. ಇದಲ್ಲದೆ ಶಂಕರಾಚಾರ್ಯರು ಕಟ್ಟಿಸಿದರೆನ್ನಲಾದ ಸಾರಂಗನಾಥ (ಶಿವ) ಮಂದಿರವು ಇದೆ.

ಧರ್ಮಪ್ರಚಾರಕ್ಕೆ ಕಾಶೀ ಕೇಂದ್ರ–ಈ ರೀತಿಯಲ್ಲಿ, ಕ್ರಿ.ಪೂ.6ನೆಯ ಶತಮಾನದಿಂದ ಕ್ರಿ.ಶ.8ನೆಯ ಶತಮಾನದವರೆಗಿನ 1400 ವರ್ಷಗಳಲ್ಲಿ ಹಿಂದೂ, ಜೈನ ಮತ್ತು ಬೌದ್ಧ

ಧರ್ಮಗಳು ತಮ್ಮ ಪ್ರಾಬಲ್ಯ ಪ್ರದರ್ಶನಕ್ಕೆ ಕಾಶಿಯನ್ನು ಕೇಂದ್ರವನ್ನಾಗಿ ಮಾಡಿಕೊಂಡಿದ್ದವು. ಗಾಹಡವಾಲರ ರಾಜ್ಯಭಾರ (ಕ್ರಿ.ಶ.1072–1194) ಪ್ರಾರಂಭವಾಗುವುದಕ್ಕೆ ಮೊದಲೇ ಕ್ರಿ.ಶ.1033ರಲ್ಲಿ ಮೊಹಮ್ಮದ್ ಘಜ್ನವಿಯ ಸೇನಾನಾಯಕ ಅಹಮದ್ ನಿಯಾಲ್ತಗಿನ್‌ನಿಂದ ಕಾಶಿಯ ಲೂಟಿ, ಧ್ವಂಸ, ದಾಳಿ ನಡೆದಿತ್ತು. ಅಂದು ಆರಂಭವಾದ ಮುಸ್ಲಿಮರ ದಾಳಿ ಅಥವಾ ಸುಂಟರಗಾಳಿ ಮತ್ತು ದಬ್ಬಾಳಿಕೆ ಮುಂದಿನ ಏಳುಶತಮಾನಗಳವರೆಗೆ (ಕ್ರಿ.ಶ.1739ರವರೆಗೆ) ಮುಂದುವರೆದಿತ್ತು. ಇದರಿಂದ ಕಾಶಿಯ ಧಾರ್ಮಿಕ ಕ್ಷೇತ್ರದಲ್ಲಿ ಆದ ತೀವ್ರಪರಿಣಾಮವನ್ನು ಮುಂದಿನ ಇನ್ನೊಂದು ಅಧ್ಯಾಯದಲ್ಲಿ ನೋಡಬಹುದು.

ಒಟ್ಟಿನಲ್ಲಿ ಬಹಳ ಹಿಂದಿನ ಕಾಲದಿಂದಲೂ(ಕ್ರಿ.ಪೂ.6ನೆಯ ಶತಮಾನದಿಂದ ಕ್ರಿ.ಶ.8ನೆಯ ಶತಮಾನ) ಹಿಂದೂ, ಜೈನ, ಬೌದ್ಧ ಮತಗಳು ಕಾಶಿಯ ಧಾರ್ಮಿಕ ಕ್ಷೇತ್ರದಲ್ಲಿ ಕಾರ್ಯಗತವಾಗಿವೆ. ಹಿಂದೂಗಳಲ್ಲಿನ ಶೈವ, ವೈಷ್ಣವ, ಶಾಕ್ತ, ತಾಂತ್ರಿಕ, ನಾಥ ಮುಂತಾದ ಅನೇಕ ಧರ್ಮಗಳು, ಪಂಗಡಗಳು, ಪಂಥಗಳು ಸಹ ಕಾಶಿಯನ್ನು ತಮ್ಮ ಮುಖ್ಯ ಕಾರ್ಯಕೇಂದ್ರವನ್ನಾಗಿ ಮಾಡಿಕೊಂಡಿವೆ. ಹಿಂದೂ ಮತ್ತು ಮುಸ್ಲಿಮ ಧರ್ಮೀಯರ ನಡುವೆ ಸೌಹಾರ್ದತೆ ಬೆಳೆಸುವ ಉದ್ದೇಶದಿಂದ ಹುಟ್ಟಿದ ಕಬೀರ, ದಾದು ದಯಾಲ, ನಾನಕ, ಗರೀಬ್‌ದಾಸ, ಘೀಸಾಪಂಥಿ ಮುಂತಾದ ಪಂಥಗಳು ಕಾಶಿಯಲ್ಲಿ ಸಕ್ರಿಯವಾಗಿವೆ. ಇದೇ ರೀತಿ, ಸ್ವಾಮಿ ನಾರಾಯಣ, ನಿಜಾನಂದ (ಕೃಷ್ಣಪ್ರಣಾಮಿ), ರಾಧಾಸ್ವಾಮಿ ಮತ್ತು ಸಾಖೀ ಪಂಥಗಳು ಕಾಶಿಯೊಡನೆ ಸಂಬಂಧವನ್ನಿರಿಸಿಕೊಂಡಿವೆ. ಆರ್ಯಸಮಾಜದ ಪ್ರವರ್ತಕ ಸ್ವಾಮಿದಯಾನಂದರು ಇಲ್ಲಿ ನಡೆಸಿದ ಶಾಸ್ತ್ರಾರ್ಥ ಪ್ರಸಿದ್ಧವೆನಿಸಿದೆ. ವೇದಮಾತ್ರವೇ ಪ್ರಮಾಣವೆನ್ನುತ್ತಿದ್ದ ಅವರು ಇಲ್ಲಿಯ ಶಾಸ್ತ್ರಾರ್ಥದ ನಂತರ ಉಪನಿತ್ತುಗಳು, ರಾಮಾಯಣ, ಮಹಾಭಾರತ, ಸೂತ್ರಗಳು ಮತ್ತು ಮನುಸ್ಮೃತಿಯನ್ನು ಪ್ರಮಾಣವೆಂದು ಒಪ್ಪಿದರೆಂದು ಇಲ್ಲಿಯ ಸಾಂಪ್ರದಾಯಿಕರು ಹೇಳುತ್ತಾರೆ. ಅನಿಬೆಸಂಟರ ಥಿಯೊಸೊಫಿಕಲ್ ಸೊಸೈಟಿ ಭಾರತದಲ್ಲಿ ಶುರುವಾಗಿದ್ದುದು ಕಾಶಿಯಿಂದಲೇ. ಹತ್ತೊಂಬತ್ತನೆಯ ಶತಮಾನದ ಆದಿಯಲ್ಲಿ ಕ್ರಿಶ್ಚಿಯನ್ನರು ಕಾಶಿಯಲ್ಲಿ ಮಿಷನರಿಗಳನ್ನು ಸ್ಥಾಪಿಸಿ ಕ್ರಿಸ್ತಮತ ಪ್ರಸಾರಕ್ಕೆ ತೊಡಗಿದರು. ಇವರ ಉದ್ದೇಶ ಜಾನ್‌ಕೆನ್ನಡಿ ಎಂಬ ಪಾದ್ರಿ ಹೇಳಿದಂತೆ ಸರಳವಾಗಿತ್ತು: ಕಾಶಿಯಲ್ಲಿ ಹಿಂದೂಗಳ ಮತಪರಿವರ್ತನೆಯ ಕಾರ್ಯ ಸಫಲವಾದರೆ "ಹಿಂದೂಧರ್ಮ ತನ್ನ ಚಿಲುಮೆಯ ಮೂಲದಲ್ಲಿಯೆ ಬತ್ತಿಒಣಗುತ್ತಿದೆ ಎಂಬ, ಅದರ ಪ್ರಭಾವ ಹೆಚ್ಚು ಬಾಳದೆಂಬ ಸುದ್ದಿ ಶೀಘ್ರವೇ ಹರಡುತ್ತದೆ"!

ಕಾಶಿಯ ಧಾರ್ಮಿಕಕ್ಷೇತ್ರದಲ್ಲಿ ಹಿಂದೂ, ಜೈನ, ಬೌದ್ಧ, ಇಸ್ಲಾಮ್, ಕ್ರಿಸ್ತ, ಮತ್ತು ಅವುಗಳ ಅನೇಕ ಪಂಗಡ, ಪಂಥಗಳು ತಮ್ಮ ಒಳಗೊಳಗೆ ಹಾಗೂ ಒಂದರ ವಿರುದ್ಧ ಇನ್ನೊಂದು ಸ್ಪರ್ಧಿಸಿವೆ. ತಮ್ಮ ಹಿರಿಮೆ ಗರಿಮೆಯನ್ನು ಕಾಶಿಯಲ್ಲಿ ಪ್ರದರ್ಶಿಸುವ ಮೂಲಕ

ಇಡಿ ದೇಶದ ಧಾರ್ಮಿಕಕ್ಷೇತ್ರದಲ್ಲಿ ಒಂದು ಉನ್ನತ ಸ್ಥಾನವನ್ನು ಪಡೆಯಲು ಪ್ರಯತ್ನಿಸಿವೆ. ಹಾಗೆಂದರೆ ಕಾಶಿ ಕೇವಲ ಧಾರ್ಮಿಕ ಯುದ್ಧಗಳ ರಣರಂಗವಾಗಿದೆಯೆ, ಪಂಥಗಳ ಪೈಪೋಟಿಯ ಕಣವಾಗಿದೆಯೆ, ಶಾಸ್ತ್ರೀಯಸ್ಪರ್ಧೆಗಳ ರಂಗಭೂಮಿಯಾಗಿದೆಯೆ, ಅಥವಾ ಎಲ್ಲವನ್ನೂ ಮೂಕ ಪ್ರೇಕ್ಷಕನಂತೆ ನೋಡುತ್ತಾ ನಿರ್ಲಿಪ್ತವಾಗಿದೆಯೆ, ಇವೆಲ್ಲದರಲ್ಲಿ ಕಾಶಿಯ ಪಾತ್ರವೇನೂ ಇರಲಿಲ್ಲವೆ ಎಂಬ ಅನೇಕ ಪ್ರಶ್ನೆಗಳು ಏಳುತ್ತವೆ. ಇದೆಲ್ಲವೂ ಹೌದು, ಮತ್ತು ಇದಕ್ಕಿಂತಲೂ ಹೆಚ್ಚೂ ಹೌದು. ಸಮುದ್ರಮಂಥನದಲ್ಲಿನ ಸಮುದ್ರವೂ ಕಾಶಿ, ಮಂಥನಕ್ಕೆ ಉಪಯೋಗಿಸುವ ಕಡಗೋಲೂ ಸಹ ಕಾಶಿ. ತೀರ್ಥಕ್ಷೇತ್ರವಾಗಿ, ಧರ್ಮಕ್ಷೇತ್ರವಾಗಿ, ಜ್ಞಾನಕ್ಷೇತ್ರವಾಗಿ, ಮುಕ್ತಿಕ್ಷೇತ್ರವಾಗಿ ಯಾತ್ರಿಗಳನ್ನು, ಧಾರ್ಮಿಕರನ್ನು, ಜಿಜ್ಞಾಸುಗಳನ್ನು, ಸಾಧಕರನ್ನು, ಸಂತರನ್ನು, ಮುನಿಗಳನ್ನು, ಪಂಡಿತರನ್ನು ಸದಾಕಾಲ ತನ್ನಲ್ಲಿಗೆ ಆಕರ್ಷಿಸುತ್ತಿದ್ದುದೂ ಕಾಶಿಯೇ! ಇದೇ ಕಾಶಿಯ ವೈಶಿಷ್ಟ್ಯ. ಇಲ್ಲಿಗೆ ಬಂದವರಲ್ಲಿ ಗಂಗೆಯಲ್ಲಿ ಮಿಂದವರೆಷ್ಟೋ, ವಿಶ್ವನಾಥನಿಗೆ ನಮಿಸಿದವರೆಷ್ಟೋ ಲೆಕ್ಕವಿಲ್ಲ. ಅದೇ ರೀತಿ, ತಮ್ಮ ಚಿಂತನೆ–ವಿಚಾರಗಳನ್ನು ಇಲ್ಲಿಯ ದಿವೋದಾಸನ ಅದ್ಭುತ ಪಾತ್ರೆಯಲ್ಲಿ ಹಾಕಿ ಮಂಥನ ಮಾಡಿದವರೆಷ್ಟೋ ಅದಕ್ಕೂ ಲೆಕ್ಕವಿಲ್ಲ !

■

17. ಪಂಚಕೋಶೀ ಯಾತ್ರೆ
(ಪಂಚಕ್ರೋಶಿ–ಹೊಸ ದೃಷ್ಟಿಕೋನದಲ್ಲಿ)

(ಲೇಖಕನ) ಹೊಸ ದೃಷ್ಟಿಕೋನಕ್ಕೆ ಮೊದಲು, ವಕ್ರಗತಿಯ ಹಿನ್ನೆಲೆ: ಕಾಶೀಯಾತ್ರೆಯಲ್ಲಿ ಜೊತೆಗೆ ಬಂದಮೇಲೆ ಕೆಲವು ನಿಮಿಷ ಇಲ್ಲಿ ನಿಂತು, ಎಷ್ಟುದೂರ ಬಂದಿದ್ದೇವೆಂದು ಒಂದುಸಲ ಹಿನ್ನೋಟವನ್ನು ಬೀರುವುದು ಒಳ್ಳೆಯದು. 'ಕಾಶಿಗೆ ಹೊರಡುವ ಮುನ್ನ' ಎಂಬ ಮೊದಲನೆಯ ಅಧ್ಯಾಯದಲ್ಲಿ ಕಾಶಿಯನ್ನು ನೋಡಲು ಹೊರಡುವ ಜನರನ್ನು ಮೂರುಗುಂಪಿನಲ್ಲಿ ವಿಂಗಡಿಸಲಾಗಿತ್ತು– ತೆಗಳಲೆಂದೇ ಕಾಶಿಯನ್ನು ನೋಡುವವರು ಮೊದಲನೆ ಗುಂಪಿನವರು, ಯಾವ ನಿಶ್ಚಿತಭಾವನೆಯನ್ನೂ ತಳೆಯದ ಎಡಬಿಡಂಗಿಗಳು ಎರಡನೆ ಗುಂಪಿನವರು, ಆಸ್ತಿಕರು ಮತ್ತು ಆಸಕ್ತರು ಮೂರನೆ ಗುಂಪಿನವರು ಎಂದು ಕರೆದಿತ್ತು. ಇದುವರೆಗೂ ನಾವು ಕಾಶಿಯ ಭೌತಿಕ ಮತ್ತು ಮಾನಸಿಕ ಪ್ರಪಂಚವನ್ನು (ಎಂದರೆ ಹೊರಗಿನ ಬೆಳಕು–ಕತ್ತಲೆ ಮತ್ತು ಸ್ಪಂದನವನ್ನು) ಮಾತ್ರ ನೋಡಿದ್ದಾಯಿತು. ಈ ಹಿನ್ನೆಲೆಯನ್ನು ಚೆನ್ನಾಗಿ ಅರಿತಮೇಲೆ 'ತೆಗಳುವವರು' ಏನೇ ಹೇಳಿದರೂ ಅದು ವಿಮರ್ಶೆಯಾದೀತೆಂದು ಒಪ್ಪಿಕೊಳ್ಳುವುದು ಕಷ್ಟ. ರೆವರೆಂಡ್ ಎಮ್.ಎ.ಷೆರಿಂಗ್ ಬನಾರಸ್‌ನಲ್ಲಿ ವಾಸಮಾಡಿ, ಅಲ್ಲಿಯ ಆಗುಹೋಗುಗಳನ್ನು ನೋಡಿ ತಿಳಿದಮೇಲೂ ಅವರ 'ಮತಪರಿವರ್ತನೆ'ಯ ಧ್ಯೇಯದಿಂದಾಗಿ ಕಾಶಿಯಬಗ್ಗೆ ಒಳ್ಳೆಯದೇನನ್ನೂ ಹೇಳಲಿಲ್ಲ. ಇಲ್ಲಿಯ ಕೆಟ್ಟದನ್ನೆ ಹುಡುಕಿ, ಹುಳುಕನ್ನು ಕೆದಕಿ ಬೈದರು. ಇವರಂತೆ ಅನೇಕ 'ಆಧುನಿಕರು' ತಾವು ತಮಟೆಹೊಡೆದು ಸಾರಿದ್ದೇ ಸರಿ, ತುತ್ತೂರಿ ಊದಿ ಹೇಳಿದ್ದೇ ತತ್ತ್ವ, ನಯವಾಗಿ ನಂಬಿಸಿ ಹೇಳಿದ್ದೇ ಸತ್ಯ ಎಂದು ಭಾವಿಸಿದ್ದಾರೆ. ಇವರ ಅನಿಸಿಕೆ ಮತ್ತು ಅನುಭವಗಳನ್ನು ಕೇಳಿಯೇ ಇತರರು ಕಾಶಿಯ ಬಗ್ಗೆ ಬೇಸರ, ಜುಗುಪ್ಸೆಗೊಳ್ಳುತ್ತಾರೆ. ಅತ್ಯಂತ ಉತ್ಸಾಹದಿಂದ ಕಾಶಿಗೆ ಹೊರಟವರೂ ಭಯಪೀಡಿತರಾಗಿ, ಜೋಲುಮುಖ ಹಾಕಿಕೊಂಡು, ಪ್ರಯಾಣ ಮುಂದಕ್ಕೆ ಹಾಕುತ್ತಾರೆ. ಒಂದುವೇಳೆ ಹೊರಟರೂ, ಏನನ್ನೂ ಅರ್ಥಮಾಡಿಕೊಳ್ಳದೆ, ನಿರಾಶೆಯಿಂದ ಹಿಂತಿರುಗುತ್ತಾರೆ, ಕಾಶಿಯನ್ನು ಬೈಯ್ಯುವವರ ಗುಂಪಿಗೆ ಸೇರುತ್ತಾರೆ. ಎಡಬಿಡಂಗಿಗಳ ಮಾತಿರಲಿ, ಕಾಶೀ ಯಾತ್ರೆಯೆ ಜೀವನದ ಪರಮೋದ್ದೇಶ ಎಂದುಕೊಂಡ (ಮೂರನೆಯ ಗುಂಪಿನ) ಆಸ್ತಿಕರೂ ಸಹ ಅಡ್ಡಯೋಚನೆ ಶುರುಮಾಡುತ್ತಾರೆ. ಹೀಗೆ, ನಮ್ಮ ಸಂಸ್ಕೃತಿ–ಪರಂಪರೆಗಳನ್ನು ಹೀಯಾಳಿಸಿ, ನಮ್ಮ ಮುಖಕ್ಕೆ ಮಸಿಬಳಿದು, ನಮ್ಮನ್ನು ಕಾಶಿಯಿಂದ ವಿಮುಖರಾಗಿಸುವವರು ಅನೇಕರಿದ್ದಾರೆ. ಅವರಲ್ಲಿ ಕ್ರೈಸ್ತಪಾದ್ರಿಗಳು, ವಿಗ್ರಹಾರಾಧನೆಯ ವಿರೋಧಿಗಳು ಮತ್ತು ಕೆಲವು ವಿದೇಶಿಪ್ರವಾಸಿಗಳು ಹಿಂದೆ

ಪ್ರಮುಖರಾಗಿದ್ದರು. ಈಗ, ಸ್ವಾತಂತ್ರ್ಯಾನಂತರದಲ್ಲಿ ನಮ್ಮವರೇ, ನಾವು ಯಾರಿಗೂ ಕಡಿಮೆಯಿಲ್ಲೆಂದು, ನಾವು ಆಧುನಿಕರೆಂದು, ವಿಚಾರವಾದಿಗಳೆಂದು ಹೇಳಿಕೊಳ್ಳುತ್ತಾ ನಮ್ಮ ಮುಖದಮೇಲೆ ದೇಶೀಸಗಣಿ ಬಳಿಯಲು ಪ್ರಯತ್ನಿಸುತ್ತಿದ್ದಾರೆ. ಇವರಿಂದಲೇ ಕಾಶಿಯೆಂದರೆ "ಡರ್ಟ್, ಡೀಕೆ, ಡಿಜನರೇಷನ್, ಡಾರ್ಕ್‌ನೆಸ್, ಡೆತ್ (ಕೊಳೆತ, ನಾಶ, ಅವನತಿ, ಸಾವು ಮತ್ತು ಕತ್ತಲೆ) ಎಂಬ ಮಾತು ಹೊರಬರುವುದು!

ಕಾಶೀ ಯಾತ್ರೆಯ ಹೊರನೋಟದಿಂದ ಆಂತರಿಕ ಸತ್ಯದೆಡೆಗೆ–ಈ ಸಂದರ್ಭದಲ್ಲಿ, ಕಾಶಿಯ ಹೊರ ನೋಟವೊಂದೇ ಸಾಲದು, 'ಕಾಶಿ'ಯ ಆಂತರಿಕಸತ್ಯ ಏನು ಎಂಬುದನ್ನು ಸ್ವಲ್ಪಮಟ್ಟಿಗಾದರೂ ತಿಳಿಯುವುದು ಅವಶ್ಯವಾಗಿದೆ. ಆದ್ದರಿಂದ ಕಾಶಿಯ 'ಪಂಚಕ್ರೋಶೀಯಾತ್ರೆ'ಗಿಂತ ಕಾಶಿಯಲ್ಲಿ **'ಪಂಚಕೋಶೀಯಾತ್ರೆ'**ಯ ಬಗ್ಗೆ ತಿಳಿಯುವುದು ಹೆಚ್ಚು ಶ್ರೇಯಸ್ಕರ ಎನಿಸುತ್ತದೆ. ಮೊದಲೇ ಹೇಳಿದಂತೆ ಪಂಚಕ್ರೋಶೀಯಾತ್ರೆ ಕಾಶಿಯ ಮಧ್ಯಭಾಗದಿಂದ 55ಮೈಲಿಗಳ ಸುತ್ತಿನ ಪಾದಯಾತ್ರೆ ಆಗಿದೆ. **'ಕ್ರೋಶೀ'** ದೂರವನ್ನು ತಿಳಿಸಿದರೆ, **'ಕೋಶ'**ವು 'ಮಿತಿ' 'ಆವರಣ'ವನ್ನು ತಿಳಿಸುತ್ತದೆ. ಇಲ್ಲಿ 'ಪಂಚಕೋಶ'ಗಳೆಂದರೆ ಉಪನಿಷತ್ತುಗಳಲ್ಲಿ ಹೇಳಿರುವ ಅನ್ನಮಯ, ಪ್ರಾಣಮಯ, ಮನೋಮಯ, ವಿಜ್ಞಾನಮಯ ಮತ್ತು ಆನಂದಮಯ ಎಂಬ ಐದುಕೋಶಗಳು. ಸಾಮಾನ್ಯವಾಗಿ, ಬಹಳಷ್ಟುಮಂದಿಗೆ ಮೊದಲ ಮೂರು ಅಥವಾ ಹೆಚ್ಚೆಂದರೆ ನಾಲ್ಕುಕೋಶಗಳು ಮುಖ್ಯವೇ ಹೊರತು, ಐದನೆಯ ಕೋಶದ ಬಗ್ಗೆ ಚಿಂತೆಯಿರುವುದಿಲ್ಲ. ಮೊದಲ ಮೂರುಕೋಶಗಳ ತೃಪ್ತಿಯಲ್ಲೇ ಜೀವನ ಕಳೆಯುತ್ತದೆ; ಕೆಲವರಿಗೆ ಅಲ್ಲೊಮ್ಮೆ-ಇಲ್ಲೊಮ್ಮೆ ಮುಂದಿನ ಕೋಶವನ್ನು ಇಣುಕಿನೋಡುವ ಸೌಭಾಗ್ಯ ಸಿಗಲೂಬಹುದು. ಒಟ್ಟಿನಲ್ಲಿ ಈ ಬಾಹ್ಯಜಗತ್ತಿನಲ್ಲಿ (ಮೂರುಕೋಶಗಳಲ್ಲಿನ) ಸುಖ-ಸಂತೋಷಕ್ಕೆ ಪರದಾಡುವವರೇ ಹೆಚ್ಚು. ಆದರೆ ಅದೇ ಆನಂದವಲ್ಲ. ಇಲ್ಲಿ ಹೇಳಿರುವ ಆನಂದ ಪರಮಾನಂದಕ್ಕೆ ಹತ್ತಿರ-ಇದು ಎಲ್ಲರಿಗೂ ಸುಲಭವಾಗಿ ಸಿಗುವ ವಸ್ತುವೂ ಅಲ್ಲ. ನಮ್ಮ ಭೌತಿಕದೇಹದಲ್ಲಿ ಜೀವವಿರುವತನಕ ಈ ಮೂರುಕೋಶಗಳು ಅವಶ್ಯವೆನಿಸಿದರೂ, ಅವುಗಳನ್ನು ಮೀರಿ ಮುಂದೆ ಹೋಗುವುದು ಎಂದಿಗೆ? ಒಂದೊಂದೇ ಕೋಶವನ್ನು ದಾಟಿಹೋದಲ್ಲಿ ಆತ್ಮನನ್ನು ಸೇರಬಹುದೆಂದು, ಬ್ರಹ್ಮಾನಂದದಲ್ಲಿ ಲೀನವಾಗಬಹುದೆಂದು ಹೇಳಿರುವುದು ಉಪನಿಷತ್ತಿನ ಸಾರಾಂಶವಾಗಿದೆ. ಇಲ್ಲಿ ಕೋಶಗಳ ಅರ್ಥವ್ಯಾಪ್ತಿಯನ್ನು ಸ್ವಲ್ಪಮಟ್ಟಿಗೆ ಬದಲಾಯಿಸಿರುವುದಕ್ಕಾಗಿ ಸಂಪ್ರದಾಯಿಕರ, ಶಿಷ್ಟರ, ತಿಳಿದವರ ಕ್ಷಮೆಬೇಡುತ್ತೇನೆ.

ಕಾಶಿಯ ಯಾತ್ರೆಯಲ್ಲಿ ಮನಸ್ಸನ್ನು ಕಲುಷಿತಗೊಳಿಸುವ ಅನೇಕ ಅಡಚಣೆಗಳನ್ನು ಆಧುನಿಕ ಕಾಲದ ಉದಾಹರಣೆಗಳ ಮೂಲಕ ಹೋಲಿಸಿನೋಡಿ ಹೊಸದೃಷ್ಟಿಕೋನವನ್ನು ಪಡೆದರೆ 'ಪಂಚಕೋಶೀ ಯಾತ್ರೆ' ಹೇಗೆ ಸಾಧ್ಯವೆಂದು ನೋಡಬಹುದು. ಮುಂಬೈ

ನಗರವು ದೇಶದ ವಿತ್ತ ಹಾಗು ವಾಣಿಜ್ಯದ ರಾಜಧಾನಿ. ಸಯಾನ್, ಕೋಳೀವಾಡ ಮತ್ತಿತರ ಕಡೆಯ ಗುಡಿಸಲುಗಳು (ಜೋಪಡಪಟ್ಟಿಗಳು), ಅಲ್ಲಿಯ ಬಡತನ, ಹೊಲಸು, ನಗರದಲ್ಲಿ ಪ್ರಬಲರಾಗಿರುವ ಜೇಬುಗಳ್ಳರು, ರೌಡಿಗಳು, ಮಾಫಿಯಾ, ಭೂಗತ ಡಾನ್‌ಗಳು, ಐಷಾರಾಮ ಜೀವನದಲ್ಲಿ ಕುಸಿದ ಕುಟುಂಬದ ಮೌಲ್ಯಗಳು, ಷೇರುಮಾರುಕಟ್ಟೆಯ ಕೋಟ್ಯಾಂತರ ವ್ಯವಹಾರದ ಮೋಸ, ಕಪ್ಪುಹಣದ ಚಲಾವಣೆ, ಮುಂತಾದ ಅನಿಷ್ಟಗಳು 'ವಾಣಿಜ್ಯ ಮತ್ತು ವಿತ್ತ' ಎಂಬ ಕೇಂದ್ರಬಿಂದುವಿನ ಸುತ್ತಲೂ ಹುಟ್ಟಿ ಭೂತಾಕಾರವಾಗಿ ಬೆಳೆಯುತ್ತಾ ಹೋಗುತ್ತಿವೆ. ಈ ದುಷ್ಪರಿಣಾಮಗಳನ್ನು ತೊಡೆದುಹಾಕುವುದು ಅಗತ್ಯವೆ ಸರಿ, ಹಾಗೆಂದು ವಾಣಿಜ್ಯವನ್ನೇ ಮೊಟಕು ಮಾಡಲಾಗುತ್ತದೆಯೆ? 'ಬೆಲ್ಲದ ಪಿಂಡಿಯೊಂದನ್ನು ನೊಣ ಮುತ್ತದ ಹಾಗೆ ಮುಚ್ಚಬಹುದು, ಆದರೆ ಆಲೆಮನೆಯನ್ನೇ ಮುಚ್ಚಿಡಲು ಸಾಧ್ಯವೆ?' ಎಂಬ ಮಾತು ನೆನಪಾಗುತ್ತದೆ. ಎರಡನೆಯ ಉದಾಹರಣೆ ಕೇಳಿರಿ. ಸಿನೆಮಾ ತಾರೆಯಾಗಬೇಕೆಂಬ ಉತ್ಕಟ ಆಸೆಯಿಂದ ಎಷ್ಟೋ ತರುಣಿಯರು ಮನೆಮಠ ಊರುಬಿಟ್ಟು ಮುಂಬಯಿಗೆ ಓಡಿಬಂದ ಕಥೆ ಕೇಳಿರುತ್ತೀರಿ. ದಳಾಳಿಗಳು, ಕ್ಯಾಮೆರಾದವರು, ಟೆಕ್ನಿಷಿಯನ್‌ಗಳು, ಗೂಂಡಾಗಳು, ಡಾನ್‌ಗಳು, ಮೇಡಮ್‌ಗಳು ಮುಂತಾದವರ ಕೈಗೆ ಸಿಕ್ಕಿ, ಹೊಸಕಿ ಒದ್ದಾಡಿ, ಒಮ್ಮೆಯೂ ರಜತಪರದೆಯನ್ನು ಕಾಣದೆ, ಎಲ್ಲ ರೀತಿಯಲ್ಲೂ ಶೋಷಿತರಾದ ಹೆಣ್ಣುಗಳ ವಿಷಯ ಕರುಣಾಜನಕವಾಗಿರುತ್ತದೆ. ಹಾಗೆಂದರೆ, ಕಂಗೊಳಿಸುವ ತಾರಾಪ್ರಪಂಚವನ್ನು ತಲುಪಲು ದಳಾಳಿಗಳ, ಜಾರೆಯರ ಕೊಳಚೆ–ಸುರಂಗವೊಂದೇ ದಾರಿಯೇ? ಕಂಗೆಡಿಸುವ ಮಾಯಾಜಾಲದ ಪ್ರಪಂಚದಲ್ಲೂ ಮನಮೋಹಕ ಕಲೆಯೊಂದಿಲ್ಲವೇ? ಆಸೆ, ದುರಾಸೆ, ಅದಕ್ಕಾಗಿ (ಕಳ್ಳತನ, ಕೊಲೆ, ಹಿಂಸೆ, ಶೋಷಣೆ ಮುಂತಾದ) ಏನನ್ನು ಮಾಡಲೂ ತಯಾರಾಗಿರುವ ಕುಬುದ್ಧಿ, ಇವೆಲ್ಲಾ ಮನುಷ್ಯನಿಗೆ ಸ್ವಾಭಾವಿಕವಾಗಿ ಹುಟ್ಟಿ ಬಂದಿರುವ ಕೌಶಲಗಳು. ಎಷ್ಟೋವೇಳೆ ಈ ಗುಣಗಳು ಪ್ರಾಣಿಗಳಿಗಿಂತ ಮನುಷ್ಯನಲ್ಲಿಯೇ ತೀಕ್ಷ್ಣವಾಗಿರುತ್ತವೆ. ಎಲ್ಲಿ ಅರ್ಥ, ಕಾಮಗಳು ಹೆಚ್ಚುಪ್ರಾಮುಖ್ಯವಾಗಿವೆಯೊ, ಉಳ್ಳವರ ಮತ್ತು ಇಲ್ಲದವರ ಮಧ್ಯದ ಅಂತರ ಹೆಚ್ಚಿದೆಯೊ, ಎಲ್ಲಿ ಬೇರೆಯ ಕಟ್ಟುಬಂಧನಗಳು ಸಡಿಲವಾಗಿರುವುವೊ, ಎಲ್ಲಿ ಸುವ್ಯವಸ್ಥೆ ಸಡಿಲವಾಗಿದೆಯೊ ಅಲ್ಲಿ ಮಿಕ್ಕೆಲ್ಲ ದುರ್ಗುಣಗಳು ಜೊಂಡಿನಂತೆ ಬೆಳೆದು ಕಾಲನ್ನು ಬಿಗಿಯುತ್ತವೆ. ಅವು ಬೆಳೆಯದಿರಲು ಏನು ಉಪಾಯ, ಅವನ್ನು ಹತೋಟಿಯಲ್ಲಿಡುವ ಕಟ್ಟುಬಂಧನಗಳೇನು, ವ್ಯವಸ್ಥೆಯನ್ನು ಜಾರಿಗೆ ತರುವುದು ಹೇಗೆ ಎಂಬುದು ಪ್ರಸ್ತುತ ವಿಷಯವಲ್ಲ. ಜೊಂಡಿಗೆ ಸಿಗದೆ ಅರ್ಥಕೇಂದ್ರ ಅಥವಾ ಕಲಾಕೇಂದ್ರವನ್ನು ತಲುಪುವುದು ಗುರಿಯಾಗಬೇಕು.

ಇದೇರೀತಿ ಧರ್ಮವೇ ಪ್ರಾಮುಖ್ಯ ಅನಿಸಿದಕಡೆ, ಸನ್ಯಾಸಿಗಳು ಧರ್ಮಭಿಕ್ಷೆ ಮಾಡುವಂತೆ ಮಿಕ್ಕವರು ಧರ್ಮದ ವ್ಯಾಪಾರ ಶುರುಮಾಡಿದರೆ, ಅಲ್ಲಿಯ ಸಮಾಜದಲ್ಲಿ

ಏರುಪೇರಿದ್ದರೆ, ಹೆಚ್ಚಿನ ಯಾತ್ರಿಗಳು ಧಾರ್ಮಿಕವಾಗಿ ಸತ್ವಹೀನರೂ ಆರ್ಥಿಕವಾಗಿ ಬಲಯುತರೂ ಆಗಿದ್ದರೆ, ಅಲ್ಲಿಯೂ ಧರ್ಮದ ದುರುಪಯೋಗ ಸಾಮಾನ್ಯವಾಗುತ್ತದೆ. ಬೀರಬಲ್ ಕಟ್ಟಿಸಿದ ಕೊಳದಲ್ಲಿ 'ಪ್ರಾಮಾಣಿಕ ಪ್ರಜೆಗಳು' ಹಾಲಿನ ಬದಲು ನೀರುತುಂಬಿದ ಕಥೆಯಂತಾಗುತ್ತದೆ. ಕಟ್ಟುಬಂಧನಗಳು ಸಡಿಲವಾಗಿದ್ದಲ್ಲಿ ಕೆಲವೇ ಅಧರ್ಮಿಗಳು ತಮ್ಮರಾಜ್ಯ ನಡೆಸುತ್ತಾರೆ. ಧರ್ಮದ ಹೆಸರಿನಲ್ಲಿ ಜೊಂಡು ಸೊಂಪಾಗಿ ಬೆಳೆಯುತ್ತದೆ, ಮುಗ್ಧರ ಶೋಷಣೆ ಹೆಚ್ಚುತ್ತದೆ. ದುರ್ಗಂಧದ ಕೊಳದಲ್ಲಿ ಸ್ನಾನಮಾಡುವುದು ಪುಣ್ಯಕರ ಎಂದು ನಂಬಿಸಿ, ಅಲ್ಲಿಯ ಪಾಚಿಯಲ್ಲಿ ಕಾಲುಜಾರಿದಾಗ, ಪ್ರಾಣಉಳಿಸುವ ನಾಟಕಮಾಡಿ ನಿಮ್ಮಿಂದ ಭಕ್ಷೀಸು ಗಿಟ್ಟಿಸುತ್ತಾರೆ. ಕಾಶಿಯಂತಹ ತೀರ್ಥಕ್ಷೇತ್ರದಲ್ಲಾಗುವುದೂ ಇಷ್ಟೆ. ಕೇವಲ ಅನ್ನಮಯ ಕೋಶದಲ್ಲಿದ್ದು ತಾಮಸಿಗಳೂ ಆಗಿರುವ ಅನೇಕರು ಇಲ್ಲಿನ ಸುಲಭ ಜೀವನೋಪಾಯಕ್ಕೆ ಒಗ್ಗಿಹೋಗಿರುವರು.

ತಾಮಸಿಕ ಜನರು ಸಾಮಾನ್ಯವಾಗಿ ಮಾಡುವ ದಾಂಧಲೆಯನ್ನು **ಶ್ರೀಸಮರ್ಥ ರಾಮದಾಸರು** ತಮ್ಮ **'ದಾಸಬೋಧ'**ದಲ್ಲಿ ಈ ರೀತಿ ವಿವರಿಸಿದ್ದಾರೆ: "ಅವರಿಗೆ ಹೊಟ್ಟೆ ತುಂಬಿಕೊಳ್ಳುವುದೊಂದೇ ಯೋಚನೆ. ಹಸಿದಾಗ ಸಿಹಿಕಹಿಯೆಂದು ನೋಡದೆ ಮಿತಿಮೀರಿ ಭಕ್ಷಿಸುವರು, ಕಂಡದ್ದನ್ನು ಕುಡಿಯುವರು, ಕಾಮಾತುರರಾದಾಗ ಕಂಡವರನ್ನು ಬಲಾತ್ಕರಿಸುವರು, ಧನಕ್ಕಾಗಿ ಗೋಹತ್ಯೆ, ಬ್ರಹ್ಮಹತ್ಯೆಗೂ ಹೇಸದವರು, ಕೋಪಬಂದಾಗ ಮಾತಾ, ಪಿತಾ ಯಾರನ್ನೂ ನೋಡರು, ಮರ ಗಿಡ, ಪಶು ಪಕ್ಷಿ ಎಂಬ ಯಾವುದಕ್ಕೂ ಕರುಣೆ ತೋರರು, ದೇವರಿಗೆ ಬಲಿಕೊಡುವರು, ಅಂಗಾಂಗಕ್ಕೆ ಸೂಜಿಚುಚ್ಚಿಕೊಳ್ಳುವರು, ಬೆಂಕಿಯನ್ನು ನುಂಗುವರು, ಮಾಯಾಮಾಟ ಮುಂತಾದುವುಗಳಲ್ಲಿ ಆಸಕ್ತಿತೋರುವರು. ಕಣ್ಣಿನಿಂದ ದ್ರವ್ಯವನ್ನು ನೋಡಲು ಅಪೇಕ್ಷಿಸುವರು, ಕಿವಿಯಿಂದ ದ್ರವ್ಯದ ಸುದ್ದಿಯನ್ನು ಕೇಳಲು ಆತುರರಾಗಿರುವರು, ಮನಸ್ಸಿನಿಂದ ದ್ರವ್ಯವನ್ನೇ ಚಿಂತಿಸುವರು. ಇವರು ತಮ್ಮಲ್ಲಿರುವ ಕೊಂಚಬುದ್ಧಿಯನ್ನು ಸಹ ಉಪಯೋಗಿಸದೆ, ಪದೇಪದೇ ಮಾಡಿದ ತಪ್ಪನ್ನೇ ಮಾಡುವ ತಮೋಗುಣಿಗಳು. ಒಟ್ಟಿನಲ್ಲಿ ಇಂದ್ರಿಯಗಳಿಗೆ ಪ್ರಿಯವಾದುದನ್ನ ಅನುಭವಿಸುವುದಷ್ಟೆ ಇವರಿಗೆ ಗೊತ್ತಿರುವುದೇ ಹೊರತು ಅದರ ಪರಿಣಾಮ ಗೊತ್ತಿರುವುದಿಲ್ಲ. ಇವರ ದೇಹ, ಮನಸ್ಸು ಮತ್ತು ಮಾತು ಯಾವಾಗಲೂ ಕೊಳಚೆ ವಾಸನೆಗಳಿಂದ ತುಂಬಿರುವುದರಿಂದ, ಇವರ ಯೋಚನೆ ಮತ್ತು ಕಾರ್ಯಗಳು ಸಹ ಕೊಳಚೆಯೇ ಆಗಿರುತ್ತವೆ. ಅಶುಚಿಯಾದ ದೇಹಕ್ಕಿಂತಲೂ ಅಶುಚಿಯಾದ ಮನಸ್ಸು ಹೆಚ್ಚು ಅಪಾಯಕಾರಿಯಾದ್ದರಿಂದ ಅವರ ಕಾರ್ಯಗಳೆಲ್ಲ ಪಾಪಕಾರಿಯೇ ಆಗಿರುತ್ತವೆ".

ತೀರ್ಥಕ್ಷೇತ್ರದಲ್ಲಿರುವ ಇಂತಹ ಸಾವಿರಾರು ಜನರು, ಮದುವೆ ಸಮಾರಂಭದ ಊಟದೆಲೆಗೆ ದಿನವೂ ಕಚ್ಚಾಡುವ ನಾಯಿಗಳಂತೆಯೆ ಜೀವಿಸುವರು. ಇವರಲ್ಲಿ ಕೆಲವರು

ಪಂಡಾಗಳು, ನಾವಿಕರು, ಮೊಹಲ್ಲಾದ ಗೂಂಡಾಗಳು ಆಗಿದ್ದರೆ ಆಶ್ಚರ್ಯವೇನಿಲ್ಲ. ಅವರಿಗೆ ಯಾತ್ರಿಗಳ ಸಂಪತ್ತು ಮತ್ತು ಸೌಂದರ್ಯವೇ ಬೇಟೆಗೆಸಿಕ್ಕ ಅನ್ನ, ವಿಷಯವಸ್ತುಗಳಾಗುತ್ತವೆ. ಹೊಸಜಾಗದಲ್ಲಿ ದಾರಿತೋರದ ಭಾಷೆಬಾರದ ಯಾತ್ರಿಕರಂತೂ, ನೀರಿಗೆ ಬಾಯಿಹಾಕಿರುವ ಮೃಗದಷ್ಟು ಸುಲಭವಾಗಿ, ಈ ಗುರಿಕಾರರ ಬಾಣಕ್ಕೆ ಬಲಿಯಾಗುತ್ತಾರೆ. ಒಟ್ಟಿನಲ್ಲಿ ತಾಮಸಿಗಳ ಕೊಳಚೆ ಮನಸ್ಸು, ಅದರ ಮೇಲೆ ವಿಷಯವಸ್ತುಗಳ ಸುರಿಮಳೆ, ಹದವಾಗಿ ಬಿಸಿಯಾದ ಅವಕಾಶ, ಇವೆಲ್ಲವೂ ಸೇರಿದಾಗ ಅಲ್ಲಿ ಏನೇನು ಚಿಗುರಿ ಎಂತೆಂಥಾ ವಿಷದಹಣ್ಣುಗಳು ಬಿಡುವುವೊ ಯಾರಿಗೆ ಗೊತ್ತು? ಸಿಡಿಮದ್ದು ಮತ್ತು ಬೆಂಕಿ ಎರಡೂ ಇರುವಾಗ, ಅವೆರಡೂ ಸೇರದಂತೆ ಜಾಗರೂಕರಾಗಿರುವುದು ಯಾತ್ರಿಗಳ ಕರ್ತವ್ಯ.

ಕಾಶಿಯಲ್ಲಿನ ಪಂಡಾಗಳು, ನಾವಿಕರು, ಘಾಟ್‌ನಲ್ಲಿ ತಿರುಗಾಡುವ ಜನಗಳು, ಅಲ್ಲಲ್ಲಿ ಕಾಣುವ ಗೂಂಡಾಗಳು ಎಲ್ಲರೂ ಈ ತಾಮಸಿಗಳ ಗುಂಪಿಗೆ ಸೇರಿರುತ್ತಾರೆಂದಲ್ಲ. ಆದರೆ ಎರಡುದಿನದ ಯಾತ್ರೆಯಲ್ಲಿ ಎದುರು ಸಿಗುವ ಅನೇಕರಲ್ಲಿ ಇಂತವರು ಕೆಲವರಿದ್ದರೆ ಅಷ್ಟೆ ಸಾಕು. ಅಲ್ಲದೆ, ಕೆಲವು ಯಾತ್ರಿಗಳಿಗೆ ಅಪರೂಪಕ್ಕೆ ಆದ ಕೆಟ್ಟಅನುಭವ ಜನಜನಿತವಾಗಿ ಹರಡಿದಾಗ, ಉತ್ಪ್ರೇಕ್ಷೆ ತುತ್ತೂರಿಯಾದಾಗ, ಹೆದರಿಕೆ ಭೂತಾಕಾರವಾದಾಗ, ಯಾತ್ರಿಗಳ ದೃಷ್ಟಿ ಹಳದಿಯಾಗುವುದು, ವಿವೇಕ ಮಂಜಾಗುವುದು ಸಾಮಾನ್ಯ. ಇನ್ನು ಮಂದಿರಗಳಲ್ಲಿ ಪೂಜಾರಿಗಳ ಕರ್ಮಕಾಂಡ ಅತಿರೇಕ ಅನಿಸುವುದು ನಿಜ, ದಕ್ಷಿಣೆಯ ಬಲವಂತವೂ ನಿಜ, ಆದರೆ ಯಾತ್ರಿಯ ಒಪ್ಪಿಗೆಯಿಲ್ಲದಿದ್ದರೆ ಬಲಾತ್ಕಾರ ಸಾಧ್ಯವಿಲ್ಲ, ಮೋಸಸುಲಭವಲ್ಲ. ಒಟ್ಟಿನಲ್ಲಿ ಎರಡು ದಿನದ ಯಾತ್ರೆಯಲ್ಲಿ ಕಾಶಿಯಲ್ಲಿ ಹೆಚ್ಚಾಗಿ ಭೇಟಿಯಾಗುವವರು ತಾಮಸಿ ಮತ್ತು ರಾಜಸಿಗಳಾಗಿ ಅನ್ನಮಯಕೋಶದಲ್ಲೆ ಸಂತೃಪ್ತರಾಗಿರುವ ಪಂಡಾಗಳು, ನಾವಿಕರು ಮತ್ತು ರಾಜಸಿಕರೋ ಸಾತ್ವಿಕರೋ ಆಗಿರುವ ಪೂಜಾರಿಗಳು. ಪಂಡಾಗಳ ಹಾವಳಿ, ಇವರು ಹೇಳುವ ಪುರಾಣದ ನಂಬಲಾರದ ಅರ್ಥಂಬರ್ಥ ಕಥೆಗಳು, ದಕ್ಷಿಣೆಗಾಗಿಯೇ ನಡೆಯುವ ಪೂಜೆಗಳು, ಹಣಕ್ಕಾಗಿ ಹರಸುವ ಸಾಧುಗಳು, ಇವೇ ಕಾಶಿಯ ತೀರ್ಥಯಾತ್ರೆಯ ಮುಖ್ಯಾಂಶಗಳು ಅನಿಸಿ, ಮನಸ್ಸು ಕಲಿವಿಲಿಯಾಗುತ್ತದೆ.

ಬ್ರಹ್ಮ ಹತ್ತು ಅಶ್ವಮೇಧಯಾಗ ಮಾಡಿದ್ದೇಕೆ, ಅವನಿಗೆ ಯಾವ ಚಕ್ರಾಧಿಪತ್ಯ ಬೇಕಿತ್ತು, ಭೈರವನ ಕೈಯಲ್ಲೇಕೆ ಬ್ರಹ್ಮಕಪಾಲ, ಆ ಶಿವನ ಕಿವಿಯಕುಂಡಲ ಕೊಳದಲ್ಲಿ ಯಾಕೆ ಬಿತ್ತು, ಭೂತಪಿಶಾಚಗಳ ಕಥೆಯೇನಿದು ಎಂಬ ಹತ್ತಾರು ಪ್ರಶ್ನೆಗಳನ್ನು ಕೇಳಲು ಪುರಸೊತ್ತೆಲ್ಲಿ, ಅವಕಾಶವೆಲ್ಲಿ, ಕೇಳಿದರೂ ಸಮರ್ಪಕ ಉತ್ತರವೆಲ್ಲಿ ಬರಬೇಕು. ಬೆಳಕು ಬೀಳುವವರೆಗೂ ಸಂದೇಹದ ನಿವಾರಣೆಯಿಲ್ಲ, ಸಂದೇಹ ಇರುವವರೆಗೂ ಜ್ಞಾನವಿಲ್ಲ, ಜ್ಞಾನದ ಬೆಳಕಿಲ್ಲದ ಕಥೆಗಳೆಲ್ಲ ಗೊಡ್ಡುಕಥೆಗಳೇ ಸರಿ. ಶ್ರದ್ಧೆಯಿಲ್ಲದ ಸಂಕಲ್ಪ, ಮಂತ್ರವಿಲ್ಲದ ಪೂಜೆ ಮತ್ತು

ಭಕ್ತಿಯಿಲ್ಲದ ನಮಸ್ಕಾರ ಮಾಡುತ್ತಾ ಮಂದಿರದಿಂದ ಮಂದಿರಕ್ಕೆ ಓಡುವುದು ಮ್ಯೂಸಿಯಮ್‌ನ ವಿಗ್ರಹಗಳನ್ನು ನೋಡುತ್ತಾ ಓಡಿದಂತೆ ಆಗುತ್ತದೆ. ಯಾವ ಸಾಧುವನ್ನು ನೋಡಿದರೂ 'ಇವನು ಏನು ಪವಾಡಮಾಡುತ್ತಾನೊ?', ಎನ್ನುವ ಕುತೂಹಲದ ಜೊತೆಗೆ ಡೋಂಗಿಬಾಬನ ಮೋಸದ ಬಲೆಗೆ ಎಲ್ಲಿ ಬೀಳುತ್ತೀವೊ ಎಂಬ ಅಳುಕು ಕಾಡುತ್ತದೆ. ಇವೆಲ್ಲಕ್ಕೂ ಕಾರಣಗಳಿವೆ. ಸರಿಯಾದ ಹಿನ್ನೆಲೆ ಅಥವಾ ದೃಷ್ಟಿಕೋನವಿಲ್ಲದ ಯಾತ್ರಿಗಳಿಗೆ, ಪ್ರವಾಸಿಗರಂತೆ ಒಂದೆರಡು ದಿನಗಳಲ್ಲಿ ಎಲ್ಲವನ್ನೂ ನೋಡಿಬಿಡುವ ಕಾತರ; ಪಂಡಾಗಳಿಗೆ ಕಡಿಮೆ ಸಮಯದಲ್ಲಿ ಇವರನ್ನು ಸಾಕಷ್ಟು ಹಿಂಡಿ ಇನ್ನೊಬ್ಬ ಗಿರಾಕಿಯನ್ನು ಹಿಡಿಯುವ ಆತುರ! ಈ ತರಾತುರಿ, ಈ ವ್ಯಾಪಾರ ಮತ್ತು ಗಡಿಬಿಡಿಗಳಲ್ಲಿ ಕಾಶಿಯೆಂಬ ಪವಿತ್ರತೀರ್ಥದ ಬಗ್ಗೆ ಕೊಂಚ ತಿಳಿದರೆ ಅದೇ ಯಾತ್ರಿಗಳಪುಣ್ಯ ಎನಬೇಕು. 'ಇಷ್ಟು ಕಡಿಮೆ ಖರ್ಚಿನಲ್ಲಿ ಎಷ್ಟೋ ಪಾಪ ಕಳೆಯಿತೆಂಬ ಸಮಾಧಾನದ ಜೊತೆಗೆ ಒಂದಿಷ್ಟು ಪುಣ್ಯದ ಗಂಟೂ ಸಿಕ್ಕಿತು' ಎನಿಸಿದರೆ ಅದೇ ಖುಷಿ. ಸಾಧುವಿನ ಪವಾಡ ನೋಡಿದರಂತೂ ಜೀವನದಲ್ಲಿ ಅದೊಂದು ಮರೆಯಲಾಗದ ಘಟನೆ! ನಲವತ್ತು ವರ್ಷದವರೂ ಸಹ (ಅರವತ್ತು ವರ್ಷದವರಂತೆ) ಅರಳುಮರಳು ಬಂದವರಂತೆ ಆ ಘಟನೆಯನ್ನು ಪದೇಪದೇ ಹೇಳುವ ಉತ್ಸಾಹ ತೋರುತ್ತಾರೆ. ಹೀಗಾಗದೆ ಜೇಬು ಖಾಲಿಯಾದರೆ ದುಃಖ, ತಲೆಬೋಳಾಗಿ ಮೋಸವಾದರೆ ಅವ್ಯಕ್ತ ಸಂಕಟ, ಮನಸ್ಸು ಕೆಟ್ಟರೆ ನಂಬಿಕೆಗೆ ಪೆಟ್ಟು, ಧರ್ಮದ ಬೇರನ್ನೆ ಕಿತ್ತೊಗೆಯುವಷ್ಟು ಸಿಟ್ಟು ಪರಿಣಾಮವಾಗುತ್ತವೆ. ಇದರಲ್ಲಿ ತಪ್ಪು ಯಾರದ್ದು? ಪಂಡಾ ಪೂಜಾರಿಗಳದ್ದೊ, ಪರಿಸ್ಥಿತಿ ಅವಕಾಶಗಳದ್ದೊ, ಕೊಳೆತುನಾರುವ ಅವ್ಯವಸ್ಥೆಯೆನಿಸಿದ ಸಂಪ್ರದಾಯಗಳದ್ದೊ, ಯಾತ್ರಿ ಪ್ರವಾಸಿಗಳದ್ದೊ, ಆಳಕ್ಕಿಳಿಯದ ನಮ್ಮ ನಂಬಿಕೆ ಎಂಬ ಮರ ಸಣ್ಣಗಾಳಿಗೇ ತೂರಿಬಿದ್ದುದೋ? ಇದಾವುದನ್ನೂ ಯೋಚಿಸದೆ, ಕಾಶಿಯೆಂದರೆ ಕೊಳಕು, ಇಲ್ಲಿರುವವರೆಲ್ಲ ಒಂದೇ ರೀತಿ, ಪಂಡಾ ಎಂದರೆ ಮೋಸ, ಸಾಧು ಎಂದರೆ ಬರಡು, ಮಂದಿರವೇ ಜಡ, ಇಲ್ಲಿಯ ಚೇತನ ಸತ್ವಹೀನ, ಇಲ್ಲಿಯ ಸಂಸ್ಕೃತಿ ಬಲಹೀನ, ಜೀವನ ಶಿಥಿಲವಾಗಿ ಕೊಳೆಯುತ್ತಿದೆ ಎಂದು ಹಾರಾಡುವುದು ಸರಿಯೇ?

ಉದ್ದೇಶ ಸ್ಪಷ್ಟವಾಗಲಿ : ನಾವು ಹೊರಟಿರುವುದು "ದಿನನಿತ್ಯದ ಮಾನಸಿಕ ಅಥವಾ ಭೌತಿಕ/ಪ್ರಾಕೃತಿಕ ಏರುಪೇರುಗಳಿಂದ ಕೆಲವು ದಿನಗಳಿಗಾದರೂ ಪಾರಾಗಲು ಅಥವಾ ಇನ್ನೂ ವೈವಿಧ್ಯಮಯ ವಿಷಯ-ವಸ್ತುಗಳ (ಕ್ಷಣಿಕ) ಆನಂದವನ್ನು ಅನುಭವಿಸಲು ಹೊರಡುವ ಪ್ರವಾಸವಲ್ಲ; ನಮ್ಮದು ಆಧ್ಯಾತ್ಮಿಕ/ಧಾರ್ಮಿಕ ತತ್ತ್ವಗಳ ಬೆಳಕಿನಲ್ಲಿ ತಮಸ್ಸಿನಿಂದ ಜ್ಯೋತಿಯ ಕಡೆಗೆ ಬೆಳಸುವ ಯಾತ್ರೆ" ಎಂಬ ಉದ್ದೇಶ ಸ್ಪಷ್ಟವಾಗಬೇಕು. ಈ ಹೊಸ ದೃಷ್ಟಿಕೋನ ತಳೆಯುವ ಮೊದಲು, ಮೇಲೆ ವಿವರಿಸಿದ ವಕ್ರಗತಿಯ ಯೋಚನೆ ನೇರವಾಗಿ, ಹಳದಿಯಕಣ್ಣು ತಿಳಿಯಾಗಿ, ಮನದವಿಕಾರ, ಮಾತಿನಖಾರ ಕಡಿಮೆಯಾಗಿ, ಉದ್ದೇಶ

ಸ್ಪಷ್ಟವಾಗಬೇಕು. ಹಾಗೆ ನೋಡಿದರೆ, ಜೀವನದಲ್ಲಿ ದುಃಖಮಿಶ್ರಿತವಿಲ್ಲದ ಆನಂದವನ್ನು ನಿರಂತರವಾಗಿ ಪಡೆಯಬೇಕೆಂಬುದೇ ಎಲ್ಲರ ಮುಖ್ಯ ಉದ್ದೇಶ. ಒಬ್ಬೊಬ್ಬರಿಗೆ ಒಂದೊಂದು ಆನಂದ ಇರುವಾಗ ಯಾವ ಆನಂದ? ಆನಂದದ ಮಜಲುಗಳೇ ಹಲವು. ಇಲ್ಲಿಯ ಪುಷ್ಕಳ ಭೋಜನ, ಕೆನೆಮೊಸರು, ನೀರೂರಿಸುವ ಮಿಠಾಯಿ, ಜೊಲ್ಲುಸುರಿಸುವ ಪಾನ್, ಚಪ್ಪರಿಸುವ ಕಚೋರಿ, ಮೈಮರೆಸುವ ಭಾಂಗ್, ಕಡಾಯಿಯಲ್ಲಿ ಕಾಸಿದ ಹಾಲು, ನಗ್ನತೆಯ ವಿವಿಧಭಂಗಿಗಳನ್ನು ಪ್ರದರ್ಶಿಸುವ ಸ್ನಾನಘಟ್ಟಗಳು, ನೂಕುನುಗ್ಗಲಿನಲ್ಲಿಯೆ ಸ್ಪರ್ಶಸುಖ ಅನುಭವಿಸುವ ಚಪಲತೆ, ಮಾರಾಟದ ಆಟಿಕೆಗಳ, ವಸ್ತುಗಳ, ಸೀರೆಗಳ ಬಣ್ಣಬಣ್ಣದ ಆಕರ್ಷಣೆ, ಒಂದೆಡೆ ಭಜನೆ ಇನ್ನೊಂದೆಡೆ ಮೆಹಫಿಲ್‌ನ ಮಾದಕಸಂಗೀತದ ರೆಕಾರ್ಡ್‌ಗಳು *** ಇವು ಸಹ ಚಂಚಲಮನದ ಭೋಗಿಗೆ ವಿಷಯವಸ್ತುಗಳಲ್ಲವೆ? ಕಣ್ಣು ಸುಂದರವಾದ ಹೊಸದೇನನ್ನು ನೋಡಬಹುದೊ, ಕಿವಿಗಳು ಇಂಪಾದ ಹೊಸತೇನನ್ನು ಕೇಳಬಹುದೊ, ನಾಲಿಗೆ ಇನ್ನೇನನ್ನು ಆಸ್ವಾದಿಸಬಹುದೊ ಎಂದು ಕ್ಷಣಕ್ಷಣವೂ ಪ್ರವಾಸಿ ಎದುರು ನೋಡುತ್ತಾನೆ. ಹೊಸಜಾಗದಲ್ಲಿನ ಎಲ್ಲ ವಿಷಯಗಳನ್ನೂ ತುಂಬಿಕೊಂಡು ಇಂದ್ರಿಯಗಳನ್ನು ತಣಿಸುವ ಆಸೆ ಪ್ರವಾಸಿಗೆ. ನೋಡಿದ್ದು ಸಾಲದೆಂದು ಕ್ಯಾಮೆರಾದಲ್ಲಿ, ಕೇಳಿದ್ದನ್ನು ರೆಕಾರ್ಡರ್‌ನಲ್ಲಿ, ತಿಂದಿದ್ದನ್ನು ಚೀಲಗಳಲ್ಲಿ ತುಂಬಿಕೊಳ್ಳುವ ತವಕದಲ್ಲಿ ಪ್ರವಾಸಿ ನಿರತನಾಗುತ್ತಾನೆ. ಈ ರೀತಿಯಲ್ಲಿ ವಸ್ತು-ವಿಷಯಗಳನ್ನು ಗಬಗಬನೆ ಕಬಳಿಸುವ ಪ್ರವಾಸಿ ಮೊದಲ ಮೆಟ್ಟಲಿನ ಅನ್ನಮಯ ಕೋಶದಲ್ಲಿಯೇ ಇರುತ್ತಾನೆ. ಯಾವ ತಯಾರಿಯೂ ಇಲ್ಲದೆ, ಎರಡುದಿನದ ತರಾತುರಿಯಲ್ಲಿ, ಹೇಗೋ ಕಾಶಿಯನ್ನು ನೋಡುವ ಪ್ರವಾಸಿಗಳೂ ಇಲ್ಲಿಯ (ಕೆಲವು) ದುಷ್ಟಪಂಡಾಗಳೂ ಇಬ್ಬರೂ ಒಂದೇ. ಇಬ್ಬರೂ ಅನ್ನಮಯ ಕೋಶದ ಆನಂದವನ್ನು ಮೀರಿ ಮುಂದೆ ನೋಡಿದವರಲ್ಲ.

ಒಂದುಹೆಜ್ಜೆ ಮುಂದೆಹೋಗಿ ನೋಡಿ. ಕಸರತ್ತು ಮಾಡುವ, ದಂಡೆ ಒತ್ತುವ, ಗದೆ ತಿರುಗಿಸುವ ಯುವಕರು, ಕುಸ್ತಿ ಮಾಡುವ ಪೈಲ್ವಾನರು, ಈಜಿನಲ್ಲಿ ಪೈಪೋಟಿ ನಡೆಸುವ ಹುಡುಗರು, ಮೈಗೆ ಎಣ್ಣೆ ಸವರಿಸಿಕೊಂಡು ಮಾಲಿಷ್ ಮಾಡಿಸಿಕೊಳ್ಳುವ ಗಣ್ಯರು, ಎಲ್ಲೆಲ್ಲೂ ಪ್ರಾಣಾಯಾಮ ಆಸನಗಳಲ್ಲಿ ನಿರತರಾಗಿರುವ ಜನರು, ನಾನಾ ತರದ ಹಠಯೋಗಿಗಳು ಕಾಣುತ್ತಾರೆ. ಕಾಶಿಯಲ್ಲಿ ಮಾತ್ರವೇ ಕಾಣಲಾಗುವ ದಿನನಿತ್ಯದ ಈ ದೃಶ್ಯಗಳಿಂದ ಪ್ರತಿ ಘಾಟ್ ಮತ್ತು ಪ್ರತಿ ಮೊಹಲ್ಲಾವೂ ಒಂದೊಂದು ವ್ಯಾಯಾಮಶಾಲೆ ಅಥವಾ ಅಖಾಡ ಆಗಿಬಿಡುತ್ತದೆ. (ಈಚೆಗೆ ಇದೂ ದುರ್ಲಭ!) ಅನ್ನ ಮತ್ತು ವಿಷಯಗಳು ಇವರ ಮೈ ಮತ್ತು ಇಂದ್ರಿಯಗಳನ್ನು ತುಂಬಿದರೆ ಸಾಲದು. ಅಂಗಾಂಗಳು ಪುಷ್ಟವಾಗಬೇಕು, ಕಣಕಣಗಳಲ್ಲಿ ಶಕ್ತಿ ಹರಿಯಬೇಕು, ಕ್ಷಣಕ್ಷಣವು ಚೇತನ ಮಿಂಚಿಮಿರಿಯುತ್ತಿರಬೇಕು. ಇವರಿಗೆಲ್ಲ ಅನ್ನವೆಷ್ಟು ಆನಂದವೊ, ಆರೋಗ್ಯವೂ ಅಷ್ಟೇ ಆನಂದದಾಯಕ. ಈ ಆನಂದದಲ್ಲಿ

ಭಾಗಿಯಾಗಲಾರದ ಪ್ರವಾಸಿ, 'ಇದನ್ನು ನೋಡಲು ಕಾಶಿಗೆ ಬರಬೇಕೇ?', ಎಂದು ಮೂಗು ಮುರಿಯುತ್ತಾನೆ. ಆದರೆ ಕಾಶಿಯೇ ಒಂದು ದೊಡ್ಡ ಅಖಾಡ, ಇಡೀ ನಗರವೇ ಒಂದು ಯೋಗಶಾಲೆ ಎಂದು ತಿಳಿಯುವುದು ಮುಖ್ಯ. ಪ್ರಾಣಾಪಾನಾದಿ ಪಂಚವಾಯುಗಳ ನಿಯಂತ್ರಣದ ಮೂಲಕ ರೋಗದ ಭಯವನ್ನು ದೂರಮಾಡಿ, ಪ್ರಾಣಮಯ ಕೋಶದ ಆನಂದವನ್ನು ಇಷ್ಟು ವ್ಯಾಪಕವಾಗಿ ಹರಡುವ ಇನ್ನೊಂದು ಸ್ಥಳ ಸಿಗಲಾರದು. ಎರಡನೆಯ ಮೆಟ್ಟಲಿನ ಈ ಆನಂದವನ್ನು ಅರ್ಥಮಾಡಿಕೊಳ್ಳಿರಿ, ಮೆಚ್ಚಿರಿ, ಸವಿಯಿರಿ ಎನ್ನುತ್ತದೆ ಕಾಶಿ.

ದೇಹಪುಷ್ಟಿ, ಸುಂದರರೂಪ ಮತ್ತು ಒಳ್ಳೆಯ ಆರೋಗ್ಯ ಇದ್ದರೆಸಾಕೆ? ಮನಸ್ಸು ಸ್ಥಿರವಿಲ್ಲದಿದ್ದರೆ ಎಲ್ಲಿಯ ಯೋಗ? ಮನಸ್ಸು ಕೆಟ್ಟಿದ್ದರೆ ಎಲ್ಲಿಯ ಆನಂದ? ಕಾಶಿಯೇ ಒಂದು ಸುಂದರಮನೋನಂದನ ಎಂದು ತಿಳಿಯಬೇಕಾದರೆ ಇಲ್ಲಿ ಕೆಲವು ದಿನಗಳಿದ್ದು ಅನೇಕರೊಡನೆ ಹರಟಬೇಕಾಗುತ್ತದೆ, ಇಲ್ಲಿಯವರೊಡನೆ ಬೆರೆತು ಒಂದಾಗಬೇಕಾಗುತ್ತದೆ. ಆಮೋದ ಪ್ರಮೋದ, ಮೌಜ್‌ಮಸ್ತಿ, ಎಕ್ಕಾಓಟ ಹಕ್ಕಿಬೇಟೆ, ಹಬ್ಬ ಮೇಳ, ನೌಟಂಕಿ ಭಾಂಡ್, ಹಾಸ್ಯ ಲಾಸ್ಯಗಳ ಗೋಷ್ಠಿ, ಗಪ್ಪಾಗಾಲಿ (ಹರಟೆ ಬೈಗಳ) ಸಮ್ಮೇಳನ, ಮೆಹಫಿಲ್ ಮುಜಿರಾ, ಸಂಗೀತ ಸಾಹಿತ್ಯ, ನೃತ್ಯ ಕಲೆ, ಮಂತ್ರ ತಂತ್ರ, ಧ್ಯಾನ ಜಪ,*** ಮುಂತಾದ ಮನೋರಂಜನೆ, ಮನೋವಿಕಾಸ ಮತ್ತು ಮನೋನಿಗ್ರಹದ ಅನೇಕಾನೇಕ ವೃತ್ತಿಗಳನ್ನು ಅರ್ಥಮಾಡಿಕೊಳ್ಳಲು ಸಾಕಷ್ಟು ಸಮಯಬೇಕು. ಕ್ರಮೇಣ ಮಿಕ್ಕೆಲ್ಲ ವೃತ್ತಿಗಳನ್ನೂ ಬಿಟ್ಟು, ಶಾಂತಿಯನ್ನೂ ಪುಷ್ಟಿಯನ್ನೂ ಕೊಡುವ ಮನೋವೃತ್ತಿಗಳನ್ನು (ಮಂತ್ರಗಳನ್ನು) ಹಿಡಿಯಲು ಪರಿಶ್ರಮಬೇಕು. ಮನೋಮಯ ಕೋಶದ ಆನಂದವನ್ನು ಅನುಭವಿಸಲು ಇಲ್ಲಿಯೇ ಉಳಿದು 'ಬನಾರಸಿ' ಆದಾಗಿನ ಆನಂದವೇ ಬೇರೆ. 'ಜೀವನವೇ ಜೋಕಾಲಿಯಾಟ' ಎನ್ನುವುದು ಶಾಂತವಾದ ಕೊಳದಲ್ಲಿ ಕಾಲಾಡಿಸುತ್ತಾ ಅಲೆಗಳನ್ನು ಎಬ್ಬಿಸುವಹಾಗೆ 'ಮನರಂಜನೆ'ಯನ್ನು ಸೂಚಿಸುತ್ತದೆ. 'ಜೀವನವೇ ಒಂದು ಅಗಾಧಸಾಗರ' ಎನ್ನುವುದು ಆಳಕ್ಕಿಳಿದು ಮುತ್ತು ರತ್ನಗಳನ್ನು ಹೆಕ್ಕುವ ಹಾಗೆ 'ವಿಕಾಸ'ವನ್ನು ಸೂಚಿಸುತ್ತದೆ. 'ಜೀವನವೇ ಒಂದು ಶಾಂತಸಾಗರ' ಎನ್ನುವಾಗ ದಡದಲ್ಲಿ ಕೂತು ಧ್ಯಾನಮಾಡುವ ಹಾಗೆ 'ನಿಗ್ರಹ'ದ ಸೂಚನೆಯಿದೆ. ಈ ಮೂರನೆಯ ಹಂತದಲ್ಲಿ ಮನೋನಾಶ, ಸ್ಥೂಲಪ್ರಪಂಚದಿಂದ ಸೂಕ್ಷ್ಮಪ್ರಪಂಚಕ್ಕೆ ಪಯಣ. ಮೂರನೆಯ ಮೆಟ್ಟಲಾದ ಮನೋಮಯ ಕೋಶದಲ್ಲಿ ಮನಸ್ಸನ್ನು ಹೇಗೆಂದರೆ ಹಾಗೆ ಕುಣಿಸುವ ರಂಜನೆ, ವಿಕಾಸಗಳಿಂದ ದೂರವಾಗಿ, ಮನೋನಿಗ್ರಹದಿಂದ ಆನಂದವನ್ನು ಕಾಣಲು ಕಾಶಿಯಲ್ಲಿ ಅನೇಕ ಉಪಾಯಗಳಿವೆ. ಇವುಗಳನ್ನು ತಿಳಿಯಬೇಡವೇ?

ಅನ್ನಮಯ, ಪ್ರಾಣಮಯ, ಮನೋಮಯ ಕೋಶಗಳ ನಿಜಆನಂದವನ್ನು ಅನುಭವಿಸಲು ಕಾಶಿಗೇ ಬರಬೇಕೇನು? ಬೇರೆಯ ಪ್ರವಾಸಿ ತಾಣಗಳಲ್ಲೂ ಈ ಆನಂದವನ್ನು

ಪಡೆಯಲಾಗದೆ, ಎನ್ನಬಹುದು. ನಿಜ, ಆದರೆ ಕಾಶಿಯ ವಿಶಿಷ್ಟತೆ ಬೇರೆಕಡೆ ಸಿಗುವುದಿಲ್ಲ ಮತ್ತು ಇಲ್ಲಿಯ ವಿಶಿಷ್ಟತೆ ಮೇಲೆ ಹೇಳಿದ ಮೂರುಕೋಶಗಳಿಗೆ ಮಾತ್ರ ಸೀಮಿತವಾಗಿಲ್ಲ. ಸಾವಿರಾರುವರ್ಷಗಳಲ್ಲಿ ಇಲ್ಲಿ ಪಂಡಿತರು, ಆಚಾರ್ಯರು, ಸಿದ್ಧರು, ಜ್ಞಾನಿಗಳು ಬುದ್ಧಿಯನ್ನು ಮಥಿಸಿ ಪಡೆದ ವಿಶೇಷಜ್ಞಾನ ಅಥವಾ ವಿಜ್ಞಾನವಾದರೂ ಏನು? ಅದರ ಸಾರವೇನು? ಕಾಶಿಯು ಕೇವಲ ಹಿಂದೂ 'ತೀರ್ಥಕ್ಷೇತ್ರ'ವಲ್ಲ, ಜೈನ ಮತ್ತು ಬೌದ್ಧರಿಗೂ ತೀರ್ಥಕ್ಷೇತ್ರ ವಾದುದು ಹೇಗೆ? ತೀರ್ಥ ಅಂದರೆ ಏನು? ಅದು ಸಂಸಾರದ ದುಃಖಗಳನ್ನು ಕಳೆದು ಪಾರುಮಾಡುವುದೇ? ಇದು ಶಿವತೀರ್ಥವೊ, ವೈಷ್ಣವತೀರ್ಥವೊ? ಪಂಚನದ ತೀರ್ಥಗಳು ಯಾವುವು? ಜ್ಯೋತಿರ್ಲಿಂಗವೆಂದರೇನು? ಇದನ್ನು ಮಹಾಸ್ಮಶಾನ ಎಂದೇಕೆ ಕರೆಯುವರು? ಇಲ್ಲಿ ಸತ್ತವರಿಗೆ ಶಿವ ಮುಕ್ತಿಕೊಡುತ್ತಾನೆಂಬ ವಿಷಯದಲ್ಲಿ ಪುರಾಣಗಳು, ಸಾಧುಸಂತರು, ಮಠಾಧೀಶರು, ಸಿದ್ಧರು, ಪಂಡಿತರು ಏನು ಹೇಳುತ್ತಾರೆ? ಇದು ವಿದ್ಯಾಕ್ಷೇತ್ರ, ಕಲಾಕ್ಷೇತ್ರ, ಸಂಗೀತಕ್ಷೇತ್ರ, ಭಕ್ತಿಕ್ಷೇತ್ರ ಎಲ್ಲವೂ ಆದುದು ಹೇಗೆ? ಐದುಸಾವಿರ ವರ್ಷಗಳ ಪರಂಪರೆಯನ್ನು ಮುಂದುವರಿಸಿಕೊಂಡು, ಇಡೀ ಭಾರತದ ಸಂಸ್ಕೃತಿಯನ್ನು ತನ್ನಲ್ಲಿ ಸಮೀಕರಣಗೊಳಿಸಿ ಕೊಂಡಿದೆ ಎಂದರೇನು? ಹೀಗೆ, ಮನೋಕೋಶದಲ್ಲಿ ಮನಸ್ಸು ನೂರಾರು ವೃತ್ತಿಗಳಲ್ಲಿ (ಸಂಕಲ್ಪ, ವಿಕಲ್ಪ, ಆಲೋಚನೆಗಳಲ್ಲಿ) ತಿರುಗುತ್ತಲೇ ಇರುತ್ತದೆ, ಸಂದೇಹಪರಿಹಾರಕ್ಕಾಗಿ ಪ್ರಶ್ನೆಕೇಳುತ್ತಲೇ ಇರುತ್ತದೆ. ಉತ್ತರ ಸಿಕ್ಕಂತೆಲ್ಲ ಹೊಸಪ್ರಶ್ನೆಗಳನ್ನು ಕೇಳುತ್ತದೆ. ಇವುಗಳಲ್ಲಿ ಸರಿಯಾದ ಒಂದು ಜಾಡನ್ನು ಶ್ರದ್ಧಾಪೂರ್ವಕವಾಗಿ ಹಿಡಿದು, ಸತ್ಯವೇನೆಂಬುದನ್ನು ಮಾತ್ರ ಒಪ್ಪುತ್ತಾ, ಮತ್ತು ಅಡ್ಡದಾರಿಗೆ ಬೀಳದೆ, ವಿಧಿಯನ್ನನುಸರಿಸಿ (ಋತದ ಸಹಾಯದಿಂದ), ಸಮಾಧಾನದಿಂದ (ಯೋಗದಿಂದ) ಮಂಥನಮಾಡುತ್ತಾ ಹೋದಲ್ಲಿ ಬುದ್ಧಿಗೆ ಹೊಳೆಯುವ ನಿಶ್ಚಿತ ಉತ್ತರವೇ ವಿಜ್ಞಾನ. ಎಲ್ಲ ತೀರ್ಥಗಳೂ ಬಂದುಸೇರುವ ವಿಶಾಲಸಾಗರವೇ ಕಾಶಿಯಾದ್ದರಿಂದ, ಮಂಥನಕ್ಕೆ ಕಾಶಿಗಿಂತ ಬೇರೆಸಾಗರ ಬೇಕೆ? ತಿಳಿವಿನ ಅರ್ಥವನ್ನು ನಿಶ್ಚಯಿಸುವ ವಿಜ್ಞಾನಗಳಿಂದ ಆಗಿರುವವನು ವಿಜ್ಞಾನಮಯನು. ಬುದ್ಧಿಯ ತೀಕ್ಷ್ಣತೆಯಲ್ಲಿ ಸಾಧನೆಯ ಸೋಪಾನಗಳನ್ನು ಹತ್ತುವವನೇ - ವಿಜ್ಞಾನಮಯನು. ಅನುಮಾನದಿಂದ ಆರಂಭಿಸಿ, ವಿಶ್ವಾಸದಿಂದ ಮುಂದುವರೆದು, ಆನಂದದಲ್ಲಿ ಈ ಮೆಟ್ಟಿಲುಗಳು ಕೊನೆಗೊಳ್ಳುವುವು. ಇದನ್ನೇ ವಿಜ್ಞಾನಮಯಿಯ, ವಿಜ್ಞಾನಮಯ ಕೋಶದ ಆನಂದ ಎನ್ನುವುದು. ಕಾಶಿಯಲ್ಲಿ ಬೋಧಿಸಿದ ಆಚಾರ್ಯರು, ಶಾಸ್ತ್ರಾರ್ಥಮಾಡಿದ ವಿದ್ವಾಂಸರು, ವಿದ್ಯೆ ಕಲಿಸಿದ ಪಂಡಿತರು ಇವರೆಲ್ಲ ನಾಲ್ಕನೆಯ ಮೆಟ್ಟಲಿನ ಈ ಆನಂದವನ್ನು ಅನುಭವಿಸಿದ್ದರು. ಸುಲಭದಲ್ಲಿ ಯಾತ್ರಿಯ ಅನುಭವಕ್ಕೆ ಸಿಗದಿದ್ದರೂ, ಅದೇನೆಂದಾದರೂ ತಿಳಿಯುವುದು ಬೇಡವೇ?

ವಿಜ್ಞಾನಮಯ ಕೋಶದ ಆನಂದವನ್ನೂ ದಾಟಿ ಇನ್ನೂ ಮುಂದೆ ಹೋಗಲು ಬುದ್ಧಿಯ ಪರಿಧಿಯನ್ನು ದಾಟಬೇಕು. ಅದಕ್ಕೆ ಸಂದೇಹಗಳೂ ಪ್ರಶ್ನೆಗಳೂ ಇಲ್ಲದಂತೆ

ಮನಸ್ಸಿನ ವೃತ್ತಿಗಳನ್ನು ಕಡಿಮೆ ಮಾಡುತ್ತಾ ಬರಬೇಕು. ಎರಡುವೃತ್ತಿಗಳ ಮಧ್ಯದಲ್ಲಿರುವ ಖಾಲಿಸಮಯವನ್ನು ಹೆಚ್ಚಿಸುತ್ತಾ ಹೋಗಬೇಕು, ತನ್ನನ್ನು ತಾನೇ ಮರೆಯಬೇಕು. ವೃತ್ತಿಗಳನ್ನು ಕಡಿಮೆ ಮಾಡುವುದೆಂದರೆ ಕಾಮವನ್ನು (ಆಸೆಯನ್ನು-ಸಂಕಲ್ಪವನ್ನು) ಕಡಿಮೆಮಾಡಿದಂತೆಯೆ. ಇದಕ್ಕೆ ಸಾಧನೆ (ಕರ್ಮ,ತಪಸ್ಸು) ಮತ್ತು ಜ್ಞಾನ (ಉಪಾಸನೆ) ಅತ್ಯವಶ್ಯಕ. ತಪಸ್ಸು ಮತ್ತು ಜ್ಞಾನದಿಂದ ಕಾಮವನ್ನು ತೊಲಗಿಸಿದಷ್ಟೂ, ಅಂತಃಕರಣ ಶುದ್ಧಿಯಾದಷ್ಟೂ ಆನಂದವು ಹೆಚ್ಚುವುದು. ಈ ಐದನೆಯ ಮೆಟ್ಟಲಿನ ಆನಂದವನ್ನು ಅನುಭವಿಸಿದವರು ಮಾತ್ರ ಅದರಬಗ್ಗೆ ಹೇಳಬಲ್ಲರೆ ವಿನಾ ಬೇರೆಯವರು ಅದನ್ನು ವಿವರಿಸುವುದು ಅಸಾಧ್ಯ. ಆನಂದಮಯ ಕೋಶದ ಆನಂದದಲ್ಲಿ ನಿಜವಾಗಲೂ ಕಾಶಿಯ ಪಂಚಕೋಶೀ ಯಾತ್ರೆಯ ಕೊನೆಯ ಹಂತವನ್ನು ಮುಟ್ಟಿದಂತಾಗುತ್ತದೆ. ಆಗ ಕಬೀರ ಹೇಳಿದಮಾತು *"ಮೋ ಕೊ ಕಹಾ ದೂಂಡೆ ಬಂದೇ, ಮೈ ತೋ ತೇರೆ* ಪಾಸ್‌ಮೆ, ಮೈ ತೋ ಸಬ್ ಶ್ವಾಸನ್‌ಕೆ ಶ್ವಾಸ್ ಮೆ' (ನನಗಾಗಿ ಎಲ್ಲಿಯ ಹುಡುಕಾಟ, ನಾನು ನಿನ್ನ ಹತ್ತಿರವೇ ಇದ್ದೇನೆ, ಎಲ್ಲರ ಶ್ವಾಸದ ಶ್ವಾಸದಲ್ಲಿದ್ದೇನೆ) ಎಂಬುದು ನಿಜವೆನಿಸುತ್ತದೆ. ಆಗ ಆನಂದವನ್ನರಸುವವನ ಉದ್ದೇಶ ಪೂರ್ಣವಾಗುತ್ತದೆ. ಅದಕ್ಕೂ ಮುಂದೆ ಹೋದರೆ ಅಲ್ಲಿ ಆನಂದಮಯವಲ್ಲ, ಆನಂದರೂಪನೆ (ಬ್ರಹ್ಮನೇ) ಆಗಿಬಿಡುತ್ತಾನೆ. ಸಮುದ್ರವನ್ನು ತಿಳಿಯಲು ಅದರಲ್ಲಿ ಮುಳುಗಿದ ಉಪ್ಪಿನ ಬೊಂಬೆ ಸಮುದ್ರದ ಬಗ್ಗೆ ಹೇಳುವುದಾದರೂ ಏನು? ಇಲ್ಲಿ ಮತ್ತೊಮ್ಮೆ ಶಂಕರಾಚಾರ್ಯರ 'ಕಾಶೀಪಂಚಕ' ಸ್ತೋತ್ರವನ್ನು ಉದ್ಧರಿಸಬಹುದು-

ಕಾಶ್ಯಾಮ್ ಹಿ ಕಾಶತೇ ಕಾಶೀ ಕಾಶೀ ಸರ್ವಪ್ರಕಾಶಿಕಾ ।
ಸಾ ಕಾಶೀ ವಿದಿತಾ ಯೇನ ತೇನ ಪ್ರಾಪ್ತಾ ಹಿ ಕಾಶಿಕಾ ॥

"ಕಾಶಿಯಲ್ಲಿ ಕಾಶಿಯೆ ಪ್ರಕಾಶಮಾನ. ಕಾಶಿ ಮಿಕ್ಕೆಲ್ಲವನ್ನೂ ಪ್ರಕಾಶಿಸುತ್ತದೆ. ಯಾರು ಈ ಕಾಶಿಯನ್ನು ಅರ್ಥಮಾಡಿಕೊಳ್ಳುವರೊ ಅವರೇ ಕಾಶಿಯನ್ನು ಪ್ರಾಪ್ತಮಾಡಿಕೊಳ್ಳುತ್ತಾರೆ".

ಇಲ್ಲೊಂದು ಎಚ್ಚರಿಕೆಯ ಮಾತು. ಇದುವರೆಗೆ ವಿವರಿಸಿದ ಪಂಚಕೋಶೀ ಯಾತ್ರೆಯನ್ನು ಕೇಳಿದಾಗ, ಒಂದು ಕೋಶದಿಂದ ಇನ್ನೊಂದು ಕೋಶಕ್ಕೆ ಹೋಗಿ ಹೆಚ್ಚಿನ ಆನಂದವನ್ನು ಅನುಭವಿಸುವುದು ಎರಡು ಹೆಜ್ಜೆ ಇಟ್ಟಷ್ಟು ಸುಲಭ ಅನಿಸಬಹುದು. ಅದು ಅಷ್ಟು ಸುಲಭವಲ್ಲ. ಪ್ರತಿಹೆಜ್ಜೆಯಲ್ಲೂ ಅನೇಕ ಅಡಚಣೆಗಳು ಎದುರಾಗುತ್ತವೆ. ಈ ಅಡಚಣೆಗಳಿಗೆ ಮುಖ್ಯಕಾರಣವೆಂದರೆ ತಾಮಸ, ರಾಜಸ ಮತ್ತು ಸಾತ್ವಿಕ ಎಂಬ ತ್ರಿಗುಣಗಳು ಎಂದು ತಿಳಿದವರು ಹೇಳುತ್ತಾರೆ. ಒಂದು ಕೆಳಗೆಳೆದರೆ, ಇನ್ನೊಂದು ಉನ್ಮಾದದಿಂದ ನಿರಂತರವಾಗಿ ಮೇಲೆ-ಕೆಳಗೆ ಕುಣಿಸುತ್ತದೆ, ಮೂರನೆಯದು ಒಂದೇ ಸ್ತರದಲ್ಲಿ ಉಲ್ಲಾಸದಿಂದ ನಡೆಸುತ್ತದೆ. ಈ ತ್ರಿಗುಣಗಳ ಜೊತೆಗೆ ತ್ರಿವಿಧಕರ್ಮಗಳು ಮತ್ತು

ತಾಪತ್ರಯಗಳನ್ನು ಸೇರಿಸಿದರೆ ಅದೊಂದು ಬಿಡಿಸಲಾಗದ ಕಗ್ಗಂಟಾಗುವುದರಲ್ಲಿ ಸಂದೇಹವಿಲ್ಲ. ಪ್ರತಿಕೋಶದಲ್ಲೂ ಈ ಗುಣಗಳು, ವಿವಿಧಮಿಶ್ರಣದಲ್ಲಿ ಬೆರೆತು, ವ್ಯಕ್ತಿಯಮೇಲೆ ಯಾವ ಪರಿಣಾಮ ಬೀರುತ್ತದೆಂಬ ವಿಷಯ ಸಂಕೀರ್ಣವಾದುದು. ಅದರ ವಿವರಣೆಗೆ ತೊಡಗಿಲ್ಲ. ಆದರೆ, ಉದಾಹರಣಾರ್ಥವಾಗಿ, ಅನ್ನಮಯ ಕೋಶದಲ್ಲಿ ಸತತವಾಗಿ ಬಿದ್ದಿರುವ ತಾಮಸಿಯ ಲಕ್ಷಣಗಳನ್ನು (ಶ್ರೀ ಸಮರ್ಥರಾಮದಾಸರ 'ದಾಸಬೋಧ'ದಲ್ಲಿ ಕೊಟ್ಟಿರುವಂತೆ) ಹಿಂದೆ ದೀರ್ಘವಾಗಿ ಕೊಡಲಾಗಿದೆ. ಗುಣ, ಕರ್ಮ, ತಾಪತ್ರಯಗಳ ಪ್ರಭಾವದಿಂದ ಅನೇಕರು ಒಂದು ಕೋಶದ ಆನಂದದಲ್ಲೆ ಸಂತೃಪ್ತರಾಗಿರುವರು. ಅದನ್ನು ಬಿಟ್ಟು ಉನ್ನತ ಕೋಶದ ಹೆಚ್ಚಿನ ಆನಂದವನ್ನು ಯೋಚಿಸಲಾರರು, ಅನುಭವಿಸಲಾರರು. ಕಾಶಿಯ ಪಂಚಕೋಶೀ ಯಾತ್ರೆಗೆ ಹೊರಟವರೂ ಒಂದೇ ಕೋಶದಲ್ಲಿ ತಟಸ್ಥರಾಗಿ ನಿಂತುಬಿಟ್ಟರೆ ಹೇಗೆ?

ದೃಷ್ಟಿಕೋನ ಹೇಗೆ ಬದಲಾಗಬೇಕು? : ಇಷ್ಟು ಪೀಠಿಕೆಯ ನಂತರ, ಕಾಶಿಯ ಯಾತ್ರೆಗೆ ಹೊರಟವರು, ಪಂಚಕೋಶೀ ಯಾತ್ರೆ ಮಾಡಲೆಣಿಸುವವರು, ಆನಂದದ ಅನೇಕ ಮೆಟ್ಟಲುಗಳನ್ನು ಏರಬೇಕೆನ್ನುವವರು, ಏನುಮಾಡಬೇಕು, ಯಾವ ರೀತಿಯಲ್ಲಿ ಅವರ ದೃಷ್ಟಿಕೋನ ಬದಲಾಗಬೇಕು? ಈ ವಿಚಾರವನ್ನು ಬಹಳ ಸಂಕ್ಷಿಪ್ತವಾಗಿ (ಶ್ರೀ **ಸಮರ್ಥರಾಮದಾಸರ** ಮತ್ತಿತರ ಸಂತರ ಪ್ರವಚನಗಳ ಸಾರಾಂಶದಿಂದ) ಈಗ ನೋಡಬಹುದು. ನಾವು ಪ್ರವಾಸಿಗಳಲ್ಲ, ಯಾತ್ರಿಗಳು ಎಂಬ ಅನಿಸಿಕೆಯನ್ನು ಮನಸ್ಸಿಗೆ ತಂದುಕೊಳ್ಳುವುದೇ **ಮೊದಲ ಬದಲಾವಣೆ**. ಆನಂತರ ಪ್ರವಾಸಿ ಹಾಕುವ ಬಣ್ಣದಕನ್ನಡಕ ಯಾತ್ರಿಗೆ ಸಲ್ಲದೆಂದು ಅದನ್ನು ತೆಗೆದುಹಾಕಬೇಕು. ಬಣ್ಣದ ಕನ್ನಡಕ ಹಾಕಿದರೆ "ಪಂಚಕೋಶೀ ಯಾತ್ರೆ" ಎನ್ನುವದು ಈಗಿನ "ಪಂಚಕ್ರೋಶಿ ಎಂಬ ಐವತ್ತೈದುಮೈಲಿಗಳ ಯಾತ್ರೆ" ಆಗುತ್ತದೆ; ಇಲ್ಲಿ ಕಾಣುವುದು ಬರಿ ಕೊಳಕು, ಮೋಸ, ವಿಷಯಲಂಪಟತನ, ಕೊಳೆತನಾರು ಮತ್ತು ಸಾವು ಎಂದನಿಸಿ ಮನಸ್ಸು ಕೆಡುತ್ತದೆ; ಒಂದು ಕೋಶವನ್ನೇ ಅರ್ಥಮಾಡಿಕೊಳ್ಳಲಾಗದೆ, ಇದು ಆನಂದವಲ್ಲ ಅಸಹ್ಯ ಎಂದು ದೂರ ಓಡಿಸುತ್ತದೆ; ಮಿಕ್ಕಕೋಶಗಳ ಆನಂದ ಕಾಣದಾಗುತ್ತದೆ. ಒಟ್ಟಿನಲ್ಲಿ ಒಂದು ಕೊಳೆತ ಮಾವಿನಹಣ್ಣು ಇಡಿ ಬುಟ್ಟಿಯ ಹಣ್ಣುಗಳನ್ನು ಕೆಡಸಿತು ಅನ್ನುವ ಹಾಗೆ, ಬಣ್ಣದ ಕನ್ನಡಕದವರು ಇತರ ವಿದ್ಯಾವಂತರ ಬುದ್ಧಿಯಮೇಲೂ ಮಂಕುಹರಿಸುತ್ತಾರೆ. ಅವರ ಕಣ್ಣಿಗೂ ಬಣ್ಣದ ಕನ್ನಡಕವನ್ನು ಬಲವಂತವಾಗಿ ತೊಡಿಸುತ್ತಾರೆ! ಈ ಬಣ್ಣದ ಕನ್ನಡಕವನ್ನು ತೊಡದಿರುವುದು **ಎರಡನೆಯ ಬದಲಾವಣೆ**. ಪ್ರವಾಸಿಯ ಕಣ್ಣು ಯಾವಾಗಲೂ ಇಂದ್ರಿಯಗಳನ್ನು ತಣಿಸುವ ಆಹಾರದ (ನಾನಾ ವಿಷಯಗಳ) ಮೇಲೆಯೇ ಇರುತ್ತದೆ. ಇದಕ್ಕೆ ವಿರುದ್ಧವಾಗಿ, ಯಾತ್ರಿ ತೀರ್ಥದಲ್ಲಿ ತಾನುತಂದ ವಿಷಯಾಸಕ್ತಿ, ಅರಿಷಡ್ವರ್ಗಗಳು ಎಲ್ಲವನ್ನೂ ಒಂದೊಂದಾಗಿ ಇಲ್ಲಿ

ಖಾಲಿಮಾಡಲು, ಬಿಡಲು ಪ್ರಯತ್ನಿಸುವುದು ಅವನಲ್ಲಾಗಬೇಕಾದ **ಮೂರನೆಯ ಬದಲಾವಣೆ.** ಈ ಬದಲಾವಣೆ ಹಲವುಬಾರಿ ನಡೆಸಿದ ಯಾತ್ರೆಗಳಲ್ಲಿ ಇಲ್ಲವೇ 'ಕಾಶೀವಾಸ'ದಲ್ಲಿ ಆಗಬಹುದು. ಇದನ್ನೇ ಸಾಮಾನ್ಯವಾಗಿ ಎಲ್ಲರೂ 'ಕಾಶಿಯಲ್ಲಿ ಏನನ್ನಾದರೂ ಬಿಡಬೇಕು' ಎನ್ನುವುದು. ಖಾಲಿಯಾದ ಮನಸ್ಸಿನಲ್ಲಿ ಇಲ್ಲಿಯ ಶಾಂತತೆಯನ್ನು ತುಂಬಿಕೊಂಡು, ಸಮಾಧಾನ ಹೊಂದಲು ಯತ್ನಿಸುವುದು **ನಾಲ್ಕನೆಯ ಬದಲಾವಣೆ.** ಯಾತ್ರಿಯಾದವನು ಅನ್ನಮಯ, ಪ್ರಾಣಮಯ ಕೋಶಗಳ ಆನಂದದಲ್ಲೇ ನಿಲ್ಲದೆ, ಮನೋಮಯ ಕೋಶದ ವಿದ್ಯಮಾನಗಳ ಕಡೆಗೆ ಗಮನವಿಟ್ಟು ತಾಮಸದ ಅವಲಕ್ಷಣಗಳೇನೇ ಇರಲಿ ಅವುಗಳನ್ನು ನೀಗಿಕೊಳ್ಳಬೇಕು. ಇದು ಅವನ **ಐದನೆಯ ಬದಲಾವಣೆ.** ಕ್ರಮೇಣ ಅವನ ರಾಜಸಗುಣಗಳ ತೀವ್ರತೆ ಕಡಿಮೆಯಾಗುತ್ತದೆ. ಆಗ ತನ್ನ ಆಧ್ಯಾತ್ಮಿಕ ಮುನ್ನಡೆ ಏನೇನೂ ಸಾಲದಲ್ಲ ಎಂಬ ತಳಮಳಹುಟ್ಟುತ್ತದೆ, ನಾನಾ ಅಹಂಭಾವಗಳು-ಅಭಿಮಾನಗಳು ಕ್ಷೀಣಿಸುತ್ತವೆ, ಸತ್ಸಂಗದ ಒಲವು, ಸಂತರವಾಣಿ ಮತ್ತು ಸದ್ಗುರುವಿನ ಬಗ್ಗೆ ವಿಶ್ವಾಸ ಹೆಚ್ಚುತ್ತದೆ, ವಿರಕ್ತತೆಯ ಬೀಜ ಬಿತ್ತಿದಂತಾಗುತ್ತದೆ. ಈ **ಆರನೆಯ ಬದಲಾವಣೆ**ಗೆ ಕಾಶಿ ಬಹಳ ಪ್ರಶಸ್ತವಾದ ಸ್ಥಳ. ಅನಂತರ ಅವನು ವಿಜ್ಞಾನಮಯ ಕೋಶದ ಪ್ರಯಾಣಕ್ಕೆ ಅರ್ಹನಾಗುತ್ತಾನೆ. ಈ ಕೋಶದಲ್ಲಿ ಅವನು ನಿಸ್ವಾರ್ಥತೆ, ಸಾಧನದ ಫಲ, ನಿತ್ಯಾನಿತ್ಯ ವಿವೇಕ, ಜೀವನ ಜನ್ಮದ ಮೂಲ, ಆತ್ಮಜ್ಞಾನ, ಮುಕ್ತಿಯ ಲಕ್ಷಣಗಳು ಮುಂತಾದ ವಿವಿಧ ಜ್ಞಾನವನ್ನು ಅರಿಯಲು ಶ್ರದ್ಧೆ, ಋತ ಮತ್ತು ಸತ್ಯದಿಂದ ಸಾಕಷ್ಟು ಪ್ರಯತ್ನಮಾಡುವನು. ಇದಕ್ಕೆಲ್ಲಾ ಕಾಶಿಯ ವಾತಾವರಣ ಸಹಾಯಕವಾಗುವುದು. ವಿಜ್ಞಾನ ಹೆಚ್ಚಿದಂತೆ ಅನೇಕ ಸಂದೇಹಗಳು ಬಿಸಿಲಲ್ಲಿ ಮಂಜಿನಂತೆ ಕರಗುತ್ತವೆ. ಸಂದೇಹಗಳು ಕರಗಿದಂತೆಲ್ಲಾ ಕೊನೆಯ ಆನಂದಮಯ ಕೋಶಕ್ಕೆ, ಆನಂದಮಯ ಸ್ಥಿತಿಗೆ, ಕಾಲಿಟ್ಟಂತೆಯೆ ಸರಿ. ಇದು **ಏಳನೆಯ ಬದಲಾಣೆ.** ಇಲ್ಲಿಂದ ಮುಂದಿನದು ಸಾಧಕನ ತಪಸ್ಸು ಮತ್ತು ಜ್ಞಾನದಮೇಲೆ ಅವಲಂಬಿಸಿರುತ್ತದೆ. ಕೊನೆಗೆ ಸತ್ಯ-ಜ್ಞಾನ-ಆನಂದದ ಸಾಕಾರವೆನಿಸಿದ ವಿಶ್ವನಾಥನಲ್ಲಿಯೆ ಕಾಶಿಯ ಪ್ರಸಿದ್ಧವಾದ "ಪಂಚಕೋಶೀ ಯಾತ್ರೆ" ಪರಿಸಮಾಪ್ತಿ ಆಗುವುದು.

ಕೊನೆಯಲ್ಲಿ ಇನ್ನೆರಡು-ಮೂರು ಮಾತುಗಳನ್ನು ನೆನಪಿನಲ್ಲಿಟ್ಟುಕೊಳ್ಳಬೇಕು. ಯಾತ್ರೆಯಲ್ಲಿ ಶ್ರದ್ಧೆಯಿದ್ದರೆ ಮಾತ್ರ ಹೊರಡಬೇಕು. ಅಂದರೆ ಪುರಾಣೇತಿಹಾಸಗಳು, ಶಾಸ್ತ್ರವಿಧಿಗಳು ಮುಂತಾದ ವಿಷಯಗಳಲ್ಲಿ ಪ್ರಶ್ನೆಮಾಡಿ ತಿಳಿಯುವುದು ತಪ್ಪಲ್ಲ, ಶ್ರದ್ಧೆಯಿಲ್ಲದ ವಿಕೃತ, ವಿತಂಡವಾದ ಬೇಡ. ಎರಡನೆಯದಾಗಿ, ಪಂಚಕೋಶೀ ಅಂದಾಕ್ಷಣ ಒಂದಾದ ಮೇಲೊಂದು ಕೋಶದಲ್ಲಿ ಕ್ರಮವಾಗಿ ಯಾತ್ರೆ ನಡೆಯುತ್ತದೆಂದಲ್ಲ. ಐದೂ ಕೋಶಗಳಲ್ಲಿ ಸಮತೋಲವನ್ನು ತಂದು ಯೋಗದಿಂದ ಜೀವಿಸುವುದು ಮುಖ್ಯ. ಮೂರನೆಯದಾಗಿ, ಯಾತ್ರೆ ಸುಲಭವಲ್ಲ. ಮುತ್ತುರತ್ನಗಳನ್ನು ಹೆಕ್ಕಿ ತೆಗೆಯಲು ಸಮುದ್ರಕ್ಕೆ ಹೋದವರು, ಅಲ್ಲಿಯ ದಡದಲ್ಲಿ ಸಿಗುವ ಶಂಖ, ಚಿಪ್ಪುಗಳಲ್ಲಿ ಸಂತೋಷಪಟ್ಟು ಇಲ್ಲವೆ ಬೇಸರಪಟ್ಟು

ಬರುವುದು ತರವಲ್ಲ. ಸಮುದ್ರದ ಆಳಕ್ಕೆ ಜಿಗಿಯಲು ತಯಾರಿರಬೇಕು. ಕಾಶಿಯ ಪ್ರಜ್ವಲಿಸುವ ಪ್ರಕಾಶದಲ್ಲಿ ನಮ್ಮ ನೆರಳನ್ನೇ (ಮನುಷ್ಯನ ನಿಸ್ಸತ್ವ, ದುರ್ಬಲತೆ, ದುರ್ಗುಣಗಳನ್ನೇ) ನೋಡಿಕೊಂಡು ನಡೆದರೆ ಸಾಲದು. ನೆರಳಲ್ಲಿ ನಡೆದಾಗ ಕಾಣುವುದೆಲ್ಲ ಒಡಕು, ಬರಡು ಮತ್ತು ಸಂಕುಚಿತ ಮನೋಭಾವದ ದುಷ್ಕೃತ್ಯಗಳು ಮಾತ್ರ. ದೃಷ್ಟಿಯನ್ನು ನಮ್ಮ ನೆರಳಿಗಿಂತ ದೂರಹರಿಸಿದಾಗ ಬೆಳಕಿನಲ್ಲಿ ದಾರಿಕಾಣುವುದು, ಆಗ ಭವತಾರಣ ಸಾಧ್ಯವಾಗುವುದು. ಆದ್ದರಿಂದ ನಾವು ಎಷ್ಟುದೂರ ಬೆಳಕಿನಲ್ಲಿ ನಡೆಯುತ್ತೇವೆಯೋ, ಎಷ್ಟು ಆಳಕ್ಕೆ ಜ್ಞಾನಸಾಗರದಲ್ಲಿ ಇಳಿಯುತ್ತೇವೆಯೋ ಎಂಬುದರ ಮೇಲೆ ನಾವು ಕಾಣುವ 'ಕಾಶಿ'ಯ ಸ್ವರೂಪ ಬದಲಾಗುತ್ತದೆ. ಮುಂದೆನಡೆದಂತೆ, ಆಳವಾಗಿ ಇಳಿದಂತೆ, ಒಂದೊಂದೇ ಕೋಶಗಳನ್ನು ದಾಟಿದಂತೆ "ಪಂಚಕೋಶೀ ಯಾತ್ರೆ"ಯ ಫಲವನ್ನು ಅನುಭವಿಸಬಹುದು. ಪ್ರಾಯಶಃ ಕ್ರಮೇಣ ಪ್ರಕಾಶಮಾನವಾದ ಕಾಶಿಯನ್ನು ನೋಡುವ, ವಾರಾಣಸಿಯ ಸ್ಪಂದನವನ್ನು ಕೇಳುವ ಪ್ರಯತ್ನವೂ ಸಫಲವಾಗಬಹುದು.

ಮೊದಲನೆಯ ಅಧ್ಯಾಯದ ಕೊನೆಯಲ್ಲಿ "ಮುಂದೆ ಹಂತಹಂತವಾಗಿ ಭೌತಿಕ, ಮಾನಸಿಕ (ಹೊರಗಿನ ಪ್ರಕಾಶ ಮತ್ತು ಸ್ಪಂದನ), ವಿಜ್ಞಾನಮಯ, ಆನಂದಮಯ (ಒಳಗಿನ ಪ್ರಕಾಶ ಮತ್ತು ಸ್ಪಂದನ) ಯಾತ್ರೆಗಳನ್ನು ಹಂತಹಂತವಾಗಿಮಾಡಲು ನಮ್ಮ ಪ್ರಯತ್ನವನ್ನು ಮುಂದುವರಿಸೋಣ" ಎಂದಿದ್ದನ್ನು ಇಲ್ಲಿ ನೆನಪಿಗೆ ತಂದುಕೊಳ್ಳಬೇಕು. ಮೊದಲನೆಯ ಹಂತದಲ್ಲಿ, ಇದುವರೆಗೂ ಭೌತಿಕ, ಮಾನಸಿಕ (ಹೊರಗಿನ ಪ್ರಕಾಶ ಮತ್ತು ಸ್ಪಂದನದ) ಕಾಶಿಯನ್ನು ತಕ್ಕಷ್ಟುಮಟ್ಟಿಗೆ ನೋಡಿದ್ದೇವೆ. ಹೊಸ ದೃಷ್ಟಿಕೋನವನ್ನು ಮುಂದಿಟ್ಟು, ಕಾಶಿನಗರದ ಕೊಳಕಿನಲ್ಲೆ ಮಹತ್ವವಿದೆ ಎಂದು ತೋರಿಸುವುದು ಇಲ್ಲಿಯ ಉದ್ದೇಶವಲ್ಲ. ಇಲ್ಲಿಯ ಕೊಳಕು, ಪಂಡಾಗಳ ಗಲಾಟೆ, ಮೋಸ, ಕರ್ಮಕಾಂಡದ ವೈಪರೀತ್ಯ, ಕೊಳೆಯುತ್ತಿದೆ, ನಾರುತ್ತಿದೆ ಅನ್ನಿಸುವ ಪರಂಪರೆ, ಸಂಸ್ಕೃತಿ ಇವಾವುವನ್ನೂ ತಕ್ಷಣ ಬದಲಿಸುವುದು ಅಸಾಧ್ಯ. ಹಾಗಾದರೂ ನಮ್ಮ ದೃಷ್ಟಿಕೋನ ಸರಿಯಾಗಿದ್ದರೆ, ಹೊರನೋಟದ ಕರಾಳಚಿತ್ರವೊಂದನ್ನೆ ದುರ್ಬೀನಿನಿಂದ ದೊಡ್ಡದು ಮಾಡಬೇಕಿಲ್ಲ. ಮೊದಲನೋಟದ ಹಿಂದೆ ಬೂದಿಮುಚ್ಚಿದ ಕೆಂಡದಂತೆ ಅಡಗಿರುವ ಭೌತಿಕಕಾಶಿಯ ಪ್ರಕಾಶವನ್ನು, ಇಲ್ಲಿಯ ಪವಿತ್ರತೆಯನ್ನು ಸ್ವಲ್ಪಮಟ್ಟಿಗಾದರೂ ತಿಳಿಯಬಹುದು. ಲಂಕಾಪುರಿಯಲ್ಲಿ ಹನುಮಂತನು ಸೀತೆಯನ್ನು ಎಲ್ಲಕಡೆಯೂ ಹುಡುಕಿ ಆಯಾಸಗೊಳ್ಳಲಿಲ್ಲ. ರಾವಣನ ಅರಮನೆಯಲ್ಲಿ ಪಾನಮತ್ತರಾಗಿ, ಅರೆಬೆತ್ತಲಾಗಿ ಹೇಗೇಗೋ ಬಿದ್ದುಕೊಂಡಿದ್ದ ರಾಕ್ಷಸಿಯರನ್ನು ನೋಡಿಯೂ ವಿಕಾರಚಿತ್ತನಾಗಲಿಲ್ಲ. ಕೊನೆಗೆ ಅಶೋಕವನದಲ್ಲಿ ಪವಿತ್ರ ಸೀತೆಯನ್ನು ಕಂಡು ಧನ್ಯನಾದನಂತೆ. ಆ ರೀತಿಯಲ್ಲಿ ಮೇಲುನೋಟಕ್ಕೆ ಮೋಸಹೋಗದೆ ಕಾಶಿಯ ಪ್ರಕಾಶವನ್ನು ಮಹಿಮೆಯನ್ನು ಕಾಣುವ ಪ್ರಯತ್ನಮಾಡಬಹುದು.

ಈಗ ಎರಡನೆಯ ಹಂತದಲ್ಲಿ ವಿಜ್ಞಾನಮಯ, ಆನಂದಮಯ (ಒಳಗಿನ ಪ್ರಕಾಶ ಮತ್ತು ಸ್ಪಂದನದ) ಕಾಶಿಯ ಯಾತ್ರೆಯನ್ನು ಕೈಗೊಳ್ಳಬೇಕಾಗಿದೆ. ಈ ಯಾತ್ರೆಗೆ ನಮ್ಮ ದೃಷ್ಟಿ 'ಮೂಲಕ್ಕೆ, ಮೂಲಕ್ಕೆ, ಇನ್ನೂ ಮೂಲಕ್ಕೆ, ಸೃಷ್ಟಿಯ ಆದಿಗೆ' ಹೋಗಬೇಕಾಗುತ್ತದೆ.

ಒಂದು ಟಿಪ್ಪಣಿ: ಇದು ಕೇವಲ ಒಂದು ಸ್ಥೂಲ ನಿರೂಪಣೆ ಅಥವಾ ಮುಂದಿನ ದೀರ್ಘವಿವರಣೆಗೆ ಪೀಠಿಕೆ ಅನ್ನಬಹುದು. ಇದು ಲೇಖಕನ ಅಲ್ಪ ಬುದ್ಧಿಗೆ ತಿಳಿದುದನ್ನು ಕಾಣಿಸಲು ಮಾಡಿದ ಪ್ರಯತ್ನ. ಪಂಚಕೋಶೀಯಾತ್ರೆಗೆ ಪುರಾಣಗಳು, ಉಪನಿಷತ್ತುಗಳು ಮತ್ತಿತರ ಮುಖ್ಯ ಗ್ರಂಥಗಳು ಏನು ಹೇಳುತ್ತವೆ ಎಂಬುದನ್ನು ಪರಿಶೀಲಿಸಿದ ಮೇಲೆ ಹೇಳಬೇಕಾಗುತ್ತದೆ. ಈ ಕೆಲಸವನ್ನು ಸ್ವಲ್ಪಮಟ್ಟಿಗೆ ಲೇಖಕನ ಮುಂದಿನ ಪುಸ್ತಕ "ಕಾಶೀ ರಹಸ್ಯ"ದಲ್ಲಿ ಕೊಡುವ ಪ್ರಯತ್ನವನ್ನು ಮಾಡಲಾಗಿದೆ. **ಆಸಕ್ತರು "ಕಾಶೀ ರಹಸ್ಯ"ವನ್ನು ನೋಡಬಹದುದು**).

■

18. ಹಬ್ಬ–ಮೇಳಗಳು

ಕಾಶಿಯು ಪವಿತ್ರಕ್ಷೇತ್ರ, ಧಾರ್ಮಿಕಕ್ಷೇತ್ರ ಎಂದೆಲ್ಲ ಹೇಳಿದಮೇಲೆ ಪವಿತ್ರ ಅಪವಿತ್ರ, ಧರ್ಮ ಅಧರ್ಮ ಪುಣ್ಯ ಪಾಪ, ಸ್ವರ್ಗ ನರಕ, ಬಂಧನ ಮುಕ್ತಿ, ಜೀವ ದೇವ ಮೊದಲಾದವುಗಳ ಗುಣಲಕ್ಷಣಗಳೇನೆಂಬ ಪ್ರಶ್ನೆ ಏಳುತ್ತದೆ. ಅನೇಕ ಆಚಾರ್ಯರುಗಳು ಸಂತರು ನಿರೂಪಣೆ ಮಾಡಿದುದರ ಚರ್ಚೆ ಇಲ್ಲಿ ಪ್ರಸ್ತುತವಲ್ಲ. ಇವರಿಂದಾಗಿ ಅನೇಕ ಮತ ಪಂಥಗಳು, ಆಚರಣೆಗಳು, ಹಬ್ಬ ಮೇಳಗಳು ಹುಟ್ಟಿಕೊಂಡವು. ವಾರಾಣಸಿಯಲ್ಲಂತೂ ಹಬ್ಬಗಳಿಗೆ (ಇಲ್ಲಿ ಹಬ್ಬ, ಜಾತ್ರೆ, ಉತ್ಸವ, ಮೇಳ ಎಲ್ಲವನ್ನು ಸೇರಿಸಿ ಹಬ್ಬ ಎಂದು ಕರೆದಿದೆ) ಕೊರತೆಯೇ ಇಲ್ಲ. ವಾರಾಣಸಿಯಲ್ಲಿ ಪ್ರತಿದಿನವು ಒಂದಲ್ಲ ಒಂದು ಹಬ್ಬವನ್ನು ಆಚರಿಸುತ್ತಾರೆ. ಇಲ್ಲಿ ವಾರಕ್ಕೆ ಹದಿಮೂರು ಹಬ್ಬಗಳು, ಇಲ್ಲವೆ ವರ್ಷದ 365 ದಿನಗಳಲ್ಲಿ 563 ಹಬ್ಬಗಳೆಂದು ತಮಾಷೆಮಾಡುವುದು ಉತ್ಪ್ರೇಕ್ಷೆಯಲ್ಲ. ಇವುಗಳಲ್ಲಿ ಧಾರ್ಮಿಕ ಅಥವಾ ಸಾಂಸ್ಕೃತಿಕ ಹಿನ್ನೆಲೆ ಎಷ್ಟಿರುತ್ತದೆ ಎನ್ನುವುದಕ್ಕಿಂತಲೂ ಎಷ್ಟು ಪರಂಪರಾಗತವಾಗಿ ನಡೆದುಕೊಂಡು ಬಂದಿದೆ ಎನ್ನುವುದು ಮುಖ್ಯ. ಒಮ್ಮೆ ಆರಂಭಗೊಂಡದ್ದಕ್ಕೆ ಇನ್ನೊಂದು ಸೇರಬಹುದೆ ವಿನಾ, ಹಳೆಯದನ್ನು ಬಿಡುವಹಾಗಿಲ್ಲ, ಹಳೆಯದರ ಬದಲು ಹೊಸತು ಬರುವುದಿಲ್ಲ. ಇದರಿಂದ ಒಂದರ ಮೇಲೆ ಒಂದರಂತೆ ಹಬ್ಬಗಳ ಸಾಲು ಪದರ ಪದರವಾಗಿ ಬೆಳೆಯುತ್ತಲೆ ಇದೆ. ಇನ್ನೊಂದು ವಿಶೇಷವೆಂದರೆ, ವಾರಾಣಸಿಯನ್ನು ಮಿನಿಭಾರತ ಅಂದಹಾಗೆ, ದೇಶದ ಎಲ್ಲ ಕಡೆಯ ಜನಗಳು ಇಲ್ಲಿ ನೆಲೆಸಿರುವುದರಿಂದ ಎಲ್ಲರ ಹಬ್ಬಗಳ ಆಚರಣೆ ನಡೆಯುತ್ತದೆ. ಎಂದಾದರೊಂದು ದಿನ ಹಬ್ಬವಿಲ್ಲದಿದ್ದರೂ ಸರಿ, ಹಬ್ಬದ ವಾತಾವರಣವಂತೂ ಇದ್ದೇ ಇರುತ್ತದೆ. ಇಲ್ಲಿಯ ಗಲ್ಲಿಗಳಲ್ಲಿ ಸದಾ ಕೇಳಿಬರುವ *ರಾಮ್ ಕಹೊ, ಭೋಲೆ ಶಂಕರ್, ಗಂಗಾ ಮೈಯ್ಯಾ ಕಿ ಜಯ್ ಹೋ* ಎಂಬ ಕೂಗಿನಿಂದಲೆ ಹಬ್ಬದ ವಾತಾವರಣ ತಾನೇತಾನಾಗಿ ಹರಡುತ್ತದೆ. ನೆರೆಮನೆಯಲ್ಲಿ, ಗಲ್ಲಿಯಲ್ಲಿ, ಮೊಹಲ್ಲಾದಲ್ಲಿ ಸುತ್ತಮುತ್ತಲಲ್ಲಿ ಎಲ್ಲಿ ಏನಾದರೂ ಅದು ಸಾರ್ವತ್ರಿಕ ಹಬ್ಬವಾಗುವುದು. ನೆರೆಮನೆಯ ಸಂಸ್ಕಾರ (ನಾಮಕರಣ, ಚೌಲ ಇತ್ಯಾದಿ), ಗಲ್ಲಿಯಲ್ಲಿ ನಡೆಯುವ ವ್ರತ (ಸೋಮಪ್ರದೋಷ, ಏಕಾದಶಿ, ಅಕ್ಷಯತೃತೀಯ, ಪೂರ್ಣಿಮೆ, ಅಮಾವಾಸ್ಯೆ, ಸತ್ಯನಾರಾಯಣವ್ರತ) ಅಥವಾ ಮೊಹಲ್ಲಾದಲ್ಲಿನ ಪರ್ವ (ಸಂಕ್ರಾಂತಿ, ಚೈತ್ರೋತ್ಸವ, ಬಸಂತಪಂಚಮಿ, ಹೋಲಿ, ಶರದ್‌ಪೂರ್ಣಿಮಾ) ಇವೆಲ್ಲದರಲ್ಲೂ ಜನರ ಸಡಗರ, ಸಂಭ್ರಮ "ಬೇಗಂಳ ಮದುವೆಯಲ್ಲಿ ಪೋಲಿಪುಂಡನ ಹುಚ್ಚುಕುಣಿತ"ದಂತೆ ಇರುತ್ತದೆ. ಇದಲ್ಲದೆ ಅವತಾರಗಳ, ಆಚಾರ್ಯರುಗಳ, ಸಂತರ, ಲೋಕನಾಯಕರ, ಸಾಹಿತಿಗಳ,

ಕಲಾವಿದರ ಜಯಂತಿ, ಸ್ಮರಣಾರ್ಥ ದಿನಗಳಿಗೆ ಲೆಕ್ಕವೆ ಇಲ್ಲ. ಇವುಗಳ ಉದಾಹರಣೆಯಾಗಿ ರಾಮನವಮಿ, ಕೃಷ್ಣ ಜನ್ಮಾಷ್ಟಮಿ, ಶಿವರಾತ್ರಿ, ದುರ್ಗಾಷ್ಟಮಿ, ನರಸಿಂಹ ಜಯಂತಿ, ಶಂಕರ, ರಾಮಾನುಜ, ಮಾಧ್ವ, ವಲ್ಲಭರ ಜಯಂತಿ, ತುಳಸಿ, ಕಬೀರ್, ಗಾಂಧಿ, ಬೋಸ್, ಭರತೇಂದು ಜಯಂತಿ ಎಂದು ಪಟ್ಟಿಯನ್ನು ಬೆಳೆಸುತ್ತಲೇ ಹೋಗಬಹುದು. ದೇಶದ ಬೇರೆಕಡೆಗಳಲ್ಲಿ ಈ ಹಬ್ಬಗಳು ಇಲ್ಲವೆಂದಲ್ಲ, ಆದರೆ ಒಂದೊಂದು ಕಡೆ ಒಂದೊಂದಕ್ಕೆ ವಿಶೇಷತೆ ಇದ್ದರೆ, ಇಲ್ಲಿ ಎಲ್ಲಾ ಹಬ್ಬಗಳ ಆಚರಣೆ ಮುಖ್ಯವೆ ಹೊರತು ಕಾರಣವಲ್ಲ.

ಕಾಶಿಯಲ್ಲಿ ವರ್ಷವಿಡಿ ಹಬ್ಬದವಾತಾವರಣ ಇರುವುದಕ್ಕೆ ಹಬ್ಬಗಳ ಸಂಖ್ಯೆಯೊಂದೇ ಕಾರಣವಲ್ಲ. ವಾರಾಣಸಿಯ ಮಣ್ಣು, ನೀರು, ವಾಯುವಿನ ಗುಣವೇ ವಿಶಿಷ್ಟವಾಗಿದ್ದು ಅಲ್ಲಿ ಯಾವಾಗಲೂ ಆಹ್ಲಾದತೆ ಹರಡಿರುತ್ತದೆ. 'ಯತ್ರ ಮರಣಶ್ಚ ಮಂಗಳಂ', ಎಲ್ಲಿ ಮರಣವೆ ಮಂಗಳವೋ, ಎಲ್ಲಿ ಮರಣ ಮಾತ್ರದಿಂದಲೆ ಮುಕ್ತಿಯೋ, ಎನಿಸಿದ ಸ್ಥಳದಲ್ಲಿ ದಿನವೂ ಹಬ್ಬವಿಲ್ಲದೆ ಅಳುವವರು ಯಾರು? ಎಲ್ಲಿ ಸಾವಿನ ಭೀಕರತೆಯು ಸಹ ಮುಕ್ತಿಯ ಏಕತೆಯಲ್ಲಿ ಸೌಮ್ಯವಾಗಿರುತ್ತದೊ, ಅಲ್ಲಿ ದುಃಖದ ಚಿಹ್ನೆಯಾದರು ಏಕೆ? ಯಮಕಿಂಕರರು ಕತ್ತಿಗೆ ಪಾಶವನ್ನು ಬಿಗಿದು ಎಳೆದುಕೊಂಡು ಹೋಗುವರೆಂಬ ಭಯದ ಬದಲಿಗೆ ಇಲ್ಲಿ ಸಾವು ಎಂದಿಗೆ ಬಂದೀತೊ, ಮುಕ್ತಿಕೊಡುವ ತಾರಕಮಂತ್ರ ಎಂದು ಕೇಳೀತೊ ಎಂಬ ನಿರೀಕ್ಷೆಯೆ ಸುಖಪ್ರದವಾಗಿರುತ್ತದೆ. ಪುನರ್ಜನ್ಮದಿಂದ, ಜರಾಮರಣಗಳಿಂದ ಮುಕ್ತಿಯನ್ನು ಪಡೆಯುವೆನೆಂದು ತಿಳಿದಮೇಲೆ, ಈ ಜನ್ಮದಲ್ಲಿ ಮಾಡಿದ ಪಾಪಗಳಿಗೆ ಶಿಕ್ಷೆಸಿಗಬಹುದೆಂಬ ಹೆದರಿಕೆಯಾದರೂ ಏಕೆ? ಇದರಿಂದಾಗಿ ಮರಣವು ಒಂದು ಶುಭ ಆಚರಣೆಯೆ! ಇನ್ನು ಇಲ್ಲಿಯ (ಆಧ್ಯಾತ್ಮಿಕ) ವಾತಾವರಣದಲ್ಲಿನ ಆಹ್ಲಾದತೆಯಿಂದಾಗಿ ದುಃಖಮಯ ಸಂಸಾರದಲ್ಲಿಯು ಸಂತೋಷದಿಂದ ಜೀವಿಸುವ ಕಲೆ ಕರಗತವಾಗುತ್ತದೆ. ಈ ರೀತಿಯಾಗಿ ಇಲ್ಲಿ ಹಿಂದೆಮಾಡಿದ ಕೃತ್ಯಕ್ಕೆ ಭಯವಿಲ್ಲ, ಮುಂದೆ ಬರುವುದರ ನಿರೀಕ್ಷೆಯಲ್ಲಿ ಚಿಂತೆಯಿಲ್ಲ, ಇಂದು ಸಂದಿರುವ ದುಃಖದ ನಾಣ್ಯವನ್ನು ತಿರುಗಿಸಿ ಸುಖವನ್ನು ಕಾಣುವ ಜಾಣತನವಿದೆ. ಇಲ್ಲಿ ಜೀವನವೆ ಒಂದು ಕಲೆ. ಇಷ್ಟೆಲ್ಲ ಇದ್ದಮೇಲೆ ಹಬ್ಬದ ವಾತಾವರಣ ವರ್ಷವಿಡೀ ಹರಡದೆ ಇರುವುದೆ?

ಕಾಶಿಯಲ್ಲಿನ ಆಚರಣೆಗಳು, ಇತರ ಸ್ಥಳಗಳಲ್ಲಿಯಂತೆ, ನಾಲ್ಕು ವಿಧ–ಷೋಡಶ ಸಂಸ್ಕಾರಗಳು, ವ್ರತ, ಪರ್ವ ಮತ್ತು ಹಬ್ಬಗಳು. ಷೋಡಶ ಸಂಸ್ಕಾರಗಳನ್ನು ಒಂದು ಕುಟುಂಬ ಆಚರಿಸಿದಾಗ ಮಿಕ್ಕ ಬಂಧುಮಿತ್ರರು ಭಾಗವಹಿಸುತ್ತಾರೆ. ವ್ರತಗಳು ಹೆಚ್ಚಾಗಿ ವೈಯಕ್ತಿಕವಾಗಿ ಇಲ್ಲವೆ ಒಂದು ಕುಟುಂಬದಲ್ಲಿ ನಡೆದರೂ, ಕೆಲವು ವ್ರತಗಳನ್ನು – ಸೋಮಪ್ರದೋಷ, ಸತ್ಯನಾರಾಯಣ ವ್ರತ ಮುಂತಾದುವನ್ನು– ಸಾಮೂಹಿಕವಾಗಿ ಆಚರಿಸುತ್ತಾರೆ. ಇದರಲ್ಲಿ ವಿಶೇಷ ಪೂಜೆ, ಮಂದಿರದ ಅಲಂಕಾರ, ಬ್ರಾಹ್ಮಣ ಭೋಜನ,

ಸತ್ಸಂಗ, ಭಜನೆ ಎಲ್ಲವೂ ಸೇರಿ ನಿರ್ದಿಷ್ಟ ಗುಂಪಿಗೆ ಒಂದು ಹಬ್ಬವೇ ಆಗುತ್ತದೆ. ಪರ್ವವೆಂದರೆ ಕಾಲಮಾನ ಬದಲಾದ ಗುರುತಿಗೆ ಒಂದು ಇಡೀ ಸಮುದಾಯ ಅಥವಾ ಜಾತಿ/ಪಂಗಡದವರು ಆಚರಿಸುವ ಸಾಮೂಹಿಕ ವ್ರತ/ಹಬ್ಬ. ಇವುಗಳಲ್ಲಿ ಸಂಕ್ರಾಂತಿ, ಬಸಂತ ಪಂಚಮಿ, ಚೈತ್ರ ಶುಕ್ಲ ಹೊಸವರ್ಷ, ಕಜರಿ ಮೇಳ, ಸಾವನ್‌ಜೂಲಾ, ಮತ್ತು ದೀಪಾವಳಿಯ ಹೊಸವರ್ಷ ಸೇರುತ್ತವೆ. ಮಿಕ್ಕ ಅನೇಕ ಹಬ್ಬಗಳಲ್ಲಿ ದೇವ, ದೇವಿಯರ ಅವತಾರಗಳ ಜನ್ಮದಿನ, ಆಚಾರ್ಯರ, ಸಂತರ, ಮಹಾತ್ಮರ, ಧೀಮಂತರ ಜಯಂತಿಗಳು, ವಿಶೇಷ ದಿನಗಳ (ಅಕ್ಷಯತೃತೀಯ, ಗಣೇಶಚೌತಿ, ಶೀತಲಾಷ್ಟಮಿ ಇತ್ಯಾದಿ) ಹಬ್ಬಗಳು ಮತ್ತು ವಿಶೇಷ ಯಾತ್ರಾದಿನಗಳು ಸೇರಿವೆ. ಎಲ್ಲ ಆಚರಣೆಗಳಲ್ಲೂ ಗಂಗಾ ಸ್ನಾನ, ಪೂಜೆ, ಭಜನೆ, ಭಕ್ತಿಪೂರ್ವಕ ನೃತ್ಯ, ದೊನ್ನೆಯಲ್ಲಿ ಹಾಲಿನ ಕೆನೆಯ ಪ್ರಸಾದ (*ಮಲಾಯ್ ಕಿ ದೋನಾ*), ಭಾಂಗ್ ಸೇವನೆ (*ವಿಜಯ ಠಂಡೈ*), ಪಾನ್, ಹರಟೆ ಮತ್ತು ಹಾಸ್ಯ ಇವು ಸರ್ವೇಸಾಮಾನ್ಯವಾದವುಗಳು.

ಕೆಲವು ಹಬ್ಬಗಳ ಆಚರಣೆಗಳು ಕೇವಲ ಮನೆ, ಕುಟುಂಬ, ಒಂದು ಗುಂಪು ಪಂಗಡಕ್ಕೆ ಆಗಲೀ, ಒಂದು ದಿನಕ್ಕೆ ಆಗಲೀ ಸೀಮಿತವಾಗದೆ ಗಲ್ಲಿ, ಬೀದಿ, ಮಂದಿರ, ಮೊಹಲ್ಲಾಗಳಲ್ಲಿ ಅನೇಕ ದಿನಗಳ ಮೇಳವಾಗಿ ಪರಿವರ್ತಿತವಾಗುತ್ತವೆ. ಆ ಮೇಳಕ್ಕೊಂದು ಉತ್ಸವ ಮೂರ್ತಿ, ಅದರ ಸುತ್ತಲೊಂದು ಪೆಂಡಾಲು, ಅದರ ನಾಲ್ಕೂ ಕಡೆಗೆ ಬಣ್ಣಬಣ್ಣದ ಅಂಗಡಿ ಮುಂಗಟ್ಟುಗಳು, ತಳ್ಳುಗಾಡಿಯ ವ್ಯಾಪಾರಿಗಳು, ಕರಕುಶಲ ಸಾಮಗ್ರಿಗಳು, ಮಣ್ಣಿನ ಮತ್ತು ಮರದ ಆಟಿಕೆಗಳು, ವಾದ್ಯಗಳ ಬ್ಯಾಂಡು ಬಾಜಾಗಳು, ಮನುಷ್ಯರ ಕಸರತ್ತು, ಪ್ರಾಣಿಗಳ ಹೊಡೆದಾಟದ ಪೈಪೋಟಿ, ಇಂದ್ರಜಾಲ ಮೊದಲಾದುವಗಳಿಂದ ಮನೋರಂಜನೆ ಮಾಡುವವವರು, ಸಂಗೀತ, ನೃತ್ಯ, ನಾಟಕ ಮುಂತಾದ ಸಾಂಸ್ಕೃತಿಕ ಕಾರ್ಯಕ್ರಮಗಳು ಎಲ್ಲವೂ ಮೇಳದ ಅವಿಭಾಜ್ಯ ಅಂಗಗಳು. ಮೇಳಕ್ಕೆ ಮೊಹಲ್ಲಾದ ಜನವಲ್ಲದೆ ನಗರದ ಎಲ್ಲ ಕಡೆಯಿಂದಲೂ ಹಿರಿಯರು, ಕಿರಿಯರು, ಸ್ಥಿತಿವಂತರು, ಬಡವರು, ಬಂದುಸೇರುತ್ತಾರೆ. ಅವರ ಮಾತು, ಉತ್ಸಾಹ, ರಂಗು ರಂಗಿನ ಬಟ್ಟೆಗಳು, ಸಡಗರದ ಓಡಾಟ, ಚೌಕಾಶಿಯ ವ್ಯಾಪಾರ, ಮಕ್ಕಳ ಆಟ ಎಲ್ಲವೂ ಮೇಳಕ್ಕೆ ಮೆರಗು ಕೊಡುತ್ತವೆ. ಈ ಮೇಳಗಳ ಇನ್ನೆರಡು ವಿಶೇಷಗಳೆಂದರೆ ಋತುವಿಗೆ ತಕ್ಕಹಾಡುಗಳನ್ನು ಜಾನಪದ ಶೈಲಿಯಲ್ಲಿ ಹಾಡುವುದು ಮತ್ತು ಮೇಳಕ್ಕೆ ಸಂಬಂಧಿಸಿದ ಮರದ ಆಟಿಕೆಗಳ ವ್ಯಾಪಾರ. ಒಂದು ಮೇಳದಲ್ಲಿ ಕೇಳಿದ ಹಾಡುಗಳನ್ನಾಗಲಿ, ನೋಡಿದ ಆಟಿಕೆಗಳನ್ನಾಗಲಿ ಇನ್ನೊಂದು ಮೇಳದಲ್ಲಿ ಕೇಳಲಾಗದು, ನೋಡಲಾಗದು. ಉದಾಹರಣೆಗೆ ಚೈತ್ರದಲ್ಲಿ 'ಚೈತಿ'ಗಳನ್ನು ಹಾಡಿದರೆ, ಸಾವನ್-ಭಾದೋ (ಶ್ರಾವಣ-ಭಾದ್ರಪದ)ದಲ್ಲಿ 'ಕಜರಿ' ಗೀತೆಗಳನ್ನು ಮಾತ್ರ ಹಾಡುತ್ತಾರೆ. ಇದೆ ರೀತಿ, ದುರ್ಗೆ, ರಾಮ ಸೀತಾ, ಗಂಗಾ,

ನರಸಿಂಹ, ನಾಗ ಮುಂತಾದ ಮಣ್ಣಿನ ಅಥವಾ ಮರದ ಬೊಂಬೆಗಳು ಆಯಾಹಬ್ಬಗಳಲ್ಲಿ ಮತ್ತು ಮೇಳಗಳಲ್ಲಿ ಮಾತ್ರ ಸಿಗುವುದು.

ಈಚೆಗೆ ಮೇಳಗಳಲ್ಲಿ ತೀವ್ರವಾದ ಬದಲಾವಣೆಗಳು ಕಂಡುಬರುತ್ತಿವೆ. ಆಧುನಿಕತೆಯ ಮೆರುಗಿನಲ್ಲಿ ಧ್ವನಿವರ್ಧಕ ಮೈಕಾಸುರರು, ಸಿನೆಮಾಹಾಡುಗಳು, ಪ್ಲಾಸ್ಟಿಕ್ಕಿನ ಸಾಮಾನುಗಳು, ನೂತನ ವಿದೇಶಿಆಟಿಕೆಗಳು (ಹನುಮಾನ್ ಬದಲು ಪೊಕೆಮಾನ್), ಜಾನಪದದ ಸೊಗಡಿಲ್ಲದ ಕಾರ್ಯಕ್ರಮಗಳು, ಅಲ್ಲಿಗೆ ಬರುವ ಪುಡಾರಿಗಳು, ರೌಡಿಗಳು (ಹಿರಿಯರು ಮತ್ತು ಮೊಹಲ್ಲಾದಗಣ್ಯರು ಬರುವುದೆ ಇಲ್ಲ), ಎಲ್ಲವೂ ಮೇಳಗಳ ಬಣ್ಣವನ್ನೇ ಬದಲಾಯಿಸಿಬಿಟ್ಟಿವೆ. ಹಿಂದಿನ ದಿನಗಳ ಸರಳತೆ, ಮುಗ್ಧಹಾಸ್ಯ, ಸಂತೋಷದ ಮತ್ತು ಮಸ್ತಿಯ ಸುಲಭ ಸಾಧನಗಳೆಲ್ಲವನ್ನು ಇಂದಿನ ನಾಗರಿಕತೆಯ ಸೋಗು, ಪಾಶ್ಚಿಮಾತ್ಯರ ಅನುಕರಣೆ ಮತ್ತು ಐಷಾರಾಮ ಜೀವನದ ಒಲವು ತೊಡೆದುಹಾಕುತ್ತಿವೆ.

ಹಬ್ಬಗಳ ಆಚರಣೆಯಲ್ಲಿ ವಿಶೇಷತೆಯಿರುವ ಅಥವಾ ಇತರಕಡೆಗಳಲ್ಲಿ ಸಾಮಾನ್ಯವಾಗಿ ಆಚರಿಸದ ಹಬ್ಬಗಳನ್ನಷ್ಟೆ ಇಲ್ಲಿ ವಿವರಿಸಲಾಗಿದೆ. ಕಾಶಿಯಲ್ಲಿ ಕರ್ನಾಟಕದಂತೆ ಚಾಂದ್ರಮಾನವನ್ನೆ ಅನುಸರಿಸಿದರು, ಒಂದು ವ್ಯತಾಸವಿದೆ. ಕರ್ನಾಟಕದಲ್ಲಿ ಅಮಾವಾಸ್ಯೆ ಕಳೆದನಂತರ ಹೊಸಮಾಸದ ಆರಂಭ; ಕಾಶಿಯಲ್ಲಿ ಪೂರ್ಣಿಮೆ ಆದ ನಂತರ ಮಾಸದ ಆರಂಭ ಎಂದು ಗಣಿಸುತ್ತಾರೆ. ಅಂದರೆ ನಮ್ಮ ಲೆಕ್ಕಕ್ಕು ಅಲ್ಲಿಯದಕ್ಕು ಹದಿನೈದು ದಿನದ ವ್ಯತ್ಯಾಸ. ಕಾಶಿಯ ಹಬ್ಬ ಮೇಳಗಳ ವಿಚಾರ ಹೇಳುವಾಗ ಅಲ್ಲಿಯ ರೀತಿಯ ಕಾಲಗಣನೆಯನ್ನೆ ಅನುಸರಿಸಲಾಗಿದೆ.

ಚೈತ್ರ ನವರಾತ್ರಿಯಲ್ಲಿ ಒಂಬತ್ತು ದಿನಗಳವರೆಗೆ ನವಗೌರಿಯರಿಗೆ ಪೂಜೆ ಮತ್ತು ಯಾತ್ರೆ ನಡೆಯುತ್ತದೆ. ಚೈತ್ರಾರಂಭದಲ್ಲಿ, ಹೊಸ ವರ್ಷದಂದು, ರಾಜೇಂದ್ರ ಪ್ರಸಾದ ಘಾಟ್‌ನಲ್ಲಿ ಸಾಂಸ್ಕೃತಿಕ ಕಾರ್ಯಕ್ರಮಗಳು ನಡೆಯುತ್ತವೆ. ರಾಮನವಮಿಯ ಸಂಜೆ ಅಸಿಘಾಟ್‌ನಿಂದ ರಾಜ್‌ಘಾಟ್‌ವರೆಗೆ 'ರಾಮಕಥಾ ಮಂದಾಕಿನೀ ಶೋಭಾಯಾತ್ರಾ' ಎಂಬ ಹೆಸರಿನಲ್ಲಿ ರಾಮಾಯಣದ ದೃಶ್ಯಗಳ ಫಲಕಗಳನ್ನು ಹೊತ್ತ ಸುಮಾರು ಇಪ್ಪತ್ತು ದೋಣಿಗಳು ಗಂಗೆಯ ಮೇಲೆ ನಿಧಾನವಾಗಿ ಚಲಿಸುತ್ತವೆ.

ನರಸಿಂಹಲೀಲಾ: ವೈಶಾಖದ ದಶಮಿಯಿಂದ ಪೂರ್ಣಿಮೆಯವರೆಗಿನ ಆರುದಿನಗಳಲ್ಲಿ ಪ್ರಹ್ಲಾದಘಾಟ್‌ನಲ್ಲಿ ನರಸಿಂಹಲೀಲಾ ನಡೆಯುತ್ತದೆ. ಇದರಲ್ಲಿ ನರಸಿಂಹನಿಗೆ ಸಂಬಂಧಿಸಿದ ಆರು ರಝಾಂಕಿ (ದೃಶ್ಯದ ಕ್ಷಣಿಕ ದರ್ಶನ)ಗಳನ್ನು ಭಕ್ತರು ಆಡಿತೋರಿಸುತ್ತಾರೆ. ಕ್ಷೀರಸಾಗರ ಶಯನ, ಪ್ರಹ್ಲಾದನ ಜನನ, ಅವನ ವಿದ್ಯಾಭ್ಯಾಸ, ನರಸಿಂಹಾವತಾರ, ನರಸಿಂಹಲೀಲಾ ಮತ್ತು ದಶಾವತಾರ ಇವು ಆರು ದೃಶ್ಯಗಳು. 'ನರಸಿಂಹಲೀಲಾ' ರಾಜಾಸ್ಥಾನದ ಪುಷ್ಕರಕ್ಷೇತ್ರದಿಂದ ಇಲ್ಲಿಗೆ ಬಂದುನೆಲೆಸಿದೆ.

ಗಂಗಾ ದಶಹರಾವನ್ನು ಜ್ಯೇಷ್ಠಮಾಸದ ಶುಕ್ಲದಶಮಿಯಂದು (ಮೇ–ಜೂನ್‌ನಲ್ಲಿ)

ಗಂಗೆಯು ಭೂಮಿಗಿಳಿದು ಬಂದ ದಿನವೆಂದು ಆಚರಿಸುತ್ತಾರೆ. ಗಂಗೆಯಲ್ಲಿ ಸ್ನಾನ, ದಶಾಶ್ವಮೇಧ ಮತ್ತು ಪಂಚಗಂಗಾ ಘಾಟ್‌ಗಳಲ್ಲಿರುವ ಗಂಗಾಮಂದಿರಗಳಲ್ಲಿ ಪೂಜೆ, ಮೊಸಳೆಯ ಸವಾರಿಮಾಡುತ್ತಿರುವ ಗಂಗಾದೇವಿಯ ಮೂರ್ತಿಯನ್ನು ನದಿಯಲ್ಲಿ ಬಿಡುವುದು, ಕನ್ನಿಕೆಯರು ಬೊಂಬೆಗಳನ್ನು ಗಂಗೆಗೆ ಬಿಡುವುದು, ನದಿಯ ಒಂದು ತಟದಿಂದ ಇನ್ನೊಂದಕ್ಕೆ ಹೂವಿನಮಾಲೆ ಹಾಕುವುದು, ದಶಾಶ್ವಮೇಧದಿಂದ ತ್ರಿಲೋಚನ ಘಾಟ್‌ವರೆಗೆ ಎಣ್ಣೆಯ ದೀಪಗಳನ್ನು ಹಚ್ಚಿ ಅಲಂಕರಿಸುವುದು, ಮತ್ತು ಗಂಗಾಆರತಿ ಇವು ಅಂದಿನ ಆಚರಣೆಯ ಮುಖ್ಯ ಅಂಶಗಳು.

ಜಗನ್ನಾಥ ರಥಯಾತ್ರೆ: ಆಷಾಡಮಾಸದ ಶುಕ್ಲಪಕ್ಷಸಪ್ತಮಿಯಿಂದ ಮೂರುದಿನಗಳವರೆಗೆ ಒರಿಸ್ಸಾದ ಪೂರಿ ಕ್ಷೇತ್ರದಲ್ಲಿ ಜಗನ್ನಾಥಯಾತ್ರೆ ನಡೆಯುವಾಗಲೇ ವಾರಾಣಸಿಯಲ್ಲಿಯು ರಥಯಾತ್ರೆ ನಡೆಯುತ್ತದೆ. ಇದಕ್ಕೆ ಒಂದು ಕಥೆಯಿದೆ. ಕ್ರಿ.ಶ.1790ರಲ್ಲಿ ಪುರಿ ಜಗನ್ನಾಥಮಂದಿರದ ಮುಖ್ಯಪೂಜಾರಿಯಾದ ಬ್ರಹ್ಮಚಾರಿಗೂ ಅಲ್ಲಿಯ ರಾಜನಿಗೂ ಸಣ್ಣವಿಷಯವೊಂದಕ್ಕೆ ಮನಸ್ತಾಪವಾಯಿತು. ಬ್ರಹ್ಮಚಾರಿಯು ಬೇಸರದಿಂದ ಪುರಿಯನ್ನು ಬಿಟ್ಟು ವಾರಾಣಸಿಗೆ ಬಂದುನೆಲೆಸಿದನು. ರಾಜನ ಕೋಪಶಮನವಾಗಿ (ಪ್ರಾಯಶಃ ತನ್ನ ತಪ್ಪಿನ ಅರಿವಾಗಿ), ಮಂದಿರದ ಪ್ರಸಾದವನ್ನು ಬೇಹುಗಾರನ ಮೂಲಕ ಪ್ರತಿವಾರವೂ ವಾರಾಣಸಿಯಲ್ಲಿದ್ದ ಬ್ರಹ್ಮಚಾರಿಗೆ ಕಳುಹಿಸಿಕೊಡುವ ಏರ್ಪಾಡು ಮಾಡಿದನು. ಒಮ್ಮೆ ಮಳೆ ಮತ್ತು ಪ್ರವಾಹದಿಂದಾಗಿ ಪ್ರಸಾದ ತಲುಪುವುದು ತಡವಾದ್ದರಿಂದ ಬ್ರಹ್ಮಚಾರಿಯು ಉಪವಾಸ ಬೀಳಬೇಕಾಯಿತು. ಅಂದು ಅವನಿಗೆ ಇಲ್ಲಿಯೆ ಜಗನ್ನಾಥ ಮಂದಿರವನ್ನು ಕಟ್ಟಬೇಕೆಂಬ ಪ್ರೇರಣೆ ಕನಸಿನ ಮೂಲಕ ಆಯಿತು. ಬ್ರಹ್ಮಚಾರಿಯು ನಾಗಪುರದ ರಾಜವೆಂಕೋಜಿ ಭೋನ್ಸ್ಲೆಯ ಪ್ರತಿನಿಧಿಗಳಾಗಿ ವಾರಾಣಸಿಯಲ್ಲಿದ್ದ ಬೇನಿರಾಮ್ ಮತ್ತು ವಿಶ್ವಂಭರ ಪಂಡಿತ ಬಂಧುಗಳ ಸಹಾಯ ಕೋರಿದನು. 1802ರಲ್ಲಿ ಅಸಿಯಲ್ಲಿ ಜಗನ್ನಾಥ ಮಂದಿರ ನಿರ್ಮಾಣವಾದಾಗ ಮೂರ್ತಿಯ ಮುಖ ಪೂರ್ಣವಾಗಿತ್ತು. ಅನಂತರ ಅದನ್ನು ಪುರಿಯಲ್ಲಿರುವಂತೆ ಪ್ರತೀಕರೂಪವಾಗಿ ಬದಲಾಯಿಸಲಾಯಿತು. 1806ರಿಂದ ಇಲ್ಲಿ ಶುರುವಾದ ರಥಯಾತ್ರಾ ಸತತವಾಗಿ ಈಗಲೂ ನಡೆದುಕೊಂಡುಬಂದಿದೆ. ಭಗವಂತನ ಕಾಲಬೆರಳುಗಳಿಂದ ಹರಿದುಬಂದ ಗಂಗೆಯ ನೀರಿನಲ್ಲಿಯೇ (ಅಸಿಘಾಟ್‌ನಲ್ಲಿ) 'ಜಗನ್ನಾಥ'ನ ಸ್ನಾನವಾದ ಅನಂತರ ಯಾತ್ರೆ ಬೇನಿಯಾಬಾಗ್ ತಲುಪುತ್ತದೆ. ಮೂರುದಿನಗಳವರೆಗೆ ಜಗನ್ನಾಥನಿಗೆ ಬೇನಿಯಾಬಾಗ್‌ನಲ್ಲಿ 'ಅಳಿಯನ ಉಪಚಾರ' ನಡೆದಮೇಲೆ, ಅಸಿಯಲ್ಲಿರುವ ಮಂದಿರದ ಸ್ವಸ್ಥಾನಕ್ಕೆ ತಲುಪಿಸುತ್ತಾರೆ.

ದುರ್ಗಾಜಿ ಮೇಳವು ಶ್ರಾವಣಮಾಸದಲ್ಲಿ ಪ್ರತಿ ಮಂಗಳವಾರವು ದುರ್ಗಾಕುಂಡದ ಮಂದಿರದ ಸುತ್ತ ನಡೆಯುತ್ತದೆ. ಹಿಂದೆ ಕಜಲಿ ಹಾಡುವುದು ಈ ಮೇಳದ ವಿಶೇಷತೆಯಾಗಿತ್ತು.

ನಾಗಪಂಚಮಿ ವಾರಾಣಸಿಯಲ್ಲಿ ವಿಶೇಷವಾದ ಹಬ್ಬ. ಶ್ರಾವಣಮಾಸದ ಶುಕ್ಲಪಂಚಮಿಯಂದು ಹಬ್ಬವನ್ನು ಆಚರಿಸುತ್ತಾರೆ. ಅಂದು ನಾಗಕೂಪ್ (ನಾಗಕುಂವಾ ಅಥವಾ ಕಾರ್ಕೋಟಕ ವಾಪಿ)ಯಲ್ಲಿ ಮೇಳ ನಡೆಯುತ್ತದೆ. ನಾಗಕೂಪದಲ್ಲಿ ಸ್ನಾನ, ನಾಗಪೂಜೆ, ನಾಗದರ್ಶನವು ನಾಗವಿಷದ ಭಯದಿಂದ ಪಾರುಮಾಡುತ್ತವೆ ಎಂದು ನಂಬಿಕೆಯಿದೆ. ಸಣ್ಣ ಹುಡುಗರು "ಛೋಟೆಗುರುವಿನ ನಾಗ ತಗೊಳ್ಳಿ, ಬಡೆಗುರುವಿನ ನಾಗ ತಗೊಳ್ಳಿ" ಎಂದು ಕೂಗುತ್ತಾ ನಾಗನ ಮೂರ್ತಿ ಹಾಗು ಚಿತ್ರಗಳನ್ನು ಮಾರುತ್ತಾರೆ. ಛೋಟೆಗುರು ಎಂದರೆ ಪತಂಜಲಿ ಮತ್ತು ಬಡೆಗುರು ಎಂದರೆ ಪಾಣಿನಿ ಎಂಬ ವಿಚಾರ ಮುಂದೆಬರುತ್ತದೆ. ಆ ಚಿತ್ರಗಳನ್ನು ಮನೆಮನೆಗೂ ಅಂಟಿಸಿರುವುದನ್ನು ವರ್ಷವಿಡೀ ಮನೆಗಳ ಮುಂಬಾಗಿಲಲ್ಲಿ ನೋಡಬಹುದು. ಶಾಸ್ತ್ರಾರ್ಥ ಮತ್ತು ಪೈಲ್ವಾನರ ಕುಸ್ತಿ ಎಂಬ ಎರಡು ತರಹದ ಸೆಣಸಾಟಕ್ಕೆ ನಾಗಪಂಚಮಿಯ ದಿನ ಶುಭವಾದದ್ದು. ಒಂದೆರಡು ದಿನಗಳ ಮೊದಲೆ ಕುಸ್ತಿಯ ಅಖಾಡಾಗಳನ್ನು ಸ್ವಚ್ಛವಾಗಿಸಿಟ್ಟು, ಕಣದಲ್ಲಿ ಹೊಸಮಣ್ಣು ಸುರಿದು, ಹೂವಿನಪಕಳೆಗಳನ್ನು ಹರಡುತ್ತಾರೆ. ಪಂಚಮಿಯಂದು ಹನುಮಾನನನ್ನು ಪೂಜಿಸಿದ ಅನಂತರ ಪೈಲ್ವಾನರು ಮತ್ತು ಅವರ ಶಿಷ್ಯರು ಅಖಾಡಾಕ್ಕೆ ಇಳಿದು ಕುಸ್ತಿಯ ಶುಭಾರಂಭ ಮಾಡುತ್ತಾರೆ. ಆದರೆ ಅಂದು ಕುಸ್ತಿಯಲ್ಲಿ 'ಜೋರು' (ತೀವ್ರತೆ) ಇರುವುದಿಲ್ಲ. ಕಣದಮಣ್ಣು ಮೈಗೆಲ್ಲ ಹತ್ತಿದರು ಅದನ್ನು ಒರೆಸಿಕೊಳ್ಳದೆ ಅದು ತಾನಾಗಿಯೆ ಬೀಳಲು ಬಿಡುತ್ತಾರೆ. ಶಾಸ್ತ್ರಾರ್ಥಕ್ಕೂ ಅಂದು ಶುಭದಿನವಾಗಿರುತ್ತದೆ. ನಾಗಕೂಪದ ಉತ್ತರದಲ್ಲಿನ ಮೈದಾನದಲ್ಲಿ ಪಂಡಿತರು ಸೇರಿ ವ್ಯಾಕರಣ, ವೇದಾಂತ, ನ್ಯಾಯ, ಧರ್ಮಶಾಸ್ತ್ರಗಳಲ್ಲಿ ಚರ್ಚೆ/ವಾದ ಬೆಳೆಸುತ್ತಾರೆ. ಶ್ರಾವಣದ ಪೂರ್ಣಿಮೆಯಂದು **'ರಕ್ಷಾ ಬಂಧನ'**, ತಂಗಿಯು ಅಣ್ಣನ ರಕ್ಷಣೆ ಕೇಳಿ ಅವನ ಕೈಗೆ ರಕ್ಷಾಬಂಧನದ ದಾರವನ್ನು ಕಟ್ಟುವ ದಿನ.

ಕೃಷ್ಣ ಜನ್ಮಾಷ್ಟಮಿಯನ್ನು ಭಾದ್ರಪದಮಾಸದ ಕೃಷ್ಣಪಕ್ಷ ಅಷ್ಟಮಿಯಂದು ಇಲ್ಲಿಯ ಗೋಪಾಲ ಮಂದಿರದಲ್ಲಿ ವಿಜೃಂಭಣೆಯಿಂದ ನೆರವೇರಿಸುತ್ತಾರೆ.

ಲೋಲಾರ್ಕಭಟ್ ಮೇಳವು ಸೃಷ್ಟಿಯ ಆರಂಭದ ದ್ಯೋತಕವಾಗಿ, ವಿಶ್ವದ ಪ್ರಜನನ ಶಕ್ತಿಗೆ ನಮಿಸುವುದೇ ಈ ಆಚರಣೆಯ ಹಿನ್ನೆಲೆಯಾಗಿರುತ್ತದೆ. ಆದ್ದರಿಂದ ಇದು ಇನ್ನೆಲ್ಲೂ ನಡೆಯದ, ಕಾಶಿಗೆ ವಿಶಿಷ್ಟವಾದ ಹಬ್ಬ, ಮೇಳವಾಗಿದೆ. ಭಾದ್ರಪದದಲ್ಲಷ್ಟೇ ಅಲ್ಲ, ಇಡೀ ವರ್ಷದಲ್ಲಿ ಕಾಶಿಯ ಜನರಿಗೆ ಅತ್ಯಂತ ಮುಖ್ಯವಾದ ಮೇಳವೆಂದರೆ ಲೋಲಾರ್ಕಭಟ್ ಆಗಿದೆ. ಇದನ್ನು ಭಾದ್ರಪದ ಶುಕ್ಲಷಷ್ಠಿಯಂದು ಅಸಿಘಾಟ್‌ನ ಹತ್ತಿರವಿರುವ ಲೋಲಾರ್ಕ್ ಕುಂಡದಲ್ಲಿ ಆಚರಿಸಲಾಗುತ್ತದೆ. ಈ ಕುಂಡದಲ್ಲಿ ಕೃತಾಚಿ ನಗ್ನಳಾಗಿ ಸ್ನಾನಮಾಡುತ್ತಿದ್ದುದನ್ನು ಸೂರ್ಯನು ನೋಡಿ, ವಿಹ್ವಲನಾದಾಗ ಅವನ ರೇತಸ್ಸು ಕುಂಡದಲ್ಲಿ ಬಿದ್ದಿತು, ಇದರಿಂದ ಲೋಲಾರ್ಕ ಕುಂಡವೆ ಫಲವತ್ತಾದ ದಿವ್ಯ ತಾಣವೆಂದಾಯಿತು, ಎಂಬುದು ಪುರಾಣದ

ಕಥೆ. ಸ್ತ್ರೀಸೌಂದರ್ಯಕ್ಕೆ ಮತ್ತು ಸೂರ್ಯನ ಪ್ರಜನಶಕ್ತಿಗೆ ಇದೊಂದು ಕಾವ್ಯಮಯ ಶ್ಲಾಘನೆಯೆ ಸರಿ! ಇದರಿಂದ ಈ ಕುಂಡವು ಫಲವತ್ತಾಗಿ, ಅದರ ನೀರು ಗರ್ಭಧಾರಣೆಗೆ ಸಹಾಯಕವಾಗುವುದೆಂಬ ಪ್ರತೀತಿಯಿದೆ. ಮಕ್ಕಳಿಲ್ಲದ ದಂಪತಿಗಳು ತಮ್ಮ ಬಟ್ಟೆಯನ್ನು ಒಟ್ಟಿಗೆ ಕಟ್ಟಿಕೊಂಡು, ಕುಂಡದಲ್ಲಿ ಸ್ನಾನಮಾಡಿ, ಉಟ್ಟಬಟ್ಟೆ ಮತ್ತು ತರಕಾರಿಯನ್ನು ಅಲ್ಲಿಯೆ ಬಿಡುತ್ತಾರೆ. ಹೊಸಬಟ್ಟೆ, ಕೆಂಪುಬಳೆ ಮತ್ತು ಸಿಂಧೂರದಿಂದ ಅಲಂಕೃತಳಾದ ಹೆಣ್ಣು ಅಲ್ಲಿನ ಲೋಲಾರ್ಕೇಶ್ವರನ ಲಿಂಗವನ್ನು ತಬ್ಬಿಕೊಳ್ಳುತ್ತಾಳೆ. ಕುಂಡದ ಸ್ನಾನ ಗರ್ಭಧಾರಣೆಯ ಶಕ್ತಿಕೊಟ್ಟರೆ, ಲೋಲಾರ್ಕೇಶ್ವರನನ್ನು ಅಪ್ಪುವುದು ಅವನೊಡನೆ ವಿವಾಹವಾದುದರ ಸಂಕೇತವಾಗಿರುತ್ತದೆ. ಅನಂತರ ಹೊಸ ಕೆಂಪುಬಳೆಗಳನ್ನು ಕುಂಡಕ್ಕೆಸೆದು, ಮತ್ತೊಂದುಜೊತೆ ಹೊಸಬಳೆಗಳನ್ನು ತೊಡುವುದು ಪುನಃ ತನ್ನ ಗಂಡನೊಡನೆ ಸೇರಿದಂತೆ ಆಗುತ್ತದೆ. ಮಗುವಾದ ಮೇಲೆ ಕುಂಡಕ್ಕೆ ತಿರುಗಿಬಂದು, ಮಗುವಿನ ಕೂದಲುಕೊಟ್ಟು, ತಮ್ಮ ಕೃತಜ್ಞತೆಯನ್ನು ('ಬಧಾಯಿ'ಯನ್ನು) ಸಲ್ಲಿಸಿ, ನಮಸ್ಕಾರಮಾಡಿ ಹೋಗುವೆನೆಂದು ಮಾತುಕೊಡುತ್ತಾಳೆ. ಹೀಗೆ ಮಕ್ಕಳಾಗಬೇಕೆಂಬ ಆಸೆಯಿಂದ ಅನೇಕ ಕಡೆಗಳಿಂದ ಇಲ್ಲಿಗೆ ಬರುವ ದಂಪತಿಗಳ ಗುಂಪು ಕಿಕ್ಕಿರಿದು ನೆರೆದಿರುತ್ತದೆ. ಲೋಲಾರ್ಕ ಷಷ್ಠಿಯೆ ಅಲ್ಲದೆ ಭಾನುವಾರ ಮತ್ತು ತಿಂಗಳ ಹನ್ನೊಂದನೆಯ (ಏಕಾದಶಿಯ) ದಿನ ಇಲ್ಲಿ ಅಪಾರ ಸಂಖ್ಯೆಯಲ್ಲಿ ಜನ ಸೇರುತ್ತಾರೆ. ಲೋಲಾರ್ಕಛಟ್ ಮೇಳದ ಇನ್ನೊಂದು ವಿಶೇಷವೆಂದರೆ, ಅಂದು ಅಘೋರ ಪಂಥದ ಬಾಬಾ ಕೀನಾರಾಮ್ ಅಸ್ತಾರದ ಕ್ರಿಮಿಕುಂಡದಲ್ಲಿ ನಗರದ ಎಲ್ಲ ನಾಚ್‌ವಾಲಿಗಳು ಸೇರಿ ನೃತ್ಯ ಪ್ರದರ್ಶನ ಮಾಡುತ್ತಿದ್ದರು. ಈ ಪ್ರದರ್ಶನದಿಂದ ಬಾಬಾನ ಅನುಗ್ರಹ ವರ್ಷವಿಡಿ ತಮ್ಮಮೇಲೆ ಇರುತ್ತದೆ ಎಂದು ಅವರ ನಂಬಿಕೆ. ಎಲ್ಲ ನಾಚ್‌ವಾಲಿಗಳ ಸೌಂದರ್ಯವನ್ನು, ಅವರ ಉಚಿತ ಪ್ರದರ್ಶನವನ್ನು ಒಂದೆಡೆ ನೋಡ ಬಹುದು, ಅಂದು ಹರಿಯುವ ಮದ್ಯದ ಹೊಳೆಯ ಜೊತೆಗೆ ಮಾಂಸ ಮತ್ತು ಭಾಂಗ್ ಪ್ರಸಾದವಾಗಿ ಸಿಗುತ್ತವೆ, ಎಂಬ ಅನೇಕ ಕಾಮನೆಗಳಿಂದ ಬಹಳಜನ

(ಚಿತ್ರ16- ಲೋಲಾರ್ಕ್ ಕುಂಡ)

ಅಲ್ಲಿ ಸೇರುತ್ತಿದ್ದರು. 1956ರಲ್ಲಿ ಈ ಎಲ್ಲಾ ಸಂಭ್ರಮದ ಆಚರಣೆ ನಿಂತಮೇಲೆ ಲೋಲಾರ್ಕ ಮೇಳ ಎಲ್ಲ ಹಳೆಯ ಮೆರಗನ್ನು ಕಳೆದುಕೊಂಡು, ಇದು ಇನ್ನೊಂದು ಸಾಧಾರಣ ಮೇಳದಂತೆ ಬಡವರ, ನಂಬಿಕೆ ಉಳ್ಳವರ ಮತ್ತು ಹಳ್ಳಿಗರ ಜಾತ್ರೆಯಾಗಿದೆ.

ಲಲಾಹಿಛಟ್ ಹಬ್ಬವು ಲೋಲಾರ್ಕ ಷಷ್ಠಿಗೆ ಹದಿನೈದುದಿನ ಮುಂಚೆಬರುತ್ತದೆ. ಅಂದು ತಾಯಂದಿರು ತಮ್ಮ ಮಕ್ಕಳ ಆರೋಗ್ಯ ಮತ್ತು ದೀರ್ಘಆಯುಷ್ಯಕ್ಕಾಗಿ ಷಷ್ಠಿದೇವಿ (ಸ್ಕಂದನ ಹೆಂಡತಿ)ಯನ್ನು ಬೇಡಿಕೊಳ್ಳುತ್ತಾರೆ.

ಮಳೆಗಾಲದ ಮೇಳಗಳು ಜಾನಪದ ಸಂಗೀತ ಮತ್ತು ನೃತ್ಯಕ್ಕೆ ಪ್ರಸಿದ್ಧವಾಗಿವೆ. ಈ ಮೇಳಗಳಲ್ಲಿ ಶಂಕುಧಾರಾ ಮೇಳ, ಸೊರಹಿಯಾ ಮೇಳ, ದುರ್ಗಾಜಿ ಮೇಳ ಮತ್ತು ಕಜರಿ ಮೇಳ ಎಂಬವು ಮುಖ್ಯವಾದವು. ಮಳೆಗಾಲದಲ್ಲೂ ಮೇಳಗಳಾಗುತ್ತವೆ, ಅಲ್ಲಿ ಮಳೆಗಾಲಕ್ಕೆ ಸಂಬಂಧಪಟ್ಟ ಜಾನಪದ ಗೀತೆಗಳನ್ನು ಹಾಡುತ್ತಾರೆ ಎಂದರೆ ಕಾಶಿಯನ್ನು ನೋಡದವರಿಗೆ ಆಶ್ಚರ್ಯವಾಗಬಹುದು. ಆಷಾಡ, ಶ್ರಾವಣ ಮತ್ತು ಭಾದ್ರಪದದ ಮಳೆಗಾಲದ ಸಂಜೆಯಲ್ಲಿ ಸಂಗೀತಗಾರರು ಇರಲಿ ಬಿಡಲಿ, ಹೆಚ್ಚಾಗಿ ಸ್ತ್ರೀಯರು ಮನೆಯಿಂದ ಹೊರಬಂದು ಗುಂಪಾಗಿ ಹಾಡುವ ಪರಿಪಾಠ ಇಟ್ಟುಕೊಂಡಿದ್ದಾರೆ. ಕಜರಿ, ಶ್ಲೋಕ, ಲಾವಣಿ ಮತ್ತು ತುಮ್ರಿಯನ್ನು ಅವರು ಹಾಡುತ್ತಾರೆ. ಮಧ್ಯೆ ಅಲ್ಲಲ್ಲಿ ನೃತ್ಯವು ನಡೆಯುತ್ತದೆ. ಇದನ್ನು ನೋಡಲು ಅನೇಕ ಜನ ಬಂದುಸೇರುತ್ತಾರೆ. ಶಂಕುಧಾರಾ ಎಂಬ ಕೊಳದ ಹತ್ತಿರ ನಡೆಯುವ ಮೇಳಕ್ಕೆ ಕಾಶಿಯ ರಾಜ ಮತ್ತಿತರ ಗಣ್ಯರು ಬರುತ್ತಿದ್ದರು. ಕರ್ಕಸಂಕ್ರಾಂತಿಯಲ್ಲಿ (14ನೆಯ ಜೂನ್) ನಡೆಯುವ ಈ ಮೇಳಕ್ಕೆ 'ಕಟಹರಿಯಾ ಮೇಳ' (ಹಲಸಿನಹಣ್ಣಿನ ಮೇಳ) ಎಂದೂ ಕರೆಯುತ್ತಾರೆ. ಲಕ್ಷ್ಮೀ ಕುಂಡದಲ್ಲಿ ಸೊರಹಿಯಾ ಅಥವಾ ಲಕ್ಷ್ಮೀಕುಂಡ ಮೇಳವು ಭಾದ್ರಪದ ಶುಕ್ಲಅಷ್ಟಮಿಯಿಂದ ಹದಿನಾರು ದಿನಗಳು ನಡೆಯುತ್ತದೆ. ಆ ದಿನಗಳಲ್ಲಿ ಜನರು ಲಕ್ಷ್ಮಿ, ಅನ್ನಪೂರ್ಣ ಮತ್ತು ದುರ್ಗಾ ಮಂದಿರಗಳಲ್ಲಿ ಪೂಜೆಮಾಡಿ, ಹಾಡು ನೃತ್ಯದಲ್ಲಿ ಭಾಗಿಯಾಗುತ್ತಾರೆ. ಅನ್ನಪೂರ್ಣ, ಲಕ್ಷ್ಮಿ ಮತ್ತು ದುರ್ಗೆಯ ಮಂದಿರಗಳಲ್ಲಿ ಪೂಜೆ, ಹಾಡು, ನೃತ್ಯಗಳನ್ನು ಮತ್ತು ರಸ್ತೆಗಳಲ್ಲಿ ಗುಂಪಾಗಿ ಹಾಡುತ್ತಾ ಹೋಗುವುದನ್ನು ಸಾಮಾನ್ಯವಾಗಿ ಕಾಣಬಹುದು.

ಕಜರಿ ಮೇಳ ನಡೆಯುವುದು ಭಾದ್ರಪದ ಕೃಷ್ಣತದಿಗೆಯಂದು (ಕಜಲಿ ತೀಜ್‌ನಂದು). ಕಜರಿ ಅಥವಾ ಕಜಲಿ ಎಂಬ ಜಾನಪದ ಗೀತೆಗಳನ್ನು ಶ್ರಾವಣ ಭಾದ್ರಪದ (ಸಾವನ್ ಭಾದೊ) ಮಾಸಗಳಲ್ಲಿ ಹಾಡುತ್ತಾರೆ. ಕಜಲಿಯ ಸಂಕೇತ ಅಂದರೆ ಕಪ್ಪು ಮೋಡಗಳು, ತುಂತುರು ಹನಿಗಳು, ಮಳೆಯ ಶಬ್ದ, ಜಾರುವ ಕೊಚ್ಚೆ, ಕಪ್ಪೆಯ ಕೊರಕೊರ, ಮತ್ತು ದೂರದ ಗಂಡನಿಗಾಗಿ ವಿರಹದಿಂದ ತಪಿಸುತ್ತಿರುವ ಹೆಣ್ಣು. (ಉರಿಬಿಸಲಿನ ಮಾಸಗಳನ್ನು ಕಳೆದಮೇಲೆ) ಮಳೆಗಾಲದ ಒಳ್ಳೆಯ ವಾತಾವರಣದಲ್ಲಿ ವಿಲಕ್ಷಣವಾಗಿ ಬೆರೆತಿರುವ

ಅವ್ಯಕ್ತಭಯ, ವಿರಹದಾಹ, ಸುಖದ ಗಳಿಗೆಯ ನಿರೀಕ್ಷೆ, ಆಳದಲ್ಲಿಯೆ ಚಿಗುರುತ್ತಿರುವ ಆಸೆ ಎಲ್ಲವೂ ಕಜಲಿಯ ಹಾಡುಗಳಲ್ಲಿ ಪ್ರತಿಬಿಂಬಿತವಾಗಿರುತ್ತವೆ. ಇದನ್ನು ಹೆಂಗಸರು ಗುಂಪಾಗಿ ರಾತ್ರಿಯೆಲ್ಲ ಹಾಡುತ್ತಾರೆ. ಮತ್ತೆ ಮಾರನೆಯದಿನ ರಸ್ತೆಗಳಲ್ಲಿ ಹಾಡುತ್ತಾರೆ. ವಿಂಧ್ಯಾಚಲದಲ್ಲಿರುವ ದೇವಿಯೊಬ್ಬಳ ಹೆಸರು ಕಜಲಿ. ಕಜಲಿತೀಜ್ ಅನ್ನುವುದು ಒಂದು ವ್ರತ. ಮದುವೆಯಾದ ಹೆಣ್ಣು ಈ ವ್ರತದ ಆಚರಣೆಗೆ ತವರಿಗೆ ಬರುತ್ತಾಳೆ. ನಾಗಪಂಚಮಿಯಂದು ನದಿಯ ನುಣುಪಾದ ಮಣ್ಣಿನಲ್ಲಿ ಹುಟ್ಟುಹಾಕಿದ ಕಾಳಿನ ಬೀಜ ಈ ಹಬ್ಬದಸಮಯಕ್ಕೆ ಸಸಿಯಾಗಿ ಚಿಗುರಾಗುತ್ತದೆ. ಆ ಚಿಗುರನ್ನು ಮದುವೆಯಾಗದ ಹುಡುಗಿಯರು ಕಜಲಿ ತೀಜ್‌ನಂದು ತಮ್ಮ ಅಣ್ಣತಮ್ಮಂದರಿಗೆ ಕೊಡುತ್ತಾರೆ. ಮೇಳದ ವಿಶೇಷವೆಂದರೆ, ಜಾನಪದ ಹಾಡುಗಳನ್ನು ಹಬ್ಬದ ಪರಂಪರೆಯ ಮೂಲಕ ಉಳಿಸಿರುವ ಸಂಗತಿ ಮತ್ತು ಕ್ರಿ.ಶ. 7/9ನೆಯ ಶತಮಾನದಲ್ಲಿ ಶುರುವಾಯಿತೆನ್ನಲಾದ ಕಜರಿ ಹಾಡುವ ಸಂಪ್ರದಾಯವನ್ನು ಬೆಳೆಸಿರುವುದು. ಕಜರಿಯು ಈಗ ಶಾಸ್ತ್ರೀಯ ಗಾಯನದಲ್ಲೂ ಸೇರಿದೆ.

ಢೇಲಾ ಚೌತ್ ಎಂಬುದು ಗಣೇಶ ಚತುರ್ಥಿಯ ರಾತ್ರಿಯಂದು ಮನೆಗಳ ಮೇಲೆ ಕಲ್ಲುಎಸೆಯುವ ವಿಚಿತ್ರಪದ್ಧತಿಯ ಹಬ್ಬವಾಗಿದೆ. ಅಂದು ಚಂದ್ರದರ್ಶನ ಮಾಡಿದರೆ ಅಪವಾದ ತಪ್ಪದು. ಹೀಗೆ ಹೊರಗಿನಿಂದ ಅಪವಾದ ಬರುವ ಮೊದಲು ತಾವೇ ಅಪವಾದ ಹೊರಿಸಿಕೊಳ್ಳುವುದು ಕ್ಷೇಮವೆಂದು ಜನ ರಾತ್ರಿಯವೇಳೆ ಇನ್ನೊಬ್ಬರ ಮನೆಯಮೇಲೆ ಕಲ್ಲನ್ನು ಎಸೆಯುತ್ತಾರೆ. ಒಂದುಕಾಲದಲ್ಲಿ ಲಾಡು ಎಸೆಯುತ್ತಿದ್ದರಂತೆ. ಅಹಾ! ಆ ಸಿಹಿಕಾಲ ಎಂದೋ ಮುಗಿಯಿತು!

ದುರ್ಗಾ ಪೂಜೆ ಬಂಗಾಳದಂತೆ ಇಲ್ಲಿಯು ಬಹಳ ವಿಜೃಂಭಣೆಯಿಂದ ಆಶ್ವೀಜದ ಮೊದಲ ಹತ್ತು ದಿನಗಳಲ್ಲಿ ನಡೆಯುತ್ತದೆ. ಜೂಲಾ, ಶರದ್‌ಪೂರ್ಣಿಮಾ, ಧನತೇರಸ್(ಕಾರ್ತಿಕ ಕೃಷ್ಣತ್ರಯೋದಶಿ), ಹನುಮಾನ ಜಯಂತಿ(ಕಾರ್ತಿಕ ಕೃಷ್ಣಚತುರ್ದಶಿ), ದೀಪಾವಳಿ, ಯಮದ್ವಿತೀಯ (ಕಾರ್ತಿಕ ಶುದ್ಧದ್ವಿತೀಯ), ವೈಕುಂಠ ಚತುರ್ದಶಿ (ಕಾರ್ತಿಕ ಶುದ್ಧಚತುರ್ದಶಿ), ವೇದವ್ಯಾಸ ಮೇಳ (ಮಾಘಮಾಸದ ಎಲ್ಲ ಸೋಮವಾರ, ನದಿಯ ಆಚೆ ಇರುವ ರಾಮನಗರದಲ್ಲಿ), ರಂಗಭರಿ ಏಕಾದಶಿ (ಫಾಲ್ಗುಣ ಶುದ್ಧಏಕಾದಶಿ), ಬಸಂತ ಪಂಚಮಿ ಮುಂತಾದ ಹಬ್ಬಗಳ ಆಕರ್ಷಣೆ ಮಿಕ್ಕ ಸ್ಥಳಗಳಿಗಿಂತ ಇಲ್ಲಿ ಹೆಚ್ಚು.

ದೇವ ದೀಪಾವಳಿ ಅಥವಾ **ಗಂಗಾ ಮಹೋತ್ಸವ** ಇಲ್ಲಿಯ ಇನ್ನೊಂದು ವಿಶೇಷವಾದ ಉತ್ಸವ. ಇದನ್ನು ದೀಪಾವಳಿ ಅಮಾವಾಸ್ಯೆಯ ಅನಂತರದ ಪ್ರಬೋಧಿನಿ ಏಕಾದಶಿಯಿಂದ ಕಾರ್ತಿಕಪೂರ್ಣಿಮೆಯವರೆಗೆ ಆಚರಿಸುತ್ತಾರೆ. ಅಸುರರ ಮೇಲೆ ಜಯಗಳಿಸಿದ ವಿಜಯೋತ್ಸಾಹದಲ್ಲಿ, ದೇವತೆಯರು ಕಾರ್ತಿಕಪೂರ್ಣಿಮೆಯಂದು ಭೂಮಿಗೆ ಇಳಿದು ಬರುತ್ತಾರೆಂದು ಕಥೆ. ದೇವತೆಯರ ಅದ್ಭುತಸ್ವಾಗತಕ್ಕೆ 'ದೇವ ದೀಪಾವಳಿ' ಆಚರಿಸುತ್ತಾರೆ.

ದೇವತೆಗಳ ವಿಮಾನಗಳಿಗೆ ಕಾಶಿಯಲ್ಲಿ ಇಳಿಯುವ ಸ್ಥಳ ಚೆನ್ನಾಗಿ ಕಾಣಲೆಂದು ಮತ್ತು ದೇವತೆಗಳನ್ನು ಸ್ವಾಗತಿಸಲು ಗಂಗೆಯ ಘಾಟ್‌ಗಳನ್ನು ಮತ್ತು ಸುತ್ತಮುತ್ತಲಿನ ಮಠ ಮಂದಿರ ಕಟ್ಟಡಗಳನ್ನು ದೇದೀಪ್ಯಮಾನವಾಗಿ ಬೆಳಗಿಸುತ್ತಾರೆ. ದೊನ್ನೆಯ ಮೇಲಿಟ್ಟ ದೀಪಗಳು ಗಂಗೆಯ ನೀರಿನಲ್ಲಿ ಸಾಲುಗಟ್ಟಲೆ ಓಡುತ್ತಿರುತ್ತವೆ. ಆಕಾಶದೀಪಗಳು (ಉದ್ದುದ್ದ ಬೊಂಬಿನ ಕಂಬಗಳ ಮೇಲೆ ಉರಿಸಿದದೀಪಗಳು) ಘಾಟ್‌ಗಳ ಮೇಲೆಲ್ಲ ನೆಟ್ಟಿರುತ್ತವೆ. ಪಂಚಗಂಗಾಘಾಟ್‌ನಲ್ಲಿ 'ದೀಪ್ ಹಜಾರಾ' (ಸಾವಿರ ಹಣತೆಗಳ ಕಂಬ) ಮಿಣುಗುತ್ತಿರುತ್ತದೆ. ಅಸಿಯಿಂದ ಪಂಚಗಂಗಾಘಾಟ್‌ವರೆಗೆ ರಾಮಾಯಣದ ದೃಶ್ಯಗಳ ದೊಡ್ಡ ಚಿತ್ರಗಳನ್ನು ಹೊತ್ತ ಬೆಳಕಿನ ಅಲಂಕೃತ 'ಬಜ್ರಾ'ಗಳು (ದೋಣಿಗಳು) ತೇಲುತ್ತಿರುತ್ತವೆ. ಹೂವಿನ ಅಲಂಕಾರ, ಅಗರಬತ್ತಿ ಮತ್ತು ಸುಗಂಧದ ಮಾದಕ ಪರಿಮಳ, ದಿವ್ಯ ಮಂಜುಳ ಗಾನವೆನಿಸುವ ಮಂದಿರಗಳ ಗಂಟೆಗಳ ನಿನಾದ ಎಲ್ಲವೂ ಅಲ್ಲಿಯ ವಾತಾವರಣವನ್ನೇ ಮಂಗಳಮಯವಾಗಿಸುತ್ತವೆ. ಪ್ರತಿ ಘಾಟ್‌ನಲ್ಲಿಯು ಸಂಗೀತಗಾರರ ಗುಂಪು ಹಾಡು ನೃತ್ಯದಲ್ಲಿ ನಿರತವಾಗಿರುತ್ತವೆ. ಎಲ್ಲೆಲ್ಲೂ ಹಬ್ಬದ ಬಣ್ಣಬಣ್ಣದ ಉಡುಗೆತೊಡುಗೆ ತೊಟ್ಟ ಜನಸ್ತೋಮ ಸಡಗರದಿಂದ ದೇವತೆಗಳ ಆಗಮನವನ್ನು ನಿರೀಕ್ಷಿಸುವುಂತೆ ಓಡಾಡುತ್ತಿರುತ್ತದೆ. ಮಿಣುಕು ದೀಪ, ತೇಲು ದೀಪ, ಆಕಾಶ ದೀಪ, ದೋಣಿ ದೀಪ, ಹಜಾರ ದೀಪ, ಪಟಾಕಿ ಸಿಡಿಯುವ ದೀಪ ಮತ್ತು ಶಬ್ದ, ಅಗರಬತ್ತಿಗಳ ಸುಗಂಧ, ನಾಲ್ಕಾರು ತೆರನಾದ ಹಾಡುಗಳು, ಮಂತ್ರಪಠಣ, ಜನಗಳ ಗುಜುಗುಜು ಗದ್ದಲ, ಇವೆಲ್ಲದರ ಮೇಲೆ ಹರಡಿರುವ

(ಚಿತ್ರ17– ದೇವದೀಪಾವಲಿ–ಕೇದಾರ್ ಘಾಟ್)

ತಿಂಗಳಚಂದ್ರನ ತಂಪುಬೆಳಕು- ಹೀಗೆ ಎಲ್ಲವೂ ಒಂದು ವಿಶಿಷ್ಟ ವಾತಾವರಣವನ್ನು ಕಲ್ಪಿಸಿರುತ್ತದೆ. ಕಾರ್ತಿಕಪೂರ್ಣಿಮೆಯ ಬೆಳದಿಂಗಳು ಪಾಯಸಕ್ಕೆ ಅಮೃತಸಿಂಚನ ಮಾಡುತ್ತದೆಂದು ಇಲ್ಲಿಯ ಜನರ ನಂಬಿಕೆ ಇರುವುದರಿಂದ, ತಮ್ಮ ಮನೆಯ ಮಹಡಿಗಳಮೇಲೆ ಪಾಯಸದ (*ಖೀರ್*) ಪಾತ್ರೆಯನ್ನು ಇಡೀ ರಾತ್ರಿಯಿಟ್ಟು ಬೆಳಗ್ಗೆ ಅದನ್ನು ತಿನ್ನುತ್ತಾರೆ. ಹೀಗೆ ಕಾರ್ತಿಕಪೂರ್ಣಿಮೆಯಂದು ದೇವತೆಗಳೇ ಧರೆಗೆ ಇಳಿದುಬರುವರೆಂದೊ, ವಿಷ್ಣುವಿನ ಮತ್ಸ್ಯಾವತಾರದ ದಿನವೆಂದೊ, ಕಾರ್ತಿಕೇಯನ ಜನ್ಮದಿನವೆಂದೊ, ಕಾಳಿ ಪೂಜೆಯೆಂದೊ ಅಥವಾ ಗುರುನಾನಕನ ದಿನವೆಂದೊ ಒಟ್ಟಿನಲ್ಲಿ ವಾರಾಣಸಿಯಲ್ಲಿ ಅಂದಿನ ದಿನದ ಸಡಗರ ಸಂಭ್ರಮವನ್ನು ವರ್ಣಿಸುವುದು ಅಸದಳ!

ಅನ್ನಕೂಟವು ದೀಪಾವಳಿಯ ಮಾರನೆಯದಿನ ಕಾರ್ತಿಕ ಶುದ್ಧಪ್ರತಿಪದೆಯಂದು ಗೋಪಾಲ, ವಿಶ್ವನಾಥ ಮತ್ತು ಅನ್ನಪೂರ್ಣೆಯ ಮಂದಿರಗಳಲ್ಲಿ ನಡೆಯುತ್ತದೆ. ಅಂದು ಕೃಷ್ಣ ಗೋವರ್ಧನಗಿರಿಯನ್ನು ಎತ್ತಿದ ದಿನ ಮತ್ತು ಶಿವ ಮಂದರಪರ್ವತದಿಂದ ಕಾಶಿಗೆ ಮರಳಿಬಂದ ದಿನವೆಂದು ಆಚರಿಸುತ್ತಾರೆ. ಅನ್ನಪೂರ್ಣ ಮಂದಿರದ ಮಾಳಿಗೆಯ ಕೋಣೆಯಲ್ಲಿ ಇಟ್ಟಿರುವ ವಿಶ್ವನಾಥ, ಅನ್ನಪೂರ್ಣ, ವಿಷ್ಣು ಮತ್ತು ಲಕ್ಷ್ಮಿಯ ಚಿನ್ನದಮೂರ್ತಿಗಳನ್ನು ವರ್ಷದ ಈ ಮೂರು ದಿನಗಳಲ್ಲಿ ಮಾತ್ರ ಜನರ ದರ್ಶನಕ್ಕೆ ಹೊರಗೆ ತೆಗೆದಿಟ್ಟಿರುತ್ತಾರೆ. ವಿಶ್ವನಾಥ ಮಂದಿರದಲ್ಲಿ ನೂರಾರು ಕಂಚಿನತಟ್ಟೆಗಳಲ್ಲಿ ಲಾಡುವನ್ನು ಜೋಡಿಸಿಟ್ಟು ಪ್ರಸಾದವಾಗಿ ಹಂಚುತ್ತಾರೆ.

ವೈಕುಂಠ ಚತುರ್ದಶಿಯನ್ನು 'ಶಿವನೇ ವಿಷ್ಣು, ವಿಷ್ಣುವೇ ಶಿವ, ಇವರಲ್ಲಿ ಭೇದವಿಲ್ಲ' ಎಂದು ಭಾವೈಕ್ಯದ ದಿನವಾಗಿ ಆಚರಿಸುತ್ತಾರೆ. ವಿಶ್ವನಾಥ ಮಂದಿರದ ಗರ್ಭಗೃಹದಲ್ಲಿ ವಿಷ್ಣುವಿಗೆ ಸ್ಥಾನಕೊಟ್ಟು, ವಿಷ್ಣುವಿಗೆ ಬಿಲ್ವಪತ್ರೆಯನ್ನೂ ಶಿವನಿಗೆ ತುಳಸಿಯನ್ನೂ ಅರ್ಪಿಸಿ ಇಬ್ಬರನ್ನೂ ಪೂಜಿಸುವುದು ಅಂದಿನ ವಿಶೇಷವಾಗಿರುತ್ತದೆ. ಹೊಸ ವಿಶ್ವನಾಥ ಮಂದಿರದಲ್ಲಿ ಶಿವಪೂಜೆಯ ಸಮಯದಲ್ಲಿ ಶಂಖ ಊದುತ್ತಾರೆ.

ಶಿವರಾತ್ರಿ ಕಾಶಿಯಲ್ಲಿ ವಿಶೇಷ ಹಬ್ಬವಾಗದೆ ಇನ್ನೆಲ್ಲಿ ಆದೀತು? ಶಿವರಾತ್ರಿಯನ್ನು ಫಾಲ್ಗುಣ ಕೃಷ್ಣ ಚತುರ್ದಶಿಯಂದು ಕಾಶಿಯಲ್ಲಿ ಬಹಳ ವಿಜೃಂಭಣೆಯಿಂದ ಆಚರಿಸಲಾಗುತ್ತದೆ. ಇಲ್ಲಿಯ ಪ್ರತಿ ಕಂಕರ (ಹರಳುಕಲ್ಲೂ ಸಹ) ಶಿವಶಂಕರ ಎನ್ನುವಾಗ ಶಿವ ಪಾರ್ವತಿಯರ ವಿವಾಹದ ನೆನಪಿನದಿನ ಇಲ್ಲಿ ಅತ್ಯಂತ ಶ್ರೇಷ್ಠವಾದುದು ಸರಿಯೆ. ಅದರಲ್ಲೂ ವಿಶ್ವನಾಥನ ದರ್ಶನಾಕಾಂಕ್ಷಿಗಳಾಗಿ ಇಲ್ಲಿಯ ಮಂದಿರಕ್ಕೆ ಸುತ್ತಮುತ್ತಲಿನ ಎಲ್ಲಸ್ಥಳಗಳಿಂದಲು ಜನ ಕಿಕ್ಕಿರಿದುಬಂದು ಸಾಲುಗಟ್ಟುತ್ತಾರೆ. ಬೆಳಗಿನ ರಾವ ಮೂರುಘಂಟೆಗೆ ಗಂಗಾಸ್ನಾನ ಮುಗಿಸಿ ಸಾಲಿನಲ್ಲಿ ನಿಂತರೆ ದಿನದಲ್ಲಿ ಯಾವಾಗಲೊ ದರ್ಶನಭಾಗ್ಯವಾದೀತು. ತುಳಸಿಘಾಟ್‌ನಲ್ಲಿ 'ಧ್ರುಪದ್' ಸಂಗೀತೋತ್ಸವ ನಡೆಯುತ್ತದೆ.

ಸಂಜೆಗೆ **ಶಿವಬಾರಾತ್** (ಮದುವೆಯ ಮೆರವಣಿಗೆ) ವಾರಾಣಸಿಯ ಮೊಹಲ್ಲಾಗಳಲ್ಲಿ ಸುತ್ತಿ ಕೊನೆಗೆ ದಶಾಶ್ವಮೇಧ ಘಾಟ್ ತಲುಪುತ್ತದೆ. ಈ ಮೆರವಣಿಗೆಯಲ್ಲಿ ಶಿವನನ್ನು ವರನಾಗಿ ಅಲಂಕರಿಸಿ ಕೂರಿಸಿದ್ದರೆ, ಹಿಂದೆ ಮುಂದೆ ಶಿವಗಣಗಳ ವೇಷಧಾರಿಗಳು ಅನೇಕ ವಾದ್ಯಗಳ ನುಡಿತಕ್ಕೆ ಹಾಡುತ್ತಾ, ಕಿರುಚುತ್ತಾ, ಕುಣಿಯುತ್ತಾ ಹೋಗುತ್ತಾರೆ. ವಿವಿಧ ವೇಷಧಾರಿಗಳು ಕುದುರೆಗಳ ಮೇಲೆ ಸವಾರಿಬರುತ್ತಾರೆ. ಶಿವರಾತ್ರಿ ಎಂದೆಂದಿನಿಂದಲೂ ನಡೆದುಕೊಂಡು ಬಂದಿದ್ದರೆ, ಶಿವಬಾರಾತ್ 1983ರಲ್ಲಿ ಶುರುವಾಯಿತು.

(ಚಿತ್ರ18–ಶಿವಬಾರಾತ್)

ರಂಗಭರಿ ಏಕಾದಶಿ ಅಥವಾ ಅಮಲಕಿ ಏಕಾದಶಿ ಫಾಲ್ಗುಣ ಶುಕ್ಲಹನ್ನೊಂದನೆಯ ದಿನ ಬರುತ್ತದೆ. ಅಂದು ಆದಿಕೇಶವ ಮಂದಿರದಲ್ಲಿ ವಿಷ್ಣುವಿಗೆ ಪೂಜೆಯಾದರೆ, ವಿಶ್ವನಾಥ ಮಂದಿರದಲ್ಲಿ ಶಿವಪಾರ್ವತಿಯರಿಗೆ ಬಣ್ಣದ ಪುಡಿ (ಅಬೀರ್) ಎರಚುವುದು ಹೋಳಿಯ ಆಗಮನದ ಸಂಕೇತವಾಗುತ್ತದೆ. ಪಾರ್ವತಿಯನ್ನು ಮೊದಲಸಲ ಪತಿಯ ಶಿವನ ಮನೆಗೆ ಕಳಿಸುವ ದಿನವಾಗಿ ಆಚರಿಸುತ್ತಾರೆ. ಅಂದಿನ ಬಣ್ಣಬಣ್ಣದ ಗುಲಾಲನ್ನು ಎರಚುತ್ತಾ, ಹಾಡುತ್ತಾ, ನೃತ್ಯಮಾಡುತ್ತಾ ಶಿವನ ದರ್ಬಾರಿಗೆ ಪಾರ್ವತಿಯನ್ನು ಕರೆತರುವ ದೃಶ್ಯವನ್ನು ನೋಡಿಯೇ ಆನಂದಿಸಬೇಕು.

ಹೋಳಿ ಹಬ್ಬವನ್ನು ಇಡೀ ಉತ್ತರಭಾರತದಲ್ಲಿ ಆಚರಿಸಿದರೂ, ಕಾಶಿಯ ಉನ್ಮತ್ತತೆಯ ಮಟ್ಟವೇ– ಬಣ್ಣವೇ ಬೇರೆ. ಹೋಳಿಹಬ್ಬ ಉತ್ತರಭಾರತದಲ್ಲಿ ಜನಪ್ರಿಯವಾದ ವಿಶಿಷ್ಟವಾದ

ಹಬ್ಬವೇಕೆಂದು ತಿಳಿಯಲು ಬನಾರಸ್‌ನ ಹೋಳಿ ಆಚರಣೆಯಲ್ಲಿ ಒಂದಾಗಿ/ಐಕ್ಯವಾಗಿ ಭಾಗವಹಿಸಬೇಕು. ಫಾಲ್ಗುಣ ಪೂರ್ಣಿಮೆ ಮತ್ತು ಚೈತ್ರ ಪ್ರತಿಪದೆಯ ಎರಡುದಿನ ಹಬ್ಬವನ್ನು ಆಚರಿಸುತ್ತಾರೆ. (ಉತ್ತರದಲ್ಲಿ ಪೂರ್ಣಿಮೆಯ ಅನಂತರ ಮಾಸ ಬದಲಾಗುತ್ತದೆ, ದಕ್ಷಿಣದಲ್ಲಿಯಂತೆ ಅಮಾವಾಸ್ಯೆಯ ಅನಂತರವಲ್ಲ). ಹಿರಣ್ಯಕಶಿಪು ತನ್ನ ಮಗನ ವಿಷ್ಣುಭಕ್ತಿಯ ಹುಚ್ಚುಬಿಡಿಸಲು ಸಾಕಷ್ಟು ಪ್ರಯತ್ನಗಳನ್ನು ಮಾಡಿದ್ದರು ಯಾವುದೂ ಸಫಲವಾಗಿರಲಿಲ್ಲ. ಹಿರಣ್ಯಕಶಿಪುವಿನ ತಂಗಿಯಾದ 'ಹೋಳಿಕಾ'ಗೆ ಬೆಂಕಿಯಿಂದ ಯಾವ ಬಾಧೆಯೂ ಇಲ್ಲವೆಂಬ ವರವಿತ್ತು. ಇದರಿಂದ ಅವಳ ತೊಡೆಯಮೇಲೆ ಪ್ರಹ್ಲಾದನನ್ನು ಕೂರಿಸಿ ಬೆಂಕಿಹಚ್ಚಿದರೆ, ಹೋಳಿಕಾ ಉಳಿದುಕೊಂಡು ತನ್ನ ಮಗನಾದ ಹರಿಭಕ್ತ ಪ್ರಹ್ಲಾದ ಸುಟ್ಟುಹೋಗುತ್ತಾನೆ ಎಂಬುದು ಹಿರಣ್ಯಕಶಿಪುವಿನ ಯೋಚನೆಯಾಗಿತ್ತು. ಆದರೆ ನಡೆದದ್ದು ವ್ಯತಿರಿಕ್ತವಾಗಿತ್ತು. ಬೆಂಕಿಹಚ್ಚಿದಾಗ ಹೋಳಿಕಾ ಸುಟ್ಟುಹೋದಳು, ವಿಷ್ಣುವಿನ ಅನುಗ್ರಹದಿಂದ ಭಕ್ತಪ್ರಹ್ಲಾದನಿಗೆ ಮಾತ್ರ ಅಗ್ನಿಯಿಂದ ಯಾವ ಬಾಧಕವು ಆಗಲಿಲ್ಲ. ಹಿರಣ್ಯಕಶಿಪುವಿನ ಎಣಿಕೆ ಏರುಪೇರಾಗಿತ್ತು, ಅವನು ಸೋತಿದ್ದ, ಭಕ್ತನ ರಕ್ಷಣೆಯಾಗಿತ್ತು. ಹೀಗೆ ಹೋಳಿಹಬ್ಬದ ಹಿನ್ನೆಲೆ ದುಷ್ಟಶಿಕ್ಷಣ ಭಕ್ತಪರಿಪಾಲನೆಯ ಸಂತೋಷದ ಆಚರಣೆಯಾಗಿದೆ. ಭಕ್ತರಕ್ಷಕ ವಿಷ್ಣುವಿನ ಪಾರಮ್ಯವನ್ನು ಸಾರುವ ಹೋಳಿಕಾ ದಹನವೆಂಬ ಈ ದೃಶ್ಯವನ್ನು ಕಾಶಿಯ ಎಲ್ಲ ಮೊಹಲ್ಲಾಗಳಲ್ಲೂ ನೋಡಬಹುದು. ಮೊದಲ ಸಂಜೆ ಹೋಳಿಕಾ ದಹನವಾಗುತ್ತದೆ. ಇತರಸ್ಥಳಗಳಲ್ಲಿ ಮನೆಮನೆಯಿಂದ ಕದ್ದಿರುವ ಮರದಕೊರಡು, ಸಾಮಾನುಗಳನ್ನು ಒಟ್ಟುಗೂಡಿಸಿ ಸುಡುವುದಾದರೆ, ವಾರಾಣಸಿಯಲ್ಲಿ ಹೋಳಿಕಾಳ ಸುಂದರ, ಬಣ್ಣದಮೂರ್ತಿಯ ತೊಡೆಯಮೇಲೆ ಪ್ರಹ್ಲಾದನನ್ನು ಕೂರಿಸಿ ಬಹಳ ಸಂಭ್ರಮದಿಂದ ಮೆರವಣಿಗೆಮಾಡಿ ಸುಡುತ್ತಾರೆ. ಹಿಂದಿನಕಾಲದಲ್ಲಿ ಅಂದಿನ ಮಧ್ಯರಾತ್ರಿಯಲ್ಲಿ ಮುಸ್ಲಿಮ್ ಹಾಡುಗಾರರು ಹಾಡುತ್ತಾ ಕುಣಿಯುತ್ತಾ ಗಲ್ಲಿಗಲ್ಲಿಗಳಲ್ಲಿ ತಿರುಗುತ್ತಾ ಚೌಕ್‌ಪ್ರದೇಶದ ಗಣಿಕಾಸ್ತ್ರೀಯರ ಬೀಡಾದ, ಕೆಂಪುದೀಪದ ಜಾಗವೆನಿಸಿದ 'ದಾಲ್‌ಮಂಡಿ' ಎಂಬಲ್ಲಿಗೆ ಹೋಗುತ್ತಿದ್ದರು. ಅಬೀರ್ ಮತ್ತು ಗುಲಾಲ್‌ಗಳಿಂದ (ಕೆಂಪು ಓಕುಳಿಯ ಪುಡಿಯಿಂದ) ಬಣ್ಣಮಯವಾದ ಇವರ ಗುಂಪಿನಲ್ಲಿ ಹಾಡುಗಾರರು, ಧೋಲಕ್ ಮತ್ತು ಸಿತಾರ್ ವಾದಕರು ಇರುತ್ತಿದ್ದರು. ಮುಸ್ಲಿಮರು '*ಖಂಸಾ*' (ವಿಶೇಷ) ಹಾಡುಗಳನ್ನು ಹೇಳುತ್ತಿದ್ದರೆ ಅವರ ಜೊತೆ ಹಿಂದೂಗಳು ಸೇರುತ್ತಿದ್ದುದು ಸ್ವಾರಸ್ಯವೆನಿಸುತ್ತದೆ. ಇದಕ್ಕೆ ಕಾರಣ ಹುಡುಕುವುದು ಕಷ್ಟವಲ್ಲ. ಮುಸ್ಲಿಮರ ದಾಳಿಗಳ ಮೊದಲು ಎಲ್ಲರೂ ಒಟ್ಟಿಗೆ ಹೋಳಿ ಆಡುತ್ತಿದ್ದರೆ, ಬಲವಂತದ ಮತಪರಿವರ್ತನೆಯಿಂದಾಗಿ ಕೆಲ ಹಿಂದೂಗಳು ಮುಸ್ಲಿಮರೆನಿಸಿದ ಮೇಲೆ, ಉಳಿದ ಹಿಂದೂಗಳೊಡನೆ ಹೋಳಿ ಆಡುವ ಸಂಭ್ರಮ ಅವರಿಗೆ ತಪ್ಪಿಹೋಗಿತ್ತು. ಇದಕ್ಕಾಗಿ 'ನಾವೆಲ್ಲರೂ ಒಂದೇ ಎಂಬ' ನೆನಪಿಗಾಗಿ ಈ ಹೊಸ ಸಂಪ್ರದಾಯ

(ಚಿತ್ರ 19–ಹೋಳಿಕಾ ದಹನ)

ಹುಟ್ಟಿಬಂದಿರಬಹುದು. ಈಗ ಹಿಂದೂ ಮುಸ್ಲಿಮ ಬಾಂಧವ್ಯವು ಸಡಿಲಾಗಿದೆ. ಅಲ್ಲದೆ, ದಾಲ್‌ಮಂಡಿಯ ಗಣಿಕಾ ಸ್ತ್ರೀಯರನ್ನು ದೂರಪ್ರದೇಶಕ್ಕೆ ಸ್ಥಳಾಂತರಗೊಳಿಸಿದ ಮೇಲೆ, ಆ ಹಳೆಯ ಮೆರುಗೂ ಇಲ್ಲ. ಆದ್ದರಿಂದ ಮುಸ್ಲಿಮರ 'ಖಮ್ಸಾ'ಗಳ ಬದಲಾಗಿ ಕಲ್ಲು ಬಿದ್ದಾತು!

ಹೋಲಿ ಪ್ರತಿಪದೆಯನ್ನು 'ದುರಡ್ಡಿ' ಎಂದು ಕರೆಯುತ್ತಾರೆ. ಅಂದು ವಿಧವಿಧವಾದ ಬಣ್ಣಗಳ, ಓಕುಳಿಮಳೆ, ತುಂತುರಾಗಿ, ಸೋನೆಯಾಗಿ, ಜಡಿಮಳೆಯಾಗಿ, ಧಾರಾಕಾರವಾಗಿ, ಉದ್ದ ಅಗಲವಾಗಿ ಎಲ್ಲೆಲ್ಲಿಂದಲೊ ಬೀಳುತ್ತಲೇ ಇರುತ್ತದೆ. ಈ ಬಣ್ಣದ ಮಳೆಯ ರೂಪ, ಗಾತ್ರ, ರಭಸವನ್ನು ನೋಡಿ ಆ ಮಳೆರಾಯನೂ ಅಸೂಯೆ ಪಡಬೇಕು. ಭಾಂಗ್ ಕುಡಿದ ಬನಾರಸಿ ಎರಚುವ ಬಣ್ಣದಮೋಜು ಪ್ರಾಯಶಃ ಇನ್ನೆಲ್ಲೂ ಬರಲಾರದು. ಅಂದು ಎಲ್ಲೆಲ್ಲೂ ನಡೆಯುವ ಬಣ್ಣದ ಓಕುಳಿಯಾಟದ ಹುಚ್ಚುಕುಣಿತದಲ್ಲಿ ಸ್ವೇಚ್ಛಾಚಾರ, ತುಂಟತನ, ದುಷ್ಟತನ, ಇತಿಮಿತಿಮೀರಿದ ಉಲ್ಲಾಸ, ಆವೇಶಕ್ಕೊಳಗಾದ ನಿರ್ಲಕ್ಷ್ಯತೆ, ವಿನೋದ ಕೇಳಿ ಎಲ್ಲವು ಬೆರೆತಿರುತ್ತದೆ. ಇದೆಲ್ಲವನ್ನು ಒಂದಕ್ಕೆ ಹತ್ತುಪಟ್ಟು ಹೆಚ್ಚಿಸಲು ಭಾಂಗ್‌ನ ಶರಬತ್ತಿನ (ಭಂಗಿ ಸೊಪ್ಪು ಎಂಬ ಮಾದಕವಸ್ತುವಿನಿಂದ ಮಾಡಿದ) ಪಾನ ನಡೆಯುತ್ತಲೇ ಇರುತ್ತದೆ. ಅಂದು ಏನೇ ಅತಿಯಾಗಿ ನಡೆದರೂ ಅವೆಲ್ಲಾ ಭಾಂಗ್‌ನ ಪ್ರಭಾವವೆಂದೇ ಅರ್ಪಿತವಾಗುತ್ತದೆ. ಅಪರಾಹ್ಣದ ಮೊದಲು ಮದುವಣಿಗನ ವೇಷಧರಿಸಿ ಕತ್ತೆಯಮೇಲೆ ಹಿಂದುಮುಂದಾಗಿ ಕುಳಿತ ವ್ಯಕ್ತಿಯ ಮೆರವಣಿಗೆಯು ಎಲ್ಲ ಮೋಜಿಗೂ ತೆರೆಎಳೆದಂತೆ. ಕತ್ತೆ ಸವಾರಿಯ ಸುತ್ತಮುತ್ತ ಮೈಕೈ ಮುಖವೆಲ್ಲಾ ಬಣ್ಣದಿಂದ ಮುಚ್ಚಿ ಗುರುತುಸಿಕ್ಕದ ಜನರೊ ಅಥವಾ ಹಿರಣ್ಯಕಶಿಪುವಿನ ಹಿಂಬಾಲಕರೊ ಅನಿಸುವಂತಹ ಜನರು ಡೋಲು, ವಾದ್ಯಗಳ ಸಮೇತ ಅಶ್ಲೀಲ ಹಾಡುಗಳನ್ನು ಕಿರುಚುತ್ತಾ, ಬೈಗಳ ಸುರಿಮಳೆಸುರಿಸುತ್ತಾ,

ಹೇಗೆಹೇಗೊ ಕುಣಿಯುತ್ತಾ ದಾಂಧಲೆ ಎಬ್ಬಿಸುತ್ತಾರೆ. ಈ ಮೆರವಣಿಗೆ ಬಣ್ಣದ ಓಕುಳಿಯಾಟಕ್ಕೆ ತೆರೆಹಾಕಿದುದರ ಸಂಕೇತವಾಗಿರುತ್ತದೆ. ಬೆಳಗಿನ ಈ ಹುಚ್ಚಾಟದಲ್ಲಿ ಎಲ್ಲರೂ, ಜಾತಿಪಾತಿಯ ಮೇಲುಕೀಳೆಂಬ ಭೇದವಿಲ್ಲದೆ ಭಾಗವಹಿಸುತ್ತಾರೆ. ಸಂಜೆಯ ದೃಶ್ಯ ಮಳೆಯ ನಂತರದ ತಂಪಿನಂತೆ, ಆಗಿನ ಸೊಬಗೆ ಬೇರೆಯ ರೀತಿಯದು. ಬೆಳಿಗ್ಗೆ ಬಣ್ಣದ ಓಕುಳಿ ಎರಚಿದರೆ, ಸಂಜೆ ಗುಲಾಲನ್ನು ತೆಳುವಾಗಿ ಕೆನ್ನೆಗೆ/ಹಣೆಗೆ ಬಳಿಯುತ್ತಾರೆ. ಬೆಳಿಗ್ಗೆ ಬಣ್ಣಬಣ್ಣದ ಕೊಳಕಿನ ಹರಕುಮುರಕು ಬಟ್ಟೆ, ಸಂಜೆಗೆ ಅಚ್ಚಬಿಳಿಯ ನವಿರುಕುರ್ತಾ; ಬೆಳಿಗ್ಗೆ ಹುಚ್ಚಾಟದ ಒರಟು, ಸಂಜೆ ಸುಸಂಸ್ಕೃತಿಯ ನಯ; ಬೆಳಿಗ್ಗೆ ಜೂಟಾಟದ ಓಟ, ಸಂಜೆಗೆ ಆಪ್ತಮಿಲನದ ಭೇಟಿ; ಬೆಳಿಗ್ಗೆ ಬೈಗಳ ಸುರಿಮಳೆ, ಸಂಜೆ ಒಲವಿನ ಸವಿದನಿ; ಬೆಳಿಗ್ಗೆ ತಮಟೆ ವಾದ್ಯಗಳ ಕರ್ಕಶ, ಸಂಜೆ ಭಜನೆ ಗೀತೆಯ ಮಾಧುರ್ಯ; ಬೆಳಿಗ್ಗೆ ಭಾಂಗ್‌ಪಾನ, ಸಂಜೆಗೆ ಠಂಡೈಪಾನ; ಬೆಳಿಗ್ಗೆ ರಕ್ಕಸೀ ಪ್ರವೃತ್ತಿ, ಸಂಜೆಗೆ ದೈವೀ ಸಾತ್ವಿಕತೆ; ಬೆಳಿಗ್ಗೆ ಹಿರಣ್ಯಕಶಿಪುವಿನ ಮದದ ಆರ್ಭಟ, ಸಂಜೆ ಪ್ರಹ್ಲಾದನ ಭಕ್ತಿಯ ನಮನ. ಒಟ್ಟಿನಲ್ಲಿ ಬೆಳಿಗ್ಗೆ ಇಡಿ ವರ್ಷದ ಕಲ್ಮಷಗಳನ್ನೆಲ್ಲಾ ವಾಂತಿಯಂತೆ ಹೊರತಂದು ಸಂಜೆಗೆ ಗಂಗೆಯ ಪವಿತ್ರತೆಯನ್ನು ಕುಡಿದಂತೆ ಆಗಿರುತ್ತದೆ. ಹತ್ತಿರದ ಮಂದಿರದಿಂದ ಕೇಳಿಬರುವ ಸುಶ್ರಾವ್ಯ ಭಜನೆ, ಗೀತೆ, ಗಾನ, ಅಪ್ಪಟ ಬಿಳಿಯ ಪೈಜಾಮ ಕುರ್ತಾ ಧರಿಸಿದ ವ್ಯಕ್ತಿಗಳ ಆತ್ಮೀಯ ಮಿಲನ, ಗುಲಾಲ್ ಅಥವಾ ಬಣ್ಣದ ಪುಡಿಯ ಸೇಚನ, ಶುಭಾಶಯಗಳ ವಿನಿಮಯ ಎಲ್ಲವೂ ಬೆಳಗಿನ ದೃಶ್ಯವೆ ಸುಳ್ಳು ಅನಿಸುವಷ್ಟು ಸುಸಂಸ್ಕೃತವಾಗಿರುತ್ತದೆ. ದೇಶದ ಹೋಳಿ ಆಚರಣೆ ಎರಡು ದಿನದಲ್ಲಿ ಮುಗಿದರೆ, ಬನಾರಸ್‌ನಲ್ಲಿ ವಾರವಿಡೀ ನಡೆಯುತ್ತದೆ. ಎರಡು ದಿನಗಳ ಅನಂತರದ ವಾರದಲ್ಲಿ ಎಲ್ಲೆಲ್ಲೂ 'ಹೋಳಿ ಮಿಲನ'ಗಳಾಗುತ್ತವೆ. ಈ ಸಾರ್ವಜನಿಕ ಸಮಾರಂಭಗಳು ಸಾಂಸ್ಕೃತಿಕ ಹಬ್ಬಗಳೆನಿಸಿದರೂ, ಅಲ್ಲಿ' ಗಾಲಿ ಸ್ಪರ್ಧೆ/ಸಮ್ಮೇಳನ' (ಬೈದಾಟ ಮತ್ತು ಹಾಸ್ಯದ ಸಭೆಗಳು) ಜರುಗುತ್ತದೆ. ಘಂಟೆಗಟ್ಟಲೆ ಗಾಲಿ ಅಥವಾ ಬೈಗಳಗಳನ್ನು ಲೀಲಾಜಾಲವಾಗಿ, ಪುನರಾವೃತ್ತಿಯಿಲ್ಲದೆ ಹೇಳುವುದನ್ನು ಕೇಳಿದರೆ ಇವರ ಶಬ್ದಸಂಪತ್ತಿನ ಬಗ್ಗೆ ಆಶ್ಚರ್ಯ ಮೂಡುತ್ತದೆ. ಹೊರಗಿನವರಿಗೆ ಹೋಳಿಹಬ್ಬ ಕ್ಷುದ್ರ, ಹೊಲಸು, ಕೀಳು, ಅರ್ಥಹೀನ, ಅಸಭ್ಯರ, ರೌಡಿಗಳ ಹಬ್ಬ ಎಂದೆಲ್ಲಾ ಎನಿಸುವುದು ಸಹಜ. ಆದರೆ ಹೋಳಿಯೊಂದರಲ್ಲೇ ಎಲ್ಲರೂ, ಜಾತಿ, ಮತ, ಸ್ಥಿತಿಗತಿ, ಅಂತಸ್ತು ಮುಂತಾದ ಸಾಮಾಜಿಕ ಅಡೆತಡೆಗಳನ್ನು ಕಿತ್ತುಹಾಕಿ ಒಂದಾಗುವುದು; ಪ್ರತಿಯೊಬ್ಬನೂ ತನ್ನ ಅಹಂಭಾವ, ಸ್ವಾಭಿಮಾನ, ಕೀಳರಿಮೆ, ಹಿಂಜರಿಕೆ, ನಿಷಿದ್ಧ ಎಂಬ ಎಲ್ಲ ವೈಯಕ್ತಿಕ ಪರಿವೆಗಳನ್ನೂದಾಟಿ ಹೊರಬರುವುದು; ಬೆರೆಯುವುದು; ಅದೊಂದೇ ದಿನ ತಮ್ಮ ಔಪಚಾರಿಕ, ತೋರಿಕೆಯ ವರ್ತನೆಯನ್ನು ತಿರುಗುಮುರುಗಾಗಿಸಿ, ಎಲ್ಲ ನಿತ್ಯಗಟ್ಟಳೆಗಳಿಗೆ ವಿರಾಮಕೊಟ್ಟು, ಸ್ವೇಚ್ಛಾಚಾರಿಯಾಗಿ ಅಂದರೂ, ಪರವಶನಾಗಿ ಆನಂದಪಡುವುದು. ದಿನನಿತ್ಯ ಜೀವನದ

ಶಿಷ್ಟಾಚಾರಕ್ಕೆ, ಶಿಸ್ತಿಗೆ, ನಿತ್ಯಗಟ್ಟಳೆಗಳಿಗೆ ಒಂದು ದಿನದ ವಿರಾಮಕೊಟ್ಟು ಸಂಪೂರ್ಣವಾದ ಸ್ವೇಚ್ಛಾಚಾರದಲ್ಲಿ ಕಳೆಯುವ ಏಕಮಾತ್ರ ಹಬ್ಬ ಹೋಳಿ ಎನ್ನಬಹುದು.

ಬುಢ್ವಾಮಂಗಳ ಮೇಳವು ಕಾಶಿಯ ರಾಜರು, ಶ್ರೀಮಂತರು, ಗಣ್ಯರು ಮೊದಲಾದವರಿಗಾಗಿ ಶುರುವಾದ ಮೋಜುಗಾರಿಕೆಯ ಮೇಳ, ವಿಲಾಸ ಗೋಷ್ಠಿಯಾಗಿತ್ತು. ಈ ಮೇಳವು ಹೋಳಿಯ ನಂತರದ ಚೈತ್ರದ ಮೊದಲ ಮಂಗಳವಾರದಂದು ಶುರುವಾಗಿ ಮೂರು ಸಂಜೆ-ರಾತ್ರಿಗಳಲ್ಲಿ ನಡೆಯುತ್ತಿತ್ತು. ಈ ಅತಿವೆಚ್ಚದ ವಿಜೃಂಭಣೆಯ ವಿಲಾಸದ ಗೋಷ್ಠಿಗೆ ಗಂಗೆಯಲ್ಲಿ ತೇಲುವ, ಭವ್ಯವಾಗಿ ಅಲಂಕೃತವಾಗಿದ್ದ ದೋಣಿಗಳನ್ನು (ಅಲಂಕೃತ ಬಾಜ್ರಗಳನ್ನು) ರಂಗಮಂಟಪವಾಗಿ ಉಪಯೋಗಿಸುತ್ತಿದ್ದರು. ಬಣ್ಣದ ಖಿಲಾವಿ ಪರದೆಗಳು, ತೂಗುದೀಪಗಳು, ರಂಗುರಂಗಿನ ತೋರಣಗಳು, ಹೂಗುಚ್ಛಗಳು, ಅತಿಥಿಗಳ ಆರಾಮಕ್ಕೆ ಮೆತ್ತನೆಯ ಕುರ್ಚಿ, ದೀವಾನ್, ಒರಗುಹಾಸಿಗೆಗಳು, ಕಾಶ್ಮೀರದ ಜಮಖಾನಗಳು ಮುಂತಾದ ಕಣ್ಣುತುಂಬುವ, ಮನಮೋಹಿಸುವ ವಸ್ತುಗಳಿಂದ ದೋಣಿಗಳನ್ನು ಸುಸಜ್ಜಿತವಾಗಿ ಅಲಂಕರಿಸುತ್ತಿದ್ದರು. ದೋಣಿಗಳ ಅಲಂಕಾರದಲ್ಲಿಯೆ ಗಣ್ಯರಲ್ಲಿ ಪೈಪೋಟಿ ನಡೆಯುತ್ತಿತ್ತು. ಚೈತ್ರಮಾಸದ ಸಂಜೆಯ ಮಾದಕ ತೆಳುಗಾಳಿಗೆ ಉಯ್ಯಾಲೆಯಂತೆ ಮೆಲ್ಲಗೆ ಓಲಾಡುವ ದೋಣಿಗಳು ಒಂದು ದಿವ್ಯಲೋಕವನ್ನೆ ಸೃಷ್ಟಿಮಾಡಿರುತ್ತಿದ್ದುವು. ತಿಂಡಿ ತಿನಿಸು, ಮದ್ಯ ಪಾನೀಯಗಳು, ಭಾಂಗ್, ಪಾನ್, ಪರಿಚಾರಕರು, ಗಾಯಕಿಯರ ಹಾಡು ನೃತ್ಯ, ಮೆಹಫಿಲ್ (*ನಾಚ್‌ವಾಲಿಗಳ/ಗೌನಹಾರಿನ್‌ಗಳ* ಹಾಡು, ನೃತ್ಯ), *ಬಾಂಡ್* ಗುಂಪು (ವಿದೂಷಕರ ತಂಡ), ಮನೋರಂಜನೆಯ ಅನೇಕ ಸಾಧನಗಳು ಯಾವುದಕ್ಕೂ ಸೃಜನಶೀಲತೆಯೇ ಮಿತಿಯಾಗಿರುತ್ತಿತ್ತು. ದಿವ್ಯಲೋಕದ ಭವ್ಯನೋಟ ಭೋಗವಿಲಾಸಕ್ಕೆ, ನಿಶ್ಚಿಂತೆ ನಿರ್ಭಿಡೆಯಲ್ಲೂ ಎಲ್ಲೆಮೀರದ ಸಂತೋಷಗಳಿಗೆ ಬುಢ್ವಾಮಂಗಳ ಮೇಳಾ ಪ್ರಸಿದ್ಧವಾಗಿತ್ತು. ಸುಮಾರು 1730ರಿಂದ 1930ರವರೆಗೆ ನಡೆಯುತ್ತಿದ್ದ ಈ ಸೊಬಗಿನ ಮೇಳ ನಿಲ್ಲಲು ಅಂದಿನ ಆರ್ಥಿಕಸ್ಥಿತಿ, ಶುದ್ಧತೆಯ ಸಾಧಕರು, ಸುಧಾರಕರು, ವಿಚಾರವಾದಿಗಳು, ರಾಷ್ಟ್ರೀಯವಾದಿಗಳು ಕಾರಣರಾದರು. ಆಚರಣೆ ನಿಂತಾಗ ಸುಮ್ಮನಿದ್ದರೂ ಹಳೆಯ ವೈಭವವನ್ನು ನೆನಸಿಕೊಂಡು ಮರುಗಿದವರೆಷ್ಟೊ ಜನ ಇದ್ದರು. 'ಹುಚ್ಚು ಮುಂಡೆಯ ಮದುವೆಯಲ್ಲಿ ಉಂಡವನೆ ಜಾಣ' ಎಂಬಂತೆ ದೊಡ್ಡವರಿಗೆ ಉಣಬಡಿಸುವಾಗ ತಮ್ಮ ಹೊಟ್ಟೆ ತುಂಬಿಸಿಕೊಳ್ಳುತ್ತಿದ್ದ ನಾವಿಕರು, ಕೆಲಸಗಾರರು, ಮನೋರಂಜಕರು ಮತ್ತು ಕಲಾಕಾರರು ಎಷ್ಟೊ ಜನ ಅತ್ತರು. 'ಅಹಾ! ಉರುಳಿಹೋದವೇ ಆ ದಿನಗಳು!' ಎಂಬ ಉದ್ಗಾರ ವರ್ಷೇ ವರ್ಷೇ ಹೆಚ್ಚಾದಾಗ ಈ ಮೇಳವನ್ನು ಪುನಃ 1994ರಲ್ಲಿ ಶುರುಮಾಡಲಾಯಿತು. ಈಗ 'ಆ ರಾಜರೆಲ್ಲಿ, ಆ ಶ್ರೀಮಂತರೆಲ್ಲಿ, ಆ ಗಣ್ಯರೆಲ್ಲಿ!' ಎಂಬ ಉದ್ಗಾರ ಕೇಳಿಬರುತ್ತಿದೆ.

ಗುಲಾಬ ಬಾರಿ (ಗುಲಾಬ್ ಬಾಡಿ) ಮೇಳವು 1930ರ ಅನಂತರ ಬುಢ್ವಾಮಂಗಳ ಮೇಳದ ನೆನಪಿನಲ್ಲಿ ಶುರುವಾಯಿತು. ಅದ್ಧೂರಿ, ವೈಭವ, ತೋರಿಕೆ, ಪೈಪೋಟಿ ಮತ್ತು ಕಣ್ಣುಕುಕ್ಕುವ ದುಂದುವೆಚ್ಚಗಳ ಬುಢ್ವಾಮಂಗಳದ ಬದಲಿಗೆ ಸರಳವಾದ, ಮಧ್ಯಮ ವರ್ಗೀಯರ ಸೌಜನ್ಯಶೀಲವಾದ 'ಗುಲಾಬ ಬಾರಿ' ಮೇಳದ ಆರಂಭವಾದಂತಿದೆ. ಮೇಳದ ಹಿನ್ನೆಲೆಯಲ್ಲಿ ಎಲ್ಲೆಲ್ಲೂ ಗುಲಾಬಿ ಬಣ್ಣ ಮತ್ತು ಸುಗಂಧ ತೋರಿಬರುವುದು. ರಂಗಮಂಚ, ಪರದೆಗಳು, ಗುಲಾಬಿ ಸುಗಂಧಿತ ಪನ್ನೀರುದಾನಿ, ದೀಪಗಳು, ಕಲಾಕಾರರ ಉಡುಪು, ಜಮಖಾನ, ಕೂರುವ ಆಸನಗಳು, ಎಲ್ಲವೂ ಗುಲಾಬಿಯ ಬಣ್ಣದಿಂದ ಮೆರುಗುತ್ತಲಿರುತ್ತವೆ. ಸಂಗೀತಗಾರರು, ನೃತ್ಯಗಾರ್ತಿಯರು ಮೇಳದಲ್ಲಿ ಭಾಗವಹಿಸುತ್ತಾರೆ. ಈ ಮೇಳದಿಂದ ಮತ್ತೊಮ್ಮೆ ಸಂಗೀತಗಾರರಿಗೆ, ಕಲಾಕಾರರಿಗೆ ಅವಕಾಶಕಲ್ಪಿಸಿ ಅವರನ್ನು ಉತ್ತೇಜಿಸಿದಂತಾಗಿದೆ.

ಮುಖ್ಯವಾದ ಹಬ್ಬ ಮೇಳಗಳಲ್ಲದೆ ಇನ್ನು ಕೆಲವು ಆಚರಣೆಗಳು ವಿಚಿತ್ರವೆನಿಸಿದರೂ ಅಪೂರ್ವವಾಗಿವೆ. ಹೊಸ ದಂಪತಿಗಳು ತಮ್ಮ ಸುಖೀ ವೈವಾಹಿಕಜೀವನ ಮತ್ತು ವಂಶವೃದ್ಧಿಗಾಗಿ ಗಂಗೆಯ ಒಂದು ದಂಡೆಯಿಂದ ಇನ್ನೊಂದರವರೆಗೆ ಹೂವಿನ ಮತ್ತು ಮಾವಿನ ಮಾಲೆ ಹಾಕುವುದಕ್ಕೆ 'ಆರ್‌ಪಾರ್' ಅನ್ನುತ್ತಾರೆ. ಹುಟ್ಟಿದ ಮಕ್ಕಳು ಬೇಗನೆ ಸಾಯುತ್ತಿದ್ದರೆ, ಇನ್ನೊಂದು ಮಗು ಹುಟ್ಟಿದಾಗ ಅದನ್ನು ದೋಣಿಯಲ್ಲಿ ಕೂರಿಸಿ, ಗಂಗೆಯ ಮಧ್ಯೆ ನೀರಿನಲ್ಲಿ ಹಾಕುತ್ತಾರೆ. ತಕ್ಷಣವೆ ನಾವಿಕ ನೀರಿಗೆ ದುಮಿಕಿ, ಮಗುವನ್ನು ಎತ್ತಿಹಿಡಿದು, ಅವನ ಪಾಲಿನ ದಕ್ಷಿಣೆಯನ್ನು ಗಿಟ್ಟಿಸಿಕೊಂಡ ನಂತರ ಅದನ್ನು ದಂಪತಿಗಳಿಗೆ ಕೊಡುತ್ತಾನೆ! ಮಗುವಿಗೆ ದೀರ್ಘ ಆಯಸ್ಸುಕೊಡುವ ಈ ಆಚರಣೆಗೆ 'ಜಾನ್ ಕೆ ಬದಲೆ ಜಾನ್ ಚಢೈಬೊ' ಎಂದು ಹೆಸರು. ಮಳೆಬಾರದ ಸಮಯದಲ್ಲಿ ಮಳೆರಾಯನನ್ನು ಒಲಿಸಲು ರೈತರು 'ಜಲದಲಾಯ್' ಎಂಬ ಶಿವನನ್ನು ಪೂಜಿಸುವ ಕರ್ಮವನ್ನು ಕೇದಾರಘಾಟ್‌ನಲ್ಲಿ ಆಚರಿಸುತ್ತಾರೆ. ಇವು ಸಾಮಾನ್ಯವಾಗಿ ಬೇರೆ ಇನ್ನೆಲ್ಲೂ ಆಚರಿಸದ ವಿಶೇಷ ಹಬ್ಬಗಳು.

ಕಾಶಿಯ ಎಲ್ಲ ಹಬ್ಬ, ಉತ್ಸವ, ಮೇಳಗಳನ್ನು ವಿವರಿಸುವುದು ಅಸಾಧ್ಯ. ಒಂದೆರಡು ವರ್ಷ ಕಾಶಿವಾಸಿಯಾದರೆ ಮಾತ್ರ ಅವುಗಳ ವಿವರ ಮತ್ತು ತಾತ್ವಿಕ ಹಿನ್ನೆಲೆ ಸ್ವಲ್ಪಮಟ್ಟಿಗಾದರೂ ಅರ್ಥವಾಗಬಹುದು.

■

19. ಯಾತ್ರೆಗಳು

ಹಿಂದೂಗಳಿಗೆ ತೀರ್ಥಯಾತ್ರೆಯೇ ಒಂದು ಆಚಾರ, ಒಂದು ಧಾರ್ಮಿಕವಿಧಿಯಾಗಿದೆ. ಅದು ಕೇವಲ ಗುರಿಯಿಲ್ಲದ ಅಲೆದಾಟವೂ ಅಲ್ಲ, ಇಂದ್ರಿಯಗಳಿಗೆ ರಂಜಕವಾದ ಪ್ರವಾಸವೂ ಅಲ್ಲ. ಆಧ್ಯಾತ್ಮಿಕ ಶಕ್ತಿಯಿಂದ ಕಳಕಳಿಸುವ ತೀರ್ಥಗಳು (ಸ್ಥಾವರ, ಜಲ, ಜಂಗಮ, ಮಾನಸ) ಮನಸ್ಸಿನ ಕ್ಲೇಶಗಳನ್ನು ತೊಳೆದು, ಶುದ್ಧವಾಗಿಸಿದ ಅಂತಃಕರಣಕ್ಕೆ ಹೊಸಸ್ಫೂರ್ತಿಯನ್ನು ಕೊಡುವುವು, ಹೊಸದಿಶೆಯನ್ನು ತೋರಿಸುವುವು ಎಂಬ ಮೂಲ ನಂಬಿಕೆಯೆ ಹಲವರನ್ನು ತೀರ್ಥಯಾತ್ರೆಗೆ ಪ್ರೇರೇಪಿಸುತ್ತದೆ. ತೀರ್ಥಗಳ ಸನ್ನಿಧಿಯಲ್ಲಿ ಜೀವನಕ್ಕೊಂದು ಹೊಸಗುರಿ ಕಂಡುಬಂದು, ಪ್ರಕಾಶಮಾನದೆಡೆಗಿನ ಹೊಸದಿಕ್ಕು ಹೊಸ ಆಧ್ಯಾತ್ಮಿಕ ಯಾತ್ರೆ ಆರಂಭವಾದ ಹಾಗೆಯೇ ಸರಿ.

ಕಾಶಿವಾಸ, ಕಾಶಿಯಲ್ಲಿ ಯಾತ್ರೆಗಳು, ಪಂಚತೀರ್ಥಗಳಲ್ಲಿ ಸ್ನಾನ, ಕಾಶಿ ವಿಶ್ವೇಶ್ವರನ ದರ್ಶನ ಇವೆಲ್ಲವೂ ಪುಣ್ಯಪ್ರದ; ಕಾಶಿಯಲ್ಲಿ ಮರಣವಂತು ಮುಕ್ತಿಪ್ರದ. ಕಾಶಿವಾಸ ಮಾಡಲಿಚ್ಛಿಸುವವರು ಯಾವ ರೀತಿಯಲ್ಲಿ ಇಲ್ಲಿ ಜೀವಿಸಿರಬೇಕು, ಅವರ ವಿಧಿ, ನಿಯಮ, ಸಾಧನಗಳು ಹೇಗಿರಬೇಕು ಎಂಬುದೆ ಒಂದು ದೊಡ್ಡ ಪಟ್ಟಿಯಾದೀತು. ಹಿಂದಿನ ಜನ್ಮದ ಕೆಟ್ಟಸಂಸ್ಕಾರಗಳ ದೆಸೆಯಿಂದ ಬೇರೆಯ ತೀರ್ಥಗಳಲ್ಲಿ ಪತನವಾಗುವ ಭಯವಿದ್ದೀತು. ಆದರೆ ಕಾಶಿಯಲ್ಲಿ ಆ ಭಯವಿಲ್ಲ. ಇಲ್ಲಿ ಭೋಗೇಚ್ಛೆ ನಿವೃತ್ತಿಯಾಗಿರುತ್ತದೆ. ಇಲ್ಲಿ ಮಾಡಿದ ಸಾಧನೆಗಳಿಗೆ ಅನೇಕಪಟ್ಟು ಹೆಚ್ಚು ಫಲ ಸಿಗುತ್ತವೆ. ಕೊನೆಗೆ ಕಾಶಿಯಲ್ಲಿ ಮರಣಹೊಂದಿದರಂತೂ ಶಿವನೆ ತಾರಕಮಂತ್ರದ ದೀಕ್ಷೆಕೊಟ್ಟು ಮುಕ್ತಿಯನ್ನು ದೊರಕಿಸಿಕೊಡುತ್ತಾನೆ. ಕಾಶಿಯಲ್ಲೆ ಮರಣಹೊಂದಿ ಮುಕ್ತಿ ದೊರಕಿಸಿಕೊಳ್ಳುವ ಇಚ್ಛೆಯಿಂದ ಕಾಶಿವಾಸ ಮಾಡಿದವರು, ಎಷ್ಟೋಜನ ಅಂತ್ಯಕಾಲದಲ್ಲಿ ಊರುಬಿಡುವ ಪ್ರಸಂಗಬಂದು, ಕಾಶಿಯಿಂದ ಹೊರಗೆ ಮರಣಹೊಂದಿದ ಉದಾಹರಣೆಗಳಿವೆ. ಹಿಂದೆ ಬಂದಿರುವ ಈ ವಿಚಾರಗಳಿಂದ ಕಾಶಿಯ ವಾಸ, ತೀರ್ಥಯಾತ್ರೆ ಬಹಳ ಶ್ರೇಷ್ಠವೆಂದು ಪರಿಗಣಿಸು ತ್ತಾರೆ.

ಕಾಶಿಯಲ್ಲಿ ವಾಸಮಾಡಲಾಗದವರು ಕಾಶಿಯಾತ್ರೆಯನ್ನು ಮಾಡಲು ಪ್ರಯತ್ನಿಸಬೇಕು. ತೀರ್ಥಯಾತ್ರೆ ಅಂದರೆ ಮನೋರಂಜನೆಗಾಗಿ ಹೊರಡುವ ಪ್ರವಾಸವಲ್ಲ. ಅದರಲ್ಲೂ ಕಾಶಿಯಾತ್ರೆ ಪಾಪಶಮನಕ್ಕೆ ಪುಣ್ಯಗಳಿಕೆಗೆ ಮೀಸಲಾದ ಯಾತ್ರೆ. ಕಾಶಿಯಾತ್ರೆಗೆ ಹೊರಡುವ ಮುನ್ನಿನ ಮಾನಸಿಕ, ಆಧ್ಯಾತ್ಮಿಕ ತಯಾರಿ ಏನು, ಸಂಕಲ್ಪವೇನು, ಶುಭದಿನ ಯಾವುದು, ಕಾಶಿಗೆ ಹೊರಡುವ ವಿಧಿ(ಉಪವಾಸ ಮುಂತಾದವು), ಪ್ರವೇಶಮಾಡುವ ವಿಧಿಗಳೇನು,

ಅಲ್ಲಿಯ ಯಾತ್ರೆಗಳು ಯಾವುವು, ಯಾತ್ರೆಯ ಸಂಕಲ್ಪ, ಪ್ರತಿಜ್ಞೆಗಳೇನು, ಯಾತ್ರಾಸಮಯದಲ್ಲಿ ಸವಾರಿ, ಪೂಜೆ, ಭೋಜನ, ವಿರಾಮ ಇವುಗಳು ಹೇಗೆ ಎಂಬ ಅನೇಕ ವಿವರಗಳನ್ನು ಪುರಾಣಗಳಲ್ಲಿ ನೋಡಬಹುದು. 55 ಯಾತ್ರೆಗಳಿಗೆ ಸಂಬಂಧಿಸಿದಂತೆ ಇವೆಲ್ಲ ವಿವರಗಳನ್ನು 'ಪಂಚಕ್ರೋಶಾತ್ಮಕ ಜ್ಯೋತಿರ್ಲಿಂಗ ಕಾಶೀಮಾಹಾತ್ಮ್ಯ' ಎಂಬ ಹಿಂದಿ ಗ್ರಂಥದಲ್ಲಿ ಪಂಡಿತ ಕೇದಾರನಾಥವ್ಯಾಸ್ ಎಂಬುವರು 1997ರಲ್ಲಿ ಬರೆದು ಪ್ರಕಟಿಸಿದ್ದಾರೆ. ಒಂದೆರಡು ದಿನಗಳ ಪ್ರವಾಸದಲ್ಲಿ ಕಾಶಿಯನ್ನು ನೋಡಿ, ತೀರ್ಥಸೇವನೆಯಾಗಲೀ ಯಾತ್ರೆಯಾಗಲೀ ಮಾಡದೆ, ಮುಂದಿನ ಸ್ಥಳಕ್ಕೆ ಓಡಿಹೋಗುವ ತರಾತುರಿಯಲ್ಲಿ ಇರುವವರಿಗೆ ಈ ಯಾತ್ರಾವಿವರಗಳು ಬೇಕಿರುವುದಿಲ್ಲ. ಆಸಕ್ತಿಯಿಲ್ಲದವರಿಗೆ ಕೊಂಚ ಕುತೂಹಲ ಕೆರಳಿಸಲು, ಆಸಕ್ತಿಯಿದ್ದವರಿಗೆ ಹೆಚ್ಚಿನವಿಚಾರಗಳ ಹಂಬಲ ಹುಟ್ಟಿಸಲು ಕೆಲವು ಸ್ಥೂಲವಿವರಗಳನ್ನು ಇಲ್ಲಿ ಕೊಡುವ ಪ್ರಯತ್ನಮಾಡಲಾಗಿದೆ. ಕಾಶಿಯಲ್ಲಿ ಹೇಳುವ 55/60 ಯಾತ್ರೆಗಳಲ್ಲಿ ಮುಖ್ಯವೆನಿಸಿದ ಸುಮಾರು ಯಾತ್ರೆಗಳ ಹೆಸರನ್ನಾದರು ಇಲ್ಲಿ ನೋಡಬಹುದು.

ನಿತ್ಯಯಾತ್ರೆಯಲ್ಲಿ ಗ್ಯಾನವಾಪಿಯ ಸ್ನಾನ, ಢುಂಢೀರಾಜ ಗಣೇಶ, ದಂಡಪಾಣಿ, ವಿಶ್ವೇಶ್ವರ, ಅನ್ನಪೂರ್ಣ, ಕಾಲಭೈರವರ ದರ್ಶನ ಮತ್ತು ಪೂಜೆನಡೆಸಿ ಮುಕ್ತಿಮಂಟಪದಲ್ಲಿ ಯಾತ್ರೆ ಮುಗಿಸಬೇಕು. ಈ ಯಾತ್ರೆಯನ್ನೂ ಮಾಡಲಾಗದವರು ಮಣಿಕರ್ಣಿಕೆಯಲ್ಲಿ ಸ್ನಾನಮಾಡಿ, ವಿಶ್ವೇಶ್ವರ, ಅನ್ನಪೂರ್ಣೆ ಮತ್ತು ಕಾಲಭೈರವನ ದರ್ಶನ ನಿತ್ಯ ಮಾಡಬೇಕು.

ಪಂಚತೀರ್ಥಯಾತ್ರೆಯಲ್ಲಿ ಅಸಿಸಂಗಮ, ದಶಾಶ್ವಮೇಧ, ಪಂಚಗಂಗಾ (ಪಂಚನದ), ಮಣಿಕರ್ಣಿಕಾ ಮತ್ತು ವರಣಸಂಗಮದಲ್ಲಿ (ಆದಿಕೇಶವ, ಪಾದೋದಕ) ಸ್ನಾನಪೂಜಾದಿಗಳನ್ನು ಮಾಡುತ್ತಾರೆ. ಇದರಿಂದ ಪಂಚಮಹಾಭೂತಗಳ ಶರೀರಪ್ರಾಪ್ತಿ ಇನ್ನಿಲ್ಲವಾಗುತ್ತದೆ; ಅಂದರೆ ಯಾತ್ರಿಯು ಪಂಚಮುಖವನ್ನು ಹೊಂದಿ ಶಿವಸ್ವರೂಪನಾಗುತ್ತಾನೆ ಎಂಬ ನಂಬಿಕೆ.

ಅಂತರರ್ಗೃಹಯಾತ್ರೆಯಲ್ಲಿ ಓಂಕಾರೇಶ್ವರ ಖಂಡ, ವಿಶ್ವೇಶ್ವರ ಖಂಡ ಮತ್ತು ಕೇದಾರೇಶ್ವರ ಖಂಡದ ಅಂತರಗೃಹ ಯಾತ್ರೆಗಳನ್ನು ಹೇಳುತ್ತಾರೆ. ಇವು ಓಂಕಾರೇಶ್ವರ, ವಿಶ್ವೇಶ್ವರ ಮತ್ತು ಕೇದಾರೇಶ್ವರ ಮಂದಿರಗಳ ಸುತ್ತಲಿನ ಅಂತರ್ಗೃಹ ಯಾತ್ರೆಗಳು. ಪ್ರತಿಖಂಡದಲ್ಲೂ ದರ್ಶನಪಡೆಯಬೇಕಾದ ಮಂದಿರಗಳ ಹೆಸರುಗಳನ್ನು ಕೊಡುತ್ತಾರೆ.

ಪಂಚಕ್ರೋಶಿ ಯಾತ್ರೆಯು ಎಲ್ಲಕ್ಕಿಂತ ಶ್ರೇಷ್ಠವಾದುದೆಂದು ಇಲ್ಲಿಯ ನಂಬಿಕೆ. ಪಾಪಕ್ಕೆ ಸೂಕ್ತ ಪ್ರಾಯಶ್ಚಿತ್ತವಿಲ್ಲದೆ ಶಾಂತಿಯಿಲ್ಲ. ಹಾಗೆ ಪ್ರಾಯಶ್ಚಿತ್ತವಿಲ್ಲದೆ ಇದ್ದರೆ ಭೈರವೀ ಯಾತನೆಯು ತಪ್ಪಿದ್ದಲ್ಲ. ಬೇರೆಕಡೆಗಳಲ್ಲಿ ಮಾಡಿದ ಪಾಪಗಳಿಗೆ ಕಾಶಿಯಲ್ಲಿ ಪ್ರಾಯಶ್ಚಿತ್ತವಾಗಬಹುದು. ಆದರೆ ಕಾಶಿಯಲ್ಲೇ ಮಾಡಿದ ಪಾಪಗಳಿಗೆ ಪ್ರಾಯಶ್ಚಿತ್ತವೆಲ್ಲಿ ಎಂಬ ಪ್ರಶ್ನೆ ಬಂದಾಗ, ಅದು ಜ್ಞಾನಸ್ವರೂಪವಾದ ಪಂಚಕ್ರೋಶಿಯಲ್ಲಿ ಮಾತ್ರ ಎಂಬ ಉತ್ತರ 'ಕಾಶೀರಹಸ್ಯ'ದಲ್ಲಿ ಬರುತ್ತದೆ. ಬ್ರಹ್ಮಾಂಡದಲ್ಲಿರುವುದೆಲ್ಲ ಪಿಂಡಾಂಡದಲ್ಲಿದೆ,

ಸಮಷ್ಟಿಯಲ್ಲಿರುವುದೆಲ್ಲ ವ್ಯಷ್ಟಿಯಲ್ಲಿ ಅಡಕವಾಗಿದೆ ಎಂಬ ಸೂತ್ರವನ್ನು ಪಂಚಕ್ರೋಶಿಯಲ್ಲಿ ಕಾಣಬಹುದು. ಕಾಶಿಕ್ಷೇತ್ರವೇ ಒಂದು ಪವಿತ್ರ ಮಂಡಲ, ಅದರಲ್ಲಿ ಬ್ರಹ್ಮಾಂಡದ ಎಲ್ಲ ಪವಿತ್ರತೆಯೂ ನೆಲೆಯಾಗಿದೆ, ಅದರಲ್ಲೂ ಪಂಚಕ್ರೋಶಿ ಈ ಪವಿತ್ರಕ್ಷೇತ್ರದ ಜ್ಞಾನಸ್ವರೂಪ. ಭಕ್ತರಿಗೆ ಪಂಚಕ್ರೋಶಿಯ ಪವಿತ್ರಸ್ಥಳಗಳು ಶಿವನ ದೇಹದ ಒಂದೊಂದು ಭಾಗವಿದ್ದಂತೆ. ಆದ್ದರಿಂದ ಇಲ್ಲಿ ಯಾತ್ರೆಮಾಡಿದರೆ ಜ್ಯೋತಿಯಲ್ಲಿ ಎಲ್ಲ ಕರ್ಮಗಳು ಸುಟ್ಟುಹೋಗುವಂತೆ, ಜ್ಞಾನದಲ್ಲಿ ಎಲ್ಲವು ನಾಶವಾಗುತ್ತವೆ. ಪದ್ಮಪುರಾಣದಲ್ಲಿ ಈ ಯಾತ್ರೆಯ ವಿವರಗಳನ್ನು ಕೊಡಲಾಗಿದೆ. ಇದರ ಪ್ರಕಾರ ಯಾತ್ರಿಯು ಐದುಕ್ರೋಶಗಳ ವ್ಯಾಸಾರ್ಧ (ಸುಮಾರು 11ಮೈಲಿ ರೇಡಿಯಸ್) ಇಟ್ಟು ಎಳೆದ ವೃತ್ತವನ್ನು ಸುತ್ತಿಬರಬೇಕು. ಇದು ಸರಿಯಾದ ವೃತ್ತವಲ್ಲದೆ ಶಂಖದ ಆಕಾರದಲ್ಲಿದೆ. ಈ ವೃತ್ತದ ಕೇಂದ್ರ ಬಿಂದು ಮಧ್ಯಮೇಶ್ವರ. ಯಾತ್ರಿಗಳು ಪಂಚಕ್ರೋಶಿ ಮಾರ್ಗದ 55 ಮೈಲಿಗಳನ್ನು ಕಾಲುನಡಿಗೆಯಲ್ಲಿ ಮೂರು ಅಥವಾ ಐದುದಿನಗಳಲ್ಲಿ ಕ್ರಮಿಸುತ್ತಾರೆ. ಯಾತ್ರೆಯಲ್ಲಿ ಕರ್ದಮೇಶ್ವರ, ಭೀಮಚಂಡಿ, ರಾಮೇಶ್ವರ, ಶಿವಪುರ, ಕಪಿಲಧಾರ ಮತ್ತು ಮಣಿಕರ್ಣಿಕಾ ಎಂಬ ಆರು ತಂಗುದಾಣಗಳಲ್ಲಿ ನಿಲ್ಲುವ ಕ್ರಮವಿದೆ. ಈ ಆರು ತಂಗುದಾಣಗಳಲ್ಲದೆ ಏಕಪಾದಗಣ, ಲಂಗೋಟಿಯ ಹನುಮಾನ್, ದೇಹಲಿ ವಿನಾಯಕ ಮತ್ತು ಖರ್ವ ವಿನಾಯಕ ಎಂಬಲ್ಲಿ ಯಾತ್ರಿಗಳು ವಿಶೇಷ ಪೂಜೆಗಳನ್ನು ಮಾಡಿಸುತ್ತಾರೆ. ಎಂಟುಕಡೆ ವಿಶೇಷಸ್ನಾನ ಮತ್ತು ಪೂಜೆ ಮಾಡಬೇಕೆಂಬ ವಿಧಿಯಿದೆ. ಮಾರ್ಗದಲ್ಲಿರುವ ನೂರೆಂಟು ಮಂದಿರ ಅಥವಾ ತೀರ್ಥಕುಂಡಗಳಲ್ಲಿ ದರ್ಶನ ಪಡೆಯುತ್ತಾರೆ. ಇವುಗಳಲ್ಲಿ 56 ಶಿವ ಲಿಂಗ, 11 ವಿನಾಯಕ, 10 ಶಿವಗಣ, 10 ದೇವಿ, 4 ವಿಷ್ಣು, 2 ಭೈರವ ಮತ್ತು ಹದಿನೈದು ಇತರ ತೀರ್ಥಗಳು ಸೇರಿವೆ. ಪಂಚಕ್ರೋಶಿ ಯಾತ್ರೆಗೆ ಮೊದಲಲ್ಲಿ ಅಥವಾ ಕೊನೆಯಲ್ಲಿ ವಿಶ್ವೇಶ್ವರ ಅಂತರ್ಗೃಹ ಯಾತ್ರೆ ನಡೆಸುವುದು ಅಗತ್ಯ ಎನ್ನುತ್ತಾರೆ. ಇದನ್ನು ಮಾಡಲಾಗದವರು ಬನಾರಸ್‌ನಲ್ಲಿರುವ ಪಂಚಕ್ರೋಶಿ ಮಂದಿರಕ್ಕೆ ಭೇಟಿಕೊಡುತ್ತಾರೆ.

ಮೇಲಿನ ಯಾತ್ರೆಗಳಲ್ಲದೆ ಮಹಾವಿಷ್ಣುವಿನ ನಾಲ್ಕುಧಾಮಗಳು, ಪಂಚಾಯತನ, ಸಪ್ತರ್ಷಿ, ಸಪ್ತಪುರಿ, ಅಷ್ಟಮಹಾಲಿಂಗ, ಅಷ್ಟಭೈರವ, ನವಗೌರಿ, ನವದುರ್ಗಾ, ನವಶಕ್ತಿ, ನವಗ್ರಹ, ಏಕಾದಶಮಹಾರುದ್ರ, ಹನ್ನೆರಡು ಜ್ಯೋತಿರ್ಲಿಂಗ, ದ್ವಾದಶಾದಿತ್ಯ, ನಲವತ್ತೆರಡು ಮಹಾಲಿಂಗ, 56 ವಿನಾಯಕ, 64 ಯೋಗಿನಿ, ಅನುಕ್ರಮ, ಷಡಾಂಗ, ತ್ರಿಕಂಟಕ, ನಗರ ಪ್ರದಕ್ಷಿಣ ಮುಂತಾದವು ಇನ್ನುಳಿದ ಯಾತ್ರೆಗಳಲ್ಲಿ ಕೆಲವು.

ಈ ಎಲ್ಲ ಯಾತ್ರೆಗಳ ಸಂಭ್ರಮವನ್ನು ನೋಡಿಯೇ ತೀರಬೇಕು. ಯಾತ್ರಿಗಳ ಉಲ್ಲಾಸದ '*ರಾಮ್ ಕಹೋ*', '*ಭೋಲೆ ಶಂಕರ್*', '*ಬೊಂ ಭೋಲೆ*', '*ಗಂಗಾ ಮೈಯ್ಯಾ ಕಿ ಜೈ ಹೋ*' ಎಂಬ ಕೂಗುಗಳು, ಅವರು ಗಲ್ಲಿಗಳಲ್ಲಿ, ಘಾಟ್‌ಗಳಲ್ಲಿ ಓಡಾಡುವ ಸಡಗರ,

ಗಂಗಾ ಸ್ನಾನ ಮತ್ತು ಗಂಗಾ ಮಾತೆಗೆ ಹೂವಿನ ನಡುವೆ ದೀಪವನ್ನಿಟ್ಟಿರುವ ದೊನ್ನೆಯನ್ನು ಅರ್ಪಿಸಿ, ಅದು ನೀರಿನಲ್ಲಿ ಹರಿದೋಡುವುದನ್ನು ನೋಡುವಲ್ಲಿನ ಭಾವಪರವಶತೆ, ಮಂದಿರಗಳಲ್ಲಿ ಮುಗ್ಧಭಾವದ ಭಕ್ತಿ, ಪಂಡಾಗಳು ತಮ್ಮನ್ನು ಕಿತ್ತು ತಿಂದಾರೆಂಬ ಹೆದರಿಕೆಯನ್ನು ಬದಿಗಿಟ್ಟು ಧಾರ್ಮಿಕವಾಗಿ, ಪಾರಂಪಾರಿಕವಾಗಿ ಕರ್ಮಗಳನ್ನು ನಡೆಸುವುದರಲ್ಲಿ ನಂಬಿಕೆ ಇವೆಲ್ಲ ಒಂದು ಅದ್ವಿತೀಯ ದೃಶ್ಯ! ಮುಗ್ಧಭಾವದ ಭಕ್ತಿ ಮತ್ತು ಪರವಶತೆಗೆ ಒಂದು ಉದಾಹರಣೆ–ದೇವಿಯ ಮೈ, ಕೈಕಾಲುಗಳನ್ನು ಮೃದುವಾಗಿ ಒರೆಸಿ, ನೀರಿನಿಂದೆರೆದು, ಹಣೆಗೆ ಸಿಂಧೂರವನ್ನಿಟ್ಟು, ಹೂವನಿಂದ ಅಲಂಕರಿಸಿ, ಚರಣಾಮೃತವನ್ನು ಸೇವಿಸುತ್ತಿದ್ದ ಮುದುಕಿಯ ಚಿತ್ರ! ಎಳೆ ವಯಸ್ಸಿನ ತನ್ನ ಮೊಮ್ಮಗಳು ಮನೆಗೆ ಬಂದ ಸಂಭ್ರಮದಲ್ಲಿ ಅವಳನ್ನು ಪ್ರೇಮಪೂರಿತ ಕಣ್ಣಿಳಿಂದ ನೋಡುತ್ತಾ, ಅವಳನ್ನು ಪ್ರೀತಿಯಿಂದ ತಬ್ಬಿಕೊಂಡು, ಅವಳ ಮೈದಡವುತ್ತಾ, ಅವಳಿಗೆ ನೀರೆರೆದು, ಅಲಂಕಾರಮಾಡಿ, ಸಿಹಿಯನ್ನು ಬಾಯ್ಗಿಟ್ಟು, ಮೊಮ್ಮಗಳ ಹಾವಭಾವವನ್ನು ನೋಡಿ, ಒಳಗೊಳಗೆ ಹರ್ಷಿಸುತ್ತಾ, ತನ್ನನ್ನು ತಾನೇ ಮರೆಯುವ ಅಜ್ಜಿಯ ಚಿತ್ರವನ್ನು ನೆನಪಿಗೆ ತರುತ್ತಿತ್ತು. ಆಗಮಾಚಾರಗಳಲ್ಲಿ ಪರಿಣಿತನಾದ ಯಾವ ಪೂಜಾರಿಯು ಸಹ ಇಷ್ಟು ಭಕ್ತಿಪರವಶತೆಯಿಂದ ದೇವಿಯ ಸೇವೆ ಮಾಡಲಾರನು ಅನ್ನಿಸುವಂತಿತ್ತು.

ಕಾಡಿಗೆ ಹೋದರೂ ನಾಡಚಿಂತೆ ಕಾಡದೆ ಬಿಟ್ಟೀತೆ? ಕಾವಿಯ ತೊಟ್ಟರೂ ಕಾಮನ ಬಣ್ಣ ಅಳಿಸೀತೆ? ಯಾತ್ರೆಯಿಂದ ಮನೋವಿಕಾಸ, ಪ್ರವಾಸದಿಂದ ಮನೋಲ್ಲಾಸ. ಒಂದರಿಂದ ಮನಬರಿದು ಮಾಡಿಕೊಳ್ಳುವುದು, ಇನ್ನೊಂದರಿಂದ ಮನ ಮತ್ತು ಮನೆ ತುಂಬಿಕೊಳ್ಳುವುದು. ಹೀಗಿರುವಾಗ, ನಾಡಿನ ಚಿಂತೆ ಬಿಡದೆ, ಕಾಮನಬಣ್ಣ ಅಳಿಸದೆ, ಕೇವಲ ಪ್ರವಾಸಮಾಡಿದರೆ ಪ್ರಯಾಣದಲ್ಲಿ ಶೇಖರಿಸಿದ ಗಂಟುಗಳಂತೆ ಜೀವನದಲ್ಲೂ ನೂರೆಂಟು ಗಂಟುಗಳಾಗದೆ ಇನ್ನೇನು? ಹೆಚ್ಚಿನವರಿಗೆ ತೀರ್ಥಯಾತ್ರೆ ಕೇವಲ ಆಧ್ಯಾತ್ಮಿಕ ಯಾತ್ರೆಯಾಗಬೇಕಿಲ್ಲ ಎಂದು ಹಿಂದೆ ಹೇಳಿದ್ದಾಗಿದೆ. ಅವರಿಗೆ ಯಾತ್ರೆಗಿಂತ ಜಾತ್ರೆಯೆ (ಅಂದರೆ ಉತ್ಸವ ಮತ್ತು ಜನಸಮೂಹವೆ) ಹೆಚ್ಚು ಆಕರ್ಷಕ; ಹಬ್ಬಕ್ಕಿಂತ ಮೇಳವೆ (ಅಂದರೆ ಮೆರುಗಿನ ಗೋಷ್ಠಿಯೆ) ಹೆಚ್ಚು ಸಂತಸಮಯ. ಯಾತ್ರೆಯ ಮಾತು ಬಂದಾಗ ಹಳ್ಳಿಯ ದಾಸನೊಬ್ಬನ ಪದ ನೆನಪಾಗುತ್ತದೆ.

ತೀರ್ಥಯಾತ್ರೆಗೆಂದು ಹೋದಾವ್ರು
ಜನದ ಜಾತ್ರೆ ನೋಡಿಬಂದಾರೊ
ಅರ್ಥಕಾಮ ಬಿಡಬೇಕೆಂದಾವ್ರು
ಕಂಚಿನ ಪಾತ್ರೆ ಹಿಡಿದು ನಿಂದಾರೊ

ಸಂಸಾರದ ಗಂಟು ಬಿಡಿಸ ಹೋದಾವ್ರು
ನೂರೆಂಟು ಗಂಟು ಹಿಡಿದು ತಂದಾರೊ.

ಕಾಶಿ ತರ್ಕಕ್ಕೆ ಹೆಸರಾದ ಸ್ಥಳವೇ ಇರಬಹುದು, ಆದರೆ ಕಾಶಿಗೆ ಹೋಗಿಬಂದ ಮಾತ್ರದಿಂದ ಯಾವನೂ ತರ್ಕಪಂಡಿತನಾಗುವುದಿಲ್ಲ ಎಂಬ ಹೇಳಿಕೆಯಿದೆ. ಇದೇ ರೀತಿಯಲ್ಲಿ ಕಾಶಿಗೆ ತೀರ್ಥಯಾತ್ರೆ ಹೊರಟವರೆಲ್ಲ ವಿರಕ್ತರಾಗಿ, ವೇದಾಂತಿಗಳಾಗಿ ಹಿಂದಿರುಗುವರೆಂದೇನಲ್ಲ. ಕಾಶಿಯಾತ್ರೆಯಿಂದ ಪಡೆಯುವ ಫಲ ಅವರವರ ಉದ್ದಿಶ್ಯ ಮತ್ತು ಮನೋದೃಢತೆಯ ಮೇಲೆ ಅವಲಂಬಿಸಿರುತ್ತದೆ. ಸಾಮಾನ್ಯ ಜನರ ತೀರ್ಥಯಾತ್ರೆಯ ಉದ್ದೇಶ ಬಹಳ ಗಹನವಾಗಿರದಿದ್ದರೂ ತೀರ್ಥಯಾತ್ರೆಯಲ್ಲಿನ ಅಚಲ ನಂಬಿಕೆ, ವಿಶ್ವಾಸ ತಪ್ಪಿರುವುದಿಲ್ಲ. ಇದಕ್ಕೆ ಕಾರಣ ನಮಗೆ ತಿಳಿಯದಂತೆಯೆ ನಮ್ಮ ಜೀವನದ ಹಾಸುಹೊಕ್ಕಾಗಿರುವ ಆಧ್ಯಾತ್ಮಿಕತೆ. ಅಥವಾ ಮದುವೆಯ ಮೊದಲು 'ಕಾಶಿಯಾತ್ರೆ'ಯ ನಾಟಕ ಆಡಿಸುವುದರಿಂದ, ನಿಜವಾಗಿ ಒಮ್ಮೆ ಯಾತ್ರೆ ಮಾಡಬೇಕೆನ್ನುವ ಬೀಜವನ್ನು ಮನದಲ್ಲಿ ನೆಟ್ಟಂತೆ ಆಗುತ್ತದೆಯೇನೊ. ಈ ಆಧ್ಯಾತ್ಮಿಕತೆಯ ಹೊರರೂಪದ ತುಣುಕನ್ನಾದರೂ ಅಲ್ಲಿ ಕಾಣಬಹುದೆ ಎಂದು ಅನೇಕ ಯಾತ್ರಿಗಳು ಕಾಶಿಯಂತಹ ತೀರ್ಥಗಳಿಗೆ ಹೋಗಿಬರುತ್ತಾರೆ. ಗಂಗೆಯಲ್ಲಿ ಮಿಂದಪುಣ್ಯವೊ, ವಿಶ್ವೇಶ್ವರನ ದರ್ಶನಭಾಗ್ಯವೊ, ಸಾಧು ಸಂತರ ಪವಾಡದ ಅಚ್ಚರಿಯೊ, ಹೊಸ ಅನುಭವದ ರೋಮಾಂಚನವೊ, ನಮ್ಮ ಮನಸ್ಸಿನ ಭಂಡಾರಕ್ಕೊಂದು ಕಥೆಯೊ, ವ್ಯಥೆಯೊ, ಪಂಡಾನ ಶೋಷಣೆಯಿಂದ ಘಾಸಿಗೊಂಡು ಯಾತ್ರೆಯ ಬಗ್ಗೆಯೆ ಮನೋವಿಕಾರವೊ, ಏನೂ ಇಲ್ಲದಿದ್ದರೆ ಕೊನೆಗೆ 'ಗಾಣದೆತ್ತಿನಂತಹ ನಿತ್ಯದಿನಚರಿ'ಯಿಂದ ದೊರಕುವ ಬದಲಾವಣೆಯ ಉಲ್ಲಾಸವೊ, ಯಾವುದಾದರೊಂದು ನಿಶ್ಚಿತ. ಹೀಗೆ ಅನೇಕ ಕಾರಣಗಳಿಂದ, ಜೀವನದಲ್ಲಿ ಒಂದುಸಲ ಕಾಶಿಯಾತ್ರೆ ಮಾಡಲೇಬೇಕೆಂಬ ಪ್ರತಿಯೊಬ್ಬ ಹಿಂದೂವಿನ ಹಂಬಲವನ್ನು ಅದುಮಿ ಹಿಡಿಯಲಾಗದು.

■

20. ಭಕ್ತಿಪಂಥ

ಭಕ್ತಿಯ ಅನೇಕ ಅರ್ಥಗಳಲ್ಲಿ ಒಂದನ್ನು ಇಲ್ಲಿಕೊಡಲಾಗಿದೆ. ಭಕ್ತಿಯೆಂದರೆ ಬ್ರಹ್ಮಾನುಭವ, ಭಗವಂತನನ್ನು ಪ್ರತಿಕ್ಷಣವೂ, ಪ್ರತಿಯೊಂದರಲ್ಲೂ, ಪ್ರತಿಚಿಂತನೆಯಲ್ಲೂ, ಪ್ರತಿಮಾತಿನಲ್ಲೂ, ಪ್ರತಿಕಾರ್ಯದಲ್ಲಿಯೂ, ಎಲ್ಲೆಡೆಯೂ, ಪೂರ್ಣವಾಗಿ, ಹೃದಯಪೂರ್ವಕವಾಗಿ ನೆನೆಯುತ್ತಾ ಆನಂದಿಸುವುದು. ಭಗವಂತನ ವಿಷಯದಲ್ಲಿ ತೃಣಮಾತ್ರವೂ ಸಂಶಯ, ದ್ವಂದ್ವ, ಬೆರಕೆ, ಮಿಶ್ರಣ, ಹೋಲಿಕೆ ಇಲ್ಲದೆ, ತಣಿಸಲಾಗದ, ತಗ್ಗಿಸಲಾಗದ, ಕದಡಲಾಗದ, ಸದಾ ದಹಿಸುತ್ತಿರುವ ಹಂಬಲಿಕೆಯಿಂದ ಅವನನ್ನು ಪ್ರಾರ್ಥಿಸಿ, ಪೂರ್ಣವಾಗಿ ನಂಬಿ, ಎಲ್ಲಾ ಕಾರ್ಯಗಳನ್ನೂ ಅವುಗಳ ಫಲವನ್ನೂ ಅವನಿಗೇ ಬಿಟ್ಟು, ಪೂರ್ಣರೂಪದಲ್ಲಿ ಶರಣಾಗತನಾಗಿ, ನಿಶ್ಚಿಂತರಾಗಿರುವುದು. ಭಗವದ್ಭಕ್ತಿಯ ವಿಚಾರದಲ್ಲಿ ಬ್ರಹ್ಮನ ಮಾನಸಪುತ್ರನೆನಿಸಿದ ನಾರದ ಅಪ್ರತಿಮ ಮತ್ತು ಸನಾತನ. ಅವನ ಪ್ರೇರಣೆಯಿಂದಲೆ ಭಕ್ತಿಯ ಎರಡು ಅತ್ಯುತ್ತಮ ಗ್ರಂಥಗಳಾದ ವಾಲ್ಮೀಕಿ ರಾಮಾಯಣ ಮತ್ತು ಭಾಗವತಗಳು ಹೊರಬಂದವು. ನಾರದನ ಭಕ್ತಿಸೂತ್ರಗಳು ಮತ್ತು ಶಾಂಡಿಲ್ಯನ ಭಕ್ತಿಸೂತ್ರಗಳು ಸಹ ಪ್ರಸಿದ್ಧಿಯಾಗಿವೆ. ಭಗವದ್ಗೀತೆಯಲ್ಲಿ ಶ್ರೀಕೃಷ್ಣನು ಭಕ್ತಿಯೋಗದ ಬಗ್ಗೆ ಅರ್ಜುನನಿಗೆ ವಿವರಿಸಿದ್ದಾನೆ. ಪರಮಭಕ್ತರಲ್ಲಿ ನಾರದನಿಂದ ಉಪದೇಶ ಪಡೆದ ಧ್ರುವ, ಪ್ರಹ್ಲಾದ, ಅಂಬರೀಷ, ವ್ಯಾಸ, ಶುಕದೇವ, ಹಾಗೂ ರಾಮಾಯಣ ಮತ್ತು ಮಹಾಭಾರತಗಳಲ್ಲಿ ಬರುವ ಭರತ, ಲಕ್ಷ್ಮಣ, ಗುಹ, ಹನುಮಾನ್, ಶಬರಿ, ವಿಭೀಷಣ, ಅಕ್ರೂರ, ಕುಚೇಲ, ಉದ್ಧವ, ಅರ್ಜುನ ಮುಖ್ಯರು. ರಾಧೆ ಮತ್ತು ಗೋಪಿಕಾ ಸ್ತ್ರೀಯರ ಭಕ್ತಿಯ ಪರಾಕಾಷ್ಠತೆಯನ್ನಂತೂ ಹೇಳತೀರದು. ಕೃಷ್ಣನ ಸಂದೇಶವನ್ನು ತಿಳಿಸಿ ಅವರನ್ನು ಸಾಂತ್ವನಗೊಳಿಸಲು ಬಂದಿದ್ದ ಉದ್ಧವನಿಗೆ ವ್ರಜದ ಗೋಪಿಯರು ಕೊಟ್ಟಉತ್ತರ ಮಾರ್ಮಿಕವೂ, ಭಕ್ತಿರಸಭರಿತವೂ ಆಗಿದೆ: (ನಾಹಿ ರಹ್ಯೋ ಮನ ಮಹು ಠೌರ್, ನಂದನಂದನ ಅಛತ ಕೈಸೆ ಆನಿಯೆ ಉರ ಓರ್). "ನಮ್ಮ ಹೃದಯದಲ್ಲಿ ಕೃಷ್ಣನನ್ನು ಬಿಟ್ಟು ಇನ್ನಾರಿಗೂ ಇನ್ನಾವ ವಸ್ತುವಿಗೂ ಕಿಂಚಿತ್ತೂ ಸ್ಥಳವಿಲ್ಲ. ***ನಿನ್ನ ಯೋಗವನ್ನು ಕಾಶಿಯಲ್ಲಿ ಹೋಗಿ ಮಾರಿಕೋ".

'ಪದ್ಮಪುರಾಣ'ದಲ್ಲಿ ಒಂದು ಕಥೆಯಿದೆ. ಅದರಲ್ಲಿ ಭಕ್ತಿಯನ್ನು ಜ್ಞಾನ ಮತ್ತು ವೈರಾಗ್ಯ ಎಂಬ ಮಕ್ಕಳ ತಾಯಿಯಾಗಿ ನಿರೂಪಿಸಲಾಗಿದೆ. ಕಥೆಯ ಪ್ರಕಾರ ಒಮ್ಮೆ ಭಕ್ತಿದೇವಿಯು ತನ್ನ ಮಕ್ಕಳೊಡನೆ ತಾನಿದ್ದ ದ್ರಾವಿಡ ದೇಶದಿಂದ ಗೋಕುಲ ಮತ್ತು ವೃಂದಾವನಕ್ಕೆ ಹೊರಟಳು. ಅವರ ಪ್ರಯಾಣದ ಮಾರ್ಗ ಕರ್ನಾಟಕ, ಮಹಾರಾಷ್ಟ್ರ ಮತ್ತು ಗುಜರಾತ್‌ನ

ಮೂಲಕವಾಗಿತ್ತು. ಈ ರಾಜ್ಯಗಳಲ್ಲಿ ಪ್ರಯಾಣಮಾಡುತ್ತಾ ಅವಳು ವೃದ್ಧೆಯಾದಳು. ವಿಚಿತ್ರವೆಂದರೆ ಗೋಕುಲ ತಲುಪಿದೊಡನೆ ಅವಳು ಮತ್ತೆ ಯುವತಿಯಾದಳು, ಅವಳ ಮಕ್ಕಳಾದ ಜ್ಞಾನ ಮತ್ತು ವೈರಾಗ್ಯ ವೃದ್ಧರಾದರು. ಸನಕ, ಸನಂದ ಮತ್ತು ಸನತ್ಕುಮಾರರು ಹೇಳಿದಂತೆ ನಾರದರು ಭಕ್ತಿದೇವಿಯ ಮಕ್ಕಳಿಗೆ ಭಾಗವತ ಓದಿದಮೇಲೆ ಅವರಿಬ್ಬರೂ ಮತ್ತೆ ಯುವಕರಾದರು. ಈ ಕಥೆಯ ಒಳ ಅರ್ಥವನ್ನು ಸುಲಭವಾಗಿ ಗ್ರಹಿಸಬಹುದು. ಉತ್ತರಭಾರತದಲ್ಲಿ ಇಂದಿಗೂ 'ಭಕ್ತಿ ದಕ್ಷಿಣದಲ್ಲಿ ಹುಟ್ಟಿತು, ಉತ್ತರದಲ್ಲಿ ಬೆಳೆಯಿತು' ಎಂಬ ನಾಣ್ನುಡಿ ಕೇಳಿಬರುತ್ತದೆ. ಕ್ರಿ.ಶ.5ನೆಯ ಶತಮಾನದಿಂದ 11ನೆಯ (9ನೆಯ?) ಶತಮಾನದವರೆಗೂ ಇದ್ದ ಸಂತ ಭಕ್ತರಾದ 12 ಆಳ್ವಾರರು ಮತ್ತು 63 ಜನ ನಾಯನಮಾರರು ವಿಷ್ಣು ಮತ್ತು ಶಿವನ ಮೇಲೆ ಅತ್ಯಂತ ಮಧುರ ಹಾಗು ಅರ್ಥಗರ್ಭಿತವಾದ ಭಕ್ತಿಗೀತೆಗಳನ್ನು ರಚಿಸಿಹಾಡಿದರು. ಇವರುಗಳಲ್ಲಿ ಬ್ರಾಹ್ಮಣ, ರಾಜ, ಸೈನಿಕ, ಬೇಡ, ಹೆಂಗಸು ಎಲ್ಲರೂ ಇದ್ದರು. ಇವರ 'ದಿವ್ಯಪ್ರಬಂಧ' ಮತ್ತು 'ತಿರುಪ್ಪಾವೈ' ಮುಂತಾದ ಭಕ್ತಿಪ್ರಧಾನ ರಚನೆಗಳು ವೇದೋಪನಿಷತ್ತುಗಳ ಸಾರವನ್ನು ಅದ್ಭುತರೀತಿಯಲ್ಲಿ ಭಟ್ಟಿಯಿಳಿಸಿವೆ. ಪದ್ಮಪುರಾಣದ ಕಥೆಗೂ ಹಿಂದಿಯಲ್ಲಿರುವ ನಾಣ್ನುಡಿಗೂ ದಕ್ಷಿಣದಲ್ಲಿದ್ದ ಈ ಭಕ್ತರ ಉನ್ಮಾದವೇ ಹಿನ್ನೆಲೆಯಾಗಿರಬೇಕು. ಪ್ರಸಿದ್ಧ ಆಚಾರ್ಯರುಗಳಾದ ಶಂಕರ, ರಾಮಾನುಜ ಮತ್ತು ಮಧ್ವರ ಅನೇಕ ಸ್ತೋತ್ರಗಳು, ರಚನೆಗಳು ಭಕ್ತಿರಸದಿಂದ ತುಂಬಿತುಳುಕುತ್ತಿವೆ. ಶಂಕರಾಚಾರ್ಯರು 'ಶಿವಾನಂದ ಲಹರಿ', 'ಸೌಂದರ್ಯ ಲಹರಿ' ಮುಂತಾದ ಅನೇಕ ಸ್ತೋತ್ರಗಳಲ್ಲಿ ಭಕ್ತಿಪರವಶರಾಗಿ ಹಾಡಿದ್ದರೂ, ಶೈವಭಕ್ತರನೇಕರು ಆಗಿಹೋಗಿದ್ದರೂ, ರಾಮಾನುಜಾಚಾರ್ಯರನ್ನೇ (ಕ್ರಿ.ಶ.1017–1137) ಭಕ್ತಿಪಂಥದ ಪ್ರವರ್ತಕರು ಎಂದು ಸಾಮಾನ್ಯವಾಗಿ ಪರಿಗಣಿಸಲಾಗಿದೆ. ಅವರು ಪ್ರತಿಪಾದಿಸಿದ 'ಶರಣಾಗತಿ' ತತ್ತ್ವವು ಭಕ್ತಿಗೆ ಹೊಸ ಅರ್ಥವನ್ನು ಕೊಟ್ಟಂತಾಗಿತ್ತು. 'ನಾನೇನೂ ಅಲ್ಲ, ನೀನೇ ನನ್ನ ಆಶ್ರಯ, ನೀನೇ ಸಂರಕ್ಷಕ. ನಿನ್ನ ಕೃಪೆ ಮತ್ತು ಕರುಣೆಯಿಂದ ಮಾತ್ರವೇ ಎಲ್ಲವೂ ಸಾಧ್ಯ' ಎಂದು ಭಗವಂತನಲ್ಲಿ ಸಂಪೂರ್ಣವಾಗಿ ತನ್ನನ್ನು ಸಮರ್ಪಣೆ ಮಾಡಿಕೊಂಡು, 'ನಾನು' ಎಂಬ ಅಹಂಕಾರವಿಲ್ಲದೆ, ದಿನನಿತ್ಯದ ತನ್ನ ಕೆಲಸಕಾರ್ಯಗಳನ್ನು ಭಗವಂತನ ಕೈಂಕರ್ಯವೆಂದು ಮಾಡುತ್ತಾ, ಅವುಗಳ ಫಲವೂ ಅವನದೆಂದು ತಿಳಿಯುತ್ತಾ ಇರುವುದು ಶರಣಾಗತಿ. ಭಕ್ತಿಮಾರ್ಗದಲ್ಲಿ ಪಂಡಿತ ಪಾಮರರೆಂಬ ಭೇದ, ವೇದಾಧ್ಯಯನಕ್ಕಿರುವಂತೆ ಅರ್ಹ–ಅನರ್ಹ ಎಂಬ ಭೇದ, ಗಂಡು ಹೆಣ್ಣೆಂಬ ಭೇದ, ಬ್ರಹ್ಮಚಾರಿ, ಗೃಹಸ್ಥ, ವಾನಪ್ರಸ್ಥ, ಸನ್ಯಾಸಿ ಎಂಬ ಆಶ್ರಮಗಳ ಭೇದಗಳಿಲ್ಲ. ಭಕ್ತರಲ್ಲಿ ಇನ್ನಾವ ತರಹದ ಭೇದವೂ ಇಲ್ಲ, ಭಕ್ತರೆಲ್ಲ ರಾಜರ್ಷಿಗಳು ಎನ್ನುವಂತೆ. ಭಕ್ತನಾಗಲು ಕರ್ಮಕಾಂಡದ ತಿಳುವಳಿಕೆಯಾಗಲಿ, ತಿಳಿದವರ ಮಧ್ಯಸ್ಥಿಕೆಯಾಗಲಿ, ಜಿಜ್ಞಾಸೆಯ ಅವಶ್ಯಕತೆಯಾಗಲಿ, ಜ್ಞಾನಮಾರ್ಗದ

ಕ್ಲಿಷ್ಟತೆಯಾಗಲಿ ಇಲ್ಲ. ಭಕ್ತನ ಸಂಬಂಧ ನೇರವಾಗಿ ಭಗವಂತನೊಡನೆಯೆ ಇರುತ್ತದೆ. ಭಕ್ತನಾದವನಿಗೆ ತನ್ನ ಹೃದಯವನ್ನು ಖಾಲಿಮಾಡಿಕೊಂಡು, ಅದನ್ನು ಸದಾಕಾಲವೂ ಶುಭ್ರವಾಗಿರಿಸಿ, ಅಲ್ಲಿ ತನ್ನ ಭಗವಂತನನ್ನು ಕೂರಿಸಿಕೊಳ್ಳುವುದೊಂದೇ ಕೆಲಸ. ಈ ಕೆಲಸಕ್ಕಾಗಿ ಸತ್ಸಂಗದಲ್ಲಿ ಶ್ರದ್ಧೆ, ಭಜನೆಯಲ್ಲಿ ಪರವಶತೆ, ನಾಮಜಪದಲ್ಲಿ ತಲ್ಲೀನತೆ ಸಹಾಯಕವಾಗುವುವು. ತನ್ನಲ್ಲೆ ಭಗವಂತನಿರಬೇಕಾದರೆ, ಇದಕ್ಕಿಂತ ಉತ್ತಮವಾದ ಇನ್ನಾವ ಯೋಗವೂ ಅವನಿಗೆ ಬೇಕಿಲ್ಲ. ಭಕ್ತಿಗೆ ಕರ್ಮದ ಬಂಧನವಿಲ್ಲ, ಜ್ಞಾನದ ಅಭಿಮಾನವಿಲ್ಲ, ಮುಕ್ತಿಯ ಆಸೆಯಿಲ್ಲ, ಭಕ್ತಿಯಲ್ಲಿ ಭಕ್ತಿಯೇ ಫಲ. ಭಕ್ತರಿಗೆ ನಿರಾಶೆಯಿಲ್ಲ, ಭಕ್ತಿಯೋಗದ ಫಲವೇ ಭಗವದ್ದರ್ಶನ, ಎಲ್ಲರ ಮೇಲೂ ಕೃಪೆ, ಅನುಗ್ರಹ ಖಂಡಿತವಾಗಿರುವುದು. ಹೀಗೆ ರಾಮಾನುಜಾಚಾರ್ಯರು ಭಕ್ತಿರಸದ ಚಾಲನೆಗೆ ಶೀಘ್ರಗತಿಯನ್ನು ಕೊಟ್ಟರು, ಭಕ್ತಿಪಂಥದ ಬೀಜವನ್ನು ಹೊಸದಾಗಿ ಮತ್ತೊಮ್ಮೆ ಬಿತ್ತಿದರು ಎನ್ನಬಹುದು.

ಇಷ್ಟು ಪೀಠಿಕೆಯ ನಂತರ ಭಕ್ತಿಪಂಥದ ಸಸಿ ಕಾಶಿಯಲ್ಲಿ ಹೇಗೆ ಮರವಾಗಿ ಬೆಳೆಯಿತೆಂದು ನೋಡಬಹುದು. ಕ್ರಿ.ಶ. 1033 ಮತ್ತು 1194ರಲ್ಲಿ ಕಾಶಿಯ ಮೇಲೆ ನಡೆದುಹೋಗಿದ್ದ ಎರಡು ಮುಸ್ಲಿಮ್ ದಾಳಿಗಳಿಂದ ರಾಜಕೀಯ, ಧಾರ್ಮಿಕ, ಸಾಮಾಜಿಕ ಕ್ಷೇತ್ರಗಳಲ್ಲಾದ ಕ್ಷೋಭೆಯನ್ನು ಹಿಂದಿನ ಅಧ್ಯಾಯಗಳಲ್ಲಿ ವರ್ಣಿಸಲಾಗಿದೆ. "ಅಯ್ಯೋ! ಈ ಸಂದಿಗ್ಧ ಸ್ಥಿತಿಯಲ್ಲಿ ನಮ್ಮ ಧರ್ಮ ನಮಗೇನೂ ಮಾಡಲಿಲ್ಲವೆ? ನಮ್ಮ ದೇವ ಇನ್ನೊಂದು ಅವತಾರವೆತ್ತಿ ನಮ್ಮನ್ನು, ನಮ್ಮ ಧರ್ಮವನ್ನು ಸಂರಕ್ಷಣೆ ಮಾಡಲಿಲ್ಲವೇಕೆ?" ಎಂಬ ಕೂಗನ್ನೂ ಹಿಂದೆ ಕೇಳಿದ್ದೀರಿ. ಈ ಕೂಗನ್ನು ತಾವೂ ಕೇಳಿದರೋ ಎನ್ನುವಂತೆ ರಾಮಾನುಜಾಚಾರ್ಯರು ಕ್ರಿ.ಶ.1049ರಲ್ಲಿ ಸನ್ಯಾಸ ಸ್ವೀಕರಿಸಿದ್ದರು. ಆದರೆ ರಾಮಾನುಜಾಚಾರ್ಯರ ಶಿಷ್ಯಪರಂಪರೆಯ ಮೂಲಕ ಭಕ್ತಿಪಂಥದ ಗಾಳಿ ಉತ್ತರಕ್ಕೆ ತಿರುಗುವ ಮೊದಲೆ ಕುತುಬ್ ಉದ್ದೀನ್ ಐಬಕನಿಂದ ಕ್ರಿ.ಶ.1194ರಲ್ಲಿ ಕಾಶಿಯ ಮೇಲೆ ಎರಡನೆಯ ದಾಳಿ ನಡೆದಿತ್ತು. ಈ ದಾಳಿಯಾದ ಸುಮಾರು ನೂರು ವರ್ಷಗಳ ನಂತರ ರಾಮಾನಂದರು ಪ್ರಯಾಗದ ತ್ರಿವೇಣಿತಟದಲ್ಲಿ ಹುಟ್ಟಿದರು. ರಾಮಾನಂದರ ಕಾಲನಿರ್ಣಯವೂ ಭಿನ್ನಾಭಿಪ್ರಾಯಗಳಿಗೆ ಎಡೆಮಾಡಿಕೊಟ್ಟಿದೆ. ಅವರ ಕಾಲ ಕ್ರಿ.ಶ.1299–1411 (ಡಾ।ಆರ್.ಜಿ.ಭಂಡಾರ್ಕರ್ ಮತ್ತು ಡಾ।ಗ್ರೀರ್‌ಸನ್) ಎಂದೂ, ಕ್ರಿ.ಶ.1299–1448 (ರಾಮಾನಂದಿಗಳು ಮತ್ತು ಶ್ರೀಕೃಷ್ಣಲಾಲ್) ಎಂದೂ ಹೇಳುತ್ತಾರೆ. ವಿದ್ವಾಂಸರು ರಾಮಾನುಜಾಚಾರ್ಯರ ಶಿಷ್ಯಪರಂಪರೆಯ (ದೇವಾನಂದರ ಶಿಷ್ಯ ಹರಿಯಾನಂದ, ಅವರ ಶಿಷ್ಯ) ರಾಘವಾನಂದರು ಕಾಶಿಯಲ್ಲಿ ರಾಮಾನಂದರಿಗೆ ಗುರುವಾದರು. ರಾಮಾನಂದರು ಸನ್ಯಾಸ ಸ್ವೀಕರಿಸಿದಮೇಲೆ, ಕಾಶಿಯ ಪಂಚಗಂಗಾಘಾಟ್‌ನಲ್ಲಿನ 'ಶ್ರೀಮಠ'ದ ಉತ್ತರಾಧಿಕಾರಿಯಾಗಿ 'ರಾಮಾವತ ಸಂಪ್ರದಾಯ'ವನ್ನು ಬೆಳೆಸಿದರು. ಸೂಕ್ಷ್ಮಗ್ರಾಹಿಯಾದ

ಇವರಿಗೆ ತೀವ್ರ ಅಧೋಗತಿಯಲ್ಲಿದ್ದ ಅಂದಿನ ರಾಜಕೀಯ, ಧಾರ್ಮಿಕ ಹಾಗೂ ಸಾಮಾಜಿಕ ಸ್ಥಿತಿಯಪರಿಚಯ ಚೆನ್ನಾಗಿ ಆಗಿತ್ತು. ದಾಳಿಗಳು, ಅತ್ಯಾಚಾರ, ಹಿಂಸಾಚಾರ, ಬರ್ಬರತೆ, ಬಲವಂತದ ಧರ್ಮಪರಿವರ್ತನೆ, ರಾಜಕೀಯ ಸಂಚು, ಒಗ್ಗಟ್ಟಿಲ್ಲದ ಒಡಕು, ಶೈವ ವೈಷ್ಣವ ಹಾಗೂ ಜಾತಿ ಪಂಗಡಗಳ ಒಳಜಗಳಗಳು, ಶೋಷಣೆ, ಧರ್ಮಗ್ಲಾನಿ, ನಿಸ್ಸಹಾಯಕತೆ, ಅತೃಪ್ತಿ, ಅರಾಜಕತೆ ಮುಂತಾದ ಎಲ್ಲ ಕೆಡಕುಗಳು ವಿಷಜ್ವಾಲೆಯಂತೆ ಸುಡುತ್ತಿದ್ದವು.

ಅಂದಿನ ವಿಷಜ್ವಾಲೆಯನ್ನು ಎದುರಿಸಲು ವಿಷಕಂಠನೇ ಬರಬೇಕಿತ್ತು ಇಲ್ಲವೆ ಕಾಳಿಂಗ ಮರ್ದನಮಾಡಿದ ಕೃಷ್ಣನೇ ಎದುರಾಗಬೇಕಿತ್ತು. ರಾಜಕೀಯವಾಗಿ ಚಾಣಕ್ಯನಿಗೆ ಸಿಕ್ಕ ಮೌರ್ಯ, ವಿದ್ಯಾರಣ್ಯರಿಗೆ ಸಿಕ್ಕ ಹಕ್ಕಬುಕ್ಕ, ಇಲ್ಲವೆ ಮುಂದೆ ಸಮರ್ಥರಾಮದಾಸರಿಗೆ ಸಿಕ್ಕ ಶಿವಾಜಿಯಂತಹ ಧೀರ ಕ್ಷತ್ರಿಯರು ಯಾರಾದರೂ ರಾಮಾನಂದರಿಗೆ ಸಿಕ್ಕಿದ್ದರೆ ದೇಶದ ಚರಿತ್ರೆಯೆ ಬದಲಾಗಿ ಬಿಡುತ್ತಿತ್ತೇನೋ. ರಾಜಕೀಯ ಐಕ್ಯತೆ ಕಷ್ಟವೆನಿಸಿದಾಗ ರಾಮಾನಂದರು ಮೂರು ಮುಖ್ಯಕಾರ್ಯಗಳನ್ನು ಕೈಗೊಂಡರು. ಮೊದಲನೆಯದಾಗಿ, ತಮ್ಮ ಸಂಪ್ರದಾಯದ ಸಾಧುಸಂತರು ಮತ್ತು ಶಿಷ್ಯವೃಂದದ ಮೂಲಕ ಧರ್ಮಸಂಘಟನೆ ಮಾಡಿ, ಧಾರ್ಮಿಕ ಐಕ್ಯತೆಯನ್ನು ಸಾಧಿಸಲು ಮುಂದಾದರು. ಎರಡನೆಯದಾಗಿ, ತಮ್ಮ ಮತ್ತು ಶಿಷ್ಯವೃಂದದ ಸರಳ ಉಪದೇಶಗಳ ಮೂಲಕ ಸಾಮಾಜಿಕ ಐಕ್ಯತೆಯನ್ನು ಸಾಧಿಸಲು ಪ್ರಯತ್ನಪಟ್ಟರು. ಸಮಾಜದಲ್ಲಿನ ಅಸಮಾನತೆಯನ್ನು ಭೇದಿಸಿ, ಧರ್ಮದ ಹೆಸರಿನಲ್ಲಿನ ಒಡಕುಗಳನ್ನು ಮುಚ್ಚಲು ಪ್ರಯತ್ನಿಸಿದರು. ಮೂರನೆಯದಾಗಿ, ಸಂಸ್ಕೃತಿಸಂರಕ್ಷಣೆ ಮಾಡಿದರು. ರಾಮಾನಂದರು ಈ ಮೂರೂ ಕಾರ್ಯಗಳನ್ನೂ ಭಕ್ತಿ ಆಂದೋಳನ ಎಂಬ ಸೂತ್ರದಲ್ಲಿ ಬಂಧಿಸಿದರು. ಆಂದೋಳನದ ಚಾಲನೆಗೆ ರಾಮಾನಂದರು ಕೈಗೊಂಡ ಆರು ಕ್ರಮಗಳನ್ನು ಕೆಳಗೆ ನೋಡಬಹುದು.

ಮೊದಲನೆಯದಾಗಿ, ದಾಳಿಗಳಿಂದ ಅಂದು ಹರಡಿದ್ದ ವಿಷಜ್ವಾಲೆಯನ್ನು ಆರಿಸಲು ಜಾತಿ, ಮತ, ಪಂಗಡಗಳ ಭೇದಗಳಿಂದ **ಒಡೆದುಹೋಗಿದ್ದ ಹಿಂದೂಧರ್ಮದ ಎಲ್ಲರನ್ನೂ ಒಂದೇ ಛತ್ರಛಾಯೆಯ ಕೆಳಗೆ ತರುವುದು** ಮುಖ್ಯವಾಗಿತ್ತು. ಅದಕ್ಕಾಗಿ ಯಾವ ಜಿಜ್ಞಾಸೆ, ತರ್ಕ, ಪಾಂಡಿತ್ಯವೂ ಬೇಡದ, ಯಾವ ಭೇದಗಳನ್ನೂ ಒಪ್ಪದ, ಸುಲಭವಾದ ಭಕ್ತಿಪಂಥದಲ್ಲಿ ಸೇರಲು ರಾಮಾನಂದರು ಎಲ್ಲರಿಗೂ ಕರೆಕೊಟ್ಟರು. ತಮ್ಮ ಸಂಪ್ರದಾಯದ ನಿಲುವನ್ನು ದೇಶದ ಎಲ್ಲಭಾಗಗಳಿಗೂ ತಲುಪಿಸಲು ರಾಮಾನಂದರು **ಧರ್ಮಸಂಘಟನೆಯ ಕಾರ್ಯದಲ್ಲಿ ಅನೇಕ ಹೊಸಮಠಗಳನ್ನು ಸ್ಥಾಪಿಸಿದರು**. ವಾರಾಣಸಿಯೊಂದರಲ್ಲೆ ಈಗ ನಲವತ್ತಕ್ಕೂ ಹೆಚ್ಚು ರಾಮಾವತ ಸಂಪ್ರದಾಯದ ಮಠಗಳಿವೆ. ಭಕ್ತಿಯಲ್ಲಿ **ಯಾವ ಭೇದವೂ ಇಲ್ಲವೆಂದು** ಜನರಿಗೆ ಮನದಟ್ಟುಮಾಡಲು ಅವರು **ಎಲ್ಲ ಜಾತಿ ಮತಗಳವರಿಗೂ ದೀಕ್ಷೆಕೊಟ್ಟು** ಅವರನ್ನು ಸಾಧುಸನ್ಯಾಸಿಗಳಾಗಿ, ತಮ್ಮ ಅನುಯಾಯಿಗಳಾಗಿ ಸೇರಿಸಿಕೊಂಡರು. ಕಬೀರ (ನೇಕಾರ), ರೈದಾಸ (ಚಮ್ಮಾರ), ಧನ್ನ (ರೈತ), ಸೇನ (ಹಜಾಮ), ಪೀಪ (ರಾಜಪೂತ), ಸುಖಾನಂದ,

ಸುರಸಾನಂದ, ನರಹರಿಯಾನಂದ, ಯೋಗಾನಂದ, ಅನಂತಾನಂದ ಮತ್ತು ಇಬ್ಬರು ಹೆಂಗಸರಾದ ಪದ್ಮಾವತಿ ಹಾಗು ಸುರಸರೀ ಎಂಬ ಹನ್ನೆರಡು ಮಂದಿ ರಾಮಾನಂದರ ಪ್ರಮುಖ ಶಿಷ್ಯರಾಗಿದ್ದರು. ಇವರುಗಳ ಉದಾಹರಣೆಯಿಂದಾಗಿ, ಜಾತಿಪಂಗಡಗಳ ವೈಷಮ್ಯವೆಲ್ಲ ಭಕ್ತಿಯಲ್ಲಿ ಮುಳುಗಿ, ಕೀಳೆನಿಸಿದ ಜಾತಿಯ ಅನೇಕರು ಇವರ ಸಂಪ್ರದಾಯವನ್ನು ಸೇರಿದರು. ಅವರೇ ಹೇಳುತ್ತಿದ್ದ **"ಜಾತಿ ಜಾತಿಯೆಂದೊರಲದಿರು. ಹರಿಯ ಭಜಿಸಿದವ ಹರಿದಾಸನೆ ಸರಿ"** (*ಜಾತಿಪಾಂತಿ ಪೂಛೆ ನಹಿ ಕೋಯಿ, ಹರಿ ಕೋ ಭಜೆ ಸೋ ಹರಿ ಕಾ ಹೋಯಿ*) ಎಂಬ ಪಂಕ್ತಿಯನ್ನು ಅನುಸರಿಸಿದರು.

ಎರಡನೆಯದಾಗಿ, ರಾಮಾನಂದರು ಸಮಾಜಸುಧಾರಣೆಯ ಅವಶ್ಯಕತೆಯನ್ನು ಮನಗೊಂಡು, ಆಸ್ತಿಕಜನರಲ್ಲಿ ವಿಚಾರವಂತಿಕೆಯನ್ನು ಮತ್ತು ವಿಶಾಲದೃಷ್ಟಿಯನ್ನು ಪ್ರೋತ್ಸಾಹಿಸಿದರು. ಭಾಷೆಯ ತೊಡಕಿನಿಂದ ಅನಕ್ಷರಸ್ಥರು, ಹೆಂಗಸರು ಮತ್ತು ನಿಮ್ನವರ್ಗದವರು ದೂರಸರಿಯಬಾರದೆಂದು ಎಲ್ಲರಿಗೂ ತಿಳಿಯುವಂತೆ ರಾಮಾನಂದರು ತಮ್ಮ ಸರಳ ಉಪದೇಶಗಳನ್ನು, ಬುದ್ಧ ಮತ್ತು ಮಹಾವೀರರಂತೆ, **ಜನಸಾಮಾನ್ಯರ ಭಾಷೆಯಲ್ಲಿ** ಕೊಟ್ಟರು. ಇವರ ಶಿಷ್ಯರಾದ ಕಬೀರ್, ರೈದಾಸ ಮತ್ತು ಅನಂತರದಲ್ಲಿ ಬಂದ ತುಳಸೀದಾಸರು ಸಹ ಜನಭಾಷೆಯಲ್ಲಿ ದೀರ್ಘಕಾಲ ವಿರುವಂತಹ ಅತ್ಯಂತ ಉತ್ತಮವಾದ ಭಕ್ತಿಪ್ರಧಾನ ಸಾಹಿತ್ಯವನ್ನು ರಚಿಸಿದರು. ಈ ಸಾಹಿತ್ಯ ನೂರಾರು ವರ್ಷಗಳಾದರೂ ಜನಮನವನ್ನು ಸೂರೆಗೊಳ್ಳುತ್ತಲೇ ಇದೆ, ಇವರ ದೋಹೆಗಳು (ದ್ವಿಪದಿಗಳು) ಜನಸಾಮಾನ್ಯರ ಬಾಯಿಯಲ್ಲೂ ಸುಲಲಿತವಾಗಿ ಹೊರಡುತ್ತವೆ.

ರಾಮಾನಂದರು ಕಂಡಿದ್ದ ಸಮಾಜಸುಧಾರಣೆಯ ಅವಶ್ಯಕತೆಯನ್ನು ಅವರ ಶಿಷ್ಯಪರಿವಾರ ಮನಗೊಂಡಿತು. ಕಬೀರ್ ಮತ್ತು ರೈದಾಸರ ಭಕ್ತಿಸಾಹಿತ್ಯದಲ್ಲಿ ವಿಚಾರವಂತಿಕೆ ಮತ್ತು ವಿಶಾಲದೃಷ್ಟಿ ಎರಡನ್ನೂ ಕಾಣಬಹುದು. ಅವರ ಸಾಹಿತ್ಯದಲ್ಲಿ ಅರ್ಥವಿಲ್ಲದ ಆಚಾರ ಮತ್ತು ಡಂಭಾಚಾರದ ಜೀವನಗಳ ಕಟುಟೀಕೆಯಿದೆ, ಭಕ್ತಿ–ಪ್ರೀತಿಯಿಲ್ಲದ ತರ್ಕ, ದರ್ಶನ ಮತ್ತು ಕರ್ಮಕಾಂಡಕ್ಕೆ ಧಿಕ್ಕಾರವಿದೆ, ಸರಳಸಾತ್ವಿಕ ಜೀವನ ಮತ್ತು ಭಕ್ತಿಭಾವದ ಹೊಗಳಿಕೆಯಿದೆ, ಮೂಢನಂಬಿಕೆಯ ವಿಡಂಬನೆಯಿದೆ, ವಿಚಾರವಾದಗಳ ಸೊಗಸಿದೆ, ನಿರ್ಗುಣ ಭಕ್ತಿಯಿದೆ. ಭಕ್ತಿಯಿಲ್ಲದೆ ಶಾಸ್ತ್ರದ ವಿಚಾರ ಮಾತನಾಡುವ ಪಂಡಿತ, ಮುಲ್ಲ ಮತ್ತು ಖಾಜಿಯನ್ನು ವಿಡಂಬನೆಯ ಮೂಲಕ ಕಬೀರರು ಹಂಗಿಸಿದ್ದಾರೆ. ಹಿಂದುಳಿದವರ ಮತ್ತು ಬಡಬಗ್ಗರ ಮೇಲಿನ ಧೋರಣೆ, ಅವರ ಶೋಷಣೆ ಎರಡನ್ನೂ ತೀವ್ರವಾಗಿ ವಿರೋಧಿಸಿದ್ದಾರೆ. ತೀರ್ಥಗಳಿಗಿಂತ ಸಂತ ಮತ್ತು ಭಕ್ತರೆ ಹೆಚ್ಚು ಪವಿತ್ರವೆನ್ನುತ್ತಾರೆ. ಹೀಗೆ, ಅವರಿಗಿದ್ದ ಸಾಮಾಜಿಕ ಕಳವಳಿ, ಜನಹಿತದ ಅಭಿಲಾಷೆ, ಸುಧಾರಣೆಯ ಅವಶ್ಯಕತೆ ಎಲ್ಲವೂ ಅವರ ದೋಹೆಗಳ ಮೂಲಕ ಧಾರ್ಮಿಕ, ಸಾಮಾಜಿಕ ವಲಯಗಳಲ್ಲಿ

ಹೊಸಬೆಳಕನ್ನು ಬೀರಿತು. ಸಿಖ್‌ಪಂಥ ಪ್ರವರ್ತಕರಾದ ನಾನಕ್ ಸಾಹೇಬರೂ ಇವರಿಂದ ಪ್ರಭಾವಿತರಾಗಿ, ತಮ್ಮ ಕಾರ್ಯವನ್ನು ರೂಪಿಸಿಕೊಂಡರು. ಸಮಾಜ ಸುಧಾರಣೆಯ ಬಗ್ಗೆ ರೈದಾಸರು ಬರೆದ ಮುವ್ವತ್ತು ಪದ್ಯಗಳನ್ನು ಸಿಖ್ 'ಗುರುಗ್ರಂಥ ಸಾಹಿಬ್'ದಲ್ಲಿ ಸೇರಿಸಲಾಗಿದೆ. ಈ ಗ್ರಂಥದಲ್ಲಿ ಹದಿನೈದು ಜನ ಭಕ್ತರ ಪದ್ಯಗಳಿದ್ದರೆ, ಅವುಗಳಲ್ಲಿ ಆರು ಕವಿಗಳಾದ ರಾಮಾನಂದ, ಕಬೀರ, ರೈದಾಸ, ಧರ್ಮ, ಪೀಪ ಮತ್ತು ಸೇನ ರಾಮಾವತ ಸಂಪ್ರದಾಯಕ್ಕೆ ಸೇರಿದವರಾಗಿದ್ದುದು ವಿಶೇಷ.

ಮೂರನೆಯದಾಗಿ, ಸಮಾಜಸುಧಾರಣೆಯ ಜೊತೆಗೆ ಭಕ್ತಿಮಾರ್ಗದ ಮೂಲಕ ಸಮಾಜವನ್ನು ಒಳ್ಳೆಯಮಾರ್ಗಕ್ಕೆ ತರಬಹುದೆಂದು ರಾಮಾನಂದರು ಒತ್ತಿಹೇಳಿದರು. ಇದಕ್ಕಾಗಿ ಭಕ್ತಿಪೋಷಕಗಳಾದ ಸತ್ಸಂಗ, ಪ್ರವಚನ, ಕಥಾವಾಚನ, ಪುರಾಣ ಶ್ರವಣ, ಭಜನೆ ಮತ್ತು ನಾಮಜಪಗಳನ್ನು ಹೆಚ್ಚಾಗಿ ಚಾಲನೆಗೆ ತಂದು, ಅವುಗಳ ಮೂಲಕ ತಿಳಿಹೇಳಿದರು. ಮುಳುಗುವವನು ಹುಲ್ಲಿನ ಜೊಂಡನ್ನೆ ಆಸರೆಯಾಗಿ ಹಿಡಿಯುವಂತೆ ನಂಬಿಕೆ, ಭಕ್ತಿಯನ್ನೆ ನಾವೆಯ ಚುಕ್ಕಾಣಿಯಂತೆ ಹಿಡಿಯಬೇಕೆಂಬ ಹೊಸಹುರುಪನ್ನು ತುಂಬಿದರು. ಕಥಾವಾಚನ, ಪುರಾಣಶ್ರವಣದ ಮೂಲಕ ಜನರಿಗೆ ತೀರ್ಥಯಾತ್ರೆ, ಗಂಗಾಸ್ನಾನ, ಪೂಜೆಗಳಲ್ಲಿ ಆಸಕ್ತಿ ಹೆಚ್ಚುವಂತಾಗಿ ಕಾಶಿಯ ಪ್ರಾಮುಖ್ಯತೆ ಬೆಳೆಯುವಂತಾಯಿತು. ಪದೇಪದೆ ದಾಳಿಗಳಿಂದ ಜರ್ಜರಿತವಾದ ಕಾಶಿ, ಪುರಾಣಗಳಿಂದಾಗಿ ಶುಭ್ರವಾಗಿ ನಿತ್ಯನೂತನವಾಗಿ, ಪವಿತ್ರವಾಗಿ ಹೊಳೆಯುವಂತಾಯಿತು. ರಾಮಾನಂದರ ಶಿಷ್ಯಪರಂಪರೆಯಲ್ಲಿ ಬಂದ ತುಳಸೀದಾಸರ ಸಾಹಿತ್ಯದಲ್ಲಿ ಭಕ್ತಿಗೇ ಪ್ರಾಧಾನ್ಯತೆಯಿದೆ, ನಂಬಿಕೆಯೆ ಜೀವನದ ಊರುಗೋಲು ಎಂಬ ಬೆಂಬಲವಿದೆ, ಶಾಕ್ತ, ಶೈವ ಮತ್ತು ವೈಷ್ಣವ ಪಂಥಗಳಲ್ಲಿರುವ ಏಕತೆಯನ್ನು ತೋರಿಸಿ ಸಾಮರಸ್ಯವನ್ನು ಬೆಳೆಸುವ ಪ್ರಯತ್ನಗಳಿವೆ, ಸಂಪ್ರದಾಯ ಮತ್ತು ಸಗುಣ ಭಕ್ತಿಯಿದೆ. ಶಿವನ ಮೂಲಕ ರಾಮಕಥೆಯನ್ನು ಹೇಳಿಸಿ, ರಾಮಚರಿತಮಾನಸದ ಪ್ರತಿ ಅಧ್ಯಾಯದ ಮೊದಲಲ್ಲೂ ಶಿವಸ್ತುತಿಯನ್ನು ಮಾಡಿ, ಶೈವ ಮತ್ತು ವೈಷ್ಣವ ಮತಗಳಲ್ಲಿದ್ದ ವೈಮನಸ್ಯವನ್ನು ತೊಡೆಯುವ ಪ್ರಯತ್ನವಿದೆ. ಹೀಗೆ ರಾಮಾನಂದರು ಭಕ್ತಿಯನ್ನು ಹಂತಹಂತವಾಗಿ ಹರಡುತ್ತಾ, ಭಕ್ತಿಪಂಥವನ್ನೆ ಒಂದು ಆಂದೋಳನವಾಗಿ ಮಾರ್ಪಡಿಸಿದರು. ಕ್ರಿ.ಶ.ಹದಿನಾಲ್ಕನೆಯ ಶತಮಾನದಿಂದ ಕಾಶಿಯಲ್ಲಿ ಶುರುವಾದ ಭಕ್ತಿ ಆಂದೋಳನ, ಕ್ರಮೇಣ ಮಥುರಾ ಬೃಂದಾವನಕ್ಕೂ ಹರಡಿ, ಇವೆರಡು ಕೇಂದ್ರಬಿಂದುಗಳಿಂದ ದೇಶದ ಧಾರ್ಮಿಕ, ಸಾಮಾಜಿಕ, ಸಾಂಸ್ಕೃತಿಕ ಹಾಗೂ ಸಾಹಿತ್ಯಕ್ಷೇತ್ರಗಳಿಗೆ ವಿಶಿಷ್ಟ ಕೊಡುಗೆಯನ್ನು ನೀಡಿತು. ಸಾಮಾಜಿಕ ಕ್ಷೇತ್ರದಲ್ಲಂತೂ ಜನರಲ್ಲಿ ಒಂದು ಹೊಸಹುರುಪನ್ನು, ಆಶಾಕಿರಣವನ್ನು ತುಂಬಿ ಎಲ್ಲ ಸಂಕಟಗಳನ್ನೂ ಎದುರಿಸುವ ಧೈರ್ಯವನ್ನು ಕೊಟ್ಟಿತು. ಒಟ್ಟಿನಲ್ಲಿ ಕಬೀರ್, ತುಳಸಿ ಮತ್ತು ರೈದಾಸರಂತಹ ಸಂತರ–ಭಕ್ತಿಕವಿಗಳ ಸಾಹಿತ್ಯವು ಊರ್ಧ್ವಗತಿಗೇರುವ ಉಪನಿಷತ್ತುಗಳ

ತತ್ತ್ವವನ್ನು ಸಂಗ್ರಹಿಸಿ, ಸುರಸ, ಸಾಮರಸ್ಯ ಜೀವನದ ಸತ್ವವನ್ನು, ಸೊಗಸಾಗಿ, ಸುಲಭವಾಗಿ, ಸ್ನೇಹಿತನ ಮೃದುಸಲಹೆಯಂತೆ, ಹಿತವಚನದಂತೆ ತಿಳಿಸುತ್ತವೆ. ಇವುಗಳಲ್ಲಿ ಸಮಾಜ ಸುಧಾರಣೆಯ ಕಹಿ ಔಷಧವೂ ಭಕ್ತಿರಸದ ಜೇನಿನಲ್ಲಿ ಬೆರೆತು ಹಿತವಾಗಿದೆ, ಪೌಷ್ಟಿಕವಾಗಿದೆ.

ನಾಲ್ಕನೆಯದಾಗಿ, ಧರ್ಮಗ್ಲಾನಿಯಾದಾಗ ವಿಷ್ಣುವು ಇನ್ನೊಂದು ಅವತಾರ ತಾಳಿಬರುತ್ತಾನೆಂದು ರಾಮಾನಂದರು ಕಾಯುತ್ತಾ ಕೂರಲಿಲ್ಲ. ಪುರಾಣಗಳಲ್ಲಿ ಕಾಣುವ ವಿಷ್ಣುವು ನಮ್ಮ ಜಂಜಾಟದ ಪ್ರಪಂಚಕ್ಕಿಂತ ದೂರದಲ್ಲಿ ತನ್ನದೇ ಆದ ಮಾಯಾಪ್ರಪಂಚದಲ್ಲಿ ಇದ್ದಾನೆ, ಅವನು ಏನನ್ನು ಬೇಕಾದರೂ ಮಾಡಬಲ್ಲ, ಪವಾಡಪುರುಷ, ಆದರೆ ನಮಗೆ ಅಗೋಚರನಾದ ಅವನನ್ನು ಪ್ರಾರ್ಥಿಸಬಹುದೆ ಹೊರತು ಅವನ ಹೆಜ್ಜೆಯಲ್ಲಿ ಹೋಗುವ ಯೋಚನೆಯೂ ನಮ್ಮಿಂದ ಸಾಧ್ಯವಿಲ್ಲ ಎಂದು ಮನಗಂಡರು. ಇದರಿಂದಾಗಿ ರಾಮಾನಂದರು ಮರ್ಯಾದಾ ಪುರುಷೋತ್ತಮ ರಾಮನನ್ನು ಜನರ ಆದರ್ಶವನ್ನಾಗಿ ಆರಿಸಿಕೊಂಡರು. ಶ್ರೀರಾಮ ಇಲ್ಲಿಯೆ ನಮ್ಮ ಪ್ರಪಂಚದಲ್ಲಿಯೆ ಇದ್ದವನು, ಯಾವ ಪವಾಡಗಳನ್ನೂ ನಡೆಸದೆ ಎಲ್ಲರಂತೆ ಕಷ್ಟನೋವುಗಳನ್ನು, ಜೀವನದ ಏರುಪೇರುಗಳನ್ನು ಎದುರಿಸಿದವನು, ಎಂತಹ ಸಂದಿಗ್ಧಪರಿಸ್ಥಿತಿಯಲ್ಲೂ ಧರ್ಮದ ದಾರಿಯಲ್ಲೆ ಮುನ್ನಡೆದವನು, ಎಲ್ಲರಿಗೂ ಹತ್ತಿರನು, ಸುಲಭಸಾಧ್ಯನು. ಅವನನ್ನು ಭಕ್ತಿಯಿಂದ ಪ್ರೀತಿಯಿಂದ ಭಜಿಸಿದರೆ, ಹಿಂಬಾಲಿಸಿದರೆ, ಅವನ ಧರ್ಮದದಾರಿಯಲ್ಲಿ ನಡೆದರೆ ಜೀವನವೇ ಸುಗಮವಾಗುವುದು, ಎಂತಹ ಘೋರಸಂಕಟಗಳಿಂದಲೂ ಪಾರಾಗಬಹುದು. ಹೀಗೆಂದು ಯೋಚಿಸಿದ ರಾಮಾನಂದರು ರಾಮನನ್ನು ಆರಾಧ್ಯದೇವತೆ, ಎಲ್ಲರ ಭಕ್ತಿಯ ಪ್ರತೀಕ, ಭಕ್ತೋದ್ಧಾರಕ ಎಂದು ಸಾರಿದರು. "ರಾಮನ ಆದರ್ಶಗಳನ್ನು ನಿಮ್ಮದಾಗಿಸಿಕೊಳ್ಳಿರಿ, ರಾಮನು ತೋರಿದ ಧರ್ಮದ ದಾರಿಯಲ್ಲಿ ಮುಂದೆಸಾಗಿ. ಆಗ ಇನ್ನಾವುದೂ ಅಸಾಧ್ಯವಲ್ಲ. ರಾಮಾಂಕಿತ (ರಾಮನಾಮ) ನಿಮ್ಮ ಬಾಯಲ್ಲಿದ್ದರೆ ಸಮುದ್ರವನ್ನೂ ಹಾರಬಲ್ಲಿರಿ", ಎಂದು ದೇಶ ಕಾಲ ಪರಿಸ್ಥಿತಿಗಳ ವಿಷಜ್ವಾಲೆಯಲ್ಲಿ ಬೆಂದವರಿಗೆ ಸಾಂತ್ವನ, ಪ್ರೋತ್ಸಾಹ, ಆಶಾಕಿರಣ ನೀಡಿದರು. ರಾಮನನ್ನು ಸಗುಣನನ್ನಾಗಿಯು ನಿರ್ಗುಣನನ್ನಾಗಿಯು ಭಕ್ತಿಯಿಂದ ನೋಡಬಹುದು ಎಂದು ಉಪದೇಶಿಸಿದರು. ಇವರ ಶಿಷ್ಯ ಕಬೀರ ನಿರ್ಗುಣ ರಾಮನನ್ನು ಪೂಜಿಸಿದರೆ, ತುಳಸೀದಾಸರು ಸಗುಣ ರಾಮನನ್ನು ಪೂಜಿಸಿದರು.

ಐದನೆಯದಾಗಿ, ರಾಮಾನಂದರ ಶಿಷ್ಯಪರಂಪರೆಯಲ್ಲಿ ಬಂದ ತುಳಸೀದಾಸರು ಮತ್ತಿತರ ಸಂತರು ಭಕ್ತಿಯ ಪ್ರಸಾರಕ್ಕೆ ಹೊಸಹೊಸ ಆಯಾಮಗಳನ್ನು ಕಂಡುಹಿಡಿದರು. ಭಗವಂತನ ಅವತಾರಗಳ ಲೀಲೆಗಳನ್ನು ನಾಟಕದ ದೃಶ್ಯರೂಪಗಳಲ್ಲಿ, ಕ್ಷಣವೊಂದರ ದಿವ್ಯನೋಟಗಳಲ್ಲಿ (ಝಾಂಕೀ) ತೋರಿಸುವ ಪರಿಪಾಟವನ್ನು ತುಳಸೀದಾಸರು ಶುರುಮಾಡಿದರು. ಅವರ ರಾಮಲೀಲಾ, ಕೃಷ್ಣಲೀಲಾ, ನಾಗನಥೈಯ್ಯಾ, ಭರತಮಿಲಾಪ್ ಮುಂತಾದವು ಲಕ್ಷಾಂತರ ಜನರನ್ನು ಆಕರ್ಷಿಸಿ, ಅವರ ಮನಸ್ಸನ್ನು ಸೂರೆಗೊಂಡು,

ಮಿಕ್ಕೆಲ್ಲವನ್ನೂ ಮರೆಸಿ, ಅತ್ಯಲ್ಪಕಾಲದಲ್ಲಿ ಎಲ್ಲರ ಭಕ್ತಿಭಾವವನ್ನು ತಾರಕಕ್ಕೇರಿಸುವುದರಲ್ಲಿ ಯಶಸ್ವಿಯಾದುವು. ಈ ಭಕ್ತಿಭಾವವನ್ನು ಒಮ್ಮೆ ಅನುಭವಿಸಿದವರು ಮತ್ತೊಮ್ಮೆ ಲೀಲೆಯನ್ನು, ಝಾಂಕಿಯನ್ನು ಎಂದು ನೋಡುತ್ತೇವೋ ಎಂದು ಹಪಹಪಿಸಿ ಎದುರು ನೋಡುವಂತಾಯಿತು, ಅವುಗಳ ಬಗ್ಗೆ ಚರ್ಚಿಸುವಂತಾಯಿತು. ಇವು ಎಲ್ಲ ಸ್ತರದ, ಎಲ್ಲ ವರ್ಗದ ಜನರನ್ನು ಒಂದುಗೂಡಿಸಿದವು. ಈ ಸಂಪ್ರದಾಯ ಬೆಳೆಯುತ್ತಾ ಹೋಗಿ, 18–19ನೆಯ ಶತಮಾನದಲ್ಲಿ ಇಂಗ್ಲಿಷರ ವಿರುದ್ಧ ಪ್ರತಿಭಟನೆ ಸಲ್ಲಿಸಲು ಲೀಲೆಗಳನ್ನು ಬಹಳ ಮಾರ್ಮಿಕವಾಗಿ ಬಳಸಿಕೊಳ್ಳಲಾಯಿತು.

ಆರನೆಯದಾಗಿ, ಕಾಶಿಯಲ್ಲಿ ಶುರುವಾದ ಭಕ್ತಿ ಆಂದೋಳನ ದೇಶದ ವಿವಿಧಕಡೆಗೆ ಹರಡಿತು. ಮಥುರಾ (ಬೃಂದಾವನ)ಗಳಲ್ಲಿ ಪ್ರಸಿದ್ಧರಾಗಿದ್ದ ಸೂರದಾಸರು ಕಾಶಿಯ ವಲ್ಲಭಾಚಾರ್ಯರ ಶಿಷ್ಯರಾಗಿದ್ದರು. ಗುರುವಿನ ಆಣತಿಯಂತೆ ಸೂರದಾಸರು ಭಾಗವತದ ದಶಮಸ್ಕಂಧದ ಸರಳಹಿಂದಿ ಅನುವಾದವಾದ 'ಸೂರಸಾಗರ'ವನ್ನು ಬರೆದರು. ಅನಂತರ ಭಕ್ತಿಯು ಶಾಂತಭಾವ, ದಾಸ್ಯಭಾವ, ಸಖೀಭಾವ, ವಾತ್ಸಲ್ಯಭಾವ ಮತ್ತು ಮಾಧುರ್ಯಭಾವ ಎಂಬ ಅನೇಕ ಮಜಲುಗಳಲ್ಲಿ ಹರಡಿತು. ಅಲ್ಲದೆ ರಾಮಾನಂದರ ಭಕ್ತಿ ಆಂದೋಳನದ ಪ್ರತ್ಯಕ್ಷ ಅಥವಾ ಅಪರೋಕ್ಷ ಪ್ರಭಾವದಿಂದ ಅಸ್ಸಾಮಿನಲ್ಲಿ ಮಹಾಪುರುಷೀಯ, ಬಂಗಾಳದಲ್ಲಿ ಸಹಜೀಯ, ಒಡಿಸ್ಸದಲ್ಲಿ ಪಂಚಸಖಾ ಮತ್ತು ಮಹಾರಾಷ್ಟ್ರದಲ್ಲಿ ಮಹಾನುಭಾವಿ ಮತ್ತು ವಾರಕರಿ ಸಂಪ್ರದಾಯಗಳು ಹಬ್ಬಿದುವು. ಸಿಖ್‌ರ ಪವಿತ್ರ 'ಗುರುಗ್ರಂಥ ಸಾಹಿಬ್'ದಲ್ಲಿ 6 ಗುರುಗಳ, 15 ಭಕ್ತರ, 11 ಭಟ್ಟರ, 4 ಗುರುಸಿಖ್‌ರ ಪದ್ಯಪಂಕ್ತಿಗಳಿವೆ. ಅಲ್ಲಿ ಸೇರಿಸಿದ 15 ಭಕ್ತರುಗಳಲ್ಲಿ ಆರು ಭಕ್ತರು ರಾಮಾನಂದರ ರಾಮಾವತ ಸಂಪ್ರದಾಯಕ್ಕೆ ಸೇರಿದವರಾಗಿದ್ದರು. ಇನ್ನೂ ವಿಚಿತ್ರವೆಂದರೆ, ಇಸ್ಲಾಮ್‌ನ ಸೂಫಿಗಳಲ್ಲಿನ (ಚಿಸ್ತಿಯಾ, ನಕ್ಷಬಂದಿಯಾ, ಖಾದ್ರಿಯಾ ಮತ್ತು ಸುಹ್ರಬರ್ದಿಯಾ ಎಂಬ) ನಾಲ್ಕು ಪ್ರಭೇದಗಳಲ್ಲಿ ಕೆಲವು ಚಿಸ್ತಿಯಾ ಅನುಯಾಯಿಗಳು ಭಕ್ತಿಪಂಥದ ಹಿಂದೂಸಂತರೊಡನೆ ಹೊಂದಾಣಿಕೆ ಮಾಡಿಕೊಳ್ಳಲು ಹಿಂದಿಭಾಷೆಯಲ್ಲಿ ಇಸ್ಲಾಮ್ ಭಕ್ತಿಗೀತೆಗಳನ್ನು ರಚಿಸಿದರು! ಆದರೆ, ನಕ್ಷಬಂದಿಯಾ ಸೂಫಿಪಂಥದ ಶೇಖ್ ಅಹಮದ್ ಸರಹಿಂದಿ (ಕ್ರಿ.ಶ.1564–1624) ಅಕ್ಬರನ "ಎಲ್ಲರಿಗೂ ಶಾಂತಿ" ಎಂಬ ಮಂತ್ರವನ್ನು ಒಪ್ಪಲಿಲ್ಲ ಮತ್ತು ಭಕ್ತಿಪಂಥದ ಕಬೀರ್ ಮತ್ತು ಗುರುನಾನಕರನ್ನು ತಿರಸ್ಕಾರಭಾವದಿಂದ ತುಚ್ಛವಾಗಿಕಂಡನು.

ಭಕ್ತಿ ಆಂದೋಳನದಿಂದ ಕಾಶಿಯ (ದೇಶದ) ಧಾರ್ಮಿಕ, ಸಾಮಾಜಿಕ ಮತ್ತು ರಾಜಕೀಯ ಕ್ಷೇತ್ರಗಳಲ್ಲಿ ಆದ ಪರಿಣಾಮಗಳನ್ನು ಸ್ಪಷ್ಟವಾಗಿ ಗುರುತಿಸುವುದು ಕಷ್ಟವಾದರೂ, ಪರಿಣಾಮವಾದುದಂತೂ ನಿಜ. ಶೈವ–ವೈಷ್ಣವ, ಉಚ್ಚ–ನೀಚ, ಬಡವ–ಬಲ್ಲಿದ, ಎಂಬ ಅನೇಕ ತಾರತಮ್ಯಗಳು ಕಡಿಮೆಯಾಗಿ, ಧರ್ಮವಿರೋಧಿ ಕಾರ್ಯಗಳನ್ನು ಎದುರಿಸಲು

ಕೊಂಚಮಟ್ಟಿಗಾದರೂ ಐಕ್ಯತೆ ಏರ್ಪಟ್ಟಿತು. ರಾಜಕೀಯವಾಗಿ, ಮುಸ್ಲಿಮ್ ರಾಜರುಗಳಿಂದ ಆಡಳಿತವನ್ನು ಕಸಿಯುವುದು ಅಸಾಧ್ಯವೆನಿಸಿದರೂ ಅಲ್ಲಲ್ಲಿ ಹಲಕೆಲವು ರಿಯಾಯತಿಗಳನ್ನು, ದತ್ತಿಗಳನ್ನು, ಸರ್ಕಾರದಲ್ಲಿ ಉತ್ತಮ ಅಧಿಕಾರಗಳನ್ನು ಪಡೆದು ಸಂತೋಷಪಡಬೇಕಾಯಿತು. ಗೋಹತ್ಯೆಯನ್ನು ನಿಲ್ಲಿಸಿ, ಜಜಿಯಾ ಕರವನ್ನು ಹಿಂತೆಗೆಯುವಂತೆ ಮಾಡಿದುದೂ ರಾಮಾನಂದರ ಒಂದು ದೊಡ್ಡಸಾಧನೆಯೇ ಸರಿ. ಸಾಮಾಜಿಕವಾಗಿ ಮತ್ತು ಧಾರ್ಮಿಕವಾಗಿ, ಜನರಲ್ಲಿ ಸೌಹಾರ್ದತೆ, ಸಮರಸತೆ ಮತ್ತು ಹೊಂದಿಕೊಳ್ಳುವ ವಿಶಾಲಮನೋಭಾವ ಬೆಳೆಯತೊಡಗಿತು. ಶಿವನ ಮಂದಿರಗಳಲ್ಲಿ ವೈಷ್ಣವ ಪುರಾಣಗಳ ಚಿತ್ರಗಳು, ವೈಷ್ಣವ ಮಂದಿರಗಳಲ್ಲಿ ಶೈವಗಣಗಳ ಚಿತ್ರಗಳು ಕಾಣಿಸತೊಡಗಿದವು. ಇದಕ್ಕೆ ಉದಾಹರಣೆಯನ್ನು ಭೋಂಸ್ಲಾಘಾಟ್‌ನಲ್ಲಿರುವ ಲಕ್ಷ್ಮೀನಾರಾಯಣ ಮಂದಿರ ಮತ್ತು ರಘುರಾಜೇಶ್ವರ ಮಂದಿರಗಳಲ್ಲಿ ಕಾಣಬಹುದು. ಒಂದೇ ಮಂದಿರದಲ್ಲಿ ಶೈವ ಮತ್ತು ವೈಷ್ಣವ ದೇವತೆಗಳನ್ನು ಪೂಜಿಸುವ ಪದ್ಧತಿಯೂ ಶುರುವಾಯಿತು. ಒಬ್ಬರನ್ನೊಬ್ಬರು ಅಭಿನಂದಿಸುವಾಗ 'ನಮಸ್ತೆ'ಯ ಬದಲಾಗಿ 'ಜೈಶಂಕರ್', 'ರಾಮ್‌ರಾಮ್' ಮತ್ತು 'ಜೈರಾಮ್‌ಜೀಕಿ' ಎನ್ನುವುದು ಬಳಕೆಗೆ ಬಂದುವು. ಇವೆಲ್ಲವೂ ಭಾವೈಕ್ಯತೆಯ ಗುರುತುಗಳಾದುವು. ಅಯೋಧ್ಯೆಯಲ್ಲಿ ಬಲವಂತವಾಗಿ ಪರಿವರ್ತಿತವಾಗಿದ್ದ ಅನೇಕ ಮುಸ್ಲಿಮರನ್ನು ರಾಮಾನಂದರು 'ರಾಮಮಂತ್ರ'ದಿಂದ ಶುದ್ಧೀಕರಿಸಿ ಮತ್ತೆ ಹಿಂದೂಗಳನ್ನಾಗಿಸಿದ್ದುದು ಎಲ್ಲರಿಗೂ ಒಂದು ಹೊಸ ಆಸೆ, ವಿಶ್ವಾಸವನ್ನು ತಂದುಕೊಟ್ಟಿತು. ಧರ್ಮಶಾಸ್ತ್ರದಲ್ಲಿಲ್ಲದ ಶಕ್ತಿ ರಾಮಮಂತ್ರಕ್ಕಿದೆಯೆಂದು ತೋರಿಸಿದಂತಾಗಿತ್ತು. ಒಟ್ಟಿನಲ್ಲಿ ಬೆಂದುಬರಡಾಗಿ, ಕೀಳರಿಮೆಯಿದ್ದ ಜನಜೀವನದಲ್ಲಿ ಒಂದು ಹೊಸ ಉತ್ಸಾಹ, ಭರವಸೆ ಚಿಮ್ಮುವಂತಾಯಿತು.

'ದಿವೋದಾಸನ ಗಡಿಗೆ'ಯಿಂದ ಭಕ್ತಿರಸವು ಉಕ್ಕಿಹರಿಯುವಂತಾದರೂ ಆ ಗಡಿಗೆಯು ಮಾತ್ರ ಎಂದಿನಂತೆ ತುಂಬಿಯೇ ಇತ್ತು!

■

ಆಧಾರಗಳು :

1. 'ಡಿವೈನ್ ಲಾ ನಂಬರ್', ಸಂಚಿಕೆ 49, ಅಕ್ಟೋಬರ್ 2003, ಕಲ್ಯಾಣ ಕಲ್ಪತರು, ಗೀತಾ ಪ್ರೆಸ್, ಗೋರಖ್‌ಪುರ.
2. 'ವಲ್ಲಭ ಸೂರ್ ಪಂಚಶತೀ ಸ್ಮಾರಿಕಾ', ಶುದ್ಧಾದ್ವೈತ ಜಪಯಜ್ಞ ಸಮಿತಿ, ವಾರಾಣಸಿ, 1978.
3. 'ಶ್ರೀಮಠ' ರಾಮಾನಂದಾಚಾರ್ಯ ಪೀಠ, ಸ್ಮಾರಿಕಾ, ಪಂಚಗಂಗಾ ಘಾಟ್, ವಾರಾಣಸಿ, 1988.

21. ಕಬೀರ್ ಮತ್ತು ರೈಯಿದಾಸರು.

ಕಾಶಿಯಲ್ಲಿ ಅನೇಕ ಸಾಧುಸಂತರಿದ್ದರೂ ಭಕ್ತಿಪಂಥದ ಸಂತರು/ಕವಿಗಳು ಎನಿಸಿದವರಲ್ಲಿ ಕಬೀರ್, ರೈಯಿದಾಸ ಮತ್ತು ತುಳಸೀದಾಸರು ಪ್ರಮುಖರು. ಇವರುಗಳ ಬಗ್ಗೆ ಕೆಲವು ವಿವರಗಳನ್ನು ಕೊಡದಿದ್ದರೆ ಕಾಶಿಯ ಕಥೆಗಳಿಗೆ ಅಪಚಾರವೆಸಗಿದಂತಾಗುತ್ತದೆ.

ಕಬೀರರ ಜನ್ಮ, ವಂಶ, ಜೀವನಕಾಲ ಎಲ್ಲವೂ ಜನಜನಿತ ಕಥೆಗಳಿಂದ, ಪವಾಡಗಳಿಂದ ತುಂಬಿ ವಿವಾದಾಸ್ಪದವಾಗಿದೆ. ಅನಂತದಾಸ (ಕ್ರಿ.ಶ.1595), ಪ್ರಿಯದಾಸ (ಕ್ರಿ.ಶ.1645) ಮತ್ತು ಮುಕುಂದ ಕವಿ (ಕ್ರಿ.ಶ.1651) ಇವರುಗಳು ಬರೆದಿರುವ 'ಕಬೀರ ಚರಿತೆ'ಗಳ ಪ್ರಕಾರ ಕಬೀರರ ತಾಯಿ ಒಬ್ಬ ಮುಸ್ಲಿಮ್ ಜುಲಾಹಿನ್ ಅಥವಾ ನೇಯ್ಗೆಯವಳು. ಕಬೀರರ ಸಮಕಾಲೀನರಾದ ರೈಯಿದಾಸ ಮತ್ತು ಶಿಷ್ಯ ಧರ್ಮದಾಸರ ಪ್ರಕಾರವೂ ಕಬೀರರ ತಂದೆ ತಾಯಿ ಮುಸ್ಲಿಮರು. ಗುರು ಅಮರದಾಸ (ಕ್ರಿ.ಶ.1479–1574, ಸಿಖ್‌ಪಂಥದ ಮೂರನೆಯ ಗುರು) ಮತ್ತು ರಜ್ಜಬ್ (ಕ್ರಿ.ಶ.16/17ನೆಯ ಶತಮಾನ, ಸಂತ ದಾದುವಿನ ಶಿಷ್ಯ) ಅವರ ಪ್ರಕಾರವೂ ಕಬೀರರ ಜನ್ಮವಾದುದು ಮುಸ್ಲಿಮ್ ಮನೆಯಲ್ಲಿ ('ಕಬೀರ್, ದಿ ವೀವರ್ ಆಫ್ ಗಾಡ್ಸ್ ನೇಮ್'–ವಿ.ಕೆ.ಸೇಥಿ). ಮಿಕ್ಕೆಲ್ಲ ಕಥೆಗಳೂ ಕಬೀರರನ್ನು ಜನ್ಮತಃ ಹಿಂದೂ ಎಂದೂ, ಮತ್ತು ಅವರ ಅಂತಃಸತ್ವಕ್ಕಿಂತಲೂ ಅವರ ಪವಾಡಗಳೇ ಹೆಚ್ಚೆಂದೂ ತೋರಿಸುವ ಪ್ರಯತ್ನಗಳಾಗಿದ್ದವು. ಕಬೀರ ಸಾಮಾನ್ಯ ಮಾನವನಂತೆ ಹುಟ್ಟದೆ ತಾಯಿಯ ಅಂಗೈಯಿನಿಂದ ಹುಟ್ಟಿದರು, ದಿವ್ಯಜ್ಯೋತಿಯಾಗಿ ಕಾಶಿಯ ಲಹರತಾರಾ ಕೊಳದ ತಾವರೆಯಮೇಲೆ ಕಾಣಿಸಿಕೊಂಡು ನಂತರ ಮಗುವಿನ ರೂಪಪಡೆದರು, ಬ್ರಾಹ್ಮಣ ವಿಧವೆಗೆ ರಾಮಾನಂದರು 'ಪುತ್ರವತೀ ಭವ" ಎಂದು ಆಶೀರ್ವದಿಸಿದ್ದರಿಂದ ಅವಳ ನಿಷ್ಕಳಂಕವಾದ ಗರ್ಭದಲ್ಲಿ ಮಗುಹುಟ್ಟಿತು ಮತ್ತು ಅವಳು ಅದನ್ನು ಲಹರತಾರಾ ಕೊಳದಹತ್ತಿರ ಬಿಟ್ಟಳು, ಅನಾಮಧೇಯ ತಂದೆಗೆ ವಿಧವೆಯಲ್ಲಿ ಹುಟ್ಟಿತು ಎಂಬ ಕಥೆಗಳು ಪ್ರಚಲಿತವಾಗಿವೆ. ಆದರೆ ಕಬೀರರೇ ಸ್ವತಃ 'ನಾನು ಹಿಂದೂ ಅಲ್ಲ, ಮುಸ್ಲಿಮನೂ ಅಲ್ಲ' ಎಂದು ಹೇಳಿಕೊಳ್ಳುತ್ತಿದ್ದರು. ಈ ವಿವಾದ ಹೇಗೇ ಇರಲಿ, ಕಬೀರರನ್ನು (ಲಹರತಾರಾ ಕೊಳದ ಹತ್ತಿರ ಪಡೆದೋ ಅಥವಾ ಅವರನ್ನು ಹೆತ್ತೋ) ಸಾಕಿದವರು ನೀರು ಮತ್ತು ನೀಮ ಎಂಬ ನೇಯ್ಗೆ ವಂಶದ ಮುಸ್ಲಿಮ್ ದಂಪತಿ ಎನ್ನುವುದನ್ನು ಪಂಡಿತವರ್ಗ ಒಪ್ಪಿದೆ. ಕಬೀರರ ಜೀವಿತಕಾಲದ ಬಗ್ಗೆಯೂ ಒಮ್ಮತವಿಲ್ಲ. ಜನ್ಮದ ವರ್ಷವನ್ನು ಕ್ರಿ.ಶ.1398 ರಿಂದ 1440 ರವರೆಗೂ ಎಳೆದಾಡಿದರೆ ಮೃತವಾದ ವರ್ಷವನ್ನು ಕ್ರಿ.ಶ.1518 ಎಂದು ಹೇಳುತ್ತಾರೆ.

(ಚಿತ್ರ20–ಕಬೀರ್‌ದಾಸ–ಮಂದಿರ)

ಕಬೀರರ ಜೀವನಕ್ಕೆ ಸಂಬಂಧಪಟ್ಟಂತೆ ಇನ್ನೂ ಅನೇಕ ಜನಜನಿತ ಕಥೆಗಳಿವೆ. ನೇಕಾರರ ಸಾಮಾನ್ಯ ದಂಪತಿಗಳ ಮಗುವಿಗೆ ಸಾಮಾನ್ಯ ಹೆಸರಿಡಲು ಖಾಜಿಯು ಕುರಾನಿನ ಪುಟಗಳನ್ನು ತಿರುವಿಹಾಕಿದ ನಾಲ್ಕು ಸಲವೂ ಕಬೀರ್, ಅಕ್ಬರ್, ಕುಬ್ರ, ಕಿಬ್ರಿಯಾ ಎಂದು ಭಗವಂತನನ್ನು 'ಮಹತ್' (ದೊಡ್ಡವ) ಎಂದು ಹೊಗಳುವ ಹೆಸರುಗಳೇ ಬರಬೇಕೆ! ಬಾಲಕ ಕಬೀರನಿಗೆ ಲೋಕವಿದ್ಯೆ ಕಲಿಯುವ ಅವಕಾಶ ಸಿಗಲಿಲ್ಲ, ಅರಾಬಿಕ್/ಪರ್ಷಿಯನ್ ಭಾಷೆಯ ಮುಸ್ಲಿಮ್ ಧರ್ಮಗ್ರಂಥಗಳ ಪರಿಚಯವಾಗಲಿಲ್ಲ, ಮ್ಲೇಚ್ಛನೆನಿಸಿ ಹಿಂದೂ ಧರ್ಮಗ್ರಂಥಗಳು ದೂರವೇ ಉಳಿದುವು. ಇಂತಹ ಮುಗ್ಧಬಾಲಕನೊಬ್ಬ ಭಕ್ತಿಗೀತೆಗಳನ್ನು ಹಾಡುತ್ತಿದ್ದರೆ ನೆರೆಯವರಿಗೆ ಆಶ್ಚರ್ಯ, ಆಟವಾಡುವಾಗಲೂ 'ರಾಮ್ ರಾಮ್' ಎಂದು ಜಪಿಸುತ್ತಿದ್ದರೆ, ಮುಸ್ಲಿಮರಿಗೆ 'ಇವನೆಲ್ಲಿಯ ಕಾಫಿರ' ಎಂದು ಸಿಟ್ಟು ಏರುತ್ತಿತ್ತು. ಪ್ರಾಯಶಃ ಇದನ್ನು ನೆನಪಿನಲ್ಲಿಟ್ಟುಕೊಂಡೇ ಕಬೀರರು ಮುಂದೊಮ್ಮೆ "ನನ್ನ ನಾಲಿಗೆಯಲಿ ವಿಷ್ಣು, ನನ್ನ ಕಣ್ಣಲಿ ನಾರಾಯಣ, ನನ್ನ ಹೃದಯದಲಿ ಗೋವಿಂದ, ನನ್ನ ಧ್ಯಾನವೆಲ್ಲ ಹರಿ" ಎಂದು ಹಾಡಿರಬೇಕು:. ತಂದೆ ಹಬ್ಬವೊಂದರಲ್ಲಿ ಪ್ರಾಣಿಬಲಿ ಕೊಡಬೇಕೆಂದಿದ್ದಾಗ, ಪುಟ್ಟ ಬಾಲಕನ ದುಃಖ ಹೇಳತೀರದು. ಕೊನೆಗೆ ಇವನ ತೃಪ್ತಿಗಾಗಿ ಬಲಿ ನಿಲ್ಲಬೇಕಾಯಿತು. ಪ್ರಾಪ್ತ ವಯಸ್ಸಿನಲ್ಲಿ ಮುಸ್ಲಿಮರ 'ಸುನತಿ' ಎಂಬ ಮತಸಂಸ್ಕಾರ ಮಾಡಿಸಿಕೊಳ್ಳಲು ಹುಡುಗ ಒಪ್ಪಲಿಲ್ಲ. ಇದನ್ನೇ ಮುಂದೆ "ಸುನತಿಯಿಂದ ಮುಸ್ಲಿಮನಾಗುವುದಾದರೆ, ತಿಲಕದಿಂದ ಬ್ರಾಹ್ಮಣನಾಗುವುದಾದರೆ, ಹುಟ್ಟುವಾಗಲೆ ಈ ಚಿಹ್ನೆಗಳೇಕಿರಲಿಲ್ಲ?" ಎಂದು ತಮ್ಮ ದೋಹೆಯೊಂದರಲ್ಲಿ ಪ್ರಶ್ನೆಯಾಗಿ

ಕೇಳಿದ್ದಾರೆ. ಬಾಲ್ಯದಲ್ಲಿ ಬಣ್ಣಬಣ್ಣದ ನೂಲನ್ನು ಉದ್ದ ಮತ್ತು ಅಡ್ಡವಾಗಿ (ತಾನಾ-ಬಾನಾ) ನೆಯ್ದು ಸುಂದರಚಾದರವನ್ನು ತಯಾರಿಸಲು ಕಲಿತವ ಅಷ್ಟೇ ಸುಲಭವಾಗಿ, ಅದು ಹೇಗೋ ಏನೋ, ನವಿರಾದ ಅಧ್ಯಾತ್ಮಿಕ ಚಿಂತನೆಗಳನ್ನೂ ಸೂಕ್ಷ್ಮವಾಗಿ ಹೆಣೆಯಲು ಕಲಿತನು. ಚಿಂತನೆ, ಧ್ಯಾನದಲ್ಲಿ ಮನವೆಲ್ಲೋ ಮಗ್ನವಾಗಿ ಮಗ್ಗ ನಿಂತುದೂ ತಿಳಿಯುತ್ತಿರಲಿಲ್ಲ. ಬಾಲಕನಿಗೆ ಇನ್ನೊಬ್ಬರ ನೋವು ನೋಡಲಾಗುತ್ತಿರಲಿಲ್ಲ. ನೆಯ್ದುಬಟ್ಟೆಯನ್ನು ಮಾರಲುಹೋದಾಗ ಅರ್ಧಬಟ್ಟೆಯನ್ನು ಸಾಧುವಿಗೋ ಇಲ್ಲವೆ ಅರ್ಧಹಣವನ್ನು ಬೇಡಿದವರಿಗೋ ಹಂಚಿಬಿಡುತ್ತಿದ್ದ. ಇದನ್ನು ನೋಡಿದ ಪುಣ್ಯಾತ್ಮನೊಬ್ಬ, ಸಾಧುವಿಗೆ ಕೊಟ್ಟಬಟ್ಟೆಯ ಅರ್ಧಹಣವನ್ನು ಕಬೀರರಿಗೆ ಕೊಟ್ಟನಂತೆ. ಒಮ್ಮೆ ಬಟ್ಟೆಗೆ ಐದು ಟಕ (ರೂಪಾಯಿ) ಕೇಳಿದರೆ, ಮೂರು ಟಕ ಕೊಡಲು ಯಾರೂ ತಯಾರಿರಲಿಲ್ಲ. ಹುಡುಗನ ಪಾಡುನೋಡಿದ ದಳಾಳಿಯೊಬ್ಬ ಆ ಬಟ್ಟೆಯನ್ನು ಎತ್ತಿಹಿಡಿದು "ಚೆಂದದ ಬಟ್ಟೆ! ಕೇವಲ ಹನ್ನೆರಡೇ ಟಕ!" ಎಂದು ಕೂಗಿ ಜನರನ್ನು ಆಕರ್ಷಿಸಿದಾಗ ಒಬ್ಬ ಅದನ್ನ ಹನ್ನೊಂದು ಟಕ ಕೊಟ್ಟು ಕೊಂಡನಂತೆ. ದಳಾಳಿ ತಾನು ಎರಡು ಟಕ ಇಟ್ಟುಕೊಂಡು ಒಂಬತ್ತನ್ನು ಕಬೀರನಿಗೆ ಕೊಟ್ಟರೆ, ಅವನೇಕೆ ಒಪ್ಪಬೇಕು. ನ್ಯಾಯವಾಗಿ ಸಲ್ಲಬೇಕಾಗಿದ್ದ ಐದು ಟಕವನ್ನು ಮಾತ್ರ ತೆಗೆದುಕೊಂಡು ತೃಪ್ತನಾದನಂತೆ.

ಮೂರ್ತಿಪೂಜೆ, ಜಾತಿಪದ್ಧತಿ ಮತ್ತು ಕರ್ಮಕಾಂಡದ ಆಚಾರ, ಸಂಪ್ರದಾಯಗಳನ್ನು ತಿರಸ್ಕರಿಸಿದ ಕಬೀರರ ಮಾತುಗಳನ್ನು ಕಾಶಿಯಲ್ಲಿ ಒಪ್ಪುವವರಾರು? 'ಗುರುವೇ ಇಲ್ಲದ ಈ ಮಹಾಗುರು ನಮಗೇ ಉಪದೇಶ ಕೊಡಲು ಬಂದ' ಎಂದು ಪಂಡಿತರು ಹೀಯಾಳಿಸಿದ್ದರಿಂದ ಕಬೀರರಿಗೆ ಗುರುವಿನ ಅವಶ್ಯಕತೆ ಕಂಡಿತು ಎಂದು ಕೆಲವರು ಅಭಿಪ್ರಾಯಪಡುತ್ತಾರೆ. ವೈಷ್ಣವಪಂಥಿಗಳಾದ ರಾಮಾನಂದರು ಎಷ್ಟೇ ಉದಾರಮನಸ್ಕರಾಗಿದ್ದರೂ, ಪ್ರಾಯಶಃ ಮುಸ್ಲಿಮನೊಬ್ಬನನ್ನು ಶಿಷ್ಯನಾಗಿ ಮಾಡಿಕೊಳ್ಳಲು ಸುಲಭವಾಗಿ ಒಪ್ಪಿಲ್ಲದಿರಬಹುದು. ಕಬೀರ ಮುಂಜಾವಿನ ಮುಸುಕಿನಲ್ಲಿ ಪಂಚಗಂಗಾ ಘಾಟ್‌ನ ಮೆಟ್ಟಲುಗಳ ಮೇಲೆ ಮಲಗಿರುವುದನ್ನು ನೋಡದೆ, ಗಂಗಾಸ್ನಾನ ಮುಗಿಸಿದ ರಾಮಾನಂದರು ಕಬೀರರನ್ನು ತುಳಿದು 'ರಾಮ್ ರಾಮ್' ಎಂದು ಉದ್ಗರಿಸಿದರಂತೆ. ಅದನ್ನೇ ಕಬೀರ ದೀಕ್ಷಾಮಂತ್ರವೆಂದು ಸ್ವೀಕರಿಸಿದಾಗ ರಾಮಾನಂದರು ಇವರ ಗುರುವಾದರು. ಆದರೆ ಕಬೀರರ ರಾಮ 'ಸಗುಣರಾಮ'ನಾಗಿರದೆ 'ನಿರ್ಗುಣರಾಮ'ನಾಗಿದ್ದ. ಕಬೀರರಿಗೆ 'ರಾಮ ರಹೀಮ ಅಲ್ಲಾ' ಎಲ್ಲವೂ ಒಂದೇ, ಎಲ್ಲವೂ ನಮ್ಮೊಳಗೇ ಸ್ಪಂದಿಸುತ್ತಲಿರುವ ದೈವಸಾಕ್ಷಾತ್ಕಾರದ 'ಶಬ್ದ' (ಅನಾಹತನಾದ, ಅಮೃತವಾಣಿ, ಆಕಾಶವಾಣಿ, ರಾಮಧುನ್, ನಾಮ). ಈ ಯೋಗಮಾರ್ಗವನ್ನು ತಿಳಿಸಿದ ಗುರು ಸಗುಣೋಪಾಸಕರಾದ ರಾಮಾನಂದರಲ್ಲದೆ ಇನ್ನೊಬ್ಬರು ಯಾರೋ ಇರಬೇಕೆಂದೂ, ಅವರ ಹೆಸರನ್ನು ಕಬೀರರೂ

ಎಲ್ಲೂ ಹೇಳಿಲ್ಲವೆಂದೂ, ಶೇಕ್ ತಕಿ ಎನ್ನುವವರು ಕಬೀರರ ಗುರುವಾಗಿದ್ದರೆಂದೂ ಅನೇಕ ಹೇಳಿಕೆಗಳಿವೆ. ಇದೇ ಅಲ್ಲದೆ ಗುರು ರಾಮಾನಂದರ ಮೇಲೂ ಕ್ರಮೇಣ ಶಿಷ್ಯನ ಪ್ರಭಾವ ಬೀರಿತು ಎನ್ನಲು ಒಂದು ಕಥೆಯಿದೆ. ಒಮ್ಮೆ ಗುರುಗಳಿಗೆ ಗೌರವ ಸಲ್ಲಿಸಲು ಬಂದ ಕಬೀರರು ರಾಮಾನಂದರು ಮಾನಸ ಪೂಜೆಯಲ್ಲಿ ನಿರತರಾಗಿರುವುದನ್ನು ನೋಡಿ ಪರದೆಯ ಹಿಂದೆಯೇ ನಿಂತರು. ಗುರುಗಳು ಆರಾಧ್ಯದೈವ ರಾಮನಿಗೆ ಮನದಲ್ಲೇ ಸ್ನಾನ, ಪೂಜೆ, ಅಲಂಕಾರ ಮಾಡುವಾಗ, ಹಾರಹಾಕುವ ಮುನ್ನವೆ ಕಿರೀಟ ತಲೆಗಿಟ್ಟರು. ಕಿರೀಟತೆಗೆಯದೆ ಹೂವಿನಹಾರ ಹಾಕುವುದು ಕಷ್ಟವಾಗಿ ಗುರುಗಳು ಸಂದಿಗ್ಧಕ್ಕೆ ಸಿಕ್ಕಿಕೊಂಡರು. ಪರದೆಯ ಹೊರಗೆನಿಂತಿದ್ದ ಕಬೀರರು "ಗುರುಗಳೇ, ಹಾರದ ಗಂಟನ್ನು ಬಿಚ್ಚಿ ಕತ್ತಿನ ಸುತ್ತ ಹಾಕಿರಿ" ಎಂದು ಸಲಹೆ ಮಾಡಿದರು. ಆಶ್ಚರ್ಯಚಕಿತರಾದ ರಾಮಾನಂದರು, ತನ್ನ ಮನದ ಭಾವನೆಗಳನ್ನೇ ಓದಿದ ಶಿಷ್ಯನಿಂದ ಮುಚ್ಚಿಡಲೇನಿದೆಯೆಂದು ಮಧ್ಯದ ಪರದೆ ಸರಿಸಲು ಹೇಳಿದರಂತೆ. ಆಗಿನಿಂದ ರಾಮಾನಂದರು ಕಬೀರರ ಅಭಿಪ್ರಾಯ, ಚಿಂತನೆ, ಹೇಳಿಕೆಗಳಿಗೆ ಹೆಚ್ಚು ಮಹತ್ವಕೊಡುತ್ತಿದ್ದರಲ್ಲದೆ, ಕಬೀರರಿಂದ ಸಾಕಷ್ಟು ಪ್ರಭಾವಿತರೂ ಆಗಿದ್ದರು. ಆದಿಗ್ರಂಥದಲ್ಲಿ ಸೇರಿಸಿರುವ ರಾಮಾನಂದರ ಒಂದು ಪದ್ಯದಲ್ಲಿ "ಪರಮಾತ್ಮ ಸರ್ವವ್ಯಾಪಿ, ಗುರುಶಬ್ದ ಕರ್ಮಗಳ ನಾಶಕಾರಕ" ಎಂಬ ಸಾಲುಗಳಿವೆ. ಆರ್.ಡಿ. ರಾನಡೆಯವರ ಪ್ರಕಾರವೂ ರಾಮಾನಂದರ ಹಿಂದಿಪದ್ಯಗಳು (ಅವತಾರಗಳ ಸಾಂಪ್ರದಾಯಿಕ ಪೂಜಾಪದ್ಧತಿಗಳ ಬಗ್ಗೆ ಬರೆದಿರುವ ಅವರ ಸಂಸ್ಕೃತ ಗ್ರಂಥಗಳಾದ 'ರಾಮಾರ್ಚನ ಪದ್ಧತಿ' ಮತ್ತು 'ವೈಷ್ಣವ ಮತಾಬ್ಜ ಭಾಸ್ಕರ' ಇವುಗಳಂತಲ್ಲದೆ) ಕಬೀರರ 'ನಿರ್ಗುಣ' ಉಪದೇಶಗಳಿಗೆ ಹೆಚ್ಚು ಹತ್ತಿರವಾಗಿವೆ. ಕಬೀರರು ರಾಮಾನಂದರ ಶಿಷ್ಯರಾಗಿದ್ದಿರಬೇಕಾದರೆ, ಅವರ ಪ್ರಭಾವ ಗುರುವಿನ ಮೇಲೂ ಆಗಿರಬೇಕಾದರೆ ರಾಮಾನಂದರ ಕಾಲ ಕ್ರಿ.ಶ.1299–1448 ಆಗಿದ್ದಿರಬೇಕು ಎಂಬ ಹೇಳಿಕೆಯನ್ನು ಸಮರ್ಥಿಸಬೇಕಾಗುತ್ತದೆ.

ಕಬೀರರಿಗೆ ಇಬ್ಬರು ಹೆಂಡತಿಯರಿದ್ದರೆಂದೂ, ಅವರ ಮೊದಲ ಹೆಂಡತಿ ಧನಿಯಾ (ರಮಜನಿಯಾ) ಕುರೂಪಿಯೂ ಕುಜಾತಿಯವಳೂ ಆಗಿದ್ದರಿಂದ, ಎರಡನೆಯವಳಾದ ಲೋಯಿಯನ್ನು ಮದುವೆಯಾದರೆಂದೂ ಕಬೀರರ ದೋಹೆಯೊಂದರಿಂದ ತಿಳಿದುಬರುತ್ತದೆ. ಅವರಿಗೆ ಇಬ್ಬರು ಪುತ್ರರು, ಇಬ್ಬರು ಪುತ್ರಿಯರು ಇದ್ದರೆಂದು ಹೇಳಿದರೂ, ಲೋಯಿಯ ಮೂಲಕ ಅವರ ಮಗ ಕಮಾಲ್ ಮತ್ತು ಮಗಳು ಕಮಾಲಿ ಎಂಬ ಹೆಸರುಗಳು ಕೇಳಿಬರುತ್ತದೆ. ಅನೇಕಸಲ ಕಬೀರ್ ಸಾಧುಗಳ ಸಂಗದಲ್ಲಿ ನೇಯ್ಗೆಯ ಕೆಲಸ ಮರೆತು ಹೆಂಡತಿ ಲೋಯಿಯ ದುಃಖಕ್ಕೆ ಕಾರಣರಾಗುತ್ತಿದ್ದರು. ಬೋಳುತಲೆಯ ಸಾಧುಗಳು ತನ್ನ ಮನೆ ಬೋಳಿಸಿದರೆಂದು ಲೋಯಿ ಅತ್ತಾಗ, ಕಬೀರರು 'ಸಾಧುಗಳೇ ಮುಳುಗುವ ದೋಣಿಗೆ ಆಸರೆ' ಎಂದು ಅವಳನ್ನು ಸಮಾಧಾನ ಪಡಿಸಿ, ಸಾಧುಗಳ ಸಹಜತೆಗೆ ತಲೆಬಾಗುತ್ತಿದ್ದರು. ಒಮ್ಮೆ ಅನೇಕ ಸಾಧುಗಳು ಮನೆಗೆ ಬಂದಾಗ ಅವರ ಆತಿಥ್ಯಕ್ಕೆ

ಏನೂ ಇರಲಿಲ್ಲ. ಲೋಯಿ ಅಂಗಡಿಗೆ ಹೋಗಿ ಉದಾರಕ್ಕೆ ಸಾಮಾನು ಕೇಳಿದಾಗ, ಅಂಗಡಿಯ ಮಾಲಿಕನ ಕೆಟ್ಟಕಣ್ಣು ಇವಳ ಮೇಲೆ ಬಿತ್ತು. ಅಂದು ರಾತ್ರಿ ಅವನ ಮನೆಗೆ ಬರುವುದಾದರೆ ಸಾಮಾನನ್ನು ಉದರಿಗೆ ಕೊಡುವೆನೆಂದ. ಕಬೀರರಿಗೆ ದೂರು ಹೇಳಿದರೆ, ಆ ಮಹಾಶಯ ಷರತ್ತಿಗೆ ಒಪ್ಪಿ ಅತಿಥಿ ಸತ್ಕಾರಮಾಡಲು ಹೇಳಬೇಕೆ! ಅಷ್ಟೇ ಸಾಲದೆಂಬಂತೆ ಆ ರಾತ್ರಿ ಲೋಯಿಯನ್ನು ಅವನ ಮನೆಗೆ ಬಿಟ್ಟಾಗ, ವಿಷಯ ತಿಳಿದ ವ್ಯಾಪಾರಿ ತನ್ನ ತಪ್ಪಿಗೆ ನಾಚಿಕೆಯಿಂದ ನೊಂದು ಕಬೀರರ ಕ್ಷಮೆಬೇಡಿದನಂತೆ. ಕೊನೆಗೆ ಅವರ ಶಿಷ್ಯನಾದನಂತೆ. ಇನ್ನೊಮ್ಮೆ ಬ್ರಾಹ್ಮಣರ ಕಿತಾಪತಿಯಿಂದಾಗಿ ಅನೇಕ ಸಾಧುಗಳು 'ಆಹ್ವಾನಿತ ಔತಣಕ್ಕೆಂದು' ಮನೆಗೆ ಬಂದರೆ ಲೋಯಿಯ ಅಡುಗೆಯ ಮನೆಯಲ್ಲಿ ಏನೂ ಇರಲಿಲ್ಲ. ಆಗ ಇದ್ದ ಅಲ್ಪಸ್ವಲ್ಪದರಲ್ಲೇ ಊಟತಯಾರಿಸಿ ಬಡಿಸಿದರೆ, ಅದು ಎಲ್ಲರಿಗೂ ಸಾಕಾಗಿ ಇನ್ನೂ ಉಳಿದಿತ್ತಂತೆ! ಇನ್ನೊಮ್ಮೆ ಮಗಳು ಕಮಾಲಿ ಬಾವಿಯಿಂದ ನೀರುಸೇದುತ್ತಿದ್ದಾಗ ಒಬ್ಬ ಬ್ರಾಹ್ಮಣ ಯುವಕ ಅವಳ ಕೈಯ್ಯಿನಿಂದ ನೀರು ಹಾಕಿಸಿಕೊಂಡು ಕುಡಿದನಂತೆ. ಆಮೇಲೆ ಅವಳೊಬ್ಬ ನೆಯ್ಗೆಯ ಮುಸ್ಲಿಮ್ ಎಂದು ತಿಳಿದು, ತನ್ನ ಜಾತಿ ಕೆಡಸಿದಳೆಂಬ ಕೋಪದಿಂದ ಕೂಗಾಡಿದನಂತೆ. ಏನು ಹೇಳಲೂ ತಿಳಿಯದೆ ಕಮಾಲಿ ಅವನನ್ನು ತನ್ನ ತಂದೆಯಬಳಿ ಕರೆದುಕೊಂಡು ಹೋಗಿ ವಿಚಾರ ತಿಳಿಸಿದಳಂತೆ. ಆಗ ಕಬೀರ " ಅಪ್ಪಾ, ನೀರಿನಲ್ಲಿ ಅನೇಕ ಪ್ರಾಣಿ ಜಂತುಗಳು ದಿನದಿನವೂ ಹುಟ್ಟಿ, ಜೀವಿಸಿ, ಸಾಯುತ್ತಲೇ ಇರುತ್ತವೆ. ಅವುಗಳ ಮಲಮೂತ್ರ, ರಕ್ತ, ಮಾಂಸದಿಂದ ಕೊಳಚೆಯಾಗದ ನೀರು ಒಬ್ಬ ಮನುಜನ ಸ್ಪರ್ಶಮಾತ್ರದಿಂದ ಅಪವಿತ್ರವಾಗುತ್ತದೆಯೆ? ವೇದವ ಪಠಿಸುವ ಪಂಡಿತ, ಕುರಾನನ್ನೋದುವ ಮೌಲಾನಾ ಇಬ್ಬರೂ ಒಂದೇ ಮಣ್ಣಿನಿಂದ ಮಾಡಿದ ಘಟಗಳು. ಇಬ್ಬರೂ ತಮ್ಮದೇ ಆದ ಮಾಯೆಗೆ ಸಿಕ್ಕಿದ್ದಾರೆ. ಪರಮಾತ್ಮನನ್ನು ಮಾತ್ರ ಅರಿತಿಲ್ಲ" ಎಂದರಂತೆ. ಆ ಯುವಕ ಕಬೀರನ ಶಿಷ್ಯನಾದುದೇ ಅಲ್ಲದೆ ಕಮಾಲಿಯನ್ನು ಮದುವೆ ಯಾದನಂತೆ. ಮುಲ್ತಾನಿನಲ್ಲಿ ಗಂಡನೊಡನೆ ನೆಲೆಸಿದ ಕಮಾಲಿ ತನ್ನ ತಂದೆಯ ಉಪದೇಶಗಳನ್ನು ಸಾರುವ ಅನೇಕ ಪದ್ಯಗಳನ್ನು ರಚಿಸಿದ್ದಾಳೆ.

ಕಬೀರರ ವ್ಯಕ್ತಿತ್ವ, ಸರಳಜೀವನ, ನಿಷ್ಕಪಟತನ, ಶುದ್ಧಹೃದಯ, ತಿಳಿಮನಸು, ಸೂಕ್ಷ್ಮಗ್ರಾಹಿತ್ವ, ಗಹನವಾದ ಚಿಂತನೆ, ಗೊಂದಲವಿಲ್ಲದ ವಿಚಾರಸರಣಿ, ಸುಲಭ ದೃಷ್ಟಾಂತ, ಸ್ಪಷ್ಟ ಉಪಮೆ, ನೇರ ಮಾತು ಇವುಗಳು ಸಾಮಾನ್ಯರನ್ನು ಆಯಸ್ಕಾಂತದಂತೆ ಆಕರ್ಷಿಸುತ್ತಿದ್ದುವು. ಗಹನವಾದ ಚಿಂತನದಿಂದ ಕಬೀರರು ಸತ್ಯವನ್ನು ಅರಿತಿದ್ದರು, ಅನುಭವಿಸಿದ್ದರು. ಸತ್ಯದ ನಿಲುವಿನಲ್ಲಿ ಸಮಾಜದ ಆಗುಹೋಗುಗಳು ಕರ್ಕಶ, ಕುರೂಪ ಎನಿಸಿದ್ದವು. ಸಮಾಜದಲ್ಲಿ ನೊಂದವರನ್ನು ನೋಡಿ ಅವರ ಮಾನವೀಯತೆ ಮಿಡಿದಿತ್ತು, ಹೃದಯ ಸ್ಪಂದಿಸಿತ್ತು. ಮಾನವೀಯತೆಯ ಸ್ಪಂದನ ಅವರ ವಚನಗಳಲ್ಲಿ ಝೇಂಕರಿಸಿತು.

ಆ ವಚನಗಳು ಬಿದ್ದವರನ್ನು ನೊಂದವರನ್ನು ಎಬ್ಬಿಸಲು, ತುಳಿಯುವವರನ್ನು ಮೋಸಗಾರರನ್ನು ನಗ್ನರಾಗಿ ತೋರಿಸಲು ಸಫಲವಾದುವು. ರೋಸಿಹೋದಾಗ ಇದ್ದುದನ್ನು ಇದ್ದಹಾಗೆ ಹೇಳುವ, ಯಾರನ್ನು ಬೇಕಾದರೂ ಎದುರುಹಾಕಿಕೊಳ್ಳುವ ಮನೋಭಾವವನ್ನು ತೋರಿದುವು. ಈ ಮನೋಭಾವದಿಂದಾಗಿ ವೇದ ಮತ್ತು ಕುರಾನನ್ನು ಓದಿಯೂ ದೇವರನ್ನು ತಿಳಿಯದ ಪಂಡಿತ ಮತ್ತು ಖಾಜಿಗಳನ್ನು ವಿರೋಧಿಸಿದರು, ಮಂದಿರ ಮಸೀದಿಗಳ ಮೂಲಕ ಹರಡುವ ಕಂದಾಚಾರ ಮತ್ತು ಸಂಪ್ರದಾಯಗಳ ವಿರುದ್ಧ ಟೀಕೆಮಾಡಿದರು, ಶುದ್ಧತೆ ಪವಿತ್ರತೆಯ ಹೆಸರಿನಲ್ಲಿ ಅಸ್ಪೃಶ್ಯತೆಯನ್ನು ಪಾಲಿಸಿ ತಾವೇ ಅಂತಃಶ್ಶುದ್ಧಿಯನ್ನು ಕಳೆದುಕೊಂಡಿರುವವರ ಮೇಲೆ ಕಿಡಿಕಾರಿದರು, ಬಡವ ಬಲ್ಲಿದ ಮೇಲು ಕೀಳು ಎಂಬ ವ್ಯತ್ಯಾಸಗಳನ್ನು ನಿರಂತರವಾಗಿಸುವ ಸಮಾಜವನ್ನು ತಿರಸ್ಕಾರದಿಂದ ನೋಡಿದರು. ಇದೇ ಮುಂತಾದ ಅನೇಕ ಕಾರಣಗಳಿಂದ ಕಬೀರರನ್ನು ಕ್ರಾಂತಿಕಾರಿ ಎನ್ನುತ್ತಾರೆ. ಕಬೀರರ ಕ್ರಾಂತಿಯ ಕಿಡಿಯನ್ನು ಅವರ ಸಾಹಿತ್ಯದಲ್ಲಿ ಮತ್ತು ಅನುಯಾಯಿಗಳಿಗೆ ಹಾಗೂ ವಿರೋಧಿಗಳಿಗೆ ಅವರು ಕೊಡುತ್ತಿದ್ದ ತಿಳುವಳಿಕೆಯ ಮಾತುಗಳಲ್ಲಿ ಕಾಣಬಹುದು. ಒಟ್ಟಿನಲ್ಲಿ ಸತ್ಯದ ಮನವರಿಕೆಯಂತೆ ಮಾತು, ಮಾತಿನಂತೆ ಜೀವನ ಅವರಲ್ಲಿ ಏಕತಾನವಾಯಿತು.

ಕಬೀರರು ಜನರ ಮನೋಗತವನ್ನು ಬಹಳ ಚೆನ್ನಾಗಿ ಅರಿತಿದ್ದರಿಂದ, ಸಮಯಕ್ಕೆ ತಕ್ಕಂತೆ ವಿನಯ, ಗಾಬರಿ, ಧಕ್ಕೆ ಎಂಬ ಅಸ್ತ್ರಗಳಿಂದ ಪಂಡಿತರನ್ನು ತಲ್ಲಣಗೊಳಿಸುತ್ತಿದ್ದರು, ಆಷಾಢಭೂತಿಗಳ ಮರ್ಮವನ್ನು ಭೇದಿಸುತ್ತಿದ್ದರು, ವಿರೋಧಿಗಳ ಹುಳುಕನ್ನು ತೋರಿಸುತ್ತಿದ್ದರು, ಗರ್ವಿಗಳ ಅಹಂಕಾರವನ್ನು ಚುಚ್ಚಿ ಒಡೆಯುತ್ತಿದ್ದರು, ಶ್ರೀಮಂತಿಕೆ, ಬುದ್ಧಿವಂತಿಕೆ, ಯೌವ್ವನ ಮತ್ತು ಸೌಂದರ್ಯದಿಂದ ಬೀಗುವವರನ್ನು ಮುಗ್ಗರಿಸುವಂತೆ ಮಾಡುತ್ತಿದ್ದರು. ಆದರೆ, ಎಲ್ಲರನ್ನೂ ವಾದದಲ್ಲಿ ಗೆದ್ದಿರುವೆನೆಂಬ ಗರ್ವ ಅವನ ನೆತ್ತಿಗೇರಿತ್ತು. ಅವನಿಗೆ 'ಸರ್ವಜಿತ್' ಎಂಬ ಬಿರುದು ಬೇರೆ! ಈ ಪಂಡಿತ ಕಬೀರರೊಡನೆ ವಾದಕ್ಕೆಬಂದಾಗ ಗಾಡಿಯ ತುಂಬ ಗ್ರಂಥಗಳನ್ನೂ ತಂದಿದ್ದನು. ಅದನ್ನು ನೋಡಿದ ಕಬೀರನ ಮಗಳು ಕಮಾಲಿ "ಕಬೀರರ ಮನೆ ಗುಡ್ಡದಲ್ಲಿದೆ, ದಾರಿಕಡಿದು ಮತ್ತು ಇಳಿಜಾರು. ಇರುವೆಗಳೂ ಕಾಲಿಡಲಾಗದ ಬೆಟ್ಟಕ್ಕೆ ಪಂಡಿತರು ಗಾಡಿತುಂಬ ಗ್ರಂಥಗಳನ್ನು ತರುವುದೇ?" ಎಂದು ಆಶ್ಚರ್ಯ ಸೂಚಿಸುತ್ತಾ ಉದ್ಗರಿಸಿದಳಂತೆ. ಕಬೀರರು ಮಾತ್ರ ವಿನಯದಿಂದ "ಅಯ್ಯಾ, ನನ್ನೊಡನೆ ವಾದವೇಕೆ? ನನ್ನ ಸೋಲನ್ನು ಒಪ್ಪಿಕೊಳ್ಳುತ್ತೇನೆ" ಎಂದಾಗ, ಹೇಳಿದ್ದನ್ನೇ ಬರೆದು ಕೊಡುವಂತೆ ಪಂಡಿತ ಕೇಳಿದನಂತೆ. ಪಂಡಿತನೇ ಬರೆದ "ಕಬೀರನು ಸರ್ವಜಿತನಿಗೆ ಸೋತಿದ್ದಾನೆ" ಎಂಬ ಕಾಗದಕ್ಕೆ ಕಬೀರ ಸಹಿಮಾಡಿದರು. ಮನೆಗೆ ಹೋಗಿ ನೋಡಿದರೆ ಆ ಕಾಗದದಲ್ಲಿ "ಸರ್ವಜಿತನು ಕಬೀರನಿಗೆ ಸೋತಿದ್ದಾನೆ" ಎಂದಿತ್ತು. ಮೂರುಸಲ ಕಬೀರರ ಮನೆಗೆಸುತ್ತಿ, ತಾನೇ ಸರಿಯಾಗಿ ಬರೆದು ಸಹಿಹಾಕಿಸಿದರೂ, ತನ್ನ ಮನೆಗೆಬಂದಾಗ

'ಸರ್ವಜಿತನು ಸೋತಿದ್ದಾನೆ' ಎಂದೇ ಇರುತ್ತಿತ್ತು. ಇದನ್ನು ನೋಡಿದ ಪಂಡಿತನ ತಾಯಿ "ದುರಹಂಕಾರವು ಎಂದಿಗೂ ವಿನಯವನ್ನು ಗೆಲ್ಲಲಾರದು" ಎಂದಳಂತೆ. ಹೀಗೆ ಪಂಡಿತರು ಮುಗ್ಗರಿಸಿದ ಉದಾಹರಣೆಗಳು ಎಷ್ಟೋ! ಇನ್ನು ಕಂದಾಚಾರ, ಮೂಢನಂಬಿಕೆ, ಕರ್ಮಕಾಂಡ, ಅರಿವಿಲ್ಲದ ಪೂಜೆಪುನಸ್ಕಾರಗಳಲ್ಲಿ ಮುಳುಗಿ, ಮೈಮನ ಮರೆತು ಗಾಢನಿದ್ದೆಯಲ್ಲಿ ಮಲಗಿಯೇ ಇರುವವರನ್ನು ತಲ್ಲಣಗೊಳಿಸುವಂತೆ ಧಕ್ಕೆಕೊಟ್ಟು ಹೊಡೆದೆಬ್ಬಿಸುತ್ತಿದ್ದರು. ಜಹಾನ್ ಗಶ್ಟ್ ಶಾ ಎಂಬ ಫಕೀರ ಮನೆಗೆ ಬರುತ್ತಾನೆಂದು ತಿಳಿದಾಗ ಕಬೀರರು ಮನೆಯ ಮುಂದೆ ಹಂದಿಯನ್ನು ಕಟ್ಟಿಸಿದರು. ಹಂದಿಯನ್ನು ನೋಡಿ ಜುಗುಪ್ಸೆ, ಕೋಪ, ದ್ವೇಷದಿಂದ ಹಾಗೆಯೆ ತಿರುಗಿಹೋಗುತ್ತಿದ್ದ ಫಕೀರನನ್ನು ಕಬೀರರು ವಾಪಸ್ಸು ಕರೆದಾಗ, ಆತ ಕೋಪದಿಂದ "ನೀನೊಬ್ಬ ಸಂತ ಎಂದು ಕೊಂಡಿದ್ದೆ. ಆದರೆ ನೀನು ಮನೆಯ ಮುಂದೆ ಅಪವಿತ್ರವಾದುದನ್ನು ಕಟ್ಟಿದ್ದೀಯೆ. ನೀನೊಬ್ಬ ಕಾಫಿರ್ ಎಂದು ತಿಳಿಯಿತು. ಅದಕ್ಕೇ ಹಿಂದಿರುಗುತ್ತಿದ್ದೇನೆ" ಎಂದನಂತೆ. ಕಬೀರ್ ನಗುತ್ತಾ "ಸ್ನೇಹಿತನೇ, ನಾನು ಹಂದಿಯನ್ನು (ಅಪವಿತ್ರವನ್ನು) ಮನೆಯ ಹೊರಗೆ ಕಟ್ಟಿದ್ದೇನೆ. ನೀನಾದರೋ ಕೋಪ ಮತ್ತು ದ್ವೇಷ ಎಂಬ ಹಂದಿಗಳನ್ನು (ಅಪವಿತ್ರಗಳನ್ನು) ನಿನ್ನೊಳಗೇ ಇಟ್ಟುಕೊಂಡಿದ್ದೀಯೆ" ಎಂದರು. ಇದೇ ರೀತಿ ಗಂಗಾತಟದಲ್ಲಿ ಪೂಜೆ ಸಂಸ್ಕಾರಗಳಲ್ಲೆ ಮುಳುಗಿದ್ದ ಧರ್ಮದಾಸನೆಂಬ ವ್ಯಾಪಾರಿಯನ್ನು ನೋಡಿದ ಕಬೀರ್ "ಈ ದೊಡ್ಡವು ಎರಡು ಸೇರು ಅಳೆಯುವ ಕಲ್ಲುಗಳಿರಬೇಕು, ಈ ಸಣ್ಣವು ಕಾಲು ಸೇರು ಅಳೆಯುವುದಕ್ಕಿರಬೇಕು" ಎಂದು ಹೇಳುತ್ತಾ ಅಲ್ಲಿಂದ ನಿರ್ಗಮಿಸಿದರು. ಇನ್ನೊಮ್ಮೆ ಹವನನಡೆಸುತ್ತಿದ್ದ ಧರ್ಮದಾಸನನ್ನು ನೋಡಿ "ಇವನೊಬ್ಬ ಮಹಾಪಾತಕಿ" ಎಂದಾಗ ಅವನ ಹೆಂಡತಿಗೆ ಬಹಳ ಸಿಟ್ಟುಬಂದಿತು. 'ನಿನ್ನ ಗಂಡ ಅಗ್ನಿಗೆ ಹಾಕುತ್ತಿರುವ ಸೌದೆಯ ಜೊತೆಯಲ್ಲಿ ಹುಳು ಹುಪ್ಪಟೆಯೆಲ್ಲಾ ಬಿದ್ದುಸಾಯುತ್ತಿವೆ. ಇದು ಪಾತಕವಲ್ಲದೆ ಇನ್ನೇನು?" ಎಂದು ಹೇಳಿ ಕಬೀರ್ ಅಲ್ಲಿಂದ ಹೊರಟಿದ್ದರು. ಕೊನೆಗೆ, ಕಬೀರರ ಉಪದೇಶದಿಂದ ಪ್ರಭಾವಿತರಾಗಿ ಧರ್ಮದಾಸ ಮತ್ತು ಅವನ ಹೆಂಡತಿ ಆಮ್ನಾ ಇಬ್ಬರೂ ಕಬೀರರ ಶಿಷ್ಯರಾದರು.

ಕಬೀರ್ ಆಧ್ಯಾತ್ಮಿಕ ಸತ್ಯವನ್ನು ಸಾಮಾನ್ಯರಿಗೆ ತಿಳಿಸುವರೀತಿ ಅತ್ಯಂತ ಸರಳವಾಗಿತ್ತು: "ನಿಮ್ಮ ದೇವರು ಮಸೀದಿಯಲ್ಲಿ ಮಾತ್ರವೆ ಇದ್ದಾನೆ ಎಂದಾದರೆ ಪ್ರಪಂಚದ ಬೇರೆಕಡೆ ಯಾರಿರುತ್ತಾರೆ? ನಿಮಗಾರಿಗೂ ಸತ್ಯದ ಅರಿವಾಗಿಲ್ಲ. ಅವನನ್ನು ನಿಮ್ಮ ಹೃದಯದೊಳಗೇ ಹುಡುಕಿ"ಎನ್ನುವರು. ಪೂಜೆ ಪುನಸ್ಕಾರಗಳನ್ನು ನೋಡಿ "ದೇವರನ್ನು ಆಟದ ಗೊಂಬೆ ಮಾಡಿಕೊಂಡಿದ್ದಾರೆ" ಎಂದು ನಕ್ಕರು. ಚಂದ್ರನ ಬೆಳದಿಂಗಳಿಗೆ ಕರಗದ ಹಿಮದಂತೆ, ಧರ್ಮಾಂಧರು ಮೆದುಮಾತಿಗೆ ಬಗ್ಗುವುದಿಲ್ಲವೆಂದು ಕಬೀರ್ ತಿಳಿದಿದ್ದರು. ಆದ್ದರಿಂದ ಮೂರ್ತಿಪೂಜೆ, ತೀರ್ಥಯಾತ್ರೆ, ಉಪವಾಸ, ತಪಸ್ಸು, ಪುಣ್ಯಸ್ನಾನ, ದೇಹದಮೇಲೆ

ಜಾತಿ–ಪಂಥದ ಲಾಂಛನಗಳು, ಜಪಮಾಲೆ ಮುಂತಾದ ಹೊರಸಾಧನಗಳ ಬಗ್ಗೆ ಕಟುವಾಗಿ ಟೀಕಿಸಿದರು. ಆಷಾಢಭೂತಿತನ, ಆಡಂಬರದ ಪವಿತ್ರತೆ ಮತ್ತು ತೋರಿಕೆಯ ಭಯಭಕ್ತಿ ಇವುಗಳ ಕಣ್ಣುಮುಚ್ಚಾಲೆ ಆಟವನ್ನು ಎತ್ತಿ ತೋರಿಸಿದರು. ಪಂಡಿತರು, ಪುರೋಹಿತರು ಮತ್ತು ಖಾಜಿಗಳು, ಮೌಲಾನಗಳು ಎಲ್ಲರೂ ಧರ್ಮದ ಮಾರಾಟಗಾರರು ಎಂದು ಬಣ್ಣಿಸಿ ಅವರನ್ನು ಬೈದರು. ಅವರು ಶಾಸ್ತ್ರ ಕುರಾನನ್ನು ತಿಳಿದರೂ ದೇವರನ್ನು ಅರಿತಿಲ್ಲ, ಜೀವನ ಸೌಖ್ಯ ಮತ್ತು ಸೊಗಸುಗಳು ಮಾತ್ರ ತಮಗೆಂದು ಬೀಗುತ್ತಾ ಜೀವನಮೌಲ್ಯಗಳನ್ನು ಪಾಲಿಸುವ ಭಾರವನ್ನು ಇತರರಿಗೆ ಹೊರಿಸಿದ್ದಾರೆ ಎಂದು ದೂಷಿಸಿದರು. ಕುರುಡು ಸಂಪ್ರದಾಯಗಳನ್ನು ಜನರ ಮೇಲೆ ಹೇರಿ ಅವರಿಂದ ವಸೂಲಿ ಮತ್ತು ಶೋಷಣೆ ಮಾಡುವುದೇ ಇವರ ಕೆಲಸ ಎಂದರು. ವರ್ಣಾಶ್ರಮದ ತಾರತಮ್ಯಗಳನ್ನು ವಿರೋಧಿಸಿದರು. ಶೋಷಿತರನ್ನು, ಸಾಮಾನ್ಯರನ್ನು ಮತ್ತು ಬಡವರನ್ನು ಜಾಗೃತಿಗೊಳಿಸಲು, ಹಾಗೂ ಪುರೋಹಿತರು ಮತ್ತು ಮುಲ್ಲಾಗಳ ಮೋಸವನ್ನು ಬಯಲಿಗೆಳೆಯಲು ಆಧ್ಯಾತ್ಮಿಕಸತ್ಯವನ್ನು ಸರಳಭಾಷೆಯಲ್ಲಿ ವಿವರಿಸಿದರು. ಇವರೆಲ್ಲಾ ಬನಾರಸ್‌ನ ಥಗ್‌ಗಳು, ಇವರ ಬಲೆಗೆಬೀಳಬೇಡಿ ಎಂದು ಮುಗ್ಧರನ್ನು ಎಚ್ಚರಿಸಿದರು. ಒಟ್ಟಿನಲ್ಲಿ ಸಾಧು ವಾಸ್ವಾನಿಯವರು ಹೇಳಿದಂತೆ ಕಬೀರರ ಮತ ಶ್ರುತಿ, ಸ್ಮೃತಿಗಳನ್ನು ಒಳಗೊಂಡು ಮತ್ತು ಅವನ್ನೂ ಮೀರಿ ಹೃದಯವನ್ನು ತಟ್ಟುವ ಮಾನವೀಯಧರ್ಮ. "ಈ ಧರ್ಮದಲ್ಲಿನ ಸೇವೆ ಮತ್ತು ತ್ಯಾಗದ ಆರಾಧನೆಗೆ ಹೋಲಿಸಿದರೆ ಮಂದಿರ ಮಸೀದಿಗಳಲ್ಲಿನ ಪಠಣವು ತೃಣಸಮಾನ. ಮಂದಿರ, ಮಸೀದಿ, ಚರ್ಚ್‌ಗಳು ದಯೆ ಮತ್ತು ತ್ಯಾಗದ ಮೌಲ್ಯಗಳನ್ನು ಕಡೆಗಣಿಸಿ, ಸುತ್ತಲು ತಾಂಡವವಾಡುತ್ತಿರುವ ಹಸಿವು ಮತ್ತು ಬಡತನವನ್ನು ನಿರ್ಲಕ್ಷಿಸಿ, ಸಂಪತ್ತನ್ನು ಗಳಿಸುತ್ತಿರುವಾಗ ಈ ಮಾನವೀಯ ಧರ್ಮವು ಪೂಜೆ ಮುಂತಾದ ಬಾಹ್ಯಾಚರಣೆಗಳನ್ನು ಬಿಡುತ್ತದೆ." ಈ ರೀತಿಯಲ್ಲಿ ಕಬೀರರ ಸುಧಾರಣೆ ಧಾರ್ಮಿಕಕ್ಷೇತ್ರದಲ್ಲಿಯೇ ಹೆಚ್ಚಾಗಿತ್ತು ಎನ್ನಬಹುದು. ಆದರೂ ಕೆಲವರು ಕಬೀರರನ್ನು ಸಮಾಜ ಸುಧಾರಕರು ಎಂದೂ ಇನ್ನು ಕೆಲವರು ಅವರನ್ನು ರಹಸ್ಯವಾದಿ ಎಂದೂ ಕರೆಯುತ್ತಾರೆ.

ಕಬೀರರ ಸಾಹಿತ್ಯದಲ್ಲಿ 200 ಪದಗಳು, 134 ರಮೈನಿಗಳು ಮತ್ತು 744ಸಾಖಿಗಳು ಇವೆಯೆಂದು ಡಾ. ಪಾರಸನಾಥ ತಿವಾರಿ 'ಕಬೀರ ಗ್ರಂಥಾವಲಿ'ಯಲ್ಲಿ ಹೇಳಿದ್ದಾರೆ. ದೋಹೆ ಅಂದರೆ ದ್ವಿಪದಿಗಳು, ರಮೈನಿ ಅಂದರೆ ಜೀವ ಹಾಗು ಭಗವತ್ತ್ವದ ಲೀಲಾವಿಲಾಸಗಳು ಮತ್ತು ಸಾಖಿ ಎಂದರೆ ಸ್ವಯಂ ಅನುಭವಿಸಿದ ಸತ್ಯತತ್ತ್ವಗಳನ್ನು ಸಾಕ್ಷಿರೂಪದಲ್ಲಿ ಹೇಳಿರುವ ಪದಗಳು ಎಂದರ್ಥ ಮಾಡಬಹುದು. ಕಬೀರರ ಉಪದೇಶದ ಮುಖ್ಯಾಂಶಗಳು ಹೀಗಿವೆ– ಪರಮಾತ್ಮ ಯಾವ ಮಸೀದಿ ಮಂದಿರಗಳಲ್ಲೂ ಬಂಧಿತನಾಗಿಲ್ಲ ಅವನು ನಿಮ್ಮ ಪ್ರತಿ ಉಸಿರಿನಲ್ಲೂ ಇದ್ದಾನೆ; ಅವನು ನಮ್ಮ ಹೃದಯದೊಳಗೇ ಇದ್ದಾನೆ, ಅವನನ್ನು ಅರಿಯುವುದು ಸಾಧ್ಯ, ಅವನೊಡನೆ ಮಾತಾಡುವುದೂ ಸಾಧ್ಯ; ಅವನನ್ನು

ಅರಿಯಲು, ಒಲಿಸಲು ಪೂಜೆ, ಹೋಮ, ತಪ, ಯೋಗ, ಜಪಮಾಲೆಯಂತಹ ಯಾವ ಹೊರಗಿನ ಸಾಧನವೂ ಬೇಡ; ಈ ಜ್ಞಾನೋದಯ ಈ ಜನ್ಮದಲ್ಲಿಯೆ ಸಾಧ್ಯ; ಜೀವನದಲ್ಲಿ ಮುಖ್ಯವಾದುದು ದ್ವೇಷವಲ್ಲ ಪ್ರೀತಿ; ವಿಷಮತೆಯಲ್ಲ ಸಾಮರಸ್ಯ; ಅಂಧಶ್ರದ್ಧೆಯಲ್ಲ ಅನುಭವಾಮೃತ; ಬಹಿರಾಡಂಬರವಲ್ಲ ಅಂತಃಶ್ಶುದ್ಧಿ; ನಾಮದಿಂದ ಅಂತಃಶ್ಶುದ್ಧಿ; ದರ್ಶನದಲ್ಲಿ ಶ್ರದ್ಧೆಯಿದ್ದರೆ ತರ್ಕದಲ್ಲಿ ಕೊನೆ, ಕರ್ಮಕಾಂಡದಲ್ಲಿ ಶ್ರದ್ಧೆಯಿದ್ದರೆ ಅಂಧಶ್ರದ್ಧೆಯಲ್ಲಿ ಕೊನೆ; ಮನವೊಂದು ಕೋತಿ, ಅರಿಷಡ್ವರ್ಗಗಳೇ ಕಳ್ಳಮನದ ಸಂಗಾತಿಗಳು, ಎಷ್ಟೇ ಸ್ನಾನಮಾಡಿಸಿದರೂ ಓಡಿಹೋಗಿ ಕೊಚ್ಚೆಗುಂಡಿಗೆ ಬೀಳುವ ಹಂದಿಯಂತೆ ಮನ ಹಿಡಿತಕ್ಕೆಸಿಗದು; ಶಬ್ದದ (ಅನಾಹತ ನಾದದ) ಅನ್ವೇಷಣೆಯಿಂದ ಮಾತ್ರ ಮನೋನಿಗ್ರಹ ಸಾಧ್ಯ; ನಾಮವೆ ಅನಾಹತ ಶಬ್ದ, ಅನಾಹತ ಶಬ್ದವೆ ಆತ್ಮಕ್ಕೂ ಪರಮಾತ್ಮಕ್ಕೂ ಇರುವ ಕೊಂಡಿ; ನಾಮದ ಅಭ್ಯಾಸವೊಂದೇ ಮುಕ್ತಿಗೆ ದಾರಿ; ಸೃಷ್ಟಿಗೆ ಮೊದಲು ನಾಮ ಪರಮಾತ್ಮನಲ್ಲಿತ್ತು, ನಾಮವೆ ಪರಮಾತ್ಮವಾಗಿತ್ತು ಆಗಿದೆ, ನಾಮವು ಕ್ಷರ ಅಕ್ಷರಗಳನ್ನು ಮೀರಿದೆ; ಸಗುಣ ರಾಮನಲ್ಲ ನಿರ್ಗುಣ ರಾಮ (ರಹೀಮ, ಅಲ್ಲಾ)ನ ಧ್ಯಾನವೆ ಗತಿ, ಅವನು ಯಾವ ಅವತಾರ ಪುರುಷನೂ ಅಲ್ಲ ಅವನು ಅವಿನಾಶಿ ನಿತ್ಯ ಪೂರ್ಣ; ಅವನು ಸಂಗಾತಿ ಎಂದು ತಿಳಿದು ಅವನಲ್ಲಿ ಐಕ್ಯವಾಗುವುದೇ ಧ್ಯೇಯ; ಅವನನ್ನು ಕಂಡವರಿಗೆ ಮಾತು ಹೊರಡುವುದಿಲ್ಲ ಮತ್ತು ಅವನ ಬಗ್ಗೆ ಮಾತಾಡುವವರು ಅವನನ್ನು ಕಂಡಿಲ್ಲ; ಆರು ದರ್ಶನಗಳು ಮತ್ತು ಎಂಬತ್ತೈದು ಸಿದ್ಧರು ಅವನ ಬಗ್ಗೆ ಇನ್ನೂ ಅನುಮಾನದಲ್ಲಿಯೆ ಇರುವರು; ಸಾಕ್ಷಾತ್ಕಾರಕ್ಕಾಗಿ ಹೊರಗಿನ ಪರದಾಟವಲ್ಲ ಒಳಗಿನ ನೋಟ ಮುಖ್ಯ. ಮೇಲೆ ಸಂಗ್ರಹವಾಗಿಸಿದ ಅನೇಕಾನೇಕ ವಿಷಯಗಳನ್ನು ತಮ್ಮ ದೋಹೆಗಳ ಮೂಲಕ ತಿಳಿಸಿದರು. ಕಬೀರರ ಉಪದೇಶಗಳು ಸಿಖ್‌ಮತದ ಸ್ಥಾಪಕರಾದ ಗುರು ನಾನಕರ ಮೇಲೆ ಪ್ರಭಾವ ಬೀರಿತ್ತು. "ಕಬೀರರು ಮಧ್ಯಕಾಲದ ಪ್ರಬಲ ಚಿಂತಕರಲ್ಲಿ ಒಬ್ಬ ಪ್ರಮುಖರು, ಆ ಕಾಲದ ಸಾಹಿತ್ಯ ಮತ್ತು ಸಮಾಜದ ಮೇಲೆ ಅವರ ಚಿಂತನೆಗಳು ಸಾಕಷ್ಟು ಪ್ರಭಾವ ಬೀರಿತು" ಎನ್ನುತ್ತಾರೆ ಶ್ರೀ ವಾಸುದೇವ ಶರಣ ಅಗರವಾಲ ('ಹೋಮೇಜ್ ಟು ವಾರಾಣಸಿ'). ಸೂಫಿಗಳು ಕಬೀರರ ಸರಳ ಭಕ್ತಿಯನ್ನು ಮೊದಲು ಒಪ್ಪದಿದ್ದರೂ, ಕೊನೆಗೆ ಅದು ಸೂಫಿಪಂಥಿಗಳ ಹದಿನಾಲ್ಕು ಹಂತಗಳನ್ನೂ ಒಳಗೊಂಡಿದೆಯೆಂದು ಮನಗಂಡರು (ಡಾ. ಮೋತಿಚಂದ್ರ). ಜಗದ್ಗುರು (ಜಗತ್ ಮಿಥ್ಯಾ ಎನ್ನುವವರ ಗುರು) ಎನ್ನುವುದನ್ನು ಅಣಕಿಸುವಂತೆ ಅವರ ಅನುಯಾಯಿಗಳು ಕಬೀರರನ್ನು ಸದ್ಗುರು (ಸತ್ ಗುರು) ಎಂದು ಕರೆದರು. ಜಗ್ಗು, ಭಗ್ಗು, ಸೂರತ್ ಮತ್ತು ಗೋಪಾಲ ಎಂಬ ನಾಲ್ವರು ಕಬೀರರ ಮುಖ್ಯ ಶಿಷ್ಯರಾಗಿದ್ದರು. ರೈಯಿದಾಸರೂ ತಾವು ಕಬೀರರ ಶಿಷ್ಯರೆಂದು ಹೇಳಿಕೊಳ್ಳುತ್ತಾರೆ.

ಕಾಶಿಯಲ್ಲಿ ಸತ್ತರೆ ಮುಕ್ತಿ ಲಭ್ಯ, ಮಗಹರ್‌ನಲ್ಲಿ ಸತ್ತವ ಕತ್ತೆಯಾಗಿಹುಟ್ಟುತ್ತಾನೆ ಎಂಬ ನಂಬಿಕೆ ಜನಗಳಲ್ಲಿ ಬೇರೂರಿದೆ. ಇದನ್ನು ತಿರಸ್ಕರಿಸಲು, ಕಬೀರ್ ಕಾಶಿಯನ್ನು ಬಿಟ್ಟು ಮಗಹರ್‌ನಲ್ಲಿ ನೆಲಸಿದರು. ಕೆಲವರು ಹುಬ್ಬೇರಿಸಿದಾಗ, "ಕಬೀರ ಕಾಶಿಯಲ್ಲಿ ಸತ್ತರೆ ರಾಮನ ಹೆಗ್ಗಳಿಕೆಯೇನು?" ಎಂದು ಮರುಸವಾಲನ್ನು ಒಡ್ಡಿದರು. "ರಾಮನಲ್ಲಿ ನಿಜವಾದ ನಂಬಿಕೆಯಿದ್ದವನಿಗೆ (ರಾಮ ಹೃದಯದಲ್ಲಿದ್ದರೆ) ಕಾಶಿ ಮತ್ತು ಮಗಹರ್ ಎರಡೂ ಒಂದೇ" (ಕಾಶಿಯಲ್ಲಿ ಯಾರಿಗೆ ಬೇಕಾದರೂ ಮುಕ್ತಿ ಸಿಗುತ್ತದೆ, ಆದರೆ ಮಗಹರ್‌ನಲ್ಲಿ ಸತ್ತವನಿಗೆ ಮುಕ್ತಿ ದೊರಕಿದಾಗಲೇ ರಾಮನಿಗೆ ಹೆಗ್ಗಳಿಕೆ) ಎಂದರು. ಕಬೀರ್ ಸತ್ತಾಗ ಅವರ ಅಂತ್ಯಕ್ರಿಯೆ ಮಾಡುವ ವಿಚಾರದಲ್ಲಿಯೂ ಹಿಂದೂ ಮತ್ತು ಮುಸ್ಲಿಮ್ ಮತಾಂಧರಿಗೆ ಜಗಳ ಶುರುವಾಯಿತು. ಕೊನೆಗೆ ಕಬೀರರ ದೇಹವನ್ನು ಮುಚ್ಚಿದ್ದ ಬಟ್ಟೆಯನ್ನು ತೆಗೆದರೆ ಅಲ್ಲಿದ್ದುದು ಕೇವಲ ಒಂದು ಹಿಡಿ ಹೂಗಳು! ಮರಣದಲ್ಲೂ ಕಬೀರ್ ಯಾವ ಸಂಪ್ರದಾಯಸ್ಥರ ಹಂಗಿಗೂ ಸಿಗಲಿಲ್ಲ.

ರೈಯಿದಾಸ ಅಥವಾ ರವಿದಾಸ (ಕ್ರಿ.ಶ.1414–1540) ಇನ್ನೊಬ್ಬ ಪ್ರಸಿದ್ಧ ಸಂತ ಮತ್ತು ಕವಿ. ಇವರ ಜನ್ಮಸ್ಥಳ ವಾರಾಣಸಿಯಲ್ಲಿನ ಸರ್ ಕರಹಿಯಾ ಎಂಬ ಹಳ್ಳಿ (ಕಾಶೀ ಹಿಂದೂ ವಿಶ್ವವಿದ್ಯಾಲಯದ ಹತ್ತಿರ) ಎಂದು ಹೇಳುತ್ತಾರೆ. ಬೇರೆಯ ಅಭಿಪ್ರಾಯಗಳ ಪ್ರಕಾರ ಜನ್ಮಸ್ಥಳ ಮಂಡುವಾ ಡೀಹ್ ಇಲ್ಲವೆ ಸೀರ್ ಗೋಬರ್ಧನಪುರ ಎಂದಿದೆ. ತಾನು ಚಮ್ಮಾರ ಜಾತಿಯ ಕುತಬಾಂಧಲಾ ಉಪಪಂಗಡಕ್ಕೆ ಸೇರಿದವನು (ಸತ್ತ ದನಗಳನ್ನು ಹೊತ್ತುಹೋಗುವವರು) ಎಂದು ರೈಯಿದಾಸರೆ ತಮ್ಮ ಒಂದು ಪದ್ಯದಲ್ಲಿ ಹೇಳಿಕೊಂಡಿದ್ದಾರೆ. ಹುಟ್ಟಿದ ಮಗು ತಾಯಿಯ ಮೊಲೆಯೂಡದಿದ್ದಾಗ ತಾಯಿ ಮಗುವನ್ನು ಎತ್ತಿಕೊಂಡು ರಾಮಾನಂದರ ಹತ್ತಿರ ಓಡಿದಳಂತೆ. ರಾಮಾನಂದರು ತಲೆಸವರಿ ಆಶೀರ್ವಾದ ಮಾಡಿದ ನಂತರವೇ ಮಗು ಹಾಲುಕುಡಿದಿದ್ದು. ರಾಮಾನಂದರಿಂದರೇ ಮಗುವಿಗೆ ನಾಮಕರಣವಾಯಿತು. ಅನಂತದಾಸ (ರೈಯಿದಾಸರ ಶಿಷ್ಯ ಪೀಪನ ಮೊಮ್ಮಗ) ಬರೆದಿರುವ 'ಭಕ್ತ ರತ್ನಾವಳಿ'ಯ ಪ್ರಕಾರ ಏಳುವರ್ಷವಿದ್ದಾಗಲೇ ರೈಯಿದಾಸರು ದೈವಭಕ್ತಿಯಲ್ಲಿ ಮುಳುಗಿಹೋಗಿದ್ದರು. ಸೂಕ್ತ ಸಮಯದಲ್ಲಿ ರಾಮಾನಂದರೇ ಉಪದೇಶ ಮತ್ತು ದೀಕ್ಷೆ ಕೊಟ್ಟರು. ತಂದೆಯ ಜೊತೆ ಚಪ್ಪಲಿ ಹೊಲಿಯುವ ಕೆಲಸ ಕಲಿತಮೇಲೆ ಸಂತ, ಸಾಧು ಮತ್ತು ಬಡವರಿಗೆ ಕಡಿಮೆ ಬೆಲೆಗೆ ಚಪ್ಪಲಿ ಕೊಡುತ್ತಿದ್ದರು. ಇವರ ರೀತಿಯನ್ನು ನೋಡಿ ಲೋನಾ ಎಂಬ ಹುಡಗಿಯನ್ನು ತಂದು ಸಣ್ಣವಯಸ್ಸಿನಲ್ಲಿಯೆ ಮದುವೆ ಮಾಡಿದರೂ ಹುಡುಗ ಬದಲಾಗಲಿಲ್ಲ. ಕೊನೆಗೆ ಅವರ ತಂದೆ "ನೀನೀಗ ದೊಡ್ಡವನಾಗಿದ್ದೀಯೆ. ನಿನ್ನ ಕೆಲಸ ನೀನೇ ನೋಡಿಕೋ" ಎಂದು ಅವರನ್ನು ಬೇರೆ ಮಾಡಿದರು. "ಈ ಜನ್ಮದಲ್ಲಿ ದೇವರ ಮೇಲೆ ಭಕ್ತಿ ಮತ್ತು ಕೆಲಸದಮೇಲೆ ನಿಷ್ಠೆಯಿದ್ದರೆ ಜೀವನ ಸಫಲವಾದಂತೆ" ಎಂದು ರೈಯಿದಾಸರೆ ಒಂದು ಪದ್ಯದಲ್ಲಿ ಹೇಳುತ್ತಾರೆ.

ರೈಯಿದಾಸ ರಾಮಾನಂದರ ಹನ್ನೆರಡು ಮುಖ್ಯಶಿಷ್ಯರಲ್ಲಿ ಒಬ್ಬರಾಗಿದ್ದರೂ, ಕೆಲವು ಪದ್ಯಗಳಲ್ಲಿ ಕಬೀರರನ್ನು ತಮ್ಮ 'ಸದ್ಗುರು'ವೆಂದೂ 'ಕಬೀರ್ ನನ್ನ ಅಣ್ಣ, ಗುರುವಿನಂತೆ' ಎಂದೂ ಹೇಳಿಕೊಂಡಿದ್ದಾರೆ. ಮೊದಲಲ್ಲಿ ರಾಮಾನಂದರು ಉಪದೇಶಿಸಿದಂತೆ 'ವೈಯಕ್ತಿಕ ದೇವ'ನೊಬ್ಬನ ಉಪಾಸನೆಗೆ ಒಪ್ಪಿದ ರೈಯಿದಾಸ ಕೊನೆಗೆ ಕಬೀರರಿಂದ ಪ್ರಭಾವಿತರಾಗಿ ನಿರ್ಗುಣೋಪಾಸನೆಗೆ ತಿರುಗಿ ಕಬೀರರನ್ನು ಗುರುವೆಂದು ಒಪ್ಪಿರಬಹುದು. ಸಾಧು ಸಂತರ ಆತಿಥ್ಯದಲ್ಲಿ ರೈಯಿದಾಸರದ್ದು ಎತ್ತಿದಕೈ. ತೀವ್ರ ಬಡತನದಲ್ಲೂ ನಡೆಸಿದ ಉತ್ತಮ ಆತಿಥ್ಯದಿಂದ ಸುಪ್ರೀತನಾದ ಸಾಧುವೊಬ್ಬನು ರೈಯಿದಾಸರಿಗೆ (ಲೋಹವನ್ನೂ ಚಿನ್ನವಾಗಿಸುವ) ಸ್ಪರ್ಶಮಣಿಯನ್ನು ಕೊಡಲು ಉದ್ಯುಕ್ತನಾದ. ರೈಯಿದಾಸರು ಒಪ್ಪದಿದ್ದರೂ ಬಲವಂತದಿಂದ ಅದನ್ನು ಇವರ ಮನೆಯ ಹುಲ್ಲುಛಾವಣಿಯ ಮೇಲಿಟ್ಟು ಹೊರಟುಹೋದನು. ಹದಿಮೂರು ತಿಂಗಳ ಅನಂತರ ಬಂದುನೋಡಿದರೆ ರೈಯಿದಾಸರ ಸ್ಥಿತಿ ಹಿಂದಿನಂತೆಯೆ ಇತ್ತು. ಸ್ಪರ್ಶಮಣಿಯ ಬಗ್ಗೆ ವಿಚಾರಿಸಿದರೆ, 'ಅದು ನೀವೆಲ್ಲಿಟ್ಟಿದ್ದರೋ ಅಲ್ಲಿಯೆ ಇರಬೇಕು. ಅದರ ಬಗ್ಗೆ ನನಗೆ ಕಿಂಚಿತ್ತೂ ಮೋಹವಿಲ್ಲ, ಅದು ಸಂಸಾರದಲ್ಲಿ ನನ್ನನ್ನು ಸಿಗಿಸುತ್ತದೆ' ಎಂದರಂತೆ. ಭಕ್ತ ಮೀರಾ ಒಂದು ವಜ್ರವನ್ನು ಕೊಟ್ಟಿದ್ದಳೆಂದೂ ಅವಳ ವಜ್ರವನ್ನೂ ರೈಯಿದಾಸ ಮುಟ್ಟಿರಲಿಲ್ಲವೆಂದೂ ಇನ್ನೊಂದು ಕಥೆ ಇದೆ. ಕೀಳು ಜಾತಿಯವರೆನಿಸಿದ ರೈಯಿದಾಸರ ಹೆಸರು ಪ್ರಸಿದ್ಧಿಯಾದುದು ಕಾಶಿಯ ಪಂಡಿತವರ್ಗಕ್ಕೆ ಹಿಡಿಸಲಿಲ್ಲ. ಅವರನ್ನು ಹೀಯಾಳಿಸಿ ಅವಮಾನಪಡಿಸಲು ಸಾಕಷ್ಟು ಪ್ರಯತ್ನಮಾಡಿದರು. ಅವರ ದೂರಿನಮೇಲೆ ರಾಜ ಒಂದು ಶಾಸ್ತ್ರಾರ್ಥ ಏರ್ಪಡಿಸಿದನು. ಅದರಲ್ಲಿ ರೈಯಿದಾಸರ ಪ್ರಶ್ನೆಗಳಿಗೆ ಉತ್ತರಕೊಡಲಾಗದೆ ಪಂಡಿತರು ಸೋಲೊಪ್ಪಿಕೊಳ್ಳಬೇಕಾಯಿತು. ಇನ್ನೊಂದು ಕಥೆಯ ಪ್ರಕಾರ ರಾಜನು ಒಂದು ವಿಗ್ರಹವನ್ನು ಸಭೆಯ ಮಧ್ಯ ಇಡಿಸಿ, ಅದನ್ನು ಒಲಿಸಿಕೊಳ್ಳಬೇಕೆಂದು ಹೇಳಿದನು. ಪಂಡಿತರ ಪೂಜೆ ಪುನಸ್ಕಾರಗಳಿಗೆ ಒಲಿಯದ ವಿಗ್ರಹ, ರೈಯಿದಾಸರ ಭಕ್ತಿಗೆ ಮಣಿದು ಅವರ ತೊಡೆಯ ಮೇಲೆ ಬಂದು ಕೂತಿತಂತೆ. ಸೋತವರು ಗೆದ್ದವರನ್ನು ಪಲ್ಲಕ್ಕಿ ಉತ್ಸವದಲ್ಲಿ ಎತ್ತಿಕೊಂಡು ಹೋಗಬೇಕೆಂಬ ಷರತ್ತಿನ ಪ್ರಕಾರ, ಪಂಡಿತರು 'ಚಮ್ಮಾರ'ನನ್ನು ಹೊತ್ತು ಮೆರವಣಿಗೆ ಮಾಡಿಸಬೇಕಾಯಿತಂತೆ! ಮತ್ತೊಮ್ಮೆ ಯಾರ ಶಾಲಿಗ್ರಾಮವು ಗಂಗೆಯಲ್ಲಿ ತೇಲುವುದೊ ಅದೇ ಶ್ರೇಷ್ಠವೆಂದು ಗರ್ವದಿಂದ ಕರೆಕೊಟ್ಟರು. ಬ್ರಾಹ್ಮಣರು ಎಸೆದ ಶಾಲಿಗ್ರಾಮ ಗಂಗೆಯಲ್ಲಿ ಮುಳುಗಿತು. 'ನನ್ನಲ್ಲಿರುವ ಚರ್ಮಕುಟ್ಟುವ ಚಮ್ಮಾರನಕಲ್ಲೇ ನನ್ನ ಶಾಲಿಗ್ರಾಮ' ಎಂದು ಹೇಳುತ್ತಾ ಅದನ್ನೇ ಗಂಗೆಗೆ ಬಿಟ್ಟರೆ, ಅದು ತೇಲಿಬಿಡಬೇಕೆ! ಪ್ರಯಾಗದ ಕುಂಭಮೇಳದ ಬ್ರಾಹ್ಮಣರ ಸಂತರ್ಪಣೆಯಲ್ಲಿ ರೈಯಿದಾಸರನ್ನು ದೂರ ಇಟ್ಟಿದ್ದರು. ಆದರೆ ಊಟಕ್ಕೆ ಕೂತಾಗ ಪ್ರತಿ ಬ್ರಾಹ್ಮಣನ ಪಕ್ಕವೂ ಒಬ್ಬ ರೈಯಿದಾಸ ಕೂತಿದ್ದುದು ಕೃಷ್ಣನ ರಾಸಲೀಲೆಯ ಕಥೆಯನ್ನು ನೆನಪಿಗೆ ತರುತ್ತದೆ.

ರೈಯಿದಾಸರ ಶಿಷ್ಯರಲ್ಲಿ ಕ್ಷತ್ರಿಯರಾಜ ಪೀಪ, ಭಕ್ತ ಮೀರ, ಚಿತ್ತೋರಿನ ರಾಣಿ ಜ್ಞಾಲಿ ಮುಂತಾದವರು ಇದ್ದರು. ರಾಜ ಪೀಪನಿಗೆ ರೈಯಿದಾಸನ ಬಗ್ಗೆ ಗೌರವವಿದ್ದರೂ ತಾನು ಕ್ಷತ್ರಿಯ, ಈತ ಕೀಳು ಜಾತಿಯ ಚಮ್ಮಾರ ಎಂಬ ಭೇದ ಮನದೊಳಗೇ ಕೊರೆಯುತ್ತಿತ್ತು. ಜೊತೆಗೆ ತಾನು ರೈಯಿದಾಸನ ಮನೆಗೆ ಹೋಗಿಬರುವುದನ್ನು ತನ್ನ ಪ್ರಜೆಗಳು ಯಾರಾದರೂ ನೋಡಿದರೆ ಏನು ತಿಳಿದುಕೊಳ್ಳುತ್ತಾರೋ, ತನ್ನ ಕ್ಷತ್ರಿಯತನಕ್ಕೆ ಏನುಧಕ್ಕೆಯೋ ಎಂಬ ದಿಗಿಲು ಬೇರೆ. ಕೊನೆಗೆ ಜನವೆಲ್ಲಾ ಮೇಳವೊಂದಕ್ಕೆ ಊರ ಹೊರಗೆ ಹೋದ ಅವಕಾಶವನ್ನು ಉಪಯೋಗಿಸಿಕೊಂಡು ಪೀಪ ಗೌಪ್ಯವಾಗಿ ರೈಯಿದಾಸನ ಮನೆಗೆಬಂದು ದೀಕ್ಷೆ ಕೊಡಬೇಕೆಂದು ಕೇಳಿಕೊಂಡ. ಆ ಸಮಯದಲ್ಲಿ ರೈಯಿದಾಸರು ಚರ್ಮವನ್ನು ಒಂದು ಪಾತ್ರೆಯ ನೀರಿನಲ್ಲಿ ಅದ್ದಿ ಕೆಲಸದಲ್ಲಿ ನಿರತರಾಗಿದ್ದರು. ಅದೇ ನೀರನ್ನು ಪೀಪನಿಗೆ ಕೊಟ್ಟು ಕುಡಿಯಲು ಹೇಳಿದರು. ಒಬ್ಬ ಕ್ಷತ್ರಿಯ ಚಮ್ಮಾರ ಕೊಟ್ಟನೀರನ್ನು, ಅದೂ ಚರ್ಮವನ್ನು ಅದ್ದಿದ ನೀರನ್ನು, ಕುಡಿಯುವುದೇ? ಏನು ಹೇಳಲೂ ತೋಚದೆ ನೀರನ್ನು ತನ್ನ ಅಂಗೈನಿಂದ ಕೈಗಳ ಮೂಲಕ ಮೇಲ್ಬಟ್ಟೆಯ ಪದರಗಳಲ್ಲಿ ಬಿಟ್ಟು, ಕುಡಿದಂತೆ ನಟಿಸಿದ. ರೈಯಿದಾಸರು ನೋಡಿದರೂ ನೋಡದಂತೆ ಸುಮ್ಮನಾದರು. ಸದ್ಯ! ಆ ನೀರುಕುಡಿದು ತಾನು ಅಪವಿತ್ರನಾಗಲಿಲ್ಲ ಎಂದು ರಾಜನಿಗೆ ಸಮಾಧಾನವಾಯಿತು. ಮನೆಗೆ ಹಿಂತಿರುಗಿದೊಡನೆಯೆ ಆ ನೀರಿನಿಂದಾದ ಕರೆಯನ್ನು ತೊಳೆಯಲು ಮೇಲ್ಬಟ್ಟೆಯನ್ನು ಸೇವಕಿಗೆ ಕೊಟ್ಟನು. ನೀರಿನ ಕರೆ ಬೇಗ ಹೋಗಲೆಂದು ಸೇವಕಿ ಬಟ್ಟೆಯನ್ನು ಬಾಯಿಯಲ್ಲಿ ಹಾಕಿ ಚೀಪಿದಾಗ ಬಟ್ಟೆಯನ್ನು ತೊಯ್ಯಿಸಿದ್ದ ಸ್ವಲ್ಪ ನೀರನ್ನು ಕುಡಿದಳು. ಪವಾಡದಂತೆ ಅವಳ ಒಳದೃಷ್ಟಿ ತೆರೆಯಿತು, ಸಾಮಾನ್ಯಳಾಗಿದ್ದವಳು ದೈವಭಕ್ತಳಾದಳು. ವಿಚಾರ ರಾಜನ ಕಿವಿಗೂ ಬಿದ್ದಾಗ ಅವನು ಮೊದಲು ಸೇವಕಿಯಿಂದ ನಡೆದುದನ್ನು ತಿಳಿದುಕೊಂಡು ತಾನು ಮಾಡಿದ ಅಪರಾಧಕ್ಕೆ ಮನನೊಂದು ಗುರು ರೈಯಿದಾಸರ ಹತ್ತಿರ ಓಡಿಬಂದು ತಪ್ಪೊಪ್ಪಿಕೊಂಡ. ದಯಾಳುವಾದ ಗುರು ಶಿಷ್ಯನಿಗೆ ದೀಕ್ಷೆಕೊಟ್ಟರು. ರೈಯಿದಾಸರನ್ನು ಕಬೀರ, ನಾನಕ, ಏಕನಾಥ, ತುಕಾರಾಮ, ದಾದು ಮುಂತಾದ ಸಂತರು ಗೌರವದಿಂದ ನೆನಸಿದ್ದಾರೆ. ಗುರು ನಾನಕ ರೈಯಿದಾಸರನ್ನು ಕ್ರಿ.ಶ. 1498ರಲ್ಲಿ ವಾರಾಣಸಿಯಲ್ಲಿ ಭೇಟಿಯಾಗಿದ್ದರೆಂದು ಹೇಳುತ್ತಾರೆ. ರೈಯಿದಾಸರ ನಲವತ್ತು ಪದ್ಯಗಳು (ಶಬ್ದಗಳು) ಸಿಖ್‌ರ 'ಆದಿಗ್ರಂಥ'ದಲ್ಲಿ ಸೇರಿವೆ. ರೈಯಿದಾಸರ ನೆನಪಿನ ಕುರುಹುಗಳು ತಿರುಪತಿ ಬೆಟ್ಟಗಳ ಅಡಿ, ವಾರಾಣಸಿಯ 'ಮಂಡೂರ್ ಕೊಳ', ಎಲ್ಲೋರಾದ 'ರವಿದಾಸ ಕುಂಡ' ಮತ್ತು ಜುನಾಗಡದ 'ರವಿದಾಸ ಕುಂಡ', ಚಿತ್ತೋರಿನ ರೈಯಿದಾಸ ಪಾದಚಿಹ್ನೆ, ಪಂಜಾಬಿನಲ್ಲಿ ಒಂದೆಡೆ ಉಳಿದಿವೆ. ವಾರಾಣಸಿಯ ರಾಜ್‌ಘಾಟ್‌ನಲ್ಲಿ ರೈಯಿದಾಸರ ಒಂದು ಸುಂದರ ಮಂದಿರವನ್ನು ಕ್ರಿ.ಶ.1923ರಲ್ಲಿ ಕಟ್ಟಿದ್ದಾರೆ.

ಒಬ್ಬ ಸಾಮಾನ್ಯನೆನಿಸಿದ ಚಮ್ಮಾರನಿಗೆ ವೇದಶಾಸ್ತ್ರಗಳನ್ನು ತಿಳಿಯುವ ಅವಕಾಶವಿಲ್ಲ, ಮಂದಿರದೊಳಗೆ ಹೋಗಿ ಪೂಜೆಯಲ್ಲಿ ಭಾಗವಹಿಸುವಂತಿಲ್ಲ. ಆದರೂ ರೈಯಿದಾಸ ಹೇಗೆ ಸಾಧುವಾದ, ಸಂತನಾದ, ಗುರುವಾದ, ಉಪದೇಶ/ದೀಕ್ಷೆ ಕೊಟ್ಟ, ಶಾಸ್ತ್ರ ಮತ್ತು ಧರ್ಮವನ್ನು ವಿಶ್ಲೇಷಿಸುವ ಧರ್ಮಾತ್ಮನಾದ, ಕೊನೆಗೆ ಅನುಯಾಯಿಗಳ ಸಂಕಲ್ಪದಂತೆ ಮಂದಿರಗಳಲ್ಲಿ ಪ್ರತಿಷ್ಠಿತನಾದ ಎನ್ನುವುದು ಅನೇಕರಿಗೆ ವಿಚಿತ್ರದಷ್ಟೇ ಆಶ್ಚರ್ಯದ ಸಂಗತಿ. ಪೂರ್ವಜನ್ಮದ ಕರ್ಮಫಲದಿಂದಾಗಿ ಚಮ್ಮಾರನಾಗಿ ಹುಟ್ಟಿದ, ಯಾರದ್ದೊ ಶಾಪವಿದ್ದಿರಬೇಕು, ಆದರೆ ರಾಮಾನಂದರಂತಹ ಗುರುಗಳ ಉಪದೇಶ, ದೀಕ್ಷೆ ಚಮ್ಮಾರನ ಒಳಗಣ್ಣನ್ನು ತೆರೆಸಿತು ಎಂಬುದು ಸುಲಭವಾದ ವಿವರಣೆಯಾದೀತು. ಜಾತಿಮತಗಳು ವಿಧಿಸಿದ ಯಾವ ನಿಷೇಧ, ಕಟ್ಟಲೆಗಳನ್ನೂ ಒಡೆದು ಬಲವಂತವಾಗಿ ಪ್ರವೇಶಪಡೆಯಲು ರೈಯಿದಾಸರು ಎಂದೂ ಪ್ರಯತ್ನಮಾಡಲಿಲ್ಲ. ಹಳತಾದುದನ್ನು ಒಡೆಯುವುದಾಗಲೀ, ಕೊಳೆತುದುದನ್ನು ಕಿತ್ತೊಗೆಯುವುದಾಗಲೀ ಅವರ ಧ್ಯೇಯವಾಗಿರಲಿಲ್ಲ. ಹಳತು/ಕೊಳೆತುದನ್ನು ಹೊಸತಾಗಿ ಕಟ್ಟುವುದು ಅವರಿಗೆ ಒಪ್ಪಿಗೆಯಾಗಿತ್ತು. ಹೀಗಾಗಿ ನಿಷೇಧವಿದ್ದೆಡೆ ಬಲವಂತದ ಪ್ರವೇಶ ಬಯಸುವ ಬದಲು, ಪ್ರವೇಶವೇ ಬೇಡ ಎಂದು ನಿರಾಕರಿಸಿ ತಮ್ಮ ಪ್ರತಿಭಟನೆಯನ್ನು ತೋರಿದರು. ಚಮ್ಮಾರನಿಂದ ಗಂಗೆ ಅಪವಿತ್ರಳಾದಾಳು ಎಂದು ಅನುಮಾನ ಪಟ್ಟವರಿಗೆ, "ಮನ ಪವಿತ್ರವಿದ್ದರೆ ಲೋಟದ ನೀರೇ ಗಂಗೆ" ಎಂದರು. ಅಂದರೆ ಅವರು ಗಂಗೆಯ ಪವಿತ್ರತೆಯನ್ನು ಅಲ್ಲಗಳೆಯಲಿಲ್ಲ, ಆ ಪವಿತ್ರಳನ್ನು ಅವಳ ಪಾತ್ರದಿಂದ (ನದಿಯ ದಡಗಳಿಂದ) ಮುಕ್ತಗೊಳಿಸಿ ಎಲ್ಲೆಲ್ಲೂ, ಎಲ್ಲರ ಪಾತ್ರೆಯಲ್ಲೂ ಸಿಗುವಂತೆ ಜನಸಾಮಾನ್ಯರ ಮನದ ಭಾವನೆಯನ್ನೇ ಉತ್ತಮಗೊಳಿಸಿದರು. ಅವರು ಎಂದೂ ಪಲಾಯನವಾದವನ್ನು ಒಪ್ಪಲಿಲ್ಲ. ಸ್ವಜಾತಿಯನ್ನು ಹಳಿದು ಬ್ರಹ್ಮರ್ಷಿ ಎನಿಸಿಕೊಳ್ಳಲಿಲ್ಲ, ಸ್ವಧರ್ಮದ ಹುಳುಕನ್ನೇ ಹುಡುಕುತ್ತಾ ಪರಧರ್ಮದ ಒಳಿತನ್ನೇ ಹೊಗಳುತ್ತಾ ಆಮಿಷಗಳಿಗೆ ತುತ್ತಾಗಿ ಅನ್ಯಧರ್ಮಕ್ಕೆ 'ಪರಿವರ್ತನ'ಗೊಳಲಿಲ್ಲ, ಧರ್ಮಯೋಗಿಯೆನಿಸಿ ಕರ್ಮಯೋಗವನ್ನು ಬಿಡಲಿಲ್ಲ, ಸಂಸಾರದ ಜಂಜಾಟದಿಂದ ತಪ್ಪಿಸಿಕೊಳ್ಳಲು ಸಂನ್ಯಾಸಿಯಾಗಲು ಬಯಸಲಿಲ್ಲ, 'ಕೀಳುಜಾತಿ'ಯೆಂಬ ಕಪ್ಪುಕಲೆಯನ್ನು ಹೋಗಲಾಡಿಸಿಕೊಳ್ಳಲು (ಜಾತಿಭೇದವನ್ನು ತೋರದ) ಕಾವಿಯನ್ನುಡಲಿಲ್ಲ. ಕಬೀರ ಮುಂತಾದ ಇತರ ಸಂತರ ಬಗ್ಗೆಯೂ ಸರಿಸುಮಾರು ಇದೇ ಮಾತುಗಳನ್ನು ಹೇಳಬಹುದಾದರೂ, ರೈಯಿದಾಸರು ನಿಷೇಧವಾದುದನ್ನು 'ನಿರಾಕರಣೆ'ಮಾಡಿ ತೋರಿದ ಪ್ರತಿಭಟನೆ, ಮತ್ತು ಆ ಪ್ರತಿಭಟನೆಯಲ್ಲೂ ತೋರಿದ ಆವೇಶವಿಲ್ಲದ ವಿನಯ ವಿಶೇಷವಾದುದು. ಡಾ. ಸುಖದೇವ ಸಿಂಗ್ ಅವರು ಹೇಳಿದಂತೆ, "ಸಾಂಪ್ರದಾಯಿಕ ಆಡಂಬರಗಳನ್ನು ತ್ಯಜಿಸುವುದರಲ್ಲಿನ ಸೌಜನ್ಯ, ಉತ್ಪ್ರೇಕ್ಷೆಯ ಹೊಗಳಿಕೆ ಮತ್ತು ಟೊಳ್ಳುಭಕ್ತಿಯ ಒಣಮಾತುಗಳನ್ನು ತೋರಿಕೆಗಳನ್ನು ಒರಸಿಹಾಕುವ ನಿಪುಣತೆ ರೈಯಿದಾಸರ ಪದ್ಯಗಳಲ್ಲಿದೆ.

ಮುಕ್ತಚಿಂತನೆಯ ವಿಶಾಲ ಅಂಗಳದಲ್ಲಿ, ಸಹಜತೆಯನ್ನು ಬೀರುವ ಸುವಾಸನಾಯುಕ್ತ ಸುಂದರತೋಟದಲ್ಲಿ ನಮ್ಮನ್ನು ಅವರು ಕೈಹಿಡಿದು ನಡೆಸುತ್ತಾರೆ. ಅಲ್ಲಿ ಸಾಂಪ್ರದಾಯಿಕ ಪಂಡಿತರ ಮತ್ತು ಸಾಧುಗಳ ಹೊರತೋರಿಕೆಯ ಜಗತ್ತನ್ನು ಬಯಲುಮಾಡುತ್ತಾರೆ. ಈ ಜಗತ್ತಿನ ಜಾರಿಕೆ ಮತ್ತು ಮುಳ್ಳುಕಲ್ಲಿನ ಹಾದಿಯಲ್ಲಿ ಕಷ್ಟವಿಲ್ಲದೆ ನಡೆಸಿ ಗುರಿತಲುಪಿಸಲು ಅವರೇ ಹೊಲೆದ ದಪ್ಪ ಚಪ್ಪಲಿಯನ್ನು ನಮ್ಮ ಕಾಲಿಗೆ ತೊಡಿಸುತ್ತಾರೆ. ಅದಕ್ಕೋ ಯಾವ ಅಲಂಕಾರ ಬೆಡಗು ಥಳಕು ಇಲ್ಲವಾದರೂ ದುರ್ಗಮ ಹಾದಿಯನ್ನು ಸುಲಭವಾಗಿ ಕ್ರಮಿಸಲು ಉಪಯುಕ್ತವಾಗಿದೆ".

ರೈಯಿದಾಸರೂ ಕಬೀರರಂತೆ 'ದೇವನನ್ನು ಹೊರಗೆ ಹುಡುಕುವುದು ಕಸ್ತೂರಿಮೃಗ ಹುಲ್ಲಿನಲ್ಲಿ ಕಸ್ತೂರಿಯನ್ನು ಹುಡುಕಿದಂತೆ, ಅವನು ನಿನ್ನೊಳಗೇ ಇರುವನು ನೋಡು' ಎನ್ನುತ್ತಾರೆ. ಹೊರಗೆ ತೋರುವ ಧಾರ್ಮಿಕ ಆಚಾರಗಳೆಲ್ಲಾ ಢಂಬಾಚಾರಗಳು, ಇವುಗಳ ಮೂಲಕ ದೇವನನ್ನು ತಲುಪಲಾಗದು, ಮಸೀದಿಯ ಗೋಪುರಗಳಿಂದ ಮುಲ್ಲಾ ಅಲ್ಲಾನಿಗಾಗಿ ಪ್ರಾರ್ಥಿಸುತ್ತಾ ಸಾವಿರವರ್ಷ ಕೂಗಿದರೂ ಮನದೊಳಗೆ ದೆವ್ವಹೊಕ್ಕಿದ್ದರೆ ದೇವ ಸಿಗಲಾರ, ಅನನ್ಯ ಭಕ್ತಿಯಿಲ್ಲದವನ ಪೂಜೆಯೆಲ್ಲಾ ಅರಿಷಡ್ವರ್ಗಗಳಿಗೆ ಮೀಸಲು, ಮಾಯೆ ತನ್ನ ಶಕ್ತಿಯಿಂದ ದೇವರು ಮನುಜರು ವಿರಕ್ತರು ಎಲ್ಲರನ್ನೂ ತನ್ನ ಬಲೆಗೆ ಹಾಕಿಕೊಂಡಿದ್ದಾಳೆ, ವಿಷಯ ಭೋಗಗಳಿಂದ ಉನ್ಮತ್ತವಾದ ಮನಕ್ಕೆ ನಾಮವೊಂದೇ ರಕ್ಷಣೆ, ನಾಮವೆ ದಿವ್ಯವಾದ ಅಮೃತ, ನಾಮ ತುಂಬಿದೆಡೆ ಸಂಸಾರಕ್ಕೆಡೆಯಿಲ್ಲ, ನಾಮವೇ ನಾವೆಯ ಚುಕ್ಕಾಣಿ, ಭವಸಾಗರ ಪಾರಾಗಲು ನಾಮವೊಂದೇ ಸಾಧನ, ನಾಮವಸ್ಮರಿಸದ ಜೀವಕೆ ಧಿಕ್ಕಾರ, ಸದ್ಗುರುವೇ ದಾರಿ ತೋರುವನು, ಅವನೇ ವಿವೇಕದ ಹಣತೆಯನ್ನು ಹಚ್ಚುವನು, ಹೃದಯಾಕಾಶದಲ್ಲಿ ಆರತಿಮಾಡುವುದನ್ನು ಒಳಗಿನ ನಾದದಲ್ಲಿ ಲೀನವಾಗುವುದನ್ನು ಗುರುವೇ ಹೇಳಿಕೊಡುವನು, ಅಹಂ ಹೋದಾಗ ಮಾತ್ರ ಭಕ್ತಿ ಸಾಧ್ಯ, ಹೃದಯದಲ್ಲಿ ಭಕ್ತಿಯಿದ್ದರೆ ಎಲ್ಲವೂ ಸುಗಮ, ನಿಜಭಕ್ತನಿಗೆ ಜನ್ಮಜಾತಿಗಳ ಸಿರಿಮುಕುಟದ ಬರಿಕಾಲ್ಗಳ ಭೇದವಿಲ್ಲ, ಸತ್ಸಂಗವಿರಲಿ ದುರ್ಜನರ ನೋಟಮಾತ್ರವೂ ಸಿಗದಿರಲಿ ಎನ್ನುವುದೊಂದೇ ದೇವನಲ್ಲಿ ಪ್ರಾರ್ಥನೆ, ಸತ್ಸಂಗದಲ್ಲಿದ್ದು ನಾಮವ ನೆನದವನ ದುಃಖ ನಾಶ, ಹೀಗೆ ನಾನಾ ವಿಷಯಗಳ ಚಿಂತನೆಯನ್ನು ಅವರ ಪದ್ಯಗಳಲ್ಲಿ ಕಾಣಬಹುದು.

■

22. ತುಳಸೀದಾಸರು

ತುಳಸೀದಾಸರ ಜನ್ಮ ಪ್ರಯಾಗದ ಹತ್ತಿರದ ಬಾಂಡಾಜಿಲ್ಲೆಯ ರಾಜಾಪುರ ಎಂಬ ಹಳ್ಳಿಯಲ್ಲಿ ಕ್ರಿ.ಶ.1497ರಲ್ಲಿ ಆಯಿತು. ತಂದೆ ಆತ್ಮಾರಾಮ ದೂಬೆ ಮತ್ತು ತಾಯಿ ಹುಲಸೀ ಇಬ್ಬರೂ ಸರಯೂ ಪಾರೀನ ಬ್ರಾಹ್ಮಣ ವಂಶದವರು. ಹನ್ನೆರಡು ತಿಂಗಳ ಗರ್ಭವಾಸದಲ್ಲಿದ್ದು ಹುಟ್ಟಿದ ಮಗುವಿನ ಬಾಯಿಂದ ಅಳುವ ಮೊದಲೆ 'ರಾಮ' ಎಂಬ ಶಬ್ದ ಹೊರಬಂದುದು ಆಶ್ಚರ್ಯಜನಕವೇ ಸರಿ. ಆದರೆ ಅಶುಭವೆನಿಸಿದ ಮೂಲಾನಕ್ಷತ್ರದಲ್ಲಿ ಹುಟ್ಟಿದ್ದು, ಮಗುವಿಗೇ ಮುವ್ವತ್ತೆರಡು ಹಲ್ಲುಗಳಿದ್ದುದು ಅಮಂಗಳವೆನಿಸಿ ತಂದೆತಾಯಿಯರು ಚಿಂತಿತರಾದರು. ತಾಯಿಯು ಅನಿಷ್ಟದ ಹೆದರಿಕೆಯಿಂದಾಗಿ, ಮಗುಹುಟ್ಟಿದ ಮೂರನೆಯ ದಿನವೇ ಅದನ್ನು ತನ್ನ ಸೇವಕಿ ಚುನಿಯಾಳಿಗೆ ಒಪ್ಪಿಸಿ ಮಾರನೆಯ ದಿನವೇ ಗತಿಸಿದಳು. ಐದೂವರೆ ವರ್ಷದವರೆಗೂ ಸೇವಕಿಯ ಪ್ರೀತಿಯಲ್ಲಿ ಬೆಳೆಯುತ್ತಿದ್ದಾಗ ಆ ಸೇವಕಿಯೂ ದೇಹಾಂತ ಹೊಂದಿ ಮಗು ಅನಾಥವಾಯಿತು. ರಾಮಶೈಲ ಎಂಬಲ್ಲಿದ್ದ ನರಹರಿಯಾನಂದಜೀಯವರು ಗತಿಯಿಲ್ಲದ ಈ ಬಾಲಕನನ್ನು ನೋಡಿ ಅವನನ್ನು ಅಯೋಧ್ಯೆಗೆ ಕರೆದೊಯ್ದರು. ಅವನಿಗೆ 'ರಾಮಬೋಲಾ' ಎಂದು ಹೆಸರಿಟ್ಟು, ಅವನ ಏಳನೆಯ ವಯಸ್ಸಿನಲ್ಲಿ ಉಪನಯನವನ್ನೂ ಮಾಡಿದರೆ, ಪಾಠವಿಲ್ಲದೆಯೆ ಬಾಲಕ ಗಾಯತ್ರಿಮಂತ್ರ ಉಚ್ಚರಿಸಲು ಶುರುಮಾಡಿದನು! ಅನಂತರ ಅವರು ಬಾಲಕನಿಗೆ ರಾಮಮಂತ್ರದ ದೀಕ್ಷೆಕೊಟ್ಟು ವಿದ್ಯಾದಾನವನ್ನು ಮಾಡಿದರು. ಅಯೋಧ್ಯೆಯಿಂದ ಸೂಕರಕ್ಷೇತ್ರಕ್ಕೆ ಕರೆದುಕೊಂಡುಹೋಗಿ ಅಲ್ಲಿ ರಾಮಾಯಣ ಹೇಳಿದರು. ಸೂಕರ್‌ಕ್ಷೇತ್ರ ಉತ್ತರಪ್ರದೇಶದ ಈಟಾ ಜಿಲ್ಲೆಯಲ್ಲಿ, ಕಾಸ್‌ಗಂಜ್‌ನಿಂದ 15 ಕಿ.ಮಿ ದೂರದ ಸೊರೋನ್ ಎಂಬ ಜಾಗದಲ್ಲಿದೆ. ಇಲ್ಲಿಯೇ ವಿಷ್ಣುವಿನ ವರಾಹಾವತಾರವಾಯಿತೆಂದು ಪುರಾಣಗಳು ಹೇಳುತ್ತವೆ. ನರಹರಿಯಾನಂದರ ಗುರು ಅನಂತಾನಂದಜೀ, ಅವರ ಗುರು ರಾಮಾನಂದರು. ಹೀಗೆ ತುಳಸೀದಾಸರು ರಾಮಾನಂದರ ಪರಂಪರೆಯಲ್ಲಿ ನಾಲ್ಕನೆಯ ಪೀಳಿಗೆಯ ಶಿಷ್ಯರು. ಅಲ್ಲಿಂದ ತುಳಸೀದಾಸರು ಕ್ರಿ.ಶ.1509ರಲ್ಲಿ ಕಾಶಿಗೆ ಬಂದು ಅಲ್ಲಿ ಪ್ರಸಿದ್ಧರಾಗಿದ್ದ ಶೇಷನಾಥ್‌ಜೀಯವರ ಹತ್ತಿರ ಹದಿನೈದು ವರ್ಷಗಳವರೆಗೆ, ಕ್ರಿ.ಶ.1524ರವರೆಗೆ, ವೇದ ವೇದಾಂಗದ ಅಭ್ಯಾಸಮಾಡಿದರು. ಕಾಶಿಯಿಂದ ಜನ್ಮಭೂಮಿಗೆ ಬಂದರೆ ಅಲ್ಲಿ ಅವರ ನೆಂಟರಿಷ್ಟರಾರನ್ನೂ ಕಾಣದೆ, ಅಲ್ಲಿಯೇ ನಿಂತು ಜನರಿಗೆ ರಾಮಾಯಣದ ಕಥೆಹೇಳಲು ಶುರುಮಾಡಿದರು. ಕ್ರಿ.ಶ.1526ರಲ್ಲಿ ಒಬ್ಬ ಸುಂದರ ಕನ್ಯೆಯೊಡನೆ ಅವರ ವಿವಾಹವೂ ಆಯಿತು. ಒಮ್ಮೆ ಆಕೆ ತನ್ನ ಸಹೋದರನೊಡನೆ ತೌರಿಗೆ ಹೋದಾಗ

ತುಳಸೀ ಮನೆಯಲ್ಲಿರಲಿಲ್ಲ. ಮನೆಗೆ ಬಂದ ತುಳಸೀ, ವಿರಹವನ್ನು ತಡೆಯಲಾಗದೆ, ಮಳೆ ಗಾಳಿಯನ್ನೂ ಲೆಕ್ಕಿಸದೆ, ನದಿಯನ್ನು ದಾಟಿ, ರಾತ್ರೋರಾತ್ರಿ ಅವಳ ಮನೆತಲುಪಿ, ಮಲಗಿದ್ದವರನ್ನು ಎಬ್ಬಿಸಲಾಗದೆ, ಮರಹತ್ತಿ ಜೋಲಾಡುತ್ತಿದ್ದ ಹಾವನ್ನೇ ಹಗ್ಗವೋ, ಕೊಂಬೆಯೋ ಎಂದು ಅದನ್ನುಹಿಡಿದು ಹಾರಿ, ಹೆಂಡತಿಯಿದ್ದ ಉಪ್ಪರಿಗೆಯ ಕೋಣೆಯನ್ನು ತಲುಪಿದರಂತೆ! ಪ್ರತಾಪ ಕೊಚ್ಚಿಕೊಂಡ ಪ್ರೇಮಿಗೆ ಸಿಕ್ಕಿದ್ದುದು ಪ್ರಿಯತಮೆಯ ಛೀಮಾರಿ! "ಈ ಮಾಂಸ ಚಕ್ಕಳದ ಶರೀರದ ಮೇಲಿರುವ ಅರ್ಧದಷ್ಟಾದರೂ ಪ್ರೀತಿ ಆ ಭಗವಂತನ ಮೇಲಿದ್ದಿದ್ದರೆ ನಿಮ್ಮ ಉದ್ಧಾರವಾಗುತ್ತಿತ್ತು," ಎಂದದ್ದು ತುಳಸಿಯ ಹೃದಯದ ಮೂಲೆಯಲ್ಲಿ ಎಲ್ಲೋ ಹುದುಗಿದ್ದ ರಾಮರಸಾಯನದ ಗಡಿಗೆಯನ್ನು ಚುಚ್ಚಿ ಉರುಳಿಸಿತು, ತುಳಸಿಯ ಹೃದಯವೆಲ್ಲಾ ರಾಮರಸದಲ್ಲಿ–ರಾಮಾಮೃತದಲ್ಲಿ ಮಿಂದುಹೋಯಿತು! ಒಂದು ಕ್ಷಣವೂ ಅಲ್ಲಿ ನಿಲ್ಲದೆ ಹೊರಟುಬಂದು ತುಳಸೀ ಪ್ರಯಾಗದಲ್ಲಿ ಸಾಧುವೇಶ ಧರಿಸಿದರು.

ಇಲ್ಲಿಂದ ಮುಂದಿನ ಕಥೆಗಳಲ್ಲಿ ಕೆಲವು ಪವಾಡಸದೃಶವಾಗಿವೆ. ಸುಮಾರು ಹದಿನೇಳು ವರ್ಷ ತೀರ್ಥಾಟನೆ ಮಾಡಿದ್ದುದು; ಮಾನಸ ಸರೋವರದಲ್ಲಿ 'ಕಾಕಭುಷುಂಡಿ'ಯನ್ನು ನೋಡಿದ್ದುದು; ಸುಮಾರು ಕ್ರಿ.ಶ.1542ರಲ್ಲಿ ಕಾಶಿಗೆ ಬಂದಾಗ ಅವರು ಪ್ರತಿದಿನವೂ ತುಳಸಿಘಾಟ್‌ನ ವೃಕ್ಷವೊಂದಕ್ಕೆ ನೀರೆರೆಯುತ್ತಿದ್ದ ಫಲವಾಗಿ ಅಲ್ಲಿದ್ದ ಯಕ್ಷನೊಬ್ಬ ಸಂಪ್ರೀತನಾಗಿ ವರವನ್ನು ಬೇಡಲು ಹೇಳಿದ್ದುದು; ತುಳಸೀದಾಸರು 'ರಾಮದರ್ಶನ'ದ ವರಬೇಡಿದ್ದುದು; ಯಕ್ಷನ ಸುಳಿವಿನಂತೆ ಕರ್ಣಘಂಟಾ ಮೊಹಲ್ಲದಲ್ಲಿ ನಡೆಯುತ್ತಿದ್ದ ರಾಮಕಥೆ ಕೇಳಲು ನಿತ್ಯವೂ ತಪ್ಪದೆ ಬರುತ್ತಿದ್ದ ಹನುಮಾನನನ್ನು ತುಳಸೀದಾಸರು ಗುರುತಿಸಿ, ಅವನ ಸಹಾಯ ಬೇಡಿದ್ದುದು; ಅಲ್ಲಿ ಹನುಮಾನನ ದರ್ಶನ, 'ಚಿತ್ರಕೂಟದಲ್ಲಿ ನಿನಗೆ ಶ್ರೀರಾಮನ ದರ್ಶನವಾಗುತ್ತದೆ' ಎಂದು ಹನುಮಾನ್ ಹೇಳಿದ್ದುದು; ಕ್ರಿ.ಶ.1550ರ ಮೌನಿ ಅಮಾವಾಸ್ಯೆಯ ದಿನ ಚಿತ್ರಕೂಟದಲ್ಲಿ ಬಾಣಬಿಲ್ಲು ಹಿಡಿದು ಕುದುರೆ ಸವಾರಿಮಾಡುತ್ತಾ ಬಂದ ಬಾಲಕರೂಪಿ ರಾಮಲಕ್ಷ್ಮಣರು ತುಳಸಿಯಿಂದ ಚಂದನ(ಗಂಧ)ವನ್ನು ಕೇಳಿದ್ದುದು; ಕ್ರಿ.ಶ.1571ರಲ್ಲಿ ಅಯೋಧ್ಯೆಗೆ ಬಂದಾಗ ಅಲ್ಲಿಯ ವಟವೃಕ್ಷದ ಕೆಳಗೆ ಮುನಿಭರದ್ವಾಜ ಹಾಗೂ ಯಾಜ್ಞವಲ್ಕ್ಯರು ದರ್ಶನಕೊಟ್ಟಿದ್ದುದು; ಕಾಶಿಗೆ ಬಂದು ಪ್ರಹ್ಲಾದಘಾಟ್‌ನಲ್ಲಿ ಒಬ್ಬ ಬ್ರಾಹ್ಮಣನ ಮನೆಯಲ್ಲಿ ತಂಗಿ ಅಲ್ಲಿ ಸಂಸ್ಕೃತ ಕಾವ್ಯರಚನೆ ಶುರುಮಾಡಿದ್ದುದು; ಅದರಿಂದ ತೃಪ್ತಿಯಾಗದೆ ಇದ್ದಾಗ 'ಸ್ವಭಾಷೆಯಲ್ಲಿ ಕಾವ್ಯರಚನೆ ಮಾಡಿದರೆ ಅದು ಸಾಮವೇದದಂತೆ ಫಲಕಾರಿಯಾಗುವುದು' ಎಂದು ಭಗವಾನ್ ಶಂಕರನ ಪ್ರೇರಣೆಯಾದದ್ದು; ಅದರ ಪ್ರಕಾರ ಅಯೋಧ್ಯೆಗೆ ತಿರುಗಿ ಬಂದದ್ದು – ಇವೆಲ್ಲವೂ ತುಳಸಿಯ ಜೀವನದ ಅದ್ಭುತ ಘಟ್ಟಗಳು.

ಕೊನೆಗೆ ಕ್ರಿ.ಶ.1574ರ(ಸಂವತ್1631ರ) ರಾಮನವಮಿಯ ದಿನ ತುಳಸೀದಾಸರು

(ಚಿತ್ರ21–ತುಳಸೀದಾಸ)

ಅಯೋಧ್ಯೆಯಲ್ಲಿ 'ರಾಮಚರಿತ ಮಾನಸ' ವನ್ನು ಬರೆಯಲು ಶುರುಮಾಡಿ, ಕಿಷ್ಕಿಂಧಾಕಾಂಡ ದವರೆಗೂ ಮುಗಿಸಿದರು. ಅನಂತರ ಕಾಶಿಯ ಅಸಿಘಾಟ್‌ನಲ್ಲಿನ ತುಳಸೀಮಂದಿರದಲ್ಲಿ ನೆಲೆಸಿ, ಅಲ್ಲಿಯೇ ಕಿಷ್ಕಿಂಧಾಕಾಂಡದಿಂದ ಉತ್ತರಕಾಂಡ ದವರೆಗೂ ಬರೆದು, ಒಟ್ಟು ಎರಡುವರ್ಷ ಏಳುತಿಂಗಳು ಇಪ್ಪತ್ತಾರುದಿನಗಳಲ್ಲಿ, ಎಂದರೆ ಕ್ರಿ.ಶ.1576ರಲ್ಲಿ (ಸಂವತ್1633) 'ರಾಮಚರಿತಮಾನಸ'ವನ್ನು ಮುಗಿಸಿದರು. ಇಲ್ಲಿಯೇ 'ಗೀತಾವಳಿ', 'ಕವಿತಾವಳಿ', ಮತ್ತು 'ದೋಹಾವಳಿ'ಯನ್ನು ಬರೆದರು. ಕ್ರಿ.ಶ.1583ರವರೆಗೆ ಗೋಪಾಲಮಂದಿರದ ಗುಹೆಯೊಂದರಲ್ಲಿದ್ದುಕೊಂಡು ತಮ್ಮ 'ವಿನಯಪತ್ರಿಕಾ'ವನ್ನು ಬರೆದರು. ತಮ್ಮ ಬಾಲ್ಯದ ಹದಿನೈದು ವರ್ಷಗಳಲ್ಲದೆ ಜೀವನದ ಕಡೆಯ ಸುಮಾರು ಐವತ್ತು ವರ್ಷಗಳನ್ನು ತುಳಸೀದಾಸರು ಕಾಶಿಯಲ್ಲಿ ಕಳೆದರು. ಅವರು ಕಾಶಿಯಲ್ಲಿದ್ದ ಜಾಗಗಳಲ್ಲಿ ಪಂಚಗಂಗಾಘಾಟ್, ಹನುಮಾನ್‌ಘಾಟಕ್, ವೃದ್ಧಕಾಲದ ಮಹಾಮೃತ್ಯುಂಜಯ ಮಂದಿರ, ಭದೈನಿ, ಪ್ರಹ್ಲಾದ್‌ಘಾಟ್, ಬಿಂದುಮಾಧವ ಮಂದಿರ, ಮತ್ತು ತುಳಸೀಘಾಟ್‌ಗಳು ಮುಖ್ಯವಾದವು. ಕೊನೆಗೆ ಕ್ರಿ.ಶ.1623ರಲ್ಲಿ, 126ರ ವಯಸ್ಸಿನಲ್ಲಿ, ಅವರು ಕಾಲವಶವಾದರು. ಅವರು ಅಸಿ(ತುಳಸೀ) ಘಾಟ್‌ನಲ್ಲಿ ವಾಸಿಸುತ್ತಿದ್ದ ಗುಹೆಯಂತಹ ಜಾಗದಲ್ಲಿ ಇಂದಿಗೂ ರಾಮಚರಿತಮಾನಸದ ಎರಡು ಹಸ್ತಪ್ರತಿಗಳು, ಪಾದುಕೆ, ಮತ್ತು ಅವರು ಗಂಗೆಯನ್ನು ದಾಟಲು ಉಪಯೋಗಿಸುತ್ತಿದ್ದ ನಾವೆಯ ತುಣುಕು ಮುಂತಾದವುಗಳನ್ನು ಕಾಣಬಹುದು. ತುಳಸೀದಾಸರ ಇತರ ಮುಖ್ಯ ಕೃತಿಗಳೆಂದರೆ: ದೋಹಾವಳಿ, ಕವಿತಾವಳಿ, ಕೃಷ್ಣಗೀತಾವಳಿ, ಪದಾವಳಿ ಮತ್ತು ವಿನಯಪತ್ರಿಕಾ.

'ರಾಮಚರಿತಮಾನಸ' ಇಂದು ಉತ್ತರಭಾರತವೇ ಅಲ್ಲದೆ ಮಾರೀಷಿಯಸ್‌ನ ಮನೆಮನೆಗಳಲ್ಲಿಯೂ ಪಠನವಾಗುತ್ತಲಿದೆ. ಅಖಂಡ ಪಾರಾಯಣ, ಕಥಾವಾಚನ, ವಿಶೇಷ ಪ್ರವಚನಗಳು ದೇಶದಾದ್ಯಂತ ನಡೆಯುತ್ತಲೇ ಇರುತ್ತವೆ, ಈಗ ವಿದೇಶಗಳಲ್ಲಿಯೂ ನಡೆಯುತ್ತವೆ. ಅಯೋಧ್ಯೆಯಂತಹ ಕ್ಷೇತ್ರಗಳ ಪಾಠಶಾಲೆಗಳಲ್ಲಿ ವರ್ಷವಿಡೀ ಎಡೆಬಿಡದೆ

ಕಥಾವಾಚನ ಮಾಡುವ 'ವ್ಯಾಸ'ರಿಗೆ ಪಾಠ ಮತ್ತು ತರಬೇತಿ ನಡೆಯುತ್ತಿರುತ್ತದೆ. ಅನಕ್ಷರಸ್ಥರಿಂದ ಹಿಡಿದು ಹಿಂದಿಭಾಷೆ ಬಲ್ಲ ಎಲ್ಲ ಧೀಮಂತರ ಬಾಯಿಯಲ್ಲೂ, ಮನದಲ್ಲೂ, ಹೃದಯದಲ್ಲೂ ಮಾನಸ ನೆಲೆಸಿದೆ. 'ರಾಮಚರಿತಮಾನಸ' ರಾಮಭಕ್ತಿಯ ದ್ಯೋತಕ, ದುಃಖನಿವಾರಕ, ಕಂಟಕಹಾರಕ, ಶಾಂತಿಪ್ರದಾಯಕ ಎಂದೆಲ್ಲಾ ಇಂದು ಅತ್ಯಂತ ಜನಪ್ರಿಯವಾಗಿದೆ. ಸಂಸ್ಕೃತಪಂಡಿತರು ಸೂಕ್ತಗಳನ್ನು, ಪ್ರವಚನಕಾರರು ಹಳೆಯ ಕಾವ್ಯಗಳನ್ನು, ಅಪರೂಪದಲ್ಲೊಮ್ಮೆ ಡಿವಿಜಿಯವರ ಕಗ್ಗದ ಪದ್ಯಗಳನ್ನು ಹೇಳುವವರಂತೆ, ಇಂದು ಅನೇಕಸಾಮಾನ್ಯ ವ್ಯಕ್ತಿಗಳೂ ಸುಲಲಿತವಾಗಿ ರಾಮಚರಿತಮಾನಸದ ದೋಹೆಗಳನ್ನು ಸಮಯ–ಸಂದರ್ಭಕ್ಕೆ ತಕ್ಕಂತೆ ಉದ್ಧರಿಸಿ ಹೇಳುತ್ತಾರೆ. ಆದರೆ ತುಳಸೀದಾಸರು ಬರೆದ ಹೊಸತರಲ್ಲಿ 'ರಾಮಚರಿತಮಾನಸ'ಕ್ಕೆ ತೀವ್ರವಿರೋಧವಿತ್ತು. "ದಿವ್ಯಾಮೃತವನ್ನು ಸ್ವರ್ಣಕಲಶದಲ್ಲಿ ಇಡದೆ ಮಣ್ಣಿನ ಗಡಿಗೆಯಲ್ಲಿಡುವುದೇ? ರಾಮಕಥೆಯನ್ನು ದೇವಭಾಷೆಯಲ್ಲಲ್ಲದೆ ಜನಭಾಷೆಯಲ್ಲಿ ಹೇಳಿ ಅಪವಿತ್ರಮಾಡುವುದೇ?" ಎಂಬುದು ಪಂಡಿತರ, ಸಂಪ್ರದಾಯಸ್ಥರ ದೊಡ್ಡ ಅಪವಾದವಾಗಿತ್ತು. ಪುಷ್ಟಿಮಾರ್ಗಿಗಳು ಕೊಟ್ಟಕಿರುಕುಳ ತಡೆಯಲಾಗದಾಗ ತುಳಸೀದಾಸರು ಕಾಶಿಯನ್ನು ಬಿಟ್ಟುಹೋಗುವ ಯೋಚನೆಯನ್ನೂ ಮಾಡಿದ್ದರು. ಭದೈನಿಯಲ್ಲಿನ ಪೂಜಾರಿಯ ಬಲವಂತ ಮತ್ತು ರಾಜಾ ತೋದರಮಲ್ಲನ ಸಹಾಯದಿಂದಾಗಿ ಕಾಶಿಯನ್ನು ಬಿಡಲಿಲ್ಲ. ವಿರೋಧಿಗಳೆಲ್ಲರೂ ಸೇರಿ ಮಾನಸದ ಹಸ್ತಪ್ರತಿಯನ್ನು ಕದಿಯಲು, ನಾಶಮಾಡಲು ಪ್ರಯತ್ನಗಳನ್ನು ಮಾಡಿದರು. ಈ ಪ್ರಸಂಗದ ಬಗ್ಗೆಯೂ ಅನೇಕ ಕಥೆಗಳಿವೆ. ಮಾನಸದ ಪ್ರತಿಯನ್ನು ಗಂಗೆಗೆ ಎಸೆದಾಗ ಗಂಗೆ ಅದನ್ನು ಎತ್ತಿಹಿಡಿದಳು, ವಿಶ್ವನಾಥನ ಮಂದಿರದ ಗರ್ಭಗೃಹದಲ್ಲಿ ಇತರ ಉದ್ಗ್ರಂಥಗಳ ಕೆಳಗೆ ಮಾನಸವನ್ನು ಇಟ್ಟು ಬಾಗಿಲು ಹಾಕಿದ್ದರೆ ಬೆಳಿಗ್ಗೆ ಬಾಗಿಲುತೆಗೆದಾಗ ಮಾನಸವೇ ಎಲ್ಲ ಗ್ರಂಥಗಳ ಮೇಲಿತ್ತು, ಅದರ ಮೇಲೆ *'ಸತ್ಯಂ ಶಿವಂ ಸುಂದರಂ'* ಎಂಬ ಒಕ್ಕಣೆಯಿತ್ತು, ರಾತ್ರಿಯ ಸಮಯದಲ್ಲಿ ಗ್ರಂಥವನ್ನು ಕದಿಯಲು ಬಂದಾಗ ತುಳಸೀದಾಸರ ಮನೆಯ ಬಾಗಿಲಲ್ಲಿ ಧನುಸ್ಸು ಮತ್ತು ಬಾಣಹಿಡಿದ ವೀರರು (ರಾಮಲಕ್ಷ್ಮಣರು) ಪಹರೆಹಾಕುತ್ತಿದ್ದುದನ್ನು ನೋಡಿಯೇ ಕಳ್ಳರು ದಂಗಾದರು, ಎಂಬುವು ಕೆಲವು ಕಥೆಗಳು. ಮನೆಯ ಸಾಮಾನಗಳು ಲೂಟಿಯಾದರೂ ಪರವಾಗಿಲ್ಲವೆಂದು ತುಳಸೀದಾಸರು 'ರಾಮಚರಿತಮಾನಸ'ದ ಹಸ್ತಪ್ರತಿಯನ್ನು ಮಿತ್ರ ರಾಜಾತೋದರಮಲ್ಲನ ಮನೆಯಲ್ಲಿ ಸುರಕ್ಷಿತವಾಗಿ ಇಟ್ಟಿದ್ದರು, ಅದರಿಂದ ಬೇರೆಯ ಪ್ರತಿಗಳನ್ನು ಬರೆಸಲಾಯಿತು ಎಂಬುದು ಸತ್ಯಕ್ಕೆ ಹತ್ತಿರವಾದ ಕಥೆ. ಆದರೆ ಮಾನಸಕ್ಕೆ ಮಾನ್ಯತೆ ಸಿಕ್ಕಿದುದಕ್ಕೆ ಅಂದಿನ ಪ್ರಸಿದ್ಧ ಸಂಸ್ಕೃತಪಂಡಿತರಾಗಿದ್ದ ಮಧುಸೂದನಸರಸ್ವತಿಯವರ ಬೆಂಬಲವೊಂದೇ ಮುಖ್ಯವಾದ ಕಾರಣವಾಗಿತ್ತು. ಅವರು 'ದಿವ್ಯಾಮೃತಕ್ಕೆ ಮಣ್ಣಿನಗಡಿಗೆಯೇ' ಎಂದವರಿಗೆ ಉತ್ತರಕೊಡುತ್ತಾ 'ಅಮೃತವನ್ನು ಮಣ್ಣಿನ

ಕಳಶದಲ್ಲಿಟ್ಟರೂ ಅದು ಅಮೃತವೇ' ಎಂದು ಸಾರಿದ್ದಲ್ಲದೆ, "ಈ ಕಾಶೀರೂಪಿ ಆನಂದವನದಲ್ಲಿ ತುಳಸೀದಾಸರು ಓಡಾಡುವ ತುಳಸಿಯಗಿಡ. ಅವರ ಕವಿತಾರೂಪಿಯ ಹೂಗೊಂಚಲು ಅತ್ಯಂತ ಸುಂದರ, ಅದರ ಸುತ್ತಲೂ ದುಂಬಿಗಳು ಸದಾ ಝೇಂಕರಿಸುತ್ತಾ ಇರುತ್ತವೆ" ಎಂದು ಮುಕ್ತಕಂಠದಿಂದ ಹೊಗಳಿದರು.

ಕಬೀರ ಮತ್ತು ರೈಯಿದಾಸ ಇಬ್ಬರೂ ಹದಿನೈದನೆಯ ಮತ್ತು ಹದಿನಾರನೆಯ ಶತಮಾನದ ಮೊದಲ ಅರ್ಧದಲ್ಲಿ ಕಾಶಿಯಲ್ಲಿ ಹೊಸವಿಚಾರಕ್ರಾಂತಿಯನ್ನು ಶುರುಮಾಡಿದ ವಿಷಯ ಹಿಂದಿನ ಅಧ್ಯಾಯದಲ್ಲಿ ಬಂದಿದೆ. ಅವರ ಕಾಲಕ್ಕೂ(ಕ್ರಿ.ಶ.1400–1540) ತುಳಸೀದಾಸರು ಪ್ರಬುದ್ಧರಾದ ಕಾಲಕ್ಕೂ ('ರಾಮಚರಿತಮಾನಸ' ಶುರುಮಾಡಿದ ಕಾಲವಾದ ಕ್ರಿ.ಶ.1574ಕ್ಕೂ) ರಾಜಕೀಯವಾಗಿ, ಸಾಮಾಜಿಕವಾಗಿ, ಆರ್ಥಿಕವಾಗಿ ಹೆಚ್ಚು ವ್ಯತ್ಯಾಸಗಳಿರಲಿಲ್ಲ ಎನ್ನಬಹುದು. ಮುಸ್ಲಿಮ್ ಆಡಳಿತಗಾರರ ಕಠೋರತೆ, ದಬ್ಬಾಳಿಕೆ, ಹಿಂಸೆ, ಬಲವಂತದ ಮತ ಪರಿವರ್ತನೆ ಒಂದು ಕಡೆಯಾದರೆ ಹಿಂದೂಗಳ ಅನೇಕ ಜಾತಿಪಂಗಡಗಳಲ್ಲಿನ ಆಂತರಿಕ ವೈಷಮ್ಯ, ಉಚ್ಚಜಾತೀಯರಿಂದ ದೀನರ ಶೋಷಣೆ, ವರ್ಣಾಶ್ರಮಧರ್ಮದ ತಾರತಮ್ಯಗಳು, ಪೂಜೆಪಾಠ ನಂಬಿಕೆಗಳ ಜಾಲದಲ್ಲಿ ಮುಗ್ಧರ ತಿಣುಕಾಟ, ಧರ್ಮವಾಗಲೀ ದೇವರಾಗಲೀ ನಮ್ಮ ನೆರವಿಗಿಲ್ಲ ಎಂಬ ನಿರಾಶೆ ಇನ್ನೊಂದು ಕಡೆ ಜನರನ್ನು ಕಾಡುತ್ತಿದ್ದವು. ಹೀಗೆ ಎಲ್ಲ ಕಡೆಯಿಂದಲೂ ಪೆಟ್ಟುತಿಂದು ಜಜ್ಜರಿತವಾಗುತ್ತಿದ್ದ ಜನಸಾಮಾನ್ಯರಿಗೆ ಕಬೀರ ಮತ್ತು ರೈಯಿದಾಸರ ವಿಚಾರಕ್ರಾಂತಿ ಹೊಸದಿಶೆಯುಲ್ಲಿ ಕಂಡಬೆಳಕಿನಂತೆ, ಆಶಾಕಿರಣವಾಯಿತು. ಪಂಡಿತರ, ಪುರೋಹಿತರ, ಮುಲ್ಲಾಗಳ ಆಷಾಢಭೂತಿತನ, ಆಡಂಬರದ ಪವಿತ್ರತೆ ಮತ್ತು ನಾಟಕೀಯ ಭಯಭಕ್ತಿಯ ಬಟ್ಟೆಯನ್ನು ಎಳೆದು ಅವರನ್ನು ನಗ್ನರನ್ನಾಗಿಸಿದಂತಾಯಿತು. ಹೀಗಾದಮೇಲೆ ಅವರು ಸ್ವಲ್ಪಮಟ್ಟಿಗೆ ಎಚ್ಚೆತ್ತುಕೊಳ್ಳು ವಂತಾಯಿತು. ಆದರೆ ಕ್ರಮೇಣ ಸುಧಾರಣೆಯ ಬಿಸಿಆರಿ, ವಿಚಾರಕ್ರಾಂತಿಯ ರಭಸ ಕಡಿಮೆಯಾಗಿ, ಹೊಸಪಂಥ ಹೊಸ ಕಟ್ಟುಪಾಡಿನಲ್ಲಿ ಜನರನ್ನು ಸಿಕ್ಕಿಸಿದಂತಾಯಿತು. "ಮೂರ್ತಿಪೂಜೆ, ತೀರ್ಥಯಾತ್ರೆ, ಉಪವಾಸ, ತಪಸ್ಸು, ಪುಣ್ಯಸ್ನಾನ, ದೇಹದಮೇಲೆ ಜಾತಿಪಂಥದ ಲಾಂಛನಗಳು, ಜಪಮಾಲೆ, ಕುರುಡು ಸಂಪ್ರದಾಯಗಳು ಮುಂತಾದ ಹೊರಸಾಧನಗಳಿಂದ ಧರ್ಮದ ಮಾರಾಟವಾಗುತ್ತಿರುವುದು ನಿಜ. ಇವುಗಳಿಂದ ಶೋಷಣೆಯೇ ಹೊರತು ದೇವರನ್ನು ಅರಿಯಲಾಗುವುದಿಲ್ಲ" ಎನ್ನವುದನ್ನು ಎಲ್ಲರೂ ಒಪ್ಪಲು ತಯಾರಾಗಿದ್ದರು. ಆದರೆ 'ಮೂರ್ತಿಪೂಜೆ ಬೇಡ' ಎಂದ ಕಬೀರ ರೈಯಿದಾಸರು ತಾವೇ 'ಮಾನಸಪೂಜೆ'ಯ ಬಗ್ಗೆ ಹೇಳುತ್ತಾ ಮನಸ್ಸಿನಲ್ಲಿಯೆ ಪೂಜೆಯ ಎಲ್ಲ ವಿಧಿಗಳನ್ನೂ ಹೇಳಿರುವರಲ್ಲ! ಇದು ಯಾಕೆ? ಹೇಗೆ? ಎಂದು ಪಂಡಿತರು ಅಡ್ಡಮಾತಿಗಿಳಿದರು. ಪೂಜೆಯನ್ನೇ ಮಾಡಲರಿಯದ ಸಾಮಾನ್ಯ ಮನುಜ ಮಾನಸಪೂಜೆ ಮಾಡುವುದಾದರೂ

ಹೇಗೆ? "ಪರಮಾತ್ಮ ಯಾವ ಮಸೀದಿ ಮಂದಿರಗಳಲ್ಲೂ ಬಂಧಿತನಾಗಿಲ್ಲ. ಅವನು ನಮ್ಮ ಪ್ರತಿ ಉಸಿರಿನಲ್ಲೂ ಇದ್ದಾನೆ, ಅವನು ನಮ್ಮ ಹೃದಯದೊಳಗೇ ಇದ್ದಾನೆ" ಎಂಬ ವಿಚಾರವನ್ನು ಕಬೀರರಿಗೆ ಮುಂಚೆಯೇ ಶಂಕರಾಚಾರ್ಯರಂತಹ ದಾರ್ಶನಿಕರು ಹೇಳಿದ ದೊಡ್ಡಮಾತು. ಈ ತತ್ತ್ವವನ್ನು ಸಾಮಾನ್ಯ ಜನರು ಅರ್ಥಮಾಡಿಕೊಳ್ಳುವುದು ಕಷ್ಟವೆಂದು ತಿಳಿದು ಶಂಕರರು ಅವರಿಗಾಗಿ ಸಗುಣೋಪಾಸನೆಯನ್ನು ಹೇಳಿದರು, ತಿರಸ್ಕರಿಸಲಿಲ್ಲ. ಕಬೀರರು ತಾವು ಹೇಳುವ ರಾಮ 'ದಶರಥರಾಮನಲ್ಲ', ಅವನು 'ಯಾವ ಅವತಾರ ಪುರುಷನೂ ಅಲ್ಲ' ಎಂದಿದ್ದನ್ನು ಕೆಲವರು ಗ್ರಹಿಸಿದರು. ಆದರೆ, ಎದುರಿಗಿದ್ದ ಮೂರ್ತಿಯಲ್ಲೋ, ಪುರಾಣದ ಕಥೆಗಳಲ್ಲೋ ಇರುವ ಪರಮಾತ್ಮನನ್ನು ಅರ್ಥಮಾಡಿಕೊಳ್ಳದ ಸಾಮಾನ್ಯರು ನಿರ್ಗುಣ ಬ್ರಹ್ಮತತ್ತ್ವವನ್ನು ಹೇಗೆ ತಿಳಿದಾರು? ಧರ್ಮದ ಹೆಸರಿನಲ್ಲಿ ವಸೂಲಿ, ಶೋಷಣೆ, ವರ್ಣಾಶ್ರಮದ ತಾರತಮ್ಯಗಳು, ಅಂಧಶ್ರದ್ಧೆಯ ಕೆಡುಕು ಇವೆಲ್ಲವೂ ಯಾವ ವ್ಯವಸ್ಥೆಯನ್ನಾದರೂ ಒಳಗೇ ಕೊರೆದುತಿನ್ನುವ ಕೀಟಗಳು. ಕೊಳೆತುದನ್ನು ಕಿತ್ತು ಹೊಸತನ್ನು ಜೋಡಿಸಬೇಕು, ಕೀಟಗಳನ್ನು ನಾಶಮಾಡಬೇಕು ನಿಜ. ಇಲ್ಲವೆ ಬೇರೆಯದೇ ಆದ ವ್ಯವಸ್ಥೆಯನ್ನು ಜಾರಿಗೆ ತರಬೇಕು. ಹೀಗಾಗದೆ "ಮೂರ್ತಿಪೂಜೆ, ಜಪಮಾಲೆಯಂತಹ ಯಾವ ಹೊರಗಿನ ಸಾಧನವೂ ಬೇಡ" ಎಂದಾಗ ಜನಸಾಮಾನ್ಯರಿಗೆ ಸರಳಭಾಷೆಯ ಆಧ್ಯಾತ್ಮಿಕಸತ್ಯ ಅರ್ಥವಾಯಿತು, ಮೊದಲು ಮೆಚ್ಚಿಗೆಯಿಂದ ತಲೆದೂಗಿದರು. ಕ್ರಮೇಣ, 'ಧರ್ಮವು ನಮ್ಮನ್ನು ಕಾಪಾಡುತ್ತಿಲ್ಲ, ದೇವರು ಅಥವಾ ಅವನ ಅವತಾರ ನಮ್ಮ ನೆರವಿಗೆ ಬರುತ್ತಿಲ್ಲ, ಇನ್ನು ಹೊಸವಿಚಾರಗಳು ನಮ್ಮ ಮೂಲನಂಬಿಕೆಗಳನ್ನೇ ಅಲುಗಾಡಿಸಿಬಿಟ್ಟಿವೆ' ಎಂಬ ವಿಚಾರ ಮನವರಿಕೆಯಾಯಿತು. "ಹಾಗಾದರೆ ನಾವೇನು ಮಾಡಬೇಕು? ಮುಂದಿನ ಗತಿಯೇನು? ನಾವು ಯಾರನ್ನು ನಂಬಬೇಕು?" ಎಂಬ ಪ್ರಶ್ನೆಗಳು ಎದ್ದವು. ಹೊರಗಡೆಯ ಅಶಾಂತಿ ಮತ್ತು ತಮ್ಮವರ ನಿಸ್ಸಹಾಯಕತ್ವದ ಜೊತೆಗೆ ಹೊಸದಾಗಿ ಬೆಂಬತ್ತಿದ ನಿರಾಶೆಯಿಂದ ದಿಕ್ಕುತೋಚದಂತಾಯಿತು. ಹೊಸವಿಚಾರಗಳು ಹಳೆಯ ವ್ಯವಸ್ಥೆಯಲ್ಲಿ ತೂತುಕುಟ್ಟಿ, ದೋಣಿಯನ್ನೇ ಮುಳುಗಿಸುವ, ಇಲ್ಲವೆ ದೋಣಿಯ ಚುಕ್ಕಾಣಿಯನ್ನೇ ಮಧ್ಯನೀರಿನಲ್ಲಿ ಹೊರಗೆಸೆಯುವ ಪರಿಣಾಮವನ್ನು ಬೀರಿದಂತಿದ್ದುವು.

ಇಂತಹ ಸಂದಿಗ್ಧಸಮಯದಲ್ಲಿ ತುಳಸೀದಾಸರು ಕಾಶಿಯಲ್ಲಿ ಬಂದುನೆಲೆಸಿ ಇಲ್ಲಿನ ಕ್ಷುಬ್ಧ ವಾತಾವರಣವನ್ನು ಅರ್ಥಮಾಡಿಕೊಂಡರು. ಭಕ್ತಿ, ದೈನ್ಯತೆ, ವಿನಯ ಮತ್ತು ಸೌಜನ್ಯದ ಮೂರ್ತಿಯಾದ ತುಳಸೀದಾಸರು ಯಾರನ್ನೂ ತೆಗಳಲಿಲ್ಲ, ಯಾವ ವ್ಯವಸ್ಥೆಯನ್ನೂ ಬದಲಿಸಲು ಪ್ರಯತ್ನವಾಡಲಿಲ್ಲ. ನಿರಾಶೆಗೆ ಕಾರಣವಾಗಿದ್ದ ಹೊಸವಿಚಾರಕ್ರಾಂತಿಯ ಬಗ್ಗೆಯೂ ವಾದಕ್ಕಿಳಿಯಲಿಲ್ಲ. ಆದರೂ ಕಬೀರರ ವಚನಗಳನ್ನು ಕೆಲವೆಡೆ ಸಮರ್ಥಿಸಿ, ಕೆಲವೆಡೆ ನಿರ್ಗುಣವಾದದಿಂದ ಸಾಮಾನ್ಯರಿಗೆ ಆಗುವ ಗೊಂದಲ–

ತೊಡಕನ್ನು ಚಿತ್ರಿಸಿ, ಸಗುಣ ಭಕ್ತಿಯೇ ಜನಸಾಮಾನ್ಯರ ಆಸರೆ ಎಂದಿರುವುದನ್ನು ತುಳಸೀದಾಸರ ದೋಹೆ(ದ್ವಿಪದಿ)ಗಳಲ್ಲಿ ಕಾಣಬಹುದು. ಕೆಲವು ಉದಾಹರಣೆಗಳು ಇಲ್ಲಿವೆ–

'ರಾಮನ ಮೇಲೆ ಸಹಜ ಪ್ರೇಮವಿಲ್ಲದಿದ್ದರೆ ತಲೆಗೂದಲು ತೆಗೆಸಿ, ಗೃಹ ತ್ಯಜಿಸಿ, ಸನ್ಯಾಸಿಯ ಸೋಗು ಹಾಕುವುದೆಲ್ಲಾ ವ್ಯರ್ಥ' (ದೋಹಾವಳಿ 63); 'ಮೊದಲು ನಿನ್ನನ್ನು ಅರಿ, ಅನಂತರ ಬ್ರಹ್ಮತತ್ತ್ವವನ್ನು ಅರಿತುಕೊ, ನಿನಗೂ ಬ್ರಹ್ಮಕ್ಕೂ ಮಧ್ಯೆ ಇರುವ ಮಾಯೆಯನ್ನು ಗುರುತಿಸು. ಇವನ್ನರಿಯದೆ ಸರ್ವಾಂತರ್ಯಾಮಿಯನ್ನು ಹೇಗೆ ತಿಳಿಯುವೆ? 'ಅಲಖ್' ಎಂದು ಕಿರುಚುವ ಮೊದಲು ರಾಮನ ಪುಣ್ಯನಾಮವ ಜಪಿಸಲೊ, ಎಲೆ, ನೀಚ!' (ದೋಹಾವಳಿ 19); 'ನಿರ್ಗುಣವನ್ನು ಹೇಳಲು ಕಠಿಣ, ಅರಿಯಲು ಕಠಿಣ, ಸಾಧನೆ ಕಠಿಣ, ಒಮ್ಮೆ ಅರ್ಥ ಹೊಳೆದರೂ ಅದನ್ನು ಹಿಡಿದು ಮುನ್ನಡೆಯಲು ಅನೇಕ ತೊಡಕುಗಳು' (ದೋಹಾವಳಿ 273); 'ತಿಳಿಯುವ ತವಕವಿಲ್ಲದಿರೆ ತಿಳಿಯುವುದಾದರೂ ಹೇಗೆ? ಬಿಲ್ಲುಬಾಣ ಹಿಡಿದ ರಾಮನು ಹೃದಯದೊಳಗಿಳಿದರೆ ಅವನನ್ನರಿಯುವೆ (ಅವನೇ ಬ್ರಹ್ಮನೆಂದು ತಿಳಿಯುವೆ)' (ದೋಹಾವಳಿ 98); 'ರಾಮ ಜಗದೀಶನಾಗಿದ್ದರು ಒಳ್ಳೆಯದೆ, ಭೂಪತಿಯಾದರು ಸರಿಯೆ, ತುಳಸಿಗೆ ಜನ್ಮಪೂರ್ತಿ ರಾಮಚರಣದ ಅನುರಾಗವೊಂದೇ ಸಾಕು' (ದೋಹಾವಳಿ 91); 'ಭಕ್ತರಿಗಾಗಿ ಭಗವಾನ್ ರಾಮನು ಮನುಜನಾಗಿ ಹುಟ್ಟಿ, ಸಾಮಾನ್ಯನಂತೆ ಪಾವನಮಯ ಕಾರ್ಯಗಳನ್ನು ಮಾಡಿದನು' (ದೋಹವಳಿ 113).

"ಅವ್ಯಕ್ತ ಚೇತನದಲ್ಲಿ ಆಸಕ್ತಿಹೊಂದಿರುವವನಿಗೆ ಕ್ಲೇಶಗಳು ಅಧಿಕವಾಗಿರುವುವು" ಎಂದು 'ಭಗವದ್ಗೀತೆ'ಯಲ್ಲಿ (ಅ12,ಶ್ಲೋ5) ಹೇಳಿದಂತೆ, ತುಳಸೀದಾಸರು ನಿರ್ಗುಣೋಪಾಸನೆಯ ಕಷ್ಟವನ್ನರಿತು ಸಗುಣಭಕ್ತಿಯೇ ಜನಸಾಮಾನ್ಯರಿಗೆ ಸುಲಭಸಾಧ್ಯ ಎಂದು ನಿಶ್ಚಯಿಸಿದರು. ಜನ್ಮಾಂತರಗಳ ವಾಸನೆಗಳ ಅಂಟನ್ನು ಸಡಿಲಿಸಿ ತೊಳೆಯಲು (ಅಂತಃಶ್ಶುದ್ಧಿಗೆ) ಭಕ್ತಿಯೊಂದೇ ಸಾಧನ, ಎಲ್ಲ ಕ್ಲೇಷ, ಕಲ್ಮಷಗಳ (ರಾಗ ದ್ವೇಶಗಳ) ವಿಕಾರಕ್ಕೂ ಭಕ್ತಿಯೊಂದೇ ಪರಮೌಷಧಿ, ಪಾಪನಾಶಕ್ಕೆ ಭಕ್ತಿಯಸ್ನಾನ ಪುಣ್ಯಸಂಚಯನಕ್ಕೆ ಭಕ್ತಿಯಪಾನ, ಭಕ್ತಿಯ ಪ್ರೇಮರಸಾಯನದಿಂದಲೇ ಭುಕ್ತಿ, ಭಕ್ತಿಯಅಮೃತಬಿಂದುವಿನಿಂದಲೇ ಮುಕ್ತಿಯೆಂದು ಕಂಡುಕೊಂಡರು. ನಿರ್ಗುಣಬ್ರಹ್ಮನೆಂದಾಗ ಜ್ಞಾನ, ಸಗುಣನೆಂದಾಗ ಭಕ್ತಿ ಪ್ರಾಮುಖ್ಯವೆಂದರಿತರು. ಸಗುಣಭಕ್ತಿ ಮಡುವಾಗಿ ನಿಲ್ಲದೆ ಪ್ರವಾಹವಾಗಿ ಹರಿದೋಡಲು ಗುರುವಿನ ಕೃಪೆ/ಮಾರ್ಗದರ್ಶನ (ನದಿಯ ಪಾತ್ರದಂತೆ), ಸತ್ಸಂಗದ ಪ್ರೇರಣೆ (ಝರಿ, ತೊರೆಗಳಂತೆ ಹೊಸಭಾವಗಳು) ಮತ್ತು ನಿರಂತರ ನಾಮಸ್ಮರಣೆ (ಹಿಮಪರ್ವತದಂತೆ ಸದಾಕಾಲವೂ ಕರಗುತ್ತಲೇ ಇರುವ ಹೃದಯ) ಇವು ಮೂರೂ ಮುಖ್ಯವಾದುವು. ಜ್ಞಾನಪ್ರವಾಹ ಹರಿಯುವುದು ಶಿವನೆಡೆಗೆ, ಭಕ್ತಿಯ ಪ್ರವಾಹ ಹರಿಯುವುದು ರಾಮ, ಕೃಷ್ಣ, ಸಗುಣ ದೇವರೆಡೆಗೆ. ಹಿಂದಿನ 18ನೆಯ ಅಧ್ಯಾಯದಲ್ಲಿ ರಾಮಾನಂದರು ವಿಷ್ಣುವಿನ

ಇನ್ನೊಂದು ಅವತಾರಕ್ಕೆ ಕಾಯದೆ ಪುರಾಣಗಳ ಪವಾಡಪುರುಷ ವಿಷ್ಣುವಿಗಿಂತ ನಮ್ಮ ಪ್ರಪಂಚದಲ್ಲಿಯೆ ಇದ್ದ ಮರ್ಯಾದಾ ಪುರುಷೋತ್ತಮ ರಾಮನನ್ನು ಜನರ ಆದರ್ಶವನ್ನಾಗಿ ಆರಿಸಿಕೊಂಡರು ಎಂಬ ವಿಷಯ ಬಂದಿದೆ. ರಾಮನು ಮರ್ಯಾದಾ ಪುರುಷೋತ್ತಮನಷ್ಟೇ ಅಲ್ಲದೆ ಶೀಲ, ಸೌಂದರ್ಯ ಮತ್ತು ಶಕ್ತಿಯ ಜೀವಂತಮೂರ್ತಿ. ಇದರಿಂದ ಅವನ ಶೀಲಕ್ಕಾಗಿ ಸಾತ್ವಿಕರು, ಸೌಂದರ್ಯಕ್ಕಾಗಿ ರಜೋಗುಣಿಗಳು ಮತ್ತು ಶಕ್ತಿಗಾಗಿ ತಾಮಸಿಗಳು ಅವನನ್ನು ಮೆಚ್ಚಿಕೊಂಡು ಆರಾಧಿಸಿದರು. ಅವನು ಸಮುದ್ರದಂತೆ ಗಂಭೀರ, ಹಿಮಾಲಯದಂತೆ ಧೀರ ಮತ್ತು ಆಕಾಶದಂತೆ ಉದಾರ. ರಾಮಾನಂದರು ರಾಮನನ್ನು ಆರಾಧ್ಯ ದೇವತೆ, ಎಲ್ಲರ ಭಕ್ತಿಯ ಪ್ರತೀಕ, ಭಕ್ತೋದ್ಧಾರಕ ಎಂದು ಸಾರಿದ್ದನ್ನು ತುಳಸೀದಾಸರೂ ಅನುಸರಿಸಿದರು. ದೇಶ ಕಾಲ ಪರಿಸ್ಥಿತಿಗಳ ವಿಷಜ್ವಾಲೆಯಲ್ಲಿ ಬೆಂದವರಿಗೆ ಸಾಂತ್ವನ, ಪ್ರೋತ್ಸಾಹ, ಆಶಾಕಿರಣ ನೀಡಲು ರಾಮನು ತೋರಿದ ಧರ್ಮದ ದಾರಿಯಲ್ಲಿ ಪ್ರತಿಯೊಬ್ಬ ವ್ಯಕ್ತಿಯೂ ಮುಂದೆ ಸಾಗುವುದೊಂದೇ ದಾರಿ ಎಂದು 'ರಾಮಚರಿತಮಾನಸ'ದ ಮೂಲಕ ಹೇಳಿದರು. ಎಲ್ಲವನ್ನೂ ಕಳೆದುಕೊಂಡು ಕಂಗಾಲಾದವರಿಗೆ ನಂಬಿಕೆಯೆ ಜೀವನದ ಊರುಗೋಲು ಎಂದರು, ಛಿದ್ರವಾದ ಮನವನ್ನು ಸೇರಿಸಲು ಒಡೆದ ಮನೆಯನ್ನು ಕಟ್ಟಲು ಭಕ್ತಿಯೊಂದೇ ಉಪಾಯವೆಂದರು.

ಶಾಕ್ತ, ಶೈವ ಮತ್ತು ವೈಷ್ಣವ ಪಂಥಗಳಲ್ಲಿರುವ ಬಿರುಕನ್ನು ಮುಚ್ಚುವುದಕ್ಕೂ ತುಳಸೀದಾಸರು ಭಕ್ತಿಯನ್ನೆ ಉಪಯೋಗಿಸಿಕೊಂಡರು. 'ರಾಮಚರಿತಮಾನಸ'ದಲ್ಲಿ ರಾಮ ವಿವಾಹದ ವರ್ಣನೆಗೆ ಮೊದಲು ಶಿವ ವಿವಾಹದ ವರ್ಣನೆಯಿದೆ. ಶಿವನ ಬಾಯಿಯಿಂದಲೇ ರಾಮಕಥೆಯನ್ನು ಹೇಳಿಸಿರುವರು. 'ರಾಮಚರಿತಮಾನಸ'ದ ಪ್ರತಿ ಅಧ್ಯಾಯದ ಮೊದಲಲ್ಲೂ ಶಿವಸ್ತುತಿಯನ್ನು ಮಾಡಿ ಪಂಥಗಳ ಮಧ್ಯದ ವೈಮನಸ್ಯವನ್ನು ತೊಡೆಯುವ ಪ್ರಯತ್ನಮಾಡಿದರು. ಉದಾಹರಣೆಗೆ: ಬಾಲಕಾಂಡದ ಮೊದಲಲ್ಲಿ *'ಭವಾನೀಶಂಕರೌ ವಂದೇ'*, ಅಯೋಧ್ಯಾಕಾಂಡದಲ್ಲಿ *'ಶ್ರೀಶಂಕರ ಪಾತು ಮಾಮ್'*, ಅರಣ್ಯಕಾಂಡದಲ್ಲಿ *'ಶ್ರೀರಾಮಭೂಪ ಪ್ರಿಯಮ್'*, ಕಿಷ್ಕಿಂಧಾಕಾಂಡದಲ್ಲಿ *'ಶ್ರೀಮತ್ ಶಂಭು ಮುಖೇಂದು'*, ಲಂಕಾಕಾಂಡದಲ್ಲಿ *'ನೌಮೀಡ್ಯಂ ಗಿರಿಜಾಪತಿಮ್'*, ಮತ್ತು ಉತ್ತರಕಾಂಡದಲ್ಲಿ *'ಶಂಕರಮ್ ಅನಂಗಮೋಚನಮ್'* ಎಂದು ಶುರುವಾಗುವ ಶಿವಸ್ತುತಿಗಳು ಅಧ್ಯಾಯದ ಆರಂಭದಲ್ಲಿಯೇ ಇವೆ. ರಾಮನೇ ಒಂದೆಡೆ 'ಶಿವನಲ್ಲಿ ಭಕ್ತಿಯಿಲ್ಲದವರಿಗೆ ರಾಮನ ಕೃಪೆಯೂ ಸಲ್ಲದು' (*'ಶಂಕರ ಭಗತಿ ಬಿನಾ ನರ, ಭಗತಿ ನ ಪಾವಯಿ ಮೋರೀ'*) ಎನ್ನುತ್ತಾನೆ. ಹೀಗೆ ತುಳಸೀದಾಸರು ಹರಿ-ಹರ, ನಿರ್ಗುಣ-ಸಗುಣ, ಭಕ್ತಿ-ಜ್ಞಾನ, ಪಂಡಿತ-ಪಾಮರ ಎಂದು ಎಲ್ಲೆಡೆಯೂ ಸಾಮರಸ್ಯವನ್ನು ಒತ್ತಿಹೇಳಿರುವುದಕ್ಕೆ ನಾನಾಉದಾಹರಣೆಗಳನ್ನು ಕೊಡಬಹುದು. 'ಜೀವನದಲ್ಲಿ ಮುಖ್ಯವಾದುದು ದ್ವೇಷವಲ್ಲ ಪ್ರೀತಿ, ವಿಷಮತೆಯಲ್ಲ

ಸಾಮರಸ್ಯ' ಎಂದು ಕಬೀರರು ಹೇಳಿದ್ದನ್ನು ಜನಸಾಮಾನ್ಯರು 'ರಾಮಚರಿತಮಾನಸ'ದ
ಪಠನ–ಪ್ರವಚನಗಳ ಮೂಲಕ ಸುಲಭವಾಗಿ ಅರ್ಥಮಾಡಿಕೊಂಡು ಅನುಭವಿಸುವಂತಾಯಿತು.
ಹಿಂದಿಯ ಶ್ರೇಷ್ಠಸಾಹಿತ್ಯಕಾರ ರಾಮಚಂದ್ರಶುಕ್ಲ ಅವರು ಹೇಳಿದಂತೆ "ತುಳಸಿಯ ವಾಣಿಯ
ಪ್ರೇರಣೆಯಿಂದ ಇಂದೂ ಹಿಂದೂಗಳು ಸೌಂದರ್ಯವನ್ನು ಕಂಡು ಮುಗ್ಧವಾಗುತ್ತಾರೆ;
ಮಹತ್ತನ್ನು ಕಂಡು ಶ್ರದ್ಧೆಯಿಂದ ಮಣಿಯುತ್ತಾರೆ; ಶೀಲದತ್ತ ಒಲಿಯುತ್ತಾರೆ; ಸನ್ಮಾರ್ಗದಲ್ಲಿ
ಕಾಲಿಡುತ್ತಾರೆ; ವಿಪತ್ತಿನಲ್ಲಿ ಧೈರ್ಯತಳೆಯುತ್ತಾರೆ; ಕಠಿನ ಕಾರ್ಯದಲ್ಲಿ
ಉತ್ಸಾಹಗೊಳುತ್ತಾರೆ...". ಜಾರ್ಜ್ ಗ್ರೀರಿಸನ್ ಪ್ರಕಾರ ತುಳಸೀದಾಸರು "ಪ್ರಪಂಚದ
ಮೂರೋ ನಾಲ್ಕೋ ಸಾಹಿತ್ಯ ದಿಗ್ಗಜರಲ್ಲಿ ಒಬ್ಬರು" ಎನ್ನುವುದು ನಿಜವಾದರೂ ಅದು
ಅರೆಸತ್ಯ. ತುಳಸೀದಾಸರು ಕೇವಲ ಸಾಹಿತ್ಯದಿಗ್ಗಜರಷ್ಟೇ ಅಲ್ಲ, ಅವರು ಶುಕಮುನಿಗಳಂತೆ
ಪರಮ ಭಾಗವತರು, ಶ್ರೇಷ್ಠ ರಾಮಭಕ್ತರು. ಅವರ ಹೃದಯಮಾನಸದಲ್ಲಿ ತುಂಬಿಕೊಂಡಿದ್ದ
ರಾಮಭಕ್ತಿಯೆಂಬ ಸುಧಾರಸ 'ರಾಮಚರಿತ ಮಾನಸ' ಎಂಬ ಅಗಾಧವಾದ, ಅಕ್ಷಯವಾದ
ಸರೋವರದ ಮೂಲಕ, ಅವರು ಶುರುಮಾಡಿದ 'ರಾಮಲೀಲಾ' ಪ್ರದರ್ಶನಗಳ ಮೂಲಕ
ಮತ್ತು ರಾಮಭಕ್ತ ಹನುಮಾನನ ಮಂದಿರಗಳ ಮೂಲಕ ಜನಮಾನಸದ ಕ್ಷೇತ್ರಕ್ಕೆ ಹರಿಯುತ್ತಲೇ
ಇದೆ, ಅಸಂಖ್ಯಾತ ಜೀವಿಗಳನ್ನು ಪಾವನಗೊಳಿಸುತ್ತಲೇ ಇದೆ!

∎

23. ರಾಮಲೀಲಾ

ರಾಮಾಯಣದ ಕಥೆಯನ್ನು ಪ್ರಸಾರಮಾಡಲು ಪ್ರವಚನ, ವಾಚನ, ಚಿತ್ರಪ್ರದರ್ಶನಗಳು ಮತ್ತು ನಾಟಕ, ನೃತ್ಯಗಳು ಹಿಂದಿನಿಂದಲೂ ಮುಖ್ಯ ಮಾಧ್ಯಮಗಳಾಗಿದ್ದುವು. ಆದರೆ ತುಳಸೀದಾಸರ 'ರಾಮಚರಿತಮಾನಸ'ದ ನಂತರ ಇವೆಲ್ಲ ಮಾಧ್ಯಮಗಳೂ ಉತ್ತರಭಾರತದಲ್ಲಿ ಹೆಚ್ಚು ಚಾಲನೆಗೆ ಬಂದವು. ಅದರಲ್ಲಿಯೂ ತುಳಸೀದಾಸರು ಶುರುಮಾಡಿದ 'ರಾಮಲೀಲಾ' ಅತಿಹೆಚ್ಚು ಜನಪ್ರಿಯವಾಯಿತು. ತುಳಸೀದಾಸರ 'ರಾಮಚರಿತಮಾನಸ' ಒಂದು ಮಹಾಕಾವ್ಯವಲ್ಲದೆ, ಕಾವ್ಯನಾಟಕವೂ ಆಗಿರುವುದೇ ಇದಕ್ಕೆ ಮುಖ್ಯಕಾರಣ. ಈ ಅದ್ಭುತಗ್ರಂಥದಲ್ಲಿ ಸುಮಾರು ಮುವ್ವತ್ತು ನಾಟಕಗಳಿವೆ. ತುಳಸೀದಾಸರ ಕಾಲದಲ್ಲಿಯೆ, ಅವರ ಪ್ರೇರಣೆಯಿಂದಲೆ ರಾಮಲೀಲಾ, ಕೃಷ್ಣಲೀಲಾ, ನರಸಿಂಹಲೀಲಾ ಮತ್ತು ವಾಮನಲೀಲಾ ಎಂಬ ಭಗವಂತನ ಲೀಲಾ ಪ್ರಸಂಗಗಳನ್ನು ಆಡಿಪ್ರದರ್ಶಿಸುವ ಪರಿಪಾಠ ಶುರುವಾಯಿತು. 'ಲೀಲಾ' ಎಂದರೆ ವಿಷ್ಣುವಿನ 'ಲೀಲಾ' ಅಥವಾ 'ಅವತಾರ'ಗಳ ಆಯ್ದದೃಶ್ಯಗಳನ್ನು ಆಡಿ ತೋರಿಸುವುದು. ಈ ಕಥಾಪ್ರಸಂಗಗಳಲ್ಲಿ 'ಭರತಮಿಲಾಪ' ಮತ್ತು 'ನಾಗನಥೈಯ' (ಕಾಳಿಂಗಮರ್ದನ) ಎಂಬ 'ಝೂಂಕೀ' ಅಥವಾ ಪ್ರಸಂಗಗಳು ಅತ್ಯಂತ ವೈಶಿಷ್ಟ್ಯಪೂರ್ಣ ಮತ್ತು ಭಾವನಾತ್ಮಕವಾಗಿವೆ. 'ಝೂಂಕೀ' ಎಂದರೆ ಕ್ಷಣಿಕ ನೋಟ, ಇಣುಕು ನೋಟ, ಮಿಂಚು ನೋಟ, ಭವ್ಯ ನೋಟ. ಅವತಾರದ ಅತ್ಯಂತ ಮಹತ್ವದ, ಭಾವನಾತ್ಮಕವಾದ, ರಸಘಟ್ಟದ ದೃಶ್ಯವೊಂದನ್ನು ಕ್ಷಣವೊಂದರಲ್ಲಿ ತೋರಿಸಿ ಮರೆಯಾಗಿಸುವುದೆ 'ಝೂಂಕೀ'. ಲೀಲಾದಲ್ಲಿ ನಾಟಕಗಳಲ್ಲಿರುವಂತೆ ರಂಗಮಂಚದಲ್ಲಿ ಓಡಾಟಕ್ಕೆ ಮತ್ತು ಅಭಿನಯಕ್ಕೆ ಹೆಚ್ಚು ಪ್ರಾಶಸ್ತ್ಯವಿಲ್ಲ. ಇಲ್ಲಿಯ ಪಾತ್ರಧಾರಿಗಳು ಹೆಚ್ಚಾಗಿ 'ಅವತಾರ'ಗಳನ್ನು ಪ್ರತಿನಿಧಿಸುವುದರಿಂದ ಅವರನ್ನು ಪಾತ್ರಧಾರಿ ಎನ್ನುವ ಬದಲು (ದೇವತೆಗಳ) 'ಸ್ವರೂಪ'ರೆಂದೇ ಕರೆಯುತ್ತಾರೆ. ಹೀಗೆ 'ರಾಮಸ್ವರೂಪ', 'ಲಕ್ಷ್ಮಣಸ್ವರೂಪ' ಎಂದು ಕರೆಯುವುದು ಸಾಮಾನ್ಯವಾಗಿದೆ. 'ಸ್ವರೂಪ'ಗಳ ಮುಖದಲ್ಲಿನ ಸಾತ್ವಿಕ, ಸೌಮ್ಯ ದೈವೀಕಳೆ ಮತ್ತು ಸಂಭಾಷಣೆಯ ಸೊಗಸು ಹಾಗೂ ಅರ್ಥ ಮುಖ್ಯವೆ ಹೊರತು ಅವರ ನಟನಕಲೆ ಅಥವಾ ಮುಖಭಾವಗಳ ಪ್ರದರ್ಶನಕ್ಕೆ ಮಹತ್ವವಿಲ್ಲ. 'ಸ್ವರೂಪ' ಅಂದಿನದಿನ ಜನರಿಗೆ ದೈವೀಪುರುಷನೇ ಆಗಿರುತ್ತಾನೆಯೇ ಹೊರತು ಕೇವಲ ಪಾತ್ರಧಾರಿಯಲ್ಲ. ವೀಕ್ಷಕರು ಕೇಳುವ ಸಂಭಾಷಣೆಯೂ ಅವರಿಗೆಲ್ಲ ಚಿರಪರಿಚಿತವಾದದ್ದು, ಹೆಚ್ಚಿನವರ ಬಾಯಿಯಲ್ಲೇ ಇರುವ ('ರಾಮಚರಿತಮಾನಸ'ದ) ಪದ್ಯಗಳ ಪಂಕ್ತಿಗಳದ್ದು. ಕಥೆಯ ಬೆಳವಣಿಗೆಯೂ ಗೊತ್ತಿದ್ದುದೇ, ಅದರಲ್ಲಿ ಅನರೀಕ್ಷಿತವಾದದ್ದು ಏನೂ ಇರುವುದಿಲ್ಲ.

ನೃತ್ಯ, ನಟನೆ, ಸಂಗೀತ ಮತ್ತು ಮುಖದ ಹಾವಭಾವಗಳಲ್ಲಿ ನವರಸಗಳ ಚೆಲ್ಲಾಟಕ್ಕೆ ನಾಟಕದಲ್ಲಿ ಹೆಚ್ಚು ಆಸ್ಪದವಿದ್ದಷ್ಟು ರಾಮಲೀಲಾದಲ್ಲಿ ಇರುವುದಿಲ್ಲ. ಹಾಗಾದರೆ ಈ 'ನೀರಸ' ಪ್ರದರ್ಶನದಲ್ಲಿ ಏನಿದ್ದೀತು ಎನಿಸುವುದು ಸಹಜ. 'ಲೀಲಾ'ದಲ್ಲಿ ಎಲ್ಲ ರಸಗಳನ್ನೂ ಮೀರಿದ 'ಭಕ್ತಿರಸ'ಕ್ಕೇ ಪ್ರಾಧಾನ್ಯತೆ. ಹೃದಯದೊಳಗೆ ಭಕ್ತಿರಸ ಉಕ್ಕಿದಾಗ ಭಗವಂತನನ್ನು 'ಸ್ವರೂಪ'ದಲ್ಲಿ ಕಂಡ ಜನ ಕಾಲಿಗೆ ಬೀಳುತ್ತಾರೆ, ಕಣ್ತುಂಬಿ ಪ್ರೇಮಾಶ್ರು ಸುರಿಸುತ್ತಾರೆ, ದುಷ್ಟಧಮನವಾದಾಗ ಜಯಘೋಷಮಾಡುತ್ತಾರೆ. ವನವಾಸದ ನಂತರ ರಾಮ–ಭರತರ ಮಿಲನದ **'ಭರತ್ ಮಿಲಾಪ್'** ಝಾಂಕೀ ದೃಶ್ಯವನ್ನು ನೋಡಲು ಲಕ್ಷಾಂತರಜನ ಗಂಟೆಗಟ್ಟಲೆ ಕಾದುನಿಲ್ಲುತ್ತಾರೆ, ಕಿಕ್ಕಿರಿದು ನೆರೆಯುತ್ತಾರೆ, ಕೊನೆಗೆ ಐದುನಿಮಿಷಗಳ ಆ ಪ್ರೇಮಮಯ ಭವ್ಯದೃಶ್ಯವನ್ನು ನೋಡಿ ಗದ್ಗದಿತರಾಗಿ, ಧನ್ಯರಾದೆವೆಂದು ಹಿಂತಿರುಗುತ್ತಾರೆ. ಇಂದಿಗೂ ರಾಮಲೀಲಾ ಜನಮನವನ್ನು ಸೂರೆಗೊಂಡಿದೆ.

ತುಳಸೀದಾಸರು 'ರಾಮಲೀಲಾ'ವನ್ನು ಕಾಶಿಯ ಚಿತ್ರಕೂಟ (ಹನುಮಾನ್ ಫಾಟಕ್) ಮತ್ತು ಅಸಿಘಾಟ್ ಎಂಬ ಎರಡುಕಡೆ ಶುರುಮಾಡಿದರು. ಇನ್ನೊಂದು ಕಥೆಯ ಪ್ರಕಾರ ಮೇಘಾಭಗತ್ ಎಂಬುವರು ತಮ್ಮ ಗುರು ತುಳಸೀದಾಸರು ಕಾಲವಶರಾದಮೇಲೆ ಅತ್ಯಂತ ದುಃಖಿತರಾಗಿ ಕಾಶಿಯ ಸಂಕಟಮೋಚನ ಹನುಮಾನ ಮಂದಿರದಲ್ಲಿ ಕೂತಿದ್ದರು. ಅಲ್ಲಿ ಪ್ರೇರಣೆಯಾದಂತೆ ಅಯೋಧ್ಯೆಗೆ ತೆರಳಿದರು. ಅಲ್ಲಿ ಅವರಿಗೆ ಸರಯೂನದಿಯ ತೀರದಲ್ಲಿ ಬಾಲಕ ರಾಮಲಕ್ಷ್ಮಣರ ದರ್ಶನವಾಯಿತು. ಅಂದಿನ ಸ್ವಪ್ನದಲ್ಲಿ ಆದೇಶವಾದಂತೆ ಅವರು ಕಾಶಿಗೆ ಬಂದು ಅಲ್ಲಿಯ ಚಿತ್ರಕೂಟ ಎಂಬ ಸ್ಥಳದಲ್ಲಿ ಗುರು ತುಳಸೀದಾಸರ 'ರಾಮಚರಿತಮಾನಸ'ದ ಆಧಾರದಮೇಲೆ 'ರಾಮಲೀಲಾ' ಶುರುಮಾಡಿದರು. ಇವೆರಡು ಕಥೆಗಳ ವ್ಯತ್ಯಾಸವನ್ನು ಗಣನೆಗೆ ತೆಗೆದುಕೊಂಡು ತುಳಸೀದಾಸರು ಅಸಿಘಾಟ್ (ತುಳಸೀಘಾಟ್)ನಲ್ಲೂ, ಮೇಘಾಭಗತ್ ಚಿತ್ರಕೂಟದಲ್ಲೂ ಕಾಶಿಯ ಮೊದಲ 'ರಾಮಲೀಲಾ'ಗಳನ್ನು ಶುರುಮಾಡಿದರು ಎನ್ನಬಹುದು. ಈಚೆಗಂತೂ ಕಾಶಿಯ ಅನೇಕ ಕಡೆಗಳಲ್ಲಿ, ಸುಮಾರು ಇಪ್ಪತ್ತೈದು ಸ್ಥಳಗಳಲ್ಲಿ, ರಾಮಲೀಲಾ ನಡೆಯುತ್ತದೆ. ಅವುಗಳಲ್ಲಿ ಅಸಿ, ಚಿತ್ರಕೂಟ, ಚೇತ್‌ಗಂಜ್ ಮತ್ತು ರಾಮನಗರದಲ್ಲಿ ನಡೆಯುವ ರಾಮಲೀಲಾ ಬಹಳ ಜನಪ್ರಿಯವೂ ಮುಖ್ಯವೂ ಆಗಿವೆ. ಅಸಿಯ ರಾಮಲೀಲಾ ಕಾಶಿಯ ವಿವಿಧಜಾಗಗಳಲ್ಲಿ ನಡೆಯುತ್ತದೆ. ಇಂದಿನ ಜಾಗಗಳಿಗೆ ತುಳಸೀದಾಸರೇ ರಾಮಾಯಣಕ್ಕೆ ಸಂಬಂಧಪಟ್ಟ ಹೆಸರುಗಳನ್ನು ಇಟ್ಟಿದ್ದರಿಂದ (ಅಯೋಧ್ಯಾ, ಪಂಚವಟಿ, ರಾಮೇಶ್ವರ, ಲಂಕಾ ಮುಂತಾದ ಹೆಸರುಗಳು) ಇಂದಿಗೂ ಅವೇ ಹೆಸರುಗಳು ಕಾಶಿಯಲ್ಲಿ ಉಳಿದುಕೊಂಡಿವೆ.

ಕಾಶಿಯ 'ರಾಮಲೀಲಾ' ಸಾಮಾನ್ಯವಾಗಿ ಆಶ್ವೀಜ ಕೃಷ್ಣಪಕ್ಷನವಮಿ, ದ್ವಾದಶಿ ಅಥವಾ ಚತುರ್ದಶಿಯಂದು ಆರಂಭವಾಗಿ ಸುಮಾರು ಒಂದು ತಿಂಗಳ ಕಾಲ ನಡೆಯುತ್ತದೆ.

(ಚಿತ್ರ22–ರಾಮಲೀಲಾ–ಭರತ್ ಮಿಲಾಪ್)

ಅಸಿಯ ರಾಮಲೀಲಾ ನವಮಿಯಿಂದ ಹದಿನೆಂಟು ದಿನಗಳವರೆಗೂ, ರಾಮನಗರದ 'ರಾಮಲೀಲಾ' ಭಾದ್ರಪದ ಶುಕ್ಲಚತುರ್ದಶಿ ಯಿಂದ ಹಿಡಿದು ಆಶ್ವೀಜ ಪೂರ್ಣಿಮೆಯವರೆಗೆ ಮುವ್ವತ್ತೊಂದು ದಿನಗಳವರೆಗೂ ನಡೆಯುತ್ತವೆ. ಆದರೆ ಎಲ್ಲಕಡೆಯೂ ಕಾರ್ಯಕ್ರಮ ಸುಮಾರು ಒಂದೇ ತೆರನಾಗಿರುತ್ತದೆ. ಮೊದಲು 'ಸ್ವರೂಪ'ಗಳ ಮುಕುಟ (ಕಿರೀಟ)ಪೂಜೆ, ಅನಂತರ ರಾಮಜನ್ಮ, ಕ್ಷೀರಸಾಗರದ ದೃಶ್ಯ, ಸೀತಾ ಸ್ವಯಂವರದಿಂದ ಮುಂದುವರೆದು ಕೊನೆಯಲ್ಲಿ ರಾವಣವಧೆ, ಭರತ ಮಿಲನ, ರಾಮನ ರಾಜ್ಯಾಭಿಷೇಕ ಹೀಗೆ ಮುಕ್ತಾಯಗೊಳ್ಳುತ್ತದೆ. ಶಿವ, ಶಿವಗಣ ಮತ್ತು ಋಷಿಗಳ ಆಗಮನದೊಂದಿಗೆ ವರ್ಷದ ರಾಮಲೀಲಾಕ್ಕೆ ತೆರೆಬೀಳುತ್ತದೆ. ರಾಮನಗರದ ರಾಮಲೀಲಾ ಸಂಜೆ ಐದರಿಂದ ರಾತ್ರಿಹತ್ತು ಘಂಟೆಯವರೆಗೂ ನಡೆಯುತ್ತದೆ. ಪ್ರಜಾಪ್ರಭುತ್ವ ಶುರುವಾಗಿ ಅರ್ಧದಶಕಗಳ ಮೇಲಾದರೂ ಜನರು 'ಕಾಶಿಯ ನರೇಶ'ನನ್ನು ಗೌರವಿಸುತ್ತಾರೆ. ಇಂದಿಗೂ 'ಕಾಶಿಯ ನರೇಶ' ರಾಮನಗರದ ರಾಮಲೀಲಾದಲ್ಲಿ ತಪ್ಪದೆ ಭಾಗವಹಿಸುತ್ತಾರೆ. ಆದರೆ ರಾಮನ ವಿವಾಹ, ದಶರಥನ ಮರಣ, ಸೀತಾಹರಣ ಮತ್ತು ಲಂಕಾದಹನದ ದಿನಗಳಂದು ಮಹಾರಾಜ ಉಪಸ್ಥಿತರಿರುವುದು ಅಶುಭವೆಂದು ಆ ದಿನಗಳಲ್ಲಿ ರಾಮಲೀಲಾ ನೋಡಲು ಬರುವುದಿಲ್ಲ. ಮಹಾರಾಜರೇ ಜಾನಕಿಯ ಕಾಲನ್ನು ಗಂಗಾಜಲದಿಂದ ತೊಳೆದು ಅದನ್ನು 'ಚರಣಾಮೃತ'ವೆಂದು ಕುಡಿಯುವ ಪದ್ಧತಿ ಇಂದಿಗೂ ಇದೆ. ಮಹಾರಾಜಾ ಮಹೀಪನಾರಾಯಣ ಸಿಂಗ್‌ರ ನೇತೃತ್ವದಲ್ಲಿ ರಾಮನಗರದ ರಾಮಲೀಲಾ ಪ್ರದರ್ಶನಕ್ಕೆ

ಒಂದು ಹೊಸರೂಪ ಬಂದಿತು. ಕಾಷ್ಠಜಿಹ್ವಾ ಸ್ವಾಮಿ, ಭರತೇಂದು ಮತ್ತು ರೇವಾದ ರಾಜ ರಘುರಾಜ್‌ಸಿಂಗ್ ಇವರುಗಳ ಸಹಾಯದಿಂದ ಸಂಭಾಷಣೆಯನ್ನು ಪರಿಷ್ಕರಿಸಿ ಬರೆಸಿದರು. ದೃಶ್ಯಗಳನ್ನು ಹೆಚ್ಚು ನಾಟಕೀಯವಾಗಿಸಿದರು. ರಾಮನಗರದ ವಿವಿಧಸ್ಥಳಗಳಿಗೆ ಅಯೋಧ್ಯಾ, ಜನಕಪುರ, ಅಶೋಕವಾಟಿಕಾ, ಲಂಕಾ ಎಂಬ ರಾಮಾಯಣದ ಹೆಸರುಗಳನ್ನಿಟ್ಟು, ಆಯಾಯ ಸ್ಥಳಗಳಿಗೆ ಸಂಬಂಧಪಟ್ಟ ದೃಶ್ಯಗಳನ್ನು ಆಡಲು ಅನುವುಮಾಡಿಕೊಟ್ಟರು. ರಾಮಾಯಣದ ಕಥೆ ಮುಂದುವರಿದಂತೆ ರಾಮಲೀಲಾ ನಡೆಸುವವರು ಮತ್ತು ವೀಕ್ಷಕರು ಕಥೆಯಲ್ಲಿಮಗ್ನರಾಗಿ ಸ್ಥಳಬದಲಾಯಿಸುತ್ತಾ, ತಾವೂ ರಾಮಲಕ್ಷ್ಮಣರ ಜೊತೆ ಕಾಡಿನಲ್ಲಿ ಇದ್ದೀವೆಂಬ ಭಾವನೆಯಿಂದ ಓಡಾಡುತ್ತಾ ಇರುವುದು ಒಂದು ವಿಶೇಷವಾಗಿರುತ್ತದೆ. ರಾಮನಗರದ ಲೀಲಾದಲ್ಲಿ ದೃಶ್ಯಗಳಿಗಿಂತ ಝಾಂಕಿಗೆ ಹೆಚ್ಚುಪ್ರಾಶಸ್ತ್ಯವಿದೆ. ಇವುಗಳಲ್ಲಿ ಕ್ಷೀರಸಾಗರ, ರಾಮಜನ್ಮ, ವಿರಾಟದರ್ಶನ ಮತ್ತು ರಾಜ್ಯಾಭಿಷೇಕದ ಮಿಂಚುನೋಟಗಳೂ (ಝಾಂಕಿಗಳು), ರಾಮವಿವಾಹ, ರಾಮಲಕ್ಮಣರ ಜೊತೆ ಮಹಾರಾಜರ ವಿಜಯದಶಮಿಯ ಉತ್ಸವ ಮತ್ತು ಭರತ್‌ಮಿಲಾಪದ ಮೆರವಣಿಗೆಗಳೂ ಬಹಳ ಜನಪ್ರಿಯವಾಗಿವೆ. ಪ್ರತಿದಿನದ ಕೊನೆಗೆ ಆರತಿನಡೆಯುತ್ತದೆ. ಮುವ್ವತ್ತೊಂದುದಿನ ಮಹಾರಾಜರ ಅತಿಥಿಯಾಗಿ ಅಲ್ಲಿಯೇ ಬೀಡುಬಿಟ್ಟಿದ್ದ ಮಹಂತರು ಮತ್ತು ಸಾಧುಸನ್ಯಾಸಿಗಳನ್ನು ಕೊನೆಯ ದಿನ ಭಕ್ತಿಯಿಂದ ಬೀಳ್ಕೊಡಲಾಗುತ್ತದೆ.

ರಾಮ, ಲಕ್ಷ್ಮಣ, ಭರತ, ಶತ್ರುಘ್ನ, ಸೀತಾ ಮತ್ತು ಹನುಮಾನನನ್ನು ದೈವೀಸ್ವರೂಪ ರೆಂದು ಗಣಿಸಿ, ಅವರ ಪಾತ್ರಧಾರಿಗಳನ್ನು 'ಸ್ವರೂಪ' ಎಂದೇ ಕರೆಯುತ್ತಾರೆ. ಇವರೆಲ್ಲಾ ಸೂಕ್ತವಾದ ಮುಕುಟಗಳನ್ನು (ಕಿರೀಟಗಳನ್ನು) ಧರಿಸಿರುತ್ತಾರೆ. 'ಸ್ವರೂಪ'ಗಳು ಸಾಮಾನ್ಯವಾಗಿ ಆನುವಂಶೀಯವಾಗಿ ತಂದೆಯಿಂದ ಮಕ್ಕಳಿಗೆ ಬಂದರೂ, ಅವರನ್ನು ಆರಿಸುವ ಜವಾಬ್ದಾರಿ ರಾಮಲೀಲಾ ಸಮಿತಿಯದು. 'ಸ್ವರೂಪ'ಗಳು ಬ್ರಾಹ್ಮಣ ಹುಡುಗರೇ ಆಗಿರಬೇಕು ಮತ್ತು 10–12 ವರ್ಷದವರೇ ಆಗಿರಬೇಕು ಎಂಬ ಕಡ್ಡಾಯವೂ ಇದೆ. ಬೇರೆಯ ಪಾತ್ರಗಳಿಗೆ 16ವರ್ಷ ಮೀರಿದ ಹುಡುಗರನ್ನು ಆರಿಸುತ್ತಾರೆ. ರಾಮಲೀಲಾದ ನಿರ್ದೇಶಕನನ್ನು 'ವ್ಯಾಸ' ಎಂದು ಕರೆಯುತ್ತಾರೆ. ಸಂಭಾಷಣೆಯ ಧಾಟಿಯನ್ನು ಗಮನಿಸುತ್ತಾ, ರಾಮಚರಿತಮಾನಸದ ಪದ್ಯಗಳನ್ನು ಹಾಡುವ ಎಂಟು ಸಹಾಯಕರನ್ನು 'ರಾಮಾಯಣಿ' ಎಂದು ಕರೆಯುತ್ತಾರೆ. ಪ್ರತಿವರ್ಷದ ರಾಮಲೀಲಾ ಆರಂಭವಾಗುವ ಎರಡು ತಿಂಗಳ ಮೊದಲಿನಿಂದಲೆ 'ಸ್ವರೂಪ'ಗಳಿಗೆ 'ವ್ಯಾಸ'ರಿಂದ ತರಬೇತಿ ಶುರುವಾಗುತ್ತದೆ. ಮುಕುಟ, ಮುಖವಾಡ, ವೇಷಭೂಷಣ, ಆಯುಧಗಳು, ರಂಗಸಜ್ಜಿಕೆ, ಮೂರುಕಡೆಯಿಂದ ತೆರೆದಿಟ್ಟ ರಂಗಮಂಚ ಮುಂತಾದವನ್ನು ಯಕ್ಷಗಾನದ ತಯಾರಿಗೆ ಹೋಲಿಸಿ ನೋಡುವುದು ಒಳ್ಳೆಯ ತುಲನಾತ್ಮಕ ಸಂಶೋಧನೆಯಾಗಬಹುದು.

ಕಾಶಿಯ ಸುಮಾರು ಇಪ್ಪತ್ತೈದು ಕಡೆಗಳಲ್ಲಿ ಮುವ್ವತ್ತುದಿನಗಳವರೆಗೆ ನಡೆಯುವ ರಾಮಲೀಲಾ ಉತ್ಸವಕ್ಕೆ ಪ್ರೇಕ್ಷಕರು ಇದ್ದೇಇರುತ್ತಾರೆ. ಅದರಲ್ಲಿಯೂ (ಕಾಶಿಯ) ಚಿತ್ರಕೂಟದ ನಾಟಿಇಮ್ಲಿ ಎಂಬ ಕಡೆಯ **'ಭರತ್ ಮಿಲಾಪ್'** (ವನವಾಸದ ನಂತರ ರಾಮ ಭರತರ ಮಿಲನ) ಮತ್ತು ಚೇತ್‌ಗಂಜ್ ಎಂಬಲ್ಲಿನ 'ನಾಕ್ ಕಟೈಯ್ಯಾ' (ಶೂರ್ಪಣಕಿಯ ಮೂಗುಕತ್ತರಿಸಿದ ದೃಶ್ಯ) ಲಕ್ಷಗಟ್ಟಲೆ ಜನರನ್ನು ಆಕರ್ಷಿಸಿ 'ಲಕ್ಕೀಮೇಳಾ' (ಲಕ್ಷದ ಮೇಳಾ) ಎನಿಸಿಕೊಂಡಿವೆ. ಈ ಎರಡು ಮಿಂಚುನೋಟಗಳನ್ನು ನೋಡಲುತ್ಸುಕರಾದ ಜನಸ್ತೋಮ ಮಧ್ಯಾಹ್ನದಿಂದಲೇ ಒಟ್ಟುಸೇರಿ, ರಸ್ತೆ, ಮನೆಗಳ ಮಾಡು, ಉಪ್ಪರಿಗೆ, ಮರಗಳ ಕೊಂಬೆಗಳು ಕೊನೆಗೆ ಎಲ್ಲೆಂದರಲ್ಲಿ ನಿಂತುಕಾಯುತ್ತಾರೆ. ವನವಾಸ ಮುಗಿಸಿದನಂತರ ನಾರುಮಡಿಯಲ್ಲಿ ರಾಮ ಸೀತಾ ಲಕ್ಮಣರು ವಾಪಸ್ಸಾಗುವ ದೃಶ್ಯ. ಅವರು ಒಂದುಕಡೆಯಿಂದ ಬಂದರೆ ಇನ್ನೊಂದು ಕಡೆಯಿಂದ ಭರತ ಶತ್ರುಘ್ನರು ಬರುತ್ತಾರೆ. ಭರತ ರಾಮನ ಕಾಲಿಗೆ ಬಿದ್ದತಕ್ಷಣವೇ ರಾಮ ಅವನನ್ನು ಎತ್ತಿಹಿಡಿದು ಗಾಢವಾದ ಆಲಿಂಗನದಲ್ಲಿ ಪ್ರೀತಿಯಿಂದ ಅಪ್ಪಿಕೊಳ್ಳುತ್ತಾನೆ. ಅಹಾ! ಅದೆಂಥಾ ಆಲಿಂಗನ! ದೀರ್ಘಕಾಲದ

(ಚಿತ್ರ 23–ರಾಮಲೀಲಾ)

ವಿರಹಾಗ್ನಿಯಲ್ಲಿ ಬೆಂದು ಬಂಜರಿನಂತಾಗಿದ್ದ ಭರತನ ಹೃದಯಕ್ಕೆ ರಾಮನೆಂಬ ಪ್ರೇಮದ ಪ್ರವಾಹವೇ ಹರಿದು ಬಂದಂತಾಗುತ್ತದೆ. ರಾಮ-ಭರತರ ಮಿಲನದಲ್ಲಿ ಅವರಿಬ್ಬರ ಕಣ್ಣಂಚಿನಲ್ಲಿ ಒಸರಿದ ಪ್ರೇಮಾಶ್ರುವಿನ ಗೀತೆಯನ್ನು, ಭಾವಾತಿರೇಕದ ಅವ್ಯಕ್ತತೆಯನ್ನು, ಅಲೌಕಿಕ ದಿವ್ಯತೆಯನ್ನು ಮಿಂಚುನೋಟದಲ್ಲಿ ಕಂಡು ಧನ್ಯರಾಗಬಹುದೇ ಹೊರತು ಅವೆಲ್ಲವನ್ನು ಮಾತಿಗಿಳಿಸಲಾಗದು.

ಭರತಮಿಲನದ ಮಿಂಚುನೋಟ ಎಲ್ಲರನ್ನೂ ಅವರ್ಣನೀಯ ಮೌನ ಕ್ಕೆಳೆದರೆ ಶೂರ್ಪಣಕಿಯ ಮೂಗು ಕತ್ತರಿಸಿದ ಪ್ರಕರಣ ವೀಕ್ಷಕರನ್ನು ಕೇಕೆ ಹಾಕಿ ನಗುವ ಅಬ್ಬರಕ್ಕೆಳೆಯುತ್ತದೆ. ಶೂರ್ಪಣಕಿಯ ಮೂಗುಕತ್ತಿರಿಸಿದ್ದು ರಾಕ್ಷಸೀ ಪ್ರವೃತ್ತಿಗೆ ಅವಮಾನ ಮಾಡಿ, ಪ್ರತಿಭಟನೆತೋರಿ, ರಾಕ್ಷಸರಿಗೇ ಸವಾಲು ಒಡ್ಡಿದಂತಾಗಿದ್ದುದು ತಿಳಿದವಿಷಯವೆ ಸರಿ. ಚೇತ್‌ಗಂಜ್‌ನಲ್ಲಿ ನಡೆಯುವ ಈ 'ನಾಕ್ ಕಟ್ಟೈಯ್ಯಾ' ಪ್ರಕರಣಕ್ಕೆ 'ಮೊದಲ ಸ್ವಾತಂತ್ರ ಸಂಗ್ರಾಮ'ದ (ಕ್ರಿ.ಶ.1857) ನಂತರ ಒಂದು ಹೊಸತಿರುವು ಸಿಕ್ಕಿತು. ನಮ್ಮಮೇಲೆ ದಬ್ಬಾಳಿಕೆ ನಡೆಸುತ್ತಿದ್ದ ಇಂಗ್ಲಿಷರನ್ನು 'ರಾಕ್ಷಸ'ರಿಗೆ ಹೋಲಿಸಿ, ಅವರ ಕ್ರೂರತೆಯನ್ನು ಪ್ರದರ್ಶಿಸುವ ಅವಕಾಶ 'ನಾಕ್ ಕಟ್ಟೈಯ್ಯಾ' ಪ್ರಕರಣದಲ್ಲಿ ಸಿಕ್ಕಿತು. ಕ್ರಿ.ಶ.1857ರ ನಂತರ 'ರಾಕ್ಷಸರ ಮೆರವಣಿಗೆ'ಯ ನೆವದಲ್ಲಿ ಬ್ರಿಟಿಷರ ಅಮಾನವೀಯತೆ ಮತ್ತು ಕ್ರೂರತೆಯನ್ನು ಲೇವಡಿಮಾಡಿ, ವಿಡಂಬನೆಯ ಚಾಟಿಏಟಿನಿಂದ ಅವರನ್ನು ಥಳಿಸಲು ಕಾಶೀವಾಸಿಗಳು 'ನಾಕ್ ಕಟ್ಟೈಯ್ಯಾ' ಪ್ರಸಂಗವನ್ನು ಉಪಯೋಗಿಸಿಕೊಂಡರು. 'ರಾಮಲೀಲಾ' ಸಮಿತಿಯವರು ಪ್ರತಿವರ್ಷವೂ ಹೊಸಹೊಸ ನಕಲಿಮೆರವಣಿಗೆಗಳನ್ನು ಸೃಷ್ಟಿಸಿದರು. ಭಗತ್‌ಸಿಂಗ್ ಮತ್ತು ಸುಖದೇವ್ ಹುತಾತ್ಮರಾದುದು, ಪೋಲಿಸರ ದೌರ್ಜನ್ಯ, ಉಪ್ಪುಸತ್ಯಾಗ್ರಹ, ದಂಡೀಯಾತ್ರೆ, ಜಲಿಯನ್‌ವಾಲಾಬಾಗ್ ಕಗ್ಗೊಲೆ, ವಿದೇಶೀ ಬಟ್ಟೆಗಳ ದಹನ, ಕುಡಿತ ಮತ್ತಿತರ ಸಾಮಾಜಿಕ ದುರಾಚಾರಗಳು ಮುಂತಾದ ಅನೇಕ ವಿಷಯಗಳನ್ನು ವಿಡಂಬನೆಯ ಮೂಲಕ ಖಂಡಿಸುವ ಸಲುವಾಗಿ ಸುಮಾರು ಎರಡು ಕಿಲೋಮೀಟರ್ ಉದ್ದದ ಮೆರವಣಿಗೆಗಳನ್ನು ಹೊರಡಿಸಲು ಶುರುಮಾಡಿದರು.

ರಾಮನ ವಿವಾಹಮಹೋತ್ಸವದ ಮೆರವಣಿಗೆಯಲ್ಲೂ ಬಹಳಜನ ಆನಂದಪರವಶರಾಗಿ ಭಾಗವಹಿಸುತ್ತಾರೆ. ಸಾಮಾನ್ಯವಾಗಿ ಅನೇಕವಾಹನಗಳನ್ನು ರಥದಂತೆ ಅಲಂಕರಿಸಿ ಅವುಗಳಮೇಲೆ ಲಾಗಾ ಅಥವಾ ದೊಂಬರಾಟ, ವಿಮಾನ ಅಥವಾ ಪುರಾಣ ಕಥೆಗಳ ಪ್ರದರ್ಶನ, ಅಣಕಿನಿಂದ ಕೂಡಿದ ಮೂಕಾಭಿನಯ, ತರಬೇತಿ ಪಡೆದ ಕರಡಿ, ಕೋತಿ ಮುಂತಾದ ಪ್ರಾಣಿಗಳ ಆಟಗಳು, ಹಾಡು, ಭಾಂಡ್ (ಆಶು/ಚುಟಕ ನಾಟಕ), ನರ್ತಕಿಯರ ಕುಣಿತ, ಇಂದ್ರಜಾಲ ಮುಂತಾದ ಅತ್ಯಾಕರ್ಷಣೆಗಳು ಜನರ ಮನಸ್ಸನ್ನು ಸೂರೆಗೊಳ್ಳುತ್ತವೆ.

ತುಳಸೀದಾಸರ ಅಸಿಯ ರಾಮಲೀಲಾ ಮತ್ತು ಮೇಘಾಭಗತ್‌ರ ಚಿತ್ರಕೂಟದ ಲೀಲಾ ಹದಿನಾರನೆಯ ಶತಮಾನದಕೊನೆಯಲ್ಲಿ (ಕ್ರಿ.ಶ.1576ರಲ್ಲಿ 'ರಾಮಚರಿತಮಾನಸ' ಪ್ರಕಟವಾದನಂತರ) ಶುರುವಾಗಿದ್ದಿರಬಹುದು ಎಂದು ಎಣಿಸಬಹುದು. ಕ್ರಮೇಣ ಕಾಶಿಯ ಅನೇಕ ಮೊಹಲ್ಲಾಗಳಲ್ಲಿ ಪ್ರತ್ಯೇಕವಾಗಿ ರಾಮಲೀಲಾ ನಡೆದರೂ ಅವುಗಳು ಆರಂಭವಾದ ಕಾಲವನ್ನು ನಿಗದಿಯಾಗಿ ಹೇಳಲಾಗುವುದಿಲ್ಲ. ಕಾಶೀನರೇಶ ಮಹೀಪನಾರಾಯಣ ಸಿಂಗ್

(ಕ್ರಿ.ಶ.1781–1795) ಇವರು ರಾಮನಗರದ ಲೀಲಾಕ್ಕೆ ಸುಮಾರು ಕ್ರಿ.ಶ.1785ರಲ್ಲಿ ನಾಂದಿ ಹಾಕಿದ್ದಿರಬಹುದು. ಚೇತ್‌ಗಂಜ್‌ನ ರಾಮಲೀಲಾವನ್ನು ಬಾಬಾಫತೇರಾಮ್ ಮ್ನವವರು ಕ್ರಿ.ಶ.1887ರಲ್ಲಿ ಶುರುಮಾಡಿದರೆಂದು ತಿಳಿದುಬರುತ್ತದೆ. ಬಾಬಾಫತೇರಾಮ್ ಮೊಹಲ್ಲಾದ ಪ್ರತಿಅಂಗಡಿಯಿಂದಲೂ ದಿನಕ್ಕೆ ಒಂದು ಪೈಸೆಯಂತೆ ಚಂದಾಹಣ ಎತ್ತಿ ರಾಮಲೀಲಾ ಶುರುಮಾಡಿದರು.

ಹೀಗೆ ನಾಲ್ಕುನೂರು ವರ್ಷಕ್ಕೂ ಹೆಚ್ಚುಸಮಯದಿಂದ ಅನೂಚಾನವಾಗಿ ನಡೆದುಕೊಂಡು ಬರುತ್ತಿರುವ ರಾಮಲೀಲಾ ಕಾಶಿಯ ಒಂದು ವಿಶಿಷ್ಟ ಸಂಪ್ರದಾಯವಾಗಿದೆ. ಇದಕ್ಕೆ ಸಂಬಂಧಪಟ್ಟ ಕಥೆಗಳು ಬೆಳೆಯುತ್ತಲೇ ಇರುವಾಗ ಕೆಲವನ್ನಾದರೂ ಇಲ್ಲಿ ಉದ್ಧರಿಸಬಹುದು. ರಾಮನಗರದಲ್ಲಿ ರಾಮಲೀಲಾ ಇನ್ನೂ ಆರಂಭವಾಗಿರಲಿಲ್ಲ. ಆಗೊಮ್ಮೆ ಮಹಾರಾಜ ಮಹೀಪನಾರಾಯಣ ಸಿಂಗ್ ಭೋಟಾಮಿರ್ಜಾಪುರದ ರಾಮಲೀಲಾಕ್ಕೆ ಮುಖ್ಯಅತಿಥಿಯಾಗಿ ಹೋಗಬೇಕಿತ್ತು. ಅವರು ಅಲ್ಲಿಗೆ ತಲುಪುವ ಮೊದಲೇ ರಾಮ ಶಿವಧನಸ್ಸನ್ನು ಮುರಿದಾಗಿತ್ತು. ಇದರಿಂದ ಬೇಸರಗೊಂಡ ರಾಜ ತಾನೇ ರಾಮನಗರದಲ್ಲಿ ಲೀಲಾ ಶುರುಮಾಡಲು ನಿರ್ಧರಿಸಿದರಂತೆ. ಇನ್ನೊಂದು ಕಥೆಯ ಪ್ರಕಾರ, ಒಮ್ಮೆ ಮಹೀಪನಾರಾಯಣ ಸಿಂಗ್‌ರ ಮಗ ಉದಿತನಾರಾಯಣ ಸಿಂಗ್ ಜ್ವರದಿಂದ ಬಳಲುತ್ತಿದ್ದಾಗ, ಅಸಿಯ ರಾಮಲೀಲಾದಲ್ಲಿ 'ರಾಮ ಸ್ವರೂಪ' (ಲೀಲಾದಲ್ಲಿ 'ರಾಮ'ನ ಪಾತ್ರಧಾರಿ) ಕೊಟ್ಟ ಪ್ರಸಾದದ ಹೂವಿನಹಾರವನ್ನು ಮಗನಿಗೆ ತೊಡಿಸಿದರಂತೆ. ಜ್ವರಕಡಿಮೆಯಾಗಿ ಹುಡುಗ ಚೇತರಿಸಿಕೊಂಡಾಗ, ರಾಮನ ಕೃಪೆಯ ಸ್ಮರಣೆಗಾಗಿ 'ರಾಮಲೀಲಾ'ವನ್ನು ಏರ್ಪಾಡುಮಾಡಲು ಆಣತಿಯಿಟ್ಟರಂತೆ. ಇದೇ ರೀತಿಯ ಕಥೆ ಮಹಾರಾಜಾ ಸಾಹೇಬ್ ಭಿನಗಾ ಅವರ ಬಗ್ಗೆಯೂ ಕೇಳಿಬರುತ್ತದೆ. ಅನಾರೋಗ್ಯದಿಂದ ನರಳುತ್ತಿದ್ದ ರಾಜರನ್ನು ಉಳಿಸುವುದು ಅಸಾಧ್ಯವೆಂದು ವೈದ್ಯರು ನಿರಾಶರಾಗಿದ್ದರು. ಆಗ ರಾಮಲೀಲಾದ ಪ್ರಸಾದವಾದ ತುಳಸಿಎಲೆಯನ್ನು ತಿನ್ನಿಸಿದಮೇಲೆ ರಾಜರು ಎದ್ದುಕೂತರು. ಇನ್ನೊಂದು ವಿಚಿತ್ರ ಘಟನೆಯಲ್ಲಿ ರಾಮಲೀಲಾವನ್ನು ನಿರ್ದೇಶಿಸುತ್ತಿದ್ದ 'ವ್ಯಾಸ್‌ಜೀ' ಅವರ ನಿರ್ಲಕ್ಷತೆಯಿಂದಾಗಿ ರಾವಣನ ವಧೆ ಲಕ್ಷ್ಮಣನಿಂದ ಆಗಿಬಿಟ್ಟಿತು! ಈ ಘೋರ ಅಪಚಾರವನ್ನು ಸಹಿಸದೆ 'ರಾಮ' ಉದ್ವಿಗ್ನನಾಗಿ ಕಿರುಚಿ ಹಾರಾಡತೊಡಗಿದ. ಅವನನ್ನು ಸಮಾಧಾನ ಮಾಡುವುದಿರಲಿ, ಹತ್ತು ಜನರಿಗೆ ಅವನನ್ನು ಹಿಡಿಯುವುದೂ ಅಸಾಧ್ಯವಾಯಿತು. ಆಗ ಹಿರಿಯರೊಬ್ಬರ ಸಲಹೆಯಂತೆ 'ರಾಮ'ನ ಮುಕುಟವನ್ನು ಅವನ ತಲೆಯಿಂದ ತೆಗೆದರು. ತಕ್ಷಣವೇ 'ರಾಮಸ್ವರೂಪ'ನಾದ ಬಾಲಕ ಅಲ್ಲಿಯೇ ಮೂರ್ಛೆತಪ್ಪಿ ಬಿದ್ದುಬಿಟ್ಟನು. ಅವನನ್ನು ಉಳಿಸಿಕೊಳ್ಳುವುದೇ ಒಂದು ಸಾಹಸವಾಯಿತು! ಕೇವಲ ಅರವತ್ತುವರ್ಷಗಳ ಹಿಂದೆ (1954ರಲ್ಲಿ) ರಾಮಲೀಲಾ ನೋಡುತ್ತಿದ್ದ ಒಬ್ಬ ಮುದುಕ

ಅಜಾಗರೂಕತೆಯಿಂದ ಆಳವಾದ ಬಾವಿಗೆ ಬಿದ್ದುಬಿಟ್ಟ. ಯಮನ ಪಾಶವನ್ನು ಅವನ ಕೈನಿಂದ ಕಿತ್ತುಕೊಂಡು ಮುದಕನನ್ನು ಸಾವಿನಿಂದ ಎಳೆಯುವಂತೆ, ಜನರು ಅವನನ್ನು ಬಾವಿಯಿಂದ ಮೇಲೆತ್ತಿದರು. ಆತ ಅಲ್ಲಿಂದ ಒಂದೇ ಓಟ ಓಡಿ 'ರಾಮಸ್ವರೂಪ'ನ ಕಾಲುಹಿಡಿದು 'ಹೇ ರಾಮ! ನೀನೇ ನನ್ನನ್ನು ಬದುಕಿಸಿದೆ' ಎಂದು ಕಣ್ಣೀರಿಟ್ಟನಂತೆ! ಕ್ರಿ.ಶ.1868ರಲ್ಲಿ ನಡೆದ ಘಟನೆಯೂ ರೋಮಾಂಚಕವಾಗಿದೆ. ಪ್ರತಿವರ್ಷದಂತೆ, ಹನುಮಾನ್ ಸಮುದ್ರ ಹಾರುವ ಪ್ರಸಂಗವನ್ನು ವರಣಾನದಿಯ ದಡದಲ್ಲಿ, ಚೌಕಾಘಾಟ್ ಎಂಬಲ್ಲಿ ಪ್ರದರ್ಶಿಸುವ ತಯಾರಿಯನ್ನು ಚಿತ್ರಕೂಟದ ರಾಮಲೀಲಾದ ಗುಂಪು ನಡೆಸಿತ್ತು. ಹತ್ತಿರದಲ್ಲಿದ್ದ ಮಿಷನರಿಗಳಿಗೆ ರಾಮಲೀಲಾದಿಂದ ಗಲಾಟೆ, ತೊಂದರೆಯಾಗುತ್ತಿದೆಯೆಂದು, ಆದ್ದರಿಂದ ಪ್ರದರ್ಶನಕ್ಕೆ ಅನುಮತಿ ಕೊಡಬಾರದೆಂದು ರೆವರೆಂಡ್ ಮೆಕ್‌ಫರ್‌ಸನ್ ಎಂಬ ಪಾದ್ರಿ ಕಲೆಕ್ಟರ್ ಬಕ್ಸ್‌ನಿಗೆ ದೂರುಕೊಟ್ಟನು. ಪಾದ್ರಿಯ ಮಾತುಕೇಳಿ ಕಲೆಕ್ಟರ್ ರಾಮಲೀಲಾ ಮೈದಾನಕ್ಕೆ ಬಂದು ವಿಚಾರತಿಳಿಯಲು ಪ್ರಯತ್ನಪಟ್ಟನು. ಆಗ ಪಾದ್ರಿಯು ಅಲ್ಲಿದ್ದ ಹನುಮಾನ್ 'ಸ್ವರೂಪ' ಟೇಕ್‌ರಾಮ್‌ನನ್ನು ಉದ್ದೇಶಿಸಿ, 'ಸಮುದ್ರ ಹಾರುವ ಮಾತಿರಲಿ, ಈ ಸಣ್ಣ ನದಿಯನ್ನಾದರೂ ಹಾರಬಲ್ಲೆಯೇನೊ ಕಪಿ', ಎಂದು ಲೇವಡಿಮಾಡುತ್ತಾ ಪ್ರಚೋದಿಸಿದನು. ಚುಚ್ಚುಮಾತಿನಿಂದ ಅಪಮಾನಿತನಾದ 'ಹನುಮಾನ್' ಜೋರಾಗಿ ಅಬ್ಬರಿಸಿ ಕೂಗುತ್ತಾ, ಎಲ್ಲರೂ ನೋಡುತ್ತಿದ್ದಂತೆಯೆ, ಒಂದೇ ನೆಗೆತಕ್ಕೆ ನದಿಯ ಆಚೆದಡಕ್ಕೆ ಹಾರಿಯೇ ಬಿಟ್ಟ! 'ಹನುಮಾನ್' ಹಾರಿದ್ದು ಸರಿ, ಆದರೆ ಟೇಕ್‌ರಾಮನಿಗೆ ಏನಾಯ್ತು ಎಂಬ ಪ್ರಶ್ನೆಗೆ ಎರಡು ಉತ್ತರಗಳಿವೆ. ಟೇಕ್‌ರಾಮ್ ಹಾರಿ, ಆಚೆದಡ ತಲುಪಿದಮೇಲೆ ಎದ್ದುನಿಂತ, ಮತ್ತೆ ತಕ್ಷಣವೆ ಅಲ್ಲಿಯೆ ಕುಸಿದುಬಿದ್ದು ಅಸುನೀಗಿದ ಎನ್ನುವುದು ಒಂದು ಉತ್ತರ. ಅವನು ತಕ್ಷಣ ಸಾಯಲಿಲ್ಲ, ಅಂದಿನ ಪಾತ್ರ ಮುಗಿಸಿ, ಕೊನೆಗೆ 'ಭರತ್ ಮಿಲಾಪ'ದಲ್ಲೂ ಭಾಗವಹಿಸಿ ಅನಂತರ ಸತ್ತ ಎನ್ನುವುದು ಇನ್ನೊಂದು ಉತ್ತರ. ಇಲ್ಲಿ ಉತ್ತರ ಮುಖ್ಯವಾದುದಲ್ಲ, 'ಕುಂಟನೂ ಗಿರಿಯನ್ನು ಹಾರಬಲ್ಲ' ಎಂಬ ಶ್ರದ್ಧೆ ಮತ್ತು ಭಕ್ತಿ ಮುಖ್ಯ. ಹನುಮಾನ್‌ಸ್ವರೂಪ ತೊಟ್ಟಿದ್ದಮುಕುಟವನ್ನು ನರಹರಿಪುರದ ಮಂದಿರದಲ್ಲಿ ಈ ಅದ್ಭುತಸಂಗತಿಯ ಜ್ಞಾಪಕಾರ್ಥವಾಗಿ ಇಟ್ಟಿದ್ದಾರೆ.

ತುಳಸೀದಾಸರೇ ಶುರುಮಾಡಿದ 'ಕೃಷ್ಣಲೀಲಾ' ಕಾರ್ತಿಕಮಾಸದ ಕೃಷ್ಣಪಕ್ಷದ್ವಾದಶಿಯಿಂದ ಮಾರ್ಗಶಿರ ಪಾಡ್ಯದವರೆಗೆ, ಭದೈನಿಯ ತುಳಸೀಘಾಟ್‌ನಲ್ಲಿ ನಡೆಯುತ್ತದೆ. ಇಲ್ಲಿಯ ಇಪ್ಪತ್ತು ಲೀಲಾಗಳಲ್ಲಿ ದಶಾವತಾರ, **ನಾಗನಥೈಯ್ಯಾ** (ಕಾಳಿಂಗ ಮರ್ದನ), ತುಳಸೀದಾಸರ 'ಕೃಷ್ಣ ಗೀತಾವಳಿ'ಯ ಪಠನ ಮುಂತಾದವು ಸೇರಿವೆ. ವಾರಾಣಸಿಯಲ್ಲಿನಂತೆ ಇನ್ನೆಲ್ಲೂ 'ಕೃಷ್ಣಲೀಲಾ' ನಡೆಯದೆ ಇರುವುದರಿಂದ ಇಲ್ಲಿಯ ಲೀಲಾಕ್ಕೆ ಒಂದು ವಿಶೇಷತೆಯನ್ನು ತಂದುಕೊಡುತ್ತದೆ.

(ಚಿತ್ರ24–ನಾಗ ನಥೈಯ್ಯಾ –ಕಾಳಿಂಗ ಮರ್ದನ)

ತುಳಸೀಘಾಟ್‌ನಂತೆ ಕಾಶಿಯ ಇತರ ಕಡೆಗಳಲ್ಲೂ ಕೃಷ್ಣಲೀಲಾ ಶುರುಮಾಡಲು ಕಾಶಿಯ ನರೇಶ, ವಿಜಯನಗರದ ಮಹಾರಾಜಕುಮಾರ (ವಿಜಯರಾಮ ಗಣಪತಿ ರಾಜಮಾನ, ಕ್ರಿಕೆಟ್ ಕಾಮೆಂಟರಿಗೆ ಪ್ರಸಿದ್ಧರಾಗಿದ್ದ ವಿಜ್ಜಿಯ ತಂದೆ), ದುರ್ಗಾಕುಂಡ ಮತ್ತು ಗಾಯ್‌ಘಾಟ್‌ನ ಸಮಿತಿಯವರು ಸಾಕಷ್ಟು ಪ್ರಯತ್ನಗಳನ್ನು ನಡೆಸಿದರೂ ಯಾವುದೂ ಫಲಕಾರಿಯಾಗಲಿಲ್ಲ. ಪ್ರತಿಸಲವೂ ಒಂದಲ್ಲ ಒಂದು ಅನರೀಕ್ಷಿತ ದುರ್ಘಟನೆಗಳು, ಅಪಶಕುನಗಳು ನಡೆದು ಕೃಷ್ಣಲೀಲಾವನ್ನು ತುಳಸೀಘಾಟ್ ಅಲ್ಲದೆ ಬೇರೆಕಡೆ ಆರಂಭಿಸುವ ಯೋಚನೆಯನ್ನು ಬಿಡಬೇಕಾಯಿತು. ವಾರಾಣಸಿಯಲ್ಲಿ ನಡೆಯುವ ಅನ್ಯಲೀಲೆಗಳಲ್ಲಿ ನರಸಿಂಹಲೀಲಾ (ಚಿತ್ರಕೂಟ), ವಾಮನಲೀಲಾ ಮತ್ತು ಫಾಗ್‌ಲೀಲಾ (ಚಿತ್ರಕೂಟ) ಮುಖ್ಯವಾದುವು. ಧ್ರುವಲೀಲಾ ಮತ್ತು ಪ್ರಹ್ಲಾದಲೀಲಾ ಈಚೆಗೆ ನಡೆಯುತ್ತಿಲ್ಲ.

■

24. ಸಾಧು ಸಂತರು

ಶಿವ ಪಾರ್ವತಿಯರು ಆನಂದಕಾನನದಲ್ಲಿ ನೆಲಸಿದಮೇಲೆ ಅವರ ಜೊತೆಗೆ ಅನೇಕ ಗಣಗಳು, ಪ್ರಮಥರು (ರುದ್ರನ ಹಿಂಬಾಲಕರು), ವ್ರತ, ಯೋಗ, ಧ್ಯಾನ, ತಪಮಾಡಿ ಶಿವನನ್ನು ಒಲಿಸಕೊಳ್ಳಲು ಯತ್ನಿಸುತ್ತಿದ್ದವರು (ನಗ್ನರು, ಭಸ್ಮಧಾರಿಗಳು, ಒಂದೇ ಪಾದದಮೇಲೆ ನಿಂತವರು, ಊರ್ಧ್ವಬಾಹುಗಳು, ಸೂರ್ಯನನ್ನೇ ದಿಟ್ಟಿಸಿ ನೋಡುವವರು, ಉಪವಾಸಿಗಳು, ಎಲೆಗಳನ್ನು ತಿನ್ನುವವರು) ಬಂದುನೆಲೆಸಿ ಇಲ್ಲಿ ರುದ್ರರೂಪರೇ ಆದ ವಿಚಾರ ಮತ್ತು ಇವರಿಂದಾಗಿ 'ಆನಂದಕಾನನ'ವು 'ರುದ್ರವಾಸ' ಎನಿಸಿದ ವಿಚಾರ ನಾಲ್ಕನೆಯ ಅಧ್ಯಾಯವಾದ 'ಆನಂದಕಾನನ'ದಲ್ಲಿ ಹೇಳಿದೆ. ಈ ರುದ್ರವಾಸದಲ್ಲಿ ರುದ್ರರ ಜೊತೆಗೆ ದೇವಯೋನಿಗಳಾದ ಸಿದ್ಧರು, ಗುಹ್ಯಕರು, ಗಂಧರ್ವರು, ಯಕ್ಷರು, ರಾಕ್ಷಸರು, ಪನ್ನಗರು, ವಿದ್ಯಾಧರರು, ಪಿಶಾಚಿಗಳು ನೆಲೆಸಿದರೆಂದೂ ಹೇಳಿದೆ. ಕೇವಲ ರುದ್ರವಾಸವೆಂದು ಮುಂದುವರಿಯದೆ, ಕಾಶಿಯು ಕ್ರಮೇಣ ತನ್ನ ಹೊರಮೈಗೆ ಅನೇಕಬಣ್ಣಗಳನ್ನು ಬಳಿದುಕೊಂಡಿತು. ಆದರೆ ವಿಶೇಷವೆಂದರೆ ಹೊಸ ಬಣ್ಣಗಳು ಹಳೆಯದನ್ನು ಅಳಿಸಲಿಲ್ಲ, ಹಳೆಯದನ್ನು ಕೆಡಿಸಲಿಲ್ಲ, ಕಾಶಿ ಹಳೆಯದೇನನ್ನೂ ಕಳೆದುಕೊಳ್ಳಲಿಲ್ಲ. ಒಂದೊಂದುಕಡೆ ಒಂದೊಂದು ಬಣ್ಣವಿದ್ದು, ಬಣ್ಣದ ನಮೂನೆಗಳಂತೆ, ರಂಗಬಿರಂಗಿಯಾಯಿತೆ ವಿನಃ ಮಿಶ್ರಬಣ್ಣಗಳ ಮುದ್ದೆಯಾಗಲಿಲ್ಲ.

ಕಾಶಿಯ ವೈವಿಧ್ಯತೆ ಬೇರೆ ಇನ್ನೆಲ್ಲೂ ಇಲ್ಲ. ಕಾಶಿಯಲ್ಲಿ ಇನ್ನೂ ಅಳಿಸದ ಹಳೆಯ ಬಣ್ಣಗಳು ಯಾವುವೆಂದು ಹೇಳಿದರೆ ಅದೇ ಒಂದು ದೊಡ್ಡ ಪಟ್ಟಿಯಾದೀತು. ಕುತೂಹಲಕ್ಕಾದರೂ ಆ ಪಟ್ಟಿಯನ್ನು ನೋಡಬಹುದು. ಕಾಶಿಯು ಋಷಿಗಳ ತಪೋಭೂಮಿ, ದೇವತೆಗಳ ವಾಸಸ್ಥಾನ, ಮಂದಿರಗಳ ಸಮೂಹ, ತೀರ್ಥಗಳ ಸಂಗಮ, ಯಾತ್ರಿಗಳ ಅಂತಿಮಗುರಿ, ಪಂಡಾಗಳ, ಪುರೋಹಿತರ ಮಾರುಕಟ್ಟೆ, ಪಂಡಿತರ ಬೀಡು, ಗುರುಕುಲಗಳ ಆಶ್ರಮ, ವಿದ್ಯಾರ್ಥಿಕ್ಷೇತ್ರ, ಶಾಸ್ತ್ರಾರ್ಥಿಗಳ ಪೈಪೋಟಿಯ ಕಣ, ಆಚಾರ್ಯರುಗಳ ಪೀಠ, ಮಠಗಳ ನಿಬಿಡಕಾಡು, ಸಾಧುಸಂತರ, ಸನ್ಯಾಸಿಗಳ ಆಶ್ರಮ, ವ್ಯಾಪಾರಿಗಳ ಕೇಂದ್ರ, ನಿವೃತ್ತ ರಾಜರು, ನವಾಬರು, ಅಧಿಕಾರಿಗಳ ವಿಶ್ರಾಂತಿಸ್ಥಾನ, ದೇಶವಿದೇಶೀಯರ ನಿವಾಸ, ಸಂಗೀತ, ಸಾಹಿತ್ಯ, ಕಲಾ ನಿಪುಣರ ತಾಣ, ನಿರಾಶ್ರಿತರ, ಗತಿಯಿಲ್ಲದವರ ಗತಿ, ಗೂಂಡಾಗಳ, ಥಗ್‌ಗಳ ಕ್ರೀಡಾಕೇಂದ್ರ, ಆಲಸಿಗಳ, ಬೇಜವಾಬ್ದಾರರ ಹಾಸಿಗೆ, ಪೈಲ್ವಾನರ, ಜೂಜುಕೋರರ, ನಾಚ್‌ವಾಲಿಗಳ, ಭಾಂಗ್‌ಪ್ರಿಯರ ಆನಂದಧಾಮ, ಬನಾರಸೀ ರಯಿಸರ (ಗಣ್ಯರ), ಬನಾರಸೀ ಬಾಬುಗಳ ಸುಖಧಾಮ, ಸಾಮಾನ್ಯರ ಸಂತೆ – ಹೀಗೆ ಬಣ್ಣದಲ್ಲಿನ ವೈವಿಧ್ಯತೆ

ಈಗಿನ ಯಾವುದೇ ಕ್ಷೇತ್ರ ಅಥವಾ ದೊಡ್ಡನಗರಗಳಿಗೂ ಇಲ್ಲವೆಂದೇ ಹೇಳಬಹುದು. ಕಾಶಿಯ ಹೆಚ್ಚುಗಾರಿಕೆ ಏನೆಂದು ಪ್ರಶ್ನಿಸಿದರೆ, ವೈವಿಧ್ಯತೆಯೇ ಹೆಚ್ಚುಗಾರಿಕೆಯಲ್ಲ, ಪ್ರತಿಯೊಂದು ಬಣ್ಣವೂ ವಿಶಿಷ್ಟವಾಗಿರುವುದು ಕಾಶಿಯ ಅಸಾಮಾನ್ಯ ಹೆಚ್ಚುಗಾರಿಕೆ. ಮೇಲಿನ ಪಟ್ಟಿಯಲ್ಲಿನ ಯಾವುದನ್ನೂ ನಿಕೃಷ್ಟವಾಗಿ ಕಡೆಗಣಿಸುವಂತಿಲ್ಲ, ಕಾಶಿಯಲ್ಲಿ ಎಲ್ಲವೂ ವಿಶೇಷವೆ ಸರಿ. ಇಲ್ಲಿಯ ಯಾವ ಹಳೆಯಬಣ್ಣವೂ ಇನ್ನೂ ಅಳಿಸಿಹೋಗಿಲ್ಲ ಎನ್ನುವುದಕ್ಕೆ ಪ್ರಮಾಣವಾಗಿ ಐದುಸಾವಿರ ವರ್ಷಗಳ ಹಿಂದಿನ ಸಂಪ್ರದಾಯದ ರುದ್ರವಾಸಿಗಳಿಂದ ಹಿಡಿದು ಡೋಂಗೀ ಬಾಬಾಗಳವರೆಗೂ ಮೇಲೆ ಹೇಳಿದ ವಿವಿಧಕಾಲದ ಎಲ್ಲ ರೀತಿಯ ಜನರನ್ನು ಇಂದಿನ ಕಾಶಿಯಲ್ಲಿ ನೋಡಬಹುದು. ಈ ಸಣ್ಣ ಪೀಠಿಕೆ ಕಾಶಿಯ ಬಗೆಗಿನ ಜನಗಳಿಗೆಷ್ಟೇ ಅಲ್ಲದೆ ಇಲ್ಲಿನ ಎಲ್ಲ ಸಂಪ್ರದಾಯಗಳಿಗೂ ಹೊಂದುತ್ತದೆ. ಪಟ್ಟಿಯಲ್ಲಿನ ಕೆಲವು ಬಣ್ಣಗಳನ್ನು ಇದುವರೆಗೂ ನೋಡಿದ್ದಾಗಿದೆ. ಕಾಶಿಯಲ್ಲಿ ಕೆಲವು ಸಮಯವಾದರೂ ತಂಗಿದ್ದ ತೀರ್ಥಂಕರರು, ಮಹಾವೀರ, ಬುದ್ಧ ಮತ್ತು ಆಚಾರ್ಯರುಗಳ ವಿಚಾರವನ್ನು ಅಧ್ಯಾಯ 16 (ಧಾರ್ಮಿಕ ಕ್ಷೇತ್ರ)ದಲ್ಲಿ ಹೇಳಿದೆ. ಸಂತರಾದ ಕಬೀರ, ರೈಯಿದಾಸ ಮತ್ತು ತುಳಸೀದಾಸರ ಬಗ್ಗೆಯೂ ಸಾಕಷ್ಟು ಚರ್ಚೆಯಾಗಿದೆ. ಇದೇ ಧಾಟಿಯಲ್ಲಿ ಕಾಶಿಯ ಸಾಧು ಸಂತರ ಮತ್ತು ಪಂಡಿತರ ವಿಚಾರ ತಿಳಿಯಬಹುದು. ಈ ಅಧ್ಯಾಯದಲ್ಲಿ ಸಾಧು ಸಂತರ ಕಿರುಪರಿಚಯಕ್ಕಿಂತಲೂ ಹೆಚ್ಚಾಗಿ ಕಾಶಿಯ ಕಥೆಗಳಿಗೆ ಹೊಂದಿಕೊಳ್ಳುವ ಕೆಲವು ಸಾಧು-ಸಂತರ ಮಹಿಮೆ ಮತ್ತು ಪವಾಡಗಳ ಕಥೆಗಳನ್ನು ಕೊಡಲಾಗಿದೆ.

ಬಾಬಾ ಕೀನಾರಾಮ್ (ಕ್ರಿ.ಶ.1601-) ಅವಧೂತ ಸಂಪ್ರದಾಯಿಗಳಲ್ಲಿ ಪ್ರಸಿದ್ಧರು. ವಾರಾಣಸಿ ಜಿಲ್ಲೆಯ ಚಂದೌಲಿ ತಹಸಿಲ್‌ನಲ್ಲಿ ಮಾನಸಾದೇವಿ ಮತ್ತು ಅಕ್ಬರ್‌ಸಿಂಗ್ ಎಂಬ ದಂಪತಿಗಳಿಗೆ ಹುಟ್ಟಿದ ಕೀನಾರಾಮ್ ಬಾಲಕನಿರುವಾಗಲೇ ವಿರಕ್ತನಾಗಿದ್ದನು. ಒಂಬತ್ತನೆಯ ವಯಸ್ಸಿಗೆ ಮದುವೆಯಾಗಿ, ಹನ್ನೆರಡನೆಯ ವಯಸ್ಸಿನಲ್ಲಿ ಹೆಂಡತಿಯನ್ನು ಮನೆಗೆ ಕರೆತರುವ ಸಂಭ್ರಮದ ಹಿಂದಿನದಿನವೇ ಅವಳು ಮೃತಳಾದ ಸುದ್ದಿಬಂದಿತು. ಅನಂತರದಲ್ಲಿ ತಂದೆ ತಾಯಿಯೂ ನಿಧನಹೊಂದಿದರು. ಒಬ್ಬೊಂಟಿಗನಾದ ಕೀನಾರಾಮ್ ಮನೆಬಿಟ್ಟು ಪರ್ಯಟನೆ ಶುರುಮಾಡಿದನು. ಗಾಜೀಪುರದ ಶಿವರಾಮ್ ಎಂಬ ಮಹಾತ್ಮರಿಂದ ದೀಕ್ಷೆಪಡೆದು, ಯಾತ್ರೆ ಮುಂದುವರಿಸಿದಾಗ ಸಿದ್ಧಿ ಮತ್ತು ಪವಾಡಗಳು ಯುವಕನ ಜೀವನದ ಹಾಸುಹೊಕ್ಕಾಗಿ 'ಬಾಬಾ ಕೀನಾರಾಮ್' ಎಂದೆನಿಸಿ ಮಹಾತ್ಮರಾದರು. ಜುನಾಗಡ್ ನವಾಬನ ಆಜ್ಞೆಯಂತೆ ಬಿಕ್ಷೆಬೇಡುತ್ತಿದ್ದನೆಂಬ ನೆಪದಿಂದ ಇವರನ್ನು ಸೆರೆಮನೆಯಲ್ಲಿರಿಸಿ ಧಾನ್ಯಬೀಸುವ ಶಿಕ್ಷೆ ಕೊಟ್ಟರೆ, ಬೀಸುಕಲ್ಲು ತಾನೇತಾನಾಗಿ ತಿರುಗಲು ಶುರುವಾಯಿತು. ಇದನ್ನು ನೋಡಿ ನವಾಬನು ಇವರ ಜೊತೆಗೆ ಬೇರೆಯ ಬಿಕ್ಷುಕರನ್ನೂ ಸೆರೆಮನೆಯಿಂದ ಬಿಡಿಸಿದನು. ಕಚ್‌ಪ್ರದೇಶದಲ್ಲಿ ಪ್ರಸಿದ್ಧಳಾದ 'ಮಾ ಹಿಂಗ್ಲಾಜ್' ದೇವಿ

ಇವರಿಗೆ ಹೆಂಗಸಿನ ರೂಪದಲ್ಲಿ ದಿನವೂ ಊಟ ತರುತ್ತಿದ್ದಳೆಂದೂ, ಕೊನೆಗೆ ದೇವಿ ಇವರ ಜೊತೆ ವಾರಾಣಸಿಯ ಕ್ರೀಮಿಕುಂಡದಲ್ಲಿ ನೆಲೆಸಿದಳೆಂದೂ ಕಥೆಯಿದೆ. ಗುಜರಾತ್‌ನ ಗಿರಿನಾರ್ ಬೆಟ್ಟದಲ್ಲಿ ಇವರಿಗೆ ಗುರುದತ್ತಾತ್ರೇಯರು ದರ್ಶನಕೊಟ್ಟಿದ್ದರು.

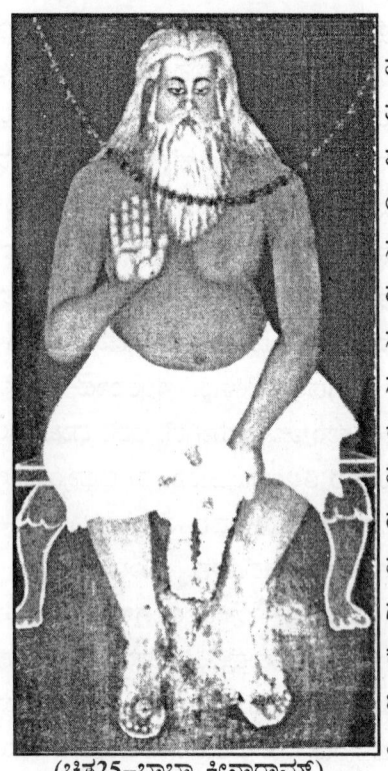

(ಚಿತ್ರ25–ಬಾಬಾ ಕೀನಾರಾಮ್)

ಬಾಬಾರ ಪವಾಡಗಳು ಅಸಂಖ್ಯವಾದುವು. ಕ್ರಿ.ಶ.1638ರಲ್ಲಿ ಬಾಬಾ ಕಾಂದಹಾರ್ ತಲುಪಿದರು. ಇವರ ಅನುಗ್ರಹ ಬಲದಿಂದ ಶಹಜಹಾನನು ಅಲ್ಲಿಯ ಕೋಟೆಯುನ್ನು ಯುದ್ಧವಿಲ್ಲದೆ ವಶಪಡಿಸಿಕೊಂಡನು. ಇದರಿಂದ ಸಂಪ್ರೀತನಾದ ಶಹಜಹಾನನು ಕಾಶಿಯ ಹರಿಶ್ಚಂದ್ರ ಮತ್ತು ಮಣಿಕರ್ಣಿಕಾ ಘಾಟ್‌ಗಳಲ್ಲಿ ಸುಡುವ ಪ್ರತಿ ಹೆಣಕ್ಕೆ ಐದು ತುಂಡು ಕೊರಡು–ಸೌದೆ ಮತ್ತು ಐದು ಪೈಸೆಯನ್ನು ಬಾಬಾ ಕೀನಾರಾಮ್‌ಗೆ ಕೊಡಬೇಕೆಂದು ಆಣತಿ ಮಾಡಿದನು. ಅಲ್ಲಿಂದ ಬಾಬಾ ಕಾಶ್ಮೀರ ಮತ್ತು ದೆಹಲಿ ಸುತ್ತಿ ಕಾಶಿಗೆ ಬಂದುಸೇರಿದರು. ಇಲ್ಲಿ ಮತ್ತೊಮ್ಮೆ ಕಾಲೂರಾಮ್ ಅವರ ರೂಪದಲ್ಲಿ ಗುರುದತ್ತಾತ್ರೇಯರ ದರ್ಶನವಾಯಿತು. ಬಾಬಾರ ಕಾಲುತೊಳೆಯಲು ಗಂಗೆ ಮೇಲಕ್ಕೆ ಬಂದಳು. ಜಮೀನ್ದಾರನ ಕಾಲಕೆಳಗೆ ಗುಪ್ತನಿಧಿಯಿರುವ ವಿಷಯತಿಳಿಸಿ ಅವನ ಜೀತದಾಳಾಗಿದ್ದ ಬಾಲಕನ ಬಿಡುಗಡೆ ಮಾಡಿಸಿದರು. ಗಂಗೆಯಲ್ಲಿ ತೇಲಿಬರುತ್ತಿದ್ದ ಶವ ಇವರ ಮಾತಿನಂತೆ ಎದ್ದುನಿಂತಿತು. ಕಾಲೂರಾಮ್‌ರ ಹಸಿವು ಇಂಗಿಸಬೇಕೆಂದು ಗಂಗೆಯನ್ನು ಕೇಳಿದಾಗ ಗಂಗೆ ತನ್ನೊಳಗಿಂದ ಮೀನನ್ನು ಇವರೆಡೆಗೆ ಎಸೆದಳು. ಒಮ್ಮೆ ಕೀನಾರಾಮ್ ದರ್ಭಾಂಗಾಕ್ಕೆ ಹೋಗಿದ್ದಾಗ ಅಲ್ಲಿಯ ಮೈಥಿಲಿಬ್ರಾಹ್ಮಣರ ಸ್ಪರ್ಧೆಯ ಆಹ್ವಾನವನ್ನು ಸ್ವೀಕರಿಸಿ ಸತ್ತ ಆನೆಯನ್ನು ಬದುಕಿಸಿದರು. ಆಗ ಬಾಬಾರ ಪ್ರತಿಸವಾಲನ್ನು ಒಪ್ಪಿ ಅಲ್ಲಿಯ ಬ್ರಾಹ್ಮಣರು ಮೀನು ಮತ್ತು ಮಾಂಸ ತಿನ್ನಲು ಆರಂಭಮಾಡಿದರು. ಭೀಕಾಸಾಹೇಬರು ಇವರಿಗೆ ಮದಿರೆಯನ್ನು ಕೊಡಲಾಗದಿದ್ದಾಗ, ಕೀನಾರಾಮ್ ನೀರನ್ನು ತರಲು ಸೇವಕನಿಗೆ ಹೇಳಿದರು. ಆಶ್ಚರ್ಯವೆಂದರೆ ತಂಬಿಗೆಯ ನೀರೆಲ್ಲಾ ಮದಿರೆಯಾಗಿತ್ತು. ಇನ್ನೊಮ್ಮೆ ರಾಜಾ ಚೇತ್‌ಸಿಂಗ್ ತನ್ನ ಮೆಹಫಿಲ್‌ನಲ್ಲಿದ್ದಾಗ

ಕೀನಾರಾಮ್ ಅಲ್ಲಿ ತಲುಪಿದರು. ನಶೆಯಲ್ಲಿದ್ದ ಚೇತ್‌ಸಿಂಗ್ ಉದ್ಧಟತನದಿಂದ 'ಬಾಬಾಗೆ ಮೆಹಫಿಲ್‌ನಲ್ಲಿ ಏನು ಕೆಲಸ?' ಎಂದು ನಕ್ಕನಂತೆ. ರಾಜನ ಕೊಂಕುಮಾತಿನಿಂದ ಸಿಟ್ಟಿಗೆದ್ದ ಕೀನಾರಾಮ್ "ನೀನು ಜೀವನಪರ್ಯಂತ ಆರಾಮವಿಲ್ಲದೆ ತಿರುಗುತ್ತಲೇ ಇರು" ಎಂದು ಶಾಪಕೊಟ್ಟರಂತೆ.

ರಾಘವೇಂದ್ರ ಸಿಂಗ್ ಎಂಬ ಜಮೀನ್ದಾರ ಕೊಟ್ಟ ಕ್ರೀಮಿಕುಂಡದ ಜಾಗದಲ್ಲಿ ಬಾಬಾ ನೆಲೆಸಿದರು. ಅಲ್ಲಿ ಈಗ ಕೀನಾರಾಮರ ಸಮಾಧಿಯಿದ್ದು ಕ್ರೀಮ್‌ಕುಂಡವು 'ಕೀನಾರಾಮ್ ಕಿ ಅಸ್ತಾರಾ' ಎಂದು ಅವಧೂತ ಸಂಪ್ರದಾಯದ ಕೇಂದ್ರವಾಗಿದೆ. ಇಲ್ಲಿ ಅಘೋರಪೀಠದ ಹನ್ನೊಂದು ಪೀಠಾಧಿಪತಿಗಳ ಸಮಾಧಿಯಿದೆ. ಸಮಾಧಿಯ ಹಿಂದಿರುವ ಗುಹೆಯಲ್ಲಿ 'ಮಾ ಹಿಂಗ್ಲಾಜ್'ಳ ಯಂತ್ರವಿದೆ. ಬಾಬಾ ಶುರುಮಾಡಿದ 'ಧೂನಿ'ಯಲ್ಲಿ ನಿರಂತರವಾಗಿ ಉರಿಯುವ ಮರದಕೊರಡಿನಿಂದ ಬರುವ ವಿಭೂತಿಯನ್ನು ಪ್ರಸಾದವಾಗಿ ಕೊಡುತ್ತಾರೆ. ಬಾಬಾ ಕೀನಾರಾಮ್ ಮತ್ತು 'ಮಾ ಹಿಂಗ್ಲಾಜ್'ಳ ಅನುಗ್ರಹದಿಂದ ಕ್ರೀಮಿಕುಂಡ ಪಾವನವಾಗಿ, ಕುಂಡದಲ್ಲಿ ಐದುಮಂಗಳವಾರ ಮತ್ತು ಭಾನುವಾರ ಸ್ನಾನಮಾಡಿದವರ ಸಂಕಟಗಳೆಲ್ಲ ನಾಶವಾಗುವುದು ಎಂಬ ನಂಬಿಕೆಯಿದೆ. ಬಾಬಾ ಕೀನಾರಾಮ್ ಅಘೋರ ಪಂಥದ ನಾಲ್ಕುಪೀಠಗಳನ್ನು ಕ್ರೀಮಿಕುಂಡ (ವಾರಾಣಸಿ), ರಾಮ್‌ಘಾಟ್ (ಚಂದೌಲಿ), ದೇವನ್ (ಗಾಜೀಪುರ) ಮತ್ತು ಹರಿಹರಪುರ (ಚಂದವಾಕ) ಎಂಬಲ್ಲಿ ಸ್ಥಾಪಿಸಿದರು. 'ವಿವೇಕಸಾರ', 'ರಾಮಗೀತ', 'ರಾಮರಸಾಲ್' ಮತ್ತು 'ಗೀತಾವಲಿ' ಎಂಬ ನಾಲ್ಕು ಪುಸ್ತಕಗಳನ್ನು ಬಾಬಾ ಕೀನಾರಾಮ್ ಬರೆದರು. ಏಳನೆಯ ಪೀಠಾಧಿಪತಿಗಳಾಗಿದ್ದ ಬಾಬಾ ಜೈನಾರಾಯಣ ರಾಮ್ (ಜೀವನರಾಮ್) ಎಂಬುವರಿಗೆ ಸಂಗೀತದಲ್ಲಿ ಹೆಚ್ಚುಆಸಕ್ತಿಯಿದ್ದು ಹದಿನೆಂಟು ಕೋಣೆಗಳಲ್ಲಿ ಸಂಗೀತದವಾದ್ಯಗಳು ತುಂಬಿವೆ. ಕಾಶಿಯ ವಾರಾಂಗನೆಯರಲ್ಲಿ ಅನೇಕರು ಜೀವನರಾಮ್ ಅವರ ಶಿಷ್ಯೆಯರಾಗಿದ್ದು, ಲೋಲಾರ್ಕಮೇಳದ ಇಡೀ ರಾತ್ರಿ ಇಲ್ಲಿ ಸಂಗೀತ ಮತ್ತು ನೃತ್ಯಮಾಡಿ ಬಾಬಾನ ಆಶೀರ್ವಾದ ಬೇಡುತ್ತಿದ್ದರು. ಕ್ರಿ.ಶ. 1958ರಲ್ಲಿ ಈ ಸಂಪ್ರದಾಯ ನಿಂತುಹೋಯಿತು. ಬಾಬಾ ಸಿದ್ಧಾರ್ಥಗೌತಮ್ ಕ್ರಿ.ಶ.1978ರಲ್ಲಿ ಹನ್ನೆರಡನೆಯ ಪೀಠಾಧಿಪತಿಗಳಾದರು.

ತೈಲಂಗಸ್ವಾಮಿ (ಕ್ರಿ.ಶ.1607–1881) ಕಾಶಿಯ ಮನೆಮಾತಾಗಿರುವ ಒಬ್ಬ ಅದ್ಭುತ ಸಾಧು/ಸಂತ. ಇವರು ಸುಮಾರು 274ವರ್ಷ ಬದುಕಿದ್ದರೆಂದು ಕೇಳಿಯೇ ಇದು ನಂಬಲು ಕಷ್ಟವಾದ ಪವಾಡ ಎನ್ನಬಹುದು. ಅವರು ಕ್ರಿ.ಶ.1809ರಲ್ಲಿ (202ರ ವಯಸ್ಸಿನಲ್ಲಿ) ಮೃತರಾದರು ಎಂದು ಕೆಲವರು ಹೇಳುತ್ತಾರೆ. ಆದರೆ, ರಾಮಕೃಷ್ಣ ಪರಮಹಂಸರನ್ನು ಕ್ರಿ.ಶ.1868ರಲ್ಲಿ ಭೇಟಿಯಾಗಿದ್ದುದರಿಂದ, ಆನಂತರವೇ ಅವರು ಮರಣಹೊಂದಿರಬೇಕೆಂದು ಇನ್ನೊಂದು ಹೇಳಿಕೆ. ಇವರ ಜೀವನಕಥೆಯೂ ವಿಚಿತ್ರವಾಗಿಯೆ ಇದೆ. ವಿಜಯನಗರ

(ಚಿತ್ರ26–ತೈಲಂಗಸ್ವಾಮಿ)

ಸಾಮ್ರಾಜ್ಯದ, ತೆಲಂಗಾಣ ಪ್ರದೇಶದ, ಹಲಿಯಾ ಎಂಬಲ್ಲಿಂದ ಬಂದುದರಿಂದ ಕಾಶಿಯಲ್ಲಿ ಇವರ ಹೆಸರು 'ತೈಲಂಗ ಸ್ವಾಮಿ' ಎಂದು ಪ್ರಸಿದ್ಧವಾಯಿತು. ಶಿವರಾಮ ಎಂಬುದು ಇವರ ಮೊದಲ ಹೆಸರು. ತಂದೆ ಸತ್ತಾಗ ಇವರಿಗೆ ನಲವತ್ತುವರ್ಷ, ತಾಯಿ ಸತ್ತಾಗ 52ವರ್ಷ ಆಗಿತ್ತು. ಆಗಿನಿಂದ ಸ್ಮಶಾನದಲ್ಲಿ ವಾಸಿಸಲು ಶುರುಮಾಡಿ, ಇಪ್ಪತ್ತು ವರ್ಷಗಳವರೆಗೆ ಯೋಗ ಸಾಧನೆಯನ್ನು ಮಾಡಿದರು. ಅನಂತರ ಪಾಟಿಯಾಲದಿಂದ ಬಂದಿದ್ದ ಸ್ವಾಮಿ ಭಗೀರಥಾನಂದರ ಜೊತೆಗೆ ಪುಷ್ಕರಕ್ಕೆ ಹೋಗಿ, ಅಲ್ಲಿ 78ನೆಯ ವಯಸ್ಸಿನಲ್ಲಿ ದೀಕ್ಷೆಪಡೆದು, ಗಜಾನನ ಸರಸ್ವತಿ ಎಂಬ ಹೊಸಹೆಸರು ಪಡೆದರು. ಗುರುವಿನ ದೇಹಾಂತವಾದ ಮೇಲೆ ತಮ್ಮ ದಂಡ ಮತ್ತು ಕಮಂಡಲವನ್ನು ಬಿಟ್ಟು ಅವಧೂತರಾದರು. ಇವರು ರಾಮೇಶ್ವರ, ದ್ವಾರಕ, ನೇಪಾಲ ಸುತ್ತಿದ್ದೇನೊ ಸರಿಯೆ. ಆದರೆ ತಮ್ಮ 90ನೆಯ ವಯಸ್ಸಿನಲ್ಲಿ ಕೌಪೀನಧಾರಿ ಯಾಗಿ ಹಿಮಾಲಯದ (13000 ದಿಂದ 17000 ಅಡಿಯವರೆಗಿನ ಹಿಮದ ಕೊರೆತದ) ಮಾನಸ ಸರೋವರ, ಕೈಲಾಸ, ಬದರಿ, ಕೇದಾರ, ಗಂಗೋತ್ರಿ, ಯಮುನೋತ್ರಿ ಮುಂತಾದ ಸ್ಥಳಗಳನ್ನು ಸುತ್ತಿ ಬಂದುದು ಇಂದಿನವರ ಊಹೆಗೂ ಬಾರದು. ನರ್ಮದಾ ನದಿಯ ದಂಡೆಯಲ್ಲಿ ಕೆಲವು ವರ್ಷಗಳಿದ್ದು, ಕ್ರಿ.ಶ.1737ರಲ್ಲಿ ವಾರಾಣಸಿಯಲ್ಲಿ ನೆಲೆಸಿದರು. ಕಾಶಿಯಲ್ಲಿ ಗಂಗಾತೀರದ ಅಸಿ, ಹನುಮಾನ್, ದಶಾಶ್ವಮೇಧ ಮತ್ತು ಪಂಚಗಂಗಾಘಾಟ್‌ಗಳಲ್ಲಿ ನೆಲೆಸಿದರು. ಪಂಚಗಂಗಾಘಾಟ್‌ನಲ್ಲಿ ದೊಡ್ಡ ಐವತ್ತುಮಣದ ಶಿವಲಿಂಗವನ್ನು ಸ್ಥಾಪಿಸಿದರು. ಇಂದು ಆ ಮಂದಿರದ ಆವರಣದಲ್ಲಿ ತೈಲಂಗಸ್ವಾಮಿಯ ಚಿತ್ರವೊಂದು ಇದೆ. ಪ್ರಾಯಶಃ ಕ್ರಿ.ಶ. 1647ರಲ್ಲಿ ಇವರ ಜನನ, 1685ರಲ್ಲಿ ದೀಕ್ಷೆ, 1697ರಲ್ಲಿ ಹಿಮಾಲಯ ಯಾತ್ರೆ, 1737ರಿಂದ ವಾರಾಣಸಿ, 1871ರಲ್ಲಿ ಮರಣ ಎಂದು ಊಹಿಸಿದರೂ ಅವರು 234 ವರ್ಷ ಬದುಕಿದ್ದರೆಂದು ಎಣಿಸಬಹುದು.

ತೈಲಂಗಸ್ವಾಮಿಯವರ ಸುತ್ತ ಅನೇಕ ಪವಾಡಗಳು ಹೆಣೆದುಕೊಂಡಿವೆ. ಅವರು

ಎರಡು ಕೈಗಳನ್ನು ಕಟ್ಟಿಸಿಕೊಂಡು ಗಂಗಾನದಿಯಲ್ಲಿ ಈಜಬಲ್ಲವರಾಗಿದ್ದರು. ಇಂಗ್ಲಿಷ್ ಕಲೆಕ್ಟರ್ ಹೇಳಿದರೂ ಇವರು ಬೆತ್ತಲಾಗೆ ಇದ್ದುದರಿಂದ ಇವರನ್ನು ಸೆರೆಯಲ್ಲಿ ಬಂಧಿಸಲಾಯಿತು. ಆದರೆ, ಮರುಕ್ಷಣವೇ ಇವರು ಸೆರೆಮನೆಯ ಹೊರಗೆ, ಕಲೆಕ್ಟರ್ ಪಕ್ಕದಲ್ಲಿಯೆ ಬಂದು ನಿಂತಿದ್ದರು. ಇನ್ನೊಂದು ಹೇಳಿಕೆಯ ಪ್ರಕಾರ ನಲವತ್ತು ದಿನಗಳಾದರು ಇವರು ಜೈಲಿನಲ್ಲಿ ಒಂದು ತುತ್ತುಅನ್ನವನ್ನು ತಿನ್ನಲಿಲ್ಲ. (ಭದೈನಿ ರಾಮಮಂದಿರದ ಗಲಾಟೆಯಲ್ಲಿ ಭಾಗವಹಿಸಿದ ಕಾರಣವಾಗಿ ಇವರನ್ನು ಜೈಲಿಗೆ ಹಾಕಿದರೆಂದು ಹೇಳುವುದರಲ್ಲಿ ಹೆಚ್ಚಿನ ಸತ್ಯವಿರಲಾರದು. ಏಕೆಂದರೆ, ಈ ಪ್ರಕರಣ ನಡೆದದ್ದು ಕ್ರಿ.ಶ.1889ರಲ್ಲಿ). ಏಳುವರ್ಷದ ಹುಡುಗ ಗಂಗೆಯಲ್ಲಿ ಮುಳುಗಿ ಸತ್ತಾಗ ಅವನ ತಾಯಿ ವಿಧವೆಯ ಗೋಳಾಟ ನೋಡಲಾಗದೆ, ತೈಲಂಗಸ್ವಾಮಿ ಶವದಮೇಲೆ ಗಂಗಾತಟದ ಮಣ್ಣುಉಜ್ಜಿ ಜೀವಿತಗೊಳಿಸಿದರು. ನೇಪಾಳದಲ್ಲಿ ಹುಲಿಯೊಂದು ಬೆಕ್ಕಿನಂತೆ ಇವರ ಕಾಲಡಿಯಲ್ಲಿ ಬಂದುಕೂತಿತು. ಇವರು ಮೃತವಾದಾಗಿನ ಪವಾಡ ಕಬೀರನ ಕಥೆಗೆ ಹೋಲುತ್ತದೆ. ತನ್ನ ಶವವನ್ನು ಕಲ್ಲಿನ ಪೆಟ್ಟಿಗೆಯಲ್ಲಿ ಇಟ್ಟು ಗಂಗೆಯಲ್ಲಿ ಮುಳುಗಿಸಬೇಕೆಂದು ಸ್ವಾಮೀಜಿ ಹೇಳಿದ್ದರು. ಕೊನೆಯ ಗಳಿಗೆಯಲ್ಲಿ ಓಡಿಬಂದ ಭಕ್ತರಿಗೆ ದರ್ಶನಕೊಡಲು ಪೆಟ್ಟಿಗೆಯನ್ನು ತೆಗೆದರೆ, ಅಲ್ಲಿದ್ದುದು ಒಂದು ಹಿಡಿ ಹೂವು!

ಬಾಬಾ ಲೋಟಾದಾಸ (ಕ್ರಿ.ಶ. 1690–1767) ಪಂಜಾಬಿನಿಂದ ಕಾಶಿಗೆ ಬಂದು, ದೀಕ್ಷೆಯ ನಂತರ ಗೋವರ್ಧನದಾಸ ಎಂಬ ಹೆಸರುಪಡೆದಿದ್ದರು. ಲೋಟಾದಾಸ ಎಂಬುದು ಇವರಿಗೆ ಬಾಬಾ ಕೀನಾರಾಮ್ ಇಟ್ಟ ಅನ್ವರ್ಥನಾಮ. ಇವರು ಏರ್ಪಡಿಸಿದ್ದ ಸಾಧುಗಳ ಭೋಜನಕ್ಕೆ ಸೂಕ್ತಗೌರವದಿಂದ ಆಹ್ವಾನಿಸಲಿಲ್ಲವೆಂದು ಸಿಟ್ಟಿದ್ದರೂ ಬಾಬಾ ಕೀನಾರಾಮ್ ಅಲ್ಲಿಗೆ ಬಂದಿದ್ದರು. ಬಾಬಾನ ಸಿಟ್ಟಿನಕಾರಣದಿಂದ ಅಂದಿನ ಅಡಿಗೆಯೆಲ್ಲ ಮಾಂಸಾಹಾರವಾದರೆ, ಗೋವರ್ಧನದಾಸ ತನ್ನ ಲೋಟದಿಂದ ನೀರುಚುಮುಕಿಸಿ ಎಲ್ಲವನ್ನು ಮತ್ತೆ ಶಾಕಾಹಾರವಾಗಿಸಿದ್ದರು. ಊಟದಮಧ್ಯೆ ಕೀನಾರಾಮ್‌ರ ತಲೆಬುರುಡೆಯ ಪಾತ್ರೆಗೆ ಗೋವರ್ಧನದಾಸರು ನೀರು ಹಾಕಿದರೆ, ಪಾತ್ರೆ ತುಂಬದು, ಲೋಟ ಖಾಲಿಯಾಗದು! ಬಾಬಾ ಕೀನಾರಾಮ್ ಮೆಚ್ಚಿಗೆಯ ನಗುವಿನಿಂದ "ಗೋವರ್ಧನದಾಸ್ ನೀನು ನಿಜವಾಗಲೂ ಲೋಟಾದಾಸ್" ಎಂದರು. ಅಂದಿನಿಂದ ಅವರು ಲೋಟಾದಾಸ್ ಎಂದೇ ಪ್ರಸಿದ್ಧರಾದರು. ಕಾಶಿಯ ನರೇಶ ಲೋಟಾದಾಸರನ್ನು ನೋಡಲುಬಂದಾಗ ಅವರಿಗೆ ವಿಪರೀತ ಚಳಿಯಿಂದ ನಡುಕವಿತ್ತು. ತಾವು ನರೇಶರೊಡನೆ ಮಾತಾಡುವವರೆಗೂ ನಡುಕವನ್ನು ತಮ್ಮ ಕಂಬಳಿಗೆ ಕೊಟ್ಟಿದ್ದರಂತೆ!

ಸ್ವಾಮಿ ವಿಶುದ್ಧಾನಂದ ಸರಸ್ವತಿ (ಕ್ರಿ.ಶ.1820–1889) ಗುಲ್ಬರ್ಗಾದ ಹತ್ತಿರದ ಕಲ್ಯಾಣೀ ಎಂಬಲ್ಲಿ ಹುಟ್ಟಿದರು. ನವಾಬನ ಸೈನ್ಯಕ್ಕೆ ಸೇರಿ ಅಲ್ಲಿ ಸೇವೆಮಾಡುತ್ತಿದ್ದ ಕನ್ಯಾಕುಬ್ಜ ಬ್ರಾಹ್ಮಣನ ಮನೆಯಲ್ಲಿ ಹುಟ್ಟಿದ್ದ ಇವರ ಮೊದಲ ಹೆಸರು **ವಂಶೀಧರ** ಎಂದಿತ್ತು.

ವಂಶೀಧರನು ತಂದೆ ತಾಯಿಗಳನ್ನು ಬೇಗ ಕಳೆದುಕೊಂಡದ್ದರಿಂದ, ಹೈದರಾಬಾದ್‌ನ ನವಾಬನ ಸೈನ್ಯದಲ್ಲಿದ್ದ ಸೋದರಮಾವನ ಮನೆಯಲ್ಲಿ ಬೆಳೆಯಬೇಕಾಯಿತು. ತನ್ನ ಹದಿನೆಂಟನೆಯ ವಯಸ್ಸಿನಲ್ಲಿ ವಂಶೀಧರನೂ ನವಾಬನ ಸೈನ್ಯವನ್ನು ಸೇರಿದನು. ಒಮ್ಮೆ ಸೂಳೆಯ ಮನೆಗೆ ಹೋದಾಗ, ಆಕೆ ಸಂಸ್ಕೃತದಲ್ಲಿ ಮಾತನಾಡಿದುದನ್ನು ಕೇಳಿದ ಸಂಸ್ಕೃತ ಬಾರದ ಈ ಬ್ರಾಹ್ಮಣ ಯುವಕನಿಗೆ ಅಚ್ಚರಿ, ತಬ್ಬಿಬ್ಬು ಮತ್ತು ದುಃಖದ ಜೊತೆಗೆ ತನ್ನ ಮೇಲೇ ಜುಗುಪ್ಸೆಯಾಯಿತು. ಸೈನ್ಯದಿಂದ ಹೊರಬಂದು, ಕ್ರಿ.ಶ.1839ರಿಂದ ಯಾತ್ರೆಗೆ ಹೊರಟನು. ನಾಸಿಕ, ಉಜ್ಜಯಿನಿ, ಬಿಟುರ್, ಹರಿದ್ವಾರ, ಬದರಿಯನ್ನು ನೋಡಿ ಕಾಶಿಯನ್ನು ತಲುಪಿದಾಗ ಕ್ರಿ.ಶ.1850 ಆಗಿತ್ತು. ಈ ಜಾಗಗಳಲ್ಲಿ ವಂಶೀಧರನು ಸಂಸ್ಕೃತ ಮತ್ತು ವೇದವನ್ನು ಕಲಿತನು. ವಂಶೀಧರನ ಸಂಸ್ಕೃತ ಮತ್ತು ವೇದಾಧ್ಯಯನ ನಡೆದದ್ದು ಕಾಶಿಯಲ್ಲಿ ಎಂದು ಇನ್ನೊಂದುಕಥೆ ಹೇಳುತ್ತದೆ. ಅಧ್ಯಯನದಲ್ಲಿ ಇವರು ಆಸಕ್ತಿ ತೋರಿಸಿದರೆ, ಹೇಳಿಕೊಡಲು ಕಾಶಿಯ ಪಂಡಿತ ತಯಾರಿರಲಿಲ್ಲ. ಪಂಡಿತ ತನ್ನ ಶಿಷ್ಯರಿಗೆ ಹೇಳುತ್ತಿದ್ದ ಪಾಠವನ್ನು ರಸ್ತೆಯ ಆಚೆಬದಿಯ ಬಾವಿಕಟ್ಟೆಯಮೇಲೆ ಕೂತ ವಂಶೀಧರ ಕೇಳಿ ಕಲಿಯಲು ಶುರುಮಾಡಿದನು. ಏಕಲವ್ಯನಂತೆ ವಿದ್ಯೆಕಲಿತು ಪಾರಂಗತನಾಗಿ ಗುರುವಿನ ಶಿಷ್ಯರನ್ನು ವಾದಕ್ಕೆಳೆದು ಅವರನ್ನೆಲ್ಲ ಸೋಲಿಸಿದನು. ಗೌಡಸ್ವಾಮಿ ಎಂಬುವರು ವಂಶೀಧರನಿಗೆ ಸನ್ಯಾಸದೀಕ್ಷೆ ಕೊಟ್ಟು ವಿಶುದ್ಧಾನಂದ ಸರಸ್ವತಿ ಎಂದು ಹೆಸರುಕೊಟ್ಟರು. ಮುಂದೆ ಕ್ರಿ.ಶ.1869ರಲ್ಲಿ ಕಾಶಿಯಲ್ಲಿ ದಯಾನಂದ ಸರಸ್ವತಿಯವರೊಡನೆ ನಡೆದ ಶಾಸ್ತ್ರಾರ್ಥದಲ್ಲಿ ಸಾಂಪ್ರದಾಯಿಕ ಹಿಂದೂಪಂಡಿತರ ಮುಂದಾಳತ್ವ ವಹಿಸಿಕೊಂಡಿದ್ದರಿಂದ ಇವರು ಪ್ರಸಿದ್ಧವಾದರು. ಈ ಶಾಸ್ತ್ರಾರ್ಥ ನಡೆದ ಸ್ಥಳ ಈಗ ಭಾಸ್ಕರಾನಂದ ಸಮಾಧಿಯಾಗಿದೆ.

(ಚಿತ್ರ27– ಭಾಸ್ಕರಾನಂದ ಸಮಾಧಿ)

ಇವರು ಬರೆದ ಅನೇಕ ಪುಸ್ತಕಗಳಲ್ಲಿ 'ಕಪಿಲ ಗೀತ' ಎಂಬುದು ಪ್ರಸಿದ್ಧವಾಗಿದೆ. ಇವರ ಶಿಷ್ಯರಲ್ಲಿ ಪಂಡಿತ ಶಿವಕುಮಾರ ಶಾಸ್ತ್ರಿ, ಪಂಡಿತ ದುಃಖಭಂಜನ ಕವೀಂದ್ರ ಮುತಾದವರಿದ್ದರು. ಇವರ ಹೇಳಿಕೆಯ ಮೇರೆಗೆ ಕಾಶ್ಮೀರದ ರಾಜ ಪ್ರತಾಪಸಿಂಗ್ ಕಾಶಿಯ 'ರಣವೀರ್ ಸಂಸ್ಕೃತ ಪಾಠಶಾಲಾ' ಮತ್ತು ದರ್ಭಾಂಗದ ನರೇಶ ಲಕ್ಷ್ಮೀಶ್ವರ ಸಿಂಹ 'ದರ್ಭಾಂಗಾ ಸಂಸ್ಕೃತ ಪಾಠಶಾಲಾ'ವನ್ನು ಇಲ್ಲಿ ಸ್ಥಾಪಿಸಿದರು.

ಯೋಗಿರಾಜ್ ಶ್ಯಾಮಾಚರಣ ಲಹರಿ (ಕ್ರಿ.ಶ.1828–1895) ಬಂಗಾಳದ ನಾಡಿಯಾ ಜಿಲ್ಲೆಯ ಘುರಾನಿ ಎಂಬ ಹಳ್ಳಿಯಲ್ಲಿ ಹುಟ್ಟಿದರು. ಇವರ ತಂದೆ ವಾರಾಣಸಿಯ ಜೈನಾರಾಯಣ ಘೋಶಾಲ್ ಶಾಲೆಯಲ್ಲಿ ಉಪಾಧ್ಯಾಯರಾಗಿ ಕೆಲಸಕ್ಕೆ ಬಂದರು. ಶ್ಯಾಮಾಚರಣರ ಮದುವೆ 1846ರಲ್ಲಿ ಕಾಶಿಮಣಿಯ ಜೊತೆ ನಡೆಯಿತು. 1851ರಲ್ಲಿ ಸೈನಿಕ ಇಂಜಿನಿಯರಿಂಗ್ ಸ್ಕೂಲ್‌ನಲ್ಲಿ ಕೆಲಸಕ್ಕೆ ಸೇರಿ ಅನೇಕ ಕಡೆಗಳಲ್ಲಿ ಕೆಲಸಮಾಡಿದರು. ಒಂದು ಅಲೌಕಿಕ ಅನುಭವದಿಂದಾಗಿ ಅವರ ಜೀವನಪಥದಲ್ಲಿ ವಿಚಿತ್ರತಿರುಗು ಕಂಡುಬಂದಿತು. ದ್ರೋಣಗಿರಿಕ್ಷೇತ್ರದಲ್ಲಿ ಒಬ್ಬ ಹುಡುಗ ಇವರನ್ನು ಒಂದು ಗುಹೆಗೆ ಕರೆದುಕೊಂಡುಹೋಗಿ ಇವರನ್ನು ಮುಟ್ಟಿದತಕ್ಷಣ, ಇವರಿಗೆ ಪೂರ್ವಜನ್ಮದಲ್ಲಿ ತಾವು ವಿರಕ್ತರಾಗಿದ್ದ ನೆನಪುಬಂದಿತು. ರಾಣೀಕೇತ್‌ಗೆ ವರ್ಗವಾದಮೇಲೆ ಅಲ್ಲಿ ಗುರುವಿನಿಂದ ದೀಕ್ಷೆಪಡೆದರು. ಇಲ್ಲಿಂದ ಅವರ ಪವಾಡಗಳು ಶುರುವಾದುವು. ರೋಗಪೀಡಿತಳಾಗಿದ್ದ ಇಂಗ್ಲಿಷ್ ಅಧಿಕಾರಿಯ ಹೆಂಡತಿ ಆಗಿನ್ನೂ ಇಂಗ್ಲೆಂಡಿನಿಂದ ಹಿಂತಿರುಗಿದ್ದಳು. ಇವರನ್ನು ಮೊದಲನೆಯಸಲ ನೋಡಿದಾಗಲೇ "ಓ, ದೇವ! ಇವರನ್ನೆ ನಾನು ಇಂಗ್ಲಂಡಿನಲ್ಲಿ ನೋಡಿದ್ದು. ಆಗ ಇವರು ನನ್ನ ಹಣೆಯನ್ನು ಮುಟ್ಟಿದ ತಕ್ಷಣ ನನಗೆ ರೋಗದಿಂದ ವಾಸಿಯಾದ ಅನುಭವವಾಯಿತು," ಎಂದು ಆಕೆ ಆಶ್ಚರ್ಯದಿಂದ ಉದ್ಗರಿಸಿದಳಂತೆ. ಈ ತರಹದ ಪವಾಡಗಳಿಗೆ ಲೆಕ್ಕವಿಲ್ಲ. 1880ರಲ್ಲಿ ನಿವೃತ್ತರಾದ ನಂತರ ಕಾಶಿಯ ರಾಜಕುಮಾರ ಪ್ರಭುನಾರಾಯಣ ಸಿಂಗ್ ಅವರಿಗೆ ಪಾಠ ಹೇಳಲು ನಿಯುಕ್ತರಾದರು. ಕಾಶಿಯ ಪ್ರಸಿದ್ಧ ಯೋಗಿಯಾದ ಇವರ ಮುಖ್ಯಶಿಷ್ಯರಲ್ಲಿ ಮುಕ್ತೇಶ್ವರ ಸ್ವಾಮಿ ಒಬ್ಬರು. ಮುಕ್ತೇಶ್ವರರ ಶಿಷ್ಯರಲ್ಲಿ ಪ್ರಸಿದ್ಧರಾದ ಮಹರ್ಷಿ ಯೋಗಾನಂದರು (ಜನ್ಮ 1893) ದೇಶವಿದೇಶಗಳಲ್ಲಿ ಯೋಗ ತರಬೇತಿ ಕೇಂದ್ರಗಳನ್ನು ತೆಗೆದರು.

ಪರಮಹಂಸ ವಿಶುದ್ಧಾನಂದ ಸರಸ್ವತಿ (ಕ್ರಿ.ಶ.1864–1937): ಬಂಗಾಳದ ಬರ್ಡ್ವಾನ್ ಜಿಲ್ಲೆಯ ಬುಂಡೆಲ್‌ಗ್ರಾಮದಲ್ಲಿ ಹುಟ್ಟಿದ ಇವರ ಪೂರ್ವಾಶ್ರಮದ ಹೆಸರು ಭೋಲಾನಾಥ್ ಚಟರ್ಜಿ. ಸಣ್ಣವಯಸ್ಸಿನಲ್ಲಿ ನಾಯಿ ಕಡಿತದಿಂದ ನರಳುತ್ತಿದ್ದಾಗ ಅಪರಿಚಿತ ಸನ್ಯಾಸಿಯೊಬ್ಬನು ನೀಡಿದ ಪವಾಡಸದೃಶ ಉಪಚಾರದಿಂದ ಗುಣವಾದನು. 'ಯೋಗಿ ಮಹಾತಪ'ರ ಶಿಷ್ಯನಾಗಿ, ವಿಶುದ್ಧಾನಂದ ಎಂಬ ಹೆಸರಿನಿಂದ ಸನ್ಯಾಸಿಯಾಗಿ ಹನ್ನೆರಡುವರ್ಷಗಳ ಘೋರ ತಪಸ್ಸು,

ಸಾಧನೆಮಾಡಿದರು. ಕಾಶಿಯ ಮಾಲದಹಿಯಾ ಎಂಬಲ್ಲಿ ಅವರ ವಿಶುದ್ಧಾನಂದ ಕಾನನವೆಂಬ ಆಶ್ರಮವಿದೆ. **ದೇಶದಲ್ಲಿಯೆ ವಿರಳವಾದ 'ನವಮುಂಡಿ ಆಸನ'** ಈ ಆಶ್ರಮದಲ್ಲಿದೆ. ಇವರು ಟಿಬೆಟಿನ ಸೂರ್ಯಸಿದ್ಧಾಂತದಲ್ಲಿ ಪ್ರವೀಣರಾಗಿದ್ದರು. ಪ್ರಸಿದ್ಧತಾಂತ್ರಿಕರೆನಿಸಿದ ಇವರ ಗರಡಿಯಲ್ಲಿ ಪಳಗಿದ ಶಿಷ್ಯರೆಲ್ಲರು ಕಾಶಿಯಲ್ಲಿ ಒಳ್ಳೆಯ ಹೆಸರುಮಾಡಿದರು. ಅವರಲ್ಲಿ ಗೋಪೀನಾಥ್ ಕವಿರಾಜ್, ದಾದಾ ಸೀತಾರಾಮ್, ಬ್ರಜಬಲ್ಲಬ ದ್ವಿವೇದಿ, ಹೇಮೇಂದ್ರ ಚಕ್ರವರ್ತಿ ಮತ್ತು ಮನುದೇವ ಭಟ್ಟಾಚಾರ್ಯ ಮುಖ್ಯರು.

ಮಾ ಆನಂದಮಯೀ (ಕ್ರಿ.ಶ.1896–1982) ಪೂರ್ವಬಂಗಾಳದ ತ್ರಿಪುರಜಿಲ್ಲೆಯ ಖೇವ್ಡಾ ಎಂಬ ಹಳ್ಳಿಯಲ್ಲಿ, ಬಿಪಿನ್‌ಬಿಹಾರಿ ಭಟ್ಟಾಚಾರ್ಯ ಮತ್ತು ಮೋಕ್ಷದಾ ಸುಂದರಿ ಎಂಬ ದಂಪತಿಗಳಿಗೆ ಹುಟ್ಟಿದರು. ಹನ್ನೆರಡನೆಯ ವರ್ಷದಲ್ಲಿ ರಮಣೀಮೋಹನ ಚಕ್ರವರ್ತಿಯ ಜೊತೆ ಮದುವೆಯಾಯಿತು. ಈಕೆಗೆ ಸಣ್ಣ ವಯಸ್ಸಿನಿಂದಲೂ ಧ್ಯಾನಮಾಡಿ ಸಮಾಧಿಗೆ ಹೋಗುವುದು ಅಭ್ಯಾಸವಾಗಿತ್ತು. ಕ್ರಮೇಣ ಈ ಧ್ಯಾನಾವಸ್ಥೆಯ ಶಾಂತಿ ಮತ್ತು ತಾಯಿಹೃದಯದ ಪ್ರೀತಿ ಅನೇಕರನ್ನು ಇವರಕಡೆಗೆ ಸೆಳೆದು, ಎಲ್ಲರೂ ಇವರ ದರ್ಶನಾಕಾಂಕ್ಷಿಗಳಾಗಿರುತ್ತಿದ್ದರು. ಹೀಗೆ ಬಹುಬೇಗನೆ, ಎಂದರೆ 1926ರಿಂದಲೆ, ಇವರು ಎಲ್ಲರಿಗೂ 'ಮಾ ಆನಂದಮಯಿ' ಎನಿಸಿದರೂ, ಇವರ ಶಾಂತಿಮಯ ಆಕರ್ಷಣೆಗೆ ದೊಡ್ಡವ್ಯಕ್ತಿಗಳಾದ ಸ್ವಾಮಿ ಶಿವಾನಂದಸರಸ್ವತಿ, ಜವಹರಲಾಲ್ ನೆಹರು, ನೇತಾಜಿ ಸುಭಾಷ್‌ಚಂದ್ರ ಬೋಸ್, ಗಾಂಧೀಜಿ ಮುಂತಾದವರು ಒಳಗಾಗಿದ್ದರು. ಅವರ ಭಕ್ತವೃಂದದಲ್ಲಿ ಪಂಡಿತ ಗೋಪೀನಾಥ್ ಕವಿರಾಜ್, ಡಾ. ರಾಧಾಕೃಷ್ಣನ್, ಪ್ರಭುದತ್ತ ಬ್ರಹ್ಮಚಾರಿ ಇದ್ದರು. ಅವರನ್ನು ಯೋಗಿನಿ ಮತ್ತು ಜೀವನ್ಮುಕ್ತೆ ಎಂದು ಕರೆಯುತ್ತಿದ್ದರು. ಕಾಶಿಯ ಆನಂದಮಯೀ ಆಶ್ರಮದಲ್ಲಿ ಬಹಳಕಾಲ ನೆಲೆಸಿದ್ದರು. ಕನ್ಯಾ ಪಾಠಶಾಲಾ ಮತ್ತು ಮಾ ಆನಂದಮಯೀ ಆಸ್ಪತ್ರೆ ಕಾಶಿಯ ಜನತೆಗೆ ಇಂದೂ ಸೇವೆಸಲ್ಲಿಸುತ್ತಿದೆ.

ಸ್ವಾಮಿ ಕರಪಾತ್ರೀಜಿ (ಕ್ರಿ.ಶ.1907–1982) ಉತ್ತರಪ್ರದೇಶದ ಪ್ರತಾಪಘಡಜಿಲ್ಲೆಯ ಭಟ್ನಿ ಎಂಬ ಗ್ರಾಮದಲ್ಲಿ ಸರಯೂಪಾರೀನ ಬ್ರಾಹ್ಮಣವಂಶದಲ್ಲಿ ಹುಟ್ಟಿದರು. ಇವರ ಮೊದಲಹೆಸರು ಹರನಾರಾಯಣ ಎಂದಿತ್ತು. ಬಾಲಕನಿಗೆ ಮನೆಬಿಟ್ಟು ಓಡಿಹೋಗುವುದು ಒಂದು ಅಭ್ಯಾಸವಾಗಿತ್ತು. ಇದನ್ನು ನೋಡಲಾಗದೆ ಬಾಲಕನನ್ನು ಕಟ್ಟಿಹಾಕಲು ಅವನ ಒಂಬತ್ತನೆಯ ವಯಸ್ಸಿಗೆ ಮದುವೆಮಾಡಿದರು. 1924ರಲ್ಲಿ ಮಗಳು ಹುಟ್ಟಿದ ಎರಡುವರ್ಷದ ಮೇಲೆ ಮತ್ತೆ ಹರನಾರಾಯಣ ಪ್ರಯಾಗ್‌ಗೆ ಓಡಿ ಅಲ್ಲೊಬ್ಬ ಮಹಾತ್ಮನ ಶಿಷ್ಯನಾಗಬಯಸಿದನು. ಮಹಾತ್ಮನ ಮಾತಿನ ಮೇರೆಗೆ ದೆಹಲಿಯಿಂದ ನೂರುಮೈಲಿ ದೂರವಿರುವ, ನರೋರಾದ ತಪಸ್ವೀ ಷಟ್‌ದರ್ಶನಾಚಾರ್ಯ ಸ್ವಾಮಿ ವಿಶ್ವೇಶ್ವರಾಶ್ರಮ ಅವರ ಶಿಷ್ಯನಾಗಿ ಹದಿಮೂರು ತಿಂಗಳಿದ್ದನು. ಅಲ್ಲಿಂದ ಋಷಿಕೇಶಕ್ಕೆ ಹೋಗಿದ್ದಾಗ

ಅಲ್ಲಿ 'ಕರಪಾತ್ರಿ' (ಒಂದು ಕೈಯಲ್ಲಿ ತುಂಬಿದಷ್ಟು ಭಿಕ್ಷೆಯನ್ನು ಊಟಮಾಡುವವನು)
ಎಂಬ ಹೆಸರುಬಂದಿತು. ಕ್ರಿ.ಶ.1932ರಲ್ಲಿ ಕಾಶಿಯ ಬ್ರಹ್ಮಾನಂದಸರಸ್ವತಿಯವರ ಮೂಲಕ
ಸನ್ಯಾಸಗ್ರಹಣಮಾಡಿ ಹರಿಹರಾನಂದ ಸ್ವಾಮಿ ಆದರು.

ಕರಪಾತ್ರಿಜೀಯವರು ಪಾಂಡಿತ್ಯಕ್ಕೆ ಬಹಳ ಹೆಸರಾಗಿದ್ದರು. ಅವರು ಮಾಡಿದ

ಕಾರ್ಯಗಳು ಅನೇಕವು. 165 ವರ್ಷಗಳ ನಂತರ
ಜ್ಯೋತಿರ್ಪೀಠವನ್ನು ಪುನಃಸ್ಥಾಪಿಸಿ ಅಲ್ಲಿಗೆ
ಶಂಕರಾಚಾರ್ಯರನ್ನು ನೇಮಿಸಿದರು. ಕಾಶಿಯ
ಸುಮೇರು ಪೀಠವನ್ನು ಅಭಿವೃದ್ಧಿಗೊಳಿಸಿದರು.
ಹಿಂದೂಗಳ ಧಾರ್ಮಿಕ ಹಾಗು ರಾಜಕೀಯ
ಜಾಗೃತಿಗಾಗಿ 'ಧರ್ಮಸಂಘ' ಮತ್ತು
'ರಾಮರಾಜ್ಯ ಪರಿಷತ್ತ'ನ್ನು 1940ರಲ್ಲಿ
ಸ್ಥಾಪಿಸಿದರು. ಗೋರಕ್ಷಣೆ ಮತ್ತು ಅವುಗಳ
ಕೊಲೆಯ ವಿರುದ್ಧ ಹೋರಾಡಿದರು. 'ಹಿಂದೂ
ಕೋಡ್' ಮಸೂದೆಯನ್ನು ಪ್ರತಿಭಟಿಸಿ
ಕೆಲವುಸಲ ಸೆರೆಮನೆ ವಾಸ ಅನುಭವಿಸಿದರು.

(ಚಿತ್ರ28–ಕರಪಾತ್ರಿ ಸ್ವಾಮೀಜಿ)

ವರ್ಣಾಶ್ರಮ ಧರ್ಮದ ಬಗ್ಗೆ
ವಿಶೇಷನಂಬಿಕೆಯನ್ನು ಇಟ್ಟು ಹರಿಜನರಿಗೆ ಕಾಶಿಯ ವಿಶ್ವನಾಥ ಮಂದಿರದ
ಪ್ರವೇಶವಿರಬಾರದೆಂದು ವಾದಿಸಿದರು. ಕೊನೆಗೆ 1954ರಲ್ಲಿ ಹರಿಜನರು ಮಂದಿರ
ಪ್ರವೇಶಮಾಡಿದ ಮೇಲೆ, ಅದು ಅಪವಿತ್ರವಾಯಿತೆಂದು ತಾವೇ ಇನ್ನೊಂದು ವಿಶ್ವನಾಥ
ಮಂದಿರ ಕಟ್ಟಿದರು. ವೇದಗಳ ವಿಷಯದಲ್ಲಿ ಸುಮಾರು 44 ಗ್ರಂಥಗಳನ್ನು ಬರೆದರು.

ದೇವ್ರಾ ಬಾಬಾ (ಕ್ರಿ.ಶ.1910–1990): ಬಸ್ತಿಜಿಲ್ಲೆಯ ಉಮರಿಯಾ ಹಳ್ಳಿಯಲ್ಲಿ ಹುಟ್ಟಿದ
ಜನಾರ್ಧನ ದೂಬೆ ಕಾಲಾನಂತರ ದೇವ್ರಾ ಬಾಬಾ ಆದರು. ಹತ್ತನೆಯ ವರ್ಷದಲ್ಲಿ
ಮನೆಬಿಟ್ಟು ಓಡಿಹೋಗಿ ಕಾಶಿಯಲ್ಲಿ ವ್ಯಾಕರಣ, ಸಾಹಿತ್ಯ ಮತ್ತು ದರ್ಶನಗಳನ್ನು ಕಲಿತರು.
ಕ್ರಿ.ಶ.1930ರ ಕುಂಭಮೇಳಕ್ಕೆ ಸ್ವಾಮಿ ನಿರಂಜನದೇವ ಸರಸ್ವತಿಯವರ ಜೊತೆ ಹರಿದ್ವಾರಕ್ಕೆ
ಹೋದರು. ಅಲ್ಲಿ ಅವರ ತಂದೆ ಇವರನ್ನು ಅಕಸ್ಮಾತ್ತಾಗಿ ನೋಡಿ ಮನೆಗೆ ವಾಪಸ್ಸಾಗಲು
ಹೇಳಿದರು. ಆದರೆ ದಾರಿಯಲ್ಲಿ ಅಯೋಧ್ಯಾದಲ್ಲಿ ಅವರ ತಂದೆ ಸತ್ತು ಹೋದರು.
ಊರಿಗೆ ಬಂದಾಕ್ಷಣದಿಂದ ಜಗಳ ಶುರುವಾಯಿತು. ಯಾರೋ ಒಬ್ಬರ ಸಾವಿಗೆ ಇವರೇ
ಕಾರಣರೆಂದು ಇವರಮೇಲೆ ಮೊಕದ್ದಮೆ ಹಾಕಿದರು. ಅಲ್ಲಿಂದ ಓಡಿ ದೇವ್ರ ಎಂಬ
ಕಾಡಿನಲ್ಲಿ ಅವಿತು ಕೂರಬೇಕಾಯಿತು. ಅಲ್ಲಿನ ಹೆಂಗಸರು ಇವರನ್ನು ನೋಡಿ 'ದೇವ್ರಾ

ಬಾಬಾ' ಎಂದು ಕರೆದ ಹೆಸರು ಹಾಗೆಯೇ ನಿಂತುಹೋಯಿತು. ಹಠಯೋಗವನ್ನು ಅಭ್ಯಾಸಮಾಡಿ ಬೆತ್ತಲಾಗಿರುತ್ತಿದ್ದರು. ಕಾಶಿಯ ಅಸಿಘಾಟ್‌ನ ಮರದಮೇಲೆ ಒಂದು ಮರದ ಅಟ್ಟಣಿಗೆಯ ಮೇಲೆಯೆ ವಾಸಿಸುತ್ತಿದ್ದರು. ಬಾಬಾನ ಕಾಲು ತಮ್ಮ ತಲೆಯನ್ನು ಮುಟ್ಟಿದರೆ ಬೇಡಿಕೆಗಳೆಲ್ಲ ಫಲಿಸುವುವು ಎಂಬುದು ಎಲ್ಲರ ನಂಬಿಕೆಯಾಗಿತ್ತು. ರಾಜಕೀಯ ವಲಯಗಳಲ್ಲಿ ಹಾಗೂ ಹಿಂದೂ, ಮುಸ್ಲಿಮ್ ಮತ್ತು ಕ್ರಿಶ್ಚಿಯನ್ನರಲ್ಲಿ ಇವರಿಗೆ ಸಾಕಷ್ಟು ಹಿಂಬಾಲಕರಿದ್ದರು.

ಅಘೋರೇಶ್ವರ ಭಗವಾನ್‌ರಾಮ (ಕ್ರಿ.ಶ.1937–1992) ಬಿಹಾರದ ಅರಾಜಿಲ್ಲೆಯ ಗುಂಡಿಗ್ರಾಮದಲ್ಲಿ ಹುಟ್ಟಿದರು. ಏಳನೆಯ ವರ್ಷದಿಂದಲೆ ಇವರು ಮನೆಯಿಂದ ಬೇರೆಯಾಗಿ ಗುಡಿಸಲಲ್ಲಿ ಇರುತ್ತಿದ್ದರು. ಒಂಬತ್ತನೆಯ ವಯಸ್ಸಿನಿಂದಲೆ ಊರೂರು ಅಲೆಯಲು ಶುರುಮಾಡಿದರು. 1951ರಲ್ಲಿ ಕಾಶಿಯ ಕ್ರೀಮಿಕುಂಡಕ್ಕೆ ಬಂದು ಅಘೋರಪಂಥದಲ್ಲಿ ದೀಕ್ಷೆ ತೆಗೆದುಕೊಂಡರು. 1955ರಲ್ಲಿ ಗಿರಿನಾರ್‌ಗೆ ಹೋಗಿಬಂದಮೇಲೆ ರಾಜಘಾಟ್‌ನಲ್ಲಿ ನೆಲೆಸಿದರು. ಸಮಾಜಸೇವೆಯಲ್ಲಿ ಇವರು ಅನೇಕ ಕಾರ್ಯಗಳನ್ನು ಮಾಡಿದ್ದಾರೆ. ಇವರು 1961ರಲ್ಲಿ 'ಸರ್ವೇಶ್ವರಿ ಸಮೂಹ' ಮತ್ತು 1962ರಲ್ಲಿ ಕ್ಷಯಪೀಡಿತರಿಗಾಗಿ ಒಂದು ಕೇಂದ್ರವನ್ನು ಸ್ಥಾಪಿಸಿದರು. ಈ ಸಂಸ್ಥೆಗಳ ಮೂಲಕ ಮಾದಕಪಾನೀಯಗಳ ವಿರುದ್ಧ ಮತ್ತು ಬಡಬಗ್ಗರ ಮತ್ತು ನಿಸ್ಸಹಾಯಕರ ಸೇವೆಗಾಗಿ ದುಡಿದರು.

ಕಾಶಿಯಲ್ಲಿ ಮನೆಮಾತಾಗಿರುವ ಸಾಧುಸಂತರನೇಕರಲ್ಲಿ ಕೇವಲ ಹತ್ತುಜನರ ಸ್ಥೂಲಪರಿಚಯವನ್ನು ಮಾತ್ರ ಮೇಲೆಕೊಟ್ಟಿದೆ. ಇಲ್ಲಿದ್ದ ಸಾವಿರಾರು ಸಂಖ್ಯೆಯ ಸಾಧುಸಂತರಲ್ಲಿ ಜನಸಂಪರ್ಕಕ್ಕೆ ಬಂದವರೆಷ್ಟೋ ಬಾರದವರೆಷ್ಟೋ, ಪವಾಡ ತೋರಿದವರೆಷ್ಟೋ ತೋರದವರೆಷ್ಟೋ! ಕಾಶಿಯ ಪ್ರಸಿದ್ಧಪಂಡಿತರುಗಳಾದ ಬಲದೇವ ಉಪಾಧ್ಯಾಯ ಮತ್ತು ಗೋಪೀನಾಥ್ ಕವಿರಾಜರವರ ಪುಸ್ತಕ/ಬರಹಗಳಲ್ಲಿ ಅನೇಕ ಸಾಧುಸಂತರ ವಿವರಗಳು ಬರುತ್ತವೆ. ಇಲ್ಲಿ ಕೆಲವರ ಹೆಸರನ್ನಾದರು ಹೇಳಬಹುದು ತುಳಸೀದಾಸರ ಸಮಕಾಲೀನರಾಗಿದ್ದ ಸುಂದರದಾಸ, ಔರಂಗಜೇಬನನ್ನು ತಮ್ಮ ಸಿದ್ಧಿಗಳಿಂದ ಪ್ರಭಾವಿತಗೊಳಿಸಿದ್ದ ಸಿದ್ಧಗಿರಿ ಮತ್ತು ಅಪರನಾಥ, ಮುನ್ನೂರುವರ್ಷ ಇದ್ದರೆಂದು ಹೇಳಲಾದ ಘೋಟೆ ಪರಮಹಂಸ, ಗಂಗೆಯ ಮೇಲೆ ನಾವೆಯಲ್ಲಿಯೆ ಇರುತ್ತಿದ್ದ ಹರಿಹರ ಬಾಬಾ (ಕ್ರಿ.ಶ.1821–1947), ಶಂಕರ ಪಾರ್ವತಿ ಧಾಮವನ್ನು ಸ್ಥಾಪಿಸಿದ ನಾಗಬಾಬಾ ಅಥವಾ ಶಂಕರ ಭಗವಾನ ಅವಧೂತ, ಕಾಶಿಯ ನರೇಶ ಈಶ್ವರೀ ನಾರಾಯಣ ಸಿಂಗ್‌ರ ಗುರುವೆನಿಸಿದ್ದ ಕಾಷ್ಠಜಿಹ್ವಾ ಸ್ವಾಮಿ, ಕಡಲೆಯ ಕಾಳನ್ನು ಕೈಯಿನಿಂದಲೇ ಹಿಟ್ಟುಮಾಡಿ ಶಿವನಿಗೆ ತಿನಿಸಿದರೆಂಬ ಪ್ರಖ್ಯಾತಿಯ ಜೇತಾಪಟೇಲ್ ಉರುಫ್ ರಣಚೋಡ್‌ದಾಸ ಉರುಫ್ ಸತುವಾಬಾಬಾ (ಕಿ.ಶ.1828–), ದುಃಖಿಗಳ ಸೇವೆಮಾಡಿದ ಸ್ವಾಮಿ ಭಾಸ್ಕರಾನಂದ (ಕ್ರಿ.ಶ.1833–1899), ಯೋಗದ ಬಗ್ಗೆ ಅನೇಕ ಪುಸ್ತಕಗಳನ್ನು ಬರೆದ ಸ್ವಾಮಿ ಜ್ಞಾನಾನಂದ

(ಕ್ರಿ.ಶ.1845–1951), ಸ್ವಾಮಿ ಸಚ್ಚಿದಾನಂದ (ಸು 1850), ಗಾಳಿಯ ಸೇವನೆಯಿಂದಲೆ ಜೀವಿಸುತ್ತಿದ್ದುದರಿಂದ ಪವನಾಹಾರಿ ಅಥವಾ ಪೌಹರಿಬಾಬಾ ಎಂದು ಹೆಸರುಪಡೆದ ಯೋಗಿ (19ನೆಯ ಶತಮಾನ), ಸಿಂಹವಾಹಿನಿಯಾದ ಯೋಗಿನಿಯನ್ನು ನೋಡಿ ತನ್ನ ಮಂಚವನ್ನೇ ವಾಹನವಾಗಿಸಿಕೊಂಡ ಔಗಡನಾಥ್ ಇವರುಗಳು ಪವಾಡದಿಂದ ಜನರ ಮನವನ್ನು ಗೆದ್ದವರಲ್ಲಿ ಕೆಲವರು.

ಕಾಶಿಯ ಪವಿತ್ರಕ್ಷೇತ್ರವನ್ನು ನೋಡಿ, ಧನ್ಯರಾದೆವೆಂದು ತಮ್ಮ ಸ್ಥಳಕ್ಕೆ ವಾಪಸ್ಸಾದ ಸಾಧುಸಂತರ ಎಣಿಕೆಯಿಲ್ಲ. ಶ್ರೀಧರ ಸ್ವಾಮಿ (11ನೆಯ ಶತಮಾನ), ನಾಮದೇವ (ಕ್ರಿ.ಶ.1270–1350), ಜ್ಞಾನೇಶ್ವರ (13ನೆಯ ಶತಮಾನ), ವಿದ್ಯಾರಣ್ಯ(ಕ್ರಿ.ಶ.1356), ಗುರು ನಾನಕ (ಕ್ರಿ.ಶ.1505), ಚೈತನ್ಯ ಪ್ರಭು1515, ಏಕನಾಥ (ಕ್ರಿ.ಶ.1570/71), ಮಲೂಕದಾಸ (16ನೆಯ ಶತಮಾನ), ಸಮರ್ಥ ರಾಮದಾಸ (ಕಿ.ಶ.1638), ಕರ್ನಾಟಕದ ಸ್ವರ್ಣವಲ್ಲಿ ಮಠದ ಸ್ವಾಮಿ ಗಂಗಾಧರೇಂದ್ರ ಸರಸ್ವತಿ (ಕ್ರಿ.ಶ.1648–1653), ಸಂತ ವಿಜಯದಾಸ (ಕ್ರಿ.ಶ.1682–1755), ಸಂತ ನಿರ್ಮಲದಾಸ (ಕ್ರಿ.ಶ.1711), ಸಂತ ವಾದಿರಾಜ, ಸ್ವಾಮಿ ವೀತರಾಘವಾನಂದ (ಕ್ರಿ.ಶ.1840–1965), ಗೋಂಧಾವಲೇಕರ್ ಮಹಾರಾಜ್ (ಕ್ರಿ.ಶ.1845–1913), ಸ್ವಾಮಿ ವಿರಜಾನಂದ (ಸ್ವಾಮಿ ದಯಾನಂದ ಸರಸ್ವತಿಯವರ ಗುರು), ರಾಮಕೃಷ್ಣ ಪರಮಹಂಸ (ಕ್ರಿ.ಶ.1868), ಕಂಚಿಯ ಪರಮಾಚಾರ್ಯ (ಕ್ರಿ.ಶ.1934) ಮತ್ತು ಸ್ವಾಮಿ ವಿವೇಕಾನಂದ ಇವರುಗಳು ಕಾಶೀಕ್ಷೇತ್ರ ದರ್ಶನಮಾಡಿ, ಕೆಲಕಾಲ ಇದ್ದು ವಾಪಸ್ಸಾದವರು. ಹೀಗೆ ಕಾಶಿಗೆ ಬಂದು ನೆಲೆಸಿದ ಅಥವಾ ಕೆಲವು ಸಮಯವಿದ್ದ ಸಾಧುಸಂತರನ್ನು ಸನ್ಯಾಸಿ, ಸಿದ್ಧ, ಯೋಗಿ, ಅವಧೂತ, ತಾಂತ್ರಿಕ, ವಿರಕ್ತ, ಸ್ವಾಮೀಜಿ, ಪರಮಹಂಸ ಎಂದು ಅನೇಕ ಹೆಸರುಗಳಿಂದ ಕರೆಯಬಹುದು. ಅವರ ಗುರಿ ಜ್ಞಾನಪ್ರಕಾಶ, ಸಾಧನೆ, ತಪ, ಸಿದ್ಧಿ, ಮುಕ್ತಿ, ಇಲ್ಲವೆ ಜೀವನ ಕಸುಬು ಯಾವುದೋ ಆಗಿರಬಹುದು. ಅವರು ಪವಾಡ ಮತ್ತು ಸಿದ್ಧಿಯ ಪ್ರದರ್ಶನದಿಂದ ಜನರ ಅಥವಾ ಸ್ವಹಿತ ಸಾಧಿಸಿರಬಹುದು, ಇಲ್ಲವೆ ತಮ್ಮೊಳಗೆ ತಾವೇ ಆತ್ಮರತಿಗಳಾಗಿದ್ದಿರಬಹುದು. ಜನಸಾಮಾನ್ಯರು ಮಾರುಹೋಗಿರಬಹುದು, ಇಲ್ಲವೆ ವಿಚಾರವಾದಿಗಳು ಅವರ ಪವಾಡಗಳನ್ನು ಶಂಕಿಸಿರಬಹದು. ಇದೆಲ್ಲ ಏನೇ ಆದರೂ ಕಾಶಿಯ ಅನೇಕ ಜಲ/ಸ್ಥಾವರ ತೀರ್ಥಗಳಂತೆ, ಸಾಧುಸಂತರು ಈ ಪವಿತ್ರಸ್ಥಳದಲ್ಲಿ ಓಡಾಡುವ ಜಂಗಮತೀರ್ಥಗಳಾಗಿ ಕಾಶಿಯ ಯಾತ್ರಿಗಳನ್ನು ಪಾವನಗೊಳಿಸುತ್ತಾ ಬಂದಿದ್ದಾರೆ. ಕಾಶಿಯ ಅವ್ಯಕ್ತ ಆಕರ್ಷಣೆಗಳಲ್ಲಿ ಸಾಧುಸಂತರ ಪಾತ್ರವು ಮುಖ್ಯವಾಗಿದೆ. ಇವರಲ್ಲಿರುವ ನಂಬಿಕೆ ಮತ್ತು ಗೌರವ ಶತಶತಮಾನಗಳಿಂದ ಕಾಶಿಯ ದಿವೋದಾಸನ 'ರಸಾಯನದ ಗಡಿಗೆ'ಗೆ ತನ್ನ ಭಕ್ತಿರಸವನ್ನು ಸುರಿಯುತ್ತಲೆ ಇದೆ. ■

25. ಪಂಡಿತವರ್ಗ.

ಕಾಶಿಯನ್ನು ತೀರ್ಥಕ್ಷೇತ್ರ, ಪವಿತ್ರಕ್ಷೇತ್ರ, ಧಾರ್ಮಿಕಕ್ಷೇತ್ರ ಎಂದೆಲ್ಲ ನೋಡುವಾಗ ಇಲ್ಲಿಯ ಪಾಂಡಿತ್ಯ ಪರಂಪರೆಯನ್ನು ಮರೆಯುವಂತಿಲ್ಲ. ಇಲ್ಲಿಯ ಪಾಂಡಿತ್ಯವೆ ಮಿಕ್ಕೆಲ್ಲ ಹೆಚ್ಚುಗಾರಿಕೆಯ ಬೆನ್ನೆಲುಬಾಗಿದ್ದು ಅತ್ಯಂತ ಹಿಂದಿನಿಂದಲು ಬೆಳೆದುಬಂದಿದೆ. ಪರಂಪರೆ ಅನೂಚಾನವಾಗಿ ಮುಂದುವರಿದಿರುವುದಕ್ಕೆ ದೇಶದ ಎಲ್ಲಕಡೆಯಿಂದ ಬಂದು ನೆಲೆಸುವ ಪಂಡಿತರು ಮತ್ತು ಅವರು ಮನೆಮನೆಗಳಲ್ಲಿ ನಡೆಸುವ ಗುರುಕುಲದ ಪಾಠಶಾಲೆಗಳು ಕಾರಣವಾಗಿವೆ. ಹಿಂದಿನಕಾಲದ ನಲಂದಾ, ತಕ್ಷಶಿಲಾ, ವಿಕ್ರಮಶಿಲಾ, ವಲ್ಲಭಿ, ಉದಂತಪುರಿ ಮತ್ತು ಕಂಚಿ ಮಾದರಿಯ ದೊಡ್ಡ ವಿಶ್ವವಿದ್ಯಾಲಯಗಳು ಕಾಶಿಯಲ್ಲಿ ಇರಲಿಲ್ಲ. ಆದರೆ, ಹಿಂದಿನ ಕಾಲದ ಆಶ್ರಮ, ಈಗಿನ ಕಾಲದ ಶ್ರೀಮಂತರ ತೋಟದ ಗೃಹಗಳು, ಮತ್ತು ಯಾವಕಾಲಕ್ಕೂ ಇಲ್ಲಿಯ ಪಂಡಿತರ ಮನೆಗಳು ಪಾಠಶಾಲೆಗಳಾಗಿ, ಚಿಕ್ಕ ವಿದ್ಯಾಕೇಂದ್ರಗಳಾಗಿ, ವಿದ್ಯಾಲಯಗಳಂತೆಯೇ ಕೆಲಸಮಾಡಿವೆ, ಮಾಡುತ್ತಲಿವೆ. ಇವುಗಳಲ್ಲಿ ವಿದ್ಯಾರ್ಥಿಯ ಗುಣಮಟ್ಟಕ್ಕೆ ತಕ್ಕಂತೆ, ಗುರುವಿನ ಮನೋಧರ್ಮಕ್ಕೆ ತಕ್ಕಂತೆ ಬೋಧನೆ ನಡೆಯುತ್ತಿದ್ದು ಯಾವುದೇ ಒಂದು ನಿರ್ದಿಷ್ಠ ರೂಪರೇಷೆಗೆ ಅನುಗುಣವಾಗಿರಲಿಲ್ಲವೆಂದು ಆಪಾದಿಸುವವರು ಇದ್ದಾರೆ. ಗುರು-ಶಿಷ್ಯ ಭಾಂದವ್ಯದಲ್ಲಿ, ಪಾಠನಡೆಸುವ ವಿಧಾನದಲ್ಲಿ ವ್ಯತ್ಯಾಸವಿರಬಹುದೆ ಹೊರತು ಕಲಿಸುವ ವಿಷಯದಲ್ಲಿ, ಪಾಠಕ್ರಮದಲ್ಲಿ ಹೆಚ್ಚು ವ್ಯತ್ಯಾಸವಿಲ್ಲ. ಪರಂಪರಾಗತವಾಗಿ ಸಂಸ್ಕೃತ ಮತ್ತು ವೇದಗಳ ಪಾಠವನ್ನು ಒಂದು ವಿನ್ಯಾಸದಲ್ಲಿ, ಒಂದು ಬಂಧದಲ್ಲಿ ರೂಪಿಸಿರುವುದರಿಂದ ಯಾರೇ ಪಾಠಹೇಳಲಿ, ದೇಶದ ಯಾವಮೂಲೆಯಿಂದ ವಿದ್ಯಾಗುರು ಬಂದಿರಲಿ ಪಾಠಕ್ರಮದಲ್ಲಿ ಹೆಚ್ಚು ವ್ಯತ್ಯಾಸವಿರುವುದಿಲ್ಲ. ಗುರುಕುಲದಲ್ಲಿ ವಿದ್ಯಾರ್ಥಿಗಳ ಸಂಖ್ಯೆ ಸೀಮಿತವಾಗಿರುವುದು ಸಹಜವಾದರೂ, 'ದುರಜನ ಜಾತಕ'ದಲ್ಲಿ ಇಲ್ಲಿಯ ಗುರುವೊಬ್ಬ ಐನೂರು ವಿದ್ಯಾರ್ಥಿಗಳಿಗೆ ಪಾಠಹೇಳುತ್ತಿದ್ದನೆಂಬ ಉಲ್ಲೇಖವಿದೆ. ತಕ್ಷಶಿಲಾ ವಿಶ್ವಿವಿದ್ಯಾಲಯ ಉಚ್ಛ್ರಾಯ ಸ್ಥಿತಿಯಲ್ಲಿದ್ದಾಗಲೂ ವಿದೇಶದ ವಿದ್ಯಾರ್ಥಿಗಳು ಕಾಶಿಯ ಪಂಡಿತರ ಹತ್ತಿರ ಕಲಿಯಲು ಬರುತ್ತಿದ್ದರು; ಇದನ್ನು ಈಗಲು ನೋಡಬಹುದು. ಈಗಂತು ಕಾಶಿಯಲ್ಲಿ ಐದುಪ್ರಸಿದ್ಧ ವಿಶ್ವವಿದ್ಯಾಲಯಗಳಿವೆ. ಹನ್ನೆರಡು ಲಕ್ಷ ಜನಸಂಖ್ಯೆಯ ಬೇರಾವ ನಗರದಲ್ಲಿಯೂ ಈ ಪ್ರಮಾಣದಲ್ಲಿಯಾಗಲಿ ಈ ವೈವಿಧ್ಯತೆಯಿಂದಾಗಲಿ ವಿದ್ಯಾದಾನವಾಗುತ್ತಿರುವುದು ಕಂಡುಬಂದಿಲ್ಲ. ಮುಗ್ಧಬಾಲಕರಿಗೆ ಮಾಡುವ ವಿದ್ಯಾದಾನ ಗುರುಗಳ ನಿತ್ಯಕರ್ಮದ ಒಂದು ಅಂಗ ಎಂದರೆ ತಪ್ಪಲ್ಲ. **ಇಷ್ಟೇ ಆಗಿದ್ದರೆ ಕಾಶಿಯ ವಿಶೇಷತೆಯೇನು?** ಕಾಶಿಯಲ್ಲಿ ಬೇರೆಯ ವಿದ್ಯಾಕೇಂದ್ರಗಳಲ್ಲಿ ಕಾಣದ ಒಂದು ವಿಶೇಷವಿದೆ.

ಗುರುಗಳ ಪಾಂಡಿತ್ಯವನ್ನೆ ಪರೀಕ್ಷೆಗೆ ಗುರಿಮಾಡುವ, ಪಂಡಿತರ ತಿಳುವಳಿಕೆಯನ್ನೆ ಸಾಣೆಗೆ ಹಿಡಿಯುವ 'ಶಾಸ್ತ್ರಾರ್ಥ'ಗಳ (ಪಂಡಿತರ ವಾದ, ಪೈಪೋಟಿ, ಚರ್ಚೆಯ) ಪರಿಪಾಠ ಕಾಶಿಯಲ್ಲಿ ಬಹಳ ಹಿಂದಿನಿಂದಲೂ ಬಂದಿದೆ. ಪ್ರತಿಯೊಬ್ಬ ಪಂಡಿತನು ತನ್ನ ಜ್ಞಾನ, ಸಿದ್ಧಾಂತ, ಹೊಸ ನಿಲುವು, ಧರ್ಮಸೂಕ್ಷ್ಮ, ಮತ್ತು ದೃಷ್ಟಿಕೋನಕ್ಕೆ ದೇಶದ ಇಡಿ ಪಂಡಿತವರ್ಗದ ಒಪ್ಪಿಗೆ ಪಡೆಯಬೇಕಾದರೆ, ಅವನು ದೇಶದ ಯಾವುದೇ ಮೂಲೆಯಲ್ಲಿದ್ದರೂ ಕಾಶಿಗೆ ಬರಬೇಕು. ಇಲ್ಲಿ ತನ್ನ ನಿಲುವನ್ನು ಕಾಶಿಯ ಪಂಡಿತಮಂಡಲಿಯಲ್ಲಿ ಮಂಡಿಸಿ, ಖಂಡನೆಯನ್ನು ಸೂಕ್ತವಾಗಿ ಕತ್ತರಿಸಿ, ವಾದಗಳಿಗೆ ಪ್ರತಿವಾದಮಾಡಿ, ಪ್ರಶ್ನೆಗಳಿಗೆ ಉತ್ತರಿಸಿ, ಶಾಸ್ತ್ರಾರ್ಥದಲ್ಲಿ ಜಯಭೇರಿ ಹೊಡೆಯಬೇಕು. ಹೀಗೆ ಕಾಶಿಯಲ್ಲಿ ಸ್ವೀಕೃತವಾದ ನಿಲುವು ದೇಶದಲ್ಲಿ ಜಾರಿಗೆ ಬಂದಂತೆಯೆ ಎಂದು ತಿಳಿಯಬಹುದು. ಒಟ್ಟಿನಲ್ಲಿ ವಿದ್ಯಾರ್ಥಿಯ ಪರೀಕ್ಷೆ ಅವನ ಗುರುವಿನಿಂದ ಮಾತ್ರವಾದರೆ, ಪಂಡಿತನ ಸತ್ವಪರೀಕ್ಷೆ ಇಲ್ಲಿಯ 'ಶಾಸ್ತ್ರಾರ್ಥ'ದಲ್ಲಿ ಮಿಕ್ಕ ಪಂಡಿತರ ಸಮಕ್ಷಮದಲ್ಲಿ ನಡೆಯುತ್ತದೆ. ಇದರಿಂದಲೇ 'ಕಾಶೀಖಂಡ'ವು "ವಿದ್ಯಾನಾಮ್ ಸದನಮ್ ಕಾಶೀ" ಎಂದು ಹೇಳಿರುವುದು. ಕಾಶಿಯಲ್ಲಿ ಕಲಿತವರು, ಕಾಶಿಯ ಶಾಸ್ತ್ರಾರ್ಥದಲ್ಲಿ ಗೆದ್ದವರು ಇಬ್ಬರನ್ನೂ 'ಕಾಶಿಯ ಪಂಡಿತ' ಎಂದು ಗೌರವಿಸುವರು.

ಕಾಶಿಯ ಪಂಡಿತರಿಗೆ ಪ್ರಿಯವಾದ ವಿಷಯಗಳಾದರು ಯಾವುವು? ಸಂಸ್ಕೃತ ವ್ಯಾಕರಣ, ವೇದೋಪನಿಷತ್ತುಗಳು, ಷಟ್ದರ್ಶನಗಳು, ಪುರಾಣೇತಿಹಾಸಗಳು, ತಂತ್ರ, ತರ್ಕ, ಧರ್ಮಶಾಸ್ತ್ರ, ಕರ್ಮಕಾಂಡ, ಆಯುರ್ವೇದ, ಖಗೋಳ ಶಾಸ್ತ್ರ ಮತ್ತು ಜ್ಯೋತಿಷ್ಯ ಶಾಸ್ತ್ರದಲ್ಲಿ ಇಲ್ಲಿ ಪ್ರಕಾಂಡ ಪಂಡಿತರು ಆಗಿಹೋಗಿದ್ದಾರೆ. ಪಂಡಿತರ ಕೊಡುಗೆಯೇನು, ಅವರ ಪಾಂಡಿತ್ಯದ ವೈಖರಿಯೇನು ಎಂದೆಲ್ಲ ವಿವರಿಸುವುದು ಇಲ್ಲಿ ಸಾಧ್ಯವಿಲ್ಲ. ಹೆಚ್ಚಿನ ವಿಷಯಕ್ಕೆ ಬಲದೇವ ಉಪಾಧ್ಯಾಯರ 'ಪಾಂಡಿತ್ಯ ಪರಂಪರ' ಎಂಬ ಪುಸ್ತಕವನ್ನು ಓದಬಹುದು. ಇಲ್ಲಿ ಕೊಟ್ಟಿರುವುದು ಒಂದು ಮೇಲುನೋಟದ ಪರಿಚಯವಷ್ಟೆ.

ಸಂಸ್ಕೃತ ವ್ಯಾಕರಣದಲ್ಲಿ ಪಾಣಿನಿಯನ್ನು ಹಿಮಾಲಯಕ್ಕೆ ಹೋಲಿಸಿದರೆ, ಕಾತ್ಯಾಯನ ಮತ್ತು ಪತಂಜಲಿಯನ್ನು ಹಿಮಾಲಯದಿಂದ ಸರ್ವಕಾಲದಲ್ಲೂ ಹರಿದು ಬರುವ ದೊಡ್ಡ ನದಿಗಳಿಗೆ ಹೋಲಿಸಬಹುದೆನ್ನುತ್ತಾರೆ. ಪಾಣಿನಿಯ 'ಅಷ್ಟಾಧ್ಯಾಯೀ' ವ್ಯಾಕರಣದ ಬೀಜವಾದರೆ, ದಾಕ್ಷಾಯಣ ವ್ಯಾಡಿಯ 'ಸಂಗ್ರಹ' ಮೊಳಕೆ, ಪತಂಜಲಿಯ 'ಮಹಾಭಾಷ್ಯ' ಹೂವು ಮತ್ತು ಭರ್ತೃಹರಿಯ 'ವಾಕ್ಯಪದೀಯ' ಹಣ್ಣು ಎಂದು ಬಲದೇವ ಉಪಾಧ್ಯಾಯರು ಹೇಳುತ್ತಾರೆ. ನಾಗೇಶಭಟ್ಟನ 'ಸಿದ್ಧಾಂತ ಮಂಜೂಷ' ವ್ಯಾಕರಣ ಕಲಿಸುವುದನ್ನು ಆಕರ್ಷಣವಾಗಿಸಿತು. ಸುಮಾರು ಕ್ರಿ. ಪೂ. 150 ರಲ್ಲಿ ಕಾಶಿಯಲ್ಲಿದ್ದ ಮಹರ್ಷಿ ಪತಂಜಲಿ ಶೇಷನಾಗನ ಅವತಾರವೆನಿಸಿ, ಪಾಣಿನಿಯ 'ಅಷ್ಟಾಧ್ಯಾಯಿ'ಗೆ ಮಹಾಭಾಷ್ಯ ಬರೆದು

ಪ್ರಸಿದ್ಧನಾಗಿರುವನು. ಪತಂಜಲಿಯ ವಾಸಸ್ಥಾನದಲ್ಲಿ (ವಾರಾಣಸಿಯ ಜೈತ್‌ಪುರ ಎಂಬಲ್ಲಿ) ಅವನ ನೆನಪಿಗೆ ಕಟ್ಟಿಸಿದ ನಾಗಕುವಾ ಎಂಬ ಕುಂಡ ಇನ್ನೂ ಇದೆ. ಈ ಕುಂಡದ ಹತ್ತಿರ ಪ್ರತಿವರ್ಷವು ನಾಗಪಂಚಮಿಯಂದು ಪತಂಜಲಿಯ ಜ್ಞಾಪಕದಲ್ಲಿ ಶಾಸ್ತ್ರಾರ್ಥ ನಡೆಯುತ್ತದೆ. ಪಂಡಿತರ ಸಂಭ್ರಮದ ಜೊತೆಗೆ ಸಾಮಾನ್ಯ ಜನರು ಸಹ ಸೇರಿಕೊಳ್ಳುತ್ತಾರೆ. ಸಣ್ಣ ಹುಡುಗರು ನಾಗಪಂಚಮಿಯಂದು ನಾಗನ ಚಿತ್ರಪಟಗಳನ್ನು ಹಿಡಿದು 'ಛೋಟೆ ಗುರುವಿನ ನಾಗ ತಗೊಳ್ಳಿ, ಬಡೇ ಗುರುವಿನ ನಾಗ ತಗೊಳ್ಳಿ' ಎಂದು ಕೂಗಿಕೊಂಡು ಮಾರಾಟಮಾಡುತ್ತಾರೆ. ಛೋಟೆ ಗುರುವೆಂದರೆ ಪತಂಜಲಿ ಮತ್ತು ಬಡೇ ಗುರುವೆಂದರೆ ಪಾಣಿನಿ. ಕಾಶಿಯಲ್ಲಿದ್ದ ವ್ಯಾಕರಣ ಪಂಡಿತರಲ್ಲಿ ಪತಂಜಲಿ, ರಾಮಚಂದ್ರಾಚಾರ್ಯ (ಕ್ರಿ.ಶ.1350–1400), ಶೇಷಕೃಷ್ಣ, ಭಟ್ಟೋಜಿ ದೀಕ್ಷಿತ, ಜಗನ್ನಾಥ ಪಂಡಿತ, ನಾಗೇಶ ಭಟ್ಟ, ಗಂಗಾರಾಮ ತ್ರಿಪಾಠಿ, ರಾಜಾರಾಮ ಶಾಸ್ತ್ರಿ ಮುಂತಾದವರು ಸಂಸ್ಕೃತ ವ್ಯಾಕರಣದ ಬೆಳವಣಿಗೆ ಮತ್ತು ಅಭಿವೃದ್ಧಿಗೆ ಸಾಕಷ್ಟು ಕೆಲಸಮಾಡಿದರು. ಸಂಸ್ಕೃತ ವ್ಯಾಕರಣದ ಚರಿತ್ರೆಯಲ್ಲಿ ಹದಿನಾಲ್ಕನೆಯ ಶತಮಾನದಿಂದ ಹದಿನೆಂಟನೆಯ ಶತಮಾನದವರೆಗಿನ ಕಾಲವನ್ನು ಸುವರ್ಣಯುಗವೆಂದು ಕರೆಯುತ್ತಾರೆ. ಆ ಸುವರ್ಣಯುಗ ಬಹುಮಟ್ಟಿಗೆ ಕಾಶಿಗೆ ಸೇರಿದ್ದು ಎನ್ನಬಹುದು.

ವೇದ, ವೇದಾಂಗಗಳು, ಕರ್ಮಕಾಂಡ: ರಾಜ ದಿವೋದಾಸನ ಕಾಲದಲ್ಲಿ ಬ್ರಹ್ಮ, ಅನಂತರದಲ್ಲಿ ಭಾರಾಶಿವ ರಾಜರು (ಕ್ರಿ.ಶ.3ನೆಯ ಶತಮಾನ) ನಡೆಸಿದ ಹತ್ತು ಅಶ್ವಮೇಧಯಜ್ಞಗಳಿಂದಾಗಿ ದಶಾಶ್ವಮೇಧಘಾಟ್ ಎಂಬ ಹೆಸರು ಬಂದಿರುವ ಸಂಗತಿ ಮೊದಲೇ ಬಂದಿದೆ. ವಾರಾಣಸಿಯ ಪಂಡಿತರು ಕರ್ಮಕಾಂಡದಲ್ಲಿ, ಯಾಗ ಯಜ್ಞಗಳಲ್ಲಿ ನಿಪುಣರಾಗಿದ್ದರೆಂಬ ಅಂಶವನ್ನು 'ಶತಪಥ ಬ್ರಾಹ್ಮಣ'ದಿಂದ (ಇದರ ಕಾಲವನ್ನು ಕ್ರಿ.ಪೂ.3000ದಿಂದ 1500 ಎಂದು ಹೇಳುತ್ತಾರೆ) ತಿಳಿಯಬಹುದು. ಇಲ್ಲಿಯ ರಾಜ ಧೃತರಾಷ್ಟ್ರ ಅಶ್ವಮೇಧಯಾಗ ಮಾಡಲು ಹೊರಡಿಸಿದ ಅಶ್ವವನ್ನು ಸತಾನಿಕ ಸತ್ರಾಜಿತನು ಕಟ್ಟಿಹಾಕಿದಾಗ ಯಾಗದ ಫಲಸಿಗದೆ ಕಾಶಿಯ ವಾಸಿಗಳು ಶ್ರೌತಾಗ್ನಿಯನ್ನು ಇಡುವುದನ್ನೇ ನಿಲ್ಲಿಸಿದ್ದರು. ಮಧ್ಯಕಾಲದಲ್ಲಿ ನಡೆದ ಯಾಗಗಳ ಬಗ್ಗೆ ತಿಳಿಯದಿದ್ದರೂ 19/20ನೆಯ ಶತಮಾನದಲ್ಲಿ ನಡೆದ ಹತ್ತೊಂಬತ್ತು ಯಾಗಗಳ ಪಟ್ಟಿಯನ್ನು ವಿಶ್ವನಾಥ ದೇವ್ ಎನ್ನುವವರು ಕೊಟ್ಟಿದ್ದಾರೆ.

ಇಲ್ಲಿಯ ದಾರ್ಶನಿಕ ರಾಜ ಅಜಾತಶತ್ರುವು (ಕ್ರಿ.ಪೂ.1100) ಬ್ರಾಹ್ಮಣನಾದ ಗಾರ್ಗ್ಯ ಬಾಲಾಕಿಯನ್ನು ಬಗ್ಗಿಸಿ ಅವನಿಗೆ ಬ್ರಹ್ಮಜ್ಞಾನವನ್ನು ಉಪದೇಶಿಸಿದ ಕಥೆಯಲ್ಲಿ ಕಾಶಿಯ ವೇದೋಪನಿಷತ್ತುಗಳ ಪಾಂಡಿತ್ಯದ ಕುರುಹು ಸಿಗುತ್ತದೆ. ಮಹಾಜನಪದ ಕಾಲದಲ್ಲಿ ತಕ್ಷಶಿಲೆಯ ನಂತರ ಕಾಶಿಯು ವಿದ್ಯಾಪ್ರಸಾರದ (ಅಂದರೆ ವೇದ, ವೇದಾಂಗ ವಿದ್ಯೆಯ)

ಪ್ರಮುಖ ಕೇಂದ್ರವಾಗಿತ್ತು. ತಕ್ಷಶಿಲೆಯಲ್ಲಿ ತಯಾರಾದ ಅನೇಕ ಶಿಕ್ಷಕರು ಕಾಶಿಯಲ್ಲಿ ನೆಲೆಸಿದ್ದರು. ಜಾತಕ ಕಥೆಗಳಪ್ರಕಾರ ಕೆಲವುಕೇಂದ್ರಗಳು ತಕ್ಷಶಿಲೆಯ ವಿದ್ಯಾಕೇಂದ್ರಗಳಿಗಿಂತಲೂ ಹಳೆಯದಾಗಿದ್ದವು. ತಕ್ಷಶಿಲೆಯಿಂದ ವಿದ್ಯಾರ್ಥಿಗಳು ಕಾಶಿಗೆ ಕಲಿಯಲು ಬಂದ ಉದಾಹರಣೆಗಳೂ ಇವೆ. ಬುದ್ಧನ ಕಾಲದಿಂದ ಬೌದ್ಧ-ದರ್ಶನವನ್ನು ಕಲಿಸುವ ಶಾಲೆಗಳು ಹತ್ತಿರದ ಸಾರನಾಥದಲ್ಲಿ ಶುರುವಾದುವು. ಇಲ್ಲಿಯ ರಾಜ್‌ಘಾಟ್‌ನಲ್ಲಿ ಅವಶೇಷಗಳಾಗಿ ಸಿಕ್ಕಿದ ಗುಪ್ತರ ಕಾಲದ (ಕ್ರಿ.ಶ.550) ಮುದ್ರೆಗಳಿಂದ ವಿದ್ಯಾಪ್ರಸಾರವಾಗುತ್ತಿದ್ದ ಶಾಲೆಗೆ ಚರಣ ಮತ್ತು ಛಂದ ಎನ್ನುತ್ತಿದ್ದರೆಂದು ತಿಳಿಯುತ್ತದೆ. ಋಗ್ವೇದ ಕಲಿಸಲು ಬಾವ್ರಿಚ ಚರಣ, ಕೃಷ್ಣ ಯುಜುರ್ವೇದ ಕಲಿಸಲು ಚರಕ ಚರಣ, ಮೂರು ವೇದಗಳನ್ನು ಕಲಿಸಲು ತ್ರೈವಿದ್ಯಾ ಚರಣ, ನಾಲ್ಕು ವೇದಗಳನ್ನು ಕಲಿಸಲು ಚತುರ್ವಿದ್ಯಾ ಚರಣ ಮತ್ತು ವೇದಗಳ ಎಲ್ಲ ಅಂಗಗಳನ್ನು ಕಲಿಸಲು ಸರ್ವತ್ರ ವಿದ್ಯಾಚರಣಗಳಿದ್ದುವು. ಗುಪ್ತರಿಂದ ಗಹಡವಾಲ ದೊರೆಗಳ ಕಾಲದವರೆಗು (ಕ್ರಿ.ಶ.12ನೆಯ ಶತಮಾನ) ವಿದ್ಯೆಯ ಪ್ರಸಾರ ಇದೇ ರೀತಿಯಲ್ಲಿ ಮುಂದುವರೆದಿರಬೇಕು. ಹನ್ನೊಂದರಿಂದ ಹದಿನಾರನೆಯ ಶತಮಾನದವರೆಗೆ ಮುಸ್ಲಿಮರ ದಾಳಿಗಳಿಂದಾಗಿ ಅಸ್ತ್ಯವಸ್ತ್ಯತೆ ಇದ್ದಿರಬಹುದು. ಇವರ ಹೆದರಿಕೆಯಿಂದ ಅನೇಕ ಪಂಡಿತರು ಕಾಶಿಯನ್ನು ಬಿಟ್ಟು ದೂರದ ಹಳ್ಳಿಗಳಿಗೂ ಮತ್ತು ದಕ್ಷಿಣಕ್ಕೂ ಓಡಿದರೆಂಬ ಮಾತಿದೆ. ಆದರೆ ಮುಸ್ಲಿಮರ ದಾಳಿ ದಕ್ಷಿಣದಿಕ್ಕಿಗೆ ತಿರುಗಿದಾಗ ಪಂಡಿತರ ವಲಸೆ ಮತ್ತೆ ಕಾಶಿಯ ಕಡೆ ತಿರುಗಿತು. ಆಗ ಪಂಜಾಬ್, ಕಾಶ್ಮೀರ, ಮಹಾರಾಷ್ಟ್ರ, ಬಂಗಾಳ, ಪಶ್ಚಿಮ ಮತ್ತು ದಕ್ಷಿಣ ಭಾರತಗಳಿಂದ ಬಂದು ನೆಲೆಸಿದ ಪಂಡಿತರು ದರ್ಶನ ಮತ್ತು ಸಾಹಿತ್ಯ ಪ್ರಾಕಾರಗಳಲ್ಲಿ ಸಾಕಷ್ಟು ಪ್ರತಿಭಾವಂತ ಕೆಲಸಮಾಡಿದರು. ಕಾಶಿಯ ಪಂಡಿತನಾದ ರಾಮಾನಂದ ಸೂರಿಯಿಂದ ದಾರಾಶುಕೊ ಉಪನಿಷತ್ತುಗಳನ್ನು ಕಲಿತು, ಕೆಲವನ್ನು ಪರ್ಶಿಯನ್ ಭಾಷೆಗೆ ಅನುವಾದಿಸಿದನು. ಕ್ರಿ.ಶ. ಹದಿನಾರರಿಂದ ಹದಿನೆಂಟನೆಯ ಶತಮಾನಗಳು ಕಾಶಿಗೆ ಬಹಳ ಕಷ್ಟದಾಯಕವೆಂದರೂ, ಈ ಮೂರು ಶತಮಾನಗಳಲ್ಲಿ ಕಾಶಿಯ ಪಾಂಡಿತ್ಯ ದೇದೀಪ್ಯಮಾನವಾಗಿ ಹೊಳೆಯುತ್ತಲಿತ್ತು. ಈ ಮೂರು ಶತಮಾನಗಳಲ್ಲಿ ಸಂಸ್ಕೃತ ಅಧ್ಯಯನಕ್ಕೆ ವಾರಾಣಸಿಯ ಕೊಡುಗೆ ಬೇರೆ ಎಲ್ಲಾ ಕೇಂದ್ರಗಳಿಗಿಂತಲೂ ಮಿಗಿಲಾಗಿತ್ತೆಂದು ಡಾ.ಅಲ್ಟೇಕರ್ ಹೇಳಿದರೆ, 16/17ನೆಯ ಶತಮಾನಗಳು ಕಾಶಿಯಲ್ಲಿನ ವಿದ್ಯಾಪ್ರಸಾರದ ಸುವರ್ಣಯುಗವೆನ್ನುತ್ತಾರೆ ಪಂಡಿತ ಗೋಪೀನಾಥ ಕವಿರಾಜ್.

ಕಾಶಿಯ ಪಂಡಿತರು ಮತ್ತು ಅವರು ಬರೆದಿರುವ ಪ್ರಸಿದ್ಧಗ್ರಂಥಗಳ ಪಟ್ಟಿ ಪುಟಗಟ್ಟಲೆ ಬೆಳೆಯುತ್ತಾ ಹೋಗುತ್ತದೆ. ಸಾಂಖ್ಯ ಮತ್ತು ಯೋಗ ದರ್ಶನದ ವಿಜ್ಞಾನ ಭಿಕ್ಷು, ತಾತ್ಯಾ ಶಾಸ್ತ್ರಿ (ರಾಮಕೃಷ್ಣ ಶಾಸ್ತ್ರಿ), ನ್ಯಾಯ ವೈಶೇಷಿಕದಲ್ಲಿ ನಬದ್ವೀಪದ (ಬಂಗಾಳದ) ಪಂಡಿತರು, ಮೀಮಾಂಸದಲ್ಲಿ ಖಂಡದೇವ ಮಿಶ್ರ, ರಾಮಕೃಷ್ಣ ಭಟ್ಟ, ಗಾಗಾ ಭಟ್ಟ ಮುಂತಾದವರು,

ವೇದಾಂತದಲ್ಲಿ ಶ್ರೀ ಹರ್ಷಮಿಶ್ರ, ಮಧುಸೂದನ ಸರಸ್ವತಿ ಮುಂತಾದವರು, ತಂತ್ರದಲ್ಲಿ ಸರ್ವಾನಂದ, ಪರಮಹಂಸ ವಿಶುದ್ಧಾನಂದ ಸರಸ್ವತಿ, ಪಂಡಿತ ಗೋಪೀನಾಥ ಕವಿರಾಜ್ ಮುಂತಾದವರು, ತರ್ಕದಲ್ಲಿ ಅನ್ನಂ ಭಟ್ಟ, ಧರ್ಮಶಾಸ್ತ್ರದಲ್ಲಿ ಲಕ್ಷ್ಮೀಧರ ಭಟ್ಟ, ನಾರಾಯಣ ಭಟ್ಟ, ಕುಲ್ಲುಕ ಭಟ್ಟ ಮುಂತಾದವರು, ಭಗವದ್ಗೀತೆಯ ಮೇಲೆ 'ಶ್ರೀಧರೀ' ಬರೆದ ಶ್ರೀಧರ ಸ್ವಾಮಿಗಳು (ಕ್ರಿ.ಶ.1350–1400), ಸಂಸ್ಕೃತ ಸಾಹಿತ್ಯದಲ್ಲಿ ಶ್ರೀ ಹರ್ಷ, ಪಂಡಿತರಾಜ ಜಗನ್ನಾಥ, ರಮಾನಂದ ತ್ರಿಪಾಠಿ, ಅಂಬಿಕಾದತ್ತವ್ಯಾಸ ಮುಂತಾದವರು ಕೆಲವೇ ಕೆಲವು ಉದಾಹರಣೆಗಳು.

ಖಗೋಳ ಮತ್ತು ಜ್ಯೋತಿಷ್ಯಶ್ಯಾಸ್ತ್ರ: ಖಗೋಳ ಶಾಸ್ತ್ರದಲ್ಲಿ ಕೆಲಸಮಾಡಿದವರಲ್ಲಿ ವರಹಾಮಿಹಿರ (ಕ್ರಿ.ಶ.505), ಬ್ರಹ್ಮಗುಪ್ತ (ಕ್ರಿ.ಶ.598), ಶ್ರೀಪತಿಭಟ್ಟ (ಕ್ರಿ.ಶ.999), ಭಾಸ್ಕರಾಚಾರ್ಯ (ಕ್ರಿ.ಶ.1114) ಮುಂತಾದವರು ಕಾಶಿಯಲ್ಲಿ ನೆಲೆಸಿದ್ದರು ಇಲ್ಲವೆ ಇಲ್ಲಿ ಬಂದು ಸ್ವಲ್ಪಕಾಲ ಕೆಲಸಮಾಡಿದ್ದರು. ಜ್ಯೋತಿಷ್ಯಶ್ಯಾಸ್ತ್ರದಲ್ಲಿ ಗುಜರಾತಿನಿಂದ ಬಂದ ಪಂಡಿತರು ಸಾಕಷ್ಟು ಕೆಲಸಮಾಡಿದರು. ಸೂರ್ಯಸಿದ್ಧಾಂತ ಪಂಚಾಂಗವನ್ನು ಶುರುಮಾಡಿದ ಮಕರಂದ (ಕ್ರಿ.ಶ.15ನೆಯ ಶತಮಾನ), ಜ್ಯೋತಿಷ್ಯಶ್ಯಾಸ್ತ್ರ ಪ್ರವೀಣರಾದ ನೀಲಕಂಠ ದೈವಜ್ಞ, ಅನಂತ ದೈವಜ್ಞ, ದಿವಾಕರ ಭಟ್ಟ, ಕಮಲಾಕರ ಭಟ್ಟ, ಮುರಲೀಧರ ಜ್ಹಾ, ಬಾಪುದೇವ ಶಾಸ್ತ್ರಿ, ಸುಧಾಕರ ದ್ವಿವೇದಿ, ಅಯೋಧ್ಯಾನಾಥ ಶರ್ಮ, ಇಂದ್ರಮಣಿ ಶರ್ಮ ಮುಂತಾದ ಅನೇಕರು ಪ್ರಸಿದ್ಧರಾಗಿದ್ದರು.

ಆಯುರ್ವೇದ: ಪುರಾಣಗಳಲ್ಲಿ ಬರುವ ಸಮುದ್ರ ಮಂಥನದ ಕಥೆಯಪ್ರಕಾರ ಸಮುದ್ರದಿಂದ ಮೇಲೆದ್ದು ಬಂದ ಆದಿಧನ್ವಂತರಿ ಮೊದಲ ವೈದ್ಯನಾಗಿದ್ದನು. ಕಾಶಿಯ ರಾಜ ಕಾಶ್‌ನ ಪ್ರಾರ್ಥನೆಯ ಮೇರೆಗೆ ಆದಿಧನ್ವಂತರಿಯು ರಾಜಾ ಕಾಶ್‌ನ ಕುಲದಲ್ಲಿ ರಾಜಾ ದಿವೋದಾಸನಾಗಿ ಹುಟ್ಟಿ ಎರಡನೆಯ ಧನ್ವಂತರಿ ಎಂದೆನಿಸಿದನು. ಎರಡನೆಯ ಧನ್ವಂತರಿಯೆ ಆಯುರ್ವೇದ ವೈದ್ಯಕೀಯ ಪದ್ಧತಿಯ ಜನಕನೆಂದು ಪ್ರಸಿದ್ಧಿಯಾಗಿರುವನು. ರಾಜಾ ಧನ್ವಂತರಿಯು ಆಯುರ್ವೇದಕ್ಕೆ ಒಂದು ರೂಪವನ್ನು ಕೊಟ್ಟು ಅದನ್ನು ಹೊಸವಿಜ್ಞಾನವಾಗಿ ಮಾರ್ಪಡಿಸಿದನು. ವಿಷಯಕ್ಕೆ ಸಂಬಂಧಪಟ್ಟ ಅನೇಕ ಗ್ರಂಥಗಳನ್ನು ಬರೆದು, ಆಯುರ್ವೇದವನ್ನು ಕಲಿಸಲು ಒಂದು ವಿದ್ಯಾಪೀಠವನ್ನು ತೆಗೆದು, ಅಲ್ಲಿ ತಾನೇ ಶಲ್ಯಚಿಕಿತ್ಸೆಯನ್ನು ಕಲಿಸಿದನೆಂದು ಪ್ರತೀತಿಯಿದೆ. ರಾಜಾ ಧನ್ವಂತರಿಯ ಹನ್ನೆರಡು ಶಿಷ್ಯರಲ್ಲಿ ಒಬ್ಬನಾದ ಸುಶ್ರುತನು ಶಲ್ಯಚಿಕಿತ್ಸೆಯನ್ನು (ಶಸ್ತ್ರಚಿಕಿತ್ಸೆಯನ್ನು) ಆರಂಭಿಸಿ, 'ಸುಶ್ರುತ ಸಂಹಿತೆ'ಯನ್ನು ಬರೆದನು. ಅವನು ಕಾಶಿಯಲ್ಲಿ ಹುಟ್ಟಿರಬೇಕು ಇಲ್ಲವೆ ವಾಸಿಸಿರಬೇಕು. ಏನೋ ಕಾರಣಕ್ಕೆ ರಾಜ ದಿವೋದಾಸನು ತನ್ನ ಔಷಧಿಯ ಚೀಲವನ್ನು ಕಾಶಿಯ 'ವೃದ್ಧಕಾಲ'ವೆಂಬ ಸ್ಥಳದಲ್ಲಿರುವ ಬಾವಿಯೊಂದರಲ್ಲಿ ಎಸೆದನೆಂಬ ಕಥೆಯಿದೆ. ಇಂದಿಗೂ

ಆ ಬಾವಿಯನ್ನು 'ಧನ್ವಂತರಿ ಕೂಪ'ವೆಂದೇ ಕರೆಯುತ್ತಾರೆ. ಅಷ್ಟಭುಜಾಕಾರದ ಈ ಬಾವಿಯ ನೀರು ಎಂಟು ಕಡೆಗಳಲ್ಲೂ ಬೇರೆ ಬೇರೆ ರುಚಿಯನ್ನು ಹೊಂದಿರುತ್ತದೆ.

ಇನ್ನೊಂದು ಕಥೆಯಪ್ರಕಾರ ಬ್ರಹ್ಮನಿಂದ ಶುರುವಾದ ಆಯುರ್ವೇದದ ಜ್ಞಾನ ಕ್ರಮವಾಗಿ ದಕ್ಷ, ಅಶ್ವಿನಿ ಕುಮಾರರು, ಇಂದ್ರ, ಅತ್ರಿ ಮತ್ತು ಭರದ್ವಾಜ ಮುನಿಗಳಿಗೆ ತಿಳಿಸಲ್ಪಟ್ಟಿತು. ಭರದ್ವಾಜನ ಶಿಷ್ಯಪರಂಪರೆಯಲ್ಲಿ ಬಂದ ಅಗ್ನಿವೇಶನು 'ಕಾಯ ಚಿಕಿತ್ಸ' ಅಥವಾ 'ಅಗ್ನಿ ಚಿಕಿತ್ಸ'ದಲ್ಲಿ ಕೆಲಸಮಾಡಿದನು. ಇವನೇ ಚರಕನೆಂದು ಪ್ರಸಿದ್ಧನಾಗಿ 'ಚರಕ ಸಂಹಿತ'ವನ್ನು ಕಾಶಿಯಲ್ಲಿ (ಕ್ರಿ.ಪೂ.1000 ರಲ್ಲಿ) ಬರೆದನೆಂದು ಹೇಳಲಾಗುತ್ತದೆ. ಮಗಧದ ರಾಜ ಬಿಂಬಿಸಾರನ (ಕ್ರಿ.ಪೂ.6ನೆಯ ಶತಮಾನ) ಆಸ್ಥಾನವೈದ್ಯನಾಗಿದ್ದ ಜೀವಕನು ತಕ್ಷಶಿಲೆಯಲ್ಲಿ ಕಾಯಚಿಕಿತ್ಸೆಯ ತರಬೇತಿಯನ್ನು ಪಡೆದು, ಅನಂತರ ಕಾಶಿಯಲ್ಲಿ ಶಲ್ಯಚಿಕಿತ್ಸೆಯ ತರಬೇತಿಯನ್ನು ಪಡೆದನು. ಪತಂಜಲಿಯು (ಕ್ರಿ.ಶ.150) ಯೋಗ ಪದ್ಧತಿಯನ್ನು ಶುರುಮಾಡಿದ್ದಲ್ಲದೆ ಚರಕಸಂಹಿತದ ಆಚಾರ್ಯನಾಗಿದ್ದನು. ಪ್ರಾಯಶಃ ಈ ಕಾರಣದಿಂದ ಅವನನ್ನೇ 'ಚರಕ'ನೆಂದು ತಪ್ಪಾಗಿ ಗ್ರಹಿಸುತ್ತಾರೆ.

ಒಂದು ಸ್ಥಳದಲ್ಲಿ ಯಾವುದೇ ಒಂದು ಪದ್ಧತಿಯಾಗಲಿ, ಪರಂಪರೆಯಾಗಲಿ ವ್ಯವಹಾರರೂಪದಲ್ಲಿ ಇರುವುದು ಬೆಳೆಯುವುದು ಸ್ವಾಭಾವಿಕ. ಆದರೆ ಕಾಶಿಯಲ್ಲಿ ದೇಶದ ಪ್ರಸಿದ್ಧ ನಾಲ್ಕು ಆಯುರ್ವೇದ ಪದ್ಧತಿಗಳು/ಪರಂಪರೆಗಳು ಜೊತೆಜೊತೆಗೆ ಬೆಳೆದು ಬಂದು, ಶಾಸ್ತ್ರಾತ್ಮಕವಾಗಿಯೂ ಕ್ರಿಯಾತ್ಮಕವಾಗಿಯೂ ಕೊಡುಗೆಯನ್ನು ಸಲ್ಲಿಸುತ್ತಿರುವುದು ಒಂದು ವಿಶೇಷವೇ ಸರಿ. ಈ ನಾಲ್ಕು ಪರಂಪರೆಗಳನ್ನು ಪಂಜಾಬಿ, ಬಂಗಾಳಿ, ದಾಕ್ಷಿಣಾತ್ಯ ಮತ್ತು ಆಧುನಿಕ ಎಂದು ಗುರುತಿಸಬಹುದು. ನಾಲ್ಕು ಸಂಪ್ರದಾಯಗಳಲ್ಲೂ ಅನೇಕ ಪಂಡಿತರು/ವೈದ್ಯರು ಕಾಶಿಯಲ್ಲಿ ಖ್ಯಾತಿಗಳಿಸಿದ್ದಾರೆ. ಪಂಜಾಬಿ ಸಂಪ್ರದಾಯದಲ್ಲಿ "ಆಯುರ್ವೇದ ವಿದ್ಯಾ ಪ್ರಮೋದಿನೀ ಪಾಠಶಾಲಾ" (ಈಗ 'ಅರ್ಜುನ್ ಆಯುರ್ವೇದ ವಿದ್ಯಾಲಯ') ಕ್ರಿ.ಶ.1917ರಲ್ಲೆ ಶುರುವಾಯಿತು. ಬಂಗಾಳಿ ಸಂಪ್ರದಾಯದ ಕವಿರಾಜ ಧರ್ಮದಾಸರನ್ನು ಕಾಶೀ ಹಿಂದೂ ವಿಶ್ವವಿದ್ಯಾಲಯದಲ್ಲಿ ಆಯುರ್ವೇದ ವಿಭಾಗವನ್ನು ಸ್ಥಾಪಿಸಲು ಕ್ರಿ.ಶ.1920ರಲ್ಲಿಯೇ ಮಾಳವೀಯಜೀ ಕರೆದಿದ್ದರು. ಪಂಡಿತ ಸತ್ಯನಾರಾಯಣಶಾಸ್ತ್ರಿ ಕ್ರಿ.ಶ.1938ರಲ್ಲಿ ಆಯುರ್ವೇದ ವಿಭಾಗದ ಮುಖ್ಯಸ್ಥರಾಗಿದ್ದರು. ಇವರಡಿಯಲ್ಲಿ ತಯಾರಾದ ಶಿಷ್ಯರು ಪ್ರಸಿದ್ಧರಾಗಿ ಬಂಗಾಳಿ ಪರಂಪರೆಯಲ್ಲಿಯೆ ಮೂರು ಉಪಶಾಖೆಗಳನ್ನು ಶುರುಮಾಡಿದರು. ಇವು ಧರ್ಮದಾಸ, ಉಮಾಚರಣ ಮತ್ತು ಈಶ್ವರಚಂದ್ರ ಶಾಖೆಗಳೆಂದು ಹೆಸರು ಪಡೆದವು. ದಾಕ್ಷಿಣಾತ್ಯ ಪರಂಪರೆಯ ಅಭಿವೃದ್ಧಿಗೆ ಮಹಾರಾಷ್ಟ್ರದ ವೈದ್ಯರದ್ದೇ ಕೊಡುಗೆ ಮತ್ತು ಅವರದ್ದೇ ಮೇಲುಗೈಯಾಗಿದೆ. ಬಂಗಾಳಿ ವೈದ್ಯರಿಗೆ ಚರಕಸಂಹಿತೆ ವೇದವಾಕ್ಯದಂತೆ ಪರಮಸತ್ಯವಾದರೆ, ಮಹಾರಾಷ್ಟ್ರದ ವೈದ್ಯರು

ಆಯುರ್ವೇದದ ಎಂಟು ಅಂಗಗಳನ್ನೂ ಅಭ್ಯಾಸಮಾಡಿ ಪರಿಗಣಿಸುತ್ತಾರೆಂದು ಹೇಳುತ್ತಾರೆ. ಕಾಶೀ ಹಿಂದೂ ವಿಶ್ವವಿದ್ಯಾಲಯದ ಆಯುರ್ವೇದ ಕಾಲೇಜಿನಲ್ಲಿ ಡಾ. ಕೆ.ಎನ್ ಉಡುಪ ಅವರು ಮುಖ್ಯಸ್ಥರಾದ ಮೇಲೆ ಅವರು ಆಯುರ್ವೇದಕ್ಕೆ ಒಂದು ಹೊಸ ತಿರುವುಕೊಟ್ಟು ಅದನ್ನು ಆಧುನೀಕತೆಯೆಡೆ ಕೊಂಡೊಯ್ದರು.

ಕಾಶಿಯಲ್ಲಿ ಆಯುರ್ವೇದ ಸಾಹಿತ್ಯ ಮೊದಲಿನಿಂದಲೂ ವಿಪುಲವಾಗಿ ಬೆಳೆಯುತ್ತಾ ಬಂದಿದೆ. 'ಸುಶ್ರುತ ಸಂಹಿತಾ', 'ಚರಕ ಸಂಹಿತಾ' ಮತ್ತು ಪತಂಜಲಿಯ 'ಅಗ್ನಿಕೋಶ ಸಂಹಿತಾ' ಬಹಳ ಹಳೆಯವು. ಕ್ರಿ.ಶ.2ನೆಯ ಶತಮಾನದ 'ನವನೀತಕ'ವು ಬೌದ್ಧ ಭಿಕ್ಷುಗಳಿಂದಾಗಿ ಮಧ್ಯಏಷ್ಯಾವನ್ನು ತಲುಪಿತ್ತು. 'ತ್ರಿದೋಷ ಸಿದ್ಧಾಂತ', 'ರಸತಂತ್ರ' ಮತ್ತು 'ರಸಚಿಕಿತ್ಸ' ಸುಮಾರು ಕ್ರಿ.ಶ.10ನೆಯ ಶತಮಾನದ ಹಿಂದುಮುಂದಿನ ಮುಖ್ಯ ಗ್ರಂಥಗಳಾಗಿದ್ದವು. ಭಾವಮಿಶ್ರನ 'ಭಾವಪ್ರಕಾಶ'ದಲ್ಲಿ ಮೇಹರೋಗವು (ಸಿಫಿಲಿಸ್) ಯೂರೋಪಿಯನರ ಸಂಪರ್ಕದಿಂದ ಹರಡಿದ ಪರಂಗಿ ಹುಣ್ಣು ರೋಗವೆಂದು ಕ್ರಿ.ಶ.16ನೆಯ ಶತಮಾನದಲ್ಲಿಯೇ ತಿಳಿಸಿದೆ. ಕ್ರಿ.ಶ.17ನೆಯ ಶತಮಾನದ ಅನಂತರ ಕಾಶಿಯಲ್ಲಿ ಹೊರಬಂದ ಆಯುರ್ವೇದ ಸಾಹಿತ್ಯದಲ್ಲಿ ಕೆಲವು ಮುಖ್ಯ ಗ್ರಂಥಗಳೆಂದರೆ– ಬೃಹದ್ ಯೋಗ ತರಂಗಿಣಿ, ರಸಕಲ್ಪದ್ರುಮ, ಸಮಜ್ಞ ಸಮುಚ್ಚಯ, ದ್ರವ್ಯಗುಣಶತಕ, ಸುಶ್ರುತ ಸಂಹಿತಭಾಷ್ಯ, ರಸಾಯನಸಾರ, ಸಚಿತ್ರ ಬೂಟಿದರ್ಪಣ, ಸಂಪ್ರತಿ ಮುಂತಾದವು. ಈಗಿನ ದಿನಗಳಲ್ಲಿ ಡಾ. ಪ್ರಿಯ ಕುಮಾರ ಚೌಬೆಯವರು ಐವತ್ತಕ್ಕೂ ಹೆಚ್ಚಿನ ವೈದ್ಯಕೀಯ ಗ್ರಂಥಗಳನ್ನು ಹಿಂದಿಯಲ್ಲಿ ಬರೆದು ಒಂದು ದಾಖಲೆಯನ್ನೇ ಸ್ಥಾಪಿಸಿದ್ದಾರೆ.

ಶಾಸ್ತ್ರಾರ್ಥ: 'ಶಾಸ್ತ್ರಾರ್ಥ' ಎಂದರೆ ಪಂಡಿತರ ವಾದ, ಪೈಪೋಟಿ, ಚರ್ಚೆ ಎಂದು ಮೇಲೆ ಹೇಳಿದೆ. ಆಧುನಿಕ ಕಾಲದ ಸಮ್ಮೇಳನ, ಸಮಾಲೋಚನೆ (ಕಾನ್ಫರೆನ್ಸ್), ಪ್ರೌಢವಿದ್ಯಾರ್ಥಿಗಳ ವಿಚಾರ ಸಂಕಿರಣ (ಸೆಮಿನಾರ್), ಕಾರ್ಯಾಗಾರ (ವರ್ಕ್‌ಶಾಪ್) ಇವುಗಳಿಗಿಂತ ಭಿನ್ನವಾದುದು. 'ಶಾಸ್ತ್ರಾರ್ಥ'ದಲ್ಲಿ ಪಂಡಿತನು ತನ್ನ ಜ್ಞಾನ, ಸಿದ್ಧಾಂತ, ಹೊಸ ನಿಲುವು, ಧರ್ಮಸೂಕ್ಷ್ಮ ಮತ್ತೆ ದೃಷ್ಟಿಕೋನವನ್ನು ಕಾಶಿಯ ಪಂಡಿತರ ಸಭೆಯಲ್ಲಿ ಮಂಡಿಸುತ್ತಾನೆ. ಆಗ ಅವನ ಪಾಂಡಿತ್ಯದ ಆಳವನ್ನು ತಿಳಿಯಲು, ಅವನ ವಿಚಾರ ಧೋರಣೆಯ ಸತ್ವವನ್ನು ವಿವಿಧ ಕೋನಗಳಿಂದ ಪರೀಕ್ಷಿಸಲು, ತಮ್ಮದೇ ಆದ ಸಂಪ್ರದಾಯ, ಮತ, ಧೋರಣೆ, ನಿಲುವು ಇವುಗಳನ್ನು ರಕ್ಷಿಸಲು, ತಮ್ಮ ವೈಯಕ್ತಿಕ ಸ್ಥಾನಮಾನಗಳ ಠೀವಿಯನ್ನು ಪ್ರದರ್ಶಿಸಲು ಸಭೆಯಲ್ಲಿರುವ ಮಿಕ್ಕ ಪಂಡಿತರೆಲ್ಲರು ಪೂರ್ವಪಕ್ಷವನ್ನು ಪ್ರಶ್ನಿಸುತ್ತಾರೆ, ವಿರೋಧಿಸುತ್ತಾರೆ, ವಾದಿಸುತ್ತಾರೆ, ಖಂಡಿಸುತ್ತಾರೆ, ಕೊನೆಗೆ ತಾವೆಲ್ಲ ಒಟ್ಟಾಗಿ ಹೊಸಬನನ್ನು ದಿಗ್ಭ್ರಮೆಗೊಳಿಸಿ ಮೂಕನನ್ನಾಗಿ ಮಾಡಲು ಪ್ರಯತ್ನಿಸುತ್ತಾರೆ. ಸತ್ಯಸಂಶೋಧನೆಯ ಮಾರ್ಗದಲ್ಲಿ ಇದೊಂದು ರೀತಿಯ ಸ್ತುತ್ಯರ್ಹವಾದ 'ಶಾಸ್ತ್ರಾರ್ಥ'ವೆ

ಎನ್ನಬಹುದು. ಆದರೆ ಕೆಲವೊಮ್ಮೆ 'ಶಾಸ್ತ್ರಾರ್ಥ'ವನ್ನು ನೋಡಿ ಆನಂದಿಸಲು ಬರುವ ಜನಸ್ತೋಮವು ಮನೋರಂಜಕವೆನಿಸಿದ ಪೈಪೋಟಿಯಲ್ಲಿ ತೊಡಗಿ ಸೇರಿಕೊಳ್ಳುತ್ತದೆ. ಮಲ್ಲಯುದ್ಧ/ಕುಸ್ತಿಯಲ್ಲಿ ಕೆಲವೊಮ್ಮೆ ನಿರ್ಣಯಕಾರನ ಪಕ್ಷಪಾತವೋ, ಜನಸ್ತೋಮದ ಅಬ್ಬರದ ಕೂಗಾಟವೋ ಜಯಾಪಜಯವನ್ನು ತೀರ್ಮಾನಿಸುವಂತೆ 'ಶಾಸ್ತ್ರಾರ್ಥ'ದಲ್ಲೂ ಆಗುವ ಸಂಭವವಿದೆ. ಅದಕ್ಕೇ ಎಷ್ಟೋ ಸಲ 'ಶಾಸ್ತ್ರಾರ್ಥ'ವನ್ನು ಕುಸ್ತಿಗೆ ಹೋಲಿಸುವುದುಂಟು.

'ಶಾಸ್ತ್ರಾರ್ಥ'ದಲ್ಲಿ ಚರ್ಚೆಯಾಗುವ ವಿಷಯ ವ್ಯಾಕರಣ, ವೇದ, ವೇದಾಂಗ, ದರ್ಶನ, ಧರ್ಮಶಾಸ್ತ್ರ ಮುಂತಾದ ಯಾವುದೇ ಆಗಿರಬಹುದು. 'ಶಾಸ್ತ್ರಾರ್ಥ' ಎನ್ನಲಿ ಅಥವಾ ಇನ್ನೇನೇ ಹೆಸರು ಹೇಳಲಿ, ತಮ್ಮ ನಿಲುವನ್ನು ಸ್ಪಷ್ಟಪಡಿಸಲು ಅನಾದಿಕಾಲದಿಂದಲು ಅನೇಕ ಮಹಾನ್ ವ್ಯಕ್ತಿಗಳು ಕಾಶಿಗೆ ಬಂದು ವಿಷಯ ಮಂಡನೆ ಮಾಡಿದ್ದಾರೆ. ಇವರುಗಳಲ್ಲಿ ಬುದ್ಧ, ಆದಿಶಂಕರ, ದಯಾನಂದ ಸರಸ್ವತಿ, ನಾಗೇಶ ಭಟ್ಟ, ಅಪ್ಪಯ್ಯ ದೀಕ್ಷಿತ, ಭಟ್ಟೋಜಿ ದೀಕ್ಷಿತ, ಮಧುಸೂದನ ಸರಸ್ವತಿ, ಪರಮಹಂಸ ವಿಶುದ್ಧಾನಂದ ಸರಸ್ವತಿ, ಪಂಡಿತ ರಾಜ ಜಗನ್ನಾಥ, ರಾಜಾರಾಮ ಶಾಸ್ತ್ರಿ, ಕಾಕಾರಾಮ ಶಾಸ್ತ್ರಿ, ದೀಲಾರಾಮ ಶಾಸ್ತ್ರಿ, ನಾರಾಯಣ ಭಟ್ಟ, ಬಚ್ಚಾ ಜ್ಝಾ, ಗಂಗಾಧರೇಂದ್ರ ಸರಸ್ವತಿ (ಸ್ವರ್ಣವಲ್ಲಿ ಮಠ, ಕರ್ನಾಟಕ) ಮುಂತಾದ ಹಲವರು ಇದ್ದಾರೆ. (ಶಾಸ್ತ್ರಾರ್ಥದ ಕಥೆಗಳನ್ನು ಮುಂದಿನ ಅಧ್ಯಾಯದಲ್ಲಿ ನೋಡಿರಿ.)

ಇತರ ಕ್ಷೇತ್ರಗಳು: ಹನ್ನೆರಡನೆಯ ಶತಮಾನದಿಂದ ಮುಸ್ಲಿಮರ ಪ್ರಭಾವ ಹೆಚ್ಚಾದಂತೆ, ಕಾಶಿಯ ಮಸೀದಿಗಳಲ್ಲಿ ಮಕ್ತಬ ಮತ್ತು ಮದರಸಾಗಳು ಶುರುವಾದವು. ಪರ್ಷಿಯನ್ ಭಾಷೆಯಲ್ಲಿ ಅನೇಕ ಪಂಡಿತರು ತಯಾರಾದರು. ಘಿಯಾತ್ ಅಲ್ ದಿನ್ ಜಂಷಿಡ್ (ಕ್ರಿ.ಶ.1390–1450) ಎಂಬ ಕಾಶಿಯಲ್ಲಿದ್ದ ಗಣಿತಶಾಸ್ತ್ರಜ್ಞನು ಗಣಿತದಲ್ಲಿ ಕೆಲವು ಗ್ರಂಥಗಳನ್ನು ಬರೆದಿದ್ದನು. ದಾರಾಶುಕೊ ಇಲ್ಲಿದ್ದು ಪಂಡಿತರ ಸಹಾಯದಿಂದ ಉಪನಿಷತ್ತುಗಳನ್ನು ಪರ್ಷಿಯನ್‌ಗೆ ಅನುವಾದ ಮಾಡಿಸಿದ್ದನು/ಮಾಡಿದ್ದನು. ಮಿರ್ಜಾ ಗಾಲಿಬ್ ಮತ್ತು ಆಲಿ ಹಜಿನ್ ಇಲ್ಲಿ ಕೆಲಕಾಲ ವಾಸವಾಗಿದ್ದು ತಮ್ಮ ಕವಿತೆ, ಪಾಂಡಿತ್ಯ, ಸಹನೆ, ಪ್ರೀತಿಯಿಂದ ಜನರ ನಡೆನುಡಿಗೆ ಸಂಸ್ಕೃತಿಯ ಹೊಸಮೆರುಗನ್ನು ಕೊಟ್ಟರು. ಫೈಜಿಯು ಹಿಂದೂವಿನಂತೆ ವೇಷಧರಿಸಿ, ಇಲ್ಲಿ ಸಂಸ್ಕೃತ ಕಲಿತು, ರಾಮಾಯಣವನ್ನು ಪರ್ಷಿಯನ್ನಿಗೆ ಅನುವಾದಿಸಿದನು. ಕಾಶೀ ಹಿಂದೂ ವಿಶ್ವವಿದ್ಯಾಲಯದಲ್ಲಿ ಪರ್ಷಿಯನ್ ಮತ್ತು ಉರ್ದು ವಿಭಾಗವಿದೆ. ಭಾರತ ಸರ್ಕಾರ ನಡೆಸುತ್ತಿರುವ ಸಂಸ್ಥೆಯೊಂದು ಅರಾಬಿಕ್ ಇನ್‌ಸ್ಟಿಟ್ಯೂಟನ್ನು ನಡೆಸುತ್ತಿದೆ.

ಪಾಠಶಾಲೆಗಳು/ವಿದ್ಯಾಲಯಗಳು : ಕಾಶಿಯಲ್ಲಿ ಹಿಂದಿನಿಂದಲೂ ಇದ್ದ ವೇದಪಾಠಶಾಲೆಗಳನ್ನು 'ಚರಣ' ಅಥವಾ 'ಛಂದ' ಎಂದು ಕರೆಯುತ್ತಿದ್ದ ವಿಚಾರ ಹೇಳಿದೆ. ಕ್ರಿ.ಶ.19ನೆಯ ಶತಮಾನದಲ್ಲಿ ಋಗ್ವೇದಕ್ಕೆ ಒಂಬತ್ತು, ಕೃಷ್ಣ ಯಜುರ್ವೇದಕ್ಕೆ ಹತ್ತು, ಶುಕ್ಲ ಯಜುರ್ವೇದಕ್ಕೆ

ಅನೇಕ, ಸಾಮವೇದ ಮತ್ತು ಅಥರ್ವವೇದಕ್ಕೆ ಕೆಲವು ಪಾಠಶಾಲೆಗಳು ಇದ್ದವೆಂದು ತಿಳಿದುಬರುತ್ತದೆ. ಒಂದು ಸಮೀಕ್ಷೆಯ ಪ್ರಕಾರ ಹತ್ತೊಂಬತ್ತನೆಯ ಶತಮಾನದ ಮೊದಲಭಾಗದಲ್ಲಿ ವೇದಾಧ್ಯಯನಕ್ಕೆ ಮೀಸಲಾದ 76 ಪಾಠಶಾಲೆಗಳು, ಈಚೆಗೆ (ಕ್ರಿ.ಶ.1970–1980) 133 ಪಾಠಶಾಲೆಗಳು ಇದ್ದವೆಂದು ತಿಳಿದುಬರುತ್ತದೆ. ವಿಶೇಷವೆನಿಸಿದ ಕೆಲವು ಪಾಠಶಾಲೆಗಳ ಹೆಸರನ್ನು ಇಲ್ಲಿ ಕೊಡಲಾಗಿದೆ. ಸಾಧು ಸನ್ಯಾಸಿಗಳಿಗೆ ಧರ್ಮ ಮತ್ತು ಮಠದ ಆಡಳಿತದ ಬಗ್ಗೆ ತಿಳಿಹೇಳಲು ಕ್ರಿ.ಶ.1906ರಲ್ಲಿ 'ಸನ್ಯಾಸೀ ಪಾಠಶಾಲೆ' ಶುರುವಾಯಿತೆಂದರೆ ಆಶ್ಚರ್ಯವಾಗಬಹುದು. ಗುರು ನಾನಕರ ಮಗ ಶ್ರೀಚಂದ್ರ ತಂದೆಯ ಸಿಖ್ ಮತವನ್ನು ಒಪ್ಪದೆ, ತನ್ನದೇ ಉದಾಸೀನ ಸಂಪ್ರದಾಯವನ್ನು ಶುರುಮಾಡಿದ್ದನು. ಉದಾಸೀನ ಸಂಪ್ರದಾಯದ 'ಶ್ರೀಚಂದ್ರ ಪಾಠಶಾಲೆ' ಇಲ್ಲಿದೆ. ಕಾಶ್ಮೀರದ ರಾಜ ಗುಲಾಬ್‌ಸಿಂಗ್ ಸ್ಥಾಪಿಸಿದ 'ಜಮ್ಮು ಕಾಶ್ಮೀರ ಪಾಠಶಾಲಾ' (ಕ್ರಿ.ಶ.1843) ಈಗ 'ರಣವೀರ ಸಂಸ್ಕೃತ ಪಾಠಶಾಲಾ' ಆಗಿದೆ. ರಾಜಾ ಬಲ್ದೇವದಾಸ ಬಿರ್ಲಾ ಕ್ರಿ.ಶ.1913ರಲ್ಲಿ 'ಬಿರ್ಲಾ ಸಂಸ್ಕೃತ ಪಾಠಶಾಲಾ' ತೆಗೆದರು. 'ಆದರ್ಶ ರಾಣಿ ಚಂದ್ರಾವತಿ ಶ್ಯಾಮ ಮಹಾವಿದ್ಯಾಲಯ'ವು ದರ್ಶನಗಳ ಬೋಧನೆಗೆ ಹೆಸರುಮಾಡಿದೆ. ವೇದಾಧ್ಯಯನಕ್ಕೆ ಪ್ರಸಿದ್ಧವಾದ 'ವಲ್ಲಭರಾಮ್ ಶಾಲಿಗ್ರಾಮ್ ಸಾಂಗ ವೇದವಿದ್ಯಾಲಯ'ವು ಪಂಡಿತ ಲಕ್ಷ್ಮಣಶಾಸ್ತ್ರಿ ದ್ರವಿಡ್, ವಲ್ಲಭರಾಮ್ ಮೆಹ್ತಾ ಮತ್ತು ಕಾಶೀನರೇಶನ ಸಹಾಯದಿಂದ ಕ್ರಿ.ಶ.1921ರಲ್ಲಿ ಶುರುವಾಯಿತು. ಇಲ್ಲಿ ದೂರದೂರದಿಂದ ಬರುವ ವಿದ್ಯಾರ್ಥಿಗಳಿಗೆ ಮೂರುವೇದಗಳನ್ನು ಹೇಳಿಕೊಡುವ ಅವಕಾಶವಿದೆ. ಲಕ್ಷ್ಮಣಶಾಸ್ತ್ರಿ ದ್ರವಿಡ್ ಅವರ ಮಗ ರಾಜೇಶ್ವರಶಾಸ್ತ್ರಿ ದ್ರವಿಡ್ ವಿದ್ಯಾಲಯವನ್ನು ಕ್ರಿ.ಶ.1931ರ ಅನಂತರದಲ್ಲಿ ನಡೆಸಿದರು. ಸಂಸ್ಕೃತ ವಿದ್ವಾಂಸರಿಗೆ ಕೊಟ್ಟ ಮೊಟ್ಟಮೊದಲ 'ಪದ್ಮಭೂಷಣ' ಬಿರುದು ರಾಜೇಶ್ವರಶಾಸ್ತ್ರಿ ದ್ರವಿಡ್ ಅವರಿಗೆ ಸಿಕ್ಕಿತ್ತು.

ಇಂಗ್ಲಿಷರ ಆಡಳಿತ ಮತ್ತು ಮಿಷನರಿಗಳ ಚಟುವಟಿಕೆಯ ಪ್ರಭಾವದಿಂದ 18ನೆಯ ಶತಮಾನದ ಸಾಂಪ್ರದಾಯಿಕ ಕಾಶಿಯಲ್ಲೂ ಬದಲಾವಣೆಯ ಗಾಳಿಬೀಸತೊಡಗಿತು. 'ಗುರುಕುಲ' ಮತ್ತು 'ಪಾಠಶಾಲೆ'ಯ ಸ್ವರೂಪವನ್ನು ಅರ್ಥಮಾಡಿಕೊಳ್ಳದೆ ಆಧುನಿಕ ರೀತಿಯಲ್ಲಿ ರೆಸಿಡೆಂಟ್ ಜೊನಾತನ್ ಡಂಕನ್ ಇಲ್ಲಿಯ 'ಹಿಂದೂ ಕಾಲೇಜ್'ಅನ್ನು ಕ್ರಿ.ಶ.1791ರಲ್ಲಿ ಸ್ಥಾಪಿಸಿದನು. ಕ್ರಿ.ಶ.1820ರಲ್ಲಿ ಇದರ ಹೆಸರನ್ನು 'ಸಂಸ್ಕೃತ (ಹಿಂದೂ) ಕಾಲೇಜ್' ಎಂದು ಬದಲಾಯಿಸಲಾಯಿತು. ಕ್ರಿ.ಶ.1844ರಲ್ಲಿ ಸಂಸ್ಕೃತ ಕಾಲೇಜ್ ಮತ್ತು ಬನಾರಸ್ ಸರ್ಕಾರಿ ಶಾಲೆಯನ್ನು ಸೇರಿಸಿ 'ಬನಾರಸ್ ಕಾಲೇಜ್' ಎಂದು ಕರೆಯಲಾಯಿತು. ಕ್ರಿ.ಶ.1858ರಲ್ಲಿ ಇದೆ ಕ್ವೀನ್ಸ್ ಕಾಲೇಜ್, ಸರ್ಕಾರಿ ಸಂಸ್ಕೃತ ಕಾಲೇಜ್ ಎಂದಾಯಿತು. ಕ್ರಿ.ಶ.1958ರಲ್ಲಿ ಇದನ್ನು ವಿಶ್ವವಿದ್ಯಾಲಯವೆಂದು ಪರಿಗಣಿಸಿ 'ವಾರಾಣಸೀಯ ಸಂಸ್ಕೃತ ವಿಶ್ವವಿದ್ಯಾಲಯ' ಎಂದು ಕರೆದರು. ಕ್ರಿ.ಶ.1975ರಿಂದ ಇದರ ಹೆಸರು 'ಡಾ.ಸಂಪೂರ್ಣಾನಂದ

ಸಂಸ್ಕೃತ ವಿಶ್ವವಿದ್ಯಾಲಯ' ಎಂದಾಗಿದೆ. ಉತ್ತರಪ್ರದೇಶ, ಉತ್ತರಾಂಚಲ, ರಾಜಾಸ್ಥಾನ, ಮಹಾರಾಷ್ಟ್ರ, ಗುಜರಾತ್, ದೆಹಲಿ, ಬಂಗಾಳಗಳಲ್ಲಿ ಈ ವಿಶ್ವವಿದ್ಯಾಲಯಕ್ಕೆ ಸಂಬಂಧಿಸಿದ ವಿದ್ಯಾಸಂಸ್ಥೆಗಳಿವೆ. ಪ್ರತಿವರ್ಷವೂ ಒಂದುಲಕ್ಷಕ್ಕೂ ಹೆಚ್ಚು ವಿದ್ಯಾರ್ಥಿಗಳು ಪರೀಕ್ಷೆಗೆ ಕೂರುತ್ತಾರೆ.

ಕಾಶೀ ಹಿಂದೂ ವಿಶ್ವವಿದ್ಯಾಲಯದ (ಬನಾರಸ್ ಹಿಂದೂ ಯೂನಿವರ್ಸಿಟಿಯ) ಶಂಕುಸ್ಥಾಪನೆಯಾದದ್ದು 4ನೆಯ ಫೆಬ್ರವರಿ 1916ರಂದು. ಇದು ವಾರಾಣಸಿಯ ಮೊದಲ ವಿಶ್ವವಿದ್ಯಾಲಯ, ಭಾರತದ ಆರನೆಯ ವಿದ್ಯಾಲಯ; ವಿದ್ಯಾರ್ಥಿಗಳ ವಾಸಕ್ಕೆ ಅನುಕೂಲವಿರುವ ಏಷ್ಯಾದಲ್ಲಿಯೆ ಅತ್ಯಂತವಿಶಾಲವಾದ ವಿದ್ಯಾಲಯ. ವಿಶ್ವವಿದ್ಯಾಲಯದ ಕುಲಗೀತೆಯಲ್ಲಿ ಹಾಡುವಂತೆ "ಇದು ಸರ್ವವಿದ್ಯೆಗಳ ರಾಜಧಾನಿ.......ಮಾಳವೀಯರ ದೇಶಭಕ್ತಿ, ಸಾಹಸ, ಶಕ್ತಿ ಹೊಸ ರೂಪದಲ್ಲಿ ಪ್ರಕಟವಾಗಿ ಇದು ಕರ್ಮವೀರರ ರಾಜಧಾನಿಯಾಗಿದೆ". ಈ ಗೀತೆಯಲ್ಲಿ ಕಾಶಿಯನ್ನು ಆರು ಚರಣಗಳಲ್ಲಿಯೂ ಮತ್ತು ವಿಶ್ವವಿದ್ಯಾಲಯವನ್ನು ಎರಡು ಚರಣಗಳಲ್ಲಿಯೂ 'ರಾಜಧಾನಿ' ಎಂದು ವರ್ಣಿಸಲಾಗಿದೆ. ಕಾಶಿಯು 'ಸರ್ವವಿದ್ಯೆಗಳ, ಸರ್ವಸೃಷ್ಟಿಯ, ಸತ್ಯಶಿಕ್ಷೆಯ, ಬ್ರಹ್ಮವಿದ್ಯೆಯ, ಋಷಿಗಳ, ವಾಗ್ವಿದ್ಯೆಯ' ರಾಜಧಾನಿಯಾದರೆ ವಿಶ್ವವಿದ್ಯಾಲಯವು 'ವಿಶ್ವವಿದ್ಯೆಯ ಮತ್ತು ಕರ್ಮವೀರರ' ರಾಜಧಾನಿಯಾಗಿದೆ! ವಿಶ್ವವಿದ್ಯಾಲಯವನ್ನು ಸ್ಥಾಪಿಸಿದವರು ಪಂಡಿತ ಮದನ ಮೋಹನ ಮಾಳವೀಯಾಜೀ(1861–1946). ಇವರು ಒಬ್ಬ ಹಿರಿಯ ಸ್ವಾತಂತ್ರ ಹೋರಾಟಗಾರ, ಪ್ರಸಿದ್ಧ ನ್ಯಾಯವಾದಿ ಮತ್ತು ಪತ್ರಿಕೋದ್ಯೋಮಿ ಆಗಿದ್ದರು. ಇವರು ಕ್ರಿ.ಶ.1886ರಿಂದ ರಾಜಕೀಯದಲ್ಲಿ ಮುಳುಗಿ (ನಾಲ್ಕುಸಲ ಕಾಂಗ್ರೆಸ್ ಸಮ್ಮೇಳನಾಧ್ಯಕ್ಷರಾಗಿ) ಸ್ವತಂತ್ರ ಭಾರತದ ಕನಸಿಗೆ ಒಂದು ರೂಪವನ್ನು ಕೊಡುತ್ತಾ ಬಂದಿದ್ದರು. ಕ್ರಿ.ಶ.1900ರಿಂದ ಅವರ 'ಸ್ವತಂತ್ರ ಭಾರತ'ದ ಕನಸಿನ ಜೊತೆಗೆ 'ನವಭಾರತ ಉದಯ'ದ ಭವ್ಯಕನಸು ಸೇರಿಕೊಂಡಿತು. 'ನವಭಾರತ ಉದಯ'ವಾಗಬೇಕಾದರೆ ದೇಶ ತನ್ನ ಧಾರ್ಮಿಕ ಹಾಗು ಸಾಂಸ್ಕೃತಿಕ ಮೂಲನೆಲೆಗಳನ್ನು ಭದ್ರಪಡಿಸಿಕೊಳ್ಳುತ್ತಲೇ ಆಧುನಿಕತೆಯೆಡೆ ದಾಪುಗಾಲಿಡಬೇಕೆಂದು ಮನಗೊಂಡರು. ಈ ಭವ್ಯಕನಸು ನನಸಾಗಬೇಕಾದರೆ ಯುವಪೀಳಿಗೆಯನ್ನು ಜಾಗೃತಗೊಳಿಸಬೇಕು; ಜಾಗೃತವಾದ ಯುವಕರಲ್ಲಿ 'ಕರ್ಮವೀರ'ರು ತಯಾರಾಗಬೇಕು; 'ಕರ್ಮವೀರ'ರನ್ನು ತಯಾರುಮಾಡಲು ನಮ್ಮ ವಿದ್ಯಾಕೇಂದ್ರಗಳು ನವೀನರೀತಿಯಲ್ಲಿ ಕ್ರಿಯಾಶೀಲವಾಗಬೇಕು; ಅವುಗಳಲ್ಲಿ ಪ್ರಾಪಂಚಿಕ ಹಾಗು ಪಾರಮಾರ್ಥಿಕ, ಆಧುನಿಕ ಹಾಗು ಪಾರಂಪರಿಕ, ತಂತ್ರಜ್ಞಾನ ಹಾಗು ತತ್ತ್ವಜ್ಞಾನ, ವಿಜ್ಞಾನ ಹಾಗು ಕಲೆ, ಸಾರ್ವಜನಿಕಸೇವೆ ಹಾಗು ಸಭ್ಯತೆ, ವಿಶ್ವವಿದ್ಯೆಗಳು ಹಾಗು ಮಾನವೀಯ ಮೌಲ್ಯಗಳು ಮುಂತಾದ ಸರ್ವವಿದ್ಯೆಗಳನ್ನು ಸುಜ್ಞಾನ, ಧರ್ಮ ಮತ್ತು ಸತ್ಯದ ಹಿನ್ನೆಲೆಯಲ್ಲಿ

ಬೋಧಿಸುವಂತಾಗಬೇಕು; ಇದಕ್ಕಾಗಿ ಮುಂಬರುವ ವಿಶ್ವವಿದ್ಯಾಲಯಗಳಿಗೆ ಮಾದರಿಯಾಗಬಲ್ಲ ಒಂದು ಹೊಸ ವಿಶ್ವವಿದ್ಯಾಲಯವನ್ನು ಸ್ಥಾಪಿಸಬೇಕು ಎಂದೆಲ್ಲಾ ಯೋಚಿಸಿದರು.

ತಮ್ಮ ಈ ಭವ್ಯಕನಸನ್ನು ನನಸಾಗಿಸಲು ಮಾಳವೀಯಾಜೀ ಡಾ.ಆನಿಬೆಸೆಂಟ್, ಕಾಶಿಯ ನರೇಶ ಪ್ರಭುನಾರಾಯಣ ಸಿಂಗ್, ದರ್ಭಾಂಗದ ಮಹಾರಾಜ ಮುಂತಾದವರನ್ನು ಕಾರ್ಯಕ್ಕೆ ಎಳೆದರು. ತಾವು ಭಿಕ್ಷಾಪಾತ್ರೆಯನ್ನು ಹಿಡಿದು ಊರೂರು ಸುತ್ತಿ 'ಭಿಕ್ಷುಕರಲ್ಲಿ ರಾಜ' ಎನಿಸಿಕೊಂಡು, ಕೊನೆಗೂ ಕ್ರಿ.ಶ.1917ರಲ್ಲಿ ವಿಶ್ವವಿದ್ಯಾಲಯದ ಮೊದಲ ವಿಭಾಗಗಳನ್ನು ಕಾರ್ಯರೂಪಕ್ಕೆ ತಂದುಬಿಟ್ಟರು!

(ಚಿತ್ರ29–ಭಾರತರತ್ನ ಮದನ ಮೋಹನ ಮಾಳವೀಯ)

ಕಾಶೀ ವಿದ್ಯಾಪೀಠ ಕ್ರಿ.ಶ.1921ರಲ್ಲಿ ಶುರುವಾಯಿತು. ಇದಕ್ಕೆ ಬಾಬು ಶಿವಪ್ರಸಾದ ಗುಪ್ತ ಮತ್ತು ಭಾರತರತ್ನ ಡಾ.ಭಗವಾನ್‌ದಾಸ್ ಕಾರಣರೂಪರಾಗಿದ್ದರು. ಪಾಶ್ಚಿಮಾತ್ಯ ವಿದ್ಯಾಕ್ರಮವನ್ನು ಒಪ್ಪದೆ, ಬ್ರಿಟಿಷ್ ಸರ್ಕಾರದ ದೇಣಿಗೆ/ಸಹಾಯವನ್ನು ನಿರಾಕರಿಸಿ, ಮಹಾತ್ಮ ಗಾಂಧೀಜಿಯವರ ಅಸಹಕಾರ ಚಳುವಳಿಯಿಂದ ಪ್ರೇರಿತರಾಗಿ, ಸ್ವಾತಂತ್ರ್ಯಆಂದೋಳನಕ್ಕೆ ಪೂರ್ಣಬೆಂಬಲ ನೀಡುವ ಉದ್ದೇಶದಿಂದ ಕಾಶೀ ವಿದ್ಯಾಪೀಠವನ್ನು ಶುರುಮಾಡಲಾಯಿತು. ಹಿಂದೂ ಸಮಾಜದ ಮೌಲ್ಯಗಳ ಆಧಾರದ ಮೇಲೆ ವಿದ್ಯೆಯನ್ನು ನೀಡಿ, ದೇಶಕ್ಕಾಗಿ ತ್ಯಾಗಮಾಡಲು ಸಿದ್ಧರಿರುವ ಯುವಕರನ್ನು ತಯಾರುಮಾಡುವುದು ಗುರಿಯಾಗಿತ್ತು. ಹೀಗಾಗಿ ಇಲ್ಲಿಯ ವಿದ್ಯಾರ್ಥಿಗಳು ಸ್ವಾತಂತ್ರ್ಯ ಹೋರಾಟದಲ್ಲಿ ಸಕ್ರಿಯವಾಗಿ ಭಾಗವಹಿಸುತ್ತಿದ್ದರು. ಕ್ರಿ.ಶ.1974ರಲ್ಲಿ ಇದನ್ನು ವಿಶ್ವವಿದ್ಯಾಲಯವೆಂದು ಪರಿಗಣಿಸಲಾಯಿತು. ಲಾಲ್‌ಬಹದೂರ್ ಶಾಸ್ತ್ರಿ, ರಾಮಕೃಷ್ಣ ಹೆಗ್ಡೆ, ಬಿ.ವಿ.ಕಾರಂತ್ ಮುಂತಾದವರು ಇಲ್ಲಿಯ ವಿದ್ಯಾರ್ಥಿಗಳು.

ಕಾಶಿಯ ಇನ್ನೆರಡು ವಿಶ್ವವಿದ್ಯಾಲಯಗಳೆಂದರೆ *'ದಿ ಸೆಂಟ್ರಲ್ ಇನ್‌ಸ್ಟಿಟ್ಯೂಟ್ ಆಫ್ ಟಿಬೆಟಿಯನ್ ಸ್ಟಡೀಸ್'* (1988) ಮತ್ತು ಅರಾಬಿಕ್ ಮತ್ತು ಧಾರ್ಮಿಕ ವಿದ್ಯಾಪ್ರಸಾರಕ್ಕಾಗಿ ಶುರುವಾಗಿರುವ *'ಮದರಸಾ ಸಲ್ಫಿಯಾ'*. ಮೇಲೆ ಹೇಳಿದ ಅನೇಕ ಸಂಸ್ಕೃತ ಪಾಠಶಾಲೆಗಳು ಮತ್ತು ಐದು ವಿಶ್ವವಿದ್ಯಾಲಯಗಳಲ್ಲದೆ ಕಾಶಿಯಲ್ಲಿ ಕೆಲವು ವಿಶೇಷ ವಿದ್ಯಾಸಂಸ್ಥೆಗಳಿವೆ. ಜೈನಸಿದ್ಧಾಂತಗಳ ವಿದ್ಯಾಪ್ರಸಾರಕ್ಕೆ 'ಸ್ಯಾದ್ವಾದ ಮಹಾವಿದ್ಯಾಲಯ' (ಕ್ರಿ.ಶ.1905), 'ಪಾರ್ಶ್ವನಾಥ ವಿದ್ಯಾಪೀಠ' (ಕ್ರಿ.ಶ.1938) ಮತ್ತು ಇನ್ನೂ ಎಂಟು ವಿದ್ಯಾಸಂಸ್ಥೆಗಳು

ಕಾರ್ಯನಿರತವಾಗಿವೆ. ಇವಲ್ಲದೆ, ಡಾ. ಆನಿ ಬೆಸೆಂಟ್, ಕ್ರಿಶ್ಚಿಯನ್ ಮಿಷನರಿಗಳು, ಆರ್ಯಸಮಾಜ, ಥಿಯೋಸೊಫಿಕಲ್ ಸೊಸೈಟಿ, ಬಂಗಾಳದ ಶ್ರೀಮಂತರು ಮುಂತಾದವರು ಶುರುಮಾಡಿದ ಶಾಲೆಗಳನ್ನು ಕಾಶಿಯ ಉದ್ದಗಲದಲ್ಲಿ ನೋಡಬಹುದು.

ಕಾಶಿಯಲ್ಲಿ ಸುಮಾರು ಹನ್ನೆರಡು ದೊಡ್ಡ **ಗ್ರಂಥಾಲಯಗಳಿವೆ**. ಸ್ವಂತವಾಗಿ ಮನೆಗಳಲ್ಲಿರುವ ಪುಸ್ತಕಭಂಡಾರಗಳಿಗಂತೂ ಲೆಕ್ಕವಿಲ್ಲ. ಡಾ. ಗೋಪಾಲ ಬಹದುರಿ ಅವರ ಮನೆಯಲ್ಲೇ (ತಂತ್ರ, ಜ್ಯೋತಿಷ್ಯ, ಧರ್ಮ ಮತ್ತು ಸಾಹಿತ್ಯ ವಿಷಯಗಳಲ್ಲಿ) ತಾಳೆಗರಿ ಮತ್ತು ಹಸ್ತಪ್ರತಿಗಳ ದೊಡ್ಡ ಸಂಗ್ರಹಣೆಯಿದೆ.

ಹೀಗೆ 'ಶತಪಥ ಬ್ರಾಹ್ಮಣ'ಕ್ಕಿಂತ ಹಿಂದಿನಿಂದ ಇಂದಿನವರೆಗೂ ದೇಶದ ಮೂಲೆಮೂಲೆಗಳಿಂದ ವಿದ್ಯಾರ್ಥಿಗಳನ್ನು ಮತ್ತು ಪಂಡಿತರನ್ನು ಆಕರ್ಷಿಸುತ್ತಾ, ಅವರನ್ನು ಪೋಷಿಸುತ್ತಾ, ಪರೀಕ್ಷಿಸುತ್ತಾ, ಅವರ ಕೊಡುಗೆಗಳನ್ನು ವಿಶ್ವನಾಥನ 'ಪ್ರಸಾದ' ಎಂದು ಹಂಚುತ್ತಾ ಕಾಶಿಯು ದೇಶದ ಉತ್ತಮ ವಿದ್ಯಾಕೇಂದ್ರವಾಗಿದೆ, ವಿದ್ಯಾ ರಾಜಧಾನಿಯಾಗಿದೆ.

■

26. ಪಂಡಿತರ ಕಥೆಗಳು

ಪಾಂಡಿತ್ಯದ ಬಗ್ಗೆ ಮಾತನಾಡಿ ಪಂಡಿತರ ಜನಪ್ರಿಯ ಕಥೆಗಳನ್ನು ಹೇಳದಿದ್ದರೆ ಹೇಗೆ? ಆರಿಸಿದ ಕೆಲವು ಕಥೆಗಳ ಸಾರಾಂಶ ಇಲ್ಲಿದೆ.

ಪಂಡಿತರಾಜ ಜಗನ್ನಾಥ ತೆಲಂಗಾಣದ ಬ್ರಾಹ್ಮಣ, ಪೇರು ಭಟ್ಟನ ಮಗನಾಗಿ ಕ್ರಿ.ಶ. 1595ರಲ್ಲಿ ಜನಿಸಿದ. ಇವನು ಕ್ರಿ.ಶ.1627ರವರೆಗೆ ಕಾಶಿಯಲ್ಲಿದ್ದು ಗುರು ಶೇಷಕೃಷ್ಣನಲ್ಲಿ ವಿದ್ಯಾಭ್ಯಾಸ ಮಾಡುತ್ತಿದ್ದಾಗ ಭಟ್ಟೋಜಿ ದೀಕ್ಷಿತ ಇವನ ಸಹಪಾಠಿಯಾಗಿದ್ದನು. ಭಟ್ಟೋಜಿ ದೀಕ್ಷಿತನು ಬರೆದ ವ್ಯಾಕರಣಗ್ರಂಥ 'ಪ್ರೌಢ ಮನೋರಮ'ದಲ್ಲಿ ಗುರುವನ್ನು ಟೀಕಿಸಿದನೆಂದು, ಅವನ ಮೇಲೆ ಜಗನ್ನಾಥನಿಗೆ ವಿಪರೀತ ಸಿಟ್ಟುಬಂದು ಅವನನ್ನು ಗುರುದ್ರೋಹಿ ಎಂದು ಕರೆದನು. ಇಷ್ಟೇ ಸಾಲದೆಂಬಂತೆ 'ಮನೋರಮ ಕುಚಮರ್ದನ' ಎಂಬ ಗ್ರಂಥವನ್ನು ಬರೆದು ಮೊದಲಿನ ಗ್ರಂಥವನ್ನು ತೀವ್ರವಾಗಿ ಟೀಕಿಸಿದನು. ಭಟ್ಟೋಜಿಯಮಗ ಭಾನೋಜಿದೀಕ್ಷಿತನು ತಂದೆಯ ಗ್ರಂಥವನ್ನು ಸಮರ್ಥಿಸುವ 'ಮನೋರಮ ಮಂಡನ' ಬರೆದನು. ಈ ರೀತಿಯ 'ಮಂಡನ, ಖಂಡನ, ಮಂಡನ ಸಮರ್ಥನ, ಸಮರ್ಥನಖಂಡನ, ಖಂಡನಖಂಡನ'ಗಳು ಕಾಶಿಯ ಪಾಂಡಿತ್ಯವಲಯದಲ್ಲಿ ಬಹಳ ಸಾಮಾನ್ಯವಾದುದು. ಕ್ರಿ.ಶ.1628ರಲ್ಲಿ ಜಗನ್ನಾಥನು ಕಾಶಿಯನ್ನು ಬಿಟ್ಟು ಮೇವಾರರಾಜ ಜಗತ್‌ಸಿಂಗನ ದರ್ಬಾರಿಗೆ ಹೋದನು. ಅಲ್ಲಿ ಇವನಿಗೆ ಶಹಜಹಾನನ ಪರಿಚಯವಾಗಿ ದೆಹಲಿಗೆ ಆಹ್ವಾನಿಸಿದನೆಂದು ಒಂದು ಕಥೆ. ದಾರಾಶಿಕೊ ಜಗನ್ನಾಥನ ಪಾಂಡಿತ್ಯಕ್ಕೆ ಮಾರುಹೋಗಿ ದೆಹಲಿಗೆ ಕರೆದುಕೊಂಡು ಹೋದನೆಂದು ಇನ್ನೊಂದು ಕಥೆಯಿದೆ. ಒಟ್ಟಿನಲ್ಲಿ ಶಹಜಹಾನನೆ ಇವನಿಗೆ 'ಪಂಡಿತರಾಜ' ಎಂಬ ಬಿರುದನ್ನು ಕೊಟ್ಟನು. ದರ್ಬಾರಿನಲ್ಲಿದ್ದಾಗ ಶಹಜಹಾನನ ಉಪಪತ್ನಿಯೊಬ್ಬಳ ಮಗಳು ಲವಂಗಿ ಎಂಬ ಮುಸ್ಲಿಮ್ ಯುವತಿಯೊಂದಿಗೆ ಪ್ರೇಮಾಂಕುರವಾಯಿತು, ಮದುವೆಯೂ ಆಯಿತು. ಕ್ರಿ.ಶ.1658ರಲ್ಲಿ ಔರಂಗಜೇಬನು ಪಟ್ಟಕ್ಕೆ ಬಂದಮೇಲೆ ಪಂಡಿತರಾಜನಿಗೆ ಎಲ್ಲಿಯ ಮರ್ಯಾದೆ? ದೆಹಲಿಯನ್ನು ಬಿಟ್ಟು, ಕೊಂಚದಿನ ಅಸ್ಸಾಮಿನಲ್ಲಿದ್ದು, 1660ರಲ್ಲಿ ಹೆಂಡತಿ ಲವಂಗಿಯೊಡನೆ ಕಾಶಿಗೆ ಬಂದನು. ಬಾದಶಹನ ಸೇವೆಮಾಡುತ್ತಿದ್ದ, ಅದರಲ್ಲೂ ಮುಸ್ಲಿಮ್‌ಳನ್ನು ಕಟ್ಟಿಕೊಂಡಿದ್ದವ ಪಂಡಿತನಾದರೇನು, ಪಂಡಿತರಾಜನಾದರೇನು, ಅವನಿಗೆ ಕಾಶಿಯ ಸಾಂಪ್ರದಾಯಿಕ ಪಂಡಿತರ ಸಮೂಹದಲ್ಲಿ ಮಣೆಹಾಕುವವರು ಯಾರು? ರಾಜವೈಭವದಿಂದ ದೂರವಾಗಿ, ತಮ್ಮವರಿಂದಲು ದೂರವಾಗಿ, ದುಃಖಪೀಡಿತನಾದ ಜಗನ್ನಾಥನಿಗೆ ಲವಂಗಿಯೊಬ್ಬಳೆ ಸ್ಫೂರ್ತಿ, ಗಂಗಾ ಮಾ ಒಬ್ಬಳೇ ಆಸರೆಯಾದಳು. ಕೊನೆಗೆ ಪಂಚಗಂಗಾಘಾಟ್‌ನ

ಮೆಟ್ಟಲಿನ ಮೇಲೆ ಲವಂಗಿಯೊಡನೆ ಕೂತು, 'ಗಂಗಾಲಹರಿ'ಯ ಕಾವ್ಯವನ್ನು ರಚಿಸತೊಡಗಿದನು. ಅವನು ಒಂದೊಂದು ಶ್ಲೋಕವನ್ನು ಹೇಳಿದಾಗ ಗಂಗೆಯು ಒಂದೊಂದು ಮೆಟ್ಟಲು ಮೇಲೆಬಂದಳೆಂದು, ಕೊನೆಯ ಐವತ್ತೆರಡನೆಯ ಶ್ಲೋಕವನ್ನು ಮುಗಿಸಿದಂತೆಯೆ ಗಂಗೆಯು ಇಬ್ಬರು ಪ್ರೇಮಿಗಳನ್ನು ತನ್ನ ಮಡಿಲಲ್ಲಿ ಬರಸೆಳೆದು ಕೊಂಡಳೆಂದು ಕಥೆಯಿದೆ. ಜಗನ್ನಾಥನು ಬರೆದ 'ರಸಗಂಗಾಧರ' (ರಸ, ಕಾವ್ಯ, ಅಲಂಕಾರಗಳ ಬಗ್ಗೆ ಬರೆದಗ್ರಂಥ)ವು ಆನಂದವರ್ಧನನ 'ಧ್ವನ್ಯಾಲೋಕ', ಅಭಿನವಗುಪ್ತನ 'ಲೋಚನ', ಮಮ್ಮಟನ 'ಕಾವ್ಯಪ್ರಕಾಶ', ವಿಶ್ವನಾಥನ 'ಸಾಹಿತ್ಯ ದರ್ಪಣ' ಮುಂತಾದ ಗ್ರಂಥಗಳಿಗಿಂತಲೂ ಉತ್ತಮವೆಂದು ಪಂಡಿತರು ಹೊಗಳಬಹುದು. ಆದರೆ 'ರಸಗಂಗಾಧರ'ದ ಹೆಸರು ಕೇಳದವರೂ 'ಗಂಗಾಲಹರಿ'ಯ ಹೆಸರು ಕೇಳಿರುವ ಸಾಧ್ಯತೆ ಹೆಚ್ಚು. 'ಗಂಗಾಲಹರಿ'ಯ ಹೆಸರು ಕೇಳದಿದ್ದರೂ ಸಾಮಾನ್ಯರಿಗೆ ಜಗನ್ನಾಥ ಲವಂಗಿಯರ ಅಮರಪ್ರೇಮ ಗಂಗೆಯಲ್ಲಿ ಸಮರ್ಪಿತವಾದ ಕಥೆ ಹೆಚ್ಚು ಪ್ರಿಯಕರವಾದುದು.

ಕಾಶಿಯ ಶಾಸ್ತ್ರಾರ್ಥದ ಬಗ್ಗೆ ಅನೇಕಕಥೆಗಳಿದ್ದು ಎಲ್ಲವನ್ನೂ ಹೇಳುವುದು ಸಾಧ್ಯವಿಲ್ಲ. ದಕ್ಷಿಣದ **ಪಂಡಿತ ಅಹೋಬಲ ಶಾಸ್ತ್ರಿಯು** (ಕ್ರಿ.ಶ.1802ರಲ್ಲಿ) ಬಹಳ ಠೀವಿಯಿಂದ ಕಾಶಿಯ ಪಂಡಿತರನ್ನು ಶಾಸ್ತ್ರಾರ್ಥಕ್ಕೆ ಕರೆದನು. ಕಾಶಿಯ **ಪಂಡಿತ ಚಂದ್ರನಾರಾಯಣ** ಕಣಕ್ಕಿಳಿದಾಗ ಮೊದಲಪ್ರಶ್ನೆ ಅಹೋಬಲಶಾಸ್ತ್ರಿಯದಾಗಿತ್ತು. ಅದಕ್ಕೆ ಚಂದ್ರನಾರಾಯಣ ಕೊಟ್ಟಉತ್ತರವನ್ನು ಶಾಸ್ತ್ರಿ ಒಪ್ಪಿಕೊಂಡನು. ಪ್ರಶ್ನೆಕೇಳುವ ಸರದಿ ಬಂದಾಗ ಚಂದ್ರನಾರಾಯಣನು ತನ್ನ 'ಮೊದಲ ಉತ್ತರದಲ್ಲಿ ಏನು ತಪ್ಪಿತ್ತು?' ಎಂದು ಕೇಳಿದನು. ಶಾಸ್ತ್ರಿಗೆ ತಿಳಿಯದಾಗ ತಾನೇ ಎರಡನೆಯ ಉತ್ತರಕೊಟ್ಟನು. ಶಾಸ್ತ್ರಿ ತಲೆದೂಗಿದಾಗ ತನ್ನ 'ಎರಡನೆಯ ಉತ್ತರದಲ್ಲಿ ಏನು ತಪ್ಪಿತ್ತು?' ಎಂದು ಕೇಳಿದನು. ಹೀಗೆ ಸರಿಯೆಂದು ಕಾಣುವ ಉತ್ತರಕೊಟ್ಟು ಅದರಲ್ಲಿನ ಹುಳಕನ್ನು ಎತ್ತಿತೋರಿಸಿ, ಪಂಡಿತ ಶಾಸ್ತ್ರಿಯನ್ನು ತಬ್ಬಿಬ್ಬಾಗಿಸಿದನು. ಪಂಡಿತ ಚಂದ್ರನಾರಾಯಣನಾದರೋ ಈ ಪ್ರಶ್ನೋತ್ತರಗಳ ಸರಮಾಲೆಯನ್ನು ಎಡೆಬಿಡದೆ ಮುಂದುವರಿಸಲು ತಯಾರಾಗಿದ್ದನು.

ಪಂಡಿತ ದೀಲಾರಾಮ ಶಾಸ್ತ್ರಿಯ ಪ್ರಸಿದ್ಧಿಯನ್ನು ಕೇಳಿ ದಂಡಿಸ್ವಾಮಿಯೊಬ್ಬನಿಗೆ ಹೊಟ್ಟೆಯುರಿ ಶುರುವಾಯಿತು. ಶಾಸ್ತ್ರಿಯನ್ನು ಅವಮಾನ ಪಡಿಸಬೇಕೆಂದು ಸ್ವಾಮಿಯು ತನ್ನ ಶಿಷ್ಯನನ್ನು ದೀಲಾರಾಮನ ಮನೆಗೆ ವಾದಕ್ಕೆ ಕಳಿಸಿದನು. ದೀಲಾರಾಮನ ಹದಿನಾರುವರ್ಷದ ಮಗ ಕಾಕಾಶಾಸ್ತ್ರಿಯು ಶಿಷ್ಯನನ್ನು ಕುಳ್ಳಿರಿಸಿ 'ತಂದೆಯವರು ಪೂಜೆಮಾಡುತ್ತಿರುವುದರಿಂದ ನನ್ನಿಂದ ಏನಾದರು ಸೇವೆಯಿದ್ದರೆ ಹೇಳಿ' ಎಂದು ವಿನಯದಿಂದ ಕೇಳಿದನು. ತನ್ನೆಲ್ಲ ಕೂಟಪ್ರಶ್ನೆಗಳಿಗೆ ಸುಲಭವಾಗಿ ಉತ್ತರಕೊಡುತ್ತಿದ್ದ ಬಾಲಕನ ಪಾಂಡಿತ್ಯವೇ ಕತ್ತಿಯ ಅಲಗಿನಂತೆ ಚುರುಕಾಗಿರಬೇಕಾದರೆ ಇನ್ನು ಅಪ್ಪನನ್ನೆ

ಎದುರಿಸುವುದಾದರು ಹೇಗೆಂದು ಅಲ್ಲಿಂದ ಪಲಾಯನ ಮಾಡಿದನಂತೆ. ಗುಜರಾತಿನ ಪ್ರಸಿದ್ಧ ಶತಾವಧಾನಿ ಗಟ್ಟುಲಾಲ್ ಕಾಶಿಯ ಪಂಡಿತರಿಗೆ ಸೆಡ್ಡುಹೊಡೆದಂತೆ ಸವಾಲು ಹಾಕಿದಾಗ ಗಂಗಾಧರಶಾಸ್ತ್ರಿ ತೈಲಂಗ ಅವನ ಮುಖಕ್ಕೆ ಮಸಿಬಳಿದು ಕಾಶಿಯ ಗೌರವವನ್ನು ಉಳಿಸಿದರು. ಕಾಶಿಯ ಪಂಡಿತ ಬಾಲಾಶಾಸ್ತ್ರಿಯ ಇಬ್ಬರು ಶಿಷ್ಯರು, ದಾಮೋದರ ಶಾಸ್ತ್ರಿ ಮತ್ತು ಶಿವಕುಮಾರ ಶಾಸ್ತ್ರಿ, ತಮ್ಮ ತಮ್ಮಲ್ಲೇ ವಾದಕ್ಕಿಳಿದು ಗುರು ಬಾಲಾಶಾಸ್ತ್ರಿಯನ್ನು ನಿರ್ಣಾಯಕರಾಗಿರಲು ಕೇಳಿಕೊಂಡರು. ವಾದ ಅನೇಕದಿನಗಳು ನಡೆದಾಗ ಗುರು ಎಡವಟ್ಟಿನಿಂದ ಎದ್ದುಹೋದರು. ಶಿವಕುಮಾರ ಶಾಸ್ತ್ರಿ ಗೆದ್ದಾಗ ಜನರೆಲ್ಲ 'ಹರಹರ ಮಹಾದೇವ' ಎಂದು ಜಯಘೋಷ ಮಾಡಿದರು. ಕೇವಲ ಕಾಶಿಯ ವಿಶ್ವನಾಥನನ್ನು ಮಾತ್ರ 'ಹರಹರ ಮಹಾದೇವ' ಎಂದು ಕರೆಯುತ್ತಿದ್ದ ಜನ, ಅಂದಿನಿಂದ ಶಿವಕುಮಾರ ಶಾಸ್ತ್ರಿಯನ್ನು ಎದುರುಗೊಂಡಾಗಲೆಲ್ಲ 'ಹರಹರ ಮಹಾದೇವ' ಎಂದೇ ಕೂಗಲು ಶುರುಮಾಡಿದರು. ಶಿವಕುಮಾರ ಶಾಸ್ತ್ರಿಯು ಅನೇಕ ಶಾಸ್ತ್ರಾರ್ಥಗಳಲ್ಲಿ ದ್ವೈತ, ವಿಶಿಷ್ಟಾದ್ವೈತದ ಪಂಡಿತರುಗಳನ್ನು ಸೋಲಿಸಿದ್ದರು. ಶೃಂಗೇರಿಯ ಜಗದ್ಗುರು ಶಂಕರಾಚಾರ್ಯರು ಇವರಿಗೆ 'ಸರ್ವತಂತ್ರ ಸ್ವತಂತ್ರ ಪಂಡಿತ ರಾಜ' ಎಂಬ ಬಿರುದನ್ನು ಕೊಟ್ಟಿದ್ದರು.

ದಾಮೋದರ ಶಾಸ್ತ್ರಿ ಭರದ್ವಾಜ (ಕ್ರಿ.ಶ.1847–) ಗ್ವಾಲಿಯರ್‌ನ ಗೋಪಾಲಾಚಾರ್ಯ ಮತ್ತು ಸಂಗಡಿಗರನ್ನು ಮೂರುದಿನಗಳ ಶಾಸ್ತ್ರಾರ್ಥದಲ್ಲಿ ಸೋಲಿಸಿದನು. 1886ರಲ್ಲಿ ಮಿಥಿಲಾದ ರಾಘವಪುರದಲ್ಲಿ ಯಜ್ಞೋಪವೀತ ಸಮಾರಂಭ ನಡೆದಿರುವಾಗಲೆ ವಾದಶುರುವಾಯಿತು. ದಾಮೋದರ ಶಾಸ್ತ್ರಿಯು ಮಿಥಿಲಾದ ರಿದ್ದಿ ಜ್ಹಾ ಎಂಬ ಪಂಡಿತರನ್ನು ವಾದದಲ್ಲಿ ಸೋಲಿಸಿದನು. ಇದರಿಂದ ಅವರ ಶಿಷ್ಯ ಧರ್ಮದತ್ತ (ಬಛ್ಛಾ ಜ್ಹಾ) ಮೂರು ವರ್ಷದ ತಯಾರಿಯ ಅನಂತರ ಕಾಶಿಗೆ ಬಂದು ದಾಮೋದರ ಶಾಸ್ತ್ರಿಯನ್ನು ವಾದಕ್ಕೆ ಕರೆದನು. ಅವನ ಜೊತೆಗೆ ಮಿಥಿಲಾದ ಏಳುನೂರು ಪಂಡಿತರನ್ನೂ ತನ್ನ ಬೆಂಬಲಕ್ಕೆ ಕರೆತಂದಿದ್ದನು! ಮೂರುದಿನಗಳ ನಂತರವೂ ಯಾರು ಗೆದ್ದರೆಂದು ತೀರ್ಮಾನಮಾಡುವುದು ಕಷ್ಟವಾಗಿತ್ತು.

ಸ್ವಾಮಿ ದಯಾನಂದ ಸರಸ್ವತಿಗಳೊಡನೆ ಕಾಶಿಯ ಪಂಡಿತಸಮೂಹ ನಡೆಸಿದ ಶಾಸ್ತ್ರಾರ್ಥವು ಕಾಶಿಯ ಶಾಸ್ತ್ರಾರ್ಥದ ಚರಿತ್ರೆಯಲ್ಲೇ ಅತ್ಯಂತರೋಚಕವಾದ, ಪಂಡಿತರನ್ನು ತಳಮಳಗೊಳಿಸಿದ, ಜನಸಾಮಾನ್ಯರನ್ನು ಉದ್ರೇಕಗೊಳಿಸಿದ ಘಟನೆಯಾಗಿದೆ. ಕ್ರಿ.ಶ.1869ರಲ್ಲಿ ನಡೆದ ವಾದದವಿಷಯ 'ಮೂರ್ತಿಪೂಜೆಗೆ ವೇದ ಸಮ್ಮತಿಯಿದೆಯೆ?' ಎಂದಾಗಿತ್ತು. ಸ್ವಾಮಿ ದಯಾನಂದಸರಸ್ವತಿಗಳು (1824–1883) 'ವೇದಗಳ ಸಮ್ಮತಿಯಿಲ್ಲ. ಪುರಾಣಗಳು ಆಧಾರವಲ್ಲ' ಎಂದರೆ ಕಾಶಿಯ ಪಂಡಿತರು 'ಇದೆ' ಎಂಬ ನಿಲುವುತಳೆದಿದ್ದರು. ಸ್ವಾಮಿ ದಯಾನಂದರ ವಾದವನ್ನು ಎದುರಿಸಲು ಕಾಶಿಯ ನಲವತ್ತು ಪಂಡಿತರು ಒಟ್ಟಾದರು.

ಅವರ ಮುಖಂಡತ್ವದಲ್ಲಿ ಪ್ರಸಿದ್ಧರಾದ ಸ್ವಾಮಿ ವಿಶುದ್ಧಾನಂದ ಸರಸ್ವತಿ (1820–1889), ಬಾಲಾಶಾಸ್ತ್ರಿ, ತಾರಾಚರಣ ತರ್ಕರತ್ನ ಇದ್ದರು. ಶಾಸ್ತ್ರಾರ್ಥ ಸಭೆಯ ಅಧ್ಯಕ್ಷರಾಗಿ ಕಾಶಿಯ ನರೇಶ ಈಶ್ವರಿನಾರಾಯಣ ಸಿಂಗ್ ಉಪಸ್ಥಿತರಿದ್ದರು. ಸ್ವಾಮಿ ದಯಾನಂದರನ್ನು ಸುಲಭವಾಗಿ ಆರ್ಭಟಗಳಿಂದ ಮೌನವಾಗಿಸುವಂತಿರಲಿಲ್ಲ. ಆದ್ದರಿಂದ ವಾಗ್ವಾದ ಬಹಳಬಿರುಸಾಗಿ ನಡೆಯಿತು. 'ವೇದವೇ ಪುರಾಣವನ್ನು ಒಪ್ಪಿರುವುದರಿಂದ ಪುರಾಣಗಳ ಆಧಾರವನ್ನು ಒಪ್ಪಬೇಕಾಗುತ್ತದೆ' ಎಂದು ಪಂಡಿತರು ವಾದಿಸಿದರು. ಪ್ರಮಾಣ ಕೇಳಿದಾಗ ಪಂಡಿತರು ಕಡತ ಹುಡುಕತೊಡಗಿದರು, ಜನರ ಪಿಸುಗುಸು ಜೋರಾಯಿತು, ಅಲ್ಲಲ್ಲಿ ಉದ್ವೇಗ ಹೆಚ್ಚಿತು, ಹಾಹಾಕಾರ ಶುರುವಾಗುವುದರಲ್ಲಿತ್ತು. ಅಷ್ಟರಲ್ಲಿ ಪಂಡಿತರು "ಯಜ್ಞವನ್ನು ಪೂರೈಸಿದ ಹತ್ತನೆಯ ದಿನ ಪುರಾಣವಿದ್ಯೆಯನ್ನು ಕೇಳಬೇಕು" ಎಂಬ ಅರ್ಥದ ಶ್ಲೋಕವನ್ನು ಓದಿದರು. ಸ್ಫೋಟದಿಂದ ಶತ್ರುವಿನ ಕೋಟೆಯನ್ನೇ ಬೀಳಿಸಿದವರಂತೆ, ಎಲ್ಲ ಪಂಡಿತರೂ ಉನ್ಮಾದದ ಒಕ್ಕೊರಲಲ್ಲಿ 'ಹೋ, ಜಯಹೋ' ಎಂದು ಕೂಗುತ್ತಾ ಜಿಗಿದೆದ್ದರು. ಅದುವರೆಗೂ ಮುಳ್ಳಮೇಲೆ ಕೂತವರಂತೆ ಚಡಪಡಿಸುತ್ತಿದ್ದ ಜನಸ್ತೋಮ ವಿವಿಧರೀತಿಯಲ್ಲಿ ಕೂಗುತ್ತಾ, ಕೇಕೆ ಹಾಕುತ್ತಾ, ಕಾಶಿಯ ಗೌರವ ಉಳಿಸಿದ ಪಂಡಿತರನ್ನು ಅಭಿನಂದಿಸಲು ವೇದಿಕೆಯ ಹತ್ತಿರಕ್ಕೆ ಓಡಿತು. ಒಂದು ಮೂಲೆಯಲ್ಲಿ ಸ್ವಾಮಿ ದಯಾನಂದರು 'ಕೇಳಿ, ಕೇಳಿ, ನೀವು ಹೇಳಿದ ಶ್ಲೋಕದ ಸಂದರ್ಭದಲ್ಲಿ ಪುರಾಣವಿದ್ಯೆ ಅಂದರೆ ಪುರಾಣಗಳಲ್ಲ, ಅದು ಪುರಾತನವಿದ್ಯೆ, ಬ್ರಹ್ಮವಿದ್ಯೆ' ಎಂದು ವಿವರಿಸುತ್ತಿದ್ದದು ಯಾರ ಕಿವಿಗೂ ಬೀಳಲೇ ಇಲ್ಲ!

ಸ್ವಾಮಿ ಸತ್ಯಾನಂದತೀರ್ಥರು ಕ್ರಿ.ಶ. 1932ರಲ್ಲಿ ಕಾಶಿಗೆ ಬಂದು ಶಂಕರಾಚಾರ್ಯರ 'ಅದ್ವೈತ'ವನ್ನು ಖಂಡಿಸುವ 'ಅದ್ವೈತ ಮತ ವಿಮರ್ಶ' ಎಂಬ ಪುಸ್ತಕವನ್ನು ಎಲ್ಲೆಡೆ ಹಂಚಿದರು. 'ನಮ್ಮಲ್ಲೂ ಮಿಷನರಿಗಳ ಮಾದರಿಯ ಪ್ರಚಾರ ಶುರುವಾಯಿತೇ'ಎಂದು ಕಾಶಿಯ ಪಂಡಿತರು ರೋಸಿಹೋದರು. ಪಂಡಿತ ಹರನಾರಾಯಣ ಭಟ್ಟಾಚಾರ್ಯನು 'ಅದ್ವೈತ ಸಿದ್ಧಾಂತ ವಿಮರ್ಶ ಖಂಡನ' ಎಂಬ ಪುಸ್ತಕವನ್ನು ಬರೆದು, ತನ್ನ ಪುಸ್ತಕದಲ್ಲಿರುವ ವಿಚಾರಗಳಲ್ಲಿ ತಪ್ಪು ಕಂಡುಹಿಡಿದವರಿಗೆ ಸಾವಿರ ಚಿನ್ನದನಾಣ್ಯಗಳ ಬಹುಮಾನ ಕೊಟ್ಟು, ತಾನು ಮಾಧ್ವಸ್ವಾಮಿಯ ಶಿಷ್ಯನಾಗುವೆನೆಂದು ಸಾರಿದನು. ಈ ಪಣಕ್ಕೆ ಯಾವಪ್ರತಿಸ್ಪರ್ದಿಯೂ ಇರಲಿಲ್ಲ.

ಕರ್ನಾಟಕದಿಂದ ಕಾಶಿಗೆ ಬಂದ ಪಂಡಿತರು: ಕಾಶಿಯ ಬಗ್ಗೆ ನನ್ನ ಮೊದಲ ಇಂಗ್ಲಿಷ್ ಪುಸ್ತಕದ ಮೊಟ್ಟಮೊದಲ ಕರಡುಪ್ರತಿಯನ್ನು ಶ್ರೀ ಶೃಂಗೇರಿ ಮಠದ ಜಗದ್ಗುರುಗಳಾದ ಶ್ರೀ ಶ್ರೀ ಭಾರತೀತೀರ್ಥ ಸ್ವಾಮಿಗಳು ನೋಡಿ, ಆಶೀರ್ವಚನ ಮಾಡಿದ್ದರು. ಹತ್ತು-ಹದಿನೈದು ನಿಮಿಷ ತಿರುವಿಹಾಕಿ ನೋಡಿದ್ದರಲ್ಲಿ ಕೆಲವು ಅತ್ಯಂತ ಪ್ರಸ್ತುತ ವಿಷಯಗಳನ್ನು ಹೇಳಿದ್ದು ಆಶ್ಚರ್ಯತಂದಿತ್ತು. ಅದರಲ್ಲಿ ಅವರು ಹೇಳಿದ ಒಂದು ವಿಷಯ ಹೀಗಿತ್ತು-

"ಪಂಡಿತರ ಬಗ್ಗೆ ಬರೆದಿದ್ದೀರಿ, ಆದರೆ ಕರ್ನಾಟಕದಿಂದ ಕಾಶಿಗೆ ಬಂದ ಪಂಡಿತರ ಬಗ್ಗೆ ಬರೆದಂತೆ ಕಾಣಲಿಲ್ಲವಲ್ಲ" ಎಂದರು. ಕೇವಲ ಪುಟಗಳನ್ನು ತಿರುವಿಹಾಕುತ್ತ (ಓದದೆಯೇ) ಇಷ್ಟೊಂದು ವಿಷಯಗಳನ್ನು ಹೇಗೆ ಗುರುತಿಸಿ ಹೇಳಿದರೆಂದು ಆಶ್ಚರ್ಯವೇ ಆಯಿತು. ಕಾಶಿಗೆ ಎಲ್ಲಾ ಕಡೆಯಿಂದಲೂ ಪಂಡಿತರು ಬಂದಿದ್ದರು. ಅವರಲ್ಲಿ ಮಹಾರಾಷ್ಟ್ರ, ಆಂಧ್ರ ಮತ್ತಿತರ ಪ್ರಾಂತ್ಯಗಳಿಂದ ಬಂದವರೇ ಜಾಸ್ತಿ ಎನಿಸಿತು. ಕರ್ನಾಟಕದಿಂದ ಬಂದು ಹೆಸರುಮಾಡಿದ ಎರಡು ಉದಾಹರಣೆಗಳನ್ನು ಕೆಳಗೆ ಕೊಡಲಾಗಿದೆ.

ಸ್ವರ್ಣವಲ್ಲಿಮಠದ ಶ್ರೀ ಗಂಗಾಧರೇಂದ್ರ ಸರಸ್ವತೀ ಸ್ವಾಮಿಗಳು (ಕ್ರಿ.ಶ.1648–1653) ಸ್ವಪ್ರಕಾಶ ಸ್ವಾಮಿಗಳೊಂದಿಗೆ ಕಾಶಿಯ ಶಾಸ್ತ್ರಾರ್ಥದಲ್ಲಿ ವಿಜಯಿಗಳಾಗಿದ್ದರು. ಈ ಮಠದ ಮೊದಲ ಗುರುಗಳಾದ ವಿಶ್ವವಂದ್ಯರು, ಶಂಕರಾಚಾರ್ಯರ ಶಿಷ್ಯರೆನಿಸಿದ ಶ್ರೀ ಭಾಸ್ಕರೇಂದ್ರ ಸರಸ್ವತೀ ಸ್ವಾಮಿಗಳಿಂದ ದೀಕ್ಷೆಪಡೆದಿದ್ದರೆಂದೂ, ಅವರ ಮೊದಲ ಮಠ ಕಾಶಿಯ ದಶಾಶ್ವಮೇಧ ಘಾಟ್‌ನಲ್ಲಿತ್ತೆಂದೂ ತಿಳಿದುಬರುತ್ತದೆ ('ಶ್ರೀಶಂಕರಾಚಾರ್ಯರ ಅದ್ವೈತ ದರ್ಶನ',ಪು 210).

ಶ್ರೀಕಂಠಶಾಸ್ತ್ರಿಗಳು (1846–1942) ನಂಜನಗೂಡಿನ ಜ್ಯೂಬಿಲಿ ಸಂಸ್ಕೃತ ಪಾಠಶಾಲೆಯಲ್ಲಿ ಪಂಡಿತರಾಗಿ ಸಾಕಷ್ಟು ಹೆಸರು–ಗೌರವ ಗಳಿಸಿದ್ದರು. ತಮ್ಮ ಅರವತ್ತನೆಯ ವಯಸ್ಸಿನಲ್ಲಿ (ಸುಮಾರು 1906) ಶೃಂಗೇರಿಯ ಮಠದಲ್ಲಿ ಜಗದ್ಗುರುಗಳಾಗಿದ್ದ ಶ್ರೀ ಶ್ರೀ ಶಿವಾಭಿನವ ನೃಸಿಂಹಭಾರತೀ ಸ್ವಾಮಿಗಳಿಂದ ಭಾಷ್ಯಶಾಂತಿ ಮಾಡಿಸಿಕೊಂಡು, ತಮ್ಮ ಆಸ್ತಿಯನ್ನು ಮೂರು ಮಕ್ಕಳಿಗೂ ಸಮನಾಗಿ ಹಂಚಿ, ತಾವು ಕಾಶಿ–ವಾಸಮಾಡಲು ಕಾಶಿಗೆ ಹೊರಟರು. ತಮ್ಮೊಡನೆ ಯಾವ ಸಂಪರ್ಕವೂ ಇಡಬಾರದೆನ್ನುವಂತೆ, ತಮಗೆ ಪತ್ರವನ್ನೂ ಬರೆಯಬಾರದೆಂದು ಮಕ್ಕಳಿಗೆ ಹೇಳಿದ್ದರು. ಕಾಶಿಯಲ್ಲಿ ಶಾಸ್ತ್ರಿಗಳ ಪಾಂಡಿತ್ಯ ಎಲ್ಲೆಡೆ ಹರಡಿತ್ತು. ಈ ಬಗ್ಗೆ ಕೇಳಿದ್ದ, ಅಂದಿನ ಕಾಶಿಯ ರಾಜ ಪ್ರಭುನಾರಾಯಣಸಿಂಗ್ (1889–1931) ಶಾಸ್ತ್ರಿಗಳಿಗೆ ಕರೆಕಳಿಸಿ ಅವರನ್ನು ತಮ್ಮ ಗುರುಗಳಾಗಿ ನೇಮಿಸಿಕೊಂಡರು. ಇವರನ್ನು ರಾಮನಗರದ ತಮ್ಮ ಮನೆಗೆ ಕರೆಸಿಕೊಳ್ಳಲು ಯಾವಾಗಲೂ ತಮ್ಮ ವಾಹನ ಕಳಿಸುತ್ತಿದ್ದರು. ಕಂಚಿಯ ಶಂಕರಾಚಾರ್ಯ ಮಠದಲ್ಲಿ ಗುರುಗಳಾಗಿದ್ದ "ಕಂಚಿಯ ಪರಮಾಚಾರ್ಯರು" ಕಾಶಿಯ ತಮ್ಮ "ಆಮ್ನಾಯ"ಪೀಠಕ್ಕೆ ಬರುವರೆಂಬ ಸುದ್ದಿಬಂದಿತು. ತಕ್ಷಣವೇ ಶ್ರೀಕಂಠಶಾಸ್ತ್ರಿಗಳು ಕಂಚಿಯ ಸ್ವಾಮಿಗಳಿಗೆ ಪತ್ರ ಬರೆದು "ಶಂಕರಾಚಾರ್ಯರು ಸ್ಥಾಪಿಸಿದ್ದು ನಾಲ್ಕೇ ಆಮ್ನಾಯ ಪೀಠಗಳು. ಕಂಚಿಯದು ಆಮ್ನಾಯ ಪೀಠವಲ್ಲ. ಆದ್ದರಿಂದ ಕಾಶಿಯಲ್ಲಿರುವ ಕಂಚಿಯ ಮಠವನ್ನು 'ಆಮ್ನಾಯ ಪೀಠ' ಎಂದು ಕರೆದು ತಾವು ಇಲ್ಲಿಗೆ ಬರುವಂತಿಲ್ಲ" ಎಂದು ಬರೆದರು.

ಹೀಗೆ, ದೇಶದ ಅನೇಕ ರಾಜ್ಯಗಳಿಂದ ಕಾಶಿಗೆ ಬಂದು ಹೆಸರು ಗಳಿಸಿದ ಅನೇಕ

ಪಂಡಿತರು ಮತ್ತು ಅವರ ಕೊಡುಗೆಯ ಬಗ್ಗೆಯೇ ಒಂದು ದೀರ್ಘ ಸಂಶೋಧನೆ ಮಾಡಬಹುದಾಗಿದೆ.

ಶಾಸ್ತ್ರಾರ್ಥ ಅಥವಾ ಪಾಂಡಿತ್ಯದ ಮಾತಂತಿರಲಿ, ನಿತ್ಯಜೀವನದಲ್ಲಿ ಪಂಡಿತರ ವ್ಯಕ್ತಿವೈಶಿಷ್ಟ್ಯವನ್ನು ನೋಡಿ. 'ಸಂಸ್ಕೃತ ಕಾಲೇಜು' ಶುರುವಾದ ಹೊಸತರ ಮಾತಿದು. ಪಂಡಿತರಿಗೆ ಕಾಲೇಜಿನ ಶಿಸ್ತು, ಶಿಕ್ಷಣಪದ್ಧತಿ ಎಲ್ಲವೂ ಹೊಸತಾಗಿತ್ತು. ಪಾಠಶಾಲೆಯಲ್ಲಿ, ಗುರುಕುಲದಲ್ಲಿ ತಮ್ಮ ಮನಸ್ಸಿಗೆ ಬಂದಾಗ, ನಿತ್ಯಕರ್ಮಗಳನ್ನು ಪೂರೈಸಿದಾಗ, ಮನೋಭಾವ ಸರಿಯೆನಿಸಿದಾಗ ಶಿಷ್ಯರಿಗೆ ಪಾಠಹೇಳುವ ರೀತಿಗಿಂತ ಕಾಲೇಜಿನ ಪದ್ಧತಿ ಭಿನ್ನವಾಗಿತ್ತು. ತಿಂಗಳಸಂಬಳ ತೆಗೆದುಕೊಳ್ಳವಾಗ ಎಷ್ಟೋ ಪಂಡಿತರಿಗೆ 'ವಿದ್ಯೆಯನ್ನು ಮಾರುತ್ತಿದೀವಲ್ಲಾ' ಎಂದು ಮಹಾಮುಜುಗರ! ಹೊಸ ಪರಿಸ್ಥಿತಿಗೆ ಹೊಂದಿಕೊಳ್ಳುವ ಮೊದಲೇ ಕಾಲೇಜಿನ ಇಂಗ್ಲಿಷ್ ಪ್ರಾಂಶುಪಾಲರು ತಡವಾಗಿ ಬರುತ್ತಿದ್ದ ಹಾಗು ರಿಜಿಸ್ಟರಿನಲ್ಲಿ ಸಹಿಮಾಡದೆ ಹೋಗುತ್ತಿದ್ದ ಪಂಡಿತರನ್ನು ಶಿಸ್ತಿನ ನಿಯಮದಲ್ಲಿ ಸಿಗಿಸಲು ಪ್ರಯತ್ನಪಟ್ಟರು. ಸಹಿಮಾಡಲು ಒಪ್ಪದ ಒಬ್ಬ ಪಂಡಿತರಂತೂ ಅಂಕುಶದಿಂದ ಚುಚ್ಚಿದ ಆನೆಯಂತಾದರು. ಬೆಳಗಿನಝಾವ ಐದುಘಂಟೆಗೆ ಕಾಲೇಜಿಗೆ ಬಂದು, ರಿಜಿಸ್ಟರಿನಲ್ಲಿ ತಮ್ಮ ಐದು ಬೆರಳುಗಳನ್ನೂ ಒತ್ತಿ ಮನೆಗೆ ಹೋದರು. ಇನ್ನೊಮ್ಮೆ ಶಿವಕುಮಾರ ಶಾಸ್ತ್ರಿಗಳಿಗೆ ಜಮ್ಮುವಿನ ರಾಜನ ಮೂದಲಿಕೆಯಮಾತು ಹಿಡಿಸಲಿಲ್ಲ. 'ಹೋಗಲೇ, ನೀನೆಲ್ಲಿಯ ರಾಜ' ಎನ್ನುವ ಧೋರಣೆಯಲ್ಲಿ 'ನಾನು ರಾಜರುಗಳೆಲ್ಲರ ಮಹಾರಾಜ' ಎಂದು ಉತ್ತರಕೊಟ್ಟರು.

ಪಂಡಿತ ಕವಿ ಚಕ್ರವರ್ತಿ ಒಮ್ಮೆ ತರಕಾರಿ ಕೊಳ್ಳುತ್ತಿರುವಾಗ ಮಾರುವವಳ ಬಾಯಿನಿಂದ ಅಪ್ಪಿತಪ್ಪಿ ಒಂದು ಬೈಗಳ ಹೊರಬಂದಿತು. ಪಂಡಿತರ ರಕ್ತಪಿತ್ತಕ್ಕೇರಿತು. ಮಾತಿನ ಚಕಮಕಿಗೆ ಪಂಡಿತರನ್ನು ಆಹ್ವಾನಿಸಿದಂತಾಯಿತು. ನೀನು ಒಂದು ಬೈಗಳತೆಗೆದರೆ ನಾನು ಎರಡು ಹೇಳುತ್ತೇನೆ ಎನ್ನುವ ಧಾಟಿಯಲ್ಲಿ ಪಂಡಿತರು ಬೈಗಳದ ಪೈಪೋಟಿ ಶುರುಮಾಡಿಯೇ ಬಿಟ್ಟರು. (ಯುವಕರಾಗಿದ್ದಾಗ ಹೋಲಿಹಬ್ಬದಲ್ಲಿ ಸಾಮಾನ್ಯವಾಗಿ ನಡೆಯುವ 'ಬೈಗಳ ಸ್ಪರ್ಧೆ'ಯಲ್ಲಿ ಪ್ರಾಯಶಃ ಇವರೇ ಚಾಂಪಿಯನ್ ಆಗಿದ್ದಿರಬೇಕು!) ಮುಫತ್ತಿನಲ್ಲಿ ಮನೋರಂಜನೆ ಸಿಗುವಾಗ ಜನಗಳಿಗೇನು ಕೊರತೆ, ನಿಮಿಷದಲ್ಲಿ ಅನೇಕರು ಘೇರಾಯಿಸಿ, ಹುರಿದುಂಬಿಸಿದರು. ಎಲ್ಲೊ ಒಂದಿಬ್ಬರಿಗೆ 'ಅಯ್ಯೋ ಈ ಪಂಡಿತ್‌ಜೀಗೆ ಏನುಬಂತು! ಅದರಲ್ಲೂ ಮಾರುಕಟ್ಟೆಯ ಮಧ್ಯದಲ್ಲಿ, ಒಬ್ಬ ಹಳ್ಳಿಯ ಹೆಂಗಸಿನೊಡನೆ ಕೆಟ್ಟಬೈಗಳವೆ!' ಎನಿಸಿರಬೇಕು. ಆದರೆ ಪಂಡಿತರನ್ನು ತಡೆಯಲು ಯಾರಿಗೂ ಸಾಧ್ಯವಿರಲಿಲ್ಲ. ಬೈಗಳ ಹಳ್ಳಿಯವರಿಗೆ ಪಾನ್‌ಮೆದ್ದಂತೆ ಅಂದುಕೊಂಡಿದ್ದವರಿಗೆ ಪಂಡಿತರ ಗಂಟಿನೊಳಗೆ ಇಷ್ಟೊಂದು ಸರಕು ಇದೆಯೆಂದು ತಿಳಿದಿರಲಿಲ್ಲ. ಅದಿರಲಿ, ಆ ಹೆಂಗಸಿನ ಧಾರ್ಷ್ಟ್ಯತನ ನೋಡಿ, ಪೇಟೆಬೀದಿಯಲ್ಲಿ ಬಸವನ ಕೋಡನ್ನೇ ಹಿಡಿದು ಜಗ್ಗಲು ಹೋದಳಲ್ಲ!

ಪಂಡಿತ ಗಂಗಾಧರ ಶಾಸ್ತ್ರಿ ಮೇಲುಬಟ್ಟೆ ಹೊದಿಯದೆ ಲಾರ್ಡ್‌ಕರ್ಜನ್‌ನ ಭೇಟಿಗೆ

ಹೋಗಿದ್ದರು ಎನ್ನುವುದು ಅಗೌರವ ಸಲ್ಲಿಸಿದಂತೆ ಆಗಿತ್ತು. ಲಾರ್ಡ್‌ಕರ್ಜನ್ ಸಂಸ್ಕೃತ ಕಾಲೇಜಿಗೆ ಬಂದಾಗ, ತನ್ನ ಗ್ರಂಥಗಳಲ್ಲಿಯೆ ಲೀನನಾಗಿದ್ದ ಈ ಪಂಡಿತನನ್ನು ನೋಡಲು ಕರ್ಜನ್ ಸ್ವತಃ ಬರಬೇಕಾಯಿತು. ಆದರೂ, ಇವರ ಪಾಂಡಿತ್ಯಕ್ಕೆ ಮಾರುಹೋಗಿ, ಕಲ್ಕತ್ತಾಗೆ ತಿರುಗಿಹೋದಮೇಲೆ ಇವರಿಗೆ ಸಿ.ಐ.ಇ. ಪದವಿಕೊಟ್ಟು ಗೌರವಿಸಿದರು. ಶುಕ್ಲ ಯಜುರ್ವೇದದ ಪಂಡಿತರಾಗಿದ್ದ **ಪ್ರಭುದತ್ತ ಶರ್ಮ ಗೌಡ್** ಒಬ್ಬ ಒಳ್ಳೆಯ ಕುಸ್ತಿಪಟು ಆಗಿದ್ದರು. ಒಮ್ಮೆ ಟೌನ್‌ಹಾಲ್‌ನ ಹತ್ತಿರನಡೆಯುತ್ತಿದ್ದ ಕುಸ್ತಿಪಂದ್ಯದಲ್ಲಿ ಹೊರಗಿನಿಂದ ಬಂದಿದ್ದ ಪೈಲ್ವಾನನು ಸ್ಥಳೀಯನನ್ನು ಸೋಲಿಸಿ, ಮಿಕ್ಕವರಿಗೆ ಸವಾಲುಹಾಕಿ ಪಣಕ್ಕೆ ಕರೆದಿದ್ದ. ಯಾರೂ ಮುಂದೆಬಾರದಿದ್ದುದನ್ನು ಕಂಡ ಪಂಡಿತರು ತಾವೇ ಕಣಕ್ಕಿಳಿದು ಅವನನ್ನು ಸೋಲಿಸಿ, ಕಾಶಿಯ ಗೌರವ ಉಳಿಸಿದರು. ಕುಸ್ತಿಯನ್ನು ವೀಕ್ಷಿಸುತ್ತಾ ಅಲ್ಲಿಯೆ ನಿಂತಿದ್ದ ಪಂಡಿತ ಮದನ ಮೋಹನ ಮಾಳವೀಯರಿಗೆ ಎಲ್ಲಿಲ್ಲದ ಆನಂದ! ತಕ್ಷಣ ಪಂಡಿತರಿಗೆ ಕಾಶೀ ಹಿಂದೂ ವಿಶ್ವವಿದ್ಯಾಲಯ ಸೇರಲು ಕರೆಕೊಟ್ಟರು. **ಪಂಡಿತ ಮಧುಸೂದನ ತೀರ್ಥ**ರನ್ನು ಆಕ್ಸಫರ್ಡ್ ವಿಶ್ವವಿದ್ಯಾಲಯ ಆಹ್ವಾನಿಸಿದಾಗ ಅವರು ಇಂಗ್ಲೆಂಡಿಗೆ ಹಡಗಿನಲ್ಲಿ ಹೋಗಬೇಕಾಯಿತು. ಕಾಶಿಯ ಪಂಡಿತನಂತೆ ಅವರು ಹಡಗಿನ ಕ್ಯಾಬಿನ್‌ನಲ್ಲಿ ತಮ್ಮ ಊಟ ತಯಾರುಮಾಡುತ್ತಿದ್ದರು. ಇದು ಕ್ಯಾಪ್ಟನ್‌ಗೆ ಒಪ್ಪಿಗೆಯಾಗಲಿಲ್ಲ. ಪಂಡಿತರು ಯಾವ ಮುಲಾಜೂ ಇಲ್ಲದೆ ಏಡನ್‌ನಲ್ಲಿ ಇಳಿದು ಕಾಶಿಗೆ ವಾಪಸ್ಸಾದರು. ಇನ್ನೊಬ್ಬ ಪಂಡಿತರ ಹೆಂಡತಿ ಬೇಗತೀರಿಕೊಂಡಳು. ಒಬ್ಬರೇ ಇರಲಾಗದೆ, ಹೆಂಡತಿಯ ತಂಗಿಯನ್ನೇ ಮದುವೆಯಾಗುವೆನೆಂದರೆ ಅವರ ಮಾವ ಒಪ್ಪಲಿಲ್ಲ. ಕೊನೆಗೆ, ಆಮರಣಾಂತ ಉಪವಾಸ ಮಾಡುವೆನೆಂದು ಹಠಹಿಡಿದು ಮಾವನನ್ನು ಒಪ್ಪಿಸಬೇಕಾಯಿತು. ಸಂಸ್ಕೃತಸಾಹಿತ್ಯದಲ್ಲಿ ಪರಿಣಿತರಾಗಿದ್ದ **ಪಂಡಿತ ಪಂಚಾನನ** ಒಬ್ಬ ಒಳ್ಳೆಯ ಕುಸ್ತಿಪಟುವೂ ಆಗಿದ್ದರು. ಅವರು ತಮ್ಮ ಮನೆಯ ಹತ್ತಿರದ ಮಿಠಾಯಿ ಅಂಗಡಿಯಲ್ಲಿ ಎರಡು ಸೇರು(!) ಲಾಡುವನ್ನು ಕೊಂಡು, ಕ್ವೀನ್ಸ್‌ಕಾಲೇಜಿಗೆ ಹೋಗುವ ದಾರಿಯುದ್ದಕ್ಕೂ ಅದನ್ನು ತಿಂದು ಮುಗಿಸುತ್ತಿದ್ದರು. **ಪಂಡಿತ ದುಃಖಭಂಜನ** ಎಂಬ ಕವಿ ಅರವತ್ತನಾಲ್ಕು ಕಲೆಗಳಲ್ಲಿ ಐವತ್ತರಲ್ಲಿ ಪಾರಂಗತ–ರಾಗಿದ್ದರೆಂದು ಪ್ರತೀತಿ. ಇವೆಲ್ಲದರ ಜೊತೆಗೆ ಮದಿರಾಪಾನದಲ್ಲೂ ಎತ್ತಿದ ಕೈ ಈತದು !

ಪ್ರಸಿದ್ಧಸಾಹಿತಿಯಾಗಿದ್ದ **ಹಜಾರಿ ಪ್ರಸಾದ ದ್ವಿವೇದಿ** ಕೆಲಕಾಲ ಶಾಂತಿನಿಕೇತನದಲ್ಲಿ ಹಿಂದಿಯ ಪ್ರೊಫೆಸರ್ ಆಗಿದ್ದರು. ತಮ್ಮ ಮನೆಯ ಹೂತೋಟದಲ್ಲಿ ಅರೆಬೆತ್ತಲೆಯಾಗಿ ಕೂತು ಓದುವ ಹವ್ಯಾಸ ಅವರಿಗಿತ್ತು. ಒಮ್ಮೆ ರವೀಂದ್ರನಾಥ ಟಾಕೂರ್ ಇವರ ಅರೆನಗ್ನತೆಯ ಬಗ್ಗೆ ಹೇಳಿದಾಗ, ದ್ವಿವೇದಿಯವರು ನಗುತ್ತಾ "ಅರೆನಗ್ನತ್ವ ಪ್ರತಿಯೊಬ್ಬ ಸಂಸ್ಕೃತಪಂಡಿತನ ಹಾಗೂ ಇಂಗ್ಲಿಷ್ ಕಲಿತ ಪ್ರತಿಹೆಂಗಸಿನ ಜನ್ಮಸಿದ್ಧಹಕ್ಕು" ಎಂದರು. ಇನ್ನೊಬ್ಬ ಪಂಡಿತರು ಹೇಳಿದಮಾತು ಹೀಗಿವೆ: "ಬನಾರಸಿ ಪಂಡಿತ ಊಟಮಾಡುವಾಗ ಅನ್ನಪೂರ್ಣಾನಂದ,

ಊಟವಾದಮೇಲೆ ಪರಿಪೂರ್ಣಾನಂದ, ವಿಶ್ರಾಂತಿಯಲ್ಲಿ ಸರ್ವಾನಂದ, ಮಲಗಿರುವಾಗ ಯಾರಾದರೂ ಕಾಲನ್ನು ಒತ್ತಿದರೆ ಆಗ ಅವನು ನಿಜವಾಗಲು ಸಂಪೂರ್ಣಾನಂದ".

ಸಂಸ್ಕೃತಪಂಡಿತರ ಕಥೆಗಳು ಕಚಗುಳಿ ಇಟ್ಟಂತಾದರೆ, ಆಯುರ್ವೇದ ಪಂಡಿತರ ಕಥೆಗಳು ನಾಡಿಹಿಡಿದು ಕಷಾಯಕೊಟ್ಟಂತೆ ಆಗುತ್ತದೆ. **ತ್ರಯಂಬಕ ಶಾಸ್ತ್ರಿ** (ಕ್ರಿ.ಶ.1861–1942) ಒಬ್ಬ ಪ್ರಸಿದ್ಧ ಆಯುರ್ವೇದ ಪಂಡಿತರು. ಇವರ ತಂದೆ ಅಮೃತಶಾಸ್ತ್ರಿ ಕಾಶ್ಮೀರ ಮಹಾರಾಜನ ಚಿತ್ರಪಟವನ್ನು ನೋಡಿ ಔಷಧಿ ಕೊಟ್ಟರೆ, ತ್ರಯಂಬಕ ಶಾಸ್ತ್ರಿ ನಾಡಿ ಪರೀಕ್ಷೆಗೆ ಪ್ರಸಿದ್ಧರು. ಒಮ್ಮೆ ಅವರ ಮನೆಗೆ ಬರುತ್ತಿದ್ದ ರೋಗಿಯನ್ನು ದೂರದಿಂದ ನೋಡಿಯೆ 'ಇವರನ್ನು ನೋಡುವ ಅವಶ್ಯಕತೆಯಿಲ್ಲ. ಇವರ ಆಯಸ್ಸು ಮುಗಿದಿದೆ' ಎಂದು ಹೇಳಿದರು. ರೋಗಿಯ ಜೊತೆ ಬಂದವರಿಗೆ ಆಶ್ಚರ್ಯ ಮತ್ತು ಖೇದವಾಯಿತು. ವಿವರಣೆ ಕೇಳಿದಾಗ 'ಇಬ್ಬರೂ ಮಂದಿರಕ್ಕೆ ಹೋಗಿ, ಹಣೆಗೆ ಶ್ರೀಗಂಧ ಹಚ್ಚಿ ಬಂದಿದ್ದೀರಿ. ನಿಮ್ಮ ಹಣೆಯ ಬೊಟ್ಟು ಒಣಗಿಹೋಗಿದ್ದರೆ, ಇವರದ್ದು ಇನ್ನೂ ಒದ್ದೆಯಾಗಿ ಹಾಗೆಯೆ ಇದೆ. ದೇಹದಲ್ಲಿ ಅಗ್ನಿ ಆರಿರುವ ಚಿಹ್ನೆ ಅಲ್ಲಿಯೆ ಕಾಣುತ್ತದೆ' ಎಂದಿದ್ದರು. ಕಾಶಿಯ ನರೇಶ ಈಶ್ವರೀನಾರಾಯಣ ಸಿಂಗ್ ಸಾವಿನಂಚಿನಲ್ಲಿ ಮಲಗಿದ್ದರು. ಅವರನ್ನು ನೋಡುತ್ತಿದ್ದ ನಾಲ್ಕುಇಂಗ್ಲಿಷ್ ಡಾಕ್ಟರುಗಳು ನಿರಾಶರಾಗಿ ಕೈ ಬಿಟ್ಟಿದ್ದರು. ಉತ್ತರಾಧಿಕಾರಿಯಿಲ್ಲದ ರಾಜ್ಯ ಈಸ್ಟ್‌ಇಂಡಿಯಾ ಕಂಪನಿಯ ಪಾಲಾಗುವ ವಿಷಮಪರಿಸ್ಥಿತಿ ತಲುಪಿತ್ತು. ಹೇಗಾದರೂ ಮಾಡಿ ಅವರನ್ನು ಕೆಲಕಾಲದವರೆಗೂ ಬದುಕಿಸಿಕೊಟ್ಟರೆ, ಅವರು ಸೂಕ್ತಯುವಕನನ್ನು ದತ್ತುತೆಗೆದುಕೊಂಡು ರಾಜ್ಯವನ್ನು ಉಳಿಸಬಹುದೆಂದು ಎಲ್ಲರೂ ಶಾಸ್ತ್ರಿಗಳನ್ನು ಬೇಡಿಕೊಂಡರು. ಅವರ ಚಿಕಿತ್ಸೆಯ ಫಲವಾಗಿ ಈಶ್ವರೀನಾರಾಯಣ ಸಿಂಗ್ ಅವರಿಗೆ ಪ್ರಭುನಾರಾಯಣ ಸಿಂಗ್ ಅವರನ್ನು ದತ್ತು ತೆಗೆದುಕೊಳ್ಳಲಾಯಿತು.

ಪಂಡಾಗಳು: ಪಂಡಾಗಳನ್ನು ಪಂಡಿತವರ್ಗದಲ್ಲಿ ಖಂಡಿತಾ ಸೇರಿಸುವಂತಿಲ್ಲ. ಪಾಂಡಿತ್ಯವಿಲ್ಲದ ಅರೆಬೆಂದ ಅಡ್ಡಕಸುಬಿ ಪುರೋಹಿತನೆ ಪಂಡಾ ಎನ್ನುವುದು ಒಂದು ಸರಳ ವಿವರಣೆ. ಶ್ರೀರಾಮನ ಬ್ರಹ್ಮಹತ್ಯಾ (ರಾವಣ ಹತ್ಯಾ)ದೋಷ ನಿವಾರಣೆಗೆ ನಡೆದ ಪ್ರಾಯಶ್ಚಿತ್ತ ಕರ್ಮದಲ್ಲಿ ಬ್ರಾಹ್ಮಣರು ಭಾಗವಹಿಸದಿದ್ದಾಗ, ಅನೇಕರನ್ನು ಪುಸಲಾಯಿಸಿ ಬ್ರಾಹ್ಮಣರನ್ನಾಗಿ ಮಾಡಿ (ಪಂಡಾಗಳೆಂದು ಕರೆದು) ದಾನಕೊಡಿಸಲಾಯಿತಂತೆ. ಈ ಕಥೆಯಿಂದಾಗಿ ಪಂಡಾಗಳನ್ನು ಬ್ರಾಹ್ಮಣರಿಗಿಂತ ಕೆಳದರ್ಜೆಯವರು ಎಂದು ಪರಿಗಣಿಸುತ್ತಾರೆ. ಆದ್ದರಿಂದ ಯಾಗ, ಯಜ್ಞಮುಂತಾದ ಕರ್ಮಕಾಂಡದಲ್ಲಿಯೆ ನುರಿತ (ಕರ್ಮಕಾಂಡಿಗಳು) ಪಂಡಿತರು, ಮಂದಿರಗಳಲ್ಲಿ ಪೂಜೆನಡೆಸುವ ಪೂಜಾರಿಗಳು, ಮನೆಗಳಲ್ಲಿ ಕರ್ಮನಡೆಸುವ ಅನುಷ್ಠಾನಿಗಳು, ಸಭೆಗಳಲ್ಲಿನ ಕೀರ್ತನಕಾರರು ಇವರಾರೂ ಪಂಡಾಗಳನ್ನು ತಮ್ಮವರೆಂದು ಒಪ್ಪುವುದಿಲ್ಲ. ಊರಿನವರಿಗೆ ಬೇಡವಾದ ಪಂಡಾ ಯಾತ್ರಿಗಳನ್ನು ಹಿಡಿಯಬೇಕಾಯಿತು.

ಹೀಗೆ ಯಾತ್ರಿಗಳ ಧಾರ್ಮಿಕ ಸಂಕಲ್ಪಗಳಲ್ಲಿ ನೆರವಾಗುವ ಒಂದು ವಿಶೇಷ ಪುರೋಹಿತವರ್ಗ (ಪಂಡಾಗಳು) ಕಾಶಿಯಂತಹ ತೀರ್ಥಸ್ಥಾನಗಳಲ್ಲಿ ಬೆಳೆದುಬಂದಿತು. ಯಾತ್ರಿಗಳ ಸಲುವಾಗಿರುವ ಪಂಡಾಗಳಲ್ಲಿಯೆ ಅನೇಕ ದರ್ಜೆಗಳಿವೆ. ಅವರಲ್ಲಿ 'ತೀರ್ಥಪುರೋಹಿತರು' (ಒಂಬತ್ತು ಕುಲಗಳ ಕನ್ನೌಜಿ ಬ್ರಾಹ್ಮಣರು) ಯಾತ್ರಿಗಳಿಗೆ ಉಳಿಯುವ ವ್ಯವಸ್ಥೆಮಾಡಿ, ಇಲ್ಲಿಯ ವಿದ್ಯಮಾನಗಳ ತಿಳುವಳಿಕೆ ನೀಡುತ್ತಾರೆ ಮತ್ತು ಹಣಸಹಾಯವನ್ನು ಮಾಡುತ್ತಾರೆ. ತೀರ್ಥಪುರೋಹಿತರಿಂದ ನಿಯಮಿತರಾದ 'ಜಾತ್ರಾವಾಲಗಳು'(ಸರಯೂಪಾರಿನ್ ಅಥವಾ ಗೌಡಬ್ರಾಹ್ಮಣರು) ಯಾತ್ರಿಗಳಿಗೆ ಮಾರ್ಗದರ್ಶಕರಾಗಿ ಓಡಾಡುತ್ತಾರೆ. 'ಘಟಿಯಾಗಳು' (ಗಂಗಾಪುತ್ರರು) ಗಂಗಾಘಾಟ್‌ಗಳ ಕಟ್ಟೆಯಮೇಲೆ ದೊಡ್ಡ ಛತ್ರಿಯ ಕೆಳಗೆಕೂತು ಸ್ನಾನಾರ್ಥಿಗಳಿಗೆ ಸೌಲಭ್ಯವನ್ನು ಒದಗಿಸುವವರು. ತೀರ್ಥಪುರೋಹಿತರ ಕೆಳಗಲ್ಲದೆ ತಾವೇ ಸ್ವತಂತ್ರರಾಗಿ ಯಾತ್ರಿಗಳಿಗೆ ಮಾರ್ಗದರ್ಶನ, ಸೌಲಭ್ಯ ಒದಗಿಸುವವರನ್ನು 'ಭಡ್ಡರ್' (ಜೋಷಿ ಬ್ರಾಹ್ಮಣರು) ಎನ್ನುತ್ತಾರೆ. ಸ್ಥಾನೀಯ ಪುರೋಹಿತರ ಜೊತೆಗೆ ದೇಶದ ಎಲ್ಲಕಡೆಗಳಿಂದ ಪುರೋಹಿತರು ಇಲ್ಲಿಗೆ ಬಂದು ಸೇರಿದುದು ಇಲ್ಲಿಯ ವಿಶೇಷ. ಇಂಗ್ಲಿಷರ ಆಳ್ವಿಕೆಯ ಕಾಲದ ರಾಜಕೀಯ ತುಮುಲಗಳಲ್ಲಿ ಅನೇಕಪ್ರಾಂತ್ಯದ ರಾಜರು, ಮಂತ್ರಿಗಳು, ಶ್ರೀಮಂತವರ್ಗದವರು ಕಾಶಿಯಲ್ಲಿ ಬಂದು ನೆಲೆಸಬೇಕಾದಾಗ ಅವರ ಪುರೋಹಿತರು ಸಹ ಬಂದುಸೇರಿದರು. ಯಾತ್ರಿಗಳಾಗಿ ಬಂದ ಪುರೋಹಿತರಲ್ಲಿಯೂ ಅನೇಕರು ಇಲ್ಲಿ ಕಾಶೀವಾಸಕ್ಕೆಂದು ನಿಂತರು. ಹೀಗೆ ಸಾಮಾನ್ಯ ಯಾತ್ರಿಕರಿಗೂ ಅವರವರ ಭಾಷೆ ಮತ್ತು ಅಭ್ಯಾಸವಾದ ರೀತಿಗಳಲ್ಲಿ ಧಾರ್ಮಿಕ ವಿಧಿ ಆಚರಣೆಗಳನ್ನು ನಡೆಸಿಕೊಳ್ಳಲು ಆಯಾಪ್ರಾಂತ್ಯದ ಪುರೋಹಿತರು ಕಾಶಿಯಲ್ಲಿ ಸಿಗುವಂತಾದರು. ಕ್ರಿ.ಶ.1717ರಲ್ಲಿ ಸ್ಥಾನೀಯ ಗಂಗಾಪುತ್ರರಿಗೂ ಹೊರಗಿನಿಂದ ಬಂದ ಪಂಚದ್ರಾವಿಡ ಪುರೋಹಿತರಿಗೂ ತಿಕ್ಕಾಟಶುರುವಾಗಿ ನ್ಯಾಯಾಲಯದಲ್ಲಿ ಮೊಕದ್ದಮೆ ನಡೆದು ಗಂಗಾಪುತ್ರರು ಸೋತರು. ಆದರೆ ಕ್ರಿ.ಶ.1803, 1813 ಮತ್ತು 1820ರಲ್ಲಿ ನಡೆದ ಮೊಕದ್ದಮೆಗಳಲ್ಲಿ ಗಂಗಾಪುತ್ರರಿಗೆ ಗೆಲುವಾಗಿ, ಘಾಟ್ ಮತ್ತು ಕುಂಡಗಳಲ್ಲಿ ಯಾತ್ರಿಗಳು ಕೊಡುವ ದಕ್ಷಿಣೆಗೆ ಗಂಗಾಪುತ್ರರೆ ಹಕ್ಕುದಾರರು ಎಂದಾಯಿತು. ಅನೇಕ ಪಂಡಾಗಳು ಪಾಂಡಿತ್ಯಕ್ಕೆ ತದ್ವಿರುದ್ಧವಾಗಿ ಪುಂಡರಂತೆ ಯಾತ್ರಿಗಳನ್ನು ದೋಚುತ್ತಿದ್ದರು. ಮುಗ್ಧರಿಗೆ ಮುಕ್ತಿಯ ಆಸೆತೋರಿಸಿ ಅವರು ತಮ್ಮೆಲ್ಲವನ್ನು ಪಂಡಾಗಳಿಗೆ ದಾನಮಾಡಿ ಕಾಶೀಕರವಟ್ ಎಂಬ ಕಾಶಿಯ ಗರಗಸದ ಮೇಲೆಬಿದ್ದು ಆತ್ಮಹತ್ಯೆ ಮಾಡಿಕೊಳ್ಳುವಂತೆ ಪ್ರೇರೇಪಿಸುತ್ತಿದ್ದರು. ಕೆಲವರ ವ್ಯವಸ್ಥಿತ ಗೂಂಡಾಗಿರಿಯಿಂದ ವೃತ್ತಿಗೆ ಕೆಟ್ಟಹೆಸರು ಬಂದುದು ನಿಜವೇ ಸರಿ. ಈ ದುರಾಚಾರಗಳನ್ನು ನಿಲ್ಲಿಸಲು ಶಹಜಹಾನ್ ಮತ್ತು ಔರಂಗಜೇಬ್ ಪ್ರಯತ್ನಮಾಡಿದ್ದರು.

ಪಂಡಾಗಳನ್ನು ಪಂಡಿತರ ಗುಂಪಿನಲ್ಲಿ ಸೇರಿಸುವುದು ಹೇಗೆ ಆಭಾಸವಾಗುವುದೊ,

ಅದೆ ರೀತಿಯಲ್ಲಿ ಅವರ ಕಥೆಗಳನ್ನು ಇಲ್ಲಿ ಸೇರಿಸುವುದು ಸಹ ಆಭಾಸವೇ ಸರಿ. ಎಲ್ಲಾ ಪಂಡಾಗಳು ಪುಂಡರು, ಮೋಸಗಾರರು, ಗೂಂಡಾಗಳೆಂದು ಹೇಳಿದರೆ ತಪ್ಪಾಗುತ್ತದೆ. ಆದರೆ ಕಥೆ ಹೇಳಲು ಹೊರಟರೆ ವಿಶೇಷವಾದ ಗುಣಗಳಿರುವ ಪಂಡಾಗಳ ಬಗ್ಗೆ ಹೇಳಬೇಕಾಗುತ್ತದೆ. ಈ ರೀತಿ ನೋಡಿದರೆ, ಪಂಡಾಗಳ ಕಥೆಗಳಲ್ಲಿ ಮುಗ್ಧರ ಶೋಷಣೆ, ಹಳ್ಳಿಯಿಂದ ಯಾತ್ರೆಗೆಂದು ಬಂದವರಿಗೆ ಕುಮಾರ್ಗದರ್ಶನ, ಹಣವಂತರನ್ನು ದೋಚುವುದು, ಒಂಟಿಹೆಣ್ಣುಗಳನ್ನು, ಅದರಲ್ಲೂ ವಿಧವೆಗಳನ್ನು ಮೋಸಗೊಳಿಸಿ ಕೆಡಸಿದ ಪ್ರಸಂಗಗಳು ಮುಖ್ಯವಾಗುತ್ತವೆ. ಕಾಶಿಯಲ್ಲಿ ಸತ್ತವರಿಗೆ ಮುಕ್ತಿ ಎಂಬ ನಂಬಿಕೆಯನ್ನು ಉಪಯೋಗಿಸಿಕೊಂಡು, ಯಾತ್ರಿಕರ ಹಣಕಾಸನ್ನು ತಾವೇ ದಾನವಾಗಿ ಪಡೆದು, ಅವರನ್ನು ಕಾಶಿಯ ಕರವಟ್ ಎಂಬ ಗರಗಸಕ್ಕೆ ದೂಡಿ ಆತ್ಮಹತ್ಯೆ ಮಾಡಿಕೊಳ್ಳುವಂತೆ ಪ್ರೇರಿಸುತ್ತಿದ್ದ ಕಥೆಗಳನ್ನು ಮರೆಯುವಹಾಗಿಲ್ಲ. ಏಳು ಯಾತ್ರಿಕರನ್ನು ದೋಚಿ, ಕೊಲೆಮಾಡಿ, ಅವರ ದೇಹಗಳನ್ನು ಅಸಿಘಾಟ್‌ನಲ್ಲಿ ಎಸೆದದ್ದು, ವಿದೇಶಿ ಮಹಿಳೆಯನ್ನು ಅತ್ಯಾಚಾರಕ್ಕೆ ಒಳಪಡಿಸಿ ಹತ್ಯೆಮಾಡಿ ದೇಹವನ್ನು ಮನೆಯ ಹಿತ್ತಲಲ್ಲಿ ಹೂಳಿದ ಪ್ರಕರಣ, ಗಜೀಟಿ ಬಾಯಿ ಎಂಬ ಸುಂದರ ವಿಧವೆ ಮತ್ತು ಗೋಸಾಯಿ ರಾಮಪುರಿಯ ಸಂಬಂಧ ಇವೆಲ್ಲವನ್ನು ಹೇಳಿದರೆ ಹಾಲಿಗೆ ನಿಂಬೆರಸ ಹಿಂಡಿದಂತಾಗುತ್ತದೆ. ಆದ್ದರಿಂದ ಪಂಡಾಗಳ ಕಥೆಗಳನ್ನು ಇಲ್ಲಿ ಸೇರಿಸಿಲ್ಲ.

■

27. ರೇಷ್ಮೆಯಂತೆ ನವಿರು

(ಕಲಾ ಪ್ರಪಂಚ)

ರೇಷ್ಮೆ ಯಾರಿಗೆ ಬೇಕಿಲ್ಲ? ಅದರಲ್ಲೂ ಬನಾರಸೀ ಸೀರೆ ಮತ್ತು ಕಾಶಿಯ ಪೀತಾಂಬರಗಳ ನವಿರು, ಮೆರುಗು, ಆಕರ್ಷಣೆಗೆ ಒಂದು ವಿಶಿಷ್ಟತೆಯಿದೆ. ಕಾಶಿರೇಷ್ಮೆ ಬಹಳ ಹಿಂದಿನಕಾಲದಿಂದಲೂ ಪ್ರಸಿದ್ಧವಾಗಿರುವುದು ಜಾತಕ ಕಥೆಗಳಿಂದ ತಿಳಿದುಬರುತ್ತದೆ. ಈ ರೇಷ್ಮೆಗಿದ್ದ ಬಣ್ಣಬಣ್ಣದ ಹೆಸರುಗಳನ್ನು ಜಾತಕ ಕಥೆಗಳಲ್ಲಿ ನೋಡಬಹುದು. ಕಾಶಿಕಾವಸ್ತ್ರ, ಕಾಶಿಕಾಂಸು, ಕಾಶೀಯ, ಕಾಶೀಕುಟ್ಟಮ್, ಕಾಶಿಕಾ ಸುಚಿವಸ್ತ್ರ, ಕಾಸ್ಯೆಯಕ, ಮತ್ತು ವಾರಾಣಸೇಯ್ಯಕ ಎಂಬವು ಕೆಲವು ಹೆಸರುಗಳು. ಕಾಶಿಯ ಈ ಥಳುಕಿಗೆ ಮಾರುಹೋಗದವರಾರು? ರಾಜ ವಿದೇಹನಿಂದ ಹಿಡಿದು ಅವಧ ನವಾಬರು, ಪೇಶ್ವೆಗಳು, ಶ್ರೀಮಂತರು ಕಾಶಿರೇಷ್ಮೆ ತೊಡುತ್ತಿದ್ದುದು, ಮೊಘಲರು ರೇಷ್ಮೆಜರಿಯ ಪೇಟಗಳನ್ನು ಕಾಶಿಯಿಂದ ತರಿಸಿಕೊಳ್ಳುತ್ತಿದ್ದುದು, ಇಂಗ್ಲಿಷರು ತಮ್ಮ ರಾಣಿ ವಿಕ್ಟೋರಿಯಾಳ ಹುಟ್ಟಿದಹಬ್ಬಕ್ಕೆ ರೇಷ್ಮೆಯ ಉಡುಗೊರೆ ಕೊಟ್ಟುದು, ಕೊನೆಗೆ ಕಾಶಿಯ ವಿಶ್ವನಾಥ ಲಿಂಗದ ಮೇಲಿನ ಛತ್ರಿಗೆ ಕಾಶಿರೇಷ್ಮೆ ಬಟ್ಟೆ ಹೊದಿಸುವುದು ಎಲ್ಲವೂ ಸರಿಯೆ. ಆದರೆ ಗೌತಮಬುದ್ಧ ತನ್ನ ಸೇವಕರಿಗೆ ಮತ್ತು ಅನುಚರರಿಗೆ ಕಾಶಿರೇಷ್ಮೆ ಮತ್ತು ಸುಗಂಧಗಳನ್ನು ಕೊಟ್ಟನೆಂದು ಮತ್ತು ಬುದ್ಧನ ಪರಿನಿರ್ವಾಣವಾದಾಗ ಅವನ ದೇಹವನ್ನು ನವಿರಾದ ಕಾಶಿಮಸ್ಲಿನ್ ಬಟ್ಟೆಯಿಂದ ಸುತ್ತಲಾಯಿತೆಂದು ಕೇಳಿದಾಗ, ಕಾಶಿರೇಷ್ಮೆಯ ನವಿರು ಮಾಯೆಯಂತೆ ಧ್ಯಾನಿ ಮತ್ತು ಜ್ಞಾನಿಗಳನ್ನು ಸಹ ಮುಸುಕಿರುವುದು ಕಂಡು ಆಶ್ಚರ್ಯವಾಗುತ್ತದೆ. ಹೀಗಿರುವಾಗ, ಕಾಶಿಯ ನವಿರಾದ ರೇಷ್ಮೆಯ ವಿಚಾರ ಬೌದ್ಧ ಜಾತಕಗಳಲ್ಲಿ, ಜೈನ ಸೂತ್ರಗಳಲ್ಲಿ, ಪತಂಜಲಿಯ ಮಹಾಭಾಷ್ಯದಲ್ಲಿ, ವಾರಾಣಸಿಗೆ ಬಂದುಹೋದ ಎಲ್ಲ ಪ್ರವಾಸಿಗಳ ಲೇಖನಗಳಲ್ಲಿ ತಪ್ಪದೆ ಬಂದಿರುವುದು ಹೆಚ್ಚೇನಲ್ಲ.

ಬನಾರಸ್‌ಗೆ ಯಾರೇ ಬಂದು ನೆಲೆಸಿದರೂ, ಏನೇ ಬಂದು ಸೇರಿದರೂ, ಎಲ್ಲದಕ್ಕೂ ಇಲ್ಲಿಯ ಮಣ್ಣು, ನೀರು, ಗಾಳಿ, ವಾತಾವರಣದಿಂದಾಗಿ ಒಂದು ವಿಶಿಷ್ಟ ನವಿರು, ಮೆರುಗು, ಆಕರ್ಷಣೆ ಅಂಟಿಕೊಂಡುಬಿಡುತ್ತದೆ. ಕೊನೆಗೆ 'ಕಾಶಿ/ಬನಾರಸಿ' ಎನ್ನುವುದು ಒಂದು ಗುಣವಾಚಕವಾಗಿ ಅದು ಯಾವ ವ್ಯಕ್ತಿ, ವಸ್ತು, ವಿಷಯದ ಜೊತೆ ಸೇರುತ್ತದೊ ಅದಕ್ಕೆ ಒಂದು ವಿಶೇಷತೆ ಬರುತ್ತದೆ. ಇದಕ್ಕೆ ಉದಾಹರಣೆಗಳಾಗಿ ಕಾಶೀಯಾತ್ರೆ, ಕಾಶೀಪಂಡಿತ, ಬನಾರಸಿ ಸೀರೆ, ಬನಾರಸಿ ಪಾನ್, ಬನಾರಸಿ ಮಿಠಾಯಿ, ಬನಾರಸಿ ಬಾಬು, ಬನಾರಸಿ ಘರಾನ, ದಕ್ಷಿಣಕಾಶಿ, ಜೈನಕಾಶಿ, ಪುಷ್ಪಕಾಶಿ ಮುಂತಾದವನ್ನು ಕೇಳಿದರೆ, ಬೇರೆಯದಕ್ಕಿರದ ಒಂದು ಗುಣವಿರಬೇಕು ಅನಿಸುವುದು ಸಹಜ. ಪ್ರಾಯಶಃ

ಬನಾರಸಿ ಘರಾನ ಮತ್ತು ಮಿಠಾಯಿಯನ್ನು ಬಿಟ್ಟರೆ ಇನ್ನಾವುದಕ್ಕೂ ಇಲ್ಲಿಯ ಕಚ್ಚಾಪದಾರ್ಥಗಳು ಸೇರಿಲ್ಲ ಎನ್ನಬಹುದು. ಬನಾರಸಿಸೀರೆಗೆ ರೇಷ್ಮೆಯನ್ನು ಬೆಂಗಳೂರು, ಜಪಾನ್, ಕಾಶ್ಮೀರದಿಂದ, ಮತ್ತು ಜರಿಯನ್ನು ಸೂರತ್‌ನಿಂದ ತರಿಸುತ್ತಾರೆ. ಒಂದೂವರೆಲಕ್ಷ ಕೈಮಗ್ಗ ಮತ್ತು ಐವತ್ತುಸಾವಿರ ವಿದ್ಯುತ್‌ಮಗ್ಗಗಳಲ್ಲಿ ಇಲ್ಲಿನ ಸುಮಾರು ಆರೇಳುಲಕ್ಷ ನೆಯ್ಗೆಯವರು ಕೆಲಸಮಾಡುತ್ತಾರೆ. ನೆಯ್ಗೆಯ ಉತ್ತಮ ಗುಣಮಟ್ಟ, ಸೀರೆಯ ಮೇಲೆ ರೂಪಿಸುವ ನಕ್ಷೆಯ ವಿನೂತನತೆ, ಜರಿ ಕಸೂತಿಯ ಕುಸುರಿಕಲೆ ಮತ್ತು ವಾತಾವರಣದ ಪ್ರಭಾವ ಎಲ್ಲವು ಇಲ್ಲಿಯ ರೇಷ್ಮೆಬಟ್ಟೆಯನ್ನು 'ಬನಾರಸಿಸೀರೆ' ಆಗಿಸುತ್ತದೆ. ಚಿನ್ನದ ಎಳೆಯನ್ನು ಕೂದಲಷ್ಟು ತೆಳ್ಳಗೆ ಎಳೆದು ಅದನ್ನು ರೇಷ್ಮೆಯ ನೂಲಿನಲ್ಲಿ ಬೆರೆಸಿ ಬಟ್ಟೆ ನೆಯ್ದಾಗ 'ಬನಾರಸಿ ಕಲಾಬತ್ತು' ಆಗುತ್ತದೆ, ಚಿನ್ನದ ಎಳೆಯ ಕಸೂತಿ ಮಾಡಿದರೆ 'ಬ್ರೋಕೇಡ್' ಆಗುತ್ತದೆ. ಇದೇರೀತಿ ಸ್ವಲ್ಪದಪ್ಪನೆಯ ಬಟ್ಟೆಯಲ್ಲಿ ನೂತ 'ಕಿಮ್‌ಖಾಬ್'ಅನ್ನು ಹೊಲೆಯುವ ಉಡುಪಿಗೆ, ಪರದೆಗೆ, ಆನೆಯ ಮೇಲುಹೊದಿಕೆಗೆ, ಮೇಲ್ಚಪ್ಪರಗಳಿಗೆ ಉಪಯೋಗಿಸುತ್ತಾರೆ. ಜರಿ ಕಸೂತಿಮಾಡಿದ ಬಟ್ಟೆಯನ್ನು ಕೋಟ್‌ಗಳಿಗೆ, ಪಾಜಾಮಗಳಿಗೆ ಮತ್ತು ರವಿಕೆಗಳಿಗೆ ಉಪಯೋಗಿಸುತ್ತಾರೆ. ಇಲ್ಲಿಯ 'ವಾತಾವರಣದ ಪ್ರಭಾವ'ವು ಮುಖ್ಯ ಎಂದಮೇಲೆ ಅದರ ಬಗ್ಗೆ ಒಂದು ಮಾತು ಹೇಳಬೇಕು. ಈ ವೃತ್ತಿಯ ಕಸುಬುದಾರರೆಲ್ಲ ಹೆಚ್ಚಾಗಿ ಮುಸ್ಲಿಮರೆ ಆದ್ದರಿಂದ, ಸ್ವಾತಂತ್ರದ ಅನಂತರ ಕೆಲವು ಪ್ರತಿಷ್ಠಿತ ನೆಯ್ಗೆಯವರು ಪಾಕಿಸ್ಥಾನದಲ್ಲಿ ತಮ್ಮ ವೃತ್ತಿಯನ್ನು ಬೆಳೆಸಿ, ಹೆಸರು ಮತ್ತು ಹಣಮಾಡಿಕೊಳ್ಳುವ ಆಸೆಯಿಂದ ಅಲ್ಲಿ ನೆಲೆಸಿದರು. ಏನೇ ಮಾಡಿದರೂ ಲಾಹೋರ್ ಮತ್ತು ಕರಾಚಿಯಲ್ಲಿ ಅವರಿಗೆ ಬನಾರಸ್‌ನ ರೇಷ್ಮೆಬಟ್ಟೆಯ ಗುಣಮಟ್ಟ ತರಲು ಸಾಧ್ಯವಾಗಲೇ ಇಲ್ಲ. ಇದಕ್ಕೆ ಮುಖ್ಯಕಾರಣ ಬನಾರಸ್‌ನ ವಾತಾವರಣದಲ್ಲಿನ ಸೂಕ್ತ ತೇವಾಂಶ ಎಂದು ಹೇಳುತ್ತಾರೆ. ರೇಷ್ಮೆಹುಳುಗಳನ್ನು ಹಿಂಸಿಸಿ, ಅವನ್ನು ಬೇಯಿಸಿ ನೂಲು ತೆಗೆಯುವದರಿಂದ 'ಹಿಂಸಾ ಪ್ರತೀಕ'ವಾದ ರೇಷ್ಮೆಸೀರೆಯನ್ನು ಉಡಬಾರದೆಂದು ಕೆಲವರು ಹೇಳುತ್ತಾರೆ. ನೂಲುವ ಒಂದು ಹಂತದಲ್ಲಿ ನೀರಿನ ತೇವಾಂಶ ಸರಿಯಾದ ಹದದಲ್ಲಿರಬೇಕೆಂದು ಬೇರೆಕಡೆ 'ಏರ್ ಕಂಡಿಷನ್' ಉಪಯೋಗಿಸುತ್ತಾರೆ. ಆದರೆ ಅದೇ ಹದವನ್ನು ತರಲು ಬನಾರಸ್‌ನಲ್ಲಿ ಮುಸ್ಲಿಮ್ ನೇಕಾರರ ಮಕ್ಕಳು ಬಾಯಲ್ಲಿ ನೀರುತುಂಬಿ ಅದನ್ನು 'ಥೂ' ಎನ್ನುತ್ತಾ ಸೀರೆಯಮೇಲೆ ಉಗುಳುತ್ತಾರೆ. ಇದನ್ನು ಕೇಳಿದರೆ ಎಷ್ಟೋ ಮಡಿವಂತರು ಬನಾರಸಿ ಸೀರೆಯನ್ನು ಉಡುವುದಿರಲಿ, ಮುಟ್ಟುವುದೂ ಇಲ್ಲ. ಇಷ್ಟಾದರೂ ಬನಾರಸಿ ಸೀರೆಯ ನವಿರುಮಾಯೆ ಎಲ್ಲರನ್ನು ಮೋಹಗೊಳಿಸುತ್ತಲೇ ಇದೆ.

ಬನಾರಸಿ ರೇಷ್ಮೆಯಷ್ಟು ನವಿರಲ್ಲದಿದ್ದರೂ, ಒಳ್ಳೆಯ ಸೂಕ್ಷ್ಮಕೆಲಸಕ್ಕೆ ಹೆಸರಾದ ಅನೇಕ ಕರಕುಶಲಗಳು, ಕಲಾತ್ಮಕ ವಸ್ತುಗಳು ಇಲ್ಲಿ ತಯಾರಾಗುತ್ತವೆ. ಇವೆಲ್ಲದರ ವಿವರಗಳನ್ನು ಕೊಡದಿದ್ದರು ಅವುಗಳ ಹೆಸರನ್ನಾದರೂ ತಿಳಿಯಬಹುದು. ಮೃಣ್ಮಯ ಪ್ರತಿಮೆಗಳ (ಟೆರಾಕೋಟ) ತಯಾರಿಕೆ ಕ್ರಿಸ್ತಪೂರ್ವದಿಂದ ನಡೆದುಬರುತ್ತಿದೆ. ಮಣ್ಣಿನ ಮೂರ್ತಿಗಳು

ಮತ್ತು ಆಟಿಕೆಗಳನ್ನು ಹಬ್ಬ-ಮೇಳಗಳಲ್ಲಿ ನೋಡಬಹುದು. ವಿಶೇಷವೆಂದರೆ ಪ್ರತಿಹಬ್ಬಕ್ಕೂ ಸರಿಹೊಂದುವಂತೆ ದುರ್ಗಾ, ಗೌರಿ, ನರಸಿಂಹ, ರಾಮ ಸೀತಾ ಲಕ್ಷ್ಮಣ ಹನುಮಂತ, ಜಗನ್ನಾಥ ಬಲಭದ್ರ ಸುಭದ್ರ, ಗಣೇಶ ಮುಂತಾದ ಬೊಂಬೆಗಳು ತಯಾರಾದರೆ ಅವು ಬೇರೆಸಮಯದಲ್ಲಿ ಸಿಗುವುದಿಲ್ಲ. ದಂತದಿಂದ ಮಾಡಿದ ಬಾಚಣಿಗೆ, ಆಟಿಕೆಗಳು ಮತ್ತು ಅಲಂಕಾರಿಕ ವಸ್ತುಗಳು, ಮರದ ಆಟಿಕೆಗಳು, ಸ್ಫಟಿಕದ ಮೇಲೆ ಮಾಡಿದ ಕುಸರಿಕೆಲಸದ ತಾಯಿತಗಳು, ಬೆಳ್ಳಿ ಆಭರಣಗಳಲ್ಲಿ ಹೊಂಬಣ್ಣದ ಅರಗು ತುಂಬುವ ಅಲಂಕಾರ, ಹುಕ್ಕಾಗಳ ಅಲಂಕಾರ, ಹೆಂಗಸರ ಹಣೆಗೆ 'ಟಿಕುಲಿ' ತಯಾರಿಕೆ, ಸುಗಂಧದ ಎಣ್ಣೆಯಿಡಲು ಸುಂದರಶೀಶೆಗಳನ್ನು ತಯಾರಿಸುವ 'ಆತಿಶಿ' ಕಲೆ, ಕಾಶೀಚಂದನ ಮತ್ತು ಕಾಶೀವಿಲೇಪನ ಎಂಬ ಗಂಧದ ವಸ್ತುಗಳು, ತಾಮ್ರ ಮತ್ತು ಕಂಚಿನ ಪಾತ್ರೆಗಳು, ಚಿನ್ನ ಮತ್ತು ಬೆಳ್ಳಿಯ ಆಭರಣಗಳು ಮತ್ತು 'ಗುಲಾಬ್ ಮೀನಾಕಾರಿ' (ತಾಮ್ರ/ಹಿತ್ತಾಳೆಯ ಪಾತ್ರೆ, ಬಟ್ಟಲು, ಉಂಗುರಗಳ ಮೇಲೆ ಅಲಂಕಾರಿಕ ಕೆಲಸ) ಎಂಬ ಬಹಳಪ್ರಸಿದ್ಧ ಹಾಗು ಜನಪ್ರಿಯಕಲೆ ಇವೆಲ್ಲವೂ ಬನಾರಸ್‌ನಲ್ಲಿ ಹಿಂದಿನ ಅನೇಕ ಶತಮಾನಗಳಿಂದ ಬೆಳೆದುಬಂದಿರುವ ವಿಶೇಷ ಕಲಾತ್ಮಕ ವೃತ್ತಿಗಳು.

ಮಣ್ಣಿನ ಸಾಮಾನು ಮತ್ತು ಮೃಣ್ಮಯ ಆಟಿಕೆಗಳಿಗೆ ಬಣ್ಣಹಾಕಿ ಸುಂದರಗೊಳಿಸುವುದು ಒಂದು ಕಲೆಯಾದರೆ, ದಂತ, ಚರ್ಮ, ಭೋಜಪತ್ರಗಳ ಮೇಲೆ ಬಣ್ಣದ ಸೂಕ್ಷ್ಮಚಿತ್ರಗಳು (ಮಿನಿಯೇಚರ್) ಮತ್ತು ಪಟಚಿತ್ರಗಳು ಇನ್ನೊಂದು ಕಲೆಯಾಗಿ ಒಂಬತ್ತನೆಯ ಶತಮಾನದಿಂದ ಬೆಳೆದುಬಂದಿದೆ. ಗೋಡೆಯಮೇಲಿನ ವರ್ಣಚಿತ್ರಗಳು ಮತ್ತು ಭಿತ್ತಿಚಿತ್ರಗಳನ್ನು ಇಂದಿಗೂ ಅನೇಕ ಮಂದಿರಗಳಲ್ಲಿ, ಮನೆಗಳಲ್ಲಿ ನೋಡಬಹುದು. ವರ್ಣಚಿತ್ರಗಳ ಶೈಲಿ ಕಾಶಿಯ ರಾಜನ ದರ್ಬಾರಿನಲ್ಲಿತ್ತು. ರಾಜಾಸ್ಥಾನ ಶೈಲಿಯೂ ಪ್ರಚಲಿತವಾಗಿತ್ತು. 16ನೆಯ ಶತಮಾನದ ಕೊನೆಯಲ್ಲಿ ದೆಹಲಿಯ ಮೊಘಲ್ ಬಾದಶಹನ ಮಗ ಜವಾನ್‌ಭಕ್ಷ್ ಇಲ್ಲಿ ನೆಲೆಸಿದಾಗ ಅವನ ಜೊತೆ ಅನೇಕ ಕಲಾಕಾರರು, ಚಿತ್ರಕಾರರು ಬಂದು ನೆಲೆಸಿದರು. ಅವರ ಮೂಲಕ ಮೊಘಲ್ ಶೈಲಿ ಇಲ್ಲಿಯದಕ್ಕೆ ಒಂದು ಹೊಸತನವನ್ನು ತಂದುಕೊಟ್ಟಿತು. ಸುಮಾರು ಕ್ರಿ.ಶ.1815ರಲ್ಲಿ ಪಾಟ್ನಾದಿಂದ ಬಂದ ಕಲಾಕಾರರಿಂದ ಇಂಗ್ಲಿಷ್‌ಶೈಲಿ ಇಲ್ಲಿ ಶುರುವಾಯಿತು. ಇದನ್ನು ಕಂಪನಿಶೈಲಿ ಎನ್ನುತ್ತಾರೆ. ಅನೇಕ ವರ್ಣಚಿತ್ರಗಳನ್ನು ಭಾರತ ಚಿತ್ರಕಲಾ ಭವನ, ವಸ್ತು ಸಂಗ್ರಹಾಲಯಗಳು ಮತ್ತು ಇಲ್ಲಿಯ ಗಣ್ಯರ ಮನೆಗಳಲ್ಲಿ ಕಾಣಬಹುದು. 20ನೆಯ ಶತಮಾನದಲ್ಲಿ ಕಾಶಿಶೈಲಿಯ ವರ್ಣಚಿತ್ರಗಳು ಶುರುವಾಗಿವೆ.

■

28. ಸಾಹಿತ್ಯ ಮತ್ತು ಪತ್ರಾಗಾರಿಕೆ

ಹಿಂದಿ ಸಾಹಿತ್ಯದ ಚರಿತ್ರೆಯೆಂದರೆ ಕಾಶಿಯ ಸಾಹಿತ್ಯದ ಚರಿತ್ರೆ ಎನ್ನುವುದು ಸಾಮಾನ್ಯ ಹೇಳಿಕೆ. ಅಂದರೆ ಹಿಂದಿ ಸಾಹಿತ್ಯಕ್ಕೆ ಕಾಶಿಯ ಕೊಡುಗೆ ಅಷ್ಟು ಅಪಾರವಾಗಿದೆ. ಕ್ರಿ.ಪೂ.6ನೆಯ ಶತಮಾನದಿಂದ ಕ್ರಿ.ಶ.3ನೆಯ ಶತಮಾನದವರೆಗೆ ಪಾಲಿ ಮುಖ್ಯಭಾಷೆಯಾಗಿದ್ದು, ಪ್ರಾಕೃತ ಅನೇಕ ಕಡೆಗಳಲ್ಲಿ ಹರಡಿತ್ತು. ಅಪಭ್ರಂಶ ಭಾಷೆ ಪ್ರಾಕೃತದ ಒಂದು ಕವಲಾಗಿದ್ದು ಅದರಿಂದ ಪೂರ್ವಿ ಮತ್ತು ಪಶ್ಚಿಮಿ ಅಪಭ್ರಂಶಗಳು ಬೆಳೆದವು. ಕ್ರಿ.ಶ. ಏಳರಿಂದ ಹತ್ತನೆಯ ಶತಮಾನದವರೆಗೆ ಪೂರ್ವಿ ಅಪಭ್ರಂಶದಲ್ಲಿ ವಜ್ರಾಯಣಿ ಕವಿಗಳು, ಪಶ್ಚಿಮಿ ಅಪಭ್ರಂಶದಲ್ಲಿ ಜೈನ ಕವಿಗಳು ಬರೆದರು. ಪೂರ್ವಿ ಅಪಭ್ರಂಶದ ಛಂದಸ್ಸು, ದೋಹಾ, ಚೌಪದಿ ಮತ್ತು ಪದಗಳ ಛಾಯೆಯನ್ನು ಹತ್ತನೆಯ ಶತಮಾನದ ಹಿಂದಿಯಲ್ಲಿ ಕಾಣಬಹುದು. ಗಹಡವಾಲಾರ ಆಳ್ವಿಕೆಯ ಕಾಲದಲ್ಲಿ (ಕ್ರಿ.ಶ.11/12ನೆಯ ಶತಮಾನ) ಪ್ರಾಚೀನ ಕೋಸಲಿ ಜನಭಾಷೆಯಾಗಿತ್ತು. ಅದರ ಅನಂತರ ಪೂರ್ವಿಹಿಂದಿಯಲ್ಲಿ ಸಾಹಿತ್ಯ ಬೆಳೆಯತೊಡಗಿತು ('ವಾರಾಣಸಿ', ಉಮಾ ಪಾಂಡೆ, ಮೆಕ್‌ಮಿಲನ್ ಕಂಪನಿ, ದೆಹಲಿ, 1980). ರಾಹುಲ ಸಾಂಕೃತ್ಯಾಯನರ ಅಭಿಪ್ರಾಯದಂತೆ 12ನೆಯ ಶತಮಾನದ ಕಾಶಿಯ ದೊರೆ (ಗಾಹಡವಾಲ ವಂಶದ) ಜಯಚಂದ್ರನ ಮಂತ್ರಿಯಾಗಿದ್ದ ವಿದ್ಯಾಧರನು ಹಿಂದಿಯ ಮೊದಲಿನ ಕವಿ, ಲೇಖಕರಲ್ಲಿ ಒಬ್ಬನು ಎಂದು ಒಪ್ಪಿದರೂ, ಆಚಾರ್ಯ ಪುಷ್ಪದಂತನು ಎಂಟನೆಯ ಶತಮಾನದಲ್ಲಿಯೇ ಹಿಂದಿಯಲ್ಲಿ ಬರೆದಿದ್ದನೆಂದು ಒಪ್ಪುವುದು ಕಷ್ಟವಾಗುತ್ತದೆ. ಮುಸ್ಲಿಮರ ದಾಳಿಗಳಲ್ಲಿ ಅಪರೂಪದ ಸಾಹಸವನ್ನು ಮೆರೆದವರ ಬಗ್ಗೆ ಹಾಡಿದ ವೀರಗಾಥೆಗಳು, ರಾಸೊಗಳು, ಹಿಂದಿ ಸಾಹಿತ್ಯದ ಮೊದಲ ಕಾಲದವು ಎನ್ನಬಹುದು. ಹಿಂದಿ ಸಾಹಿತ್ಯದ ಬೆಳವಣಿಗೆಯ ಹಂತಗಳನ್ನು ಗುರುತಿಸಲು, ಅವನ್ನು ಮೊದಲ ಕಾಲ (ಕ್ರಿ.ಶ.1000–1320), ಭಕ್ತಿಕಾಲ (ಕ್ರಿ.ಶ.1320–1650), ರೀತಿಕಾಲ (ಕ್ರಿ.ಶ.1650–1857) ಮತ್ತು ಆಧುನಿಕ ಕಾಲ ಎಂದು ವಿಂಗಡಿಸುತ್ತಾರೆ.

ಭಕ್ತಿಕಾಲದ ಕವಿಗಳಲ್ಲಿ ರಾಮಾನಂದ, ಕಬೀರ, ರೈಯಿದಾಸ, ತುಳಸಿದಾಸ ಮತ್ತು ಅವರ ಹಿಂಬಾಲಕರು ಮೊಟ್ಟಮೊದಲಿಗೆ ಜೀವನತತ್ತ್ವ, ತಾತ್ತ್ವಿಕ ಉಪದೇಶಗಳು ಮತ್ತು ಕವಿತೆಗಳನ್ನು ಹಿಂದಿಯಲ್ಲಿಯೆ ರಚಿಸಿ, ಜನಮನಕ್ಕೆ ನೇರವಾಗಿ ಮುಟ್ಟಿಸಿದ ವಿಚಾರ 'ಭಕ್ತಿಪಂಥ' ಎಂಬ ಅಧ್ಯಾಯದಲ್ಲಿ ಈಗಾಗಲೇ ತಿಳಿಸಿದೆ. ಇವರೆಲ್ಲರೂ ಕಾಶಿಯಲ್ಲಿಯೆ ಇದ್ದರೆಂಬುದು ಒಂದು ವಿಶೇಷ; ಅಲ್ಲದೆ ಇಲ್ಲಿಯ ಗಂಗಾಪ್ರವಾಹದಂತೆ ಜ್ಞಾನಗಂಗೆ ಹಿಂದಿಯಲ್ಲಿಯೂ ಸುಲಲಿತವಾಗಿ ಹರಿಯಬಹುದು ಎಂದು ತೋರಿಸಿದರು ಎಂಬುದು

ಇನ್ನೊಂದು ವಿಶೇಷ. ಈ ಕಾಲದ ಇತರ ಭಕ್ತಕವಿಗಳಾದ ಸೂರದಾಸ, ಮೀರಾ, ದಾದುದಯಾಲ ಮುಂತಾದವರು ಕಾಶಿಯ ಹೊರಗಿದ್ದು ಇದೇ ನಿಟ್ಟಿನಲ್ಲಿ ಹಿಂದಿಯಲ್ಲಿ ಸಾಹಿತ್ಯರಚನೆ ಮಾಡಿದ್ದರು. ವಾರಾಣಸಿಯಲ್ಲಿ ಈ ಕಾಲದಲ್ಲಿ ಧನಾನಂದ, ಆನಂದ, ಆನಂದಧನ ಮತ್ತು ಬನಾರಸಿದಾಸ ಎಂಬ ನಾಲ್ಕು ಪ್ರಮುಖ ಜೈನಕವಿಗಳು ಹಿಂದಿಯಲ್ಲಿ ಸಾಹಿತ್ಯ ರಚನೆಮಾಡಿದರು. ಹಿಂದಿಯಲ್ಲಿ ಆತ್ಮಚರಿತ್ರೆಯನ್ನು ಕಾವ್ಯರೂಪದಲ್ಲಿ ಬರೆದ ಬನಾರಸಿದಾಸನ 'ಅರ್ಧಕಥಾನಕ' ಪ್ರಸಿದ್ಧವಾದುದು.

ರೀತಿಕಾಲದ ಹಿಂದಿ ಸಾಹಿತ್ಯರಚನೆಗೆ ಮೊಘಲ್ ಬಾದಶಹರ, ನವಾಬರ ಮತ್ತು ಇತರ ರಾಜ ಮಹಾರಾಜರುಗಳ ದರ್ಬಾರುಗಳು ಕೇಂದ್ರವಾಗಿದ್ದವು. ಇವರ ಐಷಾರಾಮ ಜೀವನದ ಅಂಗಗಳಾದ ಅಂತಃಪುರದ ಹೆಣ್ಣುಗಳು, ನಾಚ್‌ವಾಲಿಗಳ ನೃತ್ಯದ ಮೆಹಫಿಲ್‌ಗಳು, ಸಂಗೀತ, ದಂಗಲ್ (ಗಾಳಿಪಟ, ಹಕ್ಕಿ-ಮೃಗಗಳ ಸೆಣಸಾಟ ಮತ್ತು ಇತರ ಪೈಪೋಟಿಗಳಲ್ಲಿ ಬಾಜಿ), ಬೇಟೆ ಇತ್ಯಾದಿಗಳೇ ಕಾವ್ಯದ ವಿಷಯಗಳಾಗಿದ್ದುವು. ನಿತ್ಯಜೀವನದ ಬರಡುತನದಿಂದ ದೂರವಾಗಿ, ಕಲ್ಪನಾಮಯ ಹಾಗು ರಂಜಕಮಯ ಎನಿಸುವ ದೃಶ್ಯಗಳಲ್ಲಿನ ಶೃಂಗಾರ ಮತ್ತು ವೀರರಸಗಳನ್ನು ವರ್ಣಿಸಿ ತಮ್ಮ ಒಡೆಯರನ್ನು ಉದ್ರೇಕದ, ಸಂತೋಷದ ಪರಮಾವಧಿಗೆ ತಳ್ಳುವುದೇ ಆಸ್ಥಾನಕವಿಗಳ ಗುರಿಯಾಗಿತ್ತು. ನಾಯಕಿಯ ಆಪಾದಮಸ್ತಕದ ಸೌಂದರ್ಯವರ್ಣನೆ, ಅವಳ ಕಾಮಪ್ರಚೋದಕ ಕಣ್ಣಿನ ಮತ್ತು ಅಂಗಾಂಗಗಳ ಆಕರ್ಷಣೆ, ಅವಳ ಪ್ರೇಮ, ವಿರಹದುರಿ ಮುಂತಾದವನ್ನು ಪ್ರಾಸಬದ್ಧವಾಗಿ, ಚಮತ್ಕಾರಿಕವಾಗಿ ವರ್ಣಿಸುವ ಕವಿತೆಯಲ್ಲಿ ಸತ್ವಕ್ಕೆ ಬೆಲೆಯಿರಲಿಲ್ಲ. ಕಾಶಿಯ ನರೇಶರ ಆಸ್ಥಾನದಲ್ಲಿಯೂ ಅನೇಕ ಕವಿಗಳು ಪೋಷಿತರಾಗಿದ್ದರು. ಆದರೂ ಕೆಲವು ಕಾಶಿಯ ಕವಿಗಳು ರೀತಿಪರಂಪರೆಯ ಸಮಯದಲ್ಲಿಯೂ ಭಕ್ತಿಪ್ರಧಾನವಾದ ಸಾಹಿತ್ಯ ರಚನೆಮಾಡಿದರು. ರಾಮಭಕ್ತಿ, ಕೃಷ್ಣಭಕ್ತಿ, ತೀರ್ಥಗಳು, ಯುಕ್ತಿರಾಮಾಯಣ, ಸಂತಮುಕ್ತಾವಳಿ, ಹನುಮಾನ ಬಾಲಚರಿತ, ಮಹಾಭಾರತ ಮುಂತಾದ ಒಳ್ಳೆಯ ಗ್ರಂಥಗಳು ಬಂದುವು.

ರೀತಿಕಾಲದ ಕೊನೆ ಮತ್ತು ಆಧುನಿಕಕಾಲದ ಶುರುವಿನ ಮೊದಲಲ್ಲಿ, 'ಆಧುನಿಕಕಾಲದ ಸಾಹಿತ್ಯ ಪ್ರವರ್ತಕ', ಭಾರತದ ದೇಶದಲ್ಲಿ ಪೂರ್ಣಿಮೆಯ ಚಂದ್ರನಂತೆ ಬೆಳಗುವ 'ಭರತೇಂದು' ಎಂದೆಲ್ಲ ಕರೆಸಿಕೊಂಡ ಭರತೇಂದು ಹರಿಶ್ಚಂದ್ರನ ಜನನ 1850ರಲ್ಲಿ ಕಾಶಿಯಲ್ಲಾಯಿತು. ಆ ಸಮಯದ ಸಾಹಿತ್ಯದಲ್ಲಿ ಸಂಸ್ಕೃತದ ಒಲವು ಕುಗ್ಗಿತ್ತು, ಭಕ್ತಿಕಾಲದ ಉನ್ನತ ಭಾವನೆಗಳು ಕಡಿಮೆಯಾಗಿದ್ದವು, ರೀತಿಕಾಲದ ಮದೋನ್ಮತ್ತ ರೀತಿ ತಣ್ಣಗಾಗಿ ಹುಸಿಯೆನಿಸಿತ್ತು, ಬೇರೆಕಡೆ (ದಕ್ಷಿಣದಲ್ಲಿ) ಹರಡುತ್ತಿದ್ದ ಇಂಗ್ಲಿಷ್ ಭಾಷೆಯ ಆಕ್ರಮಣದ ಹೆದರಿಕೆಯಿತ್ತು, ಹಿಂದಿ ಭಾಷೆಯು ಪೋಷಣೆ ಮತ್ತು ಬೆಳವಣಿಗೆಯಿಲ್ಲದೆ ಸೊರಗುತ್ತಿತ್ತು. ಇಂತಹ ವಿಷಮಪರಿಸ್ಥಿತಿಯಲ್ಲಿ ಹುಟ್ಟಿದ ಭರತೇಂದು, ಕೇವಲ 35 ವರ್ಷಗಳ ತನ್ನ

ಅಲ್ಪಜೀವಿತಕಾಲದಲ್ಲಿ ಅನೇಕ ಮಹಾಪಾತ್ರಗಳನ್ನು ವಹಿಸಿ, ಪ್ರತಿಯೊಂದರಲ್ಲಿಯೂ ಮೆರೆದನು.

(ಚಿತ್ರ 30–ಭರತೇಂದು ಹರಿಶ್ಚಂದ್ರ)

ಕವಿ, ನಾಟಕಕರ್ತೃ, ನಟ, ಜಾನಪದ ಕವಿ, ರಸಿಕ, ವಿಡಂಬನಕಾರ, ಪ್ರಬಂಧಕಾರ, ಅಂಕಣಕಾರ, ಪತ್ರಿಕೋದ್ಯಮಿ, ದೇಶಪ್ರೇಮಿ, ಸಮಾಜ ಸುಧಾರಕ, ಜನಜಾಗೃತಿಯ ಹರಿಕಾರ, ಸಂಘಟನಶೀಲ ಮತ್ತು ಚಿಂತಕನಾಗಿ ವಿವಿಧ ಕ್ಷೇತ್ರಗಳಲ್ಲಿ ಅತ್ಯುತ್ತಮ ಕೆಲಸ ಮಾಡಿದನು. ಹಿಂದಿ ಸಾಹಿತ್ಯಕ್ಕೆ ಭರತೇಂದುವಿನ ಸೇವೆ ಅಪಾರ ವಾದುದು. ಅವನು ಶುರುಮಾಡಿದ 'ಕವಿವಾಚನ ಸುಧಾ' ಎಂಬ ಪತ್ರಿಕೆ, ಮಹಿಳೆಯರಿಗಾಗಿ ನಡೆಸಿದ ಪತ್ರಿಕೆ, ಹಿಂದಿ ನಾಟಕಗಳನ್ನು ಆಡಿಸುವ ಪ್ರಥಮ ಪ್ರಯತ್ನ, ರಂಗಮಂಚದ ಸುಧಾರಣೆಗಳು, ಖಡಿಬೋಲಿ ಮತ್ತು ಬ್ರಜಭಾಷಾ ಮಿಶ್ರಿತ ಗದ್ಯದ ಉಪಯೋಗ, ಇತರ ಲೇಖಕರಿಗೆ ಉತ್ತೇಜನ ಮುಂತಾದ ಕಾರ್ಯಗಳು ಹಿಂದಿ ಸಾಹಿತ್ಯಕ್ಕೆ ಒಂದು ಅದ್ಭುತ ಚಾಲನೆಯನ್ನು ಕೊಟ್ಟವು. ಹಿಂದಿ ಸಾಹಿತ್ಯವನ್ನು ಪುನರುಜ್ಜೀವನಗೊಳಿಸಿದ ಮತ್ತು ಬನಾರಸ್‌ಅನ್ನು ಹಿಂದಿ ಸಾಹಿತ್ಯದ ಕೇಂದ್ರವಾಗಿಸಿದ ಶ್ರೇಯಸ್ಸು ಮುಖ್ಯವಾಗಿ ಭರತೇಂದುವಿಗೆ ಸಲ್ಲುತ್ತದೆ. ಅಸಹಜವಾದ, ಶ್ರಮಪಟ್ಟು ಲಂಬಿಸಿದ, ಕೃತಕವೆನಿಸಿದ ಮತ್ತು ಆಡುಭಾಷೆಗೆ ಬಲುದೂರವಾದ ಬರವಣಿಗೆಯ ಶೈಲಿಯನ್ನು ಕಿತ್ತೊಗೆಯಲು ಭರತೇಂದು ಕಾರಣವಾದನು. ಬದಲಾಗಿ, ಬ್ರಜಭಾಷೆಯ ಸೊಗಡು, ಸೊಗಸು ಮತ್ತು ಸವಿಯನ್ನು ಸೂಸುತ್ತಿರುವ, ವನದ ತೊರೆಯಂತೆ ಹರಿಯುವ, ಸರಳವೂ ಸುಂದರವೂ ಆದ ಹಿಂದಿ ಭಾಷೆಯನ್ನು ರೂಢಿಗೆ ತಂದನು. ಇವನು ಹಿಂದಿ ಗದ್ಯರಚನೆಗೆ ತೋರಿದ ಹೊಸದಿಕ್ಕಿನಲ್ಲಿ ಪ್ರಬಂಧಗಳು, ಪತ್ರಿಕೆಗಳು, ನಿಯತಕಾಲಿಕೆಗಳು, ಭಿತ್ತಿಪತ್ರಗಳು ಹೊಸ ವೈವಿಧ್ಯಮಯ ಸಂಪ್ರದಾಯವನ್ನೆ ಸೃಷ್ಟಿಸಿದವು. ಭರತೇಂದುವಿನ ರಚನೆಗಳಾಗಿದ್ದ 41 ಸಾಹಿತ್ಯ ಕೃತಿಗಳು, 26 ನಾಟಕಗಳು, ಅನೇಕ ಪ್ರಬಂಧಗಳು, ಪ್ರವಾಸ ಕಥನಗಳು, ವಿಮರ್ಶೆಗಳು ಜನರನ್ನು ಇಂದಿಗೂ ಆಶ್ಚರ್ಯಗೊಳಿಸುತ್ತವೆ. ಇವನನ್ನು ಆಧುನಿಕ ಹಿಂದಿ ಭಾಷೆ ಮತ್ತು ಆಧುನಿಕ ಹಿಂದಿ ನಾಟಕಗಳ ಪಿತನೆಂದು, ಭವ್ಯ ಕನಸಿಗನೆಂದು, ಅಂದಿನ ಕಾಲದ ಸ್ಫೂರ್ತಿ ಹಾಗು ಮುಂದಿನ ಕಾಲದ ಪ್ರತಿನಿಧಿ ಎಂದೂ ಕರೆಯುತ್ತಾರೆ.

ಮೇಲಿನ ಕಾರಣಗಳಿಂದ ಹಿಂದಿ ಸಾಹಿತ್ಯದ ಆಧುನಿಕಕಾಲವನ್ನು ಭರತೇಂದುವಿನ ಜನ್ಮದಿಂದಲೇ ಗುರುತಿಸುತ್ತಾರೆ. ಈ ಕಾಲ ಪುರಾತನವಾಗಿ 'ಅತ್ಯಾಧುನಿಕ' ಕಾಲವೊಂದು ಬರುವವರೆಗೂ 'ಆಧುನಿಕಕಾಲ' ನಡೆಯುತ್ತದೆ. ಆದರೆ ಈ ಕಾಲದ ಪೂರ್ಣಚರಿತ್ರೆಯನ್ನು ಕೊಡುವ ಉದ್ದೇಶ ಇಲ್ಲಿಲ್ಲ. ಹಿಂದಿ ಸಾಹಿತ್ಯ ದಿಗ್ಗಜರಲ್ಲಿ ಅನೇಕರು ಬನಾರಸ್‌ನವರು, ಇಲ್ಲಿ ಬಹಳ ಸಮಯ ಕಳೆದವರು, ಇಲ್ಲಿಯ ಮಣ್ಣು ನೀರು ಗಾಳಿ ಕುಡಿದವರು, ಇಲ್ಲಿಯ ಮೌಜ್ ಮಸ್ತಿಯಲ್ಲಿ ಒಂದಾದವರು, ಒಟ್ಟಿನಲ್ಲಿ 'ಬನಾರಸಿ' ಆಗಿದ್ದವರು ಎಂದು ತಿಳಿಸಲು ಕೆಲವು ಹೆಸರುಗಳನ್ನಾದರೂ ಹೇಳಬೇಕಾಗುತ್ತದೆ. ಸಾಹಿತ್ಯ ದಿಗ್ಗಜರಲ್ಲಿ **ಭರತೇಂದು, ಮುನ್ಷಿ ಪ್ರೇಮಚಂದ್** (ಕಾದಂಬರಿಗಳು), ಬಾಬು ಜಯಶಂಕರ ಪ್ರಸಾದ್ ('ಕಾಮಾಯನಿ' ಎಂಬ ಮಹಾಕಾವ್ಯ), ರಾಮಚಂದ್ರ ಶುಕ್ಲ (ವಿಮರ್ಶೆ) ಇವರನ್ನು ಯಾರೂ ಮರೆಯಲಾರರು. ತೇಗ್ ಆಲಿ, ಜಗನ್ನಾಥದಾಸ ರತ್ನಾಕರ್, ಆಚಾರ್ಯ ನರೇಂದ್ರದೇವ್, ಹಜಾರಿ ಪ್ರಸಾದ್ ದ್ವಿವೇದಿ, ವಾಸುದೇವ ಶರಣ ಅಗರವಾಲಾ, ರಾಯ್ ಕೃಷ್ಣದಾಸ್, ಸಂಪೂರ್ಣಾನಂದ್, ಭಗವಾನ್ ದಾಸ್, ವಿದ್ಯಾ ನಿವಾಸಮಿಶ್ರ, ಠಾಕೂರ್ ಜಯದೇವಸಿಂಗ್, ಬಲದೇವ ಉಪಾಧ್ಯಾಯ (ಸಾಹಿತ್ಯ ಮತ್ತು ಸಂಶೋಧನೆ) ಮತ್ತು ಅನೇಕ ಹಾಸ್ಯಲೇಖಕರು ಇಲ್ಲಿಯವರು. ಈ ಪಟ್ಟಿ ಬೆಳೆಯುತ್ತಲೇ ಹೋಗುತ್ತದೆ. ಇಲ್ಲಿ ಹೆಸರಿಸಿದವರೆ ಹೆಚ್ಚೆಂದೂ, ಬೇರೆಯವರು ಕಡಿಮೆಯೆಂದೂ ಬೆಲೆಕಟ್ಟುವ ಪ್ರಯತ್ನ ಖಂಡಿತಾ ಇಲ್ಲ. ಹಿಂದಿ ಸಾಹಿತ್ಯದಲ್ಲಿ ಪ್ರಸ್ತುತ ಲೇಖಕನಿಗಿರುವ ಇತಿಮಿತಿಯಲ್ಲಿ ಕಂಡುಬಂದವರಲ್ಲೂ ಕೆಲವರ ಹೆಸರುಗಳು ಮಾತ್ರ ಇಲ್ಲಿವೆ.

'ನಾಗರಿ ಪ್ರಚಾರಿಣಿ ಸಭಾ' ಎಂಬ ಸಂಸ್ಥೆ ಕ್ರಿ.ಶ.1893ರಲ್ಲಿ ಸ್ಥಾಪಿತವಾಗಿ ಹಿಂದಿ ಸಾಹಿತ್ಯಕ್ಕೆ ಉತ್ತಮ ಸೇವೆ ಸಲ್ಲಿಸುತ್ತಿದೆ. ಈ ಸಂಸ್ಥೆಯು ಮೂಲ ಹಾಗು

(ಚಿತ್ರ31–ಮುನ್ಷಿ ಪ್ರೇಮಚಂದ್)

ಮುಖ್ಯಉದ್ದೇಶ ಹಿಂದಿಯ ಪ್ರಚಾರ ಮತ್ತು ದೇವನಾಗರಿ ಲಿಪಿಯನ್ನು ಸಾರ್ವತ್ರಿಕಗೊಳಿಸುವುದಾಗಿತ್ತು. ಸರ್ಕಾರದ ಕಛೇರಿಗಳಲ್ಲಿ ಮತ್ತು ನ್ಯಾಯಾಲಯಗಳಲ್ಲಿ ದೇವನಾಗರಿಯ ಬಳಕೆ, ಹಸ್ತಪ್ರತಿಗಳ ಮುದ್ರಣಕ್ಕೆ ಸರ್ಕಾರಕ್ಕೆ ಒತ್ತಡಹೇರುವುದು, (ಯಾವ ಪುರಾಣಕ್ಕಿಂತಲು ದೊಡ್ಡಗಾತ್ರದ್ದೆನಿಸಿದ) 'ಪೃಥ್ವೀರಾಜ ರಾಸೋ' ಗ್ರಂಥದ ಪ್ರಕಟಣೆ, ಇತರ ಬೃಹದ್‌ಗ್ರಂಥಗಳ (ಹಿಂದಿ ವಿಶ್ವಕೋಶ 12 ಸಂಪುಟಗಳು, ನಿಘಂಟು, ವಿಜ್ಞಾನ ನಿಘಂಟು, ಹಿಂದಿ ಸಾಹಿತ್ಯ ಚರಿತ್ರೆ 16 ಸಂಪುಟಗಳು, ವ್ಯಾಕರಣ, ಹಳೆಯ ಮತ್ತು ಹೊಸ ಪುಸ್ತಕಗಳು, ಪರಾಮರ್ಶ ಗ್ರಂಥ) ಪ್ರಕಟಣೆ, ಗ್ರಂಥಾಲಯದ (50000 ಹಸ್ತಪ್ರತಿಗಳು ಮತ್ತು ಅನೇಕ ಗ್ರಂಥಗಳು) ನಿರ್ವಹಣೆ, ಅಖಿಲಭಾರತೀಯ ಹಿಂದಿ ಸಾಹಿತ್ಯ ಸಮ್ಮೇಳನಗಳು, ದಕ್ಷಿಣ ಭಾರತ ಹಿಂದಿ ಪ್ರಚಾರ ಸಭಾ ಸ್ಥಾಪನೆ ಮುಂತಾದ ಕಾರ್ಯಕ್ರಮಗಳನ್ನು ಕೈಗೊಂಡಿದೆ.

ನಾಟಕ ಪ್ರದರ್ಶನ ಬಹಳ ಹಿಂದಿನಿಂದಲೂ ನಡೆದುಬಂದಿದೆ ಎನ್ನುವುದಕ್ಕೆ ದಾಮೋದರ ಗುಪ್ತನ 'ಕುಟ್ಟನೀಮತಮ್' ಎಂಬ ಕ್ರಿ.ಶ.8ನೆಯ ಶತಮಾನದ ಗ್ರಂಥದಲ್ಲಿ ಹರ್ಷನ 'ರತ್ನಾವಳಿ' ನಾಟಕವನ್ನು ಅವಿಮುಕ್ತೇಶ್ವರನ ಮಂದಿರದ ಮುಂದೆ ಆಡಿಸಿದ ವರ್ಣನೆಯಿಂದ ತಿಳಿಯುತ್ತದೆ. ರಾಜ ಗೋವಿಂದಚಂದ್ರನ (ಕ್ರಿ.ಶ.12ನೆಯ ಶತಮಾನ) ಆಸ್ಥಾನದ ಪಂಡಿತ ದಾಮೋದರಶರ್ಮನ ಪ್ರಕಾರ ನಟರು, ನರ್ತಕಿಯರು, ಭಾಂಡ್ ಗುಂಪಿನವರು (ಒಂದು ರೀತಿಯ ಪ್ರಹಸನ), ಸೂತ್ರದ ಗೊಂಬೆ ಆಡಿಸುವವರು ಎಲ್ಲರೂ ರಾಜನ ಆಶ್ರಯದಲ್ಲಿದ್ದರು ಎಂದು ತಿಳಿಯುತ್ತದೆ. ಕ್ರಿ.ಶ.17ನೆಯ ಶತಮಾನದಲ್ಲಿ, ತುಳಸಿದಾಸರ ಕಾಲದಲ್ಲಿ, 'ರಾಮಲೀಲಾ', 'ನರಸಿಂಹಲೀಲಾ', 'ವಾಮನಲೀಲಾ' ಮುಂತಾದ ಪ್ರದರ್ಶನಗಳು ನಾಟಕದ ಅಂಶಗಳನ್ನು ಅಳವಡಿಸಿಕೊಂಡಿದ್ದವು. ಆಧುನಿಕ ಹಿಂದಿ ನಾಟಕಗಳ ಪ್ರದರ್ಶನದ ಆರಂಭ ಭರತೇಂದುವಿನ ನಾಟಕಗಳಿಂದಲೇ ಎನ್ನಬಹುದು. 1868ರಲ್ಲಿ ಇಂಗ್ಲಿಷರ ಮನೋರಂಜನೆಗೆ 'ಜಾನಕಿ ಮಂಗಳ' ಎಂಬ ನಾಟಕ ಆಡಲಾಯಿತು. ಅನಂತರದಲ್ಲಿ ಪಾರ್ಸಿ ನಾಟಕ ಕಂಪನಿಗಳ ಪ್ರಭಾವ, ಅಮೆಚುರ್ ನಾಟಕಗಳ ಪ್ರದರ್ಶನ, ಬದಲಾವಣೆಗಳು, ರಂಗಮಂಚದ ಅಭಿವೃದ್ಧಿಗಳು ಬನಾರಸ್‌ನ ನಾಟಕಕ್ಷೇತ್ರವನ್ನು ಜೀವಂತವಾಗಿ ಇಟ್ಟಿವೆ. ಹಿಂದಿಯಲ್ಲಿ 'ಹನುಮಾನ ನಾಟಕ' 1623ರಲ್ಲಿ ಅನುವಾದವಾಯಿತು. ಆಗಿನಿಂದ ಬನಾರಸ್‌ನಲ್ಲಿ ಅನೇಕ ನಾಟಕಗಳು ಬರೆಯಲ್ಪಟ್ಟವು.

ಹಿಂದಿಯ ಮೊದಲಪತ್ರಿಕೆ 'ಉದ್ಧಾಂತ ಮಾರ್ತಾಂಡ' ಕ್ರಿ.ಶ.1825ರಲ್ಲಿ ಕಲ್ಕತ್ತಾದಲ್ಲಿ ಪ್ರಕಟವಾಯಿತು. ವಾರಾಣಸಿಯ ಮೊದಲಪತ್ರಿಕೆ (ವಾರಪತ್ರಿಕೆ) 'ಬನಾರಸ್ ಅಕ್ಬಾರ್'ನ್ನು ರಾಜಾ ಶಿವಪ್ರಸಾದ 'ಸಿತಾರೆ ಎ ಹಿಂದ್' ಎನ್ನುವವರು 1845ರಲ್ಲಿ ಶುರುಮಾಡಿದರು. ಇದರ ಲಿಪಿ ದೇವನಾಗರಿಯಾದರೂ ಭಾಷೆಯು ಹೆಚ್ಚಾಗಿ ಉರ್ದು, ಪಾರಸಿ ಮತ್ತು

ಅರಾಬಿಕ್‌ನ ಮಿಶ್ರಣವಾಗಿತ್ತು. ಮೊದಲ ದಿನಪತ್ರಿಕೆ 'ಸಮಾಚಾರ್ ಸುಧಾವರ್ಷಣ'ವು 1854ರಿಂದ ಶುರುವಾಯಿತು. 'ಸುಗೃಹಿಣಿ' ಎಂಬ ಮಹಿಳಾ ಪತ್ರಿಕೆಯ ಮೊದಲ ಮಹಿಳಾ ಸಂಪಾದಕಿ ಹೇಮಂತ ಕುಮಾರಿ ಎಂಬುವರಾಗಿದ್ದರು. 1868ರಲ್ಲಿ (ತನ್ನ 18ನೆಯ ವಯಸ್ಸಿನಲ್ಲಿ) ಭರತೇಂದು ಹರಿಶ್ಚಂದ್ರ 'ಕವಿ ವಾಚನಸುಧಾ' ಎಂಬ ಮಾಸಿಕ ಪತ್ರಿಕೆಯನ್ನು ಹೊರತಂದಾಗ ಅದರ ಉದ್ದೇಶವನ್ನು ಬಹಳ ಅಚ್ಚುಕಟ್ಟಾಗಿ ವಿವರಿಸಿದ್ದನು.

ನಿಜ ಭಾಷಾ ಉನ್ನತಿ ಅಹೈ, ಸಬ್ ಉನ್ನತಿ ಕೊ ಮೂಲ್
ಬಿನ ನಿಜಭಾಷಾ ಜ್ಞಾನ ಕೆ, ಮಿಟೆ ನ ಹಿಯಾ ಕೆ ಶೂಲ್
(ಸ್ವಂತ ಭಾಷೆಯ ಉನ್ನತಿಯೆ ಸರ್ವ ಉನ್ನತಿಗಳ ಮೂಲ
ಸ್ವಂತ ಭಾಷೆಯ ತಿಳಿವಿಲ್ಲದಿರೆ ತಪ್ಪದು ಎದೆಯ ಶೂಲ)

ಕ್ರಿ.ಶ.1870ರಿಂದ ಈಗಿನ ನೂರಮುವ್ವತ್ತು ವರ್ಷಗಳಲ್ಲಿ ವಾರಾಣಸಿಯಲ್ಲಿ ಅನೇಕಾನೇಕ ಪತ್ರಿಕೆಗಳು ಶುರುವಾಗಿ ನಿಂತಿವೆ, ಸ್ವಾತಂತ್ರದ ಹೋರಾಟದಲ್ಲಿ ಬಹಳ ವಿಶಿಷ್ಟಪಾತ್ರವನ್ನು ವಹಿಸಿವೆ, ಜನಮಾನಸವನ್ನು ಸುದ್ದಿ ವಿಚಾರ ಮಂಥನಗಳಿಂದ ಪ್ರಚೋದಿಸಿವೆ, ಸುದ್ದಿ ಸಮಾಚಾರವೆ ಅಲ್ಲದೆ ಅಧ್ಯಾತ್ಮ, ವಿಜ್ಞಾನ, ಅರ್ಥಶಾಸ್ತ್ರ, ಮನರಂಜನೆ ಮುಂತಾದ ಅನೇಕ ವಿಷಯಗಳಿಗೆ ಮೀಸಲಾದ ಪತ್ರಿಕೆಗಳಿವೆ ಎಂಬುದೆಲ್ಲ ದೀರ್ಘವಾದ ಕಥೆಯಾದ್ದರಿಂದ ಇಲ್ಲಿ ವಿವರಗಳಿಗೆ ಎಡೆಯಿಲ್ಲ. ಇಂದು ಜನಪ್ರಿಯವಾಗಿರುವ ಹಿಂದಿ ಸಮಾಚಾರ ಪತ್ರಿಕೆಗಳಲ್ಲಿ ಪ್ರಾಯಶಃ ಹಳೆಯದೆಂದರೆ 1920ರಲ್ಲಿ ಶಿವಪ್ರಸಾದ ಗುಪ್ತ ಅವರು ಶುರುಮಾಡಿದ 'ಆಜ್' ಪತ್ರಿಕೆಯೇ ಇರಬೇಕು. ಪ್ರಸಿದ್ಧ ಸಂಪಾದಕರಾದ ಅಂಬಿಕಾಪ್ರಸಾದ ವಾಜಪೇಯಿ, ಬಾಬುರಾವ್ ಪರಾಡಕರ್, ಲಕ್ಷ್ಮಣನಾರಾಯಣ ಗದ್ರೆ ಇವರುಗಳನ್ನು ಹಿಂದಿ ಪತ್ರಿಕೋದ್ಯಮದ ಪ್ರವರ್ತಕರು ಎಂದು ಪರಿಗಣಿಸಲಾಗುತ್ತದೆ. ಇಲ್ಲಿಯ ಮೊದಲ ಹಿಂದಿ ಮುದ್ರಣಾಲಯ 1803ರಲ್ಲಿ 'ಸಂಸ್ಕೃತ ಪ್ರೆಸ್' ಎಂಬ ಹೆಸರಲ್ಲಿ ಶುರುವಾಯಿತು. 1850ರೊಳಗೆ ಇನ್ನೂ ಆರು ಮುದ್ರಣಾಲಯಗಳು ಕೆಲಸಮಾಡುತ್ತಿದ್ದವು.

■

29. ಸಂಗೀತದ ರಸನಿಮಿಷಗಳು

ಶಿವನ ಮೆಚ್ಚಿನ ಸ್ಥಾನವಾದ ಕಾಶಿಯು ಶಿವನಿಗೆ ಪ್ರಿಯವಾದ ನೃತ್ಯ ಮತ್ತು ನಾಟಕಕ್ಕೆ ಮತ್ತು ಅದರ ಮೂಲಕ ಸಂಗೀತಕ್ಕೆ ಕೇಂದ್ರವಾಗಿರುವುದು ಆಶ್ಚರ್ಯವೇನಲ್ಲ. ಅನಾದಿ ಕಾಲದಿಂದಲೂ ವಾರಣಾಸಿಯ ಸಂಗೀತ ಪರಂಪರೆ ಬಹಳ ಪ್ರಸಿದ್ಧವಾಗಿದೆ. ಮೊದಲು ಸಾಮವೇದ ಗಾಯನ, ಭಕ್ತಿಕಾಲದಲ್ಲಿ ಭಜನೆ ಮತ್ತು ಕೀರ್ತನೆ, ರಾಮಲೀಲಾ ಮತ್ತಿತರ ಲೀಲೆಗಳಲ್ಲಿ ಜಾನಪದ ಹಾಡುಗಳು, ಅನಂತರದಲ್ಲಿ ಹಿಂದೂಸ್ಥಾನಿ ಸಂಗೀತದಲ್ಲಿ ಪ್ರಯೋಗಗಳು ಮತ್ತು ಇತರ ಪರಂಪರೆಗಳೊಡನೆ ಹೊಂದಿದ ಸಂಪರ್ಕಗಳಿಂದ ಕಾಶಿಯೇ ಉತ್ತರಾದಿ ಸಂಗೀತದ ತೌರೂರು ಎಂದರೂ ತಪ್ಪಿಲ್ಲ. ಇಲ್ಲಿನ ಸಂಗೀತಜ್ಞರು ಮತ್ತು ಗಾಯನ ಕಲಾಕಾರರು ಪರಂಪರಾಗತ ಸಂಗೀತವನ್ನೇ ಅಲ್ಲದೆ ಇತರ ಘರಾನಾಗಳ ವಿಶೇಷತೆಯನ್ನು ಅಭ್ಯಾಸಮಾಡಿ, ಅವನ್ನು ತಮ್ಮ ಸಂಗೀತದಲ್ಲಿ ಅಳವಡಿಸಿಕೊಂಡು, ತಮ್ಮದನ್ನೇ ಆಗಿಸಿಕೊಂಡು ಹೊಸಸಾಧನೆ ಮಾಡಿದ್ದಾರೆ. ಕಾಶಿಯ ಸಂಗೀತದಲ್ಲಿ ಒಂದು ವಿಶಿಷ್ಟತೆ, ಪ್ರೌಢಿಮೆ ಬರಲು ಅನೇಕ ಕಾರಣಗಳು ನೆರವಾಗಿವೆ. ಅನಾದಿಕಾಲದಿಂದಲೂ ಸಂಗೀತಕ್ಕೆ ಇದ್ದ ಸ್ಥಾನಮಾನವೇ ಮೊದಲ ಕಾರಣ. ಕಾಶಿಯ ರಾಜರು, ಜೋನ್‌ಪುರದ ಸುಲ್ತಾನರು, ಕಾಶಿಯಲ್ಲಿ ನೆಲಸಿದ ಅವಧ್‌ನ ಕೆಲ ನವಾಬರು ಮತ್ತು ಮೊಘಲ್ ದೊರೆಗಳು ಕೊಟ್ಟ ಪ್ರೋತ್ಸಾಹ ಎರಡನೆಯ ಕಾರಣ. ಹೊರಗಿನಿಂದ ಬಂದ ಈ ರಾಜ–ನವಾಬರ ಜೊತೆಗೆ ಬಂದು ಇಲ್ಲಿ ನೆಲಸಿದ ಸಂಗೀತಗಾರರು ತಂದ ಹೊಸತನ ಮೂರನೆಯ ಕಾರಣ. ಈ ಪವಿತ್ರ ನಗರದ ವಾತಾವರಣದಲ್ಲಿ ಸತ್ಸಂಗ, ಭಜನೆಗಳಲ್ಲದೆ ಹವೇಲಿ ಸಂಗೀತ, ಮಠ–ಮಂದಿರಗಳಲ್ಲಿ ಸಂಗೀತ, ಗಣ್ಯರ ಮನೆಗಳಲ್ಲಿ ಬೈಠಕ್ ಸಂಗೀತ ಮುಂತಾಗಿ ಸಂಗೀತಕ್ಕೆ ಸಾಕಷ್ಟು ಅವಕಾಶಗಳಿದ್ದು ಸಂಗೀತಗಾರರಿಗೆ ಸದಾ ಪ್ರೋತ್ಸಾಹವಿದ್ದುದು ನಾಲ್ಕನೆಯ ಕಾರಣ. ವಿಶೇಷವೆಂದರೆ ಗಣ್ಯರ (ಇಲ್ಲಿಯ ರೈಯಿಸ್‌ಗಳ) ಮನೆಗಳಲ್ಲಿ ನಡೆಯುತ್ತಿದ್ದ ಬೈಠಕ್ ಅಥವಾ ಮೆಹಫಿಲ್‌ಗಳಲ್ಲಿ ಗಾಯಕಿಯರ, ವಾರಾಂಗನೆಯರ ಸಂಗೀತವಿದ್ದು, ಅವರು ಪೂರ್ವಿಉತ್ತರಪ್ರದೇಶದ ಅನೇಕ ಜಾನಪದ ಶೈಲಿಯ ಸಂಗೀತವನ್ನು (ಹೋಲಿ, ಚೈತಿ, ಕಜರಿ, ಬಿರಹ, ತುಮ್ರಿ, ದಾದ್ರ) ಹೆಚ್ಚು ಪ್ರಚುರಪಡಿಸಿದರು. ಗಾಯಕಿಯರು ಪರಂಪರಾಗತ ಸಂಗೀತಕ್ಕೆ ಲೋಕ ಸಂಗೀತದ (ಜಾನಪದ ಗೀತೆಗಳ) ರಸತುಂಬಿ ಸಂಗೀತಕ್ಕೆ ಒಂದು ಹೊಸ ಮಾದಕತೆ ತುಂಬಿದ್ದುದು ಐದನೆಯ ಮುಖ್ಯ ಕಾರಣ. ಅಂದರೆ ಇಲ್ಲಿಯ ಗಣ್ಯರಿಂದ ಗಾಯಕಿ, ವಾರಾಂಗನೆಯರ ಜೀವನಕ್ಕೆ ಒಂದು ಗೌರವ ಸಿಕ್ಕಿದರೆ, ಗಾಯಕಿಯರ

ಪ್ರಯತ್ನದಿಂದ ಪರಂಪರಾಗತ ಸಂಗೀತಕ್ಕೆ ಒಂದು ಹೊಸನಶೆ (ಮಾದಕತೆ) ಸಿಕ್ಕಿತು. ಗಾಯಕಿಯರು ಸಂಗೀತಕ್ಕೆ ಕೊಟ್ಟ ಮಾದಕತೆಯನ್ನು ಮಧುರತೆಗೆ ತಿರುಗಿಸಲು ಇಲ್ಲಿನ ಕಥಕಿಗಳು ಕಾರಣರಾಗಿ ಹೊಸ ಶೈಲಿಯನ್ನೇ ಹುಟ್ಟು ಹಾಕಿದುದು ಆರನೆಯ ಕಾರಣ. ಸಾಮಾನ್ಯವಾಗಿ ಒಂದು ಸ್ಥಳದಲ್ಲಿರುವ ಒಬ್ಬ ಪ್ರಸಿದ್ಧ ಸಂಗೀತಜ್ಞನಿಂದ ಒಂದು ಘರಾನಾ ಬೆಳೆದರೆ (ಉದಾಹರಣೆಗೆ ಆಗ್ರಾ, ಗ್ವಾಲಿಯರ್, ಅತ್ರೌಲಿ ಘರಾನಾ ಮುಂತಾದವು) ಬನಾರಸ್‌ನಲ್ಲಿ ಒಂದೇ ಕಡೆ ಹಲವು ಘರಾನಾಗಳು ಬೆಳೆದುಬಂದಿರುವುದು ಒಂದು ವಿಶೇಷ ಎನ್ನಬೇಕು. ಮೇಲೆ ಹೇಳಿದ ಎಲ್ಲ ಪ್ರಭಾವಗಳು ಮತ್ತು ಕಾರಣಗಳಿಂದ ಬನಾರಸ್‌ನಲ್ಲಿ ಅನೇಕ ಹೊಸಶೈಲಿಗಳು, ಹಾಡುವ ಪದ್ಧತಿಗಳು ಅಥವಾ ಘರಾನಾಗಳು ಹುಟ್ಟಿಕೊಂಡವು. ಇಲ್ಲಿಯ ಕೆಲವು ಪ್ರಸಿದ್ಧ ಘರಾನಾಗಳ ಪೂರ್ಣವಿವರ ಕೊಡಲಾಗದಿದ್ದರೂ, ಅವುಗಳ ಹೆಸರು ಮತ್ತು ಕಂಸದಲ್ಲಿ ಕೆಲವು ಪ್ರಸಿದ್ಧ ಸಂಗೀತಗಾರರ ಹೆಸರುಗಳನ್ನು ಮಾತ್ರ ಇಲ್ಲಿ ಕೊಡಲಾಗಿದೆ. ಪಂಡಿತ ದೀಲಾರಾಮ ಮಿಶ್ರ ಘರಾನಾ (ಪ್ರಸಿದ್ಧ–ಮನೋಹರ ಜೋಡಿ, ರಾಮಸೇವಕ, ಶಿವ–ಪಶುಪತಿ ಜೋಡಿ), ಪಂಡಿತ ಶಿವದಾಸ–ಪ್ರಯಾಗ ಘರಾನಾ (ಮಿಠಾಯಿಲಾಲ್ ಮಿಶ್ರ, ಪಂಡಿತ ರವಿಶಂಕರ್ ಅವರ ತಂದೆ ಶ್ಯಾಮಶಂಕರ ಚೌಧುರಿ), ಜಗದೀಪ್‌ಮಿಶ್ರ ಘರಾನಾ, ಪಂಡಿತ ಲಕ್ಷ್ಮೀರಾಮ್ ಘರಾನಾ (ಬಡೇರಾಮದಾಸ್, ರಾಮಪ್ರಸಾದ ಮಿಶ್ರ, ಸಿದ್ದೇಶ್ವರಿ ದೇವಿ, ಪಂಡಿತ ಶಿವಕುಮಾರಶರ್ಮ ಅವರ ತಂದೆ ಉಮಾದತ್ತಶರ್ಮ, ರಾಜನ್–ಸಾಜನ್ ಮಿಶ್ರ), ಪಂಡಿತ ಠಾಕೂರ್‌ಪ್ರಸಾದಮಿಶ್ರ ಘರಾನಾ (ಚನ್ನೂಜಿ–ಸ್ವರೂಪಜಿ ಮಿಶ್ರ, ಛೋಟೆ ರಾಮದಾಸ), ಧ್ರುಪದ್ ಗಾಯನದಲ್ಲಿ ಭಕ್ತಾವರ್‌ಮಿಶ್ರ ಘರಾನಾ, ಮಧರಾಜಿಮಿಶ್ರ ಘರಾನಾ, ಇವುಗಳು ಕೆಲವು ಉದಾಹರಣೆಗಳಾಗಿವೆ. ಗಾಯನವೆ ಅಲ್ಲದೆ ತಬಲಾ, ಪಕಾವಜ್, ಮೃದಂಗ, ಸಾರಂಗಿ, ವೀಣಾ, ಸಿತಾರ್, ಸರೋಡ್, ವಿಚಿತ್ರ ವೀಣಾ, ಶೆಹನಾಯ್ ಮೊದಲಾದ ವಾದನಗಳಲ್ಲೂ ಬನಾರಸ್ ದೊಡ್ಡ ಪಂಡಿತರನ್ನು, ಉಸ್ತಾದ್‌ಗಳನ್ನು ತಯಾರುಮಾಡಿದೆ.

ಬನಾರಸ್‌ನವರೆನಿಸಿ ಹಿಂದಿನಕಾಲದಲ್ಲಿ ಠುಮ್ರಿಗೆ ಬಹಳ ಪ್ರಸಿದ್ಧರಾಗಿದ್ದ ಗಾಯಕಿಯರ ಪಟ್ಟಿ ತುಂಬಾ ದೊಡ್ಡದಾಗಿದೆ. ಸಂಗೀತಪ್ರಿಯರ ನೆನಪಿಗೆ ಬರಬಹುದೆಂದು ಕೆಲವು ಹೆಸರುಗಳನ್ನು ಇಲ್ಲಿ ಕೊಟ್ಟಿದೆ. ಹುಸ್ನಾಬಾಯಿ, ಛೋಟಿಮೈನಾ, ಚಿತ್ರಾ, ಇಮಾಮ್‌ಬಾಡಿ, ವಿದ್ಯಾಧರಿ, ರಾಜೇಶ್ವರಿ, ಸಿದ್ದೇಶ್ವರಿದೇವಿ, ರಸೂಲನ್‌ಬಾಯಿ, ಬಾಗೇಶ್ವರಿ, ನೂರಜಹಾನ್, ಬಡಿಮೋತಿ, ಹೀರಾದೇವಿಮಿಶ್ರ, ಗಿರಿಜಾದೇವಿ ಮುಂತಾದವರು ಬನಾರಸ್‌ನ ರಸಿಕರನ್ನು ತಣಿಸಿದ್ದರು. ಇತರ ಸಂಗೀತಗಾರರಲ್ಲಿ ಪ್ರಮುಖರಾದ 'ಧ್ರುಪದ್ ಧಮಾರ್‌ನ ಸಾಗರ' ಎಂಬ ಬಿರುದಿನ ಭಕ್ತಾವರ್, ಜಗದೀಪ್, ಮೌಜುದ್ದೀನ್ ಖಾನ್, ಬಡೆ ರಾಮದಾಸ್, ಛೋಟೆ ರಾಮದಾಸ್, ಓಂಕಾರ್‌ನಾಥ್ ಠಾಕೂರ್, ಬಿಸ್ಮಿಲ್ಲಾಖಾನ್, ಪಂಡಿತ್ ರವಿಶಂಕರ್,

ರಾಜನ್-ಸಾಜನ್ ಮಿಶ್ರ ಮತ್ತು ಶ್ರೀಮತಿ ಎನ್. ರಾಜಂ ಇವರು ಮತ್ತು ಇನ್ನೂ ಅನೇಕರು ತಮ್ಮ ಸಂಗೀತ ಸಾಧನೆಯಿಂದ ಹೆಸರು ಗಳಿಸಿದ್ದಾರೆ.

ಸಂಗೀತದಂತೆ ನೃತ್ಯದಲ್ಲಿಯೂ ಬನಾರಸ್‌ನ ಶೈಲಿ ತನ್ನ ವಿಶಿಷ್ಟತೆಯನ್ನು ತೋರಿದೆ. ಹತ್ತೊಂಬತ್ತನೆಯ ಶತಮಾನದ ಮೊದಲಲ್ಲಿ ತಬಲ ವಾದಕ ರಾಮಸಹಾಯ್‌ನ ಸಹೋದರ ಜಾನಕಿ ಸಹಾಯ್ ಇಲ್ಲಿಯ ಪದ್ಧತಿಯ ಪ್ರವರ್ತಕ ಎನ್ನುತ್ತಾರೆ. ಇವನ ಶಿಷ್ಯರಲ್ಲಿ ಠುಮ್ರಿಯ ಜಗದೀಪ್ ಮತ್ತು ಪಂಡಿತ ಅಯೋಧ್ಯಾಪ್ರಸಾದ್ ಇಬ್ಬರು ನೃತ್ಯದಲ್ಲಿಯೂ ಸಾಕಷ್ಟು ಪರಿಣಿತರಾಗಿದ್ದರು. ಜಗನ್ನಾಥ್ (ಅಚ್ಚನ್ ಮಹಾರಾಜ್), ಬೈಜನಾಥ್ (ಲಚ್ಚು ಮಹಾರಾಜ್) ಮತ್ತು ಶಂಭು ಮಹಾರಾಜ್ ಎಂಬ ಸಹೋದರರು ಉತ್ತಮ ನೃತ್ಯಗಾರರಾಗಿದ್ದರು. ಅಚ್ಚನ್ ಮಹಾರಾಜನ ಮಗನಾದ ಪಂಡಿತ್ ಬಿರ್ಜು ಮಹಾರಾಜ್ ಇಂದು ಎಲ್ಲೆಡೆ ಪ್ರಸಿದ್ಧವಾಗಿದ್ದಾರೆ. ಸುಖದೇವ್ ಮಹಾರಾಜ್ ಎಂಬುವರು ಕಥಕ್ ನೃತ್ಯಕ್ಕೆ ಒಂದು ಹೊಸಮೆರಗುಕೊಟ್ಟರು. ಅವರ ಮಕ್ಕಳಾದ ಅಲಕಾನಂದ, ತಾರಾದೇವಿ ಮತ್ತು ಸಿತಾರಾ ದೇವಿ ಪ್ರಸಿದ್ಧರಾಗಿದ್ದರು. ತಾರಾದೇವಿಯ ಮಗನಾದ ಗೋಪೀಕೃಷ್ಣ 'ತಾಂಡವ ಸಾಮ್ರಾಟ್' ಎಂದು ಹೆಸರು ಪಡೆದರು. ಇವರಲ್ಲದೆ ಬೇನಿ ಪ್ರಸಾದ್, ಪರ್ವಾದು, ಗುಲ್‌ಬದನ್, ಸುಖಬದನ್ ಮತ್ತು ಹುಸ್ನಾಬಾಯಿ ನೃತ್ಯದಲ್ಲಿ ಒಳ್ಳೆಯ ಹೆಸರು ಗಳಿಸಿದ್ದರು.

ಹಿಂದಿನ ಶತಮಾನದ ಸಂಗೀತದ ಗುರುಗಳ, ಕಲಾಕಾರರ ಬಗ್ಗೆ ಸಾಕಷ್ಟು ಕೇಳಿಬಂದರೂ, ಅವರ ಸಂಗೀತವನ್ನು ಕೇಳುವ ಅದೃಷ್ಟ ನಮಗಿಲ್ಲ. ಹಾಗಾದರೂ ಅವರಬಗ್ಗೆ ಪ್ರಚಲಿತವಾಗಿರುವ ಅನೇಕ ಕಥೆಗಳು ರೋಚಕವಾಗಿವೆ. ಅವರುಗಳ ಸಂಗೀತವನ್ನಲ್ಲದಿದ್ದರೂ, ಆ ಸಂಗೀತದ ರಸನಿಮಿಷಗಳನ್ನಾದರೂ ನಾವಿನ್ನೂ ಸವಿಯಬಹುದಾಗಿದೆ.

ಜಾತಕ ಕಥೆಗಳ ಪ್ರಕಾರ ಕಾಶಿಯ ಗುತ್ತಿಲ್ ಎಂಬ ವೀಣಾವಾದಕನ ಹೆಸರು ಉಜ್ಜಯಿನಿಯವರೆಗೂ ಹಬ್ಬಿತ್ತು. ಇವನ ಶಿಷ್ಯನಾಗಿದ್ದ ಮುಸಿಲ್ ಎಂಬುವನು ಉಜ್ಜಯಿನಿಯಲ್ಲಿ ನೆಲೆಸಿ ಯಾವುದೊ ವಿಚಿತ್ರ ಭಾವನೆಗೆ ಒಳಗಾಗಿ ತನ್ನ ಗುರು ಗುತ್ತಿಲನನ್ನೇ ಸ್ಪರ್ಧೆಗೆ ಆಹ್ವಾನಿಸಿದ. ಗುತ್ತಿಲನು ವೀಣೆಯ ಒಂದೇ ತಂತಿಯಿಂದ ಎಲ್ಲ ಸ್ವರಗಳನ್ನು ನುಡಿಸಿ ಸ್ಪರ್ಧೆಯಲ್ಲಿ ಗೆದ್ದವಿಚಾರ ಜಾತಕದಲ್ಲಿ ಹೇಳಿದೆ. ಇನ್ನೊಂದು ಜಾತಕದಲ್ಲಿ ಅಟ್ಟಕಾಸಿ ಎಂಬ ಗಾಯಕಿಯ ಸ್ವರಮಾಧುರ್ಯದ ಹಿರಿಮೆಯನ್ನು ಹೇಳುತ್ತಾ, ಅವಳ ಒಂದು ರಾತ್ರಿಯ ಕಛೇರಿಗೆ (ಅಂದಿನ ಕಾಲದ ನಾಣ್ಯವಾದ) ಎಂಟುಸಾವಿರ ಕರ್ಶಪನಗಳನ್ನು ಗಳಿಸುತ್ತಿದ್ದಳೆಂದು ತಿಳಿಸುತ್ತದೆ. ಇದು ಅಂದಿನ ಕಾಶಿಯ ವರಮಾನದ ಅರ್ಧವಾದ್ದರಿಂದ ಇವಳ ಹೆಸರು 'ಅಟ್ಟಕಾಸಿ' ಎಂದಾಯಿತಂತೆ! ಅಕ್ಬರನ ದರ್ಬಾರಿನ ನವರತ್ನಗಳಲ್ಲಿ ಒಬ್ಬನಾಗಿದ್ದ ತಾನ್‌ಸೇನ್‌ನು ಗ್ವಾಲಿಯರ್ ಹತ್ತಿರದ ಹಳ್ಳಿಯಲ್ಲಿ ಇದ್ದನೆಂದು ಅಲ್ಲಿ ಇಂದಿಗೂ

'ತಾನ್‌ಸೇನ್ ಸಂಗೀತ ಸಮಾರೋಹ' ನಡೆಸಿದರೆ, ಅವನು ಕಾಶಿಯಲ್ಲಿ ಹುಟ್ಟಿದ 'ತನ್ನೂ ಮಿಶ್ರ'ನೇ ಎಂದು ಕಾಶಿಯವರು ಅವನನ್ನು ತಮ್ಮವನನ್ನಾಗಿ ಮಾಡಿಕೊಳ್ಳುತ್ತಾರೆ. ಹಿಂದೂಸ್ಥಾನಿ ಸಂಗೀತ ಪ್ರಪಂಚದಲ್ಲಿ ಅಜರಾಮರವಾಗಿರುವ ಸದಾರಂಗ್ ಮತ್ತು ಅದಾರಂಗ್ ಎಂಬುವರು ಕಾಶಿಯ ಹತ್ತಿರದ ಗಾಜಿಪುರದಿಂದ ದೆಹಲಿಯ ಸಾಮ್ರಾಟ್ ಮಹಮ್ಮದ್ ಶಾ ರಂಗೀಲೆಯ (ಕ್ರಿ.ಶ.1719–1748) ದರ್ಭಾರಿಗೆ ಹೋಗಿ ಅಲ್ಲಿ ಖಯಾಲ್‌ಗೆ ಒಂದು ಹೊಸತಿರುವುಕೊಟ್ಟರೆಂದು ಹೇಳುತ್ತಾರೆ.

ಒಮ್ಮೆ ಬನಾರಸಿನ ಪಂಡಿತ ಜಗದೀಪ್ ತನ್ನ ಸಂಗೀತ ಕಛೇರಿಮುಗಿಸಿ ಮನೆಗೆಬಂದಾಗ ಮಧ್ಯರಾತ್ರಿಯಾಗಿತ್ತು. ಬಾಗಿಲುತಟ್ಟಿ, ಚಿಲಕ ಎಷ್ಟು ಸದ್ದುಮಾಡಿದರೂ, ಪತ್ನಿ ಬಾಗಿಲು ತೆಗೆಯಲಿಲ್ಲವಂತೆ! 'ಠುಮರಿ'ಯ ಬಾದ್‌ಶಾ' ಎಂದು ಪ್ರಸಿದ್ಧನಾದ ಪಂಡಿತ್‌ಜೀ, ಬಾಗಿಲಚಿಲಕವನ್ನೇ ತಾಳವಾಗಿಸಿಕೊಂಡು 'ರಾಜಾ ಕೇವಡಿಯಾ ಖೋಲ್, ರಸ್ ಕಿ ಬೂಂದೆ ಪಡಿ' ಎಂದು ಹಾಡಲು ಶುರುಮಾಡಿದನಂತೆ. 'ಠುಮರಿ'ಯ ಸೊಗಸು ಎಷ್ಟು ಕರ್ಣಾನಂದವಾಗಿತ್ತೆಂದರೆ, ಮಲಗಿದ್ದ ನೆರೆಹೊರೆಯವರು ಎದ್ದುಬಂದು ಆ ಮಧುರಗಾಯನವನ್ನು ಬೆಳಗಿನ ಝಾವದ ತನಕ ಕೇಳಿದರೂ ಮಲಗಿದ್ದ ಹೆಂಡತಿ ಮಾತ್ರ ಏಳಲಿಲ್ಲ!!

ಪಂಜಾಬಿನ ಜನಪ್ರಿಯ 'ಠುಮರಿ' ಗಾಯಕ ಮೌಝುದ್ದೀನ್‌ಖಾನನ (ಕ್ರಿ.ಶ.1840–1910) ಸಂಗೀತ, ಪಂಜಾಬಿನಿಂದ ಲಕ್ನೋ ತನಕ ಪ್ರಸಿದ್ಧವಾಗಿತ್ತು. ಅವನಿಗೆ ಕಾಶಿಯಲ್ಲಿ ತನ್ನ ಪ್ರತಿಭೆತೋರಿಸಿ ಅಲ್ಲಿನ ಜನಮನವನ್ನು ಗೆಲ್ಲಬೇಕೆಂಬ ಮಹದಾಸೆ ಇತ್ತು. ಕಾಶಿಯಲ್ಲಿ ಹಾಡುವ ಅವಕಾಶ ಸಿಕ್ಕಾಗ ಅಲ್ಲಿನ ಸಂಗೀತಾಭಿಮಾನಿಗಳನ್ನು ಮೂರು ಘಂಟೆಗಳಕಾಲ ತನ್ನ ಗಾಯನದ ಮೋಡಿಯಲ್ಲಿ ಬಂಧಿಸಿದನು! ಸಭಿಕರು ಕರತಾಡನ ಮತ್ತು ವ್ಹಾವ್ಹಾಗಳ ಮೂಲಕ ಅವನ ಗಾಯನವನ್ನು ಹಾಡಿಹೊಗಳಿದರು. ಆಗ ಖಾನ್‌ಸಾಹೇಬ "ನಿಮ್ಮೆಲ್ಲರ ಅಭಿಮಾನಕ್ಕೆ ಧನ್ಯವಾದಗಳು. ನಾನು ಈ ಕಛೇರಿಗೋಸ್ಕರ ಬಹಳ ಶ್ರಮಪಟ್ಟು ಸಾಕಷ್ಟು ದಣಿದಿದ್ದೇನೆ. ದಯವಿಟ್ಟು ನಿಮ್ಮ ಕಡೆಯ ಘನಪಂಡಿತರೊಬ್ಬರಿಂದ ಹಾಡಿಸಿದರೆ ನನ್ನ 'ದಣಿವು ಆರೀತು" ಎಂದನು. ಇದು ನಯವಾಗಿ, ಸಿಹಿಮಾತಿನಲ್ಲಿ ಸ್ಪರ್ಧೆಗೆ ಆಹ್ವಾನ ನೀಡಿದಂತಿತ್ತು. ಸಭೆಯಲ್ಲಿದ್ದ ಹಿರಿಯ ಮಹನೀಯರು, ಸವಾಲಿಗೆ ಜವಾಬುಕೊಡಲು, ಪಂಡಿತ್ ಜಗದೀಪ್‌ನನ್ನು ಹಾಡುವಂತೆ ಪ್ರಾರ್ಥಿಸಿದರು. ಜಗದೀಪ್ 'ಠುಮರಿ' ಗಾಯನ ಶುರುಮಾಡಿದ ಕೆಲವೇ ನಿಮಿಷಗಳಲ್ಲೆ, ಸಭಿಕರು ಮೋಡಿಹಿಡಿದ ಹಾವಿನಂತೆ ತಲೆತೂಗಲು ಪ್ರಾರಂಭಿಸಿದರು. ಮೂರುಘಂಟೆಕಾಲ ಹಾಡುಕೇಳಿದ ನಂತರ, ಉಸ್ತಾದ್‌ಖಾನನು ಪಂಡಿತರ ಕಾಲಿಗೆರಗಿ, ಭಾವಾತಿರೇಕದಿಂದ ಕಣ್ಣೀರಿಡುತ್ತ ತನ್ನನ್ನು ಶಿಷ್ಯನನ್ನಾಗಿ ಸ್ವೀಕರಿಸಬೇಕೆಂದು ಜಗದೀಪ್‌ನ್ನು ಬೇಡಿದನು! ಈ ಘಟನೆಯ ನಂತರ, ಖಾನ್ ಜಗದೀಪನ ನೆರಳಿನಂತೆ

ಅವನನ್ನು ಅನುಸರಿಸಿದನು. ಉಸ್ತಾದನ ಗಾಯನ, ಸಮುದ್ರದ ಭೋರ್ಗರೆತದಂತಿದ್ದರೆ, ಪಂಡಿತನದ್ದು ಮಧುರವಾಗಿ ಶಾಂತವಾಗಿ ಪವಿತ್ರಗಂಗೆ ಹರಿದಂತಿತ್ತು.

ಇನ್ನೊಮ್ಮೆ ಕಾಶಿಯ ಅನೇಕ ಕಲಾವಿದರುಗಳಲ್ಲದೆ, ಪರಊರಿನಿಂದಲೂ ಸಾಕಷ್ಟು ಕಲಾವಿದರು ವಿಶೇಷ ಸಂಗೀತಸಭೆಗೆ 'ಕಬೀರ್‌ಚೌರ ಮೊಹಲ್ಲ'ದ ಹೂದೋಟದಲ್ಲಿ ಸೇರಿದ್ದರು. ಈ ಗಾನಗೋಷ್ಠಿಯನ್ನು ಗಣ್ಯರೂ, ರಸಿಕರೂ ಆದ ಲಲ್ಲನ್‌ಜೀ-ಜಗನ್‌ಜಿ ಏರ್ಪಡಿಸಿದ್ದರು. ಘನವಿದ್ವಾಂಸರ ಸಭೆಗೆ ಕರೆಯದಿದ್ದರೂ, ಸಂಗೀತ ಕೇಳುವ ಉತ್ಸಾಹದಲ್ಲಿ, ಮೌಝುದ್ದೀನ್‌ಖಾನ್ ಮತ್ತು ಅವನ ಸ್ನೇಹಿತರು ಗೋಡೆಹಾರಿ ತೋಟದೊಳಗೆ ಬಂದು, ಮರದಕೆಳಗೆ ಸದ್ದಿಲ್ಲದೆ ಕುಳಿತರು. ಇನ್ನೂ ಗಾಯನ ಆರಂಭವಾಗಿಲ್ಲದ್ದರಿಂದ, ಹೊತ್ತುಕಳೆಯಲು, ಖಾನ್ ರಾಗ ಗುನುಗುನಿಸುತ್ತಿದ್ದನು. ಏರ್ಪಾಡುಮಾಡುತ್ತಿದ್ದ ನಿರ್ವಾಹಕರು, ಹಾಡಿನಧ್ವನಿ ಕೇಳಿ, ಈ ಯುವಗಾಯಕ ಯಾರಿರಬಹುದೆಂದು ನೋಡಿದರು. ಖಾನನು ಸಿಕ್ಕಿಬಿದ್ದಂತಾಗಿ, ಕದ್ದು ಒಳಬಂದಿದ್ದಕ್ಕೆ ನಿಜವಾದ ಕಾರಣ ತಿಳಿಸಿದನು. ಜಗನ್‌ಜೀ ಅಂದಿನ 'ಮೆಹಫಿಲ್'ನಲ್ಲಿ ಮೌಜುದ್ದೀನ್‌ಗೆ ಹಾಡಲು ಹೇಳಿದರು. ಇಡೀ ರಾತ್ರಿ ಈ ಯುವಗಾಯಕ *'ಪಾನ್ ಖಾಯೆ ಮುಖ್ ಲಾಲ್ ಭಯೊ, ರಂಗ್ ಚುವೆ ಜೈಸೆ ಕೇಸರ್ ಕಾ'* ಎಂಬ ಒಂದೇ 'ಠುಮರಿ'ಯನ್ನು ಹಾಡಿದನು. ಲಲ್ಲನ್‌ಜೀ-ಚಗನ್‌ಜೀ ಬಹಳವಾಗಿ ಮೆಚ್ಚಿಕೊಂಡು, ಆನಂತರ ಎಲ್ಲ ಕಡೆಗಳಲ್ಲಿ ಅವರಿಗೆ ಪ್ರೋತ್ಸಾಹ ನೀಡಿದರು. ಮೌಜುದ್ದೀನ್‌ಖಾನನ ಮತ್ತು ಅವನ ಸಂಗೀತದ ಬಗ್ಗೆ ಹಲವಾರು ಕಥೆಗಳಿವೆ. ಅವನು ಹಾಡುತ್ತಿದ್ದ 'ಭೈರವಿ' ಠುಮರಿ *"ಬಾಜು ಬಂದ್ ಖುಲೀ ಖುಲೀ ಜಾಯ್, ಸಾವರಿಯಾ ನೆ ಜಾಧೂ ಮಾರಾ", "ಯೆರಿ ಪಾನೀ ಬರೇರಿ, ಕೌನೆ ಅಲಬೇಲೆ ಕಿ ನಾರ್ ಹೊ ಜಮಾಜಮ್"* ಮತ್ತಿತ್ತರ 'ಠುಮರಿ'ಗಳು ಕೇಳಿದವರ ನೆನಪಿನಾಳದಲ್ಲಿ ಅಚ್ಚಳಿಯದೆ ಉಳಿದಿರುವಂಥದ್ದು.

ಒಮ್ಮೆ ಕಲ್ಕತ್ತಾದ ಸುಪ್ರಸಿದ್ಧಗಾಯಕಿ (ಬನಾರಸ್‌ನ ಗಾಯಕಿ ಹುಸ್ನಾಬಾಯಿಯ ಶಿಷ್ಯೆ) ಗೌಹರ್‌ಜಾನ್‌ಗೆ ಪಂಡಿತ್‌ಜಗದೀಪ್‌ನ ಸಂಗೀತ ಕೇಳಬೇಕೆನಿಸಿತು. ಅದೇತಾನೇ ಕಲ್ಕತ್ತಕ್ಕೆ ಬಂದಿದ್ದ ಜಗದೀಪನನ್ನು ಮನೆಗೆ ಆಹ್ವಾನಿಸಲು, ತಮ್ಮ ಸಹಚರ ಶೇರ್‌ಖಾನನಮೂಲಕ 101 ರೂ.ಗಳ ಗೌರವಧನಕೊಟ್ಟು ಅವನಲ್ಲಿಗೆ ಕಳಿಸಿದಳು. ಇದನ್ನು ನೋಡಿನಗುತ್ತಾ, ಜಗದೀಪನು "ಪಂಡಿತ್‌ಜೀನ ನೋಡುವುದಕ್ಕೇ ಸಾವಿರರೂಪಾಯಿ ತೆರಬೇಕು" ಎಂದು ಹೇಳಿಕಳುಹಿಸಿದನು. ಶೇರ್‌ಖಾನ್ ವಾಪಸ್ಸುಬಂದು, ಪಂಡಿತರ ಮನಮೋಹಕ ವ್ಯಕ್ತಿತ್ವ ಮತ್ತು ಸಂಗೀತದ ಬಗ್ಗೆ ವಿವರಿಸಿದಾಗ, ಗೌಹರ್‌ಜಾನ್‌ಳ ಕುತೂಹಲ ಮತ್ತಷ್ಟು ಕೆರಳಿತು. ಎಷ್ಟೇ ಖರ್ಚಾದರೂ ಪಂಡಿತರ ಸಂಗೀತ ಕೇಳಿಯೇ ತೀರಬೇಕೆಂದು, ತನ್ನ ಬಂಗಲೆಯಲ್ಲೇ ಸಂಗೀತಗೋಷ್ಠಿಯೊಂದನ್ನು ಏರ್ಪಡಿಸಿ, ಗಣ್ಯವ್ಯಕ್ತಿಗಳನ್ನೆಲ್ಲಾ

ಆಹ್ವಾನಿಸಿದಳು. ಈ ಸಲ ಪಂಡಿತ ಜಗದೀಪ್ ಗೌಹರಳ ಆಹ್ವಾನವನ್ನು ತಿರಸ್ಕರಿಸು ವಂತಿರಲಿಲ್ಲ. ಅಷ್ಟೇ ಅಲ್ಲದೆ ಅವನು ಸಂಗೀತಾಭಿಮಾನಿಗಳ ನಿರೀಕ್ಷೆಯನ್ನೂ ಮೀರಿ ಅವರಿಗೆ ಗಂಧರ್ವಗಾಯನದ ಸವಿಯನ್ನು ಉಣಿಸಿದನು.

ಪಾಟಿಯಾಲಾ ಘರಾನದ ಉಸ್ತಾದ್ ಆಶಿಕ್‌ಅಲಿಖಾನ್‌ಗೆ ಕಾಶಿಯಲ್ಲಿ ಸನ್ಮಾನ ಸಮಾರಂಭ ನಡೆದಿತ್ತು. ಆ ನಂತರ ಉಸ್ತಾದನನ್ನು 'ಸಂತೋಷಕೂಟ'ಕ್ಕೆ ಆಹ್ವಾನಿಸಲಾಯಿತು. ಸಂತೋಷಕೂಟದಲ್ಲಿ ಭಾಗಿಯಾಗಲು ತಮ್ಮದೇನೂ ಅಭ್ಯಂತರವಿಲ್ಲ ಆದರೆ ... ಎಂದು ಉಸ್ತಾದ್ ನಯವಿನಯದಿಂದಲೇ ತನ್ನ ಕರಾರು ಮಂಡಿಸಿದನು – "ಆದರೆ, ಕಾಶಿಯ ಸುಪ್ರಸಿದ್ಧ ಸಂಗೀತಗಾರರೊಬ್ಬರು ಇಲ್ಲಿಯ 'ಶ್ರೇಷ್ಠ'ಸಂಗೀತದ ರುಚಿತೋರಿಸಿದರೆ, ನಾನು ಸಂತೋಷಕೂಟಕ್ಕೆ ಬಂದೇನು" ಎಂದನು. ಸಂಗೀತ ಸಭೆಯೊಂದರಲ್ಲಿ ಹಾಡುವುದೇ ಒಂದು ಸಾಧನೆ, ಆದರೆ ಈ ರೀತಿಯಾಗಿ ಸವಾಲು ಹಾಕಿದಾಗ ಹಾಡುವುದು ಸ್ಪರ್ಧೆಗೆ ಇಳಿದಂತಾಗುತ್ತದೆ. ಈರೀತಿಯಲ್ಲಿ ಕೆಣಕಿದಾಗ ಹಾಡಲು ಮುಂದೆ ಬರುವವರು ಕಡಿಮೆ. ಕೊನೆಗೆ ಎಲ್ಲರೂಸೇರಿ ಕಾಶಿಯ ಪಂಡಿತ 'ಮಿಠಾಯಿ ಲಾಲ್'ರನ್ನು ಬಲವಂತದಿಂದ ಒಪ್ಪಿಸಿದರು. 'ಮಿಠಾಯಿ ಲಾಲ್' ಬೆಳಗಿನಝಾವ ಐದುಘಂಟೆಗೆ ಗಾಯನ ಮುಗಿಸಿದಾಗ ಉಸ್ತಾದನ ಜೊತೆಗೆ ಅಲ್ಲಿದ್ದ ಸಂಗೀತಾಭಿಮಾನಿಗಳೆಲ್ಲರ ಕಣ್ಣುಗಳೂ ಸಂತೋಷದಿಂದ ತೇವಗೊಂಡಿತ್ತು. ಆಗ ಉಸ್ತಾದನು – "ವಾಹ್, ವಾ! ಬನಾರಸೀ ಸಂಗೀತದ ವಿಶಿಷ್ಠ ಶೈಲಿಯ ಬಗ್ಗೆ ಹೊಗಳಿಕೆ ಕೇಳಿದ್ದೆ. ಇಂದು ಆ ಶೈಲಿಯನ್ನು ಕೇಳಿಯೆ ಮೈಮರೆತೆ! ಎಂಥಾ ಅದ್ಭುತ ಗಾಯನ!!" ಎಂದು ಹೊಗಳಿದನು. ಅದಿನ್ನೆಂಥ ಗಂಧರ್ವ ಗಾಯನವಾಗಿರಬೇಕೆಂದು ಊಹಿಸುವುದೂ ನಮಗೆ ಅಸಾಧ್ಯ !

ಪಾಟಿಯಾಲಾ ಮಹಾರಾಜ ಮಹೇಂದ್ರಪ್ರತಾಪ್‌ಸಿಂಗ್, ಒಮ್ಮೆ ಅಖಿಲಭಾರತ ಸಂಗೀತ ಸಮ್ಮೇಳನವೊಂದನ್ನು ಏರ್ಪಡಿಸಿದ್ದರು. ದೇಶದ ವಿವಿಧಮೂಲೆಗಳಿಂದ 1400 ಸುಪ್ರಸಿದ್ಧ ಸಂಗೀತ ಹಾಗೂ ನೃತ್ಯ ಕಲಾವಿದರು ಸಮ್ಮೇಳನದಲ್ಲಿ ಭಾಗವಹಿಸಿದ್ದರು. ಕಾಶಿಯಲ್ಲಿ ಮತ್ತು ಸುತ್ತಮುತ್ತ ಹೆಸರುಗಳಿಸಿದ್ದ 'ಪ್ರಸಿದ್ ಮತ್ತು ಮನೋಹರ್' ಎಂಬ ಅಣ್ಣತಮ್ಮಂದಿರ ಜೋಡಿ ಅಲ್ಲಿನ ಎಲ್ಲಾ ದಿನಗಳಲ್ಲಿ ನಡೆದ ಎಲ್ಲಾ ಘರಾನಾಗಳ ಸಂಗೀತವನ್ನೂ ಆಸ್ವಾದಿಸುತ್ತಾ ಕೂತಿದ್ದರು. ಕೊನೆಯದಿನ, ತೀರ್ಪುಗಾರರು ತಾನ್‌ಸೇನನ ಪೀಳಿಗೆಯವರಾದ ತನರಸ್‌ಖಾನನೇ ಅತ್ಯುತ್ತಮ ಕಲಾವಿದನೆಂದು ಪರಿಗಣಿಸಿ ಘೋಷಿಸಿದರು. ಅಲ್ಲಿಯೇ ಕೂತಿದ್ದ ಪಾಟಿಯಾಲಾ ಮಹಾರಾಜರಿಗೆ ಆಶ್ಚರ್ಯವಾಗಿ, ಬನಾರಸಿನ ಜೋಡಿಗಾಯಕರ ಸಂಗೀತ ಕೇಳದೆಯೇ ತೀರ್ಪನ್ನು ಇತ್ತುದಾದರೂ ಹೇಗೆ ಎಂದು ಅವರು ಪ್ರಶ್ನಿಸಿದರು. ಅಷ್ಟೇ ಅಲ್ಲದೆ, ಮೊದಲು ಅವರಿಬ್ಬರಿಗೂ ಗಾಯನಕ್ಕೆ ಆಸ್ಪದ ಮಾಡಿಕೊಡಬೇಕೆಂದು ಸೂಚಿಸಿದರು. ಹಿಂದಿನ ನಲವತ್ತು ದಿನಗಳಲ್ಲಿ ಶ್ರೇಷ್ಠಗಾಯಕರು ಹಾಡಿದ್ದ ಹದಿನೈದು

ವಿಶಿಷ್ಟವಾದ 'ಬಂದಿಷ್'ಗಳನ್ನು ಆರಿಸಿಕೊಂಡು, ಆ ಕಲಾಕಾರರ ಘರಾನಾದ ವಿಶೇಷತೆ, ಅವರ ಹಾವಭಾವ, ರೀತಿಗಳನ್ನು ಅನುಕರಿಸಿ ಅದೇ ಮೋಡಿಯಲ್ಲಿ ಪ್ರಸಿದ್-ಮನೋಹರ್ ಹಾಡಿದರು. ಸಭಿಕರಿರಲಿ, ಸಂಗೀತಜ್ಞರು, ತೀರ್ಪುಗಾರರು ಎಲ್ಲರೂ ಈ ಪ್ರದರ್ಶನದಿಂದ ಆವಾಕ್ಕಾದರು. ಅವರೆಲ್ಲರ ಮೆಚ್ಚುಗೆಯ ಕರತಾಡನ ಮುಗಿದನಂತರ, ಈ ಜೋಡಿ ತಮ್ಮ ಅಪೂರ್ವ ಬನಾರಸೀ ಮೋಡಿಯಲ್ಲಿ ಸಂಗೀತಹಾಡಿ ಎಲ್ಲರನ್ನೂ ಮುಗ್ಧಗೊಳಿಸಿದರು. ಈ ಸಲ ಮೆಚ್ಚುಗೆಯ ಕರತಾಡನದ ಜೊತೆಗೆ, ಎಲ್ಲರ ಕಣ್ಣಿನ ತೇವವೂ ಬೆರೆತಿತ್ತು! ತೀರ್ಪುಗಾರರಿಗೆ ತಮ್ಮ ಮೊದಲಿನ ನಿರ್ಧಾರವನ್ನು ಬದಲಿಸಿ 'ಪ್ರಸಿದ್-ಮನೋಹರ್' ಜೋಡಿಯೇ ಅತ್ಯುತ್ತಮ ಗಾಯಕರೆಂದು ಘೋಷಿಸುವುದಲ್ಲಿ ಅತೀವ ಸಂತೋಷವೇ ಆಗಿತ್ತು.

ಪಂಜಾಬಿನ ಖಾನ್‌ಸಾಹೇಬನೊಬ್ಬನು ಕಾಶಿಗೆ ಬಂದಿದ್ದನು. ಸಭೆಯಲ್ಲಿ ಮುಂದಿನ ಸಾಲಿನಲ್ಲಿಯೇ 'ಬಾಬಾ ಕೀನಾರಾಮ್ ಪೀಠ'ದ ಮಹಂತರಾಗಿದ್ದ ಬಾಬಾಜೈರಾಮ್‌ದಾಸರು ಕೂತಿದ್ದರು. ಖಾನ್‌ಸಾಹೇಬನು ಅವರಿಗೆ ತಲೆಬಾಗಿ 'ಶುರು ಮಾಡಲೇ?' ಎಂದು ಅಪ್ಪಣೆಬೇಡಿದನು. ಬಾಬಾ ಜೈರಾಮ್‌ದಾಸರು 'ಅರ್ಧಭೈರವಿ' ಹಾಡಲು ಸೂಚಿಸಿದಾಗ, ಇದ್ಯಾವ ಹೊಸರಾಗವೆಂದು ಅರ್ಥವಾಗದ ಖಾನ್‌ಸಾಹೇಬನ ಮುಖದಲ್ಲಿ ಬೆವರಿಳಿಯಿತು. ಆ ರಾಗ ತನಗೆ ಬಾರದೆಂದು ವಿನಮ್ರನಾಗಿ ತಿಳಿಸಿ, ಬೇರೆರಾಗವೊಂದನ್ನು ಹಾಡಿ ತನ್ನ ಕಛೇರಿಮುಗಿಸಿದನು. ಸಭಿಕರು ಮೆಚ್ಚಿ ಹರ್ಷೋದ್ಗಾರ ಮಾಡಿದರು. ಬಾಬಾರಿಗೆ ಮಾತ್ರ ಸಂತೃಪ್ತಿಯಾಗಲಿಲ್ಲ. ಕಾರ್ಯಕ್ರಮ ಮುಗಿದ ನಂತರ, ಬಾಬಾ ಜೈರಾಮ್‌ದಾಸರು ಮಿಠಾಯ್‌ಲಾಲ್ ಮಿಶ್ರರನ್ನು 'ಅರ್ಧಭೈರವಿ' ಹಾಡಲು ಆಗ್ರಹಿಸಿದರು. ಪಂಡಿತ್‌ಜೀ 'ಭೈರವ್' ಮತ್ತು 'ಬಹಾರ್' ರಾಗದ ಮಿಶ್ರಣಮಾಡಿ ಅಮೋಘವಾಗಿ ಹಾಡಿದರಂತೆ!!

ಪಂಡಿತ್ ಬಡೇರಾಮದಾಸರು (ಕ್ರಿ.ಶ.1877-1960) ಶಿಷ್ಯರಿಗೆ ಪಾಠಹೇಳಿದ ನಂತರ ಧ್ಯಾನಮಾಡುವ ಪರಿಪಾಠವಿಟ್ಟುಕೊಂಡಿದ್ದರು. ಒಮ್ಮೆ ಪಂಡಿತ್‌ಜೀ ಧ್ಯಾನಮುಗಿಸುವಾಗ, ಪಂಡಿತ್ ಓಂಕಾರ್‌ನಾಥ್ ಠಾಕೂರರು ಇವರನ್ನು ಭೇಟಿಮಾಡಲು ಮನೆಹತ್ತಿರ ಬರುತ್ತಿರುವುದು ತಿಳಿಯಿತು. ಕೂಡಲೇ ಬಡೇರಾಮದಾಸರು ತೋಡಿರಾಗದ ಅಪರೂಪದ ತುಣುಕನ್ನು ಅಸಾಧಾರಣವಾಗಿ ಹಾಡತೊಡಗಿದರು. ಇವರ ಗಾಯನ ಮುಗಿಯುವವರೆಗೂ ಹೊರಗೇ ನಿಂತು, ಅನಂತರ ಓಂಕಾರನಾಥರು ಒಳಗೆ ಬಂದು, ಈ ಮಹಾನುಭಾವರ ದಕ್ಷತೆ ಮತ್ತು ಇಳಿವಯಸ್ಸಿನಲ್ಲೂ ಅವರ ಗಾಯನಕ್ಕಿದ್ದ ಮಾಧುರ್ಯವನ್ನು ಬಹಳವಾಗಿ ಮೆಚ್ಚಿಕೊಂಡರು. ಅದಕ್ಕೆ ಪಂಡಿತ ಬಡೇರಾಮದಾಸರು ದೈನ್ಯವಾಗಿ "ನಿಮ್ಮಂಥ ಪ್ರಸಿದ್ಧಗಾಯಕರನ್ನು ಸ್ವಾಗತಿಸಲು ಈ ವೃದ್ಧನಿಗೆ, ಕಂಠ ಮತ್ತು ವಿದ್ಯೆ ಬಿಟ್ಟು ಮತ್ತೇನಿದೆ?" ಎಂದರಂತೆ.

ಭೋಟಿ ರಾಮದಾಸರ 'ಟಪ್ಪ' ಗಾಯನಕ್ಕೆ ಸರಿಸಾಟಿಯಿರಲಿಲ್ಲ. ಇವರು ಬಹಳ ವಿಚಿತ್ರಸ್ವಭಾವದವರು. ಎರಡು ತಂಬೂರಿಗಳ ಶ್ರುತಿ ಕೂಡುವವರೆಗೂ ಗಾಯನ ಶುರುಮಾಡುತ್ತಿರಲಿಲ್ಲ; ಹೀಗಾಗಿ ಆ ಶ್ರುತಿ ಕೂಡಿಸುವುದು ಎಂದಿಗೂ ಮುಗಿಯುವಂತಿರಲಿಲ್ಲ. ಕಾರ್ಯಕ್ರಮದ ಕೆಲವು ದಿನಗಳ ಮೊದಲೆ ಶ್ರುತಿಕೂಡಿಸಲು ಶುರುಮಾಡುತ್ತಿದ್ದರು. ಹಾಗಾದರೂ ಸರಿಯಾಗಿ ಕೂಡದಿದ್ದರೆ, ನಿರ್ವಾಹಕರ ಅನಾನುಕೂಲ, ಅಭಿಮಾನಿಗಳಿಗೆ ಆಗುವ ನಿರಾಸೆ–ಬೇಸರ ಯಾವುದನ್ನು ಲೆಕ್ಕಿಸದೆ ಕಾರ್ಯಕ್ರಮವನ್ನೇ ರದ್ದುಪಡಿಸಿ ಬಿಡುತ್ತಿದ್ದರು!

ತಬಲದ ಮಾಂತ್ರಿಕ ಎಂದು ಹೆಸರುಪಡೆದಿದ್ದ ರಾಮ್‌ಸಹಾಯ್‌ನ ತಂದೆಗೆ ಲಕ್ನೌದಲ್ಲಿ ನವಾಬನ ದರ್ಭಾರಿನಲ್ಲಿ ನಡೆಯುತ್ತಿದ್ದ ಹಲವುದಿನಗಳ ಸಂಗೀತ ಸಮಾರೋಹದಲ್ಲಿ ಭಾಗವಹಿಸಲು ಆಮಂತ್ರಣ ಬಂದಿತ್ತು. ಅವನು ತನ್ನೊಡನೆ ತಬಲನುಡಿಸಲು ಕೇವಲ ಒಂಬತ್ತು ವರ್ಷದ ಮಗ ರಾಮ್‌ಸಹಾಯ್‌ನನ್ನು ಕೂರಿಸಿಕೊಂಡನು. ಬಾಲಕನ ತಬಲ ವಾದನವನ್ನು ಸಭಿಕರು ಬಹಳವಾಗಿ ಮೆಚ್ಚಿಕೊಂಡರು. ಮಾರನೆಯದಿನವೆ ಲಕ್ನೌದ ಪ್ರಸಿದ್ಧ ತಬಲ ಉಸ್ತಾದ್ ಎನಿಸಿಕೊಂಡಿದ್ದ ಮೊದುಖಾನ್ ಇವರಲ್ಲಿಗೆ ಬಂದು ರಾಮ್‌ಸಹಾಯ್‌ನನ್ನು ತನ್ನ ಶಿಷ್ಯನಾಗಿ ಬಿಡಬೇಕೆಂದು ಒತ್ತಾಯಮಾಡಿದನು. ವಯಸ್ಸಾದ ಮುದಿಗೂಬೆಯ ರೆಕ್ಕೆಪುಕ್ಕಗಳೆಲ್ಲ ಹೋಗಿವೆ ಎಂದು ಇತರ ಮುಸ್ಲಿಮರು ಮೊದುಖಾನ್‌ನನ್ನು ಹಾಸ್ಯಮಾಡಿದ್ದರಿಂದ ಸಿಟ್ಟಾಗಿ, ಅವನು ಮುಸ್ಲಿಮರನ್ನು ಬಿಟ್ಟು ಹಿಂದೂ ಶಿಷ್ಯನನ್ನು ಹುಡುಕುತ್ತಿದ್ದನು. ಕೊನೆಗೆ ಹನ್ನೆರಡು ವರ್ಷಗಳ ಶಿಷ್ಯವೃತ್ತಿಯಲ್ಲಿ ರಾಮ್‌ಸಹಾಯ್‌ನನ್ನು ಚೆನ್ನಾಗಿ ಪಳಗಿಸಿದ ಅನಂತರ, ನವಾಬನ ದರ್ಭಾರಿನಲ್ಲಿ ಅವನ ತಬಲವಾದನಕ್ಕೆ (1819ರಲ್ಲಿ) ಅನುಮತಿ ಬೇಡಿದನು. ತಬಲಾವಾದನ ಒಂದು ದಿನದ ಕೆಲವುಘಂಟೆಗಳ ಕಛೇರಿಯಾಗಿರಲಿಲ್ಲ; ಪ್ರತಿರಾತ್ರಿ ಎಂಟರಿಂದ ಬೆಳಗಿನ ನಾಲ್ಕುಘಂಟೆಯವರೆಗೆ ಸತತವಾಗಿ ಏಳುದಿನಗಳ ಕಛೇರಿಯಾಗಿತ್ತು! ಬೇಜಾರಿನ ಪ್ರಶ್ನೆಯಿರಲಿ, ದಿನದಿನಕ್ಕೂ ಆನಂದೋತ್ಸಾಹ ಹೆಚ್ಚುತ್ತಲೆ ಇತ್ತು! ಸಂಗೀತ ಪ್ರೇಮಿಗಳ ಹೊಗಳಿಕೆಯಿರಲಿ, ನವಾಬನ ಸಂತೋಷ ಮುಗಿಲಿಗೇರಿತ್ತು. ಅವನು ಕೊಟ್ಟ ಉಡುಗೊರೆಯಾದ ನಾಲ್ಕು ಆನೆಗಳು ಮತ್ತು ಹೇರಳವಾದ ಧನ ಮಿಕ್ಕೆಲ್ಲರನ್ನೂ ದಂಗುಬಡಿಸಿತ್ತು.

ರಾಮ್‌ಸಹಾಯ್ ಲಕ್ನೌದಿಂದ ಬನಾರಸ್‌ಗೆ ವಾಪಸ್ಸಾದಮೇಲೆ ಅಂತರ್ಮುಖಿ ಯಾಗತೊಡಗಿ, ಕೇವಲ ಮಂದಿರಗಳಲ್ಲಿ ಮಾತ್ರ ತಬಲನುಡಿಸುತ್ತಿದ್ದನು. ಹೆಚ್ಚಾಗಿ ಮೌನವಾಗಿಯೆ ಇರುತ್ತಿದ್ದು, ಮದುವೆಯ ಪ್ರಸ್ತಾಪಗಳನ್ನು ತಳ್ಳಿಹಾಕಿದಾಗ ಎಲ್ಲರಿಗೂ ದುಃಖವೇ ಆಯಿತು. ಕೊನೆಗೆ ಕಾಶಿಯ ಮಹಾರಾಜ ಉದಿತನಾರಾಯಣ ಸಿಂಗರ ಬಲವಂತದಿಂದ ಅವರು ಏರ್ಪಡಿಸಿದ್ದ ಕಛೇರಿಯಲ್ಲಿ ಆರುಘಂಟೆಗಳವರೆಗೆ ಸತತವಾಗಿ

ತಬಲನುಡಿಸಿದನು. ಇಷ್ಟು ಅಮೋಘವಾದ ಅದ್ಭುತವಾದ ತಬಲವಾದನವನ್ನು 'ಹಿಂದೆ ಕೇಳಿಲ್ಲ, ಮುಂದೆ ಕೇಳುವುದಿಲ್ಲ' ಎಂಬ ಶ್ಲಾಘನೆ, ಮುಖಸ್ತುತಿಯಿಂದ ನಾಚಿಕೆಯ ಸ್ವಭಾವದ ರಾಮ್‌ಸಹಾಯ್ ಇನ್ನೂ ಕುಗ್ಗಿಹೋದನು. ಏನೋ ಪ್ರೇರಣೆಯಾದಂತೆ, ತಾನು ಮುಂದೆ ಇನ್ನೆಲ್ಲೂ ತಬಲನುಡಿಸುವುದಿಲ್ಲವೆಂದು ಪ್ರಮಾಣಮಾಡಿಬಿಟ್ಟನು. ಅಂದಿನಿಂದ ಅವನು ವಿರಕ್ತನಂತೆ ಪೂಜಾಪಾಠಗಳಲ್ಲಿ ನಿರತನಾಗಿ ಮಠಮಂದಿರಗಳಲ್ಲಿ ಹೆಚ್ಚು ಸಮಯ ಕಳೆಯತೊಡಗಿದನು. ಕೊನೆಗೆ, ಆಪ್ತರ ಬಲವಂತಕ್ಕೆ ತಲೆದೂಗಿ, 'ಬನಾರಸಿ ಬಾಜ್' ಎಂದು ಪ್ರಸಿದ್ಧವಾಗಿರುವ ತಬಲ ವಾದನ ಶೈಲಿಯ ಪ್ರವರ್ತಕ ರಾಮ್‌ಸಹಾಯ್ ಕೆಲವು ಶಿಷ್ಯರನ್ನು ತಯಾರುಮಾಡಲು ಒಪ್ಪಿದನು. ಬನಾರಸಿ ಬಾಜ್‌ನ ರಾಜನಾಗಿ, ವಿರಕ್ತಿಹೊಂದಿದ ರಾಮ್‌ಸಹಾಯ್ ತೋರಿದ ದೊಡ್ಡರಿಯಾಯಿತಿ ಇದೊಂದೇ ಆಗಿತ್ತು. ರಾಮ್‌ಸಹಾಯ್‌ನ ಐದು ಶಿಷ್ಯರಲ್ಲಿ ಪ್ರತಾಪ್ ತಬಲವಾದನದಲ್ಲಿ ಬಹಳ ಪ್ರಗತಿಸಾಧಿಸಿದನು. ಗುರುವಿನ ದೇವಿಭಕ್ತಿಯ ಛಾಯೆ ಇನ್ನೊಂದು ರೀತಿಯಲ್ಲಿ ಇವನಲ್ಲಿ ಕಾಣಿಸಿಕೊಂಡಿತು. ಒಮ್ಮೆ ಇವನು 'ವಿಂಧ್ಯಾಚಲದ ಕಾಳಿಖೋಹ್ ಮಂದಿರ'ದಲ್ಲಿ ದೇವಿಯ ಮುಂದೆ ಒಂಬತ್ತು ದಿನಗಳವರೆಗೆ ಸತತವಾಗಿ, ಅನ್ನ ನೀರಿಲ್ಲದೆ, ತಬಲ ನುಡಿಸಿದನೆಂದು ಪ್ರತೀತಿಯಿದೆ. ದೇವಿಯು ಪ್ರತ್ಯಕ್ಷಳಾಗಿ ವರವನ್ನು ಬೇಡೆಂದಾಗ, ತನ್ನ ತಬಲವಾದನ ಉತ್ಕೃಷ್ಟ ಮಟ್ಟದ್ದಾಗಬೇಕೆಂದೂ, ಅದರ ಅನಂತರ ಇನ್ನಾವ ಸಂಗೀತವು ರುಚಿಸಬಾರದೆಂದೂ ವಿಚಿತ್ರವರವನ್ನೆ ಕೇಳಿದನೆಂಬ ಕಥೆಯಿದೆ. ಒಮ್ಮೆ ಮಹಾಕಾಳಿ ಕೊಟ್ಟಿದ್ದ ವರದ ಪರೀಕ್ಷೆ ನಡೆಯಿತು. ಇಡಿ ರಾತ್ರಿಯ ಸಂಗೀತ ಕಾರ್ಯಕ್ರಮದಲ್ಲಿ ಹೆಸರಾಂತ ಕಲಾವಿದರೆಲ್ಲ ಇದ್ದಾಗ, ಕೊನೆಯದಾಗಿ ಹಾಡುವುದೇ ಪ್ರತಿಷ್ಠೆಯ, ಗೌರವದ ಸಂಕೇತವಾಗಿತ್ತು. ಗಾಯನದಲ್ಲಿ ಶ್ರೇಷ್ಠರೆನಿಸಿದ್ದ ಪ್ರಸಿದ್-ಮನೋಹರರ ಜೋಡಿ ತಾವೇ ಕೊನೆಯದಾಗಿ ಹಾಡಬೇಕೆಂದು ಪಟ್ಟುಹಿಡಿದರು. ನಗುತ್ತಲೇ ಈ ಷರತ್ತಿಗೊಒಪ್ಪಿದ ಪ್ರತಾಪ್ ಅವರಿಗಿಂತ ಮುಂಚೆ ತಬಲನುಡಿಸಿದನು. ಅವನಾದ ಮೇಲೆ ಪ್ರಸಿದ್-ಮನೋಹರ ಜೋಡಿ ಹಾಡಲು ಶುರುಮಾಡಿದಾಗ, ಮೊದಲಿಂದ ಕೊನೆಯವರೆಗೂ ಎಲ್ಲವೂ ವಿಘ್ನವೇ ಆಯಿತು. ಅವರಿಗೇ ಅರ್ಥವಾಗದಂತೆ ಕಛೇರಿ ಶೋಭಿಸದೆ, ತೀರ ಕಳಪೆಯಾಯಿತು. ಜೈ, ಮಹಾಕಾಳಿ ಕೀ ಜೈ!

ಪಂಡಿತ ತಮಾಕುಮಿಶ್ರ ಒಬ್ಬ ಒಳ್ಳೆಯ ಸಾರಂಗಿ ವಾದಕನಾಗಿದ್ದನು. ಸಣ್ಣವಯಸ್ಸಿನಿಂದಲೇ ಅಭ್ಯಾಸದಲ್ಲಿ ನಿರತನಾಗಿದ್ದವನಿಗೆ ತಂದೆ ಸಾಲದಲ್ಲಿ ಮುಳುಗಿರುವುದು ತಡವಾಗಿ ತಿಳಿಯಿತು. ಕಡೆಯಸಲ ಇನ್ನೊಂದು ಸಾವಿರ ರೂಪಾಯಿನ ಸಾಲಮಾಡಬೇಕೆಂದೂ, ಮುಂದೆ ಯಾವಾಗಲೂ ಸಾಲಮಾಡುವ ಪ್ರಮೇಯ ಬರುವುದಿಲ್ಲವೆಂದು ತಂದೆಯನ್ನು ತಮಾಕು ಕೇಳಿಕೊಂಡನು. ಆ ಸಾಲದ ಹಣವನ್ನು ಉಪಯೋಗಿಸಿ ತಮಾಕು ನೇಪಾಳಕ್ಕೆ

ಹೊರಟನು. ಅಲ್ಲಿನ ದರ್ಭಾರಿನಲ್ಲಿ ಕಛೇರಿಕೊಟ್ಟಾಗ ಸಂತಸಗೊಂಡ ರಾಜನು ಐದುಚೀಲದ ತುಂಬ ನಾಣ್ಯಗಳನ್ನು (ಸುಮಾರು ಇಪ್ಪತ್ತೈದು ಸಾವಿರ ನಾಣ್ಯಗಳೆಂದು ಪ್ರತೀತಿ) ಇವನ ಮನೆಗೆ ಕಳಿಸಿಕೊಟ್ಟನು. ನಾಣ್ಯಗಳನ್ನು ಮನೆಯ ಜಗಲಿಯ ಮೇಲೆ ಸುರಿಯಲು ಹೇಳಿ, ಮನೆಯ ಮುಂದೆ ಹಾದುಹೋದವರಿಗೆಲ್ಲ ನಾಣ್ಯಗಳನ್ನು ಹಂಚಲು ಶುರುಮಾಡಿದನು. ಈ ವಾರ್ತೆಯನ್ನು ಕೇಳಿದ ರಾಜನು ಇವನನ್ನು ಕರೆಸಿಕೇಳಲು, ತಮಾಕು "ನೆನ್ನೆ ನಾನು ಸಾರಂಗಿ ನುಡಿಸುತ್ತಿದ್ದಾಗ ನೀವು ಇನ್ನೊಬ್ಬರೊಡನೆ ಹರಟುತ್ತಾ ಇದ್ದು ನನ್ನ ಸಂಗೀತ ಕೇಳಲಿಲ್ಲ. ನಿಮ್ಮ ಹೃದಯತಟ್ಟದ ಸಂಗೀತಕ್ಕೆ ನನಗೆ ಯಾವ ದಕ್ಷಿಣೆಯೂ ಬೇಡ. ಇಂದು ನೀವು ನನ್ನ ಸಂಗೀತ ಕೇಳಿದಮೇಲೆ ಒಂದೇ ರೂಪಾಯಿ ಕೊಟ್ಟರೆ ನನಗೆ ಅದೇ ಸಾಕು" ಎಂದನಂತೆ. ಅಂದಿನ ಸಂಗೀತಕ್ಕೆ ರಾಜನು ಕೊಟ್ಟ ಒಂದು ಲಕ್ಷ ರೂಪಾಯಿಗಳಿಂದ ತಮಾಕುಮಿಶ್ರ ಬನಾರಸ್‌ಗೆ ಹಿಂತಿರುಗಿ ತಂದೆಯನ್ನು ಋಣಮುಕ್ತನಾಗಿಸಿದನೆಂದು ಕಥೆ ಮುಗಿಯುತ್ತದೆ.

ಹೀಗೆ ಬನಾರಸಿನ ಸಂಗೀತ ಸಾಮ್ರಾಜ್ಯದಲ್ಲಿ, ಅಲ್ಲಿಯ ತಾರೆಗಳ ಅನೇಕ ಕಿರುಗತೆಗಳು ಮತ್ತು ಘಟನಾವಳಿಗಳನ್ನು ಹೇಳುತ್ತಾ ಹೋದಷ್ಟು ರೋಚಕವಾಗಿರುತ್ತದೆ. ಆಹಾ! ಇಂಥದೊಂದು ಸಂಗೀತಮಯ ಪ್ರಪಂಚವಿತ್ತೇ, ಇಷ್ಟೊಂದು ರಮ್ಯವಾಗಿತ್ತೇ ಅನಿಸುತ್ತದೆ. ಅನೇಕ ಸಾಮ್ರಾಜ್ಯದಲ್ಲಿ ಪ್ರಸಿದ್ಧರಾಗಿದ್ದ ಎಲ್ಲಾ ಹೆಸರುಗಳನ್ನು ಪಟ್ಟಿಮಾಡಬಹುದೇ ಹೊರತು, ಅವರ ಬಗ್ಗೆ ಸಂಕ್ಷಿಪ್ತವಾಗಿ ಬರೆಯುವುದೂ ಅಸಾಧ್ಯವೇ ಸರಿ. ಒಂದಿಬ್ಬರನ್ನು

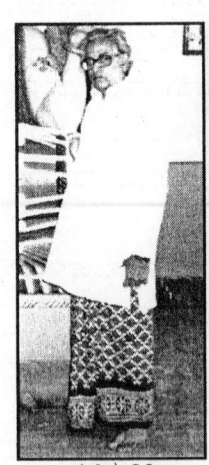

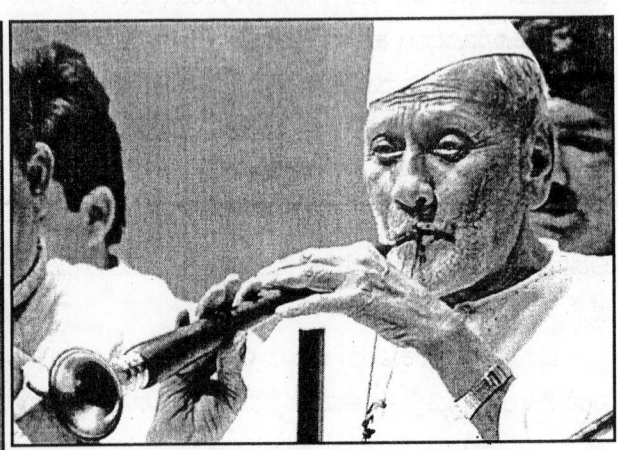

(ಚಿತ್ರ 32,
ಪ.ಕಿಷನ್ ಮಹಾರಾಜ್
(ತಬಲ)

ಚಿತ್ರ 33,
ಭಾರತರತ್ನ ಬಿಸ್ಮಿಲ್ಲಾ ಖಾನ್ (ಶೆಹನಾಯ್),

ಪರಿಚಯಮಾಡಲೂ ಅರಿಸುವುದೇ ಕಷ್ಟ. ಹೀಗಿರುವಾಗ, ನನಗೆ ಮಾತನಾಡಲು ಅವಕಾಶಸಿಕ್ಕಿದ ಕೆಲವರ ಚಿತ್ರವನ್ನು ಮಾತ್ರ ಇಲ್ಲಿ ಹಾಕಬಹುದಾಗಿದೆ.

ಚಿತ್ರ 34
ಪ.ರಾಜನ್ ಮತ್ತು
ಸಾಜನ್ ಮಿಶ್ರಾ
ಬಂಧುಗಳು,
ಲೇಖಕರ ಜೊತೆಗೆ

ಚಿತ್ರ 35
ವಿದುಷಿ ಗಿರಿಜಾದೇವಿ.

30. ಮೆಹಫಿಲ್

ಬನಾರಸ್ ಮೆಹಫಿಲ್‌ಗಳ ವಿಚಾರ ಹೇಳುವ ಮೊದಲು ಉತ್ತರಭಾರತದ ಕೆಲವು ಹೆಸರುಗಳ ಅರ್ಥ ಮತ್ತು ಅಲ್ಲಿಯ ಪದ್ಧತಿಗಳ ಹಿನ್ನೆಲೆಯನ್ನು ಸ್ವಲ್ಪಮಟ್ಟಿಗೆ ತಿಳಿಯಬೇಕಾಗುತ್ತದೆ. ಮಂದಿರಗಳಲ್ಲಿ ನಡೆಯುವ ಷೋಡಶೋಪಚಾರ ಪೂಜೆಗಳಲ್ಲಿ ನೃತ್ಯ ಒಂದು ಉಪಚಾರ, ಅದನ್ನು ನಡೆಸಿಕೊಡಲು ನೃತ್ಯವನ್ನು ಬಲ್ಲ ಸ್ತ್ರೀಯರಿರಬೇಕು, ಪವಿತ್ರತೆಯನ್ನು ಕಾಪಾಡಲು ಅವರು ದೇವರಸೇವೆಗೆ ಮೀಸಲಾಗಿರಬೇಕು, ಹೀಗೆ ತಮ್ಮ ಜೀವನವನ್ನೆ ದೇವರಸೇವೆಗಾಗಿ ಮುಡುಪಾಗಿಟ್ಟವರು 'ದೇವದಾಸಿ'ಗಳು ಎಂಬುದು ಈ ಪದ್ಧತಿ ಬೆಳೆದುಬಂದ ರೀತಿಯ ಸಂಕ್ಷಿಪ್ತ ವಿವರಣೆ. ಕಾಲಾಂತರದಲ್ಲಿ ರಾಜನೇ ದೇವರಪ್ರತಿನಿಧಿ, ಮಂತ್ರಿ ಅಥವಾ ಗಣ್ಯರು ರಾಜನ ಸೇವಕರು, ಇವರೆಲ್ಲರ ಸೇವೆಯೂ ದೇವರ ಸೇವೆಯಂತೆಯೆ ಸರಿ ಎಂದು ತಿಳಿದೊ ಅಥವಾ ಜೀವನೋಪಾಯವೇ ಮುಖ್ಯ ಎನಿಸಿಯೋ ದೇವದಾಸಿಗಳ 'ಪವಿತ್ರತೆ' ಕ್ರಮೇಣ ಕಲುಷಿತವಾಗಿ ನಿಸ್ಸಾರವಾದ ವಿಷಯ ಈಗ ಹಳೆಯ ಕಥೆಯಾಗಿದೆ. ಒಮ್ಮೆ ಪವಿತ್ರತೆಯ ಪರದೆ ಸರಿದಮೇಲೆ, ಮಂದಿರದ ದೇವದಾಸಿಗಳಲ್ಲಿ ಕೆಲವರು ರಾಜನ, ನವಾಬನ ದರ್ಭಾರಿನ ಪ್ರತಿಷ್ಠಿತ ನರ್ತಕಿ, ಗಾಯಕಿಯರಾದರು, ಗಣ್ಯರ, ಶ್ರೀಮಂತರ ಮನೆಯಂಗಳದ ಗೌರವಾನ್ವಿತ 'ಗಾಯಕಿ' ಅಥವಾ 'ಬಾಯಿಜಿ' ಎನಿಸಿಕೊಂಡರು, ಮಧ್ಯಮವರ್ಗದ ಜನಮನವನ್ನು ರಂಜಿಸುವ, ತನುವನ್ನು ತಣಿಸುವ 'ತವಾಯಿಫ್' ಅಥವಾ 'ಗಣಿಕೆ'ಯರಾದರು, ಸಾಮಾನ್ಯರ ಕ್ಷುದ್ರಪಿಪಾಸೆಗಳನ್ನು ಈಡೇರಿಸುವ 'ತವಾಯಿಫ಼್' ಅಥವಾ ವೇಶ್ಯೆಯರಾದರು. ಗಣ್ಯರ, ಶ್ರೀಮಂತರ ಮನೆಯಂಗಳದಲ್ಲಿ ಹತ್ತಾರು ಆಹ್ವಾನಿತ ಅತಿಥಿಗಳ ಸಮ್ಮುಖದಲ್ಲಿ 'ಗಾಯಕಿ' ಅಥವಾ 'ಬಾಯಿಜಿ'ಯಿಂದ ನಡೆಸುವ ಕಲಾತ್ಮಕವಾದ ಸಂಗೀತ ಮತ್ತು ನೃತ್ಯದ ಮನೋರಂಜನೆಯನ್ನು 'ಮೆಹಫಿಲ್' ಎನ್ನುತ್ತಾರೆ. ಒಬ್ಬ ತವಾಯಿಫ್ ಅಥವಾ ಗಣಿಕೆ ತನ್ನ ಕೋಠಾ(ವಾಸಿಸುವ ಸ್ಥಳ)ದಲ್ಲಿ ಪರಿಚಿತ ವ್ಯಕ್ತಿಗಳಿಗೆ ನಿಗದಿತವಾಗಿ ನಡೆಸುವ ಮನೋರಂಜನೆಗೆ 'ಮುಜಿರಾ' ಎನ್ನುತ್ತಾರೆ. ಈ ವಿವಿಧ ಹಂತಗಳಲ್ಲಿ ಸಭಿಕರಾಗಿರುತ್ತಿದ್ದವರು ಗಂಡಸರೇ ಆದ್ದರಿಂದ, ನರ್ತಕಿ, ಗಾಯಕಿ, ಬಾಯಿಜಿ ಅಥವಾ ತವಾಯಿಫ್‌ರೊಡನೆ ಅವರ ಸಂಬಂಧ, ಸಂಪರ್ಕ ಹೇಗೆ ಯಾವ ಮಟ್ಟದಲ್ಲಿ ಬೆಳೆಯುತ್ತಿತ್ತು, ಎಷ್ಟರಮಟ್ಟಿಗೆ ನೈತಿಕ, ಅನೈತಿಕವಾಗಿತ್ತು ಎಂಬುದೆಲ್ಲ ಇಲ್ಲಿ ಅಪ್ರಸ್ತುತ. ಒಬ್ಬನೇ ಶ್ರೀಮಂತ ಅಥವಾ ಗಣ್ಯನಿಗೆ ಜೀವನಪರ್ಯಂತ ನಿಷ್ಠೆಯಿಂದ ಸೇವೆಸಲ್ಲಿಸುವವರಿಗೆ 'ಗಂಧರ್ವ' ಎಂಬ ಹೆಸರಿದೆ. ಇದರಿಂದಾಗಿ ಅನೇಕ ಗಾಯಕಿಯರ ಹೆಸರಿನೊಡನೆ ಅವರ ಪೋಷಕರ

ಹೆಸರು ಸೇರಿಕೊಂಡಿರುತ್ತದೆ. ಮಹಂತವಾಲಿ ಜಾನಕಿ, ಭರತೇಂದುವಾಲಿ ಮಾಧವಿ, ಖನ್ನಾಜಿಯ ಜಡ್ಡನ್‌ಬಾಯಿ (ಸಿನೆಮಾ ತಾರೆಯಾಗಿದ್ದ ನರ್ಗೀಸಳ ತಾಯಿ) ಎಂದು ಕರೆಸಿಕೊಳ್ಳುವಲ್ಲಿ ಇಬ್ಬರಿಗೂ ಹಿಂಜರಿಕೆ ಬೇಜಾರು ಇರಲಿಲ್ಲ.

ಉತ್ತರಭಾರತದ ಸ್ಥಿತಿವಂತಮನೆಗಳಲ್ಲಿ ಗಾಯಕಿ, ಬಾಯಿಜಿಯ ಪಾತ್ರ ಇದ್ದೇ ಇರುತ್ತದೆ. ಮಗುವಿನ ಜನನ, ನಾಮಕರಣ, ಕಿವಿಚುಚ್ಚುವುದು, ಮುಂಡನ, ಉಪನಯನ, ಮದುವೆ ಮುಂತಾದ ಸಂತಸದ ಸಮಾರಂಭಗಳಲ್ಲಿ ಹಾಗು ಹಬ್ಬಗಳಲ್ಲಿ (ಜಲ್ಸಾಗಳಲ್ಲಿ) ಗಾಯಕಿಯರ ಪಾತ್ರ ಶುಭ, ಅಗತ್ಯ ಎನ್ನುವಷ್ಟು ಸಾಂಪ್ರದಾಯಿಕವಾಗಿದೆ. ಇದಲ್ಲದೆ, ಹೆಣ್ಣಿನ ಮದುವೆಯಾದ ಅನಂತರ, ಮದುಮಗಳನ್ನು ಅತ್ತೆಯಮನೆಗೆ ಕಳಿಸುವುದನ್ನು 'ಗೌನ' ಎನ್ನುತ್ತಾರೆ. ಆಗ ತಾಯಿಗೆ ಬೀಗಿತ್ತಿಯ ಮನೆಯಲ್ಲಿ ಪ್ರವೇಶ ಮತ್ತು ಸ್ವಾತಂತ್ರ ಕಷ್ಟವಾದ್ದರಿಂದ, 'ಗೌನಹಾರಿನ್'ಗಳೇ ಇರಬೇಕು. ಹೆಣ್ಣನ್ನು ಸಮಾಧಾನಪಡಿಸಿ, ಬುದ್ಧಿಮಾತು ಹೇಳಿ, ಅವಳ ಇಷ್ಟಕಷ್ಟಗಳಿಗೆ ಸ್ಪಂದಿಸಿ, ಅವಳ ಒಡನಾಡಿಯಂತೆ ಇದ್ದು ಹೊಸಮನೆಯಲ್ಲಿ ಸರಾಗವಾಗಿ ನೆಲೆಸುವಂತೆ ಮಾಡುವುದು *ಗೌನಹಾರಿನ್*ಳ ನಿಗದಿಯಾದ ಕೆಲಸವಾಗಿರುತ್ತದೆ. ವಯಸ್ಸಾದಮೇಲೆ ಶರೀರಸೌಂದರ್ಯ, ಶಾರೀರಿಕಮಾಧುರ್ಯ, ಚುರುಕುನರ್ತನ ಮತ್ತು ಆಕರ್ಷಣೆಯನ್ನು ಕಳೆದುಕೊಂಡ ಗಾಯಕಿಯರು '*ಗೌನಹಾರಿನ್*' ಈ ಕೆಲಸಕ್ಕೆ ಸಮರ್ಥರೆನಿಸಿದ್ದಾರೆ. ಇತರ ಸ್ಥಳಗಳಲ್ಲಿ ಯಾವುದನ್ನು ಅಸಂಸ್ಕೃತವೆಂದು ಅಲ್ಲಗಳೆಯುತ್ತಾರೋ ಅದಕ್ಕೂ ಬನಾರಸ್‌ನಲ್ಲಿ ಸುಸಂಸ್ಕೃತಿಯ ಲೇಪವಿರುತ್ತದೆ ಎನ್ನಲು ಇಲ್ಲಿಯ ಗಾಯಕಿಯರೆ ಒಂದು ಉದಾಹರಣೆಯಾಗುತ್ತಾರೆ. ನಯವಿನಯದಿಂದ ಕೂಡಿದ ಒಳ್ಳೆಯ ನಡೆನುಡಿ, ನವಿರಾದಹಾಸ್ಯ, ಸಮಾಜಮರ್ಯಾದೆ, ಘನತೆಗೌರವಪಾಲನೆ ಇವೆಲ್ಲಕ್ಕೂ ಗಾಯಕಿಯರೇ ಒಳ್ಳೆಯ ಮಾದರಿಯೆಂದು ಇಲ್ಲಿಯ ಜನಒಪ್ಪುತ್ತಾರೆ. ಅವರ ಮುಖಭಾವ, ಮಾತು, ಉದ್ಗಾರ, ವರ್ತನೆ, ನಡತೆ ಎಲ್ಲವೂ ನಯ, ಒರಟಲ್ಲ; ಕಲಾತ್ಮಕ, ಗೊಂದಲಮಯವಲ್ಲ; ಸುಸಂಸ್ಕೃತ, ಕೀಳ್ಟೆರಕೆಯಲ್ಲ. ಈ ಕಾರಣದಿಂದ ನಗರದ ಅನೇಕ ಗಣ್ಯರು (*ರಯೀಸ್*ಗಳು) ತಮ್ಮ ಮಕ್ಕಳನ್ನು (ಈಗಿನ ಕಾಲದಲ್ಲಿ ಟ್ಯೂಷನ್‌ಗೆ ಕಳಿಸುವಂತೆ) ಉತ್ತಮ ನಡೆನುಡಿ ಕಲಿಯಲು ಗಾಯಕಿಯರ ಮನೆಗೆ ಕಳಿಸುತ್ತಿದ್ದರೆಂದರೆ ಈಗಿನವರಿಗೆ ಮತ್ತು ಹೊರಗಿನವರಿಗೆ ಆಶ್ಚರ್ಯವಾಗಬಹುದು. ಆದರೆ ಐವತ್ತುವರ್ಷಗಳ ಹಿಂದೆ ಈ ರೀತಿಯಲ್ಲಿ 'ಸುಸಂಸ್ಕೃತಿ'ಯ ಪಾಠಕಲಿತಿದ್ದ ಮುದುಕರನ್ನು ಈ ಲೇಖಕ ಭೇಟಿಯಾಗಿ ಮಾತನಾಡಿಸಿದ್ದಾನೆ.

ಕಾಶಿಯಲ್ಲಿ ಪ್ರಸಿದ್ಧವಾಗಿದ್ದ ಅಟ್ಟಕಾಸಿಯ ವರಮಾನ ಕಾಶಿಯ ರಾಜನ ದಿನದ ವರಮಾನಕ್ಕೆ ಅರ್ಧದಷ್ಟು ಇತ್ತೆಂಬ ವಿಚಾರವನ್ನು ಹಿಂದಿನ ಅಧ್ಯಾಯದಲ್ಲಿ ಹೇಳಿದೆ. ಬೌದ್ಧಕಥೆಯ ಪ್ರಕಾರ ಈಕೆಗೆ ಜೀವನದಲ್ಲಿ ಜುಗುಪ್ಸೆ ಬಂದು ಕೊನೆಗೆ ರಾಜಗೃಹದಲ್ಲಿ

ನೆಲೆಸಿ ಭಿಕ್ಷುಣಿಯಾದಳೆಂದು ತಿಳಿಯುತ್ತದೆ. ಅಶ್ವಘೋಷನು (ಕ್ರಿ.ಶ.1ನೆಯ ಶತಮಾನ) ತನ್ನ ಗ್ರಂಥ 'ಸೌಂದರ್ಯಾನಂದಿ'ಯಲ್ಲಿ ಕಾಶಿಯ ಗಣಿಕೆಯರ ಬಗ್ಗೆ ಹೇಳಿದರೆ, ಭತೃಹರಿಯು ತನ್ನ ಶತಕಗಳಲ್ಲಿ ಕಾಶಿಯ ವಿಹಾರೋಧ್ಯಾನಗಳ ವಿಚಾರಹೇಳುತ್ತಾನೆ. ಶ್ಯಾಮಲಿಕ ಎಂಬುವನು ಬರೆದ (ಕ್ರಿ.ಶ.5ನೆಯ ಶತಮಾನದ) 'ಬನಪದ ಥಡಿತಕಮ್' ಗ್ರಂಥದಲ್ಲಿ ಕಾಶಿಯ 'ಪರಿಕ್ರಮ' ಎಂಬ ಗಣಿಕಾಸ್ತ್ರೀ ಉಜ್ಜಯಿನಿಯಲ್ಲಿ ನೆಲೆಸಿದಳೆಂದು ತಿಳಿದುಬರುತ್ತದೆ. ಕಿಟಕಿಯ ಕಿಂಡಿಯಲ್ಲಿ ಕಂಡ ಇವಳ ಸೌಂದರ್ಯ ರಸಿಕನ ಹೃದಯಕ್ಕೆ ಕಿಡಿಹಚ್ಚಿ, ಅವನ ಬಿಸಿಯುಸಿರು ಅಲೌಕಿಕ ಉದ್ಗಾರವಾಗಿ ಹೊರಬಂತಂತೆ! ಕಾಶ್ಮೀರದ ಗಣಿಕಾಸ್ತ್ರೀಯರು ತಮ್ಮವೃತ್ತಿಯ ವಿದ್ಯಮಾನಗಳನ್ನು ಅರಿತುಕೊಂಡು ತಿರುಗಿಬರಲು ಹಿರಿಯನೊಬ್ಬನನ್ನು ಕಾಶಿಗೆ ಕಳಿಸಿದ್ದರೆಂದು ದಾಮೋದರಗುಪ್ತನ 'ಕುಟ್ಟನೀಮತಮ್'ನಿಂದ (ಕ್ರಿ.ಶ.799–813) ತಿಳಿದುಬರುತ್ತದೆ. 8ನೆಯ ಶತಮಾನದ ಗಣಿಕಾಸ್ತ್ರೀಯರ ಜೀವನಕ್ರಮದ ವಿವರಗಳು ಈ ಗ್ರಂಥದಿಂದ ಗೊತ್ತಾಗುತ್ತವೆ. ಈ ವಿವರಗಳಿಂದ 'ಮೆಹಫಿಲ್' ಎನ್ನುವುದು ಹೊಸ ಹೆಸರಾಗಿರಬಹುದೇ ಹೊರತು, ಈ ಪರಂಪರೆ ಬಹಳ ಹಿಂದಿನ ಕಾಲದಿಂದಲೂ ಬನಾರಸ್‌ನಲ್ಲಿ ಗೌರವಯುತವಾಗಿ ನಡೆದುಬಂದಿದೆಯೆಂದು ತಿಳಿಯಬಹುದು.

ಭರತೇಂದು ಹರಿಶ್ಚಂದ್ರ ಒಳ್ಳೆಯ ರಸಿಕನಾಗಿದ್ದು, ಸಂಗೀತಗಾರರನ್ನು ಪ್ರೋತ್ಸಾಹಿಸುತ್ತಿದ್ದನು. ಒಮ್ಮೆ ಮೈನಾ ಎಂಬ ಗಾಯಕಿ ತನ್ನ ಗಾಯನದ ಜೊತೆಗೆ ಅಭಿನಯ ತೋರುತ್ತಿದ್ದುದು ಭರತೇಂದುವಿಗೆ ಸಮರ್ಪಕವೆನಿಸದೆ 'ಅಭಿನಯದಲ್ಲಿ ರಸನಿರೂಪಣೆ ಸರಿಯಿಲ್ಲ' ಎಂದನು. ಆಗ, ಮೈನಾ 'ಮಾತಾಡುವುದು ಸುಲಭ, ಆದರೆ ಮಾಡಿತ್ತೋರಿಸುವುದು ಕಷ್ಟ' ಎಂದಳು. ತಕ್ಷಣವೇ ಭರತೇಂದು ಎದ್ದು, ಕಾಲಿಗೆ ಗೆಜ್ಜೆತೊಟ್ಟು, ಅಭಿನಯವನ್ನು ರಸಮಯವಾಗಿ ತೋರಿದಾಗ ಇತರ ರಸಿಕರೊಂದಿಗೆ ಮೈನಾ ಸಹ ನಾಚಿ ಕ್ಷಮೆಯಾಚಿಸಿದಳು. ಭರತೇಂದು ಮಾಲವಿಕಾ ಎಂಬ ಮುಸ್ಲಿಮ್‌ಳೊಡನೆ ಸ್ನೇಹದಿಂದ ಇದ್ದುದನ್ನು ಜನರು ಸಹಿಸಲಿಲ್ಲ. ಇದರಿಂದಾಗಿ 'ಅಗರವಾಲ ಸಮಾಜ'ದ ಅಧ್ಯಕ್ಷತೆಗೆ ಅವನು ರಾಜೀನಾಮೆ ಕೊಡಬೇಕಾಯಿತು.

ಮೈನಾಬಾಯಿ ಒಮ್ಮೆ ಕಾಶಿಯ ನರೇಶನನ್ನು ಭೇಟಿಮಾಡಲು ಬಂದಾಗ, ಮಾವಿನಹಣ್ಣು ತಿನ್ನುತ್ತಿದ್ದ ರಾಜ "ಕೊಯ್ಲಿ ತಗೋತೀಯಾ?" ಎಂದು ತಮಾಷೆಗೆ ಕೇಳಿದರಂತೆ. ತಕ್ಷಣ ಮೈನಾ "ಮಹಾರಾಜರ ಬಾಯಿನಿಂದ ಕೊಯ್ಲಿ ಅಂತ ಬಂದಿದೆ, ನನಗೆ ಈಗ ಕೊಯ್ಲಿ ಬೇಕು" ಎಂದಳಂತೆ. 'ಕೊಯ್ಲಿ' ಅಂದರೆ ಮಾವಿನಗೊಟ್ಟೆ ಅಥವಾ ಗೊರಟೆ; ಕೊಯ್ಲಿ ಅನ್ನುವುದು ಒಂದು ಹಳ್ಳಿಯ ಹೆಸರೂ ಸಹ ಆಗಿತ್ತು. ಕೊಟ್ಟಮಾತಿಗೆ ತಪ್ಪದೆ ಮಹಾರಾಜ ಮೈನಾಗೆ ಕೊಯ್ಲಿಗ್ರಾಮವನ್ನು ಕೊಟ್ಟನೆಂದು ಪ್ರತೀತಿಯಿದೆ. ಇನ್ನೊಮ್ಮೆ ಗಣ್ಯರೊಬ್ಬರ ಮನೆಯಲ್ಲಿ ಮದುವೆ ನಡೆಯುತ್ತಿದ್ದಾಗ 'ಬರಾತ್'ನವರು (ಗಂಡಿನ ಕಡೆಯವರು) ತಂಗಿದ್ದಕಡೆ

ಆದರೋಪಚಾರಕ್ಕೆ ಸಾಕಷ್ಟುವ್ಯವಸ್ಥೆಗಳಾಗಿದ್ದವು. ಹೊರಗೆ ದೂರದ ಮೈದಾನದಲ್ಲಿ ಮಿಕ್ಕವರಿಗಾಗಿ ಮೈನಾಳ ಸಂಗೀತವಿತ್ತು. ಅವಳ ಸುಶ್ರಾವ್ಯಸಂಗೀತ ಕೇಳಲು ಎಲ್ಲರೂ ಮೈದಾನಕ್ಕೆ ಓಡಿದರೇ ಹೊರತು ಒಳಗಿನ ಉಪಚಾರಕ್ಕೆ ಯಾರೂ ನಿಲ್ಲಲಿಲ್ಲ.

ಹುಸ್ನಾಬಾಯಿ ತನ್ನ ಸುಮಧುರ ಸಂಗೀತಕ್ಕೇ ಅಲ್ಲದೆ, ಉರ್ದು ಮತ್ತು ಹಿಂದಿ ಸಾಹಿತ್ಯಪ್ರೇಮಕ್ಕೂ ಹೆಸರಾಗಿದ್ದಳು. ನೋಡಲು ಸುಂದರಿ, ಉದಾರ ಹೃದಯಳು, ನಡೆನುಡಿ ಯಲ್ಲಿ ಮತ್ತು ಶಿಸ್ತಿನಲ್ಲಿ ಕರಾರುವಾಕ್ಕಾದವಳು, ಸೂಕ್ಷ್ಮಗ್ರಾಹಿ ಮುಂತಾದ ಅನೇಕ ಒಳ್ಳೆಯ ಗುಣಗಳಿಂದ ಹುಸ್ನಾಬಾಯಿ ಶೋಭಿಸುತ್ತಿದ್ದಳು. ಇವೆಲ್ಲದರ ಜೊತೆಗೆ ಇವಳೊಬ್ಬ ವಿಲಕ್ಷಣ ಗಾಯಕಿ ಎನಿಸಿಕೊಂಡಿದ್ದಳು. ತನ್ನ ಪ್ರೇಮಿಯ ಹೆಸರಿನಲ್ಲಿ 'ಶ್ರೀಕೃಷ್ಣ ಧರ್ಮಶಾಲೆ'ಯನ್ನು ಕಟ್ಟಿದ್ದಳು! ಒಮ್ಮೆ, ಹುಸ್ನಾಬಾಯಿ ಹಾಡುತ್ತಿದ್ದಾಗ ರಾಜಪದವಿಯಿಂದ ಚ್ಯುತನಾಗಿ ಕಾಶಿಯಲ್ಲಿದ್ದ ಬಂಗಾಳದ ರಾಜ ಮೈಮರೆತು, ತನ್ನ ಗೌರವದ ಎಲ್ಲೆಮೀರಿ, ತಾನೇ ಎದ್ದುಹೋಗಿ ಅವಳ ಗಾಯನಕ್ಕೆ ತಬಲ ನುಡಿಸಲು ಶುರುಮಾಡಿದನಂತೆ.

(ಚಿತ್ರ36–ಹುಸ್ನಾಬಾಯಿ)

ಒಂದು 'ಮೆಹಫಿಲ್'ನಲ್ಲಿ ಸಂಗೀತಾರಾಧಕಿ **'ವಿದ್ಯಾಧರಿ'** ಹಾಡುತ್ತಿರುವಾಗ ಮಧ್ಯದಲ್ಲಿ ಒಳಗೆಬಂದ ಶ್ರೀಮಂತರಿಂದ ಏಕಾಗ್ರತೆ ಕೆಟ್ಟಿತು, ರಸಭಂಗವೇ ಆಯಿತು. ಎಲ್ಲರ ಗಮನ ಶ್ರೀಮಂತವ್ಯಕ್ತಿಯ ಕಡೆಗೇ ಹೋಯಿತು. ಅವಮಾನಿತಳಾದ ವಿದ್ಯಾಧರಿ, ತಕ್ಷಣ ಹಾಡುನಿಲ್ಲಿಸಿ "ಗಣ್ಯರಿಗೆ ಎಲ್ಲೆಲ್ಲೂ ಪ್ರಾಮುಖ್ಯತೆ ಇದ್ದೇ ಇದೆ. ಅವರ ಬಂಗಲೆಯಲ್ಲಂತೂ ಅವರ ಮಾತೇ ನಡೆಯುತ್ತದೆ. ಆದರೆ ಮೆಹಫಿಲ್‌ನಲ್ಲಿ ನಾನೊಬ್ಬಳು ಸಂಗೀತದ ಸೇವೆಗೆ ನಿಂತಿರುವ ಬಡಗಾಯಕಿ. ಇಲ್ಲಾದರೂ, ಈ ಹೊತ್ತಿನಲ್ಲಾದರೂ, ನನ್ನ ಸ್ವರಮಾತ್ರ ಕೇಳುವಂತಾಗಲಿ" ಎಂದು ಹೇಳಿದಳು. ಸಭೆಯಲ್ಲಿ ಒಂದು ನಿಮಿಷ ನಿಶ್ಶಬ್ದಮೌನ! ತನಗೇ ಅವಮಾನವಾಯಿತೆಂದು ಗಣ್ಯವ್ಯಕ್ತಿ ಎಲ್ಲಿ ಎದ್ದುಬಿಡುತ್ತಾರೋ ಎಂಬ ತಳಮಳ! ಆದರೆ ಹಾಗೇನೂ ಆಗಲಿಲ್ಲ. ಮರುನಿಮಿಷದಿಂದ ಯಾವ ಅಡಚಣೆಯೂ ಇಲ್ಲದೆ ವಿದ್ಯಾಧರಿಯ ಗಾಯನ ಕಲಾಭಿಮಾನಿಗಳನ್ನೂ, ಗಣ್ಯರನ್ನೂ, ಮಂತ್ರಮುಗ್ಧರನ್ನಾಗಿಸಿತು. ಅಂದು ಅವಳುಹಾಡಿದ ಜಯದೇವನ 'ಗೀತಗೋವಿಂದ' ಜನರಿಗೆ ಅರ್ಥವಾಗದಿದ್ದರೂ, ಅವಳ ಹಾಡಿನಮೋಡಿ

ಕೇಳುಗರನ್ನು ಮಂತ್ರಮುಗ್ಧವಾಗಿಸಿತ್ತು. ಮೆಹಫಿಲ್‌ನಲ್ಲಿ ಗಾಯಕಿ "ಎಟಿನ್ ಜೂಲಿನಿ ಹಿರಾಣಿ" (ಇಲ್ಲೆಲ್ಲೊ ನನ್ನ ಮೂಗುತಿ ಬಿದ್ದುಹೋಯಿತು) ಎಂಬ ಚೈತಿಯೊಂದನ್ನು ಚೆನ್ನಾಗಿ ಹಾಡಿದಳು. ಆಗ, ರಸಿಕರೆಲ್ಲ ಮಂಡಿಯೂರಿ ಮೂಗುತಿಹುಡುಕಲು ಶುರುಮಾಡಿದರೆಂದರೆ ಗಾಯಕಿಯ ಹಾವಭಾವದ ಸೊಬಗು, ಗಾಯನದ ರಸಸೇಚನ ಮತ್ತು ರಸಿಕರ ರಸಾಸ್ವಾದ ಇನ್ನೆಷ್ಟು ಉನ್ನತವಾಗಿ ಇರಬಹುದೆಂದು ಊಹಿಸಬಹುದು.

ಮೆಹಫಿಲ್‌ಗಳಿಗೆ ಬಂದ ಅತಿಥಿಗಳೆಲ್ಲರೂ ಹೊರಗೆ ತಮ್ಮ ಜೋಡನ್ನು ಬಿಟ್ಟು (ಚಪ್ಪಲಿಯನ್ನು) ಒಳಗೆ ಬರುವುದು ಸಾಮಾನ್ಯ. ಒಮ್ಮೆ ಗಾಯಕಿಯ ಜೋಡು ಅವಳ ಸೀರೆಗೆ ಅಂಟಿಕೊಂಡು ಬಂದಾಗ ತಮಾಷೆಮಾಡಲು ಗಣ್ಯನೊಬ್ಬನು "ಬಾಯಿಜಿ ನಿಮ್ಮ ಜೋಡಾ ನಿಮ್ಮೊಡನೆ ಬರುತ್ತಿದೆ" ಎಂದು ನಕ್ಕನಂತೆ. ಬಾಯಿಜಿ ಹಾಸ್ಯಕ್ಕೆ ಪ್ರತಿ ಉತ್ತರಕೊಡುತ್ತಾ "ನನ್ನ ಜೋಡಾ ನನ್ನ ಜೊತೆಯೇ ಇದೆ. ಆದರೆ ತಮ್ಮ ಜೋಡಾ ಯಾರಹಿಂದೆ ಇದೆ ನೋಡಿಕೊಳ್ಳಿ" ಎಂದು ತಟ್ಟನೆ ಹೇಳಿದಳಂತೆ. ಇಲ್ಲಿ 'ಜೋಡಾ' ಎನ್ನುವುದಕ್ಕೆ ಇನ್ನೊಂದರ್ಥ 'ಹೆಂಡತಿ' ಎಂದಾಗಿರುವುದನ್ನು ತಿಳಿದ ರಸಿಕರು ಒಳಗೊಳಗೇ ನಕ್ಕಿರಬೇಕು. ಮೆಹಫಿಲ್ ನಡೆಸುವುದು ಎಷ್ಟು ಗೌರವ ಎನಿಸುತ್ತಿತ್ತೊ ಅಷ್ಟೇ ದುಂದುವೆಚ್ಚವೂ ಆಗಿರುತ್ತಿತ್ತು. ಒಮ್ಮೆ ಪಾನ್‌ವಾಲಾ ಗಣ್ಯನನ್ನು ನೋಡಿ "ಸಾಹಬ್, ನಿಮ್ಮ ಮನೆಯಲ್ಲಿ ದೊಡ್ಡ ಸಮಾರಂಭವಿದ್ದಂತೆ ಇತ್ತು" ಎಂದು ಕೇಳಿದನಂತೆ. ಮೆಹಫಿಲ್ ನಡೆಸಿ ಸುಸ್ತಾಗಿದ್ದ ಗಣ್ಯ "ಹೌದಪ್ಪಾ, ಒಂದಲ್ಲ ಮೂರು ಸಮಾರಂಭಗಳಿದ್ದವು. ಮಗನಿಗೆ ಕಿವಿಚುಚ್ಚುವುದು, ಬಂದವರಿಗೆ ಅನ್ನಪ್ರಾಶನ, ಮತ್ತು ಈಗ ನನ್ನ ಮುಂಡನ (ತಲೆಬೋಳು)" ಎಂದು ಕಣ್ಣೀರು ಸುರಿಸಿದನಂತೆ.

ಪ್ರಸಿದ್ಧ ಉರ್ದುಕವಿ ಮಿರ್ಜಾಗಾಲಿಬ್ 1827ರಲ್ಲಿ ಬನಾರಸ್‌ನಲ್ಲಿ ನಾಲ್ಕುತಿಂಗಳು ತಂಗಿದ್ದನು. ಅವನ ಕವನಸಂಕಲನ 'ಚಿರಾಗ್ ಇ ದಾಇರ್' (ದೀಪದ ಬೆಳಕು) ಎಂಬುದರಲ್ಲಿ ಅವನು ಇಲ್ಲಿಯ ಗಂಗೆ ಮತ್ತು ಗಣಿಕೆಯರ ಬಗ್ಗೆ ಬರೆದಿರುವುದನ್ನು ಅನುವಾದ ಮಾಡಿದರೆ ಆ ಸೊಗಸು ಬರುವುದಿಲ್ಲ. ಆದರೂ ಅವನ ಕವನದ ಭಾವಾರ್ಥ ಹೀಗಿದೆ–

ಓ, ಕಳಪೆ ಜನಗಳೆ! ಬನ್ನಿಲ್ಲಿ ಇಣುಕಿನೋಡಿ
ಇಲ್ಲಿನ ಸ್ವರ್ಗಸುಂದರ ಅಪ್ಸರೆಯ ಮೋಡಿ
ಅವಳ ನಡು ತೆಳುವಾದರೆ ಎದೆಯುಬ್ಬು ಗಟ್ಟಿ
ಮುದನೋಟದ ಕಲೆಯಲವಳು ಚತುರನಾರಿ
ಬಳುಕು ದೇಹವು ಪುಷ್ಪಸುಗಂಧವ ಬೀರುತಿರೆ
ಕುಲುಕುಲು ನಗು ತರಂಗವನೆ ಹರಡುತಿದೆಸ
ಚಂಚಲ ಮನವು ಗಂಗಾ ತರಂಗವಾಗಿದೆ.

■

31. ಮೋಜು-ಮಸ್ತಿ

'ಬನಾರಸಿ'ಗೆ ಇಲ್ಲಿಯ ಪ್ರತಿಯೊಂದು ಹಬ್ಬಹರಿದಿನ ಮೇಳಗಳು ಎಷ್ಟು ಮುಖ್ಯವೊ, ಮೋಜುಮಸ್ತಿಯ ಅವಕಾಶಗಳೂ ಅಷ್ಟೇ ಮುಖ್ಯವಾದುವು. ಪ್ರತಿಯೊಂದು ವಿನೋದದ ಪ್ರಸಂಗ, ತಮಾಷೆ, ಕೀಟಲೆಯ ಅವಕಾಶ, ಮನೋರಂಜನೆಯ ತುಣುಕು, ವಿಲಾಸದ ರಸಗುಳಿಗೆ, ಷೋಕಿಯ ರಂಗು ಮೋಜುಪ್ರಿಯನಾದ ಬನಾರಸಿಯನ್ನು ಕೆಣಕುತ್ತದೆ. ಅದುವರೆಗು ಆಕಳಿಸುತ್ತಿದ್ದ ಬನಾರಸಿ ಚಟ್ಟನೆ ಎದ್ದು ಪಾನ್‌ಮೆಲ್ಲುವ ಸಡಗರದಲ್ಲಿ ತೊಡಗುತ್ತಾನೆ. ಬನಾರಸಿಯ ಮೋಜುಪ್ರಿಯತೆ ಅವನನ್ನು ಮಸ್ತಿಗೂ ಎಳೆಯುತ್ತದೆ. ಮದಮತ್ತ ಒಂಟಿಸಲಗ ಘೀಳಿಡುವಂತೆ, ಇಲ್ಲವೆ ಚಿಗರೆಗಳು ಕೂಡುಸಮಯದಲ್ಲಿ ಕಾಲನ್ನು ನೆಲಕ್ಕೆ ಅಪ್ಪಳಿಸುತ್ತಾ ಕೋಡನ್ನು ಮರಕ್ಕೆ ಉಜ್ಜುವಂತೆ ಇವನಲ್ಲಿ ಆಗಾಗ್ಗೆ 'ಮಸ್ತಿ' ಎದ್ದುಕಾಣುತ್ತದೆ. ಪಾನ್‌ತಿಂದು ತುಟಿಯಂಚಲಿ ರಸವನ್ನು ಸುರಿಸುವುದು ಮೋಜಾದರೆ, ಬಾಯಲ್ಲಿ ತುಂಬಿದ ರಸವನ್ನು ಪಿಚಕಾರಿಯಂತೆ ಹಾರಿಸುವುದು ಮಸ್ತಿ. ಕತ್ತಿನಸುತ್ತ ಹೂವಿನಮಾಲೆ ಧರಿಸುವುದು, ಹಣೆಗೆ ದೊಡ್ಡಟೀಕಾ ಇಡುವುದು ಭಕ್ತಿಯಮೋಜು, ಕಣ್ಣಿಗೆಕಾಡಿಗೆ ಮೈಗೆಇತರ್ (ಅತ್ತರ್, ಪರಿಮಳ) ಲೇಪಿಸಿಕೊಂಡು ಬೀಗುವುದು ಮಸ್ತಿ. 'ಬಾಹರಿ ಅಲಂಗ್'ನಲ್ಲಿ ಸ್ನೇಹಿತರಜೊತೆ ಹಾಡುಕೇಳುತ್ತಾ ಆನಂದಿಸುವುದು ಮೋಜು, 'ಭಾಂಗ್' ಕುಡಿದು ಮೈಮರೆಯುವುದು ಮಸ್ತಿ. ಇವನ ಮೋಜುಮಸ್ತಿಗೆ ಸಾಧನಗಳ ಕೊರತೆಯಿಲ್ಲ, ಅವಕಾಶಗಳ ಅಭಾವವಿಲ್ಲ, ಸ್ನೇಹಿತರು ಕಡಿಮೆಯಿಲ್ಲ. ಮೇಲುನೋಟಕ್ಕೆ ಹಬ್ಬಮೇಳಗಳು ಸಾಂಪ್ರದಾಯಿಕರಿಗೆ, ನಿಷ್ಠಾವಂತರಿಗೆಮಾತ್ರ ಮೀಸಲೆನಿಸಿದರೂ, ಪ್ರತಿಯೊಬ್ಬ ಬನಾರಸಿಗೂ ಅವು ಒಟ್ಟಾಗಿಸೇರುವ, ಹರಟುವ, ತಿನ್ನುವ, ಸಂತೋಷದಿಂದಿರುವ, ತನ್ನನ್ನೆ ಗುಂಪಿನಲ್ಲಿ ಮರೆಯುವ, ಮೋಜುಮಸ್ತಿಯಲ್ಲಿ ಕಾಲಕಳೆಯುವ, ಇನ್ನೊಂದು ಸುವರ್ಣಾವಕಾಶ. ದಿನದಿನವೂ ಸುವರ್ಣಾವಕಾಶ ಎಲ್ಲಿ ಸಿಗಬಹುದೆಂಬ ಯೋಚನೆ ಅವನಿಗಿಲ್ಲ. ಸುವರ್ಣ, ಬೆಳ್ಳಿ, ಕಂಚು, ತಾಮ್ರ, ಲೋಹ ಕೊನೆಗೆ ಪ್ಲಾಸ್ಟಿಕ್ ಆದರೂ ಸರಿ, ಸಿಕ್ಕಿದ ಅವಕಾಶವನ್ನೇ ಸುವರ್ಣಮಯವಾಗಿಸಿಕೊಳ್ಳುವ 'ಪಾರಸಮಣಿ' ಅವನ ಮನದಲ್ಲಿದೆ. ಜನಜಾತ್ರೆ, ಅಪರಿಚಿತರಸಂಗ, ಸ್ನೇಹಿತರಗುಂಪು, ಕಾಂತೆಯೊಡನೆ ಸಲ್ಲಾಪ, ಏಕಾಂತದ ಮೌನ, ನಿದ್ದೆಯಸಮಾಧಿ, ಭೂರಿಭೋಜನ, ರಸಗವಳ, ಕಡಲೆನೀರು, ನೀರೂರಿಸುವ ಮಿಠಾಯಿ, ಬಾಯಿಒಣಗಿಸುವ ಸತ್ತು (ಹಿಟ್ಟು), ಭಾಂಗ್‌ನ ಠಂಡೈ, ತಿಳಿ ಶರಬತ್ತು, ಪಾನ್, 'ಗಹರೆ ಬಾಜಿ' (ಕುದುರೆಗಾಡಿ ಓಟ), ಬುಲ್‌ಬುಲ್ ಕಾಳಗ, ಗಾಳಿಪಟದ ಪೈಪೋಟಿ, ಹರಟೆಯ ಅಡ್ಡಾ, ಕುಸ್ತಿಯಅಖಾಡಾ, ಗಂಗೆಯಲ್ಲಿ 'ಗೋತಾ' (ಹಾರಿಬೀಳುವುದು),

ಈಜು ಹೀಗೆ ಯಾವುದನ್ನಾದರೂ ಏನನ್ನಾದರೂ (ತನ್ನ ಮನವೆಂಬ 'ಪಾರಸಮಣಿ'ಯಿಂದ) ಇವನು ಮೋಜುಮಸ್ತಿಯ ಪ್ರಸಂಗವಾಗಿಸುವನು. ಇವುಗಳ ಮಾತಂತಿರಲಿ, ತೀರ ಕ್ಷುಲ್ಲಕ, ಕಳಪೆ, ಸಪ್ಪೆ, ಅನಿವಾರ್ಯವಾದ ನಿತ್ಯಕರ್ಮ ಎನಿಸಿದ್ದರಲ್ಲೂ ಬನಾರಸಿ ಮೋಜನ್ನು ಕಾಣುತ್ತಾನೆಂದರೆ ನಂಬುವುದು ಕಷ್ಟವಾಗುತ್ತದೆ. ಬೇಜಾರು, ಅಸಹ್ಯ ಎನಿಸುವ ಈ ನಿತ್ಯಕರ್ಮಗಳ ಪಟ್ಟಿಯನ್ನಾದರೂ ಕೇಳಿರಿ– ಭಾಂಗ್‌ಅರೆಯುವುದು, ದೇಹದಮಾಲಿಷ್, ಸ್ನಾನ, ಬಟ್ಟೆತೊಳೆಯುವುದು ಕೊನೆಗೆ..... 'ನಿಪಟಾನಾ' (ಬಯಲುಸೀಮೆಗೆ ಹೋಗಿ....)! ಈ ಕೊನೆಯ ವಿಷಯಗಳ ವಿವರಗಳನ್ನು ಕೊಡದಿರುವ ಕಾಶಿ, ಬನಾರಸ್, ವಾರಾಣಸಿಯ ಪುಸ್ತಕ ಅಪೂರ್ಣವೆಂದು ಹೇಳುತ್ತಾರೆ! ಕೆಲವನ್ನಾದರು ಇಲ್ಲಿ ಪರಿಚಯ ಮಾಡಿಕೊಳ್ಳಬಹುದು.

ಬನಾರಸಿ ಪಾನ್: ಬಾರತದಲ್ಲಿಯೆ 'ಬನಾರಸಿ ಪಾನ್'ನ ಹೆಸರು ಕೇಳದವರಾರು? ಪಾನ್ ಮೆಲ್ಲದ ಬನಾರಸಿಯನ್ನು ನೋಡಿದವರಾರು? ಇಬ್ಬರೂ ಸಿಗುವುದು ಕಷ್ಟವೇ ಸರಿ. ಬನಾರಸಿಪಾನ್ ತಯಾರಿಸುವುದೇ ಒಂದು ಉದ್ಯೋಗ; (ಪಾನ್‌ನ 'ಕತ್ತಾ' ಬಿಳಿಯಕುರ್ತಾಕ್ಕೆ ಸೋರದಂತೆ, ತಲೆಯೆತ್ತಿ, ಬಾಯಿತೆಗೆದು) ಅದನ್ನು ಪೂರ್ಣವಾಗಿ ಬಾಯಲ್ಲಿಳಿಸುವುದು ಚಮತ್ಕಾರ; ಅದನ್ನೇ ಘಂಟೆಗಟ್ಟಲೆ ಮೆಲ್ಲುವುದು ಸಮಾಧಾನ; ಮೆಲ್ಲುವಾಗಲೇ ಕಚಪಚ ಎಂದು ಮಾತಾಡುವುದು ಅಭ್ಯಾಸ; ತುಟಿಯಂಚಲಿ ಹನಿರಸವನ್ನು ಜಿನಿಗಿಸುವುದು ಕಲೆ; ಅದನ್ನು ಆಸ್ವಾದಿಸುವುದು ದಿವ್ಯಾನಂದ; ಅನುಭವಿಸುವುದು ಸ್ವರ್ಗೀಯಸುಖ! ಪಾನ್‌ಮೆಲ್ಲುವುದು ಸುಸಂಸ್ಕೃತಿಯ ಸಿರಿತನದ (ಮನಸ್ಸಿನ ಸಿರಿಯಾದರೂ ಸರಿ) ಸಂಕೇತ ಎಂದು ನಂಬುತ್ತಾರೆ. ಪಾನ್ ಎನ್ನುವುದು ಸ್ನೇಹ, ಪ್ರೀತಿ, ವಿಶ್ವಾಸ, ಗೌರವಗಳ ದ್ಯೋತಕ; ಎಲ್ಲ ಶುಭಸಮಾರಂಭಗಳಲ್ಲಿ ಸ್ವಾಗತದಉತ್ಸಾಹದ ಚಿಹ್ನೆ; ಉಟೋಪಚಾರಗಳ ಶಿಖರಪ್ರಾಯ; ಬೀಳ್ಕೊಡುಗೆಯ ಆದರದನೆನಪು ಎಂದೆಲ್ಲ ಪರಿಗಣಿಸುತ್ತಾರೆ. ಹೀಗಾಗಿ ಪಾನ್‌ಕೊಡುವುದು, ತೆಗೆದುಕೊಳ್ಳುವುದು ಎರಡೂ ಸಹ ಮನೆಗೆಬಂದ ಸುಮಂಗಲಿಯರಿಗೆ ಕುಂಕುಮಕೊಡುವಂತೆ ಮಂಗಳಮಯ, ಶಿಷ್ಟ ಸಂಸ್ಕೃತಿಯಾಗಿರುತ್ತದೆ. ಗೂಂಡಾ ಸಹ ಪಾನ್‌ಕೊಟ್ಟವರ ಮೇಲೆ ಕೈಎತ್ತಲು ಹಿಂಜರಿಯುತ್ತಾನೆ. ಭರತೇಂದು ಬನಾರಸಿಯನ್ನು ಗುರುತಿಸುವ ರೀತಿಯನ್ನು ಹೀಗೆ ಕೊಟ್ಟಿದ್ದಾನೆ: "*ಹಾತ್ ಮೆ ದಂಡಾ, ಮುಹ್ ಮೆ ಪಾನ್। ಬನಾರಸೀ ಗುರೂಕಿ ಯೆಹೀ ಪೆಹಚಾನ್*" (ಕೈಯಲಿ ದೊಣ್ಣೆ, ಬಾಯಲಿ ಪಾನ್, ಇದೇ ಬನಾರಸಿ ಗುರುವಿನ ಗುರುತು). ಇಲ್ಲಿಯವರು ಪಾನ್‌ನ್ನು ತಿನ್ನುವುದಿಲ್ಲ, ನಾಲಿಗೆಯಿಂದ ಬಾಯಲ್ಲಿ ಹೊರಳಿಸುತ್ತಾರೆ. ('ಪಾನ್ ಖಾಯಾ ನಹಿ ಜಾತಾ, ಜಮಾಯಾ ಜಾತಾ ಹೈ'). ದಿನವಿಡೀ ಪಾನ್‌ಮೆಲ್ಲವವನು ಪೈಲ್ವಾನ, ಉಂಡಮೇಲೆ ಪಾನ್‌ಮೆಲ್ಲವವನು ಆರೋಗ್ಯವಂತ, ರಾತ್ರಿ ಭೋಜನದ ಅನಂತರ

ಮೆಲ್ಲವವನು ರಸಿಕ, ಮೆಲ್ಲಲು ಸಂಕೋಚಪಡುವವನು ಬೊಚ್ಚಬಾಯಿಯ ಶುಷ್ಕಪಂಡಿತ, ಒಮ್ಮೆಯೂ ತಿನ್ನದವನ ಜೀವನ ವ್ಯರ್ಥವೇಸರಿ ಎನ್ನಬಹುದು.

ತಮಾಷೆಯೆಂದರೆ, ಈ ಬನಾರಸಿಪಾನ್ ತಯಾರಿಕೆಯ ಯಾವುದೇ ವಸ್ತುವೂ ಬನಾರಸ್‌ನದಲ್ಲ. ವಿವಿಧ ಸ್ಥಳಗಳಿಂದ ಇಲ್ಲಿಗೆ ಬರುವ ವಿಳ್ಳೆದೆಲೆಯ ಹೆಸರುಗಳು ಕಾವ್ಯಮಯವಾಗಿವೆ– ಮಗಹಿ (ಗಯಾ), ಜಗನ್ನಾಥಿ (ಒರಿಸ್ಸಾ), ಕೇತಕಿ (ಗಯಾ), ಬತುಲ್ (ಒರಿಸ್ಸಾ), ಥಾಮ್ಲುಕ್ (ಹೌರಾ), ಮೋಹನಪುರಿ (ಮಿಡ್ನಾಪುರ), ಶ್ರೀರಾಮ್‌ಪುರಿ (ಬಂಗಾಳ), ಕರ್ಪೂರಿ (ಮದ್ರಾಸ್), ಮಿತುವಾ (ಸಾಂಚಿ), ಮಹೋಬಾ (ಝಾಂಸಿ). ಬೇರೆ ಬೇರೆ ಕಡೆಯ ಎಲೆಗಳಿಗೆ ಸಂಸ್ಕಾರಕೊಟ್ಟು ಅದನ್ನು 'ಬನಾರಸಿ' ಮಾಡುವುದು ಮತ್ತು ಹದಮಾಡಿ ಅದಕ್ಕೆ ದೀರ್ಘಾಯುಷ್ಯ (ಆರು ತಿಂಗಳು) ಕೊಡುವುದು ಇಲ್ಲಿಯವರ ಕೆಲಸ. ಇದಕ್ಕಾಗಿ ಎಲೆಗಳನ್ನು ಬುಟ್ಟಿಗಳಲ್ಲಿಟ್ಟು, (ಇಟ್ಟಿಗೆಬೇಯಿಸುವ ಗೂಡುಗಳಂತೆ) ಗೂಡುಗಳಲ್ಲಿ ಸರಿಯಾದ ಉಷ್ಣದಹದಕ್ಕೆ ಬೇಯಿಸುವುದು ಬನಾರಸಿಗಳ ಗೋಪ್ಯವಾದ ಉದ್ದಿಮೆಯಾಗಿದೆ. ಪಾನ್‌ಗೆ ಬೇಕಾಗುವ ಇತರ ಪದಾರ್ಥಗಳಾದ ಸುಣ್ಣ, ಅಡಿಕೆ, ಕತ್ತಾ, ಸುರ್ತಿ, ಜರ್ದಾ, ಪಾನ್‌ಮಸಾಲಾ, ಕಿಮಾಮ್, ಏಲಕ್ಕಿ, ಲವಂಗ, ಗುಲಾಬಿ ದಳಗಳು (ಗುಲ್‌ಕಂದ್), ಕೊಬ್ಬರಿ, ಸುಗಂಧಿತ ಪೆಪ್ಪರ್‌ಮೆಂಟ್ ಇತ್ಯಾದಿ ಎಲ್ಲವನ್ನೂ ಹೊರಗಿನಿಂದ ತರಿಸಿ ಇಲ್ಲಿ ಪರಿಷ್ಕಾರಮಾಡುತ್ತಾರೆ. ಕಚ್ಚಾತಂಬಾಕುವಿನಿಂದ 'ಜರ್ದಾ' ತಯಾರಿಸುವ ವಿಧಾನವನ್ನು 1875ರಲ್ಲಿ ಸುಂಘ್ನಿಸಾಹು ಎಂಬ ಬನಾರಸಿಯೆ ಕಂಡುಹಿಡಿದನು. ಈಗ ಬನಾರಸ್ ಒಂದರಲ್ಲಿಯೆ ಜರ್ದಾ ತಯಾರಿಕೆಯ ಗೃಹೋದ್ಯಮದ 600 ಘಟಕಗಳಿವೆ, ಕ್ರಿ.ಶ. 2000 ಇಸವಿಯಲ್ಲಿ ವರ್ಷದವ್ಯಾಪಾರ 120 ಕೋಟಿಗಳು!

ಪಾನ್‌ತಿನ್ನುವುದು ಸುಸಂಸ್ಕೃತಿಯ ಸಂಕೇತವೆಂದಾಗ ಇದೊಂದು ಉತ್ಪ್ರೇಕ್ಷೆ ಎನಿಸಿರಬಹುದು. ಇಲ್ಲಿಯ ಪಾನ್‌ವಾಲಾನನ್ನು ಕೇಳಿದರೆ ಇದರ ಅರ್ಥ ತಿಳಿಯುತ್ತದೆ. ಗ್ರಾಹಕರೆಲ್ಲರ ಬೇಕುಬೇಡಗಳೇನು, ಯಾರಿಗೆ ಯಾವ ಮಸಾಲಾ ಇಷ್ಟ, ಯಾರಿಗೆ ಕೊಬ್ಬರಿಬೇಡ ಎಂದೆಲ್ಲಾ ಬೇರೆ ಊರಿನ ಪಾನ್‌ವಾಲಾಗೆ ತಿಳಿಯುವದಿಲ್ಲ, ಅವನಿಗೆ ಅದೇ ವಿಶೇಷವೆನಿಸಿದರೆ ಬನಾರಸಿ ಪಾನ್‌ವಾಲಾನಿಗೆ ಅದೆಲ್ಲಾ ತೀರಾಸಾಮಾನ್ಯವೆನಿಸುತ್ತದೆ. ಹಳೆಯ ಹತ್ತುಗಿರಾಕಿಗಳಿಗೆ ಎಲೆಯನ್ನು ಸಾಲಾಗಿ ಹರಡಿಕೊಂಡು, ಅವರವರ ಇಷ್ಟದಂತೆ ಮಸಾಲ ಸೇರಿಸಿ ಪಾನ್‌ಮಡಚಿಕೊಡುತ್ತಾನೆ. ಹೊಸ ಗಿರಾಕಿ ಪಾನ್ ಮತ್ತು ಸುಣ್ಣವನ್ನು ಬಾಯಿಗಿಳಿಸುವ ಪರಿಯಲ್ಲೆ ಅವನ ಜಾತಿಯನ್ನು ಕಂಡುಹಿಡಿಯುವುದು ಬನಾರಸಿ ಪಾನ್‌ವಾಲಾನ ವಿಶೇಷ. ಇಲ್ಲಿಯೂ ವರ್ಣಭೇದವೆ? ಹೌದು, ಭೋಜನಪ್ರಿಯ ಬ್ರಾಹ್ಮಣ ಮತ್ತು ಶಕ್ತಿಪ್ರಿಯ ಕ್ಷತ್ರಿಯರಿಗೆ ನಾಲ್ಕುಎಲೆಗಳ (ಚೌಗಡ್) ಪಾನ್, ಲೆಕ್ಕಪ್ರಿಯ ಬನಿಯಾಗಳಿಗೆ

ಎರಡೆಲೆಯ (ಬೀಡಾ) ಪಾನ್, ಮತ್ತು ಮಿಕ್ಕವರಿಗೆ ಒಂದೆಲೆಯ ಪಾನ್ ಕೊಡುವುದು ಹಿಂದಿನ ಹಳೆಯಪದ್ಧತಿಯಾಗಿತ್ತು! ಪಾನ್‌ವಾಲಾನ ಗೂಡಿನಂಗಡಿ ಹರಟೆಕಟ್ಟೆಯ 'ಅಡ್ಡಾ' ಅಥವಾ ತಾಣವಾಗಿರುತ್ತದೆ. ಮೊಹಲ್ಲಾದವರು, ಅದೇ ದಾರಿಯಲ್ಲಿ ದಿನವೂ ಓಡಾಡುವವರು, ಅಪರಿಚಿತರು ಅಲ್ಲಿಗೆ ಬಂದು *'ಕಹೋ ರಾಜಾ! ವ್ಹಾ ಗುರೂ!'* ಉದ್ಗಾರಗಳಿಂದ ಮಾತು ಶುರುಮಾಡುತ್ತಾರೆ. ಪಾನ್ ತಯಾರಾಗುವಷ್ಟರಲ್ಲಿ ಕ್ಷೇಮಸಮಾಚಾರ ಮುಗಿದಿರುತ್ತದೆ. ಪಾನ್‌ನ್ನು ಬಾಯಿಗಿಟ್ಟು ಪಾನ್‌ರಸ ಬಾಯಿತುಂಬುವ ಮೊದಲು, ತಾವು ಕೇಳಿದ್ದ ಬಿಸಿಸುದ್ದಿಯ ರಸವನ್ನು ಹೊರಗೆಡವುತ್ತಾರೆ. ಬಾಯಿ ತುಂಬಿದಮೇಲೆ ರಸದ ತುಣುಕನ್ನು ಗಾಳಿಯಲ್ಲಿ ಚಿಟುಕಿಸಿ, ಪಾನ್‌ನ್ನು ಬಾಯಿನ ಬದಿಗಿಟ್ಟುಕೊಳ್ಳುತ್ತಾ ಮೌನವಾಗಿ ಹೋಗುತ್ತಾರೆ. ಹತ್ತುನಿಮಿಷದಲ್ಲಿ ನೆರೆಹೊರೆಯ ಗುಸಗುಸ, ಮೊಹಲ್ಲಾದ ಮಾತು, ನಗರದ ನೋಟ, ರಾಜ್ಯದ ರಾಜಕೀಯ, ಹಾಸ್ಯ ಕವಿತೆ, ಶಾಹಿರಿಗಳವರೆಗೆ ಎಲ್ಲವೂ ಹರಿದಿರುತ್ತದೆ. ಸಂಜೆಯಾಗುತ್ತಿದ್ದಂತೆಯೆ ಹರಟೆಯ ವಿಷಯ ಲಘುವಾಗಿ ಬದಲಾಯಿಸುತ್ತಾ ಬಣ್ಣವೂ ರಂಗೇರುತ್ತದೆ. ಹಜಾಮನಂತೆ ಮಧ್ಯೆ ಬಾಯಿಹಾಕದೆ ಪಾನ್‌ವಾಲಾಮಾತ್ರ ಪಾನ್‌ಮಡಿಚುತ್ತಾ ಮಾತು ಕೇಳಿಸಿಕೊಳ್ಳುತ್ತಿರುತ್ತಾನೆ. ಇವನು ಮಾತನಾಡಿದರೆ ಒಬ್ಬ ಉತ್ತಮ ಪತ್ರಿಕಾ ವರದಿಗಾರನಾಗುವುದರಲ್ಲಿ ಸಂಶಯವೇ ಇಲ್ಲ. ಇನ್ನು ಮೊಹಲ್ಲಾದಲ್ಲಿ ಯಾರ ಮನೆಯನ್ನಾದರೂ ಹುಡುಕುತ್ತಿದ್ದರೆ, ಪಕ್ಕದಮನೆಯವರಿಗಿಂತ ಅಲ್ಲಿಯ ಪಾನ್‌ವಾಲಾನ ಅಂಗಡಿಯೆ ಹೆಚ್ಚು ಉಪಯೋಗವಾದೀತು. ಪಾನ್‌ವಾಲಾನಿಗೆ ಗೊತ್ತಿಲ್ಲದ ಮನೆಯಾತ ನಗಣ್ಯನೆ ಸರಿ!

ವಿಶ್ವನಾಥ ನಗರಿಯ ಜನ 'ಸ್ಕಾಂದ ಪುರಾಣಕ್ಕಿಂತ ಪಾನ್ ಪುರಾಣ ಹೆಚ್ಚು ಪ್ರಾಚೀನ' ಎನ್ನುತ್ತಾರೆ. ಈ ಪ್ರಾಚೀನ ಪುರಾಣದ ಬಗ್ಗೆ ಮಾತಾಡುವುದೊಂದೇ ಅಲ್ಲ, ಬನಾರಸಿ ಪಾನನ್ನು ಬಾಯಲ್ಲಿ ಹೊರಳಿಸುತ್ತಾ ಮಾತಾಡುವುದೇ ಒಂದು ಮೋಜಿನ ವಿಷಯವಾದರೆ, ಇನ್ನು ಅದನ್ನು ಮೆಲ್ಲುವುದು ಇನ್ನೆಷ್ಟು ಮೋಜಿರಬೇಕು !

ಭಾಂಗ್: ಪಾರ್ವತಿ ತನ್ನ ಪ್ರಿಯನಾದ ಭೋಲೆಶಂಕರನಿಗಾಗಿ ಭಾಂಗ್‌ಅರೆಯುತ್ತಾ ಸುಸ್ತಾದಳಂತೆ. ಭಾಂಗ್‌ಪ್ರಿಯ ಶಂಕರನಿಗೆ ಎಷ್ಟು ಭಾಂಗ್‌ಕುಡಿದರೂ ಸಾಲದು. ಆದ್ದರಿಂದ ಭಾಂಗ್ ಶಿವನ ಪ್ರಸಾದವೆಂದು ಯಾರೂ ಅದನ್ನು ನಿಕೃಷ್ಟವಾಗಿಕಾಣದೆ, ಅದನ್ನು ಧಾರ್ಮಿಕ, ಸಾಮಾಜಿಕ ಜೀವನದ ಅಂಗವಾಗಿ ಗಣಿಸುತ್ತಾರೆ. ಭಂಗಿ ಗಿಡದ ದಂಟು ಮತ್ತು ಎಲೆಗಳನ್ನು ಬೆರೆಸಿ, ಚೆನ್ನಾಗಿ ಚಟ್ನಿಯಂತೆ ಅರೆದು ಭಾಂಗ್‌ನ ಉಂಡೆಗಳನ್ನು ತಯಾರಿಸುತ್ತಾರೆ. ದಂಟು ಮತ್ತು ಎಲೆಗಳಿಂದ ಗೋಂದನ್ನು ತೆಗೆದು ತಂಬಾಕಿನ ಜೊತೆಗೆ ಬೆರೆಸಿ 'ಚರಸ್' ತಯಾರಿಸುತ್ತಾರೆ. ಈ ಗಿಡದ ಹಣ್ಣುಗಳನ್ನು ಒಣಗಿಸಿದರೆ 'ಗಾಂಜಾ' ಸಿಗುತ್ತದೆ. ಚರಸ್ ಮತ್ತು ಗಾಂಜಾದಷ್ಟು ತೀವ್ರಮಾದಕತೆ ಭಾಂಗ್‌ಗೆ ಇರುವುದಿಲ್ಲ. ಬಾಂಗ್‌ಅನ್ನು ಠಂಡೈನ

(ಒಂದು ರೀತಿಯ ಪಾನಕದ) ಜೊತೆಗೆ ಬೆರೆಸಿ 'ಬಾಹರಿ ಅಲಂಗ್' (ಪಿಕ್‌ನಿಕ್), ಮೇಳ, ಹೋಳಿಹಬ್ಬ, ವಿಶೇಷಸಮಾರಂಭಗಳಲ್ಲಿ ಕುಡಿಯುತ್ತಾರೆ. ಅಲ್ಪಪ್ರಮಾಣದಲ್ಲಿ ಕುಡಿದಾಗ ಉಲ್ಲಾಸವನ್ನು ಹೆಚ್ಚಿಸುತ್ತದೆ. ಭಾಂಗ್‌ಕುಡಿದು ಸಿಹಿತಿಂದರೆ ಮಾದಕತೆಯ ತೀವ್ರತೆ ಹೆಚ್ಚುತ್ತದೆ. ಆಗ ಮನದ ಆಲೋಚನೆಗಳು ವರ್ತುಲಾಕಾರವಾಗಿ ಹೆಣೆದುಕೊಂಡು ಸುತ್ತುತ್ತಲೇ ಇರುತ್ತವೆ. ಆಗ ಮಾಡಿದ್ದನ್ನೇ ಮಾಡುತ್ತಾ, ಹೇಳಿದ್ದನ್ನೇ ಹೇಳುತ್ತಾ ಇರುತ್ತಾರೆ. ಭಾಂಗ್ ಕುಡಿದವನೊಬ್ಬನು ಶುರುಮಾಡಿದ ಕಥೆ ಹೀಗಿತ್ತು: "ಅವಳ ಮನೆಗೆ ಹೋದಾಗ ಒಬ್ಬಳೆ ಇದ್ದಳು. ಅವಳನ್ನು ಹಿಡಿದು... ಏನ್ ಮಾಡ್ದೆ ಗೊತ್ತಾ?...ಉಹುಹುಹುಹ್ಹು....ಅವಳ ಮನೆಗೆ ಹೋದಾಗ...." ಸೂಜಿ ಒಂದೆಡೆ ಸಿಕ್ಕಿಹಾಕಿಕೊಂಡ ರಿಕಾರ್ಡ್‌ನಂತೆ ಅವನ ಮಾತು ಮುಂದುವರಿಯಲೇ ಇಲ್ಲ; ರಸಮಯವೆನಿಸಿದ್ದ ಕಥೆ ಹನಿಸಲೇ ಇಲ್ಲ! ಸ್ವಲ್ಪ ಸಮಯದಲ್ಲೇ ಗಾಢನಿದ್ರೆಯಲ್ಲಿ ಮುಳುಗಿದಾಗ ಅದು ರಹಸ್ಯಮಯವಾಗಿಯೇ ಉಳಿಯಿತು.

ಮಿಠಾಯಿ: ಬನಾರಸ್‌ನ ಸಿಹಿಗಳ ವೈವಿಧ್ಯತೆ ಪ್ರಾಯಶಃ ಬೇರೆಕಡೆಗಳಲ್ಲಿ ಕಾಣುವುದಿಲ್ಲ. ಮಥುರಾ ಪೇಡ, ಆಗ್ರಾ ಪೇಟಾ, ಕೊಲ್ಕತ್ತಾ ರೊಸೊಗೊಲ್ಲಾ, ದೆಹಲಿ ಸೊಹನ್‌ಹಲ್ವಾ, ಜಯಪುರದ ಜಿಲೇಬಿ ಮುಂತಾದ ವಿಶೇಷಮಿಠಾಯಿಗಳು ಇಲ್ಲಿ ಸಿಗುವುದು ಹೆಚ್ಚುಗಾರಿಕೆಯಲ್ಲ. ಆದರೆ ರಾಷ್ಟ್ರೀಯ ಮಿಠಾಯಿ, ತರಕಾರಿ ಮಿಠಾಯಿ, ಹಣ್ಣಿನ ಮಿಠಾಯಿ ಎಂಬ ವಿಂಗಡನೆಯನ್ನು ಕೇಳಿಯೆ ಇದೇನೆಂದು ಅಚ್ಚರಿಯಾಗಬಹುದು. ಸ್ವಾತಂತ್ರ್ಯ ಹೋರಾಟದ ಸಮಯದಲ್ಲಿ ಎಲ್ಲರಲ್ಲೂ ದೇಶಭಕ್ತಿ ಉಕ್ಕುತ್ತಿದ್ದಾಗ ಇಲ್ಲಿಯ ಹಲ್ವಾಯಿಗಳು (ಮಿಠಾಯಿ ತಯಾರಕರು) ಹೇಗೆತಾನೆ ಹಿಂದಿರುತ್ತಾರೆ? ಅವರು ಹೊಸಹೊಸ ಮಿಠಾಯಿಗಳನ್ನು ತಯಾರಿಸಿ ಅವಕ್ಕೆ ತಿರಂಗಿ ಬರ್ಫಿ, ಗಾಂಧಿ ಗೌರವ್, ಮೋತಿಪಾಕ್, ಜವಹರ್ ಲಡ್ಡು, ಮದನ್ ಮೋಹನ್ ಮತ್ತು ವಲ್ಲಭ ಸಂದೇಶ್ ಎಂದು ರಾಷ್ಟ್ರನಾಯಕರ ಹೆಸರುಗಳನ್ನು ಕೊಟ್ಟು ರಾಷ್ಟ್ರೀಯ ಮಿಠಾಯಿಗಳನ್ನು ದೇಶಕ್ಕೆ ಅರ್ಪಣೆಮಾಡಿದರು. ಸಾಂಪ್ರದಾಯಿಕ ಮಿಠಾಯಿಗಳಾದ ಜಿಲೇಬಿ, ಖೀರ್‌ಮೋಹನ್, ಬಾದಾಮ್ ಕಿ ಇಮರ್ತಿ, ನೀಮ್ ಕಿ ಬರ್ಫಿ, ಮಧುಮತಿ, ರಸಮಂಜರಿ, ರಸಮಾಧುರಿ, ರಾಜಬಹಾರ್, ಸಂತ್ರ ಬರ್ಫಿ, ಆಮ್ ಕಿ ಬರ್ಫಿ, ಮಲಾಯ್, ರಬಡ್ಡಿ ಇವುಗಳು ಇಂದಿಗೂ ಬಾಯಿ ನೀರೂರಿಸುವುದು ವಿಶೇಷವಲ್ಲ. ಸೋರೆಕಾಯಿ, ಪರವಲ್, ಚೂರ್ಣಗೆಡ್ಡೆ, ಪಾಲಕ್, ಕಿತ್ತಳೆ, ದ್ರಾಕ್ಷಿ, ಅನಾನಸ್, ಮಾವು ಮುಂತಾದ ತರಕಾರಿ ಮತ್ತು ಹಣ್ಣುಗಳಿಂದ ಇಲ್ಲಿ ತಯಾರಿಸುವ ಮಿಠಾಯಿಗಳನ್ನು ಬೇರೆಕಡೆ ಎಲ್ಲಾದರೂ ತಿಂದಿದ್ದೀರಾ? ಇಲ್ಲಿಯ ಠಠೇರಿ ಬಜಾರಿನ 'ರಾಮ್ ಭಂಡಾರ್' ಮಿಠಾಯಿ ಅಂಗಡಿ ಕ್ರಿ.ಶ.1920ರಿಂದ ಸಿಹಿಯುಣಿಸುತ್ತಿದೆ. ಪ್ರಾಯಶಃ ಇಂದಿಗೂ ಇರುವ ಅಂಗಡಿಗಳಲ್ಲಿ ಇದೇ ಅತ್ಯಂತಹಳೆಯ ಮಿಠಾಯಿ ಅಂಗಡಿಯಾಗಿದೆ. ಚೌಕ್ ಪ್ರದೇಶದಲ್ಲಿರುವ 'ರಾಜ್ ಬಂಧು' ಅಂಗಡಿಗೆ ಎಲಿಜೆಬತ್

ರಾಣಿ, ಮಾರ್ಷಲ್ ಟಿಟೋ, ಬರ್ಮಾದ ಊನೂ, ಈಜಿಪ್ಟ್‌ನ ಹೇಲಿ ಸೆಲಾಸ್ಸಿ ಮುಂತಾದ ಗಣ್ಯರು ಬಂದಿದ್ದರೆಂದು ಹೆಮ್ಮೆಯಿಂದ ಫೋಟೋ ತೋರಿಸಿ ಹೇಳುತ್ತಾರೆ. ನಗರದ ಗಲ್ಲಿಯೊಂದಕ್ಕೆ ತಿಂಡಿಯ ಹೆಸರನ್ನು ಇಟ್ಟಿರುವುದು ಅಪರೂಪವಾಗಿರಬೇಕು. ಬನಾರಸ್‌ನ ಚೌಕ್‌ಪ್ರದೇಶದಲ್ಲಿ 'ಕಛೋಡಿ ಗಲ್ಲಿ' ಇದೆ. ಇಲ್ಲಿ ಸಿಹಿ ತಿಂದು ಖುಷಿಪಡುವವರಿಗೆ ಕಡಿಮೆಯಿಲ್ಲ. ಬನಾರಸಿಗಳ ಸ್ವಸ್ಥತನು, ಖುಷಿಮನ, ಸಿಹಿಮಾತು ಇವೆಲ್ಲಕ್ಕೂ ಇಲ್ಲಿಯ ಮಿಠಾಯಿಗಳು ಕಾರಣವೆಂದು ಹೇಳಿರುವುದರ ಬಗ್ಗೆ ಯಾವ ಸಂಶೋಧನೆಯೂ ನಡೆದಿಲ್ಲವಾದರೂ ಈ ಮಾತನ್ನು ಒಪ್ಪಬಹುದು.

ಲಂಗ್ಡಾ ಆಮ್: ಬನಾರಸಿಗಳಿಗೆ ಮಾವಿನಹಣ್ಣು ಅಂದರೆ 'ಲಂಗ್ಡಾ' ಎಂದರ್ಥ. ಇದರ ಹೆಸರು *ಲಂಗ್ಡಾ* (ಕುಂಟ) ಎಂದಿದ್ದರೂ ಇದುಮಾತ್ರ ಬನಾರಸ್ ಮತ್ತು ಸುತ್ತಮುತ್ತಲಲ್ಲಿ ಮಹಾರಾಜನಂತೆ ಗಂಭೀರವಾಗಿ ಹೆಜ್ಜೆಯಿಡುತ್ತದೆ; ಹೊರಗಿನ ಪ್ರದೇಶಗಳಲ್ಲಿ ಸರ್ರನೆ ಓಡುತ್ತದೆ. ಈ ಮಾವು ಬೆಳೆಯುವ ಹಂತಗಳಲ್ಲಿ ಇದಕ್ಕಿರುವ ಹೆಸರುಗಳನ್ನು ನೋಡಿದರೆ ಬನಾರಸಿಗಳ ವಿಲಕ್ಷಣ ರಸಿಕಪ್ರಜ್ಞೆ ತಿಳಿಯುತ್ತದೆ. ಸಸಿಯಾಗಿರುವಾಗ ಇದನ್ನು 'ಮಂಜರಿ' ಎಂದರೆ, ಸ್ವಲ್ಪ ಬೆಳೆದಾಗ 'ಲಿಟೋರಾ' ಎಂದುಕರೆದು, ಹಣ್ಣಾದಾಗ 'ಲಂಗ್ಡಾ' ಎಂದು ಕರೆಯುತ್ತಾರೆ. ಅಷ್ಟೇಅಲ್ಲದೆ ಆ ಹೆಸರುಬರಲು ಒಂದು ಕಥೆಹೇಳುತ್ತಾರೆ. ಸಾಧುವೊಬ್ಬ ಹಿಮಾಲಯದ ಕಡೆಯಿಂದ ಇಲ್ಲಿಗೆ ಬಂದಾಗ ತನ್ನೊಡನೆ ತಂದಿದ್ದ ಎರಡು ಮಾವಿನಸಸಿಗಳನ್ನು ಇಲ್ಲಿಯ ಶಿವಮಂದಿರದ ಪ್ರಾಂಗಣದಲ್ಲಿ ನೆಟ್ಟನಂತೆ. ಅವು ಬೆಳೆದು ಹಣ್ಣುಬಿಟ್ಟಮೇಲೆ, ಮಂದಿರದ ಪೂಜಾರಿಯನ್ನು ಕರೆದು, ಹಣ್ಣನ್ನು ನಾಲ್ಕುಭಾಗಮಾಡಿ ಭಕ್ತರಿಗೆ ಪ್ರಸಾದವಾಗಿ ಹಂಚಬೇಕೆಂದು, ಅದರ ಗೊರಟೆಯನ್ನು ಯಾರಿಗೂ ಕೊಡದೆ ಸುಡಬೇಕೆಂದು ಹೇಳಿದನಂತೆ. ಈ ಹಣ್ಣಿನ ಮರ ಕಾಲುಮುರಿದಂತಾಗಿ ಇನ್ನೆಲ್ಲೂ ಬೆಳೆಯಬಾರದೆಂಬ ಉದ್ದೇಶ ಸಾಧುವಿಗೆ ಏಕಿತ್ತೊ ತಿಳಿಯುವುದಿಲ್ಲ. ಕಾಶಿಯ ನರೇಶನಿಗೆ ಈ ಹಣ್ಣಿನರುಚಿ ತುಂಬಾ ಹಿಡಿಸಿ, ಗೊರಟೆಯನ್ನು ಕೊಡಲು ಅಪ್ಪಣೆಯನ್ನಿತ್ತನಂತೆ. ಕುಂಟಪೂಜಾರಿ ಹೇಗೆತಾನೇ ರಾಜನ ಅಪ್ಪಣೆಯನ್ನು ಉಲ್ಲಂಘಿಸಿಯಾನು? ಹೀಗೆ ಕುಂಟಪೂಜಾರಿಯಿಂದ ಕುಂಟಎನಿಸಿದ ಲಂಗ್ಡಾ ಮಾವು, ಕುಂಟುತ್ತಲೆ ನೂರೆಂಟು ಕಡೆ ಹೋಗುತ್ತಾ ಎಲ್ಲಕಡೆಯೂ ಹರಡಿತು. ಮಾವಿನಹಣ್ಣು ಇಷ್ಟವೆಂದು ಅದಕ್ಕೆ 'ಚೆನ್ನಿ, ಮಿನ್ನಿ, ಸುನ್ನಿ, ಸುಂದರಿ' ಎಂದು ಹೆಸರುಕೊಟ್ಟು, ಅದರ ಬಗ್ಗೆ ಕಥೆಹೇಳುವವರು ಯಾರಿದ್ದಾರೆ. ಈ ಮೋಜಿನ ಯೋಚನೆ ಬನಾರಸಿಗೆ ಸಹಜವಾಗಿಯೇ ಬರುತ್ತದೆ. ಮಾವಿನಹಣ್ಣಿನ ಪ್ರೀತಿಯಿಂದ ಅದರ ಬೆಳವಣಿಗೆಯ ಹಂತಕ್ಕೆ ಮಂಜರಿ, ಲಿಟೋರಾ, ಲಂಗ್ಡಾ ಎಂದು ಕರೆದು, ಲಂಗ್ಡಾ ಎಂಬ ಹೆಸರಿಗೊಂದು ಕಥೆಹೇಳಿರುವುದು ಬನಾರಸಿಗಳ ಕಲ್ಪನೆಯೊ, ಮೋಜಿನಫಲವೊ ಅಥವಾ ನಡೆದುದೋ ಹೇಳಲುಬರುವುದಿಲ್ಲ. ಇಲ್ಲಿಯವರು ತಮ್ಮ ಮೋಜಿನ

ಪ್ರವೃತ್ತಿಯಿಂದ ಕಲ್ಪನೆಯನ್ನು ನಿಜದಂತೆಯೂ ಮತ್ತು ನಿಜವನ್ನು ಕಲ್ಪನೆಯಂತೆಯೂ ಹೆಣೆಯಬಲ್ಲರು.

ಅಖಾಡಾ: ನಿತ್ಯವ್ಯಾಯಾಮ ಬನಾರಸಿಯ ದಿನಚರಿಯ ಒಂದು ಅವಿಭಾಜ್ಯ ಅಂಗವಾಗಿತ್ತು. ಕಿರಿಯನೊ ಹಿರಿಯನೊ, ಸಿರಿಯನೊ ಬಡವನೊ, ಪಂಡಿತನೊ ಪಾಮರನೊ ಎಲ್ಲರೂ ತಮ್ಮ ವೃತ್ತಿಯಜೊತೆ ವ್ಯಾಯಾಮವನ್ನು ಪ್ರವೃತ್ತಿಯಾಗಿ ಪಾಲಿಸುತ್ತಾರೆ. ವ್ಯಾಯಾಮದಲ್ಲೂ ಅನೇಕ ವಿಧಗಳಿವೆ. ಘಾಟ್‌ನ ಒಂದು ಕಡೆಯಲ್ಲಿ ಜನಜಂಗುಳಿ ಹೆಚ್ಚಾಗಿರುವುದರಿಂದ, ಎಷ್ಟೊಜನರು ದೋಣಿಯಲ್ಲಿ ಗಂಗೆಯನ್ನು ದಾಟಿ, ಆಕಡೆಯ ಬಯಲಿನಲ್ಲಿ ನಿತ್ಯಕರ್ಮಗಳನ್ನು (ನಿಪಟಾನಾ, ಸ್ನಾನ, ಬಟ್ಟೆತೊಳೆದು ಒಣಗಿಸುವುದು) ಮುಗಿಸಿ, ಅಲ್ಲಿಯೆ ವ್ಯಾಯಾಮ ಮಾಡುವ ಪರಿಪಾಠ ಇಟ್ಟುಕೊಂಡಿರುತ್ತಾರೆ. ಇನ್ನು ಕೆಲವರು ಗಂಗೆಯಲ್ಲಿ ಮೀಯಲು ಮನೆಯಿಂದ ಗಲ್ಲಿಗಳಲ್ಲಿ ಉದ್ದಕ್ಕೆ ನಡೆದುಹೋಗಿ, ಘಾಟ್‌ಮೆಟ್ಟಲುಗಳ ಮೇಲಿಂದ 'ಗೋತಾ' ಹೊಡೆದು, ಸ್ವಲ್ಪ ಈಜುತ್ತಾರೆ. ಈಜುಬಾರದವರು ಘಾಟ್‌ನ ಸನಿಹದಲ್ಲೆ ದಂಡೆ ಒತ್ತಿ, ಸೂರ್ಯನಮಸ್ಕಾರ ಮಾಡುತ್ತಾರೆ. ಇನ್ನೂ ಕೆಲವರು ಗಂಗಾಸ್ನಾನಮಾಡಿ, ಅಲ್ಲಿಯ ಪಂಡಾನ ಹತ್ತಿರ ಹಣೆಗೆ ಗಂಧವನ್ನು ಹಚ್ಚಿಸಿಕೊಂಡು, ಹತ್ತಿರದ ಮಂದಿರದಲ್ಲಿನ ಲಿಂಗಕ್ಕೆ ತಾಲಿಯ ನೀರಿನ ಅಭಿಷೇಕಮಾಡಿ, ನೇರವಾಗಿ ಮೊಹಲ್ಲಾದ ಅಖಾಡಾಕ್ಕೆ ಹೋಗುತ್ತಾರೆ. ಗದೆತಿರುಗಿಸುವುದು, ದಂಡೆಒತ್ತುವುದು, ಬೈಠಕ್‌ಹಾಕುವುದು, ಕುಸ್ತಿ ಕಣದಲ್ಲಿಳಿಯುವುದು ಹೀಗೆ ಯಾವುದಾದರೂಸರಿ ಒಂದುಘಂಟೆ ಅಖಾಡಾದಲ್ಲಿ ಬೆವರಿಳಿಸಬೇಕು. ಪೈಲ್ವಾನ್ ಎಂದು ಕರೆಸಿಕೊಳ್ಳುವುದಂತೂ ಕುಸ್ತಿಪಟುವಿಗೆ ಮಾತ್ರವಲ್ಲದೆ ಪಂಡಿತನಿಗೂ, ಗಣ್ಯನಿಗೂ ಸಹ ಹೆಮ್ಮೆಯ ವಿಷಯವಾಗಿರುತ್ತದೆ. ಇವತ್ತಿಗೂ 'ಲಂಗೋಟಿಯ ಮಜಬೂತಿ' ಎನ್ನುವುದು ಒಳ್ಳೆಯ ಮೈಕಟ್ಟಿನವನಿಗೆ ಹೊಗಳಿಕೆಯ ಮಾತಾಗಿರುತ್ತದೆ. ದಿನದ ವ್ಯಾಯಾಮದ ಅನಂತರ ಹಸಿದ ಹೊಟ್ಟೆಗೆ ಒಂದು ಸೇರುಹಾಲು, ಒಂದಿಷ್ಟು ರಬಡ್ಡಿ ಹಾಕಲು ಕಾತುರನಾಗಿ ಹತ್ತಿರದ ಮಿಠಾಯಿ ಅಂಗಡಿಗೆ ಓಡುತ್ತಾನೆ. ಆಧುನಿಕ ಜಿಮ್ನಾಷಿಯಮ್‌ಗಳಿರುವ ಈ ಕಾಲದಲ್ಲೂ ಬನಾರಸ್‌ನಲ್ಲಿ ನೂರು ಅಖಾಡಾಗಳಿವೆ (ಎಂದು ಹೇಳಿದರೂ, ಅವನ್ನು ಕಾಣುವುದು ಕಷ್ಟ!!). ಸಂತರಾಮ್, ನಾಗನಾಥ್, ಅಧೀನ್‌ಸಿಂಗ್ ಮತ್ತು ಭಂಗಡ್‌ಭಿಕ್ಷು ಅಖಾಡಾಗಳು ಮುನ್ನೂರು ವರ್ಷಗಳಷ್ಟು ಹಳೆಯವು. ಕೋನಭಟ್ಟ ಮತ್ತು ರಾಮಕುಂಡ ಅಖಾಡಗಳಿಗೆ ಸುಮಾರು ಇನ್ನೂರು ವರ್ಷಗಳಾಗಿವೆ. ಪ್ರತಿದಶಕದಲ್ಲೂ ಬದಲಾವಣೆ ಕಾಣುತ್ತಿರುವಾಗ ಈಗ ಅಖಾಡಗಳೇ ಇಲ್ಲ ಎಂದು ಕೇಳಿಬರುತ್ತಿದೆ.

ಬಾಹರಿ ಅಲಂಗ್: *'ಬಾಹರಿ ಅಲಂಗ್'* ಎನ್ನುವುದು ಬನಾರಸಿಯ ಆಲಸಿ, ಮೋಜಿನ ಪ್ರವೃತ್ತಿಯ ಇನ್ನೊಂದು ಮುಖವಾಗಿದೆ. ಇದನ್ನು ಸರಿಯಾಗಿ ಅನುವಾದಿಸುವುದು ಕಷ್ಟ,

ಹೊರಗಿನ ಅಲೆದಾಟ, ಬಯಲ ಸುತ್ತಾಟ, ಪಿಕ್‌ನಿಕ್ ಎಂದು ಹೇಳಿದರೂ ಸರಿಯಾದ ಅರ್ಥ ಬಾರದು. ನಾಲ್ಕಾರುಜನ (ಸಾಮಾನ್ಯವಾಗಿ ಗಂಡಸರು) ಒಟ್ಟಿಗೆ ಸೇರಿ, ಜನನಿಬಿಡವಲ್ಲದ ಕಾಡು, ಮೆದೆ ಮತ್ತು ಪುಷ್ಕಳನೀರಿರುವ ಸ್ಥಳಕ್ಕೆಹೋಗಿ ದಿನವೆಲ್ಲ ಮನಸೋಚ್ಛೆಯಾಗಿ ಕಳೆಯುವುದೆ ಉದ್ದೇಶವಾಗಿರುತ್ತದೆ. ವ್ಯಕ್ತಿಗೂ ಪ್ರಕೃತಿಗೂ ಮಧ್ಯೆ ನಡೆಯುವ ಸಂಭಾಷಣೆಯೇ *ಬಾಹಿರಿ ಅಲಂಗ್* ಎಂದೊಬ್ಬರು ಹೇಳಿದ್ದಾರೆ. ಎಲ್ಲಕ್ಕಿಂತ ಮೊದಲಕೆಲಸ '*ನಿಪಟಾನಾ*' (ಬಯಲು ಸೀಮೆಗೆ ಹೋಗಿ....)! ಇದರ ಬಗ್ಗೆ ಕಾಶೀವಾಸಿಗಳು ಉದ್ದುದ್ದವಾಗಿ ಹೇಳಿದರೂ ಇಲ್ಲಿ ವಿವರಣೆಯ ಅವಶ್ಯಕತೆಯಿಲ್ಲ. ಒಬ್ಬ ಭಾಂಗ್ ಅರೆಯುಲು ಕೂತರೆ, ಇನ್ನೊಬ್ಬ ಮೈಗೆ ಎಣ್ಣೆತೀಡಿಕೊಂಡು ಬಿಸಿಲಲ್ಲಿ ಮಲಗುತ್ತಾನೆ, ಮತ್ತೊಬ್ಬ ಬಟ್ಟೆಯ ಕೊಳೆತೆಗೆದು ಒಣಹಾಕಿ ಸ್ನಾನಕ್ಕಿಳಿಯುತ್ತಾನೆ. ಏನುಮಾಡಲೂ ತಿಳಿಯದವನೊಬ್ಬ ಕಾಲಿನ ಸರಪಳಿಯನ್ನು ಬಿಡಿಸಿಕೊಂಡ ಮದ್ದಾನೆಯಂತೆ ಮಸ್ತಿಯಿಂದ ಹೇಗೇಗೊ ಕುಣಿಯುತ್ತಾ, ಕಿರುಚುತ್ತಾ, ಮನಬಂದಂತೆ ಹಾಡುತ್ತಾ, ಸ್ನೇಹಿತರನ್ನು ತನ್ನೊಡನೆ ಸೇರುವಂತೆ ಕರೆಯುತ್ತಾನೆ. ಇದೆಲ್ಲ ಸ್ವೇಚ್ಛೆಯ ಹಂತಗಳನ್ನು ಪ್ರತಿಯೊಬ್ಬರೂ ಅನುಭವಿಸಿ ಕೊನೆಗೆ ಒಂದೆಡೆಕೂತು ಹರಟೆ, ಹಾಸ್ಯ, ಕವಿತೆ, ಕಥೆಗಳಲ್ಲಿ ಕಾಲಕಳೆದು ಭಾಂಗ್‌ಕುಡಿಯುತ್ತಾರೆ. ಕೆಲವೊಮ್ಮೆ ತಾವೇ ಭೋಜನತಯಾರಿಸಿ ಅಲ್ಲಿಯೇ ಊಟಮಾಡುವ ಸಾಹಸಕ್ಕೂ ಇಳಿಯುತ್ತಾರೆ. ಆಗ ಅವರು ತಯಾರಿಸಿದ್ದೇ ನಳಪಾಕ! ಇದನ್ನೇ ಭತೃಹರಿ ತನ್ನ ವೈರಾಗ್ಯ ಶತಕದಲ್ಲಿ "*ಉದ್ಯಾನೇಶು ವಿಚಿತ್ರ ಭೋಜನವಿಧಿ ತೀವ್ರಾತಿತೀವ್ರ ತಪಃ*" ಎಂದು ಹೇಳಿದ್ದಾನೆ. ಇದರಲ್ಲೇನು ಮೋಜು, ಏನು ಮಸ್ತಿ ಎಂದು ಮೂಗುಮುರಿಯುವವರೂ ಇದ್ದಾರೆ. ಇಂದಿನವರು ತಮ್ಮ ಕೆಲಸದ ಒತ್ತಡ, ಆಧುನಿಕತೆಯ ವೈವಿಧ್ಯತೆಯಿಲ್ಲದ ಕಡುಬೇಸರ, ನಗರದ ವಾಹನಗಳ ಶಬ್ದ ಮತ್ತು ವಾಯುಮಾಲಿನ್ಯ ಇವುಗಳಿಂದ ತಪ್ಪಿಸಿಕೊಂಡು ಓಡಿಹೋಗುವ '*ಪಿಕ್‌ನಿಕ್*'ಗಳಿಗಿಂತಲೂ ಬನಾರಸಿಗಳ '*ಬಾಹರಿ ಅಲಂಗ್*' ತುಂಬಾಸರಳ, ಸುಲಭ ಮತ್ತು ಎಂತವರಿಗೂ ಎಟುಕುವಂತಾದ್ದಾಗಿದೆ.

ಬಾಜಿ/ಪೈಪೋಟಿಗಳು: ಕುಸ್ತಿ, ಈಜು, ಪಗಡೆ ಮುಂತಾದ ಆಟಗಳಲ್ಲಿ ಪೈಪೋಟಿಯಿದ್ದು ಸೋಲು ಗೆಲುವಿನ ಮೇಲೆ ಬಾಜಿ ಇಡುತ್ತಿದ್ದುದು ಸಾಮಾನ್ಯವಾಗಿತ್ತು. ಇದರ ಜೊತೆಜೊತೆಗೆ ಕುದುರೆಗಾಡಿಗಳ (ಸಾಮಾನ್ಯ ಎಕ್ಕಾ ಮತ್ತು ಗಣ್ಯರ ಗಾಡಿ '*ಗಹರೆ ಬಾಜ್*'ಗಳ) ಓಟ, ಗಾಳಿಪಟ ಹಾರಿಸುವುದು, ಹಕ್ಕಿ ಪ್ರಾಣಿಗಳ ಕಚ್ಚಾಟ, ಹೊಡೆದಾಟ ಇವುಗಳಲ್ಲಿಯೂ ಬಾಜಿಯಿಟ್ಟು ಆಡುವ ಅಭ್ಯಾಸ ಶುರುವಾಯಿತು. ಇದಕ್ಕೆ ಬನಾರಸಿನಲ್ಲಿ ಬಂದುನೆಲೆಸಿದ ನವಾಬರ ವಂಶದವರ, ಮುಸ್ಲಿಮರ ಪ್ರಭಾವವೇ ಕಾರಣವೆಂದು ಹೇಳುತ್ತಾರೆ. ಕುದುರೆಗೆ ಶ್ರೀಮಂತರು '*ಮಲಾಯಿ*' (ಹಾಲಿನ ಕೆನೆ) ಮತ್ತು ಜಿಲೇಬಿ ತಿನ್ನಿಸುವುದೇನು, ಅದರ ಬೆವರನ್ನು ರೇಷ್ಮೆಬಟ್ಟೆಯಿಂದ ಒರೆಸುವುದೇನು, ಅವು ಸುಧಾರಿಸಿಕೊಳ್ಳುವಂತೆ

ಛತ್ರಿಹಿಡಿಯುವುದೇನು! ಎಕ್ಕಾಬಾಜಿಯ ಆನಂದವನ್ನು ಅನುಭವಿಸುವ ಸಾಮಾನ್ಯನನ್ನು ಸಹ ಹಿಡಿಯಲಾಗುತ್ತಿರಲಿಲ್ಲ. ಅವನಿಗೆ ಗಹರೆಬಾಜಿಯಲ್ಲಿ ಸಿಗುತ್ತಿದ್ದ 'ದುಗ್ಗಾಣಿಯ ಆನಂದಾನುಭವ ಟಾಂಗಾದಲ್ಲಿ ಕೂತು ಮೆರೆಯುವ ಲಕ್ಷಾಧಿಪತಿಯ ಆನಂದವನ್ನೂ ಮೀರಿಸುತ್ತಿತ್ತು'. ಹಕ್ಕಿ ಪ್ರಾಣಿಗಳ ಕಚ್ಚಾಟದಲ್ಲಿ ಎತ್ತುಗಳ ಕಾದಾಟವಲ್ಲದೆ, ಪಾರಿವಾಳಗಳು, ಕೋಳಿಗಳು, ಬುಲ್‌ಬುಲ್‌ಗಳು, ಹಾವು ಮುಂಗುಸಿ, ಮುಂತಾದವುಗಳ ಕಾದಾಟ ಜನರನ್ನು ರಂಜಿಸುತ್ತಿತ್ತು. ಈಚೆಗೆ ಈ ಕಾದಾಟಗಳನ್ನು, ಪೈಪೋಟಿಗಳನ್ನು ನಡೆಸುವ ವ್ಯವಧಾನ ಕಡಿಮೆಯಾಗುತ್ತಿದೆ.

ಭಾಂಡ್ ಮತ್ತು ನೌಟಂಕಿ: ಜನಸಾಮಾನ್ಯರ ಮನರಂಜನೆಗೆ *ಭಾಂಡ್* ಬಹುರೂಪಿಗಳು ಹುಟ್ಟಿಬಂದರು. ತಮಾಷೆ, ಜನರ ಸ್ವಭಾವಗಳ ಮಾತಿನ ಅನುಕರಣೆ, ಹಕ್ಕಿ ಪ್ರಾಣಿಗಳ ಧ್ವನಿಯ ಅನುಕರಣೆ, ವಿದೂಷಕನ ಪಾತ್ರ, ಮುಖಭಾವಗಳ ಬದಲಾವಣೆ, ಹಾಸ್ಯಚಟಾಕಿಗಳು, ಶಾಯಿರಿಗಳು, ಇನ್ನೊಬ್ಬರ 'ಅಹಂ'ಅನ್ನು ಚುಚ್ಚುವ ಪ್ರಕರಣಗಳು ಇವೆಲ್ಲವನ್ನು ಸುಸೂತ್ರವಾಗಿ ಮಾಡಿತೋರಿಸುವವರು ಬಹುರೂಪಿಗಳು. ಗುಪ್ತರಕಾಲಕ್ಕಿಂತ ಮೊದಲೆ ಕಾಶಿಯಲ್ಲಿ ಈ ಮನೋರಂಜಕರು ಇರುತ್ತಿದ್ದರೆಂದು ಡಾ. ಮೋತಿಚಂದ್ರ ಅಭಿಪ್ರಾಯಪಡುತ್ತಾರೆ. ಇನ್ನು ಕೆಲವರು *ಭಾಂಡ್*‌ನ ಗುಂಪು ಇರಾನ್ ಕಡೆಯಿಂದ ಭಾರತಕ್ಕೆ ಬಂತೆಂದು ಹೇಳುತ್ತಾರೆ. ತೈಮೂರ್‌ಲಂಗನು ತನ್ನ ಮಗನ ಮರಣದ ಅನಂತರ ಸುಮಾರು ಹನ್ನೆರಡುವರ್ಷಗಳವರೆಗೆ ದುಃಖಿತನಾಗಿಯೇ ಇದ್ದನೆಂದು, ಅವನ ಮನಸ್ಸನ್ನು ಹಗುರಗೊಳಿಸಲು ಸೈಯ್ಯದ್ ಹುಸೇನ್ ಎಂಬುವನು ವಿವಿಧ ಮನೋರಂಜನೆಗಳನ್ನು ತಾನೆ ರೂಪಿಸಿದನೆಂದು ಇನ್ನೊಂದು ಕಥೆ ಇದೆ. ಈಗ *ಭಾಂಡ್* ಮಂಡಲಿಗಳು ಕಾಶ್ಮೀರ ಮತ್ತು ಉತ್ತರಪ್ರದೇಶಗಳಲ್ಲಿ ಹೆಚ್ಚಾಗಿವೆ. ಇವರಲ್ಲೂ ಶಿಯಾ ಸುನ್ನಿಗಳ ವಿಭಾಗ, ಭೇದ್ ಕಾಶ್ಮೀರಿ ವಿಭಾಗಗಳಿವೆ. ಬಂಗಾಳದ 'ಜಾತ್ರಾ'ಗಳಂತೆ ಜನರು ಮೂರುಕಡೆ ಕೂತರೆ ಮಂಡಲಿಯವರು ನಾಲ್ಕನೆಯ ಕಡೆಯಿಂದ ತಮ್ಮ ಕಾರ್ಯಕ್ರಮ ನಡೆಸುತ್ತಾರೆ. ಕಾಶೀನರೇಶ ಈಶ್ವರಿನಾರಾಯಣ ಸಿಂಗರ ಕಾಲದಲ್ಲಿ (ಕ್ರಿ.ಶ.1835–1889) ಇಲ್ಲಿ *ಭಾಂಡ್*‌ಮಂಡಲಿ ಹೆಚ್ಚು ಉತ್ತೇಜನ ಪಡೆಯಿತು. ಅಂದಿನ ಮೌಲಾಬಕ್ಷ್ ದರ್ಭಾರಿನಲ್ಲಿ ಎಲ್ಲರನ್ನೂ ನಗಿಸಿ, ಅಜೂಬಾ (ವಿಚಿತ್ರ) ಎಂದೆ ಕರೆಸಿಕೊಂಡುದಲ್ಲದೆ, ಅವನ ಹೆಸರೆ ಅಜೂಬಾ ಎಂದಾಗಿ ಉಳಿದುಹೋಯಿತು. ಮೇಳಗಳಲ್ಲಿ *ಭಾಂಡ್*‌ಮಂಡಲಿಗಳ ಕಾರ್ಯಕ್ರಮವನ್ನು ಜನಸಾಮಾನ್ಯರು ಕಾತರರಾಗಿ ಎದುರುನೋಡುತ್ತಿದ್ದರು. ಇದಲ್ಲದೆ, ಹಿಂದಿನಕಾಲದ ಮದುವೆಗಳಲ್ಲಿ ಗಂಡಿನಕಡೆಯವರು (*ಬಾರಾತ್*‌ನವರು) ಏಳೇಳು ದಿನಗಳವರೆಗೆ ಹೆಣ್ಣಿನ ಕಡೆಯವರ ಆತಿಥ್ಯದಲ್ಲಿ ನಿಲ್ಲುತ್ತಿದ್ದರು. ಊಟಉಪಹಾರಗಳೇನೋ ಸರಿ, ಆದರೆ ಅವರ ಮನೋರಂಜನೆಯ ಉಪಾಯವೇನು? ವಸತಿ, ಊಟ ಉಪಹಾರ ಹೆಣ್ಣಿನವರದು, ಮನೋರಂಜನೆ ಗಂಡಿನವರದು ಎಂಬ

ಸಂಪ್ರದಾಯ ಬೆಳೆದುಬಂದಿತು. ಮನೋರಂಜನೆಗೆ ಬಾಯಿಜೀಗಳ ಸಂಗೀತ, ನೃತ್ಯ ಮತ್ತು ಭಾಂಡ್‌ಮಂಡಲಿಯ ತಮಾಷೆಯೆ ಸರಿಯೆಂದು ಅವರನ್ನು ತಮ್ಮೊಡನೆ ಕರೆದುಕೊಂಡುಬರುತ್ತಿದ್ದರು. ಒಂದುವೇಳೆ ಇವರನ್ನು ಕರೆದುಕೊಂಡು ಬರದಿದ್ದರೆ, ಹೆಣ್ಣಿನವರೆ "ಅಹಾ! ರಂಡಿಯೂ ಇಲ್ಲ, ಭಾಂಡೂ ಇಲ್ಲ. ಜಂಭಕೊಚ್ಚಿದ್ದಕ್ಕೆ ಕೊನೆಯೂ ಇಲ್ಲ!" ಎಂದು ಗಂಡಿನವರನ್ನು ಆಡಿಕೊಳ್ಳುತ್ತಿದ್ದರು.

ಬನಾರಸಿಗಳ ಮೌಜ್‌ಮಸ್ತಿಯ ವಿಶೇಷಗಳನ್ನು ಹೇಳುವ ಒಂದು ಚುಟಕವಿದೆ. ಅದನ್ನು ಕನ್ನಡಕ್ಕೆ ಇಳಿಸುವುದು ಕಷ್ಟ, ಅನುವಾದಿಸಿದರೆ ಮಕ್ಕಳ ತೊದಲು ಕವಿತೆಯೆನಿಸಿದರೂ ತಮಾಷೆಗೆ ಸರಿಹೊಂದಬಹುದು.

ಮಿಠಾಯಿ ಸವಿದು ಸಿಹಿಸಿಹಿ ಮಾತು
ಘಾಟ್‌ನ ಚಟಕೆ ಬಿಸಿಸಿಟ್ಟಿನ ಏಟು
ಭೋಜನ ಕೂಟದಿ ಗುಸುಗುಸು ಮಾತು
ಗೋಲುಗಪ್ಪದಿ ಗುಲುಗುಲು ನಗುವು–1
ಕುಸ್ತಿಯ ಕಣವೆ ಬಾಜಿಯ ಪಣವು
ಪಾನ್‌ನ ರಸಕೆ ಕಾಮದ ಹಸಿವು
ಭಾಂಗ್‌ನ ಪಾನ ಮರೆವಿನ ತಾಣ
ಭಾಂಡ್‌ನ ಆಟ ಕಾಮಿನಿ ಕುಣಿತ–2
ಸಂತರ ಸಂಗ ನಿತ್ಯವು ಅಭಂಗ
ಮಾಲೆಯ ಜಪವೆ ಮಾನಸ ಪಾಠ
ಗಂಗೆಯ ಸ್ನಾನವೆ ಶಂಕರ ಧ್ಯಾನ
ರಾಮನೆ ಸತ್ಯ ಮುಕ್ತಿಯೆ ಸತ್ಯ–3

ಬನಾರಸಿಯ ಯವ್ವನ, ಮಧ್ಯವಯಸ್ಸು ಮತ್ತು ವೃದ್ಧಾಪ್ಯದಲ್ಲಿನ ಮೌಜ್‌ಮಸ್ತಿಯ ಬಣ್ಣಗಳನ್ನು ಇಲ್ಲಿ ನೋಡಬಹುದು.

■

32. ಬನಾರಸಿ ಬಾಬು

ಆನಂದಕಾನನ ಎನಿಸಿಕೊಂಡಿದ್ದ ಈ ಸ್ಥಳ ಕಾಶಿ, ಬನಾರಸ್, ವಾರಾಣಸಿ ಎನಿಸಿಕೊಳ್ಳ ಬೇಕಾದರೆ ಏನೇನೆಲ್ಲಾ ಇಲ್ಲಿಗೆ ಇಳಿದುಬಂದಿವೆ, ಹರಿದುಬಂದಿವೆ, ಬಂದುನೆಲೆಸಿವೆ ಎಂದು ನೋಡಿದರೆ ಆಶ್ಚರ್ಯವಾಗುತ್ತದೆ. ಶಿವ ಪಾರ್ವತಿಯರ ಜೊತೆಗೆ ದೇವತೆಗಳ ಸಮೂಹವೇ ಇಳಿದುಬಂದರೆ, ಗಂಗೆಯು ಶಿವನ ಜಟೆಯಿಂದಲೇ ಹರಿದು ಬಂದಳು. ಸಿದ್ಧಯೋಗಿಗಳು, ಕರ್ಮಕಾಂಡಿಗಳು ಎಲ್ಲೆಡೆ ನೆಲೆಸಿದಂತೆ ಮಠಗಳು, ತೀರ್ಥಗಳು ಸುಮ್ಮನೆ ಬೆಳೆದವು. ಮುಗಿಬಿದ್ದ ಜನಜಂಗುಳಿಯ ಹಿಂದೆ 'ಮಹಾಜನ'ಗಳು, ರಾಜಮಹಾರಾಜರು ನಿಂತಾಗ ಗುಡಿಗೋಪುರಗಳು, ಮಂದಿರಗಳು ಎದ್ದುನಿಂತವು. ರಾಜವೈಭವದ ಜೊತೆಗೆ ಗುಡಿಗೋಪುರಗಳ ವೈಭವ ಕಣ್ಣುಕುಕ್ಕಿದಾಗ, ದಾಳಿಗಳು ಎಲ್ಲವನ್ನೂ ದೂಳೀಪಟ ಮಾಡಿದುವು. ದಾಳಿಗಳ ಧೂಮ್ರವನಾರಿಸಲು ಹಿಂದೆಯೆ ಭಕ್ತಿರಸ ಚಿಮ್ಮಿಹಾರಿತು. ಸಾಧುಸಂತರು ಜಂಗಮರು ಓಡಾಡಿದಂತೆ ಗಂಗಾಸ್ನಾನ, ಭಕ್ತಿಯಪಾನ ಎಲ್ಲವನ್ನೂ ಪವಿತ್ರಗೊಳಿಸಿತು. ಪಂಡಿತರು, ಶ್ರೀಮಂತರು, ಗಣ್ಯರು ಮೆರೆದಂತೆ ಭವ್ಯತೆ, ಸಿರಿತನ, ಸೊಬಗೂ ಬೀಗಿತು. ನವಾಬಿ ಜಬರ್ದಸ್ತು, ಫಿರಂಗಿಸೊಕ್ಕು ಹೆಚ್ಚಿದಂತೆ ರಾಜರ ಚಾಣಕ್ಯತನ, ಮಹಾಜನರ ಧನರಾಶಿ, ಗಣ್ಯರ ರಸಿಕತನ, ಪಂಡಿತರ ಧೀಮಂತತನ ಬೆಳೆಯಿತು. ಸಾಹಿತಿಗಳ, ಕಲಾಕಾರರ, ಗಾಯಕಿಯರ, ಗಣಿಕೆಯರ ಸೃಜನಶೀಲತೆ, ನವೀನತೆ, ನವಿರು, ಮೆರಗು ಎದ್ದುಕಾಣಿಸತೊಡಗಿದವು. ಹೀಗೆ ಮಂಗಳಮಯನಾದ ಶಿವನಿಂದ ನಿತ್ಯಸುಮಂಗಲಿಯರಾದ ಗಣಿಕೆಯರವರೆಗೆ ಎಲ್ಲರ ಬಗ್ಗೆಯೂ ಹೇಳಿದಮೇಲೆ ಇನ್ನು ಉಳಿದಿರುವುದು ಏನಿದೆ?

ಬೇರೆಯ ಯಾವುದೇ ಸ್ಥಳಗಳಲ್ಲೂ ಇಷ್ಟೊಂದು ವೈವಿಧ್ಯತೆ ಕಾಣಲಾರದು. ಕೊನೆಗೆ ಸಾಮಾನ್ಯ ಜನರ ಬಗ್ಗೆಯಂತೂ ಏನೂ ಇಲ್ಲ. ಆದರೆ, ಬನಾರಸ್‌ನ ವಿಚಾರ ಮಾತನಾಡುವಾಗ ಮಾತ್ರ ಎಲ್ಲರಬಗ್ಗೆಯೂ ಹೇಳಿದಮೇಲೆ ಇನ್ನು ಉಳಿದ 'ಜನಸಾಮಾನ್ಯರ' ವಿಚಾರ ಹೇಳುವುದೇನಿದೆ ಎನ್ನುವಹಾಗಿಲ್ಲ, 'ಅವರ ವಿಚಾರ ಹೇಳುವುದು ಬಹಳಷ್ಟಿದೆ' ಎಂದು ಒತ್ತಿಹೇಳಬೇಕಾಗುತ್ತದೆ. ಇದೇ ಬನಾರಸ್‌ನ ವಿಶೇಷ. ಇಲ್ಲಿ ಜನಸಾಮಾನ್ಯರನ್ನು 'ಚೈಲಾ' ಅಥವಾ 'ಬಾಬು' ಎಂದು ಕರೆಯುತ್ತಾರೆ. ಈ 'ಬನಾರಸಿ ಬಾಬು' ಯಾರೆಂದು ದೀರ್ಘವಾಗಿಯೇ ಹೇಳಬೇಕಾಗುತ್ತದೆ. ಮುಂಡು ಸುತ್ತುತ್ತಿರುವಾಗ ಮನೆಯೊಡೆಯ, ದಂಡೆಒತ್ತುವಾಗ ಪಹಲ್‌ವಾನ, ಮಂಡೆಒಡೆವಾಗ ಗೂಂಡಾ, ದಂಡಾಹಿಡಿದಾಗ ಗೋವಾಲಾ, ಡಬ್ಬಾಹಿಡಿದಾಗ ದೂಧ್‌ವಾಲಾ, ಕೋವಿಹಿಡಿದಾಗ ದರ್‌ವಾನಾ, ಸೈಕಲ್‌ತುಳಿದಾಗ ರಿಕ್ಷಾವಾಲಾ, ಚುಕ್ಕಾಣಿಹಿಡಿದಾಗ ನಾವ್‌ವಾಲಾ, ಪಾನ್‌ಮೆಲ್ಲುವಾಗ ರಸಿಕಲಾಲಾ,

ಭಾಂಗ್‌ಹೀರುವಾಗ ಮತ್‌ವಾಲಾ (ಉನ್ಮತ್ತ), ಇಂಗ್ಲಿಷರ ದಾಸನಾದಾಗ 'ಸರ್‌ವಾ' (ಸರ್=ತಲೆಪ್ರತಿಷ್ಠೆಯವ ಎಂದು ಹಂಗಿಸುವವನು), ಕಛೇರಿಗಳ ಕಾರಕೂನ, ಮಧ್ಯಮವರ್ಗದ ಬಾಬು ಮುಂತಾದ ಇನ್ನೂ ಅನೇಕಪಾತ್ರಗಳಲ್ಲಿ ಅವನನ್ನು ನೋಡಬಹುದು. ವಿಶೇಷವೇ ಇಲ್ಲದ ಈ ಜನಸಾಮಾನ್ಯ 'ಬಾಬು'ವಿಗೆ 'ವಿಶಿಷ್ಟತೆ' ಎಲ್ಲಿಂದಬರಲು ಸಾಧ್ಯವೆಂದು ಆಶ್ಚರ್ಯವಾಗುವುದು ಸಹಜ. ಕೆಲವು ನಿರ್ಜೀವವಸ್ತುಗಳಾದ 'ಸೀರೆ', 'ಪಾನ್', 'ಜರ್ದಾ', 'ಲಂಗ್ಡಾ' ಇವುಗಳ ಹಿಂದೆ 'ಬನಾರಸಿ' ಜೋಡಿಸಿದರೆ ಅವುಗಳಲ್ಲಿ ಒಂದು ಸಜೀವಚೇತನ ಉಕ್ಕಿಹರಿದುಬಂದಂತಾಗಿ ಅವು ವಿಶಿಷ್ಟವಾಗುತ್ತವೆಯೆಂದು ಹಿಂದೆ ನೋಡಿದ್ದೀರಿ. ನಿರ್ಜೀವವಸ್ತುಗಳಲ್ಲೇ ಚೇತನ ಹರಿದಮೇಲೆ ಇನ್ನು ಸಜೀವರಾದ 'ಬಾಬು'ಗಳು ಬೇರೆಲ್ಲ ಕಡೆಯ ಸಾಮಾನ್ಯರಿಗಿಂತ ಅಸಾಮಾನ್ಯರಾಗುವಲ್ಲಿ ಆಶ್ಚರ್ಯವೇನು? ಈ ಚೈಲಾ 'ಬನಾರಸಿ ಬಾಬು' ಆಗುವುದೊಂದೇ ಅಲ್ಲ, 'ಮಂಗಳಮಯ ಶಿವನಿಂದ ಹಿಡಿದು ನಿತ್ಯಸುಮಂಗಲಿಯರಾದ ಗಣಿಕೆಯರವರೆಗಿನ' ಎಲ್ಲರ ವಿಶೇಷಗಳನ್ನು ಅಲ್ಪಸ್ವಲ್ಪವಾಗಿ ತನ್ನಲ್ಲಿ ಬೆರೆಸಿಕೊಂಡಿದ್ದಾನೆ!

ಬನಾರಸಿ ಬಾಬುವಿನ ವ್ಯಕ್ತಿತ್ವ, ಮನೋಧರ್ಮಗಳನ್ನು ರೂಪಿಸುವಲ್ಲಿ ಶಿವ ಮತ್ತು ಅವನಿಗೆ ಪ್ರಿಯವಾದ ಆನಂದಕಾನನದ ಪಾತ್ರ ಬಹಳಮಹತ್ತರವಾಗಿದೆ. ಶಿವನ ಅನೇಕ ಹೆಗ್ಗಳಿಕೆಗಳಲ್ಲಿ 'ಮಹಾಯೋಗಿ', 'ಆಶುತೋಷ' ಮತ್ತು 'ಶುಭದಾಯಕ' ಎಂಬ ಮೂರು ಮುಖ್ಯವಾದವು. ಅವನು ಮಹಾಯೋಗಿ ಎನಿಸಿ, ಯಾರ ತಂಟೆಯೂ ಇಲ್ಲದೆ, ಸದಾ ಸಮಾಧಿಸ್ಥಿತಿಯಲ್ಲಿ, **'ಆನಂದ'**ದಲ್ಲಿರುತ್ತಾನೆ. ಅವನನ್ನು ಒಲಿಸುವುದು ಬಹಳಸುಲಭ, **'ಆಶುತೋಷ'**ನಾಗಿ ಸ್ವಲ್ಪದರಲ್ಲಿಯೆ ಸಂತೋಷಪಡುತ್ತಾ, ಭಕ್ತರ ಕರೆಗೆ ಸಮಾಧಿಯಿಂದ ಹೊರಬರುತ್ತಾನೆ. ಕಾಶಿಯಲ್ಲಿ ಸಾಯುವ ಪ್ರತಿಯೊಬ್ಬರಿಗೂ **'ಮುಕ್ತಿ'**ಯನ್ನು ಕೊಟ್ಟು ಮತ್ತು ಪ್ರಳಯಕಾಲದಲ್ಲಿ ತನ್ನ ತ್ರಿಶೂಲದಮೇಲೆ ಕಾಶಿಯನ್ನು ನಿಲ್ಲಿಸಿ ಈ ಆನಂದಕಾನನಕ್ಕೆ ಪವಿತ್ರತೆಯನ್ನು ಕೊಟ್ಟು ಸದಾ ಶುಭದಾಯಕನೆನಿಸಿದ್ದಾನೆ. ಹಿಂದೊಮ್ಮೆ ಹೇಳಿದಂತೆ ವರಣ ಮತ್ತು ಅಸಿ ನದಿಗಳು 'ಪಾಪ'ವನ್ನು ಈ ಕ್ಷೇತ್ರದೊಳಗೆ ಬರಲುಬಿಡದೆ, ಆನಂದಕಾನನವು 'ಅವಿಮುಕ್ತ ಕ್ಷೇತ್ರ' **'ಪಾಪರಹಿತ'** ಕ್ಷೇತ್ರವೆನಿಸಿದೆ. ಒಂದುವೇಳೆ ಪಾಪಕರ್ಮವನ್ನು ಮಾಡಿದರೂ 'ಸುರಸರಿ' (ದೇವನದಿ) ಎನಿಸಿದ, 'ಉತ್ತರವಾಹಿನಿ'ಯಾದ, ಗಂಗಾಮಾ ಪಾಪತೊಳೆಯಲು ಇದ್ದೇ ಇದ್ದಾಳೆ. ಪಾಪದ ಭಯವಿಲ್ಲ ಮತ್ತು ಮುಕ್ತಿ ಖಚಿತವೆಂದು ಖಾಲಿಹೊಟ್ಟೆಯಲ್ಲಿ ಉಪವಾಸ ಇರುವುದು ಸಾಧ್ಯವೇ ಎಂದು ಚಿಂತಿಸಬೇಕಾಗಿಲ್ಲ. 'ಕಲ್ಪತರುವಿನ ಕೆಳಗೆ ಕೂತವನು ಭಿಕ್ಷೆಬೇಡಬೇಕೆ?' ಎನ್ನುವ ರೀತಿಯಲ್ಲಿ, ಅನ್ನಪೂರ್ಣೆಯ ಭಂಡಾರದಲ್ಲಿರುವವನು ಹೊಟ್ಟೆಯ ಬಗ್ಗೆ ಚಿಂತಿಸಬೇಕಾದ್ದು ಇಲ್ಲ. ಗಂಗೆಯ ಮಡಿಲಲ್ಲಿದ್ದು, ಅನ್ನಪೂರ್ಣೆಯ ಭಂಡಾರದಲ್ಲಿದ್ದು, ಕಾಶಿಯ ವಾಯು, ಜಲ, ಮಣ್ಣಿನಲ್ಲಿ ಜೀವಿಸಿ, ಸತ್ತಾಗ ಇಲ್ಲಿ ಅಗ್ನಿಸ್ಪರ್ಶವಾಗುವ, ಶಿವಭಕ್ತನಾಗಿರುವ

ಬನಾರಸಿಬಾಬುವಿಗೆ ಇನ್ನೇನುತಾನೆ ಬೇಕು? ಇಲ್ಲಿ ಯಾವಕೊರತೆಯೂ ಇಲ್ಲದೆ ಸಂತುಷ್ಟನಾಗಿ, ಯಾವ ಪಾಪದ ಭಯವೂ ಇಲ್ಲದೆ ಜೀವಿಸಿ, ಮುಕ್ತಿಯಂತೂ ಕಟ್ಟಿಟ್ಟ ಬುತ್ತಿಯೆಂಬ ತಿಳಿವಳಿಕೆಯಿಂದ ನಿಶ್ಚಿಂತೆಯಿರುವಾಗ, ಬನಾರಸಿ ಬಾಬು ತಾನು ಆಶುತೋಷನಾಗಿ ಸದಾ ಆನಂದದಲ್ಲಿರದೆ ಇನ್ನೇನು ಮಾಡಿಯಾನು?

ಮೇಲೆ ಹೇಳಿದ್ದನ್ನೇ ಕವಿಗಳು ಅನೇಕರೀತಿಯಲ್ಲಿ ವರ್ಣಿಸಿದ್ದಾರೆ. ಮತ್ಸ್ಯಪುರಾಣವು "*ದೇವೊ ದೇವೀ ನದೀ ಗಂಗಾ ಮಿಷ್ಟಾನ್ನಂ ಚ ಶುಭಾ ಗತಿಃ। ವಾರಾಣಾಸ್ಯಾಮ್ ವಿಶಾಲಾಕ್ಷೀ ವಾಸಃ ಕಸ್ಯ ನ ರೋಚತೇ॥*" (ದೇವತೆಗಳು ದೇವಿಯರು ಗಂಗಾನದಿ ಮಿಠಾಯಿ ಮುಕ್ತಿ ಮತ್ತು ವಿಶಾಲಾಕ್ಷಿಯಿರುವ ವಾರಾಣಸಿ ಹೇಗೆ ಮನಸ್ಸಿಗೆ ರುಚಿಸುವುದಿಲ್ಲ?) ಎಂದು ಕೇಳುತ್ತದೆ. "*ಚನಾ ಚಬೇನಾ ಗಂಗಾಜಲ ಜೋ ಪೂರವಯ್ ಕರ್ತಾರ್। ಕಾಶಿ ಕಬಹು ನ ಛೋಡಿಯೆ ವಿಶ್ವನಾಥ ದರ್ಬಾರ್॥*" (ಕಡಲೆ ಮಂಡಕ್ಕಿ ಗಂಗಾಜಲ ಬ್ರಹ್ಮನೊದಗಿಸಲು ವಿಶ್ವನಾಥನ ಸ್ಥಾನವಾದ ಕಾಶಿಯನ್ನೆಂದೂ ಬಿಡದಿರು) ಎಂಬ ಹಿಂದಿ ಕವಿವಾಣಿಯು ಹೃದಯಕ್ಕೆ ಹತ್ತಿರವಾಗಿದೆ. ಬೇಡಬ್ ಎಂಬ ಇನ್ನೊಬ್ಬ ಹಿಂದಿ ಕವಿ ಇದನ್ನು ತಿರುಗಿಸಿ "*ಬೇಡಬ್ ಕಾಶಿ ಕಬಹು ನ ಛೋಡಿಯೆ ವಿಶ್ವನಾಥ ಕಿ ಧಾಮ್। ಮರ್ನೆ ಪರ್ ಗಂಗಾ ಮಿಲೆ ಜೀತೆ ಲಂಗ್ಡಾ ಆಮ್॥*" (ವಿಶ್ವನಾಥನ ಧಾಮವಾದ ಕಾಶಿಯನ್ನೆಂದೂ ಬಿಡದಿರು, ಸತ್ತರೆ ಗಂಗಾಜಲ ಬದುಕಿರುವಾಗ ಲಂಗ್ಡಾಮಾವು ಸಿಗುವುದಿಲ್ಲಿ) ಎನ್ನುತ್ತಾನೆ. ಪದ್ಮಪುರಾಣದಲ್ಲಿ (ಅಧ್ಯಾಯ 235) ಮೃಕಂಡು ಮುನಿಯು ಕಾಶೀಮಹಿಮೆಯನ್ನು ವರ್ಣಿಸುತ್ತಾ ಆರು ಶ್ಲೋಕಗಳಲ್ಲಿ "*ಯೇಷಾಂ ಕ್ವಾಪಿ ಗತಿರ್ನಾಸ್ತಿ ತೇಷಾಂ ವಾರಾಣಸೀ ಗತಿಃ*" (ಯಾರಿಗೆ ಇನ್ನೆಲ್ಲೂ ಗತಿಯಿಲ್ಲವೋ ಅವರಿಗೆ ವಾರಾಣಸಿಯೇ ಗತಿ, ಅಂದರೆ ಭುಕ್ತಿ, ಭಕ್ತಿ, ಮುಕ್ತಿಯನ್ನು ವಾರಾಣಸಿ ಕೊಡುತ್ತದೆ) ಎಂದು ಹೇಳುತ್ತಾನೆ. ಅನ್ನಪೂರ್ಣೆಯ ಭಂಡಾರದಲ್ಲಿ ಸಿಗುವ ಕಡಲೆಮಂಡಕ್ಕಿಯ ಊಟವೊ ಮಿಷ್ಟಾನ್ನವೊ ಭುಕ್ತಿ, ಗಂಗಾ ಪ್ರವಾಹದಲ್ಲಿ ನಿಷ್ಕಲ್ಮಷ (ಪಾಪರಹಿತ) ಭಕ್ತಿಯ ಪುಣ್ಯ ಮತ್ತು ಮಣಿಕರ್ಣಿಕೆಯಲ್ಲಿ ಮುಕ್ತಿಯಮಣಿ ಸಿಗದಿರುವುದೆ? ಹಿಂದಿಯ ಪ್ರಸಿದ್ಧಕವಿ ಭರತೇಂದು "*ಮಿಲೆ ನ ಕಾಹೆ ಭೈಯ್ಯಾ, ಗಂಗಾ ಮೈಯ್ಯಾ ದೌಲತ್ ಕಾಶಿ ಹಮ್ಸೆ ಪೂತ್ ಕಪೂತ್ ಕಿ ದಾತಾ ಮಣಿಕರ್ಣಿಕಾ ಸುಖರಾಸೀ ಭೂಖೇ ಪೇಟ್ ಕೋಯೀ ನಹೀ ಸುತತಾ ಐಸೀ ಹೈ ಕಾಶೀ*" (ಗಂಗಾ ಮಾತೆ, ಕಾಶಿಯ ಸಂಪತ್ತು, ಸುಪುತ್ರ ಕುಪುತ್ರ, ಮಣಿಕರ್ಣಿಕೆಯ ಸುಖರಾಶಿ ಇವೆಲ್ಲ ಯಾಕಿಲ್ಲಿ ಸಿಗದಣ್ಣಾ; ಹಸಿದಹೊಟ್ಟೆಯಲ್ಲಂತೂ ಯಾರೂ ಮಲಗುವುದಿಲ್ಲ, ಹಿಂಗಿದೆ ನಮ್ಮೀ ಕಾಶಿ) ಎಂದು ಉದ್ಗಾರ ತೆಗೆಯುತ್ತಾನೆ. ಇವೆಲ್ಲ ಅಭಿಪ್ರಾಯಗಳನ್ನು ಅಡಕವಾಗಿ ಸೂತ್ರರೂಪದಲ್ಲಿ ಹೇಳಿರುವ ಇನ್ನೊಂದು ಶ್ಲೋಕ ಹೀಗಿದೆ:

ಮರಣಂ ಮಂಗಲಂ ಯತ್ರ ವಿಭೂತಿಶ್ಚ ವಿಭೂಷಣಮ್
ಕೌಪೀನಮ್ ಯತ್ರ ಕಾಶೇಯಮ್ ಸಾ ಕಾಶೀ ಕಿಂ ನ ಸೇವ್ಯತೇ
(ಎಲ್ಲಿ ಮರಣವೆ ಮಂಗಳವೊ ಬೂದಿಯೆ ಭೂಷಣವೊ
ಎಲ್ಲಿ ಕೌಪೀನವೆ ಕಾಶೀವಸ್ತ್ರವೋ ಆ ಕಾಶಿಯನ್ನೇಕೆ ಸೇವಿಸುವುದಿಲ್ಲ?)

ಹೀಗೆ ಅತಿಯಲ್ಲೂ ಅಲ್ಪದರಲ್ಲೂ ತೃಪ್ತಿಪಡುವುದನ್ನು, ಸದಾ ಆನಂದದಲ್ಲಿರುವುದನ್ನು ಬನಾರಸಿ ಶಿವನಿಗಾಗಿ ಬಳುವಳಿಪಡೆದಿದ್ದಾನೆ. ಇದರಿಂದ ಅವನಿಗೆ ಕಡಲೆ ನೀರೂ ಒಂದೆ, ಮಿಷ್ಟಾನ್ನವೂ ಒಂದೇ; ಕೌಪೀನವೂ ಚುನತ್‌ದಾರ್ ಧೋತಿ ಮಲ್‌ಮಲ್‌ನ ಕುರ್ತವೂ ಒಂದೇ; ವಿಭೂತಿಯ ಭೂಷಣವೂ ಸುಗಂಧಪೂಸಿತ ಮುಖವೂ ಒಂದೇ; ಜನನವೂ ಮರಣವೂ ಮಂಗಲಮಯವೇ! ಈ 'ಅಲ್ಪದರ ಸಂತೋಷ ಅತಿ ಆನಂದ'ವೆಂಬ ಸೂತ್ರವನ್ನು ಇಲ್ಲಿನವರು 'ಮೌಜ್ ಮಸ್ತಿ' ಎಂದು ತಮ್ಮ ದಿನಚರಿಯ ಎಲ್ಲ ಅಂಗಗಳಲ್ಲೂ ಅಳವಡಿಸಿಕೊಂಡಿದ್ದಾರೆ. ಎಂದಾದರೊಮ್ಮೆ ಇದರಲ್ಲಿ ಕೊರತೆ ಕಂಡರೆ ಶಿವನೆ ಕಳಿಸಿದ (ಕಲಿಸಿದ) ಪ್ರಸಾದ ಭಾಂಗ್ ಇದ್ದೇಇದೆ! ಪುರಾಣದ ಹೇಳಿಕೆಯಂತೆ 'ಗಂಗೆಯು ಪಾಪಹಾರಿಣಿ' ಮತ್ತು "ಕಾಶಿಯಲ್ಲಿ ಸತ್ತವರಿಗೆಲ್ಲ ಮುಕ್ತಿ ಖಚಿತ" ಎಂಬ ಶಿವನ ಆಶ್ವಾಸನೆ ಇವುಗಳಿಗಿಂತ ಮಿಗಿಲಾದ ಮನೋಸ್ಥೈರ್ಯ ವರ್ಧಕಗಳು ಯಾವುದೂ ಇರಲಾರವು. ಇದರಿಂದ ಉತ್ತೇಜಿತನಾದ ಬನಾರಸಿ 'ನನಗೇನಾಗುತ್ತದೆ, ಇದ್ದಾಗ ಲಂಗ್ಡಾಮಾವು, ಸಾಯುವಾಗ ಗಂಗಾಜಲ, ಅನಂತರ ಮುಕ್ತಿ ಸಿಕ್ಕೇಸಿಗುತ್ತದೆ' ಎಂದು ಮದೋನ್ಮತ್ತ ಆನೆಯಂತೆ ಮೌಜ್‌ಮಸ್ತಿಯಲ್ಲಿ ಜೀವನಕಳೆಯುತ್ತಾನೆ. ಇವನಿಗೆ ಭಾಂಗ್ ಮಾದಕವಲ್ಲ, ಇಡೀ ಜೀವನವೇ ಮತ್ತುಹಿಡಿಸುವ ಮಾದಕವಾಗಿರುತ್ತದೆ.

ಜೀವನ ಬಾಧಕವಲ್ಲ, ಮಾದಕವೆನಿಸಿದ ಬನಾರಸಿ ಬಾಬುವಿಗೆ ಹೆಜ್ಜೇನು ಸವಿದ ಬಾಯಿಯಂತೆ ಎಲ್ಲವೂ ಸಿಹಿ, ಎಲ್ಲವು ಮೋಜು. ಕಾಮನಬಿಲ್ಲು ಮತ್ತು ಹೋಳಿಯ ಬಣ್ಣಗಳ ವಿವಿಧ ಛಾಯೆಗಳಂತೆ ಬನಾರಸಿಯ ಮೋಜು ಮಸ್ತಿಯ ಛಾಯೆಗಳೂ ವೈವಿಧ್ಯಮಯವಾಗಿರುತ್ತವೆ. ವೇಷನೋಡಿದರೆ ಮೈಮೇಲೆ ಬಟ್ಟೆ ಕಡಿಮೆಯಿದ್ದಷ್ಟೂ ಒಳ್ಳೆಯದೆಂದು, ಸೊಂಟಕ್ಕೊಂದು ಮುಂಡು ಹೆಗಲಿಗೊಂದು ತುಂಡು ಸದಾ ಹಾಕಿಕೊಂಡಿರಲು ಇಷ್ಟಪಡುತ್ತಾನೆ. ಹೆಗಲಮೇಲೆ ಹಾಕುವ ಕೆಂಪುಬಣ್ಣದ ಅಂಗವಸ್ತ್ರವನ್ನು 'ಗಮ್ಛಾ' ಎಂದು ಕರೆಯುತ್ತಾರೆ. ಹೊರಗೆ ಹೊರಟಾಗ ಮುಂಡಿನ ಬದಲು ಪಂಚೆಯನ್ನು ಸುತ್ತಿಕೊಂಡರೂ ಗಮ್ಛಾ ಮಾತ್ರ ಹೆಗಲಿನ ಮೇಲಿರುತ್ತದೆ. ಲಿಂಗಕ್ಕೆ ನೀರೆರೆದು, ಶಿವನನ್ನು ಒಲಿಸಿಬಂದ ಗುರುತಾಗಿ ವಿಭೂತಿಯನ್ನೆ ಭೂಷಣವಾಗಿಸಿಕೊಳ್ಳುತ್ತಾನೆ. ಇಲ್ಲವೆ ಗಂಗೆಯಲಿ ಮಿಂದು ಹಣೆತುಂಬ ಲಕ್ಷಣವಾಗಿ ಚಂದನವಿಟ್ಟು ಮೆರೆಯುತ್ತಾನೆ. ಇವನನ್ನು ಸಂಭ್ರಮದ ಸಂಜೆಯಲ್ಲೊ (ಮದುವೆ, ಸಾಮಾಜಿಕ ಕೂಟಗಳು, ರಾಮಲೀಲಾ) ಅಥವಾ ರೋಮಾಂಚಕ

ರಾತ್ರಿಯಲ್ಲೋ (ಕಜರಿ ಮೇಳ, ಬಿರಹಾ ಗೀತ, ಹಾಸ್ಯಕವಿ ಗೋಷ್ಠಿ, ನೌಟಂಕಿ, ಭಜನ್, ಖಮ್ಸಾ ಗಜಲ್‌ಗಳ ಗೋಷ್ಠಿ, ರಂಗೀಲಿ ಮೆಹಫಿಲ್) ನೋಡಬೇಕು. ಚುನತ್‌ದಾರ್ ಧೋತಿ (ನಿರಿಗೆ ಹಿಡಿದ ಪಂಚೆ), ಮಲ್‌ಮಲ್ ಕುರ್ತಾ, ರೇಷ್ಮೆಯ ಶಾಲ್, ಹಣೆಯ ಚಂದನದ ಬದಲು ತುಟಿಯಂಚಿನಲ್ಲಿ ಪಾನ್‌ರಸದ ಕೆಂಪು ಇವುಗಳಿಂದ ಅಲಂಕೃತನಾಗಿ ಶಿವನನ್ನು ಜಯಿಸಲು ಹೊರಟ ಮದನನಂತೆ ಕಾಣುತ್ತಾನೆ. ಹೀಗೆ ಬನಾರಸಿ ಬಾಬು ಬೆಳಗಿನಹೊತ್ತು ದಿಗಂಬರ, ದಿನದಲ್ಲಿ ಶ್ವೇತಾಂಬರ ಮತ್ತು ಸಂಜೆಯಲ್ಲಿ ಪೀತಾಂಬರಧಾರಿ ಆಗಿರುತ್ತಾನೆ. ಇವನು ಪುಂಡನಾಗಲಿ ಪಂಡನಾಗಲಿ, ದುಷ್ಟನಾಗಲಿ ಶಿಷ್ಟನಾಗಲಿ, ಭಕ್ತನಾಗಲಿ ಆಸಕ್ತನಾಗಲಿ, ಪಾತ್ರಕ್ಕೆ ತಕ್ಕವಸ್ತ್ರವನ್ನು ಧರಿಸಿದರೂ ಆಂತರ್ಯದಲ್ಲಿ ಸರಳನೇ ಆಗಿರುತ್ತಾನೆ.

ಬನಾರಸಿ ಬಾಬುವಿಗೆ ಮಾತೆಂದರೆ ಬಲು ಇಷ್ಟ. ಸಾಮಾನ್ಯವಾಗಿ ಇನ್ನೊಬ್ಬರನ್ನು ನೋಯಿಸಲು ಬಯಸದ ಬನಾರಸಿ ಬಾಬು ಮಾತಿನಲ್ಲಿ ಎಲ್ಲರಿಗೂ ಮಂಡಿಗೆ ತಿನ್ನಿಸುತ್ತಾನೆ. ಮಾತಿನಲ್ಲಿ ಮಂಡಿಗೆ ತಿನ್ನಿಸಲು ಮುಖ್ಯ ಕಾರಣ ಬನಾರಸಿಯ ಆಡುಭಾಷೆಯಾದ 'ಬನಾರಸಿ ಬೋಲಿ' ಅಥವಾ 'ಕಾಶಿಕಾ'ದ ಮಾಧುರ್ಯವೆ ಆಗಿದೆ. ಈ ಬೋಲಿಭಾಷೆ ಇಲ್ಲಿಯ ಪಾನ್‌ನಂತೆ ರುಚಿ ಮತ್ತು ರಸವತ್ತಾದುದು. ಪಾನ್‌ನರಸ ಬಾಯಿಯೊಳಗೆ ಸುತ್ತುವಂತೆ ಮಾತು ಸಹ ನಾಲಿಗೆಯಲ್ಲಿ ಒಂದರೆಕ್ಷಣ ಸುತ್ತುತ್ತದೆ, ಹೊರಬಂದ ಪದಗಳು ಮಧುರಗೀತೆಯ ರಸದ ತುಣುಕೊ ಎನಿಸುತ್ತವೆ, ವಾಕ್ಯ ಮುಗಿಯುವಾಗ ಒಂದು ಹಸಿರುಬಳ್ಳಿಯೆ ಚಿಗುರೊಡೆದು ಬಂದಿತೇನೊ ಎನಿಸುವಂತಿರುತ್ತದೆ. ಮಾತಿನ ಮಧ್ಯದಲ್ಲಿ ಅಲ್ಲಲ್ಲಿ ಬರುವ 'ಸುನಿಯೇ ಮಾಲಿಕ್', 'ಕಹೋ ರಾಜಾ', 'ವ್ಹಾ ಗುರೂ', 'ಅರೆ ಭೈಯ್ಯಾ' ಕೇಳುಗನನ್ನು ಹತ್ತಿರಕ್ಕೆ ಸೆಳೆಯುತ್ತಲೇ ಇರುತ್ತವೆ. ಪ್ರೀತಿ, ವಿಶ್ವಾಸ, ಗೌರವಗಳ ಎಲ್ಲೆಮೀರದೆ, ಮಾತುಸಹ ರಾಗಾಲಾಪನೆಯಂತೆ ಎಳೆಯುತ್ತಲಿರುತ್ತದೆ. ಸ್ವಲ್ಪ ಅಡೆತಡೆ, ಉದ್ರೇಕವಾದರೂ ಪಾನ್‌ನ ರಸ ಬಾಯಿಂದ ಚಿಮ್ಮಿ ಎದುರಿಗಿರುವವನ ಬಿಳಿಯ ಕುರ್ತಾದಮೇಲೆ ನಕ್ಷೆಯನ್ನು ಬರೆಯುವಂತೆ, 'ಬನಾರಸಿ ಬೋಲಿ'ಯ ಪದಗಳು ತುಂತುರಾಗಿ ಸಿಂಪಡಿಸುತ್ತವೆ. ತುಂತುರಾದರೂ ತಣ್ಣಗಿರದೆ, ಚುಚ್ಚುವ, ಚುಮುಚುಮು ಎನ್ನಿಸುವ 'ಬೋಲಿಭಾಷೆ'ಯ ಪದಗಳಲ್ಲಿ ಸಾಕಷ್ಟು ತಮಾಷೆ, ಕೀಟಲೆ, ಹಾಸ್ಯ, ವ್ಯಂಗ್ಯ, ಶ್ಲೇಷೆ, ದ್ವಂದ್ವಾರ್ಥದ ವಿವರಣೆ, ಗಾದೆ, ಉತ್ಪ್ರೇಕ್ಷೆ, ಆಧ್ಯಾತ್ಮದ ಹೇಳಿಕೆ ಏನಾದರೊಂದು ಬೆರೆತಿರುತ್ತವೆ. ಇವೆಲ್ಲವನ್ನು ಬೇರೆಭಾಷೆಗೆ ಅನುವಾದಮಾಡುವುದು ಕಷ್ಟವೇ ಸರಿ. ಲಂಗ್ಡಾಮಾವಿನ ಹಣ್ಣನ್ನು ಮಾರುವ ಹುಡುಗ 'ಸಾಬ್ ಲಂಗ್ಡಾ', 'ಮೇಮ್ಸಾಬ್ ಲಂಗ್ಡಾ', 'ಲಂಗ್ಡಾ ಪಂಡಿತ್‌ಜೀ' ಎಂದು ಕೂಗುತ್ತಾ ಎಲ್ಲರನ್ನೂ ಕುಂಟರನ್ನಾಗಿ ಮಾಡುವುದು ಹಳೆಯದಾದರೂ ಪ್ರತಿವರ್ಷವು ಮೋಜಿನ ಹೊಸಕಳೆಯನ್ನು ಹೊತ್ತುತರುತ್ತದೆ. 'ಸಫೇದಾ' ಎನ್ನುವುದು ಇನ್ನೊಂದು ಬಗೆಯ ಮಾವಿನಹಣ್ಣು, ಅದರ ಇನ್ನೊಂದರ್ಥ 'ಬಿಳಿಯದು' ಎಂದಾಗುತ್ತದೆ. ಒಮ್ಮೆ

ಎರಡು ವಿಧದ ಹಣ್ಣುಗಳನ್ನು ಗಾಡಿಯಲ್ಲಿಟ್ಟು ತಳ್ಳುತ್ತಿರುವುದನ್ನು ನೋಡಿದವನೊಬ್ಬ "ಓಹೊ! ಲಂಗ್ಡಾ ಜೊತೆ ಸಫೇದಾ ಓಡುತ್ತಿದೆ" ಎಂದನಂತೆ. 'ಕುಂಟನ ಜೊತೆ ಬಿಳಿಯಳು (ಫರಂಗಿ ಮಹಿಳೆ) ಓಡುತ್ತಿದ್ದಾಳೆ' ಎಂದರ್ಥ ಮಾಡಿಕೊಂಡು ಎಷ್ಟೋ ಜನ ನಕ್ಕರು. ಇನ್ನೊಮ್ಮೆ ಪಂಡಿತನಜೊತೆ ಬೈಗಳಸ್ಪರ್ಧೆ ನಡೆಸಿದ ತರಕಾರಿಮಾರುವ ಹೆಂಗಸಿನ ಪದಸಂಪತ್ತು ಅದಿನ್ನೆಷ್ಟಿರಬಹುದು! ಇಲ್ಲಿಯ 'ಎಕ್ಕಾವಾಲ'ನಿಗೆ (ಲಕ್ನೌನ ಟಾಂಗಾವಾಲನಂತೆ) ಚೌಕಾಸಿ ಹಿಡಿಸುವುದಿಲ್ಲ. ಯಾರೋ ಚೌಕಾಸಿಮಾಡಿದಾಗ, ಆತ ಗಿರಾಕಿಯ ಹತ್ತಿರಬಂದು "ಹುಜೂರ್, ದಯವಿಟ್ಟು ಈ ಮಾತನ್ನು ಕುದುರೆಗೆ ಕೇಳಿಸದಂತೆ ಸ್ವಲ್ಪದೂರದಲ್ಲಿ ಹೇಳಿರಿ. ಎಲ್ಲಾದರೂ ಕುದುರೆ ನಿಮ್ಮ ಮಾತುಕೇಳಿ ನಕ್ಕರೆ ನನಗೇ ಅವಮಾನ ಹುಜೂರ್!" ಎಂದನಂತೆ. ಹೀಗೆ ಮಾತಿನಲ್ಲಿ ಚತುರತೆ ತೋರಿದರೂ, ಒರಟುತನ ಕಾಣುವುದಿಲ್ಲ. ಇಲ್ಲಿಯ ವಿವರಣೆಯನ್ನು ಕೇಳಿ ಬನಾರಸಿ ಬಾಬು ಮಹಾಬುದ್ಧಿವಂತನಿರಬೇಕು ಎನಿಸಬಹುದು. ಹಾಗೇನಲ್ಲ, ಆದರೆ ಈತ ತಿಳುವಳಿಕಸ್ಥ. ಇವನ ತಿಳಿವಳಿಕೆಗೆ ಇಲ್ಲಿಯ ಸಂಸ್ಕೃತಿ ಎಷ್ಟರಮಟ್ಟಿಗೆ ಕಾರಣವಾಗಿದೆಯೆಂದು ಅನಂತರದಲ್ಲಿ ನೋಡಬಹುದು. ತಿಳುವಳಿಕೆಯ ಜೊತೆಗೆ ತನಗೆ ಗೊತ್ತಿರುವ ಒಂದೇ ಭಾಷೆಯಲ್ಲಿ ಇವನು ಚೆನ್ನಾಗಿ ಪಳಗಿದ್ದಾನೆ.

ಬನಾರಸಿಬಾಬು ಅಥವಾ ಚೈಲಾ ತನ್ನ ನಿತ್ಯಗಟ್ಟಳೆ, ನಿತ್ಯಕರ್ಮ ಮತ್ತು ಕೆಲಸಕಾರ್ಯಗಳಲ್ಲಿನ ನಿಯತಕ್ರಮ ಇವುಗಳಲ್ಲೂ ಶಿವನನ್ನೆ ಅನುಸರಿಸುತ್ತಾನೆ. ಮಹಾಕಾಲ ಎನಿಸಿದ ಶಿವ 'ಕಾಲ'ವನ್ನು ಜಯಿಸಿದವ, ಅವನು ಕಾಲಾತೀತ, ಅವನಿಗೆ ಕಾಲದ ಪರಿವೆಯಿಲ್ಲ, ಕಾಲಚಕ್ರಗಳ ಗಣನೆಯಿಲ್ಲ. ಶಿವನು ಮುಕ್ತಿಕೊಡುವುದರಿಂದ ಇಲ್ಲಿ ಜನನ ಮರಣಗಳ ಚಕ್ರಕ್ಕಾಗಲಿ, ಕಾಲಚಕ್ರಕ್ಕಾಗಲಿ, ಕರ್ಮಕ್ಕಾಗಲೀ ಮಹತ್ವವಿಲ್ಲ. ಇಲ್ಲಿ ಮರಣದಿಂದ ಮುಕ್ತಿಸಿಗುವುದರಿಂದ, ಮರಣವೆ ಮಂಗಳ ಮತ್ತು ಅದರೆಡೆಗೆ ಇಟ್ಟ ಪ್ರತಿಹೆಜ್ಜೆಯು ಶುಭವೇ ಸರಿ. ಹೀಗಿರುವಾಗ ಪ್ರತಿಹೆಜ್ಜೆಯಲ್ಲೂ ನಿತ್ಯಗಟ್ಟಳೆಗೆ ಪ್ರಾಮುಖ್ಯ ಕೊಟ್ಟರೇನು, ಬಿಟ್ಟರೇನು ಎಂದು ಅದರ ವಿಚಾರದಲ್ಲಿ ಬನಾರಸಿ ತಲೆ ಕೆಡಿಸಿಕೊಳ್ಳುವುದಿಲ್ಲ, ಯಾಂತ್ರಿಕವಾದ ನಿತ್ಯಗಟ್ಟಳೆಯ ಚಕ್ರದಬಗ್ಗೆ ಯೋಚಿಸುವುದಿಲ್ಲ. ನಿಗದಿಯಾದ ಸಮಯದಲ್ಲಿ ಕೆಲಸ ಶುರುಮಾಡಿ, ದಿನವೆಲ್ಲ ಕೆಲಸದಲ್ಲೆ ನಿರತನಾಗಿ, ತನ್ನ ಮನಸ್ಸು ಮತ್ತು ಇಡೀ ಜೀವನವನ್ನೇ ಕೆಲಸಕ್ಕೆ ಮುಡುಪಾಗಿಡಲು ಎಲ್ಲಾದರು ಸಾಧ್ಯವೆ? ತನಗೆ ಇಷ್ಟವಾದುದರಲ್ಲಿ ನಿರತನಾಗಿರುವುದು ಸರಿ, ಆದರೆ ಕೆಲಸಕ್ಕಾಗಿ ಕೆಲಸಮಾಡುವುದು ಎಲ್ಲಿಯ ಮೂಢತನ? ಒಂದುವೇಳೆ ಕೆಲಸವನ್ನು ಮಾಡಲೇ ಬೇಕಾಗಿದ್ದರೆ ಕೆಲಸಕ್ಕು ಸಮಯಕ್ಕು ಗಂಟುಹಾಕುವುದೇಕೆ? ಗಡಿಯಾರದ ಟಿಕ್‌ಟಿಕ್ ಅಥವಾ ಕ್ಷಣಗಣನೆಯಿಂದ ವರ್ಷಯುಗಗಳು ಉರುಳುವುದು ಕಾಲಚಕ್ರದಲ್ಲಿ ಸಿಕ್ಕ ಪ್ರಪಂಚದವರಿಗೆ ಮಾತ್ರ, ಈ ಚಕ್ರದಲ್ಲಿ ಸಿಗದೆ ಇಲ್ಲಿಂದ ಮುಕ್ತಿಪಡೆಯುವ ಕಾಶಿಯವರಿಗಲ್ಲ. ಹಾಗೆಂದರೆ ಕಾಲ

ಮುಖ್ಯವಲ್ಲವೆಂದಲ್ಲ, ಪ್ರತಿಕ್ಷಣವು ಮುಖ್ಯ, ಕ್ಷಣಕ್ಷಣದಲ್ಲೂ ಜೀವನವನ್ನು ಅನುಭವಿಸಬೇಕು, ಸ್ನೇಹಿತರೊಡನೆ ಹರಟೆ, ಅಖಾಡಾದ ವರಸೆ, ಪಾನ್‌ಗಳನ್ನೆಲ್ಲಾ ಬಿಡಲಾಗದು. ಜೀವನದ ಸುಖಗಳಿಗೆಯನ್ನು ಅನುಭವಿಸುವಾಗ, ಕಾಲ ಜಾರಿಹೋಯಿತು, ಹಾರಿಹೋಯಿತು ಅಥವಾ ಓಡಿಹೋಯಿತು ಎನ್ನುವ ಅವಸರವೇ ಸಲ್ಲ. ಆದರೆ ಇಂತಿಷ್ಟು ಸಮಯಕ್ಕೆ ಇಂತಹ ಕೆಲಸವಿದೆಯೆಂದು ಯಾರೋ ಹೇಳಿದ್ದಕ್ಕೆ ಓಡಬೇಕಾಗಿಲ್ಲ. ಈ ತೆರನಾದ ವಿಶ್ಲೇಷಣೆ ಮತ್ತು 'ತತ್ತ್ವದರ್ಶನ'ವೆಲ್ಲ ಪಂಡಿತರದ್ದು; ಬನಾರಸಿಬಾಬು ಕೆಲಸದ 'ತತ್ತ್ವದರ್ಶನ'ದ ಬಗ್ಗೆ ಚಿಂತಿಸಲಾರ. ಈ ಸಮಯದಲ್ಲಿ ಅವನಿಗೆ ಸಂತ ಮಲೂಕದಾಸರು ಹೇಳಿದ ಸರಳಪಂಕ್ತಿ ನೆನಪಾಗುತ್ತದೆ: *"ಅಜಗರ್ ಕರೆ ನ ಚಾಕರಿ ಪಂಛಿ ಕರೆ ನ ಕಾಮ್। ಮಲೂಕಾ ಕಹ್ ಗಯೆ ಕೀ ಸಬ್ಕೆ ದಾತಾ ರಾಮ್॥"* (ಹಾವಿಗೇನು ನೌಕರಿ, ಹಕ್ಕಿಗೇನು ಕೆಲಸ। ಮಲೂಕ ಹೇಳಿದಂತೆ ಎಲ್ಲರ ದಾತಾ ರಾಮ॥). ಕೆಲಸದ ಮೇಲೂ ಕುಡುಮಿಗಳ ಓದಿನಮೇಲೂ ಇವನಿಗೆ ತಾತ್ಸಾರವೆ ಇದೆ. ಸಂಸ್ಕೃತ ಪಂಡಿತರನ್ನು ಅನುಕರಿಸಿ *"ಜೋ ಪಡತವ್ಯಮ್ ಸೋ ಮರತವ್ಯಮ್। ಜೋ ನ ಪಡತವ್ಯಮ್ ಸೋಭೀ ಮರತವ್ಯಮ್। ತಬ್ ಫಿರ್ ದಂತ ಕಟಕಟ ಕಿಮ್ ಕರತವ್ಯಮ್॥"* (ಓದಿದವನು ಸಾಯುವನು, ಓದದವನೂ ಸಾಯುವನು। ಅಂತಾದರು ಸುಮ್ಮನೆ ಹಲ್ಲುಕಟಕಟ ಕಡಿಯುವುದೇಕೆ?) ಎಂದು ನಗುತ್ತಾನೆ. ತುಟಿ ಪಿಟಿಪಿಟಿ ಎನದಿದ್ದರೆ, ಕೈ ಚಟಪಟ ಮಾಡದಿದ್ದರೆ, ಜೀವನ ಸಾಗಬೇಡವೆ ಎಂದು ಕೇಳಿದರೆ 'ಹುಟ್ಟಿಸಿದವ ಹುಲ್ಲು ಮೇಯಿಸದಿರುವನೆ' ಎಂದು ದಾಸರಪದವನ್ನೇ ಮತ್ತೊಮ್ಮೆ ಹಾಡಿ ನಗುತ್ತಾನೆ. ಇನ್ನೂ ವಾದಮಾಡಿದರೆ, ಎಲ್ಲ ದಾಸರನ್ನೂ ಮೂಲೆಗೊತ್ತಿ ನೇರವಾಗಿ "ಕಾಶಿಯು ಅನ್ನಪೂರ್ಣೆಯ ಭಂಡಾರವೆಂದು ಗೊತ್ತಿಲ್ಲವೆ?" ಎಂದು ಮರುಪ್ರಶ್ನೆ ಹಾಕುತ್ತಾನೆ. 'ಹಾಗಾದರೆ ನಾನು ಊಟಮಾಡುವಾಗ ನೀನು ಹುಲ್ಲುತಿನ್ನುತ್ತೀಯಾ?' ಎಂದು ಸವಾಲು ಹಾಕಿದರೆ, ಮಾತಿಲ್ಲದೆ ಚನಾ ಚಬೈನಾ ಗಂಗಾಜಲದಿಂದಲೆ ತೃಪ್ತಿಪಡೆಯುತ್ತಾನೆ. ಅಂದರೆ ಕೆಲಸವನ್ನು ಮಾಡುವುದೆ ಇಲ್ಲವೆಂದರ್ಥವಲ್ಲ, ಕೆಲಸದಲ್ಲು ಖುಷಿಯಿರಬೇಕೆಂಬುದೆ ಬನಾರಸಿಯ ತತ್ತ್ವವಾಗಿರುತ್ತದೆ.

ಕೆಲಸಕ್ಕೆ ಪರ್ಯಾಯವಾದದ್ದು ಆಲಸ್ಯ ಎಂದು ಬನಾರಸಿಯ ಗಾಢನಂಬಿಕೆಯಾಗಿದೆ. ಅವಿಮುಕ್ತ, ಆನಂದ, ಆಶುತೋಷಗಳಲ್ಲಿ ಮುಳುಗಿರುವ ಬನಾರಸಿಯು ಕಾಲವಿದ್ದಷ್ಟು ದೂರ ಆಲಸ್ಯವನ್ನು ಎಳೆಯುತ್ತಾನೆ, ಕೆಲಸದ ಮಧ್ಯೆ ಆಲಸ್ಯವನ್ನು ಅವಲಂಬಿಸಿ ಒರಗುತ್ತಾನೆ. ಕನ್ನಡಿಯ ಮುಂದೆನಿಂತ ಪ್ರತಿವ್ಯಕ್ತಿಯು ತನ್ನ ರೂಪನ್ನೇ ಮೆಚ್ಚಿಕೊಳ್ಳುವುದು ಸಹಜವಾದಂತೆ, ಬನಾರಸಿ ರಕ್ತಗತವಾಗಿರುವ ತನ್ನ ಆಲಸ್ಯವನ್ನು ತಾನೇ ಒಪ್ಪಿಕೊಳ್ಳುವುದರಲ್ಲಿ ಹೆಮ್ಮೆ ಪಡುತ್ತಾನೆ. ಬನಾರಸಿಯ ಆಲಸ್ಯವನ್ನು ರೋಗವೆಂದವರನ್ನು ತರಾಟೆಗೆ ತೆಗೆದುಕೊಳ್ಳುತ್ತಾ ಇಲ್ಲಿಯ ಪಂಡಿತರು ವಾದಕ್ಕೆ ಇಳಿಯಲು ತಯಾರಾಗುತ್ತಾರೆ. ತಲೆಯತುಂಬ

ತರ್ಕ, ಹೊಟ್ಟೆಯತುಂಬ ಮಿಷ್ಠಾನ್ನ, ಮತ್ತು ಬಾಯಿತುಂಬ ಪಾನ್ ರಸ ತುಂಬಿರುವಾಗ ನಿದ್ದೆಯ ಜೋಂಪು ಹತ್ತಿದರೆ, ಅಲ್ಲಿ ಕೇಳುವುದು ವಾದವಲ್ಲ, ಸಣ್ಣ ಗೊರಕೆಯೊಂದೆ! ಮಿಕ್ಕೆಲ್ಲ ಕಡೆ ಆಲಸ್ಯ ಒಂದು 'ದೊಡ್ಡರೋಗ' ಆಗಿದ್ದರೆ, ಇಲ್ಲಿ ಆಲಸ್ಯ ಎಲ್ಲ ವರ್ಗದವರಿಗೂ ಅಂಟಿದ 'ರಾಜಯೋಗ' ಆಗಿರುತ್ತದೆ. ಆಲಸ್ಯ ಮಿತಿಮೀರಿತು ಎನಿಸಿದಾಗ ಪಾನ್, ಒಂದು ಕಪ್ ಚಾ, ಎರಡು ಗುಟುಕು ಭಾಂಗ್, ಒಂದರ್ಧ ಘಂಟೆಯ ಹರಟೆ, ಒಂದೆರಡು ಶಾಯಿರಿ ಇಲ್ಲವೆ ಹಾಸ್ಯದ ಚುಟುಕು, ಕೊನೆಗೆ ಏನು ಸರಿಯೆನಿಸದಿದ್ದರೆ ಇನ್ನೊಂದು ಒಬ್ಬೆ ನಿದ್ದೆ, ಎಂಬ ಯಾವುದಾದರೂ ಮದ್ದು ಫಲಕಾರಿಯಾಗುತ್ತದೆ. "ಏನೆಲ್ಲ ಪಠನ, ಯಾಕೆಲ್ಲ ಕಥನ। ಎಲ್ಲಿಯಾ ಚಿಂತನ, ಇನ್ನೇಕೆ ಮಂಥನ। ಎಲ್ಲ ಚಿಂತೆಬೊಂತೆಗಳ ಮೂಟೆಯಲಿ ಸುತ್ತಿಟ್ಟು ತಲೆ ಒರಗೊ॥" ಎನ್ನುತ್ತಾನೆ.

ಕೆಲಸದಲ್ಲಿ ನಿರಾಸಕ್ತಿ ಹೇಗಿದೆಯೊ ಅದೇರೀತಿ ಬಲವಂತವಾಗಿ ಹೇರಿದ್ದನ್ನು ತಿರಸ್ಕರಿಸುವ ಛಲವೂ ಬನಾರಸಿಯಲ್ಲಿದೆ. ಎಂಥಾ ದಬ್ಬಾಳಿಕೆಯಲ್ಲೂ ಬನಾರಸಿ ತನ್ನತನ–ಸ್ವಾಭಿಮಾನವನ್ನು ಬಿಡದೆ ಉಳಿಸಿಕೊಂಡಿದ್ದಾನೆ. ಸಮಯಕಾದು ಶತ್ರುಸೈನಿಕರನ್ನೆ ಬೆತ್ತಲಾಗಿಸಿ ದೋಚಿದ ಹಳ್ಳಿಗರು, ನವಾಬರುಗಳ ಸುಲಿಗೆಯ ಕಾಲದಲ್ಲೂ ರಾಜ್ಯಮೋಹ ಬಿಡದ ರಾಜರು, ಹೇಸ್ಟಿಂಗ್ಸ್ ಓಡಿಹೋಗುವಂತೆ ಮಾಡಿದ ರಾಜ (ಚೇತ್‌ಸಿಂಗ್), ಮೊಟ್ಟಮೊದಲ ಬಾರಿಗೆ 'ಸ್ವಾತಂತ್ರ್ಯಕ್ಕಾಗಿ ಒಗ್ಗಟ್ಟಾಗುವ ಕರೆ' ನೀಡಿದ ರಾಜ(ಚೇತ್‌ಸಿಂಗ್), ಕರನಿರಾಕರಣೆಯ ಸತ್ಯಾಗ್ರಹಗಳಿಗೆ ಚಾಲನೆ ನೀಡಿದ ಸಾಮಾನ್ಯರು, ಆಧುನಿಕತೆಯ ನೆಪದಲ್ಲಿ ತರಲಿದ್ದ ಮಾರ್ಪಾಡುಗಳನ್ನು ಧಿಕ್ಕರಿಸಿದವರು ಮುಂತಾದ ಅನೇಕ ಬನಾರಸಿಗಳ ಉದಾಹರಣೆಗಳನ್ನು ಹಿಂದೆಯೆ ಕೊಡಲಾಗಿದೆ. ವಿನಯ, ಪ್ರೀತಿ, ಸ್ನೇಹ, ಸೌಹಾರ್ದತೆಯಿದ್ದೆಡೆ ಬನಾರಸಿ ಏನನ್ನು ಒಪ್ಪಿಕೊಳ್ಳಲೂ ಸಿದ್ಧನಾಗಿರುತ್ತಾನೆ. ಮೊದಲು ಎಷ್ಟೇ ವಿರೋಧವಿದ್ದರೂ, ಕೊನೆಗೆ ಪಂಡಿತರು ತುಳಸಿದಾಸರ 'ರಾಮಚರಿತಮಾನಸ'ವನ್ನು ಮಾನ್ಯಮಾಡಲಿಲ್ಲವೆ? ತುಳಸೀದಾಸರ ಸಾಂಪ್ರದಾಯಿಕತೆ, ಭಕ್ತಿ, ವಿನಯವನ್ನು ತನ್ನದಾಗಿಸಿ ಅವರ 'ಮಾನಸ'ವನ್ನು ತನ್ನ ಬಾಯಿಯಲ್ಲಿ, ಹೃದಯದಲ್ಲಿ ಇಟ್ಟುಕೊಂಡಿದ್ದಾನೆ. ಕಬೀರರ ಅಸಾಂಪ್ರದಾಯಿಕ, ಪ್ರತಿರೋಧಿ ಉಪದೇಶಗಳನ್ನು ತಿರಸ್ಕರಿಸದೆ ಅವನ್ನೂ ಸೂಕ್ತವಾಗಿ ಉಪಯೋಗಿಸುತ್ತಾನೆ. ಕಬೀರರಿಂದಾಗಿ ಬನಾರಸಿಯಲ್ಲಿ ಒಂದು ರೀತಿಯ ಅಶಿಷ್ಟತೆ, ಅಸಾಂಪ್ರದಾಯಿಕತೆ (ಅಕ್ಕಡ್‌ಪನ್) ಬೆಳೆದಿದೆಯೆಂದರೂ ತಪ್ಪಾಗಲಾರದು. ಪ್ರೀತಿಯಿದ್ದಾಗ ಇದೆಲ್ಲ ಸರಿ, ಆದರೆ ಬನಾರಸಿಯ ಸ್ವಾಭಿಮಾನವನ್ನು ಚುಚ್ಚಿದಾಗ, ಇನ್ನೊಬ್ಬರು ತಮ್ಮ ದರ್ಪ, ಸೊಕ್ಕು, ಪ್ರತಿಷ್ಠೆಯನ್ನು ತೋರಿದಾಗ, ಅವನಲ್ಲಿ ವಿರೋಧ ಮತ್ತು ತನ್ನದನ್ನು ಸಾಧಿಸುವ ಛಲ ಎದ್ದುಕಾಣುತ್ತದೆ. ಈ ಛಲದ ಕಾರಣದಿಂದಲೇ ಬನಾರಸಿ ಪ್ರೇಕ್ಷಕರೆ ಎಷ್ಟೋ ಕುಸ್ತಿಪಂದ್ಯಗಳನ್ನು, ಎಷ್ಟೋ ಶಾಸ್ತ್ರಾರ್ಥಗಳನ್ನು ಗೆಲ್ಲಿಸಿದರೆಂದು ಹೇಳುತ್ತಾರೆ. ಇಷ್ಟೆಲ್ಲಾ ಯಾಕೆ, ಮಾ ಅನ್ನಪೂರ್ಣೆಯ

ಪರೀಕ್ಷೆಯ ಫಲವಾಗಿ ಕಾಶಿಗೆ ಬಂದಿದ್ದ ವೇದವ್ಯಾಸರಿಗೆ ಭಿಕ್ಷೆ ಸಿಗದೆ, ಅವರು ದರ್ಪದಿಂದ ಈ ನಗರವನ್ನು ಮತ್ತು ಇಲ್ಲಿಯ ಜನಗಳನ್ನು ಶಪಿಸಿ, ಗಂಗೆಯ ಇನ್ನೊಂದು ತಟದಲ್ಲಿ 'ವ್ಯಾಸಕಾಶಿ'ಯನ್ನು ನಿರ್ಮಿಸಲು ಹೊರಟಿದ್ದರು. (ಇವರ ದರ್ಪದಿಂದಾಗಿ?) ವ್ಯಾಸರಿಗೆ ಕಾಶಿಯಲ್ಲಿ ಪ್ರವೇಶಸಿಗಲಿಲ್ಲ, ಕೊನೆಗೆ ಅನ್ನಪೂರ್ಣೆಯ ಕೋಪಶಮನಗೊಂಡ ಮೇಲೆ ವ್ಯಾಸಕಾಶಿ ಇನ್ನೊಂದು ತೀರ್ಥವೆನಿಸಿತು. ಕೃಷ್ಣನ ಸುದರ್ಶನಚಕ್ರ (ಕೃತ್ಯಳನ್ನು ಅಟ್ಟಿಸಿಕೊಂಡು ಬಂದು) ಕಾಶಿಯನ್ನು ಸುಟ್ಟಾಗ ಶಿವ ಗುಹೆಯನ್ನು ಹೊಕ್ಕನೆಂಬ ಕಥೆ ವೈಷ್ಣವಧರ್ಮದ ಶ್ರೇಷ್ಠತೆಯನ್ನು ಹೇಳುತ್ತದೆನ್ನುತ್ತಾರೆ. ಶಿವ ಗುಹೆಯನ್ನು ಹೊಕ್ಕನೆಂದರೆ ತನ್ನ ಆತ್ಮದೊಳಗೆ ಸೇರಿಕೊಂಡ, ಆತ್ಮವು ಅವಿನಾಶಿಯಾದ್ದರಿಂದ ಸುದರ್ಶನಚಕ್ರಕ್ಕೂ ಅವನನ್ನು ಸುಡಲಾಗಲಿಲ್ಲ ಎಂದು ಹೇಳಿ, ಬನಾರಸಿಗಳು ಈ ಕಥೆಯನ್ನು ತಮ್ಮ ಅನುಕೂಲಕ್ಕೆ ತಿರುಗಿಸಿದ್ದಾರೆ.

ಬನಾರಸಿಬಾಬುವಿನ ನಡತೆ ಕೆಲಸಮಯದಲ್ಲಿ ಶಿಷ್ಟಸಂಪ್ರದಾಯಕ್ಕೆ ಹೊಂದಿಕೊಳ್ಳದು, ಸ್ವಲ್ಪವಿಚಿತ್ರ ಎನಿಸಿದರೆ ಅದಕ್ಕೆ ಕಬೀರರಿಂದ ಬಂದಿರುವ 'ಅಕ್ಕಡ್‌ಪನ್' ಕಾರಣವೆಂದು ಮೇಲೆ ಹೇಳಿದೆ. 'ಕಾಶಿಯಲ್ಲಿಯೆ ಸತ್ತು ಮುಕ್ತಿ ಹೊಂದಿದರೆ ಅದರಲ್ಲಿ ರಾಮನ (ಔದಾರ್ಯದ) ವಿಶೇಷವೇನು?' ಎಂದು ಪ್ರಶ್ನಿಸಿದ ಕಬೀರರು ಮಗಹರ್‌ನಲ್ಲಿ ಸಾಯುವುದೆ ಶ್ರೇಷ್ಠ ಎಂದಂತೆ ಬನಾರಸಿಯು ಒಮ್ಮೊಮ್ಮೆ ವಿಚಿತ್ರವಾದವನ್ನು ಮಾಡುತ್ತಾನೆ. ಅವನು ಕಷ್ಟವಾದುದರಲ್ಲಿ ಸರಳ, ಗಹನವಾದುದರಲ್ಲಿ ಲಘು, ವಿಚಿತ್ರವಾದುದರಲ್ಲಿ ಸಾಮಾನ್ಯ, ಕ್ಷುದ್ರವೆನಿಸಿದುದರಲ್ಲಿ ಸಭ್ಯ, ಅತಿ ಸಾಮಾನ್ಯದಲ್ಲಿ ದೊಡ್ಡತತ್ತ್ವವನ್ನು ಕಾಣುತ್ತಾನೆ. ಅದನ್ನೇ ಎಲ್ಲರಿಗೂ ತೋರಿಸುತ್ತಾ ಎಲ್ಲದರಮೇಲೂ ತನ್ನದೇ ಛಾಪನ್ನು ಒತ್ತುತ್ತಾನೆ. ಉತ್ಪ್ರೇಕ್ಷೆ, ನಾಟಕೀಯತೆ, ಆಡಂಬರದ ಪ್ರದರ್ಶನದಲ್ಲೂ ಅವನದು ಎತ್ತಿದ ಕೈ. ಗುಂಪಿನಲ್ಲಿ ಇವನದು ವಿಚಿತ್ರವರ್ತನೆ ಎನಿಸುವಲ್ಲೆ ಅದರಲ್ಲಿ ಏನೊ ಶ್ರೇಷ್ಠತೆಯನ್ನು ತೋರಿ, ಅದೇ ಸಹಜವೆನ್ನುವಂತೆ ಮಾಡಿ, ಮಿಕ್ಕವರದೆ ವಿಚಿತ್ರವರ್ತನೆ ಎನಿಸುತ್ತಾನೆ. ಇದಕ್ಕೆಲ್ಲ ಅವನ ನಿಶ್ಚಿಂತಮನದ, ಮೋಜುಮಸ್ತಿಯ, ಸರಳ, ಸೀದಾ, ಆದರೂ ದೃಢಮನೋಭಾವವೇ ಕಾರಣವೆನ್ನಬಹುದು. ಯಾರು ಏನಾದರೂಮಾಡಲಿ, ಅಂದುಕೊಳ್ಳಲಿ ನಾನು ಇರುವಹಾಗೆಯೇ ಇರುತ್ತೇನೆಂದು ಸಹಜವಾಗಿರುತ್ತಾನೆ. ಈ ಗುಣವನ್ನು ಕವಿ ಆನಂದಧರನು ತನ್ನ ಗ್ರಂಥ 'ಮಾಧವಾನಲಾ ಖ್ಯಾನಮ್'ದಲ್ಲಿ 'ನಿರಾಮಯ' ಎಂದು ಕರೆದಿದ್ದಾನೆ.

ಸಾಮಾನ್ಯ ಬನಾರಸಿಗನ ಇನ್ನೊಂದು ಮುಖವನ್ನು ಭರತೇಂದುವನ್ನು ಬಿಟ್ಟು ಬೇರೆಯಾರೂ ವಿವರಿಸಲಾರರು. ಭರತೇಂದುವಿನ ನಾಟಕ 'ಪ್ರೇಮ ಯೋಗಿನಿ'ಯಲ್ಲಿನ ಬನಾರಸಿ ಹೀಗಿದ್ದಾನೆ: "ನಿಕಮ್ಮೆ, ಭಂಗಿ, ಲುಚ್ಚೆ, ಬೆವಿಶ್ವಾಸಿ, ಮಹಾ ಆಲಸಿ, ಬದಮಾಶ್, ಜೂಟೆ". 'ಅರ್ಧ ಕಾಶಿಯಲ್ಲಿ ಬಡಾಯಿಕೋರರು, ವಿದೂಷಕರು, ವಾರಾಂಗನೆಯರು ಓಡಾಡಿಕೊಂಡಿದ್ದರೆ, ಇನ್ನರ್ಧ ಕಾಶಿಯಲ್ಲಿ ಬೋಳುತಲೆಯ ಬ್ರಾಹ್ಮಣರು, ಸಾಧುಗಳು

ಮತ್ತು ವಿಧವೆಯರು ಇದ್ದಾರೆ, ಹೀಗಿದೆ ನಿಮ್ಮ ಕಾಶಿ' ಎಂದು ಭರತೇಂದುವೇ ಹೇಳುತ್ತಾನೆ!

ಬನಾರಸಿಬಾಬುವಿನ ತಿಳಿವಳಿಕೆಗೆ ಇಲ್ಲಿಯ ವಾತಾವರಣವೇ ಮುಖ್ಯಕಾರಣವಾಗಿದೆ. ಶಿವನಿಂದ ಇಲ್ಲಿಯ ಪಂಡಿತ, ಪಂಡಾಗಳವರೆಗೆ ಎಲ್ಲರೂ ತಮ್ಮ ಪ್ರಭಾವವನ್ನು ಬನಾರಸಿಬಾಬುವಿನ ಮೇಲೆ ಬೀರಿದ್ದಾರೆ. ಶಿವನಿಂದ ಆನಂದ, ಅಲ್ಪತೃಪ್ತಿ ಮತ್ತು ಮುಕ್ತಿಯ ಆಶ್ವಾಸನೆ ಸಿಕ್ಕಿದರೆ, ಅವನ ರಾಣಿಯರು ಇಲ್ಲಿಯವರ ಮೇಲೆ ತಮ್ಮ ಪ್ರೀತಿತೋರಿದರು. ಉಮಾ (ಅನ್ನಪೂರ್ಣ) ತನ್ನ ಭಂಡಾರವನ್ನೇ ತೆಗೆದಿಟ್ಟರೆ, ಗಂಗಾ ಎಲ್ಲರ ಪಾಪವನ್ನು ತೊಳೆಯುವ ಭರವಸೆಕೊಟ್ಟಳು. ಇನ್ನು ವಿಜಯಭವಾನಿ (ಭಾಂಗ್) ಎಲ್ಲರ ಮನದಚಿಂತೆಯನ್ನು ದೂರಮಾಡುವುದಾಗಿ ವರಕೊಟ್ಟಳು. ಕಬೀರ ಮತ್ತು ತುಳಸೀದಾಸರು ವಿರಕ್ತಿ ಮತ್ತು ಭಕ್ತಿಯನ್ನು ಕೊಟ್ಟರು. ಕ್ಷೇತ್ರದ ಪವಿತ್ರತೆ ಮತ್ತು ಸಾಧುಸಂತರ ಸಹವಾಸ ರಾಗದ್ವೇಷಗಳಿಗೆ ಲಗಾಮುಹಾಕಿ ಧರ್ಮದ ಚೌಕಟ್ಟನ್ನು ಕೊಟ್ಟಿತು. ನವಾಬರು ಮತ್ತು ರಾಜರು ರಸಿಕತೆಯ ಪರಿಚಯಮಾಡಿದರೆ, ಗಣ್ಯರು(ರಯೀಸ್) ಮತ್ತು ಸಾಹಿತಿಗಳು ಸಂಸ್ಕೃತಿಯ ಕಂಪನ್ನು ಸಿಂಪಡಿಸಿದರು. ಒಟ್ಟಿನಲ್ಲಿ ಇಲ್ಲಿಯ ನೆಲ, ಜಲ, ವಾಯು ಮತ್ತು ವಾತಾವರಣದ ಕಣಕಣದಲ್ಲಿ ಪವಿತ್ರತೆ ಮತ್ತು ಧಾರ್ಮಿಕತೆಯ ಭಾವನೆಗಳ ಜೊತೆಗೆ ಆನಂದೋಲ್ಲಾಸದ ಕಂಪೂ ಹರಡಿಕೊಂಡಿದೆ. ಸಂಗೀತ ಕಲಿಯದಿದ್ದರೂ, ಸಂಗೀತಗಾರನ ಮನೆಯಲ್ಲಿ ಹುಟ್ಟಿದವನು ಗುನುಗುನಿಸುವಂತೆ ಇಲ್ಲಿಯ ವಿಶೇಷ ವಾತಾವರಣ ಬನಾರಸಿಬಾಬುವಿನ ಮೇಲೆ ಸಾಕಷ್ಟು ಪ್ರಭಾವಬೀರಿದೆ. ಭೈಯ್ಯಾಜಿ ಬನಾರಸ್ ಎಂಬ ಕವಿ ಬನಾರಸ್‌ನನ್ನು 'ಬನಾ' 'ರಸ' ಎಂದು ವಿಭಜನೆಮಾಡಿ ಇದು ರಸದಿಂದಲೇ ಮಾಡಲ್ಪಟ್ಟಿದೆ ಎನ್ನುತ್ತಾರೆ. ಮಿರ್ಜಾಗಾಲಿಬ್ "ಎಲ್ಲಿಯ ದೂಳು ಸಹ ಪಾರಸ ಮಣಿಯಾಗಿರುವದೊ, ಅದೇ ಬನಾರಸ್" ಎಂದು ಇಲ್ಲಿಯ ದೂಳನ್ನೂ ಹೊಗಳಿದ್ದಾನೆ.

ಬನಾರಸಿಬಾಬುವಿನ ವೇಷಭೂಷಣ, ಮಾತು, ಕೆಲಸ, ಆಲಸ್ಯ, ನಿಶ್ಚಿಂತ ಮನೋಭಾವ, ಮೋಜು ಮಸ್ತಿಯಲ್ಲಿನ ಆಸಕ್ತಿ, ಆಲಸ್ಯದಲ್ಲಿ ತಲ್ಲೀನತೆ, ಏನಿಲ್ಲದಿದ್ದರೆ ತನ್ನಲ್ಲಿ ತಾನೇ ಆನಂದದಲ್ಲಿ ಲೀನವಾಗಿರುವುದು (ಇದು ವೇದಾಂತಿಗಳು ಹೇಳುವ 'ಆತ್ಮರತಿ'ಯೆ?) ಇವು ಅವನ ವಿಚಿತ್ರವೆನಿಸಿದ ನಡೆವಳಿಕೆಯಲ್ಲಿ ಎದ್ದುಕಾಣುವ ಮುಖ್ಯಾಂಶಗಳು. ಇವನ ಆನಂದೋಲ್ಲಾಸದ ಬಗ್ಗೆ ಇನ್ನೊಂದು ಹೇಳಿಕೆ ಹೀಗಿದೆ: "ಬನಾರಸಿಯು ಊಟಮಾಡುವಾಗ ಅನ್ನಪೂರ್ಣಾನಂದ, ಪಾನ್‌ಮೆಲ್ಲುವಾಗ ಪರಿಪೂರ್ಣಾನಂದ, ದಿಂಬಿಗೆ ತಲೆಯೂರಿದಾಗ ಸರ್ವಾನಂದ (ಸರ್ವಾಂಗಾನಂದ!), ಮಲಗಿದಾಗ ಯಾರಾದರು ಕಾಲೊತ್ತಿದರೆ ಸಂಪೂರ್ಣಾನಂದ" ಆಗಿರುತ್ತಾನೆ!

■

33. ಚರಿತ್ರೆಯ ವಿಹಂಗಮ ನೋಟ

ಇಲ್ಲಿ ಒಂದು ಸಂಗತಿ ನೆನಪಿನಲ್ಲಿಡಬೇಕು. ಭಾಗವತ, ಮಹಾಭಾರತ, ರಾಮಾಯಣ, ಪುರಾಣ ಮತ್ತು ಇತರ ಆಧಾರಗಳಲ್ಲಿ ಬರುವ ಕಥೆಗಳು, ಹೆಸರುಗಳು, ವಂಶಾವಳಿ, ಕಾಲಮಾನ ಎಲ್ಲದರಲ್ಲೂ ವ್ಯತ್ಯಾಸಗಳು ಇದ್ದೇ ಇರುತ್ತವೆ. ಅವುಗಳನ್ನೆಲ್ಲಾ ಅರ್ಥಮಾಡಿಕೊಂಡು, ಹೋಲಿಸಿ, ಸರಿಯಾಗಿ ಬರೆದು 'ಇದಮಿತ್ತಮ್' ಎಂದು ಹೇಳುವುದು ಬಹುಕಷ್ಟ. ಈ ಗೊಂದಲಕ್ಕೆ ಹೋಗದೆ, ಕೆಲವು ಕಥೆಗಳ ಸಾರಾಂಶವನ್ನು ಇಲ್ಲಿ ಕೊಡಲಾಗಿದೆ. ಉದ್ದೇಶ ಇಷ್ಟೇ–ಇಲ್ಲಿ ಕೊಟ್ಟಿರುವ ಕೆಲವು ವಿವರಗಳನ್ನು ಓದಿ, ಯಾರಾದರೂ ತಜ್ಞರು ಮೂಲಗ್ರಂಥಗಳ ಆಧಾರದ ಮೇಲೆ, ಸಾಕಷ್ಟು ಸಂಶೋಧನೆ ಮಾಡಿ, ಹೊಂದಣಿಕೆಯ ವಿವರ ಕೊಡಲಿ ಎಂಬ ಒಂದೇ ಉದ್ದೇಶವಾಗಿದೆ.

ಕಾಶಿಯ ರಾಜಕೀಯ ಆಡಳಿತಕಾಲವನ್ನು 1) ಚಂದ್ರವಂಶದ ರಾಜರು, 2) ರಾಜ ಭಾರ್ಗಭೂಮಿ (ಗರ್ಭಭೂಮಿ)ಯಿಂದ ರಾಮಾಯಣದವರೆಗೆ, 2) ರಾಮಾಯಣದಿಂದ ಮಹಾಭಾರತದ ಯುದ್ಧದವರೆಗೆ, 4) ಮಹಾಭಾರತದ ಯುದ್ಧದಿಂದ ಶಿಶುನಾಗರವರೆಗೆ, 5) ಶಿಶುನಾಗರಿಂದ ಗಹಡವಾಲರವರೆಗೆ, 6) ಗಹಡವಾಲರಿಂದ 17ನೆಯ ಶತಮಾನದವರೆಗೆ ಮತ್ತು 7) ಇಪ್ಪತ್ತನೆಯ ಶತಮಾನದವರೆಗೆ ಎಂದು ಸ್ಥೂಲವಾಗಿ ವಿಂಗಡಿಸಿದೆ.

ಚಂದ್ರವಂಶದ ರಾಜರ ಕಾಲ: ವೈವಸ್ವತ ಮನು, ಇಳಾ, (ಪ್ರತಿಷ್ಠಾನದ ದೊರೆಯಾದ) ಪುರೂರವ ಮತ್ತು ಆಯು ಇವರ ವಂಶಪರಂಪರೆಯಲ್ಲಿ ಬಂದ ಕ್ಷಾತ್ರವೃದ್ಧನು ಕಾಶಿಯಲ್ಲಿ ಚಂದ್ರವಂಶದ ರಾಜ್ಯವನ್ನು ಸ್ಥಾಪಿಸಿದನು. ಈ ಚಂದ್ರವಂಶದಲ್ಲಿ ಕಾಶ್ಯ, ಧನ್ವಂತರಿ, ಎರಡು ದಿವೋದಾಸರು, ಪ್ರತರ್ದನ ಮತ್ತು ಅವನ ಮಗ ಅಲರ್ಕ ಎಂಬ ರಾಜರನ್ನು ಬಿಟ್ಟರೆ ಇನ್ನು ಯಾರೂ ಹೆಚ್ಚು ಪ್ರಸಿದ್ಧರಾಗಲಿಲ್ಲ. ಭಾಗವತಪುರಾಣದ ಪ್ರಕಾರ ವೈವಸ್ವತ ಮನುವಿನ ಅನಂತರ ಇಪ್ಪತ್ತೈದು ತಲೆಗಳಾದ ಮೇಲೆ (ಪಾರ್ಜಿಟರ್ ಎಂಬ ಇಂಗ್ಲಿಷ್ ಸಂಶೋಧಕನ ಪ್ರಕಾರ ಮುವತ್ತಮೂರು ತಲೆಗಳಾದ ಮೇಲೆ) ಕಾಶಿಯ ಕ್ಷಾತ್ರವೃದ್ಧ ವಂಶದವರ ರಾಜ್ಯಭಾರ ಭಾರ್ಗಭೂಮಿ (ಗರ್ಭಭೂಮಿ) ಎಂಬ ರಾಜನಲ್ಲಿ ಕೊನೆಗೊಂಡಿತು. ಒಬ್ಬ ರಾಜನ ಕಾಲಾವಧಿ ಹಿಂದಿನಕಾಲದಲ್ಲಿ 30–35ವರ್ಷವೆಂದು ಪರಿಗಣಿಸಿದರೆ, ಕಾಶಿಯಲ್ಲಿ ಚಂದ್ರವಂಶದ ರಾಜರು ಸುಮಾರು ಸಾವಿರ ವರ್ಷಗಳಷ್ಟು ಕಾಲ ಆಳಿದ್ದರು.

ಕಾಶಿಯ ಚಂದ್ರವಂಶೀಯರಿಗೂ ಅಯೋಧ್ಯೆಯ ಸೂರ್ಯವಂಶೀಯರಿಗೂ ಇದ್ದ ಸಂಬಂಧವನ್ನು ಇಲ್ಲಿ ನೋಡಬಹುದು. ಮೊದಲನೆಯದಾಗಿ ವೈವಸ್ವತಮನುವಿನ ಮಗ ಇಕ್ಷ್ವಾಕುವಿನಿಂದ ಸೂರ್ಯವಂಶ, ಇಕ್ಷ್ವಾಕುವಿನ ಸಹೋದರಿ ಇಳಾ ಮತ್ತು ರಾಜ

ಬುಧನಿಂದ ಕಾಶಿಯ ಚಂದ್ರವಂಶ ಶುರುವಾಯಿತು. ಇಕ್ಷ್ವಾಕುವಿನಿಂದ 25ನೆಯ ತಲೆಯವನಾದ ಹರಿಶ್ಚಂದ್ರನ ಕಥೆ, ಅವನು ಕಾಶಿಯಲ್ಲಿದ್ದುದು ಮತ್ತು ಅವನ ಹೆಸರಿನಲ್ಲಿರುವ ಘಾಟ್ ಎಲ್ಲವೂ ಪ್ರಸಿದ್ಧವಾಗಿವೆ. ಇವನು ಹೈಹಯರ ರಾಜ ಕಾರ್ತ್ಯವೀರ್ಯಾರ್ಜುನನ ಸಮಕಾಲೀನನಾಗಿದ್ದನು ಎಂದೂ ಇದೆ. ಹೈಹಯರು ಕಾಶಿಯ ರಾಜರೊಡನೆ ಯಾವಾಗಲೂ ಶತ್ರುತ್ವವನ್ನು ಸಾಧಿಸಿದ್ದರು. ಇಕ್ಷ್ವಾಕುವಿನಿಂದ 34ನೆಯ ತಲೆಯವನಾದ ಸಗರ ಹೈಹಯರ ತಾಲಜಂಘನ ನೂರುಮಕ್ಕಳನ್ನು ಕೊಂದಿದ್ದನು. 38ನೆಯ ತಲೆಯವನಾದ ಭಗೀರಥ ಗಂಗೆಯನ್ನು ಭೂಮಿಗೆ ತಂದಾಗ ಕಾಶಿಗೂ ಗಂಗೆ ಹರಿದು ಅದನ್ನು ಪವಿತ್ರಕ್ಷೇತ್ರವನ್ನಾಗಿ ಮಾಡಿದ್ದಳು. ಪುರೂರವನ ಮಗ ಆಯು; ಆಯುವಿನ ಒಬ್ಬ ಮಗ ನಹುಷನ ವಂಶಾವಳಿಯಲ್ಲಿ ಭರತ ಬಂದಿದ್ದರೆ, ಆಯುವಿನ ಇನ್ನೊಬ್ಬ ಮಗ ಕ್ಷಾತ್ರವೃದ್ಧನ ವಂಶಾವಳಿಯಲ್ಲಿ ಸರ್ವಸೇನನ ಮಗಳು ಸುನಂದ. ಸುನಂದಳನ್ನು ಭರತನು ಮದುವೆಯಾಗಿದ್ದನು. (ದುಷ್ಯಂತ–ಶಕುಂತಳ ಮಗ ಭರತ) ಇವರ ಮದುವೆಯ ವಿಷಯ ಮಹಾಭಾರತದಲ್ಲಿ ಬಂದಿದೆ. ಪ್ರಾಯಶಃ ಈ ಸರ್ವಸೇನನು ಕ್ಷಾತ್ರವೃದ್ಧನ ವಂಶಾವಳಿಯ ಕೊನೆಯಲ್ಲಿ ಬಂದಿರುವ ರಾಜನ ಬೇರೊಂದು ಹೆಸರಿರಬೇಕು.

ಕಾಶಿಯ ರಾಜನು ಮಾಡಬೇಕೆಂದಿದ್ದ ಅಶ್ವಮೇಧಯಾಗದ ಅಶ್ವವನ್ನು ಅಪಹರಿಸಿದ್ದರಿಂದ ಕಾಶಿಯಲ್ಲಿ ಶ್ರೌತಾಗ್ನಿಯನ್ನು ಜ್ವಲಿಸುವುದನ್ನೇ ಬಿಟ್ಟಿದ್ದರು ಎಂಬ ಹಳೆಯಕಥೆ ಶತಪಥ ಬ್ರಾಹ್ಮಣದಲ್ಲಿ (ಕ್ರಿ.ಪೂ 3090) ಬರುತ್ತದೆ (ಶತ. ಬ್ರಾ. 13.5.4.21). ಕಾಶಿಯ ರಾಜನ ಹೆಸರು ಧೃತರಾಷ್ಟ್ರನೆಂದೂ, ಶತ್ರುರಾಜನ ಹೆಸರು ಸತ್ರಾಜಿತನ ಮಗ ಶತಾನಿಕನೆಂದೂ ತಿಳಿಸುತ್ತದೆ. ಭಾಗವತಪುರಾಣದಲ್ಲಿ ಕಾಶ್ಯನ ಮೊಮ್ಮಗನ ಹೆಸರು ರಾಷ್ಟ್ರ ಎಂದಿದೆ. ಸುಮಾರು ಅದೇ ಕಾಲದಲ್ಲಿ ಹೈಹಯ ವಂಶದಲ್ಲಿ ಶತಜಿತ್ ಇದ್ದನು (ಪಾರ್ಜಿಟರ್ ಎಂಬ ಲೇಖಕನ ಪ್ರಕಾರ ಸಹಸ್ರಜಿತ್‌ನ ಮಗ ಶತಜಿತ್).

ರಾಮಾಯಣದವರೆಗಿನ ಕಾಲ: ಕ್ಷಾತ್ರವೃದ್ಧನ ಚಂದ್ರವಂಶೀಯರ ಆಡಳಿತ ಮುಗಿದ ಸುಮಾರು 860ವರ್ಷಗಳಲ್ಲಿ ರಾಮಾಯಣದ ಕಾಲ ಶುರುವಾಗುತ್ತದೆ. ಮತ್ಸ್ಯಪುರಾಣದಲ್ಲಿನ ಹೇಳಿಕೆಯಂತೆ ಬ್ರಹ್ಮದತ್ತ ಎಂಬ ನೂರು ರಾಜರುಗಳು ಕಾಶಿಯನ್ನು ಆಳಿದ್ದರು. ಪ್ರಾಯಶಃ ಚಂದ್ರವಂಶದ ರಾಜರ ಅನಂತರ ರಾಮಾಯಣದವರೆಗೆ (ಸು.860ವರ್ಷಗಳು), ರಾಮಾಯಣದಿಂದ ಮಹಾಭಾರತದವರೆಗೆ (ಸು.840ವರ್ಷಗಳು), ಮಹಾಭಾರತದಿಂದ (ಕ್ರಿ.ಪೂ3100) ಶಿಶುನಾಗರ ಬಿಂಬಿಸಾರನವರೆಗೆ (ಕ್ರಿ.ಪೂ.1852ರವರೆಗೆ) 1248ವರ್ಷಗಳು. ಒಟ್ಟು ಸುಮಾರು 2950 ವರ್ಷಗಳಲ್ಲಿ ಕಾಶಿಯನ್ನು ಬ್ರಹ್ಮದತ್ತ ವಂಶದ (ನೂರು) ರಾಜರು ಆಳಿರಬೇಕು. ಜಾತಕ ಕಥೆಗಳಲ್ಲಿ ಬ್ರಹ್ಮದತ್ತ ರಾಜರುಗಳಿಗೆ ಸಂಬಂಧಿಸಿದ ಕಥೆಗಳು ಬೇಕಾದಷ್ಟಿವೆ. ಜಾತಕ ಕಥೆಗಳನ್ನು ಬಿಟ್ಟರೆ ಬೇರೆ ಆಧಾರಗಳಿಂದ ಈ ದೀರ್ಘ ಕಾಲದಲ್ಲಿನ ಕಾಶಿಯ ವಿವರಗಳು ತಿಳಿಯದಿರುವುದು ಸೋಜಿಗ ಮತ್ತು ದುಃಖಕರ.

ರಾಮಾಯಣದ ಸಮಯದಲ್ಲಿ ಕಾಶಿ ಸ್ವತಂತ್ರವಾಗಿತ್ತು ಎಂದು ರಾಮಾಯಣದಿಂದ ತಿಳಿದುಬರುತ್ತದೆ. ರಾಮನ ಯುವರಾಜ ಪಟ್ಟಾಭಿಷೇಕ ಸಮಾರಂಭಕ್ಕೆ ಕಾಶಿಯ ರಾಜನಿಗೆ ಆಮಂತ್ರಣ ಕಳಿಸಬೇಕೆಂದು ವಸಿಷ್ಠರು ಮಂತ್ರಿ ಸುಮಂತ್ರನಿಗೆ ಹೇಳಿದ್ದ ಸಂಗತಿ ರಾಮಾಯಣದ 'ಬಾಲಕಾಂಡ' (13ನೆಯ ಸರ್ಗ)ದಲ್ಲಿ ಬರುತ್ತದೆ. ಇಕ್ಷ್ವಾಕುವಿನ ಎರಡನೆಯ ಮಗ ನಿಮಿ, ಅವನೇ ವಿದೇಹ ಎನಿಸಿದರೂ ಅವನ ಮಗ ಜನಕ ಮಿಥಿಲೆಯನ್ನು ಕಟ್ಟಿದ್ದನು. ಇವನ ವಂಶದಲ್ಲಿ ಬಂದ ಸೀರಧ್ವಜ (ಜನಕ), ಸೀತೆಯ ತಂದೆ, ಜ್ಞಾನಿಯೆಂದು ಪ್ರಸಿದ್ಧವಾಗಿದ್ದಾಗ ಕಾಶಿಯಲ್ಲಿ ಅಜಾತಶತ್ರು ಎಂಬ ರಾಜನಿದ್ದನು. ನೆರೆರಾಜ್ಯಗಳೊಡನೆ ವೈಮನಸ್ಸು ಮತ್ತು ಜಗಳಗಳಾಗುವುದು ಸಾಮಾನ್ಯವಾದರೆ, ವಿದ್ಯೆ/ಪಾಂಡಿತ್ಯದ ವಿಷಯದಲ್ಲೂ ಕಾಶಿ ಮತ್ತು ವಿದೇಹ ರಾಜ್ಯಗಳ ಮಧ್ಯೆ ಪೈಪೋಟಿ ಇತ್ತೆಂದು ತಿಳಿದುಬರುತ್ತದೆ. ಗಾರ್ಗ್ಯನ ಮಗ ಬಾಲಾಕಿ ಎಂಬ ಬ್ರಾಹ್ಮಣಶ್ರೇಷ್ಠ ಅಜಾತಶತ್ರುವಿನ ಆಸ್ಥಾನಕ್ಕೆ ಹೋಗಿ ರಾಜನಿಗೆ ಬ್ರಹ್ಮಜ್ಞಾನವನ್ನು ತಿಳಿಸುವೆನೆಂದು ಗರ್ವದಿಂದ ಹೇಳಿದಮಾತು ಬೃಹದಾರಣ್ಯಕ ಉಪನಿಷತ್ತಿನಲ್ಲಿ ಬರುತ್ತದೆ. ಆಗ ಅಜಾತಶತ್ರುವಿನ ಪ್ರಶ್ನೆಗಳಿಗೆ ಉತ್ತರಿಸಲಾಗದೆ ಅವನಿಂದಲೇ ಬ್ರಹ್ಮಜ್ಞಾನವನ್ನು ಕಲಿಯಲು ಉತ್ಸುಕನಾದನಂತೆ (ಬೃ.ಉಪ. ಮಧುಕಾಂಡ, ಅ2,ಬ್ರಾಹ್ಮಣ1,ಶ್ಲೋ1–20 ಮತ್ತು ಕೌ. ಉಪ. ಅ4,ಶ್ಲೋ1).

ಮಹಾಭಾರತದ ಯುದ್ಧದವರೆಗಿನ ಕಾಲ: ರಾಮಾಯಣದಿಂದ ಮಹಾಭಾರತದವರೆಗಿನ ಮಧ್ಯಕಾಲದಲ್ಲಿ ಕಾಶಿಯ ಸ್ಥಿತಿ ಏನಾಗಿತ್ತು, ಯಾವ ರಾಜರು ಆಳಿದರು ಎಂದೇನೂ ಖಚಿತವಾಗಿ ಗೊತ್ತಾಗುವುದಿಲ್ಲ. ಈ ಮಧ್ಯಕಾಲದಲ್ಲಿ ಸುಮಾರು ಹದಿನೈದು ತಲೆಗಳು ಕಳೆದಿರಬೇಕೆಂದು ಚರಿತ್ರೆಕಾರ ಡಾ। ಎ.ಎಸ್.ಅಲ್ಟೇಕರ್ ಅವರು ಅಭಿಪ್ರಾಯಪಟ್ಟಿದ್ದಾರೆ. ನಮ್ಮ ಎಣಿಕೆಯ ಪ್ರಕಾರ ಸುಮಾರು (25 ತಲೆಗಳ ಕಾಲ) 750 ವರ್ಷಗಳೇ ಕಳೆದಿರಬಹುದು. ಆ ಸಮಯದಲ್ಲಿ ಬ್ರಹ್ಮದತ್ತ ರಾಜರುಗಳೇ ಆಳಿರಬಹುದೆಂಬ ಮಾತು ಸ್ವಲ್ಪ ಹಿಂದೆ ಬಂದಿದೆ.

ಮಹಾಭಾರತಕ್ಕಿಂತಲೂ ಐನೂರು ವರ್ಷಗಳಹಿಂದೆ ಮಗಧದಲ್ಲಿ ಬೃಹದ್ರಥ ರಾಜವಂಶವು ಶುರುವಾಯಿತು ('ಇಂಡಿಯನ್ ಕ್ರೊನಾಲಜಿ'–ಡಾ। ಡಿ.ಎಸ್.ತ್ರಿವೇದ). ಆಗಿನಿಂದ ಕಾಶಿಯ ರಾಜ್ಯವನ್ನು ಕಬಳಿಸುವ ಪ್ರಯತ್ನ ನಡೆಯುತ್ತಲೇ ಇದ್ದು ಕೆಲವೊಮ್ಮೆ ಕಾಶಿಯು ಮಗಧದ ಅಧೀನದಲ್ಲಿದ್ದಿರಬಹುದು. ಬೃಹದ್ರಥ ವಂಶದ ಜರಾಸಂಧ ಕಾಶಿಯಮೇಲೆ ತನ್ನ ದಬ್ಬಾಳಿಕೆ ನಡೆಸಿದ್ದರೂ ಕಾಶಿಯ ರಾಜ ತನ್ನ ಸ್ವಾತಂತ್ರ್ಯವನ್ನು ಮತ್ತೆ ಪಡೆದುಕೊಂಡಿರಬೇಕು. ಮಹಾಭಾರತದ 'ಉದ್ಯೋಗಪರ್ವ'ದಲ್ಲಿ (ಅ106,ಶ್ಲೋ115–119ರಲ್ಲಿ) ವಿಶ್ವಾಮಿತ್ರ ಮತ್ತು ಅವನ ಶಿಷ್ಯ ಗಾಲವನ ಪ್ರಸಂಗವನ್ನು ವಿವರಿಸುವಾಗ

ಯಯಾತಿಯ ಮಗಳಾದ ಮಾಧವಿಯು ಅಯೋಧ್ಯೆಯ ಹರ್ಯಶ್ವನಿಂದ ವಸುಮನಸನನ್ನು, ಕಾಶಿಯ ದಿವೋದಾಸನಿಂದ ಪ್ರತರ್ದನನನ್ನು, ಭೋಜನಗರಿಯ ಉಶೀನರನಿಂದ ಶಿಬಿಯನ್ನು ಮತ್ತು ವಿಶ್ವಾಮಿತ್ರನಿಂದ ಅಷ್ಟಕನನ್ನು ಮಕ್ಕಳಾಗಿ ಪಡೆದಳೆಂಬ ಕಥೆಯಿದೆ. ವಿಷ್ಣುಪುರಾಣದಲ್ಲಿ ಯಯಾತಿಗೆ ದೇವಯಾನಿ (ಶುಕ್ರಾಚಾರ್ಯನ ಮಗಳು) ಮತ್ತು ಶರ್ಮಿಷ್ಠಾ (ದಾನವನ ಮಗಳು) ಎಂಬ ಇಬ್ಬರು ಹೆಂಡತಿಯರೆಂದಿದೆ. ಅಲ್ಲಿ ಮಾಧವಿಯ ಕಥೆಯಿಲ್ಲ. ಮಹಾಭಾರತದ 'ಉದ್ಯೋಗಪರ್ವ'ದಲ್ಲಿ (ಅ173) ಭೀಷ್ಮನು ತನ್ನ ತಮ್ಮನೂ, ಕುರುರಾಜನೂ ಆಗಿದ್ದ ವಿಚಿತ್ರವೀರ್ಯನಿಗಾಗಿ ಕಾಶಿಯ ರಾಜನ ಮಕ್ಕಳಾದ ಅಂಬೆ, ಅಂಬಿಕೆ ಮತ್ತು ಅಂಬಾಲಿಕೆಯರನ್ನು ಅಪಹರಣಮಾಡಿ ತಂದ ಕಥೆ ಬರುತ್ತದೆ. 'ಮಹಾಭಾರತ'ದ ಆಗುಹೋಗುಗಳಲ್ಲಿ ಕಾಶಿಯ ಈ ಮೂರು ರಾಜಕುವರಿಯರ ಪಾತ್ರವು ಮಹತ್ವದ್ದಾಗಿತ್ತು ಎನ್ನಬಹುದು. ಅಂಬಿಕೆ ಮತ್ತು ಅಂಬಾಲಿಕೆಯರ ಮೊಮ್ಮಕ್ಕಳು, ಕೌರವರು ಮತ್ತು ಪಾಂಡವರು ಎಂದೆನಿಸಿ ಪರಸ್ಪರ ಯುದ್ಧಮಾಡಿದರು. ಅಂಬೆಯಾದರೊ ತನ್ನ ಸೇಡನ್ನು ತೀರಿಸಿಕೊಳ್ಳಲು ತಪಸ್ಸುಮಾಡಿ, ಪುನರ್ಜನ್ಮ ಪಡೆದು, ದ್ರುಪದನ ಮಗಳಾದ ಶಿಖಂಡಿಯಾಗಿ ಹುಟ್ಟಿದಳು. ಅವಳೇ ಭೀಷ್ಮನ ಯುದ್ಧಪರಿತ್ಯಾಗಕ್ಕೆ ಕಾರಣವಾದ ಕಥೆ ಅನೇಕ ಅಧ್ಯಾಯಗಳಲ್ಲಿ ಹರಡಿದೆ. (ಉದ್ಯೋಗಪರ್ವ, ಅ174-192). ಮಹಾಭಾರತದ ಸಮಯದಲ್ಲಿ ಕಾಶಿಯು ದುರ್ಬಲರಾಜ್ಯವಾಗಿ ಅನೇಕಸಲ ಇತರ ರಾಜರ ದಾಳಿಗೆ ತುತ್ತಾಗಿತ್ತೆಂದು ತಿಳಿಯುತ್ತದೆ. ನಕುಲನು ಪೂರ್ವದ ಕಾಶಿ, ಅಂಗ ಮತ್ತು ಕಳಿಂಗ ರಾಜ್ಯಗಳನ್ನು ಸದೆಬಡಿದಿದ್ದನು. ರಾಜಸೂಯ ಯಾಗದ ಮೊದಲು ಭೀಮಸೇನನು ಕಾಶಿಯ ರಾಜ ಸುಬಾಹುವನ್ನು ಸೋಲಿಸಿದ್ದನು. ಮಹಾಭಾರತ ಯುದ್ಧದಲ್ಲಿ ಕಾಶಿಯ ರಾಜನೂ ಪಾಂಡವರ ಪರವಾಗಿ ಭಾಗವಹಿಸಿದ್ದನು. ಯುದ್ಧದಲ್ಲಿ ಧೃಷ್ಟದ್ಯುಮ್ನನು ಕ್ರೌಂಚಾರುಣ ವ್ಯೂಹವನ್ನು ರಚಿಸುತ್ತಿರುವಾಗ ಕೇಕಯ, ಛೇದಿ ಮತ್ತು ಕಾಶಿಯ ರಾಜರು ಧೃಷ್ಟದ್ಯುಮ್ನನ ಬೆಂಗಾವಲಿಗೆ ಹಿಂದೆ ನಿಂತಿದ್ದರು. ವಿಭು ಎಂಬ ಕಾಶಿರಾಜನು ಧೃಷ್ಟದ್ಯುಮ್ನನ ಜೊತೆಗಿದ್ದನೆಂದೂ, ಅಭಿವುಸ್ ಎಂಬ ರಾಜನು ವಸುದಾನನಿಂದ ಹತನಾದನೆಂದೂ ಮಹಾಭಾರತವು ತಿಳಿಸುತ್ತದೆ. ಯುಧಿಷ್ಠಿರನ ರಾಜ್ಯಾಭಿಷೇಕದಲ್ಲಿ ಕಾಶಿಯ ರಾಜನು ಉಪಸ್ಥಿತನಿದ್ದನು. ಕನ್ನಡದ ಕವಿ ಪಂಪನ 'ಪಂಪಭಾರತಂ', ನವಮಾಶ್ವಾಸಂ/43ನೆಯ ಪದ್ಯದಲ್ಲಿ ಪಾಂಡವರಿಗೆ "ಕಂಚಿ, ಶ್ರೇಷ್ಠವಾದ ವಾರಾಣಸಿ, ಕುಕಂದಿ, ಕುರುಸ್ಥಳ, ಉತ್ತಮವಾದ ವೃಕಸ್ಥಳ ಎಂಬ ಐದು ಹಳ್ಳಿಗಳನ್ನು ಕೊಟ್ಟರೆ ಸಾಕು" ಎನ್ನುವಾಗ ಕಾಶಿಯ ಉಲ್ಲೇಖವಿದೆ.

ಶಿಶುನಾಗರವರೆಗಿನ ಕಾಲ: ಮಹಾಭಾರತ ಯುದ್ಧದ ಅನಂತರ ಕೃಷ್ಣನು ಕಾಶಿಯನ್ನು ಸುಟ್ಟನೆಂಬ ಒಂದು ಸ್ವಾರಸ್ಯಕರ ಕಥೆಯೂ ಇದೆ. ಪೌಂಡ್ರದೇಶದ (ಈಗಿನ ಉತ್ತರಬಂಗಾಳದ) ರಾಜನಾದ ಪೌಂಡ್ರಕ ವಾಸುದೇವನೆಂಬುವನು ಹೊಗಳುಭಟ್ಟರ ಮಾತಿಗೆ ಮರುಳಾಗಿ

ತಾನೇ ವಾಸುದೇವಕೃಷ್ಣನೆಂದು ನಂಬಿ, ಅದೇ ರೀತಿಯಲ್ಲಿ ಪೊಳ್ಳುರೀವಿಯಿಂದ ವರ್ತಿಸತೊಡಗಿ, ಇವನ ಹುಚ್ಚು ವಿಪರೀತಕ್ಕೆ ಹೋಯಿತು. ಕೃಷ್ಣನು ತನ್ನ ಕಿರೀಟ, ಆಭೂಷಣಗಳನ್ನು ತೆಗೆದಿಟ್ಟು ಪೌಂಡ್ರಕನೇ ನಿಜವಾದ ವಾಸುದೇವಕೃಷ್ಣನೆಂದು ಮರ್ಯಾದೆ ಸಲ್ಲಿಸಲು ಹೇಳಿಕಳಿಸಿದನು. ಇದರಿಂದಾಗಿ ಇಬ್ಬರಲ್ಲೂ ಯುದ್ಧವಾಯಿತು. ಕಾಶಿಯ ರಾಜನೂ ತನ್ನ ಸ್ನೇಹಿತನಾದ ಪೌಂಡ್ರಕನೊಡನೆ ಯುದ್ಧಕ್ಕಿಳಿದು ಮಡಿದನು. ಕಾಶಿಯ ರಾಜನ ಮಗ ಶಿವನನ್ನು ಒಲಿಸಿ, ಕೃಷ್ಣನನ್ನು ಗೆಲ್ಲುವವರ ಬೇಡಿದನು. ಶಿವನು ಕೃತ್ಯಳನ್ನು ಸೃಷ್ಟಿಸಿ ದ್ವಾರಕೆಯನ್ನು ಸುಡಲು ಅವಳನ್ನು ಕಳಿಸಿದನು. ಕೃಷ್ಣನ ಚಕ್ರ ಕೃತ್ಯಳನ್ನು ಅಟ್ಟಿಸಿಕೊಂಡು ಹೋದಾಗ, ಅವಳು ಕಾಶಿಗೆ ಓಡಿ ತಲೆಮರೆಸಿಕೊಂಡಳು. ಚಕ್ರವು ಅವಳಿದ್ದ ಸ್ಥಳವನ್ನು ಸುಟ್ಟಿದ್ದೇ ಅಲ್ಲದೆ ಕಾಶಿಯನ್ನೂ ಸುಟ್ಟಿತು. ಈ ಕಥೆಯನ್ನು, ಸ್ವಲ್ಪ ವ್ಯತ್ಯಾಸಗಳೊಂದಿಗೆ, ವಿಷ್ಣುಪುರಾಣ, ಹರಿವಂಶ, ಭಾಗವತ ಮತ್ತು ಪದ್ಮಪುರಾಣಗಳಲ್ಲಿ ನೋಡಬಹುದು.

ಕ್ರಿ.ಪೂ.7ನೆಯ ಶತಮಾನದಲ್ಲಿ ಕಾಶಿ ಸ್ವತಂತ್ರ ಜನಪದವಾಗಿತ್ತು. ಕ್ರಿ.ಪೂ. 625ರಲ್ಲಿ ಬುದ್ಧನು ಕಾಶಿಯ ಹತ್ತಿರದ ಸಾರನಾಥದಲ್ಲಿ ತನ್ನ ಪ್ರಥಮ ಪ್ರವಚನವನ್ನು ಕೊಟ್ಟಿದ್ದನು. ಕ್ರಿ.ಪೂ. 340ರಲ್ಲಿ ಅಶೋಕ ಚಕ್ರವರ್ತಿಯು ವಾರಾಣಸಿಗೆ ಬಂದಿದ್ದನೆಂದು ಹೇಳಿಕೆ. ಜಾತಕ ಕಥೆಗಳು ಹೆಚ್ಚಾಗಿ ಕಾಶಿ ಮತ್ತು ಕೋಸಲಗಳ ಮಧ್ಯೆ ನಡೆಯುತ್ತಿದ್ದ ಯುದ್ಧಗಳ ವಿಚಾರವನ್ನು ಕೊಡುತ್ತವೆ. ಕೆಲವು ಸಲ ಕಾಶಿಯ ಕೈ ಮೇಲಾದರೆ, ಇನ್ನು ಕೆಲವು ಸಲ ಕೋಸಲ ವಿಜಯಿಯಾಗುತ್ತಿತ್ತು. 'ಲೋಹಿಚ್ಚ ಸುತ್ತ'ದಲ್ಲಿ 'ಬುದ್ಧನೊಡನೆ ಸಂಭಾಷಣೆ'ಯಲ್ಲಿ ಕಾಶಿ ಬುದ್ಧನ ಕಾಲದಲ್ಲಿ ಕೋಸಲಕ್ಕೆ ಸೇರಿತ್ತು ಎಂದು ತಿಳಿಸುತ್ತದೆ. ಕೋಸಲ ಗೆದ್ದಾಗ ಕಾಶಿಯ ರಾಜನನ್ನು ಕೊಂದು ಅವನ ರಾಣಿಯನ್ನು ಕೊಂಡುಹೋದರೆಂದೂ ಜಾತಕಕಥೆಗಳಿಂದ ತಿಳಿಯುತ್ತದೆ. ಕೋಸಲದ ಕಂಸ ಎಂಬ ರಾಜನು ಕಾಶಿಯನ್ನು ಗೆದ್ದು 'ಬಾರಾನಸಿಗ್ಗೊ' (ವಾರಾಣಸಿಯನ್ನು ಗೆದ್ದವ) ಎಂದು ಹೆಸರು ಪಡೆದಿದ್ದನಂತೆ. ಕೊನೆಗೆ ಕಾಶಿಯನ್ನಾಳುತ್ತಿದ್ದ ಶಿಶುನಾಗ ರಾಜರ ಕೈತಪ್ಪಿ, ಮಹಾಕೋಸಲನ ಕಾಲದಲ್ಲಿ ಕೋಸಲದಲ್ಲಿ ಸೇರಿಹೋಗಿ, ತನ್ನ ಅಸ್ತಿತ್ತ್ವವನ್ನು ಕಳೆದುಕೊಂಡಿತು.

ಶಿಶುನಾಗರಿಂದ 11ನೆಯ ಶತಮಾನದವರೆಗೆ: ಮಹಾಕೋಸಲನು ತನ್ನ ಮಗಳನ್ನು ಮಗಧ ರಾಜ ಬಿಂಬಿಸಾರನಿಗೆ ಮದುವೆಮಾಡಿಕೊಟ್ಟು ವಾರಾಣಸಿಯ ('ಕಾಶಿಗ್ರಾಮ'ದ) ವರಮಾನವನ್ನು ವರದಕ್ಷಿಣೆಯಾಗಿ ಕೊಟ್ಟನು. ಬಿಂಬಿಸಾರನ ಇನ್ನೊಬ್ಬ ಹೆಂಡತಿ ವಿದೇಹದ ರಾಣಿಯಿಂದ ಹುಟ್ಟಿದ ಅಜಾತಶತ್ರುವು ತನ್ನ ತಂದೆ ಬಿಂಬಿಸಾರನನ್ನೇ ಕೊಂದಾಗ, ಕೋಸಲನ ಮಗಳು ದುಃಖದಿಂದ ಮಡಿದಳು, ಅವಳ ಸಹೋದರ ಪ್ರಸೇನಜಿತ್ ಸಿಡಿದೆದ್ದನು. ಬಿಂಬಿಸಾರನಿಗೆ ವರದಕ್ಷಿಣೆಯಾಗಿ ಕೊಟ್ಟಿದ್ದ ಕಾಶಿಗ್ರಾಮವನ್ನು ತಿರುಗಿ

ಕೊಡಬೇಕೆಂದು ಮಗಧದ ಅಜಾತಶತ್ರುವಿನ ಮೇಲೆ ಮಹಾಕೋಸಲನ ಮಗ ಪ್ರಸೇನಜಿತ್‌ನು ಯುದ್ಧಮಾಡಿದನು. ಮೊದಲು ಅಜಾತಶತ್ರು ಗೆದ್ದರೂ, ಅಂತಿಮ ವಿಜಯ ಪ್ರಸೇನಜಿತ್‌ನದಾಗಿತ್ತು. ವಿಚಿತ್ರವೆಂದರೆ ಪ್ರಸೇನಜಿತ್ ಅಜಾತಶತ್ರುವನ್ನು ಸೆರೆಯಿಂದ ಬಿಟ್ಟುದೇ ಅಲ್ಲದೆ ಅವನಿಗೆ ಮತ್ತೊಮ್ಮೆ ಕಾಶಿಗ್ರಾಮದ ಜೊತೆಗೆ ತನ್ನ ಮಗಳಾದ ವಜಿರಾಳನ್ನೂ ಕೊಟ್ಟನು! ಅವಳು ಸತ್ತಮೇಲೆ ವಾರಾಣಸಿಯ ಜೊತೆಗೆ ಕಾಶಿರಾಜ್ಯವೇ ಮಗಧದ ಒಂದು ಭಾಗವಾಯಿತು.

ಕಾಶಿಯು ಮಗಧ ರಾಜ್ಯದಭಾಗವಾಗಿ ಅನೇಕ ರಾಜವಂಶಗಳ ಅಳ್ವಿಕೆಗೆ ಒಳಪಟ್ಟಿತು. ಇವರಲ್ಲಿ ಮುಖ್ಯವಾದ ವಂಶಗಳು ಹೀಗಿವೆ: ಶಿಶುನಾಗ ಬಿಂಬಿಸಾರನಿಂದ ಈ ವಂಶದ ಇತರರು, ನಂದ, ಮೌರ್ಯ, ಶುಂಗ ಮತ್ತು ಕಣ್ವವಂಶ. ಕಣ್ವರ ನಂತರ ಕೌಸಂಬಿಯ ರಾಜರಾದ ವತ್ಸರು ಕಾಶಿಯನ್ನು ವಶಪಡಿಸಿಕೊಂಡರು. ಅನಂತರ ಕುಶಾನರ ವಂಶ (ಕ್ರಿ.ಶ.81–170) ಆಳಿದಾಗ ಕಾಶಿಯೂ ಅವರ ರಾಜ್ಯದಲ್ಲಿ ಸೇರಿತ್ತು. ಕುಶಾನರ ನಂತರ ಕೌಸಾಂಬಿಯ ಮಘ, ಭಾರಾಶಿವ, ಗುಪ್ತರು(ಕ್ರಿ.ಶ.305–550), ಕನ್ನೌಜಿನ ಮೌಖರಿಗಳು, ಹರ್ಷವರ್ಧನ (ಕ್ರಿ.ಶ.606–648), ಮಗಧ ಉಪಗುಪ್ತರು, ಕನ್ನೌಜಿನ ಯಶೋವರ್ಮ(ಕ್ರಿ.ಶ.725–752), ಪಾಲರು (ಕ್ರಿ.ಶ.752–850), ಪ್ರತಿಹಾರರು(ಕ್ರಿ.ಶ.850–916), ರಾಷ್ಟ್ರಕೂಟರು, ಗಂಗೇಯ ಕಲಚೂರಿಗಳು (ಗಂಗೇಯದೇವ ಕ್ರಿ.ಶ.1015–1041, ಕರ್ಣದೇವ ಕ್ರಿ.ಶ.1041–1072) ವಿವಿಧ ಕಾಲದಲ್ಲಿ ಕಾಶಿಯನ್ನು ಆಳಿದರು.

ಮೇಲೆ ಹೇಳಿದಂತೆ, ಬಿಂಬಿಸಾರನ ಆಳ್ವಿಕೆಯಿಂದ ಮುಂದಕ್ಕೆ ಗಹಡವಾಲರ ಕಾಲದವರೆಗೂ (1072) ಕಾಶಿಯು ತನ್ನ ರಾಜಕೀಯ ಮಹತ್ವವನ್ನು ಕಳೆದುಕೊಂಡಿತು. ಬುದ್ಧನು ತನ್ನ ಮೊದಲನೆಯ ಧರ್ಮಪ್ರವಚನವನ್ನು ಸಾರನಾಥದಲ್ಲಿ ಕೊಟ್ಟಿದ್ದರಿಂದ, ಅಶೋಕನಿಗೆ ವಾರಾಣಸಿಗಿಂತಲೂ ಸಾರನಾಥ ಹೆಚ್ಚು ಮಹತ್ವದ್ದಾಗಿತ್ತು. ಸಾರನಾಥದಲ್ಲಿ ಅಶೋಕನು ಸ್ತೂಪವೊಂದನ್ನು ಕಟ್ಟಿಸಿದನು. ಅಲ್ಲದೆ ಒಂದು ಎತ್ತರದ ಕಂಬದ ಮೇಲೆ ಸಿಂಹದ ನಾಲ್ಕು ತಲೆಗಳನ್ನು ಅತ್ಯಂತ ಸುಂದರವಾಗಿ ಕೆತ್ತಿಸಿದನು. ಇದೇ ಈಗ 'ಲಯನ್ ಕ್ಯಾಪಿಟಲ್' ಎಂದು ಪ್ರಸಿದ್ಧವಾಗಿ ನಮ್ಮ ರಾಷ್ಟ್ರದ ಮುಖ್ಯಚಿಹ್ನೆಯಾಗಿದೆ. ಭಾರಾಶಿವ ರಾಜರು ಕಾಶಿಯಲ್ಲಿ ಹತ್ತು ಅಶ್ವಮೇಧಯಜ್ಞಗಳನ್ನು ಮಾಡಿದರೆಂದು ಪ್ರತೀತಿಯಿದೆ. ಗುಪ್ತರ ಕಾಲದಲ್ಲಿ ಹೂಣರ ಹಾವಳಿ ಹೆಚ್ಚಾಗಿದ್ದರೂ, ಕಾಶಿಯ ಮೇಲೆ ಅವರ ಕೆಟ್ಟ ಪ್ರಭಾವ ಬೀಳಲಿಲ್ಲ. ಇಲ್ಲಿ ಶೈವ, ಜೈನ, ಬೌದ್ಧ ಧರ್ಮಗಳು, ಕಲೆಗಳು ಅಭಿವೃದ್ಧಿ ಹೊಂದಿದುವು. ಮೌಖರಿ ವಂಶದ ಕಡೆಯ ರಾಜ ಗೃಹವರ್ಮನು ಹರ್ಷನ ಸಹೋದರಿಯನ್ನು ಮದುವೆಮಾಡಿಕೊಂಡಿದ್ದನು. ಮಾಳ್ವ ರಾಜನಿಂದ ಗೃಹವರ್ಮನು ಕೊಲೆಯಾದ ಮೇಲೆ, ಹರ್ಷನು ವಾರಾಣಸಿಯನ್ನೂ ತನ್ನ ಆಡಳಿತದಲ್ಲಿ ಸೇರಿಸಿಕೊಂಡನು.

ಹರ್ಷನ ಕಾಲದಲ್ಲಿ ಚೈನಾ ದೇಶದ ಯಾತ್ರಿ ಹ್ಯುಯನ್‌ತ್ಸಾಂಗ್ ಕಾಶಿಗೆ ಬಂದು ಇಲ್ಲಿಯ ವಿದ್ಯಮಾನಗಳನ್ನು ಬರೆದಿಟ್ಟಿದ್ದಾನೆ. ಕಾಶ್ಮೀರದ ರಾಜ ಲಲಿತಾದಿತ್ಯನು ಯಶೋವರ್ಮನನ್ನು ಗೆದ್ದು ಅವನ ರಾಜ್ಯದ ಹೆಚ್ಚಿನ ಭಾಗವನ್ನೆಲ್ಲಾ ಕಬಳಿಸಿದರೂ, ವಾರಾಣಸಿ ಅವನ ವಶವಾಗಲಿಲ್ಲ. ಬಂಗಾಳದ ಪಾಲರ ದೊರೆ ಧರ್ಮಪಾಲನ ಸಮಯದಲ್ಲಿ ಕನ್ನೌಜನ್ನು ವಶಪಡಿಸಿಕೊಳ್ಳಲು ರಾಜಪುತಾಣದ ವತ್ಸರಾಜ ಮತ್ತು ದಕ್ಷಿಣದ ಧ್ರುವ ಬಹಳ ಪ್ರಯತ್ನಮಾಡಿದರು. ಶ್ರೀ ಶಂಕರಾಚಾರ್ಯರು ಕ್ರಿ.ಶ.816ರಲ್ಲಿ ಕಾಶಿಗೆ ಬಂದಿದ್ದರು ಧರ್ಮಪಾಲನು ವಾರಾಣಸಿಯನ್ನು ತನ್ನ ಸೈನ್ಯದ ಠಾಣೆಯಾಗಿಟ್ಟುಕೊಂಡು ಶತ್ರುಗಳನ್ನು ಓಡಿಸಿದನು. ಗಂಗೇಯದೇವನ ಕಾಲದಲ್ಲಿಯೆ, ಕ್ರಿ.ಶ.1019ರಲ್ಲಿ ಮಹಮ್ಮದ್ ಘಜ್ನಿ ಕನ್ನೌಜನ್ನು ಆಕ್ರಮಿಸಿ ಹಾಳುಗೆಡವಿದನು. ಅವನು ವಾರಾಣಸಿಯವರೆಗೂ ಬರಲಿಲ್ಲ. ಆದರೆ ಅವನ ಸೇನಾನಾಯಕ ಅಹಮದ್ ನಿಯಾಲ್ತಗಿನ್ ಕ್ರಿ.ಶ.1033/1034ರಲ್ಲಿ ವಾರಾಣಸಿಯ ಮೇಲೆ ದಂಡೆತ್ತಿಬಂದು, ನಗರವನ್ನು ಕೊಳ್ಳೆಹೊಡೆದುದಲ್ಲದೆ, ಅನೇಕ ಮಂದಿರಗಳನ್ನು ಹಾಳುಗೆಡವಿದನು. ಕರ್ಣನು ಕಟ್ಟಿಸಿದ ಕರ್ಣಮೇರು ಮಂದಿರವೆ ಹನ್ನೊಂದನೆಯ ಶತಮಾನದ ಕೊನೆಯಲ್ಲಿನ ಉತ್ತಮ ಕೊಡುಗೆ.

ಗಹಡವಾಲರ ಕಾಲ: ಗಹಡವಾಲರು ಕಾಶಿಯನ್ನು ಕ್ರಿ.ಶ. 1072ರಿಂದ 1194ವರೆಗೆ 122ವರ್ಷಗಳ ಕಾಲ ಆಳಿದರು. ವಿಶೇಷವೆಂದರೆ ಗಹಡವಾಲರು ಮೊದಲು ವಾರಾಣಸಿಯನ್ನೇ ತಮ್ಮ ರಾಜಧಾನಿಯನ್ನಾಗಿ ಮಾಡಿಕೊಂಡು ಎಷ್ಟೋ ಶತಮಾನಗಳಿಂದ ಅಳಿಸಿಹೋಗಿದ್ದ ರಾಜಕೀಯ ಮಹತ್ವವನ್ನು ಮತ್ತೊಮ್ಮೆ ತಂದುಕೊಟ್ಟರು. ವಂಶದ ಮೊದಲ ರಾಜಚಂದ್ರದೇವ ಹಿಂದಿನ ಅರಾಜಕತೆಯನ್ನು ಕೊನೆಗೊಳಿಸಿ ಸುಭದ್ರರಾಜ್ಯವನ್ನು ಕೊಡುವುದರಲ್ಲಿ ಸಮರ್ಥನಾದನು. ಕನ್ನೌಜಿಗೆ ರಾಜಧಾನಿಯನ್ನು ವರ್ಗಾಯಿಸಿದಮೇಲೆ ವಾರಾಣಸಿ ಉಪರಾಜಧಾನಿ ಆಯಿತು. ಚಂದ್ರದೇವ, ಗೋವಿಂದಚಂದ್ರ, ವಿಜಯಚಂದ್ರ, ಜಯಚಂದ್ರ ಮತ್ತು ಹರಿಶ್ಚಂದ್ರ ಈ ವಂಶದ ಮುಖ್ಯ ರಾಜರುಗಳು. ಗೋವಿಂದಚಂದ್ರನ ಕಾಲದಲ್ಲಿ ರಾಜಪಂಡಿತನಾಗಿದ್ದ ದಾಮೋಧರನು ಕೋಸಲಿ ಭಾಷೆಯಲ್ಲಿ 'ಉಕ್ತಿವ್ಯಕ್ತಿ ಪ್ರಕರಣ' ಎಂಬ ಗ್ರಂಥವನ್ನು ಬರೆದನು. ಗೋವಿಂದಚಂದ್ರನ ಹೆಂಡತಿ ಕುಮಾರದೇವಿ ಸಾರನಾಥದಲ್ಲಿ ವಿಹಾರವನ್ನು ಕಟ್ಟಿಸಿದಳು. ಈ ಕಾಲದಲ್ಲೇ ಕಾಶಿಯಲ್ಲಿ ಅವಿಮುಕ್ತೇಶ್ವರ ಎಮಬುದು ಬದಲಾಗಿ ವಿಶ್ವೇಶ್ವರ ಎಂಬ ಹೆಸರು ಚಾಲನೆಗೆ ಬಂದಿತು.

ಮಹಮ್ಮದ್ ಘೋರಿ ಭಾರತದ ಮೇಲೆ ದಾಳಿಮಾಡಿದಾಗ ಪೃಥ್ವೀರಾಜ ಚೌಹಾನನಿಗೆ ಜಯಚಂದ್ರನು ಸಹಾಯ ಮಾಡಲಿಲ್ಲವೆಂಬ ಆಪಾದನೆ ಇದೆ. ಅನಂತರ ಘೋರಿಯು ಕ್ರಿ.ಶ.1193ರಲ್ಲಿ ಕನ್ನೌಜನ್ನು ಗೆದ್ದು ಲೂಟಿಹೊಡೆದನು. 1193ರಲ್ಲಿ ಜಯಚಂದ್ರನ ಮರಣವಾಯಿತು. ವಾರಾಣಸಿಯನ್ನು ಕೊಳ್ಳೆಹೊಡೆಯುವ ಕೆಲಸವನ್ನು ಅವನ

ಸೇನಾನಾಯಕ ಕುತುಬುದೀನ್ ಐಬಕನಿಗೆ ಬಿಟ್ಟನು. ಈ ಕೆಲಸವನ್ನು ಐಬಕನು ಕ್ರಿ.ಶ.1194ರಲ್ಲಿ ಬಹಳ ಸಮರ್ಪಕವಾಗಿ ಮಾಡಿಮುಗಿಸಿದನು. ಕೊನೆಯ ರಾಜ ಹರಿಶ್ಚಂದ್ರನು ಅಲಹಾಬಾದ್, ಮಿರ್ಜಾಪುರ, ಜೌನ್‌ಪುರ ಮತ್ತು ಪ್ರಾಯಶಃ ವಾರಾಣಸಿಯಲ್ಲಿ ಕ್ರಿ.ಶ.1197ರವರೆಗೆ ತನ್ನ ಪ್ರಭಾವ ಬೀರುತ್ತಿದ್ದರೂ ವಾರಾಣಸಿಯಲ್ಲಿ ಹಿಂದೂಗಳ ಆಡಳಿತ ಕ್ರಿ.ಶ. 1194ಕ್ಕೇ ಮುಕ್ತಾಯವಾಯಿತು. ನಿಯಾಲ್ತಗಿನ್ ಮತ್ತು ಐಬಕ್ ಇವರ ದಾಳಿಗಳಿಂದ ವಾರಾಣಸಿಯ ರಾಜಕೀಯ ಕ್ಷೇತ್ರವೊಂದಕ್ಕೆ ಮಾತ್ರವೇ ಧಕ್ಕೆ ತಲುಪಿಸಿತೆಂದರೆ ದೊಡ್ಡ ಪ್ರಮಾದವಾಗುವುದು. ಇವರ ದಾಳಿಗಳು ವಾರಾಣಸಿಯ ಧಾರ್ಮಿಕ, ಸಾಂಸ್ಕೃತಿಕ, ಸಾಮಾಜಿಕ, ವಿದ್ಯಾಕ್ಷೇತ್ರ, ಹೀಗೆ ಎಲ್ಲಕ್ಕೂ ಹೇಳಲಾರದ ಆಘಾತವನ್ನು ಮುಟ್ಟಿಸಿತು. ಅದರ ಪರಿಣಾಮಗಳನ್ನು ಬೇರೆಯ ಅಧ್ಯಾಯದಲ್ಲಿ ವಿವರಿಸಬೇಕಾಗುವುದು.

■

34. ದಾಳಿಗಳ ಸುಳಿಯಲ್ಲಿ

ಹಿಂದಿನ ಅಧ್ಯಾಯದಲ್ಲಿ, ಕಾಶಿಯ ಚರಿತ್ರೆಯ ಹಿನ್ನೆಲೆಯನ್ನು ಗಹಡವಾಲರ ಕಾಲಕ್ಕೇ ನಿಲ್ಲಿಸಿರುವುದರೊಳಗೆ ಒಂದು ಔಚಿತ್ಯವಿದೆ. ವೈವಸ್ವತಮನುವಿನಿಂದ ನಾಲ್ಕನೆಯ ತಲೆಯಾದ ಕ್ಷಾತ್ರವೃದ್ಧನ ಕಾಶಿಯಿಂದ ಕ್ರಿ.ಶ.ಹತ್ತನೆಯ ಶತಮಾನದವರೆಗಿನ ಕಾಶಿಯ ಚರಿತ್ರೆಯ ಏಳುಬೀಳುಗಳು ಸಮುದ್ರದ ದಿನನಿತ್ಯದ ಸಾಮಾನ್ಯ ಅಲೆಗಳಂತಿದ್ದವು. ಆದರೆ, ಕ್ರಿ.ಶ.ಹನ್ನೊಂದರಿಂದ–ಹದಿನೇಳನೆಯ ಶತಮಾನದವರೆಗಿನ ಕಾಶಿಯ ಚರಿತ್ರೆ ರಕ್ಕಸ ಅಲೆಗಳೋಪಾದಿಯಲ್ಲಿ ಮುಸ್ಲಿಮರ ದಾಳಿಗೆ ಸಿಲುಕಿತ್ತು (ತ್ಸುನಾಮಿಯ ತರಹ ಪರ್ವತಾಕಾರದ ಅಲೆಗಳು ಮತ್ತು ಸುಂಟರ ಗಾಳಿಯ ರೀತಿ!). ಹಿಂದಿನ ಸುಮಾರು ಏಳುಸಾವಿರ ವರ್ಷಗಳಲ್ಲಿ ಕಾಶಿಯಲ್ಲಾಗದ ಬದಲಾವಣೆ ಕೇವಲ ಏಳುನೂರ ವರ್ಷಗಳಲ್ಲಿ ನಡೆದುಹೋಯಿತು. ಈ ಸುಂಟರಗಾಳಿಯಿಂದಾದ ಆಂತರಿಕ ಪರಿಣಾಮಗಳನ್ನು ಅನಂತರ ನೋಡಬಹುದು. ಮೊದಲು, ಅದು ಎಬ್ಬಿಸಿದ ಆ ದೂಳಿನಲ್ಲೂ ಹೊರಗಣ್ಣಿಗೆ ಕಂಡ ಕೆಲವು ಪರೋಕ್ಷನೋಟಗಳನ್ನು ತಿಳಿಯೋಣ. ಹಿಂದೆ, ವಿಧರ್ಮೀಯರ ದಾಳಿಯಲ್ಲಿ ಕಾಶಿಯ ಕೆಲವು ಮಂದಿರಗಳು ಧ್ವಂಸವಾಗಿದ್ದ ವಿಚಾರ ಬಂದಿತ್ತು. ಧರ್ಮನಿರಪೇಕ್ಷ ರಾಷ್ಟ್ರದಲ್ಲಿ ಇದನ್ನೆಲ್ಲ ಮಾತನಾಡಬಾರದೆಂದರೆ ನಾವು ಭಾರತದ ಚರಿತ್ರೆಯ, ಅದರಲ್ಲೂ ಕಾಶಿಯ ಕಥೆಗಳ, ಹೆಚ್ಚಿನ ಭಾಗವನ್ನು ತೇಲಿಸಿ, ಹಾರಿಸಿ, ಅಳಿಸಿಹಾಕಿ ಮುಂದೆ ಹೋಗಬೇಕಾಗುತ್ತದೆ. ಹೆಜ್ಜೆಹೆಜ್ಜೆಗೂ ಕಾಲಿಗೆ ಸಿಕ್ಕಿ ತೊಡಕಾಗುವ ಅವಶೇಷಗಳನ್ನು ನೋಡಿಯೂ ನೋಡದಂತೆ ದಾಟಿಹೋಗುವಂತಾಗುತ್ತದೆ. ಭವಿಷ್ಯದ ಹಗಲುಗನಸುಗಳ ಸಲುವಾಗಿ ಭೂತದ ಅತ್ಯಾಚಾರಗಳೆಲ್ಲವನ್ನು 'ದಿಗಿಲುಗನಸುಗಳು' 'ದಿಗ್ಭ್ರಮೆಗಳು' ಎಂದು ಕೊಡವಿ ಹಾಕಿದಂತಾಗುತ್ತದೆ.

ಚಾರಿತ್ರಿಕವಾಗಿ ನೋಡಿದರೆ ಕಾಶಿ ಅನೇಕ ವಿದೇಶಿ ದಂಡಯಾತ್ರೆಗಳನ್ನು ಎದುರಿಸಿದೆ. ಇಲ್ಲಿಯ ಬಾಹ್ಯ ಜೀವನ ಪದೇಪದೆ ಅಸ್ತವ್ಯಸ್ತಗೊಂಡಿದೆ, ಗುಡಿಗೋಪುರಗಳು ಧ್ವಸ್ತವಾಗಿವೆ, ಲೂಟಿ ಧಂಗೆಯಿಂದ ಜನ ಅಪಾರ ಸಾವು ನೋವುಗಳನ್ನು ಅನುಭವಿಸಿದ್ದಾರೆ, ತಮ್ಮೆಲ್ಲವನ್ನೂ ಕಳೆದುಕೊಂಡು ದೀನರಾಗಿದ್ದಾರೆ, ಬಲವಂತದಿಂದ ಧರ್ಮ ಬಾಹಿರರಾಗಿದ್ದಾರೆ, ಮುಸ್ಲಿಮರ ದಬ್ಬಾಳಿಕೆಯಲ್ಲಿ ಸೊರಗಿದ್ದಾರೆ, ಅವರ ಖಡ್ಗಕ್ಕೆ ರಕ್ತಲೇಪನವಾಗಿದ್ದಾರೆ, ಇಂಗ್ಲಿಷರ ಹಿಡಿತದಲ್ಲಿ ನಲುಗಿದ್ದಾರೆ, ಅವರ ಗಾಣದ ಎತ್ತುಗಳಾಗಿದ್ದಾರೆ. ನೆರೆರಾಜ್ಯದಲ್ಲಿರುವ ಇನ್ನೊಬ್ಬ ಹಿಂದೂರಾಜ ದಂಡೆತ್ತಿಬರುವುದಕ್ಕೂ ಮುಸ್ಲಿಮರ ದಾಳಿಗೂ ಇರುವ ಅಜಗಜಾಂತರ

ವ್ಯತ್ಯಾಸವನ್ನು ಅನಂತರದಲ್ಲಿ ನೋಡೋಣ. ಈಗ ಏಳು ಶತಮಾನಗಳಲ್ಲಿ ಅವರಿಂದಾದ ದಾಳಿಗಳ ಕೆಲವು ವಿವರಗಳನ್ನು ಇಲ್ಲಿ ಕೊಡಲಾಗಿದೆ.

ಕ್ರಿ.ಶ.1019 ಮತ್ತು 1022ರಲ್ಲಿ ಮಹಮ್ಮದ್ ಘಜ್ನಿಯು ಎರಡುಸಲ ಕಾಶಿಯನ್ನು ಲೂಟಿಹೊಡೆದು, ಅನೇಕ ಮಂದಿರಗಳನ್ನು ಕೆಡವಿದನೆಂದು 'ಸನ್ಮಾರ್ಗ' ಎಂಬ ಪತ್ರಿಕೆಯ 'ವಾರಾಣಸಿ ವಿಶೇಷಾಂಕ' (ಪು37) ಹೇಳುತ್ತದೆ. ಚರಿತ್ರಕಾರ ಡಾ। ಏ.ಎಸ್.ಅಲ್ಟೇಕರ್ ಅವರು ಕ್ರಿ.ಶ.1033ರಲ್ಲಿ ಅಹಮದ್ ನಿಯಾಲ್ತಗಿನ್ ಎಂಬ ಮಹಮ್ಮದ್ ಘಜ್ನಿಯ ಸೇನಾನಾಯಕನು ಗಂಗೆಯ ಮೇಲೆ ದೋಣಿಯಲ್ಲಿ ಹೋಗುತ್ತಿದ್ದಾಗ ವಾರಾಣಸಿಯು ಅವನ ಕಣ್ಣಿಗೆ ಬಿತ್ತೆಂದೂ, ಈ ಆಕಸ್ಮಿಕವೇ ಕಾಶಿಯ ಮೇಲಿನ ಮುಸ್ಲಿಮರ ಮೊದಲ ದಾಳಿಗೆ ಕಾರಣವಾಯಿತೆಂದೂ ಹೇಳುತ್ತಾರೆ. ಆಗ ವಾರಾಣಸಿಯ ಅನೇಕ ಮಂದಿರಗಳು ಧ್ವಂಸವಾದುವು, ಪೇಟೆ ಲೂಟಿಯಾಯಿತು. ಸೇನಾನಾಯಕನ ಮೊದಲೇ ಘಜ್ನಿಯ ಎರಡು ದಾಳಿಗಳಾಗಿದ್ದರೂ ಇರಬಹುದು. ಗಹಡವಾಲ ರಾಜ ಗೋವಿಂದಚಂದ್ರನು (ಕ್ರಿ.ಶ.1114–1154) ತನ್ನ ಆಳ್ವಿಕೆಯ ಮೊದಲ ನಾಲ್ಕುವರ್ಷಗಳಲ್ಲಿ ಎರಡುಸಲ ಮುಸ್ಲಿಮರ ದಾಳಿಯನ್ನು ಎದುರಿಸಿ ಅವರನ್ನು ಹಿಮ್ಮೆಟ್ಟಿಸಿದನೆಂದು ಡಾ। ಮೋತಿಚಂದ್ರರ ಪುಸ್ತಕದಲ್ಲಿ (ಪು.119) ಉಲ್ಲೇಖಗೊಂಡಿದೆ. ಕ್ರಿ.ಶ.1118ರಲ್ಲಿ (2ನೆಯ ಅಥವಾ 3ನೆಯ ಸಲ) ಮಹಮ್ಮದ್ ಘಜ್ನಿಯ ಸೋದರಳಿಯನೆನಿಸಿದ ಮಸೂದ್ ಸಾಲಾರ್‌ಗಾಜೀ ಬನಾರಸ್ ಮೇಲೆ ದಂಡೆತ್ತಿ ಬಂದಿದ್ದನು. ಆದರೆ ರಾಜ ಗೋವಿಂದಚಂದ್ರನಿಂದ ಸೋತು, ಅವನು ಯುದ್ಧದಲ್ಲಿ ಮಡಿದನು. ಈ ದಾಳಿಗಳಾದ ನಂತರವೂ ಅನೇಕ ಮುಸ್ಲಿಮರು ಗಹಡವಾಲರ ರಾಜ್ಯದಲ್ಲಿ ಅಲ್ಲಲ್ಲಿ ನಿಂತರು. ಒಟ್ಟಿನಲ್ಲಿ ಘಜ್ನಿ ಮತ್ತು ಅವನ ಮುಂದಿನ ಪೀಳಿಗೆಯವರು 1019, 1022, 1033, 1116. 1118 (ಎರಡು ಸಲ) ಆರುಸಲ ಕಾಶಿಯ ಮೇಲೆ ದಂಡೆತ್ತಿ ಬಂದಿದ್ದರು.

ಹಿಂದೂಗಳ ಪರಮತ ಸಹಿಷ್ಣುತೆಗೆ ಇಲ್ಲಿ ಒಂದೆರಡು ಉದಾಹರಣೆಗಳನ್ನು ನೋಡಬಹುದು. ಕ್ರಿ.ಶ.1118ರಲ್ಲಿ ಯುದ್ಧದಲ್ಲಿ ಮಡಿದ ಮಸೂದ್ ಸಾಲಾರ್‌ಗಾಜಿಯ ಗೋರಿ ಬಹರೈಚ್‌ನಲ್ಲಿದೆ. ಅವನನ್ನು ಹುತಾತ್ಮನೆಂದು ಗೌರವಿಸಿ, ಇಂದಿಗೂ ಅಲ್ಲಿ 'ಗಾಜಿಮಿಯಾ'ನ ಮೇಳ ಪ್ರತಿವರ್ಷವೂ ನಡೆಯುತ್ತಿದ್ದು, ಅದರಲ್ಲಿ ಹಿಂದೂಗಳೂ ಹೆಚ್ಚಿನ ಸಂಖ್ಯೆಯಲ್ಲಿ ಸೇರುತ್ತಾರೆ. ವಿಜಯಚಂದ್ರನ ಕಾಲದಲ್ಲಿ (ಕ್ರಿ.ಶ.1154–1170) ಬನಾರಸ್‌ನಲ್ಲಿದ್ದ ದಲೇಲ್‌ಖಾನನ ಮಗ ಹುಸೇನ್‌ಖಾನ್ ಎಂಬವನು 'ಹುಸೇನ್‌ಪುರ' ಬಡಾವಣೆಯನ್ನು ಕಟ್ಟಿಸಿದನು. ಮುಂದೆ ಜಯಚಂದ್ರನ ಕಾಲದಲ್ಲಿ (ಕ್ರಿ.ಶ.1170–1194) ತಾಲಿಬ್‌ಅಲಿ ಎಂಬುವನು ಗಡವಾಸಿಟೋಲಾ ಮೊಹಲ್ಲಾ ಬಡಾವಣೆಯನ್ನು ಕಟ್ಟಿಸಿದನು. ನಮ್ಮನ್ನು ಕೊಲ್ಲಲು ಬಂದವನು ಹುತಾತ್ಮನೇ ಅಲ್ಲದೆ, ನಮಗೂ ಮಹಾತ್ಮ! ನೆನ್ನೆಯಿನ್ನೂ ಮನೆಮಂದಿಗೆ ಚೂರಿಹಾಕಿದವರಿಗೆ ಇಂದು ಮನೆಯಂಗಳದಲ್ಲಿ ಉಪಚಾರ!

ಗಹಡವಾಲ ರಾಜ ಜಯಚಂದ್ರನ ಕಾಲದಲ್ಲಿ (ಕ್ರಿ.ಶ.1170–1194), ಬನಾರಸ್‌ನ ಗಹಡವಾಲ, ಚಂದೇಲದ ಪರಮಾರ ಮತ್ತು ಚೌವ್ಹಾಣ ಇವರುಗಳ ಮಧ್ಯೆ ವೈಮನಸ್ಯವಿತ್ತು. ಪೃಥ್ವೀರಾಜ ಚೌವ್ಹಾಣ ಮತ್ತು ಸಂಯೋಗಿತಾ ಇವರ ಪ್ರೇಮಪ್ರಕರಣದಿಂದಾಗಿ ಪೃಥ್ವೀರಾಜನಿಗೂ ಜಯಚಂದ್ರನಿಗೂ ದ್ವೇಷಬೆಳೆಯಿತು. ಪೃಥ್ವೀರಾಜನ ಪರಾಕ್ರಮ ಮತ್ತು ಅವನ ಪ್ರಣಯದ ಬಗ್ಗೆ ಬರೆದಿರುವ ರಸಮಯ ಕಾವ್ಯ 'ಪೃಥ್ವೀರಾಜ ರಾಸೋ' ಇಬ್ಬರು ರಾಜರ ಮಧ್ಯೆಬೆಳೆದಿದ್ದ ದ್ವೇಷವನ್ನು ಹೇಳುತ್ತದೆ. ಜಯಚಂದ್ರನು ಮಹಮ್ಮದ್ ಶಹಬುದ್ದೀನ್ ಘೋರಿಯನ್ನು ಆಮಂತ್ರಿಸಿದನೆಂದೂ, ಅನೇಕ ರಾಜರು ಪೃಥ್ವೀರಾಜನ ಕಡೆಯಿದ್ದರೂ ಜಯಚಂದ್ರನು ಅವನಿಗೆ ವಿರೋಧವಾಗಿ ನಿಂತಿದ್ದನೆಂದೂ ತಿಳಿದುಬರುತ್ತದೆ. ಘೋರಿಯು ಕ್ರಿ.ಶ.1193ರಲ್ಲಿ ಜಯಚಂದ್ರನ ಕನ್ನೌಜನ್ನು ಗೆದ್ದು ಲೂಟಿ ಹೊಡೆದಮೇಲೆ ವಾರಾಣಸಿಯನ್ನು ಕೊಳ್ಳೆಹೊಡೆಯುವ ಕೆಲಸವನ್ನು ಅವನ ಸೇನಾನಾಯಕ ಕುತುಬುದೀನ್ ಐಬಕ (ಮತ್ತು ಶಹಬುದ್ದೀನ್) ಇವರಿಗೆ ಬಿಟ್ಟಿದ್ದೂ, ಅವನು ಈ ಕೆಲಸವನ್ನು ಕ್ರಿ.ಶ.1194ರಲ್ಲಿ ಬಹಳ ಸಮರ್ಪಕವಾಗಿ ಮಾಡಿಮುಗಿಸಿದ್ದೂ ಹಿಂದೊಮ್ಮೆ ಬಂದಿದೆ.

ಬನಾರಸ್‌ನ ಆಕ್ರಮಣದಬಗ್ಗೆ ಹೇಳಿಕೆಗಳು ಒಮ್ಮುಖವಾಗಿಲ್ಲ. ಘೋರಿಯು ಬನಾರಸ್ಸಿಗೂ ಬಂದಿದ್ದನೆಂದೂ, ಅವನು ಕೋಲ್‌ನ (ಅಲಿಘಡ್‌ನ) ಕೋಟೆಯನ್ನು ಗೆದ್ದಮೇಲೆ ತನ್ನ ಸೈನ್ಯದೊಂದಿಗೆ ಐಬಕನ ಜೊತೆ ಸೇರಿದನೆಂದೂ, ಒಟ್ಟು ಐವತ್ತು ಸಾವಿರ ಕವಚಧಾರೀ ಸೈನಿಕರು ತಯಾರಿದ್ದರೆಂದೂ, ಕೊನೆಗೆ ಘೋರಿಯು ಐಬಕನ ಜೊತೆಗೆ ಸಾವಿರ ಕುದುರೆಸವಾರ ಸೈನಿಕರನ್ನು ಬನಾರಸ್‌ನ ಆಕ್ರಮಣಕ್ಕೆ ಕಳಿಸಿದನೆಂದೂ ವಿವಿಧ ಹೇಳಿಕೆಗಳಿವೆ. ಜಯಚಂದ್ರನ ಸೈನ್ಯದಲ್ಲಿ 300/700 ಆನೆಗಳು ಮತ್ತು ಅನೇಕ ಸೈನಿಕರಿದ್ದರೆಂದು ತಿಳಿದುಬರುತ್ತದೆ. ಘೋರಿಯ ಸೇನಾಪತಿಯ ಹೆಸರು ಕುತುಬುದೀನ್ ಅಹಮದ್ ಬಿನ್ ಮಹಮದ್ ಎಂದಿತ್ತೆಂದು ಮುಸ್ಲಿಮ್ ಇತಿಹಾಸಕಾರರು ಹೇಳಿದ್ದಾರೆ. ಅವನ ಒಂದುಕಣ್ಣು ಐಬಾಗಿದ್ದುದರಿಂದ ಅವನಿಗೆ ಐಬಕನೆಂಬ ಅನ್ವರ್ಥನಾಮವಿತ್ತೆಂದೂ ತಿಳಿದುಬರುತ್ತದೆ. ಈ ಒಕ್ಕಣ್ಣ ಐಬಕನ ಕೆಲಸ ಜಯಚಂದ್ರನ ಸೈನ್ಯವನ್ನು ದೂಳೀಪಟಮಾಡಿ, ಬನಾರಸ್‌ಅನ್ನು ಲೂಟಿಮಾಡುವುದರಲ್ಲೇ ಮುಗಿಯಲಿಲ್ಲ. ಅವನು ತನ್ನ ಲೂಟಿಯನ್ನು 1400 ಒಂಟೆಗಳಮೇಲೆ ಹೊರಿಸಿ ಘೋರಿಗೆ ಕಳಿಸಿದ, ನಗರವನ್ನು ಕೈವಶಮಾಡಿಕೊಂಡ, ಸಾವಿರ (ಅನೇಕ) ಮಂದಿರಗಳನ್ನು ಧ್ವಂಸಮಾಡಿದ, ಅವುಗಳ ಮೇಲೆಯೆ ಮಸೀದಿಗಳನ್ನೂ ಕಟ್ಟಿಸಿದ. ಕುತುಬ್‌ದಿನ್ ಇಲ್ಲಿಯ ಮಂದಿರವನ್ನು (ವಿಶ್ವನಾಥ ಮಂದಿರವನ್ನು) ಕೆಡವಿ, ಢಾಯಿ ಕಂಗೂರೆ ಮಸೀದಿಯನ್ನು ಕಟ್ಟಿದನು–ಇನ್ನೆಷ್ಟು ಮಸೀದಿಗಳನ್ನು ಕಟ್ಟಿಸಿದನೋ ಗೊತ್ತಿಲ್ಲ. ಅವನು ಶರೀಯತ್ ನ್ಯಾಯವನ್ನು ಹೇರಿದ, ದೀನಾರ್ ಮತ್ತು ದಿರ್ಹಾಮ್ ನಾಣ್ಯಗಳ ಮೇಲೆ ಹೊಸರಾಜನ ಹೆಸರು ಮುದ್ರೆ ಅಂಕಿತಗೊಳಿಸಿದ. ಇದೆಲ್ಲದರಿಂದ

ಜಯಚಂದ್ರನ ಉಪರಾಜಧಾನಿಯಾಗಿದ್ದ ಕಾಶಿಯು ತನ್ನ ಹಿಂದೂರಾಜನನ್ನು ಕಳೆದುಕೊಂಡು ಸುಮಾರು ಐನೂರುವರ್ಷಗಳಿಗೂ ಹೆಚ್ಚು ಮುಸ್ಲಿಮರ ಆಳ್ವಿಕೆಯಡಿ ಸಿಕ್ಕಿಕೊಂಡಿತು. ರಾಜನ ಮುಂದೆನಿಲ್ಲಿಸಿದ ಎಲ್ಲ ಆನೆಗಳು ಮಂಡಿಯೂರಿ, ಸೊಂಡಿಲೆತ್ತಿ ನಮಸ್ಕಾರ ಮಾಡಿದರೆ, ಜಯಚಂದ್ರನ ಬಿಳಿಯ ಆನೆಯೊಂದು ಮಾತ್ರ ಸೆಟೆದುನಿಂತು ತನ್ನ ಸ್ವಾಮಿನಿಷ್ಠತೆಯನ್ನು ಬೀಗಿತು! ಆ ಆನೆಯ ಬುದ್ಧಿ ನಮ್ಮ ರಾಜರಿಗೆ ಬರಲಿಲ್ಲ. ಉತ್ತರದ ಹಿಂದೂರಾಜರು, ಅವರ ಅಧೀನರು ಎಲ್ಲರೂ ಹೊಸರಾಜನಿಗೆ ತಮ್ಮ ಕರ್ತವ್ಯನಿಷ್ಠೆಯನ್ನು ಪ್ರಕಟಮಾಡಲು ಬಾರೀ ಉಡುಗೊರೆಗಳೊಂದಿಗೆ ಸಾಲುಗಟ್ಟಿ ನಿಂತರು! ಸ್ವಲ್ಪ ಸಮಯದಲ್ಲಿ ಒಕ್ಕಣ್ಣಿನ ದೃಷ್ಟಿ ಕೋಲ್‌ಕೋಟೆಯನ್ನು (ಅಲಿಘಡವನ್ನು) ರಕ್ಷಿಸುವಕಡೆ ಹರಿದಾಗ ಬನಾರಸ್ ಸ್ವತಂತ್ರವೂ ಆಗಿತ್ತು. ಆಗ ಜಯಚಂದ್ರನ ಮಗ ಹರಿಶ್ಚಂದ್ರನು ರಾಜ್ಯದ ಪೂರ್ವಭಾಗಗಳಲ್ಲಿ ಕ್ರಿ.ಶ 1197ರವರೆಗೆ ತನ್ನ ಅಧಿಕಾರ ಚಲಾಯಿಸುತ್ತಲಿದ್ದನು. ಕೊನೆಗೆ 1197ರಲ್ಲಿ ಐಬಕನು ಎರಡನೆಯ ಸಲ ಬನಾರಸ್ ಗೆದ್ದಮೇಲೆ ಅದು ಅಂತಿಮವಾಗಿ ಮುಸ್ಲಿಮರ ಕೈಸೇರಿತು. ಐಬಕನು ದೆಹಲಿಯ ಗದ್ದುಗೆಯ ಮೇಲೆ ಕ್ರಿ.ಶ.1206–1210ರಲ್ಲಿ ಕೂತಾಗಲೂ ಬನಾರಸ್ ಅವನ ಆಳ್ವಿಕೆಯಲ್ಲಿತ್ತು.

ಶಂಸುದ್ದೀನ್ ಇಲ್ತುಮಷ್‌ನ (ಕ್ರಿ.ಶ.1211–1226) ಮತ್ತು ಪ್ರಾಯಶಃ ಕೈಕೊಬಾದ್‌ನ ಕಾಲದಲ್ಲಿ ಬನಾರಸ್ ಎನ್ನುವುದು ಒಂದು ಸೂಬಾ (ಪ್ರಾಂತ) ಎಂತಲೂ ಮತ್ತು ಬನಾರಸ್ ಅದರ ರಾಜಧಾನಿಯಾಗಿತ್ತೆಂತಲೂ ತಿಳಿದುಬರುತ್ತದೆ. ಆದರೆ ಬನಾರಸ್ ಶೀಘ್ರವಾಗಿ ತನ್ನ ಪ್ರಾಮುಖ್ಯತೆಯನ್ನು ಕಳೆದುಕೊಂಡಿತು. ಅನೇಕ ಮಂದಿರಗಳನ್ನು ನೆಲಸಮಮಾಡಿ, ಅವುಗಳ ಜಾಗದಲ್ಲಿ ಮಸೀದಿಗಳನ್ನು ಕಟ್ಟಲಾಯಿತು. ಹೀಗೆಕಟ್ಟಿದ ಮಸೀದಿಗಳಲ್ಲಿ ಅಢಾಯಿ ಕಂಗೂರೆ ಮಸೀದಿ (ದಾರಾನಗರದಿಂದ ಹನುಮಾನ್ ಘಾಟಕ್ ರಸ್ತೆಯಲ್ಲಿ), 24 ಕಂಭಗಳ ಮಸೀದಿ (ಚೌಕಂಬಾ), ಮಖ್ದೂಮ್ ಸಾಹೇಬ ಗೋರಿ (ಗುಲ್ಜಾರ್ ಮೊಹಲ್ಲಾ), ಮತ್ತು ಭದವು ಮತ್ತು ರಾಜಘಟ್‌ನ ಮಸೀದಿಗಳು ಮುಖ್ಯವಾದುವು. ಬನಾರಸ್‌ನ ಸುಬೇದಾರನಾಗಿದ್ದ ಸೈಯದ್‌ಜಮಾಲುದ್ದಿನ್ ಮೂರ್ತಿಪೂಜೆಯ ತೀವ್ರವಿರೋಧಿಯಾಗಿದ್ದನು. ಸುಬೇದಾರನು ತನ್ನ ಹೆಸರಿನಲ್ಲಿ ಬನಾರಸ್‌ನ ಜಮಾಲುದ್ದಿನ್‌ಪುರ ಸ್ಥಾಪಿಸಿದ. ಏ.ಎಸ್.ಅಲ್ಟೇಕರ್ ಅವರ ಪ್ರಕಾರ ಗಿಯಾಸುದ್ದೀನ್ ತುಘಲಕ್‌ನ ಕಾಲದಲ್ಲಿ (ಕ್ರಿ.ಶ.1321–1325) ಅಧಿಕಾರಿಯಾಗಿದ್ದ ಜಲಾಲುದ್ದೀನ್ ಎಂಬುವನು ಜಲಾಲುದ್ದೀನ್‌ಪುರ ಸ್ಥಾಪಿಸಿದನು. ಗುಲಾಮ ಸಂತತಿ ದೆಹಲಿಯಲ್ಲಿ ಕ್ರಿ.ಶ.1166ರವರೆಗೂ ರಾಜ್ಯಭಾರ ಮಾಡಿತು. ಗಯಾಸುದ್ದಿನ್ ಬಲ್ಬನ್‌ನ (ಕ್ರಿ.ಶ.1266–1287) ಕಾಲದಲ್ಲಿ ಬನಾರಸ್‌ನ ಅಧೀಕ್ಷಕನಾಗಿದ್ದ ಹಾಜಿ ಇದ್ರಿಸ್ ಎಂಬುವನ ಹೆಸರಿನಲ್ಲಿ ಇಲ್ಲಿ ಒಂದು ಮೊಹಲ್ಲಾ ಬೆಳೆದುಬಂದಿದ್ದು ಇಂದಿಗೂ ಅದೇ ಹೆಸರಿನಲ್ಲಿದೆ. ಈ ಕಾಲದಲ್ಲಿನ (ಕ್ರಿ.ಶ.1266–

1287) ಬನಾರಸ್‌ನ ವಿಷಯ ಹೆಚ್ಚು ತಿಳಿಯುವುದಿಲ್ಲ. ಪ್ರಾಯಶಃ ಆಗ ಮಂದಿರಗಳನ್ನು ಒಡೆಯದಿರಬಹುದು ಮತ್ತು ಹೊಸ ಮಂದಿರ ಕಟ್ಟಲು ಯಾರ ಅಭ್ಯಂತರವು ಇಲ್ಲದಿರಬಹುದು.

ಕ್ರಿ.ಶ.1290ರಲ್ಲಿ ದೆಹಲಿಯಲ್ಲಿ ಖಿಲ್ಜಿವಂಶ ಆಳಲು ಶುರುಮಾಡಿತು. ಈ ವಂಶದ ಅಲ್ಲಾಉದ್ದಿನ್ ಖಿಲ್ಜಿ (ಕ್ರಿ.ಶ.1296–1316) ಮೂರ್ತಿಪೂಜೆಯ ಕಟ್ಟಾವಿರೋಧಿಯಾಗಿದ್ದ. ಅದೃಷ್ಟವಶಾತ್, ಅವನ ಕ್ರೂರಕಣ್ಣುಗಳು ಬೀಳುವ ಮೊದಲೇ ಅಂದರೆ ಇವನು ರಾಜ್ಯವಹಿಸಿಕೊಂಡ ಮೊದಲವರ್ಷವೇ, 1296ರಲ್ಲಿ ಬನಾರಸ್‌ನಲ್ಲಿ ಪದ್ಮಸಾಧುವಿನಿಂದ ಪದ್ಮೇಶ್ವರ ಮಂದಿರ ಕಟ್ಟಲ್ಪಟ್ಟಿತು. ಅಲ್ಲದೆ ಅವನ ದೃಷ್ಟಿ ದಕ್ಷಿಣದ ಕಡೆಗೆ ತಿರುಗಿದ್ದುದರಿಂದ ಕಾಶಿ ಉಳಿದುಕೊಂಡಿತು. ಕ್ರಿ.ಶ.1320ರಲ್ಲಿ ತುಘಲಕ್ ವಂಶದ ಆಳ್ವಿಕೆ ಶುರುವಾಗಿ, ಘಿಯಾಸುದ್ದೀನ್ ತುಘಲಕ್ (ಕ್ರಿ.ಶ.1321–1325), ಮಹಮದ್ ತುಘಲಕ್ (1325–1351) ಮತ್ತು ಫಿರೋಜ್ ತುಘಲಕ್ (1351–1388) ಆಳಿದರು. ಅನೇಕ ಅತ್ಯಾಚಾರದ ನಡುವೆಯು ಕಾಶಿಯ ಸಾಂಸ್ಕೃತಿಕ ಮತ್ತು ಧಾರ್ಮಿಕ ಜೀವನ ಸುಗಮವಾಗಿತ್ತು ಎಂದು ಮಹಮದ್ ತುಘಲಕ್‌ನ ಕಾಲದಲ್ಲಿದ್ದ ಜಿನಪ್ರಭಸೂರಿಯ ವಿವಿಧ ತೀರ್ಥಕಲ್ಪ ಎಂಬ ಗ್ರಂಥದಿಂದ ತಿಳಿಯುತ್ತದೆ. ಫಿರೋಜ್ ತುಘಲಕನ ಕಾಲದಲ್ಲಿ (1351–1388) ಮತ್ತೆ ಮಂದಿರಗಳಿಗೆ ಕುತ್ತು ಒದಗಿ ಬಂದಿತ್ತು ಹಾಗೂ ಬ್ರಾಹ್ಮಣರನ್ನು ಸತಾಯಿಸಿದ ಅನೇಕ ಉಲ್ಲೇಖಗಳು ಇತಿಹಾಸದಲ್ಲಿ ಕಾಣಬರುತ್ತವೆ (ಡಾ. ಮೋತಿಚಂದ್ರ, ಪು 186). ಕೆಲ ಸಮಯ ಬ್ರಾಹ್ಮಣರು ಜಸಿಯಾ ಕರದಿಂದ ಮುಕ್ತರಾಗಿದ್ದುದನ್ನು ನೋಡಿ ಫಿರೋಜ್ ತುಘಲಕ್ ಅವರ ಮೇಲೆ ಕಡ್ಡಾಯವಾಗಿ ಕರ ಹೇರಿದ. ಇವನ ಸೇನೆ ದೆಹಲಿಯಿಂದ ಪೂರ್ವದಿಕ್ಕಿಗೆ ಹೋಗುವ ರಸ್ತೆಯಲ್ಲಿ ಬನಾರಸ್ ಸಿಕ್ಕದೆ ಇದ್ದುದರಿಂದ ಇಲ್ಲಿಯ ಮಂದಿರಗಳು ಅವನ ಕ್ರೌರ್ಯದಿಂದ ಉಳಿದುಕೊಂಡವು. ಆದರೂ ಇವನು ಕಾಶಿಯ ಪವಿತ್ರವಾದ ಬರಕರಿ (ಬಕರಿಯ) ಕುಂಡವನ್ನು ಹಾಳುಗೆಡವಿಸಿ ಅದರ ಸುತ್ತಲಿದ್ದ ಮಂದಿರಗಳ ಜಾಗದಲ್ಲಿ ಮಸೀದಿಗಳನ್ನು ಕಟ್ಟಿಸಿದನು.

ಕ್ರಿ.ಶ.1393ರಲ್ಲಿ ಖ್ವಾಜಾ ಜಹಾನ್ ಮಲಿಕಸುರವರ್ ಎಂಬುವನು ಫಿರೋಜ್ ತುಘಲಕ್‌ನಿಂದ ಸ್ವತಂತ್ರನಾಗಿ ಜೌನ್‌ಪುರದ ಷರ್ಕಿವಂಶವನ್ನು ಆರಂಭಮಾಡಿದನು. ಷರ್ಕಿಯರು ಜೌನ್ಪುರದಲ್ಲಿ ಪ್ರಬಲರಾದಾಗ, ಕಾಶಿಯನ್ನು ಜೌನ್ಪುರದಿಂದಲೇ ಕ್ರಿ.ಶ.1393ರಿಂದ 1479ರವರೆಗು ಆಳಿದರು. ಕಾಶಿಯಲ್ಲಿ ಕ್ರಿ.ಶ.1470ರ ಸುಮಾರಿಗೆ ಷರ್ಕಿಯ ಅಧಿಕಾರಿಯಾಗಿದ್ದ ಗುಲಾಮ್‌ಅಮೀನ ಅವನ ಹೆಸರಿನಲ್ಲಿ ಇಲ್ಲಿಯ ಅಮೀನ ಮಂಡ್ವಿ ಮೊಹಲ್ಲಾ ಬಂದಿತು. ಆ ಸಮಯದಲ್ಲಿ ಕಾಶಿಗೆ ಯಾವ ರಾಜಕೀಯ ಮಹತ್ವವೂ ಇರಲಿಲ್ಲವೆನ್ನಬೇಕು. ಮಹಮದ್ ಶಾ ಷರ್ಕಿಯ ಕಾಲದಲ್ಲಿ (ಕ್ರಿ.ಶ.1436–1458) ಮೂರನೆಯ ಸಲ, ಸುಮಾರು ಕ್ರಿ.ಶ.1448ರಲ್ಲಿ

ಅವಿಮುಕ್ತೇಶ್ವರ ಮತ್ತು ವಿಶ್ವೇಶ್ವರ ಮಂದಿರಗಳನ್ನು ನಾಶಪಡಿಸಲಾಯಿತು (ರಾಣಾ ಪಿ.ಬಿ.ಸಿಂಗ್. ಪು 124). ಇನ್ನೊಂದು ಹೇಳಿಕೆಯ ಪ್ರಕಾರ ಸಿಕಂದರ್ ಲೋದಿಯು (ಕ್ರಿ.ಶ.1489–1517) ಕ್ರಿ.ಶ.1494ರಲ್ಲಿ ಕಾಶಿಯನ್ನು ವಶಪಡಿಸಿಕೊಂಡು, ಈ ಮಂದಿರಗಳನ್ನು ನೆಲಸಮಮಾಡಿದನು ('ವಂದೇ ಮಾತರಮ್', ಪು 18). ಅವನ ಕಾಲದಲ್ಲಿ ಒಂದು ಮಂದಿರವೂ ಉಳಿದಿರಲಾರದು, ಹಿಂದೂಗಳನ್ನಂತೂ ಚೆನ್ನಾಗಿ ಜಜ್ಜಿಹಾಕಿರಬೇಕು, ಈ ತುಳಿತದಿಂದ ಸುಧಾರಿಸಿಕೊಳ್ಳಲು ಬನಾರಸ್ಸಿಗೆ ನೂರುವರ್ಷವೇ ಹಿಡಿದಿರಬೇಕು ಎನ್ನುತ್ತಾರೆ, ಡಾ.ಮೋತಿಚಂದ್ರ. ಬನಾರಸ್‌ನ ಅನೇಕ ಮಂದಿರಗಳನ್ನು ಒಡೆದು, ಅವುಗಳ ಸಾಮಾನನ್ನು ಜೌನ್‌ಪುರಕ್ಕೆ ಸಾಗಿಸಿ, ಅಲ್ಲಿ ಮಸೀದಿಗಳನ್ನು ಕಟ್ಟಿಸಿದರು. ಈ ಹೇಳಿಕೆಗಳ ಪ್ರಕಾರ ಅವಿಮುಕ್ತೇಶ್ವರ ಮತ್ತು ವಿಶ್ವೇಶ್ವರ ಮಂದಿರಗಳ ಮೂರನೆಯ ಸಲದ ನಾಶ ಕ್ರಿ.ಶ.1448ರಿಂದ 1494ರ ಮಧ್ಯದಲ್ಲಿ ನಡೆದಿರಬಹುದು.

ಕ್ರಿ.ಶ.1526ರಲ್ಲಿ ದೆಹಲಿಯಲ್ಲಿ ಮೊಗಲರ ಆಳ್ವಿಕೆ ಬಾಬರನು ಇಬ್ರಾಹಿಮ್ ಲೋದಿಯನ್ನು ಗೆದ್ದನಂತರ ಶುರುವಾದರೂ, ಹಿಂದಿನ ಲೋದಿಸಾಮ್ರಾಜ್ಯದ ಪೂರ್ವಭಾಗವು ಆಫ್ಘನ ಪಠಾನರ, ಸರದಾರರ ಹಿಡಿತದಲ್ಲಿಯೆ ಇತ್ತು. ಕ್ರಿ.ಶ.1527ರಲ್ಲಿ ಹುಮಾಯೂನನು ಬನಾರಸ್ ಗೆದ್ದು ತನ್ನ ತಂದೆಯ ರಾಜ್ಯಕ್ಕೆ ಸೇರಿಸಿದನು. ಆದರೆ ಹುಮಾಯೂನ್ ದೆಹಲಿಯ ರಸ್ತೆ ಹಿಡಿದಕ್ಷಣವೇ ಆಫ್ಘನರು ಬನಾರಸ್‌ನ್ನು ವಾಪಸ್ಸುಪಡೆದರು. ಬಾಬರ್ ಮತ್ತೊಮ್ಮೆ ಅದನ್ನು 1528ರಲ್ಲಿ ಗೆದ್ದುಕೊಳ್ಳಬೇಕಾಯಿತು. ಬಾಬರ್, ಹುಮಾಯುನ್ ಮತ್ತು ಶೇರ್‌ಖಾನ್ ಸೂರಿಯ ಮಧ್ಯೆ ನಡೆದ ಯುದ್ಧಗಳಲ್ಲಿ ಬನಾರಸ್ ಮತ್ತು ಸುತ್ತಮುತ್ತಲಿನ ಪ್ರದೇಶಗಳು ಯುದ್ಧಕ್ಷೇತ್ರವಾಗಿದ್ದವು. 1531ರಲ್ಲಿ ಹುಮಾಯೂನ್ ಬನಾರಸ್/ಸಾರನಾಥದಲ್ಲಿ ತಂಗಿದ್ದನು. ಕ್ರಿ.ಶ. 1538ರಲ್ಲಿ ಹುಮಾಯುನ್ ಬಂಗಾಳದಲ್ಲಿ ಆರಾಮದ ಜೀವನ ಸಾಗಿಸುತ್ತಿದ್ದಾಗ, ಶೇರ್‌ಖಾನ್ (ಶಾ) ಸೂರಿಯು ಬನಾರಸ್ ಮೇಲೆ ದಾಳಿಮಾಡಿದನು. 1538ರಿಂದ 1554ರವರೆಗೆ ಬನಾರಸ್ ನಗರ ಮತ್ತು ಜಿಲ್ಲೆ ಶೇರ್‌ಶಾ ಮತ್ತು ಅವನ ಮಗ ಇಸ್ಲಾಮ್‌ಶಾನ ಆಡಳಿತದಲ್ಲಿತ್ತು.

ಅಕ್ಬರನ ಕಾಲದಲ್ಲಿಯೂ (ಕ್ರಿ.ಶ.1556–1605) ಪೂರ್ವಿಪ್ರದೇಶ ಮತ್ತು ಬನಾರಸ್‌ಗಾಗಿ ಯುದ್ಧ ನಡೆಯುತ್ತಲೇ ಇದ್ದು ಕ್ರಿ.ಶ 1559ರವರೆಗು ಬನಾರಸ್ ಮೊಗಲರ ಪೂರ್ಣಅಧೀನದಲ್ಲಿರಲಿಲ್ಲ. ಕ್ರಿ.ಶ. 1565ರಲ್ಲಿ ಅಕ್ಬರ್ ಬನಾರಸ್‌ಗೆ ಬಂದಮೇಲೆ ಇಲ್ಲಿ ಶಾಂತಿನೆಲೆಸಿತು. ಆದರೆ, ಅವನು ದೆಹಲಿಯ ಕಡೆ ತಿರುಗಿದೊಡನೆ ಅವನ ಸೇವೆಯಲ್ಲಿದ್ದ ಖಾನ್‌ಜಮಾನ್ ಬಂಡಾಯವೆದ್ದನು. ಸಿಟ್ಟಿಗೆದ್ದ ಅಕ್ಬರ್ ಪುನಃ ಬನಾರಸ್‌ಗೆ ಮರಳಿ, ಬಂಡಾಯಗಾರರನ್ನು ಸದೆಬಡಿದನು. ಆದರೆ ಬಂಡಾಯ ಮುಗಿದಿರಲಿಲ್ಲ. ಎರಡನೆಯ ಸಲ, ಕ್ರಿ.ಶ. 1567ರಲ್ಲಿ ಅಕ್ಬರ್ ಇಲ್ಲಿಗೆ ಬಂದು ಬನಾರಸ್ ನಗರವನ್ನೇ ಲೂಟಿಹೊಡೆಸಿದನು!

ಕ್ರಿ.ಶ.1580ರಲ್ಲಿ ಆಫ್ಘನರ ಮೇಲೆ ಬಿಹಾರದ ಮುಂಗೈರ್‌ನಲ್ಲಿ ಜಯಸಾಧಿಸಿದ ಮೇಲೆ, ಅಕ್ಬರ್ ಸಮಾಧಾನದ ನಿಟ್ಟುಸಿರು ಬಿಟ್ಟಿರಬೇಕು. ಮಾನ್‌ಸಿಂಗ್, ತೋಡರ್‌ಮಲ್, ಭಗವಾನ್‌ದಾಸ್ (ಜಹಂಗೀರನ ತಾಯಿ ಜೋಡಾಬಾಯಿಯ ಸೋದರಳಿಯ) ಮತ್ತು ತೋಡರ್‌ಮಲ್ಲನ ಮಗ ಗೋಬರ್ಧನದಾಸ್ ಇವರೆಲ್ಲರ ಪ್ರಭಾವದಿಂದ ಅಕ್ಬರನ ಧಾರ್ಮಿಕಸಹಿಷ್ಣತೆ ಕ್ರಮೇಣ ಸುಧಾರಿಸಿತು.

ಕಾಲಕ್ರಮೇಣದಲ್ಲಿ ಅಕ್ಬರನಲ್ಲಿ ಬೆಳೆದುಬಂದ ಧರ್ಮಸಹಿಷ್ಣುತೆ ಅವನ ಅಧಿಕಾರಿಗಳಲ್ಲೂ ಹರಿದು ಬಂದಿತ್ತು ಎಂದು ಹೇಳುವ ಹಾಗಿಲ್ಲ. ಕ್ರಿ.ಶ.1584ರಲ್ಲಿ ಅಲಹಾಬಾದಿನ ಕೋಟೆ ನಿರ್ಮಾಣವಾದ ಅನಂತರ ಅದು ಸುಬಾದ ರಾಜಧಾನಿಯಾಗಿ, ಬನಾರಸ್ ಆ ಸುಬಾದ ಒಂದು ಜಿಲ್ಲೆಯಾಯಿತು. ಆಗಿನಿಂದ ಕ್ರಿ.ಶ.1599ರವರೆಗೆ ಇಲ್ಲಿಯ ಫೌಜ್‌ದಾರನಾಗಿದ್ದವನು ಮಿರ್ಜಾಚೀನ್ ಕಿಲೀಚ್‌ಖಾನ್ ಎಂಬುವನು. ಅವನು ವ್ಯಾಪಾರಿಗಳ ಮೇಲೆ ಕಠೋರದೃಷ್ಟಿ ಇಟ್ಟಿದ್ದನೆಂದು ಆ ಕಾಲದ ಬನಾರಸೀದಾಸನ "ಅರ್ಧಕಥಾನಕ್" ಎಂಬ ಪುಸ್ತಕದಿಂದ ತಿಳಿದುಬರುತ್ತದೆ. ಒಮ್ಮೆ ತನಗೆಬೇಕಿದ್ದ ಆಭರಣ ಸಿಗಲಿಲ್ಲವೆಂದು ಜೌನ್‌ಪುರದ ಎಲ್ಲ ಚಿನ್ನ ಬೆಳ್ಳಿ ವ್ಯಾಪಾರಿಗಳನ್ನೆಲ್ಲ ಹಿಡಿದುಹಾಕಿ, ಅವರಿಗೆ ಮೊನಚಾದ ಬಾರುಕೋಲಿನಿಂದ ಹೊಡೆಸಿದನು. ಎಷ್ಟೋ ವ್ಯಾಪಾರಿಗಳು ಹೆದರಿಕೆಯಿಂದ ಜೌನ್‌ಪುರ ಬಿಟ್ಟು ಓಡಿಹೋದವರು, ಕಿಲೀಚ್‌ಖಾನ್ ಆಗ್ರಾಕ್ಕೆ ವರ್ಗವಾದ ಮೇಲೆ ತಿರುಗಿಬಂದರು. ಈ ರೀತಿಯ ಬರ್ಬರ ಕೃತ್ಯಗಳು ಬನಾರಸ್‌ನಲ್ಲಿ ಅದೆಷ್ಟು ನಡೆದವೊ ಗೊತ್ತಿಲ್ಲ. ಇದೇ ರೀತಿ ಜಹಂಗೀರನ ಕಾಲದ (ಕ್ರಿ.ಶ.1602–1627) ಆಗಾ ನೂರ್ ಎಂಬ ಪ್ರತಿಷ್ಠಿತವ್ಯಕ್ತಿ ಇಲ್ಲಿಯ ಕುಂದಣಗಾರ, ಸಾಹುಕಾರ, ಸರಾಫ್, ಚಿನ್ನಬೆಳ್ಳಿ ವ್ಯಾಪಾರಸ್ಥ, ಮುಂತಾದವರನ್ನು ಹಿಡಿದು ಅವರಿಗೆ ಬೇಡಿಹಾಕಿಸಿ, ಅತ್ಯಾಚಾರವೆಸಗಿದನು. ಜಹಂಗೀರನ ಸಮಯದಲ್ಲಿ ಬನಾರಸ್‌ನಲ್ಲಿ ಅನೇಕ ಮಂದಿರಗಳ ನಿರ್ಮಾಣ ಶುರುವಾಗಿತ್ತು. ಆದರೆ ಶಹಜಹಾನ್ (ಕ್ರಿ.ಶ.1627–1658) ಬಂದೊಡನೆಯೆ ಅರ್ಧಕಟ್ಟಿರುವ ಎಲ್ಲ ಮಂದಿರಗಳನ್ನು ಒಡೆದುಹಾಕಬೇಕೆಂಬ ಆಜ್ಞೆಯನ್ನು ಹೊರಡಿಸಿದನು. ಈ ಕಾರ್ಯಸಾಧಿಸಲು ಅಲಹಾಬಾದಿನಿಂದ ಬನಾರಸ್‌ಗೆ ಹೊರಟಿದ್ದ ಸುಬೇದಾರನ ಚಿಕ್ಕಪ್ಪನ ಮಗ ಮತ್ತು ಅವನ ಮೂರು ಅನುಚರರನ್ನು ರಾಜಪೂತನೊಬ್ಬ ಮಾರ್ಗಮಧ್ಯದಲ್ಲಿ, ಮುಗಲ್‌ಸರಾಯ್ ಹತ್ತಿರ, ಕೊಂದುಹಾಕಿದನು. ಈ ಕಾರಣಕ್ಕಾಗಿ ರಾಜಪೂತನನ್ನು ಕೊಲ್ಲಿಸಿ ಅವನ ಹೆಣವನ್ನು ಮರಕ್ಕೆ ನೇತುಹಾಕಿದ್ದ ದೃಶ್ಯ ಮತ್ತು ಸಂಗತಿಯನ್ನು ಪೀಟರ್ ಮಂಡಿ ಎಂಬ ಇಂಗ್ಲಿಷ್ ಪ್ರವಾಸಿ ತನ್ನ ಪ್ರವಾಸಕಥನದಲ್ಲಿ (ಕ್ರಿ.ಶ.1632) ವರ್ಣಿಸುತ್ತಾನೆ. ಆದರೆ, ಬನಾರಸ್ ನಗರವೊಂದರಲ್ಲಿಯೆ 76 ಅರ್ಧಕಟ್ಟಿದ ಮಂದಿರಗಳನ್ನು ಕೆಡವಿಹಾಕುವುದನ್ನು ಯಾರೂ ತಪ್ಪಿಸಲಾಗಲಿಲ್ಲ. ಶಹಜಹಾನನ ಕಾಲದಲ್ಲಿನ ಒಂದು ಒಳ್ಳೆಯ ಘಟನೆಯೆಂದರೆ, ಪ್ರಸಿದ್ಧಪಂಡಿತ

ಕವೀಂದ್ರಾಚಾರ್ಯನನ್ನು (ಕ್ರಿ.ಶ.1627–1670) ಮೆಚ್ಚಿ, ಅವನಿಗೆ 'ಸರ್ವವಿದ್ಯಾನಿಧಾನ' ಎಂಬ ಬಿರುದುಕೊಟ್ಟುದಲ್ಲದೆ, ಪಂಡಿತನ ಕೋರಿಕೆಯಂತೆ ಪ್ರಯಾಗ ಮತ್ತು ಕಾಶಿಗೆ ಬರುವ ಯಾತ್ರಿಕರ ಮೇಲಿನ ಕರವನ್ನು ತೆಗೆದುಹಾಕಿದ್ದುದು. ಶಹಜಹಾನನ ನಂತರ ದೆಹಲಿಯ ಗದ್ದುಗೆಗೆ ಏರಲು ಅವನ ಮಕ್ಕಳಲ್ಲಾದ ಜಗಳ, ಯುದ್ಧಗಳ ಒಂದೆರಡು ಉದಾಹರಣೆಗಳನ್ನು ಇಲ್ಲಿ ಕೊಡುವುದು ಸೂಕ್ತ. ಏಕೆಂದರೆ, ಎರಡು ಗೂಳಿಗಳ ಕಾದಾಟಕ್ಕೆ ನಮ್ಮ ಸುಂದರವನವೇ ಆಗಬೇಕೆ ಎನ್ನುವ ರೀತಿಯಲ್ಲಿ ಇವರ ಮಧ್ಯದ ಕಾಳಗದಲ್ಲಿ ಬನಾರಸ್ ಸಹ ಸಿಕ್ಕಿ ಹೊಸಕಿಹೋಗಿತ್ತು !

ಅಕ್ಬರನಿಗಿಂತಲೂ ದಾರಾಶುಕೊನ ಧರ್ಮಸಹಿಷ್ಣುತೆ ಉನ್ನತ ಮಟ್ಟದ್ದೆಂದು ಇಲ್ಲಿಯ ಎಲ್ಲರ ನಂಬಿಕೆ. ಅಕ್ಬರ್ ಧರ್ಮಸಹಿಷ್ಣುತೆಯನ್ನು ಬಲವಂತವಾಗಿ ಬೆಳೆಸಿಕೊಂಡರೆ, ದಾರಾಶುಕೊನಿಗೆ ಅದು ಸ್ವಾಭಾವಿಕವಾಗಿಯೆ ರಕ್ತದಲ್ಲಿ ಹರಿದುಬಂದಿತ್ತು. ಇವನು ಯಹೂದಿ ಮತ್ತು ಕ್ರಿಶ್ಚಿಯನರ ಧರ್ಮಗ್ರಂಥಗಳನ್ನು ಓದಿದ್ದಲ್ಲದೆ, ಉಪನಿಷದ್ ಗ್ರಂಥಗಳಿಂದ ತುಂಬಾ ಪ್ರಭಾವಿತನಾಗಿದ್ದನು. ದಾರಾ ಅಲಹಾಬಾದಿನ ಸುಬೇದಾರನಾಗಿದ್ದುದರಿಂದ, ಬನಾರಸ್ ಅವನ ಸುಪರ್ದಿನಲ್ಲಿತ್ತು. ಅವನೇ ಹೇಳಿರುವ ಪ್ರಕಾರ, ಕ್ರಿ.ಶ.1656ರಲ್ಲಿ ಅವನು ಅನೇಕ (ಸುಮಾರು 125) ಪಂಡಿತರು ಮತ್ತು ಸನ್ಯಾಸಿಗಳ ಸಹಾಯದಿಂದ ಉಪನಿಷತ್ತುಗಳನ್ನು ಫಾರಸೀ ಭಾಷೆಗೆ ಸ್ವತಃ ಅನುವಾದಿಸಿದನು. ಸೂಫಿಗಳು ಮತ್ತು ಹಿಂದೂ ಫಕೀರರು ಹೇಳುವ ತತ್ತ್ವದಲ್ಲಿ ಕೇವಲ ಶಾಬ್ದಿಕಭೇದಗಳು ಮಾತ್ರ ಇರುವುದನ್ನು ನೋಡಿ ಅವನು ಇನ್ನೊಂದು ಗ್ರಂಥವನ್ನು ಬರೆದು ಎರಡು ಧರ್ಮಗಳಲ್ಲಿನ ಸಮನ್ವಯವನ್ನು ತೋರಿಸಿದನು. ಕಾಶಿಯ ಬಗ್ಗೆ, ಅಲ್ಲಿಯ ಪಂಡಿತರ ಬಗ್ಗೆ ಅವನಿಗಿದ್ದ ಪ್ರೀತಿ ಗೌರವ ಕೊನೆಗೆ ಹಿಂದೂಗಳಿಗೆ, ಕಾಶಿಯ ಮಂದಿರಗಳಿಗೆ ಹೇಗೆ ಮಾರಕವಾಯಿತು ಎನ್ನುವುದನ್ನು ಮುಂದೆ ನೋಡಬಹುದು.

ಕ್ರಿ.ಶ.1658ರಲ್ಲಿ ಶಹಜಹಾನನ ಆರೋಗ್ಯ ತುಂಬಾ ಕೆಟ್ಟಿದೆಯೆಂಬ ಸುದ್ದಿ ಕೇಳಿದಾಕ್ಷಣ, ಬಂಗಾಳದ ಸುಬೇದಾರನಾಗಿದ್ದ ಶೂಜ ತನ್ನನ್ನು ತಾನೇ ಹಿಂದೂಸ್ಥಾನದ ಬಾದಶಹಾ ಎಂದು ಘೋಷಿಸಿಕೊಂಡು, ಆ ವರ್ಷದ ಜನವರಿಯಲ್ಲಿ ತನ್ನ ಸೈನ್ಯದೊಡನೆ ದೆಹಲಿಯಕಡೆ ಹೊರಟನು. ದಾರಿಯಲ್ಲಿ ಬನಾರಸ್ ತಲುಪಿದಾಗ ದಾರಾ ತನ್ನ ಸೈನ್ಯದೊಡನೆ ಶೂಜನನ್ನು ಎದುರಿಸಲು ತಯಾರಾಗಿದ್ದನು. ಇವರಿಬ್ಬರ ಯುದ್ಧವಾದುದು ಬನಾರಸ್‌ನಿಂದ ಐದು ಮೈಲಿ ದೂರದ ಬಹಾದೂರ್‌ಪುರದಲ್ಲಿ. ಕೊನೆಗೆ ಶೂಜನ ಸೈನ್ಯ ಸೋತು ಓಡಿಹೋಗುವಾಗ ಹಳ್ಳಿಯವರು ಸೈನಿಕರನ್ನೇ ಲೂಟಿಹೊಡೆದರು, ಹಳ್ಳಿಯ ಹೆಂಗಸರು ನೀರುಕೊಡುವ ನೆಪದಲ್ಲಿ ಸೈನಿಕರನ್ನು ಮೂಲೆಗೆಳೆದಾಗ ಮಿಕ್ಕ ಗಂಡಸರು ಅವರ ಸಾಮಾನು ಸರಂಜಾಮಿನ ಜೊತೆಗೆ ಅವರು ಉಟ್ಟಬಟ್ಟೆಯನ್ನು ಸಹ ಕಿತ್ತುಕೊಂಡರು! ಈ ಯುದ್ಧದಿಂದ ಶೂಜನಿಗೆ ಎರಡು ಕೋಟಿಯಷ್ಟು ಹಾನಿಯಾಗಿರಬೇಕೆಂದು ಹೇಳುತ್ತಾರೆ. ಶೂಜ ಅಲ್ಲಿಂದ ಮುಂಗ್ಯೆರ್

ತಲುಪಿಕೊಂಡನು. ಅನಂತರ ಔರಂಗಜೇಬನಿಂದ ಸೋತ ದಾರಾ ತನ್ನ ಪ್ರಾಣರಕ್ಷಣೆಗಾಗಿ ಪಂಜಾಬಿಗೆ ಓಡಿದನು. ಇದನ್ನು ತಿಳಿದ ಶೂಜನಿಗೆ ರಾಜಗದ್ದುಗೆಯ ಆಸೆ ಮತ್ತೊಮ್ಮೆ ತೀವ್ರವಾಗಿ ಕಾಡತೊಡಗಿತು. ಕ್ರಿ.ಶ.1658ರ ಅಕ್ಟೋಬರ್‌ನಲ್ಲಿ ಆತ ತನ್ನ ಬಂಗಾಳದ ಸೈನ್ಯದೊಡನೆ ಪಾಟ್ನಾ ಬಿಟ್ಟು ರೋಹ್ತಾಸ್, ಚುನಾರ್ ಮೂಲಕ ಬನಾರಸ್ ತಲುಪಿದನು. ಈ ಸಲ ಅವನಿಗೆ ಎಲ್ಲ ಕಡೆಯು ಸ್ವಾಗತವೇ! ಬನಾರಸ್‌ನಲ್ಲಿ ಮಹಾಜನ (ಸಾಹುಕಾರ) ಮತ್ತು ಗಣ್ಯರಿಂದ ಜಬರ್ದಸ್ತಿಯಾಗಿ ವಸೂಲಿಮಾಡಿದ ಮೂರುಲಕ್ಷ ರೂಪಾಯಿಗಳು ಅವನ ಖಾಲಿಪೆಟ್ಟಿಗೆಗಳನ್ನು ತುಂಬಿದವು. ಆದರೆ ಡಿಸೆಂಬರ್‌ನಲ್ಲಿ ಶೂಜ ಅಲಹಾಬಾದ್ ತಲುಪಿದಾಗ ಅವನನ್ನು ಔರಂಗಜೇಬನು ಸಂಪೂರ್ಣವಾಗಿ ಸೋಲಿಸಿದನು (ಡಾ.ಮೋತಿಚಂದ್ರ, ಪು 210–214).

ಹೀಗೆ ಅನೇಕ ಭಯಂಕರ ಯುದ್ಧಗಳ ನಂತರ, ತನ್ನ ಸಹೋದರರ ರಕ್ತವನ್ನು ಚೆಲ್ಲಾಡಿ, ಅವರ ಹೆಣಗಳನ್ನು ಮೆಟ್ಟಿ ಮೇಲೇರಿ ಔರಂಗಜೇಬನು ದೆಹಲಿಯ ಸಿಂಹಾಸನವನ್ನು ಹತ್ತಿದನು. ಸಹೋದರರ ರಕ್ತವನ್ನು ಚೆಲ್ಲಾಡಿದ್ದು ಅವನ ಮನಸ್ಸನ್ನು ಕದಡಿತ್ತೋ ಅಥವಾ ತನ್ನ ಕ್ರೂರತೆಯನ್ನು ಕಂಡ ಜನ ಏನಂದುಕೊಳ್ಳುತ್ತಾರೋ ಎಂಬ ಅರಿವು ಮನಸ್ಸನ್ನು ಚುಚ್ಚಿತ್ತೋ, ಅವನು ಕೆಲಕಾಲದ ಆಡಳಿತದಲ್ಲಿ ಭಯಾನಕತೆಯನ್ನು ತೋರಲಿಲ್ಲ ಎಂದು ಹೇಳುವವರೂ ಇದ್ದಾರೆ. ಇದಕ್ಕೆ ನಿದರ್ಶನವಾಗಿ ಔರಂಗಜೇಬನು ಫೆಬ್ರವರಿ 1659ರಲ್ಲಿ ಹೊರಡಿಸಿದ್ದ ಈ ಆದೇಶವನ್ನು ಉಲ್ಲೇಖಿಸುತ್ತಾರೆ: "ನಮ್ಮ ಶರೀಯತ್ ಕಾನೂನಿನ ಕೃಪಾದೃಷ್ಟಿಯಿಂದ ಹಳೆಯ ಮಂದಿರಗಳನ್ನು ಕೆಡವಬಾರದೆಂದು, ಆದರೆ ಹೊಸಮಂದಿರಗಳನ್ನು ಕಟ್ಟಲು ಬಿಡಬಾರದೆಂದು ನಿಶ್ಚಯಮಾಡಲಾಗಿದೆ. ಬನಾರಸ್ ಮತ್ತು ಸುತ್ತಮುತ್ತಲಿರುವ ಕೆಲವರು ಹಿಂದೂಗಳನ್ನು ಮತ್ತು ಬನಾರಸ್‌ನ ಹಳೆಯ ಮಂದಿರಗಳಲ್ಲಿ ಪೂಜೆಮಾಡುವ ಅಧಿಕಾರವಿದ್ದ ಬ್ರಾಹ್ಮಣರನ್ನು ಹಿಂಸಿಸಿದ ಸಮಾಚಾರ ತಿಳಿದು ಬಂದಿದೆ. ಆದ್ದರಿಂದ ಈ ಫರ್‌ಮಾನನ್ನು ಹೊರಡಿಸಿ ಭವಿಷ್ಯದಲ್ಲಿ ಬ್ರಾಹ್ಮಣರ ಮತ್ತು ಆ ಜಾಗದಲ್ಲಿರುವ ಹಿಂದೂಗಳ ಕಾರ್ಯ ಹಾಗು ಹಕ್ಕುಗಳಿಗೆ ಯಾರೂ ಕಾನೂನುಬಾಹಿರವಾಗಿ ಅಡ್ಡಿಬಾರದಂತೆ ವ್ಯವಸ್ಥೆಮಾಡಬೇಕು". ಅವನ ಜೀವನದಲ್ಲಿ 'ನಾಟಕೀಯವಾಗಿ ತೋರಿದ ಉದಾರತೆ'ಗೆ ಇದೊಂದು ಉತ್ತಮ ನಿದರ್ಶನವೇ ಸರಿ! ಅದೇ ವರ್ಷ (ವೃದ್ಧಕಾಲ ಎಂಬಲ್ಲಿದ್ದ) ಕೃತ್ತಿವಾಸೇಶ್ವರ ಮಂದಿರವನ್ನು ಕೆಡವಿಸಿ ಅಲ್ಲಿಯೆ ಆಲಂಗೀರ್ ಮಸೀದಿಯನ್ನು ಕಟ್ಟಿಸಿದ ಕಥೆ ಅಧ್ಯಾಯ 7ರಲ್ಲಿ (ಉಧ್ವಸ್ತ ಮಂದಿರಗಳು) ಬಂದಿದೆ. ಸಿಂಹಾಸನ ಭದ್ರವಾದ ಮೇಲಿನ ಅವನ ಆಡಳಿತದಲ್ಲಿ ಎದ್ದು ಕಾಣುತ್ತಿದ್ದುದು ಹಿಂದೂ ದ್ವೇಷ, ಅಮಾಯಕ ಹಿಂದೂಗಳ ಮೇಲೆ ತೋರಿದ ಕ್ರೂರತೆ, ಭಯೋತ್ಪಾದನೆ ಮತ್ತು ಎದುರಾದವರಿಗೆ ನಿಷ್ಕಾರುಣ್ಯದ ಶಿಕ್ಷೆ.

(ಚಿತ್ರಗಳು–37–
ಒಡೆದ ವಿಶ್ವನಾಥ ಮಂದಿರ)

(ಚಿತ್ರ38–
ಇನ್ನೊಂದು ದಿಕ್ಕಿನಿಂದ)

(ಚಿತ್ರ39–
ಒಡೆದ ಬಿಂದುಮಾಧವ ಮಂದಿರ)

(ಚಿತ್ರ 40–ಬಿಂದುಮಾಧವ ಮಂದಿರ ಈಗ ಮಸೀದಿ)

ಕ್ರಿ.ಶ.1585ರಲ್ಲಿ ಟೋಡರ್‌ಮಲ್ ಮತ್ತು ನಾರಾಯಣ ಭಟ್ ಕಟ್ಟಿದ ವಿಶ್ವೇಶ್ವರ ಮಂದಿರಕ್ಕೆ ನೂರು ವರ್ಷವೂ ಆಗಿರಲಿಲ್ಲ, ಆಗ ಔರಂಗಜೇಬನ ಆಣತಿಯಂತೆ ಕ್ರಿ.ಶ.1669ರಲ್ಲಿ ಮಂದಿರವನ್ನು ಕೆಡವಲಾಯಿತು. ನಾಲ್ಕನೆಯ ಸಲದ ಈ ನಾಶದಲ್ಲಿ, ಹಿಂದೂಗಳಿಗೆ ಬುದ್ಧಿಕಲಿಸಲೋ ಎನ್ನುವಂತೆ, ಮಂದಿರವನ್ನು ಪೂರ್ತಿನಾಶಮಾಡದೆ ಅರ್ಧನಾಶವಾದ ಮಂದಿರಕ್ಕೆ ಗುಂಬಜ್‌ಗಳನ್ನು ಕಟ್ಟಿ ಅದನ್ನೆ ಔರಂಗಜೇಬ್ ಮಸೀದಿ (ಗ್ಯಾನವಾಪಿ ಮಸೀದಿ) ಎಂದು ಪರಿವರ್ತಿಸಲಾಯಿತು. ಕಾದಕಬ್ಬಿಣದ ಸಲಾಕೆಯಿಂದ ಹಾಕಿದ ಬರೆಯಂತೆ, ಇಂದಿಗೂ ಹಳೆಯ ವಿಶ್ವೇಶ್ವರ ಮಂದಿರ ಗ್ಯಾನವಾಪಿ ಮಸೀದಿಯಾಗಿ, ಮಾಯದ ಹುಣ್ಣಾಗಿ ಎಲ್ಲರ ಹೃದಯದಲ್ಲೂ ನಿಂತಿದೆ! ರಾವಣ ಧುರ್ಯೋಧನರಂತಹ ಖಳನಾಯಕರನ್ನು ಆದರ್ಶನಾಯಕರಂತೆ ಚಿತ್ರಿಸುವ ಧೀರರಂತೆ, ಔರಂಗಜೇಬನ ಕ್ರೂರವ್ಯಕ್ತಿತ್ವ ಮತ್ತು ಕರಾಳವಾದ ಕಾರ್ಯಗಳು ಇವೆರಡಕ್ಕೂ ಬಣ್ಣಬಳಿದು, ಅವನನ್ನು ಉದಾತ್ತವಾಗಿ ತೋರಿಸುವವರೂ ಇದ್ದಾರೆ. ಇದಕ್ಕೆ ಒಂದು ಉದಾಹರಣೆ ಇಲ್ಲಿದೆ. ಚರಿತ್ರಕಾರ ಎನಿಸಿದವರೊಬ್ಬರ ಕಥೆಯ ಪ್ರಕಾರ ಒಮ್ಮೆ ಔರಂಗಜೇಬನು ಕೆಲವು ಹಿಂದೂ ರಾಜರಾಣಿಯರ ಹಿಂಬಾಲಕರ ಜೊತೆಗೆ ಬಂಗಾಳದ ಕಡೆ ಹೊರಟ್ಟಿದ್ದನಂತೆ. ಕೆಲವರಿಗೆ ಬನಾರಸ್‌ನಲ್ಲಿ ಸ್ವಲ್ಪ ನಿಂತು ಅಲ್ಲಿ ಗಂಗಾ ಸ್ನಾನ ಮತ್ತು ವಿಶ್ವೇಶ್ವರನ ಪೂಜೆಮಾಡುವ ಮನಸ್ಸಾಯಿತಂತೆ. ಇದಕ್ಕೆ ಔರಂಗಜೇಬನು ಔದಾರ್ಯದಿಂದ ಒಪ್ಪಿದನಂತೆ. ಅವರು ವಾಪಸ್ಸುಬಂದಾಗ ಕಚ್‌ನ ಮಹಾರಾಣಿ ಕಾಣೆಯಾಗಿದ್ದಳಂತೆ. ಹುಡುಕಾಡಿದಾಗ ವಿಶ್ವನಾಥ ಮಂದಿರದ ನೆಲಮಾಳಿಗೆಯಲ್ಲಿ ಮಹಾರಾಣಿಯ ಮೇಲೆ ಅತ್ಯಾಚಾರವೆಸಗಿ ಅವಳ ಆಭರಣಗಳನ್ನು ದೋಚಿದ ವಿಷಯ ತಿಳಿದು ಬಂತಂತೆ. ಔರಂಗಜೇಬನು ಕ್ರುದ್ಧನಾಗಿ

ಇದು ಪೂಜಾ ಸ್ಥಳವಲ್ಲ, ಇದೊಂದು ಪಾಪಕೂಪ ಎಂದನಂತೆ. ಈ ಹಿನ್ನೆಲೆಯಲ್ಲಿ ಔರಂಗಜೇಬನು ಮಂದಿರವನ್ನು ನೆಲಸಮಮಾಡಲು ಆಜ್ಞೆಯಿತ್ತನಂತೆ. ಹೀಗೆ ಧರ್ಮನಿರಪೇಕ್ಷತೆಯ ಹೊಸ ಬಣ್ಣದಲ್ಲಿ ಹಳೆಯ ಹುಳುಕನ್ನು ಮುಚ್ಚಿಹಾಕುವ ಪ್ರಯತ್ನಮಾಡಿದ್ದಾರೆ (ಡಾ.ಬಿ.ಎನ್ ಪಾಂಡೆ, 'ದಿ ಟೈಮ್ಸ್ ಆಫ್ ಇಂಡಿಯಾ' ಪತ್ರಿಕೆ, 29 ಆಗಸ್ಟ್ 1993). ಈ ತರಹದ ರೋಮಾಂಚಕ ಕಥೆಗಳನ್ನು ಹುಟ್ಟಿಸಲು ವಿಚಾರವಾದಿಗಳ, ಉದಾರವಾದಿಗಳ ಪ್ರಚಂಡಬುದ್ಧಿ ಏನೇನೂ ಬೇಡ. ಚೌಕ್‌ದಿಬ್ಬದ ಮೇಲಿರುವ ರಜಿಯಾ ಮಸೀದಿಯಲ್ಲಿ ಕೇಳಿದರೂ ಗ್ಯಾನವಾಪಿ ಮಸೀದಿಯ ಬಗ್ಗೆ ಇದೇ ಕಥೆಯನ್ನು ಹೇಳುವುದಲ್ಲದೆ, ರಜಿಯಾ ಮಸೀದಿಯನ್ನು ಕಟ್ಟಿದ್ದು ಸಹ ಚೌಕ್ ಪ್ರದೇಶದಲ್ಲಿ ಹಸಿರಾಗಿದ್ದ ದಿಬ್ಬದಮೇಲೆ ಎನ್ನುವ ಉತ್ತರ ಬರುತ್ತದೆ. ರಜಿಯಾ ಮಸೀದಿಯನ್ನು ನೋಡಿದವರಿಗೆ ಮಾತ್ರ ಮಸೀದಿಯ ಹಿಂಬದಿಯಲ್ಲಿರುವ ಗೋಡೆ ಕಂಬಗಳು ಹಿಂದೂ ಮಂದಿರಕ್ಕೆ ಸೇರಿದವೆಂದು ಗೊತ್ತಾಗುವುದು.

ಇಲ್ಲಿ ಚಾರಿತ್ರಿಕವಾಗಿ ಅನೇಕ ಪ್ರಶ್ನೆಗಳು ಏಳುತ್ತವೆ. ಅವೆಲ್ಲವನ್ನು ಸದ್ಯಕ್ಕೆ ಬಿಡೋಣ. ವಿಗ್ರಹಾರಾಧಕರ ಮಂದಿರಗಳನ್ನು ಒಡೆದು ಅವುಗಳಮೇಲೆ ಮಸೀದಿ ಕಟ್ಟುವುದೇನೊ ಸಾಮಾನ್ಯವಾಗಿತ್ತು. ಆದರೆ, 'ಪಾಪದ ಕೂಪ' ಅನ್ನಿಸಿದ್ದ ಸ್ಥಳವನ್ನೇ ಮಸೀದಿ ಮಾಡಲು ಕಟ್ಟಾ ಮುಸ್ಲಿಮನಾದ ಔರಂಗಜೇಬನು ಒಪ್ಪಿದನೆ? ಮುಸ್ತಾಯಿದ್ ಖಾನ್ ಎಂಬುವನು ತನ್ನ 'ಮಾಸಿರ್ ಏ ಆಲಂಗೀರಿ' ಎಂಬ ಪುಸ್ತಕದಲ್ಲಿ ಔರಂಗಜೇಬನ ಚರಿತ್ರೆಯನ್ನು (ಕ್ರಿ.ಶ.1658–1707) ಬರೆದಿದ್ದಾನೆ. 8ನೆಯ ಏಪ್ರಿಲ್ 1669ರ ನಂತರ ಬರುವ ವಿವರಣೆ ಹೀಗಿದೆ (ಸಾಖಿ ಮುಸ್ತಾಯಿದ್ ಖಾನ್, ಪು 51,52,55. ಮತ್ತು ಡಾ.ಮೋತಿಚಂದ್ರ, ಪು 214): "ಪ್ರಾಂತ್ಯಗಳಾದ ತತ್ತಾ, ಮುಲ್ತಾನ್ ಮತ್ತು ವಿಶೇಷವಾಗಿ ಬನಾರಸ್‌ನಲ್ಲಿ ಮೂರ್ಖರಾದ ಬ್ರಾಹ್ಮಣರು ತಮ್ಮ ಪಾಠಶಾಲೆಗಳಲ್ಲಿ ದುರಾಚಾರದ ಪುಸ್ತಕಗಳನ್ನು ಕಲಿಸುತ್ತಾರೆ; ದೂರದೂರದಿಂದ ಹಿಂದೂ ಮತ್ತು ಮುಸ್ಲಿಮ್ ವಿದ್ಯಾರ್ಥಿಗಳು ಹಾಗೂ ಶ್ಲಾಘಿಸುವವರು ಈ ದುರ್ಮಾಗಿಗಳ ಹತ್ತಿರ ಈ ದುಷ್ಟವಿದ್ಯೆಯನ್ನು ಕಲಿಯಲು ಬರುತ್ತಾರೆ ಎಂದು ಧರ್ಮರಕ್ಷಕ ಬಾದಶಹನಿಗೆ ತಿಳಿಯಬಂತು. ಇಸ್ಲಾಮ್‌ಧರ್ಮವನ್ನು ನೆಲೆಗೊಳಿಸುವ ಕಾತರತೆಯಿಂದ, ಪ್ರಭುವು ಎಲ್ಲಾ ಪ್ರಾಂತ್ಯಗಳ ಸುಬೇದಾರರಿಗೆ ಕಾಫಿರರ (ಇಸ್ಲಾಮ್ ಧರ್ಮದಲ್ಲಿ ನಂಬಿಕೆಯಿಲ್ಲದವರ) ಪಾಠಶಾಲೆಗಳನ್ನು ಮತ್ತು ಮಂದಿರಗಳನ್ನು ಕೆಡವಲು ಆದೇಶ ಜಾರಿಮಾಡಿದನು". 2ನೆಯ ಸೆಪ್ಟೆಂಬರ್ 1669ರ ವಿವರಣೆಯಲ್ಲಿ ಲೇಖಕನು ಹೀಗೆ ಬರೆಯುತ್ತಾನೆ: "ಚಕ್ರವರ್ತಿಯ ಆಜ್ಞೆಯ ಮೇರೆಗೆ ಅವನ ಅಧಿಕಾರಿಗಳು ಕಾಶಿಯ ವಿಶ್ವನಾಥನ ಮಂದಿರವನ್ನು ಕೆಡವಿದರೆಂಬ ವರದಿಬಂದಿತು". ಇನ್ನೊಂದು ಕಡೆ ಬರೆಯುತ್ತಾ "ಧರ್ಮಚಕ್ರವರ್ತಿಯ ಲಕ್ಷ್ಯವೆಲ್ಲವೂ ಇಸ್ಲಾಮ್-ಕಾಯಿದೆಯನ್ನು ಸ್ಥಾಪಿಸಿ, ಕಾಫಿರರ

ಆಚರಣೆಗಳನ್ನು ಎತ್ತಿ ಬಿಸಾಡುವದಕ್ಕಾಗಿಯೇ ಉದ್ದೇಶಿತವಾಗಿತ್ತು". ಈ ರೀತಿಯಲ್ಲಿ ಔರಂಗಜೇಬನಿಗೆ ಹಿಂದೂ ಮಂದಿರಗಳೆಲ್ಲವು "ಕಾಫಿರರ ಮಂದಿರಗಳು", ಮಥುರಾದ ಮಂದಿರ "ಮೂರ್ಖರ ಮಂದಿರ", "ಕಾಫಿರರ ಬಲು ದೊಡ್ಡ ಅಡಿಪಾಯ". ಆಶ್ಚರ್ಯವೆಂದರೆ ಈ ಪುಸ್ತಕದಲ್ಲಿ ಎಲ್ಲೂ ಔರಂಗಜೇಬನು ತನ್ನ ಹಿಂದೂ ಅನುಯಾಯಿ(!!) ರಾಜ-ರಾಣಿಯರೊಡನೆ ಬಂಗಾಳದ ಕಡೆಗೆ ಪ್ರಯಾಣಮಾಡಿದ ಸಂಗತಿಯಾಗಲೀ, ರಾಣಿಯೊಬ್ಬಳ ಮೇಲೆ ಅತ್ಯಾಚಾರವೆಸಗಿದ ವಿಚಾರವಾಗಲೀ ಬರುವುದಿಲ್ಲ. ಹಿಂದೂ ರಾಣಿಯೊಡನೆ ಆಗಿರಬಹುದಾದ ಇಂತಹ ಪ್ರಚೋದಕ ಸಂಗತಿ, ವದಂತಿ, ಊಹೆಯನ್ನು ಯಾವ ಮುಸ್ಲಿಮ್ ಶ್ರದ್ಧಾಳುವಾದರೂ ವರ್ಣಿಸದೆ ಬಿಡುತ್ತಿದ್ದನೆ? ಕಾಣೆಯಾದ ಒಬ್ಬ ಮಹಾರಾಣಿಯಿಂದಾಗಿ ಒಂದು ಮಂದಿರ ಒಡೆದ ಈ ಕಥೆಯನ್ನು ನಂಬುವುದಾದರೆ, ಉದಯಸಾಗರದಲ್ಲಿ 3 ಮಂದಿರಗಳು, ಉದಯಪುರದಲ್ಲಿ 172, ಚಿತ್ತೋರಿನಲ್ಲಿ 63 ಮತ್ತು ಬೇರೆ ಕಡೆಗಳಲ್ಲಿ ಅನೇಕ ಮಂದಿರಗಳು ಕೆಡವಿದ್ದಕ್ಕೆ ಅದಿನ್ನೆಷ್ಟು ಮಹಾರಾಣಿಯರು ಕಾಣೆಯಾಗಿದ್ದಿರಬೇಕು!! 1669ರಲ್ಲಿ ಬಿಂದುಮಾಧವ ಮಂದಿರವನ್ನೂ ಕೆಡವಲಾಯಿತು, ನಂತರ ಅಲ್ಲಿ ಮಸೀದಿ ಕಟ್ಟಲಾಯಿತು.

ಹಾಗಾದರೆ, ಔರಂಗಜೇಬನ ವಿಧ್ವಂಸಕ ಕಾರ್ಯಕ್ಕೆ, ಹಿಂದೂಗಳ ಮೇಲಿನ ಮತ್ತು ಬನಾರಸ್ ಮೇಲಿನ ದ್ವೇಷಕ್ಕೆ, ಕಾರಣವೇ ಇಲ್ಲವೆ ಎಂದು ಕೇಳಬಹುದು. ಮೇಲೆಹೇಳಿದ ಕಲ್ಪಿತಕಾರಣಕ್ಕಿಂತ ಗಹನವಾದ ಅನೇಕ ಕಾರಣಗಳಿವೆ. ಬಲುಮುಖ್ಯವಾದ ಕಾರಣವೆಂದರೆ ಔರಂಗಜೇಬನ ಕಟ್ಟಾಮುಸ್ಲಿಮ್ ಧೋರಣೆ. ಅದರಿಂದ ವಿಗ್ರಹಾರಾಧನೆಯ ವಿರೋಧ, ವಿಗ್ರಹಪೂಜಕರ ಮೇಲಿನ ಶತ್ರುತ್ವ, ಪ್ರಪಂಚದಲ್ಲಿ ಇದ್ದವರೆಲ್ಲ ಇಸ್ಲಾಮ್ ಧರ್ಮದ ಪ್ರತಿಪಾದಕರಾಗಿರಬೇಕು, ಎಲ್ಲೆಡೆ ಇಸ್ಲಾಮ್‌ಧರ್ಮವನ್ನು ಸ್ಥಾಪಿಸಬೇಕು, ಮಿಕ್ಕವರೆಲ್ಲ ನಾಶವಾಗಬೇಕು ಎಂಬ ಕಠೋರ ಭಾವನೆ ಸ್ವಾಭಾವಿಕವಾಗಿ ಬೆಳೆದುಬಂದಿದ್ದವು. ಎರಡನೆಯದಾಗಿ, ತನ್ನ ಸಹೋದರ ದಾರಾ ಶುಕೊವಿನ ಮೇಲಿನ ಕೋಪ ಮತ್ತು ದ್ವೇಷ. ದಾರಾ ಕಾಫಿರರ ಜೊತೆಗಿದ್ದು, ಅವರ ದುಷ್ಟಧರ್ಮವನ್ನು ಅನುಸರಿಸಲು ಪ್ರಯತ್ನ ಮಾಡಿ, ಮಿಕ್ಕವರನ್ನೂ ತಪ್ಪುದಾರಿಗೆ ಎಳೆಯುತ್ತಿದ್ದಾನೆಂದು ಅವನ ಮೇಲೆ ಎಲ್ಲಿಲ್ಲದ ದ್ವೇಷ. ದಾರಾನಿಗೆ ಹಿಂದೂ ನಂಬಿಕೆಗಳು ಮತ್ತು ಧರ್ಮದ ಬಗ್ಗೆ ಸಹನೆ ಮಾತ್ರವಲ್ಲದೆ ಅವು ಒಂದು ರೀತಿಯ ಆಕರ್ಷಣೆಯೂ ಆಗಿದ್ದುವು. ಅವನು ಕಾಶಿಯ ಪಂಡಿತ ಚಂದ್ರೇಶ್ವರನ ಹತ್ತಿರ ಉಪನಿಷತ್ತುಗಳನ್ನು ಅಭ್ಯಾಸಮಾಡಿದ್ದು, 1654-1656ರಲ್ಲಿ ಪಂಡಾ ಭೀಮರಾಮ್ ಮತ್ತು ಇತರ ಲಿಂಗಿಯಾಗಳಿಗೆ ಪಟ್ಟಾ (ಫರಮಾನ್) ಕೊಟ್ಟು ಅವರಿಗೆ ವಿಶ್ವನಾಥ ಮಂದಿರದ ಪೂಜೆಯ ಅಧಿಕಾರ ವಹಿಸಿದ್ದು, ಮುಂತಾದ ಕಾರಣಗಳಿಂದ ಔರಂಗಜೇಬನಿಗೆ ದಾರಾನ ಮೇಲೆ ದ್ವೇಷವಿತ್ತು. ಕ್ರಿ.ಶ.1659ರಲ್ಲಿಯೆ, ಅಧಿಕಾರಕ್ಕೆ ಬಂದ

ಹೊಸತರಲ್ಲೆ, ಔರಂಗಜೇಬನ ಸೈನ್ಯ ಬನಾರಸ್‌ನಲ್ಲಿ ದಾರಾನ ಹೆಸರಿನಲ್ಲಿದ್ದ ದಾರಾನಗರವನ್ನು ಮುಟ್ಟುಗೋಲು ಹಾಕಿದ್ದಲ್ಲದೆ, ದಾರಾ ಮತ್ತು ಅವನ ಜೊತೆಗಿದ್ದ 125 ಮಂದಿ ಕಾಶಿಯ ಪಂಡಿತರಿಗೆ ಗತಿ ಕಾಣಿಸಿತ್ತು (ಕೇದಾರ್‌ನಾಥ್ ವ್ಯಾಸ್, ಪು 292). ಅನಂತರ ದಾರಾನ ಮೇಲಿದ್ದ ದ್ವೇಷ ಕಾಶಿಯ ಮೇಲೆ ತಿರುಗಿತು. ಅವನ ಶತ್ರುವೆನಿಸಿದ ಮೇವಾರನ ರಾಣಾರಾಜ್‌ಸಿಂಗ್ ಕ್ರಿ.ಶ.1665ರಲ್ಲಿ ಕಾಶಿಯ ವಿಶ್ವೇಶ್ವರನನ್ನು ಪೂಜಿಸಲು ಬಂದಿದ್ದು ಸಹ ಔರಂಗಜೇಬನ ಮನದಲ್ಲಿ ಕಾಶಿಯ ಬಗ್ಗೆ ವಿಷಕಾರಿಸಿತ್ತು. ಗಾಯಕ್ಕೆ ಖಾರದಪುಡಿ ಉಜ್ಜುವಂತಹ ಇನ್ನೊಂದು ಕಾರಣವೆಂದರೆ, ಶಿವಾಜಿಯು 19ನೆಯ ಆಗಸ್ಟ್ 1666ರಲ್ಲಿ ಆಗ್ರಾ ಸೆರೆಮನೆಯಿಂದ ತಪ್ಪಿಸಿಕೊಂಡ ಮೇಲೆ ಬನಾರಸ್‌ನಲ್ಲಿ ಕೆಲವುದಿನ ಗೌಪ್ಯವಾಗಿ ಇದ್ದನು, ಅಲ್ಲಿ ಅವನಿಗೆ ಆಸರೆ ಸಿಕ್ಕಿತ್ತು ಎಂಬ ಸಮಾಚಾರ ತಡವಾಗಿ ತಲುಪಿತ್ತು (ಶ್ರೀ ಕೃಷ್ಣವರ್ಮ, ಪು 1–13, ರಾಮಶಂಕರ್ ತ್ರಿಪಾಠಿ, 'ಉನ್ಮನ'). ಬನಾರಸ್ ಎಂದರೆ ಔರಂಗಜೇಬನ ಮೈ ಉರಿಯುತ್ತಿತ್ತು, ಆ ಹೆಸರನ್ನೇ ಉಜ್ಜಿ ಅಳಿಸಿಹಾಕಬೇಕೆಂದು ಕಾಯುತ್ತಿದ್ದ ಅನ್ನುವುದಕ್ಕೆ ಅವನು ಈ ನಗರಕ್ಕೆ 'ಮಹಮ್ಮದಾಪುರ್' ಎಂದು ಹೊಸಹೆಸರನ್ನು ಇಟ್ಟದ್ದೇ ಸಾಕು. ಸಿಡಿಮದ್ದು ಶೇಖರವಾಗುತ್ತಿದ್ದುದು ಒಂದು ಕಿಡಿಯಿಂದಾಗಿ ಸಿಡಿಯುವಂತೆ, ಇವೆಲ್ಲ ಕಾರಣಗಳು 8ನೆಯ ಏಪ್ರಿಲ್ 1669ರಂದು ಔರಂಗಜೇಬನ ಅಧಿಕಾರಿಗಳು ಬನಾರಸ್‌ನ ಪಂಡಿತರ ಬಗ್ಗೆ ಕೊಟ್ಟವರದಿಯಿಂದ ಸ್ಫೋಟಗೊಂಡಿತು! ಅರ್ಥವಾಗದ ಒಂದು ಸಂಗತಿಯೆಂದರೆ, ವಿಶ್ವೇಶ್ವರಮಂದಿರ ಕೆಡವಲು, ಔರಂಗಜೇಬನ ಸೈನಿಕರು ಏಪ್ರಿಲ್‌ನಿಂದ ಸೆಪ್ಟೆಂಬರ್‌ವರೆಗೆ ಏಕೆ ಸಮಯ ಹಾಳುಮಾಡಿದರು ಎನ್ನುವುದು. ಕ್ರೌರ್ಯದಿಂದಲೇ ಸಂತೋಷಗೊಳ್ಳುತ್ತಿದ್ದ ಔರಂಗಜೇಬ ಮಂದಿರ ಧ್ವಂಸವಾದ ಸುದ್ದಿ ಕೇಳಿ ವಿಕಾರವಾಗಿ ನಕ್ಕನಂತೆ. ಅದನ್ನು ನೋಡಿ ಆಸ್ಥಾನ ಕವಿಯಾಗಿದ್ದ ಚಂದ್ರಭಾನ್ ಕಾಶ್ಮೀರಿಗೆ ಅತೀವ ದುಃಖವಾಯಿತು. ಅವನು ಉದ್ಗಾರ ಮಾಡಿದ್ದೂ ಕವಿ ಹೃದಯದಿಂದಲೆ: "ಹೇ! ಸಾಮ್ರಾಟ್! ನನ್ನ ಮಂದಿರದ ಚಮತ್ಕಾರ ನೋಡು. ನಾಶವಾದ ಮಂದಿರ ಈಗ ನಿನ್ನ ಪ್ರಭುವಿನ ಮನೆಯಾಗಿದೆ. ಅದರ ನಾಶದಲ್ಲೂ ಒಂದು ಬೆಡಗಿದೆ, ರಮ್ಯತೆಯಿದೆ. ಇನ್ನು ಅದರ ಮೊದಲ ಸ್ಥಿತಿಯಲ್ಲಿನ ವೈಭವವನ್ನು ನೀನೇ ಯೋಚಿಸಿಕೊ".

ಔರಂಗಜೇಬನ ನಂತರ ದೆಹಲಿಯಿಂದ ಆಳಿದ ಬಹಾದೂರ ಶಾ, ಜಹಂದರ್ ಶಾ ಮತ್ತು ಬಂಗಾಳದ ಶಾಸಕ ಫರೂಖ್‌ಸಿಯರ್ ಇವರುಗಳಿಂದ ಬನಾರಸ್‌ನಲ್ಲಿ ವಿಶೇಷವಾಗಿ ಏನೂ ನಡೆಯಲಿಲ್ಲ ಎನ್ನಬಹುದು. ಸಣ್ಣಪುಟ್ಟ ದಾಳಿಗಳು ಮುಂದೆಯೂ ನಡೆದರೂ, ಮಂದಿರಗಳ ಧ್ವಂಸ ಔರಂಗಜೇಬನ ಕಾಲಕ್ಕೆ ಮುಗಿದಂತೆ ಆಗಿತ್ತು.

ಮಂದಿರಗಳನ್ನು ಕೆಡವಿದ್ದಕ್ಕೆ ಲೆಕ್ಕವೇ ಇಲ್ಲವಾದರೂ, ಮಂದಿರ ಹಾಗೂ ಪುಷ್ಕರಿಣಿ, ಇತ್ಯಾದಿಗಳನ್ನು ಕಟ್ಟಿಸಿದ ಕೆಲವು ಮಾಹಿತಿಗಳನ್ನು ಕೆಳಗೆ ಕೊಟ್ಟಿದೆ–ಇಲ್ಲಿ ವಿಶ್ವನಾಥ

ಮಂದಿರವನ್ನು ಸೇರಿಸಿಲ್ಲ. ಹಾಗೆಯೇ ಅತ್ಯಂತ ಹೆಚ್ಚು ಕೆಲಸಮಾಡಿದ ರಾಣಿ ಭವಾನಿ (ಬಂಗಾಳದ ನಾಗೋರ್) ಮತ್ತು ರಾಣಿ ಅಹಲ್ಯಾಬಾಯಿ ಹೋಲ್ಕರ್ ಸಹ ಇಲ್ಲಿ ಸೇರಿಲ್ಲ. ಈ ಪಟ್ಟಿ ಪೂರ್ಣವಲ್ಲ ಎಂದು ತಿಳಿದಿದ್ದರೂ, ಬೇರೆ ಯಾರಾದರೂ ಇದನ್ನು ಪೂರ್ಣವಾಗಿ ಬೆಳೆಸಲಿ ಎಂಬ ಉದ್ದೇಶದಿಂದ ಇದನ್ನು ಕೊಟ್ಟಿದೆ.

ಮಾನಮಂದಿರ ಘಾಟ್–1600ರಲ್ಲಿ–ಮಾನ್‌ಸಿಂಗ್ ಕಟ್ಟಿಸಿದ್ದು

ಚಕ್ರಪುಷ್ಕರಿಣಿ, ಮಣಿಕರ್ಣಿಕಾ–1623ರಲ್ಲಿ–ಸೋಮವಂಶೀ ರಾಜ ವಾಸುದೇವನ ಮಂತ್ರಿ ನರೇನು ರಾವತ್ ಅವರ ಮಗ ನಾರಾಯಣದಾಸ್ ಕಟ್ಟಿಸಿದ್ದು

ಬಿಂದುಮಾಧವ ಮಂದಿರ–1642ರಲ್ಲಿ–ಜಯಪುರದ ರಾಜಾ ಜಯ್‌ಸಿಂಗ್ ಕಟ್ಟಿಸಿದ್ದು – 1673(1669?) ಒಡೆಯಲಾಯಿತು

ರಾಮಮಂದಿರ, ಪಂಚಗಂಗಾ ಘಾಟ್–1699ರಲ್ಲಿ–ಅಮೇರ್ ರಾಜ ಸವಾಯ್ ಜಯ್ ಸಿಂಗ್ ಕಟ್ಟಿಸಿದ್ದು

ಕೆಲವು ಘಾಟ್ಗಳು–1734–ನಾರಾಯಣ ಧೀಕ್ಷಿತ್ ಪಾಟಂಕರ್ ಕಟ್ಟಿಸಿದ್ದು

ವೇಧಶಾಲಾ, ಮಾನ್ಮಂದಿರ–1737–ಜಯ್‌ಸಿಂಗ್ ಕಟ್ಟಿಸಿದ್ದು

ದುರ್ಗಾಮಂದಿರ–1741–1742–ಗಂಗಾಪುರದ ರಾಜ ಕಟ್ಟಿಸಿದ್ದು

ರಾಮನಗರ ಕೋಟೆ–1752–ಬಲವಂತ್ ಸಿಂಗ್ ಕಟ್ಟಿಸಿದ್ದು

ಕಾಲಭೈರವ ಮಂದಿರ□1825–ಬಾಜಿರಾವ್ ಪೇಶ್ವಾ 2, ಕಟ್ಟಿಸಿದ್ದು

■

35. ಧೂಳೀಪಟವಾಗದ ನಂಬಿಕೆ

(ಅವಿಮುಕ್ತೇಶ್ವರನೋ–ವಿಶ್ವೇಶ್ವರನೋ?)

{ಕಾಶಿಯಲ್ಲಿ ಮೊದಲು ಅವಿಮುಕ್ತೇಶ್ವರಲಿಂಗ ಪ್ರಸಿದ್ಧಿಯಾಗಿದ್ದು, ಹನ್ನೊಂದನೆಯ ಶತಮಾನದಲ್ಲಿ ಅದು ಮುಸಲ್ಮಾನರ ದಾಳಿಯಲ್ಲಿ ಅಪವಿತ್ರವಾದ ನಂತರ, ಹನ್ನೆರಡು/ಹದಿಮೂರನೆಯ ಶತಮಾನದಲ್ಲಿ ವಿಶ್ವೇಶ್ವರಲಿಂಗ ಪ್ರಾಮುಖ್ಯತೆಯನ್ನು ಪಡೆದ ಕಥೆಯ ಬಗ್ಗೆ ನಡೆಸಿದ ಶೋಧನೆಯ ಲೇಖನವನ್ನು ಇದೇ ಲೇಖಕರ ಮುಂದಿನ ಪುಸ್ತಕ **"ಕಾಶಿಯ ರಹಸ್ಯ"** ಎಂಬುದರಲ್ಲಿ ನೋಡಬಹುದು.}

ಈ ಮೊದಲೇ ಹೇಳಿರುವುದನ್ನೆ ಮತ್ತೊಮ್ಮೆ ಮೆಲುಕುಹಾಕೋಣ. ಕಾಶಿಯ ಅಧಿಷ್ಠಾನ ದೇವತೆಯೆ ವಿಶ್ವೇಶ್ವರ ಅಥವಾ ವಿಶ್ವನಾಥ, ಅಂದರೆ ಜಗತ್ತಿಗೇ ಒಡೆಯನಾದ ಮಹಾದೇವ. ವಿಶ್ವೇಶ್ವರಖಂಡದಲ್ಲಿರುವ ವಿಶ್ವೇಶ್ವರಮಂದಿರ ಇಲ್ಲಿಯ ಪ್ರಮುಖಮಂದಿರವೆಂದು ಪ್ರಸಿದ್ಧಿಯಾಗಿದ್ದು, ಇದು ಇಲ್ಲಿಯ ಜ್ಯೋತಿರ್ಲಿಂಗವೆಂದು ವಿಶೇಷವಾಗಿದೆ. ವಿಶ್ವೇಶ್ವರನ ದಿವ್ಯಜ್ಯೋತಿ, ಪ್ರಭೆ, ಪ್ರಕಾಶ ಇಲ್ಲಿ ಲಿಂಗರೂಪದಲ್ಲಿ ಸ್ಥಾಪಿತವಾಗಿದೆ ಮತ್ತು ಈ ಪ್ರಕಾಶವು ಮೋಕ್ಷದ ಮಾರ್ಗದಲ್ಲಿ ಬೆಳಕುಚೆಲ್ಲುತ್ತದೆ. ಜೀವಿತನಿಗೆ ವಿಶ್ವೇಶ್ವರನ ಕೃಪಾಕಟಾಕ್ಷ, ಮರಣಹೊಂದುವವನಿಗೆ ತಾರಕಮಂತ್ರ ಮತ್ತು ಮುಕ್ತಿ ಖಚಿತ, ಆ ಮುಕ್ತಿಯನ್ನು ಪಡೆಯಲೆಂದೇ ಕಾಶೀವಾಸ ಅಥವಾ ಕಾಶೀಯಾತ್ರೆ ಮಾಡಬೇಕೆನ್ನುವ ಅನೇಕ ಆಧ್ಯಾತ್ಮಿಕ ವಿಚಾರಗಳು ಇಂದು ಜನಸಾಮಾನ್ಯರ ನಂಬಿಕೆಗಳಾಗಿವೆ. ಆಧ್ಯಾತ್ಮಿಕ ದೃಷ್ಟಿಕೋನವನ್ನು ಸರಿಯಾಗಿ ಅರ್ಥಮಾಡಿಕೊಳ್ಳುವವರೂ ಮತ್ತು ಅದನ್ನು ಪ್ರಶ್ನಿಸುವವರೂ ಸಾಮಾನ್ಯವಾಗಿ ಕಡಿಮೆಯಿದ್ದರೂ, ಅಚಲವಾದ ನಂಬಿಕೆಯಿರುವವರ ಸಂಖ್ಯೆಯೇ ಹೆಚ್ಚು. ಕಾಶಿಯೇ ಅನೇಕ ದಾಳಿಗಳಿಗೆ ಸಿಕ್ಕು ನುಚ್ಚುಚೂರಾಗಿದ್ದರೂ, ಇಡಿ ನಗರವೇ ದೂಳೀಪಟವಾಗಿ ದಾರುಣಸ್ಥಿತಿಯಿಂದ ಅನೇಕ ಬಾರಿ ಚೇತರಿಸಿಕೊಂಡರೂ, ಎಲ್ಲಕ್ಕೂ ಮೂಲವಾದ, ಅನಾದಿಯಾದ ಆಧ್ಯಾತ್ಮಿಕ ದೃಷ್ಟಿಕೋನಕ್ಕೆ ಅಥವಾ ಗಾಢವಾದ ನಂಬಿಕೆಗೆ ಯಾವಧಕ್ಕೆಯೂ ತಟ್ಟಿಲ್ಲ, ಅದರಲ್ಲಿ ಹೆಚ್ಚು ಬದಲಾವಣೆಯೂ ಆಗಿಲ್ಲ. ಬಿರುಗಾಳಿಗೆ ದೊಡ್ಡ ಮರಗಳು ಉರುಳುವಾಗ ಬಾಗಿದಹುಲ್ಲು ಮತ್ತೆ ಮೇಲೇಳುವಂತೆ ಕಾಶಿ ಎದ್ದುನಿಂತಿದೆ, ಆ ತುಮುಲಗಳಲ್ಲೂ ಇಲ್ಲಿಯ ಜನತೆ ತನ್ನ ಆಧ್ಯಾತ್ಮಿಕತೆ, ಪಾಂಡಿತ್ಯ, ಸಂಸ್ಕೃತಿ, ನಂಬಿಕೆ ಮತ್ತು ಪರಂಪರೆಯ ಆಂತರಿಕತೆಯನ್ನು ಮಾತ್ರ ಸಾಕಷ್ಟುಮಟ್ಟಿಗೆ ಕಾಪಾಡಿಕೊಂಡೇ ಬಂದಿದೆ. ಒಟ್ಟಿನಲ್ಲಿ ಕಾಶಿಯ ಬಾಹ್ಯಬದುಕು ಮತ್ತು ಆಂತರಿಕ ನಂಬಿಕೆ, ವಿಶ್ವಾಸಗಳಲ್ಲಿ ಹಲವು ಶತಮಾನಗಳವರೆಗೂ ಏರುಪೇರುಂಟಾಗಿ, ಸಮತೋಲ ತಪ್ಪುವಂತಹ ವಿಷಮಸ್ಥಿತಿ

ಉಂಟಾಯಿತು. ಹಾಗಿರುವಾಗಲೂ ಕಾಶಿ–ಶಂಭು–ಗಂಗೆ–ಮುಕ್ತಿಯ ಬಗ್ಗೆ ಇಲ್ಲಿಯ ಸಾಮಾನ್ಯ ಜನಗಳ ನಂಬಿಕೆ ದೃಢವಾಗಿಯೇ ಇತ್ತು ಹಾಗೂ ಇದಕ್ಕೆ ಸಂಬಂಧಿಸಿದ ಧಾರ್ಮಿಕ/ ಪಾಂಡಿತ್ಯ ಪರಂಪರೆ ಅವಿಚ್ಛಿನವಾಗಿ ಮುಂದುವರಿದೇ ಇತ್ತು. ಸೂಕ್ತ ಉದಾಹರಣೆಗಾಗಿ ಒಂದು ಕಡೆ ಕಾಶಿಯ ಮಂದಿರಗಳ ನಾಶವಾಗುತ್ತಿದ್ದಾಗಲೂ ಇನ್ನೊಂದು ಕಡೆ ಇಲ್ಲಿಯ ಸಾಮಾನ್ಯ ಜನತೆ ಹಾಗೂ ಪಂಡಿತವರ್ಗ ತಮ್ಮ ಧಾರ್ಮಿಕ ನಂಬಿಕೆ ಮತ್ತು ಅಸ್ತಿತ್ವವನ್ನು ಉಳಿಸಿಕೊಂಡ ರೀತಿಯನ್ನು ಕೆಳಗಿನ ಒಂದು ಉದಾಹರಣೆಯಲ್ಲೇ ನೋಡಬಹುದು.

ಇಂದಿಗೂ ವಿಶ್ವನಾಥನ ದರ್ಶನಮಾಡಿ ಪಕ್ಕದಲ್ಲಿನ ಅವಿಮುಕ್ತೇಶ್ವರನ ದರ್ಶನಮಾಡಿದಾಗ ಅಲ್ಲಿದ್ದ ಪೂಜಾರಿಗಳು ಅವಿಮುಕ್ತೇಶ್ವರನ ಬಗ್ಗೆ ಹೇಳುತ್ತಾ "ಇವರು ಬಡೇಗುರು, ವಿಶ್ವನಾಥ ಛೋಟೇಗುರು" ಎನ್ನುತ್ತಾರೆ. ವಿಶ್ವೇಶ್ವರನೇ ಕಾಶಿಯ ಅಧಿಷ್ಠಾನ ದೇವತೆ ಎಂದಿರುವಾಗ "ಛೋಟೇಗುರು" –ಕಿರಿಯವನು ಅಂದರೆ ಏನರ್ಥ? ಎಂಬುದು ಸಮಸ್ಯೆ. ವಿಶ್ವೇಶ್ವರ ಕಾಶಿಯ ಅಧಿಷ್ಠಾನ ದೇವತೆ. ಛೋಟೇಗುರು ಅಂದರೆ, ವಿಶ್ವೇಶ್ವರನಿಗಿಂತಲೂ ಹಿರಿಯ ಇನ್ನೊಬ್ಬ ಇದ್ದಾರೆಯೆ? ಮೊದಲಿನಿಂದಲೂ ವಿಶ್ವೇಶ್ವರನೇ ಮುಖ್ಯನಾಗಿದ್ದನೆ? ಹಾಗಾದರೆ ವಿಶ್ವನಾಥ, ಆದಿವಿಶ್ವೇಶ್ವರ, ಅವಿಮುಕ್ತೇಶ್ವರ ಇವೆಲ್ಲವೂ ಬೇರೆಬೇರೆಯೇ? ವಿಶ್ವೇಶ್ವರನನ್ನೇ ಪ್ರತಿಪಾದಿಸುತ್ತವೆಯೆ? ಎಂಬ ಪ್ರಶ್ನೆಗಳು ಏಳುತ್ತವೆ. ಆ ಪೂಜಾರಿಯಾಗಲಿ, ಮಂದಿರದ ಮಹಾಂತರಾಗಲಿ, ಕಾಶಿಯ ಕೆಲವು ಪಂಡಿತರಾಗಲಿ ಸಮರ್ಪಕವಾದ ಉತ್ತರ ಕೊಡುವುದಿಲ್ಲ. ಕೆಲವು ವಿವರಗಳು ಹೀಗಿವೆ.

ಈ ಎರಡು ಶಿವಲಿಂಗಗಳು ಅನೇಕಸಲ ಸ್ಥಳ ಬದಲಾಯಿಸಿದರೂ, ಜನರ ನಂಬಿಕೆ, ವಿಶ್ವಾಸ ಮಾತ್ರ ಅಚಲವಾಗಿಯೇ ಉಳಿಯಿತು. ಮಂದಿರಗಳ ಸ್ಥಳ ಬದಲಾವಣೆ ಇದೇ ರೀತಿಯಲ್ಲಾಗಿದೆ ಎಂದು ಖಚಿತವಾಗಿ ಹೇಳುವುದು ಕಷ್ಟ. ಆದರೆ ಚಾರಿತ್ರಿಕ ವಿವರಗಳಿಂದ ಹೀಗಾಗಿರಬಹುದು ಎಂದು ಊಹಿಸಲು ಶಕ್ಯವಾಗಿದೆ:

ಅವಿಮುಕ್ತೇಶ್ವರ/ವಿಶ್ವೇಶ್ವರ ಮಂದಿರಗಳ ನಾಶ ಮತ್ತು ಪುನಃ ನಿರ್ಮಾಣ.

1. ಪ್ರಧಾನ ಮಂದಿರ ಸ್ವಯಂಭೂಲಿಂಗ ಅವಿಮುಕ್ತೇಶ್ವರ ಮೊದಲಿಂದಲೂ ಚೌಕ್ ದಿಬ್ಬದ ಮೇಲಿತ್ತು. ಕ್ರಿ.ಶ.1033ರಲ್ಲಿ ನಿಯಾಲ್ತಗಿನ್ ಮಂಧಿರದ ಜೊತೆಗೆ ಲಿಂಗ ಒಡೆದಿರಬೇಕು. ಇದು ಮೊದಲ ಸಲದ ನಾಶ.
2. ಅಥವಾ ಜ್ಯೋತಿರ್ಲಿಂಗ ವಿಶ್ವೇಶ್ವರ ಕ್ರಿ.ಶ.490ರ ಸುಮಾರಿನಲ್ಲಿ ಬಿಶ್ವೇಶ್ವರಗಂಜ್‌ನಲ್ಲಿತ್ತು. ಕ್ರಿ.ಶ.1033ರಲ್ಲಿ ನಿಯಾಲ್ತಗಿನ್‌ನಿಂದ ಮಂದಿರ ನಾಶವಾಗಿದ್ದು, ಪ್ರಾಯಶಃ ಲಿಂಗ ಉಳಿದಿರಬಹುದು. ಮೊದಲ ಸಲದ ನಾಶ.
3. ಕ್ರಿ.ಶ.1072/1110ರಲ್ಲಿ (ಪ್ರಾಯಶಃ ಕ್ರಿ.ಶ.1090ರಲ್ಲಿ) ಚೌಕ್‌ದಿಬ್ಬದ ಮೇಲೆ, ಗಹಡವಾಲ ದೊರೆ ಹೊಸ ಮಂದಿರ ಕಟ್ಟಿದನು. ಅವಿಮುಕ್ತೇಶ್ವರ ಮಂದಿರವೇ ಪ್ರಧಾನವೆನಿಸಿದರೂ,

ಒಡೆದ ಲಿಂಗದ ಬದಲು ಹೊಸ ಲಿಂಗ ಸ್ಥಾಪಿಸಿದ್ದಿರಬೇಕು. ಬಿಶ್ವೇಶ್ವರಗಂಜ್‌ನಿಂದ ತಂದ ಭಿನ್ನವಾಗದ ವಿಶ್ವೇಶ್ವರಲಿಂಗ ಅದರ ಪಕ್ಕದಲ್ಲಿ ಸ್ಥಾಪಿತವಾಗಿದ್ದಿರಬೇಕು. ಇದು ಎರಡು ಲಿಂಗಗಳಿಗಾದ ಮೊದಲ ಹೊಸನಿರ್ಮಾಣ. ಕ್ರಿ.ಶ.1110ರಲ್ಲಿ 'ಕೃತ್ಯಕಲ್ಪತರು' ಎಂಬ ಗ್ರಂಥ ಅವಿಮುಕ್ತೇಶ್ವರನನ್ನು ಮುಖ್ಯವೆಂದರೆ, ಕ್ರಿ.ಶ.1143–1172ರಲ್ಲಿ ಸೇಠ್ ವಸ್ತುಪಾಲನಿಂದ ವಿಶ್ವೇಶ್ವರನಿಗೆ (ಹೊಸ ಮಂದಿರಕ್ಕೆ) ಕಾಣಿಕೆ ದೊರಕಿತು. ಇದರಿಂದ ಕ್ರಮೇಣ ವಿಶ್ವೇಶ್ವರನಿಗೆ ಪ್ರಾಧಾನ್ಯ ಬಂದುದನ್ನು ಕಾಣಬಹುದು.

4. ಕ್ರಿ.ಶ.1194ರಲ್ಲಿ ಕುತುಬ್ ಉದ್ದೀನ್ ಐಬಕನಿಂದ ಮಂದಿರಗಳ ನಾಶ. ಎರಡನೆಯ ಬಾರಿಯ ನಾಶದಲ್ಲಿ ವಿಶ್ವೇಶ್ವರಲಿಂಗವನ್ನು ಪ್ರಯತ್ನ ಪೂರ್ವಕವಾಗಿ ಉಳಿಸಿರಬೇಕು.
5. ಕರ್ನಾಟಕದ ಹೊಯ್ಸಳ ರಾಜ 3ನೆಯ ನರಸಿಂಹನು ವಿಶ್ವೇಶ್ವರನ ಮಂದಿರಕ್ಕಾಗಿ ದಾನಮಾಡಿದ ಬಗ್ಗೆ ಬರೆಸಿರುವ ತಾಮ್ರಶಾಸನದಿಂದ ಕ್ರಿ.ಶ.1279ಕ್ಕಿಂತ ಮುಂಚೆ ಎರಡನೆಯಸಲ ಹೊಸಮಂದಿರಗಳು ನಿರ್ಮಾಣವಾದುದು ತಿಳಿದುಬರುತ್ತದೆ. ಈಗ ಚೌಕ್‌ದಿಬ್ಬದ ಮೇಲೆ ಪ್ರಧಾನ ಮಂದಿರ ವಿಶ್ವೇಶ್ವರ ಮತ್ತು ಅದರ ಪಕ್ಕದಲ್ಲಿ ಅವಿಮುಕ್ತೇಶ್ವರ ಆಗಿದ್ದಿರಬೇಕು.
6. ಕ್ರಿ.ಶ.1448/1494, ಮಹಮ್ಮದ್‌ಷರ್ಕಿ/ಸಿಕಂದರ್‌ಲೋದಿ ಇವರಲ್ಲಿ ಒಬ್ಬರಿಂದ ಮಂದಿರ ನಾಶವಾಯಿತು. ಇದು ಮೂರನೆ ಸಲದ ನಾಶ.
7. ಕ್ರಿ.ಶ.1585ರಲ್ಲಿ ತೋಡರಮಲ್ ಮತ್ತು ನಾರಾಯಣಭಟ್ಟ ಇವರಿಂದ ಹೊಸಮಂದಿರ ನಿರ್ಮಾಣವಾಯಿತು. ಮೂರನೆಯ ಸಲ ನಿರ್ಮಾಣವಾದದ್ದು ಗ್ಯಾನವಾಪಿಯ ಹತ್ತಿರ. ಅಲ್ಲಿ ಪ್ರಧಾನಮಂದಿರ ವಿಶ್ವೇಶ್ವರನದು, ಅದರ ಉತ್ತರದಿಕ್ಕಿನ ಪಕ್ಕದಲ್ಲಿ ಅವಿಮುಕ್ತೇಶ್ವರನ ಲಿಂಗವಿತ್ತು.
8. ಕ್ರಿ.ಶ.1669ರಲ್ಲಿ ಔರಂಗಜೇಬನಿಂದ ಮಂದಿರ ನಾಶವಾಯಿತು. ನಾಲ್ಕನೆಯ ಸಲದ ನಾಶದಲ್ಲಿ ವಿಶ್ವೇಶ್ವರ ಲಿಂಗವನ್ನು ಉಳಿಸಿದರೆಂದು ಪ್ರತೀತಿ.
9. ಕ್ರಿ.ಶ.1777ರಲ್ಲಿ ರಾಣಿ ಅಹಲ್ಯಾಬಾಯಿ ಹೋಳ್ಕರ್ ಇವಳಿಂದ, ಗ್ಯಾನವಾಪಿಯ ಹತ್ತಿರ, ಹೊಸಮಂದಿರ ನಿರ್ಮಾಣವಾಯಿತು. ನಾಲ್ಕನೆಯ ಸಲದ ನಿರ್ಮಾಣದಲ್ಲಿ ಮತ್ತೆ ವಿಶ್ವೇಶ್ವರ ಮಂದಿರದ ದಕ್ಷಿಣಭಾಗದಲ್ಲಿ ಅವಿಮುಕ್ತೇಶ್ವರಲಿಂಗ ಸ್ಥಾಪಿತವಾಯಿತು.

ಚೌಕ್ ದಿಬ್ಬದ ಮೇಲಿರುವ ಆದಿವಿಶ್ವೇಶ್ವರ ಮಂದಿರವನ್ನು ಅಂಬರ್‌ನ ಮಹಾರಾಜ ಸವಾಯ್ ಜಯಸಿಂಗ್‌ನು ಕ್ರಿ.ಶ. 17ನೆಯ ಕೊನೆ/18ನೆಯ ಶತಮಾನದ ಮೊದಲಲ್ಲಿ ರಜಿಯಾ ಮಸೀದಿಯ ಪಕ್ಕದಲ್ಲಿ ಕಟ್ಟಿದ. ಇದನ್ನು ಹಳೆಯ ವಿಶ್ವೇಶ್ವರ ಮಂದಿರ ನಾಶವಾದ ಐನೂರು ವರ್ಷಗಳ ನಂತರ, ಅದರ ನೆನಪಿನಲ್ಲಿ ಕಟ್ಟಲಾಯಿತು ('ವಂದೇ ಮಾತರಮ್',

ಪು 33). ಈ ಲಿಂಗದ ಅರ್ಘವು ಗ್ಯಾನವಾಪಿಯ ವಿಶ್ವನಾಥ ಲಿಂಗದ ಅರ್ಘವಾಗಿತ್ತು (ಡಾ ಮೋತಿಚಂದ್ರ, ಪು 160–163). ಅನಾದಿಕಾಲದಲ್ಲಿ ಶಂಭುವು ಲಿಂಗರೂಪ ಧರಿಸಿ ವಿಷ್ಣುವಿನ ಹೃದಯದಿಂದ ಹೊರಬಂದಿದ್ದರೆ, ದಾಳಿಯ ಕಾಲದಲ್ಲಿ ಭಕ್ತರ ಹೃದಯಾಂತರಾಳ ಹೊಕ್ಕಿ ಕೂತಿದ್ದು, ಈಗ ಮತ್ತೊಮ್ಮೆ ಲಿಂಗರೂಪ ಧಾರಣೆಮಾಡಿ ವಿಶ್ವೇಶ್ವರನಾಗಿ ಮಂದಿರದಲ್ಲಿ ವಿಜೃಂಭಿಸುತ್ತಿದ್ದಾನೆ.

ಎರಡು ಲಿಂಗಗಳೂ ಒಂದೇ:

ಕೆಲವರು ಆಧ್ಯಾತ್ಮಿಕವಾಗಿ ವಿಚಾರಮಾಡುತ್ತಾ, ಎಷ್ಟಾದರೂ ಎರಡು ಲಿಂಗಗಳೂ ಈಶ್ವರನ ಪ್ರತೀಕವೆ, ಆದ್ದರಿಂದ ಇವೆರಡು ಲಿಂಗಗಳೂ ಒಂದೇ ಎಂಬ ತಿಳಿವನ್ನು ಮೂಡಿಸಿದರು. ವಾಚಸ್ಪತಿಮಿಶ್ರನ 'ತೀರ್ಥಚಿಂತಾಮಣಿ' (ಕ್ರಿ.ಶ.1460) ಎಂಬ ಗ್ರಂಥ ಇವೆರಡು ಲಿಂಗಗಳೂ ಒಂದೇ ಎಂದು ಪರಿಗಣಿಸುತ್ತದೆ. ವಿಶ್ವೇಶ್ವರನಿಗೆ ಕ್ರಿ.ಶ.1585ರಲ್ಲಿ ಹೊಸಮಂದಿರವನ್ನು ಕಟ್ಟಿದ ನಾರಾಯಣಭಟ್ಟನು (ಕ್ರಿ.ಶ.1514–1594) ತನ್ನ 'ತ್ರಿಸ್ಥಲಿಸೇತು' ಎಂಬ ಗ್ರಂಥದಲ್ಲಿ ವಾಚಸ್ಪತಿಮಿಶ್ರನ ಅಭಿಪ್ರಾಯವನ್ನು ಒಪ್ಪುತ್ತಾನೆ. ಮಿತ್ರಾಮಿತ್ರನು 'ಮಿತ್ರೋದಯ' (ಕ್ರಿ.ಶ.1602) ಎಂಬ ತನ್ನ ಗ್ರಂಥದಲ್ಲಿ ಮೇಲಿನ ಅಭಿಪ್ರಾಯವನ್ನು ಒಪ್ಪದೆ, ಪದ್ಮಪುರಾಣ, 'ಕಾಶೀಖಂಡ', ಮತ್ತು 'ಬ್ರಹ್ಮವೈವರ್ತಪುರಾಣ'ಗಳಲ್ಲಿ ಎರಡು ಶಿವಲಿಂಗಗಳನ್ನು ಪ್ರತ್ಯೇಕವೆಂದು ಹೇಳಿರುವುದನ್ನು ನೆನಪಿಸುತ್ತಾನೆ. ಕ್ರಮೇಣ ಎರಡನ್ನೂ ಬೇರೆಯೆಂದೇ ಪರಿಗಣಿಸಿ, ಪ್ರತ್ಯೇಕ ಮಂದಿರಗಳಲ್ಲಿ ಪೂಜೆನಡೆಸುವ ಪದ್ಧತಿ ಮುಂದುವರಿಯಿತು (ಡಾ ಮೋತಿಚಂದ್ರ, ಪು 173, 'ವಂದೇಮಾತರಮ್' ಪು 18). ಇಂದಿಗೂ ಪುರೋಹಿತವರ್ಗದವರು ಇವೆರಡರ ಭೇದದ ಬಗ್ಗೆ ಮಾತನಾಡಲು ಇಷ್ಟಪಡುವುದಿಲ್ಲ. ಕೆಲವರಿಗೆ ವಿಚಾರ ಗೊತ್ತಿರದಿದ್ದರೆ, ಇನ್ನು ಕೆಲವರು ಈ ವಿಚಾರದಲ್ಲಿ ವೃಥಾಚರ್ಚೆ ಅನವಶ್ಯಕವೆಂದು ಮಾತುಬದಲಾಯಿಸುತ್ತಾರೆ. ಕೊನೆಗೆ, ಏನೂ ವ್ಯತ್ಯಾಸವಿಲ್ಲ, ಅವಿಮುಕ್ತೇಶ್ವರನೇ ವಿಶ್ವೇಶ್ವರನ ಗುರು (ಹಿರಿಯ) ಎಂದು ಮಾರ್ಮಿಕವಾಗಿ ಮಾತು ನಿಲ್ಲಿಸುತ್ತಾರೆ.

ಹೊಸಮಂದಿರ ಕಟ್ಟಲು ಅನೇಕ ಪ್ರಯತ್ನಗಳು (1669–1777):

ಅವಿಮುಕ್ತೇಶ್ವರ/ವಿಶ್ವೇಶ್ವರ ಮಂದಿರಗಳ ಮೇಲೆ ಸತತವಾಗಿ ಏಳು ಶತಮಾನಗಳವರೆಗೆ ದಾಳಿ ನಡೆದು ನಿಂತಮೇಲೂ, ಈ ಮಂದಿರಗಳಿಂದಾಗಿ ರಾಜಕೀಯ ರಂಗ ಬಹಳಮಯ ಕದಡಿಹೋಗಿತ್ತು. ಪೇಶ್ವೆಗಳು ಉತ್ತರ ಭಾರತದ ತ್ರಿಸ್ಥಲಿಸೇತುವೆನಿಸಿದ ಕಾಶಿ, ಪ್ರಯಾಗ, ಗಯಾವನ್ನು ತಮ್ಮ ಆಡಳಿತಕ್ಕೆ ಸೇರಿಸಿಕೊಳ್ಳಲು ಹವಣಿಸಿದರು. ರುಹೇಲರು ಮತ್ತು ಅವಧ ನವಾಬರು ಶತ್ರುಗಳೇನೊ ಆಗಿದ್ದರು. ಆದರೆ ಮರಾಠರು ಉತ್ತರದಲ್ಲಿ ಪ್ರಾಬಲ್ಯ ಸಾಧಿಸಬಾರದೆಂಬ ವಿಚಾರದಲ್ಲಿ ಮಾತ್ರ ಅವರಿಬ್ಬರೂ ಒಮ್ಮತವಾಗಿದ್ದರು. ಬಂಗಾಳ,

ಬಿಹಾರ, ಬನಾರಸ್ ಇಂಗ್ಲಿಷರ ಕೈಗೆ ಬಂದಮೇಲೆ ಮರಾಠರ ತ್ರಿಸ್ಥಲಿಯ ಆಸೆ ಕನಸೇ ಆಯಿತು. ಮೊದಲನೆಯ ಪೇಶ್ವ ಬಾಜೀರಾವನಿಗೆ (ಕ್ರಿ.ಶ.1720–1740) ಕಾಶಿಯನ್ನು ಸ್ವಾಧೀನಗೊಳಿಸಿಕೊಳ್ಳುವ ಉತ್ಸುಕತೆಯಿದ್ದಂತೆ ಕಾಣಲಿಲ್ಲ. ಇವನ ನಂತರ ಪೇಶ್ವೆಯಾದ ಬಾಲಾಜಿ ಬಾಜೀರಾವನಿಗಂತು (ಕ್ರಿ.ಶ.1740–1761) ಹೇಗಾದರೂ ಕಾಶಿಯನ್ನು ತನ್ನ ಹದ್ದಿನಲ್ಲಿ ತೆಗೆದುಕೊಂಡು, ಮಸೀದಿಯನ್ನು ಕೆಡವಿ, ಅಲ್ಲಿಯೇ ವಿಶ್ವನಾಥ ಮಂದಿರವನ್ನು ಪುನಃ ಕಟ್ಟುವ ಆಸೆ ಮಹತ್ತರವಾಗಿತ್ತು. ಕ್ರಿ.ಶ.1742ರಲ್ಲಿ ಮಿರ್ಜಾಪುರದಲ್ಲಿ ತನ್ನ ಸವಾರಿಯನ್ನು ನಿಲ್ಲಿಸಿ, ಕಾಶಿಯನ್ನು ಪಡೆಯುವ ಆಸೆ ವ್ಯಕ್ತಪಡಿಸಿದನು. ಇದರ ಸುಳಿವು ತಿಳಿದ ಅವಧ ನವಾಬ ಸಫದರ್‌ಜಂಗ್‌ನು ಬನಾರಸ್ಸಿನ ಪಂಡಿತರನ್ನು ಕರೆಸಿ, ಪೇಶ್ವೆ ಈ ಕಡೆ ಬರುವ ಮೊದಲೇ ಅವರೆಲ್ಲರನ್ನು ಮುಗಿಸಿಬಿಡುವೆನೆಂದು ಹೆದರಿಸಿದ. ಬ್ರಾಹ್ಮಣರೆಲ್ಲ ನಾರಾಯಣದೀಕ್ಷಿತನನ್ನು ಮುಂದಿಟ್ಟುಕೊಂಡು, ಪೇಶ್ವೆಯನ್ನು ಪ್ರಾರ್ಥಿಸಿ, ಪೇಶ್ವೆಯನ್ನು (ಮತ್ತು ಮರಾಠಾ ಸೇನಾಪತಿ ಮಲ್ಹಾರರಾವನನ್ನು) ಹಿಂದೆ ತಿರುಗಿಸಿ ಕಳುಹಿಸಿದರು. ಅವರ ಅನೇಕ ಯೋಜನೆಗಳೂ ಕಾರ್ಯಗತವಾಗದೆ ಹಾಗೆಯೇ ಉಳಿದವು. ಬಾಲಾಜಿ ಬಾಜೀರಾವನು ಕ್ರಿ.ಶ.1759ರಲ್ಲಿ ಸಿಂಧಿಯಾದ ಮಂತ್ರಿ ರಾಮಾಜಿ ಅನಂತನಿಗೆ ಬರೆದ ಪತ್ರದಲ್ಲೂ ಇದೇ ಮಾತು ಬರುತ್ತದೆ: "ಶುಜಾಉದ್ದೌಲರ ಜೊತೆಯೂ ಒಂದೆರಡು ಮಾತನ್ನು ನಿಶ್ಚಯಪಡಿಸಬೇಕು. ಅವರಿಂದ ಬನಾರಸ್, ಅಯೋಧ್ಯ ಮತ್ತು ಅಲಹಾಬಾದನ್ನು ತೆಗೆದುಕೊಂಡುಬಿಡು. ದಾದಾನಿಗೆ (ರಘುನಾಥ ಪಂತ ದಾದಾ) 1757ರಲ್ಲಿ ಅವರು ಬನಾರಸ್ ಮತ್ತು ಅಯೋಧ್ಯ ಕೊಡುವೆನೆಂದು ವಚನಕೊಟ್ಟಿದ್ದರು. ಅಲಹಾಬಾದಿನ ಮಾತು ಇನ್ನೂ ನಡೆಯುತ್ತಿದೆ. ಒಂದುವೇಳೆ ಈ ಮಾತಿನ ಬಗ್ಗೆಯು ಒಪ್ಪಂದವಾಗುವುದಾದರೆ ಮಾಡಿಕೊಂಡುಬಿಡು." 1759ರ ಇನ್ನೊಂದು ಪತ್ರದಲ್ಲಿ ಬಾಲಾಜಿ ಬಾಜೀರಾವ್ ಬರೆಯುತ್ತಾನೆ: "(ಶುಜಾಉದ್ದೌಲನು) ಮನಸ್ಸಿನಲ್ಲಿ ನಮಗೆ ಬನಾರಸ್ ಕೊಡುವ ನಿಶ್ಚಯಮಾಡಿದ್ದ. ಅವನನ್ನು ಮಂತ್ರಿಮಾಡಿದರೆ, ಬನಾರಸ್ ಮತ್ತು ಅಲಹಾಬಾದಿನ ಜೊತೆಗೆ ಅವನು ಐವತ್ತುಲಕ್ಷ ರೂಪಾಯಿ ನಮಗೆ ಕೊಡಬೇಕು. ಕಡೆಯಪಕ್ಷ ಅವನು ಐವತ್ತುಲಕ್ಷದ ಜೊತೆಗೆ ಅಲಹಾಬಾದನ್ನು ಕೊಟ್ಟರೆ ಅವನನ್ನು ಮಂತ್ರಿಮಾಡಬಹುದು." ಹೀಗೆ ಬಾಲಾಜಿ ಬಾಜಿರಾಯನ ಯೋಜನೆಗಳು ಇನ್ನೂ ಅನೇಕವಿದ್ದುವು, ಆದರೆ ಯಾವುದೂ ಫಲಕಾರಿಯಾಗಲಿಲ್ಲ. ರುಹೇಲ ಮತ್ತು ಶುಜಾಉದ್ದೌಲ ಇವರಿಬ್ಬರ ಜೊತೆಯೂ ಮರಾಠರು ಮಿತ್ರರಾಗಿದ್ದರು, ಮತ್ತು ಬನಾರಸ್ ಹಾಗು ಅಲಹಾಬಾದನ್ನು ವಶಪಡಿಸಿಕೊಳ್ಳುವುದರಲ್ಲಿ ಯಾವ ತೊಡಕೂ ಇಲ್ಲವೆಂದು ಇವನ ಕಾಲದ ಪತ್ರಗಳಿಂದ ತಿಳಿದುಬರುತ್ತದೆ. ಆದರೆ ನಡೆದಿದ್ದುದೇ ಬೇರೆ. ಶುಜಾಉದ್ದೌಲ ಅಹಮ್ಮದ್ ಶಾ ಅಬ್ದಾಲಿಯ ಜೊತೆ ಸೇರಿ, 1761ರ ಪಾನೀಪತ್ ಯುದ್ಧದಲ್ಲಿ ಮರಾಠರ ಸೋಲಿಗೆ ಕಾರಣವಾದನು.

1777ರಲ್ಲಿನ ಹೊಸ ಮಂದಿರ :

ಔರಂಗಜೇಬನು ಕ್ರಿ.ಶ.1669ರಲ್ಲಿ ವಿಶ್ವೇಶ್ವರ ಮಂದಿರವನ್ನು ಕೆಡವಿದನಂತರ ಸರಿಯಾಗಿ 108 ವರ್ಷಗಳವರೆಗೆ ಇಲ್ಲಿ ವಿಶ್ವೇಶ್ವರನಿಗೆ ಮಂದಿರವೆ ಇರಲಿಲ್ಲ. ಕ್ರಿ.ಶ.1777ರಲ್ಲಿ ಇಂದೋರಿನ ಮಹಾರಾಜ ಮಲ್ಹಾರರಾವ್ ಹೋಳ್ಕರ್ ಅವರ ಸೊಸೆ ಮಹಾರಾಣಿ ಅಹಲ್ಯಾಬಾಯಿ (ಖಂಡೇರಾವ್ ಹೋಳ್ಕರನ ಪತ್ನಿ) ಹೊಸ ಮಂದಿರದ ಶಿಲಾನ್ಯಾಸವನ್ನು ನಾರಾಯಣ ದೀಕ್ಷಿತನ ಆಚಾರ್ಯತ್ವದಲ್ಲಿ ನೆರವೇರಿಸಿದಳು. ಹಿಂದಿನ ಮಂದಿರದ ಜಾಗದಲ್ಲಿ ಈಗ ಮಸೀದಿಯಿದ್ದರಿಂದ, ಅದರ ದಕ್ಷಿಣದಲ್ಲಿನ 30 ಅಡಿ ಚದರದ ಹೊಸಜಾಗದಲ್ಲಿ ಕಟ್ಟಲಾಯಿತು. ಅಂತರ್ಗೃಹ 8.5 ಅಡಿ ಚಚೌಕದಲ್ಲಿದ್ದು, ಮಂಟಪದ ಎತ್ತರ 16 ಅಡಿ, ಶಿಖರದ ಎತ್ತರ 51 ಅಡಿ ಇದೆ. ಮಂದಿರದಲ್ಲಿ ಐದು ಮಂಟಪಗಳಿದ್ದು ಒಂದರಲ್ಲಿ ಜವಾನೇಶ್ವರ ಲಿಂಗ (ಮಹಾರಾಣಾ ಜವಾನ್‌ಸಿಂಗ್ ಸ್ಥಾಪಿಸಿದ್ದು), ಇನ್ನೊಂದರಲ್ಲಿ ಸತ್ಯನಾರಾಯಣ ಮತ್ತು ದೇವಿಯಿದ್ದು, ಮೂರನೆಯದರಲ್ಲಿ ಅವಿಮುಕ್ತೇಶ್ವರ ಲಿಂಗವಿದೆ. ವಿಶ್ವೇಶ್ವರ ಮಂಟಪದ ಮತ್ತು ಜವಾನೇಶ್ವರ ಮಂಟಪದ ಮಧ್ಯೆ ಇರುವ ನೌಬತ್‌ಖಾನಾವನ್ನು 1778ರಲ್ಲಿ ನವಾಬ್ ಮುಲ್ಕ್ಆಲಿ ಇಬ್ರಾಹಿಮ್ ಕಟ್ಟಿಸಿದನು. ಕ್ರಿ.ಶ.1839ರಲ್ಲಿ ಆಗಿನ ಲಾಹೋರ್ ಪ್ರಾಂತ್ಯದ ಮಹಾರಾಜ ರಣಜಿತ್ ಸಿಂಗ್ ಮಂದಿರದ ಶಿಖರಕ್ಕೆ ಚಿನ್ನದ (900ಕಿಲೊ) ಮೆರುಗನ್ನು ಹಾಕಿಸಿಕೊಟ್ಟನು. ಗ್ಯಾನವಾಪಿಯ ಮೇಲೆ ಒಂದು ಮಂಟಪವನ್ನು ಕ್ರಿ.ಶ.1828ರಲ್ಲಿ ಬೈಜಾಬಾಯಿ ಸಿಂದಿಯಾ ಕಟ್ಟಿಸಿಕೊಟ್ಟಳು. ಗ್ಯಾನವಾಪಿಯ ಮುಂದಿರುವ ನಂದಿಯನ್ನು ಕ್ರಿ.ಶ.1760ರಲ್ಲಿ ನೇಪಾಲದ ರಾಜ ಸ್ಥಾಪಿಸಿದ್ದು, ಹಾಳಾಗದೆ ಹಾಗೆಯೆ ಉಳಿದಿದೆ.

ಆದರೆ ವಿಶ್ವೇಶ್ವರಲಿಂಗ ಹೊಸದೇ ಹಳೆಯದೇ?:

ಕ್ರಿ.ಶ.1669ರಲ್ಲಿ ಔರಂಗಜೇಬನ ಆಜ್ಞೆಯ ಮೇರೆಗೆ ವಿಶ್ವೇಶ್ವರ ಮಂದಿರವನ್ನು ಕೆಡವಿದಾಗ ಅಲ್ಲಿಯ ಲಿಂಗವನ್ನು ಒಡೆದರೆ ಅಥವಾ ಅದನ್ನು ಪೂಜಾರಿಗಳು ಉಳಿಸಿದರೇ ಎಂಬ ವಿಚಾರದಲ್ಲಿ ಮತ್ತು ಹೊಸದಾಗಿ ನಿರ್ಮಿತವಾದ ಮಂದಿರದಲ್ಲಿ ಯಾವ ಲಿಂಗ ಇದೆ ಎನ್ನುವಲ್ಲಿ ಕೆಲವು ಕಥೆಗಳು, ಊಹೆಗಳು ಪ್ರಚಲಿತವಾಗಿವೆ. ಹೊಸಲಿಂಗವನ್ನು ನರ್ಮದಾ ನದಿಯ ದಡದಿಂದ ತರಲಾಯಿತು; ಹಳೆಯ ಲಿಂಗವನ್ನು ಮುಚ್ಚಿಟ್ಟಿದ್ದ ಸ್ಥಳದಿಂದ ತರಲಾಯಿತು; ಮತ್ತು ಹಳೆಯ ಲಿಂಗ ಇದ್ದಲ್ಲಿಯೇ ಇತ್ತು, ಅದರ ಸುತ್ತಲೂ ಹೊಸಮಂದಿರವನ್ನು ಕಟ್ಟಲಾಯಿತು ಎಂಬುದು ಕೆಲವು ಊಹೆಗಳು. ಕಟ್ಟಾ ಸಾಂಪ್ರದಾಯಿಕರು ಯಾವಮಾತನ್ನೂ ಒಪ್ಪುವುದಿಲ್ಲ. ಈಗಿರುವ ಲಿಂಗ ಹಳೆಯದೆ, ಅದನ್ನು ಹೊರಗಿನಿಂದ ತಂದಿಲ್ಲ, ಮಂದಿರ ಇಲ್ಲದಾಗಲೂ (ಎಂದರೆ 1669ರಿಂದ 1777ರವರೆಗೆ) ಅದೇ ಲಿಂಗವನ್ನು ಪೂಜಿಸಲಾಗುತ್ತಿತ್ತು ಎಂದು ಅವರು ಒತ್ತಿ ಹೇಳುತ್ತಾರೆ.

ತಮ್ಮ ಹೇಳಿಕೆಗೆ ಸಾಕ್ಷಿಯಂತೆ ಕಳೆದ ನೂರೆಂಟುವರ್ಷಗಳಲ್ಲಿ ಈ ಲಿಂಗವನ್ನು ಪೂಜಿಸಿದವರ ಹೆಸರುಗಳ ದಾಖಲೆಯನ್ನು ತೋರಿಸುತ್ತಾರೆ. (ತೀರ್ಥಪುರೋಹಿತರಾದ ರಾಜಗುರು ತ್ರಿಲೋಕಿನಾಥ ಪಾಠಕ್ ಮತ್ತು ಪಂಡಿತ ಮಹಾಬೀರ್ ಪ್ರಸಾದ್ ಮಿಶ್ರ ಇವರ ದಿನಚರಿ ಪುಸ್ತಕಗಳು, ಕುಬೇರ ನಾಥ ಶುಕ್ಲ, ಪು 182). ಅವರ ಪ್ರಕಾರ ಮಂದಿರವಿಲ್ಲದ ವರ್ಷಗಳಲ್ಲಿ ಪೂಜೆ ನಡೆಸಿದ ಗಣ್ಯರಲ್ಲಿ ರೇವಾದ ರಾಜ ಭಾವ್‌ಸಿಂಗ್ (1671), ಮಹಾರಾಣಾ ಜಗತ್‌ಸಿಂಗ್ (1676), ರೇವಾದ ಮಹಾರಾಜ ಅನಿರುದ್ಧಸಿಂಗ್ (1695), ಉದಯಪುರದ ಮಹಾರಾಣಾ ಜವಾನ್‌ಸಿಂಗ್ (1734), ಉದಯಪುರದ ಮಹಾರಾಣಾ ಸಂಗ್ರಾಮ್‌ಸಿಂಗ್ (1749) ಮತ್ತು ಮಹಾರಾಣಾ ಅಸೀಮ್‌ಸಿಂಗ್ (1765) ಇವರು ಮುಖ್ಯರು ('ಹೋಮೇಜ್ ಟು ವಾರಾಣಸಿ'). ಗಂಗಾ ಸ್ನಾನ ಮತ್ತು ವಿಶ್ವನಾಥನ ದರ್ಶನಕ್ಕಲ್ಲದೆ ಯಾವ ಯಾತ್ರಿ ಸುಮ್ಮನೆ ಕಾಶಿಗೆ ಬಂದುಹೋಗುತ್ತಾನೆ, ಆದ್ದರಿಂದ ಇವರೆಲ್ಲ ಇಲ್ಲಿ ವಿಶ್ವನಾಥನ ದರ್ಶನ ಪೂಜೆ ಮಾಡಿದ್ದರೆಂದು ಸಾಂಪ್ರದಾಯಿಕರ ವಾದ. ಈಗಿನ ಮಂದಿರದ ಗೋಡೆಯ ಮೇಲಿನ ಕೆತ್ತನೆಯಲ್ಲಿ ರಾಣಿ ಅಹಲ್ಯಾಬಾಯಿಯು ಐದು ಮಂಟಪಗಳಿರುವ ಮಂದಿರವನ್ನು ಕಟ್ಟಿದಳೆಂಬ ವಿಚಾರವಿದೆಯೇ ಹೊರತು, ಲಿಂಗ ಸ್ಥಾಪನೆಯ ಬಗ್ಗೆ ಮೌನವಾಗಿದೆ. ಆದ್ದರಿಂದ ಇಲ್ಲಿರುವುದು ಹಳೆಯ ಲಿಂಗವೇ ಎಂದು ಸಾಂಪ್ರದಾಯಿಕರ ಮತ.

ಇನ್ನೊಂದು ಕಥೆಯ ಪ್ರಕಾರ, ಲಿಂಗವನ್ನು ಅರ್ಘದಿಂದ ಬೇರೆಮಾಡಿ, ಪೂಜಾರಿ ಲಕ್ಷ್ಮೀಪತಿದೂಬೆ ಮತ್ತು ಪರಿವಾರದವರು ಲೋಲಾರ್ಕ-ಭದ್ಯೆನಿಯಲ್ಲಿನ ತಮ್ಮ ನಿವಾಸಕ್ಕೆ ಕೊಂಡೊಯ್ದರು. ಆದರೆ, ಲಿಂಗವನ್ನು ವಿಧರ್ಮೀಯರಿಂದ ಉಳಿಸಲು, ಗ್ಯಾನವಾಪಿ (ಬಾವಿ)ಯಲ್ಲಿ ಹಾಕಲಾಯಿತೆಂಬ ಸುದ್ದಿಯನ್ನು ಹಬ್ಬಿಸಿದರು. ಗುಪ್ತ ರೀತಿಯಲ್ಲಿ ಪೂಜೆನಡೆಯುತ್ತಲೇ ಇದ್ದ ವಿಷಯ ಪ್ರಚಾರಕ್ಕೆ ಬಂದೊಡನೆ ಲಿಂಗವನ್ನು ಮಿರ್ಜಾಪುರದ ಸಂಬಂಧಿಗಳ ಮನೆಗೆ ಸಾಗಿಸಿದರು. ವರ್ಷಗಳ ನಂತರ ಲಿಂಗವನ್ನು ಮತ್ತೆ ಲೋಲಾರ್ಕದ ಮನೆಯ ಮೂರನೆಯ ಅಂತಸ್ತಿನಲ್ಲಿಟ್ಟು ಪೂಜಿಸತೊಡಗಿದರು. ಪೂಜಾರಿಯ ನಿಧನದ ನಂತರ ಲಿಂಗವನ್ನು ಮೊದಲ ಅಂತಸ್ತಿಗೆ ತಂದು ಅಲ್ಲಿಯೆ ಪೂಜಿಸಿದರು. ಇಂದಿಗೂ ಆ ಹಳೆಯ ಲಿಂಗವು ಒಂದು ಮನೆಯಲ್ಲಿ (ಸಂಖ್ಯೆ 2/32ರಲ್ಲಿ) ಸುರಕ್ಷಿತವಾಗಿದೆ. ಹೊಸ ಮಂದಿರವನ್ನು ಕಟ್ಟುವಾಗ ಈ ಲಿಂಗವನ್ನು ಉಪೇಕ್ಷಿಸಿದ್ದಕ್ಕೆ ಕಾರಣವೆಂದರೆ, ನಾರಾಯಣಭಟ್ಟನು ತ್ರಿಸ್ಥಲಿಸೇತುವಿನಲ್ಲಿ (ಕ್ರಿ.ಶ.1580ರಲ್ಲಿ) ಬರೆದಂತೆ 'ಅರ್ಘದಿಂದ ಬೇರ್ಪಡಿಸಿದ ಲಿಂಗವನ್ನು ಪೂಜಿಸಬಾರದು, ಮ್ಲೇಚ್ಛರಿಂದ ಮಂದಿರ ನಷ್ಟವಾದ ಮೇಲೆ ಅದೇ ಜಾಗದಲ್ಲಿ ಹೊಸಲಿಂಗವನ್ನು ಸ್ಥಾಪಿಸಿ ಪೂಜಿಸಬಹುದು' ಎಂಬ ಸೂತ್ರವೇ ಇರಬೇಕು (ಕೇದಾರ್ ನಾಥ್ ವ್ಯಾಸ್, ಪು292-293). ಒಂದು ಬಂಗಾಲಿ ಕಾದಂಬರಿಯು

ಹೆಣೆದಿರುವ ಇನ್ನೊಂದು ಕಥೆಯ ಪ್ರಕಾರ ಔರಂಗಜೇಬನು ಮಂದಿರ ಒಡೆದಮೇಲೆ, ವಿಶ್ವನಾಥ ಬ್ರಹ್ಮಚಾರಿ ಎಂಬ ಪೂಜಾರಿಯು ಒಂದು ವಾರ ಉಪವಾಸ ಮಾಡಿ, ನಂತರ ಗ್ಯಾನವಾಪಿಯ ನೀರಿನಲ್ಲಿದ್ದ ಲಿಂಗವನ್ನು ಹೊರತೆಗೆದು, ಅದನ್ನು ತಾತ್ಕಾಲಿಕವಾಗಿ ಕಟ್ಟಿದ ಒಂದು ಚಾವಣಿಯಲ್ಲಿ ಇಟ್ಟು ಪೂಜೆಮಾಡಿದನು.

ಮೊದಲಿದ್ದ ಸ್ಥಾನದಲ್ಲಿಯೆ ಮಂದಿರ ಕಟ್ಟುವ ಪ್ರಯತ್ನ(1777–1800)

ಕ್ರಿ.ಶ 1777ರಲ್ಲಿ ಹೊಸಮಂದಿರ ಕಟ್ಟಿದ ಮೇಲೂ, ಮಸೀದಿಯಿದ್ದ ಹಿಂದಿನ ಸ್ಥಾನದಲ್ಲಿಯೇ ಮತ್ತೆ ಮಂದಿರ ಕಟ್ಟುವ ಪ್ರಯತ್ನನಡೆದಿತ್ತು. ಕ್ರಿ.ಶ.1787ರಲ್ಲಿ ಬನಾರಸ್‌ನ ರೆಸಿಡೆಂಟ್ ಎಂದು ನೇಮಕವಾದ ಡಂಕನ್‌ನ ಕಾಲದಲ್ಲಿ ಮಸೀದಿಯ ಜಾಗಕ್ಕೆ ಸೂಕ್ತ ಮೊತ್ತಕೊಟ್ಟು, ನಷ್ಟವನ್ನು ತುಂಬಿ, ಮುಸ್ಲಿಮರಿಂದ ಅದನ್ನು ಪಡೆದು, ಅಲ್ಲಿ ಪುನಃ ವಿಶ್ವನಾಥ ಮಂದಿರವನ್ನು ಮೊದಲಿನಂತೆ ಕಟ್ಟಬೇಕೆಂದು ಮರಾಠರು ಬಹಳ ಪ್ರಯತ್ನಮಾಡಿದರು. ಕ್ರಿ.ಶ.1789ರಲ್ಲಿ ಮಹಾಜದಿ ಸಿಂದಿಯಾ ಗ್ಯಾನವಾಪಿ ಮಸೀದಿಯ ಜಾಗವನ್ನು ಆಕ್ರಮಣಮಾಡಿಕೊಳ್ಳಲು ಪ್ರಯತ್ನಮಾಡಿದನು; ಆದರೆ ಮುಸ್ಲಿಮರ ಕೋಪಕ್ಕೆ ತುತ್ತಾಗುವ ಇಷ್ಟವಿಲ್ಲದೆ ಇಂಗ್ಲಿಷರು ಅವನನ್ನು ತಡೆದರು. ನಾನಾ ಫಡ್ನವೀಸನು ಇಂಗ್ಲಿಷರು ಮತ್ತು ಮೈಸೂರಿನ ಟಿಪ್ಪುವಿನ ನಡುವಣ ಯುದ್ಧದಲ್ಲಿ ಇಂಗ್ಲಷರಿಗೆ ಸಹಾಯಮಾಡಲು ಒಪ್ಪಿ, ಅದಕ್ಕೆ ಬದಲಾಗಿ ಅವರು ವಿಶ್ವನಾಥ ಮಂದಿರವನ್ನು ಅದರ ಹಿಂದಿನಸ್ಥಳದಲ್ಲಿ ಕಟ್ಟಲು ಬಿಡಬೇಕೆಂಬ ಷರತ್ತುಹಾಕಿದ್ದನು ('ವಾರಾಣಸಿ ಥ್ರೂ ದಿ ಏಜಸ್', ಪು 139). ಇದೂ ಸಹ ನಡೆಯಲಿಲ್ಲ.

ಮಂದಿರದ ವಹಿವಾಟು(1654–1983)

ಹೊರಗಿನ ದಾಳಿಯ ಭಯವಿಲ್ಲದಾಗ, ಮಂದಿರದೊಳಗಿನ ಪೂಜೆ, ವಹಿವಾಟು-ವ್ಯವಹಾರಗಳಲ್ಲಿ ಕ್ರಮೇಣ ತೊಡಕು ಕಾಣಿಸಿಕೊಳ್ಳಲು ಶುರುವಾಯಿತು. ಕ್ರಿ.ಶ.1654/1656ರಲ್ಲಿ ದಾರಾಶುಕೊ ಕೊಟ್ಟ ಅಧಿಕಾರದಂತೆ ವಿಶ್ವೇಶ್ವರನ ಪೂಜೆಮಾಡುವ ಹಕ್ಕು ಲಿಂಗಿಯಾ ಎಂಬ ಪಂಡಾಗಳ ಕೈಯಲ್ಲಿತ್ತು. 1777ರಲ್ಲಿ ಹೊಸ ಮಂದಿರ ಕಟ್ಟಿದಮೇಲೆ ಇದೇ ವಂಶದವರು ಕ್ರಿ.ಶ.1902ರವರೆಗೂ ಪೂಜೆಮಾಡಿದರು. ವಂಶದ ಮೊದಲಿಗ ದಲ್ಲು ಮಹಾರಾಜನ ನಂತರ ಲಾಲ್ ಸಾಹಿ, ಸದಾಶಿವ ಬ್ರಹ್ಮಚಾರಿ, ದುರ್ಗಾದತ್ತ, ಶಿವದತ್ತ ಪೂಜೆ ನಡೆಸಿಕೊಂಡುಬಂದರು. ಶಿವದತ್ತನು ಕ್ರಿ.ಶ1843ರಲ್ಲಿ ಸತ್ತನಂತರ, ಅವನ ಇಬ್ಬರು ಮಕ್ಕಳು ಮತ್ತು ಒಬ್ಬ ಮಗಳು 1849ರೊಳಗೆ ತೀರಿಹೋದರು. ಶಿವದತ್ತನ ವಿಧವೆ ರುಕ್ಮಿಣಿದೇವಿ ಮತ್ತು ಅವಳ ಇಬ್ಬರು ಸೊಸೆಯರು ವಹಿವಾಟನ್ನು ನೋಡಿಕೊಳ್ಳುತ್ತಿದ್ದರು. ಕಾಶಿಯ ಮಹಾರಾಜ ಈಶ್ವರಿ ಪ್ರಸಾದ್ ನಾರಾಯಣಸಿಂಗ್‌ನ ಕಾಲದಲ್ಲಿ (1835–1889) ಹರಿಸಿಂಗ್, ರಾಜನಾಥ್‌ಸಿಂಗ್, ದರ್ಗಾಸಿಂಗ್, ಮತ್ತು ಸದಾನಂದ

ಎಂಬುವರು ಬಲಶಾಲಿಗಳಾಗಿ ಮಂದಿರದ ವ್ಯವಹಾರದಲ್ಲಿ ತಲೆಹಾಕಿ, ಯಾತ್ರಿಗಳನ್ನು ಹಿಂಸಿಸಿದರು. ಮಹಾರಾಜ ಪ್ರಭುನಾರಾಯಣ ಸಿಂಗ್‌ನ ಕಾಲದಲ್ಲಿ (1889–1931) ಶಿವದತ್ತನ ವಿಧವೆ ಸೊಸೆಯರು ಇಬ್ಬರು ಹುಡುಗರನ್ನು ತಮ್ಮ ವಾರಸುದಾರರಾಗಿ ದತ್ತು ತೆಗೆದುಕೊಂಡರು. ಇದು ಬಹಳ ಜನರಿಗೆ ಒಪ್ಪದಿದ್ದಾಗ, ಕ್ರಿ.ಶ.1902ರಲ್ಲಿ ಪ್ರಸಿದ್ಧ ಆಯುರ್ವೇದ ಪಂಡಿತ ವಿಶ್ವೇಶ್ವರ ದಯಾಲುತ್ರಿಪಾಠಿಯನ್ನು (ರುಕ್ಮಿಣಿದೇವಿಯ ಸೋದರಳಿಯ) ವ್ಯವಸ್ಥಾಪಕನೆಂದು (ಮಹಾಂತ) ನೇಮಿಸಲಾಯಿತು. ನಂತರ ಅವನ ಮಗ ಭಾನುಪ್ರಸಾದ ತ್ರಿಪಾಠಿಯು, ಅನಾರೋಗ್ಯದಿಂದಾಗಿ, ಮಹಾಂತನಾಗಲಿಲ್ಲ. ದಯಾಲುವಿನ ನಂತರ ಅವನ ಹೆಂಡತಿ ಇಂದ್ರಾಣಿಕೌರ್, ನಂತರ ಅವಳ ಎರಡನೆಯ ಮಗ ಭಗವಾನ್‌ಪ್ರಸಾದನ ಮಗ ಉಮಾಶಂಕರ ತ್ರಿಪಾಠಿ ಮಹಾಂತರಾದರು. ಉಮಾಶಂಕರನಿಗೆ ಕಾರ್ಯಸಾಗಿಸುವುದು ಕಷ್ಟವಾದಾಗ, ಅವನ ಅಹೀರ್ ಜಾತಿಯ ಸೇವಕನು ಎಲ್ಲವನ್ನು ನಿಭಾಯಿಸುತ್ತಿದ್ದ. ಕ್ರಮೇಣ ಅವನು ದುರಹಂಕಾರಿಯಾಗಿ ವರ್ತಿಸುತ್ತಾ, ಮಂದಿರದ ನೆಲದಮೇಲೆ ಅಂಟಿಸಿದ್ದ ಚಿನ್ನದ ನಾಣ್ಯಗಳನ್ನು ಲಪಟಾಯಿಸಲು ಶುರುಮಾಡಿದ. ವಿಶ್ವೇಶ್ವರ ದಯಾಲುವಿನ ಇನ್ನೊಬ್ಬ ಮೊಮ್ಮಗ ಮಹಾವೀರಪ್ರಸಾದ್ ನ್ಯಾಯಾಲಯದಲ್ಲಿ ಮೊಕದ್ದಮೆ ಹಾಕಿದನು. ತೀರ್ಪು ಬರುವಮೊದಲೇ ಉಮಾಶಂಕರ ತೀರಿಹೋದನು. ಮಹಾರಾಜನು 1917ರಲ್ಲಿ ಮಹಾವೀರಪ್ರಸಾದ ತ್ರಿಪಾಠಿಯನ್ನು ಮಹಾಂತನಾಗಿ ನೇಮಕ ಮಾಡಿದನು. ಇವನ ವಂಶದವರು ಕ್ರಿ.ಶ.1983ರವರೆಗೂ ಮಂದಿರದ ಮಹಾಂತರಾಗಿ ಕೆಲಸ ನಡೆಸಿಕೊಂಡು ಬಂದರು. ಆಗ ಮಂದಿರದಲ್ಲಿ ವಿಶ್ವೇಶ್ವರನ ಲಿಂಗದ ಸುತ್ತಲಿದ್ದ ಚಿನ್ನದ ತಗಡಿನ ಕಳವಿನಿಂದಾಗಿ ಸರ್ಕಾರವು ಮಂದಿರದ ಆಡಳಿತವನ್ನು ವಹಿಸಿಕೊಂಡಿತು (ಶ್ರೀ ಕೃಷ್ಣವರ್ಮ ಪು 16–31).

ಈಗ ಕಾಶಿಯಲ್ಲಿ ಅವಿಮುಕ್ತೇಶ್ವರನ ಲಿಂಗಗಳು ನಾಲ್ಕು ಸ್ಥಳಗಳಲ್ಲಿವೆ. ಗ್ಯಾನವಾಪಿಯ ಉತ್ತರದಲ್ಲಿನ ಚಾವಡಿ (ಧರ್ಮಶಾಲೆ)ಯಲ್ಲಿ ಮತ್ತು ವಿಶ್ವೇಶ್ವರ ಮಂದಿರದೊಳಗೆ ವಿಶ್ವೇಶ್ವರನ ದಕ್ಷಿಣಕ್ಕೆ ಇರುವ ಎರಡು ಅವಿಮುಕ್ತೇಶ್ವರಗಳು ಮುಖ್ಯವಾದುವು. ಅಲ್ಲದೆ ಬ್ರಹ್ಮನಾಲ ಮಾರ್ಗದಲ್ಲಿ ಮುದ್ರಾಚೌಕಿಯ ಹತ್ತಿರ ಮತ್ತು ರಾಧಾಕೃಷ್ಣ ಧರ್ಮಶಾಲೆಯಲ್ಲಿ ಇನ್ನೆರಡು ಅವಿಮುಕ್ತೇಶ್ವರ ಲಿಂಗಗಳಿವೆ. ಈಗಿನ ವಿಶ್ವನಾಥ ಮಂದಿರವು ಗ್ಯಾನವಾಪಿಯ (ಜ್ಞಾನವಾಪಿಯ) ಮತ್ತು ಮಸೀದಿಯ ದಕ್ಷಿಣಕ್ಕಿದೆ.

ಆತ್ಮಬಲಿಯಿಂದ ಮುಕ್ತಿಯೇ?:

ಕುಕರ್ಮಿಗಳು ಎಂಥಾ ಗಹನವಾದ/ಧಾರ್ಮಿಕವಾದ ವಿಚಾರವನ್ನೂ ತಮ್ಮ ಲಾಭಕ್ಕೆ ಅನುಕೂಲಕ್ಕೆ ಹೊಂದುವಂತೆ ತಿರುಗಿಸುತ್ತಾರೆಂದು ಇನ್ನೊಂದು ಘಟನೆಯಿಂದ ತಿಳಿಯಬಹುದು. ಇದು ಕಾಶಿ ಮತ್ತು ಪ್ರಯಾಗಗಳಂತಹ ಕ್ಷೇತ್ರಗಳಲ್ಲಿ ಶೈವರಲ್ಲಿದ್ದ

ಆತ್ಮಬಲಿದಾನದ ಪದ್ಧತಿಗೆ ಸಂಬಂಧಪಟ್ಟಿದ್ದು. ಶೈವಧರ್ಮದಲ್ಲಿ ಆತ್ಮ ಬಲಿದಾನದ ಪದ್ಧತಿ ಇತ್ತೆಂದೂ, ಅದರಲ್ಲೂ ಬಂಗಾಳದಲ್ಲಿ ಚೈತ್ರ ಪೂರ್ಣಿಮೆಯಂದು ಶಿವ ಭಕ್ತರು ಬಾಳೆಕಂಬದ ಮೇಲೆ ಸಿಕ್ಕಿಸಿದ ಚೂರಿಯ ಮೇಲೆ 'ಜಯ ಶಿವ' ಎಂದು ಕೂಗಿಕೊಂಡು ಬಿದ್ದು ಬಲಿಯಾಗುತ್ತಿದ್ದರೆಂದೂ ಹೇಳುತ್ತಾರೆ. ಇದನ್ನು ಅನುಸರಿಸಿ, ಕೆಲವರು ಕಾಶಿಯಲ್ಲಿ 'ಕಾಶೀಕರವಟ್'ಅನ್ನು ಕಲ್ಪಿಸಿರಬೇಕೆಂಬ ಊಹೆಯಿದೆ. ಕಾಶಿಯಲ್ಲೇ ಅತ್ಯಂತ ಕುಪ್ರಸಿದ್ಧವಾದ ಜಾಗವೆ ಕಾಶೀಕರವಟ್. ಇದು ನೆಲದ ಮಟ್ಟಕ್ಕಿಂತ ಕೆಳಗಿರುವ, ಬಾವಿಯಂತೆ ನೀರಿರುವ ಜಾಗ. ಅಲ್ಲೊಂದು ಹರಿತವಾದ ಗರಗಸ. 'ಹೇಗಾದರೂ ಕಾಶಿಯಲ್ಲಿ ಸತ್ತರೆ ಮುಕ್ತಿ' ಎಂಬ ಹಳೆಯ ಉಕ್ತಿಯನ್ನು ದುರುಪಯೋಗಿಸಿಕೊಂಡು 'ಆತ್ಮಹತ್ಯೆ ಅಥವಾ ಆತ್ಮ ಬಲಿದಾನ ಮಾಡಿಕೊಂಡಾದರು, ಇಲ್ಲಿ ಸಾಯಬಹುದು' ಎಂದು ಇಲ್ಲಿಯ ದುಷ್ಟ ಪೂಜಾರಿಗಳು ಯಾತ್ರಿಗಳನ್ನು ನಂಬಿಸುತ್ತಿದ್ದರು. ಶೇರ್‌ಖಾನ್/ಹುಮಾಯೂನ್‌ರ ಸಮಕಾಲೀನನಾದ ಕವಿ ಜಾಯಸಿಯು ಒಂದು ಕಡೆ 'ಕರವಟ್ ಮೇಲೆ ಜಿಗಿದು ಚೂರಾದಹಾಗೆ' ಎಂದು ಹೇಳಿದ್ದರಿಂದ, ಕರವಟ್‌ನ ಪದ್ಧತಿಯು ಆ ಕಾಲದಿಂದಲೇ ಅಥವಾ ಇನ್ನೂ ಮೊದಲಿನಿಂದಲೇ ಇದ್ದಿರಬೇಕು (ಡಾ. ಮೋತಿಚಂದ್ರ, ಪು 220). ಅಲೆಕ್ಸಾಂಡರ್ ಹ್ಯಾಮಿಲ್ಟನ್ (1744) ಎಂಬುವನು ತನ್ನ ಯಾತ್ರಾ ಕಥೆಯಲ್ಲಿ ಈ ಕ್ರೂರಪದ್ಧತಿಯ ವಿವರಣೆ ಕೊಟ್ಟು, ಔರಂಗಜೇಬನು ಇದನ್ನು ನಿಲ್ಲಿಸಿದನೆಂದು ಬರೆಯುತ್ತಾನೆ ('ಎ ನ್ಯೂ ಆಕೌಂಟ್ ಆಫ್ ದಿ ಈಸ್ಟ್ ಇಂಡೀಸ್', ಭಾಗ 2, ಪು 21–22). ಪ್ರಯಾಗದಲ್ಲಿ ಅಕ್ಷಯವಟದ ಕೆಳಗೆ ಹಿಂದೆ ಇದೇ ತರಹದ ಗರಗಸವೊಂದಿದ್ದು ಯಾತ್ರಿಗಳ ಬಲಿದಾನಕ್ಕೆ ಉಪಯೋಗವಾಗುತ್ತಿತ್ತು. ಇದಲ್ಲದೆ ಯಾತ್ರಿಗಳು ಗಂಗಾನದಿಯಲ್ಲಿ ಹಾರಿಬಿದ್ದು ಆತ್ಮ ಬಲಿದಾನ ಮಾಡಿಕೊಳ್ಳುತ್ತಿದ್ದರು. ಈ ಹಳೆಯ ಪದ್ಧತಿಯಲ್ಲಿ ನಂಬಿಕೆ ಕಡಿಮೆಯಾಗುತ್ತಿದೆ ಅನ್ನಿಸಿರಬಹುದಾದ ಸಮಯದಲ್ಲಿ ಔರಂಗಜೇಬನಿಂದ ಮಂದಿರ ನಾಶವಾದುದು, ದುಷ್ಕರ್ಮಿಗಳಿಗೆ ಇನ್ನೊಂದು ಹೊಸ ಕುಮಾರ್ಗ ತೋರಿಸಿದಂತಾಗಿರಬೇಕು. ಆಗ ವಿಶ್ವೇಶ್ವರ ಲಿಂಗವನ್ನು ಗ್ಯಾನವಾಪಿ (ಬಾವಿ)ಯಲ್ಲಿ ಹಾಕಲಾಯಿತೆಂಬ ಮಾತನ್ನು ಕುಪ್ರಸಿದ್ಧ ಕಾಶೀಕರವಟ್‌ನ ಪಂಡಾಗಳು ಮುಗ್ಧಜನರ ಶೋಷಣೆಗೆ ಉಪಯೋಗಿಸಿಕೊಂಡರು. 'ಔರಂಗಜೇಬನ ಕ್ರೂರತೆಗೆ ಹೆದರಿದ ನಮ್ಮ ವಿಶ್ವೇಶ್ವರ, ಗ್ಯಾನವಾಪಿಯಲ್ಲಿ ಹಾರಿಬಿಟ್ಟನು. ಆನಂತರ ತನ್ನ ಭಕ್ತರ ಉದ್ಧಾರಕ್ಕಾಗಿ ವಾಪಿಯ ಒಳಹೊಕ್ಕು ಕಾಶೀಕರವಟ್ ಬಾವಿಯಲ್ಲಿ ಮೇಲೆ ಬಂದನು' ಎಂದು ಮೂಢಜನರನ್ನು, ಅದರಲ್ಲೂ ಯಾತ್ರಿಗಳನ್ನು ನಂಬಿಸಿದರು (ಕೇದಾರ್ ನಾಥ್ ವ್ಯಾಸ್, ಪು 292–293). 'ಗಣೇಶ ಬಂದ, ಚಿಕ್ಕ ಕೆರೇಲಿ ಬಿದ್ದ, ದೊಡ್ಡ ಕೆರೇಲಿ ಎದ್ದ' ಅನ್ನುವ ರೀತಿಯ ಹಾಡಿನಂತಾಯಿತು. ಎಷ್ಟೋ ಜನರನ್ನು ಆತ್ಮಹತ್ಯೆಗೆ ಪ್ರಚೋದಿಸಿ, ಅವರಲ್ಲಿದ್ದ ಹಣ, ಒಡವೆ, ವಸ್ತ್ರಗಳನ್ನು ತಾವೇ ದಾನವಾಗಿ

ಸ್ವೀಕರಿಸಿ (ಇಲ್ಲವೆ ಲೂಟಿಮಾಡಿ), ನಂತರ ಅವರನ್ನು ಕಾಶೀಕರವಟದ ಮೇಲಿನಿಂದ ಕೆಳಗಿನ ಗರಗಸದ ಮೇಲೆ ಬೀಳುವಂತೆಮಾಡಿ (ಬೇಕಿದ್ದಲ್ಲಿ ದೂಕಿ), ಅವರಿಗೆ ಮುಕ್ತಿ ದೊರಕಿಸಿಕೊಡುತ್ತಿದ್ದರು!! ಕಾಶೀ ಕರವಟ್‌ನ ದುಷ್ಟಪದ್ಧತಿಯನ್ನು ಔರಂಗಜೇಬನೇ ನಿಲ್ಲಿಸಿದನೆಂದು, ಗಂಗೆಯಲ್ಲಿ ಹಾರಿ ಪ್ರಾಣನೀಗುವುದನ್ನು ಇಂಗ್ಲಿಷರು ನಿಲ್ಲಿಸಿದರೆಂದು ಹೇಳುತ್ತಾರೆ.

■

36. ಬೆಂಬಿಡದ ಬೇತಾಳ

ಗೊಂದಲಮಯ ಚರಿತ್ರೆಯ ವಿಷಯಗಳನ್ನೆಲ್ಲ ಹಿಂದಕ್ಕೆ ಬಿಟ್ಟು, ದೃಷ್ಟಿಯನ್ನು ಅಂತರಂಗದ ಒಳಕ್ಕೆ ಹರಿಸಿ, 'ಪ್ರಜ್ವಲ ಕಾಶಿ'ಯ ಕಥೆಗಳನ್ನು ಮುಂದುವರಿಸೋಣವೆಂದರೆ ಏಳು ಶತಮಾನಗಳ ದಾಳಿ ಬೆಂಬಿಡದ ಭೇತಾಳದಂತೆ ಬೆನ್ನೇರಿಕೂತು ತನ್ನದೇ ಕಥೆ ಹೇಳುತ್ತದೆ. ಕೊನೆಗೆ ಉತ್ತರಕೊಡಲಾಗದ ಪ್ರಶ್ನೆಯನ್ನೂ ಕೇಳುತ್ತದೆ! ಒಂದು ರಾಜ ಮನೆತನದಿಂದ ಇನ್ನೊಂದು ಮನೆತನ ರಾಜ್ಯವನ್ನು ಕಸಿದು ಆಳುವುದು ಎಲ್ಲಿಯೂ ಹೊಸತಲ್ಲ. ಕಾಶಿಯ ಮೊದಲ ರಾಜನೆನಿಸಿದ ಕ್ಷಾತ್ರವೃದ್ಧನ (ಪ್ರತಿಷ್ಠಾನದ ರಾಜ ಅಯುವಿನ ಮಗ, ಮನುವಿನ ಮರಿ ಮೊಮ್ಮಗ) ಕಾಲದಿಂದ ಕಾಶಿಯಲ್ಲಿಯೂ ಅನೇಕ ರಾಜಮನೆತನಗಳು ಆಳಿದ್ದವು. ಈ ಸಾವಿರಾರು ವರ್ಷಗಳಲ್ಲಿ ಅನೇಕ ಯುದ್ಧಗಳಾಗಿರಬೇಕು, ಲೆಕ್ಕವಿಲ್ಲದಷ್ಟು ಜನ ಮಡಿದಿರಬೇಕು, ರಾಜದರ್ಬಾರಿನಲ್ಲಿ-ಆಡಳಿತದಲ್ಲಿ ಸಾಕಷ್ಟು ಬದಲಾವಣೆಗಳಾಗಿರಬೇಕು. ಇದೇರೀತಿಯಲ್ಲಿ ಕ್ರಿ.ಶ. ಹನ್ನೊಂದನೆಯ ಶತಮಾನದ ಮೊದಲಲ್ಲಿ ಬೀಸಿದ ಗಾಳಿ ಇನ್ನೊಂದು ರಾಜಕೀಯ ದಾಳಿಯಾಗಿ ಕಂಡರೂ, ಕ್ರಮೇಣ ಸುಂಟರಗಾಳಿಯಾಗಿ ಎಲ್ಲವನ್ನೂ (ಜನಜೀವನವನ್ನು) ತನ್ನ ತೆಕ್ಕೆಯಲ್ಲಿ ಸುತ್ತಿಹಿಡಿದು, ಚಂಡಮಾರುತವಾಗಿ (ಧಾರ್ಮಿಕ ಭಾವನೆಗಳಾದಿಯಾಗಿ) ಎಲ್ಲವನ್ನೂ ಬುಡಸಮೇತ ಕಿತ್ತೊಗೆದು, ದಳ್ಳುರಿಯಾಗಿ ಉಳಿದುದೆಲ್ಲವನ್ನೂ ಸುಟ್ಟು ಬೂದಿಮಾಡುವ ಮಹಾಕಂಟಕವಾಗಿ ಪರಿಣಮಿಸಿತು. ಈ ಚಂಡಮಾರುತವೇ ಪರದೇಶೀಯರ, ಪರಮತೀಯರ, ಅನ್ಯಮತದ್ವೇಷಿಗಳ ಘೋರ ದಾಳಿ! ಪರದೇಶೀಯರು ನಮ್ಮ ರಾಷ್ಟ್ರದ ಮೇಲೆ ಏಕೆ ದಂಡೆತ್ತಿಬಂದರು, ಅವರ ಉದ್ದೇಶಗಳೇನಿದ್ದವು, ಅವರ ಯುದ್ಧನೀತಿಯೇನು, ಅವರ ಆಳ್ವಿಕೆಯ ಪರಿಯೇನು, ಅವರ ದಾಳಿಗಳಿಂದಾದ ಪರಿಣಾಮಗಳೇನು ಎಂದೆಲ್ಲಾ ವಿವರಣೆಗೆ ಹೊರಟರೆ ಅದೇ ಒಂದು ದೊಡ್ಡ ಚರಿತ್ರೆಯಾಗುತ್ತದೆ. ಇಲ್ಲಿ ಎಲ್ಲವನ್ನೂ ಸಂಕ್ಷಿಪ್ತವಾಗಿ, ಕಾಶಿಯ ಕಥೆಗಳಿಗೆ ಪ್ರಸ್ತುತವಾದಷ್ಟನ್ನು ಮಾತ್ರ ಹೇಳಬೇಕಾಗುತ್ತದೆ.

ಮಹಮ್ಮದ್ ಘಜ್ನಿ, ಮಹಮ್ಮದ್ ಘೋರಿಯಿಂದ ಹಿಡಿದು ಮಿಕ್ಕೆಲ್ಲ ಮುಸ್ಲಿಮ್ ದಾಳಿಕಾರರರಿಗೂ ಮೊದಲಲ್ಲಿ ಎರಡು ಮುಖ್ಯ ಉದ್ದೇಶಗಳಿದ್ದವೆಂದು ಗುರುತಿಸಬಹುದು. ಒಂದು, ಮಂದಿರ, ಮಠ, ಮನೆ, ಪೇಟೆಗಳನ್ನು ಲೂಟಿಹೊಡೆದು ತಮ್ಮ ಬೊಕ್ಕಸ ತುಂಬುವುದು. ಎರಡು, ವಿಗ್ರಹಾರಾಧಕರಿಗೆ ಪಾಠ ಕಲಿಸುವಂತೆ, ವಿಗ್ರಹ-ಮಂದಿರಗಳನ್ನು ನುಚ್ಚುನೂರಾಗಿಸಿ, ಕೆಡವಿದ ಮಂದಿರಗಳ ಕಲ್ಲುಮಣ್ಣಿನಿಂದಲೆ ಅಲ್ಲಿಯೇ ಮಸೀದಿ ಕಟ್ಟುವುದು

ಮತ್ತು ಕಾಫಿರರನ್ನು ಕತ್ತಿಯ ಅಲುಗಿನ ಹೆದರಿಕೆಯಲ್ಲಿ ಬಲವಂತವಾಗಿ ಮತಪರಿವರ್ತನೆ ಮಾಡುವುದು. ಈ ಉದ್ದೇಶಗಳಲ್ಲಿ ಯಾವುದು ಮೊದಲನೆಯದು, ಯಾವುದು ಎರಡನೆಯದು ಎಂದು ಖಚಿತವಾಗಿ ಹೇಳುವುದು ಸಾಧ್ಯವಿಲ್ಲ. ಇಲ್ಲಿಗೆ ಬಂದು ಲೂಟಿಹೊಡೆಯುವುದು ಬಹಳ ಸುಲಭವೆಂದು ಮೊದಲಸಲವೇ ಗೊತ್ತಾಗಿರಬೇಕು. ಇಲ್ಲಿಯ ಸಣ್ಣಸಣ್ಣ ರಾಜ್ಯಗಳು, ಅವುಗಳ ನಡುವೆ ಇದ್ದ ದ್ವೇಷ, ಒಳಪಿತೂರಿ, ಒಗ್ಗಟ್ಟಿಲ್ಲದ ಬಲಹೀನತೆ, ಎಲ್ಲವನ್ನೂ ನೋಡಿದ ಮೇಲಂತೂ ಇಲ್ಲಿಯ ರಾಜ್ಯಗಳನ್ನು ಕಬಳಿಸಿ ತಾವೇ ಯಾಕೆ ಆಳಬಾರದು ಎನಿಸಿರಬೇಕು. ಆಗ ದೇಶವನ್ನು ಆಳುವುದು ಮೂರನೆಯ ಉದ್ದೇಶವಾಗಿರಬಹುದು.

ದಾಳಿಕಾರರ ಯುದ್ಧನೀತಿಯ ಬಗ್ಗೆ ಮಾತನಾಡಲು ಸರಕೇನೂ ಇಲ್ಲ. ರಾಮಾಯಣ, ಮಹಾಭಾರತ ಕಾಲಗಳ ಯುದ್ಧನೀತಿ ಅಂದೂ ಇರಲಿಲ್ಲ, ಇಂದೂ ಎಲ್ಲೂ ಇಲ್ಲದೆ ಬದಲಾಗಿದೆ. ದಾಳಿಕಾರಗೆ ಆ ನೀತಿಯ ಗಂಧವೂ ಇರಲಿಲ್ಲ. ನಮ್ಮ ಸಂಸ್ಕೃತಿ ಯಾವುದನ್ನು ರಾಕ್ಷಸನೀತಿ ಎಂದು ತಿರಸ್ಕರಿಸುತ್ತಾ ಬಂದಿತ್ತೋ, ಅದೇ ನೀತಿ ಅವರ ಸ್ವಾಭಾವಿಕ ಸಂಸ್ಕೃತಿಯಾಗಿತ್ತು! ರಾವಣ, ಜರಾಸಂಧ, ಕಂಸ ಮುಂತಾದವರ ಯುದ್ಧನೀತಿಯಾಗಿದ್ದ ಮಾಯಾಬಲ, ಕೂಟನೀತಿ ಮತ್ತು ವಂಚನೆಗಳಿಗಿಂತಲೂ ಕ್ರೂರವಾದ ನೀತಿ ದಾಳಿಕಾರರದ್ದಾಗಿತ್ತು. 'ಹೊಡಿ, ಬಡಿ, ಕಡಿ, ಕೊಚ್ಚು, ಕೊಲ್ಲು, ದೋಚು, ಲೂಟಿಮಾಡು, ಶತ್ರು ಶೀಘ್ರವಾಗಿ ಚೇತರಿಸಿಕೊಳ್ಳದಂತೆ ಮನೆ ಮಠ ಸುಡು. ಗಂಡು ಕೈ ಎತ್ತದಂತೆ ಕೈಕಡಿಸು, ಹೆಣ್ಣು ತಲೆಯೆತ್ತದಂತೆ ಮಾನಗೆಡಿಸು. ಸಿಕ್ಕದ್ದರಲ್ಲಿ ಒಂದು ಪಾಲು ನಿನಗೆ, ನಾಲ್ಕು ಪಾಲು ರಾಜನಿಗೆ' ಎನ್ನುವುದು ಅವರ ಮೂಲಮಂತ್ರವಾಗಿತ್ತು. ಸೈನ್ಯಬಲದಿಂದ ಏನನ್ನಾದರೂ, ಹೇಗಾದರೂ ಸಾಧಿಸಬಹುದೆಂಬ ವಿಶ್ವಾಸ ಅವರಿಗಿತ್ತು. 'ಯುದ್ಧದಲ್ಲಿ ಮತ್ತು ಪ್ರೀತಿಯಲ್ಲಿ ಮಾಡಿದ್ದೆಲ್ಲವೂ ಸರಿ' ಎಂಬ ಇಂಗ್ಲಿಷರ ಗಾದೆಯೆ ಕುಯುಕ್ತಿಯಿಂದ ಕೂಡಿದ್ದಾದರೆ, ಇವರದು ಇನ್ನೂ ಅನೇಕ ಪಟ್ಟು ಕೀಳು. ಇವರು 'ದಾಳಿಯಲ್ಲಿ ಮತ್ತು ಕಾಮದಲ್ಲಿ ಮಾಡಿದ್ದೆಲ್ಲವೂ ಸರಿ' ಎಂಬ ನಿಲುವನ್ನು ಒಪ್ಪಿದ್ದರು.

ಇವರ ಆಳ್ವಿಕೆಯಲ್ಲಿಯೂ ಎರಡು ಮುಖ್ಯ ಸೂತ್ರಗಳಿದ್ದವು. ಮೊದಲನೆಯದಾಗಿ, 'ಈ ದೇಶದಲ್ಲಿ ಇರುವುದೆಲ್ಲವೂ ನಮ್ಮ ಭೋಗಕ್ಕಾಗಿ, ನಮ್ಮ ಐಷಾರಾಮ ಜೀವನಕ್ಕಾಗಿ; ಇಲ್ಲಿಯ ಕಾಫಿರರು ಇವೆಲ್ಲಕ್ಕೂ ಅನರ್ಹರು' ಎಂಬ ದೃಢನಂಬಿಕೆ. ಎರಡನೆಯದಾಗಿ, 'ವಿಗ್ರಹಾರಾಧಕರ ಧರ್ಮಪರಿವರ್ತನೆ ಮಾಡುವುದು ಅಗತ್ಯ, ಅದು ಸಾಧ್ಯವಾಗದಿದ್ದರೆ ಕಾಫಿರರನ್ನು ಕೊಲ್ಲುವುದು ನಮ್ಮ ಧರ್ಮಸಮ್ಮತವಾದುದು' ಎಂಬ ಆದೇಶ. ಭೋಗಕ್ಕೆ ಸಹಾಯಕವಾಗಿ ಅವರ ಸ್ವೇಚ್ಛಾಚಾರ ಮತ್ತು ಮಿತಿಮೀರಿದ ಕಾಮಲೋಲುಪತೆ ಎದ್ದುನಿಂತವು. ಇವನ್ನು ತಣಿಸಲು ಬೇಕಾದುದೇನಾದರೂ (ಅನರ್ಹರಾದ) ಕಾಫಿರರ

ಹತ್ತಿರ ಇದ್ದರೆ, ಅವರಿಂದ ಹಿಂಸೆ ಮತ್ತು ಶೋಷಣೆಯ ಮೂಲಕ ಕಿತ್ತುಕೊಳ್ಳುವುದರಲ್ಲಿ ಯಾವ ಅಧರ್ಮವೂ ಇಲ್ಲ ಎಂದೇ ನಂಬಿದ್ದರು. ಕಾಫಿರರನ್ನು ಕೊಲ್ಲುವುದಕ್ಕೂ ಅಥವಾ ಅವರ ಧರ್ಮಪರಿವರ್ತನೆ ಮಾಡುವುದಕ್ಕೂ ಹರಿತವಾದ ಜಳಪಿಸುವ ಕತ್ತಿಯೊಂದು ಸಾಲದೆ? ಇವೆರಡೂ ಅಷ್ಟು ಸುಲಭವಲ್ಲದ ಈಚಿನ ದಿನಗಳಲ್ಲೂ ಅತಿವಿರಳವಾದ ಜಾಣತನದ ಧರ್ಮಪರಿವರ್ತನೆ ನಡೆದಿದೆ. "ಹಮೀರಪುರ ಜಿಲ್ಲೆಯ ಒಂದು ಹಳ್ಳಿಯಲ್ಲಿ ಸುಮಾರು ಐವತ್ತು ಅರವತ್ತು ಕುಲೀನ ಕುಟುಂಬಗಳಿದ್ದವು. ಅರ್ಧರಾತ್ರಿಯಲ್ಲಿ ಹಳ್ಳಿಯ ಒಂದೇ ಬಾವಿಯ ಬಳಿ ಒಬ್ಬಿಬ್ಬ ಮೌಲ್ವಿಗಳು ಬೈತಿಟ್ಟುಕೊಂಡು, ಕರ್ಮನಿಷ್ಠರಾದ ಬ್ರಾಹ್ಮಣರು ಸ್ನಾನಕ್ಕೆ ಬಂದೊಡನೆ ಅವರನ್ನು ಹಿಡಿದರು. ಅವರ ಎದುರಿನಲ್ಲಿಯೆ ಬಾವಿಯ ನೀರು ಕುಡಿದು, ಎಂಜಲನ್ನು ಬಾವಿಯಲ್ಲಿ ಉಗುಳಿದರು. ಬ್ರಾಹ್ಮಣರನ್ನು ಮನೆಗೆ ಕರೆದುಕೊಂಡುಹೋಗಿ ಊಟಮಾಡುವಂತೆ ಬಿನ್ನೈಸಿಕೊಂಡರು. ಕೊನೆಗೆ ಅವರನ್ನು ಬಿಟ್ಟಾಗ, ಬ್ರಾಹ್ಮಣರು ಹಳ್ಳಿಗೆ ಬಂದು ನೋಡಿದರೆ ಅಲ್ಲಿ ಮಿಕ್ಕವರು ಬಾವಿಯ ಎಂಜಲು ನೀರನ್ನು ಸೇದುತ್ತಿದ್ದರು." (ಸ್ವಾಮಿ ಶ್ರೀ ಅಡಗಡಾನಂದಜೀ ಅವರ 'ಯಥಾರ್ಥ ಗೀತಾ'ದಿಂದ). ಧರ್ಮಹಾಳಾಯಿತೆಂದು ಅತ್ತವರಿಗೆ ಮುಂದಿನ ದಾರಿಯೇನು? ಒಬ್ಬ ಹಿಂದೂರಾಜ ಇನ್ನೊಬ್ಬನಿಂದ ರಾಜ್ಯವನ್ನು ಕಸಿಯುವವರೆಗೂ ದ್ವೇಷ, ಅನಂತರದ ಅವನ ಆಳ್ವಿಕೆಯೆಲ್ಲ ಜನಹಿತಕ್ಕಾಗಿ, ಲೋಕಕಲ್ಯಾಣಕ್ಕಾಗಿ ಮೀಸಲು. ಅವನಿಗೆ ಎಲ್ಲ ಪ್ರಜೆಗಳೂ ಒಂದೇ. ಆದರೆ ದಾಳಿಕಾರರ ಆಳ್ವಿಕೆಯಲ್ಲಿ ಸ್ವಹಿತ ಮೊದಲು, ಸ್ವಜನಹಿತ ಅನಂತರದ್ದು, ಪರಜನಹಿತ ಲೆಕ್ಕಕ್ಕೇ ಬಾರದು ಎನ್ನುವುದು ಚಾರಿತ್ರಿಕ ಸತ್ಯ.

ದಾಳಿಗಳಿಂದಾದ ಪರಿಣಾಮಗಳನ್ನು ಪಟ್ಟಿಮಾಡಲು ಹೊರಟರೆ ಅದು ಹನುಮಂತನ ಬಾಲದಂತೆ ಬೆಳೆಯುತ್ತಲೇ ಹೋಗುತ್ತದೆ. ಮುಸ್ಲಿಮ್ ದಾಳಿಗಳ ಹಿಂದಿನ ಸಮಯದಲ್ಲಿಯೂ 'ಅನೇಕ ಯುದ್ಧಗಳಾಗಿರಬೇಕು, ಲೆಕ್ಕವಿಲ್ಲದಷ್ಟು ಜನ ಮಡಿದಿರಬೇಕು, ಸಾಕಷ್ಟು ಬದಲಾವಣೆಗಳಾಗಿರಬೇಕು' ಎಂಬ ಮಾತು ಆಗಲೇ ಬಂದಿದೆ. ಆದರೆ ಹಿಂದೆ ಯಾವ ರಾಜಕೀಯ ಬದಲಾವಣೆಯೂ ಸಾಮಾನ್ಯ ಜನತೆಯ ನಿತ್ಯಜೀವನ, ಧಾರ್ಮಿಕ ಭಾವನೆ, ನಂಬಿಕೆ, ವಿಶ್ವಾಸ, ಶ್ರದ್ಧೆಗಳಿಗೆ ಅಡ್ಡಿಯಾಗಿರಲಿಲ್ಲ, ಅವನ್ನು ಕೆಡಿಸಲಿಲ್ಲ, ಬೇರು ಸಮೇತ ಕೀಳಲು ಬಯಸಲಿಲ್ಲ. ನಂತರದ ಏಳು ಶತಮಾನಗಳ ನಿರಂತರ ದಾಳಿಯ, ಸುಲಿಗೆಯ ಹೊಡೆತದ ಪರಿಣಾಮ ಅಗಾಧವಾಗಿ ಅನೇಕಮುಖವಾಗಿ ಹರಡಿತ್ತು. ಸಾಮಾನ್ಯ ಜನಜೀವನದಿಂದ ಹಿಡಿದು ಧಾರ್ಮಿಕ, ಸಾಂಸ್ಕೃತಿಕ, ಆರ್ಥಿಕ, ರಾಜಕೀಯವಾಗಿ ಅನೇಕ ಸ್ತರಗಳಲ್ಲಿ ಎಲ್ಲವನ್ನು ಬುಡಮೇಲುಮಾಡಿತ್ತು, ಅಸ್ತ್ಯವ್ಯಸ್ತವಾಗಿಸಿತ್ತು, ಅನಿಶ್ಚಿತವಾಗಿಸಿತ್ತು. ಜೀವನದ ಸಮತೋಲ, ಸಾಮರಸ್ಯವನ್ನು ಕದಡಿ ಅಲ್ಲೋಲಕಲ್ಲೋಲ ಮಾಡಿತ್ತು. ಇದರ ಪರಿಣಾಮ ದೇಶದ ಎಲ್ಲಕಡೆ ಅನುಭವವಾಗಿದ್ದರೂ, ಉತ್ತರ ಭಾರತದಲ್ಲಿ, ಅದರಲ್ಲೂ

ಕೆಲವು ರಾಜಕೀಯ ಹಾಗೂ ಧಾರ್ಮಿಕ ಕೇಂದ್ರಗಳಲ್ಲಿ ಹೆಚ್ಚು ತೀವ್ರವಾಗಿ ಕಂಡಿತು. ವಾರಾಣಸಿ ಅಥವಾ ಬನಾರಸ್ ನಗರವು ದೇಶದ ಸಂಕ್ಷಿಪ್ತ ಸ್ವರೂಪ, ಅತ್ಯಂತ ಪವಿತ್ರಕ್ಷೇತ್ರ, ತೀರ್ಥಕ್ಷೇತ್ರ, ಜ್ಞಾನಕೇಂದ್ರ, ಮುಕ್ತಿಕ್ಷೇತ್ರ ಎಂದೆಲ್ಲ ಪ್ರಸಿದ್ಧಿಯಾಗಿದ್ದುದರಿಂದ ಅದರ ಮೇಲೆ ಅತಿಹೆಚ್ಚಿನ ಪರಿಣಾಮವಾಯಿತೆಂದರೆ ಉತ್ಪ್ರೇಕ್ಷೆಯಲ್ಲ. ರಾಜಕೀಯವಾಗಿ–ಚಾರಿತ್ರಿಕವಾಗಿ ಆದ ಬದಲಾವಣೆಗಳನ್ನು ಅಧ್ಯಾಯ 33–35ರಲ್ಲಿ ಗುರುತಿಸಿ ಆಗಿದೆ. ಆರ್ಥಿಕವಾಗಿ ವ್ಯಾಪಾರೋದ್ದಿಮೆಗಳ ಮೇಲೆ ಮತ್ತು ಜನಸಾಮಾನ್ಯರ ಜೀವನದಮೇಲೆ ಆದ ಪರಿಣಾಮಗಳನ್ನು ತಿಳಿಯಲು ಖಚಿತವಾದ ಆಧಾರಗಳು ಹೆಚ್ಚಾಗಿ ಸಿಗುವುದಿಲ್ಲ. ಧಾರ್ಮಿಕ ಮತ್ತು ಸಾಂಸ್ಕೃತಿಕ ಬದಲಾವಣೆಗಳನ್ನು ಗುರುತಿಸಿ, ಅವುಗಳಿಂದ ಸಾಮಾಜಿಕ, ಆರ್ಥಿಕ ಬದಲಾವಣೆಗಳನ್ನು ಪರೋಕ್ಷವಾಗಿ ತಿಳಿಯಬಹುದು.

ಸತತ ದಾಳಿಗಳಿಂದ ಕಾಶಿಯ ಧಾರ್ಮಿಕ ನಂಬಿಕೆ ಮತ್ತು ಆಚರಣೆಗಳಿಗೆ ದೊಡ್ಡ ಕೊಡಲಿಪೆಟ್ಟು ಬಿದ್ದಂತಾಗಿತ್ತು, ಪಂಡಿತರು ಸಹ ದಾರಿಕಾಣದಂತೆ ತತ್ತರಿಸಿದ್ದರು, ಜನಮನದ ನಂಬಿಕೆಯ ಊರುಗೋಲನ್ನೇ, ಜೀವನದೋಣಿಯ ಹುಟ್ಟುಗೋಲನ್ನೇ ಕಿತ್ತೆಸೆದಂತಾಗಿತ್ತು, ಎಲ್ಲರ ಮನಗಳಲ್ಲಿ ಗೊಂದಲ ಹುಟ್ಟಿತ್ತು. ಕಾಶಿಯ ಮೇಲೆ ಮುಸ್ಲಿಮರ ಮೊದಲದಾಳಿ ಸುಂಟರಗಾಳಿಯಂತೆ ಬೀಸಿ, ಹಿಂದೂಧರ್ಮವೆಂಬ ದೊಡ್ಡ ಆಲದಮರವನ್ನೇ ಬುಡಸಮೇತ ಕಿತ್ತುಹಾಕುವುದೇನೋ ಎನಿಸಿ, ಎಲ್ಲರನ್ನೂ ತತ್ತರಗೊಳಿಸಿತು. ಮೊದಲ ಧ್ವಂಸಕಾರಕ ಸುಂಟರಗಾಳಿಯ ಹೊಡೆತದ ಅನಂತರವೂ, ಕ್ರಿ.ಶ.1739ರಲ್ಲಿ ಬಲವಂತಸಿಂಗ್ ಬನಾರಸ್ಸಿನ ರಾಜ ಆಗುವವರೆಗೂ, ಅನೇಕ ಸಣ್ಣಪುಟ್ಟ ದಾಳಿ, ಕದನ, ಲೂಟಿ, ಸುಲಿಗೆಗಳು ನಡೆದೇ ಇದ್ದುವು. ಒಂದುಕಡೆ ಮಂದಿರಗಳ ನಾಶ, ಪೇಟೆಯ ಲೂಟಿ, ಜನರ ಕಗ್ಗೊಲೆ, ಇವು ಜನಜೀವನವನ್ನೆ ಅಸ್ತ್ಯವ್ಯಸ್ತಗೊಳಿಸಿದರೆ, ಇನ್ನೊಂದು ಕಡೆ ಬಲವಂತದ ಮತಪರಿವರ್ತನೆ, ಮಠ, ಮಂದಿರಗಳಲ್ಲಿ ನಿಷೇಧಗಳು, ಪಾಠಶಾಲೆಗಳಿಗೆ ಬೆದರಿಕೆ, ಪಕ್ಷಪಾತದ ಕರಹೇರಿಕೆ, ಮುಂತಾದ ಹೇಯ ಹಿಂಸಾಕೃತ್ಯಗಳು ಜನರ ಧಾರ್ಮಿಕ ಮನೋಭಾವನೆಯನ್ನು ಗೊಂದಲಮಯವಾಗಿಸಿತ್ತು. ಸುಂಟರಗಾಳಿಯ ಧೂಳಿನಲ್ಲಿ ಕಣ್ಣು ತೆರೆಯಲಾಗದೆ ತಡಕಾಡುವಾಗ, ಕೈಯಲ್ಲಿದ್ದ ಧರ್ಮದ ಊರುಗೋಲನ್ನು ಸಹ ಮುರಿದೆಸಗಿದ ಹಾಗೆ ಆಗಿತ್ತು. ಸ್ವಾವಲಂಬನಕ್ಕೆ ಕುತ್ತು, ಸ್ವಧರ್ಮಕ್ಕೆ ಧಕ್ಕೆ, ಸ್ವಾಭಿಮಾನಕ್ಕೆ ಪೆಟ್ಟು, ಸ್ವಗೌರವ ದೂಳೀಪಟ, ಹೆಣ್ಣಿಳ ಮಾನಕ್ಕೆ ನೀಲಾಂಬರವೇ ಗತಿ – ಇವೆಲ್ಲವೂ ಈ ಸುಂಟರಗಾಳಿಯ ಪರಿಣಾಮವಾಗಿತ್ತು. ಒಟ್ಟಿನಲ್ಲಿ ನಾವು ಎತ್ತಿಹಿಡಿದಿದ್ದ ಮೌಲ್ಯಗಳನ್ನೆಲ್ಲ ಹಾಸಿ ನಮ್ಮೆದುರಿಗೇ ಕಾಲಿನಿಂದ ಹೊಸಕಿದಂತಾಗಿತ್ತು.

ಅಯ್ಯೋ! ಈ ಸಂದಿಗ್ಧ ಸ್ಥಿತಿಯಲ್ಲಿ ನಮ್ಮ ಧರ್ಮ ನಮಗೇನೂ ಮಾಡಲಿಲ್ಲವೆ? ನಮ್ಮ ದೇವರು ಇನ್ನೊಂದು ಅವತಾರವೆತ್ತಿ ನಮ್ಮನ್ನು, ನಮ್ಮ ಧರ್ಮವನ್ನು ಸಂರಕ್ಷಣೆ

ಮಾಡಲಿಲ್ಲವೇಕೆ? ನಮ್ಮ ರಾಜರುಗಳು ಕೈಕಟ್ಟಿ ಕೂತಿದ್ದರೆ? ಇಲ್ಲಿಯ ಪಂಡಿತರು, ವೈಶ್ಯರು, ಪಾಮರರು ಮೂಕಪ್ರೇಕ್ಷಕರಾಗಿದ್ದರೆ? ಚಾರಿತ್ರಿಕ ಸಂಶೋಧನೆಗೆ ತಕ್ಕ ಈ ಪ್ರಶ್ನೆಗಳನ್ನು ಬದಿಗಿಟ್ಟು, ದಾಳಿಗಳ ನಂತರ ಜನಮಾನಸದಲ್ಲಿ ವ್ಯಕ್ತವಾಗಿಯೋ ಅವ್ಯಕ್ತವಾಗಿಯೋ ಇದ್ದ ನೂರಾರು ಪ್ರತಿಕ್ರಿಯೆಗಳ ಪ್ರಕಾರ ಜನಗಳನ್ನು ಕೇವಲ ಆರು ಗುಂಪುಗಳಲ್ಲಿ ವಿಂಗಡಿಸಬಹುದು – ಸ್ವಾಭಿಮಾನಿ ಹೋರಾಟಗಾರರು, ಸ್ವಹಿತ ಸಾಧಕರು, ಸ್ವಧರ್ಮ ವಂಚಿತ ನಿಸ್ಸಹಾಯಕರು, ಮಾರ್ಗದರ್ಶಕರು, ಸಮನ್ವಯ ಬಯಸಿದವರು, ಸ್ವಜನಸೇವಕರು ಮುಂತಾದ ಅನೇಕ ರೀತಿಯ ಜನಗಳಿದ್ದರು. ಈ ಆರು ಗುಂಪಿನ ಜನಗಳು ಏನು ಮಾಡಿದರೆಂದು ನೋಡೋಣ.

ಮೊದಲಗುಂಪಿನ ಸ್ವಾಭಿಮಾನಿಗಳ ಒಂದು ಮುಖ್ಯ ಉದಾಹರಣೆಯನ್ನು ನೋಡಿ. ದಾಳಿಯ ನಂತರದ ವಿಷಣ್ಣ ಪರಿಸ್ಥಿತಿ ದೇಶದ ರಾಜರನ್ನು ಬಲಹೀನರಾಗಿಸಿತ್ತು. ಈ ಪರಿಸ್ಥಿತಿಗೆ ಮುಖ್ಯಕಾರಣ ತಮ್ಮ ದುರ್ಬಲತೆ ಮತ್ತು ಒಳಜಗಳ ಎಂದು ತಿಳಿದೂ ರಾಜರುಗಳು ಒಗ್ಗಟ್ಟಾಗಿ ಶತ್ರುವನ್ನು ಎದುರಿಸುವ ಪ್ರಯತ್ನವನ್ನೇ ಮಾಡಲಿಲ್ಲ. ದೇಶಪ್ರೇಮ, ಸ್ವಜನ ರಕ್ಷಣೆ ಮತ್ತು ಸ್ವಾಭಿಮಾನ ಎಂದು ಸೆಟೆದು ನಿಂತವರ ಉದಾಹರಣೆ ಸಿಗುವುದೂ ಕಷ್ಟ. ಹಾಗೇನಾದರೂ ಅಲ್ಪಸ್ವಲ್ಪ ಸ್ವಾಭಿಮಾನ ಇಟ್ಟುಕೊಂಡ ಕೆಲವರು ಇದ್ದರೂ, ದಾಳಿಕಾರರ ಕತ್ತಿಯ ಮುಂದೆ ತಮ್ಮ ಆಟ ನಡೆಯುವುದಿಲ್ಲವೆಂದು ಅವರೂ ಕ್ರಮೇಣ ತೆಪ್ಪಗಾದರು. ರಾಜವಂಶದವರು ಹೆಸರಿಲ್ಲದಂತೆ ಮರೆಯಾದರು, ಸೇನಾನಾಯಕರು ಸೈನ್ಯವಿಲ್ಲದೆ ಮುಸ್ಲಿಮ್ ದೊರೆಯಡಿ ದೈನ್ಯಜೀವನ ನಡೆಸಿದರು, ಸೈನಿಕರು ಜೀತದಾಳುಗಳಂತೆ ಶತ್ರುಸೈನ್ಯದೊಡನೆ ಸೇರಿ ನಮ್ಮವರೊಡನೆಯೆ ಹೋರಾಡಿ ಮಡಿದರು. ಕಾಶಿಯ ಚರಿತ್ರೆಯಲ್ಲಿ, ಪ್ರಾಯಶಃ ದೇಶದ ಚರಿತ್ರೆಯಲ್ಲಿಯೆ, ಸ್ವಾಭಿಮಾನದಿಂದ ಸ್ವಾತಂತ್ರಕ್ಕಾಗಿ ಒಗ್ಗಟ್ಟಿನ ಕರೆಕೊಟ್ಟ ಮೊಟ್ಟಮೊದಲ ಉದಾಹರಣೆಗೆ ಕಾಶಿಯ ರಾಜ ಚೇತ್‌ಸಿಂಗ್‌ನ ಕಾಲದವರೆಗೂ (ಕ್ರಿ.ಶ.1781ರವರೆಗೂ) ಕಾಯಬೇಕಾಯಿತು. ಕ್ರಿ.ಶ.1857ರಲ್ಲಿ 'ದೇಶದ ಮೊದಲ ಸ್ವಾತಂತ್ರ ಹೋರಾಟ' ನಡೆಯಿತು ಎಂದರೆ, ಅದಕ್ಕೂ 76 ವರ್ಷ ಹಿಂದೆ ಚೇತ್‌ಸಿಂಗ್ ಕೊಟ್ಟ ಒಕ್ಕೊರಲ ಕೂಗನ್ನು 'ದೇಶದ ಮೊಟ್ಟಮೊದಲ ಸ್ವಾತಂತ್ರ್ಯದ ಕರೆ' ಎನ್ನಬಹುದು. ದೇಶದ ಇತರ ಕಡೆ ಯುದ್ಧವನ್ನು ನಡೆಸಿ, ಜನರನ್ನು ಹತ್ತಿಕ್ಕಲು ವಾರೆನ್ ಹೇಸ್ಟಿಂಗ್ಸ್ ಕಾಶಿಯ ರಾಜ ಚೇತ್‌ಸಿಂಗ್‌ನಿಂದ 50 ಲಕ್ಷ ರುಪಾಯಿ (120ವರ್ಷಗಳ ನಂತರ, ಇಂದು ಇದನ್ನು 1664ಕೋಟಿ ರುಪಾಯಿ ಎನ್ನಬಹುದೆ?) ವಸೂಲು ಮಾಡಲು ಹೊರಟಿದ್ದನು. ಅಷ್ಟೊಂದು ಹಣವನ್ನು ಕೊಡಲಾಗದ ಚೇತ್‌ಸಿಂಗ್ ಅಸಹಾಯಕತೆಯಲ್ಲಿ ತಲೆಬಾಗಿದರೆ ಅವನ ಕಿರೀಟವನ್ನು ಹೇಸ್ಟಿಂಗ್ಸ್ ಒದ್ದುಹಾಕಿ ಅವನನ್ನು ನಿಕೃಷ್ಟವಾಗಿಕಂಡು ಕಳಿಸಿದನು. ಅನಂತರ ಬನಾರಸ್‌ಗೆ ಬಂದು ರಾಜನನ್ನು ಸೆರೆಮನೆಯಲ್ಲಿಟ್ಟನು. ಸೆರೆಯಿಂದ ತಪ್ಪಿಸ್ಕಿಕೊಂಡ

ಚೇತ್‌ಸಿಂಗ್ ಬನಾರಸ್‌ನಲ್ಲಿ ಬೀಡುಬಿಟ್ಟಿದ್ದ ಇಂಗ್ಲಿಷ್ ಸೈನ್ಯವನ್ನು ಮುತ್ತಿದಾಗ, ಅಲ್ಲಿಂದ 'ತಪ್ಪಿಸಿಕೊಳ್ಳುವ ಅವಸರದಲ್ಲಿ ಆನೆಯ ಮೇಲೆ ಕುದುರೆಯ ಜೀನು, ಕುದುರೆಯ ಮೇಲೆ ಆನೆಯ ಹೌದಾ ಹಾಕಿ ಬನಾರಸ್‌ನಿಂದ ಹೇಸ್ಟಿಂಗ್ಸ್ ಓಡಿದನು'! ಇದರಿಂದ ಉತ್ತೇಜಿತರಾದ ಅನೇಕರು, ಔಧ್‌ನಿಂದ ಬಿಹಾರದವರೆಗೆ, ಕಾಶಿಯ ರಾಜ್ಯವನ್ನು ಮತ್ತು ಹಿಂದೂಗಳ ಪವಿತ್ರಕ್ಷೇತ್ರವನ್ನು ರಕ್ಷಿಸಲು ಪಣತೊಟ್ಟರು. ಆಗ ಚೇತ್‌ಸಿಂಗ್ ತನ್ನ ನೆರೆಹೊರೆಯ ಎಲ್ಲ ರಾಜರನ್ನೂ ಉದ್ದೇಶಿಸಿ ಹೊರಡಿಸಿದ ಘೋಷಣೆಯ ಸಾರಾಂಶ ಹೀಗಿದೆ: "ನನ್ನ ಹೊಲಗಳು ಉತ್ತಿವೆ, ನನ್ನ ಹಳ್ಳಿಗಳು ಜನನಿಬಿಡವಾಗಿವೆ, ನನ್ನ ರಾಜ್ಯವೇ ಒಂದು ಹಸಿರು ತೋಟವಾಗಿದೆ, ನನ್ನ ಪ್ರಜೆಗಳು ಸಂತೋಷವಾಗಿದ್ದಾರೆ. ನಾನು ಒದಗಿಸಿರುವ ರಕ್ಷಣೆಯಿಂದಾಗಿ ನನ್ನ ರಾಜಧಾನಿ ವ್ಯಾಪಾರಿಗಳ ಬೀಡಾಗಿದೆ. ಮರಾಠರ, ಜಾಟರ, ಸಿಕ್ಖರ ಮತ್ತು ದೇಶದ ಇತರ ಭಾಗಗಳ ಸಂಪದ ಇಲ್ಲಿ ತುಂಬಿದೆ. ***ದೇಶ ಸುತ್ತುವ ಯಾತ್ರಿ ಇಲ್ಲಿ ತನ್ನ ಸರಕನ್ನು ಬದಿಗಿಟ್ಟು ನಿಶ್ಚಿಂತೆಯಿಂದ ಮಲಗುತ್ತಾನೆ. ಆದರೆ ಕಂಪನಿಯ ರಾಜ್ಯಗಳನ್ನು ನೋಡಿ. ಉಳಲಾಗದ ಹೊಲಗಳು ಮತ್ತು ಬರಡಾಗಿರುವ ಹಳ್ಳಿಗಳಲ್ಲಿ ಬರಗಾಲ ಮತ್ತು ದುಃಖ ತಾಂಡವವಾಡುತ್ತಿವೆ. ***ಅವರಿಗೆ ನನ್ನ ಸಂಪದದ ಮೇಲೆ ಅಸೂಯೆ, ಅಲ್ಲದೆ ನನ್ನ ಗೌರವದಮೇಲೆ ಕೆಟ್ಟಕಣ್ಣು. ನನ್ನ ಶಕ್ತಿಮೀರಿದಷ್ಟು ಹಣವನ್ನು ಅವರೀಗ ಬೇಡುತ್ತಿದ್ದಾರೆ. ಅವರಿಗೆ ನನ್ನ ಸಂಪತ್ತನ್ನು ಸೂರೆಮಾಡಬೇಕು, ನನ್ನ ಕೋಟೆ ಬೇಕು, ನನ್ನ ಮತ್ತು ನನ್ನ ಕುಟುಂಬದ ಗೌರವವನ್ನು ಒತ್ತೆಯಿಡಬೇಕು, ಕೊನೆಗೆ ನಿಸ್ಸಹಾಯಕರಾದ ಅವರನ್ನು ಈ ಪ್ರಪಂಚಕ್ಕೆ ತಳ್ಳಬೇಕು. ಸ್ನೇಹಿತರೇ, ಶಸ್ತ್ರಸಜ್ಜಿತರಾಗಿ! ನಾವೆಲ್ಲ ಒಟ್ಟಾಗಿ ಈ ಅತ್ಯಾಚಾರಿ ಅಪರಿಚಿತರನ್ನು ಹೊಡೆದೋಡಿಸೋಣ! ಇದು ನಮ್ಮೆಲ್ಲರ ಕರ್ತವ್ಯ. ನಿಮ್ಮ ಮಾನ ಹೋದಲ್ಲಿ ಜೀವನಕ್ಕೇನು ಬೆಲೆ? ಬನ್ನಿ ಸ್ನೇಹಿತರೇ, ನನ್ನೊಡನೆ ಸೇರಿಕೊಳ್ಳಿ. ಈ ಕೊಳ್ಳೆಕಾರರು ನನ್ನನ್ನು ಇನ್ನೂ ಪೂರ್ತಿ ದೋಚಿಲ್ಲ. ನಿಮ್ಮ ಸೈನ್ಯಕ್ಕೆ ಬೇಕಾದ ಸಹಾಯ ಮತ್ತು ಸಾಮಗ್ರಿ ದೊರಕಿಸುವಷ್ಟು ಶಕ್ತಿ ನನ್ನಲ್ಲಿದೆ." ('ಕ್ಯಾಸೆಲ್ಸ್ ಇಲ್ಲಸ್ಟ್ರೇಟೆಡ್ ಹಿಸ್ಟರಿ ಆಫ್ ಇಂಡಿಯಾ'). ಆದರೆ ಚೇತ್‌ಸಿಂಗ್‌ನದು ಕಗ್ಗಾಡಿನಲ್ಲಿನ ಆರ್ತಧ್ವನಿಯಾಯಿತು! ಒಂದೇ ದಿನದಲ್ಲಿ ಮುವತ್ತು ಸಾವಿರ ಜನ ಚೇತ್‌ಸಿಂಗನನ್ನು ತೊರೆದು ಶತ್ರುಸೈನ್ಯ ಸೇರಿದರು! ಚರಿತ್ರೆಯಿಂದ ನಾವೆಂದೂ ಪಾಠ ಕಲಿಯದಿರುವುದೇ ನಮ್ಮ ದೊಡ್ಡ ದುರಂತ!

ಎರಡನೆಯ ಗುಂಪಾದ ಸ್ವಹಿತ–ಸಾಧಕರ ವಿಚಾರ ಎಲ್ಲರಿಗೂ ಎಲ್ಲ ಕಾಲದಲ್ಲೂ ಗೊತ್ತಿರುವುದೇ ಆದ್ದರಿಂದ ಅವರ ಬಗ್ಗೆ ಹೆಚ್ಚು ವಿವರಣೆ ಅಗತ್ಯವಿಲ್ಲ. ಜಯಚಂದ್ರನ ಬಿಳಿಯ ಆನೆಯೊಂದನ್ನು ಬಿಟ್ಟು ಮಿಕ್ಕೆಲ್ಲವೂ ಘೋರಿಗೆ ಮಂಡಿಯೂರಿ, ಸೊಂಡಿಲೆತ್ತಿ ನಮಸ್ಕಾರಮಾಡಿದ ವಿಷಯ ಈ ಮೊದಲೇ ಬಂದಿದೆ. ಸಾವಿರಕ್ಕೊಂದು ಬಿಳಿಯ ಆನೆಯಿದ್ದಂತೆ ಅಪರೂಪಕ್ಕೊಬ್ಬರು ಸ್ವಹಿತಕ್ಕಾಗಿ ಯೋಚಿಸದೆ, ಇನ್ನೊಬ್ಬರಿಗೆ ತಲೆಬಾಗದೆ

ಇರುವರು. ಆದರೆ ಹೆಚ್ಚಿನವರೆಲ್ಲ ಹೊಸನಾಯಕನ ಸೇವೆಯಲ್ಲಿ ನಿರತರಾದರು. ಇವರಲ್ಲಿ ಹಿಂದೂ ರಾಜರ ಕೆಳಗೆ ಇದ್ದ ದಿವಾನ್, ಮುನೀಮ್‌ಜೀ, ಮುನ್ಶಿ, ಅಧಿಕಾರಿ, ಕಾರಕೂನ, ಸೇವಕ, ಹೊಗಳುಭಟ್ಟರು ಸೇರಿದ್ದರು. ಅವರ ಅದೃಷ್ಟಕ್ಕೆ 'ಜೀ ಹುಜೂರ್' ಎಂದು ಸೇವಾರೂಢರಾಗಿರಲು ಮತ-ಧರ್ಮದಲ್ಲಿ ಪರಿವರ್ತನೆ ಹೊಂದಿರಲೇ ಬೇಕೆಂದೇನಿರಲಿಲ್ಲ. ಆದ್ದರಿಂದ ಹೊಸ ವೇಷ, ಭೂಷಣ, ಭಾಷೆ, ನಡೆ, ನುಡಿ, ತಿಂಡಿ, ತೀರ್ಥ, ಶಾಯಿರಿ, ಹಾಡು, ನೃತ್ಯ, ಮೆಹಫಿಲ್ ಮುಂತಾಗಿ ಎಲ್ಲ ಹೊಸ ಆಚಾರಗಳಿಗೂ ಒಗ್ಗಿಕೊಳ್ಳುವುದು ದೇಹಕ್ಕೆ ಕಷ್ಟವೂ ಆಗಲಿಲ್ಲ, ಮನಸ್ಸಿಗೆ ಹಿಂಸೆಯೂ ಆಗಲಿಲ್ಲ. ಒಬ್ಬ ರಾಜನ (ಅವನು ಸ್ವಧರ್ಮಿಯೊ ವಿಧರ್ಮಿಯೊ) ಸೇವೆಯೇ ಸ್ವಧರ್ಮ, ಅದನ್ನು ಪಾಲಿಸುವುದೇ ಕರ್ತವ್ಯ ಎಂದು ತಮ್ಮನ್ನು ಸಮರ್ಥಿಸಿಕೊಳ್ಳುವವರೇ ಹೆಚ್ಚಿದಾಗ, ಅವರಿಗೆ ದೇಶಪ್ರೇಮ ಮತ್ತು ಧರ್ಮಸೂಕ್ಷ್ಮದ ಬಗ್ಗೆ ತಿಳಿಹೇಳುವವರಾರು? ತಮ್ಮವರ ಲೋಪದೋಷಗಳನ್ನು, ಒಡಕುಗಳನ್ನು, ಸೂಕ್ಷ್ಮಗಳನ್ನು, ಗುಟ್ಟುಗಳನ್ನು ಸಾಹೇಬನಿಗೆ ತಿಳಿಸಿ, ತಮ್ಮವರ ವಿರುದ್ಧವಾಗಿಯೇ ಸಂಚುನಡೆಸಿದರು, ದ್ರೋಹಬಗೆದರು, ತಮ್ಮ ನೆಂಟರಿಷ್ಟರಿಗೆ ಮಾತ್ರ ಒಳ್ಳೆಯದನ್ನು ಮಾಡಿದರು. ನಿಷ್ಠಾವಂತ ಸೇವೆಗಾಗಿ ಬಹುಮಾನ, ಉಡುಗೊರೆ, ಭೂಮಿ, ಬಿರುದು, ಸಮ್ಮಾನವನ್ನೂ ಪಡೆದು ಐಶ್ವರ್ಯವಂತರಾಗಿ, ಕುಲೀನರೆನಿಸಿ ಬೀಗಿದರು. ಮಾತೃಭಾಷೆ ಮತ್ತು ರೂಢಿಯಾಗಿದ್ದ ಸಂಪ್ರದಾಯಗಳನ್ನು ಎತ್ತಿಹಿಡಿಯುವ ಗೊಡ್ಡುಗಳಿಗಿಂತ, ಅವೆರಡನ್ನೂ ಮೀರಿದವರಾಗಿ 'ಸುಸಂಸ್ಕೃತರು' ಎನಿಸಿದರು. (ಈಗಲೂ ಪಾಶ್ಚಿಮಾತ್ಯ ಭಾಷೆ ಮತ್ತು ರೀತಿನೀತಿಯನ್ನು ಮೈಗೂಡಿಸಿಕೊಂಡವರು ತಾವೇ ಮಿಕ್ಕವರೆಲ್ಲರಿಗಿಂತ 'ಸುಸಂಸ್ಕೃತರು' ಎಂದು ಬೀಗುವಂತೆ). ಒಟ್ಟಿನಲ್ಲಿ ನಮ್ಮಲ್ಲಿಯೇ ಒಂದು ಹೊಸವರ್ಗ ಶುರುವಾಯಿತು. ಈ ವರ್ಗದಲ್ಲಿನ ಕೆಲವರು ಐಶ್ವರ್ಯವಂತರೂ, ಸುಸಂಸ್ಕೃತರೂ ಆಗಿ ಕ್ರಮೇಣ ಅನೇಕ ಸಮಾಜಸೇವೆಯ ಕಾರ್ಯಗಳಲ್ಲಿ ತೊಡಗಿ, ಉದಾತ್ತ ಜೀವನ ನಡೆಸಿದರು. ಇವರನ್ನು ವಾರಾಣಸಿಯಲ್ಲಿ ರಯೀಸ್ (ಗಣ್ಯರು, ಇಲೈಟ್) ಎಂದು ಇಂದಿಗೂ ಗುರುತಿಸಿ ಗೌರವಿಸುತ್ತಾರೆ. ಇದೇ ರೀತಿ ಹೊಸಸಂಸ್ಕೃತಿಯ ಸಂಪರ್ಕದಿಂದ ಮೂಡಿಬಂದ ಸಂಗೀತ, ಸಾಹಿತ್ಯ, ನೃತ್ಯ, ಕಲೆಗಳಲ್ಲಿ ಒಂದು ಹೊಸ ನಯ, ನಾಜೂಕು, ಮೆರುಗು ಬೆರೆತು, ಅವುಗಳ ಸಂಪನ್ನತೆ ಹೆಚ್ಚಿತು ಎಂದು ಹೇಳುತ್ತಾರೆ. ಇದು ದಿವೋದಾಸನ ಗಡಿಗೆಯಿಂದ ಬಂದ ರಸಾಯನವಲ್ಲವೆ?

ಸಮಾಜದಲ್ಲಿ ಮೇಲ್ಮಟ್ಟದಲ್ಲಿದ್ದ ಹಿರಿಯ ಅಧಿಕಾರಿಗಳು ರಾಜನ ಸೇವೆಯೇ ತಮ್ಮ ಧರ್ಮ, ಸೇವೆ ಮಾಡುವುದೇ 'ಸ್ವಧರ್ಮ ಪಾಲನೆ' ಎಂಬ ಅನುಕೂಲವಾದವನ್ನು ತೆಗೆದು ಮುಸ್ಲಿಮರ ಪರ ಮತ್ತು ದೇಶದ ವಿರುದ್ಧ ಸೇವೆಮಾಡಿದರು. ಇನ್ನು ಸಾಮಾನ್ಯ ಸೈನಿಕರು ದಾಳಿಕಾರರ ಸೈನ್ಯಕ್ಕೆ ಸೇರಿ ಹಿಂದೂರಾಜರುಗಳ ವಿರುದ್ಧ ಯುದ್ಧಮಾಡಿದರೆ

ತಪ್ಪೇನು? 'ಹೊಡಿ, ಬಡಿ, ದೋಚು, ಲೂಟಿಮಾಡು. ಸಿಕ್ಕಿದ್ದರಲ್ಲಿ ಒಂದು ಪಾಲು ನಿನಗೆ, ನಾಲ್ಕು ಪಾಲು ರಾಜನಿಗೆ' ಎನ್ನುವ ಸೂತ್ರಕ್ಕೆ ಸೈನಿಕರು ಒಗ್ಗಿಹೋಗಿ, ಅವರ ಸಂಸ್ಕೃತಿಯಲ್ಲೂ ಅನೇಕ ಬದಲಾವಣೆಗಳಾದವು. ಧರ್ಮಕ್ಕಿಂತ ಬಾಹುಬಲವೇ ಮುಖ್ಯ ಎನಿಸಿದಾಗ, ಸಿಕ್ಕಿದ್ದನ್ನು ದೋಚಿದರೆ ರಾಜನ ಪಾಲೂ ನನಗೇ ಎನ್ನುವ ಪೈಶಾಚ ವೃತ್ತಿ ಕ್ರಮೇಣ ಇವರಲ್ಲೂ ಬೆಳೆಯಿತು. ಮುಂದೆ ಮಧ್ಯಭಾರತದಲ್ಲಿ ಡಕಾಯಿತರು, ಥಗ್‌ಗಳು, ಗೂಂಡಾಗಳು ಹುಟ್ಟಿಬರಲು ಇದೂ ಒಂದು ಮುಖ್ಯ ಕಾರಣ. ಇದು ಸ್ವಹಿತ ಸಾಧಕರ ಬಗ್ಗೆ ಇನ್ನೊಂದು ಉದಾಹರಣೆ.

ಮೂರನೆಯ ಗುಂಪಾದ 'ಸ್ವಧರ್ಮ ವಂಚಿತ ನಿಸ್ಸಹಾಯಕರು', ತಾಯಿಯನ್ನು ಕಳೆದುಕೊಂಡು ಅನಾಥಶ್ರಮ ಸೇರಿದ ತಬ್ಬಲಿಮಕ್ಕಳಂತೆ, ತಲೆಯಮೇಲೆ ಕೈಹೊತ್ತು ಅಳುತ್ತಾ ಕೂತರು. ಇವರಲ್ಲಿ ಹೆಚ್ಚಿನವರೆಲ್ಲಾ ಸಾಮಾನ್ಯ ಪ್ರಜೆಗಳಾಗಿದ್ದು ಇವರ ಸಹಾಯಕ್ಕೆ ಯಾರೂ ಬರಲಿಲ್ಲ. ದಾಳಿಗಳು ಇಲ್ಲಿಯ ಪಂಡಿತರನ್ನು ಮೂಕರನ್ನಾಗಿಸಿತ್ತು. ಶಿವಲಿಂಗವನ್ನು ಮ್ಲೇಚ್ಛರು ಒಡೆದರೆ ಅದೇ ಸ್ಥಳದಲ್ಲಿ ಬೇರೆ ಲಿಂಗವನ್ನಿಟ್ಟು ಪೂಜಿಸಬಹುದೆ? ಲಿಂಗ ಒಡೆಯದೆ, ಮ್ಲೇಚ್ಛರಿಂದ ಅಪವಿತ್ರವಾದರೆ ಆ ಲಿಂಗವನ್ನು ಮತ್ತೆ ಶುದ್ಧೀಕರಿಸಿ ಪೂಜಿಸ ಬಹುದೆ? ಮಂದಿರ ಒಡೆದರೆ ಅಥವಾ ಅಪವಿತ್ರವಾದರೆ ಏನು ಮಾಡಬೇಕು? ಇವು ಹಿಂದೆಲ್ಲೂ ಏಳದಿದ್ದ ಹೊಸ ಪ್ರಶ್ನೆಗಳಾಗಿದ್ದವು. ಧರ್ಮಶಾಸ್ತ್ರವನ್ನು ಬರೆದವರಾರಿಗೂ ಕಲಿಯುಗದಲ್ಲಿ ಇಂತಹ ಪ್ರಸಂಗಗಳು ಬರಬಹುದೆಂದು ಕನಸು ನನಸುಗಳಲ್ಲೂ ಯೋಚನೆ ಬಂದಿರಲಾರದು. ಹನ್ನೊಂದನೆಯ ಶತಮಾನದಲ್ಲಿ ಎದ್ದ ಪ್ರಶ್ನೆಗಳಿಗೆ ಸಮಂಜಸವಾದ ಉತ್ತರ ಹುಡುಕುವುದರಲ್ಲಿಯೆ ನೂರಾರು ವರ್ಷಗಳು ಕಳೆದವು. ಇಲ್ಲಿ ಮತ್ತೆ ಒಗ್ಗಟ್ಟಿನ, ಒಮ್ಮತದ ಕೊರತೆ ಎದುರಾಗಿತ್ತು. 'ನಾನು ಯಾರಿಗೆ ಕಮ್ಮಿ, ನನ್ನ ಅಭಿಪ್ರಾಯವನ್ನು ಬೇರೆಯವರು ಒಪ್ಪಲಿ' ಎಂಬ ಧೋರಣೆಯಲ್ಲಿ ತಕ್ಷಣಕ್ಕೆ ಅಗತ್ಯವಾಗಿದ್ದ ಉಪಾಯ ಬರಲಿಲ್ಲ. ಐದಾರು ಶತಮಾನಗಳ ನಂತರ, ಹದಿನಾರನೆಯ ಶತಮಾನದಲ್ಲಿ ಭಟ್ಟ ನಾರಾಯಣನ 'ತ್ರಿಸ್ಥಲಿಸೇತು'ವಿನಲ್ಲಿ ಲಿಂಗವಿಲ್ಲದಿದ್ದರೆ ಸ್ಥಳವನ್ನಾದರೂ ಪವಿತ್ರವೆಂದು ಪೂಜಿಸಬಹುದು ಎಂಬ ಖಚಿತ ಹೇಳಿಕೆ ಬಂದಿತು. ಮಂದಿರ ಮತ್ತು ಲಿಂಗದ ವಿಷಯ ಹೇಗಾದರೂ ಇರಲಿ, ಮ್ಲೇಚ್ಛರಿಂದ ಅಪವಿತ್ರವಾದವರು, ಬಲವಂತವಾಗಿ ಎಳೆದುಕೊಂಡು ಹೋದವರು, ಬಲವಂತದಿಂದ ಧರ್ಮಪರಿವರ್ತನೆ ಆದವರ ಗತಿಯೇನು? ಎಷ್ಟೋ ಜನರು ತಿರುಗಿ ತಮ್ಮ ಧರ್ಮಕ್ಕೆ ವಾಪಸ್ಸಾಗಿ ತಮ್ಮ ಬಂಧು ಬಳಗವನ್ನು ಸೇರಲು ಅತ್ಯಂತ ಕಾತರರಾಗಿದ್ದರೆ ಅವರನ್ನು ಒಳಸೇರಿಸಿಕೊಳ್ಳುವುದು ಹೇಗೆ? ಈ ಪ್ರಶ್ನೆಗೆ ಸೂಕ್ತ ಉತ್ತರ ಸಿಗದೆ ಅವರು ತ್ರಿಶಂಕುವಿನ ಗತಿ ಪಡೆದು, ಸ್ವಧರ್ಮ ವಂಚಿತರಾಗಿ, ನಿಸ್ಸಹಾಯಕರಾಗಿಯೇ ಮುಸ್ಲಿಮರಾದರು. ಅವರ ಮುಂಬರುವ ಪೀಳಿಗೆಯೆಲ್ಲಾ

ಮುಸಲ್ಮಾನರಾಗಿಯೆ ಉಳಿಯುವಂತಾಗಲು ಪಂಡಿತರೂ ಕಾರಣರಾದರು! ಸೂಕ್ಷ್ಮ ಮನೋವೃತ್ತಿಯ ಅನೇಕರಿಗೆ ದಿನನಿತ್ಯ ಜೀವನವೂ ಅಸಹ್ಯ ಬರಿಸುವಂತಾಗಿತ್ತು. ಪರಿಚಿತರನ್ನು ಎದುರುಗೊಳ್ಳುವಾಗ 'ಜೈರಾಮ್' 'ಬೊಂ ಭೋಲೇನಾಥ್' ಎಂದು ನಗುತ್ತಾ ಅಭಿವಂದಿಸುತ್ತಿದ್ದವರಿಗೆ 'ಸಲಾಮ್' ಹೊಡೆಯುವುದು ಹೇಗೆ ಮುಜುಗರವೋ ಹಾಗೆ ಪ್ರೀತಿ ವಿಶ್ವಾಸದ ಭಾವನೆಗಳಿಲ್ಲದವರ ಕೈಕಾಲು ಹಿಡಿದು ಎಲ್ಲೊ ಹೇಗೊ ಹೊಟ್ಟೆ ಹೊರೆದುಕೊಳ್ಳುವುದು ಹಿಂಸೆಯಾಗುತ್ತಿತ್ತು. ಪೂಜಾರಿಯನ್ನು ಸುಬೇದಾರನ ಅಡಿಗೆಮನೆಯ ಕೆಲಸಕ್ಕೆ, ಗರತಿಯನ್ನು ನವಾಬನ ಜನಾನಕ್ಕೆ (ಅಂತಃಪುರಕ್ಕೆ) ಹಾಕಿದಂತೆ ಈ ನಿಸ್ಸಹಾಯಕರು ಒಳಗೊಳಗೇ ದುಃಖಿಸಿ ತಪ್ತರಾದರು.

ವಿಷಮ ಪರಿಸ್ಥಿತಿಯಿಂದ ಬಹಳ ದೂರವಾಗಿದ್ದು, ಯಾವುದೋ ಕಾಲದಲ್ಲಿ ನಡೆದುದರಲ್ಲಿ ತಪ್ಪು ಕಂಡುಹಿಡಿದು, ತೀರ್ಪನ್ನು ಕೊಡುವುದು ಸುಲಭ. ಏಳು ಶತಮಾನಗಳ ಹಿನ್ನೋಟದ ವೇಳೆಯಲ್ಲಿ ನಮ್ಮ ರಾಜರುಗಳು, ಸೈನಿಕರು, ಸರಿಯಾಗಿ ಶತ್ರುಗಳನ್ನು ಎದುರಿಸಲಿಲ್ಲ, ಒಗ್ಗಟ್ಟಾಗಲಿಲ್ಲ, ನಮ್ಮವರ ಮೇಲೆಯೆ ವಿದ್ರೋಹ ಪಿತೂರಿ ಸಂಚುಗಳನ್ನು ಮಾಡಿದರು, ಸೇಡು ತೀರಿಸಿಕೊಳ್ಳಲು ಶತ್ರುವಿನ ಜೊತೆ ಸೇರಿದರು, ಸ್ವಂತ ಹಿತಾಸಕ್ತಿಯನ್ನು ಸಾಧಿಸಿಕೊಂಡರು ಎಂಬ ಇನ್ನೂ ಅನೇಕಾನೇಕ ಆರೋಪಗಳನ್ನು ಹೊರಿಸುವುದು ಸಾಮಾನ್ಯವಾಗಿದೆ. ಪಂಡಿತರು ವಾಗ್ವಾದಮಾಡುತ್ತಾ ತಮ್ಮ ಅಂತರ್ಗುಹೆ ಸೇರಿದರು, ವ್ಯಾಪಾರಿಗಳು ಹಣವನ್ನು ಜೋಪಾನಮಾಡುತ್ತಾ ಕೂತರು, ಪಾಮರರು ಮೂಕಪ್ರೇಕ್ಷಕರಾಗಿ ತಟಸ್ಥರಾಗಿದ್ದರು ಎಂಬ ಆಕ್ಷೇಪಣೆಗಳೂ ಇವೆ. ಎಲ್ಲವೂ ನಿಜ. ಪಂಡಿತರು ಪುಸ್ತಕ ಹಿಡಿದು, ವ್ಯಾಪಾರಿಗಳು ತಕ್ಕಡಿ ತೂಗಿ, ರೈತರು ನೇಗಿಲು ಹೊಡೆದು, ಪಾಮರರು ಕೈಮುಗಿದು ಯುದ್ಧಕ್ಕೆ ಮುನ್ನುಗ್ಗುವಂತಿರಲಿಲ್ಲ. ಕೆಲವು ಪ್ರಭಾವಶಾಲಿ ಪಂಡಿತರು ಜನಹಿತಕಾರ್ಯಗಳಲ್ಲಿ ನಿರತರಾಗಿ ದೆಹಲಿಯ ಸುಲ್ತಾನರೂ ತಮ್ಮ ಸಲಹೆಯನ್ನು ಒಪ್ಪುವಂತೆಮಾಡಿದ ನಿದರ್ಶನಗಳಿವೆ. ಆದರೆ ಎಲ್ಲರೂ ಅವರವರ ಅಭಿಪ್ರಾಯಗಳನ್ನು ಬಹಿರಂಗವಾಗಿ ವ್ಯಕ್ತಪಡಿಸಲು ಆಗ ಪ್ರಜಾಸ್ವಾತಂತ್ರವಿರಲಿಲ್ಲ, ಧೈರ್ಯವಿರಲಿಲ್ಲ, ಇಂದಿನಂತೆ ಪ್ರಸಾರ ಮಾಧ್ಯಮಗಳ ಬೆಂಬಲವಿರಲಿಲ್ಲ. ಈಗ ಇಷ್ಟೆಲ್ಲ ಅನುಕೂಲಗಳಿದ್ದೂ, ಚರಿತ್ರೆಯ ಕಹಿಪಾಟಗಳ ಅರಿವಿದ್ದೂ ನಾವು ಮಾಡುತ್ತಿರುವುದಾದರೂ ಏನು? ಈಗತಾನೆ ದೇಶರಕ್ಷಣೆಯ ವಿಷಯದಲ್ಲಿ ಒಮ್ಮತವೆಲ್ಲಿದೆ, ಒಗ್ಗಟ್ಟೆಲ್ಲಿದೆ? ನಾವು ಏಳು ಶತಮಾನಗಳ ಹಿಂದಿನ 'ಗೊಡ್ಡು ಸಂಪ್ರದಾಯವಾದಿಗಳ'ನ್ನು ವೃಥಾಟೀಕಿಸುವ ಮೊದಲು, ನಮ್ಮ 'ವಿಚಾರವಾದ'ದಿಂದ ನಾವೆಷ್ಟು ಮುಂದುವರೆದಿದ್ದೇವೆ, ಎಷ್ಟು ಪ್ರಗತಿಸಾಗಿಸಿದ್ದೇವೆ, ಎಷ್ಟು ತಪ್ಪುಗಳನ್ನು ತಿದ್ದಿಕೊಂಡಿದ್ದೇವೆ, ಯಾವ ಹೊಸ ಪಾಠಗಳನ್ನು ಕಲಿತಿದ್ದೇವೆ, ಮಾತಿಗಿಂತ ಕೃತಿಯಲ್ಲಿ ಏನನ್ನು ಇಳಿಸಿದ್ದೇವೆ ಎಂದು ನಮ್ಮನ್ನು ನಾವೇ ಪರೀಕ್ಷಿಸಿಕೊಳ್ಳುವುದು ಉತ್ತಮ. ಹಾಗಾದರೆ

ಕಾಶಿಯಲ್ಲಿ ಯಾರೂ ಏನೂ ಮಾಡಲೇ ಇಲ್ಲವೆ? ಮಾರ್ಗದರ್ಶನ ಮಾಡುವವರು ಯಾರೂ ಬರಲೇ ಇಲ್ಲವೆ? ಹೀಗೆ ವಿಚಾರಮಾಡಿದಾಗ ನಾವು ನಾಲ್ಕನೆಯ ಗುಂಪಿನ ಜನರನ್ನು ಕಾಣುತ್ತೇವೆ.

ನಾಲ್ಕನೆಯ ಗುಂಪಾದ ಮಾರ್ಗದರ್ಶಕರ ಕೊಡುಗೆಯೂ ಮಹತ್ವದ್ದು. ಇವರಲ್ಲಿ ಶಂಕರಾಚಾರ್ಯರು ಅಗ್ರಗಣ್ಯರು. ಮುಸ್ಲಿಮರ ದಾಳಿಯ ಹಿಂದಿನ ಅನೇಕ ಶತಮಾನಗಳಲ್ಲಿ ಇಲ್ಲಿಯೇ ಬೆಳೆದುಬಂದಿದ್ದ ವಿವಿಧ ಪಂಥಗಳು, ಮತಗಳು, ಆಚಾರ–ವಿಚಾರ ಭೇದಗಳು ಮತ್ತು ವಿರೋಧಗಳು ಹಿಂದೂಧರ್ಮವನ್ನು ಅಲುಗಿಸಿದ್ದವು. ಆದರೆ ಅವೆಲ್ಲವನ್ನೂ ಹಿಂದೂಧರ್ಮವು ಸುಲಭವಾಗಿ ಎದುರಿಸಿತ್ತು. ಅವುಗಳನ್ನು ಚಾಣಾಕ್ಷತನದಿಂದ ಗೆದ್ದು, ಅವುಗಳ ಸಾರವನ್ನು ಬೇಕಿದ್ದಲ್ಲಿ ತನ್ನದಾಗಿ ಮಾಡಿಕೊಂಡು, ತನ್ನ ವಿಶಾಲ ಛತ್ರಛಾಯೆಯಡಿಯಲ್ಲಿ ಅವೆಲ್ಲವನ್ನು ಸೇರಿಸಿಕೊಂಡು ದಷ್ಟಪುಷ್ಟವಾಗಿ ಬೆಳೆದಿತ್ತು. ಈ ನಿಟ್ಟಿನಲ್ಲಿ ಶಂಕರಾಚಾರ್ಯರ ಮಹತ್ತರ ಕಾರ್ಯವನ್ನು ನೆನೆಸಿಕೊಳ್ಳಬಹುದು.

ಶಂಕರಾಚಾರ್ಯರ ಅನಂತರ ಬಂದ ಐದು ಆಚಾರ್ಯರುಗಳಾದ ರಾಮಾನುಜರು (12ನೆಯ ಶತಮಾನ), ಮಧ್ವರು (13ನೆಯ ಶತಮಾನ), ರಾಮಾನಂದರು (14ನೆಯ ಶತಮಾನ), ನಿಂಬಾರ್ಕರು (14ನೆಯ ಶತಮಾನ) ಮತ್ತು ವಲ್ಲಭಾಚಾರ್ಯರು (15ನೆಯ ಶತಮಾನ) ಧರ್ಮಪ್ರವರ್ತಕರಾಗಿ, ಮಾರ್ಗದರ್ಶಕರಾಗಿ ಹಿಂದೂಧರ್ಮಕ್ಕೆ ಶ್ಲಾಘ್ಯಸೇವೆ ಸಲ್ಲಿಸಿರುವುದೇನೋ ಸರಿ. ವಿಶೇಷವೆಂದರೆ ಐದು ಆಚಾರ್ಯರು ಮುಸ್ಲಿಮ್ ದಾಳಿಗಳು ನಡೆದ ಶತಮಾನಗಳಲ್ಲೆ ಇದ್ದರು. ವಲ್ಲಭಾಚಾರ್ಯರು ಕಾಶಿಯಲ್ಲಿ ಗೀತೆ ಮತ್ತು ಬ್ರಹ್ಮಸೂತ್ರದ ಮೇಲೆ ಭಾಷ್ಯವನ್ನು ಬರೆದು, ಕಾಶಿಯನ್ನು ತಮ್ಮ ಪುಷ್ಟಿಮಾರ್ಗದ ಕೇಂದ್ರವನ್ನಾಗಿ ಮಾಡಿಕೊಂಡರು. ಎಲ್ಲರೂ ತಮ್ಮ ಆಧ್ಯಾತ್ಮಿಕ ಚಿಂತನೆಗಳಿಂದ ದರ್ಶನಗಳಿಗೆ ಹೊಸ ಅರ್ಥವನ್ನುಕೊಟ್ಟು, ಹೊಸ ದರ್ಶನದ ಪ್ರವರ್ತಕರಾಗಿ, ಪಂಡಿತ ಮಾನ್ಯರಾಗಿರುವುದರಲ್ಲಿ ಸಂದೇಹವಿಲ್ಲ.

ಆದರೆ, ಅದೇ ಹಿಂದೂಧರ್ಮ ಹೊರಗಿನವರ ಏಟಿನಿಂದ ತತ್ತರಿಸಿತ್ತು, ತನ್ನ ಮನೆಯಲ್ಲೇ ಬಳಲಿಬೆಂಡಾಗಿ ಕೂತಿತ್ತು. ಹೊಸದಾಗಿ ಎದ್ದಿದ್ದ ಸುಂಟರಗಾಳಿಯನ್ನು ತಡೆಯುವುದಾಗಲೀ, ದಾಳಿಗೆ ಪ್ರತ್ಯುತ್ತರ ಕೊಡುವುದಾಗಲೀ ಯಾರಿಂದಲೂ ಸಾಧ್ಯವಿರಲಿಲ್ಲ. ವಿಚಿತ್ರವೆಂದರೆ, ಈ ಸ್ಥಿತಿಯಿಂದ ಅದುಹೇಗೆ ಚೇತರಿಸಿಕೊಂಡಿತು, ತನ್ನ ಘನತೆ, ಖ್ಯಾತಿಯನ್ನು ಯಾವ ರೀತಿಯಲ್ಲಿ ಉಳಿಸಿಕೊಂಡಿತು ಅನ್ನುವುದೆಲ್ಲ ಒಂದು ಪವಾಡವೇ ಸರಿ! ಶಂಕರಾಚಾರ್ಯರಂತೆ ಪಂಡಿತ ಪಾಮರರಿಬ್ಬರಿಗೂ ಸಂದಿಗ್ಧ ಸಮಯದಲ್ಲಿ ಮಾರ್ಗದರ್ಶನಮಾಡಿ, ಧರ್ಮಕ್ಕೆ ಹೊಸ ಚಾಲನೆಕೊಟ್ಟು, ಇಬ್ಬರಿಂದಲೂ ಗೌರವ ಪಡೆದವರೆಂದರೆ ಕಾಶಿಯಲ್ಲಿದ್ದ ರಾಮಾನಂದರು ಒಬ್ಬರೆ ಎಂದರೆ ತಪ್ಪಾಗಲಾರದು.

ಇವರ ಕಾರ್ಯ ಸಫಲವಾಗಲು ಮುಖ್ಯಕಾರಣವೆಂದರೆ ಅವರು ಜನಸಾಮಾನ್ಯರ ನಾಡಿಮಿಡಿತವನ್ನು ಅರ್ಥಮಾಡಿಕೊಂಡು ಮುಂದುವರೆದದ್ದು. ಅವರ ಪವಾಡವೇ ಭಕ್ತಿಪಂಥ! ಆ ಪವಾಡಕ್ಕೆ ಮೂಲಕಾರಣ ಸಾಮಾನ್ಯ ಜನತೆಯಲ್ಲಿ ಶತಮಾನಗಳಿಂದ ಬೇರುಬಿಟ್ಟಿದ್ದ ಅಚಲನಂಬಿಕೆ, ಶ್ರದ್ಧೆ! ಮತ್ಸ್ಯಪುರಾಣದಲ್ಲಿ ಹೇಳಿರುವಂತೆ "ದೇವ ದೇವಿಯರು, ಗಂಗಾ ನದಿ, ಮಿಷ್ಟಾನ್ನ ಭೋಜನ, (ಮುಕ್ತಿಯೆಂಬ) ಶುಭಗತಿ, ವಾರಾಣಸಿಯ ವಿಶಾಲಾಕ್ಷಿ ಇರಬೇಕಾದರೆ ಕಾಶಿಯ ವಾಸವೇಕೆ ರೋಚಕವಲ್ಲ?" (*ದೇವೋ ದೇವೀ ನದೀ ಗಂಗಾ ಮಿಷ್ಟಾನ್ನಮ್ ಶುಭಾಗತಿಃ। ವಾರಾಣಾಸ್ಯಾಮ್ ವಿಶಾಲಾಕ್ಷಿ ವಾಸಃ ಕಸ್ಯ ನ ರೋಚತೇ॥*) ಇದನ್ನೇ ಹಿಂದಿಯ ಗಾದೆಯಲ್ಲಿ "ಅನ್ನ ಬೇಳೆ ಗಂಗಾಜಲವನ್ನು ದಾತಕೊಡುವಾಗ ವಿಶ್ವನಾಥನ ದರ್ಭಾರಾದ ಕಾಶಿಯನ್ನೆಂದೂ ಬಿಡಲಾಗದು" ಎಂದು ಹೇಳುತ್ತಾರೆ. ಇದ್ದಾಗ ಗಂಗಾಜಲ ಸತ್ತಾಗ ಮುಕ್ತಿ ದೊರೆತೇ ದೊರೆಯುವುದೆಂಬ ಅಚಲನಂಬಿಕೆ ಇಲ್ಲಿಯವರ ನಾಳನಾಳಗಳಲ್ಲೂ ರಕ್ತದಂತೆಯೇ ಹರಿಯುತ್ತದೆ. ಎದೆಗೆ ಕತ್ತಿಯ ಅಲಗು ಚುಚ್ಚಿ ರಕ್ತಹರಿಸಿದಾಗಲೂ ಒಳಗಿನ ಧ್ವನಿ "ಮರಣಂ ಮಂಗಳಂ ಯತ್ರ" (ಎಲ್ಲಿ ಮರಣವೇ ಮಂಗಳವೊ) ಎಂದು ಮಿಡಿಯುತ್ತಿರುತ್ತದೆ. ಹೀಗೆ ವಿಶ್ವನಾಥನ ದರ್ಭಾರ್ ಮತ್ತು ಅನ್ನಪೂರ್ಣೆಯ ಭಂಡಾರದಲ್ಲಿ ಜೀವನಕ್ಕೇನೂ ಕೊರತೆಯಿಲ್ಲ, ಕಾಶಿಯ ಕ್ಷೇತ್ರದಲ್ಲಿ ಮುಕ್ತಿಗೇನೂ ಚಿಂತೆಯಿಲ್ಲ ಎಂಬ ಎರಡು ನಂಬಿಕೆಗಳು ಎಂಥಹ ಸಂದಿಗ್ಧ ಸಮಯದಲ್ಲೂ ಸುಪ್ತವಾಗಿ ಅಚಲವಾಗಿಯೇ ಇದ್ದವು. ಈ ನಂಬಿಕೆ, ಶ್ರದ್ಧೆಗೆ ನೀರೆರೆದು ಅದನ್ನು ಭಕ್ತಿಪಂಥದ ಆಂದೋಳನವನ್ನಾಗಿ ಬೆಳೆಸಿ ಪೋಷಿಸಿದವರು ಕಾಶಿಯಲ್ಲಿದ್ದ ರಾಮಾನಂದ ಆಚಾರ್ಯರು. ಇವರ ಶ್ರೀಸಂಪ್ರದಾಯ (ರಾಮಾವತ ಸಂಪ್ರದಾಯ) ಭಕ್ತಿಪಂಥಕ್ಕೆ ಹೊಸ ಚಾಲನೆಯನ್ನು ಕೊಟ್ಟಿತು.

ಐದನೆ ಗುಂಪಿನ ಸಮನ್ವಯಸಾಧನೆ ಮತ್ತು **ಆರನೆಯ ಗುಂಪಿನ** ಸ್ವಜನಸೇವೆಯ ಅಪರೂಪದ ವ್ಯಕ್ತಿಗಳಾಗಿ ರಾಮಾನಂದರ ಶಿಷ್ಯರು ಸಾಕಷ್ಟು ಕೆಲಸಮಾಡಿದರು. ಇವರಲ್ಲಿ ಕಬೀರರು, ರಯಿದಾಸ ಮತ್ತು ನಂತರ ಪ್ರಭಾವಿತರಾದ ಪಂಜಾಬಿನ ಸಿಕ್‌ಗುರು ಗುರುನಾನಕ್ ಸಮನ್ವಯದ ದಾರಿಹಿಡಿದು ಮೂಢರ ಕಣ್ಣುತೆರೆಸಿದರು. ರಾಮಾನಂದರ ಶಿಷ್ಯಪರಂಪರೆಯಲ್ಲಿ ನಂತರಬಂದ ತುಳಸೀದಾಸರು ಭಕ್ತಿಪಂಥದ ಹೆಜ್ಜೇನಾದ 'ರಾಮಚರಿತಮಾನಸ'ವನ್ನು ಜನಸಾಮಾನ್ಯರಿಗೂ ಉಣಿಸಿ, ಮುಳುಗುವ ಭಯದಲ್ಲಿದ್ದ ಹಿಂದೂಧರ್ಮದ ನೌಕೆಗೆ ಹೊಸಹರಿಗೋಲನ್ನು ಕೊಟ್ಟರು. 'ಭಕ್ತಿಪಂಥ'ದ ಬಗ್ಗೆ ಈ ಮೊದಲೇ ದೀರ್ಘವಾಗಿ ಪರಿಶೀಲಿಸಲಾಗಿದೆ. ಹೀಗೆ ಒಬ್ಬ ವ್ಯಕ್ತಿಯ ಪ್ರೇರಣೆಯಿಂದಲೆ ಮಾರ್ಗದರ್ಶನ, ಸಮನ್ವಯಸಾಧನೆ ಮತ್ತು ಸ್ವಜನಸೇವೆ (ಮುಳುಗುವವರಿಗೆ ಊರುಗೋಲು, ಆರ್ತರಿಗೆ ಸಾಂತ್ವನ) ಎಂಬ ಮೂರು ಉಜ್ವಲ ಕಿರಣಗಳು ಕಾಶಿಯಿಂದ ಹೊರಟು, ದೇಶದ ಇತರ

ಭಾಗಗಳಿಗೂ ಹರಡಿ ಎಲ್ಲೆಡೆ ಹೊಸಚೈತನ್ಯ, ಹೊಸಸ್ಪಂದನಕ್ಕೆ ಕಾರಣವಾದುವು. ದಿವೋದಾಸನ 'ರಸಾಯನದ ಗಡಿಗೆ' ಅಥವಾ 'ದಿವೋದಾಸನ ಪಾತ್ರೆ'ಯಲ್ಲಿ ಬೇಡದ್ದು ಬಿದ್ದಾಗಲೂ ಅದರೊಳಗಿಂದ ಹೊರಬಂದುದು ಮಾತ್ರ ಸಾಕಷ್ಟು ಪರಿಷ್ಕೃತವಾದುದೇ ಆಗಿತ್ತು.

■

37. ಕಾಶೀ ರಾಜರ ಮನೆತನ

ಮತ್ತೊಮ್ಮೆ ಚರಿತ್ರೆಯ ಪುಟಗಳನ್ನು ತಿರುವಿಹಾಕಿ, ಬನಾರಸ್‌ನ 'ಆಧುನಿಕ ಕಾಲ'ದ ವಿದ್ಯಮಾನಗಳನ್ನು ತಿಳಿಯಬೇಕಾಗಿದೆ. ಇಂದು 'ಆಧುನಿಕ'ವಾದುದು ನಾಳೆಯಾದರೆ 'ನೆನ್ನೆ', ನಾಡಿದ್ದಾದರೆ 'ಹಳತು', ದಿನಕಳೆದಂತೆ 'ಪುರಾತನ'ವಾಗಿ ಬಿಡುತ್ತದೆ. ಈ ಅರ್ಥದಲ್ಲಿ 'ಇಂದು' ಮಾತ್ರ ಆಧುನಿಕವಾಗಿ, 'ಆಧುನಿಕ ಕಾಲ/ಯುಗ' ಎನ್ನುವುದೇ ಒಂದು ಅಪಪ್ರಯೋಗ ಎನಿಸುತ್ತದೆ. ಆದರೂ ಔರಂಗಜೇಬನ ಅನಂತರದಲ್ಲಿ ಒಂದು ಹೊಸಯುಗ ಶುರುವಾಯಿತೆನ್ನಬಹುದು. ಕ್ರಿ.ಶ.18ನೆಯ ಶತಮಾನದಲ್ಲಿ ಚಾರಿತ್ರಿಕವಾಗಿ ಬನಾರಸ್‌ಗೆ ಸಂಬಂಧಿಸಿದಂತೆ ಅನೇಕ ಬದಲಾವಣೆಗಳಾದುವು. ಕ್ರಿ.ಶ.1707ರಲ್ಲಿ ಔರಂಗಜೇಬನ ಮರಣಾನಂತರ ಮೊಘಲರಆಳ್ವಿಕೆ ಸಡಿಲಗೊಂಡಿತು. ಬಹಾದೂರ್‌ಶಾನ ಸಮಯದಲ್ಲಿ (ಕ್ರಿ.ಶ.1707–1712) ಬಂಗಾಳದ ಆಡಳಿತಗಾರನಾಗಿದ್ದ ಫರೂಕ್‌ಸಿಯಾರ್ ಎಂಬುವನು ಬಿಹಾರ ಮತ್ತು ಅಲಹಾಬದಿನ ಸುಬೇದಾರರೊಂದಿಗೆ ಸೆಣೆಸಿ, ತನ್ನ ಸೈನ್ಯವನ್ನು ಬನಾರಸ್‌ನ ಹತ್ತಿರವೇ ತಂದುನಿಲ್ಲಿಸಿದನು. ಅವನನ್ನು ತಿರುಗಿಕಳಿಸಲು ಒಂದುಲಕ್ಷ ರೂಪಾಯಿ ಕಾಣಿಕೆಯನ್ನು ಕೊಡಬೇಕಾಯಿತು. ಅಲಹಾಬಾದ್ ಸುಬಾಕ್ಕೆ ಸೇರಿದ್ದ ಬನಾರಸ್, ಜೌನ್‌ಪುರ ಮತ್ತು ಗಾಜಿಪುರವನ್ನು ನವಾಬ ಸವಾದತ್‌ಖಾನ್‌ನು ಕ್ರಿ.ಶ.1730ರಲ್ಲಿ ಅವಧಕ್ಕೆ ಸೇರಿಸಿಕೊಂಡನು. ಬನಾರಸ್‌ನ ಆಡಳಿತ ನೋಡಿಕೊಳ್ಳಲು ಮೀರ್‌ರುಸ್ತುಮ್‌ಆಲಿಯನ್ನು ನಿಯಮಿಸಿ (ಕ್ರಿ.ಶ.1730–1738), ವರ್ಷಕ್ಕೆ ಎಂಟುಲಕ್ಷ ರೂಪಾಯಿ ಕರವನ್ನು ಸಂಗ್ರಹಿಸಬೇಕೆಂದು ನಿಗದಿಪಡಿಸಿದನು. ಮಾನಮಂದಿರದ ಹತ್ತಿರ ಇವನು ಒಂದು ಕೋಟೆಯನ್ನು ಮತ್ತು ಮೀರ್‌ಘಾಟ್‌ನ್ನು ಕಟ್ಟಿಸಿದನು. ಈತ ದಕ್ಷಆಡಳಿತಗಾರನೆ ಅಲ್ಲದೆ ಅತ್ಯಂತಜನಪ್ರಿಯನೂ ಆಗಿದ್ದನು. ನಗರದ ಗಣ್ಯರು ಮತ್ತು ಶ್ರೀಮಂತರಿಗಾಗಿ ಗಂಗೆಯ ಮೇಲೆ ತೇಲುವ ನಾವೆಗಳಲ್ಲಿ ಸಂತೋಷಗೋಷ್ಠಿ/ಜಾತ್ರೆ ಎನಿಸಿದ 'ಬುಡ್ವಾ ಮಂಗಲ ಮೇಳಾ' ಎಂಬ ಅದ್ದೂರಿಯ ಹಬ್ಬವನ್ನು ಶುರುಮಾಡಿದನು. ಹೋಲಿಹಬ್ಬದಲ್ಲಿ ಇವನು ಸಾಮಾನ್ಯರೊಡನೆ ಬೆರೆತು, ಬಣ್ಣಎರಚಾಡಿ, ಎಲ್ಲರನ್ನು ಖುಷಿಪಡಿಸುತಿದ್ದನು. ಹೀಗಾಗಿ ಅವನ ಆಡಳಿತಮುಗಿದ ಅನಂತರವೂ, ಹೋಲಿಯ ಸಮಯದಲ್ಲಿ ಜನರು ಇವನನ್ನು ನೆನಯುತ್ತಾ "ಎಲ್ಲಿ ಹೋದನೋ ಹೋಲಿ ಆಟಗಾರ! ರುಸ್ತುಮ್‌ಆಲಿ ಚತುರ ವೀರ!" ಎಂಬ ಜಾನಪದ ಶೈಲಿಯ ಹಾಡು ಹೇಳುತ್ತಿದ್ದರು.

ರುಸ್ತುಮ್‌ಆಲಿಯ ಪತನದಿಂದ ಬನಾರಸ್ ರಾಜಮನೆತನದ ಕಥೆಶುರುವಾಗುತ್ತದೆ. ಬನಾರಸ್‌ಜಿಲ್ಲೆಯ ಕಸಾವರ್ ಎಂಬ ಹೋಬಳಿಯಲ್ಲಿ ಬೈರಿಸಾಲ್ ಎಂಬ ರಾಜನಿದ್ದನು.

ಕಸಾವರ್‌ನಲ್ಲಿ ಘುಘೂರಿ (ಈಗಿನ ಗಂಗಾಪುರ) ಎಂಬ ಒಂದು ಹಳ್ಳಿ, ಆ ಹಳ್ಳಿಯ ಅರ್ಧಭಾಗ ಮನೋರಂಜನಸಿಂಹ ಎಂಬ ಶ್ರೀಮಂತನಿಗೆ ಸೇರಿತ್ತು. ಇವನ ನಾಲ್ಕು ಮಕ್ಕಳಲ್ಲಿ ಮನಸಾರಾಮ್ ಎಂಬ ಹಿರಿಯಮಗ ಬಹಳಚತುರ, ಬುದ್ಧಿವಂತ. ಅವನು ರಾಜ ಬೈರಿಸಾಲನ ಮತ್ತು ಇತರ ಜಮೀನ್ದಾರರ ಕೆಲಸಕ್ಕಾಗಿ ಆಗಾಗ್ಗೆ ಬನಾರಸ್‌ಗೆ ಹೋಗಿ ಮೀರ್‌ರುಸ್ತುಮ್ ಆಲಿಯ ಸಂಪರ್ಕ ಹಾಗು ಸ್ನೇಹ ಬೆಳೆಸಿದನು. ಕ್ರಮೇಣ ಅವನಿಗೂ ರಾಜಬೈರಿಸಾಲನಿಗೂ ವೈರತ್ವವನ್ನು ತಂದಿಟ್ಟು, ರುಸ್ತುಮ್‌ಆಲಿಯ ಪರ ಬೈರಿಸಾಲನೊಡನೆ ಯುದ್ಧಮಾಡಿ, ಅವನನ್ನು ಕಸಾವರ್‌ನಿಂದ ಹೊರಹಾಕಿದನು. ಅನಂತರ ರುಸ್ತುಮ್‌ಆಲಿಯ ಕಡೆಯ ನಾಲ್ಕೈದು ಲಕ್ಷದ ಜಮೀನ್ದಾರಿಯನ್ನು ನೋಡಿಕೊಳ್ಳಲು ಶುರುಮಾಡಿದನು. ಕೆಲವು ಚಾಡಿಕೋರ ಜಮೀನ್ದಾರರನ್ನು ರುಸ್ತುಮ್‌ಆಲಿಯ ದರ್ಬಾರಿನಿಂದ ಓಡಿಸುವುದರಲ್ಲಿ ಸಫಲನಾದನು. ಅನಂತರ ರುಸ್ತುಮ್‌ಆಲಿಯ ಮೇಲು ನವಾಬ ಸಫದರ್‌ಜಂಗ್‌ನಿಗೆ ದೂರುಕೊಟ್ಟು ತನಗೆ ನಿಶ್ಚಿತವಾದ ಪಗಾರ/ಜಮೀನ್ದಾರಿ ಕೊಡುವಂತೆ ಬರೆದನು. ರುಸ್ತುಮ್ ಆಲಿಗೆ ಇವನ ಕಪಟತಿಳಿದು ತರಾಟೆಗೆ ತೆಗೆದುಕೊಂಡಾಗ, ನಾರಾಯಣ ಮತ್ತು ಗಂಗೆಯ ಮೇಲೆ ಆಣೆಯಿಟ್ಟು ತಪ್ಪಿಸಿಕೊಂಡನು. ಕೊನೆಗೆ ಮಹಮ್ಮದ್‌ಕುಲಿ ಖಾನ್ ಎಂಬುವನ ಸಹಾಯದಿಂದ ಬನಾರಸ್, ಜೌನ್‌ಪುರ ಮತ್ತು ಗಾಜಿಪುರದ ಜಮೀನ್ದಾರಿಗೆ ಹನ್ನೆರಡುಲಕ್ಷ ವಾರ್ಷಿಕ ತೆರಿಗೆಆದಾಯ (ಅಂದರೆ ರುಸ್ತುಮ್‌ಆಲಿ ಕೊಡುತ್ತಿದ್ದುದಕ್ಕಿಂತ ನಾಲ್ಕು ಲಕ್ಷ ಹೆಚ್ಚು) ಕೊಡುವೆನೆಂದು ಹೇಳಿ ಜಮೀನ್ದಾರಿಯನ್ನು ತನ್ನ ಹೆಸರಿಗೆ ಬರೆಸಿಕೊಂಡುದೆ ಅಲ್ಲದೆ ರುಸ್ತುಮ್ ಆಲಿಯ ಸೆರೆಮನೆವಾಸಕ್ಕೆ ಕಾರಣನಾದನು. ಸನದು ಸಿಕ್ಕಿದಂತೆಯೆ ಮನಸಾರಾಮ್ ತೀರಿಹೋದನು.

ಬಲವಂತ ಸಿಂಗ್ (ಕ್ರಿ.ಶ.1738–1770): ಇವನು ತಂದೆಯ ಜಮೀನ್ದಾರಿ ಸಿಕ್ಕಿದ ಮೊದಲಲ್ಲೇ ನವಾಬ ಸಫದರ್‌ಜಂಗನಿಗೆ 21755 ರುಪಾಯಿ ಕಾಣಿಕೆಸಲ್ಲಿಸಿ 'ರಾಜ' ಎಂಬ ಬಿರುದನ್ನು, ಇನ್ನು ಕೆಲವು ಜಮೀನ್ದಾರಿಗಳನ್ನು ಕ್ರಿ.ಶ.1738ರಲ್ಲಿ ಪಡೆದುಕೊಂಡನು. ಹೀಗೆ ಕ್ರಿ.ಶ.1194ರಲ್ಲಿ ಹಿಂದೂರಾಜರಾದ ಗಹಡವಾಲರ ಕೈತಪ್ಪಿದ ವಾರಾಣಸಿ, 544ವರ್ಷಗಳ ನಂತರ ಮತ್ತೊಮ್ಮೆ ಹಿಂದೂ ರಾಜಮನೆತನದ ವಶಕ್ಕೆ ಸಿಕ್ಕಿತ್ತು. ಹತ್ತು ವರ್ಷಗಳವರೆಗೆ ಬಲವಂತಸಿಂಗ್ ಅವಧ್‌ನ ನವಾಬ ಸಫದರ್‌ಜಂಗ್‌ಗೆ ಸರಿಯಾಗಿ ತೆರಿಗೆಯನ್ನು ಸಲ್ಲಿಸುತ್ತಿದ್ದನು. ಕ್ರಿ.ಶ.1748ರಲ್ಲಿ ಆಫ್ಘನ್ ದಾಳಿಕೋರ ಅಹಮ್ಮದ್‌ಶಾ ಬಂಗಶ್ ಮೊಘಲ್‌ರಾಜ್ಯದ ಮೇಲೆ ದಂಡೆತ್ತಿ ಬಂದಾಗ, ನವಾಬ ಸಫದರ್‌ಜಂಗ್ ಮೊಘಲರ ಸಹಾಯಕ್ಕೆ ದೆಹಲಿಗೆ ಹೋದಾಗ, ಬಲವಂತಸಿಂಗ್‌ನಲ್ಲಿ ಸ್ವತಂತ್ರವಾಗುವ ಆಸೆ ಕುದುರಿತು. ಇತರ ರಾಜರೊಡನೆ ಸೇರಿಕೊಂಡು ಸಫದರ್‌ಜಂಗ್‌ನ ಅಧಿಕಾರಿಗಳನ್ನು ಬನಾರಸ್‌ನಿಂದ ಓಡಿಸಿದನು. ಕ್ರಿ.ಶ.1748ರಿಂದ 1750ರ ವರೆಗೆ ಬಂಗಶ್‌ನ ಸೇನೆ ಜನರಲೂಟಿ, ಅಪಹರಣ

ಮತ್ತು ಹಿಂಸೆಗಳಿಂದ ನಗರವನ್ನು ಕಾಡಿತು. ಕ್ರಿ.ಶ.1750ರಲ್ಲಿ ಬಂಗಶ್‌ನ ಸೇನೆ ಅವಧ್‌ನ ಸೇನೆಯನ್ನು ಸೋಲಿಸಿ ಅಲಹಾಬಾದನ್ನು ಮುತ್ತಿತು. ಅನಂತರ ಸೇನೆ ಜೌನ್‌ಪುರ, ಬನಾರಸ್ ಮತ್ತು ಅಜಮಘಡದ ಕಡೆಗೆ ತಿರುಗಿದ ಸುದ್ದಿಕೇಳಿಯೆ ಬನಾರಸ್‌ನ ಜನರು ಊರುಬಿಟ್ಟು ಓಡಿಹೋಗಲು ಉಪಕ್ರಮಿಸಿದರು. ಕೊನೆಗೆ ಬನಾರಸ್‌ನ ಐದು ಶ್ರೇಷ್ಠಿಗಳು ಏಳುಲಕ್ಷ ರುಪಾಯಿ ಕೊಟ್ಟು ಬಂಗಶ್‌ನಿಂದ ಶಾಂತಿಯನ್ನು ಕೊಂಡರು. ಆದರೆ ಬಂಗಶ್‌ನ ಕಡೆಯಿಂದ ಜುಮ್ಮಾಖಾನ್ ಇಲ್ಲಿಯ ಸುಬೇದಾರನಾಗಿ ನೇಮಕವಾದನು. ಕ್ರಿ.ಶ.1751ರಿಂದ 1770ರವರೆಗಿನ ಕಾಲ ಬಲವಂತಸಿಂಗ್‌ಗೆ ಬಹಳ ಕಷ್ಟಕರವೂ ಗೊಂದಲಮಯವೂ ಆಗಿತ್ತು. ಬನಾರಸ್‌ನ ಸುಬೇದಾರ ಜುಮ್ಮಾಖಾನ್ ಎಂಬುವನು ರಾಜನಿಗೂ ಜನರಿಗೂ ಮುಳ್ಳಾಗಿದ್ದನು. ಅವಧ್‌ಗೆ 1751ರಲ್ಲಿ ವಾಪಸ್ಸಾದ ನವಾಬ ಸಫದರ್‌ಜಂಗ್‌ನ ಜೊತೆ ವೈರವಿತ್ತು. ಅವನ ಸಾವಿನ ಅನಂತರ 1754ರಲ್ಲಿ ನವಾಬ ಶುಜಾವುದ್ದೌಲನ ಜೊತೆಯೂ ವೈಮನಸ್ಸುಬೆಳೆಯಿತು. ಚುನಾರ್‌ನ ಕೋಟೆಯಲ್ಲಿದ್ದ ಬಾದಶಾಹನ ಸೈನಿಕರಿಗೆ ಒಂದುಲಕ್ಷ ಕೊಟ್ಟು ಕೋಟೆಯನ್ನು ವಶಪಡಿಸಿಕೊಳ್ಳಲು ಬಲವಂತಸಿಂಗ್ 1757ರಲ್ಲಿ ಹವಣಿಸಿದಾಗ ಶುಜಾವುದ್ದೌಲ ಸೇನೆಯೊಡನೆ ಬನಾರಸ್‌ಗೆ ಮುತ್ತಿಗೆಹಾಕಿದನು. ಬಲವಂತಸಿಂಗ್ ಲತೀಫ್‌ಪುರ ಕೋಟೆಗೆ ಓಡಿದನು. ಸಿಟ್ಟಿನಿಂದ ಶುಜಾವುದ್ದೌಲನು ಗಾಜಿಪುರದ ಜಮೀನ್ದಾರ ಫಜಲ್‌ಆಲಿಯನ್ನು ಕರೆದು 'ಬಲವಂತ ಸಿಂಗ್‌ನನ್ನು ಮುಗಿಸಿದರೆ ನಿನಗೆ ಬನಾರಸ್‌ನ ಜಮೀನ್ದಾರಿಯನ್ನು ಕೊಡುವೆನು' ಎಂದು ಮಾತುಕೊಟ್ಟನು. ಬಲವಂತ ಸಿಂಗ್ ಒಂದು ಕಡೆ ಮರಾಠರ ಸಹಾಯ ಯಾಚಿಸಿದರೆ, ಇನ್ನೊಂದು ಕಡೆ ನವಾಬನಿಗೆ ಐದುಲಕ್ಷ ರುಪಾಯಿ ಕಳಿಸಿ, ವಾರ್ಷಿಕತೆರಿಗೆಯಲ್ಲೂ ಐದುಲಕ್ಷ ಹೆಚ್ಚು ಕೊಡುತ್ತೀನೆಂದು ಹೇಳಿ, ಕ್ಷಮೆಬೇಡಿದನು. ಬಲವಂತನ ಲಂಚತಿಂದ ಅಧಿಕಾರಿಗಳು ನವಾಬನನ್ನು ಒಲಿಸಿ ಕ್ಷಮಿಸಲು ಕೇಳಿಕೊಂಡರು. ಭದೋಹಿ ಹೋಬಳಿಯ ಅರ್ಧಖಜಾನೆ ಬಲವಂತ ಸಿಂಗ್‌ನಿಗೆ ದಕ್ಕಿತು. 1761ರಲ್ಲಿ ನವಾಬನು ಗಾಜಿಪುರದ 22 ಹೋಬಳಿಗಳ ಜಮೀನ್ದಾರಿಯನ್ನು ವಾರ್ಷಿಕ ಎಂಟು ಲಕ್ಷಕ್ಕೆ ಬಲವಂತಸಿಂಗ್‌ಗೆ ವಹಿಸಿಕೊಟ್ಟನು. ಬಲವಂತಸಿಂಗನು ತನ್ನ ಪ್ರಭಾವತೋರುತ್ತಾ, ದೊಣ್ಣೆಬೀಸುತ್ತಾ ಅಕ್ಕಪಕ್ಕದ ಜಮೀನ್ದಾರರನ್ನು ಹೆದರಿಸಿ ಕೋಟೆಕೊತ್ತಲಗಳನ್ನು ವಶಪಡಿಸಿಕೊಳ್ಳುತ್ತಿದ್ದನು. 1761ರಲ್ಲಿ ಅಬ್ದಾಲಿ ಮತ್ತು ಶುಜಾವುದ್ದೌಲರಿಂದ ಪಾಣಿಪತ್‌ಯುದ್ಧದಲ್ಲಿ ಮರಾಠರ ಸೋಲು ಬಲವಂತನಿಗೆ ಹಿತವಾಗಿರಲಿಲ್ಲ. ಇವೆಲ್ಲ ಘಟನೆಗಳು ಬಲವಂತ ಸಿಂಗ್‌ಗೆ ರಾಜಕೀಯ ಸಂಕಟಗಳಾಗಿ ಪರೀಕ್ಷೆಮಾಡುತ್ತಿದ್ದವು.

ಕ್ರಿ.ಶ.1764ರ ಅಕ್ಟೋಬರ್‌ನಲ್ಲಿ ಮೇಜರ್ ಮನ್ರೋ ಅವಧ್‌ನ ನವಾಬ ಶುಜಾವುದ್ದೌಲನನ್ನು ಬಕ್ಸರ್‌ನ ಯುದ್ಧದಲ್ಲಿ ಸೋಲಿಸಿ, ಅವನನ್ನು ಹಿಂಬಾಲಿಸುತ್ತಾ

ಬನಾರಸ್‌ಕಡೆ ತನ್ನ ಸೈನ್ಯವನ್ನು ತಿರುಗಿಸಿದನು. ಇಲ್ಲಿಯ ವ್ಯಾಪಾರಿಗಳು ಮತ್ತು ನಾಗರಿಕರಿಂದ ನಾಲ್ಕುಲಕ್ಷ ರುಪಾಯಿ ಕೂಡಿಸಿ ಕೊಟ್ಟಮೇಲೂ ಇಂಗ್ಲಿಷ್‌ಸೈನ್ಯದ ಒಂದು ತುಕಡಿ 'ನಗರದ ರಕ್ಷಣೆಗಾಗಿ' ಇಲ್ಲಿ ನಿಂತಿತು. ಇಂಗ್ಲಿಷರ ಕಾಮುಕ ಕೆಟ್ಟಕಣ್ಣು ಬನಾರಸ್‌ನ ಮೇಲೆಬಿದ್ದು, ಅವರ ರಾಜಕೀಯ ತಂತ್ರದ ಬಿಸಿ ಬನಾರಸ್‌ಗೆ ಮೊದಲಬಾರಿಗೆ ತಟ್ಟಿತು. ಶುಜಾವುದ್ದೌಲ ಮತ್ತು ಅವನ ಜೊತೆಯವರನ್ನು ತನ್ನವಶಕ್ಕೆ ಕೊಡಬೇಕೆಂದು ಮನ್ರೋ ಹಾಕಿದ ಷರತ್ತು ಒಪ್ಪಿಗೆಯಾಗಲಿಲ್ಲ. ಕೊನೆಗೆ ಶುಜಾವುದ್ದೌಲ ಹೊಸ ಮಿತ್ರಸೇನೆಯೊಂದಿಗೆ ಬನಾರಸ್ ಹತ್ತಿರಬಂದು ಇಂಗ್ಲಿಷ್ ಸೈನ್ಯಕ್ಕೆ ಕಿರುಕುಳಕೊಡಲು ಶುರುಮಾಡಿದನು. ಜನವರಿ 1765ರಲ್ಲಿ ಮೇಜರ್ ಫ್ಲೆಚರ್ ಶುಜಾನ ಸೈನ್ಯವನ್ನು ಸೋಲಿಸಿ, ಚುನಾರ್ ಕೋಟೆಯನ್ನು ವಶಪಡಿಸಿಕೊಂಡನು. ಗವರ್ನರ್ ಜನರಲ್ ಆಗಿದ್ದ ರಾಬರ್ಟ್ ಕ್ಲೈವ್ ಆಗಸ್ಟ್ 1765ರಲ್ಲಿ ಅಲಹಾಬಾದ್ ಮತ್ತು ಬನಾರಸ್‌ಗೆ ಬಂದು ರೂಪಿಸಿದ ಹೊಸ ಒಪ್ಪಂದದ ಪ್ರಕಾರ ಶುಜಾವುದ್ದೌಲನಿಗೆ ಅವಧ್, ಶಾಆಲಮ್‌ಗೆ ಅಲಹಾಬಾದ್ ವಾಪಸ್ಸು ಸಿಕ್ಕಿತು. ಬಲವಂತಸಿಂಗ್‌ಗೆ ಬನಾರಸ್ ಜೌನ್‌ಪುರ ಮತ್ತು ಗಾಜಿಪುರದ ಜಮೀನ್ದಾರಿ ಮುಂದುವರೆದು ಇಂಗ್ಲಿಷರ ಅಧೀನದಲ್ಲಿ ಇರುವ ವ್ಯವಸ್ಥೆಯಾಯಿತು. ಇವರೆಲ್ಲರೂ ಇಂಗ್ಲಿಷರ ಮುಂದೆ ಮಂಡಿಯೂರಿ, ಅವರ ಕೃಪಾಹಸ್ತಕ್ಕೆ ಕೈಚಾಚುವ ದೀನರಂತಾದರು. 1767ರಲ್ಲಿ ಕ್ಲೈವ್‌ನ ಅನಂತರ ಬಂದ ಗವರ್ನರ್ ಜನರಲ್ ಕಾರ್ಟಿಯರ್‌ನನ್ನು ಶುಜಾವುದ್ದೌಲನು ಬನಾರಸ್‌ನಲ್ಲಿ ಭೇಟಿಯಾಗಿ ಬಲವಂತ ಸಿಂಗನನ್ನು ಓಡಿಸಿದರೆ ಹತ್ತುಲಕ್ಷ ಕೊಡುವುದಾಗಿ ಹೇಳಿದನು. ಗುಪ್ತಚಾರರ ಮೂಲಕ ವಿಷಯತಿಳಿದ ಬಲವಂತ ಸಿಂಗ್ ಹೇಗೊ ತಪ್ಪಿಸಿಕೊಂಡನು. 1770ರಲ್ಲಿ ನಿಧನನಾದನು.

ಎಲ್ಲ ರಾಜಕೀಯ ಸಂಕಟಗಳನ್ನು ಧೈರ್ಯವಾಗಿ ಎದುರಿಸುತ್ತಾ, ವಿನಯದಿಂದ ಬಗ್ಗುತ್ತಾ, ಜಾಣತನದಿಂದ ಬಳುಕುತ್ತಾ, ಸಮಯಬಂದಾಗ ಎದುರೇಟು ಕೊಡುತ್ತಾ ಬಲವಂತಸಿಂಗ್ ಬಹಳ ಚಾಣಾಕ್ಷತನದಿಂದ ತನ್ನ ಸ್ಥಿತಿಗತಿಯನ್ನು ಕಾಪಾಡಿಕೊಂಡನು. ಜುಮ್ಮಾಖಾನ್‌ನನ್ನು ತನ್ನ ಬಲೆಗೆ ಹಾಕಿಕೊಳ್ಳಲಾಗದಿದ್ದಾಗ ಅವನ ಮನೆ ಲೂಟಿ ಹೊಡೆಸಿದ್ದು, ಸಫದರ್‌ಜಂಗ್ ಇವನನ್ನು ಮುಗಿಸಲು ಬಂದಾಗ ಓಡಿಹೋಗಿದ್ದು, ಅವನಿಗೆ ಒಂದುಲಕ್ಷ ಕಾಣಿಕೆ ಕೊಟ್ಟು ಸಮಾಧಾನಮಾಡಿದ್ದು, 1754ರಲ್ಲಿ ರಾಮನಗರಕೋಟೆ ಕಟ್ಟಿದ್ದು, ವಿಜಯಘಡ, ಗೋರಿ ಮತ್ತು ಲಟೀಫ್‌ಪುರ ಕೋಟೆಗಳನ್ನು ವಶಪಡಿಸಿಕೊಂಡಿದ್ದು, ಚುನಾರ್‌ಕೋಟೆ ಹಿಡಿದಾಗ ಶುಜಾವುದ್ದೌಲ ದಂಡೆತ್ತಿ ಬಂದಾಗ ತಪ್ಪಿಸಿಕೊಂಡಿದ್ದು, ನವಾಬನಿಗೆ ತಪ್ಪುಕಾಣಿಕೆಯಾಗಿ ಐದುಲಕ್ಷ ಹೆಚ್ಚು ಕಪ್ಪಕೊಡಲು ಒಪ್ಪಿದ್ದು, 1761ರಲ್ಲಿ ಗಾಜಿಪುರದ ಎಂಟು ಹೋಬಳಿಗಳನ್ನು ತನ್ನ ಜಮೀನ್ದಾರಿಗೆ ಸೇರಿಸಿಕೊಂಡಿದ್ದು, ಬಲಶಾಲಿಗಳ ಸತ್ವವನ್ನು ಅರಿಯದೆ ಎದುರು ಹಾಕಿಕೊಳ್ಳಬಾರದೆಂದು ಇಂಗ್ಲಿಷರೊಡನೆ

ಸಾವಧಾನವಾಗಿ ವರ್ತಿಸಿದ್ದು – ಇವೆಲ್ಲವೂ ಇವನ ಚಾಣಾಕ್ಷತನದ ಕೆಲವು ಪ್ರಸಂಗಗಳು. ಇಷ್ಟೆಲ್ಲ ತುಮುಲಗಳ ಮಧ್ಯವೂ, ಅವನಿಗೆ 'ಚಿತ್ರಚಂದ್ರಿಕ' ಎಂಬ ಬೃಜಭಾಷೆಯ ಕವಿತೆಯ ಪುಸ್ತಕವನ್ನು ಬರೆಯುವ ಸಮಯ ಮತ್ತು ಮನೋಭಾವ ಇದ್ದಿತೆಂದರೆ ಆಶ್ಚರ್ಯವಾಗುವುದು.

ಚೇತ್‌ಸಿಂಗ್ (ಕ್ರಿ.ಶ.1770–1781) ಬನಾರಸ್‌ನ ರಾಜನಾಗಿದ್ದುದು ಒಂದು ಚತುರಪಿತೂರಿಯ ಕಥೆ. ರಾಜ ಬಲವಂತಸಿಂಗ್‌ಗೆ ಪಟ್ಟದರಾಣಿಯಿಂದ ಗಂಡುಮಕ್ಕಳಿರಲಿಲ್ಲ. ರಾಜ ಬಲವಂತಸಿಂಗ್ ಸತ್ತಂತೆಯೆ ಅವನ ಉತ್ತರಾಧಿಕಾರಿಯಾಗಲು ಮಗಳಮಗ (ಪ್ರಾಯಶಃ ಐದುವರ್ಷ) ಮಹೀಪನಾರಾಯಣ, ಅಕ್ಕನಮಗ ಮಣಿಯಾರ್ ಸಿಂಗ್ ಮತ್ತು ರಾಣಿವಾಸದ ಪನ್ನಾ ಎಂಬುವವಳ ಮಗ ಚೇತ್‌ಸಿಂಗ್ ಇವರುಗಳಲ್ಲಿ ಪೈಪೋಟಿಶುರುವಾಯಿತು. ಚೇತ್‌ಸಿಂಗ್‌ಗೆ ಔಸಾನ್‌ಸಿಂಗ್ ಎಂಬುವವನ ಸಹಾಯಸಿಕ್ಕಿತು. ಅವನ ಪಿತೂರಿಯಿಂದ, ಮೃತರಾಜನನ್ನು ಮಣಿಕರ್ಣಿಕಾ ಸ್ಮಶಾನಕ್ಕೆ ತೆಗೆದುಕೊಂಡುಹೋದ ಸಮಯದಲ್ಲಿ, ಕೋಶಾಗಾರವನ್ನು ವಶಪಡಿಸಿಕೊಂಡು ಚೇತ್‌ಸಿಂಗ್ ಗದ್ದುಗೆಯಮೇಲೆ ಕೂತುಬಿಟ್ಟನು. ತೋಪುಗಳ ಸಲಾಮ್, ಗಣ್ಯರಕಾಣಿಕೆ ಮತ್ತು ಜನಸಾಮಾನ್ಯರ ಅಭಿನಂದನೆಗಳೊಂದಿಗೆ ಚೇತ್‌ಸಿಂಗ್ ರಾಜಗದ್ದಿ ಪಡೆದ ಬಿಸಿಸುದ್ದಿ ತಿಳಿದಂತೆಯೆ ಮಣಿಯಾರ್‌ಸಿಂಗ್ ನೇಪಾಳಕ್ಕೆ ಓಡಿದನು. ನವಾಬ ಶುಜಾವುದ್ದೌಲನಿಗೆ ಸಮಾಚಾರ ಮುಟ್ಟಿದಾಗ ಅವನು ಸಿಟ್ಟಿನಿಂದ ಬನಾರಸ್‌ಕಡೆ ಹೊರಟನು. ಚೇತ್‌ಸಿಂಗ್ ನವಾಬನನ್ನು ಜೌನ್‌ಪುರದಲ್ಲಿ ಭೇಟಿಮಾಡಿ ಅವನನ್ನು ಒಲಿಸಿಕೊಂಡನು. ಅಲ್ಲಿಂದ ಬನಾರಸ್ ಮತ್ತು ರಾಮನಗರದ ಕೋಟೆಗೂ ನವಾಬನನ್ನು ಕರೆತಂದು, ಅತಿಥಿಯಂತೆ ಸತ್ಕರಿಸಿ, ಒಂದೂಕಾಲು ಲಕ್ಷ ರುಪಾಯಿ, 45 ವಿಧವಿಧವಾದ ಉಡುಗೆಗಳು, 15 ಕುದುರೆಗಳು ಮತ್ತು 5 ಆನೆಗಳನ್ನು ಕಾಣಿಕೆಯಾಗಿ ನೀಡಿದನು. ಅಲ್ಲದೆ ತನ್ನ ಜಮೀನ್ದಾರಿ ಮತ್ತು ಆಸ್ತಿಯನ್ನು ನವಾಬನ ಕಾಲಡಿ ಸಮರ್ಪಣೆ ಮಾಡುತ್ತೇನೆಂದು ವಿನಂತಿಸಿಕೊಂಡನು. ಅತ್ಯಂತ ಸುಪ್ರೀತನಾದ ನವಾಬನು ತನ್ನ ಮಗನ ಪೇಟವನ್ನು ಚೇತ್‌ಸಿಂಗ್‌ನ ಪೇಟದೊಂದಿಗೆ ಬದಲಾಯಿಸಿ ಸ್ನೇಹಪ್ರದರ್ಶನ ಮಾಡಿದನು. ನವಾಬ ಶುಜಾವುದ್ದೌಲನಿಗೆ 22ಲಕ್ಷ ಕೊಟ್ಟು ಅವನನ್ನು ಬುಟ್ಟಿಗೆ ಹಾಕಿಕೊಂಡನೆಂಬ ಮಾತು ಸಹ ಇದೆ. ಹೀಗೆ ಚೇತ್‌ಸಿಂಗ್ 1770ರಲ್ಲಿ ಬನಾರಸ್‌ನ ರಾಜನಾಗಿ ಔಸಾನ್‌ಸಿಂಗ್‌ನನ್ನು ಮಂತ್ರಿಯಾಗಿ ನೇಮಿಸಿದನು. 1773ರಲ್ಲಿ ವಾರನ್‌ಹೇಸ್ಟಿಂಗ್ಸ್ ನವಾಬನಿಗೆ ಸಹಾಯಮಾಡುವ ವಿಷಯಚರ್ಚಿಸಲು ಬನಾರಸ್‌ನಲ್ಲಿ ಒಂದು ಸಭೆಯನ್ನು ಕರೆದನು. ನವಾಬನು ಬನಾರಸ್‌ಗೆ ಬರುವಮೊದಲೇ ಚೇತ್‌ಸಿಂಗನು ಹೇಸ್ಟಿಂಗ್ಸ್‌ನ್ನು ಭೇಟಿಮಾಡಲು ಸೈಯದ್‌ಪುರಕ್ಕೆ ಓಡಿದನು. ಇತ್ತ ಲಕ್ನೊವಿನಿಂದ ಜೌನ್‌ಪುರಕ್ಕೆ ಬಂದಿಳಿದಿದ್ದ ನವಾಬನಿಗೆ ಚೇತ್‌ಸಿಂಗ್‌ನ ಚಾಲಾಕಿಯಿಂದ ಸಿಟ್ಟುಬಂದಿತು. ಅವನ ಸಿಟ್ಟನ್ನು

ಶಮನಮಾಡಲು ಚೇತ್‌ಸಿಂಗ್ ಶಿವಪುರಕ್ಕೆ ಓಡಿ, ಒಂದು ಚಿನ್ನದ ಬಳೆಯನ್ನು ಕೈಯಲ್ಲಿ ಹಿಡಿದು ನವಾಬನು ಸವಾರಿಮಾಡುತ್ತಿದ್ದ ಆನೆಯ ಹತ್ತಿರಬಂದರೆ ನವಾಬ ಇವನನ್ನು ಕಣ್ಣೆತ್ತಿಯೂ ನೋಡಲಿಲ್ಲ. ಆನೆಯ ಪಕ್ಕದಲ್ಲೆ ಓಡುತ್ತಿದ್ದ ಚೇತ್‌ಸಿಂಗ್‌ನ ಪರಿಸ್ಥಿತಿ ಹೀನಾಯವಾಗಿತ್ತು.

ಕ್ರಿ.ಶ.1774ರಲ್ಲಿ ಶುಜಾವುದ್ದೌಲನ ಮರಣದ ಅನಂತರ ಅಸಫ್‌ಉದ್ದೌಲ ಅವಧ್‌ನ ನವಾಬನಾದನು. 1775ರಲ್ಲಿ ಈಸ್ಟ್‌ಇಂಡಿಯಾ ಕಂಪನಿಯ ಜೊತೆಗೆ ಆದ ಒಪ್ಪಂದದ ಪ್ರಕಾರ ಅಸಫ್‌ಉದ್ದೌಲನು ಬನಾರಸ್, ಜೌನ್‌ಪುರ, ಚುನಾರ್ (ಮಿರ್ಜಾಪುರ) ಮತ್ತು ಬಲಿಯಾ ಇವನ್ನು ಇಂಗ್ಲಿಷರ ವಶಕ್ಕೆಬಿಟ್ಟುಕೊಟ್ಟನು. ಅವಧ್‌ನಿಂದ ಸ್ವತಂತ್ರವಾದ ಬನಾರಸ್ (ಮತ್ತಿತರ ಜಮೀನ್ದಾರಿ) ಇಂಗ್ಲಿಷರಕೈಗೆ ಸಿಕ್ಕಂತಾಯಿತು. ಇದು ಗೊಂಡಾರಣ್ಯದ ಮಧ್ಯದ ಒಂದು ತುಂಡಾರಣ್ಯದಲ್ಲಿ ತಾನೇ ಸ್ವತಂತ್ರನೆನ್ನುವಂತೆ ಓಡಾಡುತ್ತಿದ್ದ (ಚೇತ್‌ಸಿಂಗ್ ಎಂಬ) ಹುಲಿಯನ್ನು ಹಿಡಿದು ಮೃಗಾಲಯದೊಳಗೆ ಬಿಟ್ಟಂತಾಯಿತು. ಆದರೂ ಇಂಗ್ಲಿಷರಿಗೆ ಈ ಹುಲಿಯನ್ನು ಪಳಗಿಸಲಾಗಲಿಲ್ಲ. ಸಮಯಸಾಧಿಸಿ, ಮೇಲೆಬಿದ್ದು ಮೈಪರಚಿ, ಸಾಕಷ್ಟು ಗಲಿಬಿಲಿ ಹುಟ್ಟಿಸಿ, ಕೊನೆಗೆ ಪಂಜುಹಿಡಿದು ಕೋವಿಯ ಗುಂಡು ಹಾರಿಸುವ ಶತ್ರುಗಳು ಮುತ್ತಿದಾಗ ಇನ್ನಾರ ಸಹಾಯವೂ ಇಲ್ಲದೆ (ಕ್ರಿ.ಶ.1781ರಲ್ಲಿ) ಓಡಿಹೋದ ಹುಲಿಯ ಕಥೆ ಚೇತ್‌ಸಿಂಗ್‌ನದು.

ಮಹೀಪನಾರಾಯಣ ಸಿಂಗ್(ಕ್ರಿ.ಶ.1781–1795): ಚೇತ್‌ಸಿಂಗ್ ಓಡಿಹೋದಮೇಲೆ ಬನಾರಸ್‌ನ ರಾಜನಾದಾಗ ಅವನಿಗೆ ಕೇವಲ ಹದಿನಾರುವರ್ಷ. ಇದರಿಂದಾಗಿ ಔಸಾನ್‌ಸಿಂಗನನ್ನು ರೀಜೆಂಟ್ ಆಗಿ ಇಂಗ್ಲಿಷರು ನೇಮಿಸಿದರು. ಔಸಾನ್‌ಸಿಂಗ್, ದುರ್ಗಾವಿಜಯಸಿಂಗ್, ಜಗದೇವಸಿಂಗ್, ಅಜಾಯಬ್‌ಸಿಂಗ್, ಶಂಕರಪಂಡಿತ ಮುಂತಾದವರೆಲ್ಲರೂ ತೆರಿಗೆ ವಸೂಲಿಮಾಡುವುದರಲ್ಲಿ ಶೋಷಣೆ ಮತ್ತು ದುರುಪಯೋಗದ ಅಪವಾದ ಹೊತ್ತು ಬದಲಾದರು. 1784ರ ಬರಗಾಲ ಮತ್ತು ರೋಗಗಳಿಂದ ಎಷ್ಟೋಜನ ಬನಾರಸ್ ಬಿಟ್ಟು ಓಡಿಹೋದರು. ಬನಾರಸ್‌ನಲ್ಲಿದ್ದ ಸೇನೆಯ ಖರ್ಚು ಹೆಚ್ಚಾದಂತೆ ಇಲ್ಲಿದ್ದ 15000–20000 ತೈಲಂಗ ಸಿಪಾಯಿಗಳಿಗೆ ಎಂಟು ತಿಂಗಳವರೆಗೂ ವೇತನಸಿಗಲಿಲ್ಲ. 1787ರಲ್ಲಿ ಜೊನಾಥನ್ ಡಂಕನ್ ರೆಸಿಡೆಂಟನಾದ ಮೇಲೆ ಮಹೀಪನಾರಾಯಣ ಸಿಂಗ್‌ಗೆ ತೆರಿಗೆ ವಸೂಲಿಯ ಪೂರ್ತಿಅಧಿಕಾರ ಸಿಕ್ಕಿತು. ತಮ್ಮ ಬೇಡಿಕೆ ಈಡೇರದಿದ್ದರೆ ಸರ್ಕಾರಿ ಕಛೇರಿಯ ಮುಂದೆ ಆತ್ಮಹತ್ಯೆಯ ಬೆದರಿಕೆಹಾಕುವ ಪದ್ಧತಿ, ವಿಧವಾ ಪುನರ್ವಿವಾಹ ಮುಂತಾದ ಅನೇಕವಿಷಯಗಳಲ್ಲಿ ಸುಧಾರಣೆಗಳನ್ನು ಡಂಕನ್ನನು ತಂದನು. ಆದರೆ ತೆರಿಗೆ ವಸೂಲಿಯಲ್ಲಿ ನಡೆಯುತ್ತಿದ್ದ ಶೋಷಣೆ, ಲಂಚ, ಲೂಟಿ, ಗೂಂಡಾಗಿರಿಯನ್ನು ನೋಡಲಾಗದೆ ಡಂಕನ್ನನು 1794ರಲ್ಲಿ ತೆರಿಗೆಸಂಗ್ರಹದ ಕೆಲಸವನ್ನು ಈಸ್ಟ್‌ಇಂಡಿಯಾ

ಕಂಪನಿಯ ಜವಾಬ್ದಾರಿಯೆಂದು ವಿಧಿಸಿದನು. ತೆರಿಗೆಪದ್ಧತಿಯನ್ನು ಡಂಕನ್ ಬಹಳಮಟ್ಟಿಗೆ ವ್ಯವಸ್ಥೆಗೊಳಿಸಿ, ತೆರಿಗೆಯನ್ನು ಕಡಿಮೆಮಾಡಿದನು. ಬನಾರಸ್‌ನ ರಾಜನನ್ನು ಸಾಮಾನ್ಯ ಆಡಳಿತಕ್ಕೆ ಬಿಟ್ಟನು. ಮೃಗಾಲಯದಲ್ಲಿ ಬಿಟ್ಟಂತಿದ್ದ ರಾಜನನ್ನು ಈಗ ಬೋನಿನಲ್ಲಿ ಕೂಡಿದಂತಾಯಿತು.

ಉದಿತನಾರಾಯಣ ಸಿಂಗ್ (ಕ್ರಿ.ಶ.1795–1835) ಮಹೀಪನಾರಾಯಣ ಸಿಂಗರ ಮಗ. 1797ರಲ್ಲಿ ಅವಧ್‌ನ ನವಾಬ ಅಸಫುದ್ದೌಲ ಸತ್ತಮೇಲೆ, ಅವನು ಕೊಂಡುತಂದಿದ್ದ ಹೆಣ್ಣಿನ ಮಗನೆಂದು ಹೇಳಲಾದ ವಜೀರ್ ಆಲಿ ಮುಂದಿನ ನವಾಬನಾದನು. ವಜೀರ್‌ಆಲಿಯ ಮೂರ್ಖತನ, ಬೇಜವಾಬ್ದಾರಿಯಿಂದ ಜನರು ಅವನನ್ನು ದ್ವೇಷಿಸುತ್ತಿದ್ದರು. ಇವನಿಂದ ಆಡಳಿತ ನಡೆಯದೆಂದು, 1798ರಲ್ಲಿ ಇಂಗ್ಲಿಷರು ವಜೀರ್‌ಆಲಿಯ ನವಾಬಗಿರಿಯನ್ನು ಕಿತ್ತು, ಅವನಿಗೆ ನಿವೃತ್ತಿವೇತನ ಕೊಟ್ಟು ಬನಾರಸ್‌ಗೆ ಕಳಿಸಿದರು. ಅವನ ಜಾಗದಲ್ಲಿ ಸಆದತ್‌ಆಲಿಯನ್ನು ನವಾಬನೆಂದು ನೇಮಿಸಿದರು. ಇಲ್ಲಿಯೂ ವಜೀರ್‌ಆಲಿಯು ಸಾಕಷ್ಟು ತೊಂದರೆಕೊಟ್ಟು, ರೆಸಿಡೆಂಟ್ ಚೇರಿಯನ್ನು ಆಘಾತಗೊಳಿಸಿ ಓಡಿಹೋದಮೇಲೆ, ಅವನನ್ನು ಹಿಡಿದು ಕಲ್ಕತ್ತಾಕ್ಕೆ ಸಾಗಹಾಕಿದರು. ವಜೀರ್‌ಆಲಿಗೆ ಬನಾರಸ್‌ನಲ್ಲಿ ಸಹಾಯಕರಾಗಿದ್ದ ಜಗತ್‌ಸಿಂಗ್, ಶಿವನಾಥಸಿಂಗ್ ಮತ್ತು ಭವಾನಿಶಂಕರ್ ಅವರ ಕಥೆ ಈಗ ಲಾವಣಿಯಾಗಿದೆ.

ಈಶ್ವರೀಪ್ರಸಾದ್‌ನಾರಾಯಣ ಸಿಂಗ್ (ಕ್ರಿ.ಶ.1835–1889): ಉದಿತನಾರಾಯಣ ಸಿಂಗರಿಗೆ ಮಕ್ಕಳಿಲ್ಲದ್ದರಿಂದ ಅವರ ತಮ್ಮನ ಮಗನಾದ ಈಶ್ವರೀಪ್ರಸಾದನಾರಾಯಣ ಸಿಂಗ್ ರಾಜರಾದರು. ಅಧಿಕಾರದಲ್ಲಿನ ಶಕ್ತಿಯನ್ನು ಕುಂಠಿತಗೊಳಿಸಿದ್ದರು, ಇವರು ಘನತೆ, ಗೌರವ, ವಿಜೃಂಭಣೆಗಳಿಂದ ತಮ್ಮ ಅಧಿಕಾರ ಚಲಾಯಿಸಿದರು. ಸಾಹಿತ್ಯ ಸಂಗೀತಗಳಲ್ಲಿ ಆಸಕ್ತಿಯಿದ್ದು ಇವರು ತಮ್ಮ ಆಸ್ಥಾನದಲ್ಲಿ 'ನವರತ್ನ'ಗಳನ್ನು ಸೇರಿಸಿಕೊಂಡಿದ್ದರು.

ಪ್ರಭುನಾರಾಯಣ ಸಿಂಗ್ (ಕ್ರಿ.ಶ.1889–1931): ಈಶ್ವರೀಪ್ರಸಾದನಾರಾಯಣ ಸಿಂಗರಿಗೆ ಮಕ್ಕಳಿಲ್ಲದ್ದರಿಂದ ಅವರ ತಮ್ಮನ ಮಗನಾದ ಪ್ರಭುನಾರಾಯಣ ಸಿಂಗ್ ರಾಜರಾದರು. 1910–1911ರಲ್ಲಿ ಲಾರ್ಡ್ ಮಿಂಟೊ ಹೊಸ ಬನಾರಸ್‌ರಾಜ್ಯವನ್ನು ನಿರ್ಮಾಪಿಸಿ, ಅದರ ಪರಿಮಿತಿಯಿಂದ ಬನಾರಸ್‌ನಗರವನ್ನು ತೆಗೆದು ಹಾಕಿದರು. ರಾಜನಿಗೆ ಮೊದಲಿನಂತೆ ಪೂರ್ಣಅಧಿಕಾರದ ಶಕ್ತಿಯನ್ನು ಕೊಟ್ಟರು. ಇವರು ಜನಹಿತಾಸಕ್ತಿಯ ಅನೇಕ ಕೆಲಸಗಳನ್ನು ಕೈಗೊಂಡರು. ರಾಜ್ಯದ ಅನೇಕಕಡೆ ಶಾಲೆ ಮತ್ತು ಆಸ್ಪತ್ರೆಗಳನ್ನು ತೆಗೆದರು; ಕಾಶೀ ಹಿಂದೂ ವಿಶ್ವವಿದ್ಯಾಲಯ (??), ಥಿಯೊಸೊಫಿಕಲ್ ಸೊಸೈಟಿ, ನಾಗರಿ ಪ್ರಚಾರಿಣಿ ಸಭಾ ಮುಂತಾದವನ್ನು ಶುರುಮಾಡಲು ಭೂಮಿ ಕೊಟ್ಟರು; ಕೆರೆಕೊಳಗಳ ದುರಸ್ತಿ,

ಕರ್ಮನಾಶಾ ನದಿಯಮೇಲೆ ಅಣೆಕಟ್ಟು ಮುಂತಾದ ಕೆಲಸಗಳಿಂದ ಕೃಷಿಗೆ ಸಹಾಯ ಮಾಡಿದರು.

ಆದಿತ್ಯನಾರಾಯಣ ಸಿಂಗ್ (1931–1939): ಸ್ವಲ್ಪವೇ ಕಾಲ ಆಳಿದ ಇವರು ಪ್ರಭುನಾರಾಯಣ ಸಿಂಗರ ಮಗನಾಗಿದ್ದರು.

ವಿಭೂತಿನಾರಾಯಣ ಸಿಂಗ್ (1939–1947): (ಆಳ್ವಿಕೆಯ ಕಾಲ) ಡಾ ವಿಭೂತಿನಾರಾಯಣ ಸಿಂಗ್ ವಿದ್ಯೆ, ವಿನಯ, ಪ್ರಬುದ್ಧತೆ, ಸೌಹಾರ್ದ, ಪ್ರೀತಿಗೆ ಹೆಸರಾಗಿ, ಜನಪ್ರಿಯರಾದ ರಾಜರಾಗಿದ್ದರು. ಅವರು ಪ್ರತಿಯೊಂದು ಪ್ರಗತಿಪರ ಹಾಗು ಜನಹಿತಕಾರ್ಯಗಳಲ್ಲಿ ತಮ್ಮನ್ನು ತೊಡಗಿಸಿಕೊಳ್ಳುತ್ತಿದ್ದರು. 'ಆಲ್ ಇಂಡಿಯಾ ಕಾಶೀರಾಜ್ ಟ್ರಸ್ಟ್' ಎಂಬ ಸಂಸ್ಥೆಯನ್ನು ಶುರುಮಾಡಿ ಅದರ ಮೂಲಕ ಸಂಸ್ಕೃತ ಮತ್ತು ಪುರಾಣಗಳಲ್ಲಿ ಸಂಶೋಧನಾಕಾರ್ಯಕ್ಕೆ ಪ್ರೋತ್ಸಾಹ ಕೊಟ್ಟರು.

(ಚಿತ್ರ41–ಡಾ.ವಿಭೂತಿ ನಾರಾಯಣ ಸಿಂಗ್)

ಕಾಶೀ ಹಿಂದೂ ವಿಶ್ವವಿದ್ಯಾಲಯದ ಅಧ್ಯಕ್ಷರಾಗಿ (ಚಾನ್ಸಲರ್) ವಿದ್ಯಾರ್ಥಿಗಳ ಪ್ರೀತಿ ಗೌರವವನ್ನು ಸಂಪಾದಿಸಿದ್ದರು. ಜೊತೆಗೆ ಬಹಳ ಸರಳವ್ಯಕ್ತಿಯಾಗಿದ್ದರು. ಕಾಶಿಯ ಬಗ್ಗೆ ಬರೆಯುವ ಮುನ್ನ ಇವರ ಸಂದರ್ಶನಕ್ಕೆ ಹೋಗಿದ್ದ ಈ ಲೇಖಕನ ಪ್ರಸಂಗ ಬಹಳ ಮೋಜಿನದಾಗಿತ್ತು. ಇವರ ಸಹಾಯಕ ಕಾರ್ಯದರ್ಶಿ ಅವರ ಭೇಟಿಗೆ ಅವಕಾಶ ಕೊಡದೆ 40 ನಿಮಿಷ ಕಾಡಿದರೆ, "ಕಾಶೀ ಹಿಂದೂ ವಿಶ್ವವಿದ್ಯಾಲಯ"ದಲ್ಲಿ ವ್ಯಾಸಂಗಮಾಡಿದ್ದ ವಿದ್ಯಾರ್ಥಿ ಬಂದಿರುವನೆಂದು ಕೇಳಿದ ತಕ್ಷಣವೇ ಒಳಗೆ ಕರೆದಿದ್ದರು. ಒಂದು ಗಂಟೆ ಆತ್ಮೀಯತೆಯಿಂದ ಮಾತುಕತೆ, ಜೊತೆಗೆ ಚಾಯ್ ಇತ್ಯಾದಿ ಉಪಚಾರಗಳು ನಡೆದಮೇಲೆ, "ಕಾಶೀರಾಜ್ ಟ್ರಸ್ಟ್" ಪ್ರಕಟಿಸಿದ್ದ 'ವಾಮನ ಪುರಾಣ'ದ ಒಂದು ಪ್ರತಿಯನ್ನು ಕೊಟ್ಟು ಬೀಳ್ಕೊಟ್ಟಿದ್ದರು. ಸ್ವಾತಂತ್ರದ ಅನಂತರ ರಾಜಮಹಾರಾಜರ ಪದವಿ ಮತ್ತು ಪ್ರಭುತ್ವ ಹೋದರೂ, ಕ್ರಿ.ಶ.2000ರಲ್ಲಿ ಮರಣದ ಸಮಯದಲ್ಲೂ ಇವರು ಎಲ್ಲರಿಗೂ 'ಬನಾರಸ್‌ನ ರಾಜ' ಅಥವಾ 'ಕಾಶಿಯ ನರೇಶ'ನೇ ಆಗಿದ್ದರು. ■

38. ಹೇಸ್ಟಿಂಗ್ಸನ ಪಲಾಯನ

ಮತ್ತಿತರ ಕಥೆಗಳು.

ಕ್ರಿ.ಶ.1775ರಲ್ಲಿ ಚೇತ್‌ಸಿಂಗ್‌ನ ಕಥೆಯಿಂದ ಶುರುವಾಗಿ ಭಾರತಕ್ಕೆ ಸ್ವಾತಂತ್ರ ದೊರಕಿದ ಕ್ರಿ.ಶ.1947ರವರೆಗಿನ ಇಂಗ್ಲಿಷರ ಕಾಲವನ್ನು ಬನಾರಸ್‌ನ ಚರಿತ್ರೆಯಲ್ಲಿನ ಒಂದು ಹೊಸಅಧ್ಯಾಯವೆಂದೇ ಪರಿಗಣಿಸಬಹುದು. ವಾರೆನ್‌ಹೇಸ್ಟಿಂಗ್ಸನ ಪಲಾಯನದ ಕಥೆ ಬಹಳ ರೋಚಕವಾದುದು, ಬನಾರಸ್‌ನಲ್ಲಿ ಸಾಮಾನ್ಯರೂ ಈ ಕಥೆಹೇಳುತ್ತಾರೆ. ಹೇಸ್ಟಿಂಗ್ಸ್ ಬನಾರಸ್‌ನಿಂದ ಪಲಾಯನಮಾಡಿದ ಕಥೆಗಿರುವ ಹಿನ್ನೆಲೆಯನ್ನು ತಿಳಿಯುವುದು ಅಗತ್ಯ. ರಾಜ ಚೇತ್‌ಸಿಂಗ್ ಅವಧ್‌ನವಾಬನಿಂದ ಸ್ವತಂತ್ರನಾದಮೇಲೆ ಇಂಗ್ಲಿಷರ ಕಿರುಕುಳ ಶುರುವಾಯಿತು. ಪ್ಲಾಸಿಯ ಕದನವಾದ ಮೇಲಂತೂ ಇಂಗ್ಲಿಷರು ದೇಶದ ಬೇರೆಬೇರೆ ಕಡೆಗಳಲ್ಲಿ ಡಚ್, ಫ್ರೆಂಚ್ ಮತ್ತು ಮರಾಠರ ಜೊತೆ ಸೆಣಸಾಡುತ್ತಲೇ ಇದ್ದರು. ಇವೆಲ್ಲ ಕದನಗಳಿಗೂ ಸಾಕಷ್ಟು ಹಣಬೇಕು, ಹಣದಪೂರೈಕೆಗೆ ಯಾರಾದರು ಒಬ್ಬ ರಾಜನನ್ನು ಹಿಂಡಬೇಕು. ಇಂತಹ ಸಮಯದಲ್ಲೆಲ್ಲ ಇಂಗ್ಲಿಷರಿಗೆ ಬನಾರಸ್ ಕಾಮಧೇನುವಿನಂತೆ ಕಾಣಿಸುತ್ತಿತ್ತು. 1778ರಲ್ಲಿ ಹೇಸ್ಟಿಂಗ್ಸ್ ಚೇತ್‌ಸಿಂಗನಿಂದ ಐದುಲಕ್ಷ ತರಬೇಕೆಂದು ತನ್ನ ಏಜೆಂಟ್ ಥಾಮಸ್ ಗ್ರಹಾಮ್‌ಗೆ ಹೇಳಿದನು. ಈತ ಇಬ್ಬರು ಅಸಂಸ್ಕೃತ ಮುಸ್ಲಿಮರನ್ನು ಹಣವಸೂಲಿಯ ಕೆಲಸಕ್ಕೆ ನಿಯಮಿಸಿದ್ದುದು ಮೀಸೆತಿರುವುವ ಗೂಂಡಾಗಳಿಗೆ ದೊಣ್ಣೆ ಕೊಟ್ಟಂತಾಯಿತು. ರಾಜನ ಮುಂದೆ ಮೀಸೆತಿರುವಿ ಹಣಬೇಡುವುದು ಉದ್ಧಟತನವೆಂದರೆ, ಕಂಡಕಂಡವರಿಗೆ ದೊಣ್ಣೆತಿರುಗಿಸಿ ಬೆದರಿಸುತ್ತ, ಹಣದೋಚುತ್ತ, ಬನಾರಸ್‌ನಲ್ಲಿ ಭಯೋತ್ಪಾದನೆ ಉಂಟುಮಾಡಿದರು. ಹೇಸ್ಟಿಂಗ್ಸ್‌ಗೆ ಐದುಲಕ್ಷವೇನೊ ಸಿಕ್ಕಿತು, ಆದರೆ ಅದರಜೊತೆಗೆ ಆ ಗೂಂಡಾಗಳ ದುರ್ನಡತೆಯ ಕಳಂಕಹತ್ತಿಕೊಂಡಿತು. ಮುಂದಿನ ವರ್ಷವೇ, 1779ರಲ್ಲಿ, ಹೇಸ್ಟಿಂಗ್ಸ್ ಮತ್ತೊಮ್ಮೆ ಐದುಲಕ್ಷ ಬೇಕೆಂದು ತಗಾದೆಮಾಡಿದ್ದೇ ಅಲ್ಲದೆ, ಕೊಡದಿದ್ದರೆ ಇಪ್ಪತ್ತು ಸಾವಿರ ದಂಡದೊಡನೆ ಹಣ ವಸೂಲಿಮಾಡಲು ಸೈನ್ಯವನ್ನು ಕಳಿಸುತ್ತೇನೆಂದು ಹೆದರಿಸಿದನು. ಇಂತಹ ಪರಿಸ್ಥಿತಿಯನ್ನೇ ಕಾಯುತ್ತಿದ್ದ ಇಬ್ಬರು ದುಷ್ಟಗೂಂಡಾಗಳು ಕಂಪನಿಯಸೇನೆ ಕಲ್ಕತ್ತಾದಿಂದ ಬನಾರಸ್ ಕಡೆ ಹೊರಟಿದೆ ಎಂಬ ವದಂತಿ ಹರಡಿದರು. ತನ್ನ ಶಿಕಾರಿಗೆ ಹೊರಟ ಸೈನ್ಯವನ್ನು ಮಾರ್ಗದಲ್ಲಿ ನಿಲ್ಲಿಸಿ, ಹಿಂತಿರುಗುವಂತೆ ಮಾಡಬೇಕೆಂದು ತನ್ನ ತಮ್ಮ ಸುಜಾನ್‌ಸಿಂಗನನ್ನು ಕಳಿಸಿದನು. ಇನ್ನೊಬ್ಬ ನಂಬಿಕಸ್ಥ ಲಾಲಾ ಸದಾನಂದನ ಜೊತೆ ಎರಡುಲಕ್ಷವನ್ನು ಹೇಸ್ಟಿಂಗ್ಸ್‌ಗೆ ಕಳಿಸಿ, ತನ್ನನ್ನು ಕ್ಷಮಿಸಬೇಕೆಂಬ ಪ್ರಾರ್ಥನೆಯನ್ನು ಮುಟ್ಟಿಸಿದನು. ಚೇತ್‌ಸಿಂಗನನ್ನು ಕ್ಷಮಿಸಲು ಹೇಸ್ಟಿಂಗ್ಸ್

ಎರಡು ಷರತ್ತುಗಳನ್ನು ಮುಂದಿಟ್ಟನು– ಯುದ್ಧ ಮುಗಿಯುವವರೆಗೂ ಚೇತ್‌ಸಿಂಗನೇ ಸೈನ್ಯದ ಖರ್ಚನ್ನು ನೋಡಿಕೊಳ್ಳಬೇಕು ಮತ್ತು ಕಂಪನಿಗೆ ವಿಧೇಯನಾಗಿರಬೇಕು! 1780ರಲ್ಲಿ ಕಂಪನಿ 2000 ಸೈನಿಕರನ್ನು ತನ್ನ ಯುದ್ಧಕ್ಕೆ ಕಳಿಸುವಂತೆ ಚೇತ್‌ಸಿಂಗನಿಗೆ ಆಜ್ಞೆಯಿತ್ತಿದ್ದು– 'ದೇಶದ ಇನ್ನಾವ ರಾಜನನ್ನೂ ಬಗ್ಗುಬಡಿಯಲು ಬನಾರಸ್‌ನ ಸೈನಿಕರು ಮಡಿಯಬೇಕು, ಬಿಳಿಯರು ಮೋಜುನೋಡುತ್ತಾ ರಾಜ್ಯ ಆಳಬೇಕು!' ಎನ್ನುವಂತಾಗಿತ್ತು. ನಿರೀಕ್ಷಿಸಿದ ಸಹಾಯ ಬಾರದಿದ್ದರಿಂದ ಹೇಸ್ಟಿಂಗ್ಸ್‌ಗೆ ತುಂಬಾ ಸಿಟ್ಟುಬಂದಿತು. 250 ಸೈನಿಕರನ್ನೂ ಕಳಿಸಲಿಲ್ಲ, ಅಲ್ಲದೆ, ಲತೀಫ್‌ಪುರ ಮತ್ತು ವಿಜಯಘಡ ಕೋಟೆಗಳಲ್ಲಿ ಯುದ್ಧಸಾಮಗ್ರಿಗಳನ್ನು, ಸೈನ್ಯವನ್ನು ಶೇಖರಿಸುತ್ತಿದ್ದಾನೆ, ಮರಾಠ ಮತ್ತು ಫ್ರೆಂಚರೊಡನೆ ಸೇರಿ ಪಿತೂರಿ ನಡೆಸುತ್ತಿದ್ದಾನೆ ಎಂಬೆಲ್ಲ ಆಪಾದನೆಗಳನ್ನು ಚೇತ್‌ಸಿಂಗ್‌ನ ಮೇಲೆಹೊರಿಸಿ ಹೇಸ್ಟಿಂಗ್ಸನು ಸಮಯ ಕಾಯುತ್ತಿದ್ದನು.

1781ರಲ್ಲಿ ಹೇಸ್ಟಿಂಗ್ಸ್ ನಾಲ್ಕುತುಕಡಿ ಸೈನ್ಯದೊಂದಿಗೆ ಬನಾರಸ್‌ಕಡೆ ಹೊರಟಾಗ ಬನಾರಸ್‌ನ ರೆಸಿಡೆಂಟ್ ಹೇಸ್ಟಿಂಗ್ಸ್‌ನನ್ನು ಭಾಗಲ್‌ಪುರದಲ್ಲಿ (ಬಿಹಾರದಲ್ಲಿ) ಭೇಟಿಮಾಡಿದನು. ಹೇಸ್ಟಿಂಗ್ಸನು ಐವತ್ತುಲಕ್ಷವನ್ನು ದಂಡವಾಗಿ ಕಿತ್ತುಕೊಳ್ಳುವನು, ಇದುತಪ್ಪಿದರೆ ರಾಜನ ಹಕ್ಕುಗಳನ್ನೆಲ್ಲ ಕಸಿದು ಬನಾರಸ್ಸನ್ನು ಅವಧ್‌ನವಾಬನಿಗೆ ಒಪ್ಪಿಸುವನು, ಎಂಬ ವದಂತಿಹಬ್ಬಿತು. ಹಿಂದೆ ಹೇಳಿರುವಂತೆ, ಬಾಬಾ ಕೀನಾರಾಮರ ಶಾಪವೊ ಏನೊ, ಚೇತ್‌ಸಿಂಗನಿಗೆ ಓಡುವುದೇ ಕೆಲಸವಾಗಿತ್ತು. ಓಡಿಹೋಗಿ ಹೇಸ್ಟಿಂಗ್ಸನನ್ನು ಬಕ್ಸರ್ (ಬಿಹಾರ–ಉತ್ತರ ಪ್ರದೇಶದ ಗಡಿ) ಎಂಬಲ್ಲಿ ಭೇಟಿಮಾಡಲು ಪ್ರಯತ್ನಮಾಡಿದನು. ಇವನನ್ನು ಕಣ್ಣೆತ್ತಿಯು ನೋಡದೆ ಹೇಸ್ಟಿಂಗ್ಸ್ ಬನಾರಸ್ ಕಡೆ ಹೊರಟಾಗ ಚೇತ್‌ಸಿಂಗನಿಗೆ ದಿಕ್ಕೇ ತೋಚದಾಯಿತು. ತಾನು ಏನು ಮಾಡುತ್ತಿದ್ದೇನೆಂದು ತಿಳಿಯದೆ, ಅವನನ್ನು ಹಿಂಬಾಲಿಸಿ, ಅವನ ಕಾಲಿಗೆಬಿದ್ದು, ತನ್ನ ಕಿರೀಟವನ್ನೂ ಅವನ ಕಾಲಡಿಯಿಟ್ಟು ಕ್ಷಮೆಯಾಚಿಸಿದನು! ಚೇತ್‌ಸಿಂಗ್ ಅಧೈರ್ಯದಿಂದ ದೀನನಾಗಿ ಕರಗಿ ಹೋಗಿದ್ದರೆ, ಹೇಸ್ಟಿಂಗ್ಸ್ ದರ್ಪ–ಮದದಿಂದ ಕಲ್ಲಾಗಿ ಒರಟಾದನು. ತಾತ್ಸಾರ ಮತ್ತು ನಿಕೃಷ್ಟ ಭಾವನೆಯನ್ನು ವ್ಯಕ್ತಪಡಿಸುತ್ತಾ ಕಿರೀಟವನ್ನು ಕಾಲಿನಿಂದ ಒದ್ದು ಐವತ್ತುಲಕ್ಷ ಕಕ್ಕಲು ಹೇಳಿದನು.

ಹೇಸ್ಟಿಂಗ್ಸ್ ಬನಾರಸ್‌ನ 'ಮಾಧೋದಾಸ ತೋಟ'ದ ಮನೆಯಲ್ಲಿ ತಂಗಿದ್ದು, ಚೇತ್‌ಸಿಂಗನಿಗೆ ಅವನ ಅಪರಾಧಗಳನ್ನು ತಿಳಿಸುವ ಒಂದು ಪತ್ರವನ್ನು ಬರೆದು ಕಳಿಸಿದನು. ಚೇತ್‌ಸಿಂಗನ ಉತ್ತರ ಸಮರ್ಪಕವಾಗಿಲ್ಲವೆಂದು ಅವನನ್ನು 1781ರ ಆಗಸ್ಟ್ 6ರಂದು ಸೆರೆಹಿಡಿದು ಶಿವಾಲಾಘಾಟ್‌ನ ಕೋಟೆಯಲ್ಲಿ ಬಂಧಿಸಿಟ್ಟನು. ಅವನನ್ನು ಕಾಯುತ್ತಿದ್ದ ಸಿಪಾಯಿಗಳ ಹತ್ತಿರ ಮದ್ದುಗುಂಡುಗಳು ಇಲ್ಲದಿದ್ದುದು ಆಶ್ಚರ್ಯ. ಚೇತ್‌ಸಿಂಗ್‌ನ ಕಡೆಯವರು ರಾತ್ರಿ ರಾಮನಗರದಿಂದ ಗಂಗೆಯನ್ನು ದಾಟಿ, ಸಿಪಾಯಿಗಳನ್ನು ಮುತ್ತಿದರು.

ಚೇತ್‌ಸಿಂಗ್ ಕಿಟಕಿಯಿಂದ ಹಾರಿಧುಮಿಕಿ, ಕಾಯುತ್ತಿದ್ದ ದೋಣಿಯಮೂಲಕ ರಾಮನಗರಕ್ಕೆ ಓಡಿದನು. ಅನಂತರ ಅವನನ್ನು ಲತೀಫ್‌ಪುರದ ಕೋಟೆಗೆ ಕರೆದುಕೊಂಡು ಹೋಗಲಾಯಿತು. ರಾಮನಗರಕ್ಕೆ ಬಂದ ಕಂಪನಿಯ ಸೇನೆಯನ್ನು ಸೋಲಿಸಿ ಓಡಿಸಲಾಯಿತು. ಚೇತ್‌ಸಿಂಗ್‌ನನ್ನು ಅಧಿಕಾರದಿಂದ ವಜಾಮಾಡಿರುವುದಾಗಿಯೂ, ಔಸಾನ್‌ಸಿಂಗನು ತಾತ್ಕಾಲಿಕವಾಗಿ ಅಧಿಕಾರ ವಹಿಸುವುದಾಗಿಯೂ ಹೇಸ್ಟಿಂಗ್ಸನು ಆದೇಶವನ್ನು ಹೊರಡಿಸಿದನು. ಹೇಸ್ಟಿಂಗ್ಸನು ಮಾಧೋದಾಸನ ತೋಟದ ಮನೆಯಲ್ಲಿ ಅನೇಕ ದಿನಗಳವರೆಗೆ ತಂಗಿರುವಾಗ, ಚೇತ್‌ಸಿಂಗನು ಆಗಸ್ಟ್ 20ರಂದು ನದಿಯನ್ನು ದಾಟಿ ಆಕ್ರಮಣ ಮಾಡುವೆನೆಂಬ ಸುದ್ದಿ ಅವನಿಗೆ ಮುಟ್ಟಿತು. ಆಗ ಹೇಸ್ಟಿಂಗ್ಸನ ಜೊತೆ ಕೇವಲ 450 ಸಿಪಾಯಿಗಳಿದ್ದರು, ಅವರಿಗೂ ಐದುತಿಂಗಳಿಂದ ಸಂಬಳ ಸಿಕ್ಕಿರಲಿಲ್ಲ. ಅವನಿದ್ದ ಸ್ಥಳದಲ್ಲಿ ಎಲ್ಲರಿಗೂ ಸಾಕಾಗುವಷ್ಟು ಧವಸಧಾನ್ಯಗಳಾಗಲಿ, ಆತ್ಮರಕ್ಷಣೆಯ ಸೌಲಭ್ಯವಾಗಲಿ ಇರಲಿಲ್ಲ. 'ಮೊಂಡುಧೈರ್ಯದಿಂದ ಮುನ್ನುಗ್ಗಿ ಹುಲಿಯಬಾಯಿಗೆ ಬೀಳುವ ಬದಲು ತುಸು ಜಾಣತನದಿಂದ ಹಿಂಜರಿದು ಬಾವಿಗೆ ಬೀಳುವುದೆ ಒಳ್ಳೆಯದು' ಎಂಬ ಸೂತ್ರವನ್ನು ಹೇಸ್ಟಿಂಗ್ಸನು ಅನುಸರಿಸಿದನು. ಯಾವ ಸದ್ದುಗದ್ದಲವಿಲ್ಲದೆ, ರಾತ್ರೋರಾತ್ರಿ ಹೇಸ್ಟಿಂಗ್ಸನು ಜಾಗಬಿಟ್ಟು ಓಡಿದನು. ಅವಸರ, ಗಡಿಬಿಡಿ, ರಾತ್ರಿಯ ಕತ್ತಲು, ನಾ ಮುಂದೆ ತಾ ಮುಂದೆ ಎನ್ನುವ ಗೊಂದಲ ಎಲ್ಲವೂ ಅವನ ಮತ್ತು ಸೈನ್ಯದ ಪಲಾಯನವನ್ನು ಅಸ್ತ್ಯವ್ಯಸ್ತ ಮಾಡಿತು. ಇಂದಿಗೂ ಚರಿತ್ರೆಕಾರರು ಮತ್ತು ಲೇಖಕರು ಈ ಪ್ರಸಂಗವನ್ನು ವಿವರಿಸುವಾಗ "ಕುದರೆಯಮೇಲೆ ಹೌದಾ, ಆನೆಯಮೇಲೆ ಜೀನು ಎಸೆದು ಹೇಸ್ಟಿಂಗ್ಸ್ ಓಡಿದ" ಎಂದು ಹಾಸ್ಯಮಾಡುತ್ತಾರೆ. ಹಳ್ಳಿಯ ಮುಕ್ಕರು ಈ ಪ್ರಸಂಗವನ್ನು ಹುಲಿಗೆ ಹೆದರಿ ಓಡುವ ಹಸುವಿಗೆ ಹೋಲಿಸಿ, "ಬಾಲಎತ್ತಿ ಗಂಜಲಸುರಿಸುತ್ತಾ" ಹೇಸ್ಟಿಂಗ್ಸ್ ಓಡಿದ ಎಂದು ನಗುತ್ತಾರೆ.

ರಾಷ್ಟ್ರಪ್ರೇಮದ ಕಿಡಿ: ಹೇಸ್ಟಿಂಗ್ಸನ ಪಲಾಯನದ ಅನಂತರದ ವಿವರ 'ಕ್ಯಾಸಲ್ಸ್ ಇಲ್ಲಸ್ಟ್ರೇಟೆಡ್ ಹಿಸ್ಟರಿ ಆಫ್ ಇಂಡಿಯಾ' ಎಂಬ ಪುಸ್ತಕದಿಂದ ತಿಳಿದುಬರುತ್ತದೆ. "ಹೇಸ್ಟಿಂಗ್ಸನ ಪಲಾಯನ ತಿರುಗಿಬಿದ್ದವರಲ್ಲಿ ಧೈರ್ಯತುಂಬಿತ್ತು....ಇಡಿ ದೇಶವೇ ಅಸ್ತ್ರಹಿಡಿದು ಎದ್ದುನಿಂತಿತು. ರಾಜನನ್ನು ಮತ್ತು ನಗರವನ್ನು ರಕ್ಷಿಸುವ ಪಣತೊಟ್ಟು ಔಧದಿಂದ ಬಿಹಾರದವರೆಗಿನ ಜನರು ಗುಂಪುಗುಂಪಾಗಿ ಬಂದರು. ಅವರು ಫಿರಂಗಿಯರನ್ನು ಆ ಭಾಗದಿಂದಾದರೂ ಓಡಿಸುತ್ತೇವೆಂಬ ನಂಬಿಕೆಯಿಂದ ಮಾತನಾಡುತ್ತಿದ್ದರು. ಸ್ಥಳೀಯರ ದೊಡ್ಡಸೇನೆಯೊಂದು ಚುನಾರಿನಿಂದ ಬನಾರಸ್‌ವರೆಗೆ ಹರಡಿಕೊಂಡಿತು". ಆ ಸಮಯದಲ್ಲಿ ಚೇತ್‌ಸಿಂಗನು ನೆರೆಹೊರೆಯ ರಾಜರನ್ನು ಉದ್ದೇಶಿಸಿ ಕೊಟ್ಟಕರೆ ಅತ್ಯಂತ ಸ್ವಾರಸ್ಯಕರವಾಗಿಯೂ, ಸ್ಫೂರ್ತಿದಾಯಕವಾಗಿಯೂ ಆಗಿರುವ ರಾಷ್ಟ್ರಪ್ರೇಮದ ಭಾಷಣದಂತಿದೆ. 'ಕ್ಯಾಸಲ್ಸ್ ಇಲ್ಲಸ್ಟ್ರೇಟೆಡ್ ಹಿಸ್ಟರಿ'ಯಲ್ಲಿ ಬರೆದಿರುವ ಚೇತ್‌ಸಿಂಗನ

ಕರೆಯ ಭಾವಾರ್ಥದ ಕೆಲವು ಭಾಗವನ್ನು ಇಲ್ಲಿ ಕೊಡಲಾಗಿದೆ. "ನನ್ನ ಭೂಮಿಯನ್ನು ಉತ್ತಿದೆ, ನನ್ನ ಹಳ್ಳಿಗಳು ಜನನಿಬಿಡವಾಗಿವೆ, ನನ್ನ ದೇಶ ಹಚ್ಚಹಸಿರ ತೋಟವಾಗಿದೆ ಮತ್ತು ನನ್ನ ಪ್ರಜೆಗಳು ಸಂತೋಷವಾಗಿದ್ದಾರೆ. ನಾನು ಕೊಟ್ಟಿರುವ ಸುರಕ್ಷತೆಯಿಂದ ನನ್ನ ರಾಜಧಾನಿಯು ದೇಶದ ಮುಖ್ಯ ವ್ಯಾಪಾರಿಗಳ ವಾಸಸ್ಥಳವಾಗಿದೆ. ಮರಾಠರ, ಸಿಕ್ಕರ, ಜಾಟರ, ಮತ್ತಿತರ ದೂರದೂರದ ಜಾಗಗಳಲ್ಲಿರುವವರ ಸಂಪತ್ತು ಇಲ್ಲಿ ಸಂಗ್ರಹವಾಗಿದೆ.... ದೇಶದ ಒಂದುಕಡೆಯಿಂದ ಇನ್ನೊಂದುಕಡೆಗೆ ಓಡಾಡುವ ಪ್ರಯಾಣಿಕರು ತಮ್ಮ ಸಾಮಾನಿನ ಹೊರೆಯನ್ನು ಬದಿಗಿಟ್ಟು ಸುರಕ್ಷತೆಯಭಾವದಲ್ಲಿ ನಿಶ್ಚಿಂತೆಯಿಂದ ನಿದ್ದೆಮಾಡುತ್ತಾರೆ. ಆದರೆ ಕಂಪನಿಯ ರಾಜ್ಯಗಳನ್ನು ನೋಡಿ. ಉತ್ತದೆಇರುವ ಭೂಮಿ ಮತ್ತು ಜನತೊರೆದ ಹಳ್ಳಿಗಳ ಮೂಲಕ 'ಬರಗಾಲ' ಮತ್ತು 'ದುಃಖ' ಕೈಕೈಹಿಡಿದು ನಡೆದಿರುವಂತೆ ಕಾಣುತ್ತದೆ... ನನ್ನ ಸಂಪತ್ತಿನಿಂದ ತೃಪ್ತರಾಗದೆ ಅವರೀಗ ನನ್ನ ಗೌರವವನ್ನು ಕಸಿಯಲು ಹಾತೊರೆಯುತ್ತಿದ್ದಾರೆ. ಅವರು ನನ್ನ ಶಕ್ತಿಗೆಮೀರಿದಷ್ಟು ಹಣವನ್ನು ಕೇಳುತ್ತಿದ್ದಾರೆ. ಅವರಿಗೆ ನನ್ನ ರಾಜ್ಯವನ್ನು ಲೂಟಿಮಾಡಬೇಕಾಗಿದೆ. ಅವರು ನನ್ನ ಕೋಟೆ, ನನ್ನ ಗೌರವ, ನನ್ನ ಕುಟುಂಬವನ್ನು ಒಪ್ಪಿಸಲು ಹೇಳುತ್ತಿದ್ದಾರೆ. ಕೊನೆಗೆ ಕುಟುಂಬವನ್ನು ನಿಸ್ಸಹಾಯಕರನ್ನಾಗಿಸಿ ಈ ಜಗತ್ತಿಗೆತಳ್ಳಿಬಿಡುತ್ತಾರೆ. ಸ್ನೇಹಿತರೇ! ಶಸ್ತ್ರಸನ್ನದ್ಧರಾಗಿ! ನಾವೆಲ್ಲರೂ ಒಟ್ಟಾಗಿ ಈ ಅತ್ಯಾಚಾರಿ ಹೊರಗಿನವರನ್ನು ಎದುರಿಸೋಣ. ಇದು ನಮ್ಮೆಲ್ಲರ ಕರ್ತವ್ಯ. ನಿಮ್ಮ ಗೌರವ ಹೋದಮೇಲೆ ನಿಮ್ಮ ಜೀವಕ್ಕೇನು ಬೆಲೆ? ಬನ್ನಿ, ಸ್ನೇಹಿತರೇ! ನನ್ನೊಡನೆ ಸೇರಿಕೊಳ್ಳಿರಿ. ಈ ದಾಳಿಕೋರರು ಇನ್ನೂ ನನ್ನನ್ನು ಪೂರ್ತಿ ಕೊಳ್ಳೆಹೊಡೆದಿಲ್ಲ; ನಿಮ್ಮ ಸೇನೆಯನ್ನು ಸುಧಾರಿಸುವಷ್ಟು ಸಾಮಗ್ರಿ ನನ್ನಲ್ಲಿದೆ". ಅಹಾ! ಚೇತ್‌ಸಿಂಗನ ಕರೆಯಲ್ಲಿ ದೇಶದ ಬಗ್ಗೆ ಅಭಿಮಾನವಿದೆ, ದೇಶಪ್ರೇಮ ಉಕ್ಕಿಹರಿಯುತ್ತಿದೆ, ಆಕ್ರಮಣಕಾರರನ್ನು ಹೊಡೆದೋಡಿಸುವ ಕೆಚ್ಚಿದೆ, ದೇಶವನ್ನು ಪರತಂತ್ರದಿಂದ ಉಳಿಸಿ ಸ್ವತಂತ್ರವಾಗಿಸುವ ಹಂಬಲವಿದೆ. ಒಟ್ಟಿನಲ್ಲಿ ಇವನ ಕರೆ ಯಾವ ದೇಶಭಕ್ತನ ಭಾಷಣಕ್ಕೂ ಕಡಿಮೆಯಾಗಿರಲಿಲ್ಲ. ಸ್ವಾತಂತ್ರ್ಯಗಳಿಸಲು ಭಾಷಣಬಿಗಿದ ಚೇತ್‌ಸಿಂಗನ ಹೆಸರು ದೇಶದಲ್ಲಿ ಹೆಚ್ಚಿನವರಿಗೆ ಗೊತ್ತಿಲ್ಲ. ಆದರೆ, ಭಾಷಣಬಿಟ್ಟು ಕಾರ್ಯಕ್ಕೆ, 1857ರಲ್ಲಿ ಹೋರಾಟಕ್ಕಿಳಿದವರಲ್ಲಿ ರಾಣಿ ಝಾಂಸಿಯ ಹೆಸರು ಅಮರವಾಗಿದೆ. ಈಕೆ ಬನಾರಸ್‌ನ ಅಸಿ ಎಂಬಲ್ಲಿ ಮೋರೊಪಂತ ಟಾಂಬೆಯವರ ಮಗಳಾಗಿ ಹುಟ್ಟಿ, ಮುನ್ನಾ ಬಾಯಿ (ಮಣಿಕರ್ಣಿಕಾ ದೇವಿ) ಎಂಬ ಹೆಸರಲ್ಲಿ ಇಲ್ಲಿ ಬಾಲ್ಯವನ್ನು ಕಳೆದಿದ್ದಳು.

ಚೇತ್‌ಸಿಂಗನ ಅರಣ್ಯರೋಧನ: ಚೇತ್‌ಸಿಂಗನ ದೇಶಾಭಿಮಾನದ ಭಾಷಣ ಎಷ್ಟುದಿನ ಬಿಸಿಯಾಗಿ ಇತ್ತೊ, ಎಷ್ಟು ಜನರನ್ನು ಮುಟ್ಟಿತೊ ಹೇಳಲು ಬರುವುದಿಲ್ಲ. ಔಧ್‌ನಿಂದ ಬಿಹಾರಿನವರೆಗಿನ ಜನ ರಕ್ಷಣೆಗೆ ಬಂದಿದ್ದಿರಬಹುದು, ಚುನಾರಿನಿಂದ ಬನಾರಸ್‌ವರೆಗೆ

ಸ್ಥಳೀಯ ಸೇನೆಸೇರಿದ್ದಿರಬಹುದು, ಆದರೆ ಆದದ್ದೇನು? ಪ್ರಾಯಶಃ ಚೇತ್‌ಸಿಂಗನ ಬೆಂಬಲಕ್ಕೆಂದು ಬಂದಿದ್ದ ಈ ಜನರಲ್ಲಿ ಸುಮಾರು 30,000 ಜನರು ಒಂದೇ ದಿನದಲ್ಲಿ ಹೇಸ್ಟಿಂಗ್ಸನ ಸೈನ್ಯವನ್ನು ಸೇರಿದರು! ಯುದ್ಧಮಾಡುವುದು ಸ್ವಧರ್ಮ; ಆದರೆ, ಪಗಾರಕ್ಕಾಗಿ ಯಾರಸೈನ್ಯವನ್ನಾದರು ಸೇರುವುದೇ ಧರ್ಮಪರಿಪಾಲನೆ ಎನಿಸಿದಿವರಿಗೆ ದೇಶಪ್ರೇಮ, ನಿಷ್ಠೆ ಎಲ್ಲವೂ ಪಗಾರದಲ್ಲಿಕಾಣಿಸುವುದು. ಅವರು ಇನ್ನಾರ ಕೂಗು, ಕರೆ, ಒರಲುಗಳಿಗೂ ಸ್ಪಂದಿಸುವುದಿಲ್ಲ. ಸೈನಿಕರ ಮಾತಂತಿರಲಿ, ನೆರೆಹೊರೆಯ ರಾಜರಿಗೆ ಸಹ ತಾವೆಲ್ಲಒಗ್ಗಟ್ಟಾಗ ದಿದ್ದರೆ ಮುಂದೆ ಸಂಕಟಬಂದೀತು ಎಂದು ಅರ್ಥವಾಗಲಿಲ್ಲ. 'ನೆರೆಮನೆಗೆ ಬೆಂಕಿಹತ್ತಿದಾಗ, ತಮ್ಮ ಮನೆಯ ಕೊಡ, ಬಾವಿಯ ರಾಟೆ ಮತ್ತು ಹಗ್ಗವನ್ನು ಬಚ್ಚಿಟ್ಟರಂತೆ' ಎನ್ನುವ ಪರಿಯಲ್ಲಿ ನೆರೆ ರಾಜರು ಚೇತ್‌ಸಿಂಗನ ಕರೆಗೆ ಕಿವಿಕೊಡಲಿಲ್ಲ, ಕಣ್ಣನ್ನು ಸಹ ಮುಚ್ಚಿಕೂತರು. ಚೇತ್‌ಸಿಂಗನ ಕರೆ ಅರಣ್ಯರೋಧನವಾಯಿತಷ್ಟೆ! ನಾವು ಚರಿತ್ರೆಯಿಂದ ಎಂದೂ ಪಾಠ ಕಲಿಯುವುದಿಲ್ಲ!

"ಬಾಲವೆತ್ತಿ ಗಂಜಲಸುರಿಸುತ್ತಾ" ಓಡುವ ಹೆದರಿದ ಹಸುವಿನಂತೆ ಓಡಿದ್ದ ಹೇಸ್ಟಿಂಗ್ಸ್, 1781ರ ಸೆಪ್ಟೆಂಬರ್‌ನಲ್ಲಿ ಅಸಫುದ್ದೌಲನ ಸೇನೆಯೊಂದಿಗೆ ತಿರುಗಿಬಂದನು. ಇದನ್ನು ಜನಸಾಮಾನ್ಯರು ".....ತ್ತಿ ಓಡಿದ, ದಂಡೆತ್ತಿ ಬಂದ" ಎಂದು ವಿವರಿಸುತ್ತಾರೆ. ಪಂಡಿತರು ಇದನ್ನು "ಹೋದೆಯಾ ಶನಿಯೇ ಅಂದರೆ ಬಂದೆ ಗವಾಕ್ಷಿಯಲ್ಲಿ ಎಂದು ಇಣುಕಿ ನೋಡಿತಂತೆ" ಎನ್ನುತ್ತಾರೆ. ಅಸಫುದ್ದೌಲನ ಸಹಾಯದಿಂದ ಹೇಸ್ಟಿಂಗ್ಸ್ ಲತೀಫ್‌ಪುರಕೋಟೆಯನ್ನು ಹಿಡಿದು ಚೇತ್‌ಸಿಂಗನನ್ನು ಸೋಲಿಸಿದನು. ಚೇತ್‌ಸಿಂಗ್ ವಿಜಯಘಡಕ್ಕೆ ಓಡಿದನು. ತನ್ನ ಜೊತೆ ಓಡಿಬಂದಿದ್ದ ಹೆಂಗಸರನ್ನೆಲ್ಲ ಅಲ್ಲಿ ಬಿಟ್ಟು, ತನ್ನ ಸಂಪತ್ತನ್ನು ಒಂಟೆ ಮತ್ತು ಆನೆಗಳ ಮೇಲೆ ಹೊರಿಸಿಕೊಂಡು ಮೊದಲು ರೇವಾ ಅನಂತರ ಪನ್ನಾಕ್ಕೆ ಓಡಿಹೋದನು. ದಾರಿಯಲ್ಲೇ ಅವನ ಸಂಪತ್ತಿನ ಬಹುಪಾಲು ದೋಚಿಹೋಯಿತು. ಸತತ ಪ್ರಯತ್ನ ಗಳಿಂದಲೂ ಚೇತ್‌ಸಿಂಗನು ಬನಾರಸ್‌ಗೆ ಹಿಂತಿರುಗಲಾಗದೆ 1810ರಲ್ಲಿ ಗ್ವಾಲಿಯರ್‌ನಲ್ಲಿ ತೀರಿಹೋದನು. ರಾಣಿ ಎನಿಸಿದ್ದ ಅವನ ಹೆಂಡತಿ, ಅವನ ಮಗ ಎರಡನೆ ಬಲವಂತಸಿಂಗ್ ಮತ್ತಿತರ ಸಾವಿರ ಹಿಂಬಾಲಕರು ಬನಾರಸ್‌ನಲ್ಲಿ ಚೇತ್‌ಸಿಂಗನ ಅಸ್ತಿವಿಸರ್ಜನೆ ಮಾಡಲು ಹವಣಿಸಿದರು. ಬಹಳ ಕಷ್ಟದಿಂದ ರೆಸಿಡೆಂಟನ ಅಪ್ಪಣೆ ಸಿಕ್ಕಿದರೂ, ಕೆಲಸ ಮುಗಿದತಕ್ಷಣ ರಾಣಿ ಮತ್ತು ಎರಡನೆ ಬಲವಂತಸಿಂಗ್ ಬನಾರಸ್ ಬಿಟ್ಟು ಹೊರಡಬೇಕೆಂದು ಆಜ್ಞೆಯಾಯಿತು. ಆಗ್ರಾಕ್ಕೆ ಹೋದ ಎರಡನೆ ಬಲವಂತಸಿಂಗ್ ಬನಾರಸ್‌ಗೆ ವಾಪಸ್ಸಾಗಲು ಇಂಗ್ಲಿಷರ ಅನುಮತಿ ಕೇಳುತ್ತಾ 1821ರಿಂದ 1852ರವರೆಗೆ ಪತ್ರಬರೆಯುತ್ತಲೇ ಇದ್ದನು.

ನಿರಾಶ್ರಿತ ರಾಜರ ನಿವೃತ್ತಿಕ್ಷೇತ್ರ: ಇದುವರೆಗೂ ಕಾಶಿ ಒಂದು ಪವಿತ್ರಕ್ಷೇತ್ರ, ತೀರ್ಥಕ್ಷೇತ್ರ, ಎಂದೆಲ್ಲಾ ಹೆಸರುಮಾಡಿದ್ದರೆ, ಇಂಗ್ಲಿಷರ ಕಾಲದಲ್ಲಿ ಬನಾರಸ್ 'ನಿರಾಶ್ರಿತ ರಾಜರ

ನಿವೃತ್ತಿಕ್ಷೇತ್ರ'ವೂ ಆಯಿತು. ಇಂಗ್ಲಿಷರ ಧೋರಣೆಗಳಿಗೆ ಒಪ್ಪದ ಅಥವಾ ಅವರ ಮುನ್ನಡೆಗೆ ತೊಡಕಾಗಿದ್ದ ರಾಜರನ್ನು, ರಾಜಮನೆತನವನ್ನು, ನವಾಬ, ಮಂತ್ರಿಗಳನ್ನು, ಗಣ್ಯರನ್ನು 'ನಿವೃತ್ತಿಗೊಳಿಸಿ' ಬನಾರಸ್‌ಗೆ ಕಳಿಸುತ್ತಿದ್ದರು. ರಾಜಕೀಯ, ಪುಂಡಾಟಿಕೆ ಎಲ್ಲದರಿಂದಲೂ ನಿವೃತ್ತರಾಗಿ, ಬನಾರಸ್‌ನಲ್ಲಿ ಸನ್ಯಾಸತೆಗೆದುಕೊಂಡು ನಿಶ್ಚಿಂತರಾಗಿ ಜೀವಿಸಿ ಎನ್ನುವ ಆದೇಶವನ್ನು ಕೊಡುತ್ತಿದ್ದಂತೆ ಕಾಣುತ್ತದೆ. ಕೆಲವರು ತಾವಾಗಿಯೆ ಬನಾರಸ್‌ನಲ್ಲಿ ನೆಲಸುತ್ತಿದ್ದರು. ಎರಡನೆಯ ಶಾ ಆಲಮ್‌ನ ಮಗ ಎರಡನೆಯ ಜಹಂದರ್‌ಶಾ (ಜವಾನ್ ಬಕ್ತ್) 1785ರಲ್ಲಿ ರಾಜಕೀಯದಿಂದ ನಿವೃತ್ತಿಹೊಂದಿದ ಅನಂತರ 1788ರಲ್ಲಿ ಮೃತನಾಗುವವರೆಗೂ ಬನಾರಸ್‌ನಲ್ಲಿ ವಾಸಿಸುತ್ತಿದ್ದನು. ಇವನು ಶಿವಾಲಾಘಾಟ್‌ನಲ್ಲಿ ಚೇತ್‌ಸಿಂಗನ ಅರಮನೆಯಲ್ಲಿದ್ದರೆ, ಇವನ ಪರಿವಾರದವರನೇಕರು ಭದೈನಿಯಲ್ಲಿ ನೆಲೆಸಿದರು. ಇವರಿಂದಾಗಿ ಆ ಸ್ಥಳಕ್ಕೆ ಬಾದಶಾಹ ಬಜಾರ್ ಎಂದು ಹೆಸರಾಯಿತು. ಬಂಗಾಳದ ನವಾಬಗಿರಿಯಿಂದ ತೆಗೆದುಹಾಕಲಾಗಿದ್ದ ಮೀರ್‌ಕಾಸಿಂ 1777ರಲ್ಲಿ ದೆಹಲಿಯಲ್ಲಿ ಸತ್ತರೆ, ಅವನ ಒಂಬತ್ತುಮಕ್ಕಳು ಇಲ್ಲಿಯ ಅದಮ್‌ಪುರ ಮೊಹಲ್ಲಾದಲ್ಲಿ ನೆಲೆಸಿದರು. 1775ರಲ್ಲಿ ಅವಧ್‌ನಲ್ಲಿ ಅಸಫುದ್ದೌಲಾ ನವಾಬನಾದಾಗ, (ಅವನ ಅಣ್ಣ? ಮಲ ಅಣ್ಣ?) ಸಆದತ್‌ಆಲಿ ಬನಾರಸ್‌ನ ದುರ್ಗಾಕುಂಡದಲ್ಲಿ ನೆಲೆಸಿದನು. ಬನಾರಸ್‌ನಲ್ಲಿ ನೆಲೆಸಿದ ಇನ್ನೊಬ್ಬ ನವಾಬ ವಜೀರ್‌ಆಲಿಯ ಕಥೆಯನ್ನು ಮುಂದೆ ಹೇಳಲಾಗುತ್ತದೆ. ಟಿಪ್ಪು ಸುಲ್ತಾನನ ಇಬ್ಬರು ಮಕ್ಕಳನ್ನು 1799ರಲ್ಲಿ ಇಲ್ಲಿಗೆ ಕಳಿಸಲಾಯಿತೆಂದು, ಅವರು ಅಜ್ಞಾತರಾಗಿ ಇಲ್ಲಿಯೆ ಮಡಿದರೆಂಬ ಕಥೆಯಿದೆ. ಅವರು ಕಲ್ಕತ್ತಾದಲ್ಲಿದ್ದರೆಂಬ ಕಥೆಯೂ ಇದೆ. 1842ರಲ್ಲಿ ಸತಾರಾ, ಕೊಡಗು ಮತ್ತು ಭರತ್‌ಪುರದ ರಾಜರನ್ನು ತೆಗೆದುಹಾಕಿ ಬನಾರಸ್‌ಗೆ ಕಳಿಸಲಾಯಿತು. 1856ರಲ್ಲಿ ನವಾಬ ವಜೀದ್‌ಆಲಿಯನ್ನು ಕಲ್ಕತ್ತಾಗೆ ಕಳಿಸಿದಾಗ, ಅವನು ಬನಾರಸ್‌ನಲ್ಲಿ ಹತ್ತುದಿನಗಳವರೆಗೆ ತಂಗಿದ್ದನು. 19ನೆಯ ಶತಮಾನದಲ್ಲಿ ಅನೇಕ ನವಾಬರು, ಪೇಶ್ವಾಗಳು ಮತ್ತು ಆಂಗ್ಲೊ ಸಿಖ್ ಯುದ್ಧದ ಅನಂತರ ಪಂಜಾಬಿನ ಅನೇಕಗಣ್ಯರನ್ನು ಬನಾರಸ್‌ಗೆ ರವಾನಿಸಲಾಯಿತು. ಇವರಲ್ಲದೆ 1796ರಲ್ಲಿ ಎರಡನೆಯ ಬಾಜಿರಾವ್‌ಪೇಶ್ವಾ ಆದಾಗ, ಅಮೃತರಾವ್‌ಪೇಶ್ವಾ ಇಲ್ಲಿಗೆ ಬಂದು, 1824ರಲ್ಲಿ ಅವನ ಮರಣದವರೆಗೆ ಇಲ್ಲಿಯ ಕುರುಕ್ಷೇತ್ರ ಕೊಳದ ಹತ್ತಿರ ತನ್ನ ಜೊತೆಯ ನಾಲ್ಕುಸಾವಿರ ಜನರೊಂದಿಗೆ ನೆಲೆಸಿದ್ದನು. ಅವನ ಮಗ ವಿನಾಯಕರಾವ್ 1828ರವರೆಗು ಇಲ್ಲಿಯೇ ವಾಸಿಸುತ್ತಿದ್ದನು. ಎರಡನೆಯ ಬಾಜಿರಾವ್‌ನ ಕಡೆಯ ತಮ್ಮ ಚಿಮ್ಣಾಜಿಅಪ್ಪನು ಸಹ 1796ರಲ್ಲಿ ಇಲ್ಲಿ ನೆಲೆಸಿದನು. ಹೀಗೆ 18 ಮತ್ತು 19ನೆಯ ಶತಮಾನದಲ್ಲಿ ನೆಲೆಸಿದ ಗಣ್ಯರಜೊತೆಗೆ ಬಹಳಮಂದಿ ಕಲಾಕಾರರು, ಸಂಗೀತ ನೃತ್ಯಪಟುಗಳು, ಸೇವಕರು ಸಹ ಬನಾರಸ್‌ನಲ್ಲಿ ನೆಲೆಸಿದರು. ಇನ್ನೂ ಅನೇಕ ರಾಜರು, ಮಂತ್ರಿಗಳು ತಮ್ಮ ಸಿಬ್ಬಂದಿಯೊಡನೆ ಬನಾರಸ್‌ನಲ್ಲಿ ನೆಲೆಸಿದ

ಉದಾಹರಣೆಗಳಿವೆ. ಇವರಿಂದಾಗಿ ಬನಾರಸ್‌ನ ಸಾಂಸ್ಕೃತಿಕ ಜೀವನ ಮತ್ತು ಕಲೆಗಳಲ್ಲಿ ಒಂದು ವೈವಿಧ್ಯತೆ ಹುಟ್ಟಿಬಂದಿತು.

ಪೇಶ್ವೆಗಳ ಪ್ರಯತ್ನ: ಔರಂಗಜೇಬ್ 1669ರಲ್ಲಿ ಕೆಡಿವಿಸಿದ ವಿಶ್ವನಾಥಮಂದಿರ 'ಗ್ಯಾನವಾಪಿಯ ಮಸೀದಿ' ಎಂದಾಗಿದ್ದ ವಿಚಾರವನ್ನು ಅಧ್ಯಾಯ 35ರಲ್ಲಿ ಚರ್ಚಿಸಿದೆ. ಅವಿಮುಕ್ತೇಶ್ವರ/ವಿಶ್ವೇಶ್ವರ ಮಂದಿರಗಳಿಂದಾಗಿ ರಾಜಕೀಯ ರಂಗ ಬಹಳಸಮಯ ಕದಡಿಹೋದದ್ದು, ಪೇಶ್ವೆಗಳು ಉತ್ತರಭಾರತದ ತ್ರಿಸ್ಥಲಿಸೇತುವೆನಿಸಿದ ಕಾಶಿ, ಪ್ರಯಾಗ, ಗಯಾವನ್ನು ತಮ್ಮ ಆಡಳಿತಕ್ಕೆ ಸೇರಿಸಿಕೊಳ್ಳಲು ಹವಣಿಸಿದ್ದು, ಪೇಶ್ವೆಯಾದ ಬಾಲಾಜಿ ಬಾಜೀರಾವನಿಗಂತು (ಕ್ರಿ.ಶ.1740–1761) ಕಾಶಿಯನ್ನು ತನ್ನ ಹದ್ದಿನಲ್ಲಿ ತೆಗೆದುಕೊಂಡು, ಮಸೀದಿಯನ್ನು ಕೆಡವಿ, ಅಲ್ಲಿಯೇ ವಿಶ್ವನಾಥ ಮಂದಿರವನ್ನು ಪುನಃಕಟ್ಟುವ ಆಸೆ ಮಹತ್ತರವಾಗಿದ್ದುದು, ಅವಧದ ನವಾಬ ಸಫದರ್‌ಜಂಗ್‌ನ ಹೆದರಿಕೆಯಿಂದ ಬನಾರಸ್‌ನ ಬ್ರಾಹ್ಮಣರೆಲ್ಲಾ ಸೇರಿ ಪೇಶ್ವೆಯನ್ನು ಪ್ರಾರ್ಥಿಸಿ ಮರಾಠಾ ಸೇನಾಪತಿ ಮಲ್ಹಾರರಾವನನ್ನು ತಿರುಗಿಸಿ ಕಳುಹಿಸಿದ್ದುದು, ಬಾಲಾಜಿ ಬಾಜಿರಾಯನ ಇನ್ನೂ ಅನೇಕ ಫಲಕಾರಿಯಾಗದ ಯೋಜನೆಗಳು, ಕ್ರಿ.ಶ 1777ರಲ್ಲಿ ಹೊಸಮಂದಿರ ಕಟ್ಟಿದ ಮೇಲೂ, ಮಸೀದಿಯಿದ್ದ ಹಿಂದಿನ ಸ್ಥಾನದಲ್ಲಿಯೇ ಮತ್ತೆ ಮಂದಿರಕಟ್ಟುವ ಪ್ರಯತ್ನಗಳು, ಕ್ರಿ.ಶ.1787ರಲ್ಲಿ ರೆಸಿಡೆಂಟ್ ಡಂಕನ್ನನ ಕಾಲದಲ್ಲಿ ಮಸೀದಿಯ ಜಾಗಕ್ಕೆ ಸೂಕ್ತ ಮೊತ್ತಕೊಟ್ಟು/ನಷ್ಟತುಂಬಿ, ಅಲ್ಲಿ ಪುನಃ ವಿಶ್ವನಾಥ ಮಂದಿರವನ್ನು ಮೊದಲಿನಂತೆ ಕಟ್ಟಬೇಕೆಂದು ಮರಾಠರು ಬಹಳ ಪ್ರಯತ್ನಮಾಡಿದ್ದುದು, ಕ್ರಿ.ಶ.1789ರಲ್ಲಿ ಮಹಾಜದಿ ಸಿಂದಿಯಾ ಗ್ಯಾನವಾಪಿಮಸೀದಿಯ ಜಾಗವನ್ನು ಆಕ್ರಮಣಮಾಡಿಕೊಳ್ಳಲು ಪ್ರಯತ್ನಮಾಡಿದ್ದುದು, ಮುಸ್ಲಿಮರನ್ನು ಒಲಿಸಲು ಇಂಗ್ಲಿಷರು ಅವನನ್ನು ತಡೆದದ್ದು, ನಾನಾ ಫಡ್ನವೀಸನು ಇಂಗ್ಲಿಷರಿಗೆ ಸಹಾಯಮಾಡಲು ಒಪ್ಪಿ, ಅದಕ್ಕೆ ಬದಲಾಗಿ ಅವರು ವಿಶ್ವನಾಥ ಮಂದಿರವನ್ನು ಅದರ ಹಿಂದಿನ ಸ್ಥಳದಲ್ಲಿ ಕಟ್ಟಲು ಬಿಡಬೇಕೆಂಬ ಷರತ್ತು ಹಾಕಿದ್ದುದು, ಇವೆಲ್ಲವನ್ನೂ ಹಿಂದೆ ಹೇಳಿಯಾಗಿದೆ. 1809ರ ಕೋಮು ಗಲಭೆಗಳಲ್ಲಿ ಹಿಂದೂಗಳು ಮಸೀದಿಯ ಸ್ಥಳವನ್ನು ವಶಪಡಿಸಿಕೊಂಡಿದ್ದಾಗ, ಜಿಲ್ಲಾನ್ಯಾಯಾಧೀಶ ವಾಟ್ಸನ್ ಮಸೀದಿಯ ಸ್ಥಳವನ್ನು ಹಿಂದೂಗಳಿಗೆ ಕೊಡುವುದೇ ಸೂಕ್ತವೆಂದು ಕೌನ್ಸಿಲ್‌ಗೆ ಬರೆದಿದ್ದನು. ಆದರೆ 1810ರಲ್ಲಿ ನ್ಯಾಯಾಧೀಶನಾಗಿದ್ದ ಬರ್ಡ್ ಎಂಬುವನು ಇದನ್ನು ಹಿಂದೂ ಮುಸ್ಲಿಮರಿಬ್ಬರಿಗೂ ತೆರೆದಿಡಬೇಕೆಂದು ಸಲಹೆಮಾಡಿದನು. ಅಡ್ಡಗೋಡೆಯ ಮೇಲೆ ದೀಪವಿಡುವ ಪ್ರವೃತ್ತಿಯ ಇಂಗ್ಲಿಷರಿಗೆ ಈ ಸಲಹೆಯೇ ಸೂಕ್ತವೆನಿಸಿದ್ದು ಸ್ವಾಭಾವಿಕವೇ ಸರಿ!

ವಜೀರ್‌ಆಲಿಯ ಕಥೆ ರೋಚಕವಾಗಿದೆ. ಅವಧ್‌ನಲ್ಲಿ 1775ರಿಂದ 1797ರವರೆಗೆ ನವಾಬನಾಗಿದ್ದ ಅಸಫುದ್ದೌಲನ ಮಗನೇ ವಜೀರ್‌ಆಲಿ ಎಂದು ಒಂದು ಹೇಳಿಕೆಯಾದರೆ,

ಅಸಫುದ್ದೌಲನು ನಪುಂಸಕನಾಗಿದ್ದ, ಅವನು ಕೊಂಡುತಂದಿದ್ದ ಹೆಣ್ಣಿನಮಗನೇ ವಜೀರ್‌ಆಲಿಯೆಂದು ಮತ್ತೊಂದು ಹೇಳಿಕೆಯಿದೆ. ವಜೀರ್‌ಆಲಿಯ ಮದುವೆ ಬಹಳವೈಭವದಿಂದ ನಡೆದಿತ್ತು. ಮೆರವಣಿಗೆಯಲ್ಲಿ ಸಾವಿರದ ಇನ್ನೂರು ಆನೆಗಳು, ವರನ ಉಡಿಗೆಗೆ ಇಪ್ಪತ್ತು ಲಕ್ಷ ರೂಪಾಯಿನ ವಜ್ರವೈಡೂರ್ಯಗಳು, ನೃತ್ಯ ಸಂಗೀತಕ್ಕೆ ಹತ್ತುಲಕ್ಷ ರೂಪಾಯಿಗಳ ವೆಚ್ಚದಲ್ಲಿ ಕಟ್ಟಿದ ದೊಡ್ಡ ಶಿಬಿರಗಳು ಇದ್ದುವು. ನವಾಬ ಅಸಫುದ್ದೌಲ ಸತ್ತಮೇಲೆ, ವಜೀರ್‌ಆಲಿ ಮುಂದಿನ ನವಾಬನಾದನು. ವಜೀರ್‌ಆಲಿಯ ಮೂರ್ಖತನ, ಹೇಯಕಾರ್ಯಗಳು ಮತ್ತು ಬೇಜವಾಬ್ದಾರಿತನದಿಂದ ಜನರು ಅವನನ್ನು ದ್ವೇಷಿಸುತ್ತಿದ್ದರು. ಇವನಿಂದ ಆಡಳಿತ ನಡೆಯದೆಂದು, ನಾಲ್ಕೇತಿಂಗಳಲ್ಲಿ ವಜೀರ್‌ಆಲಿಯ ನವಾಬಗಿರಿಯನ್ನು ಕಿತ್ತು, 1798ರ ಜನವರಿಯಲ್ಲಿ ಇಂಗ್ಲಿಷರು ಸಆದತ್‌ಆಲಿಗೆ ಒಪ್ಪಿಸಿದರು. ವಜೀರ್‌ಆಲಿಯನ್ನು ಬನಾರಸ್‌ನ ಕಬೀರ್‌ಚೌರಾಕ್ಕೆ ಕಳಿಸಿದಾಗ ಅವನಿಗೆ ವರ್ಷಕ್ಕೆ ಒಂದೂವರೆಲಕ್ಷ ರೂಪಾಯಿ ನಿವೃತ್ತಿವೇತನ ಕೊಡಲು ಸಆದತ್‌ಆಲಿ ಒಪ್ಪಬೇಕಾಯಿತು. ಬನಾರಸ್‌ನ ಕಬೀರ್‌ಚೌರಾ ಎಂಬಲ್ಲಿನ ಮಾಧೋದಾಸ ಸಾಮಿಯಾ ತೋಟದಲ್ಲಿ ನೆಲೆಸಿದ ವಜೀರ್‌ಆಲಿ ತನ್ನ ನವಾಬೀ ಜರ್ಬನ್ನು ಸ್ವಲ್ಪವೂ ಬಿಡಲಿಲ್ಲ. ಅವನು ಸ್ವತಂತ್ರರಾಜನ ತರಹ ಹೊರಗೆಹೊರಟಾಗ ನಗಾರಿ ಬಾರಿಸಲಾಗುತ್ತಿತ್ತು, ಅವನ ಸುತ್ತಮುತ್ತ ಸುಸಜ್ಜಿತ ಸಿಪಾಯಿಗಳು ಇರುತ್ತಿದ್ದರು. ವಜೀರ್‌ಆಲಿ ನವಾಬಗಿರಿಯನ್ನು ವಾಪಸ್ಸು ಪಡೆಯಲು ಕಿತಾಪತಿ ನಡೆಸುತ್ತಲೇ ಇದ್ದು, ಕಲ್ಕತ್ತಾದಲ್ಲಿ ಒಬ್ಬ ವಕೀಲನನ್ನು ನೇಮಿಸಿಕೊಂಡು, ಬನಾರಸ್‌ನ ಪ್ರಮುಖನಾಗರಿಕರ ಸಹಾಯಪಡೆದನು. ವಜೀರ್‌ಆಲಿಗೆ ಸಹಾಯಕರಾಗಿದ್ದ ಜಗತ್‌ಸಿಂಗ್, ಭವಾನಿಶಂಕರ್, ಶಿವನಾಥ್‌ಸಿಂಗ್ ಸೈನ್ಯ ಜಮಾವಣೆ ಮತ್ತಿತರ ಕಾರ್ಯಗಳಲ್ಲಿ ನಿರತರಾಗಿದ್ದರು. ಆಫ್ಘಾನಿಸ್ಥಾನದ ಜಮಾಖಾನ್ ಉತ್ತರಭಾರತದ ಮೇಲೆ ದಾಳಿಮಾಡಲೆಂದು ಇಚ್ಛಿಸುತ್ತಿದ್ದನು. ಇವೆಲ್ಲವನ್ನು ಸಹಿಸದ ಇಂಗ್ಲಿಷರು ಅವನನ್ನು ಕಲ್ಕತ್ತಾಗೆ ಕಳಿಸಲು ಯೋಚಿಸಿದರು. ಇದನ್ನು ತಿಳಿದ ವಜೀರ್‌ಆಲಿ ಕಲ್ಕತ್ತಾಕ್ಕೆ ಹೋಗುವ ತಯಾರಿಯ ಬದಲು ಶಸ್ತ್ರಾರ್ಥಸಂಗ್ರಹಣೆಯಲ್ಲಿ ನಿರತನಾದನು. ಇಂಗ್ಲಿಷರು ಎಚ್ಚೆತ್ತು ರಕ್ಷಣೆಯನ್ನು ಬಲಪಡಿಸದಾಗ, ವಜೀರ್‌ಆಲಿ ಹೊಸಉಪಾಯ ಯೋಚಿಸಿ, ಜನವರಿ 1799ರಲ್ಲಿ ಗವರ್ನರ್ ಜನರಲ್‌ನ ಏಜಂಟ್ ಆಗಿದ್ದ ಚೇರಿಯ ಮನೆಗೆ ಚಹಾಪಾನೀಯಕ್ಕಾಗಿ ಇನ್ನೂರು ಶಸ್ತ್ರಸಜ್ಜಿತ ಸಿಪಾಯಿಗಳೊಡನೆ ಹೊರಟನು. ಈ ರೀತಿಯಲ್ಲಿ ಸಿಪಾಯಿಗಳ ಜೊತೆ ಹೊರಡುವುದು ಸಾಮಾನ್ಯವಾದ್ದರಿಂದ ಹೆಚ್ಚು ಅನುಮಾನ ಬರಲಿಲ್ಲ. ಆದರೆ ಇನ್ನೂ ಹೆಚ್ಚುಸಿಪಾಯಿಗಳು ಚೇರಿಯ ಬಂಗಲೆಯನ್ನು ಸುತ್ತವರಿದಿದ್ದರು. ವಜೀರ್‌ಆಲಿಯು ಚೇರಿಯನ್ನು ಉದ್ದೇಶಿಸಿ "ನೀವೆಲ್ಲ ಸೇರಿ ಸಆದತ್‌ಆಲಿಯೊಡನೆ ಷಡ್ಯಂತ್ರ ನಡೆಸಿ ನನ್ನನ್ನು ಕಲ್ಕತ್ತಾಗೆ ರವಾನಿಸಲು ಯೋಚಿಸಿದ್ದೀರಿ. ಆದರೆ ನಾನು ಹಾಗಾಗಲು ಬಿಡುವುದಿಲ್ಲ" ಎನ್ನುತ್ತಿದ್ದಂತೆಯೇ ಅವನ

ಜೊತೆಗಿದ್ದ ವಾರಿಸ್‌ಆಲಿ ಚೇರಿಯ ಹಿಂದೆ ಹೋಗಿ ಅವನನ್ನು ಹಿಡಿದನು, ವಜೀರ್‌ಆಲಿ ಕತ್ತಿಯನ್ನು ಜಳಪಿಸಿ ಅವನನ್ನು ತಿವಿದನು. ಚೇರಿಯು ತಪ್ಪಿಸಿಕೊಂಡು ತನ್ನ ಉದ್ಯಾನದಕಡೆ ಓಡಲು ಪ್ರಯತ್ನಿಸಿದಾಗ ಅವನನ್ನು ಮುಗಿಸಲಾಯಿತು. ಮೇಜಿಸ್ಟ್ರೇಟ್ ಡೇವಿಸ್‌ನ ಬಂಗಲೆ ಪಕ್ಕದಲ್ಲಿದ್ದರಿಂದ ಅಲ್ಲಿಗೆ ವಜೀರ್‌ಆಲಿಯ ಸಿಪಾಯಿಗಳು ನುಗ್ಗಿ ಸಾಕಷ್ಟು ಗೊಂದಲಎಬ್ಬಿಸಿದರು. ಅವರಿಂದ ಡೇವಿಸ್ ಮತ್ತು ಹೆಂಡತಿಮಕ್ಕಳು ತಪ್ಪಿಸಿಕೊಂಡರು. ವಜೀರ್‌ಆಲಿಯ ಸಿಪಾಯಿಗಳ ದಂಡು ನಗಾರಿಯ ಧ್ವನಿಯೊಡನೆ ಸುತ್ತುತ್ತಾ ಇಂಗ್ಲಿಷರ ಅನೇಕ ಬಂಗಲೆಗಳಿಗೆ ಬೆಂಕಿಹಚ್ಚಿದರು. ನಗರದ ಕೆಲವುಕಡೆ ಗಲಾಟೆಶುರುವಾಗಿ ಕಟ್ಟಡಗಳಿಗೆ ಬೆಂಕಿಹಚ್ಚುವ ಕೆಲಸಶುರುವಾಯಿತು. ಇಂಗ್ಲಿಷರಸೈನ್ಯ ತೋಪುಹಾರಿಸಿ ಬರುವಷ್ಟರಲ್ಲಿ ವಜೀರ್‌ಆಲಿಯ ಸಿಪಾಯಿಗಳು ಮಾಧೋದಾಸನ ತೋಟಸೇರಿಕೊಂಡು ಅಲ್ಲಿಂದಲೇ ಹೊಡೆದಾಡುವ ಯೋಚನೆಮಾಡಿದರು. ನೆರೆಹೊರೆಯ ಇಲಾಖೆಗಳಲ್ಲಿ ವಜೀರ್‌ಆಲಿಯ ಸೈನ್ಯಶೇಖರಿಸಿದ್ದರಿಂದ ಅವರೆಲ್ಲ ಬಂದು ಇಂಗ್ಲಿಷರನ್ನು ಸೋಲಿಸಬಹುದೆಂಬ ಯೋಚನೆಯೂ ಇತ್ತು. ಆದರೆ, ಇಂಗ್ಲಿಷರಸೈನ್ಯ ಮಾಧೋದಾಸತೋಟದ ಹೆಬ್ಬಾಗಿಲನ್ನು ಒಡೆದು ಒಳಗೆ ತೋಪುಹಾರಿಸುವಷ್ಟರಲ್ಲಿ ವಜೀರ್‌ಆಲಿ ಮತ್ತು ಸಿಪಾಯಿಗಳು ದೂರದ ಅಜಮ್‌ಘಡ ಸೇರಿಬಿಟ್ಟಿದ್ದರು. ಸಾಕಷ್ಟು ಪ್ರಯತ್ನದಮೇಲೆ ಜಗತ್‌ಸಿಂಗ್ ಮತ್ತು ಭವಾನಿಶಂಕರ್ ಅವರನ್ನು ಹಿಡಿಯಲಾಯಿತು. ಆದರೆ ಬ್ರಹ್ಮನಾಲಾದ ಮೊಹಲ್ಲಾದಲ್ಲಿ 'ರಾಬಿನ್‌ಹುಡ್' ಎಂದೆನಿಸಿದ್ದ ಶಿವನಾಥ್‌ಸಿಂಗ್ ಮತ್ತು ಅವನ ಸ್ನೇಹಿತ ಬಹದೂರ್ ಸಿಂಗನನ್ನು ಹಿಡಿಯಲು ಕೋತ್ವಾಲನಿಗೆ, ಪೊಲೀಸರಿಗೆ ಸಾಧ್ಯವಾಗಲಿಲ್ಲ. ಕೊನೆಗೆ ಒಂದು ಪ್ಲಟೂನ್ ಸೇನೆಯನ್ನೇ ಕಳಿಸಬೇಕಾಯಿತು. ಅವರು ಅವನ ಮನೆಯನ್ನು ಮುತ್ತಿದಾಗ ಇಬ್ಬರೂ ಇಪ್ಪತ್ತನಾಲ್ಕು ಘಂಟೆ ಮನೆಯೊಳಗಿಂದ ಹೊರಬರಲೇ ಇಲ್ಲ. ಆಮೇಲೆ ಇದ್ದಕ್ಕಿದ್ದಂತೆ ಬಾಗಿಲುತೆರೆದು, ಗುಂಡಿನ ಸುರಿಮಳೆಸುರಿಸಿ ಅನೇಕಸಿಪಾಯಿಗಳನ್ನು ಕೊಂದುಹಾಕಿ, ಕೊನೆಗೆ ತಾವೂ ಬಲಿಯಾದರು. ವೀರರಂತೆಹೊಡೆದಾಡಿ ಸತ್ತವರಬಗ್ಗೆ ಬನಾರಸಿಗರಿಗೆ ಯಾವಾಗಲೂ ಬಹಳ ಗೌರವವಿರುವುದರಿಂದ ಇಂದಿಗೂ ಅವರ ಸಾಹಸವನ್ನು ವಿವರಿಸುವ ಲಾವಣಿಗಳನ್ನು ಹಾಡುತ್ತಾರೆ. ಭವಾನಿಶಂಕರ್‌ನನ್ನು ಗಲ್ಲಿಗೆ ಏರಿಸಲಾಯಿತು, ಜಗತ್‌ಸಿಂಗನಿಗೆ ಗಡಿಪಾರು ಶಿಕ್ಷೆವಿಧಿಸಿ ಹಡಗಿಗೆ ಹತ್ತಿಸುವಾಗ ಅವನು ವಿಷಕುಡಿದು ಆತ್ಮಹತ್ಯೆಮಾಡಿಕೊಂಡನು. ಓಡಿಹೋಗುತ್ತಾ ಇದ್ದ ವಜೀರ್‌ಆಲಿ ಕೊನೆಗೆ ಜಯಪುರದ ರಾಜನಿಗೆ ಶರಣಾಗತನಾಗಬೇಕಾಯಿತು. ಇಂಗ್ಲಿಷರು ಅವನನ್ನು ಹಿಡಿದು ಬಂಧಿಯಾಗಿ ಕಲ್ಕತ್ತಾದ ಫೋರ್ಟ್ ವಿಲಿಯಮ್ಸ್‌ಗೆ ಕಳಿಸಿದರು. ರಾಜಕೀಯದಲ್ಲಿ ಆಳುವವರಿಗೆ ಮುಳ್ಳಾಗಿರುವವರು 'ಗೂಂಡಾ'ಗಳು; ಅವರಿಗೆ ಸಹಾಯಕರಾದವರು 'ವಿಧ್ವಂಸಿ'ಗಳಾಗಿದ್ದರೂ ಸಹ ಅವರು 'ಕಾನೂನು ಪಾಲಕರು' ಎನ್ನಿಸಿಕೊಳ್ಳುವರು ಎಂಬುದಕ್ಕೆ

ಇಲ್ಲೊಂದು ಉದಾಹರಣೆಯನ್ನು ನೋಡಬಹುದು. 1778ರಲ್ಲಿ ಹೇಸ್ಟಿಂಗ್ಸನ ಏಜೆಂಟ್ ಥಾಮಸ್‌ಗ್ರಹಾಮ್ ಚೇತ್‌ಸಿಂಗನಿಂದ ಹಣವಸೂಲಿಮಾಡಲು ಇಬ್ಬರು ಮೀಸೆತಿರುವುವ ಗೂಂಡಾಗಳನ್ನು ನಿಯಮಿಸಿದ್ದುದು, ಅವರು ಬನಾರಸ್‌ನ ಜನತೆಯಲ್ಲಿ ಭಯೋತ್ಪಾದನೆ ಮಾಡಿದ ವಿಷಯ, ಮತ್ತೊಮ್ಮೆ 1779ರಲ್ಲಿ ಹೇಸ್ಟಿಂಗ್ಸ್ ಹಣವಸೂಲಿ ಮಾಡಲು ಸೈನ್ಯವನ್ನು ಕಳಿಸುತ್ತೇನೆಂದು ಹೆದರಿಸಿದಾಗಲೂ ಆ ಇಬ್ಬರು ದುಷ್ಟಗೂಂಡಾಗಳು ನಡೆಸಿದ ಶೋಷಣೆಯ ವಿಷಯವನ್ನು ಈಗ ಮತ್ತೊಮ್ಮೆ ಇಲ್ಲಿ ನೆನಪಿಸಿಕೊಳ್ಳಬಹುದು.

ಕೋಮುಗಲಭೆಯ ಜ್ವಾಲೆ ಹತ್ತಿ ಉರಿಯಲು ಗಾಳಿಸುದ್ದಿ ಅಥವಾ ವದಂತಿಯೇ ತುಪ್ಪವಾಗಿದ್ದ ಅನೇಕ ಉದಾಹರಣೆಗಳಿವೆ. 1809ರಲ್ಲಿ ಹಿಂದೂಗಳು ಗ್ಯಾನವಾಪಿ ಮತ್ತು ವಿಶ್ವನಾಥ ಮಂದಿರಗಳಮಧ್ಯೆ ಒಂದು ಹೊಸ ಮಂದಿರ ಕಟ್ಟಲಿದ್ದಾರೆ ಎಂಬ ವದಂತಿ ಹರಡಿತು. ತಕ್ಷಣವೇ ಹನುಮಾನ ಮಂದಿರವೊಂದನ್ನು ಹಾಳುಗೆಡವಿ ಕೆಲವು ಪವಿತ್ರಸ್ಥಳಗಳನ್ನು ಅಪವಿತ್ರಗೊಳಿಸಲಾಯಿತು. ವಿಶ್ವನಾಥ ಮಂದಿರವನ್ನೂ ಲೂಟಿಹೊಡೆಯುವ ಪ್ರಯತ್ನ ನಡೆಯಿತು. ಗಲಾಟೆ ಉಲ್ಬಣಿಸಿ ಹೊಡೆದಾಟದಲ್ಲಿ ಅನೇಕಜನ ಸತ್ತರು. ವಿಶ್ವನಾಥ ಮಂದಿರದ ಸುತ್ತಮುತ್ತ ಗಲಾಟೆಯನ್ನು ಇಂಗ್ಲಿಷರು ಹತೋಟಿಗೆ ತಂದಾಗ, ಕೆಲವರು ಲಾಠ್‌ಭೈರವನ ದೊಡ್ಡಲಾಠ್‌ನ್ನು (ಸ್ಥೂಪವನ್ನು) ಒಡೆದರು. ಎರಡೂಕಡೆ ಅನೇಕರು ಮಡಿದಮೇಲೆ ಗಲಾಟೆ ಕಮ್ಮಿಯಾಯಿತೆನ್ನುವಾಗ, 'ಹಸುವನ್ನು ಕೊಂದು ಅದರ ರಕ್ತವನ್ನು ಗಂಗೆಯಲ್ಲಿ ಸೇರಿಸಿ ಅಪವಿತ್ರಗೊಳಿಸಿದರು' ಎಂಬ ವದಂತಿಹರಡಿತು. ಘಾಟ್‌ಗಳಲ್ಲಿ ದೊಡ್ಡಮೆರವಣಿಗೆ ಹೊರಡಿಸಿ, ಸಾವಿರಾರು ಬ್ರಾಹ್ಮಣರು ಉಪವಾಸ ಸತ್ಯಾಗ್ರಹ ಶುರುಮಾಡಿದರು. ನ್ಯಾಯಾಧೀಶ ಬರ್ಡ್, ಇಂಗ್ಲಿಷರ ಸ್ವಾಭಾವಿಕ ಜಾಣತನದ ಮಾತುಗಳಿಂದ, "ಎಲ್ಲಾದರೂ ಯಾರಾದರೂ ಹೇಗಾದರೂ ಪವಿತ್ರಗಂಗೆಯನ್ನು ಅಪವಿತ್ರಗೊಳಿಸಲು ಸಾಧ್ಯವೆ?" ಎಂದು ಜನರನ್ನು ಸಮಾಧಾನ ಪಡಿಸಿದನು.

ನಂಬಿಕೆಗಳನ್ನು ಕೆಣಕಿದಾಗ: ಬನಾರಸ್‌ನ ಜನಸಾಮಾನ್ಯರ ನಂಬಿಕೆಯನ್ನು, ಆಚರಣೆಗಳನ್ನು ಕದಲಿಸುವ, ಚುಚ್ಚುವ ಪ್ರಯತ್ನಗಳನ್ನು ಇಲ್ಲಿಯ ಜನತೆ ಯಾವಾಗಲು ವಿರೋಧಿಸಿದೆ. 1810ರಲ್ಲಿ ಕಂಪನಿಯ ಆಡಳಿತ 'ಮನೆಗಂದಾಯ'ವನ್ನು ವಿಧಿಸಿದಾಗ ಬನಾರಸಿಗಳು ಬುಗಿಲೆದ್ದರು. ಇವರ ವಿರೋಧಕ್ಕೆ ಒಂದು ಹಿನ್ನೆಲೆಯಿದೆ. ಕಾಶಿಯಲ್ಲಿ ರಾಜಾಧಿಕಾರಿಯಿರಲಿ, ರಾಜನಿರಲಿ, ಪುರಾಡಳಿತ ಮಾತ್ರ ಹಿಂದಿನಕಾಲದಿಂದಲೂ 'ಸ್ಥಳೀಯಾಡಳಿತ 'ಪದ್ಧತಿ'ಯಾಗಿ ಪ್ರಜೆಗಳ ಕೈಯಲ್ಲಿಯೇ ಇತ್ತು. ಇಡೀ ಪುರವನ್ನು ಮೊಹಲ್ಲಾಗಳಾಗಿ ವಿಂಗಡಿಸಿ, ಅನೇಕಕಡೆ ಬಾಗಿಲುಗಳನ್ನಿಟ್ಟು (ಫಾಟಕ್‌ಗಳು), ಅವುಗಳನ್ನು ರಾತ್ರಿಯಲ್ಲಿ ಮುಚ್ಚುವಮೂಲಕ ಶತ್ರುಗಳು, ಕಳ್ಳಕಾಕರಿಂದ ಪುರವನ್ನು ಸುರಕ್ಷಿತವಾಗಿಡುವ ವ್ಯವಸ್ಥೆಯನ್ನು 'ಫಾಟಕ್‌ಬಂಧಿ' ಎಂದು ಕರೆಯುತ್ತಿದ್ದರು. ಈ 'ಫಾಟಕ್‌ಬಂಧಿ' ವ್ಯವಸ್ಥೆ,

ರಾತ್ರಿ ಪಹರೆತಿರುಗುವ ಕೆಲಸ, ರಸ್ತೆ ಚರಂಡಿಗಳನ್ನು ಸ್ವಚ್ಛವಾಗಿಡುವ ಮತ್ತು ಕೊಳಚೆ ಎತ್ತುವ ಕೆಲಸಗಳ ಉಸ್ತುವಾರಿ, ಜವಾಬ್ದಾರಿ ಮತ್ತು ವೆಚ್ಚವನ್ನು ಮೊಹಲ್ಲಾದ ಪ್ರಜೆಗಳೇ ಹಂಚಿಕೊಳ್ಳುತ್ತಿದ್ದರು. ಮುಸ್ಲಿಮರ ಆಳ್ವಿಕೆಯ ಕಾಲದಲ್ಲಿ ಕೊತವಾಲನ ದಬ್ಬಾಳಿಕೆ ಈ ವ್ಯವಸ್ಥೆಗೆ ಅಡೆತಡೆ ತಂದಿದ್ದರೂ ಅದು ಮುಂದುವರಿದಿತ್ತು. 1809ರಲ್ಲಿ 381 ಫಾಟಕ್‌ಗಳಿದ್ದವು. ಇಂಗ್ಲಿಷರು ಈ ವ್ಯವಸ್ಥೆಯನ್ನು ಬದಲಾಯಿಸಿ ಮನೆಗಂದಾಯ ಹೇರಿದಾಗ, 'ಒಂದು ತಲೆಗೆ ಭಾರ, ಇನ್ನೊಂದು ತಲೆಗೆ ಮಲ್ಲಿಗೆ' ಅಥವಾ 'ಒಂದುತಲೆ ಬೋಳಿಸು, ಇನ್ನೊಂದಕ್ಕೆ ಮಾಲಿಷ್' ಎಂದು ಜನರು ಸಿಟ್ಟಾದರು. "ನಾವು ಎಂದೂ ಕೇಳದ ಈ ಹೊಸ ಕಂದಾಯ ಏತಕ್ಕೆ, ಇದು 'ಜಝಿಯಾ ಕರ'ದಂತಾಯಿತು. ಇದಕ್ಕೆ ಒಪ್ಪಿದರೆ ಮುಂದೆಮಕ್ಕಳನ್ನು ಹೆತ್ತಿದ್ದಕ್ಕೂ ತೆರಿಗೆ ಹೊರಿಸುವರು" ಎಂದು ಎಲ್ಲರೂ ಒಗ್ಗಟ್ಟಾಗಿ ಧರಣಿಕೂತರು. ಸಂಸ್ಕೃತ ಕಾಲೇಜಿನ ಪಂಡಿತರು ಬಿತ್ತಿಪತ್ರಗಳನ್ನು ಬರೆದು ಪ್ರತಿಮೊಹಲ್ಲಾ ಮತ್ತು ಹಳ್ಳಿಗಳಲ್ಲೂ ಹಂಚಿಸಿದರು. ಪ್ರಚಂಡ ಪ್ರಚಾರದ ಫಲವಾಗಿ ಮೂರುಲಕ್ಷ ಜನರು ತಮ್ಮ ಕೆಲಸನಿಲ್ಲಿಸಿ ಮುಷ್ಕರ ಹೂಡಿದರು. ಮನೆಯಲ್ಲಿ ಅಗ್ನಿಯನ್ನು ಹತ್ತಿಸುವುದಿಲ್ಲವೆಂದು, ನೀರನ್ನು ಕುಡಿಯುವುದಿಲ್ಲವೆಂದು ಪಣತೊಟ್ಟರು. ಕೊನೆಗೆ ಇದು ಸರಿಯಾದ ಮಾರ್ಗವಲ್ಲವೆಂದು ಯೋಚಿಸಿ, ಗವರ್ನರ್ ಜನರಲ್‌ರಿಗೆ ಅಹವಾಲುಕೊಡಲು ಕಲ್ಕತ್ತಾಗೆ ಒಂದು ಪ್ರತಿನಿಧಿಮಂಡಲಿಯನ್ನು ಕಳಿಸಬೇಕೆಂದು ತೀರ್ಮಾನಮಾಡಿದರು. ಅಷ್ಟರಲ್ಲಿ ಕಂಪನಿಯ ಆಡಳಿತ ಮನೆಗಂದಾಯದ ಆದೇಶವನ್ನು ವಾಪಸ್ಸು ತೆಗೆದುಕೊಂಡಿತು.

1842ರಲ್ಲಿ ಕಂಪನಿಯ ಅಧಿಕಾರಿಗಳು ತೂಕದ 'ಪಂಚೇರು' (ಐದುಸೇರಿನ) ಬದಲಿಗೆ ಇಂಗ್ಲಿಷರ 'ಪೌಂಡ್' ಜಾರಿಗೆತರಲು ಯೋಚಿಸಿದರು. ಇದನ್ನು ವಿರೋಧಿಸಿದ ವ್ಯಾಪಾರಿಗಳು ಮಾರುಕಟ್ಟೆಯನ್ನು ಮೂರುದಿನ ಮುಚ್ಚಿದರು. ಮೂರುಜನರ 'ಪಂಚಾಯತಿ'ಯ ತೀರ್ಪು ವ್ಯಾಪಾರಿಗಳಪರವಾಗಿತ್ತು. ಇದನ್ನು ಕೇಳಿ ಸಂತೋಷಗೊಂಡ ಜನಸ್ತೋಮ ತೀರ್ಪುಗಾರರನ್ನು ಆನೆಯ ಅಂಬಾರಿಯ ಮೆರವಣಿಗೆಯಲ್ಲಿ ಕರೆದೊಯ್ಯಿತು.

'ಪಿತೃ'ಗಳಿಗೆ ಶಾಂತಿಬಯಸುವವರು ಎತ್ತಿಗೆ (ಗೂಳಿಗೆ) ಬರೆಹಾಕಿ ಅವನ್ನು ಮುಕ್ತವಾಗಿ ಬೀದಿಗೆ ಬಿಡುವ 'ವೃಷೋತ್ಸರ್ಗ' ಎಂಬ ಪದ್ಧತಿಯಿಂದಾಗಿ ಗಲ್ಲಿಗಳಲ್ಲೆಲ್ಲ ಗೂಳಿಗಳು ನುಗ್ಗಿಬರುವುದು ಇಂದಿಗೂ ಸಾಮಾನ್ಯವಾಗಿದೆ. 1852ರಲ್ಲಿ ಇಂಗ್ಲಿಷರು ಈ ಪದ್ಧತಿಯನ್ನು ನಿಲ್ಲಿಸಿ ನಿರಾತಂಕವಾಗಿ ಓಡಾಡುವ ಗೂಳಿಗಳನ್ನು ಹಿಡಿದು ಒಂದೆಡೆ ಸೇರಿಸುವ ಯೋಚನೆಮಾಡಿದರು. ಇದಕ್ಕೆ ವಿರೋಧಬಂದಾಗ ಕಂಪನಿಯ ಕಲೆಕ್ಟರ್ ಆಗಿದ್ದ ಗ್ರಾವಿನ್ಸ್ 'ನಾಟಿಇಮ್ಲಿ' ಎಂಬಲ್ಲಿ ಸಭೆಕರೆದರು. ಮಾತುಕತೆಯಲ್ಲಿ ಒಪ್ಪಿಗೆ ಕಾಣಬರದಿದ್ದಾಗ ಕುಪಿತಗೊಂಡ ಕೆಲವರು ಪಕ್ಕದಅಂಗಡಿಯಲ್ಲಿ ಮಾರಲು ಇಟ್ಟಿದ್ದ 'ಮಣ್ಣಿನ ಹುಕ್ಕಾ'ಗಳನ್ನು ('ಗೌರೆಯ'ಗಳನ್ನು) ಎತ್ತಿ ಕಲೆಕ್ಟರ್, ಕೊತವಾಲ, ಮತ್ತಿತರ ಅಧಿಕಾರಿಗಳ ಮೇಲೆ ಎಸೆಯಲು

ಶುರುಮಾಡಿದರು. ಈ ಪ್ರಕರಣವು *'ಗೌರೆಯ ಶಾಹಿ'* ಎಂದು ಪ್ರಸಿದ್ಧವಾಯಿತು.

ನಾಲ್ಕು1852ರವರೆಗೂ ಬನಾರಸ್‌ನ ಜೈಲಿನಲ್ಲಿ ಕೈದಿಗಳೇ ತಮ್ಮ ಊಟವನ್ನು ಬೇಯಿಸಿಕೊಳ್ಳುತ್ತಿದ್ದರು. ಜೈಲ್‌ಮೆಸ್ ಶುರುಮಾಡಿ, ಎಲ್ಲ ಕೈದಿಗಳಿಗೂ ಒಂದೇ ಕಡೆ ಅಡಿಗೆಮಾಡಿಸಿದರೆ, ಇಂಧನದ (ಪ್ರಾಯಶಃ ಕಲ್ಲಿದ್ದಲಿನ) ಖರ್ಚುಉಳಿಸಬಹುದೆಂದು ಕಂಪನಿಯವರು ಯೋಚಿಸಿದರು. ಮೊದಲಿನ ವ್ಯವಸ್ಥೆಯನ್ನು ಬದಲಾಯಿಸಿದರೆ, ಕ್ರಿಶ್ಚಿಯನರು ಬೇಯಿಸಿದ ರೊಟ್ಟಿಯನ್ನು *(ಬ್ರೆಡ್)* ತಿನ್ನಬೇಕಾಗುವುದೆಂಬ ಮತ್ತು ಜೈಲುವಾಸಿಗಳೆಲ್ಲ ಕ್ರಿಶ್ಚಿಯನರಾಗಲೇ ಬೇಕಾಗುವುದೆಂಬ ವದಂತಿಹಬ್ಬಿತು. ಇದರಿಂದ ಶುರುವಾದ ಗಲಾಟೆಯನ್ನು ನಿಲ್ಲಿಸಲು ಸೈನ್ಯವನ್ನು ಕರೆದು 278 ಜನರನ್ನು ಬಂಧಿಸಬೇಕಾಯಿತು.

1857ರ ಸ್ವಾತಂತ್ರಸಂಗ್ರಾಮ: ಮೊದಲ ಸ್ವಾತಂತ್ರಸಂಗ್ರಾಮದಲ್ಲಿ ಬನಾರಸ್‌ನ ಪಾತ್ರವು ಇತ್ತು. ಭಾರತೀಯ ಸಿಪಾಯಿಗಳು ಬನಾರಸ್‌ನಲ್ಲಿನ ಕೆಲವು ಬ್ಯಾರಕ್‌ಗಳಿಗೆ ಬೆಂಕಿಹಚ್ಚಿದರು. ತಕ್ಷಣ ಕಂಪನಿಯು ಭಾರತೀಯ ಸಿಪಾಯಿಗಳನ್ನು ನಿಶ್ಶಸ್ತ್ರರನ್ನಾಗಿ ಮಾಡಬೇಕೆಂದು ಯೋಚಿಸಿದರು. ಇದಕ್ಕೆ ದೊಡ್ಡ ಗಲಾಟೆಶುರುವಾಗಿ ಭಾರತೀಯ ಮತ್ತು ಇಂಗ್ಲಿಷ್ ಸೇನೆಗಳ ಮಧ್ಯೆ ಗೋಲಿಬಾರು ನಡೆಯಿತು. ಈ ದಂಗೆ ಸಿಖ್ *ರೆಜಿಮೆಂಟ್*‌ಗೂ ಹರಡಿತು. ಇಂಗ್ಲಿಷರು ತಮ್ಮ ಉತ್ತಮ ಶಸ್ತ್ರಾಸ್ತ್ರಗಳ ಬಲದಿಂದ ಭಾರತೀಯರನ್ನು ಹತ್ತಿಕ್ಕಿದರು. ಅಲ್ಲದೆ ಕಾನೂನು ಉಲ್ಲಂಘನೆ ಮತ್ತು ದಂಗೆಯಲ್ಲಿ ಸಿಕ್ಕವರಿಗೆ ಬಹಳ ಕ್ರೂರಶಿಕ್ಷೆಯನ್ನು ವಿಧಿಸುತ್ತಿದ್ದರು. ಕೆಲವರನ್ನು ಸಾರ್ವಜನಿಕರ ಸಮ್ಮುಖದಲ್ಲಿ ಗಲ್ಲಿಗೇರಿಸುತ್ತಿದ್ದರು. ಕೆಲಸಮಯ ಮಿಕ್ಕವರಿಗೆ ಹೆದರಿಕೆಯ ಪಾಠಕಲಿಸಲು ಮುಗ್ಧರನ್ನೂ ಗಲ್ಲಿಗೇರಿಸುತ್ತಿದ್ದರು.

'ಮಂದಿರ ರಕ್ಷಣಾಸಮಿತಿ': 1889ರಲ್ಲಿ ಬನಾರಸ್‌ನ ಮುನಿಸಿಪಲ್ *ಬೋರ್ಡ್* ಭೇಲುಪುರ ಎಂಬಲ್ಲಿ 'ನೀರು ಸರಬರಾಜು ಮತ್ತು ಚರಂಡಿ ವ್ಯವಸ್ಥೆ'ಯ ಕಾಮಗಾರಿ ಶುರುಮಾಡಲು ಯೋಜನೆಹಾಕಿತು. ಈ ಯೋಜನೆಯ ಪ್ರಕಾರ ಭದೈನಿ ಎಂಬಲ್ಲಿ *ಪಂಪಿಂಗ್ ಸ್ಟೇಷನ್* ಕಟ್ಟಬೇಕಿತ್ತು. ನಕ್ಷೆಯಲ್ಲಿ ಭದೈನಿಯ *ಪಂಪಿಂಗ್ ಸ್ಟೇಷನ್*‌ನ ಸಮರೂಪತೆಗೆ *(ಸಿಮೆಟ್ರಿಗೆ)* ಅಲ್ಲಿಯ 'ರಾಮಮಂದಿರ' ಅಡ್ಡವಾಗಿದ್ದು ಅದನ್ನು ಒಡೆಯಬೇಕೆಂದು ಇಂಗ್ಲಿಷರು ಹೇಳಿದರು! ತಕ್ಷಣ ಬನಾರಸಿಗಳ ಮನಪಟಲದಲ್ಲಿ ಹಿಂದಿನ ಅನೇಕ ದುರ್ಘಟನೆಗಳು ಬಂದುನಿಂತವು. ಹಿಂದಿನ ಶತಮಾನಗಳಲ್ಲಿ ವಿಗ್ರಹಗಳನ್ನು ಒಡೆಯುವುದರಲ್ಲಿ ಪ್ರವೀಣರೆನಿಸಿದ ಮುಸ್ಲಿಮರು ಹಾಗು ಕೆಲವು ವರ್ಷಗಳ ಹಿಂದೆ ದರ್ಭಾಂಗದಲ್ಲಿ ಒಂದು ಮಂದಿರವನ್ನು ಒಡೆದ ಇಂಗ್ಲಿಷ್ ಕಲೆಕ್ಟರ್ ಮತ್ತು ಮುಸ್ಲಿಮ್ ಉಪಾಧ್ಯಕ್ಷ ಇಬ್ಬರೂ ನೆನಪಿಗೆ ಬಂದರು. ಕಲ್ಕತ್ತಾದಿಂದ ವಿಚಾರಣೆಮಾಡಬೇಕೆಂದು ಆಜ್ಞೆಯಾದಾಗ ದರ್ಭಾಂಗದಲ್ಲಿ ಯಾವ ಮಂದಿರವೂ ಇರಲಿಲ್ಲವೆಂದೇ ಬರೆದು ಕಳಿಸಿದ ಕಲೆಕ್ಟರ್‌ನ ಸುಳ್ಳು ಮತ್ತು ಮೊಂಡುಧೈರ್ಯಕ್ಕೆ ಏನುಹೇಳಬೇಕು! ಇವುಗಳಿಂದ ಎಚ್ಚೆತ್ತ

ಬನಾರಸಿಗಳು 'ಮಂದಿರ ರಕ್ಷಣಾಸಮಿತಿ'ಯನ್ನು ರಚಿಸಿ ಅನೇಕ ಅಹವಾಲುಗಳನ್ನು ಬರೆದುಕಳಿಸಿದರು. ಆದರೆ ಕಲೆಕ್ಟರ್ ಯಾವುದನ್ನೂ ಲೆಕ್ಕಿಸದೆ, ಮೊಂಡುತನದಿಂದ ಮಂದಿರವನ್ನು ಬೀಳಿಸಲು ಆಜ್ಞೆಯಿತ್ತನು. ಮಂದಿರದ ಗೋಡೆಗಳ ಸಮೀಪದಲ್ಲಿ ಸುತ್ತಲೂ ಕಂದಕ ತೆಗೆಸಲು ಕಾರ್ಮಿಕರನ್ನು ನೇಮಿಸಿದನು. ಆಗ ಮಂದಿರದ ಗೋಡೆಗಳು ಶಿಥಿಲವಾಗಿ ತಾವಾಗಿಯೆ ಬಿದ್ದರೆ ಯಾವ ತೊಂದರೆಯೂ ಇಲ್ಲವೆಂದು ಅವನ ಎಣಿಕೆಯಾಗಿತ್ತು. ಆಗ 'ಮಂದಿರ ರಕ್ಷಣಾಸಮಿತಿ'ಯ ಸದಸ್ಯರು ಕಾರ್ಯೋನ್ಮುಖರಾಗಿ ಅಲ್ಲಿಕಟ್ಟಿದ್ದ ಗೋಡೆಯನ್ನು ಬೀಳಿಸಿ, ಕಂದಕವನ್ನು ಮುಚ್ಚಿ, ಅಲ್ಲಿಯ ಪಂಪ್–ಪೈಪ್ ಮುಂತಾದವನ್ನೆಲ್ಲ ಒಡೆದುಹಾಕಿದರು. ಪೋಲಿಸರ ವಸತಿಯಾಗಿದ್ದ ಲಾಯಗಳಿಗೆ ಬೆಂಕಿಹಚ್ಚಿದರು. ಕಾಶಿ ಸ್ಟೇಷನ್ ಮತ್ತು ಟೆಲಿಗ್ರಾಫಿಕ್ ಕಛೇರಿಗೆ ಧಕ್ಕೆತಲುಪಿಸಿದರು. ಜನರ ಭಾವನೆಗಳಿಗೆ ಸಂವೇದಿಸದ (ಮತಾಂಧ ಹಾಗು ಮತಪರಿವರ್ತನಶೀಲ) ಇಂಗ್ಲಿಷರು ಜನರ ಭಾವೋದ್ರೇಕದ ಅತಿರೇಕಕ್ಕೆ ಬಗ್ಗಲೇ ಬೇಕಾಯಿತು. ∎

39. ಪರಕೀಯರ ಕೊಡುಗೆ

(ಕಳೆದದ್ದು ಆನೆ, ಉಳಿದದ್ದು ಬಾಲದ ಕೂದಲೆಳೆ)

'ಊಳಿಗಮಾನ್ಯ ಪದ್ಧತಿ': ದೇಶದ ವಿಚಾರ ಹೇಗೇ ಇರಲಿ, ಬನಾರಸ್‌ಗೆ ಪರಕೀಯರ ಕೊಡುಗೆಯೇನೆಂದು ಕೇಳಿದರೆ ಉತ್ತರ ಹೇಳುವುದು ಸುಲಭವಲ್ಲ. ಈ ಪ್ರಶ್ನೆಗೆ ಉತ್ತರಕೊಡುವ ಸಂಶೋಧನೆ ಸರಿಯಾಗಿ ಆಗಿಲ್ಲವೆಂದೆ ಹೇಳಬೇಕು. ಮುಸ್ಲಿಮರ ಆಳ್ವಿಕೆಯಲ್ಲಿನ ಎರಡು ಮುಖ್ಯಸೂತ್ರಗಳನ್ನು ಈ ಮೊದಲೇ ವಿವರಿಸಿದೆ. ಇವುಗಳಲ್ಲಿ 'ಈ ದೇಶದಲ್ಲಿ ಇರುವುದೆಲ್ಲವೂ ನಮ್ಮ ಭೋಗಕ್ಕಾಗಿ, ನಮ್ಮ ಐಷಾರಾಮ ಜೀವನಕ್ಕಾಗಿ; ಇಲ್ಲಿಯ ಕಾಫಿರರು ಇವೆಲ್ಲಕ್ಕೂ ಅನರ್ಹರು' ಎಂಬ ದೃಢನಂಬಿಕೆಯೆ ಮೊದಲಸೂತ್ರ. 'ವಿಗ್ರಹಾರಾಧಕರ ಧರ್ಮಪರಿವರ್ತನೆ ಮಾಡುವುದು ಅಗತ್ಯ, ಅದು ಸಾಧ್ಯವಾಗದಿದ್ದರೆ ಕಾಫಿರರನ್ನು ಕೊಲ್ಲುವುದು ಧರ್ಮಸಮ್ಮತವಾದುದು' ಎಂಬುದು ಎರಡನೆಸೂತ್ರ. ಇವರ ಐಷಾರಾಮಜೀವನ, ಸ್ವೇಚ್ಛಾಚಾರ ಮತ್ತು ಮಿತಿಮೀರಿದ ಕಾಮಲೋಲುಪತೆಗೆ ದೆಹಲಿಯ ಬಾದ್‌ಶಾನ ಪ್ರತಿನಿಧಿಯಾಗಿ ಇಲ್ಲಿದ್ದ ಮುಸ್ಲಿಮ್ ಅಧಿಕಾರಿಗಳ, ಅಲಹಬಾದ್‌ನ ಸುಬೇದಾರರ ಮತ್ತು (ಬನಾರಸ್‌ನ ರಾಜರ ಮೇಲೆ ಹಕ್ಕು ಚಲಾಯಿಸುತ್ತಿದ್ದ) ಅವಧ ನವಾಬರ ಜೀವನಗಳೇ ಉದಾಹರಣೆಗಳು. ಇಲ್ಲಿಂದ ವಸೂಲಾದ 'ಮಾಲ್‌ಗುಜಾರಿ' ಅಥವಾ ಕಂದಾಯದಹಣ ಕೈಸೇರಿದರೆ ಮೇಲಿನವರಿಗೆ ಖುಷಿ. ಇದಲ್ಲದೆ ಧರ್ಮದಹೆಸರಿನಲ್ಲಿ ಹಿಂದೂಗಳಮೇಲೆ ವಿಧಿಸಿದ್ದ ಜಜಿಯಾ ಮತ್ತು ಯಾತ್ರಿಕರ ಮೇಲಿನ ಕಂದಾಯಗಳು ಇದ್ದೇ ಇದ್ದವು. ಜನತೆಯಿಂದ ಸಾಕಷ್ಟು ವಸೂಲಿ ಮಾಡಿದಮೇಲೆ, ಆಡಳಿತದಲ್ಲಿ ದಬ್ಬಾಳಿಕೆ, ಅಧಿಕಾರಿಗಳಿಂದ ಶೋಷಣೆ, ನ್ಯಾಯವಿಚಾರಣೆಯಲ್ಲಿ ಪಕ್ಷಪಾತ, ಧರ್ಮಾಚರಣೆಯಲ್ಲಿ ಅಡ್ಡಗಾಲು, ಮಠಮಂದಿರಗಳ ನಾಶ ಮತ್ತು ತಲೆಯಮೇಲೆ ಕತ್ತಿಯ ಅಲುಗು ತೂಗಿನಿಂತಂತೆ ನಿರಂತರಭಯದ ಅನುಭವಗಳು – ಇವೇ ಮುಸ್ಲಿಮರು ಕೊಟ್ಟ 'ಜನಸೇವೆ'! ಈ ವಿಷಯವನ್ನು ಅಧ್ಯಾಯ 19ರಲ್ಲಿ ಸಾಕಷ್ಟು ಚರ್ಚಿಸಲಾಗಿದೆ. ಕೃಷಿ ಉತ್ಪನ್ನ, ವ್ಯಾಪಾರ, ಉದ್ದಿಮೆ, ಪೌರಾಡಳಿತ, ನಗರ ನೈರ್ಮಲ್ಯ, ಆರೋಗ್ಯ, ನೀರು ಚರಂಡಿ ರಸ್ತೆಯ ಸೌಲಭ್ಯಗಳು, ವಿದ್ಯೆ, ಕಳ್ಳಕಾಕರು ಡಕಾಯಿತರು ಮತ್ತು ಥಗ್‌ಗಳಿಂದ ರಕ್ಷಣೆ ಮುಂತಾದ ವಿಷಯಗಳಲ್ಲಿ ಯಾವುದೇ ರೀತಿಯ ಕೊಡುಗೆಯಾಗಲಿಲ್ಲವೆಂದೇ ಹೇಳಬಹುದು. ಜನಹಿತ ಕಾರ್ಯಗಳಾಗಲೀ, ಅಭಿವೃದ್ಧಿಯ ಕಾರ್ಯಗಳಾಗಲೀ ನಡೆದಿದ್ದರೆ ಅವೆಲ್ಲವೂ ಕಾಶಿಯ ರಾಜರುಗಳು 18ನೆಯ ಶತಮಾನದಿಂದ ನಡೆಸಿದ್ದವು ಎಂದು ಹೇಳಬಹುದು. ಆದರೆ ಹೊಸ ವೇಷ, ಭೂಷಣ, ಭಾಷೆ, ನಡೆ, ನುಡಿ, ತಿಂಡಿ, ತೀರ್ಥ, ಶಾಯಿರಿ, ಸಂಗೀತ, ನೃತ್ಯ, ಮೆಹಫಿಲ್, ಚಿತ್ರಕಲೆ, ಮೀನಾಕಾರಿ, ಕಸೂತಿ, ನೆಯ್ಗೆ ಮುಂತಾದ ಕ್ಷೇತ್ರಗಳಲ್ಲಿ ಕಂಡುಬರುವ

(ಉಚ್ಚವರ್ಗದ) ಹೊಸಮೆರುಗಿಗೆ ಇಲ್ಲಿಯ ಮುಸ್ಲಿಮ್ ಸಂಸ್ಕೃತಿಯ ಕೊಡುಗೆ ಸಾಕಷ್ಟಿದೆಯೆಂದು ಒಪ್ಪಬೇಕಾಗುವುದು. ಇವೆಲ್ಲವೂ ಮೇಲ್ತರಗತಿಯ ಜನರ, ಶ್ರೀಮಂತರ, ಗಣ್ಯರ, ಕಸುಬುದಾರರ ಜೀವನದಲ್ಲಾದ ಬದಲಾವಣೆಗಳು. ಬನಾರಸ್‌ನ ಜನಸಾಮಾನ್ಯನ ದೈನಂದಿನ ಜೀವನದಲ್ಲಿ ಹೆಚ್ಚುಪರಿಣಾಮಗಳಾಗಲಿಲ್ಲ ಎನ್ನಬಹುದು. ಒಟ್ಟಿನಲ್ಲಿ ಹಿಂದೂ ರಾಜರ 'ಲೋಕಹಿತ' ಆಳ್ವಿಕೆಯ ಪದ್ಧತಿಯು ಹನ್ನೆರಡನೆಯ ಶತಮಾನದಲ್ಲಿ ಕೊನೆಯಾಗಿ, ಮುಸ್ಲಿಮರ ಆಳ್ವಿಕೆಯಲ್ಲಿ ಕ್ರೂರವಾದ 'ಊಳಿಗಮಾನ್ಯ ಪದ್ಧತಿ' ಬೇರುಬಿಟ್ಟಿತು.

ದಾಳಿಯಿಂದ ಬೆಳೆದ ಧರ್ಮಾಂಧತೆ: ಮುಸ್ಲಿಮರು ದಾಳಿಮಾಡಿದಾಗ ಮತ್ತು ಆಳ್ವಿಕೆಸಮಯದಲ್ಲಿ ಕಾಶಿಯ ಪವಿತ್ರಮಂದಿರ ಮತ್ತು ಕೊಳಗಳ ಸುತ್ತಮುತ್ತಲಿದ್ದ ಅನೇಕರನ್ನು ಬಲವಂತವಾಗಿ ಪರಿವರ್ತಿಸಿದರು. ಮುಸ್ಲಿಮರ ಸಂಪರ್ಕದಿಂದ ಅವರು 'ಅಸ್ಪೃಶ್ಯ'ರಾದರು, ಧರ್ಮಬಾಹಿರರಾದರು, ಬಹಿಷ್ಕೃತರಾದರು. ಸ್ವತಃ ಅವರಿಗೆ ತಾವು 'ಅಪವಿತ್ರ'ರಾಗಿದ್ದೇವೆಂಬ ನಂಬಿಕೆ ಬೇರೂರಿತು. ಹೀಗೆ ರಾತ್ರೋರಾತ್ರಿಯಲ್ಲಿ ಅಣ್ಣತಮ್ಮಂದಿರೊ, ಸಂಬಂಧಿಗಳೊ ಆಗಿದ್ದವರು ಬೇರೆಬೇರೆಯಾದರು; ಅವರನ್ನು ನೋಡವುದೇ ತಪ್ಪೆನ್ನುವಂತೆ ಕಣ್ಣುತಿರುಗಿಸಿದರು, ದಾರಿಬದಲಿಸಿ ಓಡಿದರು. ತಮ್ಮ ಇಷ್ಟದೇವತೆಯನ್ನು ಪೂಜಿಸುವ, ಮಂದಿರದೊಳಗೆ ಹೋಗುವ ಹಕ್ಕುಕಳೆದುಕೊಂಡರು. 'ಗಂಗಾ ಮಾ' ಸಹ ಅವರನ್ನು ಒಪ್ಪಿ ಪವಿತ್ರಗೊಳಿಸುವಂತಿರಲಿಲ್ಲ. ಇದರಜೊತೆಗೆ ಅವರ ಪಿತ್ರಾರ್ಜಿತ ಸಂಪತ್ತಿನಭಾಗದ ಹಕ್ಕನ್ನು ಸಹ ಅವರು ಕಳೆದುಕೊಂಡರು. ಅವರು ಹಿಂತಿರುಗಿ ಹಿಂದೂಧರ್ಮಕ್ಕೆ ವಾಪಸ್ಸಾಗುವ ಪ್ರಶ್ನೆಯನ್ನು ಯಾವ ಪಂಡಿತನೂ ಒಪ್ಪಲಿಲ್ಲ. ಧಾರ್ಮಿಕಚಿಂತನೆ ಹಾಗು ಮಾನವಿಕ ಕರುಣೆಯ ದೃಷ್ಟಿಯಿಂದಲೂ ಅವರು ವಂಚಿತರಾದರು. ಒಟ್ಟಿನಲ್ಲಿ ಧರ್ಮಬಾಹಿರರಾದ ಅವರು ಇಲ್ಲೂ ಇಲ್ಲ, ಅಲ್ಲಿಯೂ ಸಲ್ಲ ಎಂಬಂತೆ ತ್ರಿಶಂಕುಗಳಾದರು. ಹೀಗೆ ಹೊರಗಾದವರಲ್ಲಿ ಅನೇಕರು ಕಸುಬುದಾರರಾಗಿದ್ದರು. ರೇಷ್ಮೆ, ಹತ್ತಿ, ಚಿನ್ನ, ಬೆಳ್ಳಿ, ಮರ, ದಂತ, ತಾಮ್ರ ಮುಂತಾದವುಗಳಿಂದ ಕಲಾತ್ಮಕ ವಸ್ತುಗಳ ತಯಾರಿಕೆ ಅವರ ವೃತ್ತಿಯಾಗಿತ್ತು. ಚೌಕ್‌ನ ಸುತ್ತ, ಅವಿಮುಕ್ತೇಶ್ವರ/ಆದಿವಿಶ್ವೇಶ್ವರನ ಮಂದಿರಗಳ ಹತ್ತಿರ, ಸಂಗೀತಗಾರರು, ನೀರುಹೊರುವವರು, ಚಮ್ಮಾರರು, ದೇವದಾಸಿಗಳು ಮುಂತಾದವರು ಜೀವನ ಮಾಡಿಕೊಂಡಿದ್ದರು. ಈ ಪವಿತ್ರಸ್ಥಳಗಳನ್ನು ವಿಧರ್ಮೀಯರು ತುಳಿದುಹೊಸಕಿದಾಗ, ಮಂದಿರಗಳು ಅಪವಿತ್ರವಾದುವು, ಅಲ್ಲಿಯ ಜನಜೀವನದ ಸಾಮಾಜಿಕ ಹಂದರ ಹರಿದುಚೂರಾಯಿತು, ಕಸುಬುದಾರರು ದಿಕ್ಕುತೋಚದಾದರು. ಒಂದು ದಿನ ತಮ್ಮ ಬಂಧುಬಾಂಧವರೊಡನೆ ಸೇರುವ ಆಸೆಯಿಟ್ಟುಕೊಂಡು, ಹೇಗೋ ತಮ್ಮ ವೃತ್ತಿಯನ್ನು ಮುಂದುವರಿಸಿದರು. ಆದರೆ ಒಂದೆರಡು ಪೀಳಿಗೆಯ ಅನಂತರ ಅದು ನಿರಾಸೆಯಾದಾಗ, ಹಾಳುಗೆಡವಿದ ಮಂದಿರಗಳ ಜಾಗವನ್ನು ಆಕ್ರಮಿಸಿ ಎಲ್ಲಕಡೆ ನೆಲೆಸಿದರು. ಕೊಳಗಳನ್ನುತುಂಬಿ ಅಲ್ಲಿಯ ನೆಲವನ್ನು ತಮ್ಮದಾಗಿಸಿಕೊಂಡರು. ತಮ್ಮ ಹೀನಾಯಸ್ಥಿತಿಯಲ್ಲಿ ಯಾರೂ

ಸಹಾಯಕ್ಕೆ ಬರಲಿಲ್ಲವೆಂಬ ಕಾರಣದಿಂದ ಪೂರ್ವಕಾಲದ ಬಂಧುಗಳ ಮೇಲೆ ಕೋಪ, ದ್ವೇಷ, ಸೇಡು ಅವರಲ್ಲಿ ಬೆಳೆದಿದ್ದರೆ ಆಶ್ಚರ್ಯವೇನಲ್ಲ. ಎಲ್ಲರೂ ಒಂದೇ ರೀತಿಯಿಲ್ಲ ದಿರುವುದರಿಂದ ಕೊನೆಯವರೆಗೂ ಬಿಸ್ಮಿಲ್ಲಾ ಖಾನ್‌ನಂತವರು ಗಂಗಾಸ್ನಾನ, ಮಂದಿರದಲ್ಲಿ ಶೆಹನಾಯ್ ವಾದನ ತಮ್ಮ ದಿನಚರ್ಯೆಯೆಂದು, ಧರ್ಮವೆಂದು ನಂಬಿದ್ದರು. ಇನ್ನು ಕೆಲವರು ಧರ್ಮಾಂಧರಾದರು.!

ರಕ್ತಹೀರಿದ ಜಿಗಣಿ: ಮುಸ್ಲಿಮರು ದಾಳಿಕೋರರಾಗಿ ಬಂದು ನಮ್ಮ ದೇಶವನ್ನು ಆಳಿದರೆ, ಇಂಗ್ಲಿಷರು ದಳಾಳಿಗಳಾಗಿ, ವ್ಯಾಪಾರಿಗಳಾಗಿ ಬಂದು ನಮ್ಮನ್ನು ಆಳಿದರು. ಇವರ ಆಳ್ವಿಕೆಯ ಸೂತ್ರಗಳಲ್ಲಿ ಮೊದಲನೆಯದಾದ 'ಈ ದೇಶದಲ್ಲಿ ಇರುವುದೆಲ್ಲವೂ ನಮ್ಮ ವ್ಯಾಪಾರಕ್ಕಾಗಿ, ನಮ್ಮ ಲಾಭಕ್ಕಾಗಿ, ಇಲ್ಲಿಯ ನೇಟೀವ್ ಜಂಗ್ಲಿಗಳು ಇವೆಲ್ಲಕ್ಕೂ ಅನರ್ಹರು' ಎಂಬಲ್ಲಿ ದೃಢ ನಂಬಿಕೆ; ಎರಡನೆಯದಾದ 'ಈ ಕಾಡುಪ್ರಾಣಿಗಳಿಗೆ ಕ್ರಿಸ್ತಧರ್ಮ ತಿಳಿಸುವುದು ನಮ್ಮ ಆದ್ಯಕರ್ತವ್ಯ. ಇವರನ್ನು ಪರಿವರ್ತಿಸದಿದ್ದರೆ ಇವರು ನರಕಕ್ಕೆಹೋಗುವುದು ನಿಶ್ಚಯ' ಎಂಬಲ್ಲಿ (ಮೊಸಳೆ ಕಣ್ಣೀರಿನ) ಕೃಪಾದೃಷ್ಟಿ ಇತ್ತು. ಇವರ ಐಷಾರಾಮ ಜೀವನ ಮತ್ತು ಅಧಿಕಾರಮದ ಎಂತವರನ್ನೂ ನಾಚಿಸುವಂತಿತ್ತು. ಬನಾರಸ್‌ಗೆ ರೆಸಿಡೆಂಟ್ ಡಂಕನ್ ಕ್ರಿ.ಶ.1787ರಲ್ಲಿ ಬರುವ ಮೊದಲು ರೆಸಿಡೆಂಟ್‌ನ ವಾರ್ಷಿಕ ವೇತನ 12000ರೂಪಾಯಿ ಇದ್ದರೆ, ಇತರ ವರಮಾನ ಸಾಲಿಯಾನ 4ಲಕ್ಷ ಇತ್ತು. ಇದರ ಜೊತೆಗೆ ಇಲ್ಲಿಯ ವ್ಯಾಪಾರದಲ್ಲಿ ಮನಸ್ವೇಚ್ಛೆಯಂತೆ ನಿರ್ಣಯಕೊಡುವ ಅಧಿಕಾರವಿದ್ದು ಸಾಕಷ್ಟು ದುರುಪಯೋಗಕ್ಕೆ ಅವಕಾಶವಿತ್ತು. 1781–1795ರಲ್ಲಿ ಮೆಜಿಸ್ಟ್ರೇಟ್ ಆಗಿದ್ದ ನವಾಬ ಆಲಿಇಬ್ರಾಹಿಮ್‌ಖಾನ್‌ನ ಮಾಸಿಕಸಂಬಳ 2500ರೂಪಾಯಿ ಇತ್ತು. ಇಂಗ್ಲಿಷ್ ರೈಟರ್‌ನ (ಲೆಕ್ಕಣಿಗನ) ಸಂಬಳ ತಿಂಗಳಿಗೆ 400 ರೂಪಾಯಿ ಇದ್ದರೆ ಸ್ಥಳೀಯ ಲೆಕ್ಕಣಿಗನಿಗೆ ತಿಂಗಳಿಗೆ 50 ರೂಪಾಯಿಗಿಂತ ಕಡಿಮೆಸಂಬಳ ಇರುತ್ತಿತ್ತು.

ಮುಸ್ಲಿಮರ ಆಳ್ವಿಕೆಯ ಕರವಸೂಲಿ ಪದ್ಧತಿ ಇಂಗ್ಲಿಷರಿಗೂ ಸೂಕ್ತವೆನಿಸಿತು. ಹಳೆಯತೆರಿಗೆಗಳ ಜೊತೆಗೆ ಹೊಸದನ್ನು ಹೇರಲು ಶುರುಮಾಡಿದರು. ಮನೆ ರಿಪೇರಿ, ಬಾಡಿಗೆ, ಮಂದಿರಗಳ (ಮಸೀದಿಗಳಿಗೆ ಇಲ್ಲ) ರಿಪೇರಿ ಅಥವಾ ನಿರ್ಮಾಣ ಇವೆಲ್ಲಕ್ಕೂ ತೆರಿಗೆ ವಿಧಿಸಿದರು. ವರಮಾನ, ಮನೆ, ನೀರು, ದೀಪ, ಚರಂಡಿ ಸ್ವಚ್ಛತೆ, ಪೋಲೀಸ್ ಸೇವೆ ಮುಂತಾದವುಕ್ಕೆ ತೆರಿಗೆ ಹಾಕಿದರು. ಹಿಂದೂ ಮತ್ತು ಮುಸ್ಲಿಮರಿಗೆ ತೆರಿಗೆಯಲ್ಲಿ ಪಕ್ಷಪಾತವಿತ್ತು. ಹಿಂದೂ ಇನ್ನೊಬ್ಬ ಹಿಂದೂವಿಗೆ ಕುದುರೆ, ಕತ್ತೆ, ಎತ್ತನ್ನು ಮಾರಿದರೆ ಹೆಚ್ಚುತೆರಿಗೆ, ಮುಸ್ಲಿಮ್ ಇನ್ನೊಬ್ಬ ಮುಸ್ಲಿಮನಿಗೆ ಮಾರಿದರೆ ಕಡಿಮೆತೆರಿಗೆ ಇತ್ತು. ಹಿಂದೂ ವಿಧವಾವಿವಾಹಕ್ಕೆ ತೆರಿಗೆಯಿದ್ದರೆ, ಮುಸ್ಲಿಮ್ ವಿಧವಾವಿವಾಹಕ್ಕೆ ತೆರಿಗೆಯಿರಲಿಲ್ಲ. ಒಟ್ಟಿನಲ್ಲಿ, ಕಣ್ಣಿಗೆ ಬೀಳುವುದರೊಳಗೆ ಸಾಕಷ್ಟು ರಕ್ತಹೀರುವ ಜಿಗಣೆಯಂತೆ ಇವರೂ ರಕ್ತಹೀರಿದರು.

ಬಗ್ಗಿಸಿ ಬೆನ್ನಿಗೇಟು: ಬನಾರಸ್‌ನ ರಾಜ ವಾರ್ಷಿಕವಾಗಿ ಕೊಡುತ್ತಿದ್ದ ಜಮೀನ್ದಾರಿಯಕಪ್ಪ

ಮತ್ತು ಇತರ ತೆರಿಗೆಗಳು ವಸೂಲಿಯಾದಮೇಲೆ ಹೆಚ್ಚಿನ ವರಮಾನವೆಲ್ಲ ಇಲ್ಲಿಂದ ಬೇರೆರಾಜ್ಯಗಳ ಮೇಲೆ ಇಂಗ್ಲಿಷರು ನಡೆಸುತ್ತಿದ್ದ ಯುದ್ಧಗಳಿಗಾಗಿ ಉಪಯೋಗಿಸಲಾಗುತಿತ್ತು. ವರಮಾನ ಇಲ್ಲಿಯ ಜನಹಿತಕ್ಕಾಗಿಯಾಗಲಿ, ಭವಿಷ್ಯವನ್ನು ರೂಪಿಸುವ ಆರ್ಥಿಕ ಯೋಜನೆಗಳಿಗಾಗಲಿ ಉಪಯೋಗವಾಗುತ್ತಿರಲಿಲ್ಲ. ಬನಾರಸ್‌ನ ಕೃಷಿವ್ಯವಸಾಯಕ್ಕಾಗಿ ಇಂಗ್ಲಿಷರು ಏನೂ ಮಾಡಲಿಲ್ಲ. ಆದರೆ ಕೃಷಿಉತ್ಪನ್ನದ ಸಾರಾಸಗಟು ಮಾರಾಟಕ್ಕೆ ಒಂದೆಡೆ ಡಂಕನ್‌ಗಂಜ್ ಎಂಬಲ್ಲಿ 1795ರಲ್ಲಿ ಅವಕಾಶ ಕಲ್ಪಿಸಿದ್ದು ಒಳ್ಳೆಯ ಕೆಲಸವಾಗಿತ್ತು. ಉದ್ದಿಮೆಗೆ ಪ್ರೋತ್ಸಾಹಕೊಡುವ ಯೋಚನೆಯೇ ಇಂಗ್ಲಿಷರಿಗೆ ಇರಲಿಲ್ಲ. ಬ್ರಿಟನ್‌ಗೆ ರೇಷ್ಮೆ, ಹತ್ತಿ ಮುಂತಾದ ವಸ್ತುಗಳ ಆಮದು ನಿಷೇಧಮಾಡಿದ್ದರಿಂದ ಇಲ್ಲಿಯ ರೇಷ್ಮೆಉದ್ದಿಮೆಗೆ ಹೊಡೆತಬಿದ್ದಿತು. ರೇಷ್ಮೆ, ಅರಗು, ಚರ್ಮ, ಲೋಹ, ದಂತ ಮುಂತಾದ ವಸ್ತುಗಳ ಮೇಲಿನ ಕೆಲಸ ಹಾಗು ಕಸೂತಿ, ಕುಂಬಾರವೃತ್ತಿ ಮುಂತಾದ ಸಣ್ಣ/ಗೃಹ ಉದ್ದಿಮೆಗಳು ಇಂಗ್ಲಿಷರ ನೆರವಿಲ್ಲದೆಯೆ ಬೆಳೆದಿದ್ದವು. ವ್ಯಾಪಾರಕ್ಕೆಂದೇ ಬಂದು ಇಲ್ಲಿ ತಳವೂರಿದ್ದ ಇಂಗ್ಲಿಷರಿಗೆ ತಮ್ಮಹಿತ ಮುಖ್ಯವಾಗಿತ್ತು. ಹೀಗಾಗಿ ತಮ್ಮ ವ್ಯಾಪಾರವನ್ನು ವೃದ್ಧಿಗೊಳಿಸಲು ರೂಪಿಸಿದ ಅವರ ನಿಯಮಗಳು ಇಲ್ಲಿಯ ವ್ಯಾಪಾರಿಗಳ ಹಿತಾಸಕ್ತಿಗೆ ಮಾರಕವಾಗಿದ್ದವು. ಉದಾಹರಣೆಗೆ, ಇಂಗ್ಲೆಂಡ್‌ನಲ್ಲಿ ಹೆಚ್ಚು ಪ್ರಮಾಣದಲ್ಲಿ ಉತ್ಪಾದಿಸಿದ ಅಗ್ಗಬೆಲೆಯ ವಸ್ತುಗಳು ಇಲ್ಲಿಯ ಮಾರುಕಟ್ಟೆಯನ್ನು ತುಂಬಿದಾಗ, ಇಲ್ಲಿನ ಲಾಭದಾಯಕ ವಸ್ತುಗಳ ಮಾರಾಟದಲ್ಲಿ ಇಂಗ್ಲಿಷರು ತಮ್ಮ ಸ್ವಾಮ್ಯವನ್ನು ಪಡೆದಾಗ ಮತ್ತು ಅನೇಕ ರಫ್ತುಗಳನ್ನು ನಿಲ್ಲಿಸಿದಾಗ ಇಲ್ಲಿಯ ವ್ಯಾಪಾರಿಗಳು ಕಂಗಾಲಾದರು. ಸಾರಿಗೆವ್ಯವಸ್ಥೆ ಉತ್ತಮಗೊಂಡಿತು. ಆದರೆ ಇದರಿಂದಾಗಿ ಬನಾರಸ್‌ನಿಂದ ಸಾಗಣೆಯಾಗುತ್ತಿದ್ದ ಗ್ರಾಮೀಣ ಉತ್ಪಾದನೆಗಳು ಮಿರ್ಜಾಪುರದಿಂದಲೆ ಸಾಗಣೆಯಾಗಲು ಶುರುವಾಗಿ, ಬನಾರಸ್ ತನ್ನ ವಾಣಿಜ್ಯಕೇಂದ್ರದ ಪ್ರಾಮುಖ್ಯತೆಯನ್ನು ಸ್ವಲ್ಪಮಟ್ಟಿಗೆ ಕಳೆದುಕೊಂಡಿತು. ಪ್ರಾಕೃತಿಕ ಸಂಕಷ್ಟಗಳಿಂದ ಮತ್ತು ಕಂಪನಿಯ ಆರ್ಥಿಕಶೋಷಣೆಯಿಂದಾಗಿ ಸಾಮಾನ್ಯಜನತೆ ಹಾಗು ವ್ಯಾಪಾರಿಗಳು ಬಹಳವಾಗಿ ನೊಂದರು. ಅಂತಹ ಸಮಯದಲ್ಲೂ ಮಾನವಿಕ ಮತ್ತು ನೈತಿಕ ಹೊಣೆಗಾರಿಕೆಯಿಂದ ಇಂಗ್ಲಿಷರು ಕೆಲಸಮಾಡಲಿಲ್ಲ.

ಇಂಗ್ಲಿಷರು ಬನಾರಸ್‌ನಲ್ಲಿ ಆಳ್ವಿಕೆನಡೆಸಿದ ಕಾಲವನ್ನು 1775–1857 ಮತ್ತು 1857–1947 ಎಂದು ಎರಡುಘಟ್ಟಗಳಾಗಿ ವಿಂಗಡಿಸಬಹುದು. ಮೊದಲಘಟ್ಟದಲ್ಲಿ ಬಹಳಜಾಗರೂಕತೆಯಿಂದ ಪುಂಡರನ್ನು ದಮನಗೊಳಿಸಿ, ಸೆಣಸುವವರನ್ನು ಶಾಂತಗೊಳಿಸಿ, ಜನರನ್ನು ಒಲಿಸಿ, ರಾಜಿಮಾಡಿಸುವ ಗಂಭೀರನಿಲುವು ಅವರದ್ದಾಗಿತ್ತು. ಕಾನೂನು, ನ್ಯಾಯ ವಿತರಣೆ ಮತ್ತು ಆಡಳಿತದಲ್ಲಿ ಇಂಗ್ಲಿಷರ ನಿಲುವು ವ್ಯವಸ್ಥಿತ ಮತ್ತು ಸುಸ್ಥಿರ ಎಂಬ ಸಾಮಾನ್ಯನಂಬಿಕೆ ಹುಟ್ಟಿಸುವಂತಾದ್ದಾಗಿತ್ತು. ತಡವಿಲ್ಲದ, ಕರಾರುವಾಕ್ಕಾದ, ನಿಷ್ಪಕ್ಷಪಾತದ ತೀರ್ಪಿಗೆ, ಜಾಗರೂಕತೆಗೆ, ಮುಂಜಾಗ್ರತೆಗೆ ಇಂಗ್ಲಿಷರೆ ಸರಿ ಎಂಬ ನಂಬಿಕೆಯು

ಮೊದಲಘಟ್ಟಕ್ಕೆ ಸೇರುತ್ತದೆ. ಈ ಕಾಲದಲ್ಲಿ ಪ್ರಭಾವಶಾಲಿಗಳು, ಒಳ್ಳೆಯ ಕಾರ್ಯನಿರ್ವಾಹಕರು, ಜನಪ್ರಿಯರು ಎನಿಸಿದ ಕಂಪನಿಯ ಅಧಿಕಾರಿಗಳಲ್ಲಿ ವಾರನ್ ಹೇಸ್ಟಿಂಗ್ಸ್, ನವಾಬ ಅಲಿಇಬ್ರಾಹಿಂ ಖಾನ್ (ಬನಾರಸ್‌ನ ಮೇಜಿಸ್ಟ್ರೇಟ್, 1781–1795), ಜೊನಾಥನ್ ಡಂಕನ್ (ರೆಸಿಡೆಂಟ್, 1787–1795), ಡಬ್ಲ್ಯು.ಎ.ಬ್ರೂಕ್ (ಗವರ್ನರ್ ಜನರಲ್‌ನ ಏಜಂಟ್, 1792–) ಮತ್ತು ಜೇಮ್ಸ್ ಪ್ರಿನ್ಸೆಪ್ (ಅಸ್ಸೆ ಮಾಸ್ಟರ್) ಇವರು ಮುಖ್ಯರು. ಮಕ್ಕಳ ಮತ್ತು ವಿಧವೆಯರ ಅಪಹರಣಗಳು ಮತ್ತು ಮಾರಾಟ, ಗುಲಾಮಗಿರಿ, ಗಂಗೆಯಲ್ಲಿಬಿದ್ದು ಯಾತ್ರಿಕರಆತ್ಮಹತ್ಯೆ, ಬ್ರಾಹ್ಮಣರು ಉಪವಾಸ/ಧರಣಿ/ಆತ್ಮಹತ್ಯೆಯ ಬೆದರಿಕೆ ಹಾಕುವುದು, ಪಂಡಾಗಳ ಉಪಟಳ, ಗೂಂಡಾಗಳ ಕಾಟ, ಥಗ್‌ಗಳ ಕ್ರೂರತೆ ಮುಂತಾದ ಸಮಾಜವಿರೋಧಿ ಕಾರ್ಯಗಳನ್ನು ಹತ್ತಿಕ್ಕಿದರು. ಮೊಘಲರಕಾಲದ ಅನಂತರ (1707ರಿಂದ) ಇಂಗ್ಲಿಷರು ನೆಲೆಸುವ ಕಾಲದವರೆಗೆ ವರ್ಷಕ್ಕೆ ಹತ್ತುಸಾವಿರ ಜನರನ್ನು ಉತ್ತರಭಾರತದ ಥಗ್‌ಗಳು ಕೊಲ್ಲುತ್ತಿದ್ದರೆಂದರೆ ಅಂದಿನ ಸಮಸ್ಯೆಯ ಕಿರುಪರಿಚಯವಾಗಬಹುದು. ಆದರೂ ಲೇಖಕ ಡಾ.ಮೋತಿಚಂದ್ರರ ಪ್ರಕಾರ ಹದಿನೆಂಟನೆಶತಮಾನದಲ್ಲಿ ಅರಾಜಕತ್ವ ನೆಲೆಸಿದ್ದು, ಅದಕ್ಕೆ ರೆಸಿಡೆಂಟರು, ಇಂಗ್ಲಿಷರು ಮತ್ತು ರಾಜರು ಎಲ್ಲರೂ ಕಾರಣವಾಗಿದ್ದರು. ಗುಲಾಮಗಿರಿಯ ವಿರುದ್ಧದ ಕಾಯಿದೆ 1843ರಲ್ಲಿ ಬಂದುದು ಇಲ್ಲಿ ಅನುಕೂಲವಾಯಿತು. ನ್ಯಾಯಕ್ಕೆ ಜಾತಿ, ಮತಧರ್ಮಗಳ ಕಟ್ಟುಪಾಡಿಲ್ಲವೆಂದು, ಸಾಮಾಜಿಕ ಮುಖಂಡರು/ಗುಂಪುಗಳು ನ್ಯಾಯವನ್ನು ಬಗ್ಗಿಸುವಂತಿಲ್ಲವೆಂದು ತೋರಿಸಿದರು. ಕೆಲವೊಮ್ಮೆ ಸಾಮಾಜಿಕ ಕಟ್ಟುಪಾಡುಗಳಲ್ಲೂ ಸರ್ಕಾರವು ತಲೆಹಾಕುತ್ತಿದೆ ಎನಿಸಿದರು, ಇಲ್ಲಿಯ ಧಾರ್ಮಿಕ ಪ್ರವೃತ್ತಿಗಳನ್ನು ಅಲುಗಾಡಿಸುವ ಮಾತಂತಿರಲಿ, ಮುಟ್ಟಲೂ ಆಗಲಿಲ್ಲ. ಸಮಾಜ ಸುಧಾರಣೆಗಳ ಬಿಸಿಗಾಳಿ ಕಲ್ಕತ್ತಾದಂತೆ ಬನಾರಸ್‌ನಲ್ಲಿ ಬೀಸದಿದ್ದರು, ಪಾಶ್ಚಿಮಾತ್ಯರ ಪ್ರಭಾವದಿಂದ ಇಲ್ಲಿಯೂ ಅನೇಕ ಪರಿವರ್ತನೆಗಳು ಕ್ರಮೇಣವಾಗಿ ಆಗತೊಡಗಿದವು. ಸಮುದ್ರ ದಾಟಬಾರದೆಂಬ ಮಡಿವಂತಿಕೆ, ಪಂಡಿತರು ಶಾಲಾಕಾಲೇಜುಗಳಲ್ಲಿ ಸಂಬಳಕ್ಕೆ ನೌಕರಿ ಮಾಡುವುದು ಅವಮಾನವೆಂಬ ಅನಿಸಿಕೆ, ಸತಿದಹನ, ಬಹುಪತ್ನಿ ಪದ್ಧತಿ, ವಿಧವೆಯರ ಶೋಚನೀಯ ಸ್ಥಿತಿ ಮುಂತಾದ ವಿಷಯಗಳ ಬಗ್ಗೆ ಹೊಸ ವಿಚಾರಧಾರೆ ಹರಿದುಬಂದು, ಮೊದಲಿನ ಬಿಗಿಕಡಿಮೆಯಾಯಿತು. ಆದರೆ ವಿದ್ಯೆ, ಸಮಾಜಸುಧಾರಣೆ, ಮನೋಭಾವನೆ, ವಿಚಾರಧಾರೆಗಳಲ್ಲಿನ ಹೊಸತನ ಯಾವ ರೀತಿಯಲ್ಲೂ ಮುಸ್ಲಿಮ್ ಜನತೆಯನ್ನು ತಟ್ಟದಿದ್ದರಿಂದ ಅವರಿಗೂ ಹಿಂದೂಗಳಿಗೂ ನಡುವೆಯ ಅಂತರ ಹೆಚ್ಚಿತು.

ಇಂಗ್ಲಿಷರ ಆಳ್ವಿಕೆಯ ಪೂರ್ತಿಕಾಲದಲ್ಲಿಯೂ ಕಾನೂನು, ನ್ಯಾಯವಿತರಣೆ ಮತ್ತು ಆಡಳಿತದಲ್ಲಿನ ದಕ್ಷತೆ, ಹೊಸತನದ ಹುರುಪು ಇದೇರೀತಿ ಮುಂದುವರಿದಿತ್ತು ಎಂದು ಹೇಳುವುದು ಕಷ್ಟವಾಗುತ್ತದೆ. ಸಮಾನತೆ ಮತ್ತು ಸಮದರ್ಶಿತ್ವ (ನಿಷ್ಪಕ್ಷಪಾತ)ವೇ ನ್ಯಾಯ ಮತ್ತು ಆಡಳಿತದ ಮೂಲದಲ್ಲಿರಬೇಕು ಎಂಬುದು ನೀತಿಸಮ್ಮತ; ಆದರೆ, ಅವು ತಮ್ಮ

ಆಳ್ವಿಕೆಗೆ ಧಕ್ಕೆತರಬಾರದು ಎಂಬುದು ಇಂಗ್ಲಿಷರ ಅನಿಸಿಕೆಯಾಗಿದ್ದಿರಬೇಕು. ಅನಂತರ ಬನಾರಸ್‌ನಲ್ಲಿ ಅವರು ನಡೆಸಿದ ಕಾರುಬಾರಿನಲ್ಲಿ ಪಕ್ಷಪಾತ ಮತ್ತು ಭೇದಬುದ್ಧಿಯೇ ಅನೇಕಪ್ರಸಂಗಗಳಲ್ಲಿ ಎದ್ದುಕಾಣುತ್ತವೆ. ಅಧಿಕಾರದ ಹಿಡಿತ ಬಲವಾದಮೇಲೆ ಗಡಸು, ದರ್ಪ, ಪ್ರತಿಷ್ಠೆ, ತಿರಸ್ಕಾರ, ಹೀನಾಯಭಾವನೆಗಳು ಹೆಚ್ಚಾಗಿ ತಾವು ಹೇಳಿದ್ದೇ ಸತ್ಯ, ಅದೇ ಕಾನೂನು ಎಂಬ ಧೋರಣೆ ಸರ್ವಸಾಮಾನ್ಯವಾಯಿತು. ಇಂಗ್ಲಿಷರ ನ್ಯಾಯಾಲಯಗಳಲ್ಲಿನ ಕಳ್ಳಸಾಕ್ಷಿ ಮತ್ತು ವಿಚಾರಣೆಮುಂದೂಡುವ ನಿಪುಣತಂತ್ರಗಳನ್ನು ಬನಾರಸ್‌ನ ಸಾಂಪ್ರದಾಯಿಕರು (ಪಂಚಾಯಿತಿ ಕಟ್ಟೆಗಳನ್ಯಾಯಕ್ಕೆ ಒಗ್ಗಿದ್ದ ಜನರು) ಒಪ್ಪುವಂತಿರಲಿಲ್ಲ. ಇದೇ ರೀತಿ, ಸಾಂಪ್ರದಾಯಿಕವಾಗಿ, ದಿವಾಳಿ ಎದ್ದ 'ಮಹಾಜನ'ನ (ಶ್ರೀಮಂತನ) ಸಾಲತೀರಿಸಲು ಅವನ ಮಕ್ಕಳು ಹೊಣೆಗಾರರಾಗುತ್ತಿದ್ದರು; ಆದರೆ, ಇಂಗ್ಲಿಷರ ನ್ಯಾಯನಿರ್ವಹಣೆಯಲ್ಲಿ ಅವನು ಖುಲಾಸೆಯಾಗಿ ಮೊದಲಿನಂತೆ ಎಲ್ಲರಮಧ್ಯೆ ನಿರಾತಂಕವಾಗಿ, ಅವಮಾನವೇ ಇಲ್ಲದೆ ಜೀವಿಸುವಂತಾಗಿತ್ತು. ಇದು ಎಲ್ಲಿಯ ನ್ಯಾಯವೆಂದು ಪ್ರಶ್ನಿಸುವಂತಾಯಿತು. ಇಷ್ಟೇಸಾಲದೆಂಬಂತೆ, ಇಂಗ್ಲಿಷ್‌ವ್ಯಕ್ತಿಯ ಮೇಲೆ 500ರೂಪಾಯಿಗಿಂತ ಹೆಚ್ಚಿನದಾವ ಹಾಕುವಂತೆಯೆ ಇರಲಿಲ್ಲ! ಇನ್ನು ಆಡಳಿತದಲ್ಲಿನ ವಿಪರ್ಯಾಸಗಳು ಅನೇಕವಿದ್ದುವು. ಯಾವುದೇ ವಿಷಯಕ್ಕೆ ಸರ್ಕಾರವನ್ನು ಸಂಪರ್ಕಿಸಬೇಕಿದ್ದರೆ ಹೊಸದಾಗಿ ತಯಾರಾದ ಸರ್ಕಾರಿ ಬಾಬುಗಳ (ದೇಶೀ ದಳಾಳಿಗಳ) ಮೊರೆಹೋಗಬೇಕಿತ್ತು. ಮಣಭಾರದ ಕರ/ಸುಂಕ ಹೇರಿಕೆ, ಅದರಲ್ಲಿ ಹಿಂದೂ ಮುಸ್ಲಿಮರಿಗೆ ತಾರತಮ್ಯ, ಸ್ಥಳೀಯ ಉದ್ದಿಮೆ, ವ್ಯಾಪಾರಕ್ಕೆ ಪ್ರೋತ್ಸಾಹದ ಬದಲು ಮಲತಾಯಿ ಧೋರಣೆ, ಜನಸಾಮಾನ್ಯರ ನಂಬಿಕೆ, ಆಚಾರ, ವಿಚಾರಗಳಿಗೆ ಸ್ಪಂದಿಸದ ಬದಲಾವಣೆಗಳನ್ನು ತರಲು ಬಲವಂತ, ಮುಂತಾದವಕ್ಕೆ ಈ ಹಿಂದೆಯೇ ಉದಾಹರಣೆಗಳನ್ನು ಕೊಡಲಾಗಿದೆ.

ನಗರದ ರಸ್ತೆ, ಚರಂಡಿ, ನೈರ್ಮಲ್ಯ, ದೀಪ, ಹೊಸ ಬಡಾವಣೆಗಳು, ಕೊಳಚೆ ಪ್ರದೇಶಗಳ ಅಭಿವೃದ್ಧಿ ಇವುಗಳ ಬಗ್ಗೆ ಇಂಗ್ಲಿಷರ ಗಮನ ಬಹಳಸಮಯ ಹರಿಯಲಿಲ್ಲ. 1823ರಲ್ಲಿ 'ಸ್ಥಳೀಯ ಅಭಿವೃದ್ಧಿಸಮಿತಿ'ಯನ್ನು ರಚಿಸಿ ಆರುವರ್ಷಗಳಲ್ಲಿ ಅದನ್ನು ತೊಡೆದುಹಾಕಿದರು. ಕೊನೆಗೆ ಇಲ್ಲಿ ಮುನಿಸಿಪಾಲಿಟಿ ಶುರುವಾದದ್ದು 1867ರಲ್ಲಿ.

ಚರಂಡಿ, ನೈರ್ಮಲ್ಯಗಳ ಬಗ್ಗೆ ಮತ್ತು ಯಾತ್ರಿಕರ ಹಿತಾಸಕ್ತಿಯ ವಿಚಾರದಲ್ಲಿ ಹೆಚ್ಚಿನ ಕೆಲಸವಾಗಲಿಲ್ಲ. ಯಾತ್ರಿಕರ ಸೌಲಭ್ಯಕ್ಕಾಗಿ ಗಂಗಾನದಿಗೆ ಸ್ನಾನದ ಘಾಟ್‌ಗಳನ್ನು ಕಟ್ಟುವ ಕೆಲಸವು ಹಿಂದೂಗಳಿಂದಲೇ ನಡೆಯಿತು. ಅಕ್ಬರನ ಕಾಲದಲ್ಲಿ ಒಮ್ಮೆ ಮತ್ತು 1713ರಿಂದ 1800ರವರೆಗೆ ಮರಾಠರು ಪ್ರಬಲವಾಗಿದ್ದ ಸಮಯದಲ್ಲಿ ಇನ್ನೊಮ್ಮೆ ಮರಾಠರಿಂದಲೇ ಅನೇಕಘಾಟ್‌ಗಳ ನಿರ್ಮಾಣವಾಯಿತು. ಇವರಲ್ಲದೆ ಬಂಗಾಳದ ಭವಾನಿ ಮತ್ತು ಇಂದೋರಿನ ಅಹಲ್ಯಾಬಾಯಿ ಎಂಬ ಇಬ್ಬರು ರಾಣಿಯರು, ಮಂದಿರ ಕೊಳ–ಕುಂಡ ವಸತಿಗಳ ಮರುನಿರ್ಮಾಣದಲ್ಲಿ ಸಾಕಷ್ಟುಕೆಲಸಮಾಡಿದರು. ಬನಾರಸ್‌ನಲ್ಲಿ ಶತಮಾನಗಳಿಂದ

ಆಯುರ್ವೇದವು ಬಹಳವ್ಯಾಪಕವಾಗಿದ್ದರೂ, ಇಂಗ್ಲಿಷರು ಅಲೋಪತಿ ವೈದ್ಯಕೀಯವನ್ನು ಜಾರಿಗೆತಂದರು. ಸೈನಿಕರಿಗೆ ಅಲೋಪತಿ (1783), ಸಾರ್ವಜನಿಕ ಔಷಧಾಲಯ (1787), ಸಾರ್ವಜನಿಕ ಆಸ್ಪತ್ರೆ (1811), ಸರ್ಕಾರಿ ಔಷಧಾಲಯ (1845) ಇವುಗಳಲ್ಲದೆ ಹುಚ್ಚರ ಆಸ್ಪತ್ರೆ (1812), ಕುರುಡರ ಆಸ್ಪತ್ರೆ (1826) ಮತ್ತು ಕುಷ್ಠರೋಗಿಗಳ ಆಸ್ಪತ್ರೆ (1857) ಮುಂತಾದವನ್ನು ಉದಾಹರಿಸಬಹುದು. ಮೊದಲ ಬ್ಯಾಂಕ್ (1825), ಅಂಚೆ ತಂತಿ (1850), ಮೊಘಲ್‌ಸರಾಯ್‌ಗೆ ರೈಲು (1850) ಇವು ನವೀನಯುಗದ ಮೊದಲುಗಳಾದವು.

ನಗರ ನವೀಕರಣ ನೆಪದಲ್ಲಿ ಇಂಗ್ಲಿಷರು ತಮ್ಮ ನಿವಾಸಕ್ಕಾಗಿ ಇಲ್ಲಿಯ ಕಂಟೋನ್‌ಮೆಂಟ್ ಕಟ್ಟಿ ಬೆಳೆಸಿದರು. ನಗರದ (ಉತ್ತರ, ಮಧ್ಯ ಮತ್ತು ದಕ್ಷಿಣದಲ್ಲಿ) ವರಣನದಿ, ಮಿಸಿರ್‌ಪೊಕ್ರಾ ಮತ್ತು ಅಸಿನದಿಗಳ ಮೇಲೆ ಸೇತುವೆಗಳನ್ನು 1789, 1824 ಮತ್ತು 1827ರಲ್ಲಿ ಕಟ್ಟಿದರು. ಬನಾರಸ್ ಕೈಗೆಸಿಕ್ಕಿದ ಅನಂತರ ಸೈನ್ಯದ ಅವಶ್ಯಕತೆಯಿದ್ದಂತೆ, 1857ರ ಅನಂತರ ಪೊಲಿಸ್‌ವ್ಯವಸ್ಥೆ ಇಂಗ್ಲಿಷರ ಆಡಳಿತದ ಬೆನ್ನೆಲುಬಾಯಿತು. ಆದ್ದರಿಂದ ನಗರದಮಧ್ಯೆ ಒಳ್ಳೆಯ ಪೊಲಿಸ್‌ಠಾಣೆಯನ್ನು ಕಟ್ಟುವುದು ಅವರಿಗೆ ಅಗತ್ಯವಾಯಿತು. ಯಾತ್ರಿಗಳ ಕೇಂದ್ರವಾದ ದಶಾಶ್ವಮೇಧ ಘಾಟ್, ಜ್ಞಾನವಾಪಿ ಮತ್ತು ಗೋದೌಲಿಯ ಹತ್ತಿರದಲ್ಲಿ ಮಂದಿರಗಳ ಹಾಗು ಅಂಗಡಿಗಳ ದಟ್ಟಣಿಯಿದ್ದ ಚೌಕ್ ಎಂಬಲ್ಲಿ 'ನಯಾಚೌಕ್' ಕಟ್ಟಿ ಅಲ್ಲಿ ಪೊಲಿಸ್‌ಠಾಣೆಯನ್ನು ಕಟ್ಟಿದರು. 1866ರಲ್ಲಿ ರಾಜ್‌ಘಾಟ್‌ನಲ್ಲಿ ಹೊಸದಾಗಿ 'ಕಾಶಿ ರೈಲ್ವೆನಿಲ್ದಾಣ' ಬಂದಮೇಲೆ, ಅಲ್ಲಿಂದ ಪೊಲಿಸ್‌ಠಾಣೆಗೆ ಹೊಸರಸ್ತೆ ಬೇಡವೇ? ಈ ರಸ್ತೆಯ ನಿರ್ಮಾಣಕ್ಕೆ ಚೌಕ್ ಸುತ್ತಮುತ್ತಿನ ಗುಡ್ಡ ಎದುರಾದರೆ, ಅದನ್ನು ಕಡಿದು ಅಲ್ಲಿಯ ಮಣ್ಣನ್ನು ಮಂದಾಕಿನಿ ಕೊಳ ಮತ್ತು ಗೊದೌಲಿಯಾ ನಾಲಾವನ್ನು ತುಂಬಿದರೆ ಅದರಲ್ಲೇನು ತಪ್ಪು ಎಂದು ಅವರ ವಾದವಾಗಿತ್ತು. ನಾಲೆಹೋಗಿ ಅಲ್ಲಿ ಗೋದೌಲಿಯಾ–ಲಕ್ಸಾ ರಸ್ತೆ ಆಯಿತು. ಮುಂದೆ 'ಕಾಶಿ ರೈಲ್ವೆನಿಲ್ದಾಣ'ದಿಂದ ಹೊಸ 'ಕಂಟೋನ್‌ಮೆಂಟ್ ರೈಲುನಿಲ್ದಾಣ'ಕ್ಕೆ ರಸ್ತೆ ಮಾಡುವಾಗ ಮಧ್ಯದಲ್ಲಿನ ಮಚೋದರಿ ಕೊಳವನ್ನು ಮುಚ್ಚಿಹಾಕಿದರು. ಮಳೆಗಾಲದ ಪ್ರವಾಹದಲ್ಲಿ ಗಂಗೆಯನೀರು ಮಚೋದರಿಕೊಳದ ಮೂಲಕ ವರಣನದಿಯನ್ನು ಸೇರಿ, ಇವೆರಡರ ಮಧ್ಯೆ ಒಂದು ಕಾಲುವೆ ಏರ್ಪಾಡಾಗುತ್ತಿತ್ತು. ಇದರಿಂದ ಕಪಾಲಮೋಚನ, ಋಣಮೋಚನ ಮುಂತಾದ ಕೊಳಗಳಿಗೆ ನೀರು ಹರಿದುಬರುತ್ತಿತ್ತು. ಸುಮಾರು ನೂರುಎಕರೆಗಳಷ್ಟು ಕೆರೆಕೊಳಗಳ ಜಾಗವನ್ನು ಮಣ್ಣಿನಿಂದ ತುಂಬಿದುದರಿಂದ ಕಪಾಲಮೋಚನವು ಒಣಗಿತು. ಕಪಾಲಮೋಚನ ಕೊಳವು ಒಮ್ಮೆ ಪ್ರಸಿದ್ಧವಾಗಿದ್ದ ಓಂಕಾರೇಶ್ವರ ಮಂದಿರದ ಹತ್ತಿರದಲ್ಲಿತ್ತು. ಇಂದು ಮಂದಿರದ ಸುತ್ತ ರಣಬಣವೆನಿಸುವ ಒಣಗಿದ ಮಣ್ಣು ಮತ್ತು ಗೋರಿಗಳು! ಇದೇ ರೀತಿಯಲ್ಲಿ ದಕ್ಷಿಣದಲ್ಲಿನ ಅಸಿನದಿಯನ್ನು ಕೊಳಚೆ ಹರಿಸುವ ನಾಲೆಯಾಗಿಸಿದರು. ರಾಜ್‌ಘಾಟ್‌ನ ರೈಲುನಿಲ್ದಾಣ(1866), ಅಲ್ಲಿಯ ಡಫರಿನ್ (ಮಾಳವೀಯ) ಸೇತುವೆ(1880–1887)

ಮುಂತಾದ ನಿರ್ಮಾಣಗಳಿಂದ ಅಲ್ಲಿಯ ಪುರಾತನ (ಕ್ರಿಸ್ತಪೂರ್ವದ) ಅವಶೇಷಗಳನ್ನು ಭೂಗರ್ಭದಲ್ಲಿ ಎಂದೆಂದಿಗೂ ಹುದುಗಿಹಾಕಿದರು. ಹಳೆಯದನ್ನು ಹೊಸಕಿ ಹೊಸದನ್ನು ಕಟ್ಟುವುದೆ ಪ್ರಗತಿ ಎನಿಸುವ ಪರಿಯಲ್ಲಿ ನವೀಕರಣ ಮುಂದುವರೆದಿತ್ತು. ಇದನ್ನು ನೋಡಿ ಲೇಖಕರೊಬ್ಬರು "ಇಂಗ್ಲಿಷ್ ಆಡಳಿತವು ಉದ್ದೇಶ ಪೂರ್ವಕವಾಗಿಯೆ ಕೇಡುಬಯಸಿ, ಯದ್ವಾತದ್ವಾ ನಗರಯೋಜನೆಯಿಂದ ಬನಾರಸ್‌ನ್ನು ಹಾಳುಗೆಡವಿದರು" ಎನ್ನುತ್ತಾರೆ.

ಪ್ರಾಚೀನ ಬನಾರಸ್‌ನ ರಮ್ಯತೆ, ಮನಮೋಹಕತೆ, ಪ್ರಾಕೃತಿಕ ಸೌಂದರ್ಯ, ಕೆರೆ ಕುಂಡಗಳು, ಶಿಲ್ಪಗಳು, ಅವಶೇಷಗಳು ಮುಂತಾದವನ್ನು ಹಾಳುಗೆಡವುದರಲ್ಲಿ ಸ್ಥಳೀಯರ ಹಾಗು ಪರಕೀಯರಪಾತ್ರ ಸಾಕಷ್ಟಿದೆ. ಈ ನಾಶಕ್ಕೆ ಔರಂಗಜೇಬನ ಕಾಲದವರೆಗಿನ ವಿದೇಶೀ ದಾಳಿಗಳು ಮತ್ತು ವಿಗ್ರಹಭಂಜಕ ಕೃತ್ಯಗಳು ಮುಖ್ಯಕಾರಣಗಳಾದರೆ, ಆನಂತರ ಜನರ ಅಜ್ಞಾನ ಮತ್ತು ಪ್ರಗತಿಯ ಹಾಗು ನವೀಕರಣದ ದಾಪುಕಾಲು ಕಾರಣಗಳಾದವು. ಇಂಗ್ಲಿಷರ ಕಾಲದಲ್ಲಿ 1775ರಿಂದ 1905ರವರೆಗೆ ಎಡೆಬಿಡದೆ ಹಳೆಯದನ್ನು ಧ್ವಂಸಮಾಡುವಕಾರ್ಯ ವಿವೇಚನೆಯಿಲ್ಲದೆ ನಡೆದುಬಂದುದು ವಿಷಾದಕರ. ಸಾರನಾಥದ ಪವಿತ್ರಶಿಲ್ಪಗಳು ಧಾರ್ಮಿಕಚರಿತ್ರೆಯ ಹರಿದ ಪುಟಗಳು ಎಂಬುದನ್ನೂ ಅರಿಯದೆ, ಚೇತ್‌ಸಿಂಗನ ಅಧಿಕಾರಿಯಾಗಿದ್ದ ಬಾಬು ಜಗತ್‌ಸಿಂಗ್ (ಸು.1775ರಲ್ಲಿ) ಶಿಲ್ಪಗಳನ್ನು ಸಾಗಿಸಿ 'ಜಗತ್‌ಗಂಜ್'ನ್ನು ಕಟ್ಟಿದನು. ಇವನನ್ನು ನೋಡಿ ಜೈತಪುರ, ಸಿಗ್ರೋಲ್ ಮತ್ತು ಅಲಾಯಿಪುರದ ಮುಸ್ಲಿಮರು ಬಕರಿಯಾಕುಂಡ ಮತ್ತು ಪಿತೃಕುಂಡದ ಮಂದಿರಗಳ ಕಲ್ಲುಗಳನ್ನು ತಮ್ಮ ಉಪಯೋಗಕ್ಕೆ ಸಾಗಿಸತೊಡಗಿದ್ದರು. ಪ್ರಾಚೀನಶೋಧಕನಾದ ಥಾಮಸ್ ಎಂಬುವನು ವರಣಾ ನದಿಗೆ ಸೇತುವೆಕಟ್ಟುವ ಮೊದಲು, ಸುಮಾರು 1789ರಲ್ಲಿ, ನೀರಿಗೆ ತಡೆಕಟ್ಟಲು, ಸಾರನಾಥದ 48 ವಿಗ್ರಹಗಳನ್ನು ಉಪಯೋಗಿಸಿ ತನ್ನ ವೃತ್ತಿಗೆ ಅಪಚಾರವೆಸಗಿದನು. ಮೇಜರ್ ಕಿಟ್ಟೊ ಎಂಬ ಪ್ರಾಚೀನಶೋಧಕನು, 1851ರಲ್ಲಿ ಗಾಡಿಗಟ್ಟಲೆ ಕಲ್ಲುಗಳನ್ನು ಸಾರನಾಥ ಮತ್ತು 'ಬಕರಿಯಾ ಕುಂಡ'ದಿಂದ ಸಾಗಿಸಿ, 'ಬನಾರಸ್ ಕ್ವೀನ್ಸ್ ಕಾಲೇಜ್' (ಇಂದಿನ 'ಸಂಸ್ಕೃತ ವಿಶ್ವವಿದ್ಯಾಲಯ') ಕಟ್ಟಡದ ನಿರ್ಮಾಣಕ್ಕಾಗಿ ಉಪಯೋಗಿಸಿದನು. ಕೆತ್ತನೆಯ ಕಲ್ಲುಗಳಲ್ಲಿ ಅನೇಕವು ಬುದ್ಧಮಂದಿರಗಳಿಗೆ ಸೇರಿದುದನ್ನೂ ಅವನು ಪರಿಗಣಿಸಲಿಲ್ಲ. 1825ರ ಸಮಯದಲ್ಲಿ ಪ್ರಿನ್ಸೆಪ್ ಮತ್ತು ಸರ್ ವಿಲಿಯಮ್ಸ್‌ರಂತಹ ಕೆಲವು ಪಂಡಿತರ ಮಾತಿನಮೇರೆಗೆ ಇಂತಹ ವಿನಾಶಕಾರಿ ಕೆಲಸ ಸ್ವಲ್ಪಕಡಿಮೆಯಾದರೂ ಲಾರ್ಡ್ ಕರ್ಜನ್‌ನ (1899–1905) ಸಮಯದವರೆಗೂ ನಿಲ್ಲಲಿಲ್ಲ. ಇಂಗ್ಲಿಷರಿಗೆ ಇಲ್ಲಿಯ 'ನೇಟೀವ್'ಗಳು ಅಸಂಸ್ಕೃತರಾಗಿ ಕಂಡರೆ, ವಿಗ್ರಹಗಳು ಭೂತಗಳಾಗಿ, ಸ್ಮಾರಕಗಳು ಅಡಿಪಾಯದ ಕಲ್ಲುಗಳಾಗಿ, ಪವಿತ್ರ ಕುಂಡಗಳು ಕೊಳಚೆಯ ಹೊಂಡಗಳಾಗಿ ಮತ್ತು ಸುಂದರ ಆಶ್ರಮಗಳು ಪ್ರಗತಿಗೆ ಅಡ್ಡವಾದ ಕಾಡುಗಳಾಗಿ ಕಾಣುತ್ತಿದ್ದವು. ಹಳೆಯದನ್ನು ನಾವೀಗ ಚಿತ್ರಗಳಲ್ಲಿ ಮಾತ್ರವೇ ಕಾಣಬಹುದು. ರಾಬರ್ಟ್ ಫ್ಲೆಚರ್ (1765), ಪ್ರಿನ್ಸೆಪ್

(1831) ಮತ್ತು ಕ್ಯಾಪ್ಟನ್ ರಾಬರ್ಟ್ ಎಲಿಯಟ್ (1935) ಇವರ ಬಣ್ಣದ ಕುಂಚದಲ್ಲಿ ಬನಾರಸ್‌ನ ಘಾಟ್‌ಗಳ ಮತ್ತು ಹಳೆಯ ತಾಣಗಳ ರಮ್ಯದೃಶ್ಯಗಳು ಚಿತ್ರಿತವಾಗಿರುವುದನ್ನು ನೋಡಬಹುದು.

ಹಿಂದೂಸಂಸ್ಕೃತಿಯ ಬೇರಿಗೇ (ಮಿಷನರಿಗಳ) ವಿಷ: ಬನಾರಸ್‌ನಲ್ಲಿ ಆಧುನಿಕ ವಿದ್ಯೆಯ ಶುಭಾರಂಭವಾಗಿದ್ದು ಸಹ ಬಂಗಾಳಿಯಾದ ರಾಜಾ ಜಯನಾರಾಯಣ ಘೋಷಾಲ್ 1814ರಲ್ಲಿ ಸ್ಥಾಪಿಸಿದ ಇಂಗ್ಲಿಷ್ ಶಾಲೆಯಿಂದಲೇ ಎನ್ನಬಹುದು. ಕ್ರಿಶ್ಚಿಯನ್ ಮಿಷನರಿಗಳ ನಾಲ್ಕು ಮಿಷನರಿಸಂಸ್ಥೆಗಳು 1821ರಲ್ಲಿ ಕಾರ್ಯನಿರ್ವಹಣೆ ಮಾಡುತ್ತಿದ್ದವು. 1818ರಲ್ಲಿ 'ಜಯನಾರಾಯಣ ಶಾಲೆ'ಯು ಮಿಷನರಿಗಳ ಶಾಲೆಯಾಗಿ ಅಲ್ಲಿ ಬೈಬಲ್‌ಗೆ ಸಂಬಂಧಿತ ವಿಷಯಗಳು ಖಡ್ಡಾಯವಾದುದು ವಿಷಾದದಸಂಗತಿ. 1791ರಲ್ಲಿ 'ಬನಾರಸ್ ಹಿಂದೂ ಕಾಲೇಜ್' (ಅನಂತರದಲ್ಲಿ 'ಸಂಸ್ಕೃತ ಕಾಲೇಜ್', ಮಧ್ಯದಲ್ಲಿ 'ಕ್ವೀನ್ಸ್ ಕಾಲೇಜ್', ಈಗ 'ಸಂಸ್ಕೃತ ವಿಶ್ವವಿದ್ಯಾಲಯ') ಶುರುವಾದಾಗಿನ ಉದ್ದೇಶ 'ಹಿಂದೂಗಳ ನೀತಿ, ಧರ್ಮ ಮತ್ತು ಸಾಹಿತ್ಯವನ್ನು ಬೆಳೆಸುವುದು ಮತ್ತು ಮುಖ್ಯವಾಗಿ ಯೂರೋಪಿಯನ್ ನ್ಯಾಯವಾದಿಗಳಿಗೆ ಹಿಂದೂಸಹಾಯಕರನ್ನು ಒದಗಿಸಿಕೊಡುವುದು' ಎಂದಿತ್ತು. ಇಂತಹ ಘನಾಂಧಾರಿ ಉದ್ದೇಶವಿದ್ದ ಸರ್ಕಾರಿ ಕಾಲೇಜನ್ನು ಶುರುಮಾಡಿದ್ದಕ್ಕೆ ಇಲ್ಲಿಯ ರೆಸಿಡೆಂಟ್ ಜೊನಾಥನ್ ಡಂಕನ್ನನ ವಿಶಾಲದೃಷ್ಟಿಯೇ ಕಾರಣವೆನ್ನಬಹುದು. ಮಿಷನರಿಗಳ ಚಟುವಟಿಕೆ ಶುರುವಾದ ಹೊಸತರಲ್ಲಿಯೆ, 1823ರಲ್ಲಿ ಕಂಪನಿಯು 'ಜನರಲ್ ಕಮಿಟಿ ಆಫ್ ಪಬ್ಲಿಕ್ ಇನ್‌ಸ್ಟ್ರಕ್ಷನ್' ಎಂಬ ಸಮಿತಿಯನ್ನು ರಚಿಸಿತು. ಈ ಸಮಿತಿಯು 'ಬನಾರಸ್ ಹಿಂದೂ ಕಾಲೇಜಿ'ನ ಸ್ಥಾಪನೆಯೆ "ಮೂಲಭೂತವಾದ ತಪ್ಪು" ಎಂದು ಕಟುವಾಗಿ ಟೀಕಿಸುತ್ತಾ "ತಿರುಳಿಲ್ಲದ ಕ್ಷುದ್ರವಾದ....... ನಿಜವಾಗಿ ಹಾನಿಕರವಾದ.....(ಸುಳ್ಳಿನ)ಕಂತೆಯನ್ನು ಪಾಠಮಾಡಲು ಸರ್ಕಾರವು ತನ್ನನ್ನು ತಾನೇ ಬಂಧಿಸಿಕೊಂಡಿದೆ" ಎಂದಿತು. ಈ ಸಮಯದಲ್ಲಿ ಔರಂಗಜೇಬನ ಜೀವನಚರಿತ್ರೆಯಲ್ಲಿ ('ಮಸಿರ್ ಎ ಅಲಮ್‌ಗಿರಿ'ಯಲ್ಲಿ) ಬರೆದಿರುವ ಹೇಳಿಕೆಯನ್ನು ನೆನಪಿಸಿಕೊಳ್ಳಬಹುದು: "ಬನಾರಸ್, ಮುಲ್ತಾನ್‌ಗಳಲ್ಲಿ ವಿಧರ್ಮಿಬ್ರಾಹ್ಮಣರು ತಮ್ಮ ಶಾಲೆಗಳಲ್ಲಿ ಕೆಟ್ಟ (ತಪ್ಪು ತಿಳುವಳಿಕೆಯ) ಗ್ರಂಥಗಳನ್ನು ಕಲಿಸುತ್ತಿದ್ದಾರೆ ಮತ್ತು ಹಿಂದೂ ಮುಸ್ಲಿಮ್ ವಿದ್ಯಾರ್ಥಿಗಳು ಹಾಗು ಅನುರಾಗಿಗಳು ಈ ನೀಚ (ತುಚ್ಛ) ವಿದ್ಯೆಯನ್ನು ಕಲಿಯಲು ದೂರದೂರದಿಂದ ಬರುತ್ತಿದ್ದಾರೆ ಎಂದು ಧರ್ಮಪಾಲಕ ಪ್ರಭುವಿಗೆ ತಿಳಿದುಬಂದಿತು". ಇದನ್ನು ಕೇಳಿದ ಕ್ರೂರ ಸಾಮ್ರಾಟನು ಪಾಠಶಾಲೆಗಳನ್ನು ಮಂದಿರಗಳನ್ನು ಧ್ವಂಸಮಾಡಬೇಕೆಂದು 1669ರಲ್ಲಿ ಆಜ್ಞೆಯಿತ್ತರೆ, 154ವರ್ಷಗಳ ಅನಂತರ ವಿಕೃತಮನಸ್ಸಿನ ಇಂಗ್ಲಿಷ್‌ಸಮಿತಿಯೊಂದು ಹಿಂದೂಸಂಸ್ಕೃತಿಯ ಬೇರಿಗೆ (ಮಿಷನರಿಗಳ ಮೂಲಕ) ವಿಷವುಣಿಸಿ ವ್ಯವಸ್ಥೆಯನ್ನೇ ಕೊಳೆಸುವ ಯೋಚನೆ ಮಾಡಿದರು. ಪೌರಸ್ತ್ಯರಿಗೂ ಆಂಗ್ಲರಿಗೂ ಇದ್ದ ಮತಭೇದಕ್ಕೆ ಲಾರ್ಡ್ ಮೆಕಾಲೆ

ತೆರೆಯೆಳೆದನು. 1835ರಿಂದ ಪೂರ್ವಸಂಸ್ಕೃತಿಯ ವಿದ್ಯೆಗಳಿಗೆ ಕಡಿಮೆ ಅನುದಾನ, ಕಡಿಮೆ ವಿದ್ಯಾರ್ಥಿವೇತನ, ಕಡಿಮೆಪ್ರೋತ್ಸಾಹ ಕೊಡಲಾಯಿತು; ಪರ್ಶಿಯನ್ ಕಲಿಕೆಯನ್ನು ತೆಗೆದು ಹಿಂದೂಸ್ಥಾನಿಯನ್ನು ಶುರುಮಾಡಲಾಯಿತು; 1844ರಲ್ಲಿ ಸಂಸ್ಕೃತವಿದ್ಯಾರ್ಥಿಗಳು ಕಡ್ಡಾಯವಾಗಿ ಇಂಗ್ಲಿಷ್ ಕಲಿಯಬೇಕೆಂದಾಯಿತು; ಪಾಶ್ಚಿಮಾತ್ಯ ದರ್ಶನಗಳು, ಮಾನವಶಾಸ್ತ್ರ, ಇಂಗ್ಲಿಷ್ ಸಾಹಿತ್ಯ ಮುಂತಾದ ವಿಷಯಗಳು ಪ್ರಮುಖವಾದವು.

ಮೇಲೆ ಹೇಳಿದಂತೆ ಕ್ರಿಶ್ಚಿಯನ್‌ಮಿಷನರಿಗಳ ಕೆಲಸ 1813ರಲ್ಲಿಯೆ ಶುರುವಾಗಿ, ಮತಪರಿವರ್ತನೆ, ಹಿಂದೂಧರ್ಮದ ವಿರುದ್ಧ ಕರಪತ್ರವಿತರಣೆ, ಪ್ರವಚನಗಳು, ರಸ್ತೆ, ತೋಟಗಳಲ್ಲಿ ಕ್ರಿಸ್ತಧರ್ಮ ಪ್ರಚಾರ, ಶಾಲೆಗಳಲ್ಲಿ ವಿದ್ಯಾರ್ಥಿಗಳಿಗೆ ಬೈಬಲ್‌ನ ಸಂದೇಶಗಳು ಮುಂತಾದ ಅನೇಕವಿಧಗಳಲ್ಲಿ ತಮ್ಮ ಪ್ರಯತ್ನವನ್ನು ಮುಂದುವರಿಸಿದರು. ಇವರಿಗೆ ಸರ್ಕಾರದ ಬೆಂಬಲ ಮತ್ತು ಪಕ್ಷಪಾತದ ಸಹಾಯವಿತ್ತೆಂದು ಹೇಳಲೇಬೇಕಾಗಿಲ್ಲ. ಇಷ್ಟಾದರೂ 150 ವರ್ಷಗಳಲ್ಲಿ, 1866ರವರೆಗೆ, 563 ಹಿಂದೂಗಳನ್ನು ಮಾತ್ರ ಪರಿವರ್ತನೆಮಾಡಲಾಗಿತ್ತು. ಇವರಲ್ಲಿ ಹೆಚ್ಚಿನವರೆಲ್ಲ ಬಡತನದ ಬೇಗೆಯಲ್ಲಿ ನೊಂದ ವಿಧವೆಯರು, ಸೇನೆಗೆ ಸೇರಿದವರು, ಇಂಗ್ಲಿಷ್ ಸೈನಿಕರ ಭಾರತೀಯ ಹೆಂಡತಿಯರು, ಸೈನ್ಯದಲ್ಲಿ ಡ್ರಮ್ಮರ್ ಮುಂತಾದ ಕೆಲಸದಲ್ಲಿರುವವರೇ ಆಗಿದ್ದರು. ಇದಕ್ಕೆ ಒಂದು ಅಪವಾದವೆಂದರೆ ಪಂಡಿತ ನೀಲಕಂಠಶಾಸ್ತ್ರಿ ಎಂಬ ಮಹಾರಾಷ್ಟ್ರ ಬ್ರಾಹ್ಮಣನ ಪರಿವರ್ತನೆಯೊಂದೇ ಆಗಿತ್ತು.

ತ್ರಿಕೋಣ ವೈಷಮ್ಯ: ಹೀಗೆ ಯಾವಕ್ಷೇತ್ರದಲ್ಲಿಯೂ ಇಂಗ್ಲಿಷರ ಮತ್ತು ಸ್ಥಳೀಯರ ಮಧ್ಯೆ ಹೊಂದಾಣಿಕೆಯೆ ಇರಲಿಲ್ಲ ಎನ್ನಬಹುದು. ಇಂಗ್ಲಿಷರು ಅಸ್ಪೃಶ್ಯರು, ಅಪವಿತ್ರರು ಮತ್ತು ಮುಸ್ಲಿಮರು ಕ್ರೂರಿಗಳು ಎಂದು ಹಿಂದೂಗಳು ಎಣಿಸಿದ್ದರು; ಮುಸ್ಲಿಮರಬಗ್ಗೆ ದ್ವೇಷಪೂರಿತ ಹೆದರಿಕೆ ಇಂಗ್ಲಿಷರಿಗಿತ್ತು; ಹಿಂದೂಗಳು ತುಚ್ಛರೆಂಬ ತಿರಸ್ಕಾರ ಮುಸ್ಲಿಮರಿಗೆ ಮತ್ತು ಇಂಗ್ಲಿಷರಿಗೆ ಇತ್ತು. ಈ ತ್ರಿಕೋಣವೈಷಮ್ಯದಲ್ಲಿ ವಿವೇಚನೆ ಕಷ್ಟಸಾಧ್ಯವೇ ಸರಿ. ಇಂಗ್ಲಿಷರಂತೂ ಹಿಂದೂಗಳ ಬಗ್ಗೆ ಗೌರವವನ್ನಾಗಲೀ ಅಥವಾ ಅವರ ಭಾವನೆಗಳಿಗೆ ಕೊಂಚವಾದರು ಸ್ಪಂದನವನ್ನಾಗಲೀ ತೋರದೆ, ಅವರನ್ನು ಗುಲಾಮರಂತೆ ಪರಿಗಣಿಸಿ, ನಿಕೃಷ್ಟದೃಷ್ಟಿಯನ್ನು ಸದಾಬೀರುತ್ತಿದ್ದರು. ಸೈನ್ಯದಲ್ಲಿದ್ದ ಇಂಗ್ಲಿಷರು ಒರಟರಾದರೆ, ಸರ್ಕಾರದ ಸೇವೆಯಲ್ಲಿದ್ದವರು ಧಿಮಾಕು ಜಬರ್ದಸ್ತು ತೋರುತ್ತಿದ್ದರು, ವ್ಯಾಪಾರದಲ್ಲಿ ತಮ್ಮಭಾಗ್ಯ ಹುಡುಕಿ ಬಂದವರು ತಮ್ಮ ಲಾಭದಾಸೆಯಲ್ಲಿರುತ್ತಿದ್ದರು, ಇನ್ನು ಮಿಷನರಿಗಳು ಗುಳ್ಳೆನರಿಗಳಂತಿದ್ದರು. ಇಂತಹ ಪರಿಸ್ಥಿತಿಯಲ್ಲಿ, ಮಾನವೀಯ ಮೌಲ್ಯಗಳಿಗೆ ಬೆಲೆಕೊಡುತ್ತಿದ್ದ ಜೇಮ್ಸ್ ಪ್ರಿನ್ಸೆಪ್‌ನಂತಹ ಕೆಲವರು ಸೌಹಾರ್ದತೆಯ ವಾತಾವರಣ ತರಲು 1822ರಲ್ಲಿ 'ಬನಾರಸ್ ಲಿಟರರಿ ಸೊಸೈಟಿ'ಯನ್ನು, 1840ರಲ್ಲಿ 'ಬನಾರಸ್ ಇನ್‌ಸ್ಟಿಟ್ಯೂಟ್'ನ್ನು ಶುರುಮಾಡಿದರು. ಇವುಗಳಲ್ಲಿ ಸ್ಥಳೀಯ ಶ್ರೀಮಂತರು, ವ್ಯಾಪಾರಿಗಳು, ಗಣ್ಯರು, ವಿಚಾರವಾದಿಗಳು ಸಮಕಾಲೀನ ಸಮಸ್ಯೆಗಳ ಬಗ್ಗೆ ಚರ್ಚಿಸುತ್ತಿದ್ದರು. ಇದು ಇಂಗ್ಲಿಷ್‌ಬಲ್ಲ

ಸ್ಥಳೀಯರ ಕೂಟವಾಗಿ, ಅವರು ಇಂಗ್ಲಿಷರ ಉಡುಪು, ಆಹಾರ, ರೀತಿನೀತಿಯನ್ನು ಅನುಸರಿಸಿ ತಮ್ಮದೇ ಆದ ಒಂದು ಇಲೈಟ್, ಗಣ್ಯ, ರಯೀಸ್ ಎಂಬ ವರ್ಗಕ್ಕೆ ಕಾರಣರಾದರು. ಇವರಲ್ಲದೆ ಸಂಸ್ಕೃತಭಾಷೆ ಮತ್ತು ಭಾರತೀಯ ವಿದ್ಯೆಗಳಲ್ಲಿ ಆಸಕ್ತಿವಹಿಸಿದ್ದ ವಿದ್ವಾಂಸರಾದ ವಿಲ್‌ಕಿನ್ಸ್ (1780), ಕರ್ನಲ್ ವಿಲ್‌ಫೋರ್ಡ್ (1788–1822), ಜೊನಾಥನ್ ಡಂಕನ್ (1787–1795), ಎಚ್. ಎಚ್. ವಿಲ್ಸನ್ (1820) ಮತ್ತು ಸಂಸ್ಕೃತ ಕಾಲೇಜಿನ ಇಂಗ್ಲಿಷ್ ಪ್ರಾಂಶುಪಾಲರುಗಳು ಕೊಂಚಮಟ್ಟಿಗೆ ಬೆಸುಕೆಹಾಕಿದ್ದರು. ಸಾಮಾನ್ಯ ಜನಜೀವನದಲ್ಲಿ ಒಳ್ಳೆಯ ಕೆಲಸಮಾಡುವ ಇಂಗ್ಲಿಷಿಗನನ್ನು 'ಚೋಟಾಡಂಕನ್' ಎಂತಲೂ, ತಲೆಪ್ರತಿಷ್ಠೆಯ ಇಂಗ್ಲಿಷಿಗನನ್ನು 'ಸರ್‌ವಾ' (ಇಂಗ್ಲಿಷಿನ 'ಸರ್' ಮತ್ತು ಹಿಂದಿಯ 'ಸರ್' ಅಥವಾ ತಲೆ!) ಎಂದೂ ವ್ಯಂಗ್ಯವಾಗಿ ಕರೆಯುತ್ತಾರೆ. ಈ ಸಂಗತಿಗಳನ್ನು ಬಿಟ್ಟರೆ ಇಂಗ್ಲಿಷರ ಪ್ರಭಾವಬಿದ್ದುದು ಬನಾರಸಿ ಚಿತ್ರಕಲೆಯ ಮೇಲೆ ಮಾತ್ರವೆನಬಹುದು. ಇದರಿಂದಾಗಿ 'ಕಂಪನಿ ಶೈಲಿಯ ಚಿತ್ರಕಲೆ' ಪ್ರಸಿದ್ಧವಾಯಿತು. ಚಿತ್ರಕಲೆ, ಕರಕುಶಲ, ರೇಷ್ಮೆ ಉದ್ದಿಮೆ ಇವುಗಳ ಬಗ್ಗೆ ಮೊದಲೇ ಹೇಳಲಾಗಿದೆ.

■

ಆಧಾರಗಳು :

ವಾರಾಣಸಿ ಎಟ್ ದಿ ಕ್ರಾಸ್‌ರೋಡ್ಸ್, ಸ್ವಾಮಿ ಮೇಧಸಾನಂದ, ರಾಮಕೃಷ್ಣ ಮಿಷನ್, ಕೊಲ್ಕತ್ತಾ, 2002

ವಾರಾಣಸಿ ರಿಡಿಸ್ಕವರ್ಡ್, ಬಿ.ಭಟ್ಟಾಚಾರ್ಯ, ಮುನ್ಷಿರಾಮ್ ಮನೋಹರಲಾಲ್, ದೆಹಲಿ, 1999.

ಕಾಶೀ ಕಾ ಇತಿಹಾಸ್, ಡಾ. ಮೋತಿಚಂದ್ರ, ವಿಶ್ವವಿದ್ಯಾಲಯ ಪ್ರಕಾಶನ, ವಾರಾಣಸಿ, 1985.

40. ಕಾಶೀ–ಸಂಕ್ಷಿಪ್ತ ಸಾರಾಂಶ

ಯಾತ್ರೆ ಹೇಗಿರಬೇಕು ?

* ಬೇರೆಯ ಸ್ಥಳಕ್ಕೆ ಪ್ರಯಾಣಮಾಡಬೇಕಾದರೆ ಒಂದು ಕಾರಣವಿರಬೇಕು–ವ್ಯವಹಾರ, ಹವ್ಯಾಸ, ಮನೋಲ್ಲಾಸ, ವಿಶೇಷಜ್ಞಾನ ಅಥವಾ ಯಾತ್ರೆ, ಅಂದರೆ Business, Hobby, Picnic/HoneyMoon/Pleasure Trip, Purposeful Study, Holy Pilgrimage, ಇತ್ಯಾದಿ. ಕಾಶಿಯಾತ್ರೆ ಮಾತ್ರ ಯಾತ್ರೆಯೆಂದೇ ಖಚಿತವಾಗಿರಬೇಕು.

* **ಯಾತ್ರೆ ಬರೀಮನೋಲ್ಲಾಸವಲ್ಲ**. ಯಾತ್ರೆಗೆ ಹೋಗೋದು, ಜಾತ್ರೆ ನೋಡೋದು, ಪಾತ್ರೆ ಕೊಳ್ಳೋದು ಅಷ್ಟೇ ಅಲ್ಲ.

* **ಮೇಲ್ನೋಟಕ್ಕೆ ನಿರಾಶೆ ಬೇಡ**– ಕಾಶಿಗೆ ಹೋದಮೇಲೆ, ಭೌತಿಕಕಾಶಿಯ ಕೊಳಕು, ಗಂಗೆಯ ಕಲುಷಿತ ನೀರು, ಮಂದಿರಗಳಲ್ಲಿ ಲೂಟಿ, ಪಂಡಾಗಳ ಮೋಸ, ವಂಚನೆ, ನಗರದ ಕೊಳಕು, ಅಧಃಪತನವಾಗುತ್ತಿರುವ ಸಂಸ್ಕೃತಿ, ಕೊಳೆಯುತ್ತಿರುವ ಸಂಪ್ರದಾಯಗಳು, ನಾರುತ್ತಿರುವ ಹೆಣಗಳು, ಮುಂದೆ ದಾರಿಕಾಣದ ಕತ್ತಲು, ಕೊನೆಗೆ ಮುಕ್ತಿಕೊಡಿಸುವ ಮರಣದ ಬಗ್ಗೆ ಅಪನಂಬಿಕೆ, ಇವುಗಳಿಂದ ನಿರಾಶರಾಗಿ ಓಡಬೇಕಿಲ್ಲ.

* **ವೈರಾಗ್ಯ–ಜುಗುಪ್ಸೆ ಎರಡೂ ಬೇಡ**–ಇಲ್ಲಿಯ ಪುರಾಣದಕಥೆಗಳು, ಶ್ರದ್ಧೆಯಿಲ್ಲದಸಂಕಲ್ಪ, ಮಂತ್ರವಿಲ್ಲದಪೂಜೆ ಮತ್ತು ಭಕ್ತಿಯಿಲ್ಲದ ನಮಸ್ಕಾರಮಾಡುತ್ತಾ ಮಂದಿರದಿಂದ ಮಂದಿರಕ್ಕೆ ಓಡುವುದನ್ನು, ವಸ್ತುಸಂಗ್ರಹಾಲಯದ ಹಳೆಯಬೊಂಬೆ, ವಸ್ತ್ರ, ಆಭರಣ ಇತ್ಯಾದಿಗಳನ್ನು ನೋಡಿ, ಬೇಕಾದರೆ ಅದರ ಹೆಸರು ಓದಿ, ಬೇಡದಿದ್ದರೆ ಮುಂದೋಡಿ ಹೋಗುವುದಕ್ಕೆ ಹೋಲಿಸಬಹುದು. ಅಂಕುಡೊಂಕಾದ ಗಲ್ಲಿಗಳು, ಗೂಳಿಗಳ ಓಟ, "ರಾಂಡ್", ಸಾಂಡ್", ಸೀಡೀ, ಸನ್ಯಾಸಿ"ಗಳ ಭಯ, ಸ್ಮಶಾನದ ಬೆಂಕಿ ಇವುಗಳಿಂದ ವೈರಾಗ್ಯವೋ ಜುಗುಪ್ಸೆಯೋ ಆಗಲೂ ಬಹುದು. ಮನಸ್ಸು ಧೃಡವಾಗಿರಲಿ.

* **ಅಭಿರುಚಿ ಏನು?**–ಕಾಶಿಯಬಗ್ಗೆ ವಿಶೇಷಜ್ಞಾನ ಅನೇಕ ತೆರನಾದವು. ಐದುಸಾವಿರ ವರ್ಷಗಳ ವೈವಿಧ್ಯಮಯ ಚರಿತ್ರೆಯ ಪುಟಗಳು, ಸಂಸ್ಕೃತಿಯ ಬಣ್ಣಬಣ್ಣದ ಪದರಗಳು, ಕಾಶಿಯಲ್ಲಿ ನೆಲೆಸಿರುವ ಸಮಸ್ತದೇವತೆಗಳು, ಎಲ್ಲ ಮತ–ಧರ್ಮಗಳನ್ನೂ ಪ್ರತಿನಿಧಿಸುವ ಮಠಗಳು, ಮನೋನಿಗ್ರಹದ ನಮೂನೆಗಳಾದ ಸಾಧುಸಂತರು ಸಿದ್ಧರು, ಮನೋವಿಕಾಸದ ವಿವಿಧಪ್ರಕಾರಗಳನ್ನು ಪ್ರಸಾರವಮಾಡುವ ಅನೇಕಪಾಠಶಾಲೆಗಳು ಮತ್ತು ಐದುವಿಶ್ವವಿದ್ಯಾಲಯಗಳು ಇವೆಲ್ಲದರ ವಿಶೇಷಜ್ಞಾನದ ಅರಿವು ಒಳ್ಳೆಯದೆ. ಆದರೆ ಎಲ್ಲವೂ ಯಾತ್ರಿಯ ಅಭಿರುಚಿಯಮೇಲಿದೆ.

* **ಅರ್ಥಮಾಡಿಕೊಳ್ಳುವುದು ಮುಖ್ಯ**– ತೀರ್ಥಕಾಶೀ, ಮುಕ್ತಿಕ್ಷೇತ್ರ, ಧರ್ಮಕ್ಷೇತ್ರ, ಜ್ಞಾನಕ್ಷೇತ್ರ

ಎಂದು ಆಧ್ಯಾತ್ಮಿಕಕಾಶಿಯನ್ನು ಅರ್ಥಮಾಡಿಕೊಳ್ಳುವುದೂ ಒಂದು ಮುಖ್ಯ ಭಾಗ.

* **ಅಂತಿಮ ಗುರಿ–** "ಕಾಶಿಯಲ್ಲಿ ಕಾಶಿಯೇ ಪ್ರಕಾಶಮಾನ. ಕಾಶಿ ಮಿಕ್ಕೆಲ್ಲವನ್ನೂ ಪ್ರಕಾಶಿಸುತ್ತದೆ. ಯಾರು ಈ ಕಾಶಿಯನ್ನು ಅರ್ಥಮಾಡಿಕೊಳ್ಳುವರೋ ಅವರೇ ಕಾಶಿಯನ್ನು ಪ್ರಾಪ್ತಮಾಡಿಕೊಳ್ಳುತ್ತಾರೆ" ಎಂಬ ಶಂಕರಾಚಾರ್ಯರ ಹೇಳಿಕೆಯನ್ನು ಅರ್ಥಮಾಡಿಕೊಳ್ಳಲು 'ಪಂಚಕ್ರೋಶಿಯಾತ್ರೆ'ಯೇ ಅಲ್ಲದೆ ಕಾಶಿಯಲ್ಲೇ ವಾಸಮಾಡಿ ಪಂಚಕೋಶಗಳ ಯಾತ್ರೆಯನ್ನೂ ಮಾಡಬೇಕಾಗುತ್ತದೆ. ಜ್ಞಾನಿಗಳಿಗೆ ಸಿಗುವ **ನಿಜವಾದ ಯಾತ್ರಾಫಲ ಅದೇ– ನಿತ್ಯಾನಂದ! ಇದೇ ಎಲ್ಲ ಯಾತ್ರೆಗಳ ಅಂತಿಮ ಗುರಿಯಾಗಿರಲಿ! ಆ ಪ್ರೇರಣೆ ಕಾಶೀವಿಶ್ವನಾಥನೇ ದಯಪಾಲಿಸಲಿ!!**

ಕಾಶಿಯ ವಿಶಿಷ್ಟತೆಗಳು.

* **ಮೋಕ್ಷಕೊಡುವ ಏಳುಕ್ಷೇತ್ರಗಳು–**"ಅಯೋಧ್ಯಾ ಮಥುರಾ ಮಾಯಾ ಕಾಶೀ ಕಾಂಚೀ ಅವಂತಿಕಾ ಪುರೀ ದ್ವಾರವತೀ ಚೈವ ಸಪ್ತೈತಾ ಮೋಕ್ಷದಾಯಿಕಾಃ"–ಇವುಗಳಲ್ಲಿ ಕಾಶಿಯ ಪ್ರಭಾವ ಹೆಚ್ಚಿನದು.

* **ದೇವತೆಗಳಿಗೂ ಪ್ರಿಯ–** ಕಾಶಿ ಪರಮೇಶ್ವರನ ತ್ರಿಶೂಲಾಗ್ರದಲ್ಲಿ ನೆಲಸಿದೆ; ಭೂಮಿಯಿಂದ ಬೇರೆಯಾಗಿಯೇ ಇದೆ; ಸ್ವರ್ಗಲೋಕಕ್ಕಿಂತಲೂ ಮೇಲಕ್ಕಿದೆ; ಪರಮೇಶ್ವರನೇ ಸಾಕ್ಷಾತ್ತಾಗಿ ಆಳುತ್ತಿರುವನು; ಇಲ್ಲಿ ಮೃತವಾದ ಸಕಲ ಜೀವರಾಶಿಗಳೂ ಮೋಕ್ಷವನ್ನೇ ಪಡೆಯುತ್ತವೆ; ಆದ್ದರಿಂದ ದೇವತೆಗಳೂ ಕಾಶಿಯನ್ನು ಆಶ್ರಯಿಸಿ (ಇಲ್ಲಿ ತಂಗಿದ್ದು) ಸೇವೆಗೈಯುತ್ತಾರೆ. ಹೀಗಾಗಿ, ಕಾಶಿ ದೇವತೆಗಳಿಗೆ ಪ್ರಿಯವಾದ ಆವಾಸಸ್ಥಾನ. ಕಾಶಿಯಲ್ಲಿ ಹಿಂದೂಗಳ ಸಮಸ್ತ ದೇವತೆಗಳೂ ನೆಲಸಿದ್ದಾರೆ. ಮಾನವರಿಗೆ ಕಾಶೀಯಾತ್ರೆಯಿಂದ ಸ್ವರ್ಗ, ಕಾಶೀವಾಸಶ್ರೇಷ್ಠ, ಕಾಶಿಯಲ್ಲಿ ಸತ್ತರಂತೂ ಮುಕ್ತಿ ನಿಶ್ಚಯ; ಕಾಶೀಖಂಡದ ಅನೇಕ ಶ್ಲೋಕಗಳ ಉದ್ಗಾರಗಳಲ್ಲಿ ಇದನ್ನು ಕಾಣಬಹುದು.

* **ಕಾಶಿಯೇ ಮಹಾಸ್ಮಶಾನ–**ಕೇವಲ ಇಪ್ಪತ್ತುನಾಲ್ಕು ಘಂಟೆಗಳಲ್ಲೂ ಶವದಹನವಾಗುವುದೊಂದೇ ಅಲ್ಲ; ಎಲ್ಲ ತೀರ್ಥಗಳೂ ಕಾಶಿಯಲ್ಲಿ ಬಂದುಸೇರುವುವು; ಪ್ರಳಯಕಾಲದಲ್ಲಿ ಸಮಸ್ತವೂ ವಿಶ್ವದ ಕೇಂದ್ರಬಿಂದುವಾದ ಕಾಶಿಯಲ್ಲೇ ಬಂದು ಸೇರುವುದು–ಆದ್ದರಿಂದಲೇ ಕಾಶೀ ಮಹಾಸ್ಮಶಾನ.

* **ವಿಶ್ವಾಸ–ಶ್ರದ್ಧೆ-ಇದ್ದಲ್ಲಿ ಫಲ**–ಕಾಶಿಗೆಹೋದರೆ ಪುಣ್ಯ ಎಂಬವಿಶ್ವಾಸ, ನಂಬಿಕೆ ಇರಬೇಕು; ಗಂಗಾಸ್ನಾನದಿಂದ ಪಾಪವನ್ನು ತೊಳೆದುಕೊಳ್ಳಬಹುದು. "ಯಾರಿಗೆ ಇನ್ನೆಲ್ಲಿಯೂ ಗತಿಯಿಲ್ಲವೊ ಅವರಿಗೆ ವಾರಾಣಸಿಯೇ ಗತಿ" ಎಂಬ ನುಡಿಯಂತೆ ಯಾರೇ ಇಲ್ಲಿಗೆ ಬಂದು ನೆಲೆಸಿದರೂ ಅವರಿಗೆ ಇಲ್ಲಿ ಒಳ್ಳೆಯದೇ ಆಗುವುದು.

* **ಕಾಶಿಯಪ್ರಕಾಶವೇ ಜ್ಞಾನಪ್ರಕಾಶ–** ಯೋಗಿಗಳು ಕಾಶಿಯಪ್ರಕಾಶವನ್ನು ಸಹಸ್ರಾರಚಕ್ರದಲ್ಲಿ

ಪ್ರಾಣವಾಯುವಿನಿಂದ ಭುಗ್ಗೆಂದುಹುಟ್ಟುವ ಉಜ್ವಲಪ್ರಖರತೆಗೆ ಹೋಲಿಸುತ್ತಾರೆ. ಪ್ರಾಣವಾಯುವು ಇಡಾ ಮತ್ತು ಪಿಂಗಳಾ ನಾಡಿಗಳಲ್ಲಿ ಹಾದು ಸುಷುಮ್ನಾನಾಡಿಯ ಮೂಲಕ ಸಹಸ್ರಾರಚಕ್ರವನ್ನು ಸೇರುತ್ತದೆ. ಅಲ್ಲಿ ಜ್ಞಾನದ ಪ್ರಜ್ವಲಿಸುವಪ್ರಕಾಶ ಧಗ್ಗನೆಸಿಡಿದು ಎಲ್ಲ ದ್ವಂದ್ವವನ್ನೂ ಕೊನೆಗೊಳಿಸುತ್ತದೆ. ಈ ಜ್ಞಾನಪ್ರಕಾಶವೇ ಕಾಶಿಯಪ್ರಕಾಶ. ಶಿವನೇ ಜ್ಞಾನಸ್ವರೂಪ, ಅಂದರೆ ಶಿವತತ್ತ್ವವೇ ಜ್ಞಾನತತ್ತ್ವ, ಅಂದರೆ **ಶಿವತತ್ತ್ವವೇ ಕಾಶೀತತ್ತ್ವ**

* **ಜ್ಞಾನಪ್ರಕಾಶದಿಂದ ಕರ್ಮನಾಶ**–ಜ್ಯೋತಿ ಜ್ಞಾನದ ಸಂಕೇತ; ಹೀಗಾಗಿ ಜ್ಯೋತಿಯ ಕಡೆ ಪಯಣ ಅಂದರೆ ಜ್ಞಾನದಕಡೆ ಪಯಣ. ಈ ಪಯಣದಲ್ಲಿ ಗುರಿತಲುಪಿದರೆ, ಜ್ಞಾನಪ್ರಾಪ್ತಿಯಾದರೆ ಆಗ ಎಲ್ಲ ಬಂಧನಗಳಿಂದಲೂ ಮುಕ್ತಿ. ಆ ಜ್ಯೋತಿಯಲ್ಲಿ, ಜ್ಞಾನದಲ್ಲಿ ಹಿಂದಿನ ಜನ್ಮದ ಎಲ್ಲಾಕರ್ಮಗಳೂ ಹತ್ತಿಯಂತೆ ಕ್ಷಣಮಾತ್ರದಲ್ಲಿ ಸುಟ್ಟುಬೂದಿಯಾಗುವುದು.

* **ಆನಂದ**– ಪರಮಜ್ಞಾನದ ಸ್ಥಿತಿಯಲ್ಲಿ ಅನುಭವಿಸುವುದು ಕೇವಲಪರಮಾನಂದ. ಹೀಗೆ, "ಅಸತೋಮಾ ಸದ್ಗಮಯ, ತಮಸೋಮಾ ಜ್ಯೋತಿರ್ಗಮಯ, ಮೃತ್ಯೋರ್ಮಾ ಅಮೃತಂಗಮಯ" ಎಂಬಶ್ಲೋಕದ ಕ್ರಿಯಾತ್ಮಕರೂಪವೇ ಕಾಶಿಯ ಪಯಣ! ಪರಸತ್ತನ್ನು, ಪರಂಜ್ಯೋತಿಯನ್ನು, ಪರಮಅಮೃತತ್ವವನ್ನು ತಲುಪಿದಾಗ ಕಾಣುವುದು, ಕೇಳುವುದು, ಅನುಭವಿಸುವುದು ಕೇವಲ ಆನಂದಕಾನನ, ಆನಂದಸಾಗರ ಅಥವಾ ಪರಮಾನಂದವನ್ನೇ ಹೊರತು ಬೇರೆ ಇನ್ನೇನನ್ನೂ ಅಲ್ಲ.

* **ಕಾಶಿಯಪಯಣ**– ಯಾವುದೇ ಕೇಂದ್ರಬಿಂದುವಿನಿಂದ ಹೊರಟು, ಪ್ರಕಾಶದೆಡೆಗೆ ನಡೆವುದೇ ಕಾಶಿಯಪಯಣ. ಪ್ರಕಾಶದೆಡೆ ನಡೆವುದೆಂದರೆ ತಮಸ್ಸಿನಿಂದ ಜ್ಯೋತಿಯಕಡೆಗೆ ನಡೆಯುವುದೇ (ತಮಸೋಮಾ ಜ್ಯೋತಿರ್ಗಮಯ) ಜೀವನದ ಪರಮೋದ್ದೇಶ. ಈ ಪಯಣದಲ್ಲಿ ಉಸಿರಿಗೊಂದುಮಿಡಿತ, ಹೆಜ್ಜೆಗೊಂದುಮಿಣುಕು, ಕ್ಷಣಕೊಂದುಬಣ್ಣ, ನೋಟಕ್ಕೊಂದುಭಾವ ಬದಲಾಗುತ್ತಲೇ ಇರುತ್ತವೆ. ಹೊರಪ್ರಪಂಚದ ಕೊಳಕು–ಸೊಬಗು, ಕತ್ತಲೆ–ಬೆಳಕು, ಸಿಹಿ–ಕಹಿ, ಕುನಾದ–ನಿನಾದ, ದುರ್ಗಂಧ–ಸುಗಂಧ, ಒರಟು–ನವಿರು ಇವುಗಳ ವಿವಿಧತೆಗಳನ್ನೆಲ್ಲ ಕಾಣಬಹುದು. ಜೀವನದ ಗೊಂದಲಮಯ ಕಾನನದಲ್ಲಿನ ಭಾವಬಣ್ಣಗಳನ್ನು ತಿಳಿಯಾಗಿಸಿ, ಎಲ್ಲವೂ ಒಂದೇ ಸತ್–ಅದೇ ಚಿತ್, ಅದೇ ಆನಂದ ಎಂಬ ಜ್ಞಾನದಲ್ಲಿ ಒಂದಾಗುವುದೇ 'ಪ್ರಜ್ವಲ ಕಾಶಿ'ಯ ಪಯಣ.

ಕಾಶಿಯ ಬಗ್ಗೆ ಹೇಳಿಕೆಗಳು

* **ಕಾಶಿಗೆ ಕಾಶಿಯೇ ಉಪಮೆ,**

*ಶ್ರುತಿ–ಸ್ಮೃತಿ–ಪುರಾಣ–ಇತಿಹಾಸಗಳು, ಋಷಿಗಳು, ಶಂಕರಾಚಾರ್ಯರಾದಿ ಎಲ್ಲ ಆಚಾರ್ಯರು, ಪುರಂದರ ದಾಸರಂತೆ ಅನೇಕ ದಾಸರು, ಸಂತರು, ವಿವಿಧಭಾಷೆಯ

ಕವಿಗಳು, ದೇಶ-ವಿದೇಶದ ಪ್ರವಾಸಿಗಳು ಕಾಶಿಯಬಗ್ಗೆ ಬರೆದಿದ್ದಾರೆ. ಎಲ್ಲವನ್ನೂ ಕೊಡಲಾಗಿಲ್ಲ. 'ಕಾಶಿಗ್ಹೋದ ನಮ್ ಭಾವ ಕಬ್ಬಿಣದ್ ದೋಣೀಲಿ, ತುಂಬಿ ತುಂಬಿ ಗಂಗೆ ತಂದ ಸೊಳ್ಳೆಪರದೇಲಿ' ಎಂದು ಶ್ರೀ ಜಿ.ಪಿ.ರಾಜರತ್ನಮ್‌ರವರು ಬರೆದಿರುವುದು ಒಂದು ಲಲಿತ-ಉದಾಹರಣೆ.

* **ನಾಮಧೇಯ**-ಕಾಶಿಯ ಅನೇಕಹೆಸರುಗಳಲ್ಲಿ ಆನಂದಕಾನನ, ಆನಂದರೂಪವು ಸೇರಿವೆ. 'ಪ್ರಕಾಶಮಾನ'ವಾದುದನ್ನು 'ಕಾಶಿ' ಎಂದು ಕರೆದರೆ, ಪ್ರಶಾಂತವೂ, ಶುಭಪ್ರದವೂ, ಆನಂದದಾಯಕವೂ ಆದ ಈಸ್ಥಳಕ್ಕೆ ಶಿವನೇ 'ಆನಂದಕಾನನ' ಎಂಬ ಹೆಸರಿಟ್ಟನು. ಆನಂದಕಾನನ, ಆನಂದಸಾಗರ, ಅವಿಮುಕ್ತ ಕ್ಷೇತ್ರ, ವಾರಾಣಸಿ ಎಂಬ ಹೆಸರುಗಳೇ ಅಲ್ಲದೆ ಮಹಾಸ್ಮಶಾನ, ಶಂಕರಪುರಿ, ಶಿವಪುರಿ, ರುದ್ರವಾಸ, ಶಿವರಾಜಧಾನಿ, ಗೌರಿಮುಖ, ಆನಂದರೂಪ, ಮೋಕ್ಷಪ್ರಕಾಶಿಕಾ, ಮಹಾಪುರಿ, ಧರ್ಮಕ್ಷೇತ್ರ, ಶ್ರೀನಗರಿ, ತಪಸ್ಥಲಿ ಮತ್ತು ಅಪೂರ್ಣಭಾವಾಭಾವ ಭೂಮಿ ಎಂಬ ಇನ್ನೂ ಅನೇಕ ಹೆಸರುಗಳಿವೆ.

* ಕಂಚಿಯನ್ನು ದಕ್ಷಿಣಕಾಶಿ ಅನ್ನುವಹಾಗೆ ದಕ್ಷಿಣಕಾಶಿ ನಂಜನಗೂಡು, ದಕ್ಷಿಣಕಾಶಿ ಅಲಂಪೂರವಿದೆ, ಜೈನಕಾಶಿ ಶ್ರವಣಬೆಳಗೊಳ ಆಗಿದೆ. ಇದೆ ರೀತಿ ಪುಷ್ಪಕಾಶಿ, ಸಸ್ಯಕಾಶಿ...... ಎಲ್ಲಾ ನದಿಗಳ ಪವಿತ್ರಜಲವೂ ಗಂಗಾಜಲದಂತೆ ಎನ್ನುವಂತೆ, ಎಲ್ಲಾ ಜ್ಞಾನಕ್ಷೇತ್ರಗಳೂ ಕಾಶೀಕ್ಷೇತ್ರಕ್ಕೆ ಸೇರಿದವು.

ಕಾಶಿಯ ಬಗ್ಗೆ ವಿಶೇಷಜ್ಞಾನ ಅನೇಕ ತೆರನಾದವು.

* **ಭಾರತ ಸಂಸ್ಕೃತಿಯ ಸಂಕ್ಷಿಪ್ತಚಿತ್ರಣ**- ಕಾಶೀ ನಮ್ಮಜೀವನದ ಹಾಸುಹೊಕ್ಕಾಗಿದೆ, ಕಾಶಿಯಲ್ಲಿ ನಮ್ಮ ಭಾರತ ಸಂಸ್ಕೃತಿಯ ಸಂಕ್ಷಿಪ್ತಚಿತ್ರಣ ಇದೆ.

* **ಜೀವಂತ ಮ್ಯೂಸಿಯಮ್**- ಐದುಸಾವಿರ ವರ್ಷಗಳ ಪರಂಪರೆ-ಪದ್ಧತಿಗಳು, ಸಂಸ್ಕೃತಿಯ ಬಣ್ಣಬಣ್ಣದಪದರಗಳು, ವೈವಿಧ್ಯಮಯ ಚರಿತ್ರೆಯ ಪುಟಗಳು, ಇವೆಲ್ಲವೂ ಎಳೆಯೆಳೆಯಾಗಿ ಹೆಣೆದು ಪದರಪದರವಾಗಿರುವುದನ್ನು ಇಂದಿಗೂ ನೋಡಬಹುದು. ಏಕೈಕ ಜೀವಂತಮ್ಯೂಸಿಯಮ್ ಅಂದರೆ ಕಾಶಿ!

* **ಸರ್ವವಿದ್ಯಾ ರಾಜಧಾನಿ**-ಭಾರತದಲ್ಲಿ ಹರಡಿರುವ ಎಲ್ಲ ಮತಧರ್ಮಗಳನ್ನೂ ಪ್ರತಿನಿಧಿಸುವ ಮಠಗಳು, ಮನೋನಿಗ್ರಹದ ಎಲ್ಲ ಮಜಲುಗಳನ್ನು ತೋರಿಸುವ ಅನೇಕ ಸಾಧುಸಂತರು, ಸಿದ್ಧರು, ಮನೋವಿಕಾಸದ ವಿವಿಧಪ್ರಕಾರಗಳನ್ನು (ಸಂಸ್ಕೃತ, ವೇದ ವೇದಾಂಗ, ಟಿಬೆಟಿಯನ್ ಹಾಗು ಅರಾಬಿಕ್ ವಿದ್ಯೆಯಿಂದ ಹಿಡಿದು ಆಧುನಿಕ ತಂತ್ರಜ್ಞಾನದವರೆಗಿನ ವಿದ್ಯೆಗಳನ್ನು) ಪ್ರಸಾರಮಾಡುವ ಅನೇಕ ಪಾಠಶಾಲೆಗಳು ಮತ್ತು ಐದು ವಿಶ್ವವಿದ್ಯಾಲಯಗಳನ್ನು ಕಾಶಿಯಲ್ಲಿ ಕಾಣಬಹುದು.

* **ಪವಿತ್ರಕ್ಷೇತ್ರಗಳೆಲ್ಲಾ ಕಾಶಿಯಲ್ಲಿ** - ದೇಶದ ಎಲ್ಲ ಪವಿತ್ರಕ್ಷೇತ್ರ-ಮಂದಿರಗಳ ಅಧಿಷ್ಠಾತ್ರಿ

ದೇವತೆಗಳನ್ನು ಕಾಶಿಯಲ್ಲಿ 'ಪುನಃಪ್ರತಿಷ್ಠಾಪನೆ' ಮಾಡುವ ವಿಧಿ ಕ್ರಿ.ಶ. ಆರನೆಯ ಶತಮಾನದಲ್ಲಿ ಶುರುವಾಗಿ ಹನ್ನೆರಡನೆಯ ಶತಮಾನದಲ್ಲಿ ಪರಮಾವಧಿಯನ್ನು ಮುಟ್ಟಿತು. ಇದರ ಫಲವಾಗಿ ದೇಶದ ನಾಲ್ಕುಧಾಮಗಳು, ಏಳು ಪುಣ್ಯನಗರಿಗಳು, ಎಂಟು ಭೈರವರು, ನವಗೌರಿ, ನವದುರ್ಗೆ, ನವಶಕ್ತಿ, ನವಮಾತ್ರಿಕಾ, ನವಗ್ರಹಗಳು, ದಶಾವತಾರಗಳು, ದಶಮಹಾದೇವಿ (ದಶಮಹಾವಿದ್ಯಾ), ಹತ್ತು ಶಕ್ತಿಪೀಠಗಳು, ಹನ್ನೆರಡು ಜ್ಯೋತಿರ್ಲಿಂಗಗಳು, ಹನ್ನೆರಡು ಆದಿತ್ಯರು, ಹದಿಮೂರು ನರಸಿಂಹರು, ಹದಿನಾರು ಕೇಶವರು, ನಲವತ್ತನಾಲ್ಕು ಚಂಡೀಪೀಠಗಳು, ಐವತ್ತಾರು ವಿನಾಯಕರು, ಅರವತ್ತನಾಲ್ಕು ಯೋಗಿನಿಯರು ಕೊನೆಗೆ ಎಲ್ಲಾ ತೀರ್ಥಗಳೂ ಕಾಶಿಯಲ್ಲಿವೆ. **ಮುಖ್ಯವಾದುವು ವಿಶ್ವನಾಥ, ಅನ್ನಪೂರ್ಣೇಶ್ವರಿ, ದುರ್ಗಾ, ಸಂಕಟಮೋಚನ, ವಿಶಾಲಾಕ್ಷಿ, ಕಾಲಭೈರವ.**

ಅಸಿ ಸಂಗಮ, ದಶಾಶ್ವಮೇಧ, ಮಣಿಕರ್ಣಿಕಾ, ಪಂಚಗಂಗಾ, ವರಣಾ ಸಂಗಮ–ಇವು ತೀರ್ಥಕ್ಷೇತ್ರಗಳಲ್ಲಿ ಮುಖ್ಯ.

* **ಪವಿತ್ರಕ್ಷೇತ್ರಗಳಲ್ಲಿ ಉತ್ತಮ** – ಕಾರಣಗಳು ಅನೇಕ–ಅ) ಕಾಶಿಯು ಪವಿತ್ರಕ್ಷೇತ್ರವಾಗಲು ಅದೊಂದು ತೀರ್ಥಕ್ಷೇತ್ರ, ಮುಕ್ತಿಕ್ಷೇತ್ರ. ಆ) ಕಾಶಿಯು ಪ್ರಳಯಕಾಲದಲ್ಲಿ ಶಿವನ ತ್ರಿಶೂಲದ ಮೇಲೆ ಜ್ಯೋತಿಯಾಗಿ ನೆಲಸಿರುತ್ತದೆ, ಸೃಷ್ಟಿಯ ಸಮಯದಲ್ಲಿ ಭೂಮಿಯಮೇಲೆ ಬರುತ್ತದೆ. ಇ) ಸ್ಥಿತಿಯಲ್ಲಿ ಎಲ್ಲಾ ತೀರ್ಥಗಳೂ ಇಲ್ಲಿ ಬಂದುಸೇರುವುದರಿಂದ ಜನರು ಮಿಕ್ಕೆಲ್ಲ ತೀರ್ಥಗಳಿಗೆ ಓಡುವ ಅವಶ್ಯಕತೆಯಿಲ್ಲ, ಎಲ್ಲ ತೀರ್ಥಗಳ ಸೇವೆಯನ್ನೂ ಕಾಶಿಯಲ್ಲೊಂದೇ ಕಡೆ ಮಾಡಿ ಪುಣ್ಯಗಳಿಸುವುದು ಉತ್ತಮ. ಈ) ನಿತ್ಯಲಯದಲ್ಲಿ ಕಾಶಿಯು ಮಹಾಸ್ಮಶಾನ, ಇಲ್ಲಿ ಕೇವಲಪಂಚಭೂತಗಳ ಶರೀರವೊಂದೇ ಸುಡುವುದಲ್ಲ, ಜೀವಿಯ ಕರ್ಮಗಳೂ (ತಾರಕಮಂತ್ರದಿಂದ, ಜ್ಞಾನಾಗ್ನಿಯಲ್ಲಿ) ಸುಟ್ಟುಬೂದಿಯಾಗುತ್ತವೆ, ಅದರಿಂದ ಇಲ್ಲಿ ಸತ್ತವರಿಗೆ ಪುನರ್ಜನ್ಮವಿಲ್ಲ.

* **ಧರ್ಮಕ್ಷೇತ್ರ, ಜ್ಞಾನಕ್ಷೇತ್ರ**– ಕಾಶಿ ಕೇವಲ ತೀರ್ಥಕ್ಷೇತ್ರವಲ್ಲದೆ ಧರ್ಮಕ್ಷೇತ್ರವೂ, ಜ್ಞಾನಕ್ಷೇತ್ರವೂ ಆದದ್ದರಿಂದ ಯಾತ್ರಿಕರಲ್ಲದೆ ಋಷಿಗಳು, ಸಾಧು ಸಂತರು, ಜಿಜ್ಞಾಸುಗಳು, ವಿದ್ಯಾರ್ಥಿಗಳು, ಪಂಡಿತರು, ಪಾಮರರು ಇಲ್ಲಿಗೆ ಬಂದುಹೋಗುತ್ತಿದ್ದರು. ಬುದ್ಧನಿಂದ ಸಾವಿರವರ್ಷಗಳಲ್ಲಿ ಕಾಶಿಯಲ್ಲಿ ನಾಗ, ಗಣ, ಯಕ್ಷ, ಬೀರ್, ಬರಮ್, ಚೌಸಟ್ಟಿ, ವರಾಹಿ, ಸತಿ, ಬನ್ನಿ, ಮರಾಹಿ, ಪರಾಹಿ, ಹಿಂಗ್ಲಾಜ್ ಮುಂತಾದ ಅನೇಕಸಣ್ಣಪುಟ್ಟ ಸಂಪ್ರದಾಯಗಳು/ಪಂಥಗಳು ಬೇರೆಯ ಸಂಪ್ರದಾಯಗಳಲ್ಲಿ ಸೇರಿಹೋದವು.

* **ಸರ್ವಧರ್ಮಗಳಿಗೆ ಆಸರೆ** – ಗುಪ್ತರಕಾಲದ ಕೊನೆಯಿಂದ ಗಹಡವಾಲರ ಕಾಲದವರೆಗೆ ವೈಷ್ಣವ, ಶೈವ, ಶಾಕ್ತ, ಪಾಶುಪತ, ತಾಂತ್ರಿಕ, ಸೌರ, ಸ್ಕಾಂದ ಸಂಪ್ರದಾಯಗಳು ಪ್ರತ್ಯೇಕಧರ್ಮಗಳಂತೆ ಪ್ರಬಲವಾದುವು. ಹದಿನೈದನೆಯ ಶತಮಾನದಹೊತ್ತಿಗೆ ಪಾಶುಪತ

ಪಂಥವು ತನ್ನ ಪ್ರಭಾವವನ್ನು ಕಳೆದುಕೊಂಡಿತ್ತು. ಕಾಶಿಯಲ್ಲಿ ನಾಥಪಂಥಿಗಳ ಪ್ರಭಾವ ಬಹಳವಾಗಿತ್ತು. ಸಿದ್ಧ, ನಾಥ, ಕೌಲ, ಕಾಪಾಲಿಕ, ಕಾಲಾಮುಖ, ಅಘೋರ, ಯೋಗಿನಿ, ಭೈರವ ಮತ್ತು ಭೈರಾಗಿ ಮುಂತಾದ ಇತರಪಂಥಗಳು ಗೊಂದಲ ಹುಟ್ಟಿಸುವಂತಿದ್ದುವು. ಶಾಕ್ತ ಮತ್ತು ತಾಂತ್ರಿಕ ಪಂಥಗಳಿಗೆ ಕಾಶಿ ಒಳ್ಳೆಯ ನೆಲೆಯಾಗಿತ್ತು. ಕ್ರಿ.ಪೂ.6ನೆಯ ಶತಮಾನದಿಂದ ಕ್ರಿ.ಶ.8ನೆಯ ಶತಮಾನದವರೆಗಿನ 1400 ವರ್ಷಗಳಲ್ಲಿ ಹಿಂದು, ಜೈನ ಮತ್ತು ಬೌದ್ಧ ಮತಗಳು ತಮ್ಮ **ಪ್ರಾಬಲ್ಯಪ್ರದರ್ಶನಕ್ಕೆ ಕಾಶಿ**ಯನ್ನು ಕೇಂದ್ರವನ್ನಾಗಿ ಮಾಡಿಕೊಂಡವು.

* **ಷಡ್ಮತಾಚಾರ್ಯರು** – ಶಂಕರ, ಮಧ್ವ, ವಲ್ಲಭ, ಚೈತನ್ಯ, ವಿಷ್ಣುಸ್ವಾಮಿ, ನಿಂಬಾರ್ಕ ಮುಂತಾದ ಆಚಾರ್ಯರು ಕೆಲಸಮಯ ಕಾಶಿಯಲ್ಲಿ ಇದ್ದರು. ವಲ್ಲಭಾಚಾರ್ಯರು ಕಾಶಿಯನ್ನು ತಮ್ಮ ಪುಷ್ಟಿಮಾರ್ಗದ ಕೇಂದ್ರವನ್ನಾಗಿ ಮಾಡಿಕೊಂಡರು. ರಾಮಾನಂದರು ತಮ್ಮ ಭಕ್ತಿಆಂದೋಳನವನ್ನು ಇಲ್ಲಿಂದಲೇ ಶುರುಮಾಡಿದರು.

* **ಜೈನಧರ್ಮ** – ನಾಲ್ಕುತೀರ್ಥಂಕರರ ಜನ್ಮ ಕಾಶಿಯಲ್ಲಿ ಆಗಿದ್ದಲ್ಲದೆ, ಅವರುಗಳ ನಾಲ್ಕುಕಲ್ಯಾಣಗಳು ಕಾಶಿಯಲ್ಲೇ ನಡೆದವು. 7ನೆಯ ತೀರ್ಥಂಕರ ಸುಪಾರ್ಶ್ವನಾಥ, 8ನೆಯ ಚಂದ್ರಪ್ರಭು, 11ನೆಯ ಶ್ರೇಯಾಂಸನಾಥ ಮತ್ತು 23ನೆಯ ತೀರ್ಥಂಕರ ಪಾರ್ಶ್ವನಾಥರು ಕಾಶಿಯವರು. ಇಪ್ಪತ್ತೆರಡನೆಯ ತೀರ್ಥಂಕರ ನೇಮಿನಾಥನಿಗೆ ಸಹ ಕಾಶಿಯೊಡನೆ ಸಂಬಂಧವಿತ್ತೆಂದು ಹೇಳಲಾಗಿದೆ. ಇಪ್ಪತ್ತನಾಲ್ಕನೆಯ ತೀರ್ಥಂಕರ ಮಹಾವೀರ ಕಾಶಿಗೆ ಬಂದಿದ್ದರು.

* **ಭೌದ್ಧಧರ್ಮ** – ಜ್ಞಾನೋದಯವಾದ ಮೇಲೆ ಬುದ್ಧ ವಾರಾಣಸಿಯ ಹತ್ತಿರವಿರುವ ಇಸಿಪಟ್ಟಣ (ಇಸಿಪತ್ತನ, ಸಾರನಾಥ)ಕ್ಕೆ ಬಂದು ಅಲ್ಲಿ ಧರ್ಮಚಕ್ರ ಪ್ರವರ್ತನವನ್ನು ಮೊದಲಬಾರಿಗೆ ಶುರುಮಾಡಿದುದು ಪ್ರಸಿದ್ಧವಾಗಿದೆ.

* **ಸಾಧು–ಸಂತರು** – ಕಬೀರ, ದಾದು ದಯಾಲ, ನಾನಕ, ಗರೀಬ್‌ದಾಸ, ಛೀಸಾಪಂಥಿ ಮುಂತಾದಪಂಥಗಳು ಕಾಶಿಯಲ್ಲಿ ಸಕ್ರಿಯವಾಗಿವೆ. ಸ್ವಾಮಿ ನಾರಾಯಣ, ನಿಜಾನಂದ (ಕೃಷ್ಣ ಪ್ರಣಾಮಿ), ರಾಧಾಸ್ವಾಮಿ ಮತ್ತು ಸಾಖೀಪಂಥಗಳು ಕಾಶಿಯಲ್ಲಿವೆ. ಆರ್ಯಸಮಾಜದ ಪ್ರವರ್ತಕ ಸ್ವಾಮಿದಯಾನಂದರು ಇಲ್ಲಿನಡೆಸಿದ ಶಾಸ್ತ್ರಾರ್ಥ ಪ್ರಸಿದ್ಧವೆನಿಸಿದೆ. ಅನಿಬೆಸೆಂಟರ ಥಿಯೊಸೊಫಿಕಲ್ ಸೊಸೈಟಿ ಭಾರತದಲ್ಲಿ ಶುರುವಾಗಿದ್ದುದು ಕಾಶಿಯಿಂದಲೇ. ಸಾಧುಸಂತರ ಪಟ್ಟಿ ಬಹಳ ದೊಡ್ಡದಾಗಿದೆ.

* **ಕ್ರಿಸ್ತಮತ** – ಹತ್ತೊಂಬತ್ತನೆಯ ಶತಮಾನದ ಆದಿಯಲ್ಲಿ ಕ್ರಿಶ್ಚಿಯನ್ನರು ಕಾಶಿಯಲ್ಲಿ ಮಿಷನರಿಗಳನ್ನು ಸ್ಥಾಪಿಸಿ ಕ್ರಿಸ್ತಮತಪ್ರಸಾರಕ್ಕೆ ತೊಡಗಿದರು. ಇವರ ಉದ್ದೇಶ ಜಾನ್

ಕೆನ್ನಡಿ ಎಂಬ ಪಾದ್ರಿ ಹೇಳಿದಂತೆ ಸರಳವಾಗಿತ್ತು: ಕಾಶಿಯಲ್ಲಿ ಹಿಂದುಗಳ ಮತಪರಿವರ್ತನೆಯ ಕಾರ್ಯಸಫಲವಾದರೆ "ಹಿಂದೂಧರ್ಮ ತನ್ನ ಚಿಲುಮೆಯ ಮೂಲದಲ್ಲಿಯೆ ಒಣಗುತ್ತಿದೆಯೆಂಬ, ಅದರ ಪ್ರಭಾವ ಹೆಚ್ಚು ಬಾಳದೆಂಬ ಸುದ್ದಿ ಶೀಘ್ರವೇ ಹರಡುತ್ತದೆ"!

* ಕಾಶಿಯ ಧಾರ್ಮಿಕಕ್ಷೇತ್ರದಲ್ಲಿ ಹಿಂದು, ಜೈನ, ಬೌದ್ಧ, ಇಸ್ಲಾಮ್, ಕ್ರಿಸ್ತ, ಮತ್ತು ಅವುಗಳ ಅನೇಕಪಂಗಡ, ಪಂಥಗಳು ತಮ್ಮ ಒಳಗೊಳಗೆ ಹಾಗೂ ಒಂದರ ವಿರುದ್ಧ ಇನ್ನೊಂದು ಸ್ಪರ್ಧಿಸಿವೆ.

* **ವಿದ್ಯಾಕ್ಷೇತ್ರ – ಅ)** ಸಂಸ್ಕೃತ, ವ್ಯಾಕರಣ, ವೇದ, ಶಾಸ್ತ್ರಗಳು, ಆಯುರ್ವೇದ, ಖಗೋಳ, ಜ್ಯೋತಿಶ್ಯಾಸ್ತ್ರ, ದರ್ಶನಗಳು, ತಂತ್ರ, ಧರ್ಮಶಾಸ್ತ್ರ, **ಆ)** ಆಧುನಿಕ ವಿಜ್ಞಾನ ಮತ್ತು ತಾಂತ್ರಿಕ ಜ್ಞಾನ, **ಇ)** ಅರಾಬಿಕ್, **ಈ)** ಟಿಬೆಟಿಯನ್ ಸಿದ್ಧಾಂತ, **ಉ)** ಐದು ವಿಶ್ವವಿದ್ಯಾಲಯಗಳು, **ಊ)** ಮನೆಮನೆಯಲ್ಲೂ ಪಾಠಶಾಲೆಗಳು. **ಎ)** ಅನೇಕಾನೇಕ ಪಂಡಿತರಲ್ಲಿ ಜನಸಾಮಾನ್ಯರಿಗೂ ಹತ್ತಿರವಾಗಿದ್ದವರು– ನಾರಾಯಣ ಭಟ್ಟ, ಮಧುಸೂದನ ಸರಸ್ವತಿ, ಪಂಡಿತರಾಜ ಜಗನ್ನಾಥ, ರಾಮಾನಂದಪತಿ, ಕವೀಂದ್ರಾಚಾರ್ಯ ಸರಸ್ವತಿ, ನಾರಾಯಣ ದೀಕ್ಷಿತ್, ಕರಪಾತ್ರೀಜೀ ಮಹಾರಾಜ್, ಮುಂತಾದವರು.

* **ಪ್ರೇಕ್ಷಣೀಯ**–ಮಂದಿರಗಳು, ಗಂಗೆಯ ಘಾಟ್‌ಗಳು, ಕಾಶೀ ಹಿಂದೂ ವಿಶ್ವವಿದ್ಯಾಲಯ, ಭಾರತ ಕಲಾಭವನ, ಜ್ಞಾನಪ್ರವಾಹ, ರಾಮನಗರ, ತುಳಸೀಮಾನಸ ಮಂದಿರ, ಬಾಬಾ ಕೀನಾರಾಮ್ ಅಸ್ತಾರ, ತುಳಸೀ ಮಂದಿರ, ಲೋಲಾರ್ಕ ಮಂದಿರ, ಮಾ ಆನಂದಮಯಿ ಆಶ್ರಮ, ಜಂಗಮವಾಡಿ ಮಠ, ನೇಪಾಳೀ ಮಂದಿರ, ಕಬೀರ್‌ಚೌರಾ, ರಾಜ್‌ಘಾಟ್, ಸಾರನಾಥ

ಕಾಶಿಯ ಇತರ ಆಕರ್ಷಣೆಗಳು (ಪಂಚೇಂದ್ರಿಯಗಳಿಗೆ, ಮನಕ್ಕೆ)

* ಭವ್ಯವಾಗಿ ರಮ್ಯವಾಗಿ ಹರಿಯುವ ಮನೋಹಾರಿಣಿ **ಗಂಗೆ,** ಗಂಗೆಯ ಮೇಲಿನ **ದೋಣಿ ಸವಾರಿ,** ಗಂಗಾ ಆರತಿ

* ರೋಮಾಂಚಕ ರಮ್ಯತೆ ಮತ್ತು ವ್ಯಕ್ತಾತೀತ ದಿವ್ಯತೆಯನ್ನು ಬೀರುವ **ಗಂಗೆಯ ಘಾಟ್‌ಗಳು,**

* ಕಿರಿದಾಗಿ ವಕ್ರಗತಿಯಲ್ಲಿ ಓಡುವಾಗಲೂ ಅನೇಕ ಕಥೆಗಳನ್ನು ಹೇಳುವ **ಗಲ್ಲಿಗಳು,**

* ಕಛೋರಿ, ಸಮೋಸ, ಮಿಠಾಯಿ, ಮೊರಬ್ಬ, ಮಲಾಯಿ, ಲಂಗ್ಡಾ ಆಮ್, ಪಾನ್, ಠಂಡೈ, ಭಾಂಗ್ ಎಂಬ **ಬಾಯಿ ನೀರೂರಿಸುವ** ಪದಾರ್ಥಗಳು. * **ಬನಾರಸಿ ಪಾನ್,** ಬನಾರಸಿ ಜರ್ದಾ (ತಂಬಾಕು ಮಿಶ್ರಿತ ಸುಪಾರಿ),

* **ಬನಾರಸಿ ರೇಷ್ಮೆ**ಸೀರೆಗಳು ಬನಾರಸಿ ಟಾನಚೊಯಿ, ಬನಾರಸಿ ಆರ್ಗನ್ಸಾ ಸೀರೆಗಳು, ಇತ್ಯಾದಿ

* ತಾಮ್ರ **ಕಂಚಿನ ಪಾತ್ರೆ, ಕರಕುಶಲ** ವಸ್ತುಗಳು, ಮುಂತಾದ ವ್ಯಾಪಾರಿ ವಸ್ತುಗಳು,
* **ಚಿತ್ರಕಲೆ,** ಮಣ್ಣಿನ ಮರದ ದಂತದ ಆಟಿಕೆಗಳು, ಮೀನಾಕಾರಿ ಆಭರಣ ಮುಂತಾದ **ಹಸ್ತಕಲೆಗಳು,**
* ಸೈರ್ ಸಫಾಟ, ದಂಗಲ್, ಗಹರೆಬಾಜಿ, ಬಹರೀಅಲಂಗ್, ಅಖಾಡಾ, ಎಂಬ ನಾನಾಹೆಸರಿನ ಮನೋರಂಜನೆಗಳಲ್ಲಿ **ಸದಾ ಮಸ್ತಿಯಲ್ಲಿರುವ** ಜನಸಾಮಾನ್ಯರು,
* **ನೃತ್ಯ ನಾಟಕ ಕಲೆ, ಮೆಹಫಿಲ್,** ಮನರಂಜನೆ, ಮೌಜ್‌ಮಸ್ತಿಗಳಲ್ಲಿ ಮನರಂಜಿಸುವ ಕಲಾವಿದರು,
* ವರ್ಷಕ್ಕೆ 563 ವಿಧದ **ಹಬ್ಬ ಹರಿದಿನ, ಉತ್ಸವ, ಮೇಳ,** ರಾಮಲೀಲಾ, ನಾಗನಥೈಯ್ಯಾ, ವಾಮನಲೀಲಾ ಎಂದು ಸಡಗರಪಡುವ ದಿನಗಳು,
* **ಹಿಂದೂಸ್ಥಾನಿ ಸಂಗೀತಕ್ಕೆ** ಒಂದು ಹೊಸ ಭಾವುಕತೆಯನ್ನುಕೊಟ್ಟ ಅನೇಕ **ಘರಾನ(ಪದ್ಧತಿ)ಗಳು,** ಸಂಗೀತಗಾರರು
* ಮಂದಿರ, ಮಠ, ಯಾತ್ರೆ ಜಾತ್ರೆ, ಪೂಜೆ, ಗಂಗಾ ಸ್ನಾನ, ತರ್ಪಣ, ಪುರಾಣ, ಭಜನೆ, ಪ್ರವಚನ ಎಂಬ **ಶ್ರದ್ಧೆ ಭಕ್ತಿಯ ತಾಣಗಳು, ಪಂಡಾಗಳು**
* **ಹಿಂದಿ ಸಾಹಿತ್ಯ ಮತ್ತು ಪತ್ರಕಾರಿಕೆಗೆ** ಕಾಶಿಯ ಕೊಡುಗೆ
* ಗೂಂಡಾ-ಥಗ್‌ಗಳು, ಮುಸ್ಲಿಮ್ ಚರಿತ್ರೆಯ-ಬ್ರಿಟಿಷ್ ಕಾಲದ ವಿವರಗಳು, ಕಾಶೀರಾಜರುಗಳ ವೃತ್ತಾಂತಗಳು.

ಕಾಶಿಯ ಈ ಕಿರುಚಿತ್ರ ಕುರುಡನೊಬ್ಬ ಆನೆಯ ಬಾಲವನ್ನು ಹಿಡಿದು ಕೊಟ್ಟ ವಿವರಣೆ! ಇಷ್ಟೊಂದು ವೈವಿಧ್ಯತೆಗಳನ್ನು ಪ್ರಪಂಚದ ಇನ್ನಾವ ಸ್ಥಳದಲ್ಲಿಯೂ ನೋಡಲಾರಿರಿ. ಕಾಶಿಯ ಪೂರ್ಣ ವಿವರಕ್ಕೆ ಇನ್ನೂ ಕೆಲವು ಪುಸ್ತಕಗಳೂ ಸಾಲದೇನೋ!! ಕಾಶಿಯ ಅಂತರಾಳವನ್ನು ಇಣುಕಿ ನೋಡುವ ಪ್ರಯತ್ನದ ಅಂಶಗಳನ್ನು ನೋಡಲು ಇದೇ ಲೇಖಕರ ಕಾಶೀ ರಹಸ್ಯ ಪುಸ್ತಕವನ್ನು ನೋಡಿರಿ.

ಅನುಬಂಧ–1

ಶ್ರೀ ಶಂಕರಾಚಾರ್ಯರ ಕಾಶೀಪಂಚಕ

ಮನೋನಿವೃತ್ತಿಃ ಪರಮೋಪಶಾಂತಿಃ ಸಾ ತೀರ್ಥವರ್ಯಾ ಮಣಿಕರ್ಣಿಕಾ ಚ ।
ಜ್ಞಾನಪ್ರವಾಹಾ ವಿಮಲಾದಿಗಂಗಾ ಸಾ ಕಾಶಿಕಾಹಂ ನಿಜಬೋಧರೂಪಾ ॥

ಯಸ್ಯಾಮಿದಂ ಕಲ್ಪಿತಮಿಂದ್ರಜಾಲಂ ಚರಾಚರಂ ಭಾತಿ ಮನೋವಿಲಾಸಂ।
ಸಚ್ಚಿತ್ಸುಖೈಕಾ ಪರಮಾತ್ಮರೂಪಾ ಸಾ ಕಾಶಿಕಾಹಂ ನಿಜಬೋಧರೂಪಾ ॥

ಕೋಶೇಷು ಪಂಚಸ್ವಧಿರಾಜಮಾನಾ ಬುದ್ಧಿರ್ಭವಾನೀ ಪ್ರತಿದೇಹಗೇಹಂ।
ಸಾಕ್ಷೀ ಶಿವಃ ಸರ್ವಗತಾಂತರಾತ್ಮಾ ಸಾ ಕಾಶಿಕಾಹಂ ನಿಜಬೋಧರೂಪಾ ॥

ಕಾಶ್ಯಾಂ ಹಿ ಕಾಶತೇ ಕಾಶೀ ಕಾಶೀ ಸರ್ವಪ್ರಕಾಶಿಕಾ।
ಸಾ ಕಾಶೀ ವಿದಿತಾ ಯೇನ ತೇನ ಪ್ರಾಪ್ತಾ ಹಿ ಕಾಶಿಕಾ॥
ಕಾಶೀಕ್ಷೇತ್ರಂ ಶರೀರಂ ತ್ರಿಭುವನಜನನೀ ವ್ಯಾಪಿನೀ ಜ್ಞಾನಗಂಗಾ।
ಭಕ್ತಿ ಶ್ರದ್ಧಾ ಗಯೇಯಂ ನಿಜಗುರುಚರಣಧ್ಯಾನಯೋಗಃ ಪ್ರಯಾಗಃ।
ವಿಶ್ವೇಶೋಽಯಂ ತುರೀಯಃ ಸಕಲ ಜನಮನಃ ಸಾಕ್ಷೀಭೂತಾಂತರಾತ್ಮಾ
ದೇಹೇ ಸರ್ವಂ ಮದೀಯೇ ಯದಿ ವಸತಿ ಪುನಸ್ತೀರ್ಥಮನ್ಯತ್ ಕಿಮಸ್ತಿ॥

ಇಂದ್ರಿಯ ವ್ಯಾಪಾರಗಳಿಂದ ಮನಸ್ಸಿನ ನಿವೃತ್ತಿ ಮತ್ತು ಚಿತ್ತಕ್ಕೆ ಪೂರ್ಣನೆಮ್ಮದಿ ದೊರಕುವುದೇ ತೀರ್ಥಗಳಲ್ಲಿ ಸರ್ವಶ್ರೇಷ್ಠವಾದ ಮಣಿಕರ್ಣಿಕೆಯಾಗಿರುತ್ತದೆ. ಶುದ್ಧ ನಿರ್ಮಲ ಆತ್ಮಜ್ಞಾನದ ಪ್ರವಾಹವೇ ಗಂಗೆ ಮತ್ತು ನಿಜಬೋಧ ಸ್ವರೂಪವಾಗಿರುವ ಆತ್ಮವೇ (=ನಾನೇ) ನಿಜವಾದ ಕಾಶಿ.

ಯಾವ ಆತ್ಮಸ್ವರೂಪದಲ್ಲಿ ಮನಸ್ಸಿನ ಕಲ್ಪನಾ ವಿಲಾಸವಾಗಿರುವ ಚರಾಚರಾತ್ಮಕವಾದ ವಿಶ್ವವೆಲ್ಲವೂ ಇಂದ್ರಜಾಲದಂತೆ ಕಲ್ಪಿತವಾಗಿ ತೋರಿಬರುವುದೋ, ಸತ್–ಚಿತ್–ಸುಖ ಮಾತ್ರವಾಗಿರುವ ಪರಮಾತ್ಮರೂಪದ ಆತ್ಮಜ್ಞಾನ ಸ್ವರೂಪಿಯಾದ ನಾನೇ (=ಆತ್ಮವೇ) ನಿಜವಾದ ಕಾಶಿ.

ದೇಹವೆಂಬ ಮನೆಯಲ್ಲಿ, ಪಂಚಕೋಶಗಳಲ್ಲಿ, ವಿರಾಜಮಾನವಾಗಿರುವ ಬುದ್ಧಿಯೇ ಪಾರ್ವತಿ. ಎಲ್ಲರ ಒಳಗೆ ಸಾಕ್ಷೀರೂಪದಿಂದಿರುವ ಅಂತರಾತ್ಮನೇ ವಿಶ್ವನಾಥ ಮತ್ತು ಸತ್ಯಜ್ಞಾನಸ್ವರೂಪಿಯಾದ ನಾನೇ ನಿಜವಾದ ಕಾಶಿ.

ಜ್ಞಾನವನ್ನು ಪ್ರಕಾಶಪಡಿಸುವ ಕಾರಣದಿಂದಾಗಿ ಜ್ಞಾನವೇ ಕಾಶಿ. ಯಾವ ಜ್ಞಾನದೊಳಗೆ ಸ್ವತಃ ಸಿದ್ಧ ಸ್ವಯಂಪ್ರಕಾಶರೂಪಿ ಆತ್ಮ ಪ್ರಕಾಶಿಸುವುದೋ ಅದನ್ನೇ ಕಾಶಿಯೆನ್ನುವರು.

ನಮ್ಮ ಶರೀರವೇ ಕಾಶೀಕ್ಷೇತ್ರ, ತ್ರೈಲೋಕ್ಯಜನನಿಯೂ ವಿಶ್ವವ್ಯಾಪಿಯೂ ಆದ ಜ್ಞಾನರೂಪವೇ ಗಂಗಾನದಿ. ಶ್ರದ್ಧಾಭಕ್ತಿಗಳೇ ಗಯಾಕ್ಷೇತ್ರ, ಸದ್ಗುರುಗಳ ಪಾದಕಮಲಗಳ ಧ್ಯಾನಮಾಡುವ ಯೋಗವೇ ಪ್ರಯಾಗಕ್ಷೇತ್ರ, ಎಲ್ಲ ಜನರ ಮನಸ್ಸುಗಳ ಸಾಕ್ಷಿಯಾಗಿರುವ ತುರೀಯಾವಸ್ಥೆಯಲ್ಲಿರುವ ಅಂತರಾತ್ಮನೇ ವಿಶ್ವನಾಥ. ಇವರೆಲ್ಲ ನನ್ನ ದೇಹದಲ್ಲಿಯೇ ನೆಲೆಸಿರುವಾಗ ಇದನ್ನು ಬಿಟ್ಟು ಬೇರೆ ಪುಣ್ಯಕ್ಷೇತ್ರವು ಯಾವುದಿದೆ?

■

ಅನುಬಂಧ–2

ಪುರಂದರ ದಾಸರ ಕೀರ್ತನೆಯಿಂದ ಆಯ್ದ ಭಾಗ

ಕಂಗಳು ಕಾಶಿಯ ಕಾಂಬೋದೆ ಹಬ್ಬ
ಭೂಲೋಕದೊಳು ಕಾಶೀವಾಸವೆ ಹಬ್ಬ

ವರಾಹ ತಿಮ್ಮಪ್ಪ–ನೀತಿಬೋಧೆ.

(ಆಯ್ದ ಸಾಲುಗಳು)

(ವರಾಹ ತಿಮ್ಮಪ್ಪ ಮುದ್ರಿಕೆಯ ಕೀರ್ತನ ಸಂಪದ–ರಚಯಿತರು ಪೆರಂಪಳ್ಳಿಯ ನೆಕ್ಕಾರು ಕೃಷ್ಣದಾಸರು.)

ಇದಕೊ ಕಾಶಿಯನು ಮನವೇ
ಬೆದಕುಗೊಳ್ಳಲು ಬೇಡ ತೋರುವೆನು
ಬಲ್ಲವನಾದರೆ ಇಲ್ಲಿಯೆ ಕಾಶಿ
ಕಲ್ಲೆದೆಯಾದವನಲ್ಲವೆ ದೋಷಿ
ವೇದವನೋದಿದ ವಿಪ್ರನೆ ಕಾಶಿ
ವಾದಗಳಿಲ್ಲದ ಸೋದರನೆ ಕಾಶಿ
ಅವ್ವೆ ತಂದೆಯ ಸೇವೆ ಮಾಳ್ಪುದೆ ಕಾಶಿ
ದೇವರ ಪೂಜೆಯ ನೋಳ್ಪುದೆ ಕಾಶಿ
ಗುರುಗಳಿಗೆರಗುವ ಪರಿಯೊಂದು ಕಾಶಿ
ಹಿರಿಯರ ಆಜ್ಞೆಯೊಳಿರುವುದು ಕಾಶಿ
ಪರರುಪಕಾರವು ಸ್ಥಿರವಾದ ಕಾಶಿ
ದುಷ್ಟರ ಸಂಗವ ಬಿಡುವುದೆ ಕಾಶಿ
ಶಿಷ್ಟರ ಸೇರುವುದು ಇಷ್ಟದ ಕಾಶಿ
ಬೆಟ್ಟದ ಒಡೆಯನ ನೆನೆವುದೆ ಕಾಶಿ
ಸ್ನಾನದೊಳಗೆ ಭಕ್ತಿ ಸ್ನಾನವೆ ಕಾಶಿ
ಜ್ಞಾನದೊಳಗೆ ಶುದ್ಧಜ್ಞಾನವೆ ಕಾಶಿ
ವಿಧ್ಯುಕ್ತ ಮಾರ್ಗದಿ ನಡೆವುದು ಕಾಶಿ
ಅಧ್ಯಾತ್ಮ ವಿದ್ಯೆಯ ಹೊದ್ದಲು ಕಾಶಿ

ಅನುಬಂಧ–3

ಕಾಶೀಕ್ಷೇತ್ರದಲ್ಲಿರುವ ಕೆಲವು ಪ್ರಸಿದ್ಧ ದೇವಾಲಯಗಳು

ದೇವಾಲಯಗಳು	ಕಾಶಿಯಲ್ಲಿ ಸ್ಥಳ ಉಲ್ಲೇಖ
ಜ್ಯೋತಿರ್ಲಿಂಗಗಳು	
1. ಸೋಮನಾಥ, ಸೌರಾಷ್ಟ್ರ	ಮಾನಮಂದಿರ ಘಾಟ್
2. ಮಲ್ಲಿಕಾರ್ಜುನ, ಶ್ರೀಶೈಲ.	ತ್ರಿಪುರಾಂತಕೇಶ್ವರ, ಸಿಗ್ರಾ
3. ಮಹಾಕಾಲೇಶ್ವರ, ಉಜ್ಜಯಿನಿ	ದಾರಾನಗರ
4. ಓಂಕಾರೇಶ್ವರ, ಇಂದೋರ್.	ಮಚ್ಚೋದರಿ
5. ಬೈಜನಾಥ, ಪರ್ಲಿ, ಬಿಹಾರ.	ಕಮಚ್ಛಾ ಮಹಾರಾಷ್ಟ್ರದಲ್ಲೂ ಬೈಜನಾಥ.
6. ಭೀಮಶಂಕರ, ಮಹಾ...	ಕಾಶೀಕರ್ವಟ್
7. ರಾಮೇಶ್ವರ, ತಮಿಳುನಾಡು.	ಗಣೇಶ್ವರ (ರಾಮೇಶ್ವರ); ಮಾನಮಂದಿರ ಘಾಟ್
8. ನಾಗೇಶ್ವರ, ಮಹಾ..+ದ್ವಾರಕ.	ಭೋಂಸ್ಲಾ ಘಾಟ್
9. ವಿಶ್ವೇಶ್ವರ, ಕಾಶೀ	ವಾರಾಣಸಿ
10.ತ್ರಯಂಬಕೇಶ್ವರ,ನಾಸಿಕ್	ಗೋದೌಲಿಯಾ
11.ಕೇದಾರೇಶ್ವರ, ಉತ್ತರಾಖಂಡ.	ಕೇದಾರ ಘಾಟ್
12.ಘ್ರಿಶ್ನೇಶ್ವರ, ಎಲ್ಲೋರಾ.	ಕಾಮಾಖ್ಯ ದೇವಿ ಮಂದಿರ
ಇನ್ನೂ ಕೆಲವು ಶಿವ ಮಂದಿರಗಳು	
1. ತ್ರಿಲೋಚನೇಶ್ವರ	ಗಂಗಾ–ಮಚ್ಚೋದರಿ ಮಧ್ಯೆ
2. ಮಹಾದೇವ	ಈಶಾನ್ಯ ಕಾಶೀಕ್ಷೇತ್ರದ ಮೊದಲ ತೀರ್ಥ
3. ಕೃತ್ತಿವಾಸೇಶ್ವರ	ಮೈದಾಗೀನ್ ಹತ್ತಿರ ಹಳೆಯ ಮಂದಿರ/ಈಗ ಮಸೀದಿ. (ಶಿವರಾತ್ರಿಯ ದಿನ ತೆಗೆದಿರುತ್ತದೆ)
4. ರತ್ನೇಶ್ವರ	ಮೈದಾಗೀನ್ ಹತ್ತಿರ ಪರ್ವತರಾಜನಿಂದ ಪ್ರತಿಷ್ಠಾಪನೆ
5. ಚಂದ್ರೇಶ್ವರ	ಸಂಕಟಾದೇವಿ ಗುಡಿಯ ಬಳಿ. ಚಂದ್ರನಿಂದ ಪ್ರತಿಷ್ಠಾಪಿಸಲ್ಪಟ್ಟಿದ್ದು.
6. ಧರ್ಮೇಶ್ವರ	ವಿಶ್ವನಾಥ ಮಂದಿರದ ಹತ್ತಿರ ಯಮನಿಂದ ಪ್ರತಿಷ್ಠಾಪಿಸಲ್ಪಟ್ಟಿದ್ದು.

7. ವೀರೇಶ್ವರ	ಸಂಕಟಾದೇವಿ ಗುಡಿಯ ದಕ್ಷಿಣಕ್ಕೆ ಬಟುಕ್ ಶಿವಲಿಂಗ ಎಂದೂ ಹೆಸರು.
8. ಕಾಮೇಶ್ವರ	ಮಚ್ಛೋದರಿಯ ಪೂರ್ವಕ್ಕೆ ಧ್ರುವನಿಂದ ಪ್ರತಿಷ್ಠಾಪಿಸಲ್ಪಟ್ಟಿದ್ದು.
9. ವಿಶ್ವಕರ್ಮೇಶ್ವರ	ಮೃತ್ಯುಂಜಯದ ಪೂರ್ವಕ್ಕೆ ವಿಶ್ವಕರ್ಮನಿಂದ ಪ್ರತಿಷ್ಠಾಪಿಸಲ್ಪಟ್ಟಿದ್ದು.
10. ಮಣಿಕರ್ಣಿಕೇಶ್ವರ	ಮಣಿಕರ್ಣಿಕಾ ಘಾಟ್
11. ಅವಿಮುಕ್ತೇಶ್ವರ	ವಿಶ್ವನಾಥ ಮಂದಿರದ ಒಳಗಡೆ

ನವ ದುರ್ಗೆಯರು

ದುರ್ಗಾಸುರನನ್ನು ಕೊಲ್ಲಲು ಶಿವನು ತನ್ನ ದೇವಿಯನ್ನು ಕಳಿಸಿದನು. ಅವನ ವಧೆಯಾದ ಮೇಲೆ, ದೇವಿಗೆ ದುರ್ಗಾ ಎಂಬ ಹೆಸರು ಬಂದಿತು. ದೇವಿಯು ಒಂಬತ್ತು ಶಕ್ತಿಗಳನ್ನು ಸೃಷ್ಟಿಸಿ, ಅವರನ್ನು ಕಾಶಿಯ ರಕ್ಷಣೆಗೆ ವಿವಿಧ ಕ್ಷೇತ್ರಗಳಲ್ಲಿ ನಿಲ್ಲಿಸಿದಳು. (ಕಾಶೀಖಂಡ–ಅ 72)

1. ಶೈಲಪುತ್ರಿ ದುರ್ಗಾ	ವರುಣ ನದಿಯ ಮರಹಿಯ ಘಾಟ್, ನವರಾತ್ರಿಯ ಮೊದಲದಿನದ ಪೂಜೆ
2. ಬ್ರಹ್ಮಚಾರಿಣಿ ದುರ್ಗಾ	ಪಂಚಗಂಗಾ ಹತ್ತಿರವಿರುವ ದುರ್ಗಾ ಘಾಟ್
3. ಚಿತ್ರಘಂಟಾ ಧುರ್ಗಾ	ಲಕ್ಕಿ ಚಬುತರ, ಚೌಕ್ ಹತ್ತಿರ
4. ಕೂಷ್ಮಾಂಡ ದುರ್ಗಾ	ದುರ್ಗಾಕುಂಡ
5. ಸ್ಕಂದಮಾತಾ ದುರ್ಗಾ	ಜೈತ್‌ಪುರದ ನಾಗಕುವಾದ ಪೂರ್ವಕ್ಕೆ
6. ಕಾತ್ಯಾಯಿನಿ ದುರ್ಗಾ	ಆತ್ಮವೀರೇಶ್ವರ ಮಂದಿರ, ಸಿಂಧಿಯಾ ಘಾಟ್
7. ಕಾಳರಾತ್ರಿ ದುರ್ಗಾ	ಕಾಳಿಕಾಗಲ್ಲಿ, (ದುರ್ಗೆಯ ಧೂತಳಾಗಿ ದುರ್ಗಾಸುರನೆಡೆಗೆ ಹೋಗಿದ್ದಳು)
8. ಮಹಾಗೌರಿ ದುರ್ಗಾ	ಅನ್ನಪೂರ್ಣ ದೇವಾಲಯದ ಒಳಗೆ, ಸಂಕಟಾದೇವಿ ಎಂದೂ ಹೆಸರು.
9. ಸಿದ್ದೇಶ್ವರಿ ದುರ್ಗಾ	ಮೈದಾಗೀನ್‌ನ ದಕ್ಷಿಣ, ಕಾಲಭೈರವನ ಪಶ್ಚಿಮಕ್ಕೆ, ಕಾರ್ತಿಕನವರಾತ್ರಿ, 9ನೆ ದಿನ

ನವಗೌರಿಯರು

1.	ಮುಖ ನಿರ್ಮಾಲಿಕ	ಗಾಯ್‌ಘಾಟ್
2.	ಜ್ಯೇಷ್ಠಾಗೌರಿ	ಜ್ಯೇಷ್ಠೇಶ್ವರದ ಪಶ್ಚಿಮಕ್ಕೆ (ಸಪ್ತಸಾಗರ ಮೊಹಲ್ಲಾ-ಮೈದಾಗಿನ್)
3.	ಸೌಭಾಗ್ಯಗೌರಿ	ಆದಿ ವಿಶ್ವೇಶ್ವರಮಂದಿರದ ಒಳಗಡೆ, ಚೈತ್ರನವರಾತ್ರಿಯ 3ನೇ ದಿನ
4.	ಶೃಂಗಾರಗೌರಿ	ಜ್ಞಾನವಾಪಿ ಮಸೀದಿಯಲ್ಲಿ ಮತ್ತು ಈಗಿನ ವಿಶ್ವನಾಥ ಮಂದಿರದಲ್ಲಿನ ಅನ್ನಪೂರ್ಣೆ, ಚೈತ್ರನವರಾತ್ರಿಯ ನಾಲ್ಕನೆಯ ದಿನ
5.	ವಿಶಾಲಾಕ್ಷಿಗೌರಿ	ವಿಶ್ವನಾಥ ಮಂದಿರದ ನೈಋತ್ಯಕ್ಕೆ, ಮೀರ್ ಘಾಟ್, ಶಕ್ತಿಪೀಠ
6.	ಲಲಿತಾಗೌರಿ	ಲಲಿತಾ ಘಾಟ್
7.	ಭವಾನಿಗೌರಿ	ಅನ್ನಪೂರ್ಣಾ ಮಂದಿರದ ಪ್ರಾಂಗಣದ ರಾಮಮಂದಿರದ ಒಳಗೆ
8.	ಮಂಗಳಾಗೌರಿ	ರಾಮ ಘಾಟ್ / ಪಂಚಗಂಗಾ ಘಾಟ್, ಸೂರ್ಯನಿಂದ ಸ್ಥಾಪಿತವಾದುದು.
9.	ಮಹಾಲಕ್ಷ್ಮಿಗೌರಿ	ಶಕ್ತಿಪೀಠ, ಲಕ್ಷ್ಮೀಕುಂಡ

ಕ್ಷೇತ್ರ ರಕ್ಷಿಕೆಯರು – ಚಾಮುಂಡಾ, ಚರ್ಮಮುಂಡಾ, ಮತ್ತು ಮಹಾಮುಂಡಾ

ಸಪ್ತಮಾತ್ರಿಕೆಯರು–ಚಂಡೀ,

64 ಯೋಗಿನಿಯರು–ಕಾಮಾಕ್ಯಾ ದೇವಿ (ಕಮಚ್ಚಾ), ವಾರಾಹಿ ದೇವಿ (ಮಾನಮಂದಿರ ಘಾಟ್) ...

ಶಕ್ತಿದೇವಿಯರು–ದುರ್ಗಾಸುರನನ್ನು ಕೊಲ್ಲುವಾಗ ದುರ್ಗೆಯಿಂದ ಹೊರಟ ಶಕ್ತಿಗಳು – ತ್ರಿಪುರ ಭೈರವಿ, ಅಶ್ವಾರೂಢ, ವಾಗೇಶ್ವರಿ, ...

ಕಾಶೀಕ್ಷೇತ್ರದಲ್ಲಿಯ ಕೆಲವು ಘಾಟ್/ತೀರ್ಥಗಳು

	ಘಾಟ್ ತೀರ್ಥಗಳು	ನಿರ್ಮಾಣ.
1.	ಅಸಿ	ಸಂಗಮ
2,	ತುಳಸೀ ಘಾಟ್	ಕ್ರಿ.ಶ.1807ರಲ್ಲಿ ಅಮೃತ್‌ರಾವ್ ಪೇಶ್ವ
3.	ಜೈನ್	
4.	ಚೇತ್‌ಸಿಂಗ್	
5.	ಶಿವಾಲಾ	
6.	ದಂಡಿ ಘಾಟ್	ಬಾಬು ಸಂಗಮ್ ಲಾಲ್.
7.	ಹನುಮಾನ್	
8.	ಕರ್ನಾಟಕ	
9.	ಹರಿಶ್ಚಂದ್ರ	
10.	ಕೇದಾರ್	
11.	ಮಾನಸರೋವರ್	
12.	ರಾಜ್ ಘಾಟ್	ಮಹಿಷಾಸುರ ತೀರ್ಥ
13.	ಚೌಸತ್ತಿ ಘಾಟ್	ಯೋಗಿನಿ ತೀರ್ಥ
14.	ದರ್ಭಾಂಗಾ	
15.	ಮುನ್ಶಿ ಘಾಟ್	ಕ್ರಿ.ಶ.1812ರಲ್ಲಿ, ಶ್ರೀಧರ ಮುನ್ಶಿ
16.	ಅಹಲ್ಯಾಬಾಯಿ ಘಾಟ್	ಬ್ರಹ್ಮನಿಂದ ದಶಾಶ್ವಮೇಧ ಯಜ್ಞ ರುದ್ರಸರ ತೀರ್ಥ
17.	ಶೀತಲಾ ಘಾಟ್	ಪಂಡಿತ್ ನಾರಾಯಣ್ ದೀಕ್ಷಿತ್‌ರಿಂದ ಕ್ರಿ.ಶ.1740ರಲ್ಲಿ.
18.	ದಶಾಶ್ವಮೇಧ ಘಾಟ್	ಭಾರಾಶಿವ ರ್‍ಾಜರಿಂದ ದಶಾಶ್ವಮೇಧ ಯಜ್ಞ
19.	ಮಾನ್‌ಮಂದಿರ ಘಾಟ್	ಮಾನ್‌ಮಂದಿರ್ ಅರಮನೆ/ಘಾಟ್ ರಾಜಾ ಮಾನ್‌ಸಿಂಗ್, 1585.
20.	ರಾಜೇಂದ್ರಪ್ರಸಾದ್ ಪ್ರಯಾಗ ತೀರ್ಥ	ಕ್ರಿ.ಶ.1735ರಲ್ಲಿ
21	ಮೀರ್ ಘಾಟ್	ವಿಶಾಲಾಕ್ಷಿ/ಜರಾಸಂಧ
22.	ಲಲಿತಾ ಘಾಟ್	ಲಲಿತಾ ತೀರ್ಥ

23. ಮಣಿಕರ್ಣಿಕಾ ಘಾಟ್ ಮಣಿಕರ್ಣಿಕಾ ಕುಂಡ	ಮೊದಲು ಕ್ರಿ.ಶ. 1302ರಲ್ಲಿ, 1735ರಲ್ಲಿ ಪೇಶ್ವೆ ಬಾಜಿರಾವ್‌ನಿಂದ, 1791ರಲ್ಲಿ ರಾಣಿ ಅಹಲ್ಯಾಬಾಯಿಯಿಂದ.
24. ಸಿಂಧಿಯಾ ಘಾಟ್	ಕ್ರಿ.ಶ.1828/1930 ಸಿಂಧಿಯಾ.
25. ಸಂಕಟಾ ಘಾಟ್	ಕ್ರಿ.ಶ.1825ರಲ್ಲಿ.
26. ಗಂಗಾ ಮಹಲ್	ಗಂಗಾದಿತ್ಯ ಮತ್ತು ಗಂಗಾ ಗೋವಿಂದ ಬಾಬಾ ಕೀರ್ತನಕರ್ ಕೇಶವ ತೀರ್ಥ.
27. ಭೋಂಸ್ಲಾ ಘಾಟ್	ಕ್ರಿ.ಶ.1795ರಲ್ಲಿ ಬೋಂಸ್ಲೆಗಳಿಂದ ಲಕ್ಷ್ಮೀನಾರಾಯಣ ಮಂದಿರ.
28. ವಿಘ್ನೇಶ್ವರ ಘಾಟ್	ವಿಘ್ನೇಶ್ವರ ತೀರ್ಥ
29. ಮೆಹತಾ ಘಾಟ್	ನರ–ನಾರಾಯಣ ತೀರ್ಥ
30. ರಾಮ್ ಘಾಟ್	ರಾಮ ತೀರ್ಥ ಜೈಪುರದ ಮಹಾರಾಜ.
31. ಬಾಲಾ ಘಾಟ್	ಮಂಗಳಗೌರಿ
32. ಕೋನಿಯ ಘಾಟ್	ಪಂಚನದ ತೀರ್ಥ ಕ್ರಿ.ಶ.1580ರಲ್ಲಿ ರಘುನಾಥರಿಂದ (ಪಂಚಗಂಗಾ)
33. ದುರ್ಗಾ ಘಾಟ್	ಬ್ರಹ್ಮಚಾರಿಣಿ ದುರ್ಗಾ ನಾನಾ ಫಡ್ನವೀಸನಿಂದ.
34. ಬ್ರಹ್ಮ ಘಾಟ್	ಭೈರವ ತೀರ್ಥ ಪಂಡಿತ್ ನಾರಾಯಣ್ ದೀಕ್ಷಿತ್‌ರಿಂದ ಕ್ರಿ.ಶ.1740ರಲ್ಲಿ
35. ಗಾಯ್ ಘಾಟ್	ನಾಗೇಶ್ವರ ತೀರ್ಥ
36. ತ್ರಿಲೋಚನ ಘಾಟ್	ಪಿಲಿಪ್ಪಿಲ ತೀರ್ಥ 19ನೇ ಶತಮಾನ.
37. ತೇಲಿಯಾನಾಲಾ	
38. ನಯಾ ಘಾಟ್	ಗೋ ಪ್ರತರ ತೀರ್ಥ
39. ಪ್ರಹ್ಲಾದ್ ಘಾಟ್	ವನ ತೀರ್ಥ
40 ಆದಿಕೇಶ್ವರ ಘಾಟ್ ರಾಜ್‌ಮಂದಿರದ ಪುಸ್ತ ನರಸಿಂಗ ದರ್ಶಾ	ಮಂದಿರ/ಘಾಟ್, ಟಿಪ್ನಿಸ್ ಕುಟುಂಬ. ಕರ್ಣಾದಿತ್ಯ ತೀರ್ಥ ಖರ್ವ ನರಸಿಂಹ ತೀರ್ಥ

ಸ್ನಾನಕ್ಕೆ ಯೋಗ್ಯವಾದ ಏಳು ಪ್ರಮುಖ ತೀರ್ಥಗಳು

1. ಅಸಿ ಸಂಗಮೇಶ್ವರ   ಈಚೆಗೆ ಅಲ್ಲ
2. ಕೇದಾರೇಶ್ವರ
3. ದಶಾಶ್ವಮೇಧ
4. ವರುಣ–ಗಂಗಾ ಸಂಗಮ   ಈಚೆಗೆ ಅಲ್ಲ
5. ತ್ರಿಲೋಚನೇಶ್ವರ
6. ಪಂಚಗಂಗಾ
7. ಮಣಿಕರ್ಣಿಕಾ ತೀರ್ಥ

ಅನುಬಂಧ-4

ದಿವೋದಾಸನ ಕಥೆಗಳು

ದಿವೋದಾಸನ ಕಥೆ ಎಲ್ಲಕಡೆಯು ಒಂದೇರೀತಿಯಲ್ಲಿ ಬಂದಿಲ್ಲ. ಋಗ್ವೇದದಲ್ಲಿ ದಿವೋದಾಸನು ವಾಧ್ಯತ್ವನ ಮಗನೆಂದೂ, ಕಾಶಿಯ ರಾಜನಾಗಿದ್ದನೆಂದೂ ಬಂದಿದೆ. ದಿವೋದಾಸನಿಗೂ ಶಂಬರನಿಗೂ ಮಧ್ಯೆ ಪದೇಪದೇ ಯುದ್ಧ ನಡೆಯುತ್ತಲೇ ಇತ್ತೆಂದೂ, ಕೊನೆಗೆ ಶಂಬರನನ್ನು ಇಂದ್ರನು ಕೊಂದನೆಂದೂ ತಿಳಿಸುತ್ತದೆ. ಇಂದ್ರನು ದಿವೋದಾಸನಿಗೆ ಹೊಸ ವಾರಾಣಸಿಯನ್ನು ಕಟ್ಟಿಕೊಟ್ಟನು. ಇಂದ್ರನು ದಿವೋದಾಸನಿಗಾಗಿ ತೊಂಬತ್ತು ಪುರಗಳನ್ನು ಗೆದ್ದುಕೊಟ್ಟನೆಂದೂ (ಋ.ಮಂ1.130.7), ಕಲ್ಲಿನ ನೂರುಪುರಗಳನ್ನು ಕೊಟ್ಟನೆಂದೂ (ಋ.ಮಂ4.1.54) ತಿಳಿಸುತ್ತದೆ. ದಿವೋದಾಸನು ಯುದ್ಧವೊಂದರಲ್ಲಿ ಪಣಿಗಳಿಂದ ಸೋತು, ನಿರ್ವೀರ್ಯನಾದನು. ಅನಂತರ ಅಶ್ವಿನಿಗಳ ಚಿಕಿತ್ಸೆಯಿಂದ ಗುಣಹೊಂದಿ ಸುದಾಸ ಎಂಬ ಮಗನನ್ನು ಪಡೆದನು. ಸುದಾಸನು ಹತ್ತು ರಾಜರುಗಳೊಂದಿಗೆ ಮಾಡಿದ ಯುದ್ಧದಲ್ಲಿ ತುತ್ಸುಗಳ ಸಹಾಯದಿಂದ ಸೋಲನ್ನು ತಪ್ಪಿಸಿಕೊಂಡನು. ಇದರಲ್ಲಿ ಇಂದ್ರ ಮತ್ತು ವರುಣರ ಸಹಾಯವೂ ಸೇರಿತ್ತು.

ಪುರಾತನಕಾಲದ ರಾಜರುಗಳ ವಂಶಾವಳಿಗೆ 'ಶ್ರೀಮದ್ಭಾಗವತ ಮಹಾಪುರಾಣ'ವು ಬಹಳ ಅಮೂಲ್ಯ ಆಕರವಾಗಿದೆ. ಈ ಪುರಾಣ ಹೇಳುವ 'ಬ್ರಹ್ಮನಿಂದ ಸನಂದಾದಿಗಳು, ನವಬ್ರಹ್ಮರು, ಸ್ವಾಯಂಭುವ ಮನು, ಶತರೂಪೆ ಮತ್ತು ರುದ್ರರು ಮೊದಲು ಸೃಷ್ಟಿಯಾದರು' ಎಂಬ ಕಥೆಯನ್ನು ಹಿಂದಿನ ಅಧ್ಯಾಯದಲ್ಲಿ ಕೊಟ್ಟಿದೆ.

ಸ್ವಾಯಂಭುವ ಮನುವಿನಿಂದ **ಇಪ್ಪತ್ತನೆಯ ತಲೆಯಾದ ವೈವಸ್ವತಮನು ಅಯೋಧ್ಯೆಯಲ್ಲಿ ಸೂರ್ಯವಂಶದ ಸ್ಥಾಪಕನೆನಿಸಿದನು**. ಅವನ ಮಗ ಇಕ್ಷ್ವಾಕು, ಮಗಳು ಇಳಾ. ಚಂದ್ರನ ಮಗನಾದ ಬುಧನನ್ನು ಇಳಾ ಮದುವೆಯಾದಾಗ ಚಂದ್ರವಂಶ ಶುರುವಾಯಿತು. ಇಳಾ ಮತ್ತು ಬುಧರ ಮಗ ಪುರೂರವನು ಪ್ರತಿಷ್ಠಾನದಲ್ಲಿ (ಎಂದರೆ ಗಂಗೆಯ ಒಂದು ದಡದಲ್ಲಿ ಇಂದಿನ ಅಲಹಾಬಾದ್/ಪ್ರಯಾಗ ಇದ್ದರೆ, ಇನ್ನೊಂದು ದಡದಲ್ಲಿರುವ 'ಝೂಸಿ' ಎಂಬ ಸ್ಥಳದಲ್ಲಿ) ರಾಜ್ಯವನ್ನು ಸ್ಥಾಪಿಸಿದನು. ಪುರೂರವನ ಆರು ಗಂಡುಮಕ್ಕಳಲ್ಲಿ ಮೊದಲನೆಯವ ಆಯು, ಇವನ ಐದು ಗಂಡು ಮಕ್ಕಳಲ್ಲಿ ನಹುಷನ ನಂತರ ಎರಡನೆಯ ಮಗ ಕ್ಷಾತ್ರವೃದ್ಧ. **ಸ್ವಾಯಂಭುವ ಮನುವಿನಿಂದ ಇಪ್ಪತ್ತನಾಲ್ಕನೆಯ ತಲೆಯಾದ ಕ್ಷಾತ್ರವೃದ್ಧನು ಆನಂದಕಾನನದಲ್ಲಿ ರಾಜ್ಯವನ್ನು ಸ್ಥಾಪಿಸಿದನು**. ಕ್ಷಾತ್ರವೃದ್ಧನ ಸಮಯದಲ್ಲಿ ಅಯೋಧ್ಯೆಯಲ್ಲಿ

ಪ್ರಾಯಶಃ ಅನೇನಾ ಅಥವಾ ಪೃಥು ಆಳುತ್ತಿದ್ದಿರಬೇಕು. ಕ್ಷಾತ್ರವೃದ್ಧನ ಮಗ ಸುಹೋತ್ರ ಮತ್ತು ಮೊಮ್ಮಗ ಕಾಶ್ ಎಂಬ ರಾಜ. ರಾಜ ಕಾಶ್‌ನ ಕಾಲದಲ್ಲಿ ಪ್ರವರ್ಧನಮಾನಕ್ಕೆ ಬಂದುದರಿಂದ ಆನಂದಕಾನನಕ್ಕೆ 'ಕಾಶಿ' ಎಂಬ ಹೆಸರು ಬಂದಿತೆಂದು ನಂಬಿಕೆ. **(ಈಶ್ವರನೆಂಬ ಜ್ಯೋತಿಯು** ಇಲ್ಲಿ ಸತತವಾಗಿ ಪ್ರಕಾಶಿಸುತ್ತಿರುವುದರಿಂದ, ಆನಂದಕಾನನವನ್ನು ಪ್ರಕಾಶಮಾನವಾದ ಕಾಶಿ ಎಂದುಕರೆಯಲು ವಿಷ್ಣುವೇ ಕಾರಣ ಎಂದು ಹಿಂದಿನ ಅಧ್ಯಾಯದಲ್ಲಿ ಹೇಳಿದೆ). ಸ್ವಾಯಂಭುವ ಮನುವಿನಿಂದ ಮುವ್ವತ್ತನೆಯ (ಪಾರ್ಜಿಟರ್ ಎಂಬುವನ ಪ್ರಕಾರ ಮುವ್ವತ್ತೊಂದನೆಯ) ತಲೆಯಲ್ಲಿ ಆಯುರ್ವೇದದ ಜನಕನೆಂದು ಪ್ರಸಿದ್ಧನಾದ ಧನ್ವಂತರಿ ಬಂದನು. (ಧನ್ವಂತರಿಯನ್ನು ಒಂದನೆಯ ದಿವೋದಾಸ ಎಂದೂ ಹೇಳುತ್ತಾರೆ). ಅವನ ಮರಿ ಮೊಮ್ಮಗನೇ (ಅಂದರೆ **ಸ್ವಾಯಂಭುವ ಮನುವಿನಿಂದ 33ನೆಯ ತಲೆ)** ಕಾಶಿಯ ಚರಿತ್ರೆಯಲ್ಲಿ ಅನೇಕ ರೀತಿಯಲ್ಲಿ ಪ್ರಸಿದ್ಧನಾದ ದಿವೋದಾಸ (ಎರಡನೆಯ ದಿವೋದಾಸ).

ಹರ್ಯಶ್ವ-ಹೈಹಯರ ಕಾಳಗ: 'ಮಹಾಭಾರತ'ದಲ್ಲಿ ರಾಜಾ ದಿವೋದಾಸನ ಕಥೆ ಅನುಶಾಸನ ಪರ್ವದಲ್ಲಿ ಮೂಡಿಬಂದಿದೆ. ಕಥೆಯ ಸಾರಾಂಶ ಹೀಗಿದೆ. ಕಾಶಿಯು ಪ್ರಯಾಗಸಂಗಮದ ನಂತರ ಗಂಗೆಯ ದಕ್ಷಿಣದಲ್ಲಿ ಸ್ಥಿತವಾಗಿದ್ದ ಒಂದು ರಾಜ್ಯವಾಗಿತ್ತು. ಅದರ ನೆರೆರಾಜ್ಯವಾದ ವತ್ಸದೇಶವು ಗಂಗೆ ಮತ್ತು ಯಮುನೆಯರ ಮಧ್ಯದ (ದೋ ಆಬ್) ಕ್ಷೇತ್ರದಲ್ಲಿತ್ತು. ವತ್ಸದೇಶದ ರಾಜ ವೀತಹವ್ಯ, ಅವನ ಮಗ ಮನು, ಮೊಮ್ಮಗ ಶರ್ಯಾತಿ. ಶರ್ಯಾತಿಯ ಮಗ ಹೈಹಯನಿಗೆ ನೂರು ಮಕ್ಕಳು. ಈ ಕಾಲದಲ್ಲಿ ಕಾಶಿಯಲ್ಲಿ ವೀರನೆಂದೂ, ಧೈರ್ಯಶಾಲಿಯೆಂದೂ ಹೆಸರಾಗಿದ್ದ ಹರ್ಯಶ್ವನು ರಾಜನಾಗಿದ್ದನು. ಕಾಶಿಯ ಹರ್ಯಶ್ವನಿಗೂ ವತ್ಸದೇಶದ ಹೈಹಯರಿಗೂ ಗಂಗಾ ಮತ್ತು ಯಮುನಾ ನದಿಗಳ ನಡುವಣ ಪ್ರದೇಶದಲ್ಲಿ ಯುದ್ಧಗಳು ನಡೆಯುತ್ತಲೇ ಇದ್ದವು. ಈ ಯುದ್ಧಗಳಲ್ಲಿ ಮೊದಲು ಹರ್ಯಶ್ವನೂ ನಂತರ ಅವನ ಮಗ ಸುದೇವನೂ ಮಡಿದರು. ಸುದೇವನ ಮಗ ದಿವೋದಾಸನು ಕಾಶಿಯ ರಾಜನಾದಾಗ ವತ್ಸದೇಶದ ಹೈಹಯರ ಶತ್ರುತ್ವವನ್ನು ಪರಿಗಣಿಸಿ ಗಂಗೆಯ ದಕ್ಷಿಣದಲ್ಲಿದ್ದ ವಾರಾಣಸಿ ನಗರವನ್ನು ಗಂಗೆಯ ಉತ್ತರಕ್ಕೆ, ಗೋಮತಿ ನದಿಯ ನೈಋತ್ಯಕ್ಕೆ ಬದಲಾಯಿಸಿದನು. ಋಗ್ವೇದದಲ್ಲಿ ಇಂದ್ರನು ದಿವೋದಾಸನಿಗಾಗಿ ಹೊಸ ವಾರಾಣಸಿ ನಗರವನ್ನು ಕಟ್ಟಿಕೊಟ್ಟನೆಂಬ ಕಥೆ ಇದನ್ನು ಸಮರ್ಥಿಸುತ್ತದೆ. ಇದರಿಂದ ಹೈಹಯರ ಆಕ್ರಮಣಗಳು ಕಡಿಮೆಯಾಗಬಹುದೆಂದು ಎಣಿಸಿದ್ದರೂ, ಹೈಹಯರು ಪುನಃ ಹೊಸ ವಾರಾಣಸಿಗೆ ದಾಳಿಯಿಟ್ಟು ಅವನನ್ನು ಸೋಲಿಸಿದರು. ದಿವೋದಾಸನು ಓಡಿಹೋಗಿ ಋಷಿ ಭರದ್ವಾಜನ ಪ್ರಯಾಗದಲ್ಲಿನ ಆಶ್ರಮದಲ್ಲಿ ಆಶ್ರಯಪಡೆದನು. ಅಲ್ಲಿ ನಡೆಸಿದ ಪುತ್ರಕಾಮೇಷ್ಟಿಯಜ್ಞದ ಫಲವಾಗಿ ಅವನಿಗೆ ಪ್ರತರ್ದನ ಎಂಬ ಮಗನು ಹುಟ್ಟಿದನು.

ಪ್ರತರ್ದನನು ಗಂಗೆಯನ್ನು ದಾಟಿ, ವತ್ಸದೇಶದ ಮೇಲೇರಿ ಹೋಗಿ, ಹೈಹಯರನ್ನು ಸದೆಬಡಿದನು. ಆಗ ಹೈಹಯ ರಾಜನು ಓಡಿಹೋಗಿ ಋಷಿ ಭೃಗುವಿನ ಆಶ್ರಮದಲ್ಲಿ ಅವಿತುಕೊಂಡನು. ಪ್ರತರ್ದನನು ಭೃಗುವಿನ ಆಶ್ರಮಕ್ಕೆ ಬಂದು ದುಷ್ಟನಿಗೆ ಆಶ್ರಯಕೊಟ್ಟಿರುವುದಕ್ಕೆ ಋಷಿಯನ್ನು ಆಪಾದಿಸಿದನು. ತನ್ನ ಆಶ್ರಮದಲ್ಲಿ ಯಾವ ಕ್ಷತ್ರಿಯನೂ ಇಲ್ಲವೆಂದು ಭೃಗು ಹೇಳಿ, ಅಲ್ಲಿದ್ದ ಹೈಹಯ ರಾಜನನ್ನು ಬ್ರಾಹ್ಮಣನನ್ನಾಗಿ ಮಾಡಿದ್ದರ ಸಂಕೇತ ನೀಡಿದನು. ಹೀಗೆ ಕ್ಷತ್ರಿಯ ರಾಜ ವೇದಾಭ್ಯಾಸ ಮಾಡಿ ಬ್ರಾಹ್ಮಣನಾದನು. ಅವನ ಪೀಳಿಗೆಯ ಅನೇಕ ಹೆಸರುಗಳನ್ನು ಗ್ರಂಥಗಳಲ್ಲಿ ನೋಡಬಹುದು.

'ಹರಿವಂಶ'ದಲ್ಲಿ (ಹರಿ.ವಂ,ಸ್ಕಂ1,ಅ29) ದಿವೋದಾಸನು ಧನ್ವಂತರಿಯ ಮರಿಮೊಮ್ಮಗ ಎಂದಿದೆ. ಆದರೆ, ಮುಂದಿನ ಕಥೆಯಲ್ಲಿ ವ್ಯತ್ಯಾಸವಿದೆ. ಪ್ರಾಯಶಃ ದಿವೋದಾಸನ ತಂದೆ ಭೀಮರಥನ ಸಮಯದಲ್ಲಿ ಹೈಹಯ ರಾಜ ಭದ್ರಶ್ರೇಣ್ಯನು ಕಾಶಿಯನ್ನು ಗೆದ್ದಿರಬೇಕು. ದಿವೋದಾಸನು ಭದ್ರಶ್ರೇಣ್ಯನ ನೂರು ಮಕ್ಕಳನ್ನು ಕೊಂದು, ದುರ್ದಮನೆಂಬ ಒಬ್ಬ ಹಸುಳೆಯನ್ನು ಬಿಟ್ಟು, ಕಾಶಿಯನ್ನು ಮರಳಿಪಡೆದನು. ಆಗ ಶಿವನು ತನ್ನ ಗಣ ನಿಕುಂಭನನ್ನು ಕಳಿಸಿ ವಾರಾಣಸಿಯನ್ನು ಹಾಳುಗೆಡವಿಸಿದನು. ಬಹಳಕಾಲ (ಸಾವಿರ ವರ್ಷಗಳು) ಅದೇ ಸ್ಥಿತಿಯಲ್ಲಿದ್ದಾಗ ಶಿವನು ಅಲ್ಲಿ ನೆಲೆಸಿದ್ದನು. ಇದರಿಂದ ಕಾಶಿಗೆ ಅವಿಮುಕ್ತವೆಂಬ ಹೆಸರುಬಂದಿತು. ಹೈಹಯರಾಜ ದುರ್ದಮ ಮತ್ತೆ ಕಾಶಿಯಲ್ಲಿ ತನ್ನ ರಾಜ್ಯ ಸ್ಥಾಪಿಸಿದನು. ನಂತರ ದಿವೋದಾಸನ ಮಗ ಪ್ರತರ್ದನನು ದುರ್ದಮನನ್ನು ಸೋಲಿಸಿ ಕಾಶಿಯನ್ನು ಮರಳಿಪಡೆದನು.

ಕಾಶಿ ಜನಪದದ ಹಸ್ತಾಂತರಗಳು: ಕಾಶಿಯ ಬಗ್ಗೆ ವಿಪುಲವಾಗಿ ಬರೆದಿರುವ ಡಾ! ಮೋತಿಚಂದ್ರ, ಕುಬೇರನಾಥ ಶುಕ್ಲಾ ಮತ್ತು ಪಾರ್ಜಿಟರ್ (ಪುರಾಣಗಳ ಬಗ್ಗೆ ಶೋಧನೆ ನಡೆಸಿದವರು) ಮೊದಲಾದ ಲೇಖಕರು ದಿವೋದಾಸ ಎಂಬ ಹೆಸರಿನ ಇಬ್ಬರು ರಾಜರು ಕಾಶಿಯನ್ನು ಆಳಿರಬೇಕು ಎನ್ನುತ್ತಾರೆ. ಇದರಿಂದಾಗಿ ಕಾಶಿಯ ಬಗೆಗಿರುವ ವಿವಿಧ ಕಥೆಗಳನ್ನು ಅರ್ಥ ಬರುವಂತೆ ವಿವರಿಸಿದಂತಾಗುತ್ತದೆ. ಕ್ಷಾತ್ರವೃದ್ಧನು ಕಾಶಿಯ ಮೊದಲ ದೊರೆ. ಅವನ ವಂಶದಲ್ಲಿ ಬಂದವನು ಕಾಶ್ಯ. ಕೆಲವು ತಲೆಮಾರಿನ ನಂತರ ಧನ್ವಂತರಿಯೂ, ಅವನಾದ ಮೇಲೆ ಕ್ರಮವಾಗಿ ಕೇತುವಂತ 1, ಭೀಮರಥ, ಮೊದಲನೆಯ ದಿವೋದಾಸ ಕಾಶಿಯ ರಾಜರಾದರು. ಹೈಹಯರ ಆಕ್ರಮಣದಿಂದ ಬೇಸತ್ತು, ದಿವೋದಾಸನು ವಾರಾಣಸಿಯನ್ನು ಸ್ಥಳಾಂತರಿಸಿ ಗಂಗೆಯ ಉತ್ತರದಡದಲ್ಲಿ ಗೋಮತಿಯ ತೀರದಲ್ಲಿ ಸ್ಥಾಪಿಸಿದನು. ಆದರೂ ಹೈಹಯರಾಜ ಭದ್ರಶ್ರೇಣ್ಯನು (ಮಾಹಿಷ್ಮಾನನ ಮಗ) ಕಾಶಿ ಜನಪದವನ್ನು ಕಸಿದುಕೊಂಡನು. ಆಗ ರಾಕ್ಷಸ ಕ್ಷೇಮಕನು ವಾರಾಣಸಿಯನ್ನು ತನ್ನದಾಗಿಸಿಕೊಂಡನು. ಮೊದಲನೆಯ ದಿವೋದಾಸನು ಮಾಹಿಷ್ಮತಿಯ ಹೈಹಯರನ್ನು

ಯುದ್ಧದಲ್ಲಿ ಸೋಲಿಸಿ, ಕಾಶಿ ಜನಪದವನ್ನು ವಾಪಸ್ಸುಪಡೆದನು. ಹೈಹಯರ ರಾಜ ಭದ್ರಶ್ರೇಣ್ಯನು ಅವನ ಎಲ್ಲ ಮಕ್ಕಳ ಜೊತೆ ಯುದ್ಧದಲ್ಲಿ ಮಡಿದಾಗ ಇನ್ನೂ ಸಣ್ಣ ವಯಸ್ಸಿನ ದುರ್ದಮನೆಂಬ ಹಸುಳೆ ಮಗನೊಬ್ಬನೆ ಉಳಿದನು. ದಿವೋದಾಸನ ಅನಂತರ ಅವನ ತಮ್ಮ ಅಷ್ಟರಥನೂ, ಅನಂತರ ಹರ್ಯಶ್ವನೂ ಕಾಶಿಯಲ್ಲಿ ರಾಜರಾದರು. ಆಗ ಪ್ರಾಯಕ್ಕೆ ಬಂದಿದ್ದ ಹೈಹಯರ ರಾಜ ದುರ್ದಮನು ಅಷ್ಟರಥನನ್ನು ಸೋಲಿಸಿದನು. ಹೀಗೆ ಕಾಶಿ ರಾಜ್ಯ ಮತ್ತು ವಾರಾಣಸಿ ನಗರ ಚಂದ್ರವಂಶೀಯ ಕ್ಷಾತ್ರವೃದ್ಧನ ಪೀಳಿಗೆಯವರ ಮತ್ತು ಹೈಹಯರ ಮಧ್ಯೆ ಹಸ್ತಾಂತರವಾಗುತ್ತಿತ್ತು. ಅನಂತರದಲ್ಲಿ ಅಯೋಧ್ಯೆಯ ಚಕ್ರವರ್ತಿ ಸಗರನು ಹೈಹಯ ವಂಶದಲ್ಲಿ ಪ್ರಸಿದ್ಧನಾಗಿದ್ದ (ಅರ್ಜುನ ಕಾರ್ತ್ಯವೀರನ ಮೊಮ್ಮಗ) ತಾಲಜಂಘ ಮತ್ತು ಅವನ ಅನೇಕಮಕ್ಕಳನ್ನು ಕೊಂದನು. ಹೈಹಯ ರಾಜನಾದ ವೀತಿಹವ್ಯ (ವೀತಿಹೋತ್ರ)ನು ಕಾಶಿಯರಾಜ ಹರ್ಯಶ್ವನನ್ನು ಯುದ್ಧದಲ್ಲಿ ಸೋಲಿಸಿದನು. ನಂತರ ಕಾಶಿಯ ಗದ್ದುಗೆ ಏರಿದ ಅವನ ಮಗ ಸುದೇವನನ್ನೂ ವೀತಿಹವ್ಯರು ಸೋಲಿಸಿದರು. ಸುದೇವನ ಮಗ ಎರಡನೆಯ ದಿವೋದಾಸನನ್ನು ಸೋಲಿಸಿದಾಗ ಅವನು ಭರದ್ವಾಜ ಮುನಿಯ ಆಶ್ರಮದಲ್ಲಿ ಅಡಗಿಕೊಳ್ಳಬೇಕಾಯಿತು. ಇವನ ಮಗ ಪ್ರತರ್ದನ ವೀತಿಹವ್ಯರನ್ನು ಸೋಲಿಸಿದರೂ ವೀತಿಹವ್ಯರು ಮಾತ್ರ ತಪ್ಪಿಸಿಕೊಂಡು ಭೃಗು ಆಶ್ರಮದಲ್ಲಿ ಬ್ರಾಹ್ಮಣರಾಗಿ ಪ್ರಾಣ ಉಳಿಸಿಕೊಂಡರು. ಕಾಶಿಯನ್ನು ತನ್ನ ವಶಕ್ಕೆ ತೆಗೆದುಕೊಂಡ ಪ್ರತರ್ದನ ಮತ್ತು ಅವನ ಮಗ ಅಲರ್ಕ ಪ್ರಸಿದ್ಧರಾಗಿ ಆಳಿದರು. ಇದೇ ವಂಶದ ರಾಜರು ಅಲರ್ಕನಾದ ಹತ್ತು ತಲೆಮಾರಿನವರೆಗೂ ಕಾಶಿಯನ್ನು ಆಳಿದರು.

ದಿವೋದಾಸನ ಮೇಲಿನ ಎಲ್ಲ ಕಥೆಗಳೂ ಹೆಚ್ಚು ಗೊಂದಲವನ್ನೇ ಎಬ್ಬಿಸುವಂತಿವೆ. ಇದಕ್ಕಾಗಿ ಒಂದು ಪಟ್ಟಿ (ಕೋಷ್ಟಕ)ಯಲ್ಲಿ ಈ ಕೆಳಗೆ ಕೊಡಲಾಗಿದೆ.

ದಿವೋದಾಸ (ಚಂದ್ರವಂಶ)

ತಲೆ	ಹೆಸರು ಭಾಗವತ (ಚಂದ್ರವಂಶ)	ಮಹಾಭಾರತ ಅನುಶಾಸನ ಪರ್ವ–XXX ಕಾಶಿ ವತ್ಸದೇಶ	ಋಗ್ವೇದ/ಹರಿವಂಶ
1.	ಸ್ವಾಯಂಭುವ ಮನು		
20.	ವೈವಸ್ವತ ಮನು		
21.	(ಮಗಳು)ಇಳಾ+ಬುಧ (ಇವರಿಂದ ಚಂದ್ರವಂಶ– ಝೂಸಿ–ಪ್ರಯಾಗ ಸಂಗಮದ ಎದುರಿನ ದಡದಲ್ಲಿ)		

(ವೈವಸ್ವತ ಮನು ಮಗ **ಇಕ್ಷ್ವಾಕು**ವಿನಿಂದ ಸೂರ್ಯವಂಶ–ಅಯೋಧ್ಯೆಯಲ್ಲಿ)

22. **ಪುರೂರವ** (ಚಂದ್ರವಂಶ–ಝೂಸಿ–ಪ್ರಯಾಗ ಸಂಗಮದ ಎದುರಿನ ದಡ)
23. ಆಯು (ಇವನಿಗೆ ನಹುಷ – ಝೂಸಿಯಲ್ಲಿ–ಇವನ ವಂಶಾವಳಿಯಲ್ಲಿ **ಭರತ;** ಇನ್ನೊಬ್ಬ ಮಗ **ಕ್ಷಾತ್ರವೃದ್ಧ –ಕಾಶಿಯಲ್ಲಿ–ಇವನ ವಂಶಾವಳಿಯಲ್ಲಿ ಮುಂದೆಲ್ಲೋ ರಾಜ ಸರ್ವಸೇನನ ಮಗಳು ಸುನಂದ, ಭರತ–ಸುನಂದ ದಂಪತಿ)**
24. **ಕ್ಷಾತ್ರವೃದ್ಧ** **ಮನು**
25. ಸುಹೋತ್ರ ಶರ್ಯಾತಿ
26. ಕಾಶ್

(ಕಾಶೀ

ಎಂಬ

ಹೆಸರು) **ವತ್ಸ*** ವಾಧ್ಯತ್ವ

(*ವತ್ಸನ ಮಕ್ಕಳು ಹೈಹಯ ಮತ್ತು ತಾಲಜಂಘ; ಹೈಹಯನಿಗೆ–10 ಹೆಂಡತಿಯರಿಂದ–100 ಮಕ್ಕಳು–ವೀತಹವ್ಯರು. ವತ್ಸದೇಶ ಗಂಗೆ ಮತು ಯಮುನೆಯರ ದೋಆಬ್ ನದಿಗಳ ಮಧ್ಯೆ. ಹೈಹಯ+ವೀತಹವ್ಯರು ಕಾಶಿಯ ಮೇಲೆ ಧಾಳಿ; ಕೊನೆಗೆ ಹರ್ಯಶ್ವನನ್ನು ಕೊಂದರು)

30. **ಧನ್ವಂತರಿ (ದಿವೋದಾಸ1)** **ಹರ್ಯಶ್ವ** **ಹೈಹಯ** **ದಿವೋದಾಸ1**

ಧನ್ವಂತರಿ

31. **ಸುದೇವ** **ಹೈಹಯ**(ವೀತ..) **ಸುದಾಸ**(ಹೈಹಯರಿಂದ ಸೋಲು)
32. **ದಿವೋದಾಸ2**(ವಾರಾಣಸಿ). **ದಿವೋದಾಸ2*.** **ವೀತಹವ್ಯರು**

ದಿವೋದಾಸ2** ಭೀಮರಥ

(*ದಿವೋದಾಸ2 ಕೈತಿ ಎಂಬಲ್ಲಿ, ಗೋಮತಿ/ಗಂಗೆ ಸಂಗಮದ ಹತ್ತಿರ, ಗೋಮತಿಯ ದಕ್ಷಿಣದಲ್ಲಿ, ಹೊಸ ವಾರಾಣಸಿ ಕಟ್ಟಿದ. ದಿವೋದಾಸ2 ಮತ್ತು ಹೈಹಯರು (ವೀತಹವ್ಯರು) 1000 ದಿನಗಳವರೆಗೆ ಯುದ್ಧಮಾಡಿದರು; ಸೇನೆ ಇಲ್ಲದಾಯಿತು, ಖಜಾನೆ ಖಾಲಿಯಾಯಿತು, ದಿವೋದಾಸ2 ಸೋತುಸೊರಗಿ ಭಾರದ್ವಾಜ ಆಶ್ರಮದಲ್ಲಿ ಆಶ್ರಯ ಕೋರಿದನು; ಋಷಿಯ ಯಜ್ಞದಿಂದ ರಾಜನಿಗೆ ಮಗ–ಪ್ರತರ್ದನ ಹುಟ್ಟಿದ; ದಿವೋದಾಸ2 ಸುಶ್ರುತನ ಆಯುರ್ವೇದದ ಗುರು)

33. **ಪ್ರತರ್ದನ** **ಪ್ರತರ್ದನ*** **ಶಂಬರ**

(*ಪ್ರತರ್ದನ ಗಂಗೆಯನ್ನು ದಾಟಿ ವತ್ಸದೇಶವನ್ನು ಮುತ್ತಿ 100 ವೀತಹವ್ಯರನ್ನು ಸದೆಬಡಿದ; ಅಂದಿನ ವೀತಹವ್ಯ ರಾಜ, ಪ್ರಾಯಶಃ ಶಂಬರ, ಓಡಿಹೋಗಿ ಭೃಗು

ಋಷಿಯ ಆಶ್ರಮದಲ್ಲಿ ಸೇರಿಕೊಂಡ, ಪ್ರತರ್ದನ ಕೇಳಿದಾಗ, ಭೃಗುಋಷಿಯು ಆಶ್ರಮದಲ್ಲಿ ಯಾರೂ ಕ್ಷತ್ರಿಯರಿಲ್ಲವೆಂದು ಉತ್ತರ ಹೇಳಿದನು. ವೀತಹವ್ಯ(ಶಂಬರ) ಅಲ್ಲಿ ವೇದಾಭ್ಯಾಸದಲ್ಲಿ ನಿರತನಾದ. ಅವನ ಬ್ರಾಹ್ಮಣ ವಂಶಾವಳಿ ಹೀಗಿತ್ತು – ಗೃತ್ಸಮದ–ಸುತೇಜಸ್–ವರ್ಚಸ್– ವಿಹವ್ಯ– ವಿತತ್ಯ–ಸತ್ಯ–ಸಂತ–ಋಷಿ ಸ್ರವಸ್–ತಮ–ಪ್ರಕಾಶ–ವಿಜೇಂದ್ರ–ಪ್ರಮತಿ–ಘೃಸ್ತಚಿ–ರುರು–ಋಷಿ ಸುನಕ–ಸೌನಕ...)

34. **ಅಲರ್ಕ**

45. **ಭಾರ್ಗಭೂಮಿ** (ಚಂದ್ರವಂಶದ ಕೊನೆಯ ರಾಜ)(ಪಾರ್ಜಿಟರ್ ಪ್ರಕಾರ – ಮನುವಿನಿಂದ 53. ತಲೆಯ ನಂತರ, ಕೊನೆ)

ಸೂರ್ಯವಂಶದ ಪೀಳಿಗೆ– **ಇಕ್ಷ್ವಾಕು**ವಿನಿಂದ ಶುರು. – ಆ ಕಾಲದಲ್ಲಿ **ಚಂದ್ರವಂಶದ ರಾಜ ಪುರೂರವ** (ಇರಬಹುದು)

21. **ಇಕ್ಷ್ವಾಕು** **ಪುರೂರವ**

46. ಹರಿಶ್ಚಂದ್ರ (ಹೈಹಯ ರಾಜಕಾರ್ತ್ಯವೀರ್ಯಾರ್ಜುನನ ಸಮಕಾಲೀನ) (ಚಂದ್ರವಂಶದ ಕೊನೆಯರಾಜ **ಭಾರ್ಗಭೂಮಿ**ಯ ಕಾಲ ಮುಗಿದಿರಬಹುದು)

55. ಸಗರ

59. ಭಗೀರಥ

ಸೂಚನೆ– ಮೇಲೆ ಕೊಟ್ಟಿರುವ ವಂಶಾವಳಿ ಮತ್ತು ವಿವರಗಳು ಬಹಳ ಸ್ಥೂಲವಾದವು. ಇದೇ ಸರಿಯೆಂದು ಹೇಳಿಕೊಳ್ಳುವಷ್ಟು ಶೋಧನೆಯಾಗಲೀ, ಧೈರ್ಯವಾಗಲೀ ಇಲ್ಲ. ರಾಮಾಯಣದ ಕಾಲಕ್ಕಿಂತ ಸುಮಾರು 1500–2000 ವರ್ಷಗಳ ಹಿಂದೆಯೇ ಕಾಶಿಯಲ್ಲಿ ರಾಜರ ಆಡಳಿತ ಇತ್ತೆಂದು ಹೇಳಬಹುದೇನೋ !

■

ಅನುಬಂಧ–5

ಜಂಗಮವಾಡಿ ಮಠ – (ಶ್ರೀ ಕಾಶೀಪೀಠ)

ಕಾಶಿಯಲ್ಲಿ ವಿಭಿನ್ನ ಸಂಪ್ರದಾಯಗಳಿಗೆ ಸೇರಿದ ಸುಮಾರು ಮುನ್ನೂರಕ್ಕೂ ಹೆಚ್ಚು ಮಠಗಳಿವೆ ಎಂದಾಗ, ಅವುಗಳಲ್ಲಿ ಜಂಗಮವಾಡಿಮಠವನ್ನೇ (ಶ್ರೀ ಕಾಶೀಪೀಠವನ್ನೇ) ಆರಿಸಿಕೊಂಡು ಬರೆಯುವದಕ್ಕೆ ಅನೇಕ ಕಾರಣಗಳಿವೆ. ಈ ಪೀಠದ ಗಾದಿಸ್ವಾಮಿಗಳ (ಜಗದ್ಗುರು ಪರಂಪರೆಯ) ಪಟ್ಟಿ ಕ್ರಿ. ಪೂ 2000ದಿಂದ (ಸುಮಾರು 4000 ವರ್ಷಗಳಿಂದ) ಇದೆ ಎಂದರೂ, ಐತಿಹಾಸಿಕ ದಾಖಲೆಗಳ ಪ್ರಕಾರ ಕ್ರಿ.ಶ.ಆರನೆಯ ಶತಮಾನದಷ್ಟು ಪೂರ್ವದಲ್ಲೇ ಇದು ಅತ್ಯಂತ ಪ್ರಭಾವೀ ಧರ್ಮಪೀಠವಾಗಿತ್ತು. ಶಿವಾಗಮಗಳ ಪ್ರಕಾರ ಸನಾತನವಾದ ವೀರಶೈವ ಧರ್ಮವು ಪಂಚಾಚಾರ್ಯರಿಂದ (ಪ್ರತಿಯುಗದಲ್ಲಿಯೂ) ಪಂಚಪೀಠಗಳಲ್ಲಿ ಪ್ರತಿಷ್ಠಾಪಿತವಾಗಿತ್ತು. ಈ ಪೀಠಗಳಲ್ಲಿ ಕಾಶೀಪೀಠವೂ ಮುಖ್ಯವಾದುದು. ಈ ಪೀಠದ ಕಲಿಯುಗದ ಮೊದಲ ಆಚಾರ್ಯರು ಶ್ರೀ ಜಗದ್ಗುರು ವಿಶ್ವಾರಾಧ್ಯರು. ಇವರ ನಂತರ ಪೀಠಕ್ಕೆ ಬಂದವರು ಶ್ರೀ ಜಗದ್ಗುರು ಮಲ್ಲಿಕಾರ್ಜುನ ವಿಶ್ವಾರಾಧ್ಯ ಶಿವಾಚಾರ್ಯರು 311 ವರ್ಷಗಳವರೆಗೆ ಪೀಠಾಧ್ಯಕ್ಷರಾಗಿದ್ದರು. ಶಿವಯೋಗ ಸಿದ್ಧಿಯನ್ನು ಪಡೆದಿದ್ದ ಇವರ ಸಜೀವ ಸಮಾಧಿಯೇ ಇಂದು ಈ ಮಠದಲ್ಲಿ ಕರ್ತೃಗದ್ದುಗೆಯಾಗಿ ಪೂಜೆಗೊಳ್ಳುತ್ತಲಿದೆ. ಇವರ ನಂತರ ಪೀಠಕ್ಕೆ ಬಂದ ಆಚಾರ್ಯರಿಗೆ ಇವರ ನಾಮವನ್ನೇ ಇಡುವ ಪದ್ಧತಿಯ ಮೇರೆಗೆ 77 ಜಗದ್ಗುರುಗಳಿಗೆ ಇದೇ ಹೆಸರು ಬಂದಿತ್ತು. 78ನೆಯ ಆಚಾರ್ಯರಿಂದ ಈಚಿನ ಪೀಠಾಧ್ಯಕ್ಷರಿಗೆಲ್ಲಾ ಎರಡು ಹೆಸರನ್ನು ಇಡುವ ರೂಢಿ ಬಂದಿತು. ಹೀಗಾಗಿ, ಶ್ರೀ ಜಗದ್ಗುರು ಮಲ್ಲಿಕಾರ್ಜುನ ಶಿವಾಚಾರ್ಯ ಎಂಬ ಹೆಸರಿನ ಜೊತೆಗೆ ಉರ್ಫ್ ಶ್ರೀ ಜಗದ್ಗುರು ಶಿವಲಿಂಗ ಶಿವಾಚಾರ್ಯ ಎಂದು ಸೇರಿಸಲಾಗಿದೆ.

ಜಂಗಮವಾಡಿಮಠಕ್ಕೆ ಕಾಶಿಯ ನರೇಶ ಜಯನಂದ ದೇವನು ಕ್ರಿ.ಶ. 574ರಲ್ಲಿ 365 ಎಕರೆ ಭೂದಾನಮಾಡಿದ ಶಾಸನ ಮಠದಲ್ಲಿದೆ; ಆ ಭೂಮಿಯಲ್ಲೇ ಜಂಗಮಪುರ ಗ್ರಾಮವು ಸ್ಥಾಪಿತವಾಗಿತ್ತು. 1925ರಲ್ಲಿ ಕಾಶೀ ನರೇಶರಾಗಿದ್ದ ಪ್ರಭುನಾರಾಯಣ ಸಿಂಗ್ ಅವರು ಈ ಹಳೆಯ ಶಾಸನವನ್ನು ತಾಮ್ರಪತ್ರದ ಮೇಲೆ ಬರೆಸಿ, ಪ್ರಮಾಣಕ್ಕಾಗಿ ತಮ್ಮ ಹಸ್ತಾಕ್ಷರ ಹಾಕಿದ್ದಾರೆ. ಇನ್ನೂ ಹೆಚ್ಚಿನ ವಿಶೇಷವೆಂದರೆ ಮೊಘಲ್ ಬಾದಶಾಹರು ಸಹ (ಕ್ರಿ.ಶ.1530ರಿಂದ 1668ರವರಗೆ) ಕೊಟ್ಟ ಫರ್ಮಾನುಗಳಿಂದಾಗಿ ಮಠಕ್ಕೆ ಸುಮಾರು 192 ಎಕರೆ ಭೂಮಿ ದೊರಕಿದೆ. ಆದರೆ, ಹಿಂದೂ ದ್ವೇಷಿಯೆನಿಸಿದ ಔರಂಗಜೇಬನು

ವಿಶ್ವೇಶ್ವರ ಮಂದಿರವನ್ನು ನಾಶಮಾಡಿದಾಗ, ಜಂಗಮವಾಡಿಮಠದ ಮೇಲೂ ಲಗ್ಗೆಹಾಕಿದನು. ಇಲ್ಲಿಯ ಮಹಾದ್ವಾರದಲ್ಲಿಯೇ ವಿಶಾಲಕಾಯದ ಕಪ್ಪುಛಾಯೆಯು ನೇತ್ರಗಳಿಂದ ಬೆಂಕಿಯಕಿಡಿಗಳನ್ನು ಸಿಡಿಸುತ್ತಾ ಇವನನ್ನು ತಡೆಯಿತು. ಆಗ ಔರಂಗಜೇಬನು ಭಯಗ್ರಸ್ತನಾಗಿ ಹಿಂತಿರುಗಿದನು. ಅವನು ಶರಣಾಗಿ ಭೂದಾನಮಾಡಿದ ಪರ್ಶಿಯನ್ ಭಾಷೆಯ ಫರಮಾನ್ ಮಠದಲ್ಲಿದೆ. ಜಂಗಮವಾಡಿ ಮಠದ ಒಂದು ಬ್ಯಾಂಕಿನ ಮೊಕದ್ದಮೆಯ ಸಂದರ್ಭದಲ್ಲಿ, 1932–33ರಲ್ಲಿ ಬನಾರಸ್ ಜಿಲ್ಲಾ ಕೋರ್ಟ್ ಮತ್ತು ಅಲಹಾಬಾದ್ ಹೈಕೋರ್ಟ್‌ನಲ್ಲಿ ಎಲ್ಲಾ ದಾನಪತ್ರಿಕೆಗಳು–ಫರಮಾನ್ ಪರೀಕ್ಷೆಗೊಂಡವು. ಅವು ಸತ್ಯವೆಂದು (1942ರಲ್ಲಿ) ಪ್ರಮಾಣೀಕರಿಸಲ್ಪಟ್ಟಿವೆ. ಮುಮ್ಮಡಿ ಕೃಷ್ಣರಾಜ ಒಡೆಯರ್ ಅವರು ಕೊಟ್ಟ (ಅನ್ನದಾನದ) ದಾನಶಾಸನವೂ ಇದೆ. ಕಾಶೀ ಹಿಂದೂ ವಿಶ್ವವಿದ್ಯಾಲಯಕ್ಕೆ 1916ರಲ್ಲಿ 75 ಎಕರೆ ಭೂಮಿಯನ್ನು ಮಠವು ಕೊಟ್ಟಿರುವುದಾಗಿ ಹೇಳಲಾಗುತ್ತದೆ.

ಶ್ರೀ ಕಾಶೀಪೀಠವು ಅನೇಕ ಧಾರ್ಮಿಕ ಹಾಗೂ ಜ್ಞಾನಪ್ರಸಾರದ ಕೆಲಸಗಳಲ್ಲಿ ತನ್ನನ್ನು ತೊಡಗಿಸಿಕೊಂಡಿದೆ. ಸಂಪೂರ್ಣಾನಂದ ಸಂಸ್ಕೃತ ವಿಶ್ವವಿದ್ಯಾಲಯದಲ್ಲಿ 'ಶಕ್ತಿವಿಶಿಷ್ಟಾದ್ವೈತ ಪೀಠ'ದ ಪ್ರತಿಷ್ಠಾಪನೆ, ಕಾಶೀ ಹಿಂದೂ ವಿಶ್ವವಿದ್ಯಾಲಯದಲ್ಲಿ ವೀರಶೈವ ಆಗಮ ಪೀಠ ಸ್ಥಾಪನೆ, ಅನೇಕ ವಿದ್ವದ್ ಗೋಷ್ಠಿಗಳು, ಶೈವ ಭಾರತಿ ಪ್ರತಿಷ್ಠಾನ, ಪಾಠಶಾಲೆ, ಹಾಗು ವಿದ್ಯಾರ್ಥಿಗಳಿಗೆ ಜ್ಞಾನಪ್ರಸಾರ ಮುಂತಾದ ಅನೇಕ ಕಾರ್ಯಗಳಲ್ಲಿ ಕೆಲಸಮಾಡುತ್ತಿದೆ. ಈಗಿರುವ (86ನೆಯ) ಪೀಠಾಚಾರ್ಯರಾದ ಡಾ. ಚಂದ್ರಶೇಖರ ಶಿವಾಚಾರ್ಯ ಸ್ವಾಮಿಗಳು ಸ್ವತಃ ಮಹಾನ್ ಪಂಡಿತರು, ಜ್ಞಾನಿಗಳು. ಅವರ "ಶ್ರೀ ಸಿದ್ಧಾಂತ ಶಿಖಾಮಣಿ ಹಾಗೂ ಷಡ್ದರ್ಶನಗಳ ಒಂದು ತೌಲನಿಕ ಅಧ್ಯಯನ" ಎಂಬ ಶೋಧಕಾರ್ಯವೇ ಅವರನ್ನು ಲೋಕವಿಖ್ಯಾತಗೊಳಿಸಿದೆ.

ಅನುಬಂಧ-6

ಕಾಶೀ ಮತ್ತು ಸುತ್ತಮುತ್ತಲಿನ ಕ್ಷೇತ್ರಗಳು

1. **ಕಾಶಿಯಲ್ಲಿ ನೋಡಬೇಕಾದವು:** ಗಂಗಾ ಆರತಿ (ಸಂಜೆ), ವಿಶ್ವನಾಥ ಮಂದಿರ (ಮುಂಜಾನೆಯ ಆರತಿ ಇಲ್ಲವೇ ಬೆಳಗಿನ ಆರತಿ, ಇಲ್ಲವೆ ಸಂಜೆಯ ಸಪ್ತರ್ಷಿಆರತಿ), ಮಾ ಅನ್ನಪೂರ್ಣ, ಮಾ ವಿಶಾಲಾಕ್ಷಿ, ಕಾಲಭೈರವ, ದಂಡಪಾಣಿ, ಗೌರೀ ಕೇದಾರನಾಥ, ದೋಣಿಯಲ್ಲಿ ಘಾಟ್‌ಗಳು, ಬಿಂದುಮಾಧವ, ತಿಲಭಾಂಡೇಶ್ವರ, ದುರ್ಗಾಕುಂಡ-ದೇವಿ, ತುಳಸೀ ಮಾನಸಮಂದಿರ, ಸಂಕಟಮೋಚನ ಹನುಮಾನ್, ಕಾಶೀ ಹಿಂದೂ ವಿಶ್ವವಿದ್ಯಾಲಯ (ವಿಶ್ವನಾಥ ಮಂದಿರ, ಭಾರತ ಕಲಾಭವನ), ಸಾರನಾಥ, ರಾಮನಗರ ಕೋಟೆ, (ಸಮಯವಿದ್ದರೆ ಚಿಂತಾಮಣಿ ಗಣೇಶ, ಮಾರ್ಕಾಂಡೇಯ ಮಹಾದೇವ (ಗೋಮತಿ -ಗಂಗಾ ಸಂಗಮ, ಕೈತಿ ಎಂಬಲ್ಲಿ), ವ್ಯಾಸಕಾಶಿ, ಕವಡೀಮಾ, ಶೂಲಟಂಕೇಶ್ವರ, ಇತ್ಯಾದಿ).

2. **ತ್ರಿವೇಣೀ ಸಂಗಮ/ಅಲಹಾಬಾದ್**-ವಾರಾಣಸಿಯಿಂದ 135ಕಿ.ಮೀ ದೂರ; 3ಗಂಟೆಗಳಲ್ಲಿ ರಸ್ತೆಯ ವಾಹನದಲ್ಲಿ ಪ್ರಯಾಣಮಾಡಬಹುದು. ಗಂಗಾ-ಯಮುನಾ-(ಗುಪ್ತ) ಸರಸ್ವತೀ ನದಿಗಳ ಸಂಗಮ (ಸ್ನಾನ, ವೇಣೀದಾನ, ತರ್ಪಣ ಇತ್ಯಾದಿ), ಕೋಟೆ, ಮಲಗಿರುವ ಹನುಮಾನ್ ಮಂದಿರ, ಆಲೋಪಿ ಮಂದಿರ (ಶಕ್ತಿಪೀಠ), ವೇಣೀಮಾಧವ ಮಂದಿರ, ವಾಸುಕೀ ಮಂದಿರ; **ಅಲಹಾಬಾದ್‌ನಲ್ಲಿ**-ಭಾರದ್ವಾಜ ಆಶ್ರಮ, ಆನಂದಭವನ (ನೆಹರೂ ಪರಿವಾರವಿದ್ದ ಮನೆ; ಈಗ ಮ್ಯೂಸಿಯಮ್)

3. **ಚಿತ್ರಕೂಟ**-ಅಲಹಾಬಾದ್‌ನಿಂದ 130 ಕಿ.ಮೀ ದೂರ-ವಾಹನದಲ್ಲಿ; ರಾತ್ರಿ ಉಳಿಯಬೇಕು; ಮಾರನೆಯ ದಿನ ಸುತ್ತಲಿನ ಎಲ್ಲಾ ಸ್ಥಳಗಳನ್ನೂ ನೋಡಿ ಅಲ್ಲಿಂದ ಮತ್ತೆ ಅಲಹಾಬಾದ್ ಮೂಲಕ ವಾರಾಣಸಿಗೆ ಪ್ರಯಾಣ-ಸುಮಾರು 7 ಗಂಟೆ ಪ್ರಯಾಣ. (ಸಮಯವಿದ್ದಲ್ಲಿ ಚಿತ್ರಕೂಟದಿಂದ ನೈಮಿಷಾರಣ್ಯಕ್ಕೆ ಹೋಗಿ, ಅಲ್ಲಿಯ ಸ್ಥಳಗಳನ್ನು ನೋಡಿಕೊಂಡು, ರಾತ್ರಿ ಉಳಿಯಬಹುದು, ಇಲ್ಲವೇ ಅಲ್ಲಿಂದ ಅಯೋಧ್ಯಾ ಮಂದಿರಗಳು-ಸರಯೂ ನದಿ ಇತ್ಯಾದಿ ಎಲ್ಲವನ್ನೂ ನೋಡಿ, ಭರತನಿದ್ದ ನಂದೀಗ್ರಾಮದ ಮಂದಿರವನ್ನು ನೋಡುತ್ತಾ ವಾರಾಣಸಿಗೆ ವಾಪಸ್ಸಾಗಬಹುದು. ಇಲ್ಲದಿದ್ದರೆ ವಾರಾಣಸಿ-ಅಯೋಧ್ಯಾ-ನೈಮಿಷಾರಣ್ಯ-ವಾರಾಣಸಿ ಹೀಗೆ ಸುತ್ತಿ ಬರಬಹುದು.

4. **ಸೀತಾಮಡಿ, ವಿಂದ್ಯಾವಾಸಿನಿ:** ಅಲಹಾಬಾದ್‌ನಿಂದ ವಾರಾಣಸಿಗೆ ವಾಪಸ್ಸುಬರುವಾಗ ಸೀತಾಮಡಿ (50.ಕಿ.ಮೀ), ಸೀತೆ ಅಗ್ನಿಪ್ರವೇಶ ಮಾಡಿಕೊಂಡ ಸ್ಥಳ ಮತ್ತು ಮಂದಿರ;

ಸೀತಾಮಡಿಯಿಂದ ವಿಂಧ್ಯಾವಾಸಿನಿ (35.ಕಿ.ಮೀ), ಇಲ್ಲಿನ ದೇವೀಮಂದಿರ ಸಿದ್ಧಪೀಠವೆಂದು ಪ್ರಸಿದ್ಧಿ. ವಿಂಧ್ಯಾವಾಸಿನಿಯಿಂದ ನೇರ ವಾರಾಣಸಿ ಅಥವಾ ಮಿರ್ಜಾಪುರದ ಮೇಲಿನಿಂ? (ಸೀತಾಮಡಿಯಿಂದ 40 ಕಿ. ಮೀ)., ಮಿರ್ಜಾಪುರ–ವಾರಾಣಸಿ (70 ಕಿ. ಮೀ)

5. **ವಾರಾಣಸಿ–ಗಯಾ–ವಾರಾಣಸಿ:** ಒಂದು ಕಡೆಯ ಪ್ರಯಾಣದ ದೂರ (265.ಕಿ.ಮೀ) ವಾಹನದಲ್ಲಿ ಹೋಗಿಬರಲು ಕನಿಷ್ಠಪಕ್ಷ 5+5 ಗಂಟೆಗಳ ಕಾಲ ಬೇಕು– ರಸ್ತೆಯಲ್ಲಿ ತಾರಾಚಂಡಿ ಶಕ್ತಿಪೀಠ, ಮಂಗಳಾಗೌರಿ ಶಕ್ತಿಪೀಠ, ವಿಷ್ಣುಪಾದ, ಅಕ್ಷಯವಟ, ...; ಗಯಾದಲ್ಲಿ ಶ್ರಾದ್ಧ–ತರ್ಪಣ ಇತ್ಯಾದಿ, ಬುದ್ಧಗಯಾ (ಜ್ಞಾನೋದಯವಾದ ಭೋದೀವೃಕ್ಷ, ಅನೇಕ ದೇಶಗಳ ಬುದ್ಧಮಂದಿರಗಳು).....

ಸುಮಾರು 6–8 ದಿನಗಳಲ್ಲಿ ಮೇಲಿನ ಎಲ್ಲಾ ಸ್ಥಳಗಳನ್ನು ನೋಡಿ ಬರಬಹುದು. ಆದರೆ ನುರಿತ ಪ್ರವಾಸಿಗಳಿಂದ ಪ್ರಯಾಣ ಹಾಗೂ ಸುತ್ತಾಟದ ವಿವರಗಳನ್ನು ಸರಿಯಾಗಿ ಕೇಳಿಕೊಳ್ಳುವುದು ಒಳ್ಳೆಯದು.

ಆಕರ ಗ್ರಂಥ/ಲೇಖನಗಳ ಸೂಚಿ

ಆಕರ ಸೂಚಿಯಲ್ಲಿನ ವಿವರಗಳು ಇಂತಿವೆ: ಕ್ರಮಾಂಕ, ಲೇಖಕರ ಹೆಸರು/ಸಂಪಾದನೆ, **ಪುಸ್ತಕ/ಲೇಖನದ ಶೀರ್ಷಿಕೆ** (ಓರೆ ಮುದ್ರಾಕ್ಷರದಲ್ಲಿ), ಪ್ರಕಾಶಕರ ವಿಳಾಸ, ಪ್ರಕಟಣೆಯ ವರ್ಷ.

ಕನ್ನಡ ಪುಸ್ತಕಗಳು/ಪತ್ರಿಕೆಗಳ ಲೇಖನಗಳು:

1. ಆಗುಂಬೆ ಎಸ್. ನಟರಾಜ್, ***ಇದು ಕಾಶಿ! ಇದು ವಾರಣಾಸಿ!*** ಹಂಸ ಪ್ರಕಾಶನ, 947, 3ನೆಯ ಮುಖ್ಯ ರಸ್ತೆ, ವಿಜಯನಗರ, ಬೆಂಗಳೂರು–560040, 2005.
2. ಕಶ್ಯಪ್, ಆರ್.ಎಲ್(ಮೂಲ:ಇಂಗ್ಲಿಷ್), ***ತೈತ್ತರೀಯ ಸಂಹಿತೆಯ ರುದ್ರಮಂತ್ರಗಳು,*** ಅನುವಾದ: ಕೇಶವನ್. ಎಸ್./ಮುರಳೀಧರ ರಾವ್. ಹೆಚ್, ಪ್ರ: ಶ್ರೀಅರೋಬಿಂದೋ ಕಪಾಲಿಶಾಸ್ತ್ರಿ ವೇದಸಂಸ್ಕೃತಿ ಸಂಸ್ಥೆ, 63, 13ನೇ ಮೇನ್, 4ನೇಬ್ಲಾಕ್, ಜಯನಗರ ಪೂರ್ವ, ಬೆಂಗಳೂರು–560011, 2004.
3. ಕುಳವರ್ಮ ವೆಂಕಪ್ಪ ಭಟ್ಟ, ಶಿರೋಮಣಿ, ***ಕಾಶೀ ದರ್ಶನ,*** ಪ್ರ: ಕುಳವರ್ಮ ವೆಂಕಪ್ಪ ಭಟ್ಟ, ಕುಂಟಿಕಾನ, ಪೆರಡಾಲ–670551, ಕಾಸರಗೋಡು, 1990.
4. ಕೃಷ್ಣ ಭಟ್ಟ, ಸೇಡಿಯಾಪು, ***ತಥ್ಯದರ್ಶನ,*** ಗೋವಿಂದ ಪೈ ಸಂಶೋಧನಾ ಕೇಂದ್ರ, ಎಂ.ಜಿ.ಎಂ ಕಾಲೇಜು, ಉಡುಪಿ–576102, 1997.
5. ಗೋಪಾಲದಾಸರು, ಹರಿದಾಸರತ್ನಂ, ***ಶ್ರೀವಿಜಯದಾಸರ ಜೀವನಚರಿತ್ರೆ,*** ಶ್ರೀ ಹರಿದಾಸಭಾರತೀಗ್ರಂಥಮಾಲೆ, ವಿಜಯ ಮುದ್ರಣಾಲಯ, ಮಾರುತಿನಗರ, ಯಲಹಂಕ, ಬೆಂಗಳೂರು–560064, 1995.
6. ಚಿದಾನಂದಮೂರ್ತಿ, ಎಂ, ***ಕರ್ನಾಟಕ–ನೇಪಾಳ: ಸಾಂಸ್ಕೃತಿಕ ಸಂಬಂಧ,*** ಪ್ರಸಾರಾಂಗ, ಕನ್ನಡ ವಿಶ್ವವಿದ್ಯಾಲಯ, ಹಂಪಿ, ವಿದ್ಯಾರಣ್ಯ–583276, 2003.
7. ಜಯಂತ ಬಾಳಾಜಿ ಆಠವಲೆ, (ಮೂಲ:ಮರಾಠಿ ಪುಸ್ತಕ), ***ಶಿವ,*** ಅನುವಾದ:...ಪ್ರ: ಸನಾತನ ಭಾರತೀಯ ಸಂಸ್ಕೃತಿ ಸಂಸ್ಥೆ, 209, ಸಾಯನ್ ಕಾಸ್ಮೋಪಾಲಿಟನ್ ಕೊ ಆಪ್ ಹೌ ಸೊ, ಪ್ಲಾಟ್ ನಂ 272/273, ಶೀವ್ (ಪಶ್ಚಿಮ), ಮುಂಬೈ – 400022, 1998.
8. ದೇವನಹಳ್ಳಿ ನಂಜುಂಡ ದೀಕ್ಷಿತ, ***ಶ್ರೀ ಶಿವಸಹಸ್ರನಾಮ ಭಾಷ್ಯಸಂಗ್ರಹವು,*** ಐರಿಷ್ ಪ್ರೆಸ್, ಬೆಂಗಳೂರು, 1912.
9. ಪಂಚಾಕ್ಷರಿ ಹಿರೇಮಠ, (ಅನುವಾದಕರು) ***ಪುರಾತನ ಲಖನೌ,*** (ಮೂಲ ಉರ್ದು ಪುಸ್ತಕ, ***ಗುಜಸ್ತಾ ಲಕ್ನೌ*** ಲೇಖಕರು: ಅಬ್ದುಲ್ ಹಲೀಮ್ 'ಶರರ್'), ನ್ಯಾಷನಲ್ ಬುಕ್ ಟ್ರಸ್ಟ್, ಇಂಡಿಯಾ, ಎ–5 ಗ್ರೀನ್ ಪಾರ್ಕ್ ನ್ಯೂ ದೆಹಲಿ, 1976.

10. ಪಂಪ (ಕನ್ನಡಕಾವ್ಯ), **ಪಂಪಭಾರತಂ**, ಅನುವಾದ: ಎನ್. ಅನಂತರಂಗಾಚಾರ್ಯ, ಪ್ರ: ಕನ್ನಡ ಸಾಹಿತ್ಯ ಪರಿಷತ್ತು, ಚಾಮರಾಜಪೇಟೆ, ಬೆಂಗಳೂರು, 2002.

11. ಪದ್ಮಾಕರ್ ವರ್ತಕ್ ವಿ, (ಮೂಲ:ಮರಾಠಿ ಪುಸ್ತಕ), **ವಾಸ್ತವ ರಾಮಾಯಣ**, ಅನುವಾದ:.... ಸುಮಂತ ಪ್ರಕಾಶನ, ಬೆಂಗಳೂರು, 2002.

12. ಭೀಮ ಭಟ್ಟ, ಎಸ್.ವಿ, (ಅನುವಾದಕರು), **ವಾದಿರಾಜರ ತೀರ್ಥಪ್ರಬಂಧ**, (ಶ್ರೀವಾದಿರಾಜರ ಸಂಸ್ಕೃತ ಮೂಲದಿಂದ), ಪ್ರ: ಬನ್ನಂಜೆ ರಾಘವೇಂದ್ರತೀರ್ಥ ಶ್ರೀಪಾದರು, ಜ್ಞಾನವಾಹಿನಿ, ಉಡುಪಿ, 1986.

13. ಮಿರ್ಜಿ ಅಣ್ಣಾರಾಯ, **ಜೈನ ಧರ್ಮ**, ಡಿ.ವಿ.ಕೆ ಮೂರ್ತಿ, ಮೈಸೂರು, 1969.

14. ಮಿರ್ಜಿ ಅಣ್ಣಾರಾಯ, **ಭಾರತೀಯ ಸಂಸ್ಕೃತಿಗೆ ಜೈನಧರ್ಮದ ಕೊಡುಗೆ,** (ಮೂಲ ಹಿಂದಿ ಲೇಖಕ: ಹೀರಾಲಾಲ್ ಜೈನ್), ಪ್ರ: ಜೈನ್ ಸಂಸ್ಕೃತಿ ಸಂರಕ್ಷಕಾ ಸಂಘ, ಕೊಲ್ಲಾಪುರ, 1971.

15. ಲಕ್ಷ್ಮೀನರಸಿಂಹಮೂರ್ತಿ, ಹೆಚ್.ಎಸ್, **ರುದ್ರಭಾಷ್ಯಪ್ರಕಾಶ,** ಪ್ರ: ಅಧ್ಯಾತ್ಮ ಪ್ರಕಾಶ ಕಾರ್ಯಾಲಯ, ಹೊಳೇನರಸೀಪುರ, 1993.

16. ವಿದ್ವಾನ್ ಶೇಷಾಚಲ ಶರ್ಮ, **ಶ್ರೀಶಿವಸಹಸ್ರನಾಮ ಸ್ತೋತ್ರರತ್ನ** (ಕನ್ನಡ ಅನುವಾದ ಮತ್ತು ವಿವರಣೆ ಸಹಿತ), ಪ್ರ: ಅಧ್ಯಾತ್ಮ ಪ್ರಚಾರ ಸಮಿತಿ, 1049, 14ನೇ ಮುಖ್ಯ ರಸ್ತೆ, ಶ್ರೀನಗರ, ಬೆಂಗಳೂರು–560050, 2005.

17. ಶ್ರೀ ಶ್ರೀ ರಂಗಪ್ರಿಯ ಮಹಾದೇಶಿಕರು, **ಭಾರತೀಯರ ಹಬ್ಬಹರಿದಿನಗಳು,** ಪ್ರ: ಅಷ್ಟಾಂಗಯೋಗ ವಿಜ್ಞಾನ ಮಂದಿರಂ, 625, 4ನೇ ಕ್ರಾಸ್, ಹನುಮಂತನಗರ, ಬೆಂಗಳೂರು–560019, 2006.

18. ಸಂಪಾದಿತ ಪುಸ್ತಕ, **ಕಾಶೀ ಶಾಸ್ತ್ರಾರ್ಥ**, ಆರ್ಯ ಸಮಾಜ, ಶ್ರದ್ಧಾನಂದ ಭವನ್, ವಿಶ್ವೇಶ್ವರಪುರ, ಬೆಂಗಳೂರು–56004, 1990.

19. ಸಂಪಾದಿತ, **ಶ್ರೀಶಂಕರಾಚಾರ್ಯರ ಅದ್ವೈತ ದರ್ಶನ,** ಪ್ರ: ಎಂ.ಎಲ್. ನರಸಿಂಹಮೂರ್ತಿ, ಡಾ। ಎ.ಕೆ.ಶಾಸ್ತ್ರಿ, ಶ್ರೀಭಗವತ್ಪಾದ ಪ್ರಕಾಶನ, ಸ್ವರ್ಣವಲ್ಲೀ ಮಠ, ಸೋಂದಾ, ಕರ್ನಾಟಕ.

20. ಸಂಪಾದಿತ ಮಾಸಪತ್ರಿಕೆ, **ವೇದತರಂಗ**, ಆರ್ಯ ಸಮಾಜ, ಶ್ರದ್ಧಾನಂದ ಭವನ್, ವಿಶ್ವೇಶ್ವರಪುರ, ಬೆಂಗಳೂರು–56004, ಮಾರ್ಚ್2003.

21. ಸಂಸ್ಕೃತ ಮೂಲ, **ಪದ್ಮಮಹಾಪುರಾಣಂ**, ಅನುವಾದ: ಬೇಲದಕೆರೆ ಸೂರ್ಯನಾರಾಯಣ ಶಾಸ್ತ್ರೀ, ಪ್ರ:ಶ್ರೀ ಜಯಚಾಮರಾಜೇಂದ್ರ ಗ್ರಂಥರತ್ನಮಾಲಾ, ಬೆಂಗಳೂರು ಪ್ರೆಸ್, ಮೈಸೂರು ರೋಡ್, ಬೆಂಗಳೂರು,. 1945.

22. ಸಂಸ್ಕೃತ ಮೂಲ, ***ಲಿಂಗಪುರಾಣಂ***, ಅನುವಾದ: ಯಡತೊರೆ ಚಂದ್ರಶೇಖರಶಾಸ್ತ್ರಿ, ಪ್ರ:ಶ್ರೀ ಜಯಚಾಮರಾಜೇಂದ್ರ ಗ್ರಂಥರತ್ನಮಾಲಾ, ಬೆಂಗಳೂರುಪ್ರೆಸ್, ಮೈಸೂರುರೋಡ್, ಬೆಂಗಳೂರು, 1945.

23. ಸಂಸ್ಕೃತ ಮೂಲ, ***ಶ್ರೀಮದ್ಭಾಗವತ (2,3,4),*** ಅನುವಾದ*:* ವಿ.ಬಾದರಾಯಣಮೂರ್ತಿ, ಪುರಾಣ ವಿಜ್ಞಾನ ಮಂದಿರ, 15/12 ದೇವನಾಥಾಚಾರ್ ಬೀದಿ, ಚಾಮರಾಜಪೇಟೆ, ಬೆಂಗಳೂರು–560018, 1997.

24. ಸಂಸ್ಕೃತ ಮೂಲ, ***ಶಿವಮಹಾಪುರಾಣಂ,*** ಅನುವಾದ: ಪಂಡಿತ ವೆಂಕಟರಾವ್, ಪ್ರ:ಶ್ರೀ ಜಯಚಾಮ ರಾಜೇಂದ್ರ ಗ್ರಂಥರತ್ನಮಾಲಾ, ಬೆಂಗಳೂರು ಪ್ರೆಸ್, ಮೈಸೂರು ರೋಡ್, ಬೆಂಗಳೂರು, 1945.

25. ಸಂಸ್ಕೃತ ಮೂಲ, ***ಶ್ರೀಶಿವರಹಸ್ಯ,*** ಅನುವಾದ:ಎಚ್.ಗಂಗಾಧರ ಶಾಸ್ತ್ರೀ, ಪ್ರ:ಶ್ರೀ ಜಯಚಾಮರಾಜೇಂದ್ರ ಗ್ರಂಥರತ್ನಮಾಲಾ, ಬೆಂಗಳೂರು ಪ್ರೆಸ್, ಮೈಸೂರು ರೋಡ್, ಬೆಂಗಳೂರು, 1945–1952.

26. ಸಂಸ್ಕೃತ ಮೂಲ, ***ಶ್ರೀಸ್ಕಾಂದಮಹಾಪುರಾಣಂ, (ಬ್ರಹ್ಮಖಂಡ, ವೈಷ್ಣವಖಂಡ, ಮಾಹೇಶ್ವರಖಂಡ, ಆವಂತ್ಯಖಂಡ, ಕಾಶೀಖಂಡ, ನಾಗರಖಂಡ),*** ಅನುವಾದ: ಮೋಟಗಾನಹಳ್ಳಿ ಸುಬ್ರಹ್ಮಣ್ಯ ಶಾಸ್ತ್ರೀ, ಪ್ರ:ಶ್ರೀ ಜಯಚಾಮರಾಜೇಂದ್ರ ಗ್ರಂಥರತ್ನಮಾಲಾ, ಬೆಂಗಳೂರು ಪ್ರೆಸ್, ಮೈಸೂರು ರೋಡ್, ಬೆಂಗಳೂರು, 1945–1952.

27. ಸುಶೀಲ ಹೊನ್ನೇಗೌಡ, ***ಜನಪದ ಆಟಗಳು,*** ಪ್ರ: ಶರತ್ ಪ್ರಕಾಶನ, 2985, ಪೂರ್ಣಚಂದ್ರ, ನೆಹರುನಗರ, ಮಂಡ್ಯ, 1979.

28. ಸ್ವಾಮಿ ಹರ್ಷಾನಂದ, ***ಶ್ರೀ ಶಿವಸಹಸ್ರನಾಮ,*** ಶ್ರೀ ರಾಮಕೃಷ್ಣ ಆಶ್ರಮ, ಮೈಸೂರು–570020, 1981.

29. ಹುಕುಮ್‌ಚಂದ್ ಭರಿಲ್ಲಾ, (ಮೂಲ:ಹಿಂದಿ, ***ತೀರ್ಥಂಕರ ಮಹಾವೀರ್ ಔರ್ ಸರ್ವೋದಯ ತೀರ್ಥ್), ತೀರ್ಥಂಕರ ಮಹಾವೀರ ಮತ್ತು ಸರ್ವೋದಯ ತೀರ್ಥ,*** ಕನ್ನಡ ಅನುವಾದ: ಡಿ. ಪದ್ಮನಾಭಶರ್ಮ, ಜೈನ್ ಸ್ವಾಧ್ಯಾಯ ಮಂಡಳಿ, ಬೆಂಗಳೂರು.

30. ಅನಂತಶರ್ಮಾ ಭುವನಗಿರಿ, ***ವಿಶ್ವಗುಣಾದರ್ಶ ಚಂಪೂ,*** ಧಾರ್ಮಿಕವಾಣಿ (ಮಾಸಪತ್ರಿಕೆ), ಅಕ್ಟೋಬರ್, ನವೆಂಬರ್, ಡಿಸೆಂಬರ್ 2001 ಮತ್ತು ಜನವರಿ 2002, 6ನೇ ಬ್ಲಾಕ್, ರಾಜಾಜಿನಗರ, ಬೆಂಗಳೂರು.

31. ಸಂಪಾದಿತ, ***ಶ್ರೀ ಕಾಶೀಪೀಠ,*** ಶೈವ ಭಾರತಿ ಶೋಧ ಪ್ರತಿಷ್ಠಾನ, ಜಂಗಮವಾಡಿಮಠ, ವಾರಾಣಸಿ, 2008.

ಇಂಗ್ಲಿಷ್ ಪುಸ್ತಕಗಳು.

32. ಅಗರ್ವಾಲ್, ವಾಸುದೇವ ಶರಣ್, ***ಸ್ಪಾರ್ಕ್ಸ್ ಫ್ರಮ್ ದಿ ವೇದಿಕ್ ಫೈರ್***, ಡೈರೆಕ್ಟರ್, ಸ್ಕೂಲ್ ಆಫ್ ವೇದಿಕ್ ಸ್ಟಡೀಸ್, ಬನಾರಸ್ ಹಿಂದೂ ಯೂನಿವರ್ಸಿಟಿ, ವಾರಾಣಸಿ–221005.

33. ಅಯ್ಯರ್, ನಾರಾಯಣ ಸಿ.ವಿ, ***ಆರಿಜಿನ್ ಅಂಡ್ ಅರ್ಲಿ ಹಿಸ್ಟೋರಿ ಆಫ್ ಶೈವಿಸಮ್ ಇನ್ ಸೌತ್ ಇಂಡಿಯ***, ಯೂನಿವರ್ಸಿಟಿ ಆಫ್ ಮದ್ರಾಸ್, ರೀಪ್ರಿಂಟೆಡ್, 1974.

34. ಆಲ್‌ಟೇಕರ್, ಎ.ಎಸ್, ***ಹಿಸ್ಟೋರಿ ಆಫ್ ಬೆನಾರಸ್***, ದಿ ಜರ್ನಲ್ ಆಫ್ ದಿ ಬನಾರಸ್ ಹಿಂದೂ ಯುನಿವರ್ಸಿಟಿ, ವಾಲ್ಯೂಮ್ 1, ವಾರಾಣಸಿ–221005, 1937.

35. ಆನಂದ ಕುಮಾರಸ್ವಾಮಿ, ***ದಿ ಡ್ಯಾನ್ಸ್ ಆಫ್ ಶಿವ***, ನ್ಯೂ ಯಾರ್ಕ್, 1953.

36. ಆರ್ನಾಲ್ಡ್,ಎಡ್ವಿನ್, ***ಇಂಡಿಯಾ ರಿವಿಸಿಟೆಡ್***, ಟ್ರುಬ್ನರ್ ಅಂಡ್ ಕಂ, ಲುಡ್‌ಗೇಟ್ ಹಿಲ್, ಲಂಡನ್, 1886.

37. ಇಕ್, ಡಯಾನ ಎಲ್, ***ಬನಾರಸ್–ಸಿಟಿ ಆಫ್ ಲೈಟ್***, ಪೆಂಗ್ವಿನ್ ಬುಕ್ಸ್ ಇಂಡಿಯ (ಪಿ) ಎಲ್‌ಟಿಡಿ, ಡೆಲ್ಲಿ, 1983.

38. ಎಡಿಟೆಡ್, ***ಕಾಶೀ ಜಂಗಮವಾಡಿ ಮಠ್***, ಶೈವ ಭಾರತ ಶೋಧ ಪ್ರತಿಷ್ಠಾನಮ್, ಡಿ 35/77, ಜಂಗಮವಾಡಿ ಮಠ್, ವಾರಾಣಸಿ– 221001, ಅಕ್ಟೋಬರ್ 2000.

39. ಎಡಿಟೆಡ್, ***ಡೈಮೆನ್‌ಷನ್ಸ್ ಆಫ್ ಟೂರಿಸಮ್ ಇನ್ ವಾರಾಣಸಿ***, (ರೈ ಆನಂದ ಕೃಷ್ಣ:***ಬನಾರಸ್ ಟೆಕ್ಸ್‌ಟೈಲ್ಸ್, ಹಿಸ್ಟೋರಿಕಲ್ ಪರ್ಸ್ಪೆಕ್ಟೀವ್, ಬನಾರಸ್ ಬ್ರೋಕೇಡ್ಸ್.***, ***ಬನಾರಸ್ ಪೇಂಟಿಂಗ್***, ವಾಸುದೇವ ಶರಣ್ ಅಗರ್ವಾಲ್: ***ಗಂಗಾ ಅಂಡ್ ಭಗವಾನ್ ವಿಶ್ವನಾಥ***, ಭಾರತಿ ಭಟ್ಟಾಚಾರ್ಯ, ***ಕಾಶಿ ಸ್ಕೊಲಾಸ್ಟಿಕ್ ಪರ್ಸ್ಯೂಟ್ಸ್.***, ರೈ ಕೃಷ್ಣದಾಸ: ***ದಿ ಪಿಂಕ್ ಎನಾಮಲಿಂಗ್ ಆಫ್ ಬನಾರಸ್***, ಠಾಕೂರ್ ಜೈದೇವ್‌ಸಿಂಗ್: ***ದಿ ಎವ್ಯಾಲ್ಯುಯೇಷನ್ ಆಫ್*** ತುಮ್ರಿ, ಅಂಜನ್ ಚಕ್ರವರ್ತಿ : ***ತುಮ್ರಿ, ದಿ ಬನಾರಸ್ ಈಡಿಯಮ್.***)

40. ಎಡಿಟೆಡ್, ***ಬೆನಾರಸ್***, ಎಡಿಷನ್ಸ್ ಕ್ರಿಯೊಫಿಸ್, ಪ್ಯಾರಿಸ್, 1989.

41. ಎಡಿಟೆಡ್, (ಭೋಲಾನಾಥ ಸಿಂಗ್), ***ಬೆನಾರಸ್ ಹ್ಯಾಂಡ್‌ಬುಕ್***, ಇಂಡಿಯನ್ ಸೈನ್ಸ್ ಕಾಂಗ್ರೆಸ್, ಬನಾರಸ್, 1941.

42. ಎಡಿಟೆಡ್, ***ರೇಡಿಯನ್ಸ್ ಆಫ್ ಕಾಶಿ: ಜೈನ ಕಾಂಟ್ರಿಬ್ಯೂಷನ್ ಟು ವಾರಾಣಸಿ***, ಸೆಮಿನಾರ್ ಪ್ರೊಸೀಡಿಂಗ್ಸ್, ಏಪ್ರಿಲ್ 2000, ಜ್ಞಾನ–ಪ್ರವಾಹ, ಸೆಂಟ್ರಲ್ ಫಾರ್ ಕಲ್ಚರಲ್ ಸ್ಟಡೀಸ್, ಸೌಥ್ ಆಫ್ ಸಾಮ್ನೆಘಾಟ್, ವಾರಾಣಸಿ–221005, 2000.

43. ಎಡಿಟೆಡ್, **ವಾರಾಣಸಿ ತ್ರೂ ದಿ ಎಜಸ್**, ಭಾರತೀಯ ಇತಿಹಾಸ್ ಸಂಕಲನ್ ಸಮಿತಿ, ಯು.ಪಿ, (ಎಡಿಟರ್ಸ್: ಟಿ.ಪಿ. ವರ್ಮ, ಡಿ.ಪಿ. ಸಿಂಗ್, ಅಂಡ್ ಜೆ.ಎಸ್. ಮಿಶ್ರ), ಅಸಿ, ವಾರಾಣಸಿ, 1986.

44. ಎಡಿಟೆಡ್, **ವಾರಾಣಸಿ**, ಆಲ್ ಇಂಡಿಯ ಕಾಶೀರಾಜ್ ಟ್ರಸ್ಟ್, ರಾಮನಗರ್, ವಾರಾಣಸಿ, 1981.

45. ಎಡಿಟೆಡ್, ***ಶ್ರೀಶಿವತತ್ವ***, ಸಾಯಿ ಪಬ್ಲಿಕೇಷನ್, ಮಥುರಾ.

46. ಏಕ್ಸಲ್ ಮೈಕಲ್ಸ್, ಎಡಿಟರ್, ***ದಿ ಪಂಡಿತ್***, ಮನೋಹರ್ ಪಬ್ಲಿಷರ್ಸ್ ಅಂಡ್ ಡಿಸ್ಟ್ರಿಬ್ಯೂಟರ್ಸ್, 4753/23, ಅನ್‌ಸಾರಿ ರೋಡ್, ದರ್ಯಾಗಂಜ್, ನ್ಯೂ ಡೆಲ್ಲಿ–02, 2001.

47. ಕಶ್ಯಪ್, ಆರ್.ಎ, ***ಹ್ಯಾಂಡ್‌ಬುಕ್ ಆಫ್ ಉಪನಿಷಾದಿಕ್ ತಾಟ್ಸ್, ಪಾರ್ಟ್ 3***, ಭಾರತೀಯ ವಿದ್ಯಾ ಭವನ್, ಕೆ.ಎಂ.ಮುನ್ಷಿ ಮಾರ್ಗ್, ಮುಂಬೈ– 400007.

48. ಕಾನೆ, ಪಿ.ವಿ, ***ದಿ ಹಿಸ್ಟೋರಿ ಆಫ್ ದರ್ಮಶಾಸ್ತ್ರ***, ವಾಲ್ಯೂಮ್ 4, ಬಂಡಾರ್ಕರ್ ಓರಿಯಂಟಲ್ ರಿಸರ್ಚ್ ಇನ್ಸ್‌ಟಿಟ್ಯೂಟ್, ಪೂನಾ, 1953.

49. ಕುಮಾರ್, ನಿತಾ, ***ದಿ ಆರ್ಟಿಸನ್ಸ್ ಆಫ್ ಬನಾರಸ್***, ಪ್ರಿಂಸ್ಟನ್ ಯೂನಿವರ್ಸಿಟಿ ಪ್ರೆಸ್, 41, ವಿಲಿಯಂ ಸ್ಟ್ರೀಟ್, ಪ್ರಿಂಸ್ಟನ್, ಎನ್‌ಜೆ–08540, 1988.

50. ಕ್ರಾಮರಿಚ್, ಸ್ಟೆಲ್ಲಾ, ***ದಿ ಪ್ರೆಸೆನ್ಸ್ ಆಫ್ ಶಿವ***, ಮೋತಿಲಾಲ್ ಬನಾರಸೀದಾಸ್, ಇಂಡಿಯನ್ ಎಡಿಟರ್, ಬಂಗ್ಲೋ ರೋಡ್, ನ್ಯೂ ಡೆಲ್ಲಿ–07, 1988.

51. ಖನ್ನಾ, ಅಶೋಕ್ ಅಂಡ್ ರತ್ನಾಕರ್, ಪ್ರಮೇಶ್, ***ಬನಾರಸ್–ದಿ ಸೇಕ್ರೆಡ್ ಸಿಟಿ***, ಟೈಗರ್ಸ್ ಬುಕ್ ಇಂಟರ್‌ನ್ಯಾಷನಲ್, ಲಂಡನ್, 1988.

52. ಗ್ರಾಂಟ್, ಜೇಮ್ಸ್, ***ಕ್ಯಾಸೆಲ್ಸ್ ಇಲ್ಲಸ್ಟ್ರೇಟೆಡ್ ಹಿಸ್ಟರಿ ಆಫ್ ಇಂಡಿಯಾ***, ಕ್ರೌನ್ ಪಬ್ಲಿಕೇಷನ್ಸ್, ಮದ್ರಾಸ್, 1990.

53. ಗ್ರೀವ್ಸ್, ಎಡ್ವಿನ್, ***ಕಾಶಿ, ದಿ ಸಿಟಿ ಇಲ್‌ಸ್ಟ್ರಿಯಸ್***, ದಿ ಇಂಡಿಯನ್ ಪ್ರೆಸ್, ಅಲಹಾಬಾದ್, 1909

54. ಚಂದ್ರಮೌಳಿ, ಕೆ, ***ಕಾಶಿ– ದಿ ಸಿಟಿ ಲುಮಿನಸ್***, ರೂಪಾ ಅಂಡ್ ಕೋ., ನ್ಯೂ ಡೆಲ್ಲಿ, 1995.

55. ಚಾಮು, ಎಸ್.ವಿ, ***ದಿ ಡಿವೈನ್ ಡ್ಯಾನ್ಸರ್***, ಅಷ್ಟಾಂಗ ಯೋಗ ವಿಜ್ಞಾನ ಮಂದಿರಂ, ಮೈಸೂರು–4, 1982.

56. ದಾಲ್‌ಮಿಯ, ವಸುಧಾ, ***ದಿ ನ್ಯಾಷನಲೈಸೇಷನ್ ಆಫ್ ಹಿಂದೂ ಟ್ರೆಡಿಷನ್ಸ್***, ಆಕ್ಸ್‌ಫರ್ಡ್ ಯೂನಿವರ್ಸಿಟಿ ಪ್ರೆಸ್, ವೈಎಂಸಿಎ ಲೈಬ್ರರಿ ಬಿಲ್ಡಿಂಗ್, ಜೈ ಸಿಂಗ್ ರೋಡ್, ನ್ಯೂ ಡೆಲ್ಲಿ–1.

57. ದ್ವಿವೇದಿ, ಪಿ.ಎಸ್, **ವಾಲ್ ಪೈಂಟಿಂಗ್ಸ್ ಆಫ್ ಮಹಾಮಾಯಾ ಟೆಂಪಲ್ ಇನ್ ವಾರಾಣಸಿ,** ಕಲಾ ಪ್ರಕಾಶನ್, ಬಿ33/33–ಎ–1, ನ್ಯೂ ಸಾಕೇತ್ ಕಾಲೋನಿ, ಬಿ.ಹೆಚ್.ಯು. ವಾರಾಣಸಿ–221005, 1990.

58. ನಾರಾಯಣ,ಎ.ಕೆ. ಅಂಡ್ ರಾಯ್ ಟಿ.ಎನ್, **ಎಕ್ಸ್ಕವೇಷನ್ಸ್ ಎಟ್ ರಾಜಘಾಟ್,** ಬಿ.ಎಚ್.ಯು, ವಾರಾಣಸಿ–221005, 1976.

59. ಡಾಸೆನ್, ಪಾಲ್, **ದಿ ಫಿಲಾಸೊಫಿ ಆಫ್ ದಿ ವೇದಾಂತ,** ಭಾರತೀಯ ಪಬ್ಲಿಷಿಂಗ್ ಹೌಸ್, ಮೋಹನ್ ಭವನ, 42–43, ಯು.ಬಿ.ಜವಹರ್ನಗರ, ದೆಹಲಿ–110007, 1979.

60. ಪಾಂಡೆ, ಉಮಾ, **ವಾರಾಣಸಿ,** ದಿ ಮ್ಯಾಕ್‌ಮಿಲನ್ ಕೋ.ಆಫ್ ಇಂಡಿಯ ಲಿ, ಪ್ರಗತಿ ಪ್ರಿಂಟರ್ಸ್, ಡೆಲ್ಲಿ–32, 1980.

61. ಪಾಂಡೆ, ಬನಾರಸೀಲಾಲ್ 'ಆರ್ಯ', **ಮಹಾರಾಜ್ ಬಲ್ವಂತ್ ಸಿಂಗ್,** ಬನಾರಸೀಲಾಲ್ ಪಾಂಡ್ಯೆ, 1975.

62. ಪಾಂಡೆ, ರಾಜಬಲಿ, **ವಾರಾಣಸಿ: ದಿ ಹಾರ್ಟ್ ಆಫ್ ಹಿಂದೂಯಿಸಮ್,** ಓರಿಯಂಟ್ ಪಬ್ಲಿಷರ್ಸ್, 1969.

63. ಪಾಂಡೆ, ರಾಜೇಂದ್ರ, **ಕಾಶಿ, ತ್ರೂ ದಿ ಏಜಸ್,** ಸಂದೀಪ್ ಪ್ರಕಾಶನ, ದೆಹಲಿ, 1979.

64. ಫಾಸ್ಟರ್, ವಿಲ್ಲಿಯಮ್, ***ಅರ್ಲೀ ಟ್ರಾವಲರ್ಸ್ ಇನ್ ಇಂಡಿಯಾ (1583–1619),*** ಮುನ್ಷಿರಾಮ್ ಮನೋಹರಲಾಲ್ ಪಬ್ಲಿಷರ್ಸ್ ಪ್ರೈ ಲಿಮಿಟೆಡ್, 54 ಝಾಂಸೀ ರೋಡ್, ನ್ಯೂ ದೆಹಲಿ–55, 1985.

65. ಬರ್ನಿಯರ್, ಫ್ರಾಂಕಾಯಿಸ್, ***ಟ್ರಾವಲ್ಸ್ ಇನ್ ದಿ ಮೊಗಲ್ ಎಮ್‌ಪೈರ್ (1656–1668),*** ಟ್ರಾನಸ್ಲೇಷನ್ ಬೈ ಆರ್ಚಿಬಾಲ್ಡ್ ಕಾನ್‌ಸ್ಟೇಬಲ್, ಮುನ್ಷಿರಾವ್ ಮನೋಹರಲಾಲ್ ಪಬ್ಲಿಷರ್ಸ್ ಪ್ರೈ ಲಿಮಿಟೆಡ್, 54 ಝಾಂಸೀ ರೋಡ್, ನ್ಯೂ ದೆಹಲಿ–55.

66. ಬಾಲ್,ವಿ, **ಟ್ರಾವಲ್ಸ್ ಇನ್ ಇಂಡಿಯಾ ಬೈ ಜೀನ್ ಬ್ಯಾಪ್ಟಿಸ್ಟ್ ತಾವರ್ನಿಯರ್,** ಓರಿಯಂಟಲ್ ಬುಕ್ಸ್ ರಿಪ್ರಿಂಟ್ ಕಾರ್ಪೋರೇಷನ್, 54 ಝಾಂಸೀ ರೋಡ್, ನ್ಯೂ ದೆಹಲಿ–55, 1977.

67. ಬಾಶಾಮ್, ಎ.ಎಲ್, **ದಿ ವಂಡರ್ ದಟ್ ವಾಸ್ ಇಂಡಿಯ,** ರೂಪಾ ಅಂಡ್ ಕೋ, ನ್ಯೂ ಡಿಲ್ಲಿ, 1999.

68. ಬೀಲ್, ಸ್ಯಾಮ್ಯುಲ್, **ಬುದ್ಧಿಸ್ಟ್ ರೆಕಾರ್ಡ್ಸ್ ಆಫ್ ದಿ ವೆಸ್ಟ್ರನ್ ವರ್ಲ್ಡ್,** ಟ್ರಾನ್‌ಸ್ಲೇಷನ್

ಫ್ರಮ್ ದಿ ಚೈನೀಸ್ ಆಫ್ ಹ್ಯುಯನ್ ತ್ಸಾಂಗ್, ಏಷಿಯನ್ ಎಜುಕೇಷನಲ್ ಸರ್ವೀಸಸ್, 31, ಹೌಸ್ ಕಾಸ್ ವಿಲೇಜ್, ನ್ಯೂ ಡೆಲ್ಲಿ–110016, ರೀಪ್ರಿಂಟ್ 2003.

69. ಭಟ್ಟಾಚಾರ್ಯ ಬಿ, ***ವಾರಾಣಸಿ ರೀಡಿಸ್ಕವರ್ಡ್***, ಮುನ್ಷೀರಾಮ್ ಮನೋಹರ್‌ಲಾಲ್ ಪಬ್ಲಿಷರ್ಸ್, ನ್ಯೂ ಡೆಲ್ಲಿ, 1999.

70. ಭಟ್ಟಾಚಾರ್ಯ, ಎನ್.ಎನ್, ***ಹಿಸ್ಟೋರಿ ಆಫ್ ದಿ ಶಾಕ್ತ ರಿಲಿಜನ್***, ಮುನ್ಷೀರಾಮ್ ಮನೋಹರ್‌ಲಾಲ್ ಪಬ್ಲಿಷರ್ಸ್, ನ್ಯೂ ಡೆಲ್ಲಿ, 1996.

71. ರಾಧಾಕೃಷ್ಣನ್, ಸರ್ವಪಲ್ಲಿ, ಎಡಿಟೆಡ್, ***ಹಿಸ್ಟೊರಿ ಆಫ್ ಫಿಲಾಸೊಫಿ, ಈಸ್ಟ್ರನ್ ಅಂಡ್ ವೆಸ್ಟ್ರನ್***, ವಾಲ್ಯೂಮ್ 1, ಮಿನಿಸ್ಟ್ರಿ ಆಫ್ ಎಜುಕೇಷನ್, ಗೌರ್ನಮೆಂಟ್ ಆಫ್ ಇಂಡಿಯ, ಜಾರ್ಜ್ ಆಲೆನ್ ಅಂಡ್ ಅನ್‌ವಿನ್ ಲಿ, ಲಂಡನ್, 1952.

72. ರಾಮಚಂದ್ರ ರಾವ್, ಎಸ್.ಕೆ, ***ಶಿವಕೋಶ***, ವಾಲ್ಯೂಮ್ 1, ಕಲ್ಪತರು ರಿಸರ್ಚ್ ಅಕ್ಯಾಡೆಮಿ ಪಬ್ಲಿಕೇಷನ್, 1, ಶಂಕರ್‌ಮಠ, ಶಂಕರಪುರಂ, ಬೆಂಗಳೂರು–560004, 1998.

73. ರಾಮಚಂದ್ರ ರಾವ್, ಎಸ್.ಕೆ, ***ಶ್ರೀವಿದ್ಯಾಕೋಶ***, ಕಲ್ಪತರು ರಿಸರ್ಚ್ ಅಕ್ಯಾಡೆಮಿ ಪಬ್ಲಿಕೇಷನ್, 1, ಶಂಕರ್‌ಮಠ, ಶಂಕರಪುರಂ, ಬೆಂಗಳೂರು–560004, 2000.

74. ರಾಯ್‌ಚೌದರಿ, ಹೇಮಚಂದ್ರ, ***ಪೊಲಿಟಿಕಲ್ ಹಿಸ್ಟೋರಿ ಆಫ್ ಏನ್ಷಿಯಂಟ್ ಇಂಡಿಯ***, ಯೂನಿವರ್ಸಿಟಿ ಆಫ್ ಕಲ್ಕತ್ತಾ, ಕಲ್ಕತ್ತಾ, 1923.

75. ರೆನೌ, ಲ್ಯೂಯಿಸ್, ಎಡಿಟೆಡ್, ***ಹಿಂದೂಯಿಸಮ್***, ಪ್ರೆಂಟಿಸ್–ಹಾಲ್ ಇಂಟರ್ ನ್ಯಾಷನಲ್ (ಲಂಡನ್) ಅಂಡ್ ಜಾರ್ಜ್ ಬ್ರಜಿಲ್ಲರ್, ಇನ್ಕ್, (ನ್ಯೂಯಾರ್ಕ್), 1961.

76. ಲೆನಾಯ್, ರಿಚರ್ಡ್, ***ಬೆನಾರೆಸ್–ಎ ವರ್ಲ್ಡ್ ವಿತಿನ್ ಎ ವರ್ಲ್ಡ್***, ಇಂಡಿಕಾ ಬುಕ್ಸ್, ವಾರಾಣಸಿ, 2002.

77. ವಾಟರ್ಸ್, ಥಾಮಸ್, ***ಆನ್ ಯುವಾನ್ ಚ್ವಾಂಗ್ಸ್ ಟ್ರಾವಲ್ಸ್ ಇನ್ ಇಂಡಿಯಾ***, ಮುನ್ಷೀರಾಮ್ ಮನೋಹರಲಾಲ್ ಪಬ್ಲಿಷರ್ಸ್ ಪ್ರೈ ಲಿಮಿಟೆಡ್, 54 ಝಾಂಸೀ ರೋಡ್, ನ್ಯೂ ದೆಹಲಿ–55, 1973.

78. ವಿದ್ಯಾರ್ಥಿ, ಎಲ್.ಪಿ, ಸರಸ್ವತೀ, ಬಿ.ಎನ್, ಅಂಡ್ ಜ್ಹಾ, ಮಕ್ಕನ್, ***ದಿ ಸೇಕ್ರೆಡ್ ಕಾಂಪ್ಲೆಕ್ಸ್ ಆಫ್ ಕಾಶಿ***, ಕಾನ್ಸೆಪ್ಟ್ ಪ್ರಬ್ಲಿಷಿಂಗ್ ಕಂಪನಿ, ಡೆಲ್ಲಿ, 1979.

79. ವಿಲ್ಸನ್, ಹೆನ್ರಿ, ***ಬೆನಾರಸ್***, ಥೇಮ್ಸ್ ಅಂಡ್ ಹಡ್ಸನ್, ಲಂಡನ್, 1985.

80. ಶಂಕರನಾರಾಯಣ, ಎಸ್, ***ಶ್ರೀಚಕ್ರ***, ಸರ್ವೆ ಬುಕ್ಸ್, 10, ಕಾಂಗ್ರೆಸ್ ಬಿಲ್ಡಿಂಗ್, 573, ಮೌಂಟ್ ರೋಡ್, ಚೆನ್ನೈ–600006, 1971, ರಿಪ್ರಿಂಟ್ 2002.

81. ಶರ್ಮ, ಚಂದ್ರಧರ್, **ಎ ಕ್ರಿಟಿಕಲ್ ಸರ್ವೆ ಆಫ್ ಇಂಡಿಯನ್ ಫಿಲಾಸಫಿ,** ಮೋತಿಲಾಲ್ ಬನಾರಸೀದಾಸ್, ಬಂಗ್ಲೋ ರೋಡ್, ನ್ಯೂ ಡೆಲ್ಲಿ–07, 1976.

82. ಶಿಲ್‌ಡರ್, ರಾಬರ್ಟ್, ಅಂಡ್ ಕಾಲೇವಾರ್ಟ್, ವಿನಾಂದ್ ಎಂ, **ಬನಾರಸ್–ವಿಷನ್ಸ್ ಆಫ್ ಎ ಲಿವಿಂಗ್ ಏನ್‌ಷಿಯಂಟ್ ಟ್ರೆಡೀಷನ್,** ಹೇಮಕುಂಡ್ ಪಬ್ಲಿಷರ್ಸ್ ಪ್ರೈವೇಟ್ ಲಿಮಿಟೆಡ್, ಎ 78 ನಾರಾಯಣ ಇಂಡಸ್ಟ್ರಿಯಲ್ ಏರಿಯಾ, ಫೇಸ್ 1, ನ್ಯೂ ಡೆಲ್ಲಿ–28, 2000.

83. ಶೆರ್ರಿಂಗ್, ಎಂ.ಎ., ***ಬನಾರಸ್, ದಿ ಸೇಕ್ರೆಡ್ ಸಿಟಿ ಆಫ್ ದಿ ಹಿಂದೂಸ್,*** ಲೋ ಪ್ರೈಸ್ ಪಬ್ಲಿಕೇಷನ್, 1868, ಫಸ್ಟ್ ಎಲ್‌ಪಿಪಿ ಪ್ರಿಂಟ್ 1990.

84. ಸಾಖಿ ಮುಸ್ತಾದ್ ಖಾನ್, **ಮಾಸಿರ್ ಇ ಆಲಂಗಿರಿ,** ಟ್ರಾನಸ್ಲೇಷನ್ ಬೈ ಜಾದೂನಾಥ ಸರ್ಕಾರ್, ಮುನ್ಷಿರಾಮ್ ಮನೋಹರಲಾಲ್ ಪಬ್ಲಿಷರ್ಸ್ ಪ್ರೈ ಲಿಮಿಟೆಡ್, 54 ಝೂಂಸೀ ರೋಡ್, ನ್ಯೂ ದೆಹಲಿ–55.

85. ಸಾಷೌ, ಎಡ್ವರ್ಡ್, **ಅಲ್ಬೆರೂನೀಸ್ ಇಂಡಿಯಾ,** ಮುನ್ಷೀರಾಮ್ ಮನೋಹರಲಾಲ್ ಪಬ್ಲಿಷರ್ಸ್ ಪ್ರೈ ಲಿಮಿಟೆಡ್, 54 ಝೂಂಸೀ ರೋಡ್, ನ್ಯೂ ದೆಹಲಿ–55,

86. ಸಿಂಗ್, ಭಗವತಿ ಶರಣ್, **ವಾರಾಣಸಿ,** ನ್ಯಾಷನಲ್ ಬುಕ್ ಟ್ರಸ್ಟ್ ಆಫ್ ಇಂಡಿಯಾ, ಎ–5, ಗ್ರೀನ್ ಪಾರ್ಕ್, ನ್ಯೂ ದೆಹಲಿ–110016, 1988.

87. ಸಿಂಗ್, ಬೀರೇಂದ್ರ ಪ್ರತಾಪ್, **ಲೈಫ್ ಇನ್ ಏನ್‌ಷಿಯಂಟ್ ವಾರಾಣಸಿ,** ಸ್ವದೇಶ್ ಪ್ರಸಾದ್ ಸಿಂಘಲ್, ಫಾರ್ ಸಂದೀಪ್ ಪ್ರಕಾಶನ್, ಜಿ–2/9, ಕಮ್ಯೂನಿಟಿ ಸೆಂಟರ್, ಅಶೋಕ್ ವಿಹಾರ್, ಫೇಸ್–2, ನ್ಯೂ ಡೆಲ್ಲಿ–52, 1985.

88. ಸಿಂಗ್, ಆರ್.ಎಲ್, ***ಬನಾರಸ್–ಎ ಸ್ಟಡೀ ಇನ್ ಅರ್ಬನ್ ಜಿಯೋಗ್ರಫಿ.***

89. ಸಿಂಗ್, ರಾಮ ದುಲಾರ್, ***ಬೆಂಗಾಲ್ ಅಂಡ್ ವಾರಾಣಸಿ.***

90. ಸಿಂಗ್, ರಾಣಾ ಪಿ.ಬಿ, **ಇಮೇಜಸ್ ಆಫ್ ವಾರಾಣಸಿ.**

91. ಸಿಂಗ್, ರಾಣಾ ಪಿ.ಬಿ ಅಂಡ್ ಪ್ರವೀಣ್ ಎಸ್. ರಾಣಾ, ***ಬನಾರಸ್ ರೀಜನ್–ಎ ಸ್ಪಿರಿಚ್ಯುಯಲ್ ಅಂಡ್ ಕಲ್ಚರಲ್ ಗೈಡ್,*** ಇಂಡಿಕಾ ಬುಕ್ಸ್, ವಾರಾಣಸಿ, 2002.

92. ಸಿಂಗ್, ರಾಣಾ ಪಿ.ಬಿ, ಎಡಿಟೆಡ್: ***ಬನಾರಸ್–ಕಾಸ್‌ಮಿಕ್ ಆರ್ಡರ್, ಸೇಕ್ರೆಡ್ ಸಿಟಿ, ಹಿಂದೂ ಟ್ರೆಡೀಷನ್ಸ್,*** ತಾರಾ ಬುಕ್ ಏಜನ್‌ಸೀ, ವಾರಾಣಸಿ–221010, 1993.

93. ಸಿಂಗ್, ರಾಣಾ ಪಿ.ಬಿ., ***ದಿ ಪಂಚಕ್ರೋಶಿ ಯಾತ್ರಾ ಆಫ್ ಬನಾರಸ್,*** ಇಂಡಿಕಾ ಬುಕ್ಸ್, ಗೊದೌಲಿಯ, ವಾರಾಣಸಿ–221001, 2002.

94. ಸಿನ್ಹ, ಸುರ್ಜಿತ್ ಅಂಡ್ ಸರಸ್ವತೀ, ಬೈದ್ಯನಾಥ್, **ಅಸೆಟಿಕ್ಸ್ ಆಫ್ ಕಾಶಿ,** ಎನ್.ಕೆ ಬೋಸ್ ಮೆಮೋರಿಯಲ್ ಪಬ್ಲಿಕೇಷನ್, ವಾರಾಣಸಿ, 1978.

95. ಸುಕುಲ್, ಕುಬೇರನಾಥ್, ***ವಾರಾಣಸಿ ಡೌನ್ ದಿ ಏಜಸ್***, ಭಾರ್ಗವ ಭೂಷನ್ ಪ್ರಕಾಶನ್, ತ್ರಿಲೋಚನ್, ವಾರಾಣಸಿ, 1974.

96. ಸ್ವಾಮಿ ದಯಾನಂದ ಸರಸ್ವತಿ, ***ಶ್ರೀರುದ್ರಮ್***, ಪ್ರ: ಶ್ರೀ ಗಂಗಾಧರೇಶ್ವರ ಟ್ರಸ್ಟ್, ಪುರಾನಿ ಝುಡಿ, ಋಷಿಕೇಶ್–249201, 2000.

97. ಸ್ವಾಮಿ ಮೇಧಾಸಾನಂದ್, ***ವಾರಾಣಸಿ ಅಟ್ ದಿ ಕ್ರಾಸ್‌ರೋಡ್ಸ್***, ದಿ ರಾಮಕೃಷ್ಣ ಮಿಷನ್ ಇನ್‌ಸ್ಟಿಟ್ಯೂಟ್ ಆಫ್ ಕಲ್ಚರ್, ಕೋಲ್‌ಕೊತ್ತ, 2002.

98. ಸ್ವಾಮಿ ಶಿವಾನಂದ, ***ಹಿಂದೂ ಸಿಂಬಾಲಜಿ ಅಂಡ್ ಅದರ್ ಎಸ್ಸೇಸ್***, ರಾಮಕೃಷ್ಣ ಮಠ, ಮದ್ರಾಸ್–4, 1983.

99. ಸ್ವಾಮಿ ಹರ್ಷಾನಂದ, ***ಫೇಸಸ್ ಆಫ್ ಶೈವಿಸಮ್***, ರಾಮಕೃಷ್ಣ ಮಠ್, ಬೆಂಗಳೂರು, ನವೆಂಬರ್ 1999.

100. ಹರ್ಬರ್ಟ್, ಜೀನ್, ***ಬನಾರಸ್–ಎ ಗೈಡ್ ಟು ಪಂಚಕ್ರೋಶಿ ಯಾತ್ರಾ***, ಸಾಟರ್ಡೇ ಮೇಲ್ ಪಬ್ಲಿಕೇಷನ್ಸ್, ಕಲ್ಕತ್ತಾ 11, 1957.

101. ಹರ್ಟಲ್, ಬ್ರ್ಯಾಡ್ಲೈ ಆರ್, ಅಂಡ್ ಸಿಂತಿಯ ಆನ್‌ಹ್ಯೂಮ್ಸ್, (ಎಡಿಟರ್ಸ್), ***ಲಿವಿಂಗ್ ಬನಾರಸ್***, ಅಜಯ್ ಕುಮಾರ್ ಜೈನ್ ಫಾರ್ ಮನೋಹರ್ ಪಬ್ಲಿಷರ್ಸ್ ಅಂಡ್ ಡಿಸ್ಟ್ರಿಬ್ಯೂಟರ್ಸ್, 2/6 ಅನ್ಸಾರಿ ರೋಡ್, ದರ್ಯಾಗಂಜ್ ನ್ಯೂ ಡೆಲ್ಲಿ–02, 1993, 1998.

102. ಹಾವೆಲ್, ಇ.ಬಿ, ***ಬೆನಾರೆಸ್ ದಿ ಸೇಕ್ರೆಡ್ ಸಿಟಿ***, ವಿಶ್ವವಿದ್ಯಾಲಯ ಪ್ರಕಾಶನ್, ವಾರಾಣಸಿ, 1905, ರೀಪ್ರಿಂಟ್ 1990.

103. ಹೊವರ್ಡ್, ವೇಯ್ನ್, ***ವೇದಾ ರೆಸಿಟೇಷನ್ ಇನ್ ವಾರಾಣಸಿ***, ಮೋತಿಲಾಲ್ ಬನಾರಸೀದಾಸ್, ಬಂಗ್ಲೋ ರೋಡ್, ನ್ಯೂ ಡೆಲ್ಲಿ–07, 1986.

104. ನಾರಾಯಣ ದ್ರಾವಿಡ್, ಲಲಿತಾ, **ಧಿ ಟೆಂಪಲ್ಸ್ ಆಫ್ ಕಾಶೀ**,ಗಂಗಾ ಮಹಲ್ ಘಾಟ್, ವಾರಾಣಸೀ, 2009

ಇಂಗ್ಲಿಷ್ ಲೇಖನಗಳು/ಪತ್ರಿಕೆಗಳು.

ಕೆಲವು ಲೇಖನಗಳು ಸ್ನೇಹಿತರ ಮೂಲಕ ಫೋಟೋ ಕಾಪಿ ಪಡೆದುದರಿಂದ ವಿವರಗಳು ಪೂರ್ಣವಾಗಿಲ್ಲ.

105. ಅಗರ್ವಾಲ್, ವಾಸುದೇವ ಶರಣ್, **ದಿ ಪುರಾನಾಸ್**, ಪುಸ್ತಕ: ದಿ ಕಲ್ಚರಲ್ ಹೆರಿಟೇಜ್ ಆಫ್ ಇಂಡಿಯ, ವಾಲ್ಯೂಮ್ 1, ದಿ ರಾಮಕೃಷ್ಣ ಮಿಷನ್, ಇಂಸ್ಟಿಟ್ಯೂಟ್ ಆಫ್ ಕಲ್ಚರ್, ಕಲ್ಕತ್ತಾ, 1937.

106. ಆನಂದ ಕೃಷ್ಣ, ರೈ, *ದಿ ಗುಪ್ತಾ ಸ್ಟೈಲ್ ಆಫ್ ಸ್ಕಲ್ಪ್ಚರ್*, ವಿಶೇಷಪತ್ರಿಕೆ: ಸ್ಕಲ್ಪ್ಚರ್ ಫ್ರಮ್ ದಿ ಸಿಟಿ ಆಫ್ ಬನಾರಸ್.

107. ಎಡಿಟೆಡ್, *ಇಂಪಾರ್ಟೆಂಟ್ ಮೈಲ್‌ಸ್ಟೋನ್ಸ್*, ಭಾರತ ಕಲಾ ಭವನ, ಬನಾರಸ್ ಹಿಂದೂ ಯೂನಿವರ್ಸಿಟಿ, ವಾರಾಣಸಿ, 1998.

108. ಎಡಿಟೆಡ್, ***'ಕಲ್ಯಾಣ ಕಲ್ಪತರು'*** ಇಂಗ್ಲಿಷ್ ಮಾಸಪತ್ರಿಕೆಯ *ಲೇಖನಗಳು*, ಗೋವಿಂದ ಭವನ ಕಾರ್ಯಾಲಯ, ಗೀತಾ ಪ್ರೆಸ್, ಗೋರಕ್‌ಪುರ, (ನವಂಬರ್, ಡಿಸಂಬರ್) 1990, (ಜನವರಿ, ಮೇ) 1991, (ಮೇ, ಡಿಸೆಂಬರ್) 1993, (ಜನವರಿ, ಮೇ) 1994, (ಮೇ, ಜೂನ್, ಸೆಪ್ಟೆಂಬರ್) 1995, (ಸೆಪ್ಟೆಂಬರ್) 1996, (ಜನವರಿ, ಏಪ್ರಿಲ್, ನವಂಬರ್) 1997, (ಡಿಸೆಂಬರ್) 1999.

109. ಎಡಿಟೆಡ್, **'ಭವಾನ್ಸ್ ಜರ್ನಲ್'**, ದ್ವಿಮಾಸಿಕಪತ್ರಿಕೆ, ಭಾರತೀಯ ವಿದ್ಯಾ ಭವನ, ಕುಲಪತಿ ಕೆ.ಎಮ್ ಮುನ್ಷಿ ಮಾರ್ಗ, ಚೌಪಟ್ಟಿ, ಮುಂಬಯಿ–400007, ಮಾರ್ಚ್ 2002.

110. ಎಡಿಟೆಡ್, *ಜೈನ ಕಾಂಟ್ರಿಬ್ಯೂಷನ್ಸ್ ಟು ವಾರಾಣಸಿ*, 'ಸೆಮಿನಾರ್ ಪ್ರೊಸೀಡಿಂಗ್ಸ್', ಏಪ್ರಿಲ್ 2000, ಜ್ಞಾನ ಪ್ರವಾಹ, ಸೆಂಟರ್ ಫಾರ್ ಕಲ್ಚರಲ್ ಸ್ಟಡೀಸ್, ವಾರಾಣಸಿ.ಎಡಿಟೆಡ್, *ಜರ್ನಿ ತ್ರೂ 75 ಇಯರ್ಸ್*, ಭಾರತ ಕಲಾ ಭವನ, ಬನಾರಸ್ ಹಿಂದೂ ಯೂನಿವರ್ಸಿಟಿ, ವಾರಾಣಸಿ, 1995.

111. ಎಡಿಟೆಡ್, ***'ತತ್ವಲೋಕ'*** ಇಂಗ್ಲಿಷ್ ಮಾಸಪತ್ರಿಕೆಯ *ಲೇಖನಗಳು*, ಶ್ರೀಅಭಿನವ ವಿದ್ಯಾತೀರ್ಥ ಮಹಾಸ್ವಾಮಿಗಳ ಎಜುಕೇಷನ್ ಟ್ರಸ್ಟ್, ದಕ್ಷಿಣಾಮ್ನಾಯ, ಶ್ರೀ ಶಾರದಾಪೀಠಂ, ಶೃಂಗೇರಿ, ಆಗಸ್ಟ್/ಸೆಪ್ಟೆಂಬರ್ 1990, ಅಕ್ಟೋಬರ್/ನವಂಬರ್ 1990, ಫೆಬ್ರವರಿ/ಮಾರ್ಚ್ 1991, ಫೆಬ್ರವರಿ/ಮಾರ್ಚ್ 1993, ಅಕ್ಟೋಬರ್/ ನವಂಬರ್ 1994, ಏಪ್ರಿಲ್/ಮೇ ಅಂಡ್ ಆಗಸ್ಟ್/ಸೆಪ್ಟೆಂಬರ್ 1995, ಜನವರಿ 1998, ನವಂಬರ್ 2001.

112. ಎಡಿಟೆಡ್, *ದಿ ಪುರಾನಿಕ್ ನೇಮ್ಸ್ ಆಫ್ ವಾರಾಣಸಿ*, ಆಲ್ ಇಂಡಿಯ ಕಾಶೀರಾಜ್ ಟ್ರಸ್ಟ್, 1981.

113. ಎಡಿಟೆಡ್, *ರೇಡಿಯನ್ಸ್ ಆಫ್ ಕಾಶಿ: ಜೈನ ಕಾಂಟ್ರಿಬ್ಯೂಷನ್ ಟು ವಾರಾಣಸಿ*, 'ಸೆಮಿನಾರ್ ಪ್ರೊಸೀಡಿಂಗ್ಸ್', ಏಪ್ರಿಲ್ 2000, ಜ್ಞಾನ–ಪ್ರವಾಹ, ಸೆಂಟರ್ ಫಾರ್ ಕಲ್ಚರಲ್ ಸ್ಟಡೀಸ್, ಸೌಥ್ ಆಫ್ ಸಾಮ್ನೆಘಾಟ್, ವಾರಾಣಸಿ–221005, 2000.

114. ಎಡಿಟೆಡ್, *ರೇಡಿಯನ್ಸ್ ಆಫ್ ಕಾಶಿ: ಶಾಕ್ತ ವರ್ಶಿಪ್ ಇನ್ ವಾರಾಣಸಿ*, 'ಸೆಮಿನಾರ್ ಪ್ರೊಸೀಡಿಂಗ್ಸ್', ಜ್ಞಾನ–ಪ್ರವಾಹ, ಸೆಂಟರ್ ಫಾರ್ ಕಲ್ಚರಲ್ ಸ್ಟಡೀಸ್, ಸೌಥ್ ಆಫ್ ಸಾಮ್ನೆಘಾಟ್, ವಾರಾಣಸಿ–221005.

115. ಎಡಿಟೆಡ್, **ವಾರಾಣಸಿ ಪ್ಲಸ್**, 'ದಿ ಟೈಮ್ಸ್ ಆಫ್ ಇಂಡಿಯ', ದಿನಪತ್ರಿಕೆ, ಆಗಸ್ಟ್ 15–31, 2000, (ಲೇಖನಗಳು: ವರ್ಷ ಸಿಂಗ್: **ಎ ಮಾರ್ಬಲ್ ಬ್ಯೂಟಿ**, ಎಸ್.ಸರಿತಾ ರಾವ್: **ಎ ಡಿಸೈಪಲ್ಸ್ ಸ್ಟೋರಿ**.)

116. ಎಡಿಟೆಡ್, **ವೇದಿಕ್ ಇಂಫ್ಲುಯನ್ಸ್**, ಸೆಮಿನಾರ್ ಪ್ರೊಸೀಡಿಂಗ್ಸ್, ಜ್ಞಾನ ಪ್ರವಾಹ, ಸೆಂಟರ್ ಫಾರ್ ಕಲ್ಚರಲ್ ಸ್ಟಡೀಸ್, ಸೌಥ್ ಆಫ್ ಸಾಮ್ನೆಘಾಟ್, ವಾರಾಣಸಿ–221005. 2001.ಎಡಿಟೆಡ್, **ಶಿವ ನಂಬರ್**, 'ಕಲ್ಯಾಣ ಕಲ್ಪತರು' (ಇಂಗ್ಲಿಷ್ ಮಾಸಪತ್ರಿಕೆ), ಗೋವಿಂದ ಭವನ ಕಾರ್ಯಾಲಯ, ಗೀತ ಪ್ರೆಸ್, ಗೋರಕ್‌ಪುರ್, ಅಕ್ಟೋಬರ್ 1990.

117. ಎಡಿಟೆಡ್, **ಸ್ವಾಗತ್**, 'ಹೌಸ್ ಜರ್ನಲ್' ಆಫ್ ಇಂಡಿಯ ಏರ್‌ಲೈನ್ಸ್.

118. ಎಡಿಟೆಡ್, **ಹೋಮೇಜ್ ಟು ವಾರಾಣಸಿ (1 & 2)**, 'ದಿ ಇಲ್ಲಸ್ಟ್ರೇಟೆಡ್ ವೀಕ್ಲೀ ಆಫ್ ಇಂಡಿಯ', ಸ್ಪೆಷಲ್ ಫೀಚರ್ ಆನ್ ವಾರಾಣಸಿ, 9 ಅಂಡ್ 16 ಫೆಬ್ರವರಿ, 1964.

119. ಚಕ್ರವರ್ತಿ, ರಾಸ್ ಮೋಹನ, **ರವಿದಾಸ್**, 'ಪ್ರಬುದ್ಧ ಭಾರತ', ರಾಮಕೃಷ್ಣಾಶ್ರಮದ ಮಾಸಿಕ ಪತ್ರಿಕೆ, ನವಂಬರ್ 2001.

120. ತ್ರಿಪಾಠಿ, ರಾಮ ಶಂಕರ್, ***ದಿ ಚೆಕರ್ಡ್ ಹಿಸ್ಟರಿ ಆಫ್ ದಿ ಗೋಲ್ಡನ್ ಟೆಂಪಲ್ ಆಫ್ ಕಾಶಿ ವಿಶ್ವನಾಥ***, 'ವಿಶ್ವನಾಥಾ ಟೆಂಪಲ್ ವಾರಾಣಸಿ', ಎ ಬ್ರೋಚರ್.

121. ದೂಬೆ, ದೇವೀ ಪ್ರಸಾದ್, **ವಾರಾಣಸಿ–ಎ ನೇಮ್ ಸ್ಟಡಿ**, 'ಜರ್ನಲ್ ಆಫ್ ಆಫ್ರಿಕನ್, ಏಷಿಯನ್ ಅಂಡ್ ಲ್ಯಾಟಿನ್ ಅಮೇರಿಕನ್ ಸ್ಟಡೀಸ್', ವಾಲ್ಯೂಮ್ 53, 1985.

122. ನಾರಾಯಣ್ ಎ.ಕೆ ಅಂಡ್ ಲಲ್ಲನ್‌ಜೀ ಗೋಪಾಲ್ (ಎಡಿಟರ್ಸ್), **ಇಂಟ್ರಡ್ಯೂಸಿಂಗ್ ವಾರಾಣಸಿ**, '31 ಇಂಡಿಯನ್ ಹಿಸ್ಟೋರಿ ಕಾಂಗ್ರೆಸ್', ನ್ಯುಮಿಸ್ಮ್ಯಾಟಿಕ್ ಸೊಸೈಟಿ ಆಫ್ ಇಂಡಿಯ, ವಾರಾಣಸಿ, 1969.

123. ನಾರಾಯಣ್ ಎ.ಕೆ, **ವಾರಾಣಸಿ ಇನ್ ಏನ್ಷಿಯಂಟ್ ಟೈಮ್ಸ್**, ಬಿ.ಹೆಚ್.ಯು, 31 ಇಂಡಿಯನ್ ಹಿಸ್ಟರಿ ಕಾಂಗ್ರೆಸ್.

124. ಪಾಂಡೆಯ, ಪಿ.ಕೆ, **ಕಾಶಿ**, 'ದಿ ಸಾವನೀರ್ ಆಫ್ 44 ಆಲ್ ಇಂಡಿಯ ಇಂಗ್ಲಿಷ್ ಟೀಚರ್ಸ್ ಕಾನ್‌ಫರೆನ್ಸ್', 1999.

125. ಪಾಂಡೆಯ, ಪಿ.ಕೆ, **ವಾರಾಣಸಿ**, ಪತ್ರಿಕೆ: 'ಇಂಗ್ಲೀಷ್ ಡಿಪಾರ್ಟ್‌ಮೆಂಟ್', ಬಿ.ಎಚ್.ಯೂ.2001.

126. ಪಾಂಡೆಯ, ಪ್ರಭಾತ್ ಕೆ, **ವಾರಾಣಸಿ**.

127. ಪಾಂಡೆಯ, ಆರ್.ಬಿ, **ಟ್ರಾವಲರ್ಸ್ ವಾರಾಣಸಿ**, ಪುಸ್ತಕ: 'ದಿ ಹಾರ್ಟ್ ಆಫ್ ಹಿಂದೂಯಿಸಮ್'.

128. ಪ್ರಸಾದ್, ಓಂಕಾರ್, ***ಫೋಕ್ ಮ್ಯೂಜಿಕ್ ಅಂಡ್ ಫೋಕ್ ಡ್ಯಾನ್ಸಸ್ ಆಫ್ ಬನಾರಸ್.***

129. ಬಿ.ಎಚ್.ಯೂ, ***ಗ್ಲಿಂಪ್ಸಸ್ ಆಫ್ ವಾರಾಣಸಿ,*** 'ಸೋವೆರಿನ್ ಆಫ್ ಬನಾರಸ್ ಹಿಂದೂ ಯೂನಿವರ್ಸಿಟಿ', ವಾರಾಣಸಿ, 1976.

130. ಬಿಶ್ವಾಸ್, ಟಿ.ಕೆ, ***ಶಕ್ತಿ ಇಮೇಜ್ಸ್ ಫ್ರಮ್ ವಾರಾಣಸಿ,*** ವಿಶೇಷಪತ್ರಿಕೆ: ಜ್ಞಾನಪ್ರವಾಹ. ವಾರಾಣಸಿ.

131. ಬಿಶ್ವಾಸ್, ಟಿ.ಕೆ, ***ಸಾರನಾಥ್ ಲಯನ್ ಕ್ಯಾಪಿಟಲ್: ಇಟ್ಸ್ ಹಿಸ್ಟೋರಿಯನ್ಸ್,*** 'ಸಿಟಿ–ವೀತಿಕಕ', ಜರ್ನಲ್ ಆಫ್ ಆರ್ಟ್, ಹಿಸ್ಟರಿ, ಕಲ್ಚರ್ & ಲಿಟರೇಚರ್, ಅಲಹಾಬಾದ್ ಮ್ಯೂಜಿಯಂ, ವಾಲ್ಯೂಮ್ 3, ನಂ 1–2, 1997–98.

132. ಬಿಶ್ವಾಸ್, ಟಿ.ಕೆ, ***ಮೈಗ್ರೇಷನ್ ಆಫ್ ಬುದ್ಧ ಇಮೇಜ್ಸ್ ಫ್ರಮ್ ಇಂಡಿಯ ಟು ಇಂಡೋನೇಷಿಯ,*** 'ಕಲಾ', ದಿ ಜರ್ನಲ್ ಆಫ್ ಇಂಡಿಯನ್ ಆರ್ಟ್ ಹಿಸ್ಟರಿ ಕಾಂಗ್ರೆಸ್, ಗೌಹತಿ, ವಾಲ್ಯೂಮ್ 2, 1995–96.

133. ಭಟ್ಟಾಚಾರ್ಯ, ಅಹಿ ಬೂಷನ್, ***ಕಾಂಟ್ರಿಬೂಷನ್ ಆಫ್ ದಿ ಬೆಂಗಾಲೀಸ್ ಟು ದಿ ಕಲ್ಚರ್ ಆಫ್ ವಾರಾಣಸಿ,*** ಸಂಪಾದಿತ: 'ಬೆಂಗಾಲ್ ಅಂಡ್ ವಾರಾಣಸಿ', ರಾಮ್ ದುಲಾರ್ ಸಿಂಗ್.

134. ಮೆಹ್ತ, ಭಾನು ಶಂಕರ್, ***ರಾಮಲೀಲಾ ಆಫ್ ವಾರಾಣಸಿ–ಟ್ರಡೀಷನಲ್, ಕಲ್ಚರಲ್ ಅಂಡ್ ತಿಯೇಟ್ರಿಕಲ್ ಆಸ್ಪೆಕ್ಟ್ಸ್,*** ಪತ್ರಿಕೆ: ಜರ್ನಿ ತ್ರೂ 75 ಇಯರ್ಸ್, (1920–1975), ಭಾರತ ಕಲಾ ಭವನ, ಬನಾರಸ್ ಹಿಂದೂ ಯೂನಿವರ್ಸಿಟಿ, ವಾರಾಣಸಿ.

135. ವರ್ಮ, ಠಾಕೂರ್ ಪ್ರಸಾದ್, ***ಘಾಟ್ಸ್ ಅಂಡ್ ಟೆಂಪಲ್ಸ್ ಆಫ್ ಬನಾರಸ್,*** 'ಗ್ಲಿಂಪ್ಸಸ್ ಆಫ್ ವಾರಾಣಸಿ', ಸೋವೆನಿರ್ ಆಫ್ ಬಿ.ಹೆಚ್.ಯು., 1976.

136. ವರ್ಮ, ಠಾಕೂರ್ ಪ್ರಸಾದ್, ***ದಿ ಟೆಂಪಲ್ಸ್ ಆಫ್ ಬನಾರಸ್,*** 'ಭಾರತಿ', ಜರ್ನಲ್ ಆಫ್ ಬಿ.ಹೆಚ್.ಯು., 1971–84.

137. ವಿಜಯ್ ಕುಮಾರ್, ಎಸ್, ***ಕಾಶಿ: ಇಟ್ಸ್ ಮೀನಿಂಗ್ ಅಂಡ್ ಸಿಗ್ನಿಫಿಕೆನ್ಸ್ ಇನ್ ದಿ ಲೈಟ್ ಆಫ್ ದಿ ವೇದಾಂತ ಅಂಡ್ ದಿ ಪುರಾಣಾಸ್,*** 'ಪುರಾಣ', ವಸಂತ ಪಂಚಮಿ ನಂಬರ್, ಆಲ್ ಇಂಡಿಯ ಕಾಶೀರಾಜ್ ಟ್ರಸ್ಟ್, ಫೋರ್ಟ್, ರಾಮನಗರ್, ವಾರಾಣಸಿ, ಜನವರಿ 1983.

138. ವಿಜಯ್ ಟೈಮ್ಸ್, ***ಗೆಟ್ಟಿಂಗ್ ದಿ ಡೋಪ್ ಆನ್ ಡಾರ್ಕ್ ಎನರ್ಜಿ,*** 'ದಿ ವಿಜಯ್ ಟೈಮ್ಸ್', ಇಂಗ್ಲಿಷ್ ದಿನಪತ್ರಿಕೆ, ಬೆಂಗಳೂರು, 24 ಸೆಪ್ಟೆಂಬರ್ 2004.

139. ಶಾಂತಾ ರಾಮರಾವ್, ***ವಾರಾಣಸಿ,*** 'ನ್ಯಾಷನಲ್ ಜಿಯೊಗ್ರಾಫಿಕ್', ಫೆಬ್ರುವರಿ, 1986.

140. ಸಿಂಗ್, ರಾಣಾ, ಪಿ.ಬಿ, ***ಸೇಕ್ರೆಡ್ ಜಿಯೊಮೆಟ್ರಿ ಆಫ್ ವಾರಾಣಸಿ***, 'ನ್ಯಾಷನಲ್ ಜಿಯೊಗ್ರಾಫಿಕಲ್ ಜರ್ನಲ್ ಆಫ್ ಇಂಡಿಯಾ', ವಾಲ್ಯೂಮ್ 40, 1994.

141. ಸ್ವಾಮಿ ಪರಮಾರ್ಥಾನಂದ, ***ದಿ ಸಿಗ್ನಿಫಿಕೆನ್ಸ್ ಆಫ್ ಶಿವರಾತ್ರಿ***, 'ತತ್ತ್ವಲೋಕ' ಮಾಸಪತ್ರಿಕೆ, 76, ಎಲ್ಡಾಮ್ಸ್ ರೋಡ್, ತೇಯ್ನಾಮ್‌ಪೇಟ್, ಚೆನ್ನೈ–600018, ಫೆಬ್ರುವರಿ 2006.

142. ನಾರಾಯಣ ದ್ರವಿಡ್ ಮತ್ತು ವಿ.ಲಲಿತ, ಟೆಂಪಲ್ಸ್ ಆಫ್ ಕಾಶೀ, ವಾರಾಣಸಿ 2009

ಹಿಂದಿ ಪುಸ್ತಕಗಳು/ವಿಶೇಷ ಪತ್ರಿಕೆಗಳು

143. ಅಗ್ರವಾಲ, ಡಿ.ಪಿ, ***ವಾರಾಣಸೀ ಪರಿಚಯ್***, ಜಯಶಂಕರ ಪ್ರಸಾದ್ ಸಂಸ್ಕೃತಿ ವಾತಾಯನ, ಪ್ರಸಾದ ಮಂದಿರ, ಗೋವರ್ಧನ ಸರಾಯ್, ವಾರಾಣಸಿ–221010, 2003.

144. ಕಮಲ ಗಿರಿ, ಮಾರುತಿನಂದನ ತಿವಾರಿ, ವಿಜಯ ಪ್ರಕಾಶ ಸಿಂಗ್, ***ಕಾಶೀ ಕೆ ಮಂದಿರ್ ಔರ್ ಮೂರ್ತಿಯಾ***, ಜಿಲ್ಲಾ ಸಾಂಸ್ಕೃತಿಕ್ ಸಮಿತಿ, ಸಂಸ್ಕೃತಿ ವಿಭಾಗ, ಉತ್ತರ ಪ್ರದೇಶ, ವಾರಾಣಸಿ.

145. ಉಮಾ ಪಾಂಡೇ, ***ವಾರಾಣಸಿ***, ದಿ ಮಾಕ್‌ಮಿಲ್ಲನ್ ಕಂ. ಆಫ್ ಇಂಡಿಯಾ ಲಿ., ನ್ಯೂ ಡೆಲ್ಲಿ, 1980.

146. ಕಾಮೇಶ್ವರ್‌ನಾಥ್ ಮಿಶ್ರ, ***ಕಾಶೀ ಕಿ ಸಂಗೀತ್ ಪರಂಪರಾ***, ಭಾರತ್ ಬುಕ್ ಸೆಂಟರ್, 17 ಅಶೋಕ್ ಮಾರ್ಗ್, ಲಕ್ನೌ 226001, 1997.

147. ಕೇದಾರನಾಥ್ ವ್ಯಾಸ್, ***ವೇದೋಕ್ತ ಶಿವತತ್ವ ನಿರೂಪಣ***, ಕಾಶೀ ಶೋಧ ಅನುಸಂದಾನ್ ಸಂಸ್ಥಾನ್, ಸಿಕೆ 35 / 8 ಗ್ಯಾನವಾಪಿ, ವಾರಾಣಸಿ, 2000.

148. ಕೇದಾರನಾಥ್ ವ್ಯಾಸ್, ***ಮೋಕ್ಷ ತತ್ವ ನಿರ್ಣಯ***, ಕಾಶೀ ಶೋಧ ಅನುಸಂದಾನ್ ಸಂಸ್ಥಾನ್ ಸಿಕೆ 35 / 8 ಗ್ಯಾನವಾಪಿ, ವಾರಾಣಸಿ, 1997.

149. ಕೇದಾರ್‌ನಾಥ್ ವ್ಯಾಸ್, ***ಪಂಚಕ್ರೋಶಾತ್ಮಕ್ ಜ್ಯೋತಿರ್ಲಿಂಗ ಕಾಶೀ ಮಹಾತ್ಮ್ಯ***, ಪ್ರ: ಕೇದಾರ್‌ನಾಥ್ ವ್ಯಾಸ್, ಸಿ.ಕೆ 35/8, ಗ್ಯಾನವಾಪಿ, ವಾರಾಣಸಿ, 1987.

150. ಗೋಪಿನಾಥ್ ಕವಿರಾಜ್, ***ಕಾಶೀ ಕೇ ಸಾರಸ್ವತ್ ಸಾಧನಾ***, ಬಿಹಾರ್ ರಾಷ್ಟ್ರಭಾಷಾ ಪರಿಷತ್, ಪಾಟ್ನಾ–1964.

151. ಗೋಪಿನಾಥ್ ಕವಿರಾಜ್, ***ಸಾಧು ದರ್ಶನ್ ಏವಂ ಸತ್ಸಂಗ್***, ವಿಶ್ವವಿದ್ಯಾಲಯ ಪ್ರಕಾಶನ, ಚೌಕ್, ವಾರಾಣಸಿ, 1993.

152. ದೀಪ್ತಿ ರಾಯ್ (ಬ್ಯಾನರ್ಜಿ), ***ಬನಾರಸ್ ಕಿ ಸಂಗೀತ್ ಪರಂಪರಾ ಕಾ ಉದ್ಭವ್ ಏವಂ ವಿಕಾಸ್***, ತೀಸಿಸ್ ಫಾರ್ ಪಿಎಚ್‌ಡಿ, ಮಂಚ್‌ಕಲಾ ಸಂಕಾಯ್, ಬಿ.ಎಚ್.ಯು, ವಾರಣಾಸಿ–221005.

153. ನಾರಾಯಣ್ ದಾಸ್, ***ಆತ್ಮ ಕಥಾ***, ರತ್ನಾಕರ್ ಭವನ್, ವಾರಣಾಸಿ.

154. ಬಲದೇವ್ ಉಪಾದ್ಯಾಯ, ***ಕಾಶೀ ಕೀ ಪಾಂಡಿತ್ಯ ಪರಂಪರಾ***, ವಿಶ್ವವಿದ್ಯಾಲಯ ಪ್ರಕಾಶನ, ಚೌಕ್, ವಾರಣಾಸಿ, 1983.

155. ಭಗವತಿ ಪ್ರಸಾದ್ ಸಿಂಗ್, ***ಮನೀಷೀ ಕಾ ಲೋಕಯಾತ್ರ***, ವಿಶ್ವವಿದ್ಯಾಲಯ ಪ್ರಕಾಶನ, ಚೌಕ್, ವಾರಾಣಸಿ–221001, 1995.

156. ಮಹಂತ್ ಗೋಸ್ವಾಮಿ ಶ್ರೀ ತ್ರಿಭುವನ್‌ಪುರಿ, ***ಶ್ರೀ ಅನ್ನಪೂರ್ಣ ವೃತಕಥಾ***, (ವಿಶೇಷ ಸಂಚಿಕೆ), ಶ್ರೀ ಅನ್ನಪೂರ್ಣ ಮಾತಾ ಮಂದಿರ, ಕಾಶೀ, 1997.

157. ಮೋತಿಚಂದ್ರ, ***ಕಾಶೀ ಕಾ ಇತಿಹಾಸ್***, ವಿಶ್ವವಿದ್ಯಾನಿಲಯ ಪ್ರಕಾಶನ, ಚೌಕ್, ವಾರಣಾಸಿ, 1985.

158. ಯದುವಂಶಿ, ***ಶೈವಮತ***, ಬಿಹಾರ್ ರಾಷ್ಟ್ರಭಾಷಾ ಪರಿಷದ್, ಪಾಟ್ನಾ, 1988.

159. ರಾಮಬಚನ್ ಸಿಂಗ್, ***ವಾರಾಣಸೀ***, ಭಾರತೀಯ ವಿದ್ಯಾ ಪ್ರಕಾಶನ, ಪೋಸ್ಟ್ ಬಾಕ್ಸ್ ನಂ 108, ಕಚೋಡೀ ಗಲ್ಲಿ, ವಾರಾಣಸಿ, 1973.

160. ವಿಜಯ್‌ಪಾಲ್ ಸಿಂಗ್, ***ಕಾಶೀ ಕೀರ್ತಿ ಕಥಾ***, ಚತ್ರಪತಿ ಕಲ್ಯಾಣ ಸಮಿತಿ, ಭಿರಿಯಾ ಖುತುರಾಜ್, ಬಸ್ತಿ, ಯು.ಪಿ, 1999.

161. ಪಂ.ಕುಬೇರ್‌ನಾಥ್ ಸುಕುಲ್, **ವಾರಾಣಸೀ ವೈಭವ್**, ಬಿಹಾರ್ ರಾಷ್ಟ್ರಭಾಷಾ ಪರಿಷದ್, ಪಾಟ್ನಾ, 2008

162. ಶ್ರೀಕೃಷ್ಣ ವರ್ಮ, ***ಶ್ರೀ ವಿಶ್ವನಾಥ ದರ್ಶನ***, ರಾಮೇಶ್ವರ ಪ್ರೆಸ್, ಬುಲನಾಲ, ಕಾಶೀ, 1935.

163. ಸಂಪಾದಿತ ಸಂಚಿಕೆ, ***ಅನ್ನಪೂರ್ಣ ಪ್ರತಿಷ್ಠಾ ಪುಷ್ಪಾಂಜಲಿ***, ಶ್ರೀ ಕಾಶೀ ಅನ್ನಪೂರ್ಣ ನವಮೂರ್ತಿ ಪ್ರತಿಷ್ಠಾಪನ ಸಮಿತಿ, ಜನವರಿ1977.

164. ಸಂಪಾದಿತ ಸಂಚಿಕೆ, ***ಉತ್ತರಪ್ರದೇಶ–ಕಾಶೀ ಅಂಕ***, ಇನ್‌ಫರ್ಮೇಷನ್ ಅಂಡ್ ಪಬ್ಲಿಸಿಟಿ ಡಿಪಾರ್ಟ್‌ಮೆಂಟ್, ಲಕ್‌ನೌ, ಯು.ಪಿ, 1984.

165. ಸಂಪಾದಿತ ಸಂಚಿಕೆ, ***ಉನ್ಮನ***, 2ನೆಯ ಆಲ್ ಇಂಡಿಯ ಜಗ್ನನಾಥ್ ಚೇತನಾ ಮಹಾಧಿವೇಷನ, ವಾರಾಣಸಿ, 1985.

166. ಸಂಪಾದಿತ ಸಂಚಿಕೆ, ***ಡೈಮೆನ್‌ಷನ್ಸ್ ಆಫ್ ಟೂರಿಸಮ್ ಇನ್ ವಾರಾಣಸಿ, ಹಿಂದಿ***, (ರೈ ಕೃಷ್ಣದಾಸ: ***ಬನಾರಸೀ ಮೆಹಫಿಲ್***, ವಿದ್ಯಾನಿವಾಸ ಮಿಶ್ರ: ***ಸನಾತನ ಕಾಶೀ***,

ಯಾಮಿನೀ ಭೂಷಣ ತ್ರಿಪಾಠಿ: **ಕಾಶೀ ಕೀ ವೈದ್ಯ ಪರಂಪರಾ**, ಪಂ. ಕಿಶನ್ ಮಹಾರಾಜ್: **ಬನಾರಸೀ ಠುಮರೀ ಕೆ ಅವಿಸ್ಮರಣೀಯ ಕಲಾಕಾರ್**, ಪ್ರೇಮ್‌ಶಂಕರ್ ದ್ವಿವೇದಿ, ಮತ್ತು ಬಿಂದು ಡೂಬೆ: **ಕಾಶೀ ಔರ್ ಇಸ್ಕಿ ಪ್ರಾಚೀನತಾ**).

167. ಸಂಪಾದಿತ ಸಂಚಿಕೆ, **ಕಾಶೀ ಕಾ ಸ್ಫುರಪ್ರಕಾಶ್: ಕಾಶೀ ಕೀ ವೈಷ್ಣವ ಅವದಾನ್**, ಸೆಮಿನಾರ್ ಪ್ರೊಸೀಡಿಂಗ್ಸ್, ಆಗಸ್ಟ್, 2001, ಜ್ಞಾನ-ಪ್ರವಾಹ, ಸೆಂಟರ್ ಫಾರ್ ಕಲ್ಚರಲ್ ಸ್ಟಡೀಸ್, ಸೌಥ್ ಆಫ್ ಸಾಮ್ನೆಘಾಟ್, ವಾರಾಣಸಿ-221005, 2001.

168. ಸಂಪಾದಿತ ಸಂಚಿಕೆ, **ಕಾಶೀ ವಿಶ್ವನಾಥ ವಿಶೇಶಾಂಕ**, ವಂದೇ ಮಾತರಂ, (ಹಿಂದಿ ವಾರಪತ್ರಿಕೆ), ವಾರಾಣಸಿ, 27ನೆಯ ಫೆಬ್ರವರಿ 1995.

169. ಸಂಪಾದಿತ ಪುಸ್ತಕ, **ತೀರ್ಥಾಂಕ**, ಸ್ಪೆಷಲ್ ವಾಲ್ಯೂಮ್ ಆಫ್ ಕಲ್ಯಾಣ್, ಗೀತಾ ಪ್ರೆಸ್, ಗೋರಾಕ್‌ಪುರ, ಎಡಿಷನ್4, 1976.

170. ಸಂಪಾದಿತ ಪತ್ರಿಕೆ, **ನಾಗರೀ ಪ್ರಚಾರಿಣೀ ಪತ್ರಿಕಾ**, ನಾಗರೀ ಪ್ರಚಾರಿಣೀ ಸಭಾ, ವಾರಾಣಸಿ, 1975

171. ಸಂಪಾದಿತ ವಿಶೇಷ ಸಂಚಿಕೆ, **ಪುಷ್ಠಿ ಶಷ್ಟಪೀಠ ದರ್ಪಣ**, ಶ್ರೀ ಗಿರಿಧರ್ ಪ್ರಕಾಶನ, ಶ್ರೀ ಮುಕುಂದ ಗೋಪಾಲ್ ಸೇವಾ ಸಂಸ್ಥಾನ್, ಶಷ್ಟಪೀಠ ಶ್ರೀ ಗೋಪಾಲ್ ಮಂದಿರ್, ಕಾಶೀ, ವಾರಾಣಸಿ 2000.

172. ಸಂಪಾದಿತ ಸಂಚಿಕೆ, **ಬನಾರಸ್ ಪಾರ್ಶ್ವ ಪ್ರಭು ಪ್ರತಿಷ್ಠಾ ಮಹೋತ್ಸವ್ ಸ್ಮಾರಿಕಾ**, (ಸಂಪಾದಕ: ಮುನಿಶ್ರೀ ವಿಶ್ರುತಯಶ ವಿಜಯ್‌ಜೀ), ಶ್ರೀ ಬನಾರಸ್ ಪಾರ್ಶ್ವನಾಥ್ ಜೀರ್ಣೋದ್ದಾರ್ ಟ್ರಸ್ಟ್, ಶ್ರೀ ಜೈನ್ ಶ್ವೇತಾಂಬರ್ ತೀರ್ಥ ಸೊಸೈಟಿ, ಬನಾರಸ್, ಭೇಲುಪುರ, ವಾರಾಣಸಿ-221010, 2000.

173. ಸಂಪಾದಿತ ಪುಸ್ತಕ, **ಬೋಗ್ ಮೋಕ್ಷ ಸಮಭಾವ**, (ಕಾಶೀ ಕಾ ಸಮಾಜಿಕಾ ಸಂಸ್ಕೃತಿಕಾ ಸ್ವರೂಪ), ಡಿ.ಕೆ. ಪ್ರಿಂಟ್‌ವರ್ಡ್ ಪ್ರೈ.ಲಿ., ನ್ಯೂ ಡೆಲ್ಲಿ-15, 2000

174. ಸಂಪಾದಿತ ಪುಸ್ತಕ, **ಭಾರತೀಯ ಸಂಸ್ಕೃತಿ ಔರ್ ಸಾಹಿತ್ಯ ಮೇ ತೀರ್ಥಂಕರ ಪಾರ್ಶ್ವನಾಥ್**, (ಸಂ: ಫೂಲ್‌ಚಂದ್ ಜೈನ್ ಪ್ರೇಮಿ).

175. ಸಂಪಾದಿತ ಸಂಚಿಕೆ, **ಮಹಾಮನ ಮಾಳವೀಯಜೀಕೀ ಪುಣ್ಯಸ್ಮೃತಿಮೆ**, 'ಕಲ್ಯಾಣ್'ಮಾಸಪತ್ರಿಕೆ, ಗೀತಾ ಪ್ರೆಸ್, ಗೋರಕ್‌ಪುರ, ಅಕ್ಟೋಬರ್ 1946.

176. ಸಂಪಾದಿತ ಪುಸ್ತಕ/ಸಂಚಿಕೆ, **ಯಹ್ ಬನಾರಸ್ ಹೈ** (ಸಂಪಾದಕ: ವಿಶ್ವನಾಥ ಮುಖರ್ಜಿ), ಠಳುವಾ ಕ್ಲಬ್, 61/1 ಸಿದ್ಧಗಿರಿಬಾಗ್, ವಾರಾಣಸಿ-221010, 1973. (ವಾಸುದೇವ ಶರಣ್ ಅಗರ್ವಾಲ್: **ಪ್ರಾಚೀನ್ ಕಾಶೀ**, ಭಾನು ಶಂಕರ ಮೆಹ್ತಾ: **ಬನಾರಸೀ**, ಎಂ, ಭಾರತಿ: **ಕಾಶೀ ಮೆ ಶಾಸ್ತ್ರಾರ್ಥಕಿ ಪರಂಪರಾ**, ಧರ್ಮಶೀಲ

ಚತುರ್ವೇದಿ: **ವಾರಾಣಸಿ ಥಗ್ ಔರ್ ಗೂಂಡಾ**, ಪರಮೇಶ್ವರಿ ಲಾಲ್ ಗುಪ್ತ: **ಕಾಶೀ ಕೀ ಪ್ರಾಚೀನ್ ಇತಿಹಾಸ್ ಕೀ ರೂಪರೇಖಾ**, ಪಂಡಿತ್‌ರಾಜ್: **ಕಾಶೀ ಕಿ ಕುಚ್ ಅನೋಕಾ ರತ್ನ**).

177. ಸಂಪಾದಿತ ಸಂಚಿಕೆ, **ವಾರಾಣಸೀ ವಿಶೇಷಾಂಕ**, 'ಸನ್ಮಾರ್ಗ' ವಿಶೇಷ ಪತ್ರಿಕೆ, ವಾರಾಣಸಿ, 1986.

178. ಸಂಪಾದಿತ ಸಂಚಿಕೆ, **ಶ್ರಮಣ**, ರಿಸರ್ಚ್ ಜರ್ನಲ್ ಆಫ್ ಪಾರ್ಸ್ವನಾಥ್ ವಿದ್ಯಾಪೀಠ, ವಾರಾಣಸಿ, ಮೇ 15, 2004.

179. ಸಂಪಾದಿತ ಸಂಚಿಕೆ, **ಶ್ರೀಮಠ ಸ್ಮಾರಿಕಾ**, ಸ್ವಾಮಿ ರಾಮಾನಂದಾಚಾರ್ಯ ಅನುಸಂದಾನ್ ಸಂಸ್ಥಾನ್, ಶ್ರೀಮಠ, ಪಂಚಗಂಗಾ ಘಾಟ್, ವಾರಾಣಸಿ, 1988.

180. ಸಂಪಾದಿತ ಸಂಚಿಕೆ, **ಸಪರ್ಯ**, ಶ್ರೀ ಶೃಂಗೇರಿ ಶಂಕರಾಚಾರ್ಯ ಕಾಶೀ ಪ್ರವಾಸ್ ಸಮಿತಿ, ವಾರಣಾಸಿ 2001.

181. ಸಂಪಾದಿತ ವಿಶೇಷ ಸಂಚಿಕೆ, **ಸ್ಮಾರಿಕಾ**, ಅಖಿಲ ಭಾರತೀಯ ಇತಿಹಾಸ ಸಂಕಲನ ಯೋಜನಾ, 3ನೆಯ ನ್ಯಾಷನಲ್ ಕಾನ್‌ಫರೆನ್ಸ್, ವಾರಾಣಸಿ, ಅಕ್ಟೋಬರ್ 1990.

182. ಸಂಪಾದಿತ ಪತ್ರಿಕೆ, **ಹಂಸ**, ನಾಗರೀ ಪ್ರಚಾರಿಣೀ ಸಭಾ, ವಾರಾಣಸಿ.

183. ಸತ್ಯೇಂದ್ರ ಮೋಹನ್ ಜೈನ್, **ವಾರಾಣಸಿ ಕಾ ಐತಿಹಾಸಿಕ್ ಪರಿಚಯ್**, ದಿಗಂಭರ ಜೈನ್ ಶ್ರೀ ಪಾರ್ಶ್ವನಾಥ ಜನ್ಮಭೂಮಿ ಮಂದಿರ್, ಭೇಲುಪುರ.

184. ಸುಖದೇವ್‌ಸಿಂಗ್, **ರೈಯೀದಾಸ್ ಪರಿಚಯ್**, ವಿಶ್ವವಿದ್ಯಾಲಯ ಪ್ರಕಾಶನ, ಚೌಕ್, ವಾರಾಣಸಿ, 1993.

185. ಸ್ವಾಮಿ ಶಿವಾನಂದ ಸರಸ್ವತಿ, **ಕಾಮಧೇನು ಕಲಿ ಕಾಶೀ ಪಂಚಕ್ರೋಶೀ ಪರಿಕ್ರಮಾ ಮಹಾತ್ಮ್ಯ** ಶಿವಾನಂದ ಪುಷ್ಪಕಮಾಲಾ, ವಾರಾಣಸಿ–221001.

186. ಸ್ವಾಮಿ ಶಿವಾನಂದ ಸರಸ್ವತಿ, **ವಾರಾಣಸಿ ಮಹಾತ್ಮ್ಯಾ** ಶಿವಾನಂದ ಗ್ರಂಥಮಾಲಾ, ಧರ್ಮಸಂಘ, ದುರ್ಗಾಕುಂಡ, ವಾರಾಣಸಿ, 2001.

187. ಸ್ವಾಮಿ ಶಿವಾನಂದ ಸರಸ್ವತಿ, **ಕಾಶೀ ಮೋಕ್ಷ ನಿರ್ಣಯ**, ಧರ್ಮಸಂಘ, ಶಿಕ್ಷಾ ಮಂಡಲ, ದುರ್ಗಾಕುಂಡ, ವಾರಾಣಸಿ.

188. ಸ್ವಾಮಿ ಶಿವಾನಂದ ಸರಸ್ವತಿ, **ಕಾಶೀ ದರ್ಶನ**, ಧರ್ಮಸಂಘ, ದುರ್ಗಾಕುಂಡ, ವಾರಾಣಸಿ, 1990.

189. ಸೋಮ್‌ನಾಥ್ ವ್ಯಾಸ್, **ಗ್ಯಾನವಾಪಿ ಪ್ರಾಂಗಣ ಕಿ ಮಹಿಮಾ**, ಗ್ಯಾನವಾಪಿ, ವಾರಾಣಸಿ, 1979.

190. ಹರಿಶಂಕರ್, **ಕಾಶೀ ಕಿ ಗೀತ್**, ವಿಶ್ವವಿದ್ಯಾಲಯ ಪ್ರಕಾಶನ, ಚೌಕ್, ವಾರಾಣಸಿ, 1996

191. ಹೇಮಂತ್ ಶರ್ಮಾ, (ಸಂಪಾದಿತ ಪುಸ್ತಕ), **ಭರತೇಂದು ಸಮಗ್ರ**, ಪ್ರಚಾರಕ ಗ್ರಂಥಾವಳಿ ಪರಿಯೋಜನ, ಪಿ.ಬಿ. ನಂ. 1106, ಪಿಶಾಚ್‌ಮೋಚನ್, ವಾರಾಣಸಿ–221001.

ಹಿಂದಿ ಬಿಡಿ ಲೇಖನಗಳು

192. ಕಮಲ ಪಾಂಡೇ, ***ಶಕ್ತಿ ಪೀಠ ಕೇ ರೂಪ್ ಮೇ ಕಾಶೀ***, 'ಜ್ಞಾನ ಪ್ರವಾಹ'ದ ಪತ್ರಿಕೆ, ವಾರಾಣಸಿ.

193. ಕೃಷ್ಣಲಾಲ್ ಮೆಹ್ತ, ***ಕಾಶೀ ಕೆ ನಿವಾಸಿಯಾನ್ ಕಿ ವಿಶಿಷ್ಟತಾಯೆ***, 'ಹಂಸ' ಪತ್ರಿಕೆ, ನಾಗರೀ ಪ್ರಚಾರಿಣೀ ಸಭಾ, ವಾರಾಣಸಿ.

194. ಚತುರ್ವೇದಿ, ಶಿವದತ್ತ ಶರ್ಮ, ***ಕಾಶೀ ಕ ಸಂಸ್ಕೃತ ಸಾಹಿತ್ಯ***, 'ಪ್ರೇರಣಾ' ಪತ್ರಿಕೆಯ ವಿಶೇಷ 'ಕಾಶೀ ಅಂಕ'.

195. ಪ್ರಿಯ ಕುಮಾರ್ ಚೌಬೆ, ***ಸುಮಾರು 92 ಲೇಖನಗಳು***, 'ದೈನಿಕ್ ಜಾಗರಣ್', 'ಆಜ್' ಮತ್ತು 'ಗಾಂಢೀವ್' (ದಿನಪತ್ರಿಕೆಗಳು), ವಾರಾಣಸಿ, 1999–2001.

196. ಘೂಲ್‌ಚಂದ್ ಜೈನ್, ***ಸಾರನಾಥ್ ಜೈನ್ ಪರಂಪರಾ***.

197. ಮನು ಶರ್ಮಾ, ***ಸಾಹಿತ್ಯಿಕ ಪರಂಪರಾ ಔರ್ ಕಾಶೀ***, 'ದೈನಿಕ್ ಜಾಗರಣ್' (ದಿನಪತ್ರಿಕೆ), 13ನೇ ಜನವರಿ 2000.

198. ಮುಕ್ತಿನಾಥ್ ಜ್ಹಾ, ***ಕಾಶೀ ಕೀ ಹಿಂದಿ ಪತ್ರಿಕಾರಿತಾ ಕೆ 150 ವರ್ಷ***, 'ಪತ್ರಕಾರ್' ವಿಶೇಷ ಅಂಕ.

199. ರಾಜೀವಮ್, ಆರ್, ***ಬನಾರಸ್ ಕಿ ಮಿಠಾಯಿಯೋನ್ ಕಾ ರೋಚಕ್ ಸಫರ್‌ನಾಮಾ***.

200. ರಾಮ ಶಂಕರ್ ತ್ರಿಪಾಠಿ, ***ಕಾಶೀ ವಿಶ್ವನಾಥ ಮಂದಿರ ಕಾ ಇತಿಹಾಸ್***.

201. ರಾಯ್ ಕೃಷ್ಣದಾಸ, ***ಮಹಾಮನ ಶ್ರೀ ಮದನಮೋಹನ ಮಾಳವೀಯ***, 'ಪ್ರಜ್ಞಾ' ವಿಶೇಷಪತ್ರಿಕೆ, ಬಿ.ಎಚ್.ಯು, ವಾರಾಣಸಿ, 1976–1977.

202. ವಂಶೀಧರ್ ತ್ರಿಪಾಠಿ, ***ಸುಮಾರು 21 ಲೇಖನಗಳು***, 'ದೈನಿಕ್ ಜಾಗರಣ್' (ದಿನಪತ್ರಿಕೆ), ವಾರಾಣಸಿ, 1999–2001.

203. ವಿವಿಧ ಲೇಖಕರು, ***ಸುಮಾರು 120 ಲೇಖನಗಳು (70 ದಿನಗಳಲ್ಲಿ ವಿವಿಧ ದಿನಪತ್ರಿಕೆಗಳಲ್ಲಿ ಪ್ರಕಟವಾದ ಲೇಖನಗಳಲ್ಲಿ ಆರಿಸಿದವು)***, 'ದೈನಿಕ್ ಜಾಗರಣ್', 'ಆಜ್', 'ಗಾಂಢೀವ್', ಮುಂತಾದ ವಾರಾಣಸಿಯ ದಿನಪತ್ರಿಕೆಗಳು, 1999–2001.

ಸಂದರ್ಶನಗಳು

204. ಕಾಶಿಯ ಬಗ್ಗೆ ತಿಳಿದಿರುವ 130 ವಿವಿಧ ವ್ಯಕ್ತಿಗಳೊಡನೆ ಸಂದರ್ಶನ, ವಿಚಾರ ವಿನಿಮಯ, ಚರ್ಚೆ ನಡೆಸಲಾಗಿದೆ. ಇವರಲ್ಲಿ ಸಿದ್ಧರು, ಸನ್ಯಾಸಿ, ಸಾಧುಸಂತರು, ಪಂಡಿತರು, ಪೂಜಾರಿ ಪುರೋಹಿತರು, ಪ್ರೊಫೆಸರ್‌ಗಳು, ಪತ್ರಿಕೆಯವರು, ವಿಚಾರವಾದಿಗಳು, ಸಾಹಿತಿ ಸಂಗೀತಗಾರ ಕಲಾಕಾರರು, ವೈದ್ಯ ವಕೀಲ ಸಮಾಜಸೇವಕರು ಮುಂತಾದ ಸಾಮಾಜಿಕ ವ್ಯಕ್ತಿಗಳು, ಪಾನ್‌ವಾಲಾ ಘೂಲ್‌ವಾಲಾ ನಾವ್‌ವಾಲಾ ರಿಕ್ಷಾವಾಲಾ ಮುಂತಾದ ಪಾಮರರು ಎಲ್ಲರೂ ಸೇರಿದ್ದಾರೆ.

ಕೆ.ಚಂದ್ರಮೌಳಿ
ಲೇಖಕರ ಪರಿಚಯ ಮತ್ತು ಕೃತಿಗಳು

(ಪರಿಚಯ ಮಾಡಿದವರು-ಅನಾಜಿ, ಬೆಂಗಳೂರು).

ಮೊದಲ ಮಾತು-ಚಿಕ್ಕಮಗಳೂರಿನಲ್ಲಿ ಲಾಯರ್ ಆಗಿದ್ದ ಶ್ರೀಕನ್ನಾಪುರ ಕೃಷ್ಣಸ್ವಾಮಿರಾವ್ ಮತ್ತು ಶ್ರೀಮತಿ ವಿನುತಮ್ಮ ಇವರ ಐದನೆಯ ಪುತ್ರ (1941) ಇಂಟರ್‌ಕಾಲೇಜಿನವರೆಗೆ ಅಲ್ಲಿಯೇ ವಿದ್ಯಾಭ್ಯಾಸ.

ವೃತ್ತಿಯಲ್ಲಿ ಇಂಜಿನಿಯರ್- ಕಾಶೀ ಹಿಂದೂ ವಿಶ್ವವಿದ್ಯಾಲಯದಿಂದ ಇಂಜಿನಿಯರಿಂಗ್ ಪದವಿ, ಐ.ಐ.ಟಿ, ಖರಗ್‌ಪುರದಿಂದ ಸ್ನಾತಕೋತ್ತರ ಪದವಿ; ಉನ್ನತ ಮ್ಯಾನೇಜ್‌ಮೆಂಟ್‌ನಲ್ಲಿ ವಿಶೇಷತರಬೇತಿ. ಬಹುರಾಷ್ಟ್ರೀಯ ಸಂಸ್ಥೆಗಳಲ್ಲಿ (ಕೊಲ್ಕತ್ತಾ, ರಾಂಚಿ, ಬೆಳಗಾವಿ, ಮುಂಬಯಿ, ಕೊಯಮತ್ತೂರು ಎಂಬಲ್ಲಿ) ಕೆಲಸಮಾಡಿ, ವೈಸ್ ಪ್ರೆಸಿಡೆಂಟ್ ಆಗಿ ನಿವೃತ್ತಿ. ಬೆಳಗಾವಿ ಮತ್ತು ಮುಂಬಯಿನ ತಾಂತ್ರಿಕ ಹಾಗು ಮ್ಯಾನೇಜ್‌ಮೆಂಟ್ ವಿದ್ಯಾಸಂಸ್ಥೆಗಳಲ್ಲಿ ಗೌರವಾನ್ವಿತ (ಆನರರಿ) ಉಪಾಧ್ಯಾಯರಾಗಿ ಸೇವೆ.

ಪ್ರವೃತ್ತಿಯಲ್ಲಿ ಸಾಹಿತಿ- ಇಂಗ್ಲಿಷ್ ಮತ್ತು ಕನ್ನಡದಲ್ಲಿ (ಹಿಂದಿ ಮತ್ತು ಮರಾಠಿಗೆ ಅನುವಾದಗಳೂ ಸೇರಿ) ಇಪ್ಪತ್ತೆಂಟು ಪುಸ್ತಕಗಳು, ನೂರಕ್ಕೂ ಹೆಚ್ಚು ಲೇಖನಗಳು, ಮೈಸೂರು ವಿ.ವಿ. ನಿಘಂಟಿಗೆ ಎರಡು ಲೇಖನಗಳು, ಹಿಂದೂ ಪತ್ರಿಕೆಯಲ್ಲಿ ಹದಿನಾರು ಲೇಖನಗಳು ಪ್ರಕಟವಾಗಿವೆ. (ಧಾರವಾಡದ) ರೇಡಿಯೋನಲ್ಲಿ ನಾಟಕ, ಮುಂಬಯಿನ ರೇಡಿಯೋನಲ್ಲಿ ಹದಿನೈದು ಭಾಷಣಗಳು ಪ್ರಸಾರವಾಗಿವೆ. ದೂರದರ್ಶನದಲ್ಲೂ ಎರಡು ಬಾರಿ ಮಾತನಾಡಿದ್ದಾರೆ.

ಬರಹಗಳು: ಪ್ರವಾಸ ಕಥನವಾಗಿ ಉತ್ತರ ಪ್ರದೇಶ, ಬಿಹಾರ ಮತ್ತು ಮುಂಬಯಿ ಕುರಿತು ಬರೆದಿರುವುದು ಕನ್ನಡದಲ್ಲಿ ಮೊದಲ ಪುಸ್ತಕಗಳಾಗಿವೆ. 'ಬೆಂಗಳೂರಿನ ನೋಟಗಳು' ಈ ನಗರದ ಮೇಲಿನ ಮೊದಲ ಸಮಗ್ರ ಗ್ರಂಥವಾಗಿದೆ. ಕಾಶಿಯನ್ನು ಕುರಿತ ಐದು ಪುಸ್ತಕಗಳು- ಇಂಗ್ಲಿಷ್‌ನಲ್ಲಿ ಮೂರು, ಹಿಂದಿಯಲ್ಲಿ ಒಂದು ಮತ್ತು ಕನ್ನಡದಲ್ಲಿ ಎರಡು ಪುಸ್ತಕ; ಎರಡು ಸಂಶೋಧನಾತ್ಮಕ ಲೇಖನಗಳು. ಹರಟೆ, ಹಾಸ್ಯ, ಕಥೆಗಳ ಹಲವು ಪುಸ್ತಕಗಳು.

ವಿಶಿಷ್ಟ ಕೊಡುಗೆ: 1. ಗಂಗಾನದಿಯ ಇಂದಿನ (2010) ಪರಿಸ್ಥಿತಿಯನ್ನು ಸೂಕ್ಷ್ಮವಾಗಿ ತಿಳಿಯಲು 40 ದಿನಗಳವರೆಗೆ ಗಂಗೋತ್ರಿಯಿಂದ ಗಂಗಾಸಾಗರದವರೆಗೆ ಪ್ರಯಾಣಮಾಡಿ ಬರೆದ **'ತ್ರಿಪಥಗಾಮಿನಿ ಗಂಗಾ'** (ಇಂಗ್ಲಿಷ್ ಮತ್ತು ಹಿಂದಿ)ಯ ಎರಡು ಬೃಹದ್ ಪುಸ್ತಕಗಳು ಮತ್ತು **'ಗಂಗೆಯನ್ನು ಉಳಿಸಿ'** ಎಂಬ ಹೆಸರಿನ (ಇಂಗ್ಲಿಷ್, ಹಿಂದಿ)ಯ ಮೂರು ಪುಸ್ತಿಕೆಗಳು ಪ್ರಕಟವಾಗಿವೆ. **'ಗಂಗೆಯನ್ನು ಉಳಿಸಿ'** ಎನ್ನುವ ಪುಸ್ತಿಕೆಯ ಸುಮಾರು 6000 ಪ್ರತಿಗಳನ್ನು

ಸಾಕಷ್ಟು ಕಡೆಗಳಲ್ಲಿ, ಜನರ ತಿಳಿವಳಿಕೆಗಾಗಿ (ಕ್ರಯಮಾಡದೆ), ಹಂಚಿದ್ದಾರೆ. ಬಿಹಾರ್, ಉತ್ತರಪ್ರದೇಶ, ಬೆಂಗಳೂರು ಮುಂತಾದ 26ಕ್ಷೇತ್ರಗಳಲ್ಲಿ ಗಂಗೆಯ ಬಗ್ಗೆ ಸಭೆಗಳಲ್ಲಿ ದೀರ್ಘವಾಗಿ ಮಾತನಾಡಿದ್ದಾರೆ. ಗಂಗೆಯ ಪುನರುಜ್ಜೀವನಕ್ಕೆ ಮೀಸಲಾದ ಕೇಂದ್ರ ಮಂತ್ರಿಮಂಡಲ (ಜಲ ಸಂಪನ್ಮೂಲ, ಗಂಗಾ ಪುನರ್ಜೀವನ)ದ ವಿಶೇಷ ತಜ್ಞರ(Think Tankನ) ಸಮಿತಿಯಲ್ಲಿ ಎರಡು ವರ್ಷಗಳ ಕಾಲ (2015ರಿಂದ) ಸದಸ್ಯರಾಗಿ ಕೆಲಸ ಮಾಡಿದ್ದಾರೆ.

೨. ಪಂ.ಮದನಮೋಹನ ಮಾಳವೀಯ ಅವರ ಬಗ್ಗೆ ಬರೆದ ಪುಸ್ತಕವನ್ನು ನೋಡಿ, ಕಾಶೀ ಹಿಂದೂ ವಿಶ್ವವಿದ್ಯಾಲಯದ ಕುಲಪತಿಗಳು ಇವರನ್ನು (ವಿಶ್ವವಿದ್ಯಾಲಯದ ಶತಾಬ್ಧಿ ಸಮಾರೋಹದ) ವಿಶೇಷತಜ್ಞರಾಗಿ ಕರೆಸಿದ್ದರು. ಅಲ್ಲಿ ಎರಡೂವರೆ ವರ್ಷಕಾಲದವರೆಗೆ (2015–2017) ಭಾರತರತ್ನ ಪಂ.ಮಾಳವೀಯ ಅವರ ಸಮಗ್ರವಾಙ್ಮಯವನ್ನು (ಭಾಷಣ/ ಲೇಖನಗಳನ್ನು) ಸಂಗ್ರಹಿಸುವ ಎಂಟು ಸಂಪುಟಗಳಲ್ಲಿ ಎರಡನ್ನು ತಯಾರುಮಾಡಿ ಕೊಟ್ಟಿದ್ದಾರೆ.

ಪ್ರಶಸ್ತಿಗಳು: ಹದಿನೇಳು ಪ್ರಶಸ್ತಿಗಳಲ್ಲಿ ಪ್ರತಿಷ್ಠಿತ ಗೊರೂರು ಪ್ರಶಸ್ತಿಯನ್ನು ಸತತವಾಗಿ ಮೂರುವರ್ಷ ಪಡೆದ ಏಕೈಕ ವ್ಯಕ್ತಿ; ಅಖಿಲ ಭಾರತೀಯ ವಿದ್ವದ್ ಪರಿಷದ್, ಕಾಶಿಯಿಂದ ಎರಡು ಪುಸ್ತಕಗಳಿಗೆ ವಿಶೇಷ ಪ್ರಶಸ್ತಿ; ದೆಹಲಿಯ 'ಮಹಾಮನಾ ಮಾಳವೀಯ ಮಿಷನ್' ಸಂಸ್ಥೆಯು ಸ್ಥಾಪಿಸಿದ ಮೊಟ್ಟಮೊದಲ "ಮಹಾಮನಾ ಮಾಳವೀಯ ಮೆಮೊರಿಯಲ್ ಪ್ರಶಸ್ತಿ" ಸಹ ಇವರಿಗೆ ಲಭ್ಯವಾಗಿದೆ.

ಗಡಿನಾಡಿನಲ್ಲಿ ಕನ್ನಡ ಸೇವೆ: ಗಡಿನಾಡಾದ ಬೆಳಗಾವಿಯಲ್ಲಿ 15 ವರ್ಷ ವಾಸವಿದ್ದಾಗ ಕನ್ನಡಕ್ಕಾಗಿ ಹೋರಾಟ, ಇಂಜಿನಿಯರ್‌ಗಳಿಗೆ ಕನ್ನಡಸಾಹಿತ್ಯ ಪರಿಚಯ ಮತ್ತು ಸಾಂಸ್ಕೃತಿಕ ಒಲವು, ಕಾರ್ಖಾನೆಯಲ್ಲಿ ಕನ್ನಡ, ಕಾರ್ಮಿಕರಿಗಾಗಿ ಕನ್ನಡ ಗ್ರಂಥಾಲಯ ಮುಂತಾದ ಅನೇಕ ಕಾರ್ಯಕ್ರಮಗಳನ್ನು ನಡೆಸಿದ್ದರು. ಬೆಳಗಾವಿಯಲ್ಲಿ ಕನ್ನಡದ ಗರಿಮೆ–ಹಿರಿಮೆಯ ಪ್ರತಿಪಾದನೆಗಾಗಿ ನಾಟಕಸ್ಪರ್ಧೆ–ಭಾಷಣ–ಚರ್ಚೆಗಳನ್ನು ಏರ್ಪಡಿಸಿದ್ದಾರೆ. 1980ರ ಬೆಳಗಾವಿ ಸಾಹಿತ್ಯ ಸಮ್ಮೇಳನದ ಏರ್ಪಾಡಿನಲ್ಲಿ, ಹಾಗೂ ಇನ್ನೆಲ್ಲ ಸಾಹಿತ್ಯಿಕ ಚಟುವಟಿಕೆಗಳಲ್ಲಿ ಸಕ್ರಿಯ ಪಾತ್ರವಹಿಸಿದ್ದಾರೆ. ಬೆಳಗಾವಿಯಲ್ಲಿ ಕನ್ನಡ–ಮರಾಠಿ **ನಾಟಕ ಸ್ಪರ್ಧೆಯ ಮೊದಲ ಪ್ರವರ್ತಕರು.** ಹತ್ತು ವರ್ಷ ಸತತವಾಗಿ ಕನ್ನಡ–ಮರಾಠಿ ನಾಟಕ ಸ್ಪರ್ಧೆಗಳನ್ನು ನಡೆಸಿ, ನಾಟಕಗಳಲ್ಲೂ ಪಾತ್ರವಹಿಸಿದ್ದಾರೆ.

ಹೊರನಾಡಿನಲ್ಲಿ ಕನ್ನಡ ಸೇವೆ: ಕಾಶಿ, ಖರಗ್‌ಪುರ, ಕಲ್ಕತ್ತಾ, ಮುಂಬಯಿ, ಪಾತಾಲಗಂಗ, ಕೊಯಮತ್ತೂರು ಮೊದಲಾದೆಡೆ 28 ವರ್ಷಗಳ ವಾಸ; ಎಲ್ಲ ಕಡೆಯೂ ಸಾಹಿತ್ಯ, ಸಂಗೀತ, ನಾಟಕ, ಶಿಬಿರಗಳಲ್ಲಿ ಕನ್ನಡಕ್ಕೂ ಪ್ರಾಧಾನ್ಯತೆ ಕೊಡಲು ಪ್ರಯತ್ನ

ಮಾಡಿದ್ದಾರೆ. ಇಡೀ ದೇಶದಲ್ಲೇ ವಿಶಿಷ್ಟವಾದ 'ಕಲಾಭಾರತಿ' (ಸಂಗೀತ ಕಾರ್ಯಕ್ರಮಗಳ ಸಭೆ) ಸಂಸ್ಥೆಯನ್ನು ಮುಂಬಯಿ ಕರ್ನಾಟಕ ಸಂಘದಲ್ಲಿ ನಡೆಸುವಲ್ಲಿ ವಿಶೇಷ ಪಾತ್ರ. ಹೊರನಾಡಿನಲ್ಲಿನ ಕನ್ನಡ ಹಳ್ಳಿಯೊಂದರ ಉದ್ಧಾರಕ್ಕೂ ಇವರ ದೇಣಿಗೆಯಿದೆ.

ಪರಿಸರವಾದಿ: 1. ಅರಣ್ಯ ಸಂಪತ್ತಿನ ಬಗ್ಗೆ ವಿಶೇಷ ಕಾಳಜಿ; ಇಂಡಿಯನ್ ಎಕ್ಸ್‌ಪ್ರೆಸ್ ಮೊದಲಾದ ಪತ್ರಿಕೆಗಳಲ್ಲಿ ಅರಣ್ಯದ ಬಗ್ಗೆ ಲೇಖನಗಳು ಮತ್ತು ಪ್ರಚಾರ ಭಾಷಣಗಳು; ಬಿಹಾರ ಸರ್ಕಾರದ ಆಹ್ವಾನದ ಮೇರೆಗೆ ಇಡೀ ರಾಜ್ಯದ ಅರಣ್ಯಗಳಲ್ಲಿ ಪ್ರವಾಸಮಾಡಿ ಸಲಹೆಗಳನ್ನೂ ಕೊಟ್ಟಿದ್ದಾರೆ. ಬೆಳಗಾವಿ ಕಾರ್ಖಾನೆಗೆ ಬೇಕಿದ್ದ ಸಾವಿರಾರು ಟನ್ನು ಮರಕ್ಕಾಗಿ ವೃಥಾ ಅರಣ್ಯನಾಶವನ್ನು ತಪ್ಪಿಸಲು, ಸುಮಾರು ಐವತ್ತು ಎಕರೆಗಳಿಗೂ ಹೆಚ್ಚು ಪಾಳುಬಿದ್ದ ಜಮೀನಿನಲ್ಲಿ ಸಸ್ಯಾರೋಪಣದ ಯಶಸ್ವೀ ಯೋಜನೆ; 'ಮನೆಗೊಂದು ಮರ' ಯೋಜನೆ; ನಗರದ ಕಸದಿಂದ ಗೊಬ್ಬರವನ್ನು ಮಾಡುವ ಹಾಗೂ ಹೊಗೆರಹಿತ ಒಲೆಯಿಂದ ಹಳ್ಳಿಯಲ್ಲಿ ಪರಿಸರ ಕಾಪಾಡುವ ವಿಧಾನ, ಮುಂತಾದ ಯೋಜನೆಗಳಿಗೆ ಕಾರ್ಯರೂಪ ಕೊಟ್ಟಿದ್ದಾರೆ.

2. **"ಗಂಗೆಯನ್ನು ಉಳಿಸಿ"–ಆಂದೋಳನ:** ಗಂಗಾಸಾಗರದಿಂದ ಗಂಗೋತ್ರಿಯವರೆಗೆ 40 ದಿನಗಳ ಯಾತ್ರೆ ಮಾಡಿ, ಕುಂಭಮೇಳದಲ್ಲಿ ಹತ್ತು ದಿವಸಗಳಿದ್ದು, ಉತ್ತರಪ್ರದೇಶ ಮತ್ತು ಬಿಹಾರ್ ರಾಜ್ಯದಲ್ಲಿ ಗಂಗೆಯ ಸಮಸ್ಯೆಗಳ ಬಗ್ಗೆ 26 ಸಂಸ್ಥೆಗಳಲ್ಲಿ ಭಾಷಣ. ಗಂಗೆಯ ಸಮಸ್ಯೆಗಳನ್ನು ಹೇಗೆ ಎದುರಿಸುವುದೆಂಬ ತಮ್ಮ ಪುಸ್ತಿಕೆಗಳ 6000 ಪ್ರತಿಗಳನ್ನು ಎಲ್ಲ ಕಡೆ ಹಂಚಿದ್ದಾರೆ.

ಸಮಾಜ ಸೇವಾನಿರತ: ರೋಟರಿ ಕ್ಲಬ್ ಹಾಗೂ ಇತರ ಸಂಸ್ಥೆಗಳಲ್ಲಿ ಸದಸ್ಯ ಹಾಗೂ ಅಧ್ಯಕ್ಷರಾಗಿ ಸೇವೆ ಸಲ್ಲಿಸಿದ್ದಾರೆ. 'ನಾಗರಿಕರ ಜವಾಬ್ದಾರಿಗಳು' (ಮೂರು ದಿನಗಳ ಶಿಬಿರ), 'ನಗರ ನೈರ್ಮಲ್ಯ' (ಒಂದು ವರ್ಷದ ಯೋಜನೆ), ಹೊರನಾಡಿನಲ್ಲಿ ಕನ್ನಡ ಹಳ್ಳಿಯ ಶಾಲಾ ರಿಪೇರಿ, ವಿದ್ಯಾರ್ಥಿಗಳಿಗೆ ಉಚಿತ ಪುಸ್ತಕ ಮತ್ತು ಸಮವಸ್ತ್ರ ವಿತರಣೆ ಮುಂತಾದ ಅನೇಕ ಕಾರ್ಯಗಳಲ್ಲಿ ನಿರತರಾಗಿದ್ದರು. ಮಾಳವೀಯ ಟ್ರಸ್ಟ್, ಬೆಂಗಳೂರು (ಅಧ್ಯಕ್ಷ), ಮಾಳವೀಯ ಮಿಷನ್ ಬೆಂಗಳೂರು (ಮೆಂಟರ್), ಅಧ್ಯಾತ್ಮ ಪ್ರಕಾಶ ಕಾರ್ಯಾಲಯ (ಮಾಜಿ–ಅಧ್ಯಕ್ಷ).

ಲೇಖಕರ ಕೃತಿಗಳು

1. ಹೆಂಡತಿಯ ಗುಲಾಮ (ಹರಟೆಗಳು–1980).
2. ಒಂಟಿ ಪ್ರಯಣಿಗನ ಕಥೆಗಳು (1981).
3. ಅಸಂಬದ್ಧ ಕಥೆಗಳು (1987).
4. ಬಣ್ಣದ ಬೊಂಬಾಯಿ (ಕಥನ–1991).
5. ಮಿಣುಕಾವಳಿ (ದೃಶ್ಯಾವಳಿ–1991).
6. ಯೂಪೀ ಪ್ರವಾಸ ಕಥನ (1993).
7. ಪ್ರವಾಸಾಚಾ ಫಜಿತೀಚಾ(ಮರಾಠಿ ಅನುವಾದ–1993)
8. ಕಾಶಿ ದಿ ಸಿಟಿ ಲ್ಯೂಮಿನಸ್(ಇಂಗ್ಲಿಷ್, ಸಮಗ್ರ–1995).
9. ಬಿಹಾರ.ಪ್ರವಾಸ ಕಥನ (1995).
10. ಜಂಟಲ್‌ಮನ್ಸ್ ಕಾಲರ್(ಹರಟೆ–1996).
11. ಐರಾವತದ ಕಥೆಗಳು (1996).
12. ಬೇಲಿಗಳಾಚೆ (ಕಾದಂಬರಿ–2000).
13. ನಮ್ ಬೆಂಗ್ಳೂರು (ವಿಡಂಬನೆ–2000).
14. ಬೆಂಗಳೂರಿನ ನೋಟಗಳು (ಅಧ್ಯಯನ–2002).
15. ಲ್ಯೂಮಿನಸ್ ಕಾಶಿ ಟು ವೈಬ್ರೆಂಟ್ ವಾರಾಣಸಿ (ಇಂಗ್ಲಿಷ್–ಅಧ್ಯಯನ–2006).
16. ತುಂಗಭದ್ರಾ ಸೆ ಗಂಗಾತಟ್, ಹರಿಹರ ಸೆ ಕಾಶೀ ವಿಶ್ವನಾಥ್(ಹಿಂದಿ–ಅನುವಾದ–2006).
17. ಪ್ರಜ್ವಲ ಕಾಶಿ (ಅಧ್ಯಯನ–2007)
18. ನಾನೊಬ್ಬ ಸುಂದರ(ಪ್ರಬಂಧಗಳು–2009)
19. ನಾಯಿಗಳಿವೆ ಎಚ್ಚರಿಕೆ (ಘಟನೆ–ಕಥೆಗಳು–2010)
20. ಪಂ. ಮದನ ಮೋಹನ ಮಾಳವೀಯ (ಇಂಗ್ಲಿಷ್–2011)
21. ಆನಂದ ಕಾನನ ಕಾಶೀ (ಹಿಂದಿ–ಅಧ್ಯಯನ–2012)
22. ಸೇವ್ ಗಂಗಾ (ಇಂಗ್ಲಿಷ್–ಪರಿಸರ–2013)
23. ಗಂಗಾ ಬಚಾವ್ (ಹಿಂದಿ–ಪರಿಸರ–2013)
24. ಪಾಸಿಟೀವ್ ಸ್ಟೆಪ್ಸ್ ಟು ಸೇವ್ ಗಂಗಾ (ಇಂಗ್ಲಿಷ್–ಪರಿಸರ–2015)
25. ತ್ರಿಪಥಗಾಮಿನಿ ಗಂಗಾ(ಇಂಗ್ಲಿಷ್–ಅಧ್ಯಯನ–2017)
26. ತ್ರಿಪಥಗಾಮಿನಿ ಗಂಗಾ (ಹಿಂದಿ–ಅಧ್ಯಯನ– 2017)

27. ಹೋಲಿ ಕಾಶಿ (ಇಂಗ್ಲಿಷ್–ಅಧ್ಯಯನ–2018)
28. ಪವಿತ್ರ ಕಾಶಿ (ಕನ್ನಡ–ಅಧ್ಯಯನ–ಇದೀಗ ಪ್ರಕಟನೆ)
29. (ಮುಂದೆ ಬರಲಿರುವುದು) **ಕಾಶೀ ರಹಸ್ಯ**
ವಿವಿಧ ಪತ್ರಿಕೆಗಳಲ್ಲಿ ಪ್ರಕಟಿಸಿದ ಒಟ್ಟು ಬಿಡಿ ಲೇಖನಗಳು – ನೂರಹದಿನಾರು.

ಪ್ರಶಸ್ತಿಗಳು

ಪ್ರಶಸ್ತಿಗಳು	ವರ್ಷ	ವಿವರ
1. ಸಿರಿಗನ್ನಡ ಪ್ರಶಸ್ತಿ, ಬೆಳಗಾವಿ ಸಾಹಿತ್ಯ ಪ್ರತಿಷ್ಠಾನ.	1996	'ಬಿಹಾರ ಪ್ರವಾಸ ಕಥನ'ಕ್ಕೆ
2. ಡಾ. ಎ.ಆರ್.ಕೃಷ್ಣಶಾಸ್ತ್ರಿ ಪ್ರಶಸ್ತಿ, ಹಿರೇಮಗಳೂರು.	1998	ಸಾಹಿತ್ಯ ಸೇವೆಗೆ
3. ದೆಹಲಿ ಕನ್ನಡಿಗ, ದೆಹಲಿ.	1999	ಸಾಹಿತ್ಯ ಸೇವೆಗೆ
4. ಸಿರಿಗನ್ನಡ ಪ್ರಶಸ್ತಿ, ಬೆಳಗಾವಿ ಸಾಹಿತ್ಯ ಪ್ರತಿಷ್ಠಾನ.	2001	'ಬೇಲಿಗಳಾಚೆ' ಕಾದಂಬರಿಗೆ.
5. ಗೊರೂರು ಪ್ರಶಸ್ತಿ, ಬೆಂಗಳೂರು.	2001	'ಬೇಲಿಗಳಾಚೆ' ಕಾದಂಬರಿಗೆ.
6. ಗೊರೂರು ಪ್ರಶಸ್ತಿ, ಬೆಂಗಳೂರು.	2002	'ನಮ್ ಬೆಂಗ್ಳೂರು' ವಿಡಂಬನೆ.
7. ಗೊರೂರು ಪ್ರಶಸ್ತಿ, ಬೆಂಗಳೂರು.	2003	'ಬೆಂಗಳೂರಿನ ನೋಟಗಳು'
8. ವಿಶ್ವೇಶ್ವರಯ್ಯ ಪ್ರಶಸ್ತಿ, ಬೆಂಗಳೂರು.	2003	'ಬೆಂಗಳೂರಿನ ನೋಟಗಳು'
9. ಚೆನ್ನಶ್ರೀ ಪ್ರಶಸ್ತಿ, ಧಾರವಾಡ.	2003	'ಬೆಂಗಳೂರಿನ ನೋಟಗಳು'
10. ಎಂ.ಜಿ. ರಂಗನಾಥನ್ ಪ್ರಶಸ್ತಿ, ಬೆಂಗಳೂರು.	2003	'ಬೆಂಗಳೂರಿನ ನೋಟಗಳು'
11. ಕವಿ ಷಡಕ್ಷರಿ ಪ್ರಶಸ್ತಿ, ಯಳಂದೂರು.	2003	'ಬೆಂಗಳೂರಿನ ನೋಟಗಳು'
12. ಬಿಬಿಸಿ ಸೇವಾ ಸಮಿತಿ, ಬೆಂಗಳೂರು	2007	ಸಾಹಿತ್ಯ ಮತ್ತು ಸಮಾಜಸೇವೆಗೆ
13. ಬೆಳಗಾವಿ ಸಾಹಿತ್ಯ ಪ್ರತಿಷ್ಠಾನ ಪ್ರಶಸ್ತಿ	2009	'ಪ್ರಜ್ವಲ ಕಾಶಿ'ಗೆ
14. ಕೆಂಪೇಗೌಡ ಪ್ರಶಸ್ತಿ, ಬೆಂಗಳೂರು	2011	'ಸಾಹಿತ್ಯ ಸೇವೆ'

15.	'ಕಾಶೀ ವಿಶ್ವೇಶ್ವರ ಪುರಸ್ಕಾರ', ವಾರಾಣಸಿ (ಅಖಿಲ ಭಾರತೀಯ ವಿದ್ವದ್ ಪರಿಷತ್ತು, ವಾರಾಣಸೀ)	2016	'ಆನಂದ ಕಾನನ ಕಾಶೀ' (ಹಿಂದಿ)
16.	'ಜಾಹ್ನವೀ ಪುರಸ್ಕಾರ', ವಾರಾಣಸಿ (ಅಖಿಲ ಭಾರತೀಯ ವಿದ್ವದ್ ಪರಿಷತ್ತು, ವಾರಾಣಸೀ)	2017	'ತ್ರಿಪಥಗಾಮಿನಿ ಗಂಗಾ' (ಹಿಂದಿ) ಪುಸ್ತಕಕ್ಕೆ
17.	ಭಾರತ ರತ್ನ ಮಾಳವೀಯ ಮೆಮೊರಿಯಲ್ ಪುರಸ್ಕಾರ	2016	ಪಂ. ಮಾಳವೀಯ ಬಗ್ಗೆ ಅಧ್ಯಯನಕ್ಕೆ (ಮಹಾಮನ ಮಾಳವೀಯ ಮಿಷನ್, ದೆಹಲಿ)

•

ಕಾಶಿಯ ಬಗ್ಗೆ ಲೇಖಕರ ಇಂಗ್ಲಿಷ್ ಕೃತಿಗಳ ವಿಮರ್ಶೆ

ಕಾಶಿ ದಿ ಸಿಟಿ ಲ್ಯೂಮಿನಸ್ (1995).

**ನಮ್ಮ ಪ್ರಿಯ ಶಿಷ್ಯ ಶ್ರೀ ಚಂದ್ರಮೌಳಿಗೆ ನಮ್ಮ ಆಶೀರ್ವಾದಗಳು.....ಈ ವಿಶೇಷ ಹಾಗು ಪವಿತ್ರ ನಗರದ ಬಗ್ಗೆ ಉದ್ಗ್ರಂಥ ಬರೆದಿರುವುದು ನಮಗೆ ಸಂತೋಷ ತಂದಿದೆ. ಪರಿಶ್ರಮ ಮತ್ತು ಆಸ್ಥೆಯಿಂದ ಬರೆದಿರುವ ಈ ಗ್ರಂಥವು ಆಸ್ತಿಕರ ಮೆಚ್ಚುಗೆ ಮತ್ತು ಆದರಕ್ಕೆ ಪಾತ್ರವಾಗುವುದೆಂದು ನಮಗೆ ವಿಶ್ವಾಸವಿದೆ.

–ಶ್ರೀ ಜಗದ್ಗುರು ಶೃಂಗೇರೀ ಶ್ರೀಮದ್ ಭಾರತೀತೀರ್ಥ ಸ್ವಾಮಿಗಳು.

**ಲೇಖಕರು ಕಾಶಿಯಿಂದ ಆಕರ್ಷಣೆಗೊಂಡಂತೆ ಕಾಣುತ್ತದೆ. ಮಿಥ್ಯಕಥೆ ಮತ್ತು ಐತಿಹ್ಯಗಳ ಆಳಕ್ಕಿಳಿದು ಸಣ್ಣ ವಿಶ್ವಕೋಶವನ್ನೇ ತಯಾರಿಸಿದ್ದಾರೆ....ಆಧುನಿಕ ಅರ್ಥದಲ್ಲಿ ಇದು ಪ್ರವಾಸಕಥನವಲ್ಲ, ಪುರಾಣಸಮವಾದ ಸಂಕಲನ....

('ದಿ ಹಿಂದೂ', 'ಪಯೋನೀರ್' ಇಂಗ್ಲಿಷ್ ದಿನ ಪತ್ರಿಕೆಗಳು)**–ಡಾ। ಮುಲ್ಕರಾಜ್ ಆನಂದ್**

**ಪ್ರತಿಯೊಬ್ಬ ಹಿಂದೂ ಇದನ್ನು ಓದಲೇಬೇಕು, ಹೊಂದಿರಲು ಆಸೆಪಡುವಂತಹ ಪುಸ್ತಕ. ಇದು ನಮಗೆ ಗೊತ್ತಿಲ್ಲದ, ಗೊತ್ತಿರಲಾಗದ, ಗೊತ್ತಿದ್ದರೆ ಎಷ್ಟು ಚೆನ್ನ ಎಂದುಕೊಳ್ಳುವದನ್ನೆಲ್ಲ ಹೇಳುತ್ತದೆ..... 'ಕಾಶಿಯ ಪ್ರಕಾಶವನ್ನು ಕಂಡಿರಾ?' ಎಂಬ ಪ್ರಶ್ನೆಗೆ ನನ್ನ ಸೇಹಿತ ಚಂದ್ರಮೌಳಿ ಉತ್ತರ ಹೇಳುತ್ತಾರೆ. ಅದರಲ್ಲಿ ಜಯಶೀಲರೂ ಆಗಿದ್ದಾರೆ. ಪುಸ್ತಕವನ್ನು ಓದಿದರೆ ನಿಮಗೇ ತಿಳಿಯುತ್ತದೆ.

('ಮಿಡ್ ಡೇ', ಇಂಗ್ಲಿಷ್ ದಿನ ಪತ್ರಿಕೆ)**–ಎಮ್.ವಿ.ಕಾಮತ್.**

ಈ ಪುಸ್ತಕವು ವಾಸ್ತವವಾಗಿ ಕಾಶಿ ನಗರದ ವಿಷಯ ಮಾಹಿತಿಗಳ ಸಂಗ್ರಹಣೆಯ ಸಂಹಿತೆಯಂತಿದೆ.....ಇದು ಪ್ರವಾಸ ಕಥನಕ್ಕಿಂತ ಮಿಗಿಲಾಗಿದೆ. ಇದು ಪ್ರವಾಸಿಗನ ಕ್ಷಣಿಕ ಆಸಕ್ತಿಯ ಫಲವಲ್ಲ, ಕಾಶಿಯ ಬಗ್ಗೆ ಇರುವ ನಿರಂತರ ಪ್ರೀತಿಯ ಫಲವಾಗಿದೆ..ಪುಸ್ತಕದಲ್ಲಿ ಅಳವಡಿಸಿರುವ ವಿಷಯಗಳು ವೈವಿಧ್ಯತೆ ಮತ್ತು ವಿಸ್ತಾರದಲ್ಲಿ ವಿಶ್ವಕೋಶದಲ್ಲಿ ಇರುವಂತಿದೆ. ('ಡೆಕ್ಕನ್ ಹೆರಾಲ್ಡ್'**, ಇಂಗ್ಲಿಷ್ ದಿನ ಪತ್ರಿಕೆ)

–ಡಾ। ಜಿ.ಎಸ್.ಅಮೂರ್

**ಕಾಶಿಯ ಮೇಲಿನ ಪುಸ್ತಕ ಈ ವಿಷಯದ ಮೇಲೆ ಬರೆದಿರುವ ಪುಸ್ತಕಗಳಲ್ಲಿ ಅತ್ಯುತ್ತಮವೆಂದು ನನ್ನ ಅನಿಸಿಕೆ.

(ವಿದ್ವಾಂಸರು, ಮಹಾರಾಷ್ಟ್ರದ ಮಾಜಿಮಂತ್ರಿಗಳು)–**ದಿ. ಡಾ। ರಾಮ ಮನೋಹರ್ ತ್ರಿಪಾಠಿ.**

ಇಂಗ್ಲಿಷ್, ಮರಾಠಿ ಮತ್ತು ಸಂಸ್ಕೃತದಲ್ಲಿ ಕಾಶಿಯ ಬಗ್ಗೆ ಇಂತಹ ಪುಸ್ತಕವೊಂದನ್ನು ನಾನು ನೋಡಿಲ್ಲ. ...ಪುಸ್ತಕವು ಚರಿತ್ರಕಾರರಿಗೆ ಹಾಗು ಸಾಮಾನ್ಯ ಓದುಗರಿಗೆ ಆಸಕ್ತಿಯನ್ನು ಹುಟ್ಟಿಸುತ್ತದೆ. **–ಪಂಡಿತ ಎಸ್.ಬಿ.ವೇಲಂಕರ್

**ನಿಮಗೆ ಕಾಶಿಯ ಬಗ್ಗೆ ಇದರಲ್ಲಿ ಸಿಗದಿರುವುದೇನು? ಎಲ್ಲವೂ ಸಿಗುತ್ತದೆ.

– ಡಾ। ಎಮ್.ಡಿ.ಪರಾಡ್‌ಕರ್

ಲ್ಯೂಮಿನಸ್ ಕಾಶಿ ಟು ವೈಬ್ರೆಂಟ್ ವಾರಾಣಸಿ (2006)

ಕಾಶಿ ಜ್ಞಾನಕ್ಷೇತ್ರ. ಈ ಪುಸ್ತಕದ ಅನುವಾದವನ್ನು ಕನ್ನಡ, ಹಿಂದಿ ಮತ್ತು ಸಂಸ್ಕೃತಗಳಲ್ಲಿ ತರಬೇಕು. **– ಶ್ರೀಶ್ರೀ ರಂಗಪ್ರಿಯ ದೇಶಿಕ ಮಹಾಸ್ವಾಮಿಗಳು.

**ಕಾಶಿಯ ಬಗ್ಗೆ ಬರೆಯುವುದು ಸುಲಭವೇನಲ್ಲ. ವಿವಿಧ ಅನುಭವಗಳ ಮತ್ತು ಗ್ರಹಣ ಶಕ್ತಿಯ ಅಗತ್ಯವಿದೆ. ಮುಖ್ಯವಾಗಿ ಕಾಶಿಯಲ್ಲಿ ಬಹಳ ಸಮಯ ವಾಸವಾಗಿದ್ದರೆ ಮಾತ್ರ ಆ ನಗರ ಮನಸ್ಸನ್ನು ತುಂಬಿಬಿಡುತ್ತದೆ.... ಲೇಖಕರು ನಗರದ ಬಗ್ಗೆ ಆಳವಾದ ಚಿಂತನೆಮಾಡಿದ್ದಾರೆ.

– ಕರ್ನಾಟಕದ ಮಾಜಿ ರಾಜ್ಯಪಾಲರಾದ ಮಾನ್ಯ ಶ್ರೀ ಟಿ.ಎನ್.ಚತುರ್ವೇದಿಯವರು

**ಕಾಶಿ ಎಂದರೇನು? ಕಾಶಿ ಹೇಗೆ ಪ್ರಕಾಶಮಾನ? ಕಾಶಿಯನ್ನು ಅರ್ಥಮಾಡಿಕೊಳ್ಳುವುದು ಹೇಗೆ? ಕಾಶಿಯನ್ನು ಹೊಂದುವುದು ಎಂದರೇನು? ಲೇಖಕರು ಇವುಗಳಿಗೆ ಸಮರ್ಪಕ ಉತ್ತರಗಳನ್ನು ತಮ್ಮ ಪುಸ್ತಕದಲ್ಲಿ ಕೊಟ್ಟಿದ್ದಾರೆ.

– 'ದಿ ಟೈಮ್ಸ್ ಆಫ್ ಇಂಡಿಯಾ', ಇಂಗ್ಲಿಷ್ ದಿನಪತ್ರಿಕೆಯಲ್ಲಿ ಡಾ. ವಿಶ್ವನಾಥ ಪಾಂಡೇ.

**ಕಾಶಿಯೆಂದರೆ ಕೇವಲ ಗುಡಿಗೋಪುರಗಳು, ಘಾಟ್‌ಗಳು, ಸ್ಮಶಾನಗಳು, ಪಂಡಾಗಳು ಮಾತ್ರವಷ್ಟೆ ಅಲ್ಲ ಎಂದು ಈ ಪುಸ್ತಕದಿಂದ ತಿಳಿಯುತ್ತದೆ....ಕಾಶಿಯ ಪುರಾತನತೆ... ಹೆಸರುಗಳು...ಚರಿತ್ರೆ..ಮಂದಿರಗಳು....ಇಲ್ಲಿಯ ಪಂಡಾಗಳು ಮುಂತಾದ ಅನೇಕ ಸ್ವಾರಸ್ಯಕರ

ವಿಚಾರಗಳು ತಿಳಿದುಬರುತ್ತವೆ. ಲೇಖಕರ ಬರೆವಣಿಗೆಯಲ್ಲಿ 'ವೋಡ್‌ಹೌಸ್'ನ ಹಾಸ್ಯ ಮತ್ತು ತಮಾಷೆ ಕಂಡುಬರುತ್ತದೆ. **–'ದಿ ಹಿಂದೂ', ಇಂಗ್ಲಿಷ್ ಪತ್ರಿಕೆಯಲ್ಲಿ ಅ.ಜಯರಾಮ್.**

**ಲೇಖಕರು ಅಸಾಧ್ಯ ಸಂಶೋಧನೆ ಮಾಡಿರುವುದರಲ್ಲಿ ಅನುಮಾನವೇ ಇಲ್ಲ.....ಇದನ್ನು ಓದುವುದರಿಂದ ಒಂದು ಜೀವನಕ್ರಮವನ್ನೆ, ಶಿವ ಭಗೀರಥ ಭಾಗೀರಥಿ ಪವಿತ್ರತೆ, ಎಲ್ಲವನ್ನೂ ನೆನಪಿಸಿದಂತಾಗುತ್ತದೆ.... ಚಂದ್ರಮೌಳಿ ಕೇವಲ ಕಾಶಿಗೇ ಅಲ್ಲದೆ ಇಡೀ ಚರಿತ್ರೆಗೇ ಒಂದು ವಿಶಿಷ್ಟ ಸೇವೆ ಸಲ್ಲಿಸಿದ್ದಾರೆ.

–'ಆರ್ಗನೈಸರ್', ಇಂಗ್ಲಿಷ್ ಪತ್ರಿಕೆಯಲ್ಲಿ ಎಮ್.ವಿ.ಕಾಮತ್.

ಲೇಖಕರು ಅನುಮಾನಸ್ಥರನ್ನು ಸಹ ಆಸ್ತಿಕರಾಗಿಸುವ ಉದ್ದೇಶದಿಂದ ಕಾಶಿಯ ಮಹತ್ತನ್ನು ಆಳವಾಗಿ ವಿಶ್ಲೇಷಿಸಿದಂತಿದೆ. ಇವರ ಮೊದಲನೆಯ ಪುಸ್ತಕ ಕಾಶಿಯ 'ವ್ಯಕ್ತಿತ್ವ'ವನ್ನು ವರ್ಣಿಸಿದ್ದರೆ, ಈ ಪುಸ್ತಕವು ಕಾಶಿಯ 'ಆತ್ಮ'ವನ್ನು ಸತ್ವವನ್ನು ತಿಳಿಸುವಂತಿದೆ. ಇವರು ಬರೆಯುವ ವಿಷಯವ್ಯಾಪ್ತಿ ಅಗಾಧ-ಚರಿತ್ರೆ, ಸಂಸ್ಕೃತಿ, ಮಂದಿರಗಳು, ನದಿ, ಸಾಧು ಸಂತರು, ಮಠಗಳು, ಪಾಂಡಿತ್ಯ ಪರಂಪರೆ, ಹಬ್ಬಗಳು, ಸಂಗೀತ, ರೇಷ್ಮೆ, ಪಂಡಾಗಳು, ಬನಾರಸೀ ಬಾಬು, ಗಣ್ಯರು..ಸತತವಾದ ಆಳ ಅಭ್ಯಾಸ ಮತ್ತು ತೀವ್ರವಾದ ಶೋಧನೆಯ ಫಲವಾಗಿ ಬನಾರಸನ್ನು ಸರಿಯಾದ ಬೆಳಕಿನಲ್ಲಿ ತೋರಿಸುವ ಲೇಖಕರ ಶ್ರದ್ಧೆ ಫಲಕಾರಿಯಾಗಿದೆ. **–'ತತ್ತ್ವಲೋಕ', ಇಂಗ್ಲಿಷ್ ಮಾಸಪತ್ರಿಕೆಯಲ್ಲಿ ಅರುದ್ರ

**ಐವತ್ತು ಅಧ್ಯಾಯಗಳಲ್ಲಿ ವಿವಿಧ ಮುಖಗಳಾದ ಚರಿತ್ರೆ, ಸಂಸ್ಕೃತಿ, ಜನಮನ ಮುಂತಾದವುಗಳನ್ನು ಬರೆದು ಕಾಶಿಯ ಸತ್ವವನ್ನು ತಿಳಿಸಿದ್ದಾರೆ.

–'ಡೆಕ್ಕನ್ ಹೆರಾಲ್ಡ್', ಇಂಗ್ಲಿಷ್ ದಿನಪತ್ರಿಕೆಯಲ್ಲಿ ಕೆ.ಜಯಲಕ್ಷ್ಮಿ.

**ಪ್ರಕೃತ ಗ್ರಂಥವು ಇಂಥ ವಿಷಯದ ಬಗ್ಗೆ ನಾನು ಕಂಡ ಸರ್ವೋತ್ಕೃಷ್ಟ ಗ್ರಂಥವಾಗಿದೆ..... ಕಾಶಿಯ ಬಗ್ಗೆ ಇದುವರೆಗೆ ಹೊರಬಂದಿರುವ ಇಂಗ್ಲಿಷ್ ಗ್ರಂಥಗಳಲ್ಲಿ ಉತ್ಕೃಷ್ಟವಾದುದೆಂಬುದು ಅನುಭವವೇದ್ಯ ಸತ್ಯವಾಗಿದೆ. ಇಂಥ ಗ್ರಂಥಗಳು ಭಾರತೀಯ ಭಾಷೆಗಳಲ್ಲಿ ಲಭ್ಯವಿಲ್ಲ. ಕಾಶಿಯನ್ನು ನೋಡಬಯಸುವವರೂ, ನೋಡಿರುವವರೂ ಹಾಗೂ ಅಲ್ಲಿ ನೆಲೆಸಿರುವವರೂ ಅವಶ್ಯವಾಗಿ ಓದಿ ಸಂಗ್ರಹಿಸಬೇಕಾದ ಗ್ರಂಥವಿದು. ಇದರ ಕನ್ನಡ ಆವೃತ್ತಿಯೊಂದು ಬಂದರೆ ಕನ್ನಡ ಸಾಹಿತ್ಯ ಕೋಶವು ಇನ್ನಷ್ಟು ಸಮೃದ್ಧವಾಗುವುದರಲ್ಲಿ ಸಂಶಯವೇ ಇಲ್ಲ ...ಇತಿಹಾಸದ ವಿದ್ಯಾರ್ಥಿಗಳೂ, ಪರ್ಯಟಕರೂ ಮತ್ತು ನಮ್ಮ ದೇಶದ ಪರಂಪರೆ-ಪ್ರಾಚೀನತೆಯ ಬಗ್ಗೆ ಹೆಮ್ಮೆಯುಳ್ಳ ಪ್ರತಿಯೊಬ್ಬರೂ ಓದಲೇಬೇಕಾದ ಗ್ರಂಥವಿದು.

– 'ಶ್ರೀಶಂಕರಕೃಪಾ', ಕನ್ನಡ ಮಾಸಪತ್ರಿಕೆಯಲ್ಲಿ ಡಾ।ಬಿ.ಎಸ್.ರಾಮಕೃಷ್ಣರಾವ್.

**ಈ ಪುಸ್ತಕ ಕಾಶಿಯನ್ನು ಕುರಿತ ಒಂದು ಪಯಣ, ಕಾಶಿಯ ಅಭಿಮಾನಿಗಳ ಪಾಲಿಗೆ ತೀರ್ಥಯಾತ್ರೆ, ಅನುಮಾನಿಗಳ ಪಾಲಿಗೆ ಅನ್ವೇಷಣೆ....ರಾಶಿ ರಾಶಿ ಮಾಹಿತಿಯನ್ನು ಅಪಾರ ಶ್ರಮದಿಂದ ಸಂಗ್ರಹಿಸಿದ್ದಾರೆ....ಕಾಶಿಯನ್ನು ಕುರಿತು ಏನನ್ನು ತಿಳಿಯಬೇಕಾದರೂ ಇದನ್ನು ನಂಬಬಹುದು. ಆದ್ದರಿಂದಲೇ ಈ ಕೃತಿಯನ್ನು ಕೈಗೆತ್ತಿಕೊಂಡರೆ, ಕಾಶಿಯನ್ನು ಕನ್ನಡಿಯಲ್ಲಿ ಕಂಡಂತಾಗುತ್ತದೆ.

         –'ಉದಯವಾಣಿ', ಕನ್ನಡ ದಿನಪತ್ರಿಕೆಯಲ್ಲಿ ಆರ್.ಪೂರ್ಣಿಮಾ.

**ಕನ್ನಡದವರೇ ಆದ ಲೇಖಕರು ರಚಿಸಿರುವ ಈ ಇಂಗ್ಲಿಷ್ ಪುಸ್ತಕ ಕಾಶಿಯ ಪುರಾಣೈತಿಹ್ಯದ ಸವಿವರ ವಿವರಣೆ.... ಕಾಶಿಯ ವಿವಿಧ ಕ್ಷೇತ್ರಗಳು, ರಾಜರು, ದಾಳಿಕೋರರು ಇನ್ನೂ ನೂರಾರು ಮಾಹಿತಿಗಳನ್ನು ಒಂದೇ ಪುಸ್ತಕದಲ್ಲಿ ಸಂಗ್ರಹಿಸಿದ್ದಾರೆ. ಕೆಲವು ಅಪರೂಪದ ಚಿತ್ರಗಳೂ ಈ ಪುಸ್ತಕದಲ್ಲಿವೆ.

         –'ಕನ್ನಡ ಪ್ರಭ' ಕನ್ನಡ ದಿನಪತ್ರಿಕೆಯಲ್ಲಿ ರವಿಶಂಕರ ಭಟ್.

**ಕಾಶಿ ನಗರದ ಬಗ್ಗೆ ಅನೇಕ ಪುಸ್ತಕಗಳಿದ್ದರೂ ಈ ಪುಸ್ತಕವು ಎಲ್ಲ ಮಾಹಿತಿಗಳನ್ನೂ ಅಡಕವಾಗಿ ಒಗ್ಗೂಡಿಸುವಲ್ಲಿ ಸಾರ್ಥಕವಾಗಿದೆ. ಅಚ್ಚುಕಟ್ಟಾದ ನಿರೂಪಣೆ, ಖಚಿತ ಮಾಹಿತಿ ಮತ್ತು ಸುಂದರವಾದ ಚಿತ್ರಗಳಿಂದ ಪುಸ್ತಕವನ್ನು ಓದುವುದು ಸಂತೋಷಪ್ರದವಾಗಿದೆ.

         – 'ಹಿಂದೂ ರಿಸರ್ಜೆನ್ಸ್', ಇಂಗ್ಲಿಷ್ ದ್ವೈಮಾಸ ಪತ್ರಿಕೆ.

"ಪವಿತ್ರ ಕಾಶಿ" – ಗ್ರಂಥದ ಬಗ್ಗೆ ಒಂದು ವಿಶ್ಲೇಷಣೆ

ಪ್ರೊ.ಎಂ.ಆರ್. ಲಕ್ಷ್ಮೀದೇವಿ
(ನಿವೃತ್ತ ಕನ್ನಡ ಪ್ರಾಧ್ಯಾಪಕರು)

ಒಬ್ಬ ಲೇಖಕ ಇತಿಹಾಸಕಾರನಾಗಿ, ಧಾರ್ಮಿಕ ಸಾಹಿತ್ಯಪಟುವಾಗಿ, ಪ್ರವಾಸಿಗನಾಗಿ ಧರ್ಮಕ್ಷೇತ್ರವೆನಿಸಿದ ಪುಣ್ಯಕ್ಷೇತ್ರದ ಹಿರಿಮೆ ಗರಿಮೆಗಳನ್ನು, ಇತಿಮಿತಿಗಳನ್ನು, ಭೂತ, ಭವಿಷ್ಯತ್, ವರ್ತಮಾನ ಸ್ಥಿತಿಗಳ ಹಿನ್ನೆಲೆಯಲ್ಲಿ ಕೃತಿ ರಚಿಸುವುದು ಅಪರೂಪ. ಕಾಶಿಯ ಪರಿಚಯವನ್ನು ಏಕಕಾಲದಲ್ಲಿ ಐತಿಹಾಸಿಕ, ಪೌರಾಣಿಕ ಗ್ರಂಥವಷ್ಟೇ ಅಲ್ಲದೆ ಕಾದಂಬರಿ, ಪ್ರವಾಸ ಕಥನವಾಗುವಂಥ ಚತುರ್ಮುಖ ನಿರೂಪಣೆಯ ಗ್ರಂಥವಾಗಿ ಸದ್ದಿಲ್ಲದೆ ಸಾಹಿತಿ ಚಂದ್ರಮೌಳಿ ಅವರು ರಚಿಸಿದ್ದಾರೆ. ಹತ್ತಾರು ವರ್ಷ ಕಾಶಿ ನಿವಾಸಿಯಾಗಿದ್ದು ಸತತವಾಗಿ ಕಾಶಿ ಸಾಹಿತ್ಯವನ್ನು ಅಧ್ಯಯನ ಮಾಡಿ, ಬಹಳ ಪರಿಶ್ರಮದಿಂದ ಲಲಿತಶೈಲಿಯಲ್ಲಿ ಗ್ರಂಥರಚಿಸಿ ಕನ್ನಡ ಸಾಹಿತ್ಯಕ್ಕೆ ವಿಶಿಷ್ಟ ಕೊಡುಗೆ ನೀಡಿದ್ದಾರೆ. 'ಕಾಶಿ'ಯನ್ನು ಕುರಿತ ಲೇಖಕರ ಆಳವಾದ ಅಧ್ಯಯನ 'ಪಾತಾಳ ಗರಡಿ'ಯಂತೆ. ವಿಷಯಗಳನ್ನು ಹೆಕ್ಕಿ–ಹೆಕ್ಕಿ ಅಳೆದು–ಸುರಿದು ನೋಡುವ ಇವರ ಚಿಕಿತ್ಸಕ ದೃಷ್ಟಿ ಎಂಥವರನ್ನೂ ದಂಗುಬಡಿಸುತ್ತದೆ. ಧಾರ್ಮಿಕ, ಪೌರಾಣಿಕ, ಆಧುನಿಕ ವಿಚಾರಗಳು, ಭಾಗವತ, ಭಾರತ, ರಾಮಾಯಣ, ಪುರಾಣ ಗ್ರಂಥಗಳ ಆಧಾರದಿಂದ ಕಾಶಿಯ ಚರಿತ್ರೆಯ ಆಳ–ಅಗಲಗಳನ್ನು ವಿಮರ್ಶಿಸಿ, ವಿಚಾರಿಸಿ, ವಿಶ್ಲೇಷಿಸಿ ಅದರಲ್ಲಿನ ರಸಘಟ್ಟಿಯನ್ನು ನೀಡುವಲ್ಲಿ ಯಶಸ್ವಿಯಾಗಿದ್ದಾರೆ. ಕಾಶಿಗೆ ಬಂದವರಲ್ಲಿ ಗಂಗೆಯಲ್ಲಿ ಮಿಂದವರೆಷ್ಟೋ, ವಿಶ್ವನಾಥನಿಗೆ ನಮಿಸಿದವರೆಷ್ಟೋ! ಲೆಕ್ಕವಿಲ್ಲ. ಆದರೆ, ತಮ್ಮ ಚಿಂತನೆ ವಿಚಾರಗಳನ್ನು (ಇವರಂತೆ) ಇಲ್ಲಿಯ ದಿವೋದಾಸನ 'ರಸಾಯನ ಗಡಿಗೆ'ಯಲ್ಲಿ ಹಾಕಿದವರಂತೂ ಅಪರೂಪವೇ ಸರಿ. ಹೀಗೆ ಆಧ್ಯಾತ್ಮಿಕ, ವೈಚಾರಿಕ ದೃಷ್ಟಿಕೋನಗಳಿಂದ ಧಾರ್ಮಿಕ ಕ್ಷೇತ್ರವಾಗಿ ಉಳಿದಿರುವ ಕಾಶಿಯ ನಿರೂಪಣೆ ಮನ ಮೆಚ್ಚುವಂತಿದೆ.

ಯಾತ್ರೆ ಏಕೆ? ಹೇಗೆ? ಎಂದು ಪ್ರಾರಂಭಿಸಿ ಕಾಶಿಯ ಹಿಂದು–ಇಂದು–ಮುಂದು ಎಲ್ಲದರ ಸಂಪೂರ್ಣ ಚಿತ್ರಣ ನೀಡುವುದನ್ನು ಯಾತ್ರಿಗಳು ಓದಲೇಬೇಕಾದುದು. ಕಾಶೀ ಯಾತ್ರಿಗಳ ಕೈಪಿಡಿಯಂತಿರುವ ಇಲ್ಲಿನ ವಿಷಯಗಳು ನಮ್ಮೆದುರು ಒಂದು ಅದ್ಭುತ ಲೋಕವನ್ನೇ ಸೃಷ್ಟಿಸುತ್ತದೆ?. ಕಾಶಿಯಾತ್ರೆಯನ್ನು ಯಾವ ಉದ್ದೇಶದಿಂದಾಗಲಿ ಮಾಡಬಯಸುವವರು ಈ ಮಾರ್ಗದರ್ಶಿಯನ್ನು ಓದಿ ಮನದಟ್ಟು ಮಾಡಿಕೊಂಡರೆ,

ಅಲ್ಲಿ ಪಂಡಾಗಳ ಕೈಗೆ ಸಿಲುಕಿ ತಬ್ಬಿಬ್ಬಾಗುವ ಪ್ರಸಂಗ ಬರಲಾರದು. 'ಬಿಂದುವಿನಲ್ಲಿ
ಸಿಂಧು' ಎಂಬ ಹೇಳಿಕೆಯಂತೆ ಕಾಶಿಯ ಸಮಗ್ರ ಪರಿಚಯವನ್ನು ನೀಡಿ, ಯಾತ್ರಿಗಳ
ಉತ್ಸಾಹವನ್ನು ನೂರ್ಮಡಿಗೊಳಿಸಿ, ಅಲ್ಲಿ ನೋಡಬೇಕಾದ ಸ್ಥಳಗಳ ಹಿರಿಮೆ–ಗರಿಮೆಗಳನ್ನು
ಮಿಂಚಿನ ನೋಟದಲ್ಲಿ ಪ್ರವಾಸಿಗರ ಮನಸೆಳೆಯುವಂತಿದೆ. "ಕರಿಯನ್ನು ಕನ್ನಡಿಯಲ್ಲಿ
ಹಿಡಿದಂತೆ" – ಆಳ, ಅಗಲ, ಉದ್ದ, ಹಿರಿಮೆ–ಗರಿಮೆಗಳಲ್ಲಿ ವಿಶೇಷವೆನಿಸಿದ ಕಾಶಿಯ
ಸಮಗ್ರ ಚಿತ್ರಣವನ್ನು ನೀಡುವಲ್ಲಿ ಈ ಕೃತಿ ಸಾರ್ಥಕವೆನಿಸಿದೆ.

"ಕಾಶಿಯನ್ನು ತಿಳಿದವನು ಮಾತ್ರ ತಾನೇ 'ಕಾಶಿ'ಯಾಗಿ ಪ್ರಕಾಶಿಸುತ್ತಾನೆ" ಎಂಬ
ಹೇಳಿಕೆಯಂತೆ, ಲೌಕಿಕ–ಅಲೌಕಿಕ ಬದುಕಿನ ಚಿತ್ರಣವನ್ನು ನೀಡುವಲ್ಲಿ ಈ ಕೃತಿ
ಯಶಸ್ವಿಯಾಗಿದೆ. "ಕಾಶಿಗೆ ಕಾಶಿಯೇ ಉಪಮೆ, ಸಮುದ್ರಕ್ಕೆ ಸಮುದ್ರವೇ, ಹಿಮಾಲಯಕ್ಕೆ
ಹಿಮಾಲಯವೇ ಹೋಲಿಕೆ" ಎಂಬ ಲೇಖಕರ ಮಾತಿನಲ್ಲಿ ಅಡಗಿರುವ ಅಪಾರ ನಂಬಿಕೆ,
ಶ್ರದ್ಧೆ, ಒಳನೋಟದ ಅಗಾಧತೆ, ಸೂಕ್ಷ್ಮತೆ ಅರಿವಾಗುತ್ತದೆ. "ಕಾಶಿಗೆ ಹೋಗುವುದನ್ನು
ಒಂದು ಪ್ರವಾಸ ಅಥವಾ ಕೇವಲ ಒಂದು ಧಾರ್ಮಿಕ ಯಾತ್ರೆ ಎಂದು
ಸೀಮಿತಗೊಳಿಸಬಾರದು..... ಇದು ಮಾನಸಿಕ ಯಾತ್ರೆಯೂ ಹೌದು, ಅದರ ಜೊತೆಗೆ
ವಿಜ್ಞಾನಮಯ ಯಾತ್ರೆ, ಆನಂದಮಯ ಯಾತ್ರೆ, ಪೂರ್ಣ ಆನಂದವನ್ನರಸುವ ಯಾತ್ರೆಯೂ
ಹೌದು!....." ಹೀಗೆ ಸಾಗುವ ಕಾಶೀಯಾತ್ರೆಯ ಮೂಲೋದ್ದೇಶವನ್ನು ಎಳೆಎಳೆಯಾಗಿ
ಲೇಖಕರು ನಿರೂಪಿಸುವ ರೀತಿ ಅನನ್ಯವಾಗಿದೆ.

ಗಮನಿಸಬೇಕಾದ ಮುಖ್ಯ ಅಂಶವೆಂದರೆ ಕಾಶಿಯ ಇತಿಹಾಸ ಮತ್ತು
ಪೌರಾಣಿಕತೆಯನ್ನು ನಿರೂಪಿಸುವಲ್ಲಿ ಲೇಖಕರು ತೋರಿರುವ ಅಧ್ಯಯನ ವೈಶಾಲ್ಯ
ದಂಗುಬಡಿಸುತ್ತದೆ. ಕೇವಲ ಲೇಖಕರು ಹಿಂದೂಧರ್ಮದ ಆಧಾರಗ್ರಂಥಗಳನ್ನಷ್ಟೇ ಆಧರಿಸಿ
ನಿರ್ಣಯಕ್ಕೆ ಬರುವುದಿಲ್ಲ. ಜೈನ, ಬೌದ್ಧ, ಮಿಷನರಿ ಮೊದಲಾದ ಪಂಥಗಳ ಜಾಡುಹಿಡಿದು
ಸಾಗಿ, ಅದರಲ್ಲಿ, ವೈಚಾರಿಕ ವಿಷಯಗಳನ್ನಾದರಿಸಿ ಎಲ್ಲಿಯೂ ಏಕಪಕ್ಷೀಯವಾಗಿ ಸಾಗದೆ,
ನಿರ್ದಿಷ್ಟ ಗುರಿ ತಲುಪುವುದರಲ್ಲಿ ಸಫಲರಾಗಿದ್ದಾರೆ. ಇಲ್ಲಿ ಕೆಲವೇ ಅಧ್ಯಾಯಗಳ
ಉದಾಹರಣೆಗಳನ್ನು ಕೊಡಲಾಗಿದೆ.

ತನ್ನ ತನವನ್ನು ಮರೆತು ಪರಿಪೂರ್ಣವಾಗಿ ಭಗವಂತನ ಚಿಂತನೆ, ಧ್ಯಾನ,
ಶರಣಾಗತಿಗಳಿಂದ ಭಕ್ತನನ್ನು ಭಗವಂತನೆಡೆಗೆ ಕೊಂಡೊಯ್ಯುವ ಭಕ್ತಿಮಾರ್ಗವನ್ನು
ಕುರಿತ ವಿವರಣೆ ಹೃದ್ಯವಾಗಿದೆ. ಪದ್ಮಪುರಾಣ, ಭಾಗವತ, ಭಾರತಗಳಲ್ಲಿನ ಸಾದೃಶ್ಯ
ನಿರೂಪಣೆಗಳೊಂದಿಗೆ 'ಭಕ್ತಿಪಂಥ' ಬೆಳೆದು ಬಂದ ಪರಿಯನ್ನು ಬಣ್ಣಿಸಿರುವುದು
ಮನೋಜ್ಞವಾಗಿ ಮೂಡಿಬಂದಿದೆ. ಭಕ್ತಿಪಂಥದ ಅಡಿಯಲ್ಲಿ ಸಮಾಜೋದ್ಧಾರ ಕಾರ್ಯ,
ಸಮಾಜ ಸುಧಾರಣೆ, ಎಲ್ಲ ಜಾತಿ–ಮತ ಪಂಥೀಯರುಗಳನ್ನು ಒಂದೇ ಛತ್ರದಡಿಯಲ್ಲಿ

ತರುವುದರ ಮೂಲಕ ಹರಿ-ಹರ ಭೇದವನ್ನು ಅಳಿಸಿ, ಸಮಾಜದಲ್ಲಿ ಹೊಸ ಚೈತನ್ಯ ಮೂಡುವಂತೆ ಮಾಡಿದ ಪರಿಯನ್ನು ಹೃದ್ಯವಾಗಿ ಹೇಳಿದ್ದಾರೆ. ತುಳಸೀದಾಸರು ಪ್ರಾರಂಭಿಸಿದ 'ರಾಮಲೀಲಾ' ಸಹಸ್ರಮುಖಿಯಾಗಿ ಹೇಗೆ ಸಾಮಾಜಿಕ, ರಾಜಕೀಯ ಕ್ರಾಂತಿಯನ್ನೆಸಗಿತೆಂಬ ವಿವರಣೆ ಹೃದ್ಯವಾಗಿ ನಿರೂಪಿತವಾಗಿದೆ.

'ಬಹುರತ್ನಾ ವಸುಂಧರಾ' ಎಂದು ಭೂಮಾತೆಯನ್ನು ಕರೆಯುವಂತೆ, ಕಾಶಿಯೂ ಸಹ "ಬಹುರತ್ನಾ ಕಾಶಿ" ಎಂಬಂತೆ ದೇವ, ದಾನವ, ಸಾಧು-ಸಂತ, ಸಾಹಿತಿ, ಸಮಾಜ ಸುಧಾರಕ, ರಾಜಕೀಯ ಮುತ್ಸದ್ಧಿ ಮುಂತಾದವರಿಗೆ ನೆಲೆಮನೆಯಾಗಿದೆ. ಕಾಶಿಯಲ್ಲಿ ಕೊನೆಯುಸಿರೆಳೆದರೆ ಮುಕ್ತಿ ಎಂಬ ಭಕ್ತರ ನಂಬಿಕೆಯನ್ನು ದುರುಪಯೋಗಪಡಿಸುವ ಕುಕರ್ಮಿಗಳ "ಕಾಶೀ ಕರವಟ್" ಎಂಬ ಹೆಸರಿನಲ್ಲಿ ನಡೆಯುವ ದುಷ್ಕೃತ್ಯದ ರುದ್ರರೂಪವನ್ನು ಮೈಜುಮ್ಮೆನಿಸುವಂತೆ ನಿರೂಪಿಸಿದ್ದಾರೆ. ಇವೆಲ್ಲಕ್ಕೂ ಅವರ ಆಳವಾದ ಅಧ್ಯಯನವೇ ತಳಹದಿ ಎನ್ನುವುದನ್ನು ಮರೆಯುವಂತಿಲ್ಲ.

"ಏಳು ಶತಮಾನಗಳ ದಾಳಿ, ಬೆಂಬಿಡದ ಬೇತಾಳದಂತೆ ಬೆನ್ನೇರಿ ಕೂತು ತನ್ನದೇ ಆದ ಕಥೆ ಹೇಳುತ್ತದೆ" – ಎಂಬ ಹೇಳಿಕೆಯ ಎಳೆಯನ್ನೇ ಹಿಡಿದು ಸಾಗುವ ಲೇಖಕರ ವಿಶ್ಲೇಷಣೆ-ವಿವರಣೆಗಳು ಒಂದು ನೂತನ ಜಗತ್ತನ್ನು ನಮ್ಮೆದುರು ತಂದುನಿಲ್ಲಿಸುತ್ತದೆ. ನಿಜಕ್ಕೂ ಈ ಅಧ್ಯಾಯ ಮನ ಕಲಕುವುದರೊಂದಿಗೆ ಹಲವಾರು ಪ್ರಶ್ನೆಗಳನ್ನು ಓದುಗರ ಮುಂದಿಡುತ್ತದೆ. "ಚರಿತ್ರೆಯಿಂದ ನಾವೆಂದೂ ಪಾಠ ಕಲಿಯದಿರುವುದೇ ನಮ್ಮ ದೊಡ್ಡ ದುರಂತ" ಎಂಬ ಲೇಖಕರ ಮಾತು ಅಕ್ಷರಶಃ ಸತ್ಯವಾದುದು. ಈ ಅಧ್ಯಾಯ ಓದುಗರಲ್ಲಿ ವೈಚಾರಿಕಕಿಡಿ ಹೊತ್ತಿಸಿ, ನಾವೆಲ್ಲಿ ದಾರಿ ತಪ್ಪುತ್ತಿದ್ದೇವೆ? ಎಂಬ ವಿಶ್ಲೇಷಣೆಗೆ ತೊಡಗಿಸಿ, ಇಂದು ದಿಕ್ಕು ತಪ್ಪಿಸುತ್ತಿರುವ ವಿಚಾರವಾದಿಗಳ ಬಗ್ಗೆ ಎಚ್ಚರಿಕೆಯ ಸಂದೇಶವನ್ನು ನೀಡುತ್ತದೆ. ಅಂದು ದಿಕ್ಕುತಪ್ಪಿದ ಸಮಾಜಕ್ಕೆ ದಿಕ್ಸೂಚಿಯಾಗಿ ಬಂದ ರಾಮಾನಂದರ ಶಿಷ್ಯರಾದ ಕಾಶಿಯ ಕಬೀರ್, ರಯಿದಾಸ, ಪಂಜಾಬಿನ ಗುರುನಾನಕ್, ಮೊದಲಾದ ಭಕ್ತಿಪಂಥದ ಹರಿಕಾರರ ಪ್ರಭಾವ ಇಂದಿಗೂ ನಮಗೆ ದಾರಿದೀಪವಾಗಿರುವುದನ್ನು ನೆನೆಸಿಕೊಳ್ಳುತ್ತಾರೆ. ಈ ಅಧ್ಯಾಯವು ಉಳಿದ ಅಧ್ಯಾಯಗಳಿಗಿಂತ ಹೆಚ್ಚು ವಿಮರ್ಶಾತ್ಮಕವಾಗಿ ರೂಪಿತವಾಗಿದೆ. ಈ ಒಂದು ಭಾಗವೇ ಯಾವುದೇ ವಿದ್ಯಾರ್ಥಿಯ ಪಿಎಚ್.ಡಿ. ಅಧ್ಯಯನಕ್ಕೆ ಸಮಾನವಾಗಿದೆ ಎಂದರೆ ತಪ್ಪಲ್ಲ. ಲೇಖಕರ ಆಳವಾದ ಅಧ್ಯಯನಶೀಲತೆಗೆ ಈ ಅಧ್ಯಾಯ ಒಂದು ಶ್ರೇಷ್ಠ ನಿದರ್ಶನವಾಗಿದೆ. ಇಂದೂ-ಈಗಲೂ ನಮ್ಮ ರಾಜಕಾರಣಿಗಳ ಅಧಿಕಾರ ದಾಹ, ಹಣಕ್ಕಾಗಿ ತಮ್ಮತನವನ್ನು ಮಾತ್ರವಲ್ಲದೇ ದೇಶದ ಹಿತವನ್ನು, ಪ್ರಜೆಗಳ ಒಳಿತನ್ನೇ ಬಲಿಗೊಡಲು, ನಮ್ಮ ಇತಿಹಾಸ-ಪರಂಪರೆಗಳನ್ನೇ ಅಲ್ಲಗಳೆದು ಪರಕೀಯತೆಯನ್ನು ಸ್ವಕೀಯತೆ ಎಂದು ಬಗೆದು, ಸಮಾಜದ ಹಿತವನ್ನೇ, ದೇಶದ ಏಕತೆಯನ್ನೇ ಬಲಿಗೊಡಲು ಸಿದ್ಧರಾಗಿರುವ ಚಿತ್ರಣ ಮನಕಲಕುತ್ತದೆ.

ಪರಕೀಯರ ಕೊಡುಗೆಯ ವಿಷಯ ಬಂದಾಗ, 'ಕಳೆದದ್ದು ಆನೆ, ಉಳಿದದ್ದು ಬಾಲ' ಎಂಬ ಕಿರು ತಲೆಬರಹವೇ ಈ ಅಧ್ಯಾಯದ ವಿಶೇಷತೆಯನ್ನು ನಿರೂಪಿಸುತ್ತದೆ. ಇರ್‌ಬಾಯಿಯ ಕತ್ತಿಯಂತೆ ಒಂದೆಡೆ ಮುಸ್ಲಿಮರು ಮತ್ತೊಂದೆಡೆ ಬ್ರಿಟಿಷರು ಹೇಗೆ ಬನಾರಸನ್ನು ಮಾತ್ರವಲ್ಲ, ಸಂಪೂರ್ಣ ಭಾರತವನ್ನೇ ಆಕ್ರಮಿಸಿ, ಭಾರತೀಯರಲ್ಲಿದ್ದ ಪರಸ್ಪರ ಅಸೂಯೆ ಸೇಡು ಅನೈಕ್ಯಮತ್ಯವನ್ನೇ ತಮ್ಮ ಅಸ್ತ್ರವನ್ನಾಗಿ ಬಳಸಿಕೊಂಡು ಭಾರತೀಯರನ್ನು ಗುಲಾಮರನ್ನಾಗಿ ಮಾಡಿಕೊಂಡು ತಮ್ಮ ಸಾಮ್ರಾಜ್ಯವನ್ನು ವಿಸ್ತರಿಸಿದರು ಎಂಬ ಬಗ್ಗೆ ಒಂದು ವಿಸ್ತೃತ ಚಿತ್ರಣವನ್ನೇ ನೀಡಿದ್ದಾರೆ.

ಈ ಎಲ್ಲ ಗಹನವಾದ ವಿಷಯಗಳನ್ನು ನಿರೂಪಿಸುವಲ್ಲಿ ಲೇಖಕರು ತೋರಿರುವ ಅಪಾರ ಶ್ರದ್ಧೆ, ಅಗಾಧ ಓದುಗಾರಿಕೆ, ಸಂಶೋಧನೆಯ ಗೀಳು, ವಿಷಯದ ಆಳಕ್ಕೆ ಇಳಿದು ಕರಗತ ಮಾಡಿಕೊಳ್ಳುವಲ್ಲಿನ ಸಾಹಸ ಅಪೂರ್ವವಾದುದು. ಕನ್ನಡದಲ್ಲಿ ಕಾಶಿಯ ಬಗ್ಗೆ ಇಂಥ ಗ್ರಂಥ ಇನ್ನೊಂದಿಲ್ಲ. ಕನ್ನಡಕ್ಕಷ್ಟೇ ಅಲ್ಲದೆ ಭಾರತೀಯ ಭಾಷೆಗಳಲ್ಲೇ ಇಂತಹ ಕೃತಿ ಇಲ್ಲವೆಂದು 'ಅಖಿಲ ಭಾರತೀಯ ವಿದ್ವದ್ ಪರಿಷತ್, ಕಾಶಿ'ಯ ವಿಶಿಷ್ಟ ಪ್ರಶಸ್ತಿಗೆ ಪಾತ್ರವಾಗಿರುವ ಈ ಕೃತಿ ಹಿಂದಿ, ಇಂಗ್ಲಿಷ್‌ನಲ್ಲಿ ಪ್ರಕಟವಾಗಿರುವುದು ಶ್ಲಾಘನೀಯ. ಭಾರತದ ಎಲ್ಲಾ ಭಾಷೆಗಳಿಗೂ ಅನುವಾದ ಆಗಲೇಬೇಕಾದ ಕೃತಿ.

ಸಂಕ್ಷಿಪ್ತವಾಗಿ ಪ್ರತಿ ಭಾರತೀಯನೂ ಓದಲೇಬೇಕಾದ, ತಿಳಿಯಲೇಬೇಕಾದ ಭಾರತೀಯ ಸಂಸ್ಕೃತಿ ಯಾತ್ರೆಯೇ ಪವಿತ್ರ ಕಾಶೀಯಾತ್ರೆ !!

■